അങ്കിൾ ടോംസ് ക്യാബിൻ

Uncle Tom's Cabin
Novel

Harriet Beecher Stowe

Translated by
Mini Menon

CHINTHA PUBLISHERS
Thiruvananthapuram

First Edition
November 2010

Second Edition
April 2019

Third Edition
June 2021

Published & Typesetting
Chintha Publishers, Thiruvananthapuram

Cover Design
G Biju

ISBN - 978-81-26205-57-8

CR - 2316 / 5500

Email: chinthapublishers@gmail.com
Website: www.chinthapublishers.com

Distribution
DESHABHIMANI BOOKHOUSE
H O Thiruvananthapuram 695035

Branch
Head Office Kunnukuzhi • Statue Thiruvananthapuram •
KSRTC Bus Station Thiruvananthapuram
KSRTC Bus Station Alappuzha • KSRTC Bus Station Ernakulam •
Machingal Lane Thrissur • IG Road Kozhikode •
Mavoor Road Kozhikode • NGO Union Building Kannur •
Central Bus Terminal Complex Thavakkara Kannur

അങ്കിൾ ടോംസ് ക്യാബിൻ
(നോവൽ)

ഹാരിയറ്റ് ബീച്ചർ സ്റ്റോവ്

പരിഭാഷ
മിനി മേനോൻ

ചിന്ത പബ്ലിഷേഴ്സ്
തിരുവനന്തപുരം-695 035

ഹാരിയറ്റ് ബീച്ചർ സ്റ്റോവ് (1811–1896)

അമേരിക്കൻ അടിമത്തവ്യവസ്ഥയ്ക്കെതിരെ പ്രതികരിച്ച 19-ാം നൂറ്റാണ്ടിന്റെ ധിഷണാശാലിയായ എഴുത്തുകാരിയാണ് ഹാരിയറ്റ് ബീച്ചർ സ്റ്റോവ്. 1811 ജൂൺ 14 ന് ജനിച്ചു. അവരുടെ ലോകപ്രശസ്തമായ നോവലാണ് *Uncle Tom's Cabin.* 19-ാം നൂറ്റാണ്ടിലെ അമേരിക്കൻ-ബ്രിട്ടീഷ് അടിമക്കച്ചവടത്തെ നഖശിഖാന്തം വിമർശിക്കുന്ന ഒരു പ്രമേയമാണ് ഈ നോവൽ സ്വീകരിച്ചിരിക്കുന്നത്. അമേരിക്കയിൽ അടിമ വിരുദ്ധപോരാട്ടം ആരംഭിക്കുന്നത് വടക്കൻ സംസ്ഥാനങ്ങളിൽ നിന്നാണ്. ഇതുപിന്നെ തെക്കൻ സംസ്ഥാനങ്ങളെയും സ്വാധീനിച്ചു. അടിമവിരുദ്ധ പോരാട്ടങ്ങൾക്ക് ചുക്കാൻ പിടിച്ച എബ്രഹാം ലിങ്കൺ ഒരിക്കൽ ഹാരിയറ്റിനെ കണ്ടപ്പോൾ പറഞ്ഞ വാചകമിങ്ങനെയാണ് - "So you are the little lady who started this great War." ഹാരിയറ്റിന്റെ ധൈഷണികമായ ചിന്തകൾ എബ്രഹാം ലിങ്കണെ മാത്രമല്ല സ്വാതന്ത്ര്യം കാംക്ഷിക്കുന്ന എല്ലാ ബുദ്ധിജീവികളെയും സ്വാധീനിച്ചു. ഇതുതന്നെയാണ് ഹാരിയറ്റിനെ ഇന്നും പ്രസക്തയും പ്രശസ്തയുമാക്കുന്നത്. ചരിത്ര നോവലുകളാണ് ഹാരിയറ്റിന്റെ തട്ടകം, സാമൂഹ്യ പരിഷ്കരണമായിരുന്നു അതിന്റെ ലക്ഷ്യവും.

മിനി മേനോൻ

1965 ഫെബ്രുവരി 1 ന് കൊടുങ്ങല്ലൂരിലെ പുല്ലൂറ്റ് ജനിച്ചു. പുല്ലൂറ്റ് ഗവ.ഹൈസ്കൂൾ, കോഴിക്കോട് മലബാർ ക്രിസ്ത്യൻ കോളേജ്, കാലിക്കറ്റ് സർവകലാശാല എന്നിവിടങ്ങളിൽ വിദ്യാഭ്യാസം. ആനുകാലികങ്ങളിൽ ലേഖനങ്ങൾ എഴുതുന്നു. ഇപ്പോൾ കോയമ്പത്തൂർ ആർ വി എസ് ആർട്സ് ആന്റ് സയൻസ് കോളേജിൽ അധ്യാപിക. *മനസിലേക്കൊരു കിളിവാതിൽ* (പരിഭാഷ), *മനസ്സും മനസ്സും* (പരിഭാഷ) എന്നിവയുൾപ്പെടെ അനവധി കൃതികൾ പ്രസിദ്ധീകരിച്ചു.

135,000 SETS, 270,000 VOLUMES SOLD.
UNCLE TOM'S CABIN
FOR SALE HERE.
PRICES FROM $2.50 TO $5.00.
The Greatest Book of the Age.

1

ഫെബ്രുവരിമാസത്തിലെ ഒരു തണുത്ത സായാഹ്നം! കെന്റക്കിലെ 'പി' പട്ടണത്തിൽ മനോഹരമായി അലങ്കരിച്ച ഊണുമുറിയിലിരുന്ന് രണ്ടു പേർ വീഞ്ഞ് കഴിക്കുന്നു. കാഴ്ചയിൽ ഇരുവരും മാന്യന്മാരാണ്. എന്തോ ഗൗരവമേറിയ പ്രശ്നം ചർച്ച ചെയ്യുന്നതുകൊണ്ടാവണം അവരുടെ സമീപത്ത് ജോലിക്കാരാരും ഉണ്ടായിരുന്നില്ല.

ആ രണ്ടുപേരിൽ ഒരാൾ മാന്യൻ എന്ന വിശേഷണത്തിന് എത്ര മാത്രം അർഹനാണ് എന്നറിയില്ല. ഉയരം കുറഞ്ഞ ആ മനുഷ്യൻ ഒരു മുരട് പ്രകൃതമുള്ള ആളാണ്. സാധാരണക്കാരനാണെങ്കിലും അയാൾക്ക് ഉന്നതവൃത്തങ്ങളിൽ ഇടപെടാനായിരുന്നു താൽപ്പര്യം. അയാൾ ധരിച്ചിരുന്ന കടുംനിറത്തിലുള്ള വസ്ത്രങ്ങൾ തീർത്തും അരോചകമായിരുന്നു. ഒരു നീല ഉറുമാൽ കഴുത്തിൽ ചുറ്റിയിരുന്നു. അതിൽ നിറയെ മഞ്ഞപ്പുള്ളികളുണ്ട്. അതിനും പുറമേ തിളങ്ങുന്ന ഒരു ടൈയും. കൈവിരലുകളിൽ സ്വർണമോതിരം അണിഞ്ഞ് അത് നിർലജ്ജം പ്രദർശിപ്പിച്ച് ഗർവോടെ ഇരിക്കുന്ന കാഴ്ച ആരെയും ചിരിപ്പിക്കും. കൈത്തണ്ടയിൽ കെട്ടിയിരിക്കുന്ന വാച്ചിന് കട്ടിയുള്ള സ്വർണ ചെയിനാണ്. സംസാരിക്കുമ്പോൾ ഇവയെല്ലാം കുലുക്കി ശബ്ദമുണ്ടാക്കിക്കൊണ്ടിരുന്നു. സംസാരത്തിലും കൃത്രിമത്വം നിറഞ്ഞുനിന്നിരുന്നു. അയാൾ ഗ്രന്ഥഭാഷയിൽ ഭാവാഭിനയത്തോടെയാണ് സംസാരിച്ചിരുന്നത്.

എന്നാൽ അയാളുടെ സുഹൃത്തിന് ഒരു തികഞ്ഞ മാന്യനെന്ന് വിളിച്ചോതുന്ന സ്വഭാവവിശേഷങ്ങളായിരുന്നു ഉണ്ടായിരുന്നത്. ആ വീട്ടിൽ തികച്ചും സമ്പന്നമായ ഒരു അന്തരീക്ഷം നിലനിന്നിരുന്നു, എങ്കിലും അവിടത്തെ സജ്ജീകരണങ്ങൾ എല്ലാം ലളിതവും ആഡംബരരഹിതവും ആയിരുന്നു. അവർ സംഭാഷണം തുടർന്നു.

"ഈ രീതിയിൽ കാര്യങ്ങൾ ചെയ്യണമെന്നാണ് ഞാൻ ഉദ്ദേശിക്കുന്നത്." ഗൃഹനാഥനായ ഷെൽബി പറഞ്ഞു.

"നിങ്ങൾ ഉദ്ദേശിക്കുന്നതുപോലെ കച്ചവടം നടത്താൻ ഒരിക്കലും സാധിക്കുകയില്ല; അങ്ങനെ ഒരിക്കലും സാധിക്കുകയില്ല ഷെൽബി". വീഞ്ഞിന്റെ ഗ്ലാസ് ഉയർത്തിപ്പിടിച്ചുകൊണ്ട് അപരൻ മറുപടി പറഞ്ഞു.

"എന്തുകൊണ്ടാണ് ഹാലീ, നിങ്ങൾ ഇങ്ങനെ സംസാരിക്കുന്നത്? ടോം ഒരിക്കലും നിങ്ങൾ വിചാരിക്കുന്നതുപോലെ ഒരു മനുഷ്യനല്ല. അവൻ ഒരു അസാമാന്യ വ്യക്തിയാണ്. അവന് ഈ തുക ആരും തരും -നല്ല ആരോഗ്യമുണ്ട് ടോമിന്. കൂടാതെ അവൻ വളരെ സമർത്ഥനും സത്യസന്ധനുമാണ്. എന്റെ കൃഷി പൂർണമായും നോക്കി നടത്തുന്നത് അവനൊരാളാണ്. ഒരു ഘടികാരത്തിന്റെ ചംക്രമണംപോലെ."

ഷെൽബി ഉപയോഗിച്ച വിശേഷണങ്ങൾ ഒരു പരിഹാസഭാവത്തിലാണ് ഹാലി കണക്കാക്കിയത്. ഗ്ലാസിലേക്ക് വീണ്ടും വീഞ്ഞു പകർന്നുകൊണ്ട് അയാൾ പ്രതികരിച്ചു.

"സത്യസന്ധൻ! ഏതൊരു നീഗ്രോയേയും പോലെ!"

"നിങ്ങൾക്കറിയാഞ്ഞിട്ടാണ്. സത്യത്തിൽ ടോം വളരെ നല്ലവനും ഈശ്വരവിശ്വാസിയും സർവോപരി ബുദ്ധിമാനും ആണ്. നാലുവർഷം മുമ്പാണ് അവൻ ക്രിസ്തുമതം സ്വീകരിക്കുന്നത്. അന്നുമുതൽ അവൻ സത്യക്രിസ്ത്യാനിയായിതന്നെ ജീവിതം തുടർന്നുപോരുന്നു എന്ന കാര്യത്തിൽ യാതൊരു തർക്കവും ഇല്ല. അന്നുമുതൽ ഞാൻ എന്റെ കാര്യങ്ങളെല്ലാം അവനെ വിശ്വസിച്ചേൽപ്പിച്ചിരിക്കുകയാണ്. എന്റെ വീട്, പണം, കുതിരകൾ എന്നുവേണ്ട സകല കാര്യങ്ങളും അവൻ ഭംഗിയായി കൈകാര്യം ചെയ്യുന്നു. എല്ലായിടത്തും അവന്റെ കൈയും കണ്ണും എത്തിയിരിക്കും. തികഞ്ഞ സത്യസന്ധതയോടെയും ഉത്തരവാദിത്വത്തോടെയും ടോം കൃത്യനിർവഹണം നടത്തുന്നത് നിങ്ങൾ അനുഭവിച്ചുതന്നെ അറിയേണ്ടതാണ്."

"ദൈവത്തിലും മതത്തിലും വിശ്വസിക്കുന്ന അടിമകളുണ്ടെന്നു പറഞ്ഞാൽ പലർക്കുമത് വിശ്വസിക്കുവാൻ പ്രയാസമാണ്. എന്നാൽ ഞാനത് വിശ്വസിക്കുന്നു. അതിനു കാരണം അങ്ങനെ ഒരാളെ എനിക്കു നേരിട്ടറിയാം എന്നതു തന്നെയാണ്. കഴിഞ്ഞവർഷം ഓർലീൻസിലേക്കു കൊണ്ടുപോയ സംഘത്തിൽ ഒരു തികഞ്ഞ മതവിശ്വാസി ഉണ്ടായിരുന്നു. ശാന്തസ്വഭാവക്കാരനായ അവൻ പ്രാർത്ഥിക്കുന്നത് ഞാൻ കേട്ടു. വളരെ നിസ്സാരമായ വില മാത്രമേ ഞാനവന് കൊടുത്തിരുന്നുള്ളൂ. അവനെ വിറ്റവകയിൽ 600 ഡോളറാണ് എന്റെ കൈകയിൽ വന്നുപെട്ടത്. എനിക്കറിയാം, മതത്തിലും ദൈവത്തിലും വിശ്വസിക്കുന്ന നീഗ്രോ ഒരു മുതൽക്കൂട്ടുതന്നെയാണ്. നിങ്ങൾ പറയുന്നവൻ യഥാർത്ഥത്തിൽ ഒരു 'വസ്തു' തന്നെയാണെങ്കിൽ, ഞാനവനെ വാങ്ങിക്കോളാം."

"യഥാർത്ഥ'വസ്തു' എന്നൊന്നുണ്ടെങ്കിൽ ടോം അങ്ങനെ ഒന്നുതന്നെയാണ്. അവനെ ഒറ്റയ്ക്കുതന്നെ ഞാൻ വ്യാപാരാവശ്യങ്ങൾക്കായി

അയയ്ക്കാറുണ്ട്. അഞ്ഞൂറു ഡോളർ അവൻ എനിക്കു കൊണ്ടുവന്നു തന്നിട്ടുണ്ട്. ഒരു ക്രിസ്ത്യാനിയായ നീ എന്നെ ഒരിക്കലും ചതിക്കുകയില്ല എന്നു ഞാൻ വിശ്വസിക്കുന്നു എന്ന് അവനോട് പലപ്പോഴും പറഞ്ഞിട്ടുണ്ട്. പലരും അവനോടു പറഞ്ഞിട്ടുണ്ട്: നിനക്ക് എന്തുകൊണ്ട് കനഡയിലേക്കോ മറ്റോ പോയി രക്ഷപ്പെട്ടുകൂടാ എന്ന്. 'എന്നെ പരിപൂർണമായി വിശ്വസിക്കുന്ന യജമാനനെ ഒരിക്കലും ചതിക്കാനാവുകയില്ല' എന്ന് അവൻ മറുപടി പറയുകയും ചെയ്തു. അവർ തന്നെ എന്നോടു പറഞ്ഞിട്ടാണ് ഞാൻ ഈ കാര്യം അറിയുന്നത്. ഒരിക്കലും സന്തോഷത്തോടുകൂടിയല്ല ഞാൻ ടോമിനെ വിട്ടുപിരിയുന്നത്. എനിക്കതിൽ വളരെ വിഷമമുണ്ടുതാനും. നിങ്ങൾക്ക് അൽപ്പമെങ്കിലും മനഃസാക്ഷിയുണ്ടെങ്കിൽ, ടോമിനെ സ്വീകരിച്ച് അതോടെ എന്റെ എല്ലാ കടങ്ങളും എഴുതിത്തള്ളണം. നിങ്ങൾ അങ്ങനെ ചെയ്യുമെന്ന് ഞാൻ വിചാരിക്കുന്നു. ശരിയല്ലേ? മി.ഹാലി?"

"കൊള്ളാം നിങ്ങൾ എന്താണ് കരുതിയിരിക്കുന്നത്? ഇത്തരത്തിലുള്ള വ്യാപാരത്തിൽ ഏർപ്പെടുന്ന ഏതൊരു വ്യക്തിയേയുംപോലെ മനഃസാക്ഷി എനിക്കുമുണ്ട്. ഞാൻ പ്രതിജ്ഞ ചെയ്യാം. സുഹൃത്തുക്കളെ സന്തോഷിപ്പിക്കുവാനായി എന്തു ചെയ്യാനും ഞാൻ ഒരുക്കമാണ്. എന്നാൽ നിങ്ങളിപ്പോൾ പറഞ്ഞകാര്യം വളരെ പ്രയാസമേറിയതാണ്. വളരെ പ്രയാസകരം." അയാൾ എന്തോ ഗാഢമായി ആലോചിക്കുന്നതുപോലെ ഇരുന്നശേഷം ദീർഘനിശ്വാസം പുറപ്പെടുവിച്ചുകൊണ്ട് വീണ്ടും വീഞ്ഞെടുത്ത് ഗ്ലാസിലേക്ക് ഒഴിച്ചു.

അസുഖകരമായ നിശ്ശബ്ദത അൽപ്പസമയം അവിടെ നിലനിന്നു. ഷെൽബി വീണ്ടും സംസാരിക്കുവാൻ തുടങ്ങി.

"ഹാലീ, നിങ്ങൾ എങ്ങനെയാണ് വ്യാപാര ഇടപാടുകൾ മുന്നോട്ടു കൊണ്ടുപോകാൻ ആഗ്രഹിക്കുന്നത്?"

"ടോമിനോടൊപ്പം തരാൻ പാകത്തിൽ നീഗ്രോകുട്ടികൾ ആരെങ്കിലും ഉണ്ടോ? ആണോ പെണ്ണോ ആയിക്കോട്ടെ."

"ഏയ്! ഇല്ല. എന്റെ കൈയിൽ വേറെ ആരും തന്നെയില്ല. തുറന്നു പറയുകയാണെങ്കിൽ വേറെ യാതൊരുഗതിയും ഇല്ലാത്തതുകൊണ്ടാണ് ഞാൻ ഇപ്പോൾ ഈ വ്യാപാരത്തിന് തയാറാകുന്നത്. സത്യത്തിൽ എനിക്ക് ഒരാളെയും വിട്ടുപിരിയാൻ ആഗ്രഹമില്ല."

അവർ സംസാരിച്ചുകൊണ്ടിരിക്കുന്നതിനിടയിലേക്ക്, നാലഞ്ചു വയസ്സ് പ്രായം തോന്നിപ്പിക്കുന്ന ഒരു നീഗ്രോ ബാലൻ കടന്നുവന്നു. നല്ല ചുറുചുറുക്കുള്ള ഒരു സുന്ദരക്കുട്ടൻ. അവന്റെ കറുത്തുചുരുണ്ട മുടിയും മനോഹരമായ നുണക്കുഴിയും ആരേയും ആകർഷിക്കും. നീണ്ടുവിടർന്ന കണ്ണുകൾ അവന്റെ വട്ടമുഖത്തിന്റെ ഭംഗി വർധിപ്പിച്ചു. മുറിക്കുള്ളിലേക്ക് ഓടിക്കയറിയ ആ കുട്ടി എന്തോ തിരയുകയായിരുന്നു. കണ്ണുകളിൽ ആകാംക്ഷ നിറഞ്ഞുനിന്നു. അടിമകളിൽ ഒരിക്കലും കാണാത്ത ഭംഗിയും വൃത്തിയുമുള്ള ഉടുപ്പാണ് അവൻ ധരിച്ചിരുന്നത്. യജമാന

നേയും അതിഥിയേയും കണ്ടിട്ടും അവനിൽ അപരിചിതത്വമൊന്നും കണ്ടില്ല. യജമാനൻ അവനെ ലാളിക്കാറുണ്ടായിരുന്നിരിക്കണം.

"ഹായ്! ഹാരീ!" ഷെൽബി അവനെ ഉറക്കെ വിളിച്ചു. ഒരു കുല ഉണക്കമുന്തിരിയെടുത്ത് അവനു നേരെ എറിഞ്ഞുകൊടുത്തുകൊണ്ട് പറഞ്ഞു: "പിടിക്കാൻ പറ്റുമോ എന്നു നോക്കൂ!"

അവൻ വളരെ ഉത്സാഹത്തോടുകൂടി യജമാനൻ എറിഞ്ഞു കൊടുത്ത സമ്മാനം ചാടിപ്പിടിച്ചു. അതുകണ്ട് സന്തുഷ്ടനായ അയാൾ പറഞ്ഞു.

"നോക്കൂ! കുഞ്ഞേ!, നീ ഇങ്ങോട്ടു വരൂ!"

യാതൊരു സങ്കോചവും ഇല്ലാതെ അവൻ അടുത്തേക്കു വന്നു. അയാളവന്റെ ചുരുണ്ടു മനോഹരമായ മുടിയിൽ വിരലോടിച്ചുകൊണ്ടിരുന്നു. ലാളനയോടുകൂടി കവിളിൽ തലോടിയ ശേഷം പറഞ്ഞു:

"ഹാരീ, നീ ഒരു കാര്യം ചെയ്യ്. നമ്മുടെ അതിഥിക്ക് നീ പാട്ടു പാടിക്കൊടുക്കൂ. നൃത്തവും വേണം കേട്ടോ."

ഒട്ടും അറച്ചുനിൽക്കാതെ അവൻ ആടാനും പാടാനും തുടങ്ങി. നീഗ്രോകൾ സാധാരണയായി പാടാറുള്ള വിചിത്രമായ പാട്ടുകളായിരുന്നു അവ. ഗാനത്തിന്റെ താളത്തിനനുസരിച്ചുള്ള നൃത്തവും രസകരമായിരുന്നു. അംഗവിക്ഷേപങ്ങൾ ഒട്ടും വിരസത ഉളവാക്കുന്നതായിരുന്നില്ല.

"ഗംഭീരം!" ഹാലി ആവേശത്തോടെ ആർത്തുവിളിച്ചു. അയാൾ അവന്റെ നേർക്ക് ഓറഞ്ചിന്റെ മൂന്നുനാലല്ലികൾ എറിഞ്ഞുകൊടുത്തു. അവനത് കൈനീട്ടി പിടിച്ചു.

'ഹാരീ, ഇനി നീ വയസൻ കുഡ്ജോ വാതം പിടിപെട്ടപ്പോൾ നടന്നിരുന്നതെങ്ങനെയാണെന്ന് ഒന്നു കാണിച്ചുകൊടുക്കൂ!" അതു കേൾക്കേണ്ട താമസം അവൻ കൈകാലുകൾ എല്ലാം വക്രീകരിച്ച് ഒരു വികൃത രൂപത്തിലായി. ഒരു വടിയെടുത്ത് നിലത്തു കുത്തിപ്പിടിച്ചശേഷം അവൻ മുടന്തിമുടന്തി നടന്നു. രോഗിയായ കിഴവനെ അനുകരിച്ചുകൊണ്ട് അവൻ മുറി മുഴുവൻ നടന്നത് യജമാനനേയും സുഹൃത്തിനേയും ഏറെ രസിപ്പിച്ചു. ഹാലി ഉച്ചത്തിൽ പൊട്ടിച്ചിരിച്ചു.!

"വൃദ്ധൻ റോബിൻസ് വേദവചനങ്ങൾ ഉരുവിടുന്നതെങ്ങനെയാണെന്ന് നമ്മുടെ വിശിഷ്ടാതിഥിക്ക് കാണിച്ചുകൊടുക്കൂ!"

കുട്ടി തന്റെ മുഖം കുനിച്ചു. അവൻ മുഖത്തൊരു ഗംഭീരഭാവം വരുത്തിയ ശേഷം മൂക്കിലൂടെ കീർത്തനം ചൊല്ലി.

"കെങ്കേമായിരിക്കുന്നു! നീ വളരെ രസികനാണല്ലോ." ഹാലി അതിശയവും സന്തോഷവും കലർന്ന സ്വരത്തിൽ വിളിച്ചു പറഞ്ഞു.

"ഈ കുട്ടിയെ കുറിച്ച് ഒരു കാര്യം....പറയട്ടെ! ഞാൻ നിങ്ങൾക്ക് വാക്കുതരുന്നു!"അയാൾ എഴുന്നേറ്റ് ഷെൽബിയുടെ പുറത്ത് തട്ടി. എന്നിട്ടു പറഞ്ഞു: "എനിക്ക് ഈ കുട്ടിയെ കൂടി തരിക. അതോടെ വ്യാപാര കാര്യത്തിൽ നമുക്കൊരു തീരുമാനത്തിൽ എത്തിച്ചേരാം. ഞാനത് ചെയ്യാം വരൂ!"

വാതിൽ പതുക്കെ തുറന്നുകൊണ്ട് അവിടേക്ക് ഏകദേശം പത്തിരുപത്തഞ്ച് വയസ്സ് പ്രായം തോന്നിക്കുന്ന ഒരു നീഗ്രോ യുവതി കടന്നു വന്നു. കുട്ടി അവളെ നോക്കുന്നതു കണ്ടാൽ തന്നെ മനസിലാകും അതവന്റെ അമ്മയാണെന്ന്. അമ്മയുടേയും മകന്റെയും വിടർന്ന കണ്ണുകളും കൺപീലികളും മിനുസമുള്ള കറുത്തു ചുരുണ്ട തലമുടിയും എല്ലാം ഒരുപോലെ തന്നെ. അപരിചിതന്റെ തുറിച്ചുള്ള നോട്ടം അവളെ അസ്വസ്ഥയാക്കി. സാധാരണ കാണാറുള്ള അടിമപ്പെണ്ണുങ്ങളിൽനിന്നും വ്യത്യസ്തയായി അവൾ വൃത്തിയായി വസ്ത്രധാരണം ചെയ്തിരിക്കുന്നു. കടഞ്ഞെടുത്തതുപോലുള്ള അവളുടെ ശരീരത്തിന്റെ വടിവ് കൃത്യമായി മനസിലാക്കുന്ന രീതിയിലുള്ള ഉടുപ്പാണ് അവൾ അണിഞ്ഞിരുന്നത്. അവളുടെ മനോഹരമായ കണങ്കാലുകളും സുന്ദരമായ വദനവും വ്യാപാരിയുടെ മനസിൽ ഉടക്കിനിന്നു. 'കൊള്ളാം. ഉഗ്രൻ സാധനം എന്നു പറഞ്ഞാൽ പോരാ, നല്ല ചരക്കു തന്നെ!' അയാൾ മനസിൽ കണക്കു കൂട്ടി.

തന്റെ മുന്നിൽ വിമുഖതയോടുകൂടി നിൽക്കുന്ന പരിചാരികയോട് ഷെൽബി ചോദിച്ചു: "എന്താ, എലീസാ?"

"ഞാൻ ഹാരിയെ തിരഞ്ഞു വന്നതാണ് സാർ." അപ്പോഴെയ്ക്കും ആ കുട്ടി ഓടിവന്ന് അമ്മയുടെ ഉടുപ്പിന്റെ തുമ്പിൽത്തൂങ്ങി. യജമാനൻ തനിക്കു തന്ന സമ്മാനങ്ങൾ അവൻ ഓരോന്നായി അമ്മയെ കാണിച്ചുകൊടുത്തു.

"ശരി, നീ കുഞ്ഞിനേയും എടുത്തു പൊയ്ക്കോളൂ" ഷെൽബി പറഞ്ഞു. അവൾ തിടുക്കത്തിൽ കുട്ടിയെ എടുത്തുകൊണ്ട് പുറത്തേക്ക് പോയി.

"ദൈവമേ! എന്തൊരു അത്ഭുതമായിരിക്കുന്നു!" ആഗതൻ ഷെൽബിയെ അഭിനന്ദനഭാവത്തോടെ നോക്കിക്കൊണ്ടു പറഞ്ഞു.

"ഇതേതാ, ഈ ഉഗ്രൻ ചരക്ക്? ഇവളെ ഉപയോഗിച്ച് ഓർലീൻസിൽ നിന്നും ധാരാളം ധനം സമ്പാദിക്കുവാൻ സാധിക്കും. ഇത്രയൊന്നും ഗുണമില്ലാത്ത എത്രയോ പെൺകിടാങ്ങൾക്ക് ആയിരത്തിൽപ്പരം ഡോളറുകൾ കൊടുക്കുന്നത് ഞാൻ കണ്ടിരിക്കുന്നു."

"അവളെ ഉപയോഗിച്ച് ഒരിക്കലും സമ്പന്നനാകാൻ ഞാൻ ആഗ്രഹിക്കുന്നില്ല." ഷെൽബി ആ സംഭാഷണത്തിൽ താൽപ്പര്യം കാണിച്ചില്ല. വിഷയം മാറ്റുന്നതിനുവേണ്ടി അയാൾ പുതിയൊരു വീഞ്ഞു കുപ്പി കൂടി തുറന്നു. തുടർന്ന് ആ വീഞ്ഞിനെ കുറിച്ചുള്ള അഭിപ്രായം പറഞ്ഞു.

വീഞ്ഞ് ഒന്നാംതരമാണെന്നു സമ്മതിച്ചുകൊണ്ട് വ്യാപാരി വിഷയത്തിലേക്ക് തിരികെ എത്തി.

"നിങ്ങൾ തുറന്നു പറയൂ സാർ, ആ പെൺകുട്ടിയെ എത്രയ്ക്ക് വിൽക്കും? പറയൂ എത്രയാണ് നിങ്ങൾക്ക് വേണ്ടത്?"

"മിസ്റ്റർ ഹാലീ, നിങ്ങൾ ഒരു കാര്യം മനസിലാക്കണം. അവൾ ഒരു വിൽപ്പനച്ചരക്കല്ല. അവളുടെ തൂക്കത്തിനു തുല്യം സ്വർണംതന്നാലും എന്റെ ഭാര്യ അവളെ വിൽക്കാൻ അനുവദിക്കുകയില്ല."

"അയ്യയ്യോ നിങ്ങളെന്തിനാ ഈവക കാര്യത്തിൽ സ്ത്രീകളുടെ വാക്കുകൾ മുഖവിലയ്ക്കെടുക്കുന്നത്? അവർക്ക് യാതൊരുവിധത്തിലുള്ള കണക്കുകൂട്ടലുകളും ഇല്ല. ഒരാളുടെ തൂക്കത്തിലുള്ള സ്വർണം വിറ്റാൽ എത്രമാത്രം പണം ലഭിക്കുമെന്ന കാര്യം ഒന്നവരെ പറഞ്ഞു മനസിലാക്കിനോക്കൂ! അവരുടെ സകല അഭിപ്രായങ്ങളും അതോടെ മാറും. ഞാൻ ഉറപ്പു തരുന്നു."

"ഹാലി, എനിക്ക് ഒരു വാക്കേ ഉള്ളൂ. ഈ കാര്യം സംസാരിക്കരുതെന്നു പറഞ്ഞാൽ പിന്നെ വേണ്ട! ആ വിഷയം നമുക്കു വിടാം. ഷെൽബി തറപ്പിച്ചു പറഞ്ഞു.

"ശരി, പെണ്ണിനെ വിൽക്കാൻ നിങ്ങൾ ആഗ്രഹിക്കുന്നില്ലെങ്കിൽ ആ കുട്ടിയെ എങ്കിലും എനിക്കു തരൂ!" കച്ചവടക്കാരൻ തന്റെ തന്ത്രം മാറ്റി മാറ്റി പ്രയോഗിച്ചുകൊണ്ടിരുന്നു. "കുട്ടിയെ കിട്ടുകയാണെങ്കിൽ നിങ്ങൾ തരാനുള്ള കടത്തിൽനിന്നും വലിയൊരു സംഖ്യ ഞാൻ ഇളവു ചെയ്തു തരാം."

"ഈ കുട്ടിയെ കിട്ടിയിട്ട് നിങ്ങൾക്ക് എന്താണ് കാര്യം? അവനെക്കൊണ്ട് എന്തു ചെയ്യാനാണ് നിങ്ങൾ ഉദ്ദേശിക്കുന്നത്?"

"ഇത്തരം വ്യാപാരം വളരെ ഭംഗിയായി ചെയ്യുന്ന ഒരു സുഹൃത്ത് എനിക്കുണ്ട്. അദ്ദേഹം സമർഥരായ നീഗ്രോകുട്ടികളെ വിലകൊടുത്തു വാങ്ങി ചന്തയിൽ കൊണ്ടുപോയി വിൽക്കുന്നു. ഒട്ടും സാധാരണമല്ലാത്ത വസ്തുക്കൾ! ഹോട്ടലുകളിൽ മേശ തുടയ്ക്കാനും ധനികരുടെ സഹായികളായി നിർത്താനും എല്ലാം ഇക്കൂട്ടരെ ഉപയോഗിക്കാം. നമ്മൾ പറയുന്ന വില കിട്ടും. ചുറുചുറുക്കുള്ളവനും കാഴ്ചയ്ക്കു കൊള്ളാവുന്നവനുമായ ഒരു കുട്ടി വാതിൽ തുറക്കാനും സന്ദർശകരെ സേവിക്കാനുമായി നിൽക്കുന്നത് വലിയ വലിയ സ്ഥാപനങ്ങളിൽ ഇപ്പോൾ അന്തസ്സിന്റെ പ്രതീകമാണ്. അതുതന്നെ അവർക്ക് ധനസമ്പാദനത്തിനുള്ള ഒരു മാർഗമാണ്. ഈ മിടുക്കൻ കുട്ടി അതിനു യോജിച്ചവൻ തന്നെ."

"ഞാൻ അവനെ ഒരിക്കലും വിൽക്കുകയില്ല." ചിന്താധീനനായി ഷെൽബി മറുപടി പറഞ്ഞു. "പൈസയ്ക്ക് തൽക്കാലം അൽപ്പം ബുദ്ധിമുട്ടുണ്ടെങ്കിലും ഞാനൊരു മനുഷ്യത്വമുള്ള ആളാണെന്നതാണ് വാസ്തവം. ആ കുഞ്ഞിനെ അമ്മയിൽനിന്നും വേർപെടുത്തുന്ന കാര്യം എനിക്ക് ഓർക്കാൻകൂടി വയ്യ. അങ്ങനെ ചെയ്തിട്ട് എനിക്ക് യാതൊരു സാമ്പത്തിക നേട്ടവും ആവശ്യമില്ല. സത്യത്തിൽ ആ കാര്യത്തോട് എനിക്ക് വെറുപ്പാണ്."

"ഓ, വാസ്തവം തന്നെയാണ് നിങ്ങൾ പറയുന്നത്. എനിക്കത് പൂർണമായ അർഥത്തിൽ മനസിലാകും. ചില അവസരത്തിൽ സ്ത്രീകളുമായി ഇടപഴകുന്നത് തികച്ചും അരോചകം തന്നെയാണ്. അവരുടെ കരച്ചിൽ കേട്ടുനിൽക്കുന്നത് ഏറ്റവും അസഹ്യമാണ്. ഒരു കച്ചവടക്കാരൻ എന്ന നിലയിൽ അത്തരം അവസരങ്ങൾ ഒഴിവാക്കുവാൻ ഞാൻ ശ്രമിക്കാറുണ്ട്. എന്നാൽ ഇത് നിങ്ങൾ കരുതുന്നത്ര ബുദ്ധിമുട്ടുള്ള ഒരു

കാര്യമല്ല. ആ തള്ളയെ അഞ്ചാറു ദിവസം കുഞ്ഞിൽനിന്നും അകറ്റി നിർത്തിയാൽ മതി. കാര്യങ്ങളെല്ലാം വളരെ ഭംഗിയായി നിർവഹിക്കാം. അവൾ വീട്ടിൽ മടങ്ങിയെത്തുമ്പോഴെയ്ക്കും കാര്യങ്ങളെല്ലാം കഴിഞ്ഞിരിക്കും. നിങ്ങളുടെ ഭാര്യക്ക് കുറച്ചു പുതുവസ്ത്രങ്ങളും ആഭരണങ്ങളും എല്ലാം വാങ്ങിക്കൊടുത്ത് അവരെ സന്തോഷിപ്പിക്കുകയും ചെയ്യാം."

"ഏയ്, അതൊന്നും നടപ്പില്ല."

"നിങ്ങൾ എന്തിനാണ് ഈ നിസ്സാരകാര്യത്തിന് ഇത്രമാത്രം ഉൽക്കണ്ഠപ്പെടുന്നത്? ദൈവം നിങ്ങളെ അനുഗ്രഹിക്കട്ടെ! വെള്ളക്കാരികളെ പോലുള്ള മൃദുലവികാരങ്ങളൊന്നും നീഗ്രോ പെണ്ണുങ്ങൾക്കില്ലെന്ന് ആദ്യം മനസിലാക്കണം. കാര്യങ്ങൾ വേണ്ട രീതിയിൽ നിർവഹിച്ചാൽ മാത്രംമതി. അവരിതെല്ലാം വളരെ വേഗം മറക്കും." തന്റെ സംഭാഷണം ഷെൽബിയെ സ്വാധീനിക്കുന്നുണ്ട് എന്ന ആത്മവിശ്വാസത്തോടെ അയാൾ തുടർന്നു: "ഇത്തരം കാര്യങ്ങൾ മനഃപ്രയാസം ഉണ്ടാക്കുമെന്ന് പലരും പറഞ്ഞു കേട്ടിട്ടുണ്ട്. എനിക്കൊരിക്കലും അങ്ങനെ തോന്നിയിട്ടില്ല. അത്തരത്തിലുള്ള ആളുകൾ കച്ചവടം നടത്തുന്നരീതിയിൽ ഞാൻ പ്രവർത്തിക്കാറില്ല. അക്കൂട്ടർ അമ്മയുടെ കൈയിൽനിന്നും കുഞ്ഞിനെ തട്ടിപ്പറിച്ചെടുക്കും. എന്നിട്ട് അതിനെ ചന്തയിൽ വിൽപ്പനയ്ക്ക് വയ്ക്കും. അമ്മ ഭ്രാന്തിയെപ്പോലെ അലറി നിലവിളിക്കും. എന്തൊരു ഹീനമായ പ്രവൃത്തിയാണത്. അത്തരം കച്ചവടത്തിൽ ലാഭമുണ്ടാകില്ല എന്നുമാത്രമല്ല; 'വസ്തു'വിനെ അത് നശിപ്പിക്കുന്നു. മിക്കവാറും അത് ഉപയോഗശൂന്യമായി പോകുന്നു. ഇത്തരത്തിൽ തെറ്റായ രീതിയിൽ കൈകാര്യം ചെയ്തതുകൊണ്ട് ഒരു സുന്ദരിക്കുട്ടി പരിപൂർണമായി നശിച്ചുപോയ കാഴ്ച ഞാനെന്റെ കണ്ണുകൊണ്ടു കണ്ടിട്ടുള്ളതാണ്. ഓർലീൻസിൽ വച്ചു നടന്ന ഒരു വ്യാപാരമായിരുന്നു അത്. ആ പെൺകുട്ടിയെ പണം കൊടുത്ത് വാങ്ങിയവന് അവളുടെ കുഞ്ഞിനെ ആവശ്യമില്ലായിരുന്നു. കുഞ്ഞിനെ ഉപേക്ഷിച്ച് കൂടെ പോരാൻ അവളുടെ യജമാനൻ ആവശ്യപ്പെട്ടു. കുഞ്ഞിനെ പിരിഞ്ഞ് ജീവിക്കുന്നത് സഹിക്കാനാവാത്ത ആ പെൺകുട്ടി സ്വന്തം കൈകൊണ്ട് അതിന്റെ കഴുത്തു ഞെരിച്ചുകൊന്നു. ഭ്രാന്തു മൂത്ത് ഒരാഴ്ചയ്ക്കുള്ളിൽ അവൾ മരിച്ചു പോകുകയും ചെയ്തു. രക്തം തണുത്തുറയ്ക്കുന്ന ഒരു കാഴ്ചയായിരുന്നു അന്നവിടെ കണ്ടത്. ആലോചിച്ച് പ്രവർത്തിക്കാത്തതിനാൽ നഷ്ടം സംഭവിച്ചത് ആയിരം ഡോളറായിരുന്നു അതും ഒറ്റയടിക്ക്. എന്തുകാര്യം ചെയ്യുമ്പോഴും അത് ഏറ്റവും മനുഷ്യത്വത്തോടെ വേണമെന്ന് ഈ ഒരു സംഭവത്തിലൂടെ എനിക്ക് വ്യക്തമായി. അത് ഞാൻ അനുഭവത്തിൽനിന്നും പഠിച്ച പാഠമാണ്."

താനെന്തോ മഹത്തായ ഒരു കാര്യം പറഞ്ഞു എന്ന ഭാവത്തിൽ അയാൾ സംസാരം നിർത്തി കസേരയിൽ പിന്നാക്കം ചെരിഞ്ഞിരുന്നു.

ഷെൽബി അപ്പോഴും ചിന്താമഗ്നനായി ഓറഞ്ചിന്റെ തൊലിപൊളിച്ചുകൊണ്ടിരുന്നു. ഹാലി ആവേശത്തോടെ സംഭാഷണം തുടർന്നു:

"ഞാൻ ആത്മപ്രശംസ നടത്തുകയാണെന്ന് വിചാരിക്കരുത്. സത്യ

സ്ഥിതി പറഞ്ഞു എന്നേ ഉള്ളൂ! ഞാൻ ഇത്രയും കാലത്തിനിടയിൽ നിരവധി നീഗ്രോകളെ വാങ്ങുകയും വിൽക്കുകയും ചെയ്തിട്ടുണ്ട്. എല്ലാവരും ആരോഗ്യവാന്മാരും കാണാൻ കൊള്ളാവുന്നവരും. എന്നാൽ ഈ വ്യാപാരത്തിൽ എനിക്ക് ചെറിയ ഒരു നഷ്ടംപോലും സംഭവിച്ചിട്ടില്ല. കാര്യങ്ങളെ ഞാൻ എങ്ങനെ സമീപിക്കുന്നു എന്നതിനെ ആശ്രയിച്ചാണ് അത്. മനുഷ്യത്വം ഒന്നുമാത്രമാണ് എന്റെ വ്യാപാരത്തിന്റെ വിജയരഹസ്യം."

ഇതെല്ലാം കേട്ടുകൊണ്ടു വെറുതെ ഇരുന്നു എന്നല്ലാതെ എന്താണു മറുപടി പറയേണ്ടതെന്ന് ഷെൽബിക്ക് അറിഞ്ഞുകൂടായിരുന്നു. അതുകൊണ്ട് അയാൾ പറഞ്ഞു "ശരിയാണ്."

"ഞാനിപ്പോൾ എന്റെ വിശ്വാസങ്ങളെ പരിഹസിക്കുകയാണ്. അത് അസാധാരണമായ ഒരു കാര്യമാണ്. എന്നാലും ഞാൻ അത് കൈവെടിയുകയില്ല. മുന്നോട്ടുള്ള ജീവിതത്തിലും ഞാനത് മുറുകെപ്പിടിക്കുന്നു. എല്ലാം മനസിലാക്കുന്നു. അതെ സത്യമായിട്ടും അങ്ങനെതന്നെയാണ് സാർ." അയാൾ താൻ പറഞ്ഞ ഫലിതം സ്വയം ആസ്വദിച്ചുകൊണ്ട് ചിരിച്ചു.

മനുഷ്യത്വത്തെ കുറിച്ച് നടത്തിയ ഇത്രയും മൗലികവും രസാവഹവുമായ വിശദീകരണം കേട്ടിട്ട് ഷെൽബിക്ക് ചിരിക്കാതിരിക്കുവാൻ സാധിച്ചില്ല. മനുഷ്യത്വമുണ്ടെന്നു പറയുന്ന ആളുകളുടെ വിചിത്രരീതിയിലുള്ള പ്രവർത്തനങ്ങളെ കുറിച്ച് കേട്ടാൽ എങ്ങനെ ചിരിക്കാതിരിക്കും?

ഷെൽബിയുടെ ചിരി വ്യാപാരിക്ക് പ്രോത്സാഹനമായി തോന്നി.

"എന്തായാലും ഇപ്പോഴത് ഒരു വിചിത്രമായ കാര്യമാണ്. ജനങ്ങളുടെ തലയിലേക്ക് ഈവക കാര്യങ്ങൾ അടിച്ചേൽപ്പിക്കുവാൻ എനിക്കു കഴിയുകയില്ല. 'നാച്ചെസി'ൽ ഈ വ്യാപാരത്തിൽ എനിക്കൊരു പങ്കാളിയുണ്ട്. ടോം ലോക്കർ എന്ന ബുദ്ധിമാനായ കച്ചവടക്കാരൻ. നീഗ്രോകളോട് ഇടപെടുമ്പോൾ അവൻ തനി രാക്ഷസനാണ്. അങ്ങനെ മാത്രമേ പെരുമാറാൻ പാടുള്ളൂ എന്നാണവൻ വിശ്വസിക്കുന്നത്. 'ഈ അടിമപെൺകുട്ടികൾ കരയുമ്പോൾ അവരുടെ തലയ്ക്കടിക്കുന്നതുകൊണ്ട് എന്തു പ്രയോജനമാണ് ഉള്ളതെന്ന്' ഞാൻ അവനോട് ചോദിക്കാറുണ്ട്. അവർ കരയുന്നത് അവനൊരിക്കലും അപഹാസ്യമായി തോന്നാറില്ല. അതിലൊരു തെറ്റുമില്ല; അത് പ്രകൃതിദത്തമാണ് എന്നാണവന്റെ വിശ്വാസം. അയാൾ ആ രീതി തന്നെ പിന്തുടരാനാണ് ആഗ്രഹിച്ചത്. അതുകൊണ്ടുതന്നെ ശുദ്ധഹൃദയനാണെങ്കിലും ഞാനവനുമായുള്ള ബന്ധം വിച്ഛേദിച്ചു."

"നിങ്ങൾ നിങ്ങളുടേതായ രീതിയിൽ വ്യാപാരം തുടർന്നപ്പോഴത്തെ സ്ഥിതി എന്താണ്? കൂടുതൽ മെച്ചമുണ്ടോ?" ഷെൽബി ചോദിച്ചു.

"അതു പറയാനുണ്ടോ? വളരെ മെച്ചമുണ്ട്. എപ്പോഴും വ്യാപാരത്തിൽ അസുഖകരമായ സംഭവങ്ങൾ ഞാൻ ഒഴിവാക്കാൻ ശ്രമിക്കും. അമ്മയുടെ മുന്നിൽ വച്ച് ഒരിക്കലും കുട്ടിയെ വിൽക്കാറില്ല. അത്തരം

അവസരങ്ങളിൽ അമ്മയെ ദൂരേക്ക് അയക്കുകയാണ് പതിവ്. കാര്യങ്ങളെല്ലാം ഭംഗിയായി ചെയ്തുതീർത്താൽ പിന്നെ അവരതുമായി സമരസപ്പെട്ടു പൊയ്ക്കോളും. വിഷമം ഉണ്ടാവുകയാണെങ്കിൽ തന്നെ വളരെ കുറച്ചു സമയത്തേക്കേ ഉണ്ടാവുകയുള്ളൂ. വെള്ളക്കാരെപ്പോലെ ഭാര്യയും മക്കളുമുള്ള കുടുംബമായി ജീവിക്കുവാൻ വിധിക്കപ്പെട്ടവരല്ല തങ്ങളെന്ന കാര്യം ഓരോ നീഗ്രോക്കും അറിയാം. അവരാകട്ടെ, അത് ആഗ്രഹിക്കുന്നില്ല താനും. അതുകൊണ്ടുതന്നെ വലിയ പ്രയാസങ്ങളൊന്നുമില്ലാതെ കാര്യങ്ങൾ മുന്നോട്ടു നീങ്ങും."

"ഇത്തരം കാര്യങ്ങളിൽ അവർ തൃപ്തരാണെങ്കിൽ സന്തോഷം തന്നെ." ഷെൽബി സംസാരം രുചിക്കാത്തമട്ടിൽ തോളുകൾ കുലുക്കിക്കൊണ്ടു പറഞ്ഞു.

രണ്ടുപേരും നിലക്കടല കൊറിച്ചുകൊണ്ട് കുറെ നേരം ഇരുന്നു. അൽപ്പസമയത്തെ നിശ്ശബ്ദതക്കു ശേഷം ഹാലി പറഞ്ഞു. "ശരി, നിങ്ങൾ ഒരു തീരുമാനം പറയൂ!"

"എല്ലാം ശരിയാകുമെന്ന് ഞാൻ വിശ്വസിക്കുന്നു. ഞാൻ ഭാര്യയെ പറഞ്ഞു മനസിലാക്കാൻ ശ്രമിക്കട്ടെ. മറ്റൊരു കാര്യം, സംഗതിയെല്ലാം നിങ്ങൾ പറഞ്ഞതുപോലെ ഭംഗിയായി നടക്കണമെന്ന് ആഗ്രഹിക്കുന്നുണ്ടെങ്കിൽ ഈ വ്യാപാര ഇടപാട് മറ്റുള്ളവരാരും പ്രത്യേകിച്ച് അയൽവാസികൾ അറിയാതെ നോക്കണം. അവരറിഞ്ഞുപോയാൽ പല പ്രശ്നങ്ങളും ഉണ്ടാകാൻ സാധ്യതയുണ്ട്."

"നിങ്ങൾ പറയുന്നത് വളരെ ശരിയാണ്. ഒരു കുഞ്ഞുപോലും ഈ കാര്യം അറിയുകയില്ല: എന്നാൽ എനിക്ക് വളരെയധികം തിരക്കുണ്ട്. നിങ്ങളുടെ തീരുമാനം എനിക്കുടനെ അറിയണം." അയാൾ എഴുന്നേറ്റ ശേഷം തന്റെ കോട്ടെടുത്തു ധരിച്ചു.

"നിങ്ങൾ വൈകുന്നേരം ആറിനും ഏഴിനും ഇടയിലായി ബന്ധപ്പെടുക. അപ്പോൾ ഒരു തീരുമാനം പറയാൻ സാധിക്കും എന്നാണ് ഞാൻ കരുതുന്നത്."

അടിമവ്യാപാരി താണുവണങ്ങിയശേഷം മുറയിൽനിന്നു പുറത്തിറങ്ങി.

"അവനെ ചവിട്ടിപ്പുറത്താക്കാനാണ് എനിക്കു തോന്നിയത്." അയാൾ പുറത്തുകടന്ന ഉടനെ ആത്മഗതമെന്നോണം ഷെൽബി പറഞ്ഞു.

"എന്റെ ഇപ്പോഴത്തെ ഏറ്റവും പരിതാപകരമായ സാമ്പത്തികാവസ്ഥയെകുറിച്ച് അവന് അസലായിട്ടറിയാം. വേറെ ആരെങ്കിലുമാണ് ടോമിനെ വിൽക്കേണ്ട കാര്യം പറയുന്നതെങ്കിൽ ഞാനയാളെ ആട്ടി ഓടിക്കുമായിരുന്നു. ടോമിനെ മാത്രം പോരാ അവന്. ഒപ്പം എലീസായേയും കുഞ്ഞിനേയും വേണമത്രേ. ഭാര്യയോട് ഈ കാര്യം എങ്ങനെയാണ് പറയുക? പറഞ്ഞുകഴിഞ്ഞാൽ അതിന്റെ പ്രത്യാഘാതം എന്തെല്ലാമായിരിക്കും? ടോമിന്റെ കാര്യം പറഞ്ഞാലത്തെ സ്ഥിതിയും അതുതന്നെ ആയിരിക്കും. ഞാനിപ്പോൾ അകപ്പെട്ടിരിക്കുന്ന കടക്കെണിയാണ് എല്ലാ

റ്റിനും കാരണം. സ്വന്തം കാര്യം നേടാൻ ഓരോരുത്തരും എന്തെല്ലാമാണ് ചെയ്തു കൂട്ടുന്നത്?”

കെന്റക്കി സംസ്ഥാനത്ത് അടിമകൾ മറ്റുദേശത്തുള്ളവരെക്കാൾ കൂടതൽ സ്വാതന്ത്ര്യം അനുഭവിക്കുന്നവരാണ്. മറ്റു തെക്കൻജില്ലകളിലേതുപോലെ അത്ര സമ്മർദമുള്ള കൃഷിപ്പണി അവിടെ ഇല്ലായിരുന്നതുകൊണ്ട് അവർക്ക് ചിലപ്പോഴെല്ലാം അൽപ്പം ആശ്വാസം ലഭിച്ചിരുന്നു. അവരുടെ ആരോഗ്യവും മറ്റുള്ളവരുടേതുപോലെ അത്ര പരിതാപകരമായിരുന്നില്ല. അവിടത്തെ വെള്ളക്കാരാവട്ടെ, പണത്തിന് ആർത്തിയില്ലാത്തവരും. അതെല്ലാം നിസ്സഹായരായ അടിമകൾക്ക് ആശ്വാസപ്രദമാണ്.

ഈ കൃഷിസ്ഥലങ്ങൾ സന്ദർശിക്കുന്നവർക്ക്, ഇവിടത്തെ യജമാനൻ ചെയ്തുകൊടുക്കുന്ന സഹായങ്ങൾ കണ്ടാൽ അത്ഭുതം തോന്നും. തിരിച്ച് അടിമകൾക്ക് അവരോടുള്ള സ്നേഹവിശ്വാസങ്ങൾ കാണുമ്പോൾ അത് സ്വപ്നമോ സത്യമോ എന്ന് സംശയിച്ചുപോകും. എന്നാലും അതിന്റെ മുകളിൽ ഒരു നിഴൽ ഉരുണ്ടുകൂടി നിൽപ്പുണ്ട്. നിയമത്തിന്റേതായ കരിനിഴൽ. നിയമത്തിനുമുന്നിൽ ഇവർ വെറും വിൽപ്പനച്ചരക്കുകൾ മാത്രമാണ്. നല്ലവനായ യജമാനൻ മരിച്ചുപോകുകയോ അയാൾക്ക് എന്തെങ്കിലും നിർഭാഗ്യം സംഭവിക്കുകയോ ചെയ്താൽ ഈ പാവങ്ങൾക്ക് പിന്നെ വിധിക്കപ്പെടുന്നത് നരകജീവിതമായിരിക്കും.

ഷെൽബി വളരെ നല്ലവനും ഹൃദയശുദ്ധിയുള്ളവനുമാണ്. അയാൾ വളരെ ദയയോടുകൂടി അടിമകളോടു പെരുമാറിപ്പോന്നു. തന്റെ കീഴിലുള്ള അടിമകൾ എല്ലാം സുഖജീവിതം നയിച്ചുകാണാൻ അയാൾ ആഗ്രഹിച്ചു. എന്നാൽ അയാൾക്ക് തൊഴിലിൽ വലിയ തുക നഷ്ടം സംഭവിച്ചു. ഹാലിക്ക് വലിയൊരു തുകയ്ക്ക് കടപ്പെടുകയും ചെയ്തു. അതാണ് ടോമിനെ വിൽക്കുന്നതിനെ കുറിച്ച് ചിന്തിക്കുവാൻ അയാളെ പ്രേരിപ്പിച്ചത്.

കുഞ്ഞിനേയും തിരഞ്ഞ് യജമാനന്റെ വാതിൽക്കൽ എത്തിയ എലീസ കേട്ടത്, ആരെയോ വിൽക്കുന്ന കാര്യത്തെക്കുറിച്ച് ഒരു വ്യാപാരി സംസാരിക്കുന്നതാണ്. അവൾക്ക് വ്യക്തമായി അതൊട്ടു കേൾക്കാൻ സാധിച്ചതുമില്ല. അപ്പോഴെയ്ക്കും യജമാനത്തി അവളെ വിളിച്ചു. അവൾ ധൃതിപിടിച്ച് ഓടിപ്പോകുകയും ചെയ്തു.

എന്നിട്ടും തന്റെ പൊന്നുമകന് വില പറയുന്നത് അവൾകേട്ടു. താൻ കേട്ടത് വാസ്തമാണോ? അവളുടെ മനസ്സ് പിടച്ചുകൊണ്ടിരുന്നു. സ്വപ്നത്തിലെന്നപ്പോലെ അവൾ കുഞ്ഞിനെ അണച്ചുപിടിച്ചു. കുട്ടി അത്ഭുതത്തോടെ അമ്മയെ നോക്കി.

“എലീസാ, നിനക്കെന്താണ് അസുഖം?” അവളുടെ അശ്രദ്ധ കണ്ട് യജമാനത്തി ചോദിച്ചു. പാത്രങ്ങൾ നിലത്ത് ഇടുന്നു. സ്റ്റാന്റുകൾ തട്ടിമറിക്കുന്നു. സിൽക്കുടുപ്പ് എടുത്തുകൊണ്ട് വരാൻ പറഞ്ഞപ്പോൾ രാത്രിയിൽ ധരിക്കുന്ന ഉടുപ്പെടുത്തു വരുന്നു. ഇത്രയും നിരുത്തരവാദപരമായി അവളൊരിക്കലും പെരുമാറിയിട്ടില്ല. യജമാനത്തിയുടെ ചോദ്യം കേട്ട്

എലീസ ഞെട്ടി.

"അയ്യോ! എന്റെ യജമാനത്തീ...." അവൾ തന്റെ കണ്ണുകൾ മുകളിലേക്കുയർത്തിക്കൊണ്ട് സംസാരിക്കുവാൻ ശ്രമിച്ചു. എന്നാൽ പൊട്ടിക്കരഞ്ഞുകൊണ്ട് കസേരയിൽ ഇരിക്കുകയാണുണ്ടായത്. കണ്ണുനീർ ധാരധാരയായി ഒഴുകി. അതു തടയാൻ അവളൊട്ടു ശ്രമിച്ചതും ഇല്ല.

''എന്താണ് നിനക്ക് പറ്റിയത് എലീസാ? നിനക്കെന്താണ് അസുഖം?" അവൾ കരച്ചിൽ അവസാനിപ്പിച്ച് സംസാരിക്കുവാൻ തുടങ്ങി. "സ്വീകരണമുറിയിൽ വച്ച് യജമാനൻ അപരിചിതനായ ഒരു വ്യാപാരിയുമായി സംസാരിക്കുന്നത് ഞാൻ കേട്ടു."

"അതുകൊള്ളാം. മണ്ടിപ്പെണ്ണേ. അതുകൊണ്ടെന്താണ്?"

''ഓഹ്, എന്റെ യജമാനത്തീ, എന്റെ ഹാരിയെ യജമാനൻ അയാൾക്ക് വിറ്റിട്ടുണ്ടാകുമോ?"

അവൾ തേങ്ങിക്കരഞ്ഞുകൊണ്ട് പറഞ്ഞു.

"അവനെ വിൽക്കുകയോ? നിനക്കെന്താണ്?"മിസിസ് ഷെൽബി ആശ്ചര്യത്തോടെ ചോദിച്ചു. "നീ ഒരു വിഡ്ഢിപ്പെണ്ണാണ്. ആ വ്യാപാരിയുമായി നിന്റെ യജമാനൻ ഒരു ഇടപാടും നടത്തുകയില്ല എന്ന് നിനക്കറിയില്ലേ? വിശ്വസ്തരായ തന്റെ ജോലിക്കാരെ ആരെയും നിന്റെ യജമാനൻ വിൽക്കുകയില്ല എന്ന് നിനക്ക് ഊഹിച്ചുകൂടേ? തീർച്ചയായും ഒരപരിചിതന് അദ്ദേഹം ആരെയും വിൽക്കുകയില്ല. മണ്ടിപ്പെണ്ണേ, ആരാണ് നിന്റെ ഹാരിയെ വാങ്ങാൻ ആഗ്രഹിക്കുക? നിന്നെപ്പോലെ തന്നെ എല്ലാവരും അവന്റെ നേരെ ഉറ്റുനോക്കിക്കൊണ്ടിരിക്കുകയാണെന്നാണോ നീ കരുതുന്നത്? അത്തരം കാര്യങ്ങളെ കുറിച്ച് ചിന്തിച്ച് വെറുതെ മനസ്സ് കലക്കണ്ട. നീ സന്തോഷമായിരിക്കൂ! എന്റെ ഉടുപ്പിന്റെ ബട്ടണുകൾ എല്ലാം ഒന്ന് ഇട്ടുതരൂ! കഴിഞ്ഞ ദിവസം കെട്ടിവച്ചതുപോലെ ഭംഗിയായി എന്റെ തലമുടി ചീകിക്കെട്ടിത്തരുകയും വേണം. ഇനി ഒരിക്കലും വാതിൽക്കൽ ചെന്നുനിന്ന് കാതോർക്കരുത് കേട്ടോ."

"പക്ഷേ, യജമാനത്തീ,...." മിസിസ് ഷെൽബിയുടെ വാക്കുകളിൽ പൂർണ ബോധ്യം വരാതെ അവൾ തേങ്ങി.

"....ഒരിക്കലും നിങ്ങൾ അനുവാദം കൊടുക്കരുതേ എന്റെ..."

"എന്ത് അസംബന്ധമാണ് നീ പറയുന്നത്?" മിസിസ് ഷെൽബി അവളെ സംസാരിക്കുവാൻ അനുവദിക്കാതെ പറഞ്ഞു.

"ഹാരിയെ വിൽക്കുവാൻ ഒരിക്കലും ഞാൻ അനുവദിക്കുകയില്ല. എന്റെ മക്കളിൽ ഒരാളെ വിൽക്കേണ്ടിവന്നാൽപോലും ഞാനതിന് അനുവദിക്കുകയില്ല എന്ന് നിനക്ക് ആലോചിച്ചാൽ അറിഞ്ഞുകൂടേ? അവനെ വാങ്ങാനായി ആരെങ്കിലും ഒരാൾ ഈ പടി കയറിവരുമെന്ന് നീ വിചാരിക്കുന്നത് എന്തുകൊണ്ടാണ്?"

യജമാനത്തിയുടെ ദൃഢനിശ്ചയം തുളുമ്പുന്ന വാക്കുകളിൽ വിശ്വാസമർപ്പിച്ച് മന:ശാന്തി നേടിയ എലീസ അകത്തേക്കു കടന്ന് തന്റെ ജോലികൾ ആരംഭിച്ചു. ആവശ്യമില്ലാത്ത കാര്യത്തെ കുറിച്ചോർത്ത് താൻ

അനാവശ്യമായി ഭയപ്പെട്ടല്ലോ എന്നോർത്ത് അവൾ സ്വയം പരിഹസിച്ചു ചിരിച്ചു.

ക്രൈസ്തവ ധർമങ്ങളിൽ വിശ്വാസവും ബുദ്ധിയും തന്റേടവും ഉള്ള ഒരു മാന്യവനിതയാണ് മിസിസ് ഷെൽബി. കെന്റക്കിയിലുള്ള സ്ത്രീകളിൽ സാധാരണയായി കാണാറുള്ള സകല മഹത്വങ്ങളും ഈ വിശിഷ്ട വനിതയിൽ ഒത്തുചേർന്നിരുന്നു. വാക്കിലും പ്രവൃത്തിയിലും ഒരുപോലെ വിശുദ്ധിയും മതഭക്തിയും ആദർശവും എല്ലാം നിറഞ്ഞു നിന്നിരുന്നു. ഷെൽബി വലിയ മതവിശ്വാസി ഒന്നും ആയിരുന്നില്ലെങ്കിലും ഭാര്യയുടെ കടുത്തമതവിശ്വാസത്തെ അയാൾ തികഞ്ഞ ബഹുമാനത്തോടെയാണ് നോക്കിക്കണ്ടിരുന്നത്. തന്റെ ഭൃത്യന്മാരുടെ സകലവിധ ഉന്നമനത്തിനും വേണ്ടി ഭാര്യചെയ്യുന്ന പരോപകാര പ്രവർത്തനങ്ങൾക്ക് അദ്ദേഹം അളവില്ലാത്ത പ്രോത്സാഹനവും സഹായവും നൽകിക്കൊണ്ടിരുന്നു. ഒന്നിലും നേരിട്ട് ഇടപെട്ടിരുന്നില്ല എന്നുമാത്രം. പുണ്യവാളന്മാരുടെ അത്ഭുത പ്രവർത്തനങ്ങളിലൊന്നും വിശ്വാസമുണ്ടായിരുന്നില്ലെങ്കിലും ഭാര്യയുടെ ഭക്തിയേയും സേവന പ്രവർത്തനങ്ങളേയും ഏറ്റവും ബഹുമാനത്തോടെ നോക്കിക്കണ്ടു. അതിനു വലിയ വിലകൽപ്പിക്കുകയും ചെയ്തു.

തെക്കൻ സംസ്ഥാനത്തിൽനിന്നും വന്ന വ്യാപാരിയുമായി സംസാരിച്ച ശേഷം അയാളെ ഏറ്റവും കുഴക്കിയിരുന്ന കാര്യം ഈ സംഭവങ്ങൾ ഭാര്യയുമായി എങ്ങനെ പങ്കുവയ്ക്കും എന്നതിനെ കുറിച്ചായിരുന്നു. ഭാര്യയുമായി എങ്ങനെ ഏറ്റുമുട്ടും? ആ അവസ്ഥ എങ്ങനെ മറികടക്കും? എന്ന ഭാരവും പേറിയാണ് അയാൾ നടന്നത്.

ഭർത്താവിന്റെ മനസിൽ നടക്കുന്ന സംഘർഷമൊന്നും മിസിസ് ഷെൽബി അറിഞ്ഞിരുന്നില്ല. അതുകൊണ്ടുതന്നെ എലീസയുടെ സംശയത്തെ ഒരു വിഡ്ഢപ്പെണ്ണിന്റെ അകാരണമായുണ്ടാകുന്ന ഒരു ഭയമായി മാത്രമാണ് കണക്കാക്കിയത്. ഭർത്താവിന്റെ സ്വഭാവത്തിലെ കാരുണ്യം നിറഞ്ഞ ഒരു വശം മാത്രമേ അവർ കണ്ടിരുന്നുള്ളു. അതുകൊണ്ട് ആ കാര്യം അവരുടെ മനസിൽനിന്നും വളരെ വേഗത്തിൽ അപ്രത്യക്ഷമായി. സായാഹ്ന സവാരിക്കുവേണ്ടി ഒരുങ്ങി പുറപ്പെടാൻ തുടങ്ങിയതോടെ ആ കാര്യത്തെക്കുറിച്ച് പൂർണമായും വിസ്മരിച്ചു.

2

കുഞ്ഞായിരിക്കുമ്പോൾ തന്നെ എലീസായ്ക്ക് തന്റെ യജമാനത്തിയുടെ സ്നേഹവാത്സല്യങ്ങൾ വേണ്ടുവോളം അനുഭവിക്കുവാൻ കഴിഞ്ഞിരുന്നു. യജമാനത്തിയുടെ കൃത്യമായ ശിക്ഷണത്തിൻ കീഴിൽ വളർന്നതുകൊണ്ട് മറ്റു സുന്ദരികളായ അടിമപ്പെൺകൊടിമാർ ചെന്നുപെടുന്ന അബദ്ധങ്ങളിലൊന്നും അവൾ അകപ്പെട്ടില്ല. ഒരു പ്രലോഭനത്തിലും ചെന്നു വീഴാതെ അവൾ യുവത്വത്തിലേക്കു കാലെടുത്തുവച്ചു.

തൊട്ടടുത്ത തോട്ടത്തിലെ സമർഥനും അധ്വാനശീലനുമായ ഒരടിമയെ -ജോർജ് ഹാരീസിനെ അവൾ വിവാഹം കഴിച്ചു.

ഈ യുവാവിനെ സമീപത്തുള്ള ഒരു വ്യവസായശാലയുടെ ഉടമസ്ഥൻ വാടകയ്ക്കെടുത്ത് ജോലി ചെയ്യിപ്പിക്കുകയായിരുന്നു. ബുദ്ധിശക്തി കൊണ്ടും കഠിനാധ്വാനംകൊണ്ടും ആ സ്ഥാപനത്തിലെ ഏറ്റവും മികച്ച ജോലിക്കാരൻ എന്ന ഖ്യാതി നേടിയെടുക്കുവാൻ അധികകാലം വേണ്ടിവന്നില്ല. വളരെ വേഗം ചണം വൃത്തിയാക്കിയെടുക്കാനുള്ള യന്ത്രം കണ്ടുപിടിച്ചതോടെ ജോർജ് പ്രസിദ്ധനായിത്തീർന്നു. അവന്റെ ജീവിത പശ്ചാത്തലവും വിദ്യാഭ്യാസവും ജ്ഞാനവും വച്ചുനോക്കുമ്പോൾ ഈ കണ്ടുപിടുത്തം മഹത്തായ ഒരു സംഭവംതന്നെ ആയിരുന്നു.

ജോർജിന്റെ പിതാവ് ഒരു വെള്ളക്കാരനായതിനാൽ തന്റെ വർഗത്തിൽപ്പെട്ട മറ്റുള്ളവരെക്കാൾ കൂടുതൽ നിറമുണ്ടായിരുന്നു. അയാൾ സുമുഖനും സൽസ്വഭാവിയും അസാധാരണ വൈഭവവും ഉള്ള ആളായിരുന്നതിനാൽ വളരെ വേഗം തന്നെ കൂടെ ഉള്ളവരുടെ എല്ലാം സ്നേഹത്തിന് പാത്രീഭൂതനായി. എന്തൊക്കെ ആയാലും ജന്മംകൊണ്ട് അടിമയായ അവൻ നിയമത്തിന്റെ മുന്നിൽ വെറും വിൽപ്പനച്ചരക്കുമാത്രമാണ്. ബുദ്ധിയും തൊഴിലിൽ സാമർഥ്യവും മറ്റു സകലഗുണങ്ങളും ഉള്ള ഈ അടിമ വൃത്തികെട്ടവനും ക്രൂരനുമായ യജമാനന്റെ കീഴിൽ ദുരിത ജീവിതമാണ് നയിച്ചിരുന്നത്. ജോർജിന്റെ കണ്ടുപിടുത്തത്തെക്കുറിച്ച് കേട്ടറിഞ്ഞ ഇയാൾ കൂടതൽ വിവരങ്ങൾ അറിയുന്നതിനുവേണ്ടി വ്യവസായശാലയിൽ എത്തി. ഫാക്ടറി ഉടമ ജോർജിന്റെ യജമാനനെ സ്നേഹാദരങ്ങളോടെ സ്വീകരിച്ച ശേഷം ഇത്തരത്തിൽ മിടുക്കനായ ഒരടിമയെ സ്വന്തമാക്കിയതിൽ അഭിനന്ദിച്ചു.

യജമാനനെ കണ്ട് സന്തോഷിച്ച ജോർജ്, അയാളെ ഫാക്ടറിക്കകത്തെല്ലാം കൊണ്ടുനടന്ന് താൻ കണ്ടുപിടിച്ച യന്ത്രം കാണിച്ചു കൊടുത്ത് അതിന്റെ പ്രവർത്തന രീതിയും ഉൽപ്പാദനക്ഷമതയും എല്ലാം വിവരിച്ചു കൊടുത്തു. തന്റെ മുന്നിൽ തലയുയർത്തിനിന്നുകൊണ്ട് അഭിമാനത്തോടെയും ഉത്സാഹത്തോടെയും സംസാരിക്കുന്ന അടിമയെ അസൂയയോടെയും ഈർഷ്യയോടെയും ആണ് യജമാനൻ നോക്കിക്കണ്ടത്. ഇത്തരക്കാരുടെ നേർക്ക് ഒരുതരം അധമ മനോഭാവമായിരുന്നു അയാൾക്കുണ്ടായിരുന്നത്. മാന്യന്മാരുടെ മുന്നിൽ തലയുയർത്തി നിൽക്കാനും യന്ത്രങ്ങൾ കണ്ടുപിടിക്കാനും അതിന്റെ യശസ്സ് നേടിയെടുക്കാനും എന്തർഹതയാണ് ഇത്തരക്കാർക്കുള്ളതെന്ന് അയാൾ വിചാരിച്ചു.

ഇത് ഇന്നത്തോടെ തീർത്തിട്ടുതന്നെ കാര്യം അയാളുടെ മനസ്സ് മന്ത്രിച്ചു. ഇവനിനി കൃഷിപ്പണിതന്നെ തുടർന്നു ചെയ്താൽ മതി. മിടുക്കൻ ചമഞ്ഞുള്ള ഇവന്റെ ജീവിതം ഇന്നത്തോടെ അവസാനിപ്പിക്കണം. തോട്ടത്തിൽ വന്ന് കളപറിക്കുകയും മണ്ണിൽ കിളയ്ക്കുകയും ചെയ്യട്ടെ. ജോർജിന്റെ ശമ്പള ബാക്കിയെല്ലാം തന്നു തീർത്ത് അയാളെ തന്റെ കൂടെ അയക്കണമെന്ന് യജമാനൻ പറഞ്ഞപ്പോൾ ഫാക്ടറി ഉടമസ്ഥനും

അവന്റെ കൂടെ ജോലി ചെയ്തിരുന്നവരും എല്ലാം അത്ഭുതപ്പെട്ടുപോയി.

"മിസ്റ്റർ ഹാരീസ്, നിങ്ങൾ വളരെ ധൃതിപിടിച്ച് ഒരു തീരുമാനം എടുക്കുകയല്ലേ?" ഉടമ തന്റെ പ്രതിഷേധം അറിയിച്ചു.

"എങ്ങനെയുള്ള തീരുമാനമായാൽ എന്താണ്? ഞാനല്ലേ ഇവന്റെ ഉടമസ്ഥൻ?"

"ഇപ്പോൾ കൊടുക്കുന്നതിനേക്കാൾ കൂടുതൽ കൂലി നൽകാൻ ഞാൻ തയാറാണ്."

"ഞാനെന്റെ അടിമകളെ കൂലിക്കു വിടുന്നില്ല. എനിക്കതിനു മനസില്ല എന്നു കൂട്ടിക്കോളൂ."

"സർ, ഈ തൊഴിലിൽ വളരെ സമർഥനാണ്. തികച്ചും അനുയോജ്യനായ ഒരു പണിക്കാരൻ."

"അതു ശരിയായിരിക്കാം ഒരു ജോലി മാത്രം ചെയ്താൽ പോരല്ലോ. ഞാൻ ഏൽപ്പിക്കുന്ന ഏതു ജോലി ചെയ്യാനും ഇവൻ ബാധ്യസ്ഥനാണ്."

"അവൻ കണ്ടുപിടിച്ച യന്ത്രത്തെക്കുറിച്ച് ഒന്ന് ഓർത്തുനോക്കൂ!" അവന്റെ കഷ്ടകാലത്തിനാണ് ഒരു തൊഴിലാളിക്ക് ഈ പ്രശ്നത്തിൽ ഇടപെട്ട് ഇങ്ങനെ ഒരഭിപ്രായം പറയാൻ തോന്നിയത്.

"അപ്പോൾ അതാണ് കാര്യം! ജോലി കുറയ്ക്കാനുള്ള യന്ത്രം അല്ലേ? എനിക്ക് ഒരു കാര്യം നന്നായി അറിയാം. ഈ നീഗ്രോകൾ തന്നെ ജോലി കുറയ്ക്കാനുള്ള യന്ത്രങ്ങളാണ്; ഓരോ നീഗ്രോയും. ഞാൻ ഉറപ്പിച്ചു പറയുന്നു അവൻ എന്റെ കൂടെ പോരട്ടെ."

നിഷേധിക്കാനാവാത്ത അധികാരകേന്ദ്രത്തിൽനിന്നും ഉയർന്ന ആ പ്രഖ്യാപനം കേട്ട് ഞെട്ടി, കുരിശിൽ തറച്ചവനെപ്പോലെ ജോർജ് നടുങ്ങി നിന്നു. കൈ ചുണ്ടിൽ അമർത്തി ചൂളിപ്പിടിച്ച് നിൽക്കുമ്പോൾ അവന്റെ ഹൃദയത്തിൽ ഒരഗ്നിപർവതം പുകയുന്നുണ്ടായിരുന്നു. പൊള്ളിക്കുന്ന ചുടുനിശ്വാസങ്ങൾ അവന്റെ ഉള്ളിൽനിന്നും പുറത്തുവന്നുകൊണ്ടിരുന്നു. അവന്റെ കറുത്തു നീണ്ട കണ്ണുകളിൽ കോപവും വ്യസനവും പ്രകടമായി. അത് കൽക്കരിപോലെ ജ്വലിച്ചു. ആ ഫാക്ടറി ഉടമ ഹൃദയമുള്ളവനായിരുന്നു. അയാൾ അവന്റെ കൈകയിൽ സ്പർശിച്ചുകൊണ്ടുപറഞ്ഞു:

"പേടിക്കണ്ട ജോർജ്. വിട്ടുകളയൂ! നീ തൽക്കാലം അയാളോടൊപ്പം പോകൂ. ഞാനെന്തായാലും നിന്നെ സഹായിക്കാൻ ശ്രമിക്കാതിരിക്കില്ല." ഇത്തരത്തിലുള്ള വാക്കുകൾ ഫാക്ടറി ഉടമ പറഞ്ഞില്ലായിരുന്നെങ്കിൽ അവനപ്പോൾ ഹൃദയസ്തംഭനം തന്നെ വരുമായിരുന്നു. അല്ലെങ്കിൽ അപകടകരമായ ഒരു പൊട്ടിത്തെറി!

അവർ തമ്മിൽ രഹസ്യ സംഭാഷണം നടത്തുന്നത് ദുഷ്ടനായ യജമാനൻ കണ്ടെങ്കിലും എന്താണ് പറഞ്ഞതെന്ന് വ്യക്തമായി കേട്ടില്ല. തന്റെ ഉടമസ്ഥതയിലുള്ള വസ്തുവിന്റെ മേൽ പരിപൂർണമായ അധികാരം പ്രയോഗിക്കുവാൻ തന്നെ അയാൾ തീരുമാനിച്ചു.

അപ്പോൾ തന്നെ ജോർജിനെ അയാൾ കൂട്ടിക്കൊണ്ടു പോയി. തന്റെ തോട്ടത്തിലെ ഏറ്റവും വൃത്തികെട്ട ജോലികൾ തന്നെ അവനെ

ഏൽപ്പിച്ചു. ഏറ്റവും നിന്ദ്യവും പൈശാചികവും നികൃഷ്ടവുമായ രീതിയിൽ അവനോടു പെരുമാറി.

ഫാക്ടറിയിൽ ജോലി ചെയ്തിരുന്ന കാലം ജോർജിനെ സംബന്ധിച്ചിടത്തോളം തികച്ചും സുവർണകാലഘട്ടം തന്നെയായിരുന്നു. അവിടത്തെ സന്തോഷകരമായ ജീവിതത്തിനിടയിലാണ് ജോർജും എലീസയും പരസ്പരം കണ്ടുമുട്ടിയതും ആകൃഷ്ടരായതും വിവാഹിതരായതും എല്ലാം. തന്റെ വിശ്വസ്തനായ തൊഴിലാളിക്ക് അയാൾ ആഗ്രഹിക്കുന്ന സമയത്തെല്ലാം ഭാര്യയെ കാണാനുള്ള അനുവാദം ഫാക്ടറി ഉടമ നൽകിയിരുന്നു. എലീസയ്ക്ക് എല്ലാംകൊണ്ടും യോജിച്ച വരനാണ് ജോർജ് എന്നു മനസിലാക്കിയ മിസിസ് ഷെൽബി തന്നെയാണ് അവരുടെ വിവാഹത്തിനു മുൻകൈ എടുത്തതും വിവാഹം നടത്തിച്ചതുമെല്ലാം. തന്റെ പ്രിയപ്പെട്ട യജമാനത്തിയുടെ വലിയ സ്വീകരണമുറിയിൽ വച്ച് അവരുടെ വിവാഹം നടന്നു. എലീസയുടെ തലമുടി കെട്ടിക്കൊടുത്തതും അവളെ ശിരോവസ്ത്രം അണിയിച്ചതും എല്ലാം അവർ തന്നെ ആയിരുന്നു. ഉന്നതകുലജാതയുടെ വിവാഹം നടക്കുന്നതുപോലെ ഏറ്റവും മംഗളകരമായി ആ വിവാഹം നടന്നു. അവിടെ ഒന്നിനും യാതൊരു കുറവും ഉണ്ടായിരുന്നില്ല. കേക്കും വീഞ്ഞും എല്ലാം വേണ്ടുവോളം ഉണ്ടായിരുന്നു. വധുവിന്റെ സൗന്ദര്യത്തെ കുറിച്ചും അവളുടെ ആഗ്രഹങ്ങളും സ്വാതന്ത്ര്യവും പരിപൂർണമായി നിറവേറ്റിക്കൊടുത്ത യജമാനത്തിയുടെ സ്വഭാവവിശേഷത്തെ കുറിച്ചും അതിഥികൾ വീണ്ടും വീണ്ടും പറഞ്ഞുകൊണ്ടിരുന്നു.

ഏകദേശം രണ്ടുവർഷത്തോളം അവർക്ക് പരസ്പരം കണ്ടുമുട്ടാനും ഇടപഴകാനും ധാരാളം സമയം ലഭിച്ചിരുന്നു. സന്തോഷകരമായ ജീവിതത്തിന് യാതൊരു വിധത്തിലുള്ള പ്രതിബന്ധങ്ങളും ഉണ്ടായിരുന്നില്ല. അവരുടെ ആദ്യത്തെ രണ്ടു കുഞ്ഞുങ്ങൾ അകാലത്തിൽ മരിച്ചുപോയത് എലീസായെ ദുഃഖത്തിലാഴ്ത്തി. യജമാനത്തിയുടെ വേദോപദേശങ്ങളാണ് അവളെ അതിൽനിന്നും കരകയറ്റിയത്. അതവൾക്ക് വലിയ ആശ്വാസം പ്രദാനംചെയ്തു.

ഹാരി ജനിച്ചതോടെ അവളുടെ ഉത്സാഹമെല്ലാം പൂർവസ്ഥിതിയിലായി. എന്നാൽ ജോർജിന്റെ യജമാനൻ അയാളെ തിരിച്ചു വിളിച്ച് തോട്ടത്തിൽ കൊണ്ടുവന്ന് ജോലിയിലാക്കുന്നതുവരെ മാത്രമേ ഈ സന്തോഷം നിലനിന്നിരുന്നുള്ളൂ. ജോർജിനെ കൊണ്ടുപോയി രണ്ടാഴ്ച കഴിഞ്ഞപ്പോൾ, യജമാനന്റെ കോപവും വാശിയുമെല്ലാം അൽപ്പം തണുത്തിരിക്കും എന്നു കരുതി, ഫാക്ടറി ഉടമ അയാളെ വീട്ടിൽ ചെന്നു കണ്ടു. ജോർജിനെ തന്റെ കൂടെ അയയ്ക്കാനും പഴയ ജോലിയിൽ തുടരാൻ അനുവദിക്കുവാനും ആവുന്നതും പറഞ്ഞു നോക്കി. അങ്ങനെ ചെയ്യാമെന്ന് ജോർജിനയാൾ വാക്കു കൊടുത്തിരുന്നുവല്ലോ.

"നിങ്ങൾ ഈ ഒരു കാര്യത്തിനുവേണ്ടി വെറുതെ നടന്ന് ബുദ്ധിമുട്ടേണ്ട. ഞാൻ സ്വന്തമായി തന്നെ തീരുമാനിച്ചോളാം." ആ ക്രൂരൻ മൃഗീ

യമായി ചിരിച്ചുകൊണ്ടു പറഞ്ഞു.

"ഞാൻ നിങ്ങളുടെ ഒരു കാര്യത്തിലും ഇടപെടാൻ ആഗ്രഹിക്കുന്നില്ല സാർ, പുതുതായി കരാറുണ്ടാക്കിയശേഷം നിങ്ങളുടെ അടിമയെ എന്റെ ഫാക്ടറിയിൽ ജോലിക്ക് കൊണ്ടുപോകാമെന്ന് കരുതി എന്നേ ഉള്ളൂ! അതുകൊണ്ട് നിങ്ങൾക്കു കൂടി നന്മവരുകയല്ലേ ചെയ്യുക!"

"വേണ്ട, വേണ്ട കൂടതലൊന്നും പറയേണ്ട. എനിക്ക് എല്ലാകാര്യങ്ങളും നന്നായി അറിയാം. ഫാക്ടറിയിൽനിന്നും ഞാനവനേയും കൂട്ടി ഇറങ്ങുമ്പോൾ നിങ്ങൾ പരസ്പരം കണ്ണിറുക്കിയിരുന്നതും മന്ത്രിക്കുന്നതും എല്ലാം ഞാൻ വ്യക്തമായി കണ്ടതാണ്. എളുപ്പത്തിലൊന്നും നിങ്ങൾക്കെന്നെ വിഡ്ഢിയാക്കാൻ സാധിക്കുകയില്ല. അവന്റെ ഉടമസ്ഥൻ ഞാനാണ്. എനിക്കിഷ്ടമുള്ളതുപോലെ ഞാനവനോട് പെരുമാറും. നിങ്ങൾ ആ കാര്യത്തിൽ ഇടപെടേണ്ടതില്ല. അത്രതന്നെ!".

ജോർജിന്റെ മനസിലുണ്ടായിരുന്ന പ്രത്യാശയുടെ നേരിയ നാളം പോലും അണഞ്ഞുപോയി. ഇനി നിന്ദ്യമായ ജീവിതം നയിക്കുകമാത്രമേ നിർവാഹമുള്ളൂ.

മിസിസ് ഷെൽബി സായാഹ്നസവാരിക്കും സൗഹൃദ സന്ദർശനത്തിനുമായി പുറത്തിറങ്ങുന്നത് നോക്കിനിന്നിരുന്ന എലീസായുടെ മുതുകിൽ ഒരു കൈ വന്നു വീണു. അവൾ ഞെട്ടിതിരിഞ്ഞു നോക്കി. മനോഹരമായ ഒരു പുഞ്ചിരി മുഖത്തു വിടർന്നു. കണ്ണുകൾ പ്രകാശിച്ചു.

"ഓ, നിങ്ങളാണോ ജോർജ്? എന്നെ ഭയപ്പെടുത്തിക്കളഞ്ഞല്ലോ. എന്തായാലും നിങ്ങൾ വന്നല്ലോ. വളരെ സന്തോഷം. യജമാനത്തി ഇവിടെ ഇല്ല. നമ്മളിപ്പോൾ തനിച്ചാണ്. വരൂ, നമുക്ക് എന്റെ മുറയിൽ പോയി വിശ്രമിക്കാം."

അവൾ സ്വന്തം മുറിയിലേക്ക് ഭർത്താവിനെ കൂട്ടിക്കൊണ്ടുപോയി. വരാന്തയിലേക്കു തുറക്കുന്ന വാതിലുകളുള്ള വൃത്തിയുള്ള ഒരു കൊച്ചു മുറിയാണ് അവളുടേത്. അവിടെയിരുന്നാണ് അവൾ തുന്നൽപ്പണിയിൽ ഏർപ്പെടാറുള്ളത്. യജമാനത്തി വിളിച്ചാൽ കേൾക്കുകയും ചെയ്യാം.

ഭർത്താവ് വളരെയേറെ കുപിതനും പരിഭ്രാന്തനും ആണെന്ന് അവൾക്കു തോന്നി. ഉൾക്കിടിലത്തോടെ അവൾ ചോദിച്ചു.

"നിങ്ങൾക്കെന്തുപറ്റി ജോർജ്? എന്തെങ്കിലും കുഴപ്പമുണ്ടോ? നിങ്ങളുടെ മുഖത്ത് വിഷാദവും ദേഷ്യവും എല്ലാം നിഴലിച്ചു കാണുന്നുണ്ടല്ലോ. നിങ്ങളെ ഇപ്പോൾ കാണാൻ സാധിച്ചതിൽ എനിക്കെത്രമാത്രം സന്തോഷമുണ്ടെന്നറിയുമോ? നമ്മുടെ ഹാരിയെ നോക്കൂ! അവനെത്ര മാത്രം വളർന്നിരിക്കുന്നു?"

ജോർജ് തന്റെ പ്രിയപുത്രന്റെ തലമുടിയിൽ വിരലോടിച്ചുകൊണ്ടിരുന്നു. അച്ഛൻ ലാളിക്കുമ്പോഴും അവന്റെ കൈ അമ്മയുടെ ഉടുപ്പിന്റെ തുമ്പിൽനിന്നും വിട്ടിരുന്നില്ല. നാണിച്ച് തല താഴ്ത്തി നിന്നിരുന്ന മകനെ പൊക്കിയെടുത്ത് ചുംബിച്ചുകൊണ്ട് അവൾ ചോദിച്ചു.

"എന്റെ ഹാരി എത്ര സുന്ദരനാണ്, അല്ലേ ജോർജ്?"

"അവൻ ഒരിക്കലും ജനിക്കാതിരുന്നെങ്കിൽ എന്നാണ് ഞാൻ ആഗ്രഹിച്ചു പോകുന്നത്." ജോർജ് കഠിനമായ ഹൃദയവേദനയോടെ പറഞ്ഞു. "ഞാനും ഒരിക്കലും ജനിച്ചില്ലായിരുന്നെങ്കിൽ എന്ന് ആഗ്രഹിച്ചു പോകുകയാണ്. എങ്കിൽ നിനക്കെങ്കിലും സന്തോഷവും സമാധാനവും ലഭിക്കുമായിരുന്നു."

"ജോർജ്? നിങ്ങളെന്താണ് ഇങ്ങനെ? ഇത്രയും ക്രൂരമായി സംസാരിക്കുവാൻ നിങ്ങൾക്ക് എങ്ങനെ സാധിക്കുന്നു? ഇത്രയ്ക്കു ഭയാനകമായി എന്തു കാര്യമാണ് സംഭവിച്ചത്? അല്ലെങ്കിൽ എന്താണ് സംഭവിക്കുവാൻ പോകുന്നത്? ഈ നിമിഷംവരെ നമ്മൾ ഇരുവരും വളരെ സന്തുഷ്ടരായിരുന്നുവല്ലോ."

"തീർച്ചയായും അങ്ങനെ തന്നെയാണ്. നാം ഇപ്പോഴും സന്തുഷ്ടരാണ്."

അയാൾ കുഞ്ഞിനെ മടിയിലിരുത്തി. നീണ്ടചുരുളൻ മുടിയിൽ വിരലോടിച്ചുകൊണ്ട് നീലക്കണ്ണുകളിലേക്ക് ഉറ്റുനോക്കി.

"ഇവന് നിന്റെ ഛായ നല്ലതുപോലെയുണ്ട്. ശരിക്കും നിന്നെപ്പോലെ ഇരിക്കുന്നു. ഞാൻ കണ്ടിട്ടുള്ള സ്ത്രീകളിൽ ഏറ്റവും സുന്ദരി നീ ആണ് എലീസാ. എങ്കിലും നിന്നെ ഒരിക്കലും കണ്ടുമുട്ടാതിരുന്നെങ്കിൽ എന്നു ഞാൻ ആഗ്രഹിച്ചു പോകുകയാണ്."

"ജോർജ്? നിങ്ങൾ എന്താണിങ്ങനെ?"

"ഒരു കാര്യം നിന്നോടു പറയാതെ നിവൃത്തിയില്ല എലീസാ, ഈ ജീവിതം എനിക്ക് അസഹനീയമായി തീർന്നിരിക്കുന്നു. കഷ്ടപ്പാടുമാത്രമല്ലേ ഈ ജീവിതത്തിൽ ബാക്കിയുള്ളൂ. എന്റെ ജീവിതം എരിഞ്ഞ് തീരുകയാണ്. ഈ ഗതികെട്ടവൻ എന്നും ദുരിതമനുഭവിക്കുവാൻ വിധിക്കപ്പെട്ടവനാണ്. നിനക്ക് എന്നും കഷ്ടപ്പാടുകൾ നൽകാനാണ് എന്റെ വിധി. പഠിച്ച് ഗുണപരമായി എന്തെങ്കിലും നേട്ടം കൈവരിക്കുവാൻ ശ്രമിക്കുന്നതുകൊണ്ട് എന്തു പ്രയോജനമുണ്ടാകാനാണ്? ഇങ്ങനെ ഒരു കൃമികീടത്തെക്കാൾ കഷ്ടമായി ജീവിച്ചിരിക്കുന്നതുകൊണ്ട് എന്തു ഫലമാണ് ഉണ്ടാവുക? ഞാൻ മരിച്ചു പോയിരുന്നെങ്കിൽ!"

"എന്റെ പ്രിയപ്പെട്ട ജോർജ്, വാസ്തവത്തിൽ ഇതു ക്രൂരതയാണ്. ഫാക്ടറിയിലെ ജോലി നഷ്ടപ്പെട്ടതിൽ നിങ്ങൾ വളരെയധികം ദുഃഖിക്കുന്നുണ്ടെന്ന് എനിക്കറിയാം. നിങ്ങളുടെ യജമാനനാകട്ടെ ഏറ്റവും വലിയ ദുഷ്ടനും. എന്നാലും ക്ഷമ കൈവെടിയരുതെന്ന് ഞാൻ അപേക്ഷിക്കുന്നു. ക്ഷമയോടെ കാത്തിരുന്നാൽ ചിലപ്പോഴെങ്കിലും എന്തെങ്കിലും..."

"ക്ഷമ" ജോർജ് ഇടയിൽക്കയറി പറഞ്ഞു. "ഇത്രയും കാലം ഞാൻ ക്ഷമിക്കുകയായിരുന്നില്ലേ? അയാൾ ഫാക്ടറിയിൽ വന്ന് എന്നെ കൂട്ടിക്കൊണ്ടുപോന്നപ്പോൾ ഞാൻ എന്തെങ്കിലും ഒരക്ഷരം മിണ്ടിയോ? ഞാനാരോടും ഒരു പരാതിയും പറഞ്ഞില്ല. എല്ലാവരും എന്നോട് കരുണയും സ്നേഹവും പ്രകാശിപ്പിച്ചിരുന്ന അവിടെനിന്നും യാതൊരു കാരണവും കൂടാതെയല്ലേ, എന്നെ പിടിച്ചുകൊണ്ടുപോയത്. അവിടെനിന്നും

ഞാൻ കഷ്ടപ്പെട്ട് ജോലി ചെയ്തു നേടിയിരുന്ന മുഴുവൻ പണവും അയാൾക്ക് നൽകി. ഞാൻ വളരെ നന്നായി ജോലി ചെയ്തിരുന്നു എന്ന കാര്യം സകലരും സമ്മതിക്കുന്നതുമാണ്."

"നിങ്ങൾ പറയുന്നത് വാസ്തവം തന്നെ. വളരെ ഭീകരമായ കാര്യങ്ങളാണ് ഇത്. എന്നാലും അയാൾ നിങ്ങളുടെ യജമാനനല്ലേ?"

"എന്റെ യജമാനൻ! ഏതു നിലയ്ക്കാണയാൾ എന്റെ യജമാനനാകുന്നത്? ആരാണയാളെ എന്റെ യജമാനനാക്കിയത്? ഞാൻ അതേകുറിച്ചാണ് ചിന്തിച്ചുകൊണ്ടിരിക്കുന്നത്. എന്നെ ഒരു വണ്ടിക്കുതിരയെ പോലെ ഉപയോഗിക്കാനുള്ള അധികാരാവകാശങ്ങൾ ആരാണ് അയാൾക്കു നൽകിയത്. ഞാനും അയാളെപ്പോലെ തന്നെ ഒരു മനുഷ്യ ജീവിയാണ്. അയാളെക്കാൾ സമർഥനുമാണ്. അയാളെക്കാൾ നന്നായി ഞാൻ വ്യാപാര കാര്യങ്ങൾ നോക്കി നടത്തുന്നു. കാര്യങ്ങൾ നിയന്ത്രണ വിധേയമാക്കി പ്രവർത്തിക്കുന്നതിൽ എത്രയോ മടങ്ങ് സമർഥനാണ് ഞാൻ. അയാളെക്കാൾ ഭംഗിയായി എഴുതാനും വായിക്കുവാനും എനിക്കു കഴിയും. ഈ കാര്യങ്ങളെല്ലാം ഞാൻ സ്വയമേവ പഠിച്ചെടുത്തതാണ്. അല്ലാതെ അതിലൊന്നും എനിക്കയാളോട് യാതൊരു കടപ്പാടും ഇല്ല. എന്നോട് ഇത്രയും നികൃഷ്ടമായി പെരുമാറാൻ അയാൾക്ക് യാതൊരു അവകാശവും ഇല്ല. തോട്ടത്തിലെ ഏറ്റവും വൃത്തികെട്ടതും തരംതാണതും കഠിനവുമായ ജോലികൾ എല്ലാം എന്നെക്കൊണ്ടുതന്നെ അയാൾ മനപ്പൂർവം ചെയ്യിപ്പിക്കുന്നു. ഒരു ഉഴവുകാളയെപ്പോലെ എന്നോടു പെരുമാറുന്നു. എന്നെ ചവിട്ടിമെതിച്ച് മര്യാദ പഠിപ്പിക്കുമെന്നയാൾ വെല്ലുവിളിക്കുന്നു. ഇതിൽ കൂടുതൽ ഞാനെങ്ങനെയാണ് ക്ഷമിക്കുക? ഇനിയും ഇങ്ങനെ ജീവിക്കുവാൻ എന്നെക്കൊണ്ടു കഴിയുകയില്ല."

"ഓഹ്! ജോർജ്! നിങ്ങളെന്നെ വല്ലാതെ ഭയപ്പെടുത്തുന്നു. ആദ്യമായാണല്ലോ ഇത്തരത്തിൽ സംസാരിക്കുന്നത്. മുമ്പൊരിക്കലും നിങ്ങൾ ഇങ്ങനെ സംസാരിക്കുന്നത് ഞാൻ കേട്ടിട്ടില്ല. ഇനി നിങ്ങൾ എന്താണ് ചെയ്യാൻ പോകുന്നത്? ഭീകരമായി എന്തെങ്കിലും പ്രവർത്തിക്കുമോ എന്നു ഞാൻ ഭയപ്പെടുന്നു. നിങ്ങളുടെ വികാരമെല്ലാം ഞാൻ അതിന്റേതായ അർഥത്തിൽ മനസിലാക്കുന്നുണ്ട്. ഞാനതിൽ ഒട്ടും അത്ഭുതപ്പെടുന്നില്ല. എന്നാൽ വളരെ കരുതി വേണം ഓരോന്നും ചെയ്യാൻ. എന്തു ചെയ്യുമ്പോഴും എന്റെയും ഹാരിയുടേയും ഓർമ നിങ്ങൾക്കുണ്ടായിരിക്കണം!"

"ഞാൻ വളരെ കരുതിയും സൂക്ഷിച്ചുമാണ് ഓരോ കാര്യങ്ങളും ചെയ്തു പോന്നിരുന്നത്. എന്നാൽ ഓരോ ദിവസം കഴിയും തോറും കാര്യങ്ങൾ കൂടതൽ കൂടുതൽ വഷളായിക്കൊണ്ടിരിക്കുകയാണ്. എനിക്കിനിയും സഹിക്കാനാവുകയില്ല. അവസരമുണ്ടാക്കി അയാളെന്നെ അപമാനിക്കുകയും ദ്രോഹിക്കുകയും ചെയ്യുകയാണ്. എല്ലാ ജോലികളും വളരെ ഭംഗിയായി ചെയ്തുതീർത്ത ശേഷം ഞാൻ എന്തെങ്കിലും വായിക്കുവാനോ പഠിക്കുവാനോ ഇരുന്നാൽ അയാൾ അപ്പോഴെയ്ക്കും പുതിയ

എന്തെങ്കിലും ജോലി എഴുന്നള്ളിച്ചുകൊണ്ടു വരും. എന്തു പറഞ്ഞാലും ഞാൻ പ്രതികരിക്കാറില്ല. എന്നിട്ടും എന്റെ മനസിൽ പിശാചാണെന്ന് അയാൾ കുറ്റപ്പെടുത്തുന്നു. ഒരു ദിവസം എല്ലാം പുറത്തു വരും."

"ഓഹ്! എന്റെ പ്രിയനേ, നീ എന്താണ് ചെയ്യാൻ പോകുന്നത്? നമ്മളിനി എന്തു ചെയ്യും?" എലീസ തേങ്ങിക്കരഞ്ഞുകൊണ്ടുപറഞ്ഞു.

"ഇന്നലെ ഉണ്ടായ ഒരു കാര്യം നിനക്കു കേൾക്കണോ? ഞാൻ വണ്ടിയിൽ കല്ലുകൾ കൊണ്ടുവന്ന് അടുക്കിവയ്ക്കുന്ന സമയത്ത് എന്റെ യജമാന പുത്രൻ ടോം അവിടെ വന്നു നിന്നു. അവൻ ഒരു കാര്യവുമില്ലാതെ കൈയിലെ ചാട്ട വീശിക്കൊണ്ടിരുന്നു. അതുകണ്ട കുതിര ഭയന്നു വിരണ്ടുപോയി. ഞാൻ പരമാവധി സംയമനംപാലിച്ചുകൊണ്ട് അതു നിർത്താൻ അവനോട് അപേക്ഷിച്ചു. ആ അഹങ്കാരിയുണ്ടോ എന്റെ അഭ്യർഥന മാനിക്കുന്നു. അവൻ തന്റെ പ്രവൃത്തി അനുസ്യൂതം തുടർന്നു. സഹികെട്ട ഞാൻ വീണ്ടും അവനോട് ആവശ്യപ്പെട്ടപ്പോൾ, എന്റെ നേർക്കു തിരിഞ്ഞ് ചാട്ടകൊണ്ടു പ്രഹരിക്കുവാൻ തുടങ്ങി. വേദന സഹിക്കാതായപ്പോൾ ഞാനവന്റെ കൈയ്ക്കു കയറിപ്പിടിച്ചു. അതോടെ ചെക്കൻ അലറിവിളിച്ചുകൊണ്ട് അച്ഛന്റെ അടുത്തേക്കു ചെന്നു. എന്നിട്ട് ഞാനവനെ തല്ലിയെന്ന് പരാതി പറഞ്ഞു. കേട്ടപാടെ യജമാനൻ എന്റെ അടുത്തേക്ക് അലറിക്കൊണ്ടു പാഞ്ഞു വന്നു. എന്നെ ഒരു പാഠം പഠിപ്പിക്കും എന്നലറിക്കൊണ്ട് എന്നെ മരത്തിൽ പിടിച്ചുകെട്ടി. അതിനു ശേഷം കൊച്ചെജമാനനെക്കൊണ്ട്, അവൻ ക്ഷീണിക്കുന്നതുവരെ എന്നെ തല്ലിച്ചു. ചാട്ടകൊണ്ട് അവനടിച്ച ഓരോ അടിയും എന്റെ ഹൃദയത്തിലാണ് മുറിവേൽപ്പിച്ചത്."

ഇത്രയും പറയുമ്പോൾ ജോർജിന്റെ കണ്ണുകൾ കോപംകൊണ്ടു ജ്വലിച്ചിരുന്നു. ആ ജ്വാലയിൽ എലീസനിന്നു വിറച്ചു.

"ആരാണ് ആ ദുഷ്ടനെ എന്റെ യജമാനനാക്കിയത്? അതാണ് എനിക്ക് അറിയേണ്ടത്."

"ശരി, നിങ്ങൾ പറയുന്നതു വാസ്തവമാണ്." തേങ്ങിക്കരഞ്ഞു കൊണ്ട് എലീസ പറഞ്ഞു.

"സ്വന്തം യജമാനനേയും യജമാനത്തിയേയും അനുസരിക്കണം. അല്ലെങ്കിൽ ഒരു ക്രിസ്ത്യാനിയായി ജീവിക്കുവാൻ കഴിയില്ല എന്നാണ് ഞാൻ കരുതിയിരിക്കുന്നത്."

"നിന്നെ സംബന്ധിച്ചിടത്തോളം ഇതെല്ലാം വളരെ ശരിയാണ്. സ്വന്തം മകളെപ്പോലെയാണ് അവർ നിന്നെ വളർത്തിവലുതാക്കിയത്. അവർ നിനക്ക് നല്ല ആഹാരവും നല്ല വസ്ത്രവും നല്ല വിദ്യാഭ്യാസവും നൽകി. അതുകൊണ്ട് തീർച്ചയായും അവർക്കു നിന്റെ മേൽ ചില അധികാരങ്ങളും അവകാശങ്ങളും എല്ലാം ഉണ്ട്. എന്നാൽ ഇതിനു തികച്ചും വിപരീതമാണ് എന്റെ കാര്യം. അവരെനിക്ക് നല്ല ഭക്ഷണമോ വസ്ത്രമോ തന്നില്ല. വിദ്യാഭ്യാസം ചെയ്യിച്ചില്ല എന്നുമാത്രമല്ല; അതിനുപകരം എന്നെ ചങ്ങലയ്ക്കിട്ട് പൊതിരെ തല്ലി ജോലി ചെയ്യിപ്പിക്കുകയാണ് ഉണ്ടായത്.

പിന്നെ ഞാനെന്തിന് അവരോട് കടപ്പാടും സ്നേഹവും വച്ചു പുലർത്തണം? എന്നെ നോക്കിയതിന് ആയിരംമടങ്ങ് ഞാൻ തിരികെ കൊടുത്തു കഴിഞ്ഞു. ഇല്ല! എനിക്കിനി സഹിക്കാനാവില്ല. ഒരിക്കലും!"

ഭർത്താവിന്റെ സംസാരം കേട്ട് എലീസ വിറച്ചുനിന്നു. കോപവും വ്യസനവും തുടിക്കുന്ന മുഖഭാവത്തോടു കൂടി നിൽക്കുന്ന ഭർത്താവിനെ അവൾ അത്ഭുതത്തോടെ നോക്കി. അവൾക്ക് ഒട്ടും പരിചിതമല്ലാത്ത ഭാവമായിരുന്നു അയാളുടെ മുഖത്ത്. അവന്റെ വികാരത്തള്ളിച്ചയിൽ അവളുടെ സന്മാർഗസിദ്ധാന്തമെല്ലാം അലിഞ്ഞില്ലാതായി.

"എലീസ, പണ്ടു നീ എനിക്കൊരു നായക്കുട്ടിയെ സമ്മാനമായി തന്നത് ഓർമയുണ്ടോ? എനിക്കു ലഭിച്ചിരുന്ന പരിമിതമായ സുഖസൗകര്യങ്ങൾ എല്ലാം ഞാൻ അതിനും പകുത്തു നൽകിയിരുന്നു. രാത്രിയിലെ ഉറക്കം എന്നോടൊപ്പം തന്നെയായിരുന്നു. പകലുമുഴുവൻ അതെന്നെ പിന്തുടർന്നുകൊണ്ടിരിക്കുമായിരുന്നു. എന്നെ അവൻ പൂർണമായി മനസിലാക്കിയിരുന്നുവെന്ന് അവന്റെ കരുണനിറഞ്ഞ നോട്ടത്തിൽനിന്നും വ്യക്തമായിരുന്നു. ഒരുദിവസം അടുക്കളയിൽനിന്നും കിട്ടിയ ഉച്ഛിഷ്ടം അവനെ തീറ്റിക്കൊണ്ടു നിൽക്കുകയായിരുന്നു. ആ കാഴ്ച കണ്ടുവന്ന യജമാനൻ ആദ്യമെന്നെ കുറെ ശകാരിച്ചു. ഓരോ നീഗ്രോയും നായകളെ വളർത്താൻ തുടങ്ങിയാൽ പിന്നെ ഈ ലോകത്തിന്റെ ഗതി എന്താകും? അതുകൊണ്ട് അതിന്റെ കഴുത്തിൽ ഒരു കല്ലുകെട്ടി തടാകത്തിലെറിയുവാൻ അയാൾ എന്നോടു കൽപ്പിച്ചു."

"അയ്യോ! ജോർജ് നിങ്ങൾ അതു ചെയ്തില്ലല്ലോ."

"ഞാനതു ചെയ്യുകയോ, നീ എന്താണീ പറയുന്നത്? പക്ഷേ, അയാളതു ചെയ്തു. ആ സാധുമൃഗത്തിന്റെ കഴുത്തിൽ കല്ലുകെട്ടി അയാളതിനെ മുക്കിക്കൊന്നു. പാവം ചാവാൻ നേരത്ത് ദയനീയമായി അതെന്ന ഒരു നോട്ടം നോക്കിയിട്ടുണ്ട്. 'നിങ്ങളെന്താ എന്നെ രക്ഷിക്കാത്തത്' എന്നായിരുന്നു ആ നോട്ടത്തിന്റെ അർഥം. ഞാൻ ആ ജോലി സ്വയം ഏറ്റെടുത്ത് ചെയ്തില്ല എന്നു പറഞ്ഞ് അവരെന്നെ എത്രമാത്രം മർദ്ദിച്ചു എന്നറിയുമോ? ചാട്ടവാറുകൊണ്ട് എന്റെ പുറത്ത് പ്രഹരിച്ചതിന്റെ അടയാളം ഇപ്പോഴും കാണാം. ഞാനതൊന്നും കാര്യമായി കണക്കാക്കുന്നില്ല. അടിച്ച് മെരുക്കാനാവില്ലെന്ന് ഒരിക്കൽ എന്റെ യജമാനൻ മനസിലാക്കും. അന്ന് എല്ലാം തീരും. അതായിരിക്കും എന്റെ ദിവസം."

"നിങ്ങൾ എന്താണ് ചെയ്യാൻ പോകുന്നത്? ജോർജ്, നിങ്ങളുടെ മനസിൽനിന്നും ചീത്ത വിചാരങ്ങളെ എല്ലാം മാറ്റൂ! ദുഷ്ചിന്തകൾ ഒന്നും മനസിൽ കൂടുകൂട്ടാൻ പാടില്ല. ദൈവത്തിൽ വിശ്വാസമർപ്പിച്ചുകൊണ്ടു വേണം ജീവിക്കുവാൻ. എപ്പോഴും നല്ലതുമാത്രം ചെയ്യുക; നല്ലതുമാത്രം ചിന്തിക്കുക-അപ്പോൾ ദൈവം നമ്മെ രക്ഷിക്കാതിരിക്കില്ല."

"എലീസാ, നീ ഒരു കാര്യം മനസിലാക്കണം. ഞാൻ നിന്നെപ്പോലെ ഒരു ക്രിസ്ത്യാനിയല്ല. എന്റെ മനസുനിറയെ വിദ്വേഷവും പകയുമാണ്. അതുകൊണ്ടുതന്നെ എനിക്ക് ദൈവത്തിൽ മാത്രം വിശ്വാസമർപ്പിച്ചു

കൊണ്ട് ഒന്നും ചെയ്യാതിരിക്കുവാൻ സാധിക്കുകയില്ല. കാര്യങ്ങളെല്ലാം ഇങ്ങനെ സംഭവിക്കുവാൻ ദൈവം എന്തിനാണ് അനുവാദം നൽകുന്നത്?"

"ഓഹ്, ജോർജ്! എന്തുതന്നെ സംഭവിച്ചാലും നമുക്ക് ദൈവവിശ്വാസം വേണം. നമുക്ക് കഷ്ടതകൾ വരുമ്പോൾ ദൈവം നന്മവരുത്തുമെന്ന് വിശ്വസിക്കണം എന്നാണ് എന്റെ യജമാനത്തി എപ്പോഴും പറയാറുള്ളത്."

"കുഷ്യനിട്ട സോഫയിൽ സുഖിച്ചിരിക്കുന്നവർക്കും വണ്ടികളിൽ സഞ്ചരിക്കുന്നവർക്കും ഇങ്ങനെയെല്ലാം പറയാൻ എളുപ്പമാണ്. അവർ എന്റെ സ്ഥാനത്തുനിന്ന് എന്റെ അവസ്ഥകളെ അഭിമുഖീകരിച്ചു നോക്കട്ടെ. അപ്പോഴേ മനസിലാകുകയുള്ളൂ അതിന്റെ വേദന! തികച്ചും ശാന്തത കൈവരിച്ചുകൊണ്ട് ജീവിക്കണമെന്ന് എനിക്ക് ആഗ്രഹമുണ്ട്. എന്റെ ഹൃദയം കോപംകൊണ്ടു ജ്വലിക്കുകയാണ്. പിന്നെങ്ങനെ ശാന്തനാകും. എന്തൊക്കെ സംഭവിച്ചാലും ശരി, എനിക്ക് ഈ അവസ്ഥയിൽ പൊരുത്തപ്പെട്ടുപോകാൻ സാധിക്കുകയില്ല. എന്റെ സ്ഥാനത്ത് നീ ആയിരുന്നാലും, നിനക്കും അതിനു സാധിക്കുകയില്ല. കാര്യങ്ങൾ പൂർണമായി മനസിലാക്കാത്തതുകൊണ്ടാണ് നീ ഇങ്ങനെയെല്ലാം പറയുന്നത്. ഞാനെല്ലാം വിശദീകരിച്ചു തരാം."

"എന്താണ് പറയൂ!"

"കേൾക്കണോ നിനക്ക്? ഞാൻ ഇവിടെനിന്നും വിവാഹം കഴിച്ചത് മണ്ടത്തരമായി എന്നാണ് യജമാനൻ ഇപ്പോൾ പറയുന്നത്. നിന്റെ യജമാനൻ ഷെൽബിയേയും അദ്ദേഹത്തിന്റെ വംശത്തേയും വെറുക്കുന്നു. അതിനു കാരണം എന്താണെന്നോ, അവർ അഭിമാനത്തോടെ അയാളുടെ മുന്നിൽ തലയുയർത്തി നിൽക്കുന്നുവത്രേ. നിന്നിൽനിന്ന് എനിക്കും അത്തരം അന്തസ്സ് ലഭിച്ചിരിക്കുന്നുവത്രേ. എന്നെ ഇനി ഇങ്ങോട്ട് വരാൻ അനുവദിക്കുകയില്ല എന്നാണ് അയാൾ പറയുന്നത്. ഞാൻ മറ്റൊരു വിവാഹം കഴിച്ച് അയാളുടെ സ്ഥലത്തുതന്നെ സ്ഥിര താമസം തുടരണമെന്ന്. ആദ്യമാദ്യം അയാൾ ഇക്കാര്യവും പറഞ്ഞ് മുറുമുറുത്ത് നടക്കുകയും എന്നെ ശകാരിക്കുകയും മാത്രമാണ് ചെയ്തിരുന്നത്. എന്നാൽ ഇന്നലെയാണ് കാര്യങ്ങൾ തുറന്നു പറഞ്ഞത്. 'മിന' യെ ഭാര്യയായി സ്വീകരിച്ച് അവളുടെ കുടിലിൽ താമസിക്കണമെന്ന്. അതിന് സമ്മതമല്ലെങ്കിൽ എന്നെ നദിക്കരയിലേക്ക് വിൽക്കുമെന്ന്."

"ഇനിയും വിവാഹം കഴിക്കുവാനോ? നിങ്ങൾ എന്നെ വിവാഹം കഴിച്ചതല്ലേ? പുരോഹിതനും സന്നിഹിതനായിരുന്നല്ലോ. വെള്ളക്കാരുടെ വിവാഹംപോലെ!"

"ഒരു അടിമയ്ക്ക് വിവാഹം കഴിക്കാൻ അവകാശമില്ലെന്ന് നിനക്കറിഞ്ഞുകൂടേ? ഈ രാജ്യത്ത് അതിന് നിയമസാധുതയില്ല. നമ്മെ വേർപ്പെടുത്താൻ അയാൾ തീരമാനിച്ചുകഴിഞ്ഞാൽ പിന്നെ നിന്നെ ഭാര്യയായി വയ്ക്കാൻ എനിക്ക് സാധിക്കുകയില്ല. അതുകൊണ്ടാണ് ഈ ജീവിതത്തിൽ നിന്നെ ഒരിക്കലും കണ്ടുമുട്ടാതിരുന്നെങ്കിൽ എന്നു ഞാൻ ആഗ്ര

ഹിച്ചു പോയത്. അതുകൊണ്ടാണ് ഈ ഭൂമിയിൽ ജനിച്ചിരുന്നില്ലെങ്കിൽ എന്നു ഞാൻ ആഗ്രഹിച്ചുപോയത്. അങ്ങനെ ആയിരുന്നെങ്കിൽ നമുക്ക് രണ്ടുപേർക്കും നല്ലതായിരുന്നു. അങ്ങനെ ആയിരുന്നെങ്കിൽ ഈ പാവം കുഞ്ഞിനും നല്ലതായിരുന്നു. അവൻ ഒരിക്കലും ജനിച്ചില്ലായിരുന്നെങ്കിൽ! ഈ ദുരിതങ്ങളൊന്നും അവന് അനുഭവിക്കേണ്ടിവരുകയില്ലായിരുന്നു."

"ഏയ്, അങ്ങനെ ഒന്നും ഉണ്ടാവില്ല. എന്റെ യജമാനൻ വളരെ ദയാലുവാണ്."

"തീർച്ചയായും. എന്നാൽ ആർക്കറിയാം ഭാവിയിൽ എന്താണ് സംഭവിക്കുവാൻ പോകുന്നതെന്ന്? അദ്ദേഹത്തിന്റെ കാലം കഴിഞ്ഞാലോ? അപ്പോൾ ഇവനെ ആർക്കെങ്കിലും വിറ്റാലോ? നമ്മുടെ മകൻ ബുദ്ധിമാനാണ്, മിടുക്കനാണ്, സുന്ദരനാണ്. ഇത്തരം കാര്യങ്ങൾ ആലോചിക്കുമ്പോൾ അതുകൊണ്ടൊക്കെ എന്തൊരു കാര്യമാണുള്ളത്? അതോർത്ത് നമുക്ക് സന്തോഷിക്കാനാവുമോ? മകന്റെ സദ്ഗുണങ്ങളും അവനെ കുറിച്ചുള്ള ഓർമകളും എല്ലാം ആത്മാവിനെ കുത്തിക്കീറുന്ന വേദനയായി പരിണമിക്കുകയില്ലേ? അങ്ങനെ സംഭവിക്കും എലീസാ!"

ഈ വാക്കുകൾ എലീസായുടെ ഹൃദയത്തിൽ ആഴത്തിൽ മുറിവേൽപ്പിച്ചു. പെട്ടെന്നാണവൾക്ക് യജമാനനും തെക്കുനിന്നു വന്ന വ്യാപാരിയും തമ്മിൽ സംസാരിച്ച രംഗം മനസിൽ തെളിഞ്ഞു വന്നത്. ഓർക്കാപ്പുറത്ത് മാരകമായ ഒരടിയേറ്റതുപോലെ അവൾ ആകെ തളർന്നുപോയി. മുഖം വിളറി. അവളുടെ ശരീരമാസകലം വിയർപ്പിൽ കുളിച്ചു. ശ്വാസോച്ഛ്വാസം കഴിക്കാൻ ബുദ്ധിമുട്ടനുഭവപ്പെട്ടു. പരിഭ്രമിച്ച് വിവശയായ അവൾ ജാലകത്തിലൂടെ പുറത്തേക്കു നോക്കി. അമ്മയും അച്ഛനും എന്തോ ഗൗരവമുള്ള കാര്യമാണ് സംസാരിക്കുന്നതെന്ന് ഹാരിക്കു മനസിലായി. ആ വിഷയം അവനെ മടുപ്പിച്ചു. അവൻ പുറത്തു കടന്ന് ഷെൽബിയുടെ ഊന്നുവടിയെടുത്തു കളിക്കാൻ തുടങ്ങി.

എലീസാക്ക് തന്റെ മനസിന്റെ ആശങ്കകളും വിങ്ങലുകളും ഭർത്താവുമായി പങ്കുവയ്ക്കണമെന്ന് ആഗ്രഹമുണ്ടായിരുന്നു. എന്നാൽ അവൾ സ്വയം നിയന്ത്രിച്ചു.

'വേണ്ട. ഇപ്പോൾ ഒന്നും പറയേണ്ട. ആ പാവത്തിന് സ്വന്തം പ്രശ്നങ്ങൾ തന്നെ വേണ്ടത്രയുണ്ട്.' അവൾ വിചാരിച്ചു. 'ഞാനിതെല്ലാം അദ്ദേഹത്തോടു പറഞ്ഞാൽ കൂടുതൽ വിഷമിക്കും. തന്നെയുമല്ല എന്റെ ആശങ്കകൾ ഒരിക്കലും സത്യമാകണമെന്നില്ല. യജമാനത്തി ഒരിക്കലും എന്നെയും മോനെയും ചതിക്കുകയില്ല.'

"ഏലീസാ, എന്റെ പ്രിയപ്പെട്ടവളേ, തൽക്കാലം നീ എല്ലാം സഹിച്ചേ പറ്റൂ! ഞാൻ ഇപ്പോൾ പോകുകയാണ്. നമുക്കുടനെ വീണ്ടും കാണാം." ഭർത്താവ് വിഷാദത്തോടെ പറഞ്ഞു.

"ജോർജ്! പോവുകയോ? നിങ്ങൾ എവിടേക്കാണ് പോകുന്നത്?"

"കനഡായിലേക്ക്" അയാൾ നിവർന്നുനിന്നുകൊണ്ട് പറഞ്ഞു. "അവിടെ ചെന്നാൽ എനിക്ക് അടിമത്ത്വത്തിൽനിന്നും മോചനം ലഭിക്കും.

അവിടെ ചെന്നു കഴിഞ്ഞാൽ മിസ്റ്റർ ഷെൽബിയിൽനിന്നും നിന്നെയും മകനേയും വിലയ്ക്കുവാങ്ങുവാൻ വേണ്ട ധനം ഞാൻ ജോലി ചെയ്ത് ഉണ്ടാക്കും. ആ ഒരു പ്രതീക്ഷ മാത്രമാണ് ഇനി അവശേഷിക്കുന്നത്. നിന്റെ യജമാനൻ ദയാലു ആയതിനാൽ നിന്നെയും മോനെയും എനിക്കു വിൽക്കാതിരിക്കുകയില്ല. ദൈവത്തിന്റെ സഹായത്താൽ അതു സംഭവിക്കുമെന്ന് ഞാൻ ഉറച്ചു വിശ്വസിക്കുന്നു."

"പക്ഷേ, നിങ്ങളെങ്ങാനും പിടിക്കപ്പെട്ടാലോ?" ഭയവിഹ്വലയായ എലീസ ചോദിച്ചു.

"ഞാൻ പിടിക്കപ്പെടുകയില്ല എലീസാ, ഒന്നുകിൽ ഞാൻ സ്വതന്ത്രനാകും. അല്ലെങ്കിൽ മരിക്കും. രണ്ടിലൊന്ന് ഉറപ്പാണ്!"

"നിങ്ങൾ ഒരിക്കലും ആത്മഹത്യക്ക് ശ്രമിക്കുകയില്ലല്ലോ."

"അതിന്റെ ആവശ്യമൊന്നും വരില്ല. അതിനുമുമ്പു തന്നെ അവരെന്നെ കൊന്നു കൊള്ളും. എന്നാൽ പുഴയിൽനിന്നും അവർക്കെന്നെ ജീവനോടെ പിടികൂടാൻ സാധിക്കുകയില്ല."

"ഓ, ജോർജ്, നിങ്ങൾ എന്തു ചെയ്യുമ്പോഴും എന്നെയും മോനെയും ഓർക്കണം. സൂക്ഷിച്ചു മാത്രമേ എന്തും ചെയ്യാവൂ! നിങ്ങളോടു തന്നെയോ, മറ്റുള്ളവരോടോ ക്രൂരമായി ഒന്നും പ്രവർത്തിക്കരുത്. സ്വയം ചാവുകയോ മറ്റുള്ളവരെ കൊല്ലുകയോ ചെയ്യരുത്. നിങ്ങൾ വല്ലാതെ ക്ഷോഭിച്ചിരിക്കുകയാണ്. എന്നാലും അരുത്. നിർബന്ധമാണെങ്കിൽ നിങ്ങൾ പൊയ്ക്കോളൂ. എല്ലാം വളരെ ശ്രദ്ധാപൂർവം നോക്കിയും കണ്ടും വേണം പ്രവർത്തിക്കുവാൻ. വളരെ കരുതലോടെ വേണം ഓരോ നീക്കങ്ങളും. എല്ലാം ശുഭകരമായി അവസാനിക്കുവാൻ ദൈവത്തോട് നിരന്തരം പ്രാർഥിച്ചുകൊണ്ടിരിക്കുക. ദൈവം നമ്മെ കൈ വെടിയുകയില്ല."

"എലീസാ, നീ പറയുന്നതെല്ലാം ഞാൻ അനുസരിക്കാം. ആദ്യം എന്റെ പദ്ധതികൾ ശ്രദ്ധിച്ചു കേൾക്കൂ! യജമാനൻ എന്നെ ഉടനെ തന്നെ കുറച്ചു ദൂരെയുള്ള ഷൈംസിന്റെ അടുക്കലേക്ക് പറഞ്ഞയയ്ക്കുവാൻ തീരുമാനിച്ചിരിക്കുകയാണ്. അക്കാര്യം ഞാനിവിടെ വന്ന് നിന്നോടു പറയുമെന്ന് അയാൾക്കറിയാം. ഷെൽബിയുടെ ആൾക്കാരെ പ്രകോപിപ്പിക്കുക എന്നത് അയാൾക്ക് വളരെ സന്തോഷമുള്ള കാര്യമാണ്. എല്ലാം തകർന്നതുപോലെ നിരാശനായതുപോലെയാണ് ഞാൻ മടങ്ങുക. എല്ലാം അവസാനിപ്പിച്ചതുപോലുള്ള എന്നെ കാണുന്നത് അയാൾക്ക് ആശ്വാസമായിരിക്കും. നിനക്കു മനസിലാകുന്നുണ്ടോ? എന്നെ സഹായിക്കുവാൻ യജമാനന്റെ തോട്ടത്തിലെ ചിലരുണ്ട്. അതിനുവേണ്ട തയാറെടുപ്പുകൾ മുഴുവൻ ഞാൻ നടത്തിക്കഴിഞ്ഞു. ഒരാഴ്ചയ്ക്കുള്ളിൽ കാണാതായവരുടെ ലിസ്റ്റിൽ എന്റെ പേരും സ്ഥാനംപിടിക്കും. എനിക്കു വേണ്ടി നീ എപ്പോഴും പ്രാർഥിച്ചു കൊണ്ടിരിക്കണം. എലീസാ, കരുണാമയനായ ദൈവം നിന്റെ പ്രാർഥന കേൾക്കാതിരിക്കുകയില്ല."

"നിങ്ങളും സദാ സമയവും പ്രാർഥിക്കണം, ജോർജ്! ദൈവത്തിൽ എല്ലാം സമർപ്പിച്ചുകൊണ്ടു ജീവിച്ചാൽ പിന്നെ ദുഷ്കർമങ്ങൾ ഒന്നും

ചെയ്യാൻ തോന്നുകയില്ല.”

“ശരി. നമുക്ക് പിന്നെ കാണാം.”

എലീസായുടെ രണ്ടു കൈകളും കൂട്ടിപ്പിടിച്ചുകൊണ്ട് അവളുടെ കണ്ണുകളിലേക്ക് ഉറ്റുനോക്കി അയാൾ നിശ്ചലനായി നിന്നു. രണ്ടുപേരും കുറേനേരം ആ നിൽപ്പ് തുടർന്നു. പിന്നെ വിങ്ങിപ്പൊട്ടിക്കൊണ്ട് പരസ്പരം യാത്രാമൊഴി നൽകി. തേങ്ങലുകളും പൊട്ടിക്കരച്ചിലും എല്ലാമായി ആ ഭാര്യാഭർത്താക്കന്മാർ വിടപറഞ്ഞു. വീണ്ടുമൊരിക്കൽക്കൂടി കണ്ടുമുട്ടാൻ സാധ്യതയില്ലെന്ന് അറിഞ്ഞുകൊണ്ടു തന്നെ!

3

ഷെൽബിയുടെ വലിയ വീടിനു തൊട്ടടുത്താണ് അങ്കിൾ ടോമിന്റെ കുടിൽ. കുടിലിനു മുന്നിലായി മനോഹരമായ ഒരു കൊച്ചു പൂന്തോട്ടമുണ്ട്. ആ തോട്ടത്തിൽ എല്ലാ വേനൽക്കാലത്തും സ്ട്രോബറി, റാസ്ബറി തുടങ്ങിയവയും മറ്റനേകം ഫലവൃക്ഷങ്ങളും പച്ചക്കറിച്ചെടികളും എല്ലാം നന്നായി കായ്ച്ചു നിന്നിരുന്നു. പൂച്ചെടികളും തഴച്ചുവളർന്ന് പൂത്തുലഞ്ഞ് നിന്നിരുന്നു. ക്ലോ ആന്റിയുടെ കഠിനാധ്വാനമാണ് ഈ മനോഹാരിതയ്ക്കു പിന്നിൽ. ചെടികളിൽ വിടരുന്ന ഓരോ പൂവും ആന്റിയുടെ ഹൃദയത്തിൽ ആഹ്ളാദം നിറച്ചു.

ഷെൽബിയുടെ വീട്ടിലെ പ്രധാന പാചകക്കാരി എന്ന ബഹുമതിയാണ് ക്ലോ ആന്റിക്ക് നൽകപ്പെട്ടിരുന്നത്. അവിടെ അത്താഴം തയാറാക്കിയ ശേഷം ക്ലോ ആന്റി പാത്രം കഴുകുക തുടങ്ങിയ നിസ്സാര ജോലികൾ മറ്റു വേലക്കാരെ ഏൽപ്പിച്ച ശേഷം സ്വന്തം ഭർത്താവിനു ഭക്ഷണം നൽകാനായി തന്റെ കൊച്ചുകൂരയിൽ എത്തിയിരിക്കുകയാണ്. അടുപ്പിന്റെ അടുത്തിരുന്നുകൊണ്ട് അവളെന്തോ പാകപ്പെടുത്തി എടുക്കുകയാണ്. അപ്പം ചുട്ടെടുക്കുവാനുള്ള ചട്ടി സമീപത്തുതന്നെ ഇരിക്കുന്നുണ്ട്. ക്ലോ ആന്റിയുടെ കറുത്തിരുണ്ട് തുടുത്ത മുഖത്ത് എപ്പോഴും സംതൃപ്തി നിഴലിച്ചിരുന്നു. താനാണ് മുഖ്യപാചകക്കാരി എന്ന അഭിമാനം അവളുടെ മുഖത്ത് തെളിഞ്ഞു കാണാം.

വെറുതെ അന്തസ്സും ഗമയും ഭാവിച്ചു നടക്കുന്ന ആളല്ല ക്ലോ ആന്റി. ഒന്നാംതരം പാചകക്കാരി തന്നെയാണവർ. എല്ലായ്പ്പോഴും ഇറച്ചി പൊരിക്കുന്നതിനെ കുറിച്ചും കറിവയ്ക്കുന്നതിനെ കുറിച്ചും ചിന്തിച്ചുകൊണ്ടുനടക്കുകയാണെന്നു തോന്നും, അവളുടെ മുഖഭാവം കണ്ടാൽ. കോഴിക്കൂടിനു സമീപത്തുകൂടി നടന്നുപോകുമ്പോൾ അവിടെ നിൽക്കുന്ന കോഴികളും ടർക്കികളും താറാവുകളും എല്ലാം അവളെ വളരെ ഗൗരവത്തോടെ നോക്കും. തങ്ങളുടെ അന്ത്യദിനത്തെ കുറിച്ച് ഇവൾ എന്നാണൊരു തീരുമാനമെടുക്കുക എന്ന ഭീതിയോടെ. അവൾ ഉണ്ടാക്കുന്ന അപ്പത്തിന്റെ സ്വാദ് ഒന്നു വേറെതന്നെയാണ്. അവളെ പരാജയപ്പെടു

ത്തുക എന്ന ലക്ഷ്യത്തോടെ പല ജോലിക്കാരികളും പെരുമാറിയിട്ടുള്ളതും അവരെല്ലാം ദയനീയമായി പരാജയപ്പെട്ടതുമായ കാര്യങ്ങൾ ക്ലോ ആന്റി അഭിമാനത്തോടെ പറഞ്ഞ് ചിരിക്കാറുണ്ട്. ഇത്തരം കാര്യങ്ങൾ സരസമായി വർണിച്ച് ചിരിക്കുമ്പോൾ അവളുടെ മാംസളമായ ശരീരഭാഗങ്ങൾ ശരിക്കും കുലുങ്ങും. ഷെൽബിയുടെ വീട്ടിൽ മിക്കവാറും ദിവസങ്ങളിൽ ധാരാളം ആളുകൾ അത്താഴം കഴിക്കാനായി ഉണ്ടാകും. ആന്റിയെ അതൊരിക്കലും മടുപ്പിക്കാറില്ല. തന്റെ പാചകവൈഭവം തെളിയിക്കുവാൻ അവസരം ലഭിക്കുന്നതിൽ അവർ കൂടുതൽ സന്തോഷിക്കുകയാണ് പതിവ്. മിക്കവാറും ദിവസങ്ങളിൽ പാചകത്തിൽ എന്തെങ്കിലും ഒരു പുതിയ പരീക്ഷണം നടത്തും അതിൽ വിജയിക്കുകയും ചെയ്യും.

ക്ലോ ആന്റിയുടെ മുഴുവൻ ശ്രദ്ധയും അടുപ്പത്തിരിക്കുന്ന പാത്രത്തിലാണ്. ആ കൊച്ചു വീടിന്റെ ഒരു മൂലയിൽ ഒരു കട്ടിലും കിടക്കയും ഉണ്ട്. അതിൽ വൃത്തിയുള്ള ഒരു വെള്ള വിരി വിരിച്ചിരിക്കുന്നു. നിലത്ത് നീളമുള്ള ഒരു ചവിട്ടി ഇട്ടിട്ടുണ്ട്. മറ്റൊരു മൂലയിൽ സന്ദർശകർക്ക് ഇരിക്കാനുള്ള സൗകര്യം ഒരുക്കിയിട്ടുണ്ട്. സാധാരണമട്ടിലുള്ള കട്ടിലും കിടക്കയും വേറൊരു ഭാഗത്ത് ഉണ്ട്. അത് അവർക്ക് ഉപയോഗിക്കാനുള്ളതാണ്. ചുമരിൽ പുണ്യവാളന്മാരുടെ ചിത്രങ്ങളോടൊപ്പം ജനറൽ വാഷിംഗ്ടന്റെ നിറപ്പകിട്ടുള്ള ഒരു മനോഹരചിത്രം തൂക്കിയിട്ടിരിക്കുന്നു. ആ കാഴ്ച നേരിട്ടുകണ്ടിരുന്നെങ്കിൽ അദ്ദേഹം പോലും സ്തംഭിച്ചുനിന്നുപോകും.

രണ്ട് ആൺകുട്ടികൾ ഒരു കൊച്ചു കുഞ്ഞിനെ നടത്തം പരിശീലിപ്പിക്കുന്നുണ്ട്. കറുത്തുനീണ്ട കണ്ണുകളും തുടുത്ത കവിളുകളും ചുരുണ്ട മുടിയുമുള്ള രണ്ടു കരുമാടി കുട്ടന്മാർ. കുഞ്ഞ് ഒറ്റയ്ക്ക് എഴുന്നേറ്റുനിന്ന്, കാലെടുത്തു വയ്ക്കാൻ ശ്രമിക്കുമ്പോഴെയ്ക്കും തെന്നി മറിഞ്ഞ് വീഴുന്നു. എന്നിട്ടും അവൻ തന്റെ ശ്രമത്തിൽനിന്നും പിന്മാറാൻ ഒരുക്കമല്ല.

കാലിളകുന്ന ഒരു മേശപ്പുറത്ത് വൃത്തിയുള്ള തുണി വിരിച്ച് അതിനു മുകളിൽ കപ്പും സോസറുകളും അടുക്കി വച്ചിരിക്കുന്നു. തൊട്ടടുത്താണ് തീ കായാൻ വേണ്ട ഒരുക്കങ്ങൾ തയാറാക്കിയിരിക്കുന്നത്. തീ കുണ്ഡത്തിൽ വിറക് എരിഞ്ഞുകൊണ്ടിരിക്കുന്നുണ്ട്. അവിടെ ഉള്ളവരെല്ലാം ഭക്ഷണംകഴിക്കാനുള്ള ഒരുക്കത്തിലാണ്. മേശയുടെ അരികിൽ ഷെൽബിയുടെ വിശ്വസ്ത സേവകൻ ടോം ഇരിക്കുന്നുണ്ട്. എല്ലാവരും അയാളെ അങ്കിൾ ടോം എന്നാണ് വിളിക്കുന്നത്. ആഫ്രിക്കൻ ശരീര ഘടനയുള്ള ആ അരോഗദൃഢഗാത്രന് വിരിഞ്ഞമാറും ബലിഷ്ഠമായ ശരീരഘടനയും ആണ്. ആ അതികായന്റെ മുഖത്ത് എപ്പോഴും ഗൗരവഭാവം കളിയാടിയിരുന്നു. എന്നാലും അയാൾ ദയാലുവും ഉദാരമനസ്കനുമാണ്. ആത്മാഭിമാനവും വിനയവും അയാളുടെ മുഖത്ത് തെളിഞ്ഞു കാണാം.

അയാൾ അതീവ ശ്രദ്ധയോടെ ഒരു പ്രവൃത്തി ചെയ്തുകൊണ്ടിരിക്കുകയാണ്. അക്ഷരമാല എഴുതി പഠിക്കുകയാണയാൾ. അങ്കിൾ ടോമിനെ എഴുത്തു പഠിപ്പിക്കുന്നത് പതിമൂന്നു വയസുകാരനായ ഒരു

വെള്ളക്കാരനാണ്. തന്റെ കൊച്ചെജമാനൻ ജോർജ്. തികഞ്ഞ ഗൗരവത്തോടെ തന്നെയാണ് ഗുരുനാഥനും തന്റെ പ്രവൃത്തിയിൽ വ്യാപൃതനായിരുന്നത്. ഗുരുവിന്റെ അന്തസ്സ് ആ കുഞ്ഞ് അധ്യാപകന്റെ മുഖത്തും തെളിഞ്ഞുകാണാം.

"തെറ്റിയല്ലോ അങ്കിൾ ടോം. അങ്ങനെയല്ല എഴുതേണ്ടത്." അവൻ പെട്ടെന്നു തന്നെ ചൂണ്ടിക്കാട്ടി തെറ്റ് തിരുത്തിക്കൊടുത്തു. 'g' എന്ന് എഴുതിയിരിക്കുന്നത് q പോലെയായിരുന്നു. അധ്യാപകൻ കൈപിടിച്ച് എഴുതിക്കൊടുത്തു.

"ഇപ്പോൾ ശരിയായോ?" വളരെ ശ്രദ്ധയോടെ എഴുതി ആദരവോടെ തന്റെ കൊച്ച് അധ്യാപകനെ കാണിച്ചു.

"വെള്ളക്കാർക്ക് ഏതു പ്രയാസമേറിയ കാര്യവും വളരെ എളുപ്പത്തിൽ ചെയ്യാനാകും!" അപ്പം ചുട്ടുകൊണ്ടിരുന്ന വേളയിൽ, ഒരുനിമിഷം നിർത്തിക്കൊണ്ട് ക്ലോ ആന്റി പറഞ്ഞു. അവർ തന്റെ കൊച്ചെജമാനനെ അഭിമാനത്തോടെയും ആദരവോടെയും നോക്കി.

"ക്ലോ ആന്റി, എനിക്ക് വല്ലാതെ വിശക്കുന്നു." ജോർജ് പറഞ്ഞു. "അപ്പം ഇനിയും പാകമായില്ലേ?"

"ദാ, തയാറായിക്കഴിഞ്ഞു മാസ്റ്റർ ജോർജ്! ഇപ്പോ തരാം" പാത്രത്തിന്റെ അടപ്പ് പൊക്കി നോക്കിയ ശേഷം ക്ലോ ആന്റി പറഞ്ഞു. "നോക്കൂ വെന്തു പാകമായി. നല്ല തവിട്ടു നിറമായി. എന്തു ഭംഗിയാണിതു കാണാൻ. ഇത്രഭംഗിയിലും വേഗത്തിലും അപ്പം ചുട്ടെടുക്കുവാൻ എനിക്കല്ലാതെ ആർക്കു കഴിയും? യജമാനത്തി അന്ന് സല്ലിയെക്കൊണ്ട് അപ്പം ഉണ്ടാക്കിച്ചില്ലേ? അത് എത്രമാത്രം വൃത്തികെട്ടതായിരുന്നു? വായിൽവയ്ക്കുവാൻ കൊള്ളുമായിരുന്നോ? ആകൃതിയുമില്ല, നിറവുമില്ല, സ്വാദുമില്ല! കണ്ടാൽ 'ഷൂ' പോലെ ഇരുന്നിരുന്നു."

സല്ലിയോടുള്ള അവജ്ഞയും പുച്ഛവും എല്ലാം പ്രകടിപ്പിച്ചുകൊണ്ട് അവർ അപ്പച്ചട്ടിയുടെ മൂടി തുറന്നുകൊണ്ട് മനോഹരമായ അപ്പം പുറത്തേക്കെടുത്തു. അതിന്റെ കൊതിപിടിപ്പിക്കുന്ന ഗന്ധം അവിടമാകെ പരന്നു.

"മോസ്, പീറ്റ്, നീഗ്രോകുട്ടികളെ നിങ്ങളൊന്നു മാറി നിൽക്ക്! പോളീ, നീങ്ങിനിൽക്ക്. മമ്മി അൽപ്പം കഴിഞ്ഞ് തരാം കേട്ടോ. മാസ്റ്റർ ജോർജ്, ഇനി പുസ്തകമെല്ലാം അടച്ചു വയ്ക്കൂ! എന്നിട്ട് എന്റെ കിഴവനേയും കൂട്ടി വരൂ! അപ്പം തയാറായി കഴിഞ്ഞു."

"അവർ എന്നോട് അവിടെ ചെന്നശേഷം അത്താഴം കഴിക്കാമെന്ന് പറഞ്ഞിരുന്നതാണ്. എന്നാൽ ഏത് അപ്പമാണ് സ്വാദുള്ളതെന്ന് എനിക്കല്ലേ അറിയൂ അല്ലേ ആന്റീ?"

"അതെ, അതെ, നീ അതുതന്നെ ചെയ്തു. എന്റെ പ്രിയപ്പെട്ട കുഞ്ഞേ!" ക്ലോ ആന്റി ആവി പറക്കുന്ന അപ്പം അവന്റെ പ്ലേറ്റിൽ വിളമ്പി. കഴിക്കുന്നതിനനുസരിച്ച് പിന്നെയും പിന്നെയും ഇട്ടുകൊടുത്തുകൊണ്ടിരുന്നു.

"നിനക്ക് ആ കാര്യം നന്നായി അറിയാമല്ലോ! നിന്റെ ഈ കിഴവി

ആന്റി ഏറ്റവും നല്ല അപ്പം ഉണ്ടാക്കി നിനക്കുവേണ്ടി കാത്തുവയ്ക്കുമെന്ന്. നിനക്കുവേണ്ടി മാത്രം!" ആന്റി തന്റെ കൈമുട്ടുകൊണ്ട് കൊച്ചെജമാനന് സ്നേഹപൂർവം ഒരു തട്ടുകൊടുത്തു. അവർ വേഗം അടുപ്പിനടുത്തേക്ക് നീങ്ങി.

ജോർജ് മുന്നും പിന്നും നോക്കാതെ കത്തിയും മുള്ളും ഉപയോഗിച്ച് അപ്പക്കഷ്ണങ്ങൾ വെട്ടിവിഴുങ്ങാൻ തുടങ്ങി.

"ടോം ലിങ്കൻ പറയുകയാണ്." വായ നിറച്ച് അപ്പം കുത്തി നിറച്ച് അതു ചവച്ചുകൊണ്ട് ജോർജ് പറഞ്ഞു.

"അവരുടെ ജിന്നി ക്ലോ ആന്റിയേക്കാൾ നല്ല പാചകക്കാരിയാണെന്ന്."

ആന്റിക്ക് ശുണ്ഠികയറാൻ വേറെ എന്തെങ്കിലും കാരണം വേണോ? അവൾ ലിങ്കൻമാരെ കുറിച്ച് പരമപുച്ഛത്തോടെ സംസാരിക്കുവാൻ തുടങ്ങി. ഷെൽബികളുമായി തുലനംചെയ്യുമ്പോൾ ലിങ്കൻമാർ എത്ര നിസ്സാരന്മാരാണ്. ജിന്നിയാകട്ടെ, വെറും സാധാരണ ഒരു വയ്പുകാരി. അവൾക്കുണ്ടോ? വ്യത്യസ്തതയുള്ള അപ്പങ്ങൾ പ്രത്യേക രീതിയിൽ ചുട്ടെടുക്കുവാൻ കഴിയുന്നു? ക്ലോ ആന്റി ആവേശത്തോടെ സംസാരിച്ചുകൊണ്ടിരുന്നു.

"ഞാനും ജിന്നിയും തമ്മിൽ വഴക്കൊന്നും ഇല്ല. ഞങ്ങൾ നല്ല സുഹൃത്തുക്കളാണെന്ന കാര്യം നിനക്കറിയില്ലേ?" എന്നുപറഞ്ഞുകൊണ്ട് അവൾ സംസാരം അവസാനിപ്പിച്ചു.

ഇത് തന്നെ പ്രകോപിപ്പിക്കുന്നതിനുവേണ്ടി ജോർജ് ഒപ്പിച്ച ഒരു തമാശയാണെന്ന് മനസിലായപ്പോൾ അവൾ കസേരയിൽ ചെന്നിരുന്ന് ചിരിക്കാൻ തുടങ്ങി. ചിരി നിർത്താനാവാതെ കണ്ണുകളിൽ വെള്ളം നിറഞ്ഞു. ചിരിച്ചു ചിരിച്ചു മണ്ണുകപ്പിയ അവൾ പറഞ്ഞു: "നീ എന്നെ ചിരിപ്പിച്ച് കൊല്ലും. ഇവിടെനിന്നും എഴുന്നേറ്റ് പോ!"

'താൻ വലിയൊരു തമാശക്കാരൻ തന്നെ' എന്ന ഭവത്തോടെ ജോർജ് അപ്പം തിന്നുകൊണ്ടിരുന്നു.

തന്റെ വയറു നിറഞ്ഞുകഴിഞ്ഞപ്പോഴാണ് അവൻ നാലുപാടും ദൃഷ്ടിപായിക്കുവാൻ തുടങ്ങിയത്. തന്റെ മുന്നിലുള്ള മൂലയിലിരിക്കുന്ന കുട്ടികളെ നോക്കി അവൻ അപ്പക്കഷ്ണം നീട്ടി.

"മോസ്, പീറ്റ്, നിങ്ങൾക്കെന്താ വിശക്കുന്നില്ലേ? ഇതാ അപ്പം കഴിച്ചുകൊള്ളൂ! ആന്റീ, അവർക്കു വേഗം അപ്പം ഉണ്ടാക്കിക്കൊടുക്കൂ!"

ജോർജും ടോമും കുറച്ചുകൂടി സുഖകരമായ ചിമ്മിനിയുടെ അടുത്തുള്ള ഇരിപ്പിടത്തിലേക്ക് മാറി ഇരുന്നു. ആന്റി വീണ്ടും കുറെക്കൂടി അപ്പം ചുട്ടെടുത്ത ശേഷം ചെറിയ കുഞ്ഞിനെ എടുത്ത് തന്റെ മടിയിൽ വച്ചു. അതിനുശേഷം കുഞ്ഞിനെ ആഹാരം കഴിപ്പിക്കുകയും താൻ കഴിക്കുകയും ചെയ്തുകൊണ്ടിരുന്നു. മോസും പീറ്റും വയറുനിറയെ ഭക്ഷണംകഴിച്ച ശേഷം മേശയ്ക്കടയിൽ ഉരുണ്ടുമറിഞ്ഞു കളിക്കാൻ തുടങ്ങി. ഇടയ്ക്കിടയ്ക്ക് അമ്മയുടെ മടിയിലിരുന്ന് സ്വസ്ഥമായി ആഹാരം

കഴിക്കുന്ന കുഞ്ഞിന്റെ കാലുപിടിച്ചു വലിക്കും. ശല്യം സഹിക്കാതാവുമ്പോൾ അമ്മായി അവർക്ക് ഓരോ തട്ടുകൊടുത്ത് 'മാറിപ്പോ'എന്ന് ആക്രോശിക്കും.

"നമ്മുടെ അതിഥിയായി വെള്ളക്കാരൻ വന്നിരിക്കുന്നത് നിങ്ങൾ കാണുന്നില്ലേ? അവരുടെ മുന്നിലെങ്കിലും നിങ്ങൾക്ക് അന്തസ്സ് പാലിച്ചുകൂടേ? മര്യാദയ്ക്ക് അടങ്ങിഒതുങ്ങി ഇരുന്നോളൂ. ഇല്ലെങ്കിൽ മാസ്റ്റർ ജോർജ് പോയിക്കഴിഞ്ഞാൽ പിന്നെ എന്റെ കൈയിൽനിന്നും മേടിക്കും."

"അവർ കളിച്ചുകൊള്ളട്ടെ. എന്തിനാണ് അവരെ ഇങ്ങനെ ശാസിക്കുന്നത്. അവർക്കിപ്പോൾ സ്വയം നിയന്ത്രിക്കാൻ ആവുകയില്ല അത്രയ്ക്ക് രസിക്കുന്നുണ്ട്." അങ്കിൾ ടോം പറഞ്ഞു. അപ്പോൾ. മുഖത്തും കൈകളിലും മൊളോസിസ് പുരണ്ടുകൊണ്ട് മേശയ്ക്കടിയിൽനിന്നും എഴുന്നേറ്റുവന്ന കുട്ടികൾ കുഞ്ഞിനെ തെരുതെരെ ഉമ്മവയ്ക്കുവാൻ തുടങ്ങി.

"ഇവിടെനിന്നും മാറിപ്പോകാൻ!" അവരുടെ തലമുടി പിടിച്ച് തള്ളിക്കൊണ്ട് അമ്മ ആക്രോശിച്ചു.

"മൊളോസിസ് കൊണ്ട് നിങ്ങൾ പരസ്പരം ഒട്ടിപ്പിടിക്കും. രണ്ടുപേരും പോയി കുളിച്ച് വൃത്തിയായി വരൂ!" കൂടെ ഓരോ അടിയും വച്ചുകൊടുത്തു. അവർക്ക് നന്നായി വേദനിച്ചെങ്കിലും പൊട്ടിച്ചിരിച്ചുകൊണ്ട് രണ്ടുപേരും ഓടിപ്പോയി.

"ഇതുപോലെ വികൃതികളായ കുട്ടികളെ നിങ്ങൾ കണ്ടിട്ടുണ്ടോ?" കുട്ടികളുടെ ആഹ്ളാദം കണ്ട് ആത്മസംതൃപ്തിയോടെ ആന്റി പറഞ്ഞു. ഒരു ടവൽ നനച്ച് കുഞ്ഞിന്റെ മുഖത്തുനിന്നും കാലിൽനിന്നും മൊളോസിസ് തുടച്ച് വൃത്തിയാക്കി.

കുഞ്ഞിനെ ടോമിന്റെ മടിയിൽ വച്ചുകൊടുത്ത ശേഷം പാത്രങ്ങൾ കഴുകി അടുക്കിവയ്ക്കാനായി പോയി. കുഞ്ഞ് ടോമിന്റെ മൂക്കിൽ പിടിച്ചു വലിച്ചും മുഖത്തുമാന്തിയും മുടി പിടിച്ചുവലിച്ചും എല്ലാം രസിച്ചുകൊണ്ടിരുന്നു.

"വല്ലാത്ത ഒരു കുസൃതിപ്പെണ്ണുതന്നെയാണ് ഇവൾ" എന്നുപറഞ്ഞുകൊണ്ട് ടോം അവളെ പൊക്കിയെടുത്ത് തന്റെ വിശാലമായ തോളിൽ കയറ്റിവച്ച് നൃത്തംചെയ്യാൻ തുടങ്ങി. ജോർജ് അവളുടെ നേർക്ക് കൈവീശിക്കൊണ്ട് ശ്രദ്ധയാകർഷിക്കുവാൻ ശ്രമിച്ചു. അവന്റെ ശബ്ദത്തിലും ആംഗ്യവിക്ഷേപങ്ങളിലും രസിച്ച കുഞ്ഞ് ജോർജിന്റെ മുഖത്തുനിന്നും കണ്ണെടുത്തില്ല. അപ്പോഴെയ്ക്കും കുളിച്ച് മൊളോസിസ് എല്ലാം കഴുകി വൃത്തിയാക്കിയശേഷം മോസും പീറ്റും തിരിച്ചെത്തി. അവർ അവളുടെ നേരെ തിരിഞ്ഞ് കരടിയെപ്പോലെ മുരണ്ടുകൊണ്ടിരുന്നു. അമ്മ ജോലിയെല്ലാം തീർത്ത് തിരികെ വന്ന് ആവലാതികളുടെ കെട്ടഴിക്കുന്നതുവരെ കലാപരിപാടികൾ തുടർന്നുകൊണ്ടിരുന്നു. ഈ കുടിലിൽ മാത്രമേ ഇത്രയും ഒച്ചയും ബഹളവും ഉണ്ടാകൂ. ക്ലോ ആന്റി പറഞ്ഞു. ഇവിടെ കളിയും ചിരിയും ആഹ്ളാദപ്രകടനങ്ങളും മാത്രം.

"മതി ഇന്നത്തേക്കുള്ളതു ധാരാളമായി." ക്ലോ ആന്റി ഒരു കിടക്ക വലിച്ചെടുത്തുകൊണ്ട് പറഞ്ഞു. "മോസ്, പീറ്റ് പോയി കിടന്ന് ഉറങ്ങൂ! ഞങ്ങൾ പ്രാർഥനായോഗത്തിൽ പങ്കെടുക്കുവാൻ പോകയാണ്."

"ഞങ്ങളും വരുന്നു മമ്മീ, ഞങ്ങൾക്ക് വളരെ ഇഷ്ടമാണ്. ഞങ്ങളുമുണ്ട് പ്രാർഥനായോഗത്തിന്."

"ക്ലോ ആന്റീ, എന്തിനാണ് അവരെ തടയുന്നത്? അവരും നമ്മോടൊപ്പം വന്നോട്ടെ."

"ശരി, ചിലപ്പോൾ അതിൽ പങ്കെടുക്കുന്നത് അവർക്ക് നന്മനൽകിയേക്കും." അവൾ കിടക്ക കട്ടിലിനടിയിലേക്കു തന്നെ തള്ളിവച്ചു കൊണ്ടു പറഞ്ഞു. മാസ്റ്റർ ജോർജിന്റെ അഭിപ്രായം അവൾ മുഖവിലയ്ക്കെടുത്തു.

എല്ലാ ആഴ്ചയിലും അങ്കിൾ ടോമിന്റെ നേതൃത്വത്തിൽ നീണ്ട പ്രാർഥനായോഗങ്ങൾ നടത്താറുണ്ട്.

"മാസ്റ്റർ ജോർജ് വളരെ ഭംഗിയായി *ബൈബിൾ* വായിക്കും. കൊച്ചെജമാനൻ നമുക്കുവേണ്ടി വേദപുസ്തകം വായിക്കട്ടെ." ക്ലോ ആന്റി അഭിപ്രായപ്പെട്ടു. "വളരെ രസകരമായിരിക്കും അത്."

ജോർജ് സന്തോഷത്തോടെ ആ ഉത്തരവാദിത്വം ഏറ്റെടുത്തു. തനിക്കു പ്രാധാന്യം ലഭിക്കുന്ന ഏതു ജോലിയും അവൻ വലിയ താൽപ്പര്യത്തോടെ ഏറ്റെടുക്കുക പതിവാണ്. അവിടം വളരെ പെട്ടെന്ന് ആളുകളെകൊണ്ടു നിറഞ്ഞു. എൺപതു വയസു കഴിഞ്ഞ തല നരച്ച ഗോത്രത്തലവൻ മുതൽ പതിനഞ്ചുവയസുകാരായ കൗമാരപ്രായക്കാർ വരെ അവരുടെ കൂട്ടത്തിൽ ഉണ്ടായിരുന്നു. എല്ലാ അയൽക്കാരും ആ പ്രാർഥനാ യോഗത്തിൽ സന്നിഹിതരായിരുന്നു. പ്രാർഥനയുടെ ഇടവേളകളിൽ ചെറിയ ചെറിയ പരദൂഷണങ്ങളും സ്ത്രീകളുടെ ഇടയിൽ നടന്നുവന്നിരുന്നു. തീർത്തും നിർദ്ദോഷമായ പരദൂഷണങ്ങൾ.

"സാല്ലി ആന്റിക്ക് ഒരു പുതിയ ഉറുമാൽ എവിടെ നിന്നോ കിട്ടിയിട്ടുണ്ട്. അലീസയ്ക്ക് ഒരു പുള്ളിയുള്ള മസ്ലിൻ ഗൗൺ യജമാനത്തി കൊടുക്കാൻ പോകുന്നു...."അങ്ങനെ പോകുന്നു അവരുടെ ഇടയിൽ പ്രചരിച്ചിരുന്ന വാർത്തകൾ. നാട്ടിൽ പരക്കുന്ന കിംവദന്തികളും നാട്ടുവാർത്തകളും എല്ലാം പ്രാർഥനായോഗത്തിനെത്തുന്നവർ പരസ്പരം കൈമാറാറുണ്ട്.

കുറച്ചു സമയത്തിനുശേഷം കീർത്തനാലാപാനം തുടങ്ങി. അതോടെ എല്ലാവരും ആഹ്ളാദചിത്തരായി. പലവിധത്തിലുള്ള ശബ്ദത്തിൽ കീർത്തനങ്ങൾ ഉയർന്നുകേൾക്കാൻ തുടങ്ങി. വേദപുസ്തകത്തിലുള്ളവയും ആ നാട്ടിൽ പ്രചാരത്തിലുള്ളവയുമായ കീർത്തനങ്ങൾ ഓരോരുത്തർ ആലപിച്ചു. ആ സമയത്ത് ജോർദ്ദാൻ നദീതീരവും കാനാൻ പ്രദേശവും, ജറുസലവും എല്ലാം അവരോരുത്തരുടേയും കൺമുന്നിൽ തെളിഞ്ഞു വരും. കീർത്തനാലാപനത്തിനിടയിൽ ചിലർ ചിരിക്കുകയും ചിലർ കരയുകയും മറ്റുചിലർ പരസ്പരം ആലിംഗനം ചെയ്യുകയും കൈപിടിച്ചു കുലുക്കുകയും ഒക്കെ ചെയ്യുന്നുണ്ട്. തങ്ങൾ നദിയുടെ മറു

കര താണ്ടിയതുപോലുള്ള ആഹ്ളാദമാണ് ഓരോരുത്തരുടേയും മുഖത്ത്. മിടുക്കനായ ജോർജിന് തന്റെ ഭക്തയായ അമ്മ മതപരമായ കാര്യങ്ങളെല്ലാം വളരെ കൃത്യമായി പറഞ്ഞു മനസിലാക്കിക്കൊടുത്തിരുന്നു. ആ വിഷയങ്ങളിൽ നല്ല പരിജ്ഞാനം നേടിയിരുന്ന ജോർജ് അത് അർഹിക്കുന്ന സർവവിധ ബഹുമാനവും നൽകിക്കൊണ്ടാണ് വേദപുസ്തകം പാരായണം ചെയ്യുകയും വ്യാഖ്യാനിക്കുകയും ചെയ്തിരുന്നത്. യുവാക്കൾ അവനെ അഭിനന്ദനങ്ങൾകൊണ്ടു മൂടി. വൃദ്ധർ ആശീർവദിച്ചു.

"നമ്മുടെ കൊച്ചെജമാനൻ ചെയ്യുന്നതിനേക്കാൾ ഭംഗിയായി ഒരു പുരോഹിതനെക്കൊണ്ടും ചെയ്യാനാവില്ല." എല്ലാവരും ഒരേ സ്വരത്തിൽ അഭിപ്രായപ്പെട്ടു.

ആ ചുറ്റുപാടും ഉള്ളവരെല്ലാം ടോമിനെ ഒരു മതനേതാവായാണ് കണക്കാക്കിപ്പോന്നിരുന്നത്. സന്മാർഗിയും സമർഥനുമായ അയാളോട് ഒരു പുരോഹിതനോടെന്നപോലെ ബഹുമാനപൂർവം അവർ പെരുമാറി. അയാളുടെ പെരുമാറ്റത്തിലെ വിനയവും ആത്മാർഥതയും സത്യസന്ധതയും ഹൃദയാവർജ്ജകമായ സ്വഭാവവും മറ്റും അഭ്യസ്തവിദ്യരായ വെള്ളക്കാരെപ്പോലും ആകർഷിച്ചു. അയാളുടെ പ്രാർഥനാരീതി സകലരേയും ആകർഷിക്കുന്നതായിരുന്നു, അയാൾ ഉദ്ധരിക്കുന്ന വേദവാക്യങ്ങളും അയാളുടെ ശിശുസഹജമായ നിഷ്കളങ്കതയും അവരെ പിടിച്ചിരുത്തി. പ്രാർഥനായോഗങ്ങളിൽ ദൈവീകമായ ഒരന്തരീക്ഷം നിലനിർത്തുവാൻ സാധിച്ചു.

ടോമിന്റെ നേതൃത്വത്തിൽ ഗംഭീരമായ പ്രാർഥനായോഗം നടന്നുകൊണ്ടിരിക്കുമ്പോൾ ഷെൽബിയുടെ വീട്ടിൽ അതിനു കടകവിരുദ്ധമായ ചർച്ച നടക്കുകയായിരുന്നു. ഷെൽബിയുടെ സന്ദർശനമുറിയിലെ മേശയ്ക്കരുകിലിരുന്ന് അടിമവ്യാപാരി നോട്ടുകെട്ടുകൾ എണ്ണിത്തിട്ടപ്പെടുത്തുകയായിരുന്നു. കടലാസുംപേനയും സമീപത്തുതന്നെ ഉണ്ട്.

"ശരി" വ്യാപാരി പറഞ്ഞു. "ഇനി നിങ്ങൾക്ക് ഒപ്പു വയ്ക്കാമല്ലോ." ഷെൽബി പണം സ്വീകരിച്ചു. എന്നിട്ട് തനിക്ക് യാതൊരു താൽപ്പര്യവും ഇല്ലാത്ത ഒരു കാര്യം ചെയ്യുന്ന രീതിയിൽ തികഞ്ഞ അതൃപ്തിയോടെ ആ കടലാസിൽ ഒപ്പു വച്ചു. ഹാലി തന്റെ ബാഗുതുറന്ന് അതിൽനിന്നും പഴയൊരു പ്രമാണം എടുത്ത് ഷെൽബിയുടെ കൈയിൽ കൊടുത്തു. പ്രമാണവും നോട്ടുകെട്ടുകളും കൈമാറിയതോടെ കച്ചവട ഉടമ്പടി നിലവിൽ വന്നു.

"എല്ലാം തീർന്നു." വ്യാപാരി പോകാനായി എഴുന്നേറ്റു.

"അതെ എല്ലാം തീർന്നു" ഷെൽബി ദീർഘനിശ്വാസം പുറപ്പെടുവിച്ചുകൊണ്ട് ആവർത്തിച്ചു.

"എന്നിട്ടും അങ്ങ് ഈ വ്യാപാരത്തിൽ തൃപ്തനല്ല എന്നു തോന്നുന്നല്ലോ. എന്നോടും എന്തോ അതൃപ്തി ഉള്ളതുപോലെ" വ്യാപാരി പറഞ്ഞു.

"ഹാലി" ഷെൽബി ആശങ്കയോടെ പറഞ്ഞു തുടങ്ങി:

"തികഞ്ഞ അന്തസ്സോടെ നിങ്ങൾ എനിക്കു നൽകിയ വാഗ്ദാനം

നിങ്ങൾ പാലിക്കുമെന്ന് ഞാൻ പ്രതീക്ഷിച്ചോട്ടെ! ടോമിനെ വിൽക്കുന്ന അവസരത്തിൽ അവനെ വാങ്ങുന്ന ആൾ ഏതു തരക്കാരനാണെന്ന് നിങ്ങൾ അറിഞ്ഞുവയ്ക്കുമെന്ന കാര്യം."

"നിങ്ങൾ ഒന്നുകൊണ്ടും ഭയപ്പെടേണ്ട സാർ" വ്യാപാരി പറഞ്ഞു. "ടോമിന് നല്ലൊരു തൊഴിൽ ലഭിക്കുവാൻ എന്നെക്കൊണ്ടു ചെയ്യാൻ കഴിയുന്നതെല്ലാം ഞാൻ ചെയ്യും. ഞാൻ അവനോട് ഒരിക്കലും മോശ മായി പെരുമാറുകയില്ല. ആ ഭയം നിങ്ങൾക്ക് ഒരിക്കലും വേണ്ട. എനിക്ക് ഒരു അവസരത്തിലും ക്രൂരനാകാൻ സാധിക്കുന്നില്ലല്ലോ എന്നോർത്ത് ഞാൻ ദൈവത്തിനു നന്ദി പറയാറുണ്ട്."

മനുഷ്യത്വത്തെകുറിച്ച് അവസരം കിട്ടുമ്പോഴെല്ലാം അയാൾ പ്രസം ഗിക്കാറുള്ളതുകൊണ്ട് ഷെൽബിക്ക് പ്രത്യേകിച്ച് ആശ്വാസമൊന്നും തോന്നിയില്ല. വ്യാപാരി എഴുന്നേറ്റ് പറത്തേക്കു പോയപ്പോൾ കുറച്ചു നേരം അയാൾ വെറുതെ ആലോചിച്ചുനിന്നു. അതിനു ശേഷം ഒരു സിഗ രെറ്റെടുത്ത് കൊളുത്തി.

മിസിസ് ഷെൽബി സായാഹ്ന സന്ദർശനം കഴിഞ്ഞ് തിരിച്ചെത്തിയ പ്പോൾ അവളും ഭർത്താവും രാത്രിയിൽ തങ്ങളുടെ മുറിയിൽ വിശ്രമി ക്കാനായി പോയി. അന്ന് ഉച്ചയ്ക്കു ശേഷം വന്ന കത്തുകൾ, ഒരു ചാരു കസേരയിൽ കിടന്നുകൊണ്ട് വായിക്കുകയാണ് ഷെൽബി. എലീസ അന്ന് അലങ്കരിച്ചുകൊടുത്ത കേശഭാരം ചീകി ഒതുക്കുകയായിരുന്നു മിസിസ് ഷെൽബി. എലീസയുടെ വിളർത്ത മുഖവും തളർന്നു ക്ഷീണിച്ച കണ്ണു കളും കണ്ട് അവളെ കൂടുതൽ ജോലി ചെയ്യാൻ അനുവദിക്കാതെ നേരത്തെ കിടന്നുറങ്ങാൻ മിസിസ് ഷെൽബി ഉപദേശിച്ചു. തന്റെ കൊച്ചു മകൻ ഹാരിയെക്കുറിച്ചുള്ള ഷെൽബിയുടെയും ഭാര്യയുടേയും സംഭാ ഷണം ഒളിഞ്ഞുനിന്നു കേൾക്കുവാൻ തയാറായി തൊട്ടടുത്ത മുറിക്കു ള്ളിൽ എലീസ മറഞ്ഞിരിപ്പുണ്ടാകും എന്ന് അവരൊട്ടും സംശയിച്ചില്ല.

മിസിസ് ഷെൽബി ഭർത്താവിനു നേരെ തിരിഞ്ഞുകൊണ്ട് വളരെ കരുതലോടെ ശ്രദ്ധിച്ചു ചോദിച്ചു.

"ഇന്ന് നിങ്ങളോടൊപ്പം ഭക്ഷണ മുറിയിലേക്കു വന്ന ആ അപരിചിതൻ ആരാണ്, ആർതർ? അയാളൊരു വല്ലാത്ത പരുക്കൻ മനുഷ്യൻ തന്നെ."

"അയാളുടെ പേര് ഹാലി എന്നാണ്" അസ്വസ്ഥതയോടെ കസേര യിൽ ചാരിയിരുന്നുകൊണ്ട് വളരെ ചുരുക്കത്തിൽ ഷെൽബി മറുപടി പറഞ്ഞു. വീണ്ടും കത്തുകൾ വായിക്കുന്നതിൽ ശ്രദ്ധ കേന്ദ്രീകരിക്കു വാൻ ശ്രമിച്ചു.

"ഹാലി?" മിസിസ് ഷെൽബി ആവർത്തിച്ചു. "ആരാണയാൾ? എന്തി നാണ് അയാൾ വന്നിരുന്നത്? എന്താണ് അയാൾക്ക് ഇവിടെ ജോലി?"

"കഴിഞ്ഞ പ്രാവശ്യം ഞാൻ നാചെസ് സന്ദർശിച്ചപ്പോൾ അയാളു മായി എനിക്ക് ചില വ്യാപാര ഇടപാടുകൾ ഉണ്ടായിരുന്നു." ഷെൽബി പറഞ്ഞു.

"ആ പേരും പറഞ്ഞ് അയാൾ സ്വതന്ത്രമായി ഇവിടെ കയറിവന്ന്

വിഹരിക്കുന്നു. ഭക്ഷണം കഴിക്കുന്നു അല്ലേ?" മിസിസ് ഷെൽബി മുഖത്തടിച്ചതുപോലെ ചോദിച്ചു.

"അയ്യോ അല്ല!" ഷെൽബി പറഞ്ഞു. "ഞാനയാളെ ഇങ്ങോട്ടു ക്ഷണിച്ചതാണ്. എനിക്കയാളുമായി ചില കണക്കുകൾ തീർക്കാനുണ്ടായിരുന്നു." ഭർത്താവിന്റെ മുഖത്തെ അസ്വസ്ഥഭാവം മിസിസ് ഷെൽബി മനസിലാക്കിയെങ്കിലും അവൾ ചോദ്യങ്ങൾ തുടർന്നുകൊണ്ടിരുന്നു: "അയാളൊരു നീഗ്രോ കച്ചവടക്കാരനല്ല അല്ലേ?"

"എന്താണ് ഇങ്ങനെയൊക്കെ ചോദിക്കുന്നത്? എന്റെ പ്രിയപ്പെട്ടവളെ," ഷെൽബി ചോദിച്ചു.

"ഇങ്ങനെയെല്ലാം ചോദിക്കുവാൻ എന്താണ് നിന്നെ പ്രേരിപ്പിച്ചത്?" ഷെൽബി ഭാര്യയുടെ മുഖത്തേക്കു സൂക്ഷിച്ചുനോക്കി.

"ഓ, പ്രത്യേകിച്ചൊന്നുമില്ല!" മിസിസ് ഷെൽബി പറഞ്ഞു.

"ഇന്ന് ഉച്ചഭക്ഷണത്തിനുശേഷം, വല്ലാതെ വിഷമിച്ച് പരിഭ്രാന്തയായ എലീസ കരഞ്ഞുകൊണ്ട് എന്നോടു പറഞ്ഞു. അവളുടെ മകൻ ഹാരിയെ നിങ്ങൾ ആ നീഗ്രോ വ്യാപാരിക്ക് വിൽക്കാൻ വാക്കുകൊടുത്തത് അവൾ ഒളിഞ്ഞുനിന്ന് കേട്ടെന്ന്. എലീസ ശരിക്കും ഒരു പൊട്ടിപ്പെണ്ണാണ്."

"അവളങ്ങനെ പറഞ്ഞോ?" ഷെൽബി ചോദിച്ചു. അയാളുടെ അസ്വസ്ഥത വർധിച്ചുകൊണ്ടിരുന്നു. എന്നിട്ടും കടലാസിലേക്കു തന്നെ തന്റെ ദൃഷ്ടി പായിച്ചു. കടലാസ് താൻ തല തിരിച്ചാണ് പിടിച്ചിരിക്കുന്നതെന്ന് അയാൾ അപ്പോഴും മനസിലാക്കിയില്ല.

"ഈ കാര്യം പുറത്ത് അറിയാതെ കഴിക്കാൻ പറ്റില്ലല്ലോ, ഇപ്പോഴല്ലെങ്കിൽ എപ്പോഴെങ്കിലും പുറത്തുവരും തീർച്ച" ഷെൽബി ചിന്തിച്ചു.

"ഞാൻ എലീസയോടു പറഞ്ഞു" മിസിസ് ഷെൽബി തലമുടി ചീകിക്കെട്ടിക്കൊണ്ടു തുടർന്നു. "അവളൊരു മണ്ടിയാണ്. ഇത്തരത്തിലുള്ള മനുഷ്യരുമായി നിങ്ങൾ യാതൊരു വിധത്തിലുള്ള ഇടപാടുകളും നടത്താൻ തയാറാകുകയില്ല എന്ന്. ഒരു അടിമവ്യാപാരിയുമായി ഒരു ബന്ധവും ഉണ്ടാകില്ല എന്നുപറഞ്ഞപ്പോൾ അവൾക്ക് അൽപ്പം ആശ്വാസമായി. തീർച്ചയായും നമ്മൾ വേലക്കാരിൽ ആരെയും വിൽക്കുകയില്ല പ്രത്യേകിച്ച് ആ കുഞ്ഞിനെ എന്നും."

"ശരിയാണ് എമിലീ," എല്ലാം തുറന്നു പറയാൻ തീരുമാനിച്ചുകൊണ്ട് ഷെൽബി പറഞ്ഞു. "എനിക്ക് എപ്പോഴും തോന്നിയിട്ടുള്ളതും ഞാനെന്നും പറഞ്ഞിട്ടുള്ളതും അതുതന്നെയാണ്. എന്നാൽ ഞാൻ ചെയ്യുന്നതുപോലെയുള്ള വ്യാപാരത്തിൽ എനിക്കു തോന്നുന്നതുപോലെ ചെയ്യാനാകില്ല എന്നതാണ് വാസ്തവം. എനിക്കിപ്പോൾ പണത്തിനു വളരെ ഞെരുക്കമാണ്. കടംവീട്ടിത്തീർക്കാൻ നമ്മുടെ ചില കർഷകത്തൊഴിലാളികളെ വിൽക്കാതെ നിവൃത്തിയില്ല എന്ന അവസ്ഥയിലാണ് ഞാൻ എത്തിയിരിക്കുന്നത്."

"ആ ജീവിക്ക് അവരെ വിൽക്കുകയോ? അസാധ്യം! മിസ്റ്റർ ഷെൽബി, നിങ്ങൾ ഗൗരവമായിട്ടു തന്നെയാണോ ഇതെല്ലാം പറയുന്നത്?"

"അതെ, എന്നുപറയുന്നതിൽ എനിക്കു ഖേദമുണ്ട്." ഷെൽബി പറഞ്ഞു.

"ടോമിനെ വിൽക്കാൻ ഞാൻ സമ്മതിച്ചു കഴിഞ്ഞു."

"എന്ത്?" ഞെട്ടിത്തെറിച്ചുകൊണ്ട് മിസിസ് ഷെൽബി നിലവിളിച്ചു.

"നമ്മുടെ ടോമിനെയോ? നല്ലവനായ ആ വിശ്വസ്ത ഭൃത്യനെ? ചെറുപ്പകാലം മുതൽ നിങ്ങളെ സേവിച്ചുപോന്ന ആ പാവത്തിനെ? അയ്യോ എന്റെ ഷെൽബി, നിങ്ങൾക്ക് എങ്ങനെ അതിനു കഴിയുന്നു? പ്രത്യേകിച്ചും സ്വാതന്ത്ര്യം നൽകാമെന്ന് നമ്മൾ അയാൾക്ക് വാക്കുകൊടുത്തിട്ടുള്ള സ്ഥിതിക്ക്! പോരാത്തതിന് അതിനെ കുറിച്ച് അയാളോട് ഒരു നൂറു തവണയെങ്കിലും സംസാരിച്ചിട്ടും ഉണ്ട്. ഇപ്പോൾ എനിക്ക് എന്തും വിശ്വസിക്കുവാൻ കഴിയുമെന്നായിരിക്കുന്നു. എല്ലാം മനസിലായി. പാവം എലീസായുടെ ഏകമകൻ കൊച്ചു ഹാരിയേയും നിങ്ങൾക്ക് വിൽക്കാൻ കഴിയുമെന്ന് എനിക്ക് ബോധ്യമായി!" വേദനയും നിരാശയും സഹിക്കാനാവാതെ അവൾ വിങ്ങിപ്പൊട്ടി.

"ശരിയാണ്. എല്ലാമറിയണമെന്ന് നീ നിർബന്ധംപിടിക്കുന്ന സ്ഥിതിക്ക് ഞാനെല്ലാം തുറന്നു പറയാം." ഷെൽബി പറഞ്ഞു.

"അതങ്ങനെ തന്നെയാണ്. ഞാൻ അവരെ ഇരുവരേയും-ടോമിനേയും ഹാരിയേയും വിൽക്കാൻ സമ്മതിച്ചു കഴിഞ്ഞു. എല്ലാദിവസവും മറ്റെല്ലാ വെള്ളക്കാരും ചെയ്തുകൊണ്ടിരിക്കുന്ന കാര്യമാണ് ഇത്. എന്നാൽ ഞാൻ മാത്രം ഇതു ചെയ്യുമ്പോൾ നീ എന്തിനാണ് എന്നെ ഇത്രമാത്രം കുറ്റപ്പെടുത്തുന്നതെന്ന് അറിയുന്നില്ല. എന്നെമാത്രം ഒരു രാക്ഷസനായി കാണുന്നു. അതാണ് ഏറ്റവും വിചിത്രമായ കാര്യം."

"നമുക്ക് കുറെയധികം ജോലിക്കാരില്ലേ, എന്നിട്ട് അവരിൽനിന്നും ഇവരെ രണ്ടുപേരെയും തിരഞ്ഞെടുത്ത് വിൽക്കുന്നത് എന്തുകൊണ്ടാണ്? നിങ്ങൾക്ക് വിൽക്കണമെന്നുണ്ടെങ്കിൽ എല്ലാവരേയും വിറ്റുകൂടേ? നിർബന്ധമാണെങ്കിൽ സകലരേയും ഒന്നിച്ചു വിൽക്കാം."

"കാരണമുണ്ട്" ഷെൽബി പറഞ്ഞു. "ഇവർക്കാണ് ഏറ്റവും കൂടുതൽ വില നേടിത്തരുവാൻ സാധിക്കുക. അതുകൊണ്ടുതന്നെ എന്റെ എല്ലാ കടങ്ങളും വീട്ടിത്തീർക്കുവാൻ ആവശ്യമായ തുക. നീ സമ്മതിക്കുകയാണെങ്കിൽ എനിക്ക് ഒരാളെ കൂടി വിൽക്കാനാവും. എലീസായ്ക്ക് വലിയൊരു തുകയാണ് അയാൾ വാഗ്ദാനം ചെയ്തിരിക്കുന്നത്. അതിനോടാവില്ലേ നിനക്ക് കൂടുതൽ വിയോജിപ്പ്?"

"വൃത്തികെട്ടവൻ" മിസിസ് ഷെൽബി ഗർജിച്ചു.

"നിനക്ക് ഒരു കാര്യം അറിയുമോ? ഞാൻ അയാളുടെ വാഗ്ദാനം ശ്രദ്ധിച്ചതേയില്ല. നിന്റെ വികാരങ്ങളെ മുറിപ്പെടുത്തുന്ന ഒന്നും ഞാൻ ചെയ്യുകയില്ല എന്ന് നിനക്കറിയില്ലേ? ഈ ഒരു കാര്യത്തിലെങ്കിലും നിനക്കെന്നെ അഭിനന്ദിച്ചുകൂടേ?"

"എന്റെ പ്രിയപ്പെട്ടവനേ," അൽപ്പം ചിന്തിച്ച ശേഷം തന്റെ പൊട്ടിത്തെറിയിൽ ഖേദിച്ചുകൊണ്ട് അവൾ പറഞ്ഞു തുടങ്ങി.

"എന്നോട് ക്ഷമിക്കൂ! എനിക്ക് തിരക്കു കൂടിപ്പോയി. ഞാൻ ധൃതി കാണിച്ചു. ഇത്തരം അപ്രതീക്ഷിത സംഭവങ്ങൾ കേട്ട് ഞാൻ ഞെട്ടിപ്പോയി. മാനസികമായി ഞാനതിന് ഒട്ടും ഒരുക്കമല്ലായിരുന്നു. എങ്കിലും ഞാൻ നിങ്ങളോട് താണുകേണപേക്ഷിക്കുന്നു നിങ്ങൾ ഈ ഇടപാടുമായി മുന്നോട്ടു പോകരുത്. ഈ രണ്ടു പാവങ്ങളുടെ കാര്യം ഒന്ന് ആലോചിച്ചു നോക്കൂ! കറുത്തവർഗക്കാരനാണെങ്കിലും ടോം എത്രമാത്രം ശ്രേഷ്ഠഹൃദയമുള്ളവനും വിശ്വസ്തനുമാണ്. സ്വന്തം ജീവൻപോലും നിങ്ങൾക്കുവേണ്ടി അടിയറവു വയ്ക്കുവാൻ അയാൾ തയാറാണ്."

"ആ വക കാര്യങ്ങളെല്ലാം എനിക്ക് ശരിക്കറിയാം പക്ഷേ, അതുകൊണ്ട് എന്താണ് ഒരു പ്രയോജനം? എനിക്കിനി യാതൊന്നും തന്നെ ചെയ്യാനാവില്ല."

"നമുക്ക് സാമ്പത്തികമായ ത്യാഗം സഹിക്കുവാൻ തയാറായാൽ പോരെ? കടം കൊടുത്തുതീർക്കാനായി നമുക്ക് ചെലവ് വെട്ടിക്കുറച്ച് കൂറെ പണം നീക്കിവച്ചുകൂടെ? അതുകൊണ്ട് ഉണ്ടാകുന്ന ബുദ്ധിമുട്ടുകൾ ഞാൻ സന്തോഷപൂർവം സഹിച്ചോളാം. ഒരു വിശ്വാസിയും ഭക്തയുമായ ക്രിസ്ത്യാനി സ്ത്രീ എന്ന നിലയ്ക്ക് എന്നെക്കൊണ്ട് ആവും വിധം ഞാൻ വിശ്വസ്തത പുലർത്തിപ്പോരുന്നുണ്ട്. ഈ പാവങ്ങളായ അടിമകൾക്കുവേണ്ടി എന്റെ കടമകൾ ഞാൻ നിർവഹിച്ചിട്ടുണ്ട്. ഞാനവരുടെ ഏറ്റവും ചെറിയ കാര്യങ്ങളിൽവരെ ശ്രദ്ധിച്ചു. അവരെ വിദ്യാഭ്യാസം ചെയ്യിപ്പിച്ചു. അവരുടെ കൊച്ചു കൊച്ചു സുഖദുഃഖങ്ങളിൽ പങ്കുകൊണ്ടു. കാലങ്ങളായി അവരെ എല്ലാം എന്റെ സ്വന്തം കുടുംബാംഗങ്ങൾ എന്നപോലെയാണ് ഞാൻ നോക്കി സംരക്ഷിച്ചുകൊണ്ടിരിക്കുന്നത്. ടോമിനെപ്പോലെ ഏറ്റവും വിശ്വസ്തനും സ്നേഹസമ്പന്നനുമായ ഒന്നാംതരം സേവകനെ വിറ്റാൽ, പിന്നെ മറ്റുള്ളവരുടെ മുന്നിൽ നിങ്ങൾക്കു തലയുയർത്തി പിടിച്ചുനിൽക്കുവാൻ സാധിക്കുമോ? പരിശുദ്ധസ്നേഹത്തെക്കുറിച്ചും ശ്രേഷ്ഠമൂല്യങ്ങളെക്കുറിച്ചും അവനെ പഠിപ്പിച്ചിട്ടുള്ളതെല്ലാം നിമിഷനേരത്തിനുള്ളിൽ എങ്ങനെ തള്ളിക്കളയാനാകും? ഓരോ മനുഷ്യനും അവന്റെ കുടുംബത്തോടും മാതാപിതാക്കളോടും കുഞ്ഞുങ്ങളോടും ഭാര്യാഭർത്താക്കന്മാരോടും ഉള്ള ഉത്തരവാദിത്വങ്ങളെക്കുറിച്ചെല്ലാം വളരെ വിശദമായി പറഞ്ഞുകൊടുത്ത് പഠിപ്പിച്ചവളാണ് ഞാൻ. പണവുമായി താരതമ്യം ചെയ്യുമ്പോൾ ഇത്തരത്തിലുള്ള പവിത്രബന്ധങ്ങൾക്ക് നാം യാതൊരു വിലയും കൽപ്പിക്കുന്നില്ലെന്ന് അവർ വിചാരിക്കില്ലേ? നമ്മളും ഈ ബന്ധങ്ങളെ വില വയ്ക്കുന്നില്ല എന്ന കാര്യം എനിക്ക് സഹിക്കാനാവുകയില്ല. ഒരു ക്രിസ്ത്യൻ മാതാവിന് സ്വന്തം മകനോടുള്ള കടമയെക്കുറിച്ച്, അവനെ ശ്രദ്ധാപൂർവം ക്രിസ്ത്യൻ മാർഗങ്ങളിലൂടെ വളർത്തിക്കൊണ്ടുവരുന്നതിനെക്കുറിച്ച് എല്ലാം ഞാൻ എലീസായ്ക്ക് ഉപദേശിച്ചുകൊടുത്തിട്ടുണ്ട്. കുറച്ചു പണത്തിനുവേണ്ടി, അവളുടെ പ്രിയ പുത്രനെ ഒരു വൃത്തികെട്ട വ്യാപാരിക്ക്

വിൽക്കുമ്പോൾ എനിക്ക് എന്തുചെയ്യാൻ കഴിയും? നമ്മൾ അവളുടെ മകനെ വിൽക്കുന്നു എന്നറിയുമ്പോൾ അവളതങ്ങെനെ സഹിക്കും?"

"ഞാനിത് സന്തോഷത്തോടെയാണ് ചെയ്യുന്നത് എന്നു നീ കരുതുന്നുണ്ടോ? എനിക്കും വളരെയേറെ ദുഃഖമുണ്ട്. നിന്റെ വികാരത്തെ ഞാൻ എല്ലാ അർഥത്തിലും മാനിക്കുന്നുണ്ട്. നിന്റെ അത്ര വേദനയുണ്ടെന്ന് ഞാൻ നടിക്കുന്നില്ലെങ്കിലും. എന്നാൽ അതുകൊണ്ടൊന്നും ചെയ്യാനാകില്ല. നിന്നോട് ഇങ്ങനെയൊന്നും സംസാരിക്കണമെന്ന് ഞാൻ കരുതിയിരുന്നതേ അല്ല. എമിലീ, ഞാൻ നിന്നോട് ഒരു കാര്യം തുറന്നു പറയട്ടെ, ഇവരെ രണ്ടുപേരെയും വിൽക്കണോ അതോ നമുക്കുള്ളതു സർവസ്വവും വിൽക്കണോ എന്നതാണ് എന്നെ കുഴയ്ക്കുന്ന പ്രശ്നം. ഒന്നുകിൽ അവർ രണ്ടുപേരും പോകണം; അല്ലെങ്കിൽ എല്ലാവരും പോകണം. ഞാൻ എന്റെ കൃഷിഭൂമി മുഴുവൻ ഹാലിക്ക് പണയം വച്ചിരുന്നു. അതു തിരിച്ചെടുത്തില്ലെങ്കിൽ എല്ലാം അയാൾ കൈക്കലാക്കും. ഞാനയാളോട് യാചിക്കുന്നതൊഴിച്ച് ബാക്കിയെല്ലാം ചെയ്തുനോക്കി. ഇവരുടെ രണ്ടുപേരുടേയും വിലകൂട്ടിനോക്കിയ ശേഷം എന്റെ പണയ ഭൂമി മുഴുവൻ വിട്ടുതരാമെന്ന് പറഞ്ഞു. അതുകൊണ്ടാണ് ഞാനവരെ അയാൾക്കു വിൽക്കാൻ തയാറായത്. ഹാലിക്ക് എലീസായുടെ മകനോട് കമ്പം കയറിയിരിക്കുകയാണ് അതിനെ കിട്ടിയാൽ മാത്രമേ അയാൾ വഴങ്ങുകയുള്ളൂ. വേറൊന്നും അയാൾക്ക് സ്വീകാര്യമല്ല. അയാളുടെ ആഗ്രഹത്തിനു കൂട്ടുനിൽക്കാൻ മാത്രമേ എനിക്കു സാധിക്കുകയുള്ളൂ. ഞാനെന്താണ് ചെയ്യേണ്ടത്? ഇവരെ ഇരുവരെയും വിൽക്കാതെ നമുക്കുള്ളതു സർവതും വിറ്റു തുലയ്ക്കണോ? നമ്മുടെ സർവസ്വവും അയാൾ ജപ്തി ചെയ്യുന്നതിനേക്കാൾ നല്ലതല്ലേ ഇവരെ വിൽക്കാൻ തയാറാവുന്നത്?" മിസിസ് ഷെൽബി ഇതെല്ലാം കേട്ടുകൊണ്ട് ഒരു ശിലപോലെ ഇരുന്നു. ഒരു നെടുവീർപ്പിട്ടുകൊണ്ട് അവിടെനിന്നും എഴുന്നേറ്റ് കുളിമുറിയിൽ പോയി കൈകളിൽ മുഖമമർത്തിനിന്നുകൊണ്ട് തേങ്ങിക്കരഞ്ഞു.

"അടിമത്തം ദൈവം മനുഷ്യർക്കു കൊടുത്തിട്ടുള്ള ഒരു ശാപമാണ്. ഏറ്റവും കഠിനമായ ശാപം! യജമാനനും അടിമയ്ക്കും ഒരുപോലെ ശാപമാണ് അടിമത്തം. ഈ ശപിക്കപ്പെട്ട സമ്പ്രദായത്തിനെതിരെ എനിക്കെന്തെങ്കിലും നല്ലകാര്യം ചെയ്യാൻ സാധിക്കുമെന്ന് കരുതിയിരുന്ന ഞാൻ എത്ര വലിയ വിഡ്ഢിയാണ്. ശരിക്കും നമ്മുടെ നിയമമനുസരിച്ച് അടിമകളെ നിർത്തുന്നത് പാപമാണ്. കൊച്ചുകുട്ടിയായിരുന്നപ്പോൾ മുതൽ ഞാൻ അങ്ങനെയാണ് കരുതിപ്പോന്നിരുന്നത്. പള്ളിയിൽ പോകാൻ തുടങ്ങിയപ്പോൾ അതു കൂടുതൽ പ്രബലമായി. മനുഷ്യഅടിമകളുടെ ഉടമസ്ഥതയെ നിയമപരമായി അനുവദിക്കുന്ന ഒരു രാഷ്ട്രത്തിന്റെ മുഴുവൻ വ്യവസ്ഥയ്ക്കും എതിരെ ഒരു വ്യക്തിക്ക് ഒരിക്കലും പോരാടി ജയിക്കുവാൻ സാധിക്കുകയില്ല. എന്നാൽ ക്രൂരതയെ അൽപ്പമെങ്കിലും ലഘൂകരിക്കുവാൻ സാധിക്കുമെന്ന് ഞാൻ കരുതിയിരുന്നു. കാരുണ്യവും ശുശ്രൂഷയും പരിശീലനവുംകൊണ്ട് അവരുടെ ജീവിതത്തെ സ്വാതന്ത്ര്യത്തേ

ക്കാൾ മനോഹരമാക്കാമെന്ന് ഞാൻ സ്വപ്നം കണ്ടു. ഞാൻ ഒരു വിഡ്ഢി തന്നെയാണ്".

"അടിമത്തം ഒരു ശരിയായ സമ്പ്രദായമാണെന്നൊന്നും ഞാൻ കരുതിയിട്ടില്ല. ഒരിക്കലും എന്റെ അടിമകളാക്കി മനുഷ്യരെ നിർത്താനും ഞാൻ ആഗ്രഹിച്ചിട്ടില്ല."

"വേണ്ട, എനിക്ക് നിങ്ങളുടെ ഇത്തരത്തിലുള്ള ധർമോപദേശമൊന്നും കേൾക്കാൻ താൽപ്പര്യമില്ല." മിസിസ് ഷെൽബി പെട്ടെന്ന് അവിടെനിന്നും എഴുന്നേറ്റു പോയി തന്റെ സ്വർണവാച്ചും കൈകയിലെടുത്തുകൊണ്ടുവന്നു. അത് ഭർത്താവിനെ കാണിച്ചുകൊണ്ട് അവൾ പറയാൻ തുടങ്ങി: "എന്റെ കൈയിൽ വിലപിടിച്ച ആഭരണങ്ങൾ ഒന്നുമില്ല. എന്നാൽ നിങ്ങളുടെ പ്രശ്നങ്ങൾ തീർക്കുവാൻ ഈ വാച്ച് ഉപകരിക്കുമോ എന്ന് അറിയുകയില്ല. വാങ്ങുന്ന കാലത്ത് ഇത് വളരെ വിലപിടിപ്പുള്ളതായിരുന്നു. ഇതുകൊണ്ട് എലീസായുടെ കുഞ്ഞിനെ രക്ഷിക്കുവാൻ കഴിയുമോ? അതിനുവേണ്ടി എനിക്കുള്ളതു സകലതും ത്യജിക്കുവാൻ ഞാൻ തയാറാണ്."

"എനിക്ക് വളരെയധികം വിഷമമുണ്ട് എമിലീ, നീ എന്താണ് കരുതിയിരിക്കുന്നത്. ഞാനും വല്ലാതെ വിഷമിക്കുന്നുണ്ട്. എന്നാൽ സകലതും അവസാനിച്ചു കഴിഞ്ഞു. വിൽപ്പനക്കരാർ ഒപ്പിട്ടുകഴിഞ്ഞു. കരാർ ഇപ്പോൾ ഹാലിയുടെ കൈയിലാണ് ഉള്ളത്. നല്ല വില കിട്ടിയാൽ സ്വന്തം അമ്മയെപ്പോലും വിൽക്കാൻ മടിക്കാത്തത്ര വൃത്തികെട്ടവനാണ് അയാൾ. അവന്റെ നീരാളിപ്പിടുത്തത്തിൽനിന്നും നമ്മൾ എങ്ങനെയോ രക്ഷപ്പെട്ടു എന്ന് കരുതിയാൽ മതി."

"അപ്പോൾ ആ വൃത്തികെട്ടവൻ നമ്മുടെ നല്ലവനായ ടോമിനെയും എലീസായുടെ കൊച്ചു ഹാരിയേയും സ്വന്തമാക്കും അല്ലേ?"

"അതെ, ഹാലി നാളെ രാവിലെ ഇവിടെ വന്ന് അവരെ ഇരുവരെയും കൂട്ടിക്കൊണ്ടു പോകും. നേരം പുലരുന്നതിനു മുമ്പുതന്നെ ഞാൻ കുതിരപ്പുറത്തു കയറി ഇവിടെനിന്നും എവിടേക്കെങ്കിലും പോകുകയാണ്. ദൂരെയ്ക്ക് എവിടെയെങ്കിലും! എനിക്ക് ടോമിന്റെ മുഖത്തുനോക്കാൻ സാധിക്കുകയില്ല. അങ്ങനെ ഒരുരംഗം സ്വപ്നംകാണാൻ കൂടി വയ്യ.എനിക്ക് അതൊന്നും സഹിക്കാൻ വയ്യ. നീയും ഒരു വണ്ടി തയാറാക്കി എലീസായേയും കൂട്ടി എങ്ങോട്ടെങ്കിലും ദൂരെ എവിടെയെങ്കിലും പോകുന്നതാണ് നല്ലത്. അവൾ അടുത്തില്ലാത്തപ്പോൾ തന്നെ അയാൾ കുഞ്ഞിനേയും കൂട്ടിക്കൊണ്ടുപൊയ്ക്കോട്ടെ."

"ഇല്ല! ഒരിക്കലും എനിക്ക് ഈ ക്രൂരപ്രവൃത്തിക്ക് കൂട്ടുനിൽക്കാനോ ഒത്താശ ചെയ്യുവാനോ സാധിക്കുകയില്ല. ഞാൻ ടോമിനെ കാണാനായി പോകുകയാണ്. അവന്റെ ഈ കഷ്ടതയിൽ ഈശ്വരൻ അവനോടു കൂടി ഉണ്ടാവട്ടെ. എന്നാലും അവന്റെ യജമാനത്തി ഏതു കഷ്ടപ്പാടിലും അവരോടൊപ്പം ഉണ്ടാകുമെന്നും അവരുടെ വേദനയിൽ പങ്കുകൊള്ളുന്നുണ്ടെന്നും അറിയട്ടെ. എന്നാൽ എലീസയുടെ കാര്യം; അതെനിക്ക്

ഓർക്കാൻ കൂടി കഴിയുന്നില്ല. ദൈവമേ, എനിക്ക് ശക്തി തരണേ, ദൈവം നമുക്ക് മാപ്പു നൽകട്ടെ. ഇത്രമാത്രം ക്രൂരമായ പ്രവൃത്തി നമ്മേക്കൊണ്ടു ചെയ്യിക്കുവാൻ മാത്രം നമ്മൾ എന്തു കൊടിയ പാപമാണ് ചെയ്തത്?"

മനുഷ്യ അടിമകളുടെ ഉടമസ്ഥതയെ നിയമപരമായി അനുവദിക്കുന്ന ഒരു രാഷ്ട്രത്തിന്റെ മുഴുവൻ വ്യവസ്ഥിതിക്കെതിരെ ഒരു വ്യക്തിക്ക് ഒറ്റയ്ക്കു പോരാടി ജയിക്കുവാൻ സാധിക്കുകയില്ല എന്ന സത്യത്തിനു നേരെ മിസിസ് ഷെൽബി പകച്ചു നിന്നു.

എലീസ ഈ സംഭാഷണം മുഴുവൻ കേട്ടുകൊണ്ട് തങ്ങളുടെ തൊട്ടടുത്ത മുറയിൽ നിൽക്കുന്നുണ്ടെന്നകാര്യം ഷെൽബിയും പത്നിയും അറിഞ്ഞിരുന്നതേയില്ല.

കുളിമുറിയുടെ വാതിൽക്കൽ കാതോർത്തുനിന്നുകൊണ്ട് യജമാനനും ഭാര്യയും കൂടി പറഞ്ഞ കാര്യങ്ങളെല്ലാം എലീസ കേട്ടു. അവർ സംസാരം അവസാനിപ്പിച്ച് കിടക്കാനായി ഒരുങ്ങിയപ്പോൾ അവൾ സാവധാനത്തിൽ എഴുന്നേറ്റ് സ്വന്തം മുറയിലേക്ക് പോയി. അവളാകെ വിളർത്ത് തളർന്നിരുന്നു. ഒരുനിമിഷം അവിടെനിന്ന് സ്വന്തം കൈകൾ മുകളിലേക്കുയർത്തി പ്രാർഥിച്ചശേഷം തന്റെ കിടപ്പുമുറിയിലേക്ക് പ്രവേശിച്ചു. അവളുടെ കൊച്ചു മുറി ഏറ്റവും വൃത്തിയുള്ളതാക്കി സൂക്ഷിക്കുവാൻ ശ്രദ്ധിച്ചിരുന്നു. ആ മുറിയുടെ വിശാലമായ ഒരു മൂലയിലിരുന്നാണ് ജനാലയിലൂടെ പുറത്തേക്കു നോക്കി മൂളിപ്പാട്ടുപാടി അവൾ തുന്നിക്കൊണ്ടിരിക്കാറുള്ളത്. ഒരു ചെറിയ അലമാരയിൽ പുസ്തകങ്ങളും ചില കൗതുകവസ്തുക്കളും നിരത്തിവച്ചിട്ടുണ്ട്. ഓരോ ക്രിസ്തുമസിനു കിട്ടിയ സമ്മാനങ്ങളും അവിടെ ഭംഗിയായി അടുക്കിവച്ചിരിക്കുന്നു. അതിനടുത്തുതന്നെ തന്റെയും മകന്റെയും വസ്ത്രങ്ങൾ അടുക്കി സൂക്ഷിക്കാനുള്ള ചുമരലമാരി. ഇതാണ് അവളുടെ ലോകം! സംതൃപ്തമായ കൊച്ചു വീട്.

വൃത്തിയിൽ വിരിച്ചിട്ടിട്ടുള്ള മെത്തയിൽ കുഞ്ഞ് സുഖമായി കിടന്നുറങ്ങുന്നു. അവന്റെ നിഷ്കളങ്കമായ കുഞ്ഞുമുഖത്ത് നീണ്ടു ചുരുണ്ട മുടി പാറിക്കിടന്നു. റോസ് നിറത്തിലുള്ള വായ പകുതി തുറന്ന്, ഉരുണ്ട് കൊഴുത്ത കുഞ്ഞിക്കൈകൾ പുതപ്പിനു പുറത്തേക്കു നീട്ടി വച്ച്, പ്രഭാത സൂര്യന്റെ പ്രകാശകിരണംപോലുള്ള പാൽപ്പുഞ്ചിരി പരത്തിക്കൊണ്ടുള്ള കിടപ്പ് അമ്മ കണ്ണിമയ്ക്കാതെ നോക്കി നിന്നു.

"പാവം എന്റെ കുട്ടി." എലീസ സ്വയം പറഞ്ഞു. "എന്റെ കുഞ്ഞേ, അവർ നിന്നെ വിറ്റു. എന്നാൽ നിന്റെ ഈ അമ്മ നിന്നെ രക്ഷിക്കാതിരിക്കില്ല."

അവൾ അപ്പോൾ ഉറക്കെ കരഞ്ഞില്ല. ഇത്തരം അവസ്ഥയിൽ മനുഷ്യർക്ക് കണ്ണുനീർ പുറത്തു വരികയില്ല. കണ്ണുനീർ പ്രദാനം ചെയ്യാൻ ഹൃദയത്തിന് സാധിക്കുകയില്ല. ആ ഹൃദയം കീറിമുറിച്ചുകൊണ്ട് രക്തമാണ് പ്രവഹിക്കുക. അവൾ കൂടുതലൊന്നും ആലോചിക്കാതെ കടലാസും പേനയും കൈയിലെടുത്തു. വളരെ തിടുക്കത്തിൽ ആ കടലാസിൽ എന്തൊക്കെയോ കുത്തിക്കുറിച്ചു.

"എന്റെ പ്രിയപ്പെട്ട യജമാനത്തീ, എന്നെ ഒരിക്കലും ഒരു നന്ദികെട്ടവളായി കണക്കാക്കരുത്. യജമാനനും നിങ്ങളും തമ്മിൽ ഇന്നു സംസാരിച്ചതെല്ലാം ഞാൻ കേട്ടു. എന്റെ മകനെ അവനു സംഭവിക്കുവാൻ പോകുന്ന ദുർവിധിയിൽനിന്നും എങ്ങനെയെങ്കിലും രക്ഷിക്കുവാൻ ഞാൻ ശ്രമിക്കുകയാണ്. യജമാനത്തി എന്നെ കുറ്റപ്പെടുത്തരുത്. നിങ്ങൾ എന്നോടും മകനോടും കാണിച്ച എല്ലാ കാരുണ്യത്തിനും ദൈവം നിങ്ങളെ അനുഗ്രഹിക്കും."

വളരെ വേഗം അവൾ ആ കുറിപ്പ് മടക്കി മേശപ്പുറത്തു വച്ചു. അലമാര തുറന്ന് കുട്ടിക്കുള്ള ഉടുപ്പുകൾ പുറത്തെടുത്ത് ഉറുമാലിൽ പൊതിഞ്ഞുവച്ചു. ആ മകന് ഏറ്റവും പ്രിയപ്പെട്ട ഒന്നു രണ്ടു കളിപ്പാട്ടങ്ങൾ കൈയിലെടുക്കാനും അവൾ മറന്നില്ല. ഉറക്കമുണർന്നു കരഞ്ഞാൽ സന്തോഷിപ്പിക്കുവാനായി നിറപ്പകിട്ടുള്ള ഒരു തത്തയേയും കൈയിൽ എടുത്തു. അമ്മയുടെ യാത്രയ്ക്കുള്ള ഒരുക്കങ്ങളുടെ ശബ്ദം കേട്ടിട്ടോ എന്തോ കുഞ്ഞ് ഉണർന്നു. എഴുന്നേറ്റ ഉടനെ ഉറക്കം മുറിഞ്ഞതിൽ അവൻ ബഹളം വച്ചു കരയാൻ തുടങ്ങി. തത്തയെ കൈയിൽ കിട്ടിയപ്പോൾ അവൻ ബഹളം നിർത്തി. ശാന്തനായിരുന്ന് അതിന്റെ കൂടെ കളിക്കാൻ തുടങ്ങി. ആ സമയംകൊണ്ട് എലീസ ഷാളും തൊപ്പിയും ധരിച്ചു. കുട്ടിയെ അണിയിക്കാനുള്ള കോട്ടും തൊപ്പിയുമെടുത്ത് കിടക്കയിൽ ചെന്നിരുന്നപ്പോൾ കുട്ടി ചോദിച്ചു:

"അമ്മേ, നമ്മൾ എങ്ങോട്ടാണ് പോകുന്നത്?"

അമ്മ കുഞ്ഞിന്റെ അടുത്തേക്ക് ചെന്നു. അവന്റെ കണ്ണുകളിലേക്ക് ഉറ്റുനോക്കി. അമ്മയുടെ മുഖഭാവം കണ്ടപ്പോൾ തന്നെ അസാധാരണമായ എന്തോ ഉണ്ടെന്ന് അവനു തോന്നി.

"മിണ്ടാതിരിക്കൂ! ഹാരീ!" അമ്മ പറഞ്ഞു.

"ഉറക്കെ സംസാരിക്കരുത്. നീ ഒച്ച വച്ചാൽ ശബ്ദം പുറത്തു കേൾക്കില്ലേ? ആ വൃത്തികെട്ട മനുഷ്യൻ നിന്നെ അമ്മയിൽനിന്നും പിടിച്ചുവാങ്ങി കൊണ്ടുപോകാൻ വരുന്നുണ്ട്. അയാളുടെ കൈയിൽപ്പെടാതെ നമുക്ക് ഇവിടെനിന്നും രക്ഷപ്പെടണം. ഈ രാത്രിതന്നെ ഓടിപ്പോയാലേ നമുക്ക് രക്ഷയുണ്ടാകൂ."

ഇത്രയും പറഞ്ഞ് അവൾ വേഗം കുഞ്ഞിന്റെ ഉടുപ്പുമാറ്റി അലക്കിയ വസ്ത്രങ്ങൾ ധരിപ്പിച്ചു. അവനെ എടുത്ത് ശബ്ദമുണ്ടാക്കരുതെന്ന് വീണ്ടും വീണ്ടും ഓർമിപ്പിച്ച് സാവധാനത്തിൽ ശബ്ദമുണ്ടാക്കാതെ വാതിൽ തുറന്ന് പുറത്തു കടന്നു.

മഞ്ഞു പൊഴിഞ്ഞ് മരവിച്ച ഒരു രാത്രിയായിരുന്നു അന്നത്തേത്. അവൾ തന്റെ ഷാളെടുത്ത് കുഞ്ഞിനെ നന്നായി പൊതിഞ്ഞു. എന്തോ ഒരു ഭയം ആ കുഞ്ഞിനേയും വലയം ചെയ്തിരുന്നു. അതുകൊണ്ടാവണം കുഞ്ഞ് അമ്മയുടെ കഴുത്തിൽ ചുറ്റിപ്പിടിച്ച് കിടന്നു. അമ്മയും മകനും ഉമ്മറത്തെത്തിയപ്പോൾ അവിടെ കിടന്നുറങ്ങിയിരുന്ന വളർത്തുനായ ബ്രൂണോ ചെറുതായൊന്നു മുരണ്ടുകൊണ്ട് എഴുന്നേറ്റുനിന്നു.

എലീസാ പതുക്കെ അവന്റെ പേരു പറഞ്ഞു വിളിച്ചപ്പോൾ അതവരുടെ പിന്നാലെ നടന്നു. എലീസയുടെ ബാല്യം മുതലുള്ള സുഹൃത്താണ് ബ്രൂണോ. അസമയത്ത് എലീസ യാത്രയ്ക്കൊരുങ്ങുന്നതിൽ അവൻ വല്ലാതെ അമ്പരന്നിരുന്നു. എലീസ നടക്കുമ്പോൾ അവൻ ഇടയ്ക്കിടെ നിന്ന് സംശയദൃഷ്ട്യാ അവളെയും വീടിനേയും മാറിമാറി നോക്കിക്കൊണ്ടിരുന്നു. പിന്നീട് സംശയം എല്ലാം അസ്തമിച്ചതുപോലെ നായ അവളുടെ പിന്നാലെ സാവധാനത്തിൽ നടന്നു.

അൽപ്പ നിമിഷത്തിനകം അവർ അങ്കിൾ ടോമിന്റെ കുടിലിനു സമീപത്തെത്തി. എലീസ വളരെ ചെറിയ ശബ്ദത്തിൽ ജനൽ പാളിയിൽ തട്ടി. അന്നത്തെ പ്രാർഥനായോഗം വളരെ നേരം നീണ്ടുനിന്നിരുന്നു. രാത്രി ഒരു മണി ആയിരുന്നെങ്കിലും അങ്കിൾ ടോമും ക്ലോ ആന്റിയും ഉറങ്ങാൻ ഒരുങ്ങുന്നതേ ഉണ്ടായിരുന്നുള്ളൂ. കിടക്ക കുടഞ്ഞു വിരിക്കാൻ തുടങ്ങിയപ്പോഴാണ് എലീസായുടെ മുട്ട് കേട്ടത്. ക്ലോ ആന്റി കർട്ടൻ ഒരു വശത്തേക്കു വകഞ്ഞുമാറ്റി നോക്കിയപ്പോൾ ഉറക്കം തൂങ്ങുന്ന കുഞ്ഞിനേയും തോളിലിട്ടു നിൽക്കുന്ന എലീസയെ ആണ്.

"ദൈവമേ, ഞാനെന്താണീ കാണുന്നത്?" ക്ലോ ആന്റി വേഗം വാതിൽ തുറന്ന് അവളെ അകത്തേക്ക് കയറ്റി.

"എലീസാ, നീ എന്നെ വല്ലാതെ ഭയപ്പെടുത്തിക്കളഞ്ഞല്ലോ. അതോ മറ്റെന്തെങ്കിലും സംഭവിച്ചോ? ടോം ഒന്നു വേഗം ഉടുപ്പുധരിച്ചു പുറത്തേക്കു വരൂ! അല്ലാ, ബ്രൂണോയും ഉണ്ടല്ലോ നിന്റെ കൂടെ?"

ടോം മെഴുകുതിരി കത്തിച്ചുകൊണ്ടുവന്നു. ആ വെളിച്ചത്തിൽ എലീസായുടെ വിളറിയ, ഉൽക്കണ്ഠാകുലമായ മുഖം ആന്റി കണ്ടു.

"ദൈവം നിന്നെ അനുഗ്രഹിക്കട്ടെ! നിനക്കെന്താണു പറ്റിയത്?"

"ഞാൻ ഒളിച്ചോടി പോവുകയാണ് അങ്കിൾ ടോം! എന്റെ മകനേയും കൊണ്ട്. യജമാനൻ അവനെ ഒരു അടിമക്കച്ചവടക്കാരനു വിറ്റു!"

"എന്ത്? അവനെ വിറ്റുവെന്നോ?" വിശ്വസിക്കാനാവാതെ അങ്കിൾ ടോമും ക്ലോ ആന്റിയും ഒരേ ശ്വാസത്തിൽ ചോദിച്ചു. ഭയാശങ്കകളോടെ അവർ കൈകൾ മേലോട്ടുയർത്തി.

"അതെ! അവനെ വിറ്റു." എലീസ തറപ്പിച്ചു പറഞ്ഞു. ഷെൽബി ദമ്പതികളുടെ സംഭാഷണം ഒളിഞ്ഞുനിന്നു കേട്ടത് അവൾ അവരോട് വിശദമായി പറഞ്ഞു. "യജമാനത്തിയുടെ കുളിമുറിയുടെ സമീപത്തുവച്ചാണ് യജമാനനും യജമാനത്തിയും തമ്മിൽ സംസാരിക്കുന്നത് ഞാൻ കേട്ടത്. ഹാരിയേയും അങ്കിൾ ടോമിനേയും ഒരു അടിമക്കച്ചവടക്കാരന് വിറ്റുവത്രേ. ഷെൽബി ഇന്നു പുലർച്ചെ കുതിരപ്പുറത്തു കയറി പുറത്തേക്കു പോകും. ഇന്നുതന്നെ ആ അടിമക്കച്ചവടക്കാരൻ നിങ്ങളെ രണ്ടു പേരെയും സ്വന്തമാക്കും."

കൈകൾ മേലോട്ടുയർത്തി കണ്ണുകൾ തുറിച്ച് അങ്കിൾ ടോം നിശ്ചലനായി ഒരു സ്വപ്നത്തിലെന്നപോലെ നിന്നു. വളരെ പതുക്കെയാണ് അയാൾക്കു യാഥാർത്ഥ്യബോധം തിരിച്ചുകിട്ടിയത്. അതോടെ കസേര

യിൽ തളർന്നു വീണ ടോം കൈയിൽ തല കൊടുത്ത് ഇരുന്നു.

" പരമ കാരുണീകനായ ദൈവമേ, ഞങ്ങളോടു ദയ കാണിക്കേണമേ!" ക്ലോ ആന്റി പറഞ്ഞു. "അതൊരിക്കലും സത്യമാവാൻ യാതൊരു വഴിയും ഇല്ല. എനിക്കിത് വിശ്വസിക്കുവാൻ കഴിയുന്നില്ല. യജമാനൻ ടോമിനെ വിൽക്കാൻ മാത്രം ടോം എന്തു തെറ്റാണ് അദ്ദേഹത്തോടു ചെയ്തത്."

"അങ്കിൾ ടോം ഒരു തെറ്റും ചെയ്തിട്ടില്ല. അതൊന്നുമല്ല കാരണം. യജമാനൻ ഒരിക്കലും ആരെയും വിൽക്കാൻ ആഗ്രഹിക്കുന്നില്ല. അതുപോലെ തന്നെയാണ് യജമാനത്തിയും. അവൾ എന്നും ഒരു മാലാഖയെ പോലെ നല്ലവളാണ്. നമുക്കുവേണ്ടി യജമാനത്തി അദ്ദേഹത്തോടു യാചിക്കുന്നതും അപേക്ഷിക്കുന്നതും ഞാനെന്റെ കാതുകൊണ്ടു കേട്ടതാണ്. അതുകൊണ്ടൊന്നും യാതൊരു പ്രയോജനവുമില്ലെന്ന് അദ്ദേഹം പറഞ്ഞു. ആ കച്ചവടക്കാരന് വലിയൊരു തുക യജമാനൻ കൊടുക്കാനുണ്ട്. അതുകൊണ്ട് അദ്ദേഹത്തിനുമേൽ ആധിപത്യം സ്ഥാപിക്കുവാൻ ആ കച്ചവടക്കാരനു സാധിച്ചു. കടംവീട്ടാനായില്ലെങ്കിൽ, സ്വത്തും ആളുകളേയും എല്ലാം വിറ്റ് ഇവിടംവിട്ടു പോകേണ്ടിവരും. അദ്ദേഹം ഭാര്യയോടുതന്നെ പറഞ്ഞതാണ് ഈ കാര്യം. ഒന്നുകിൽ അങ്കിൾ ടോമിനേയും ഹാരിയേയും വിൽക്കുക, അല്ലെങ്കിൽ എല്ലാം നഷ്ടപ്പെടുത്തുക. ആ കച്ചവടക്കാരൻ യജമാനനെ വല്ലാത്തൊരു പ്രതിസന്ധിഘട്ടത്തിൽ കൊണ്ടെത്തിച്ചിരിക്കുകയാണ്. ഒരുതരത്തിലും ഊരിപ്പോരാൻ കഴിയാത്ത വല്ലാത്തൊരു കുരുക്കിൽ. അദ്ദേഹത്തിനു യഥാർഥത്തിൽ വളരെ വേദനയുണ്ട്. പാവം യജമാനത്തി! നിങ്ങൾ അവരുടെ സംസാരമൊന്നു കേൾക്കേണ്ടതായിരുന്നു. എത്രമാത്രം കേണപേക്ഷിച്ചെന്നോ. ദൈവദൂതിയെപോലുള്ള നമ്മുടെ യജമാനത്തി ശരിയായ ഒരു ക്രിസ്ത്യാനി ആണ്. ഇതുപോലെ ഒരു അവസ്ഥയിൽ അവരെ ഉപേക്ഷിച്ച് ഓടിപ്പോരുക എന്നത് എന്നെ സംബന്ധിച്ചിടത്തോളം ഏറ്റവും ക്രൂരവും നിന്ദ്യവുമായ ഒരു പ്രവൃത്തിയാണെന്ന് എനിക്കറിയാം. ഞാനൊരു നീചസ്ത്രീ തന്നെയാണ്. എനിക്കു മാപ്പുനൽകാൻ ഞാൻ ഈശ്വരനോട് പ്രാർഥിച്ചുകൊണ്ടിരിക്കുന്നു. എന്നാൽ എന്റെ മുന്നിൽ വേറെ മാർഗമൊന്നുമില്ല. ഈ കുഞ്ഞിന്റെ ആത്മാവിനെ ഓർത്ത്! ദൈവത്തെ ഓർത്ത്! ഒരു ആത്മാവ് ഈ ലോകത്തേക്കാൾ മൂല്യമുള്ളതാണെന്ന് അവരെന്നെ എപ്പോഴും പഠിപ്പിച്ചുതരാറുണ്ട്. അതിനെ രക്ഷിക്കുന്നതിനുവേണ്ടി ഞാൻ വളരെയധികം പരിശ്രമിക്കുന്നു. ദൈവത്തോടു ഞാൻ തികച്ചും ന്യായമായ പ്രവൃത്തിയാണ് ചെയ്യുന്നതെന്ന് ഞാൻ വിശ്വസിക്കുന്നു."

"ടോം" പെട്ടെന്നു തന്നെ ക്ലോ ആന്റി പറഞ്ഞു.

"എന്തുകൊണ്ട് നിങ്ങൾക്കും ഓടി രക്ഷപ്പെട്ടുകൂടാ? ഇവിടെ ഇപ്പോൾ ഇങ്ങനെ നിൽക്കുന്നതു ശരിയല്ല. നദിക്കപ്പുറത്തുള്ള തെക്കുദേശത്ത് കൊണ്ടുപോയി കഠിനാധ്വാനം ചെയ്യിപ്പിച്ച്, പട്ടിണിക്കിട്ട് കൊല്ലുന്നതുവരെ നിങ്ങൾ കാത്തുനിൽക്കുകയാണോ? അവിടെ ചെന്ന് അത്ത

രത്തിലുള്ള ഒരു ജീവിതം നയിക്കുന്നതിനേക്കാൾ എത്രയോ ഭേദം മരണമല്ലേ? നിങ്ങൾ വേഗം തയാറാകൂ എന്നിട്ട് എലീസയോടൊപ്പം പോകൂ. എപ്പോൾ വേണമെങ്കിലും പോകാനും വരാനുമുള്ള അനുമതിപത്രം നിങ്ങളുടെ കൈകയിലുണ്ടല്ലോ. എഴുന്നേറ്റു വരൂ! എന്നിട്ട് വേഗം തയാറാകൂ. ഞാൻ നിങ്ങളുടെ സാധനങ്ങൾ എല്ലാം എടുത്തുവയ്ക്കാം."

തന്റെ താഴ്ത്തിയിരുന്ന തല ഉയർത്തി വിഷാദത്തോടെ ചുറ്റുപാടും നോക്കിയ ശേഷം സാവകാശത്തിൽ ടോം പറഞ്ഞു.

"ഇല്ല. ഇല്ല. ഞാൻ എങ്ങോട്ടും പോകുന്നില്ല. എലീസ പൊയ്ക്കോട്ടെ. അവളെ സംബന്ധിച്ചിടത്തോളം അതുമാത്രമേ ചെയ്യാൻ സാധിക്കുകയുള്ളൂ. അതാണ് ശരി. ഞാനവളോടൊത്തു പോകുന്നതു ശരിയല്ല എന്നു പറഞ്ഞാൽ അത് പ്രകൃതിക്കു നിരക്കാത്തതായിരിക്കും. അവൾക്ക് ഇവിടെ തങ്ങാൻ ബാധ്യതയില്ല. പോകാൻ അവകാശവുമുണ്ട്. എന്നാൽ എന്റെ കാര്യത്തിൽ അവൾ പറഞ്ഞ് നീ കേട്ടില്ലേ? എന്നെ വിൽക്കാൻ സാധിച്ചില്ലെങ്കിൽ യജമാനന് തന്റെ സർവസ്വവും വിൽക്കേണ്ടി വരും. യജമാനൻ എപ്പോഴും എന്നിലാണ് എല്ലാം പ്രതീക്ഷയും അർപ്പിച്ചിരിക്കുന്നത്." ടോമിന്റെ ഹൃദയത്തിനകത്തുനിന്നും ഒരു തേങ്ങൽ ഉയർന്നു. അയാൾ വിഷമിച്ച് കരച്ചിലടക്കികൊണ്ട് തുടർന്നു.

"യജമാനൻ എന്നും എന്നെ അദ്ദേഹത്തിന്റെ സ്വന്തമായിട്ടേ കണക്കാക്കിയിട്ടുള്ളൂ. ഇനി മേലിലും അദ്ദേഹം അതുതന്നെ ചെയ്യും എന്നു ഞാൻ വിശ്വസിക്കുന്നു. അദ്ദേഹത്തിന്റെ വിശ്വാസം തകർക്കുന്ന ഒരു പ്രവൃത്തിയും ഞാൻ ഇതുവരെ ചെയ്തിട്ടില്ല. ഒരിക്കൽപ്പോലും ഞാൻ വാക്കു തെറ്റിച്ചിട്ടും ഇല്ല. യജമാനന്റെ എല്ലാം നഷ്ടപ്പെടുത്തുന്നതിനേക്കാൾ, എല്ലാവരേയും വിൽക്കുന്നതിനേക്കാൾ നല്ലത് ഞാൻ മാത്രം പോകുന്നതാണ്. ക്ലോ, നീ ഒരിക്കലും യജമാനനെ കുറ്റപ്പെടുത്തരുത്. അദ്ദേഹത്തിന്റെ അവസ്ഥ നാം മനസിലാക്കേണ്ടതുണ്ട്. അദ്ദേഹം നിന്നെയും കുട്ടികളെയും ബാക്കി എല്ലാവരേയും രക്ഷിക്കുക തന്നെ ചെയ്യും..."

കുട്ടകൾ ഉറങ്ങിക്കിടക്കുന്ന കട്ടിലിനരികിലേക്ക് അയാൾ വിഷാദത്തോടെ ദൃഷ്ടിപായിച്ചു. ഹൃദയംതകർന്ന ആ മനുഷ്യൻ കുട്ടികളെ തലോടിക്കൊണ്ട് തേങ്ങിക്കരഞ്ഞു. കണ്ണുനീർ ധാരധാരയായി ഒഴുകി. ശവപ്പെട്ടിയിൽ മരിച്ചുകിടക്കുന്ന തന്റെ ആദ്യ പുത്രനെ കാണുന്നതുപോലെയുള്ള കരച്ചിലായിരുന്നു അയാളുടേത്. അയാളും ഒരു മനുഷ്യനാണല്ലോ. എലീസ വാതിൽക്കലേക്കു നീങ്ങി. കിതച്ചുകൊണ്ട് അവൾ പറഞ്ഞു: "ഇന്ന് ഉച്ചയ്ക്കു ശേഷം ഞാനെന്റെ ഭർത്താവിനെ കണ്ടിരുന്നു. എന്നാൽ ഇങ്ങനെയെല്ലാം സംഭവിക്കുമെന്നൊന്നും ഞാൻ കരുതിയിരുന്നില്ല. തന്റെ യജമാനൻ അദ്ദേഹത്തെ ചവിട്ടി അരച്ച് നാശത്തിന്റെ വക്കിൽ കൊണ്ടെത്തിച്ചിരിക്കുന്നു. അദ്ദേഹം അവിടെനിന്നും എങ്ങോട്ടെങ്കിലും ഒളിച്ചോടാൻ ആഗ്രഹിക്കുന്നുണ്ടെന്ന് പറഞ്ഞു. പറ്റുമെങ്കിൽ നിങ്ങൾ അദ്ദേഹത്തെ കാണാൻ ശ്രമിക്കണം. എന്തു സാഹചര്യത്തി

ലാണ് ഞാൻ പോയതെന്നും എങ്ങനെയാണ് പോയതെന്നും പറയണം. ഞാൻ കാനഡയിലേക്കു പോകാനാണ് ആഗ്രഹിക്കുന്നതെന്നും അതിനുവേണ്ടി ശ്രമിക്കുമെന്നും അദ്ദേഹത്തോടു പറയണം. എന്റെ സ്നേഹവും നിങ്ങൾ അറിയിക്കണം. അദ്ദേഹവും കാനഡയിലേക്കു കടക്കാനാണ് പദ്ധതിയിടുന്നതെന്ന് എന്നോടു പറഞ്ഞിരുന്നു. എനിക്ക് ഇനി ജീവിതത്തിൽ അദ്ദേഹത്തെ ഒരിക്കലും കാണാൻ ഇടവന്നില്ലെങ്കിൽ, " നല്ലവനായി മാത്രം ജീവിക്കുക; സ്വർഗരാജ്യത്ത് എന്നെ കാണാൻ ശ്രമിക്കുക" എന്നു ഞാൻ പറഞ്ഞതായും അദ്ദേഹത്തോടു പറയണം."

ഒരുനിമിഷം അവൾ തിരിഞ്ഞുനിന്നു. ദുഃഖം അടക്കിപ്പിടിച്ചുകൊണ്ട് അവൾ എങ്ങനെയോ മനസിലുള്ളതെല്ലാം പറഞ്ഞു തീർത്തു.

"ബ്രൂണോയെ അകത്തേക്കു വിളിച്ച് വാതിലടയ്ക്കൂ! അല്ലെങ്കിൽ ആ സാധു മൃഗം എന്നെയും പിൻതുടർന്നുകൊണ്ടു വരും!" കെട്ടിപ്പിടിച്ചു കരഞ്ഞുകൊണ്ട് അവർ യാത്രാമൊഴികൾ കൈമാറി. ആശംസകൾ അർപ്പിച്ചു. പേടിച്ചരണ്ട എലീസ തന്റെ കുഞ്ഞിനേയും തോളിൽ തൂക്കിക്കൊണ്ട് നിശ്ശബ്ദയായി അവിടെനിന്നും നടന്നുനീങ്ങി.

4

രാത്രിയിൽ നടന്ന സംഭാഷണത്തിനും തർക്കങ്ങൾക്കും പരിഭവങ്ങൾക്കും എല്ലാം ശേഷം വളരെ വൈകിയാണ് ഷെൽബിയും ഭാര്യയും ഉറങ്ങാൻ കിടന്നത്. അതുകൊണ്ടുതന്നെ പിറ്റേന്ന് ഉണർന്നെഴുന്നേൽക്കുവാൻ അവർ വളരെ വൈകി.

"എലീസ എന്താണ് ഇങ്ങോട്ടു വരാത്തതെന്നോർക്കുമ്പോൾ എനിക്ക് അത്ഭുതം തോന്നുന്നു." പല പ്രാവശ്യം ബെല്ലടിച്ചിട്ടും കാണാതായപ്പോൾ മിസിസ് ഷെൽബി പറഞ്ഞു.

ഷെൽബി കണ്ണാടിക്കു മുന്നിൽനിന്ന് ഷേവു ചെയ്യാൻ വേണ്ട ഒരുക്കങ്ങൾ നടത്തിക്കൊണ്ടിരിക്കുകയാണ്. കത്തി മൂർച്ച കൂട്ടുന്ന അയാളുടെ അടുത്തേക്ക് വാതിൽ തള്ളിത്തുറന്നുകൊണ്ട് ഒരു നീഗ്രോ ബാലൻ വെള്ളവും കൊണ്ട് അകത്തേക്കു വന്നു.

"ആണ്ടി" യജമാനത്തി വിളിച്ചു.

"എലീസായുടെ മുറയിൽച്ചെന്ന്, ഞാൻ മൂന്നു പ്രാവശ്യം ബെല്ലടിച്ചു എന്ന കാര്യം അവളോടു പറയണം. പാവം!" അവൾ ദീർഘമായി നിശ്വസിച്ചു.

ആണ്ടി പോയ അതേ വേഗതയിൽ തിരിച്ചെത്തി. ആശ്ചര്യംകൊണ്ട് അവന്റെ കണ്ണുകൾ തുറിച്ചിരുന്നു.

"യജമാനത്തീ, എലീസയുടെ അലമാരിയെല്ലാം തുറന്നിട്ടിരിക്കുകയാണ്! അവൾ എങ്ങോട്ടെങ്കിലും ഓടിപ്പോയിരിക്കും എന്നാണ് എനിക്കു തോന്നുന്നത്."

"അപ്പോൾ അവൾ അതു സംശയിച്ച് സ്ഥലംവിട്ടു" ഭാര്യാഭർത്താക്കന്മാരുടെ മനസിൽ ആ ചിന്ത ഒരേസമയത്ത് ഉദയംചെയ്തു.

"ഞാൻ ദൈവത്തോടു നന്ദിപറയുന്നു." മിസിസ് ഷെൽബി പറഞ്ഞു. "എനിക്കവളിൽ നല്ല വിശ്വാസമുണ്ട്."

"നീ എന്തു വിഡ്ഢിത്തമാണ് എമിലീ ഈ പറയുന്നത്? അവൾ എങ്ങാനും രക്ഷപ്പെട്ടിട്ടുണ്ടെങ്കിൽ ഞാൻ ശരിക്കും കുഴപ്പത്തിലാവുക തന്നെ ചെയ്യും. എനിക്ക് അവളുടെ കുട്ടിയെ വിൽക്കാൻ തീരെ താൽപ്പര്യമില്ല എന്ന കാര്യം ഹാലിക്ക് അറിയാവുന്നതാണ്. എന്റെ സഹായ സഹകരണങ്ങളോടെയാണ് അവൾ കുട്ടിയേയുംകൊണ്ടു കടന്നുകളഞ്ഞതെന്ന് അയാൾ വിശ്വസിക്കും. ആ കുട്ടിയെ അയാളെ ഏൽപ്പിക്കണം എന്നത് എന്റെ അഭിമാനപ്രശ്നമാണ്."

ഹാരിയേയും കൊണ്ടുള്ള എലീസയുടെ തിരോധാനം ഷെൽബിയുടെ എസ്റ്റേറ്റിനെ ഒട്ടാകെ കുലുക്കിമറിച്ചു. ഭയങ്കരമായ ഒച്ചയും ബഹളവും ഓട്ടവും ചാട്ടവും വാതിൽ തുറക്കലും അടയ്ക്കലും അന്വേഷണവും എല്ലാം ഏതാണ്ട് അരമണിക്കൂറോളം തുടർന്നു. മിസിസ് ഷെൽബിയും മറ്റെല്ലാ നീഗ്രോ ജോലിക്കാരും ഉള്ളിൽ സന്തോഷിച്ചു. ഈ വിഷയത്തെക്കുറിച്ച് എന്തെങ്കിലും വിവരം അറിയാമായിരുന്നത് ക്ലോ ആന്റിക്കു മാത്രമായിരുന്നു. അവരാകട്ടെ, പരിപൂർണ നിശ്ശബ്ദതപാലിച്ചു. എന്നും സന്തുഷ്ടി പ്രകടമായിരുന്ന അവളുടെ മുഖത്ത് കാർമേഘങ്ങൾ നിറഞ്ഞു. തനിക്കു ചുറ്റും നടക്കുന്നതൊന്നും തന്നെ ബാധിക്കുന്നതല്ല എന്ന ഭാവത്തിൽ പ്രഭാതഭക്ഷണം തയാറാക്കുന്നതിൽ അവൾ മുഴുകി. അങ്ങേയറ്റം കുപിതനായ ഷെൽബി തന്റെ മുറയിൽ അങ്ങോട്ടും ഇങ്ങോട്ടും നടക്കുകയാണ്.

അപ്പോഴെയ്ക്കും അവിടെയുള്ള നീഗ്രോ പിള്ളേർ എല്ലാവരും കൂടി നിന്ന് യജമാനന്റെ നിർഭാഗ്യസ്ഥിതിയിൽ സഹതാപം പ്രകടിപ്പിച്ചുകൊണ്ട് സംസാരിക്കുവാൻ തുടങ്ങി.

"നമ്മുടെ യജമാനൻ ഷെൽബിക്ക് ഭ്രാന്തുപിടിക്കും എന്നാണ് എനിക്കു തോന്നുന്നത്" ആണ്ടി പറഞ്ഞു. അവർ ചർച്ച അവസാനിപ്പിക്കുവാൻ ഒരുക്കമല്ലായിരുന്നു. ഹാലി, താൻ പുതുതായി വാങ്ങിയ രണ്ട് അടിമകളേയും കൂട്ടിക്കൊണ്ടു പോകാൻ എത്തുന്നതുവരെ ആ ചർച്ച തുടർന്നു.

ചാട്ട വീശിക്കൊണ്ട് ഹാലി തന്റെ കുതിരപ്പുറത്ത് പാഞ്ഞെത്തി. കൂടി നിന്നിരുന്ന പയ്യന്മാർ അയാളുടെ ചാട്ടയുടെ പരിധിക്കപ്പുറത്തേക്ക് മാറി നിന്നുകൊണ്ട് അയാളെ പരിഹസിച്ചു ചിരിച്ചു.

"ഈ ചെകുത്താന്മാരെ എന്റെ കൈയിൽ കിട്ടിയാൽ...!" തന്നെ പരിഹസിച്ചു ചിരിക്കുന്ന പയ്യൻമാരെ നോക്കി ഹാലി പല്ലിറുമ്മി.

"നിനക്ക് അവരെ കിട്ടിയില്ലല്ലോ." ആണ്ടി അയാളുടെ പുറകിൽ ചെന്ന് ഗോഷ്ടി കാണിച്ചുകൊണ്ട് പറഞ്ഞു.

"ഷെൽബീ, തീർത്തും അസാധാരണമായ ഒരു കച്ചവടമാണ് ഇത്."

സന്ദർശനമുറിയുടെ വാതിൽ തള്ളിത്തുറന്ന് അകത്തു കടന്നുകൊണ്ട് ഹാലി പറഞ്ഞു.

"ആ പെൺകുട്ടി തന്റെ കുഞ്ഞിനേയും കൊണ്ട് രക്ഷപ്പെട്ടു എന്നു തോന്നുന്നു."

"ഹാലി, എന്റെ ഭാര്യ അകത്തുണ്ട്." അയാൾ അസഭ്യം വല്ലതും വിളിച്ചു കൂവിയെങ്കിലോ എന്നു ഭയപ്പെട്ട് ഷെൽബി മുന്നറിയിപ്പു നൽകി.

"ക്ഷമിക്കണം മാഡം" ഹാലി തന്റെ തല കുനിച്ചു.

"എങ്കിലും ഞാൻ ആദ്യം പറഞ്ഞതു തന്നെ ആവർത്തിക്കുന്നു.

"ഇത്തരത്തിൽ ഒരു സംഭവം അദ്യത്തേതു തന്നെ. സത്യമല്ലേ, ഞാൻ പറയുന്നത് സാർ?"

"ഹാലി" ഷെൽബി തന്റെ മനസിലെ അപ്രിയം മുഴുവൻ പ്രകടിപ്പിച്ചു.

"നിങ്ങൾ എന്നോടു സംസാരിക്കുവാൻ ആഗ്രഹിക്കുന്നുവെങ്കിൽ മര്യാദയോടുകൂടി മാത്രം സംസാരിക്കണം. തികച്ചും ഒരു മാന്യനോടു മാത്രമേ ഞാൻ ഇടപാടുകൾ നടത്താൻ ആഗ്രഹിക്കുന്നുള്ളൂ. ആണ്ടീ, ഹാരിയുടെ തൊപ്പിയും ചാട്ടവാറും വാങ്ങി അതാതിന്റെ സ്ഥാനത്ത് എടുത്ത് വയ്ക്കൂ! സർ, ഞാൻ പറയുന്നത് നിങ്ങളൊന്നു കേൾക്കൂ! ആ യുവതി ഇന്നലെ നമ്മുടെ സംഭാഷണം കേട്ട്, ഭയന്ന് വികാരംപൂണ്ട്, കുഞ്ഞിനേയുംകൊണ്ട് ഇന്നലെ രാത്രി ഇവിടെനിന്നും ഒളിച്ചോടി പോയിരിക്കുന്നു."

"അങ്ങനെ പറഞ്ഞാൽ ശരിയാവുമോ? എനിക്കീ കാര്യത്തിൽ തികച്ചും നീതിയുക്തമായ ഒരു തീരുമാനം ലഭിച്ചിരിക്കണം."

"നിങ്ങളുടെ ഇത്തരത്തിലുള്ള അഭിപ്രായപ്രകടനത്തിൽനിന്നും ഞാൻ മനസിലാക്കേണ്ടത് എന്താണ്? എന്റെ അന്തസിനേയും ആത്മാഭിമാനത്തേയും ആരെങ്കിലും ചോദ്യം ചെയ്താൽ അതിന് ഒരു ഉത്തരമേ ഉള്ളൂ" ഷെൽബി ക്രോധാവേശത്തോടെ അയാൾക്കു നേരെ തിരിഞ്ഞുകൊണ്ടു പറഞ്ഞു.

ഷെൽബിയുടെ മുഖഭാവം ഹാലിയെ പരിഭ്രാന്തനാക്കി. ഒന്നു പരുങ്ങിയ അയാൾ സ്വരം താഴ്ത്തി മറുപടി പറഞ്ഞു.

"ഞാൻ നിങ്ങളോട് തികച്ചും മാന്യമായ രീതിയിലാണ് ഇടപാടുകൾ നടത്തിയത്. അങ്ങനെയുള്ള എന്നോട് ഇത്തരത്തിൽ പെരുമാറുന്നതും എന്നെ വഞ്ചിക്കുന്നതും ശരിയാണെന്നു തോന്നുന്നുണ്ടോ? ഇതു വളരെ കഷ്ടമായ ഏർപ്പാടാണ്."

"നിങ്ങളിൽനിന്നും ഇത്തരത്തിൽ ഒരു പെരുമാറ്റമാണ് ഉണ്ടാകുക എന്നറിഞ്ഞിരുന്നെങ്കിൽ നിങ്ങളെ എന്റെ സന്ദർശനമുറിയിൽ പോലും കയറാൻ അനുവദിക്കുകയില്ലായിരുന്നു. എന്തായാലും ഒരു കാര്യത്തിൽ ഞാൻ വാക്കു തരുന്നു. അവളെയും കുഞ്ഞിനേയും പിന്തുടർന്നു കണ്ടുപിടിക്കുന്നതിനായി എന്റെ കുതിരകളെയും ആളുകളെയും നിങ്ങൾക്ക് ഉപയോഗിക്കാം."

ഇത്രയും പറഞ്ഞശേഷം ഷെൽബി തന്റെ സ്വരം അൽപ്പം മയപ്പെടുത്തിക്കൊണ്ടു പറഞ്ഞു.

"നിങ്ങൾ പ്രഭാതഭക്ഷണം കഴിക്കൂ! അപ്പോഴെയ്ക്കും എന്തു ചെയ്യണം എന്ന കാര്യത്തെ കുറിച്ച് നമുക്ക് ആലോചിച്ച് ഒരു തീരുമാനത്തിലെത്താം."

മിസിസ് ഷെൽബി, അയാൾക്ക് പ്രാതൽ വിളമ്പുന്നതിന് ഒരു നീഗ്രോ വേലക്കാരിയെ ഏൽപ്പിച്ച ശേഷം മുറിവിട്ടു പോയി.

"ആ മഹിളാരത്നത്തിന് നിങ്ങളുടെ എളിയ സേവകനെ ഇഷ്ടപ്പെട്ടില്ലെന്നു തോന്നുന്നു."

"നിങ്ങൾ ഇത്തരം അഭിപ്രായപ്രകടനങ്ങൾ നടത്തുന്നത് എന്റെ ഭാര്യയെകുറിച്ചാണെന്ന് ഓർമ്മ വേണം. അവളെക്കുറിച്ച് ഒരിക്കലും ഇത്തരം കമന്റുകൾ കേൾക്കാൻ ഞാൻ ഒരുക്കമല്ല." ഷെൽബി ഏറ്റവും വെറുപ്പോടെ തിരിച്ചടിച്ചു.

"നിങ്ങൾ എന്നോടു ക്ഷമിക്കൂ! ഞാൻ വെറുമൊരു തമാശ പറഞ്ഞതാണ്" ഹാലി ചിരിക്കാൻ ഒരു ശ്രമം നടത്തി നോക്കി.

"ചില തമാശകൾ അരോചകമാണെന്നു നിങ്ങൾ മനസിലാക്കണം."

ടോമിനും എലീസയ്ക്കും സംഭവിച്ച ദുർവിധി എസ്റ്റേറ്റ് മുഴുവൻ പരന്നു. കറുമ്പൻസാം ഈ പശ്ചാത്തലത്തിൽ സ്വന്തം കാര്യം ഉയർത്തുന്നതിൽ എന്തെങ്കിലും ചെയ്യാൻ സാധിക്കുമോ എന്ന് ചിന്തിക്കുകയായിരുന്നു.

"ഇനി ടോമിന് ഷെൽബി എസ്റ്റേറ്റിൽ സ്ഥാനമില്ല. അയാളുടെ സ്ഥാനത്തേക്ക് ഏതെങ്കിലും ഒരു നീഗ്രോ ഉയർത്തപ്പെടാതിരിക്കില്ല. ടോമിന് തന്റെ പോക്കറ്റിൽ പാസും ഇട്ടുകൊണ്ട് നാടു മുഴുവൻ ചുറ്റിക്കറങ്ങാമായിരുന്നു. തികച്ചും ഒരു മാന്യനെപ്പോലെ. ഇനി ആ സ്ഥാനം എന്തുകൊണ്ട് സാമിന് ഏറ്റെടുത്തുകൂടാ? അതിനെ കുറിച്ചാണ് ഞാൻ ആലോചിച്ചുകൊണ്ടിരിക്കുന്നത്."

ഏയ്, സാം, ബില്ലിനേയും ജെറിയേയും പിടിച്ചുകൊണ്ടുവരാൻ യജമാനൻ പറയുന്നു." സാമിന്റെ സുന്ദരമായ ആത്മഗതത്തെ തടസപ്പെടുത്തിക്കൊണ്ട് ആണ്ടി പറഞ്ഞു.

"എന്താ കാര്യം?"

"നിനക്കറിയില്ലേ? എലീസ കുഞ്ഞിനേയും കൊണ്ട് ഒളിച്ചോടി."

"നീ ആരെയാണ് പഠിപ്പിക്കുന്നത്?" സാം പുച്ഛത്തോടെ പറഞ്ഞു.

"നീ അറിയുന്നതിനേക്കാൾ മുമ്പുതന്നെ ആ കാര്യം ഞാൻ അറിഞ്ഞു കഴിഞ്ഞു."

"എന്തായാലും ബില്ലിനേയും ജെറിയേയും ഉടനെ തന്നെ ജീനിധരിപ്പിച്ച് കൊണ്ടുവരാൻ യജമാനൻ പറഞ്ഞിരിക്കുന്നു. എനിക്കും നിനക്കും മിക്കവാറും അവളെ അന്വേഷിക്കുവാൻ ഹാലിയോടൊപ്പം പോകേണ്ടിവരും."

"ഞാനെന്തായാലും അവളെ പിടികൂടും. നീ നോക്കിക്കോ."

"എന്നാൽ, സാം നീ മനസിലാക്കേണ്ടുന്ന ഒരു കാര്യമുണ്ട്. യജമാ

നത്തി ഒരിക്കലും അവളെ പിടികൂടാൻ ആഗ്രഹിക്കുന്നില്ല."

"ങ്ഹേ..." സാമിന് ഈ കാര്യം വിശ്വസിക്കാനായില്ല.

"നിനക്കത് എങ്ങനെ അറിയാം?"

"ഞാൻ ഇന്നു രാവിലെ യജമാനന് ഷേവുചെയ്യാൻ വെള്ളവും കൊണ്ടു ചെന്നപ്പോൾ യജമാനത്തി പറയുന്നത് കേട്ടു."

സാം തന്റെ തലമണ്ട ചൊറിഞ്ഞുകൊണ്ട് ആലോചിച്ചു. അതിനു വലിയ വിവേകത്തിന്റെ ആവശ്യമൊന്നുമില്ല. ഏതു രാജ്യത്തെ രാഷ്ട്രീയക്കാരനേയുംപോലെ 'ബ്രെഡിന്റെ ഏതു പുറത്താണ് വെണ്ണ പുരട്ടേണ്ടത് എന്ന്' ചിന്തിച്ചു പ്രവർത്തിക്കണം എന്നു മാത്രം.

ലോകത്തെ കുറിച്ചും മനുഷ്യജീവിതത്തെക്കുറിച്ചും നല്ല അനുഭവസമ്പത്തുള്ള തത്വ ജ്ഞാനിയെപ്പോലെയാണ് സാം സംസാരിച്ചത്!

"എലീസയുടെ കുഞ്ഞ് ഒരു കാരണവശാലും കൈയിൽ എത്തപ്പെടരുതെന്നാണ് യജമാനത്തിയുടെ ആത്മാർഥമായ ആഗ്രഹം." ആണ്ടി പറഞ്ഞു.

യജമാനത്തിയുടെ മനോഗതം മനസിലായതോടെ, കുതിരകളെ കൊണ്ടുവരുന്നത് പരമാവധി വൈകിപ്പിക്കുവാൻ സാം പരിശ്രമിച്ചു. ബില്ലിനേയും ജെറിയേയും കൊടുങ്കാറ്റുപോലെ അവൻ പറപ്പിച്ചുകൊണ്ടു വന്നപ്പോൾ, ഹാലിയുടെ കൊച്ചുകുതിര പരിഭ്രമിച്ച് ബഹളം കൂട്ടി. "ഹോ, ഹോ! നിന്നെ ഞാൻ ശരിപ്പെടുത്തും നോക്കിക്കോ!"

അവൻ ആ കുതിരയുടെ നേരെ പകയോടെ നോക്കി ഭീഷണിമുഴക്കി. ഒരു വലിയ ബീച്ച് മരത്തിന്റെ ചുവട്ടിലായിരുന്നു അവർ നിന്നിരുന്നത്. കൂർത്തു മൂർത്ത് ത്രികോണാകൃതിയിലുള്ള ബീച്ച് കായകൾ ധാരാളമായി നിലത്ത് പൊഴിഞ്ഞുകിടന്നിരുന്നു. അതിൽ ഒന്ന് സാം പെറുക്കിയെടുത്ത്, കുതിരയെ മെരുക്കാനെന്ന ഭാവത്തിൽ അതിനരികിൽ ചെന്ന് സാവധാനത്തിൽ തടവിക്കൊണ്ട് ജീനിക്കടിയിൽ അത് വച്ചു. പുറമേക്ക് മുറിവൊന്നും കാണിക്കില്ലെങ്കിലും ആ ബീച്ചുകായ അതിനെ വേദനിപ്പിച്ചുകൊണ്ടിരിക്കും.

"അതിനെ ഞാൻ ശരിയാക്കിയിട്ടുണ്ട്" കണ്ണിറുക്കികൊണ്ട് സാം പറഞ്ഞു. ആ സമയത്താണ് മട്ടുപ്പാവിൽ മിസിസ് ഷെൽബി പ്രത്യക്ഷപ്പെട്ടത്.

"എന്താ സാം, നീ ഇവിടെ ഇങ്ങനെ അമാന്തിച്ചുനിൽക്കുന്നത്? നിന്നോടു വേഗത്തിൽ പോണം കറങ്ങിയടിച്ചു നിൽക്കരുത് എന്ന് ഞാൻ ആണ്ടിയോട് പറഞ്ഞു വിട്ടിരുന്നല്ലോ."

"ദൈവം നിങ്ങളെ അനുഗ്രഹിക്കട്ടെ യജമാനത്തി." സാം മറുപടി പറഞ്ഞു. കുതിരകളെ അത്രവേഗമൊന്നും പിടിക്കാനാവില്ല. തെക്കേ അറ്റത്തുള്ള പുൽത്തകിടിയിലാണ് അവ മേഞ്ഞുകൊണ്ടിരിക്കുന്നത്. ദൈവത്തിനതറിയാം!"

"സാം, നിന്നോട് ഞാൻ എത്രപ്രാവശ്യം പറഞ്ഞിട്ടുണ്ട്, സ്ഥാനത്തും അസ്ഥാനത്തും ദൈവത്തെ വലിച്ചിഴയ്ക്കരുതെന്ന്. ദൈവം അനുഗ്രഹി

ക്കട്ടെ, ദൈവത്തിനറിയാം എന്നീപ്രയോഗങ്ങളൊന്നും അസ്ഥാനത്ത് ഉപയോഗിക്കരുത്! അതെല്ലാം വളരെ മോശമാണ്!"

"ദൈവം എന്റെ ആത്മാവിനെ അനുഗ്രഹിക്കട്ടെ! ഞാൻ ആ കാര്യം മറന്നുപോയി മിസിസ്! ഇനി ഞാൻ ഒരിക്കലും അതാവർത്തിക്കുകയില്ല."

"എന്നിട്ടാണോ നീ ഇപ്പോൾ വീണ്ടുമതു പറഞ്ഞത്?"

"ഞാനങ്ങനെ പറഞ്ഞോ? ദൈവമേ! ഞാനതു പറയാൻ ഉദ്ദേശിച്ചതല്ല."

"നീ സൂക്ഷിക്കണം സാം"

"എനിക്കൊന്നു ശ്വാസം കിട്ടിക്കോട്ടെ, യജമാനത്തീ, മേലിൽ ഞാൻ നന്നായി സൂക്ഷിക്കും."

"സാം നീ വഴി കാണിക്കുന്നതിനായി സാലിയോടൊപ്പം പോയില്ലേ? അയാളെ സഹായിക്കണമെന്ന് ഞാൻ നിന്നോട് പറഞ്ഞിരുന്നല്ലോ. കുതിരകളെ സൂക്ഷിച്ച് ഓടിക്കണം, സാം; കഴിഞ്ഞ ആഴ്ച ജെറിയുടെ കാൽ ഉളുക്കിയത് നിനക്ക് ഓർമയില്ലേ? വേഗതയിൽ അതിനെ ഓടിക്കരുത് കേട്ടോ."

അവസാനം പറഞ്ഞ വാചകത്തിന് വളരെയധികം ഊന്നൽകൊടുത്തുകൊണ്ടായിരുന്നു മിസിസ് ഷെൽബി പറഞ്ഞത്.

"അതിന് ഈ കുട്ടി തന്നെ ധാരാളം" കണ്ണുകൾ ഉരുട്ടിക്കൊണ്ടു സാം പറഞ്ഞു. അതിന് നിരവധി അർഥങ്ങൾ ഉണ്ടായിരുന്നു.

"ദൈവത്തിനറിയാം! അയ്യോ ഞാനതു വീണ്ടും പറഞ്ഞുപോയല്ലോ!" അവൻ ശ്വാസം പെട്ടെന്നു പിടിച്ചുനിർത്തി. ആ ഭാവം മനസിൽ ചിരി ഉയർത്തി.

"ശരി യജമാനത്തീ, ഞാൻ പോയി കുതിരകളെ ഒരുക്കട്ടെ!"

ബീച്ചു മരത്തിനടിയിൽ ചെന്ന സാം ആണ്ടിയോടു പറഞ്ഞു:

"ആണ്ടി, ആ മാന്യൻ കുതിരപ്പുറത്തു കയറി ഇരിക്കുമ്പോൾ തെറിച്ചു വീണാൽ ഞാൻ അത്ഭുതപ്പെടുകയില്ല." സാം ആണ്ടിയുടെ മുതുകത്തൊരു കുത്തു കൊടുത്തുകൊണ്ടു ചിരിക്കാൻ തുടങ്ങി. 'ഹാ, ഹാ' എന്ന് ആർത്തു വിളിച്ച് ആണ്ടി അഭിനന്ദിച്ചു. ഹാലി കുതിരപ്പുറത്തുനിന്നും വീഴുന്നതും അവർ രണ്ടുപേരും കൂടി അയാളെ പിടിച്ചെഴുനേൽപ്പിക്കുന്നതും എല്ലാം ഓർത്ത് രണ്ടുപേരും ആസ്വദിച്ചു ചിരിച്ചു.

അപ്പോഴെയ്ക്കും വയറു നിറച്ച് പ്രഭാതഭക്ഷണം കഴിച്ച ശേഷം ഹാലി പുറത്തേക്കു വന്നു. അയാളുടെ മുഖത്തെ കോപവും വേവലാതിയും എല്ലാം അപ്പോഴേക്കും പമ്പ കടന്നിരുന്നു. സന്തോഷത്തോടെ ചിരിച്ചു രസിച്ചു ഹാലി പുറത്തേക്കു വരുന്നതു കണ്ടപ്പോൾ സാമും ആണ്ടിയും തങ്ങളുടെ തൊപ്പിയെടുത്ത് തലയിൽ വച്ച്, ഹാലിയുടെ ചെറിയ കുതിരയെ കെട്ടിയിരുന്നിടത്തേക്ക് ഓടി. സാമിന്റെ തൊപ്പികണ്ടാൽ ആരും ചിരിക്കും. വിടർന്നു പരന്ന് ഫിജിഗോത്രത്തലവന്റെ തൊപ്പി പോലിരുന്നു അത്.

"ശരി, പിള്ളേരേ!" ഹാലി പറഞ്ഞു. "നിങ്ങൾ ഉഷാറായിരിക്കുക.

ഇനി സമയം ഒട്ടുംതന്നെ കളയാനില്ല."

"ഞങ്ങൾ തയാറാണ് യജമാനനെ," ഹാലിയുടെ കുതിരയുടെ കടിഞ്ഞാൺ കൈയിലെടുത്തുകൊണ്ട് സാം മറുപടി പറഞ്ഞു. ആ സമയത്ത് ആണ്ടി മറ്റു രണ്ടു കുതിരകളുടേയും കെട്ടഴിച്ചു.

ഹാലി കുതിരപ്പുറത്ത് കയറേണ്ട താമസം ആ മൃഗം ഒരൊറ്റ ചാട്ടം വച്ചുകൊടുത്തു. അയാൾ ദൂരെയ്ക്കു തെറിച്ചു വീണു.

ഈ കാഴ്ച കണ്ട സാം വെകിളിപിടിച്ച് കുതിരയുടെ കടിഞ്ഞാൺ പിടിക്കാനായി ഓടി അടുത്തപ്പോൾ അവന്റെ തൊപ്പിയിലെ കൂർത്ത പനയോല കുതിരയുടെ കണ്ണിൽ കുത്തിക്കയറി. പിന്നത്തെ ബഹളം പറയണ്ട! കുതിര അരിശം മൂത്ത് മൂന്നാലു പ്രാവശ്യം ചീറ്റി. കാലുകൾ ഉയർത്തി സാമിനെ രണ്ടു മൂന്നു തൊഴി തൊഴിച്ചു. അതിനുശേഷം താഴെയുള്ള പുൽത്തകിടിയിലേക്ക് പാഞ്ഞു. അതുകണ്ടപ്പോൾ ബില്ലും ജെറിയും പിന്നാലെ പാഞ്ഞു.

അവയെ ആണ്ടി മനഃപൂർവം തന്നെ അഴിച്ചുവിട്ടതായിരുന്നു. രണ്ടും ബഹളം വച്ചുകൊണ്ട് നാലുഭാഗത്തേക്കും പാഞ്ഞു. പിന്നെ വല്ലാത്ത കോലാഹലമായിരുന്നു. സാമും ആണ്ടിയും കൂക്കിവിളിച്ചുകൊണ്ട് അവയുടെ പിന്നാലെ ഓടി. ഈ ബഹളമെല്ലാം കണ്ട് നായ്ക്കൾ അവിടവിടെ നിന്നു കുരയ്ക്കാൻ തുടങ്ങി. ഈ കാഴ്ച മൈക്ക്, മോസ്, മണ്ടി, ഫാനി തുടങ്ങിയ കുട്ടികളെയെല്ലാം രസിപ്പിച്ചു. അവർ വല്ലാത്ത ആവേശത്തോടെ കൈയടിച്ചു ചിരിച്ചു.

ഹാലിയുടെ വെള്ളക്കുതിര ഒരുതരത്തിലും അതിനെ പിടിക്കാൻ അനുവദിച്ചിരുന്നില്ല. ആള് അടുത്തെത്തിയാൽ അതുടനെ ഒരു ചാട്ടം വച്ചു കൊടുക്കും. പിന്നെ ഓടും. ഈ കളി വളരെ നേരം തുടർന്നു. ഓട്ടവും ചാട്ടവും എല്ലാം പുൽമേടുകടന്ന് കാട്ടിലെത്തി. "അതാ അതു പിന്നെയും ഓടുകയാണ് അതിനെ പിടിക്കു" എന്ന സാമിന്റെ ആക്രോശം കേൾക്കുമ്പോഴെയ്ക്കും കുതിര ഓട്ടം തുടങ്ങും. ഹാലിയാകട്ടെ, അതിന്റെ പിന്നാലെ ഓടിത്തളർന്നു. കലിപൂണ്ട അയാൾ നിലത്ത് ആഞ്ഞു ചവിട്ടി അവിടെ തന്നെ നിന്നു. അയാളുടെ ശാപ വചനങ്ങൾ പിന്നെപ്പിന്നെ ഉറക്കെയായി. കുതിരകളുടേയും സേവകരുടേയും ഓട്ടവും ചാട്ടവും എല്ലാം ഷെൽബിയെ കൂടുതൽ ദേഷ്യം പിടിപ്പിച്ചു. എന്നാൽ മിസിസ് ഷെൽബി ജാലകത്തിലൂടെ ഈ കാഴ്ചയെല്ലാം കണ്ട് ഉയർന്നു വന്ന ചിരി അടക്കി പ്പിടിച്ച് രസിച്ചു നിൽക്കുകയായിരുന്നു.

ഏകദേശം പന്ത്രണ്ടുമണിയായപ്പോഴെയ്ക്കും സാം വിജയശ്രീ ലാളിതനായി തിരിച്ചെത്തി എന്നുപറയാം. ജെറിയുടെ പുറത്തു കയറിക്കൊണ്ട്, ഹാലിയുടെ കുതിരയെ ഒരു ഭാഗത്തേക്കു നടത്തി, വിയർത്തൊഴുകിക്കൊണ്ടുള്ള അവന്റെ വരവ് കാണേണ്ട കാഴ്ച തന്നെയായിരുന്നു. തനിക്കു ലഭിച്ച സ്വാതന്ത്ര്യത്തിന്റെ ആവേശം അസ്തമിച്ചിട്ടില്ല എന്ന മട്ടിൽ അവന്റെ കണ്ണുകൾ തിളങ്ങുന്നുണ്ടായിരുന്നു.

"ഞാനവനെ പിടിച്ചു." സാം വിജയാഹ്ളാദത്തോടെ ആർത്തുവിളിച്ചു.

"എന്നെക്കൊണ്ടല്ലാതെ ആർക്കും അവനെ പിടിക്കാനാവില്ല. ഞാനില്ലെങ്കിൽ കാണായിരുന്നു."

"നീയില്ലെങ്കിൽ ഇങ്ങനെ ഒന്നും ഒരിക്കലും സംഭവിക്കില്ലായിരുന്നു." ഹാലി അടക്കാനാവാത്ത ദേഷ്യത്തോടെ പറഞ്ഞു.

"ദൈവം നമ്മെ എല്ലാം അനുഗ്രഹിക്കട്ടെ യജമാനനെ, സാം വളരെ അസ്വസ്ഥത പ്രകടിപ്പിച്ചുകൊണ്ടു പറഞ്ഞു.

'എത്ര കഷ്ടപ്പെട്ടാണ് ഞാനിതിന്റെ പിന്നാലെ ഓടിയത്? വിയർപ്പൊഴുക്കി ഓടിയത് അങ്ങു കണ്ടില്ലേ?"

"നീ ഒന്നു മനസിലാക്കണം എന്റെ വിലപ്പെട്ട മൂന്നു മണിക്കൂറാണ് നീ നഷ്ടപ്പെടുത്തിയത്. അത് നിന്റെ വിഡ്ഢിത്തം മൂലം. ഇനി നമുക്ക് പോകാം. എനിക്കു നിന്റെ വിഡ്ഢിത്തങ്ങളൊന്നും കേൾക്കാൻ ആഗ്രഹമില്ല."

"എന്താണിത് യജമാനനെ?" സാം വിഷാദം നിറഞ്ഞ സ്വരത്തിൽ പറഞ്ഞു.

"ഞങ്ങളേയും കുതിരകളേയും കൊല്ലാനാണോ അങ്ങയുടെ ഭാവം? ഞങ്ങളെല്ലാവരും വല്ലാതെ തളർന്ന് അവശരായിരിക്കുന്നത് അങ്ങ് കാണുന്നില്ലേ? കുതിരകളുടെ സ്ഥിതിയും അതുതന്നെയാണ്. അവ വിയർത്തു കുളിച്ചിരിക്കുന്നു. ഇനി നമുക്ക് ഭക്ഷണം കഴിച്ചശേഷം പുറപ്പെടാം. അങ്ങയുടെ കുതിരയുടെ മേലാകെ ചളി തെറിച്ചിരിക്കുകയാണ് അതിനെ തുടച്ചു വൃത്തിയാക്കണം. ജെറി ഞൊണ്ടി ഞൊണ്ടി നടക്കുന്നത് കാണുന്നില്ലേ? അൽപ്പമെങ്കിലും വിശ്രമിക്കാൻ അനുവദിച്ചില്ലെങ്കിൽ അതിനു നടക്കാൻ തന്നെ കഴിഞ്ഞെന്നു വരികയില്ല. ഈ നിലയിൽ അതിനെ കൊണ്ടുപോകാൻ യജമാനത്തി ഒരിക്കലും അനുവദിക്കുകയില്ല. ദൈവം നമ്മെ അനുഗ്രഹിക്കാതിരിക്കില്ല. കുറച്ചു വൈകിയാലും നമുക്കവളെ പിടിക്കാൻ സാധിക്കാതിരിക്കില്ല. എലീസയ്ക്ക് അത്രവേഗം നടക്കാനൊന്നും കഴിയില്ല. പോരാത്തതിന് അവളുടെ കൂടെ കുട്ടിയും ഇല്ലേ?"

ഈ സംഭാഷണമെല്ലാം കേട്ട് രസിച്ചുകൊണ്ട് മിസിസ് ഷെൽബി വരാന്തയിൽ നിൽക്കുന്നുണ്ടായിരുന്നു. അവൾക്കു വല്ലാത്ത സന്തോഷം തോന്നി, തന്റെ ഭാഗം അഭിനയിക്കുവാൻ സമയമായെന്നു തോന്നിയപ്പോൾ അവർ അണിയറയിൽനിന്നും പുറത്തേക്കുവന്നു. നേരെ ഹാലിയുടെ അടുത്തേക്കുചെന്ന് അയാൾക്കു സംഭവിച്ച അത്യാഹിതത്തിൽ ഖേദം പ്രകടിപ്പിച്ചു. അതിനുശേഷം ഭക്ഷണം കഴിക്കാനായി അയാളെ നിർബന്ധിച്ചു. പാചകക്കാരിയോടു ഭക്ഷണമേശയിൽ വിഭവങ്ങൾ നിരത്താൻ പറഞ്ഞു.

ഹാലി ഭക്ഷണം കഴിക്കുന്നതിനുവേണ്ടി ഊണുമുറിയിലേക്കു കടന്നപ്പോൾ, സാം അർത്ഥഗർഭമായി കണ്ണുരുട്ടിയശേഷം കുതിരയുടെ അടുക്കലേക്ക് പോയി,

"നീ അയാളെ കണ്ടോ ആണ്ടീ? അയാളെ കണ്ടോ?" ധാന്യപ്പുരയിൽനിന്നും കുറച്ചകലത്തേക്ക് എത്തിയപ്പോൾ സാം ചോദിച്ചു.

"എന്തായിരുന്നു അയാളുടെ ചാട്ടവും ഓട്ടവും ശാപവും നൃത്തവും എല്ലാം. ഏറ്റവും രസകരമായ കാഴ്ച! ദൈവമേ!" തൃപ്തിയാകും വരെ അവരിരുവരും അതോർത്ത് ആർത്തു ചിരിച്ചു.

"ഞാൻ കുതിരയേയും കൊണ്ടുവന്നപ്പോൾ ഭ്രാന്തനെപ്പോലെയുള്ള അവന്റെ നിൽപ്പ് ഒന്നു കാണേണ്ടതുതന്നെ ആയിരുന്നു. അവനെന്നെ കൊല്ലാനുള്ള കലി ഉണ്ടായിരുന്നു. എന്നാൽ നിഷ്കളങ്കനായ വെറുമൊരു പാവത്തെ പോലെ ഞാൻ താണുകേണ് നിന്നു. ആ പൊട്ടനത് വിശ്വസിക്കുകയും ചെയ്തു. ആ സമയത്ത് മുകളിലെ ജനവാതിലിനടുത്ത് യജമാനത്തി നിന്നിരുന്നത് നീ ശ്രദ്ധിച്ചോ?" അവരീ കാഴ്ചയെല്ലാം കണ്ട് ആസ്വദിച്ചുനിൽക്കുകയായിരുന്നു."

"ഞാൻ കുതിരയുടെ പിന്നാലെ ഓടുകയായിരുന്നല്ലോ. അതിനാൽ എനിക്കൊന്നും കാണാൻ സാധിച്ചില്ല."

"കൊള്ളാം. ആ കാഴ്ചയൊന്നു നോക്കൂ!" സാം ഗൗരവഭാവത്തിൽ സംസാരം തുടർന്നു:

"എന്തും സൂക്ഷ്മമായി നിരീക്ഷിച്ച് മനസിലാക്കുന്നത് എന്റെ ഒരു സ്വഭാവഗുണമാണ്. അതു വളരെ നല്ല ഒരു സവിശേഷതയാണ്. അത്തരം ഗുണം വളർത്തിയെടുക്കണമെന്ന് ഞാൻ നിന്നെയും ഉപദേശിക്കുന്നു. നീ ഇപ്പോൾ വളരെ ചെറുപ്പമാണ്. നിരീക്ഷണപാടവമാണ് നീഗ്രോകളെ വേർതിരിച്ചു കാണുന്നത്. ഇന്നു രാവിലെ കാറ്റ് ഏതുവഴിക്കാണ് വീശിയതെന്ന് നിനക്കു മനസിലായോ? ഞാനതു ശരിക്കും മനസിലാക്കി. യജമാനത്തി അവർ ആഗ്രഹിക്കുന്ന കാര്യം തുറന്നുപറഞ്ഞില്ലെങ്കിലും ഞാനതു മനസിലാക്കിയത് കണ്ടില്ലേ? അതിനെയാണ് നിരീക്ഷണപാടവം എന്നു പറയുന്നത്. ഇതു സാധ്യമാകുന്നത് ചിന്താശക്തികൊണ്ടാണ്. ചിന്താശക്തി പലരിലും പലവിധത്തിലുണ്ട്. സമയമെടുത്താലേ അതു പരിശീലിച്ചെടുക്കുവാൻ കഴിയുകയുള്ളൂ."

"ഇന്നു രാവിലെ ഞാൻ സഹായിച്ചില്ലെങ്കിൽ കാണാമായിരുന്നു നിന്റെ നിരീക്ഷണപാടവത്തിന്റെ മെച്ചം. ഇപ്പോൾ കാണിക്കുന്ന മിടുക്കൊന്നും രാവിലെ ഞാൻ കണ്ടില്ലല്ലോ." ആണ്ടി തിരിച്ചു പറഞ്ഞു.

"ആണ്ടീ, നീ എല്ലാവരെയും പോലെയല്ല! പ്രതീക്ഷയ്ക്കുവകയുള്ള ഒരു പയ്യനാണ്. ആ കാര്യത്തിൽ യാതൊരു സംശയവും ഇല്ല. ഞാൻ നിന്നെക്കുറിച്ച് ഒരുപാടു ചിന്തിക്കാറുണ്ട്. അതുകൊണ്ടാണ് നിന്നിൽ നിന്നും ആശയങ്ങൾ കടമെടുക്കുന്നതിൽ എനിക്ക് അൽപ്പംപോലും ലജ്ജയില്ലാത്തത്. ശരി നമുക്കിനി വീട്ടിലേക്ക് പോകാം. യജമാനത്തി നമുക്കായി എന്തെങ്കിലും വിശേഷപ്പെട്ട വിഭവങ്ങൾ ഒരുക്കി വയ്ക്കാതിരിക്കില്ല."

എലീസ വീട്ടിൽനിന്നും ഇറങ്ങിപ്പോരുമ്പോൾ അനുഭവിച്ച നിസ്സാഹായതയും നഷ്ടബോധവും പറഞ്ഞറിയിക്കുവാൻ പ്രയാസമാണ്. ഭർത്താവ് അനുഭവിച്ചുകൊണ്ടിരിക്കുന്ന ദുരിതങ്ങളും അയാൾ അഭിമുഖീകരിക്കാൻ പോകുന്ന അപകടവും സ്വന്തം കുഞ്ഞിനു നേരിട്ട ദുർഗ

തിയും എല്ലാം അവളുടെ മനസിനെ വല്ലാത്തൊരു സംഘർഷഭൂമിയാക്കി തീർത്തു. താനിപ്പോൾ നേരിട്ടിരിക്കുന്ന അപകടസന്ധിയും ഇത്രയും നാൾ തന്റേതെന്ന് വിശ്വസിച്ചിരുന്ന വീട് വിട്ടുപോരുന്നതിലുള്ള ദുഃഖവും, താൻ എന്നും സ്നേഹിക്കുകയും ബഹുമാനിക്കുകയും ചെയ്യുന്ന തന്റെ ഏറ്റവും അടുത്ത കൂട്ടുകാരിയെ പോലുള്ള യജമാനത്തിയിൽനിന്നുള്ള വേർപാടും എല്ലാം അവളുടെ മനസിനെ വല്ലാതെ നോവിച്ചു.

താൻ ജനിച്ചു വളർന്ന പ്രദേശം, കൂട്ടുകാരോടൊത്ത് കളിച്ചുല്ലസിച്ചു നടന്നിരുന്ന മരച്ചുവടുകൾ, ഭർത്താവുമൊന്നിച്ച് സായാഹ്ന സവാരികൾ നടത്തിയിരുന്ന മാവിൻതോപ്പുകൾ എല്ലാം ഒന്നിനു പുറകേ ഒന്നായി മനസിൽ തെളിഞ്ഞു വന്നു. 'നീ ഏറ്റവും സ്നേഹിക്കുന്ന ഈ വീട്ടിൽ നിന്നും എങ്ങോട്ടാണ് പോകുന്നതെന്ന്' നക്ഷത്രങ്ങൾ അവളോടു ചോദിക്കുന്നതുപോലെ തോന്നി. ആകാശത്തേക്കു നോക്കിയപ്പോൾ!

ഇത്തരം തരളവികാരങ്ങളെക്കാൾ എത്രയോ ഉപരിയായിരുന്നു മാതൃസ്നേഹം. കുട്ടിക്ക് നടക്കാനുള്ള പ്രായമായിട്ടുണ്ട്. ഇത്തരം ഒരു നിർണായകഘട്ടത്തിലായിരുന്നില്ലെങ്കിൽ നിർബന്ധമായും അവളവനെ നടത്തിക്കുമായിരുന്നു. അവളുടെ കൈപിടിച്ചു നടക്കാൻ അവനും വളരെ ഇഷ്ടമാണ്. എന്നാലിപ്പോൾ തോളിൽനിന്നും അവനെ എടുത്തുമാറ്റുക എന്ന ആലോചന തന്നെ അവളെ ഞെട്ടിച്ചു. കുഞ്ഞിനെ മാറോടടക്കിപ്പിടിച്ചു കൊണ്ടായിരുന്നു അവൾ നടന്നിരുന്നത്.

വേഗത്തിലുള്ള നടത്തത്തിനിടയിൽ കാലിനടിയിലെ മഞ്ഞുകട്ടകൾ തകർന്നുകൊണ്ടിരിക്കുന്നതൊന്നും അവൾ അറിഞ്ഞില്ല. എന്നാൽ ആ ശബ്ദം അവളെ ഭയപ്പെടുത്തി. ഇളകിയാടുന്ന ഇലകളും നിഴലുകളും എല്ലാം അവളെ ഭയപ്പെടുത്തിക്കൊണ്ടിരുന്നു. അവൾ നടത്തം വേഗത്തിലാക്കി. ആ രാത്രിയിൽ തനിക്കു കൈവന്ന കരുത്തിലും ധൈര്യത്തിലും അവൾ അതിശയിച്ചു. നാലു വയസായ തന്റെ കുഞ്ഞിന് ഒരു തൂവലിന്റെ ഭാരംപോലും അവൾക്ക് അനുഭവപ്പെട്ടില്ല. ഭയം കൂടുന്തോറും അവളുടെ കരുത്ത് വർധിച്ചു വന്നു. അവളുടെ ചുണ്ടുകൾ ആ വഴിയിൽ ഉടനീളം പ്രാർഥനാമന്ത്രം ഉരുവിട്ടുകൊണ്ടിരുന്നു. "ദൈവമേ സഹായിക്കേണമേ, എന്നെയും എന്റെ കുഞ്ഞിനേയും കാത്തുരക്ഷിക്കേണമേ!' ക്രമേണ കുട്ടി ഉറങ്ങി. കുറെ നേരത്തേക്ക്, പുതിയ ചുറ്റുപാടുകളും അമ്മയുടെ പരിഭ്രമവും എല്ലാം അവനെ ഉറങ്ങാൻ അനുവദിച്ചില്ല...സംസാരം നിർത്താതായപ്പോൾ അമ്മ പറഞ്ഞു "ഒച്ച വയ്ക്കാതിരിക്കൂ! എന്നാൽ മാത്രമേ എനിക്കു നിന്നെ രക്ഷിക്കാൻ സാധിക്കൂ!" അതുകേട്ടപ്പോൾ അവൻ അവളുടെ കഴുത്തിൽ ചുറ്റിപ്പിടിച്ചു കിടന്ന് സാവധാനത്തിൽ ഉറക്കത്തിലേക്ക് ആണ്ടുപോയി. എന്നാൽ ഉറങ്ങുന്നതിനുമുമ്പ് അവൻ അമ്മയോടു ചോദിച്ചു.

"ഞാൻ ഉറങ്ങിപ്പോയാൽ എന്തെങ്കിലും കുഴപ്പമുണ്ടാകുമോ?"

"എന്റെ പൊന്നുമോനെ, നിനക്കു വേണമെങ്കിൽ ഉറങ്ങിക്കോളൂ."

"ഞാൻ ഉറങ്ങിപ്പോയാൽ അമ്മ എന്നെ അയാൾക്കു കൊടുക്കുമോ?"

"ഇല്ല മോനെ! ദൈവം നമ്മെ സഹായിക്കട്ടെ!"

തന്റെ വിളറിയ കവിളുകൾ വിറച്ചുകൊണ്ട് അവൾ പറഞ്ഞു. അപ്പോഴും അവളുടെ നീണ്ടുവിടർന്ന കരിനീലമിഴികൾ ജ്വലിച്ചിരുന്നു.

“സത്യമല്ലേ അമ്മേ?”

“അതെ തീർച്ചയായും സത്യമാണ്.” സ്വന്തം ശബ്ദം അവളെ ഞെട്ടിച്ചു. മനസിൽനിന്നാണ് ആ ശബ്ദം ഉയരുന്നതെന്ന് അവൾക്കു തോന്നി. തന്റെ അവയവങ്ങളിൽനിന്നല്ല ശബ്ദം പുറത്തുവന്നതെന്ന് അവൾക്കു തോന്നി. കുഞ്ഞ് എന്തോ സമാധാനത്തിൽ എത്തിയതു പോലെ അതിവേഗം അമ്മയുടെ തോളിൽ തലചായ്ച്ച് ഉറക്കം തുടങ്ങി. അവന്റെ കുഞ്ഞിക്കൈകളുടെ മൃദുസ്പർശവും കഴുത്തിൽ തട്ടിക്കൊണ്ടിരുന്ന ശാന്തമായ നിശ്വാസവും അവളുടെ നടത്തത്തിനു വേഗത കൂട്ടി.

എലീസ ഇടതടവില്ലാതെ രാത്രി മുഴുവൻ നടന്നു. വയലുകളും കുറ്റിക്കാടും പിന്നിട്ട് അവൾ നീങ്ങി. അവിടമെല്ലാം അവൾക്കു പരിചിതമായിരുന്നു. നേരം പുലരാറാകുമ്പോഴെയ്ക്കും അനേകം നാഴികകൾ പിന്നിട്ട് ദേശീയപാതയിൽ എത്തിയിരുന്നു. ഓഹിയോ നദിക്കടുത്തുള്ള ചെറിയ പ്രദേശമായ ടിഗ്രാമത്തിൽ എത്തി. ബന്ധുക്കളെ സന്ദർശിക്കുവാനായി അവൾ പലപ്രാവശ്യം യജമാനത്തിയോടൊപ്പം ആ ഗ്രാമത്തിൽ ചെന്നിട്ടുണ്ട്.

ഓഹിയോ നദി കടന്ന് ഓഹിയോ സംസ്ഥാനത്ത് എത്തിക്കഴിഞ്ഞാൽ എങ്ങനെയും രക്ഷപ്പെടാനാകുമെന്ന് അവൾ കണക്കു കൂട്ടി. ബാക്കിയെല്ലാം ഈശ്വരന്റെ കൈകളിലാണ്. ദേശീയപാതയിലൂടെ കുതിരകളും വണ്ടികളും പോകുന്നതു കാണുമ്പോൾ അവളുടെ ഹൃദയം വളരെ വേഗതയിൽ മിടിക്കാൻ തുടങ്ങി. തന്റെയും മകന്റെയും രൂപവും ഭാവവും കണ്ട് ആർക്കെങ്കിലും സംശയം തോന്നിയാലോ എന്നു സംശയിച്ച് അവൾ കുട്ടിയെ താഴെ നിർത്തി. വസ്ത്രങ്ങളെല്ലാം നേരെയാക്കി വേഗത്തിൽ നടന്നു. ഒരു ചെറിയ പൊതിയിൽ കുറച്ച് അപ്പവും ആപ്പിളുകളും അവൾ കരുതിയിരുന്നു. കുട്ടിയെ വേഗം നടത്തുന്നതിനുവേണ്ടി കൈയിൽ കരുതി വച്ചതായിരുന്നു അത്. ആപ്പിൾ കുറച്ച് ദൂരേക്ക് ഉരുട്ടും എന്നിട്ട് കുഞ്ഞിനോട് അത് ഓടിച്ചെന്നടുക്കുവാൻ പറയും. ഈ തന്ത്രം പ്രയോഗിച്ച് അവനെ കുറെ ദൂരം ഓടിക്കുവാൻ കഴിഞ്ഞു.

കുറെ ദൂരം ഇങ്ങനെ നടന്നു കഴിഞ്ഞപ്പോൾ അവർ ഒരു കുറ്റിക്കാടിന്റെ സമീപത്തെത്തി. കാടിനു നടുവിലൂടെ ഒരു ചെറിയ അരുവി ഒഴുകിക്കൊണ്ടിരിക്കുന്നുണ്ട്. കുട്ടി വിശക്കുന്നു എന്നു പറഞ്ഞ് വാശിപിടിക്കാൻ തുടങ്ങിയപ്പോൾ ഒരു ചെറിയ പാറയുടെ മറവിലിരുന്ന് തുണിക്കെട്ടിൽ നിന്നും അപ്പമെടുത്ത് കുഞ്ഞിനു കൊടുത്തു. അമ്മ കഴിക്കാതെ മുഴുവൻ അവനു കൊടുത്തപ്പോൾ കുഞ്ഞിനും വിഷമം തോന്നി. അവൻ ഒരു കഷണമെടുത്ത് അമ്മയുടെ വായിൽ കൊടുത്തു. അവൾക്ക് അത് തിന്നാൻ സാധിച്ചില്ല. അത് തൊണ്ടയിൽ തടഞ്ഞിരിക്കുന്നതായി അവൾക്കു തോന്നി.

“വേണ്ട മോനെ, നാം ഈ അപകടസന്ധിയിൽനിന്നും രക്ഷപ്പെട്ടു

എന്നു വിശ്വസിക്കാനായാൽ മാത്രമേ അമ്മയ്ക്ക് എന്തെങ്കിലും കഴിക്കുവാൻ സാധിക്കുകയുള്ളൂ. നമുക്കു പുഴയോരം വരെ നടക്കാം." വീണ്ടും ദേശീയപാതയിലൂടെ അവർ നടത്തം തുടർന്നു.

അവൾക്കു പരിചിതമായ സ്ഥലങ്ങളെല്ലാം അവർ പിന്നിട്ടു കഴിഞ്ഞു. ഇനി വല്ലാതെ പേടിക്കണം എന്നില്ല. സംശയത്തിനിട കൊടുക്കാതെ തന്നെ നീങ്ങാനാകുമെന്ന് അവൾ ചിന്തിച്ചു. ആ ധൈര്യം ഉള്ളതുകൊണ്ടാവണം ഉച്ചയ്ക്ക് ഒരു ഹോട്ടലിൽ കയറി ഭക്ഷണം കഴിക്കാനവൾ തീരുമാനിച്ചു. അപകടനില തരണം ചെയ്തുകഴിഞ്ഞു എന്ന വിശ്വാസം അവളുടെ പരിഭ്രാന്തി അൽപ്പം കുറച്ചു. പേടി കുറഞ്ഞപ്പോൾ ക്ഷീണവും വിശപ്പും അനുഭവപ്പെട്ടു.

അവിടെ വച്ച് ഒരു സ്ത്രീ അവരുടെ അടുത്തെത്തി. വിശേഷങ്ങൾ ആരാഞ്ഞു. ഒറ്റനോട്ടത്തിലേ അറിയാം, ആളൊരു സംസാരപ്രിയയാണെന്ന്. സുഹൃത്തുക്കളുടെ അടുത്ത് ഒരാഴ്ച താമസിക്കുവാൻ പോവുകയാണ് എന്ന് എലീസ പറഞ്ഞത് അവൾ വിശ്വസിച്ചു.

അവർ ഓഹിയോ നദിക്കരയിൽ എത്തിയപ്പോഴെയ്ക്കും സന്ധ്യയാകാറായിരുന്നു. അസ്തമിക്കുവാൻ ഏകദേശം ഒരു മണിക്കൂർ ബാക്കി. പുഴയ്ക്ക് സാമാന്യം ശക്തിയായ ഒഴുക്കുണ്ടായിരുന്നു. അതിലെ കുത്തിയൊഴുകിക്കൊണ്ടിരുന്ന വെള്ളത്തിലൂടെ ഐസു കട്ടകൾ പൊന്തിക്കിടക്കുന്നു. കെന്റക്കി തീരത്ത് ഒരു വളവുണ്ടായതിനാൽ, അവിടെ ഐസ് കട്ടകൾ ഒരു ചങ്ങാടംപോലെ കുന്നുകൂടി കിടന്നിരുന്നു. ആ ഒഴുകുന്ന മഞ്ഞുപാളികൾ അവളെ വല്ലാതെ ഭയപ്പെടുത്തി.

ഒരു നിമിഷം എലീസ തളർന്നു നിന്നുപോയി. അവിടെയാണെങ്കിൽ സാധാരണ കാത്തുകിടക്കാറുള്ള കടത്തുവഞ്ചി കാണുന്നില്ല. വേഗം തൊട്ടടുത്തു കണ്ട കടയിൽചെന്ന് വിവരങ്ങൾ അന്വേഷിച്ചു. അവിടെ ജോലി ചെയ്തുകൊണ്ടിരുന്ന ഒരു സ്ത്രീ എലീസയുടെ ശബ്ദം കേട്ട് തിരിഞ്ഞു നോക്കി.

"എന്താണ്? എന്തു വേണം?" ആ സ്ത്രീ ചോദിച്ചു.

"കടത്തുവഞ്ചിയില്ലേ?"

"ഇപ്പോൾ വഞ്ചി പോകാറില്ല. നിർത്തി വച്ചിരിക്കുകയാണ്." എലീസയുടെ മുഖത്തെ ഭയവും നിസ്സഹായതയും കണ്ട് ആ സ്ത്രീ ചോദിച്ചു:

"നിനക്ക് അക്കരയ്ക്ക് പോകാനാണോ? എന്തേ ആർക്കെങ്കിലും എന്തെങ്കിലും അസുഖമുണ്ടോ? നിന്നെ കണ്ടാൽ വല്ലാതെ അസ്വസ്ഥയായിരിക്കുന്നതുപോലെ തോന്നുന്നല്ലോ."

"എനിക്കും കുഞ്ഞിനും അക്കരയ്ക്ക് പോണം. ഇതുവല്ലാത്ത പ്രശ്നമായല്ലോ. കടത്തുവഞ്ചി കിട്ടുമെന്ന പ്രതീക്ഷയിൽ വളരെയധികം ദൂരം നടന്നാണ് ഞങ്ങൾ വന്നത്."

'അയ്യോ വല്ലാത്ത കഷ്ടമായിപ്പോയല്ലോ? ഇനി ഇപ്പോൾ എന്തു ചെയ്യും?" ഒരു അമ്മയുടെ സ്നേഹവാത്സല്യങ്ങളോടെ അവൾ പറഞ്ഞു.

"എന്റെ കുഞ്ഞേ, നിന്റെ അവസ്ഥയിൽ എനിക്കു വളരെയധികം

വിഷമം തോന്നുന്നുണ്ട്." ഇത്രയും പറഞ്ഞുകൊണ്ട് അവർ കടയുടെ പിന്നിലെ കുടിലിലേക്കു നോക്കി ഉറക്കെ വിളിച്ചു. "സോളമൻ." തുകൽ കൊണ്ടുള്ള മേൽക്കുപ്പായം ധരിച്ച ഒരാൾ വാതിൽക്കൽ പ്രത്യക്ഷപ്പെട്ടു.

"സോളമാ, ഇന്നു രാത്രി ആ മനുഷ്യൻ പോകുന്നുണ്ടാകുമോ?"

"ഞാൻ അന്വേഷിച്ചു വരട്ടെ."

"അപ്പുറത്തുള്ള ട്രക്കുമായി ഒരാൾ ഇന്നു വൈകിയിട്ട് പോകാൻ സാധ്യതയുണ്ട്. പോകുന്നുണ്ടെങ്കിൽ തീർച്ചയായും അയാൾ അത്താഴം കഴിക്കാൻ ഇതിലേ വരാതിരിക്കില്ല. നീ എന്തായാലും കുറച്ചുനേരം കൂടി കാത്തിരിക്കൂ! എന്തൊരു മിടുക്കൻ കുട്ടിയാണ് നിന്റേത്!" കുഞ്ഞിന്റെ നേർക്ക് വാത്സല്യത്തോടെ ഒരു കഷ്ണം കേക്കു നീട്ടിക്കൊണ്ട് അവൾ പറഞ്ഞു.

കുഞ്ഞാണെങ്കിൽ വല്ലാതെ ക്ഷീണിച്ചിരുന്നു. അതുകൊണ്ടു തന്നെ അവൻ കരച്ചിൽ തുടങ്ങി.

"പാവം എന്റെ മകൻ അവനിന്ന് കുറെ ദൂരം നടന്നു. അതിന്റെ ക്ഷീണമുണ്ട്. ഞാനവനെ ആദ്യമായാണ് ഇത്രദൂരം നടത്തിയത്."

"ശരി. നീ അവനെ ഇങ്ങോട്ടു കൂട്ടിക്കോളൂ! ഈ മുറിയിലേക്ക്!" ചെറിയ ഒരു കിടപ്പുമുറി ചൂണ്ടിക്കാണിച്ചുകൊണ്ട് അതിന്റെ വാതിൽ തുറന്നുകൊടുത്തു. അവിടെ വൃത്തിയിൽ ഒരു കിടക്കവിരിച്ചിട്ടുണ്ട്. എലീസ കുഞ്ഞിനെ അതിൽ കിടത്തി തട്ടിയുറക്കി. എന്നാൽ അവൾക്കു യാതൊരു സമാധാനവും കിട്ടിയിരുന്നില്ല. മനസുനിറയെ കത്തുന്ന തീയുമായാണ് അവൾ അവിടെ ഇരുന്നിരുന്നത്. കുഞ്ഞിനെ ഉറക്കുമ്പോഴും അവളുടെ മനസിൽ തന്നെ പിന്തുടർന്നുവരുന്നവരെ കുറിച്ചുള്ള ഭയമായിരുന്നു. തന്റെ സ്വാതന്ത്ര്യത്തിന് തടസം സൃഷ്ടിച്ചുകൊണ്ട് കുതിച്ചു പായുന്ന നദിയിലേക്ക് അവൾ തുറിച്ചു നോക്കി. നദിയിലേക്ക് നോക്കി കൊണ്ടിരിക്കുമ്പോൾ അവളുടെ ഭയം വർധിച്ചു വന്നു. എങ്കിലും അവൾ തന്റെ അടുത്ത നീക്കത്തെ കുറിച്ച് തിരക്കിട്ട് ആസൂത്രണം ചെയ്തു കൊണ്ടിരുന്നു.

ഹാലിക്കുള്ള ഭക്ഷണം വേഗം തയാറാക്കുവാൻ മിസിസ് ഷെൽബി പറഞ്ഞിരുന്നുവെങ്കിലും ക്ലോ ആന്റി തികച്ചും ഉദാസീനമട്ടിലാണ് ഭക്ഷണം തയാറാക്കി കൊണ്ടിരുന്നത്. മിസിസും അതുതന്നെയാണ് ആഗ്രഹിക്കുന്നതെന്ന് മറ്റുവേലക്കാർക്കും മനസിലായിരുന്നു. എല്ലാവരും എല്ലാജോലികളും പരമാവധി ദീർഘിപ്പിക്കുവാൻ ശ്രമിച്ചു.

ക്ലോ ആന്റി മനസിൽ ഒരു അഗ്നിപർവതവും പുകച്ചുകൊണ്ടാണ് നടന്നിരുന്നത്. അവൾ പറഞ്ഞു:

"എന്തൊരു കൊടിയ പാതകമാണ് ഇത്? അമ്മയുടെ മാറിടത്തിൽ നിന്നും മുല കുടിച്ചുകൊണ്ടിരിക്കുന്ന കുഞ്ഞിനെ പിടിച്ചു വിൽക്കുന്നതിനേക്കാൾ വലിയ മഹാപാപം എന്തെങ്കിലും ഉണ്ടോ? ഇത്തരക്കാരെ പിശാച് പിടിച്ചില്ലെങ്കിൽ പിന്നെ ദൈവത്തെകൊണ്ട് എന്തു പ്രയോജനമാണ് ഉള്ളത്?" ക്ലോ ആന്റിക്ക് കണ്ണുനീരടക്കാൻ സാധിച്ചില്ല. അവർ

തന്റെ മേൽവസ്ത്രംകൊണ്ട് കണ്ണുനീർ തുടച്ച് മുഖം മറച്ചുകൊണ്ട് പറഞ്ഞു. ഈ കരച്ചിൽ കണ്ട് ടോം പറഞ്ഞു.

"നിന്നെ ദ്രോഹിക്കുന്നവർക്കുവേണ്ടി പ്രാർഥിക്കുക എന്നതാണ് വേദപുസ്തകം പറയുന്നത്. അതേ അവർക്കുവേണ്ടി പ്രാർഥിക്കുക!"

"അതത്ര എളുപ്പമുള്ള കാര്യമല്ല. എന്നെക്കൊണ്ടതു സാധിക്കുകയില്ല." ക്ലോ ആന്റി പറഞ്ഞു.

"പ്രകൃതിനിയമം അതാണ് ക്ലോ" ടോം സംസാരം തുടർന്നു. "എന്നാൽ ദൈവകൃപ അതിനേക്കാൾ എല്ലാം വളരെ കരുത്തുള്ളതാണ്. യജമാനൻ രാവിലെതന്നെ ഇവിടെനിന്നും പോകാതിരുന്നതിൽ എനിക്കു വളരെ നന്ദിയുണ്ട്. അദ്ദേഹം അതിരാവിലെതന്നെ സ്ഥലം വിടും എന്നു കേട്ടതാണ് എന്നെ വിൽക്കുന്നതിനേക്കാൾ കൂടുതൽ വേദനിപ്പിച്ചത്. വളരെ ചെറിയ കുട്ടിയായിരിക്കുമ്പോൾ മുതൽ എനിക്ക് അദ്ദേഹത്തെ അറിയാം. ഈ പ്രതിസന്ധിഘട്ടത്തിൽ എന്നെ വിൽക്കുകയല്ലാതെ അദ്ദേഹത്തിനുമുന്നിൽ വേറെ മാർഗങ്ങളൊന്നുമില്ല. അദ്ദേഹം ചെയ്തതു ശരിയാണ്. ഞാൻ പോയാൽ അദ്ദേഹത്തിന് ഒറ്റയ്ക്ക് ഓടിനടന്ന് ജോലികളെല്ലാം തീർക്കാൻ സാധിക്കുമോ എന്നാണ് എന്റെ ഭയം. ജോലിക്കാർ എല്ലാവരും നല്ലവരും ആത്മാർഥതയുള്ളവരാണെങ്കിലും എല്ലാവർക്കും വലിയ അശ്രദ്ധയാണ്. അതുകൊണ്ട് ജോലികൾ ഭംഗിയായി നടക്കുമോ എന്ന് ഞാൻ ഭയപ്പെടുന്നു.

ബെല്ല് അടിച്ച്, ടോമിനെ ഷെൽബി സന്ദർശനമുറിയിലേക്ക് വിളിപ്പിച്ചു.

"ടോം" ഏറ്റവും കരുണാദ്രമായ സ്വരത്തിൽ ഷെൽബി പറഞ്ഞു.

"ടോമിനോട് ഒരു കാര്യം പറയുന്നതിനു വേണ്ടിയാണ് ഞാൻ വിളിച്ചത്. ഹാലി നാളെ രാവിലെ ഇവിടെ വന്ന് നിന്നെ വിളിക്കുമ്പോൾ കണ്ടില്ലെങ്കിൽ ആയിരം ഡോളർ കൊടുത്തുകൊള്ളാമെന്നുള്ള ഒരു കരാറിൽ ഞാൻ ഒപ്പിട്ടുകൊടുത്തിട്ടുണ്ട്. അയാളുടെ സ്വന്തമായ എന്തോ കാര്യത്തിനായി ഇന്നു പോകുകയാണ്. ഇന്നത്തെ ദിവസം നിന്റേതാണ്. നിന്റെ ഇഷ്ടംപോലെ എവിടെ വേണമെങ്കിലും പോയ്ക്കോളൂ."

"എനിക്ക് അങ്ങയോട് വളരെ നന്ദിയുണ്ട് യജമാനനെ!" ടോം പറഞ്ഞു.

"നീ ഒരു കാര്യം മനസിലാക്കണം, നീഗ്രോകൾ പ്രയോഗിക്കുന്ന ഓരോ കുതന്ത്രങ്ങളെകുറിച്ചും എനിക്കറിയാം. അങ്ങനെ എങ്ങാനും എന്നോടു പെരുമാറിയാൽ, ഓരോ നയാപൈസയും ഞാൻ ഇദ്ദേഹത്തിൽ നിന്നും ഈടാക്കും." ഹാലി പറഞ്ഞു.

"യജമാനനേ." ടോം നിവർന്നുനിന്ന് വിനയത്തോടെ പറഞ്ഞു.

"അങ്ങയുടെ മമ്മ എന്റെ കൈയിൽ അങ്ങയെ ഏൽപ്പിക്കുമ്പോൾ എനിക്ക് എട്ടുവയസായിരുന്നു പ്രായം. അങ്ങേക്കന്ന് ഒരുവയസു തികഞ്ഞിരുന്നില്ല. അവർ അന്നെന്നോടു പറഞ്ഞു. 'ടോം ഇതു നിന്റെ കൊച്ചെജമാനനാണ്. അവനെ നന്നായി നോക്കി സംരക്ഷിക്കണം." ഞാൻ

ഇപ്പോൾ അങ്ങയോട് ചോദിക്കുകയാണ്, ആ വാക്കുകൾ ഞാൻ എന്നെങ്കിലും തെറ്റിച്ചിട്ടുണ്ടോ? അതിനെതിരായി പ്രവർത്തിച്ചിട്ടുണ്ടോ? പ്രത്യേകിച്ചും ഞാനൊരു ക്രിസ്ത്യാനിയായ ശേഷം!"

ഷെൽബി വല്ലാതെ വികാരാധീനനായി. അയാളുടെ കണ്ണുനിറഞ്ഞു.

"ടോം, നിങ്ങൾ പറയുന്നത് എത്രമാത്രം സത്യമാണെന്ന് ദൈവത്തിനറിയാം. എനിക്കു നിന്നെ സഹായിക്കുവാൻ കഴിയുമായിരുന്നെങ്കിൽ ഈ ഭൂമിയിൽ ആർക്കും തന്നെ നിന്നെ വാങ്ങുവാൻ സാധിക്കുമായിരുന്നില്ല."

"ഒരു ക്രിസ്ത്യാനി സ്ത്രീയെന്ന നിലയ്ക്ക് ഞാൻ വാക്കുതരുന്നു." മിസിസ് ഷെൽബി പറഞ്ഞു.

"പണത്തിന് എന്തെങ്കിലും ഒരു മാർഗമുണ്ടായാൽ ഉടനെ തന്നെ ഞാൻ നിന്നെ തിരികെ വാങ്ങിക്കൊണ്ടു വരും." മിസിസ് ഷെൽബി ഹാലിയുടെ നേരെ തിരിഞ്ഞുകൊണ്ടു പറഞ്ഞു.

"സർ, നിങ്ങൾ ടോമിനെ ആർക്കാണ് വിൽക്കുന്നതെന്ന് കുറിച്ചുവച്ച് എന്നെ അറിയിക്കണം."

"തീർച്ചയായും. കൂടിയാൽ ഒരുവർഷം. അതിനകം ഞാൻ അവനെ തിരിച്ചുകൊണ്ടുവന്ന് നിങ്ങളെ ഏൽപ്പിക്കും. അതോർത്ത് ഒരിക്കലും വിഷമിക്കണ്ട." ഹാലി മറുപടി പറഞ്ഞു.

"അപ്പോൾ നിനക്ക് ഗുണകരമായ വിധത്തിൽ ഒരു കച്ചവടം നമുക്ക് നടത്താം."

മിസിസ് ഷെൽബി സമ്മതിച്ചു.

എന്നാൽ അയാളുടെ മനുഷ്യത്വരഹിതമായ സംഭാഷണശൈലിയിൽ ഷെൽബിക്കും പത്നിക്കും വെറുപ്പുതോന്നി. എങ്കിലും അവർ ദേഷ്യം കടിച്ചുപിടിച്ചുകൊണ്ട് നിന്നു.

കഴിയുന്നതും അയാളുടെ യാത്ര വൈകിപ്പിക്കണം. അയാൾ എലീസയെയും കുഞ്ഞിനേയും ഒരിക്കലും പിടികൂടരുത് മിസിസ് ഷെൽബി വിചാരിച്ചു. ഏതാണ്ടു രണ്ടുമണി ആയപ്പോഴെയ്ക്കും ആണ്ടിയും സാമും ഉത്സാഹത്തോടു കൂടി കുതിരയുമായി അവിടെ എത്തിച്ചേർന്നു. പിന്നീട് ഒട്ടും അമാന്തമുണ്ടായില്ല. അവർ മൂന്നുപേരും കൂടി യാത്ര തുടർന്നു. അയാളെ കഴിയുന്നതും വൈകിപ്പിക്കണം എന്ന ഉദ്ദേശ്യം അനുചരന്മാർക്കും ഉണ്ടായിരുന്നു. അവർ കഴിയുന്നത്ര ആശയക്കുഴപ്പം സൃഷ്ടിച്ചുകൊണ്ടിരുന്നു. എല്ലായ്പ്പോഴും തെറ്റായ വഴിയിലൂടെയാണ് അവർ നീങ്ങിക്കൊണ്ടിരുന്നത്. സമയം ഏറെ കഴിഞ്ഞതിനു ശേഷമാണ് അവർ എലീസയും മകനും തങ്ങുന്ന ഹോട്ടലിനു സമീപത്തെത്തിയത്.

സാമായിരുന്നു ആദ്യം ഹോട്ടലിനു മുന്നിലെത്തിയത്. അയാൾ തലയുയർത്തി നോക്കിപ്പോൾ തന്നെ ഞെട്ടിക്കുന്ന ആ കാഴ്ച കണ്ടു. എലീസ ജനവാതിലിലൂടെ പുറത്തേക്കു നോക്കി ചിന്താമഗ്നയായി നിൽക്കുന്നു. ആണ്ടിയും ഹാലിയും വളരെ പുറകിലാണ്. സാം ഉടനെ തന്നെ തന്റെ തൊപ്പിയെടുത്ത് പറപ്പിച്ചു. എന്നിട്ട് "അയ്യോ എന്റെ തൊപ്പി

യിതാ പറന്നു പോയേ..." അവൻ അലറി. എലീസ പരിചിതമായ ആ ശബ്ദം കേട്ടപ്പോൾ തിരിഞ്ഞു നോക്കി. സാമിനെ കണ്ടപ്പോൾ ഞെട്ടിയെങ്കിലും അവൾ വേഗം ജനലയ്ക്കൽനിന്നും മാറി. ഹാലിയും കൂട്ടരും അപ്പോഴെയ്ക്കും ഹോട്ടലിന്റെ വാതിൽക്കൽ എത്തിയിരുന്നു.

രണ്ടാമതൊന്നാലോചിക്കാതെ എലീസ തന്റെ കുഞ്ഞിന്റെ അടുത്തേക്ക് ചെന്നു. മകനെ വാരിയെടുത്ത് അവൾ മുറിയുടെ പിൻവാതിലിലേക്ക് ഓടി. ആ വാതിൽ പുഴയോരത്തേക്കാണ് തുറക്കുന്നത്. എലീസ കുഞ്ഞിനെയുംകൊണ്ട് പുഴയോരത്തേക്കു ഓടുന്നത് ഹാലികണ്ടു. അയാൾ ഉടനെ കുതിരപ്പുറത്തുനിന്നും ചാടിയിറങ്ങി. ആണ്ടിയേയും സാമിനേയും വിളിച്ച് എലീസയുടെ പാച്ചിൽ കാണിച്ചുകൊടുത്തു. അതിനുശേഷം വേട്ടപ്പട്ടി സാധുമൃഗത്തിന്റെ പിന്നാലെ എന്നപോലെ പുഴയോരത്തേക്ക് പാഞ്ഞു. എലീസ നദിയുടെ നേരെ മുന്നിൽ എത്തി. മുന്നിൽ കൂലംകുത്തിയൊഴുകുന്ന നദി. തൊട്ടുപിന്നിൽ തന്നെയും കുഞ്ഞിനേയും വിഴുങ്ങാനായി നിൽക്കുന്ന ഹാലി. ആലോചിക്കാനൊന്നും സമയമില്ല. ആ സമയത്ത് എവിടെ നിന്നെന്നറിയില്ല ഒരുതരം കരുത്തും ശക്തിയും അവളുടെ ഉള്ളിലേക്ക് പ്രവേശിച്ചു. ദൈവമല്ലാതെ മറ്റാരും സഹായത്തിനില്ലാത്തവർക്ക് ഗതി മുട്ടുമ്പോൾ ദൈവം തന്നെ നൽകുന്ന ഒരുതരം കരുത്തുണ്ടല്ലോ. അത് അവൾക്കു ലഭിച്ചു. അലറിവിളിച്ചുകൊണ്ട് അവൾ ആ നദിയിലേക്കെടുത്തു ചാടി. ഒരു ഭീമാകാരൻ ഐസുകട്ടയുടെ മീതെയാണവൾ ചെന്നു വീണത്. ആ ആഘാതത്തിൽ ഹിമപാളി തകർന്നു പോയി.

ജീവിതത്തിൽ പ്രതീക്ഷിക്കുവാൻ യാതൊന്നും ഇല്ലാത്തവർക്കും ഭ്രാന്തുപിടിച്ചവർക്കും മാത്രമേ ഇത്തരമൊരു പ്രവൃത്തി ചെയ്യാനാവുകയുള്ളൂ. ഈ കാഴ്ച കണ്ട ഹാലിയും സാമും കൈകൾ മോലോട്ടുയർത്തി. അറിയാതെ അവർ ഉറക്കെ നിലവിളിച്ചുപോയി.

എലീസയുടെ ഓരോ കാൽവയ്പിലും ചുവട്ടിലെ ഹിമപാളികൾ തകർന്നു കൊണ്ടിരുന്നു. നിമിഷവേഗത്തിനിടിയിൽ അവൾ ഒന്നിൽനിന്നും മറ്റൊന്നിലേക്ക് ചാടിക്കൊണ്ടിരുന്നു. ചിലപ്പോഴെല്ലാം വഴുക്കി വീണു. അവളുടെ ഷൂസ് ഊർന്നുവീണു. സോക്സ് കീറിപ്പറിഞ്ഞു. കാലുപൊട്ടി ചോരയോഴുകിക്കൊണ്ടിരുന്നു. അവളതൊന്നും കണ്ടില്ല. അവൾക്ക് യാതൊരു വേദനയും അറിയാൻ കഴിഞ്ഞില്ല. ഒരു സ്വപ്നാടകയെപ്പോലെ അവൾ മുന്നോട്ടുനീങ്ങിക്കൊണ്ടിരുന്നു. ഓഹിയോ നദിയുടെ മറുകരയിൽ എത്തിയപ്പോൾ ദൈവദൂതനെപ്പോലെ ഒരാൾ അവളെ കൈപിടിച്ച് കരയ്ക്കു കയറ്റി.

"വല്ലാത്ത ധൈര്യം തന്നെ കുഞ്ഞേ, നിന്റേത്!" അയാൾ അതിശയം മറച്ചുവയ്ക്കാതെ അഭിപ്രായപ്പെട്ടു.

അയാളെ എലീസ പെട്ടെന്ന് തിരിച്ചറിഞ്ഞു. തന്റെ വീടിനടുത്തുള്ള കൃഷിസ്ഥലത്തിന്റെ ഉടമയാണയാൾ.

"എന്നെ രക്ഷിക്കൂ! എന്നെയും കുഞ്ഞിനേയും എവിടെയെങ്കിലും

ഒന്ന് ഒളിപ്പികു! മിസ്റ്റർ സൈംസ്! ദൈവം നിങ്ങളെ അനുഗ്രഹിക്കും!" അവൾ കരഞ്ഞുകൊണ്ടു പറഞ്ഞു.

'ശരി. കരയാതിരിക്കൂ! എന്ത്, നീ ഷെൽബിയുടെ വീട്ടിലെയല്ലേ?"

"അതെ! ഇതെന്റെ മകനാണ്. അവർ ഇവനെ വിറ്റു. അവിടെ അതാ, പുതിയ യജമാനൻ നിൽക്കുന്നു." കെന്റക്കി തീരത്തേക്ക് വിരൽ ചൂണ്ടി ക്കൊണ്ട് അവൾ പറഞ്ഞു.

"സർ, നിങ്ങൾക്കും ഒരു മകനില്ലേ? അതോർത്തെങ്കിലും ദയവായി ഞങ്ങളെ രക്ഷിക്കൂ!"

"അതെ, എനിക്കും മകനുണ്ട്. അതിനുപുറമേ, നിന്റെ ധൈര്യം എന്നെ വല്ലാതെ ആകർഷിച്ചിരിക്കുന്നു. ധീരകളായ സ്ത്രീകളെ എനിക്കു വളരെ ഇഷ്ടമാണ്."

അയാൾ സംസാരം തുടർന്നു: '"ഏതു വിധത്തിൽ നിന്നെ സഹാ യിക്കുവാനും ഞാൻ തയാറാണ്. എനിക്കതിൽ സന്തോഷമേ ഉള്ളൂ. എന്നാൽ ഞാനിപ്പോൾ നിന്നെ എങ്ങോട്ടാണ് കൊണ്ടുപോകുക? എനിക്കു തോന്നുന്നു ആ വീട്ടിലേക്കു പോകുന്നതാണ് നല്ലതെന്ന്." വെളുത്ത ഒരു ബംഗ്ലാവിലേക്ക് വിരൽ ചൂണ്ടിക്കൊണ്ട് അയാൾ പറഞ്ഞു.

"നീ അങ്ങോട്ടു ചെല്ലൂ, അവർ നല്ല മനുഷ്യരാണ്. അവിടെ യാതൊന്നും തന്നെ ഭയപ്പെടാനില്ല. അവർ നിന്നെ സഹായിക്കും!"

"ദൈവം അങ്ങയെ അനുഗ്രഹിക്കട്ടെ." എലീസ ഹൃദയംനിറഞ്ഞ ആത്മാർഥതയോടെ നന്ദിരേഖപ്പെടുത്തി.

"നന്ദി പ്രകടിപ്പിക്കുവാൻ വേണ്ട കാര്യങ്ങളൊന്നും ഞാൻ നിനക്കു വേണ്ടി ചെയ്തില്ലല്ലോ. ഇതു വളരെ നിസ്സാരമായ ഒരു കാര്യമല്ലേ?" അയാൾ വിനീതനായി പറഞ്ഞു.

"സർ, അങ്ങ് എനിക്കുവേണ്ടി ഒരു ഉപകാരം കൂടി ചെയ്യണം; ദയ വുചെയ്ത് ഈ ഒരു കാര്യം ആരോടും പറയരുത്."

"എന്റെ കുട്ടീ, നീ എന്നെക്കുറിച്ച് എന്താണ് കരുതിയിരിക്കുന്നത്? ഒരിക്കലും ഞാൻ ആരോടും പറയുകയില്ല. നീ വിവേകമുള്ള ഒരു യുവ തിയെപ്പോലെ സമാധാനമായി പൊയ്ക്കോളൂ. നീ ഇപ്പോൾ സ്വാതന്ത്ര്യം നേടിയെടുത്തിരിക്കുന്നു. അതു കാത്തുരക്ഷിക്കുവാൻ നിനക്ക് സാധി യ്ക്കട്ടെ."

എലീസ ഉടനെ തന്നെ തന്റെ കുഞ്ഞിനെ മാറോടണച്ച് ഉറച്ച കാൽവയ്പ്പുകളോടെ വേഗം മുന്നോട്ടു നടന്നു. അവൾ കൺമുമ്പിൽനിന്ന് മറയുന്നതുവരെ അയാൾ നോക്കി നിന്നു.

എലീസ നദിയിലേക്ക് എടുത്തുചാടിയത് കണ്ട ഹാലി അന്തം വിട്ടു നിന്നു. അവൾ മറുകരയിൽ എത്തുന്നതുവരെ അയാൾ അത്ഭുതസ്തം ബ്ധനായി നോക്കിനിന്നു. പിന്നെ, നിരാശാഭരിതമായ ഒരു നോട്ടം ആണ്ടിക്കും സാമിനും നേരെ അയച്ചു.

"അങ്ങു നടത്തിയ കച്ചവടത്തിന് ഇതുവല്ലാത്ത ഒരു തിരിച്ചടിയാ യിപ്പോയി അല്ലേ?" സാം പറഞ്ഞു.

"ആ പെൺകുട്ടിയുടെ ദേഹത്ത് പിശാചു കൂടിയിട്ടുണ്ടെന്നാണ് തോന്നുന്നത്. അതും ഒന്നല്ല ഏഴ്. അല്ലാതെ അവൾക്കിങ്ങനെ ചാടി ഓടാൻ കഴിയുമോ? ഒരു പുള്ളിപ്പുലിയെപ്പോലെയല്ലേ അവൾ ചാടിയത്." ഹാലി സംസാരിച്ചു കൊണ്ടിരുന്നു.

സാമും ആണ്ടിയും തമാശ പറഞ്ഞതും ചിരിച്ചതും സംസാരിക്കുന്നതും ഒന്നും ഹാലിക്ക് പിടിച്ചില്ല.

"നിങ്ങളെന്താ ഇതെല്ലാം ആസ്വദിച്ച് ചിരിക്കുകയാണോ?" അയാൾ മുരണ്ടു.

"അങ്ങയെ ദൈവം അനുഗ്രഹിക്കട്ടെ! യജമാനനെ. ഇനി നമുക്കൊന്നും ചെയ്യാനുണ്ടെന്നു തോന്നുന്നില്ല." ആണ്ടിയും സാമും പിന്നെയും ചിരി തുടർന്നു.

"നിങ്ങളുടെ ഒരു ചിരി! ഞാൻ നിങ്ങളെ പാഠം പഠിപ്പിക്കും." ഹാലി ക്രുദ്ധനായി ചാട്ടയെടുത്ത് അവരുടെ നേരെ വീശി. രണ്ടുപേരും കുനിഞ്ഞ് പെട്ടെന്നു തന്നെ മുഖം തിരിച്ചതുകൊണ്ട് അടി മുഖത്തു വീണില്ല. വേഗം അലറിവിളിച്ചുകൊണ്ട് അവർ കുതിരപ്പുറത്ത് ഓടിക്കയറി.

"നമസ്കാരം സാർ" സാം ഗൗരവത്തോടെ യാത്രപറഞ്ഞു.

"യജമാനത്തി ജെറിയുടെ കാര്യത്തിൽ വളരെയധികം ഉൽക്കണ്ഠപ്പെട്ടുകൊണ്ടിരിക്കുകയായിരിക്കും. ഹാലിക്ക് ഇനി നമ്മുടെ ആവശ്യമുണ്ടെന്നു തോന്നുന്നില്ല." ആണ്ടിയുടെ നെഞ്ചത്ത് ഒരു കുത്തുകൊടുത്തുകൊണ്ട് സാം പറഞ്ഞു. അതിനുശേഷം രണ്ടുപേരും അതിവേഗം പാഞ്ഞുപോയി. അവരുടെ പൊട്ടിച്ചിരിയുടെ അലകൾ പിന്നെയും അവിടെ തങ്ങിനിന്നു.

5

സൂര്യൻ അസ്തമിക്കാറായ സമയത്താണ് എലീസ പുഴയിലേക്ക് എടുത്തു ചാടിയത്. നദിയിൽനിന്നും ഉയർന്നുവന്നിരുന്ന മൂടൽമഞ്ഞും അസ്തമയ സൂര്യന്റെ മങ്ങിയ വെളിച്ചവും ആ കാഴ്ച മറച്ചു. ഹാലിക്ക് യാതൊന്നും കാണാൻ കഴിഞ്ഞില്ല. നദിയിലാണെങ്കിൽ ഹിമപാളികൾ നിറഞ്ഞിരുന്നു. അതുകൊണ്ടുതന്നെ അയാൾക്ക് നദി കടക്കാനും കഴിഞ്ഞില്ല.

ഹാലി തോറ്റ് പിൻമടങ്ങാനൊന്നും തയാറായിരുന്നില്ല. ഭാവി പരിപാടികൾ ആലോചിക്കുന്നതിനും ആസൂത്രണം ചെയ്യുന്നതിനുംവേണ്ടി ഹോട്ടലിലേക്ക് നടന്നു. ഹാലി വരുന്നതു കണ്ടപ്പോൾ ഒരു സ്ത്രീ പുറത്തേക്കുവന്ന് അയാളെ ഉള്ളിലേക്ക് സ്വീകരിച്ചാനയിച്ച് ഇരുത്തി.

ഹാലി ചിന്താമഗ്നനായി അവിടെ ഇരുന്നു. ഭൂമിയിൽ മനുഷ്യനുള്ള അസ്ഥിരതയെ കുറിച്ചും മനുഷ്യനുണ്ടാവുന്ന ആഗ്രഹങ്ങളെ കുറിച്ചും സുഖ ദുഃഖങ്ങളെ കുറിച്ചും അയാൾ ആലോചിച്ചു.

കുതിരപ്പുറത്ത് വന്നിറങ്ങിയ ഒരാളുടെ സംസാരമാണ് അയാളെ ചിന്തയിൽനിന്നും ഉണർത്തിയത്. ഹാലി ഞെട്ടിത്തിരിഞ്ഞ് നോക്കി.

"ഹായ്! ഇത് ടോം ലോക്കറല്ലേ?" ആളെ തിരിച്ചറിഞ്ഞപ്പോൾ ഹാലി അത്ഭുതപ്പെട്ടു. അസാധാരണമായ ആരോഗ്യമുള്ള ഒരു വ്യക്തിയാണ് ടോം ലോക്കർ. ആറടിപൊക്കം! ഉറച്ച ശരീരം. പുറകോട്ടു ചീകിയിട്ടിരിക്കുന്ന നീണ്ടമുടി അയാളുടെ മുഖത്തിന് ക്രൂരതയുടെ പരിവേഷം നൽകി. തലയും മുഖവും മറ്റു ശാരീരികാവയവങ്ങളും എല്ലാം ഒരു ഭീകരന്റേതു തന്നെ ആയിരുന്നു. അയാളുടെ തുകൽ കോട്ടും തൊപ്പിയും എല്ലാം ഒരു ബുൾഡോഗിന്റെ ഛായ സമ്മാനിച്ചു. എന്നാൽ അയാളുടെ സഹായി രൂപത്തിലും ഭാവത്തിലും എല്ലാം ടോം ലോക്കറിനു നേരെ വിപരീതം. മെലിഞ്ഞുണങ്ങിയ ഒരു കുള്ളൻ! ചലനമാണെങ്കിൽ ശരിക്കും ഒരു പൂച്ചയുടേതുപോലെ.

അപ്രതീഷിതമായ സമയത്ത് പഴയ സുഹൃത്തിനെ കണ്ടത് ഹാലിയെ സന്തോഷിപ്പിച്ചു. അയാൾ എഴുന്നേറ്റ് ചെന്ന് അയാളെ സ്വീകരിച്ചു. "നിന്നെ ഇപ്പോൾ കാണാനായത് എന്റെ ഭാഗ്യമാണ്. എന്തൊക്കെയാണ് വിശേഷം?" ആ അതികായന്റെ കൈപിടിച്ചു കുലുക്കികൊണ്ട് ഹാലി ചോദിച്ചു.

"പിശാച്" സ്വരൂപത്തിനനുസരിച്ച സ്വഭാവം എന്നു വ്യക്തമാക്കുന്ന മറുപടി.

"ഹാലി നീ ഇവിടെ ഇപ്പോൾ എങ്ങനെ എത്തിപ്പെട്ടു?"

മറുപടിക്കു കാക്കാതെ തന്നെ ആ തടിയൻ ഒരു ഗ്ലാസിൽ ചാരായം ഒഴിച്ച് വെള്ളം തൊടാതെ ഒറ്റവലിക്ക് കുടിച്ചു. കുള്ളനായ സഹായി അവിടെ നിരത്തി വച്ചിരുന്ന മദ്യക്കുപ്പികൾ എല്ലാം സൂക്ഷ്മമായി നിരീക്ഷിച്ചു. അതിനുശേഷം നേരിയ സ്വരത്തിൽ അൽപ്പം മദ്യം ആവശ്യപ്പെട്ടു. അത് വളരെ സാവധാനത്തിൽ കുടിക്കാൻ തുടങ്ങി. അയാളുടെ പേര് മാർക്സ് എന്നാണ്. കരിയില അനങ്ങുമ്പോൾ പൂച്ച എങ്ങനെയാണോ നോക്കുക അതുപോലെയായിരുന്നു അയാളുടെ നോട്ടം.

മാർക്സിനെ ടോം ഹാലിക്ക് പരിചയപ്പെടുത്തി. താൻ ചെന്നുചാടിയ അബദ്ധത്തെ കുറിച്ചും തനിക്കു പറ്റിയ ചതിയെ കുറിച്ചും അയാൾ അവർക്കു വിവരിച്ചുകൊടുത്തു. ഹാലി പറഞ്ഞതെല്ലാം ടോം ലോക്കർ ശ്രദ്ധിച്ചു കേട്ടുകൊണ്ടിരുന്നു. ടോം ലോക്കറിനും വളരെയധികം താൽപ്പര്യമുള്ള വിഷയമായിരുന്നു അത്. എലീസയേയും കുഞ്ഞിനേയും പിടികൂടാനുള്ള ഒരു കരാർ അവർ തമ്മിൽ ഉണ്ടാക്കി. വിഷമത്തോടെ അമ്പതുഡോളർ ഹാലി ടോമിന് നൽകി. അവർ പിരിഞ്ഞു.

സാമും ആണ്ടിയും സസന്തോഷം വീട്ടിലേക്ക് യാത്ര തുടർന്നു. കുതിരകളെ അവർ വളരെ വേഗത്തിൽ ഓടിച്ചുവിട്ടു. വീടിന്റെ വരാന്തയിൽ എത്തിയതോടെ മിസിസ് ഷെൽബി ഓടിയെത്തി. അവർ വിളിച്ചു ചോദിച്ചു:

"സാം അവർ എവിടെയാണ്?"

"മിസ്റ്റർ ഹാലി ഹോട്ടലിൽ വിശ്രമിക്കുകയാണ്. അയാൾ വല്ലാതെ ക്ഷീണിച്ചിരിക്കുകയാണ് യജമാനത്തീ."

"എലീസയും കുഞ്ഞും എവിടെയാണ് സാം?"

"കൊള്ളാം അവർ സുരക്ഷിതരാണ്. അവൾ ജോർദ്ദാൻ നദികടന്നു; കാനാൻ ഭൂമിയിലെത്തി."

"നീ എന്തൊക്കെയാണ് പറയുന്നത് സാം? എന്താണ് ഇതിന്റെയെല്ലാം അർഥം?" ആ സാധു സ്ത്രീക്ക് സംസാരം തുടരാൻ സാധിച്ചില്ല. തലകറങ്ങി വീഴുമെന്ന് തോന്നി.

"യജമാനത്തീ, ദൈവഹിതമനുസരിച്ചല്ലേ, എല്ലാ കാര്യങ്ങളും നടക്കുകയുള്ളൂ! എലീസയും കുഞ്ഞും ഓഹിയോ നദി കടന്നിരിക്കുന്നു."

മിസിസ് ഷെൽബിയുടെ സാന്നിധ്യത്തിൽ സാമിന്റെ മനസ്സ് വല്ലാതെ ഭക്തി നിർഭരമാകും. വേദപുസ്തകത്തിലെ ഭാഷയിലാണ് പിന്നീടയാൾ സംസാരിക്കുക. ഉദാഹരണങ്ങൾ *ബൈബിളി*ലേതു മാത്രം.

ഭാര്യയെ പിന്തുടർന്നുകൊണ്ട് ഷെൽബി അവിടെ എത്തി.

"സാം, ഇവിടെ വരൂ! നിന്റെ യജമാനത്തി കേൾക്കാൻ ആഗ്രഹിക്കുന്ന കാര്യം അവളോടു പറയൂ! എമിലി, നീ ഇങ്ങോട്ടു വരൂ! ഭാര്യയുടെ തോളിൽ കൈയിട്ട് അദ്ദേഹം ഭാര്യയെ അണച്ചുപിടിച്ചു.

"എമിലീ, എന്റെ പ്രിയപ്പെട്ടവളെ, നീ വല്ലാതെ തണുത്തു വിറയ്ക്കുന്നുവല്ലോ. എന്തിനാണ് ഇങ്ങനെ വികാരം കൊള്ളുന്നത്? ആവശ്യത്തിലധികം വികാരവതിയാകുന്നത് നല്ലതല്ല."

"ഞാൻ വല്ലാതെ വികാരവതിയാകുന്നുവെന്നോ? ഞാനൊരു സാധാരണ സ്ത്രീയാണെന്നകാര്യം നിങ്ങൾ പലപ്പോഴും മറന്നുപോകുന്നു. ആ പാവം കുട്ടികളുടെ കാര്യത്തിൽ നാമിരുവരും ദൈവത്തോട് ഉത്തരം പറയേണ്ടിവരും. കരുണാമയനായ ദൈവമേ, ഈ മഹാപാപം ഞങ്ങളുടെ മേൽ പതിക്കാതിരിക്കുവാൻ അനുഗ്രഹിക്കേണമേ!"

"എന്ത്? മഹാപാപമോ? എമലീ, നമ്മൾ ചെയ്യാൻ പാടില്ലാത്ത കാര്യങ്ങളൊന്നും ചെയ്തിട്ടില്ലല്ലോ."

"എനിക്ക് സഹിക്കാനാവാത്ത കുറ്റബോധമുണ്ട്. നമ്മുടെ ഈ നീചപ്രവൃത്തിയെ യാതൊരുവിധത്തിലും ന്യായീകരിക്കുവാൻ എനിക്ക് സാധിക്കുന്നില്ല."

അവർ സാമിന്റെ നേരെ തിരിഞ്ഞുകൊണ്ട് ചോദിച്ചു:

"പറയൂ സാം. നടന്ന കാര്യങ്ങളെല്ലാം ഞങ്ങളോട് വ്യക്തമായും വിശദമായും പറയൂ! എലീസ ഇപ്പോൾ എവിടെയുണ്ട്?"

"യജമാനത്തീ, അവൾ ഓഹിയോ നദിയിലെ പൊന്തിക്കിടക്കുന്ന ഹിമപാളികൾക്കു മുകളിലൂടെ നടന്നുപോകുന്നത് ഞാനെന്റെ കണ്ണുകൊണ്ടു കണ്ടതാണ്. അവളുടെ ആ പോക്ക് ആരെയും അത്ഭുതപ്പെടുത്തും. നദിക്കരയിൽ ആരോ ഒരാൾ അവളെ സഹായിക്കാനായി നിന്നിരുന്നു. അയാൾ കൈപിടിച്ചു കരയ്ക്കു കയറ്റുന്നത് ഞാൻ കണ്ടു. എന്നാൽ പിന്നീടവൾ ഇരുട്ടിലേക്ക് അപ്രത്യക്ഷയാവുകയാണ് ഉണ്ടായത്."

"എന്താണീ കേൾക്കുന്നത്? എനിക്ക് വിശ്വസിക്കാനാവുന്നില്ല. പൊന്തിക്കിടക്കുന്ന ഹിമപാളികൾക്കുമുകളിലൂടെ നടക്കുക എന്നത് തീർത്തും അത്ഭുതകരമായ ഒരു കൃത്യം തന്നെയാണ്. സാധാരണ ക്കാർക്ക്, അതു സാധ്യമാകുമെന്ന് എനിക്ക് തോന്നുന്നില്ല." ഷെൽബി പറഞ്ഞു.

"ദൈവത്തെക്കൊണ്ടുമാത്രം സാധിക്കുന്ന ഒരു കാര്യമാണത്. ഹാലി യജമാനനും ഞാനും ആണ്ടിയും നദീതീരത്തുള്ള ഹോട്ടലിനടുത്തെത്തു മ്പോൾ സന്ധ്യമയങ്ങാറായിരുന്നു. ഞാൻ രണ്ടുപേരെക്കാളും കുറച്ചു മുമ്പിലാണ് നീങ്ങിക്കൊണ്ടിരുന്നത്. ഹോട്ടലിലെ ജനവാതിൽപ്പടിയിൽ തലചാരിക്കൊണ്ട് അവൾ നിന്നിരുന്നത് ദൂരെ നിന്നുകൊണ്ടു തന്നെ ഞാൻ കണ്ടു. ആ സമയത്താണ് എന്റെ തലയിലെ തൊപ്പി കാറ്റിൽ പറന്നു പോയത്. ഞാൻ അറിയാതെ ഒച്ചവച്ചു പോയി. എന്റെ അലർച്ചകേട്ട് എലീസ ജനവാതിൽക്കൽനിന്നും പിന്മാറി. ആ സമയത്ത് ഹാലി യജ മാനൻ ഹോട്ടലിനുള്ളിൽ കയറിക്കഴിഞ്ഞിരുന്നു. എലീസ കുഞ്ഞിനേയും വാരി എടുത്തുകൊണ്ട് നദീ തീരത്തേക്ക് ഓടുന്ന കാഴ്ചയാണ് പിന്നീട് കണ്ടത്. നദി കൂലംകുത്തി ഒഴുകുകയാണ്. ഹാലി യജമാനൻ അവളെ കണ്ടമാത്രയിൽ ഞങ്ങളോട് അവളെ പിടിക്കാൻ ആക്രോശിച്ചു കൊണ്ട് അവളുടെ പിന്നാലെ ഓടി. ഹിമപാളികൾ കുത്തി ഒഴുകുന്നു. ഞങ്ങൾ അവളുടെ തൊട്ടു പിന്നിലെത്തി. അയാൾ അവളെ പിടിച്ചു എന്നുതന്നെ യാണ് ഞാൻ കരുതിയത്. പിടിച്ചു പിടിച്ചില്ല എന്ന അവസ്ഥയിൽ എത്തി യതും അവൾ നദിയിലേക്ക് എടുത്തു ചാടിയതും ഒന്നിച്ചുകഴിഞ്ഞു. വല്ലാത്ത ഒരുതരം ചീറലോടെയായിരുന്നു അവളുടെ ചാട്ടം. മുമ്പൊരി ക്കലും കേട്ടിട്ടില്ലാത്ത വിധത്തിലുള്ള ശബ്ദം. ഓരോ ഹിമപാളിയിൽ നിന്നും അടുത്തതിലേക്ക് ചാടുമ്പോൾ അവൾ ചീറിയിരുന്നു. ശ്വാസമട ക്കിപ്പിടിച്ച്, വികാരവിവശയായി നിന്നുകൊണ്ട് മിസിസ് ഷെൽബി സാമിന്റെ വിവരണം കേട്ടു.

"ദൈവത്തിനു സ്തുതി. എന്റെ കുഞ്ഞുങ്ങൾ ജീവനോടിരിക്കുന്നു. എന്നാൽ എന്റെ ആ പാവം എലീസ എവിടെയാണിപ്പോൾ?" അവൾ ആശ്ചര്യപ്പെട്ടു.

"ദൈവം അവളെയും കുഞ്ഞിനേയും രക്ഷിക്കാതിരിക്കില്ല." സാം ഭക്തിപൂർവം കണ്ണുകൾ മേലോട്ടുയർത്തി.

"ഞാനില്ലായിരുന്നുവെങ്കിൽ അവൾ എപ്പോഴേ പിടിക്കപ്പെടുമായി രുന്നു. എന്റെ ബുദ്ധി കാരണമാണ് ഹാലി യജമാനനെ അഞ്ചു നാഴിക വഴി തെറ്റിച്ച് നടത്താനായത്. അങ്ങനെ ചെയ്തില്ലായിരുന്നെങ്കിൽ അയാൾ എലീസയേയും കൊണ്ട് ഇവിടെ തിരിച്ചെത്തുമായിരുന്നു. അവ ളുടെ കുഞ്ഞ് അയാളുടെ കൈകയിൽ ഇരിക്കേണ്ടതാണ് ഇപ്പോൾ. ദൈവ കൃപകൊണ്ട് അങ്ങനെ ഒന്നും സംഭവിച്ചില്ല."

"വളരെ നന്ദിയുണ്ട് സാം!" മിസിസ് ഷെൽബി പറഞ്ഞു.

"നിങ്ങളിനി പോയി ആഹാരം കഴിച്ച് വിശ്രമിക്കൂ! ഇന്ന് ഉച്ചഭക്ഷ

ണത്തിൽ ബാക്കി വന്ന മുഴുവൻ ആഹാരവും നിങ്ങൾക്ക് എടുത്തു തരാൻ പറയൂ! ക്ലോ ആന്റി നിങ്ങളെ പ്രതീക്ഷിച്ച് നിൽക്കുന്നുണ്ടാവും! നിങ്ങൾ വല്ലാതെ ക്ഷീണിച്ചിരിക്കുന്നു."

സെനറ്റ് സമ്മേളനം കഴിഞ്ഞ് തിരിച്ചെത്തിയ സെനറ്റർ ബേർഡ് തന്റെ ഷൂ അഴിച്ചുവച്ച് ഭാര്യ തുടച്ചുവച്ച ചെരിപ്പ് ധരിക്കുകയാണ്. മിസിസ് ബേർഡാകട്ടെ, ഊണുമേശ ഒരുക്കുന്നതിൽ മേൽനോട്ടം വഹിച്ചുകൊണ്ട് നിൽക്കുകയാണ്.

സ്വീകരണമുറിയിലെ തീകുണ്ഡത്തിൽ അഗ്നിജ്വലിച്ചുകൊണ്ടിരിക്കുന്നു. അഗ്നിയുടെ പ്രകാശത്തിൽ നിലത്തുവിരിച്ച പരവതാനിയും ചായ കുടിക്കാനുള്ള വെള്ളിപ്പാത്രങ്ങളും വെട്ടിത്തിളങ്ങി.

"നിങ്ങൾ ഇന്നു രാത്രി തന്നെ തിരിച്ചെത്തിയല്ലോ. അതിൽ ഞങ്ങൾക്കുള്ള സന്തോഷം പറഞ്ഞറിയിക്കാവതല്ല എന്റെ പ്രിയപ്പെട്ടവനേ," ജോലിത്തിരക്ക് അൽപ്പമൊന്നു കഴിഞ്ഞപ്പോൾ മിസിസ് ബേർഡ് ഭർത്താവിനോടു പറഞ്ഞു.

"അതെ, ഞാനും അതുതന്നെയാണ് വിചാരിക്കുന്നത്. അതുകൊണ്ടാണ് ഞാൻ ഇങ്ങോട്ട് ഓടിയെത്തിയത്. സ്വന്തം വീട്ടിൽ കഴിയുന്നതിന്റെ ആശ്വാസം ഒന്നു വേറെതന്നെയാണ്. ഇന്ന് ഞാൻ വല്ലാതെ ക്ഷീണിച്ചിരിക്കുകയാണ് വല്ലാത്ത തലവേദന!"

മിസിസ് ബേർഡ് ബാം തിരയുന്നു എന്നു മനസിലായപ്പോൾ ഭർത്താവ് അവരെ തടഞ്ഞുകൊണ്ടു പറഞ്ഞു:

"വേണ്ട മേരീ എനിക്ക് മരുന്നൊന്നും വേണ്ട. ഒരു കപ്പ് ചൂടുകാപ്പി കിട്ടിയാൽ മതി. വീട്ടിലെ ശാന്തമായ അന്തരീക്ഷം എന്റെ അസുഖമെല്ലാം മാറ്റും. നിയമനിർമാണം എന്നത് ഏറെ വിരസത ഉളവാക്കുന്ന ഒരു അറുമുഷിപ്പൻ ജോലിയാണ്."

നാടിനു വേണ്ടി താൻ പല ത്യാഗങ്ങളും അനുഷ്ഠിക്കുന്നുണ്ടെന്ന ഭാവത്തോടെ സെനറ്റർ ഒന്നു പുഞ്ചിരിച്ചു.

'എന്താണ് ഇന്നവർ സെനറ്റിൽ ചെയ്തുകൊണ്ടിരുന്നത്."

ആ ബഹുമാന്യയായ സ്ത്രീ സാധാരണയായി രാഷ്ട്രീയ കാര്യങ്ങളിൽ താൽപ്പര്യം കാണിക്കാറില്ല. സ്വന്തം കാര്യങ്ങൾ തന്നെ അവരുടെ തലയിൽ ധാരാളമുണ്ട്. അതുകൊണ്ട് ഭാര്യയുടെ പതിവില്ലാത്ത ചോദ്യം കേട്ടപ്പോൾ ബേർഡ് അതിശയത്തോടെ കണ്ണുമിഴിച്ചു. എങ്കിലും അയാൾ മറുപടി നൽകി.

"ഇന്ന് അത്ര പ്രാധാന്യമുള്ള കാര്യങ്ങളൊന്നും സംഭവിച്ചിട്ടില്ല."

"ഞാൻ ഒരു കാര്യം ചോദിക്കട്ടെ, ഓടിപ്പോകുന്ന പാവങ്ങളായ അടിമകൾക്ക് ആഹാരം നൽകുന്നത് വിലക്കിക്കൊണ്ടുള്ള നിയമം സെനറ്റ് പാസാക്കാൻ പോകുന്നു എന്നുപറയുന്നതിൽ സത്യമുണ്ടോ? അത്തരം ഒരു നിയമംവരാൻ പോകുന്നു എന്നുപറയുന്നതുകേട്ടു. ഏതെങ്കിലും ഒരു ക്രിസ്ത്യൻ നിയമസഭ അത്തരം ഒരു നിയമം പാസാക്കും എന്ന് ഞാൻ വിശ്വസിക്കുന്നില്ല."

"എന്താ മേരീ, നീ പതിവില്ലാത്ത രീതിയിൽ സംസാരിക്കുന്നത്? പെട്ടെന്നൊരു രാഷ്ട്രീയക്കാരിയായി മാറിയ മട്ടുണ്ടല്ലോ."

"എന്തൊരു വിഡ്ഢിത്തമാണ് നിങ്ങൾ പറയുന്നത്? നിങ്ങളുടെ തുലഞ്ഞ രാഷ്ട്രീയത്തിൽ എനിക്കു യാതൊരു താൽപ്പര്യവും ഇല്ല. എന്നാൽ ഇത്തരത്തിൽ ഒരു നിയമംവരുന്നത് ഒട്ടും നീതിയല്ല. ഇത് ക്രൂരവും ക്രിസ്തുമത സിദ്ധാന്തങ്ങൾക്ക് തികച്ചും വിരുദ്ധവുമാണ്. എന്റെ പ്രിയപ്പെട്ടവനേ, അത്തരത്തിൽ ഒരു നിയമം പാസാകാൻ ഇടവരില്ല എന്നുതന്നെ ഞാൻ പ്രത്യാശിച്ചോട്ടേ?"

"കെന്റക്കിയിൽനിന്നും വരുന്ന അടിമകളെ സഹായിക്കുന്നത് വിലക്കിക്കൊണ്ടുള്ള നിയമം പാസാക്കിയിട്ടുണ്ട്. ആ നിയമം പാസാക്കാതെ ഒരു നിവൃത്തിയും ഇല്ലായിരുന്നു. നമ്മുടെ ഇവിടുത്തെ സഹോദരന്മാർക്കും വേണ്ടിയാണ് അതു ചെയ്യേണ്ടിവന്നത്."

"ആ പാവങ്ങൾക്ക് ഒരു രാത്രി അഭയംനൽകുന്നത് തടഞ്ഞുകൊണ്ടുള്ള നിയമമൊന്നുമല്ലല്ലോ അത്. അവർ വിശന്നുവരുമ്പോൾ ഒരു നേരത്തെ ആഹാരം കൊടുക്കുന്നതും പഴയ വസ്ത്രംകൊടുക്കുന്നതും ഒന്നും ഈ നിയമം തടയുകയില്ലല്ലോ."

"നീ എന്താണീ പറയുന്നത്? അവരെ സഹായിക്കുക എന്നു പറഞ്ഞാൽ ഒരുതരത്തിൽ അത് തെറ്റുചെയ്യാൻ പ്രേരിപ്പിക്കലല്ലേ?" മിസിസ് ബേർഡ് ഒരു സാധാരണ സ്ത്രീയാണ്. ഉയരം കുറഞ്ഞ് ശാന്തസ്വഭാവത്തോടുകൂടിയ ഒരു സ്ത്രീ. വളരെ എളുപ്പത്തിൽ അവരെ ആർക്കും ഭയപ്പെടുത്താൻ സാധിക്കുമായിരുന്നു. മാധുര്യമൂറുന്ന ശബ്ദമാണ് അവരുടെ ഏറ്റവും വലിയ പ്രത്യേകത. ടർക്കിക്കോഴി ഒച്ചവച്ചാലും നായ പല്ലിളിച്ചു കാണിച്ചാലും എല്ലാം അവർ ഭയപ്പെടും. പിന്നെ ഒളിച്ചിരിക്കുന്ന അവരെ ആരെങ്കിലും ചെന്നു വേണം കണ്ടുപിടിക്കാൻ. അത്രയ്ക്കുണ്ട് ധൈര്യം! ഭർത്താവിനും കുഞ്ഞുങ്ങൾക്കും അപ്പുറം അവർക്കൊരു ലോകമില്ല. ആജ്ഞാപിക്കൽ, വാദപ്രതിവാദം എന്നിവയൊന്നും അവരുടെ ജീവിത്തിലില്ല. അഭ്യർഥനയുടെ സ്വരം മാത്രമേ അവർക്കറിയൂ! ക്രൂരത ഒന്നു മാത്രമാണ് അവർക്ക് പൊറുക്കാനാവാത്തത്. അതവരെ വികാരംകൊള്ളിക്കും. കുഞ്ഞുങ്ങളെ വല്ലാതെ ലാളിക്കുന്ന ആ അമ്മ പലപ്പോഴും നൽകിയിട്ടുള്ള ശിക്ഷകൾ മക്കൾ ഇടയ്ക്കൊക്കെ ആദരവോടെയാണെങ്കിലും ഓർക്കാറുണ്ട്. അയൽപക്കത്തെ കുട്ടികളോടൊപ്പം ചേർന്ന് തന്റെ മക്കൾ ഒരു പൂച്ചകുട്ടിയെ കല്ലെറിഞ്ഞപ്പോൾ അമ്മയുടെ പ്രതികരണം കൊച്ചുമകൻ ബിൽ ഇടയ്ക്കിടയ്ക്ക് അയവിറക്കാറുണ്ട്.

"ഞാൻ വല്ലാതെ ഭയന്നു വിറച്ചുപോയി. മമ്മ അന്ന് ശരിക്കും ഒരു ഭ്രാന്തിയെപ്പോലെ ആയിരുന്നു. ഒരു വടിയുമായി വന്ന് എന്നെ പൊതിരെ തല്ലി. അതിനുശേഷം അത്താഴംപോലും തന്നില്ല. കാരണമെന്താണെന്ന് എത്ര ആലോചിച്ചിട്ടും ഞങ്ങൾക്കു പിടികിട്ടിയില്ല. വാതിലിനു പുറകിൽ നിന്നും മമ്മ കരയുന്നതുകണ്ടപ്പോൾ എനിക്ക് കൂടുതൽ വിഷമമായി. പിന്നീടൊരിക്കലും ഞങ്ങൾ ഒരു ജീവിയേയും കല്ലെടുത്തെറിയുകയോ

നോവിക്കുകയോ ചെയ്തിട്ടില്ല."

പുതിയ നിയമത്തെ കുറിച്ചുള്ള ഭർത്താവിന്റെ പ്രസ്താവം അവരെ പ്രകോപിപ്പിച്ചു. അവരുടെ കവിളുകൾ ചുവന്നു തുടുത്തു. വളരെ ദൃഢ സ്വരത്തിൽ അവർ ഭർത്താവിനോടു പറഞ്ഞു.

"ജോൺ, അത്തരം നിയമം ശരിയാണെന്നും ക്രിസ്തുമതത്തിന് അനുയോജ്യമാണെന്നും നിങ്ങൾ വിശ്വസിക്കുന്നുണ്ടോ എന്നെനിക്ക് അറിയണം."

"വിശ്വസിക്കുന്നു എന്നു പറഞ്ഞാൽ നീ എന്നെ വെടിവയ്ക്കുക ഒന്നുമില്ലല്ലോ മേരി,"

"ഞാൻ ഒരിക്കലും നിങ്ങളെ കുറിച്ച് അങ്ങനെയൊന്നും കരുതിയില്ല എന്ന് അറിയുകയില്ലേ? എന്നാൽ നിങ്ങൾ അതിനെ അനുകൂലിച്ച് വോട്ടു ചെയ്തിട്ടൊന്നും ഇല്ലല്ലോ."

"ഞാൻ അങ്ങനെ ചെയ്തുവെങ്കിൽ...."

"നിങ്ങൾ സത്യമായും ലജ്ജിക്കണം ജോൺ! അശരണരായ മനുഷ്യ ജീവിതങ്ങൾക്ക് ആശ്വാസം പ്രദാനം ചെയ്യേണ്ടുന്നതിനുപകരം ലജ്ജാകരവും ക്രൂരവും നിന്ദ്യവുമായ നിയമം പാസാക്കിയിരിക്കുന്നു. എനിക്കു ലഭിക്കുന്ന ആദ്യത്തെ അവസരത്തിൽ തന്നെ ഞാൻ ഈ നിയമം ലംഘിക്കും. എനിക്ക് അതിന് അവസരം ലഭിക്കുമെന്നുതന്നെ ഞാൻ കരുതുന്നു. കാര്യങ്ങളെല്ലാം മുന്നോട്ടുപോയി കഴിഞ്ഞിരിക്കുന്നു. പട്ടിണിപ്പാവങ്ങളായ ഈ മനുഷ്യജന്മങ്ങൾക്ക്, അവർ അടിമകളാണെന്നതിന്റെ പേരിൽ ഭക്ഷണവും വസ്ത്രവും നൽകാൻ പാടില്ല എന്ന നിയമം പാലിക്കണമെന്നോ? ആ പാവങ്ങൾ ജീവിതകാലം മുഴുവൻ അടിച്ചമർത്തപ്പെടുകയും ദുരിതമനുഭവിക്കുകയും ചെയ്യുന്നു. ഇനി അതിനെല്ലാം നിയമത്തിന്റെ പരിരക്ഷ ലഭിക്കുകയും കൂടി ചെയ്താൽ!

"മേരീ, നീ ഞാൻ പറയുന്നതൊന്നു കേൾക്കൂ! നിന്റെ വികാരം ഞാൻ മനസിലാക്കുന്നു. അതെല്ലാം ശരിയാണുതാനും. അക്കാര്യത്തിൽ ഞാൻ നിന്നെ സ്നേഹിക്കുന്നു. എന്നാൽ നിയമം സംരക്ഷിക്കുവാൻ നമ്മൾ അത്തരം വികാരം അടക്കുക തന്നെ വേണം. വ്യക്തിയുടെ വികാരങ്ങൾ ഒരിക്കലും പൊതുതാൽപ്പര്യത്തെ ബാധിക്കുവാൻ പാടില്ല. ഈ വിഷയത്തിൽ വലിയ കോലാഹലങ്ങൾ നടക്കുകയാണ്. അപ്പോൾ നമ്മുടെ സ്വന്തം വിഷമങ്ങൾ മാറ്റിവയ്ക്കുക തന്നെ വേണം."

"ജോൺ എനിക്ക് അറിയാത്ത ഒരു വിഷയമാണ് രാഷ്ട്രീയം. എന്നാൽ *ബൈബിളിൽ* എന്താണ് പറഞ്ഞിരിക്കുന്നത് എന്നറിയാം. വിശക്കുന്നവന് ഭക്ഷണം, നഗ്നന് വസ്ത്രം, ദുഃഖിതന് ആശ്വാസം എന്നിവ നൽകുക എന്നീ കാര്യങ്ങൾ ഞാൻ *ബൈബിളിൽ* കാണുന്നു. ആ *ബൈബിളി*ലെ ആശയങ്ങൾ പിന്തുടരാനാണ് ഞാൻ ആഗ്രഹിക്കുന്നത്."

"അത് വലിയ രീതിയിൽ പൊതുജനങ്ങളെ ദ്രോഹിക്കുവാൻ ഇടയാക്കും."

"ദൈവഹിതം മാനിക്കുന്നു എന്നത് ഒരിക്കലും പൊതുജനദ്രോഹ

മാകുന്നില്ല എന്നകാര്യം എനിക്കറിയാം. അവന്റെ കൽപ്പനപോലെ പ്രവർത്തിക്കുക എന്നത് ഏറ്റവും സുരക്ഷിതമായ കാര്യമാണെന്ന് എനിക്കറിയാം."

"ഞാൻ പറയുന്നതൊന്നു മനസിലാക്കാൻ ശ്രമിക്കൂ മേരീ, ഈ വക കാര്യങ്ങൾ വളരെ വ്യക്തമായി എനിക്കു മനസിലാക്കിത്തരാനാകും."

"നിങ്ങളെന്തൊരു വിഡ്ഢിത്തമാണ് പറയുന്നത്? നിങ്ങൾക്കു വേണമെങ്കിൽ ഈ രാത്രിമുഴുവൻ എന്നോട് ഈ വിഷയത്തെ കുറിച്ച് സംസാരിക്കുവാൻ കഴിയുമായിരിക്കും. എന്നാൽ ആ രീതിയിൽ പ്രവർത്തിക്കുവാൻ നിങ്ങൾക്കു സാധിക്കുകയില്ല. എനിക്കുറപ്പാണ്. ഈ തണുപ്പിൽ വിശന്നു വലഞ്ഞ് വിറച്ചുകൊണ്ടു വരുന്ന ഒരു സാധുവിനെ, അയാൾ യജമാനനെ ഭയന്ന് ഓടിപ്പോകുന്ന അടിമയാണ് എന്നതിന്റെ പേരിൽ വാതിൽക്കൽനിന്നും അടിച്ചോടിക്കാൻ നിങ്ങൾക്കു കഴിയുകയില്ല."

സത്യത്തിൽ, ഏതു നിയമത്തിന്റെ പേരിലായാൽ പോലും ആരെയും ഓടിക്കാൻ കഴിയാത്ത ആളാണ് ആ സെനറ്റർ. അത്രമാത്രമുണ്ട് അയാളിൽ മനുഷ്യത്വം. ഭാര്യക്ക് ആ കാര്യം നന്നായി അറിയുകയും ചെയ്യാം. അയാളുടെ ആ ദുർബലവികാരത്തിന്മേലാണ് അവൾ സ്പർശിക്കുന്നതും. തനിക്കു പുതിയ പുതിയ വാദമുഖങ്ങൾ കണ്ടെത്താൻ കൂടുതൽ സമയത്തിനുവേണ്ടി അയാൾ തന്ത്രങ്ങൾ പ്രയോഗിച്ചുകൊണ്ടിരുന്നു. പല പ്രാവശ്യം ഒരു കാര്യവുമില്ലാതെ ചുമച്ചു. പോക്കറ്റിൽനിന്നും ടവലെടുത്ത് കണ്ണട തുടച്ചു. പ്രതിയോഗിയുടെ ദുർബലമായ മാനസികാവസ്ഥ വ്യക്തമായപ്പോൾ മിസിസ് ബേർഡ് തന്റെ വാദങ്ങൾ കൂടുതൽ ശക്തമാക്കാൻ തുടങ്ങി.

അപ്പോഴാണ് അവരുടെ കാര്യസ്ഥനായ കഡ്ജോ എന്ന നീഗ്രോ വാതിൽക്കൽ തലകാണിച്ച്, "യജമാനത്തി ഒന്ന് അടുക്കളയോളം വരുമോ" എന്ന് ആവശ്യപ്പെട്ടത്. ഭാര്യയുടെ ചോദ്യശരങ്ങളിൽനിന്നും താൽക്കാലത്തേക്കെങ്കിലും രക്ഷപ്പെട്ടല്ലോ എന്ന ആശ്വാസത്തിൽ സെനറ്റർ വിഷാദവും സന്തോഷവും ഇടകലർന്ന ഭാവത്തോടെ അവളെ നോക്കി. എന്നിട്ട് കസേരയിൽ ചാരിക്കിടന്ന് പേപ്പറുകൾ നോക്കാൻ ആരംഭിച്ചു.

പെട്ടെന്നാണ് ഭാര്യ വിളിക്കുന്ന ശബ്ദം കാതിൽ മുഴങ്ങിയത് "ജോൺ! ഒരു നിമിഷം ഇവിടേക്കൊന്നു വരാമോ?"

ഉടനെ തന്നെ കൈയിലുള്ള പേപ്പറുകൾ താഴെവച്ച് അയാൾ അടുക്കളയിലേക്കു ചെന്നു. അവിടെ കണ്ട കാഴ്ച ഞെട്ടിക്കുന്നതായിരുന്നു. കീറിപ്പറഞ്ഞ ഉടുപ്പും ഒരു കാലിൽ മാത്രം ഷൂവും ധരിച്ച് ചോരവാർന്നൊഴുകുന്ന കാലുകളോടെ ഒരു യുവതി കസേരയിൽ ഇരിക്കുന്നു. അല്ല! അവളാ കസേരയിൽ മരവിച്ചു കിടക്കുകയാണ്. ഒറ്റനോട്ടത്തിൽ തന്നെ മനസിലാകും അവളൊരു അടിമപ്പെണ്ണാണെന്ന്. അബോധാവസ്ഥയിൽ ഇരിക്കുന്ന ആ സുന്ദരിയായ യുവതിയോട് ആർക്കും ദയതോന്നും. സെനറ്റർ അവളെ നോക്കി മരവിച്ചുനിന്നു. ഭാര്യയും വേലക്കാരി ദിനാ ആന്റിയും ചേർന്ന് അവളിൽ ബോധം തിരികെകൊണ്ടുവരാൻ ചെയ്യുന്ന ശുശ്രൂഷ

കൾ നോക്കി അദ്ദേഹം നിശ്ശബ്ദനായിനിന്നു. കാര്യസ്ഥൻ കഡ്ജോ കുഞ്ഞിനെ മടിയിലിരുത്തി, അവന്റെ ഷൂസും സോക്സുമെല്ലാം ഊരി മാറ്റി, പാദങ്ങൾ തിരുമ്മി ചൂടുപിടിപ്പിച്ചുകൊണ്ടിരിക്കുന്നു.

"ബോധത്തോടു കൂടിയാണ് അവളിവിടെ വന്നു കേറിയത്. പാവം പെണ്ണ്!" ദിനാ ആന്റി പറഞ്ഞു.

"ഇവിടെ ഇരുന്ന് ശരീരം ചൂടുപിടിപ്പിച്ചോളാൻ ഞാൻ അവൾക്ക് അനുവാദം കൊടുത്ത ശേഷം എവിടെനിന്നാണ് വരുന്നത് എന്നു ചോദിച്ചു. എന്നാൽ അതിനു മറുപടി പറയാൻ കഴിയുന്നതിനുമുമ്പേ തന്നെ അവൾ ബോധരഹിതയായി വീണു. അവളുടെ കൈവെള്ള കണ്ടാൽ കഠിനമായ ജോലിയൊന്നും ചെയ്ത് ശീലിച്ചവളല്ല എന്നു മനസിലാകും."

"പാവം കുട്ടി." മിസിസ് ബേർഡിന്റെ സഹാനുഭൂതിയോടെയുള്ള സ്വരം കേട്ടിട്ടോ എന്തോ അവൾ തന്റെ നീണ്ട കണ്ണുകൾ തുറന്ന് അവരെ നോക്കി. പെട്ടെന്നാണ് ആ മുഖത്ത് ഉൽക്കണ്ഠയും വേദനയും പടർന്നത്. അവൾ ഉറക്കെ നിലവിളിച്ചു.

"അയ്യോ! എന്റെ ഹാരി! അവരവനെ പിടികൂടിയോ?"

അമ്മയുടെ കരച്ചിൽ കേട്ട ഉടനെ ഹാരി കഡ്ജോയുടെ മടിയിൽ നിന്നും ചാടിയിറങ്ങി അമ്മയുടെ അടുത്ത് ഓടിയെത്തി അവളെ കെട്ടിപ്പിടിച്ചു. ആ അമ്മയ്ക്കത് വിശ്വസിക്കാനായില്ല. അവൾ ആശ്ചര്യത്തോടെ വിളിച്ചു കൂവി: "എന്റെ എന്റെ ഹാരി. അവനിവിടെ ഉണ്ട്! എന്റെ അടുത്തു തന്നെ ഉണ്ട്. എന്റെ യജമാനത്തീ, ഞങ്ങളെ രക്ഷിക്കൂ! ഇവനെ പിടിച്ചു കൊണ്ടു പോകാൻ അനുവദിക്കരുതേ!"

അവൾ മിസിസ് ബേർഡിനോട് കേണപേക്ഷിച്ചു.

"അവനെ പിടിച്ചുകൊണ്ടുപോകാൻ ആരും ഇവിടെ വരില്ല. നിങ്ങൾ ഇവിടെ തീർത്തും സുരക്ഷിതരാണ്. ഒന്നും പേടിക്കേണ്ട!" മിസിസ് ബേർഡ് അവളെ ആശ്വസിപ്പിച്ചു.

"ദൈവം നിങ്ങളെ അനുഗ്രഹിക്കും!" യുവതി തന്റെ മുഖം കൈകളിൽ താങ്ങിക്കൊണ്ട് തേങ്ങികരയാൻ തുടങ്ങി. അപ്പോഴെയ്ക്കും കുഞ്ഞ് അവളുടെ മടിയിൽ സ്ഥാനമുറപ്പിച്ചുകഴിഞ്ഞിരുന്നു.

മിസിസ് ബേർഡിന്റെ ആശ്വാസവാക്കുകൾ അവളെ സമാധാനിപ്പിച്ചു. തീകുണ്ഡത്തിനരികിലായി അവൾക്കൊരു കിടക്ക വിരിച്ചു. ക്ഷീണിച്ചവശയായ ആ പാവം നിമിഷങ്ങൾക്കകം സുഖനിദ്രയിൽ ആണ്ടുപോയി. മകനും അമ്മയുടെ കരവലയത്തിനകത്തെ സുരക്ഷിതത്വത്തിൽ കിടന്ന് ഉറങ്ങി. അവനെ തന്റെ അടുത്തുനിന്നും മാറ്റിക്കിടത്താൻ അവൾ ആരെയും അനുവദിച്ചില്ല. ഉറക്കത്തിൽപ്പോലും ഇടയ്ക്കിടെ തപ്പിനോക്കുന്നുണ്ടായിരുന്നു.

യുവതി ഉറങ്ങി എന്നു ബോധ്യമായപ്പോൾ ബേർഡും പത്നിയും സ്വീകരണമുറിയിലേക്ക് തിരികെപ്പോയി. എന്നാൽ ഇരുവരും പഴയ സംഭാഷണം തുടർന്നില്ല. ഭാര്യ കൈലേസ് തുന്നിക്കൊണ്ടിരുന്നു. ഭർത്താവാകട്ടെ, പേപ്പർ വായിക്കുന്നതായി അഭിനയം തുടർന്നു.

"അവൾ ആരായിരിക്കും! എനിക്ക് അത്ഭുതം സഹിക്കാൻ വയ്യ!"

ബേർഡ് തന്നെ വിഷയം എടുത്തിട്ടു." "ആദ്യം ഉറക്കമുണരട്ടെ! അതിനുശേഷം നമുക്ക് ചോദിച്ചു മനസിലാക്കാം." മിസിസ് ബേർഡ് മറുപടി പറഞ്ഞു. വീണ്ടും അദ്ദേഹം താൻ വായിച്ചുകൊണ്ടിരിക്കുന്ന പേപ്പറിലേക്കു തന്നെ നോക്കി സംസാരം തുടർന്നു.

"നോക്കൂ, എന്റെ പ്രിയപ്പെട്ടവളേ, നിന്റെ ഉടുപ്പ് അവൾക്കു പാകമാവുമോ? അവൾക്കു നിന്നെക്കാൾ വണ്ണവും പൊക്കവും ഉണ്ടെന്നു തോന്നുന്നു."

മിസിസ് ബേർഡിന്റെ മുഖത്ത് ഒരു ചെറുചിരി മിന്നിമാഞ്ഞു. "നമുക്ക് നോക്കാം."

അൽപ്പസമയത്തിനുശേഷം ബേർഡ് പിന്നെയും സംസാരിക്കുവാൻ തുടങ്ങി.

"ഞാൻ ഒരു കാര്യം കൂടി പറയട്ടെ മേരീ?"

"എന്താണ്?" ഭാര്യ ചോദിച്ചു.

"ഉച്ചയ്ക്കുശേഷം ഉറങ്ങുന്ന സമയത്ത് പുതയ്ക്കാറുള്ള ആ വലിയ ഉടുപ്പില്ലേ, അതവൾക്കു കൊടുത്തേക്കു! അവളുടെ കൈയിൽ വേറെ വസ്ത്രമൊന്നുമില്ല."

"അപ്പോഴെയ്ക്കും ദിന പുറത്തേക്കു വന്നു. അവൾ ഉണർന്നെന്നും യജമാനത്തിയെ കാണാൻ ആഗ്രഹിക്കുന്നു എന്നും പറഞ്ഞു.

ബേർഡും ഭാര്യയും ഉടനെ തന്നെ എഴുന്നേറ്റ് അടുക്കളയിലേക്ക് നടന്നു. അവരെ പിന്തുടർന്നുകൊണ്ട് മൂത്ത രണ്ട് ആൺമക്കളും. അവൾ എഴുന്നേറ്റിരുന്ന് തീകായുകയാണ്. ആകെ തകർന്നമട്ടിലുള്ള ഒരിരുപ്പായിരുന്നു അത്. എന്നാൽ മുമ്പുണ്ടായിരുന്ന ഭീതി അൽപ്പമൊന്നു വിട്ടകന്നിട്ടുണ്ട്.

"നീ എന്നെ അന്വേഷിച്ചോ?" വളരെ സൗമ്യമായ സ്വരത്തിൽ മിസിസ് ബേർഡ് ചോദിച്ചു.

"നിനക്കിപ്പോൾ ആശ്വാസം തോന്നുന്നുണ്ടോ? പാവം കുട്ടി!"

ദീർഘനിശ്വാസം കഴിച്ചുകൊണ്ട് അവൾ യജമാനത്തിയെ നോക്കി. അതിനുശേഷം 'അതേ' എന്ന അർഥത്തിൽ കഴുത്തൊന്ന് അനക്കി. അവളുടെ കാതരമായ നോട്ടം മിസിസ് ബേർഡിനെ കരയിപ്പിച്ചു.

"നീ യാതൊന്നും പേടിക്കേണ്ട! ഞങ്ങളെ നിന്റെ സുഹൃത്തുക്കളായി മാത്രം കണക്കാക്കിയാൽ മതി. പാവം കുട്ടി! നീ എവിടെനിന്നാണ് വരുന്നത്? ഞങ്ങൾ എന്തു സഹായമാണ് നിനക്കു ചെയ്തു തരേണ്ടത്?"

"കെന്റക്കിയിൽ നിന്നാണ് ഞാൻ വരുന്നത്" അവൾ പറഞ്ഞു.

"എപ്പോഴാണ് അവിടെനിന്നും പുറപ്പെട്ടത്?" ബേർഡ് ചോദിച്ചു.

"ഇന്നു രാത്രി."

"എങ്ങനെയാണ് നീ ഇവിടെ എത്തപ്പെട്ടത്?"

"ഹിമപാളികളിലൂടെ നടന്ന്."

"എന്ത്? മഞ്ഞുപാളികളിലൂടെ നടന്നെന്നോ?" സകലരും ആശ്ചര്യപ്പെട്ടു.

“അതെ.” അവൾ സാവധാനത്തിൽ സംസാരം തുടർന്നു.

“ദൈവസഹായം ഒന്നുകൊണ്ടു മാത്രമാണ് എനിക്ക് മഞ്ഞുപാളികളിലൂടെ നടന്ന് ഇവിടംവരെ എത്താൻ സാധിച്ചത്. കാരണം അവർ എന്റെ തൊട്ടു പിന്നാലെ ഉണ്ടായിരുന്നു. മറ്റുമാർഗങ്ങളൊന്നും എന്റെ മുന്നിൽ ഇല്ലായിരുന്നു.”

“അയ്യോ! എന്റെ യജമാനത്തീ!” കഡ്ജോ പറഞ്ഞു.

“ഐസ് തകർന്ന് കട്ടികളായി നദിയിലൂടെ ഒഴുകുകയാണ്!”

“അതെനിക്കറിയാം. അത് എനിക്കുമാത്രമേ അറിയൂ!” അവൾ ഭ്രാന്തു പിടിച്ചവളെ പോലെ ഉറക്കെപ്പറഞ്ഞു.

“എന്നാൽ ഞാനത് ചെയ്തു; എന്നെക്കൊണ്ട് അതു സാധ്യമാകുമെന്ന് കരുതിയതല്ല. എന്നാൽ ഞാനതൊന്നും ചിന്തിച്ചില്ല. എന്നെക്കൊണ്ട് അതു സാധിച്ചില്ലെങ്കിൽ പിന്നെ മരണം മാത്രമേ എന്റെ മുന്നിലുണ്ടായിരുന്നുള്ളൂ. ദൈവം വേണ്ട സമയത്ത് എന്നെ തുണച്ചു. ശ്രമിക്കാത്തവർക്ക് ദൈവം എത്രമാത്രം സഹായം ചെയ്യുമെന്ന് എനിക്കറിയില്ല.” പ്രതീക്ഷാനിർഭരമായ കണ്ണുകളോടെ അവൾ പറഞ്ഞവസാനിപ്പിച്ചു.

“നീ ആരുടെയെങ്കിലും അടിമയായിരുന്നുവോ?” ബേർഡ് ചോദിച്ചു.

“അതെ സർ. കെന്റക്കിയിലാണ് എന്റെ യജമാനൻ.”

“അയാൾ നിന്നോട് ക്രൂരമായാണോ പെരുമാറിയിരുന്നത്?”

“ഇല്ല സർ. എന്റെ യജമാനൻ വളരെ നല്ലവനായിരുന്നു.”

“യജമാനത്തി ക്രൂരയായിരുന്നു അല്ലേ?”

“ഒരിക്കലും അല്ല. എന്റെ യജമാനത്തി എപ്പോഴും എന്നോട് സ്നേഹത്തോടും മര്യാദയോടും കൂടി മാത്രമേ പെരുമാറിയിട്ടുള്ളൂ.”

“പിന്നെ എന്തുകൊണ്ടാണ് നീ ആ നല്ല വീടു വിട്ടുപോന്നത്? ആലോചിക്കാതെയാണോ, അവിടെനിന്നും ഒളിച്ചോടി ഈ കഷ്ടപ്പാടുകൾ എല്ലാം വരുത്തിവച്ചത്?”

അവൾ മിസിസ് ബേർഡിനെ സൂക്ഷിച്ചു നോക്കി. യജമാനത്തി ദുഃഖാചരണ വേഷത്തിലാണെന്ന് അവൾ മനസിലാക്കി.

“യജമാനത്തീ” അവൾ പെട്ടെന്നു ചോദിച്ചു: “നിങ്ങൾക്ക് സ്വന്തം കുഞ്ഞിനെ നഷ്ടപ്പെടാൻ ഇടവന്നിട്ടുണ്ടോ?”

അപ്രതീക്ഷിതമായ ആ ചോദ്യം ഒരു ശരംപോലെ അവരുടെ ഹൃദയത്തിൽ വന്നു തറച്ചു. ഒരുമാസം മുമ്പുമാത്രമാണ് അവരുടെ ഒരു കുഞ്ഞ് മൃതിയടഞ്ഞത്. ബേർഡ് തിരിഞ്ഞു നടന്ന് ജനാലയ്ക്കടുത്ത് വന്നു നിന്നു. മിസിസ് ബേർഡ് ഈ ചോദ്യം കേട്ടതോടെ പൊട്ടിക്കരഞ്ഞു. സമനില വീണ്ടെടുത്ത ശേഷം ചോദിച്ചു.

“നീ എന്താണ് ഇപ്പോൾ ഇങ്ങനെ ചോദിച്ചത്? എന്റെ കുഞ്ഞ് ഒരു മാസം മുമ്പ് മരിച്ചുപോയിട്ടുണ്ട്.”

“എങ്കിൽ നിങ്ങൾക്കു തീർച്ചയായും എന്റെ വേദന മനസിലാകും. ഒന്നല്ല, രണ്ടു കുഞ്ഞുങ്ങളാണ് എനിക്കു നഷ്ടമായത്. ഇനി ഇവൻ ഒരാൾ മാത്രമേ എനിക്കു ബാക്കിയുള്ളൂ. ഇവനില്ലാതെ ഒരു രാത്രി

പോലും എനിക്ക് ഉറങ്ങാൻ സാധിക്കുകയില്ല. ഇവനൊരാളാണ് ആത്മഹത്യ ചെയ്യാതെ, ഈ ലോകത്തിൽ ജീവിക്കുവാൻ എന്നെ പ്രേരിപ്പിക്കുന്നത്. എന്റെ ആശ്വാസവും അഭിമാനവുമാണവൻ. അവർ എന്നെ ഇവനിൽ നിന്നും അകറ്റി വിൽക്കാൻ ശ്രമിക്കുകയാണ്. ജീവിതത്തിൽ ഒരിക്കലും അമ്മയെ പിരിഞ്ഞിരിക്കാത്ത കുഞ്ഞിനെ അമ്മയിൽനിന്നും അകറ്റി തെക്കൻസംസ്ഥാനത്തേക്ക് വിൽക്കുക എന്നു പറഞ്ഞാൽ! എന്റെ കുഞ്ഞിനെ കൈമാറാനുള്ള കരാറിൽ ഒപ്പുവച്ചു എന്നറിഞ്ഞപ്പോൾ തന്നെ ഞാൻ കുഞ്ഞിനേയും എടുത്ത് അവിടെനിന്നും ഓടി. ആ കച്ചവടക്കാരനും യജമാനനന്റെ രണ്ടു ജോലിക്കാരും എന്നെ പിന്തുടർന്നിരുന്നു. അവർ എന്നോടൊപ്പം പാഞ്ഞെത്തി എന്നറിഞ്ഞപ്പോൾ നദിയിലെ ഹിമക്കട്ടയിലേക്ക് ഞാനെടുത്തു ചാടി. എങ്ങനെ മറുകര പറ്റി എന്നെനിക്ക് അറയില്ല. ദൈവദൂതനെപോലെ ഒരാൾ അക്കരെനിന്ന് എന്നെ മുകളിലേക്കു കയറാൻ സഹായിച്ചു."

അവൾ കരഞ്ഞില്ല. കണ്ണീരൊഴുക്കിയില്ല. ഒരുതരം മരവിപ്പ് അവളിൽ പ്രകടമായിരുന്നു. കണ്ണുനീർ വറ്റിയ ആ കണ്ണുകൾ നിശ്ചയദാർഢ്യത്താൽ തിളങ്ങി. ചുറ്റും നിന്നവരുടെ ഹൃദയം സഹാനുഭൂതിയാൽ നിറഞ്ഞു. കണ്ണുനീരൊഴുക്കി നിൽക്കുന്ന അമ്മയുടെ കണ്ണുനീരൊപ്പുന്നതിനുവേണ്ടി തൂവാലകൾ, മക്കൾ ഉടുപ്പിൽ വച്ചുകൊടുത്തു. മിസ്സ് ബേർഡിന് എലീസയുടെ കദനകഥ സഹിക്കാനായില്ല. അവർ തൂവാലകൊണ്ടു മുഖം മറച്ച് തേങ്ങിക്കരഞ്ഞു. ദിനാ ആന്റിയുടെ കണ്ണിൽനിന്നും അശ്രുക്കൾ ധാരധാരയായി ഒഴുകി. പ്രാർഥനായോഗത്തിലെന്ന പോലെ അവർ കൈകൾ മേലോട്ടുയർത്തി വിളിച്ചു പ്രാർത്ഥിച്ചു: "ദൈവമേ ഞങ്ങളെ രക്ഷിക്കണേ! ഞങ്ങളോടു കരുണകാണിക്കേണമേ!"

വൃദ്ധനായ കഡ്ജോ എലീസായെ നോക്കി വല്ലാത്തൊരു മുഖഭാവത്തോടെ നിന്നു. സാധാരണ മനുഷ്യരെപ്പോലെ സെനറ്റർക്ക് കരയാൻ സാധിക്കുകയില്ലല്ലോ. അതുകൊണ്ടു തന്നെ അദ്ദേഹം പുറം തിരിഞ്ഞു നിന്ന് ജനലിലൂടെ പുറത്തേക്കു നോക്കി. കണ്ഠശുദ്ധി വരുത്തി, കണ്ണട തുടച്ച് ആരും സംശയിക്കാതിരിക്കുവാൻ ഇടയ്ക്കിടെ മൂക്കു ചീറ്റിക്കൊണ്ടിരുന്നു.

"നിന്റെ ഏകമകനെ വിൽക്കാൻ തയാറായ യജമാനൻ ദയാലുവാണെന്ന് നീ പറഞ്ഞത് എന്തുകൊണ്ടാണ്." തന്റെ സങ്കടം കടിച്ചമർത്തിക്കൊണ്ട് പെട്ടെന്ന് ബേർഡ് ചോദിച്ചു.

"എന്റെ യജമാനനും യജമാനത്തിയും സ്നേഹസമ്പന്നരും ദയാലുക്കളും ആണ്. അവർക്ക് മുന്നിൽ വേറെ വഴിയില്ലായിരുന്നു. അവർ വലിയൊരു കടക്കെണിയിൽ പെട്ടിരിക്കുകയാണ്. ആ അടിമവ്യാപാരി അവരുടെ മേൽ പിടിമുറുക്കിയിരിക്കുകയാണ്. എന്തുകൊണ്ടാണെന്ന് എനിക്കറിയില്ല, അവർ കരാറൊപ്പിടുവാൻ നിർബന്ധിതരായിത്തീർന്നു. എന്റെയും കുഞ്ഞിന്റെയും ജീവിതത്തിനുവേണ്ടി യജമാനത്തി യാചിക്കുന്നതും താൻ നിസ്സഹായനാണെന്ന് യജമാനൻ പറയുന്നതും ഞാൻ

കേട്ടതാണ്. കരാറിൽ ഒപ്പുവച്ച് രേഖകൾ കൈമാറി കഴിഞ്ഞു. അതറിഞ്ഞതോടെ മോനെയും എടുത്ത് ഞാൻ പുറത്തിറങ്ങി. എന്റെ മകൻ ആ വ്യാപാരിയുടെ കൈയിൽ പെട്ടുകഴിഞ്ഞാൽ പിന്നെ ഞാൻ ജീവിച്ചിരുന്നിട്ട് കാര്യമില്ല. എനിക്ക് ഇവൻ മാത്രമേ ഉള്ളൂ."

"നിന്റെ ഭർത്താവിന് എന്തുപറ്റി?"

"എന്റെ ഭർത്താവും മറ്റൊരാളുടെ അടിമയാണ്. ഏറ്റവും ക്രൂരനായ മനുഷ്യനാണ് അദ്ദേഹത്തിന്റെ യജമാനൻ. ക്രൂരമായ വാക്കുകളും കഠിനമായ ശിക്ഷയും നൽകി അത്യധ്വാനം ചെയ്യിപ്പിക്കുന്നതിനു പുറമേ, എന്നെ കാണാൻപോലും ഇപ്പോൾ അനുവദിക്കുന്നില്ല. ഈവക ദ്രോഹങ്ങളൊന്നും പോരാഞ്ഞ് അദ്ദേഹത്തെ തെക്കൻസംസ്ഥാനത്തേക്ക് നാടുകടത്തുമെന്ന് ഭീഷണി മുഴുക്കിയിരിക്കുകയാണ്. ഇനി ഒരിക്കലും ഞങ്ങൾ തമ്മിൽ കാണാൻ സാധിക്കും എന്നെനിക്കു തോന്നുന്നില്ല."

എലീസയുടെയും ഭർത്താവിന്റെയും ഹൃദയബന്ധം അറിയാത്തവർക്ക് അവളുടെ സംഭാഷണം കേട്ടാൽ അവൾക്ക് ഈ വിഷയത്തിൽ യാതൊരു താൽപ്പര്യവും ഇല്ല എന്നുതോന്നും. അത്രയ്ക്ക് ഉദാസീനമായാണ് അവൾ പറഞ്ഞത്. എന്നാൽ അവളുടെ കരിനീല മിഴികളിൽ കഠിനമായ വേദന നിഴലിച്ചിരുന്നു. അവളുടെ ഹൃദയഭാരം ആ നോട്ടത്തിൽ വ്യക്തമായിരുന്നു.

"എന്താണ് നിന്റെ ഭാവി പരിപാടികൾ? നീ എവിടേക്കു പോകാനാണ് ഉദ്ദേശിക്കുന്നത്?" മിസിസ് ബേർഡ് ചോദിച്ചു.

"കാനഡായിലേക്ക്! എന്നാൽ അതെവിടെയാണെന്നു പോലും എനിക്കറിയില്ല. കാനഡ ഇവിടെനിന്നും വളരെ ദൂരെയാണോ?" യജമാനത്തിയുടെ മുഖത്ത് നിഷ്കളങ്കതയോടെ നോക്കിക്കൊണ്ട് അവൾ ചോദിച്ചു.

"പാവം!" മിസിസ് ബേർഡ് അറിയാതെ പറഞ്ഞുപോയി.

"കാനഡ വളരെ അകലെയാണോ?" തികഞ്ഞ ആത്മാർഥയോടെ അവളാ ചോദ്യം ആവർത്തിച്ചു.

"നീ കരുതുന്നതിനേക്കാൾ എത്രയോ അകലെയാണ് കുട്ടീ, വളരെ വളരെ ദൂരെ." മിസിസ് ബേർഡ് മറുപടി പറഞ്ഞു.

"എന്നാൽ നിനക്കുവേണ്ടി എന്തെല്ലാം ചെയ്യുവാൻ സാധിക്കുമെന്ന് ഞങ്ങൾ ആലോചിച്ചുനോക്കട്ടെ. ദീനാ നിന്റെ മുറിയിൽ അടുക്കളയുടെ സമീപത്തായി ഇവൾക്കു വേണ്ടി ഒരു മെത്ത തയാറാക്കൂ! അവളെയും കുഞ്ഞിനെയും രക്ഷിക്കുവാൻ എന്തെല്ലാം ചെയ്യാൻ കഴിയുമെന്ന് നാളെ രാവിലെ നോക്കാം. നീ ഒന്നുകൊണ്ടും പേടിക്കണ്ട.! ദൈവത്തിൽ വിശ്വാസം അർപ്പിച്ചുകൊണ്ട് കിടന്നുകൊള്ളൂ. അവൻ നിന്നെ രക്ഷിക്കാതിരിക്കില്ല."

എലീസയെ ആശ്വസിപ്പിച്ച ശേഷം ബേർഡും ഭാര്യയും സ്വീകരണമുറിയിലേക്ക് തിരിച്ചുപോയി. മിസിസ് ബേർഡ് തീ കുണ്ഡത്തിനടുത്ത് ചാരുകസേരയിലിരുന്ന് ചിന്താമഗ്നനായി വെറുതേ ആടിക്കൊണ്ടിരുന്നു. ബേർഡ് മുറിയിൽ അച്ചാലും പിച്ചാലും നടന്നു.

"വല്ലാത്തൊരു കുഴഞ്ഞ പ്രശ്നം തന്നെ." അവസാനം അയാൾ ഭാര്യയുടെ അരികിൽ ചെന്ന് ചോദിച്ചു.

"മേരീ, പ്രിയപ്പെട്ടവളെ, ഇന്നത്തെ രാത്രി തന്നെ അവൾക്ക് ഇവിടം വിട്ടുപോകേണ്ടിവരും. പുലരുമ്പോഴെയ്ക്കും അവളെ തേടി ആ വ്യാപാരി ഇവിടെ എത്തും. അവൾ തനിച്ചാണെങ്കിൽ അയാൾ ചിലപ്പോൾ അത്ര മാത്രം താൽപ്പര്യമെടുത്തു എന്നു വരില്ല. എന്നാൽ കുഞ്ഞിന്റെ കാര്യം വരുമ്പോൾ വിട്ടുകൊടുക്കുമെന്നു തോന്നുന്നില്ല. ഇല്ല. ഇവിടെ വച്ച് ഒരിക്കലും അവർ പിടികൂടാൻ പാടുള്ളതല്ല. ഇന്നു രാത്രി തന്നെ അവരെ ഇവിടെ നിന്നും മാറ്റണം."

"ഇന്നു രാത്രി തന്നെ? അതെങ്ങനെ സാധിക്കും? നമ്മൾ അവളേയും കൊണ്ട് എവിടേക്കു പോകും?"

"എവിടേക്കു കൊണ്ടുപോണം എന്നെല്ലാം എനിക്കറിയാം." സെനറ്റർ ബേർഡ് ഷൂ ധരിച്ചുകൊണ്ട് ആലോചനാമഗ്നനായി ഇരുന്നു.

"ഇതൊരു വൃത്തികെട്ട ജോലി തന്നെ" ഷൂവിന്റെ ലേസു കെട്ടിക്കൊണ്ട് അദ്ദേഹം തന്നോടുതന്നെ പറഞ്ഞു.

"എന്തായാലും അതു ചെയ്യാതെ പറ്റുകയില്ലല്ലോ. നശിക്കട്ടെ." കാർപ്പറ്റിലേക്കു തുറിച്ചുനോക്കിക്കൊണ്ട് മിസ്റ്റർ ബേർഡ് എഴുന്നേറ്റു. ഭർത്താവിന്റെ മനസിൽ എന്താണ് ഉരുണ്ടുകൂടുന്നതെന്ന് നന്നായി മനസിലായെങ്കിലും അവൾ നിശ്ശബ്ദയായി നോക്കിക്കൊണ്ട് ഇരുന്നതേയുള്ളൂ.

"നിനക്ക് ഒരു കാര്യം അറിയുമോ?" അദ്ദേഹം ചോദിച്ചു. "എന്റെ പഴയ ഒരു കക്ഷി, വാൻ ട്രോമ്പെ, കെന്റക്കിയിൽനിന്നും തിരിച്ചെത്തിയിട്ടുണ്ട്. അയാൾ തന്റെ അടിമകളെ എല്ലാം സ്വതന്ത്രരാക്കി. കുന്നിന്റെ ചെരുവിൽ ഏഴു നാഴിക ദൂരെ, അയാളൊരു സ്ഥലം വാങ്ങിയിട്ടുണ്ട്. ആ കാട്ടുപ്രദേശത്തേക്ക് ആവശ്യക്കാരല്ലാതെ ആരും കടന്നു ചെല്ലാറില്ല. ഏറ്റവും സുരക്ഷിതമായ പ്രദേശം അതുമാത്രമാണ്. എന്നാൽ ഒരു പ്രശ്നമുള്ളത്, ഈ രാത്രി ആ മലയിടുക്കിലൂടെ എനിക്കുമാത്രമേ വണ്ടിയോടിക്കുവാൻ സാധിക്കുകയുള്ളൂ എന്നതാണ്."

"ഏയ്! അങ്ങനെയൊന്നുമില്ല! കഡ്ജോ ഒന്നാന്തരമായി വണ്ടിയോടിക്കും."

"അതു ശരിയാണ്. എന്നാൽ ആ മലയിടുക്ക് രണ്ടുപ്രാവശ്യം കയറിയിറങ്ങണം. എന്നെപ്പോലെ നല്ല പരിചയമുള്ള ഒരാളല്ല വണ്ടിയോടിക്കുന്നതെങ്കിൽ എന്തും സംഭവിക്കുവാൻ സാധ്യതയുണ്ട്. തികച്ചും അപകടകരമായതാണ് രണ്ടാമത്തെ കയറ്റം. ഞാനാമലയിടുക്കിലൂടെ ഒരു നൂറു പ്രാവശ്യമെങ്കിലും വണ്ടിയോടിച്ചിട്ടുണ്ട്. വളവുകളും തിരിവുകളും എല്ലാം എനിക്ക് നന്നായി അറിയാം. അതുകൊണ്ട് എന്തുവന്നാലും ഞാൻ തന്നെ പോയേ തീരൂ! കഡ്ജോ എവിടെ? വേഗം കുതിരകളെ തയാറാക്കി നിർത്താൻ പറയൂ. പന്ത്രണ്ടു മണിയാകുമ്പോഴെയ്ക്കും ഞാൻ അവളെയുംകൊണ്ട് പുറപ്പെടാം. അതിനുശേഷം മദ്യശാലയിലേക്ക് പോകാം. മദ്യം വാങ്ങാൻ പോകുകയാണെന്നേ ആരും സംശയിക്കൂ!

നേരം വെളുക്കുമ്പോഴെയ്ക്കും എല്ലാ ജോലികളും തീർത്ത് തിരിച്ചെത്താം."

"എനിക്ക് എന്താണ് പറയേണ്ടതെന്ന് അറിയുന്നില്ല. ഇക്കാര്യത്തിൽ നിങ്ങളുടെ ഹൃദയം തലച്ചോറിനേക്കാൾ മുകളിലാണ് പ്രവർത്തിക്കുന്നത്." വെളുത്ത മനോഹരമായ കൈകൾ ഭർത്താവിന്റെ ചുമലിൽ വച്ചുകൊണ്ട് അവൾ അഭിപ്രായപ്പെട്ടു.

"നിങ്ങളെ ഞാനെത്രമാത്രം സ്നേഹിക്കുന്നു എന്ന് അറിയാമോ? നിങ്ങൾ സ്വയം മനസിലാക്കുന്നതിനേക്കാൾ കൂടുതൽ ഞാൻ നിങ്ങളെ മനസിലാക്കുന്നുമുണ്ട്. ജോണത് അറിയുന്നില്ലേ?"

ബേർഡ് വാതിൽക്കലേക്ക് നടന്നു, വണ്ടി തയാറായിട്ടുണ്ടോ എന്നു നോക്കാനായി. എന്നാൽ വാതിൽക്കൽ എത്തിയ അദ്ദേഹം ഒരുനിമിഷം നിന്ന ശേഷം, തിരിച്ചുവന്ന് അൽപ്പം മടിയോടുകൂടി ഭാര്യയോടു പറഞ്ഞു.

"മേരീ, ഞാൻ വളരെ സങ്കോചത്തോടുകൂടിയാണ് ഒരു കാര്യം നിന്നോടു പറയാൻ ഒരുങ്ങുന്നത്. നിനക്ക് എന്തുതോന്നുമെന്ന് അറിയില്ല. ആ അലമാരി നിറയെ നമ്മുടെ കുഞ്ഞുമകൻ ഹെൻട്രിയുടെ ഉടുപ്പുകളും കളിക്കോപ്പുകളും അല്ലേ?...." തുടരാനാവാതെ അദ്ദേഹം തളർന്നു. ഭാര്യ സാവധാനത്തിൽ എഴുന്നേറ്റു ചെന്ന് കിടപ്പുമുറിയുടെ വാതിൽ തുറന്ന് മറ്റൊരു മുറിയിൽ എത്തി. മെഴുകുതിരി കത്തിച്ച് അലമാരയുടെ മുകളിൽ വച്ചു. താക്കോൽ തപ്പിയെടുത്ത് അലമാര തുറന്നു. ചിന്താധീനയായി ഏതാനും നിമിഷം നിന്നു. അമ്മയുടെ പിന്നാലെ രണ്ടുകുട്ടികളും എത്തിയിരുന്നു. അവർ അമ്മയെ തന്നെ നോക്കിനിന്നു. ഈ സാധനങ്ങളൊന്നും ഇവിടെ ഇല്ലായിരുന്നുവെങ്കിൽ അമ്മ എത്രമാത്രം സന്തോഷവതിയാകുമായിരുന്നു എന്നവർ ചിന്തിക്കുന്നതുപോലെ തോന്നി.

മിസിസ് ബേർഡ് സാവധാനത്തിൽ അലമാര തുറന്നു. പലതരത്തിലുള്ള കോട്ടുകൾ, ഉടുപ്പുകൾ, സോക്സുകൾ, ഷൂസ് തുടങ്ങിയവയെല്ലാം അതിലുണ്ടായിരുന്നു. കളിപ്പാട്ടങ്ങൾ ദൃഷ്ടിയിൽ പെട്ടപ്പോൾ അമ്മയ്ക്കു കരച്ചിലടക്കാനായില്ല. തന്റെ കണ്ണീരിന്റെയും വേദനയുടേയും നിത്യസ്മാരകങ്ങളായ ആ വസ്തുക്കൾ നോക്കി അമ്മ കണ്ണുനീർ പൊഴിച്ചു. പെട്ടെന്ന് ഏതോ അദൃശ്യശക്തിയുടെ പ്രേരണയാൽ എന്നപോലെ തലയുയർത്തി, തിടുക്കത്തിൽ കുറെ നല്ലസാധനങ്ങളെടുത്ത് ഭാണ്ഡമാക്കി കെട്ടി.

"മമ്മാ," മൂത്തമകൻ അമ്മയുടെ കൈയിൽ തട്ടിക്കൊണ്ടു ചോദിച്ചു:

"ഈ സാധനങ്ങളെല്ലാം ആ കുട്ടിക്ക് കൊടുക്കാൻ പോകയാണോ?"

"എന്റെ മക്കളേ, നമ്മുടെ ഓമന ഹെൻട്രി സ്വർഗത്തിൽ ഇരുന്ന് ഈ കാഴ്ച കാണുമ്പോൾ സന്തോഷിക്കുകയേ ഉള്ളൂ! ഇതുവരെ ഇതെല്ലാം കൊടുക്കാൻ പറ്റിയ ഒരാളെ കണ്ടെത്താനായില്ല. എന്നാൽ ഇപ്പോൾ എന്നേക്കാൾ ഹൃദയംതകർന്നു വേദനിക്കുന്ന മറ്റൊരമ്മയ്ക്ക് ഞാനിതു നൽകുകയാണ് അവർക്ക് ദൈവാനുഗ്രഹമുണ്ടാകാൻ ഞാൻ പ്രാർഥിക്കുകയും ചെയ്യുന്നു."

സ്വന്തം ദുഃഖത്തെ മറ്റുള്ളവരുടെ സന്തോഷമാക്കി മാറ്റുന്ന പുണ്യവതികളും ഈ ലോകത്തിലുണ്ട്.

തന്റെ പ്രിയപ്പെട്ട മകനെ ഓർത്ത് കണ്ണുനീരൊഴുക്കിയ ശേഷം മിസിസ് ബേർഡ് എഴുന്നേറ്റു ചെന്ന് തന്റെ ഒന്നു രണ്ട് ഉടുപ്പുകളെടുത്ത് എലീസയ്ക്കു കൊടുക്കുവാൻ പാകത്തിൽ തയ്യലഴിച്ച് വലുതാക്കി. രാത്രി പന്ത്രണ്ടു മണിയായപ്പോഴെയ്ക്കും ആ ജോലി ഏതാണ്ട് തീർന്നു. ചുമരിലെ നാഴികമണി പന്ത്രണ്ടടിച്ചപ്പോൾതന്നെ പടിക്കൽ വണ്ടി വന്നു നിൽക്കുന്ന ശബ്ദം കേട്ടു.

"മേരീ," ഓവർകോട്ടെടുത്ത് കൈയിൽ പിടിച്ചുകൊണ്ട് ബേർഡ് വിളിച്ചു.

"അവളെ വിളിച്ചുണർത്തൂ. ഞങ്ങൾക്കു പുറപ്പെടാൻ സമയമായി."

ഒരു ചെറിയ തകരപ്പെട്ടിയിൽ മിസിസ് ബേർഡ് സാധനങ്ങളെല്ലാം അടുക്കിവച്ച് പെട്ടി പൂട്ടി. അത് എടുത്ത് വണ്ടിയിൽ വയ്ക്കാൻ ഭർത്താവിനെ ശട്ടം കെട്ടിയ ശേഷം എലീസയെ ഉണർത്താനായി അടുക്കള ഭാഗത്തേക്കു പോയി. യജമാനത്തി കൊടുത്ത അവരുടെ ഗൗണും കോട്ടും തൊപ്പിയും ധരിച്ച് എലീസ വളരെ വേഗം പുറത്തുവന്നു. ബേർഡ് അവളെ വളരെ വേഗം തന്നെ വണ്ടിയുടെ അടുത്തേക്ക് നയിച്ചു. യജമാനത്തി അവളെ വണ്ടിയുടെ ചവിട്ടുപടി കയറാൻ സഹായിച്ചു. വണ്ടിയിൽ കയറിയ ശേഷം എലീസ തന്റെ മൃദുലമായ കൈത്തലം യജമാനത്തിക്കു നേരെ നീട്ടി. ഒരായുസിന്റെ മുഴുവൻ നന്ദിയും അവളുടെ കണ്ണിൽ പ്രകാശിച്ചിരുന്നു. യജമാനത്തിയോട് എന്തെങ്കിലും ഒന്നുപറയാനായി അവളുടെ ചുണ്ടുകൾ വിതുമ്പി. എന്നാൽ വാക്കുകൾ ഒരിക്കലും പുറത്തു വന്നില്ല. ഒന്നും മിണ്ടാതെ അവൾ സീറ്റിലേക്കു ചാഞ്ഞു. അതിനുശേഷം മുഖംപൊത്തി കരഞ്ഞു. മിസിസ് ബേർഡ് വണ്ടിയുടെ വാതിലടച്ചു. ഉടനെ തന്നെ വണ്ടി മുന്നോട്ടു നീങ്ങി.

സെനറ്റർ ബേർഡിന്റെ അവസ്ഥ വല്ലാത്തതായിരുന്നു. ഒരാഴ്ച മുഴുവനുമായി ഉറക്കമൊഴിച്ച്, അദ്ദേഹം ഒളിച്ചോടുന്ന അടിമകൾക്കെതിരായി വളരെ ശക്തമായ നിയമനിർമാണത്തിൽ ഏർപ്പെടുകയായിരുന്നു. അങ്ങനെ ഒളിച്ചോടുന്ന അടിമകൾക്ക് സഹായം നൽകുന്നവരെയും ഒളിച്ചുതാമസിക്കുവാൻ സഹായിക്കുന്നവരെയും കടുത്ത ശിക്ഷക്കു വിധേയമാക്കുന്ന നിയമ നിർമാണം. അതിനുശേഷം സെനറ്റിൽ ബേർഡ് നടത്തിയ ഉജ്ജ്വലമായ പ്രസംഗം എല്ലാവരാലും പ്രശംസിക്കപ്പെട്ടു.

നിയമനിർമാണം നടത്തുന്ന ഘട്ടത്തിൽ ഒരിക്കലും അദ്ദേഹം, ഓടിപ്പോരുന്ന നിർഭാഗ്യവതിയായ ഒരു അടിമ അമ്മയോ അമ്മയെ പിരിയാനാവാത്ത കൊച്ചുകുഞ്ഞോ-അതും തന്റെ മരിച്ചു പോയ മകന്റെ ഉടുപ്പും തൊപ്പിയും ധരിച്ചു നിൽക്കുന്ന— എലീസയുടെ കുഞ്ഞിനെപ്പോലെ ആയിരിക്കും എന്നു കരുതിയിരുന്നില്ല. മിസ്റ്റർ ബേർഡിന്റെ ഹൃദയം ഇരുമ്പുകൊണ്ടോ കല്ലുകൊണ്ടോ അല്ല നിർമിക്കപ്പെട്ടിരിക്കുന്നത്. ശുദ്ധഹൃദയനായ അദ്ദേഹത്തിന് മനുഷ്യത്വം വേണ്ടുവോളമുണ്ട്. അദ്ദേഹത്തെ

പോലെ, കദനകഥകൾ കേൾക്കുമ്പോൾ അലിയുന്ന ശുദ്ധാത്മാക്കൾ കെന്റിക്കിയിലും മിസിസിപ്പിയിലും ഉണ്ടെന്ന് എല്ലാവർക്കും മനസിലാകും.

രാഷ്ട്രീയമായി എന്തെങ്കിലും പാപം സെനറ്റർ ചെയ്തിരുന്നുവെങ്കിൽ അതിനൊരു പ്രായശ്ചിത്തം ചെയ്യാനാകും അദ്ദേഹം ആ രാത്രി ശ്രമിച്ചത്.

തുടർച്ചയായി മഴ പെയ്തതുകൊണ്ട് ഓഹിയോ പ്രദേശം മുഴുവൻ ചളിയിൽ കുഴഞ്ഞു കിടക്കുകയാണ്. റോഡിന്റെ സ്ഥിതിയും തഥൈവ! ചളിപിടിച്ച റോഡിലൂടെ ചാടിയും തെന്നിയും സെനറ്ററുടെ വണ്ടി നീങ്ങിക്കൊണ്ടിരുന്നു. സെനറ്ററും എലീസയും മകൻ ഹാരിയും വണ്ടിയിലിരിക്കുന്നു. കഡ്ജോ കുതിരകളെ ഭംഗിയായി നയിച്ചു. ഒടുവിൽ വണ്ടി ഒരു ചളിക്കുണ്ടിൽ വീണു. ചക്രം ഉയർത്താനായി കഡ്ജോ പരമാവധി ശ്രമിച്ച് പരാജയപ്പെട്ടപ്പോൾ അയാൾ വണ്ടിയുടെ വാതിൽക്കൽ വന്ന് പറഞ്ഞു.

'യജമാനനെ, വളരെ മോശമായ അവസ്ഥയിലാണ് നമ്മൾ. എങ്ങനെയാണ് ഇത് ഉയർത്തുക എന്ന് എനിക്ക് അറിയുന്നില്ല."

സെനറ്റർ നിരാശാഭരിതനായി വണ്ടിയിൽനിന്നും പുറത്തിറങ്ങി വളരെ ശ്രദ്ധയോടെയാണ് കാലു നിലത്തു കുത്തിയതെങ്കിലും ഒരു കാല് ചെളിയിലേക്ക് ആണ്ടുപോയി. സ്വയം അതു വലിച്ചെടുക്കുവാൻ ശ്രമിച്ചപ്പോൾ എല്ലാ നിയന്ത്രണങ്ങളും വിട്ട് ചളയിൽ കമിഴ്ന്നടിച്ചു വീണു. വളരെ നേരം ശ്രമപ്പെട്ടശേഷമാണ് കഡ്ജോ അദ്ദേഹത്തെ ഉയർത്തിയത്!

വണ്ടിച്ചക്രങ്ങൾ ചളിയിൽനിന്നും ഉന്തിത്തള്ളി പുറത്തേക്കു കൊണ്ടുവരാൻ യജമാനനും ഭൃത്യനും വളരെ നേരം യത്നിക്കേണ്ടിവന്നു. അവസാനം അശരണരായ ഒരു അമ്മയേയും കുഞ്ഞിനേയും ചളിയിൽ അഭിഷിക്തനായ യജമാനനേയുംകൊണ്ട് വണ്ടി വലിയൊരു ഫാം ഹൗസിന്റെ മുന്നിലെത്തി നിന്നു. അതിനുള്ളിൽ ഗാഢനിദ്രയിലായിരുന്നവരെ ഉണർത്താൻ വളരെയധികം യത്നിക്കേണ്ടിവന്നു. ഒടുവിൽ ആ വീട്ടുടമസ്ഥൻ തന്നെ വന്ന് വാതിൽ തുറന്നു. ആരെയും ആകർഷിക്കുന്ന ഒരു പ്രകൃതമായിരുന്നു അദ്ദേഹത്തിന്റേത്. ആറടിയിൽ അധികം ഉയരം. രോഗദൃഢമായ ശരീരം. ഇടതൂർന്ന മുടിയും ദിവസങ്ങളായി ക്ഷൗരം ചെയ്യാത്ത മുഖവും ഉള്ള ആ അതികായൻ ഒരു ചുവന്ന ഫ്ളാനൽ ഷർട്ടാണ് ധരിച്ചിരിക്കുന്നത്. നായാട്ടിനു പോകുമ്പോൾ ധരിക്കാറുള്ളതുപോലെ. കത്തുന്ന മെഴുകുതിരിയും കൈയിൽപ്പിടിച്ച് വാതിൽക്കലേക്കു വന്ന അദ്ദേഹം ആഗതരെ കണ്ടപ്പോൾ വിഷാദംനിറഞ്ഞ ഒരു ചിരി ഉതിർത്തു.

അദ്ദേഹത്തിന്റെ പേര് ജോൺ വാൻ ട്രോമ്പെ, എന്നാണ്. കെന്റക്കി സംസ്ഥാനത്തെ വലിയൊരു ഉടമയായ അദ്ദേഹത്തിന്റെ കീഴിൽ ഒരു പറ്റം അടിമകൾ ഉണ്ടായിരുന്നു. അടിച്ചമർത്തുന്നവനും അടിച്ചമർത്തപ്പെടുന്നവനും ഒരുപോലെ ദോഷം ചെയ്യുന്ന അടിമ സമ്പ്രദായത്തിന്റെ ദൂഷ്യഫലങ്ങൾക്ക് ആ വിശാലഹൃദയൻ കാലങ്ങളോളം സാക്ഷ്യംവഹിച്ചി

ട്ടുണ്ട്. മനസിനെ നൊമ്പരപ്പെടുത്തുന്ന ഈ വ്യവസ്ഥിതിക്ക് തന്റെ ഒരു പ്രായശ്ചിത്തമെന്ന നിലയ്ക്ക് മുഴുവൻ അടിമകളേയും സ്വതന്ത്രരാക്കിക്കൊണ്ടുള്ള ഔദ്യോഗിക രേഖകൾ നൽകി അവരെ എല്ലാം പറഞ്ഞയച്ചു. തന്റെ വളരെ വലിയ കൃഷിസ്ഥലമെല്ലാം ഉപേക്ഷിച്ച് ഓഹിയോവിൽ എത്തി സമ്പന്നമായ ഒരു പട്ടണത്തിന്റെ കാൽഭാഗം വാങ്ങി അവിടെ താമസമാക്കി. വിശ്രമജീവിതം നയിക്കുമ്പോഴും അദ്ദേഹത്തിന്റെ മനസിൽ അശരണരോടുള്ള ദയാവായ്പ് നിറഞ്ഞിരുന്നു.

"ഒരു അടിമക്കച്ചവടക്കാരനിൽ നിന്നും രക്ഷപ്പെട്ടോടി വരുന്ന സാധു അമ്മയ്ക്കും കുഞ്ഞിനും നിങ്ങൾ അഭയം നൽകുമോ?'' മുഖവുര കൂടാതെ സെനറ്റർ ചോദിച്ചു.

"അത് എന്നെക്കൊണ്ടു സാധിക്കുന്ന ഒരു കാര്യമാണെന്ന് ഞാൻ വിചാരിക്കുന്നു." ആ വലിയ മനുഷ്യൻ തന്റെ ശരീരം ഒന്നു മുന്നോട്ടാഞ്ഞുകൊണ്ടു പറഞ്ഞു.

"ഞാൻ എന്തുചെയ്യാനും ഒരുക്കമാണ്. എന്നോടൊപ്പം ആറടി ഉയരമുള്ള ഏഴ് ആൺമക്കളുണ്ട് അവരും എന്നെപ്പോലെ എന്തും ചെയ്യാൻ തയാറായി നിൽക്കുന്നവരാണ്. ഞങ്ങളുടെ ആദരവും സ്നേഹവും ഇവരെ അറിയിക്കുക!" അദ്ദേഹം സ്വന്തം തലമുടിയിൽ വിരലോടിച്ചുകൊണ്ട് ചിരിച്ചു.

ക്ഷീണിച്ചവശയായ എലീസ കുഞ്ഞിനേയും എടുത്തുകൊണ്ട് വാതിൽക്കലേക്കു ചെന്നു. വാൻ ട്രോമ്പെ, തന്റെ കൈയിൽ ജ്വലിച്ചുകൊണ്ടിരുന്ന മെഴുകുതിരി ഉയർത്തി അവളെ നന്നായി ഒന്നു നോക്കി. സഹതാപം നിറഞ്ഞ ഒരു ശബ്ദം അദ്ദേഹത്തിന്റെ ഉള്ളിൽനിന്നും പുറത്തു വന്നു. വലിയൊരു അടുക്കളയുടെ സമീപത്തുള്ള ഒരു കൊച്ചുമുറിയിലേക്ക് അദ്ദേഹം അവളെ കൂട്ടിക്കൊണ്ടുപോയി. മറ്റൊരു മെഴുകുതിരിയെടുത്ത് കൊളുത്തി മേശപ്പുറത്ത് വച്ചശേഷം എലീസയോടു പറഞ്ഞു:

"നീ യാതൊന്നും ഭയപ്പെടേണ്ട! ഇവിടെ വന്ന് നിന്നെ പിടിച്ചുകൊണ്ടുപോകുന്നത് ആരാണെന്ന് ഞാനൊന്നു കാണട്ടെ. ഇവിടെ എല്ലാവിധ തയാറെടുപ്പുകളോടെയാണ് ഞാൻ കഴിയുന്നത്." തോക്കുകൾ ചൂണ്ടിക്കാണിച്ചുകൊണ്ട് തുടർന്നു. "എന്നെ അറിയാവുന്നവർക്കെല്ലാം ഇവിടെ കയറി വന്നാലത്തെ അനുഭവം ഊഹിക്കാനാവും! ഒന്നും പേടിക്കാതെ, അമ്മയുടെ മടിത്തട്ടിലെന്നപോലെ സുഖമായി കിടന്ന് ഉറങ്ങിക്കോളൂ." അദ്ദേഹം വാതിൽ അടച്ചുകൊണ്ട് പുറത്തിറങ്ങി.

"സുന്ദരിയായ ഒരു പെൺകുട്ടി!" അദ്ദേഹം പുറത്തുവന്ന് സെനറ്ററോടു പറഞ്ഞു.

"സുന്ദരികൾക്കും സ്വഭാവശുദ്ധിയുള്ളവർക്കും ആണ് ഏറ്റവും കൂടുതൽ ഒളിച്ചോടേണ്ടിവരുന്നത്. എത്രയോ മാന്യയുവതികൾ ഇങ്ങനെ ഒളിച്ചോടുന്നതായി എനിക്കറിയാം."

എലീസയുടെ ശോകകഥ വളരെ ചുരുങ്ങിയ വാക്കുകളിൽ സെനറ്റർ പറഞ്ഞു തീർത്തു.

"ഹാ!, പാവം കുട്ടി! നായാട്ടുകാരനെ ഭയന്നോടുന്ന മാൻപേടയെപ്പോലെ അവൾ ഓടുകയല്ലേ, ഒരമ്മയ്ക്കും ചെയ്യാൻ കഴിയാത്ത ധീരകൃത്യമാണ് അവൾ ചെയ്തത്!" മാന്യനായ വാൻ ട്രോമ്പെ കണ്ണുനീർ തുടച്ചുകൊണ്ട് അഭിപ്രായപ്പെട്ടു.

"നിങ്ങൾ പുലരുന്നതുവരെ ഇവിടെ വിശ്രമിച്ച ശേഷം രാവിലെ പോയാൽ മതി." അദ്ദേഹം വളരെ ആത്മാർഥതയോടെ സെനറ്ററെ നിർബന്ധിച്ചു.

"ഞാൻ ഭാര്യയെ വിളിച്ചുണർത്തി വേഗം മെത്തയൊരുക്കാൻ പറയാം."

"വളരെ നന്ദി! എന്റെ ഏറ്റവും ഉത്തമനായ സ്നേഹിതാ, എന്നാൽ എനിക്ക് കഴിയുന്നതും വേഗം പോയേ ഒക്കൂ! മദ്യം വാങ്ങേണ്ടതുണ്ട്."

"ശരി! നിർബന്ധമാണെങ്കിൽ പോകാം. ഞാനും നിങ്ങളോടൊപ്പം കുറച്ചു ദൂരം വന്ന് ഒരു എളുപ്പ വഴി കാണിച്ചു തരാം. ഈ റോഡ് വളരെ മോശമാണ്."

തന്റെ വീടിന്റെ പിന്നിലൂടെ പോകുന്ന വഴിവരെ അദ്ദേഹം സെനറ്ററെ കൊണ്ടുചെന്നാക്കി. യാത്രപറഞ്ഞ് പിരിയാറായപ്പോൾ സെനറ്റർ തന്റെ പോക്കറ്റിൽനിന്നും പത്തു ഡോളറെടുത്ത് അദ്ദേഹത്തിന്റെ കൈയിൽ വച്ചുകൊടുത്തു.

"ഇത് ആ പാവം പെൺകുട്ടിക്കു വേണ്ടിയാണ്."

"ശരി!ശരി!" സെനറ്ററുടെസന്മനസ്സ് ഉൾക്കൊണ്ടിട്ടെന്നപോലെ ജോൺ പറഞ്ഞു. രണ്ടുപേരും കൈപിടിച്ചു കുലുക്കിയശേഷം യാത്രാമൊഴി കൈമാറി വേർപിരിഞ്ഞു.

ഫെബ്രുവരി മാസത്തിലെ ആ പ്രഭാതം മേഘാവൃതമായിരുന്നു. വിഷാദം തുളുമ്പിനിന്നിരുന്ന ആ ഇരുണ്ട അന്തരീക്ഷത്തിൽ ടോമിന്റെ കൊച്ചു വീട്ടിൽ മരിച്ചുജീവിക്കുന്നവരെപ്പോലെ ചില ആത്മാക്കൾ ചലിച്ചുകൊണ്ടിരുന്നു. തീകുണ്ഡത്തിനു സമീപത്താണ് ഇസ്തിരി മേശ ഒരുക്കിയിരിക്കുന്നത്. അതിനടുത്തുള്ള കസേരയിൽ രണ്ടു ഷർട്ടുകൾ ഇസ്തിരിയിട്ടു ഞാത്തിയിരിക്കുന്നു. മറ്റൊന്ന് മേശയിൽ വിരിച്ച് ക്ലോ ആന്റി യാന്ത്രികമായി ഇസ്തിരിയിട്ടുകൊണ്ടിരിക്കുകയാണ്. ഓരോ ചലനത്തിലും ശ്രദ്ധ പ്രകടിപ്പിച്ചുകൊണ്ട് വളരെ ആത്മാർഥതയോടെയാണ് അവർ ജോലി ചെയ്തിരുന്നത്. ഇടയ്ക്കിടയ്ക്ക് തലയുയർത്തി കവിളിലൂടെ ഒലിച്ചിറങ്ങുന്ന കണ്ണുനീർ തുടയ്ക്കുന്നുണ്ട്.

ടോം *ബൈബിൾ* മടിയിൽവച്ച് കുമ്പിട്ടിരുന്ന് വായിക്കുന്നു. ക്ലോയുടെ തൊട്ടടുത്തു തന്നെയാണ് ടോം ഇരുന്നിരുന്നതെങ്കിലും അവർ അപ്പോൾ ഒന്നും സംസാരിച്ചിരുന്നില്ല. നേരം പുലർന്നിട്ടില്ലാത്തതിനാൽ കുഞ്ഞുങ്ങൾ ഉറക്കം തന്നെയാണ്. ടോം മെല്ലെ എഴുന്നേറ്റ് മൂലയിലെ മെത്തയിൽ കിടന്നുറങ്ങിയിരുന്ന കുട്ടികളുടെ അരികിൽ ചെന്ന്, അവരെ വിഷാദത്തോടെ നോക്കി.

"ഇത് അവസാനത്തെ കാഴ്ചയാണ്."

ക്ലോ ആന്റി അതിനു മറുപടിയൊന്നും പറയാതെ ഇസ്തിരിയിടൽ തുടർന്നു. പിന്നീടവർ പെട്ടെന്ന് ജോലിനിർത്തി കരയാൻ തുടങ്ങി.

എന്നിട്ടും ക്ലോ ആന്റിക്ക് ദുഃഖം അടക്കാൻ കഴിഞ്ഞില്ല. "വിധിയോടു പൊരുത്തപ്പെട്ടുകൊണ്ട് എല്ലാവരും ജീവിക്കണം എന്നാണ് ഞാനും കരുതുന്നത്. എന്നാൽ അത് എങ്ങനെ എന്നു മാത്രം അറിയുന്നില്ല." അവൾ പൊട്ടിക്കരഞ്ഞുകൊണ്ട് പറഞ്ഞു.

"നിങ്ങൾ എങ്ങോട്ടാണ് പോകുന്നത്, അവർ നിങ്ങളോട് എപ്രകാരമായിരിക്കും പെരുമാറുക എന്നെല്ലാം അറിയാൻ കഴിഞ്ഞിരുന്നെങ്കിൽ! യജമാനത്തി പറയുന്നത് ഒന്നോരണ്ടോ വർഷത്തിനകം നിങ്ങളെ തിരിച്ചു കൊണ്ടുവരുമെന്നാണ്. എന്നാൽ കരുണാമയനായ ദൈവമേ, തെക്കോട്ടു പോയിട്ടുള്ളവരാരും തിരിച്ചെത്തിയ ചരിത്രമില്ലല്ലോ. അവിടെയുള്ള തോട്ടങ്ങളിൽ അവരെ കൊണ്ടുപോയി ക്രൂരമായി മർദ്ദിച്ച് കഠിനമായി പണിയെടുപ്പിച്ച് അവരെ കൊല്ലുകയാണ് പതിവെന്ന് ആളുകൾ പറയുന്നതായി ഞാൻ കേട്ടിട്ടുണ്ട്."

"ക്ലോ, നീ ഒരു കാര്യം മനസിലാക്കേണ്ടതുണ്ട്. ഇവിടെയുള്ള ദൈവം തന്നെ ആയിരിക്കും അവിടെയും ഉണ്ടായിരിക്കുക." ടോം പറഞ്ഞു.

"അതെല്ലാം ശരി തന്നെ. എന്നാൽ ഭീകരമായതു പലതും സംഭവിക്കുവാൻ ഇടയാക്കുന്നതും ഈ ദൈവം തന്നെയാണ്."

"ഞാൻ എന്നെ പൂർണമായും ദൈവത്തിൽ സമർപ്പിച്ചിരിക്കുന്നു." ടോം പറഞ്ഞു. "ദൈവം ചിന്തിക്കുന്നതിനപ്പുറം യാതൊന്നും സംഭവിക്കുകയില്ല. എന്നെ മാത്രമാണ് വിറ്റിരിക്കുന്നത്; ഞാൻ മാത്രമാണ് തെക്കോട്ടു പോകുന്നത്. നീയോ നമ്മുടെ കുട്ടികളോ അല്ല. ഈ ഒരു കാര്യത്തിൽ ഞാൻ ദൈവത്തോടു നന്ദി പറയുന്നു. എന്തു സംഭവിച്ചാലും അത് എനിക്കാണ് സംഭവിക്കുക. അപ്പോൾ ദൈവം എന്നെ തീർച്ചയായും സഹായിക്കാതിരിക്കില്ല."

തൊണ്ടയിടറി കണ്ണുനീർ പാടുപെട്ട് അടക്കിക്കൊണ്ട് ടോം തുടർന്നു.

"ദുർവിധികളെ മാത്രമല്ല, അനുഗ്രഹങ്ങളെ കൂടി കണക്കിലെടുത്തുകൊണ്ടു വേണം നാം ഓരോന്നും ചെയ്യാൻ." സ്വന്തം ഹൃദയത്തിലെ തീ അടക്കികൊണ്ട് അദ്ദേഹം തന്റെ പ്രിയപ്പെട്ടവളെ ആശ്വസിപ്പിക്കുവാൻ ശ്രമിച്ചു.

"അനുഗ്രഹങ്ങളോ! നമുക്കോ?" അടക്കാനാവാത്ത ഹൃദയവേദനയോടെ ക്ലോ ആന്റി ആശ്ചര്യപ്പെട്ടു. ഇതിൽ എനിക്ക് യാതൊരു അനുഗ്രഹവും ഉണ്ടെന്നു തോന്നുന്നില്ല. കടംവീട്ടാൻ നിങ്ങളെ വിൽക്കാൻ മാത്രം കാര്യങ്ങൾ യജമാനൻ ഇടയാക്കിയല്ലോ. അതൊരു നീതിപൂർവമായ കാര്യമായി എനിക്കു തോന്നുന്നില്ല. അദ്ദേഹത്തിനു ന്യായമായി ലഭിക്കേണ്ടതിന്റെ ഇരട്ടിയിലധികം നിങ്ങൾ തിരികെക്കൊടുത്തിട്ടുണ്ട്. അതിനു പ്രതിഫലമായെങ്കിലും വളരെ പണ്ടേ തന്നെ അദ്ദേഹം നിങ്ങളെ സ്വതന്ത്രനാക്കേണ്ടതായിരുന്നു. നിങ്ങൾക്ക് അദ്ദേഹത്തോടുള്ളതിനേക്കാൾ കടപ്പാട് അദ്ദേഹത്തിന് നിങ്ങളോട് ഉണ്ടാകേണ്ടതാണ്. നിങ്ങൾ

അദ്ദേഹത്തോട് അങ്ങേയറ്റം വിശ്വസ്തതയും കൂറും കാണിച്ചിട്ടുണ്ട്. ഭാര്യയുടേയും മക്കളുടേയും എന്തിന് സ്വന്തം കാര്യത്തേക്കാൾ നിങ്ങൾ പ്രാധാന്യം കൊടുത്തിരുന്നത് അദ്ദേഹത്തിന്റെ കാര്യത്തിനായിരുന്നുവല്ലോ. തങ്ങൾക്കു വേണ്ടി അവസാന തുള്ളി രക്തംവരെ ചീന്താൻ ഒരുക്കമായിരിക്കുന്നവരെ വഞ്ചിച്ച് സ്വന്തം മുഖം രക്ഷിക്കുവാൻ ശ്രമിക്കുന്നവരെ ദൈവം ശിക്ഷിക്കാതിരിക്കില്ല."

"ക്ലോ..." ടോം ശബ്ദമുയർത്തി വിളിച്ചു.

"നിനക്ക് എന്നോട് അൽപ്പമെങ്കിലും സ്നേഹമുണ്ടെങ്കിൽ ഇതേ രീതിയിൽ ഒരിക്കലും എന്നോട് സംസാരിക്കരുത്. ഒരുപക്ഷേ, ഈ ജീവിതത്തിൽ നമ്മൾ ഒരുമിച്ചു കഴിയുന്ന അവസാനനിമിഷങ്ങളായിരിക്കും ഇത്. എന്റെ യജമാനന് എതിരായിട്ട് ഒരുവാക്കുപോലും പറയുന്നത് എനിക്ക് സഹിക്കാനാവുകയില്ല. അദ്ദേഹം എന്നോട് എന്നും ഉദാരനായും ദയയോടും കൂടിയാണ് പെരുമാറിയിട്ടുള്ളത്. അദ്ദേഹത്തിന് ഏതെങ്കിലും വിധത്തിൽ എന്നെ സഹായിക്കുവാൻ കഴിയുമായിരുന്നുവെങ്കിൽ ഒരിക്കലും ഇങ്ങനെ ഒരു കുഴപ്പത്തിൽ കൊണ്ടെത്തിക്കുകയില്ലായിരുന്നു എന്നെനിക്ക് നല്ല ബോധ്യമുണ്ട്."

"ശരി! എന്തായാലും എല്ലാം നിങ്ങൾ വിചാരിക്കുന്നതുപോലെ തന്നെ സംഭവിക്കട്ടെ." നീതിബോധമുള്ള ഒരു സ്ത്രീയെപ്പോലെ ക്ലോ ആന്റി പറഞ്ഞു." എവിടെയോ എന്തോ കുഴപ്പമുണ്ടെന്നു തന്നെയാണ് ഞാൻ വിശ്വസിക്കുന്നത്. എന്നാൽ അത് എവിടെയാണെന്ന് വ്യക്തമായി പറയാൻ എനിക്കു സാധിക്കുന്നില്ല."

"നീ ദൈവേച്ഛയ്ക്ക് വഴങ്ങി ജീവിക്കേണ്ടവളാണ്." ടോം പറഞ്ഞു. "അവന്റെ ഇച്ഛ കൂടാതെ ഇവിടെ ഒരു ഇലപോലും പൊഴിയുന്നില്ല. ഒരു കുരുവിപോലും നിലംപതിക്കുന്നില്ല."

"എന്നാൽ അതൊന്നും എന്നെ ആശ്വസിപ്പിക്കും എന്നു തോന്നുന്നില്ല." ക്ലോ ആന്റി പറഞ്ഞു.

"അങ്ങനെ ആയിരിക്കണമെന്നാണ് ഞാൻ കരുതുന്നതെങ്കിലും..... ഇനി അതിനെ കുറിച്ചൊന്നും സംസാരിച്ചിട്ട് കാര്യമില്ല. ഒരു പ്രയോജനവും ഉണ്ടെന്നു തോന്നുന്നില്ല. ഞാൻ അൽപ്പം നല്ല ഭക്ഷണം എടുത്തുകൊണ്ടു വരട്ടെ. ഇനി നിങ്ങൾക്ക് എന്നാണ് വായിൽ വയ്ക്കാവുന്ന എന്തെങ്കിലും കിട്ടുക എന്ന് ആർക്കറിയാം."

തെക്കൻസംസ്ഥാനങ്ങളിലേക്ക് വിൽക്കപ്പെടുന്ന നീഗ്രോകളുടെ ദുരിതജീവിതം ശരിക്കു മനസിലാക്കണമെങ്കിൽ അവരുടെ സ്നേഹനിർഭരമായ ഹൃദയം മനസിലാക്കണം. പരസ്പര സ്നേഹത്താൽ ബന്ധിതമാണ് അവരുടെ ഹൃദയം. പരിഷ്കൃത ജനതയേക്കാൾ എത്രയോ ഊഷ്മളമായ കുടുംബ ബന്ധവും സുഹൃത്ബന്ധവും അവർക്കിടയിൽ ഉണ്ട്. തെക്കൻജില്ലയിൽ അടിമകൾ എപ്രകാരമാണ് പീഡിപ്പിക്കപ്പെടുന്നത് എന്ന് മനസിലാക്കിയതോടെ ഈ ലോകത്ത് ജനിച്ചതിന് അവർക്കു കിട്ടാവുന്ന ഏറ്റവും വലിയ ശിക്ഷ തെക്കൻജില്ലകളിലേക്ക് വിൽക്കപ്പെ

ടുന്നതാണെന്ന് കരുതി. ചാട്ടവാറുകൊണ്ടുള്ള അടിയോ പട്ടിണിക്കിടലോ ഒന്നും അവർക്കൊരു ശിക്ഷയായി തന്നെ തോന്നിയില്ല.

ക്രൂരന്മാരായ യജമാനൻമാരുടെ പീഡനം സഹിക്കവയ്യാതെ ഓടി വരുന്നവരല്ല കാനഡയിലെ പല അഭയാർഥികളും എന്ന് അവിടത്തെ പല മിഷനറിമാരും പറയുകയുണ്ടായി. അത് ഈ അഭയാർഥികൾ തന്നെ ഏറ്റുപറഞ്ഞിട്ടുള്ളതാണ്. തെക്കൻജില്ലകളിലേക്ക് വിൽക്കപ്പെടുമോ എന്ന ഭയമാണത്രേ ഇത്തരത്തിലുള്ള ഒളിച്ചോട്ടത്തിന് അവരെ പ്രേരിപ്പിക്കുന്നത്. തങ്ങൾക്കും തങ്ങളുടെ ഏറ്റവും അടുത്തബന്ധുക്കൾക്കും ഏതു നിമിഷത്തിലും സംഭവിക്കാൻ പോകുന്ന ദുരന്തത്തെ ഓർത്തുകൊണ്ടാണ് ഓരോ നീഗ്രോയും ദിവസങ്ങൾ തള്ളിനീക്കിക്കൊണ്ടിരുന്നത്.

ക്ലോ ആന്റി മേശപ്പുറത്ത് ആവി പറക്കുന്ന പ്രഭാതഭക്ഷണം നിരത്തി. അന്നു രാവിലെ അവർ ജോലിക്കു ചെല്ലേണ്ടതില്ലെന്ന് യജമാനത്തി പറഞ്ഞയച്ചിരുന്നു. തന്റെ സകല കഴിവുകളും ഉപയോഗിച്ച് ഏറ്റവും സ്വാദിഷ്ടമായ ഒരു പ്രാതലാണ് അന്ന് ക്ലോ ആന്റി ഒരുക്കിയത്. തന്റെ കൈകൊണ്ട് ഭർത്താവിനു നൽകുന്ന അവസാനത്തെ പ്രാതൽ. അവളുടെ ഏറ്റവും നല്ല ഒരു കോഴിയെ കൊന്ന് പൊരിച്ചെടുത്തു. ചോളപ്പൊടികൊണ്ട് വിശിഷ്ടമായ അപ്പം തയാറാക്കി. ഭർത്താവിന് ഇഷ്ടമുള്ള വേറെയും പല പലഹാരങ്ങളും അവർ മേശപ്പുറത്ത് നിരത്തി.

"എത്രകേമമായ ഭക്ഷണമാണ് ഇന്ന് മമ്മ ഒരുക്കിയിരിക്കുന്നതെന്ന് നോക്കൂ! ലോട്ട്, പീറ്റ്, വേഗം വാ..." മോസ് ആഹ്ളാദത്തോടെ വിളിച്ചു പറഞ്ഞു.

പൊരിച്ചു വച്ച കോഴിയിൽനിന്നും ഒരു ചെറിയ കഷണം പീറ്റ് എടുത്തപ്പോൾ ക്ലോ ആന്റി അവന്റെ ചെകിടത്ത് ഒരടിവച്ചു കൊടുത്തു.

"നിങ്ങളുടെ പപ്പ ഈ വീട്ടിൽനിന്നും കഴിക്കുന്ന അവസാനത്തെ ഭക്ഷണമാണിത്."

"ഓ, ക്ലോ! നീ എന്താണീ ചെയ്തത്?" ടോം മൃദുസ്വരത്തിൽ ഭാര്യയെ ശാസിച്ചു.

"എന്തു ചെയ്യാനാണ് എനിക്കു സ്വയം നിയന്ത്രിക്കുവാനായില്ല." ക്ലോ ആന്റി മുഖംപൊത്തി കരഞ്ഞു.

കുട്ടികൾ സ്തംഭിച്ചുനിന്നു പോയി. എന്താണ് അവിടെ നടക്കുന്നതെന്ന് അവർക്ക് മനസിലായില്ല. ഏറ്റവും ഇളയ കുഞ്ഞ് അമ്മയുടെ ഉടുപ്പിന്റെ തുമ്പിൽ പിടിച്ച് വിതുമ്പിക്കരയാൻ തുടങ്ങി. ക്ലോ ആന്റി മുഖം തുടച്ച് കുഞ്ഞിനെ എടുത്തു.

"ഇനി നിങ്ങൾ എന്തെങ്കിലും കഴിക്കൂ! ഏറ്റവും നല്ല കോഴി പൊരിച്ചതാണ് ഇത്. ഇതിനേക്കാൾ നന്നായി എനിക്കൊരിക്കലും പാചകം ചെയ്യാൻ കഴിയില്ല. എന്റെ മക്കളേ, നിങ്ങളും വന്നിരുന്ന് പപ്പയോടൊപ്പം ആഹാരം കഴിക്കൂ! ഞാൻ നിങ്ങളെ അനാവശ്യമായി അടിച്ചു. വഴക്കു പറയുകയും ചെയ്തു."

കുട്ടികളോട് രണ്ടാമതൊരിക്കൽക്കൂടി പറയേണ്ടി വന്നില്ല. വളരെ

ഉത്സാഹത്തോടെ അവർ തീൻമേശയ്ക്കരികിൽ എത്തി. അവർ അങ്ങനെ ചെയ്തില്ലായിരുന്നെങ്കിൽ ആ പാവം സ്ത്രീ കഷ്ടപ്പെട്ട് ഉണ്ടാക്കിയെടുത്ത വിഭവങ്ങൾ പാഴായിപ്പോകുമായിരുന്നു.

ഭക്ഷണശേഷം ക്ലോ ആന്റി പറഞ്ഞു: "ഞാൻ നിങ്ങളുടെ വസ്ത്രങ്ങൾ ഒതുക്കി വയ്ക്കട്ടെ. ഇനി ആരാണ് അതെല്ലാം ഒരുക്കിത്തരാൻ ഉണ്ടാവുക?" എന്നാൽ പെട്ടെന്നു തന്നെ അവർക്ക് സമനില തെറ്റി. പെട്ടിയിൽ തലവച്ചുകൊണ്ടു പൊട്ടിക്കരയാൻ തുടങ്ങി.

വയറു നിറഞ്ഞ സന്തോഷത്തിൽ നിന്നിരുന്ന കുട്ടികൾക്ക് അമ്മ എന്തിനാണ് കരയുന്നതെന്ന് മനസിലായില്ല. അമ്മ കരയുന്നതും അച്ഛൻ വിഷാദവാനായി നോക്കിനിൽക്കുന്നതും കണ്ടപ്പോൾ അവർക്കും കരച്ചിലടക്കാൻ സാധിച്ചില്ല. അങ്കിൾ ടോം ഏറ്റവും ചെറിയ കുഞ്ഞിനെ തന്റെ മടിയിലിരുത്തി. കുഞ്ഞിന്റെ ഇഷ്ടംപോലെ തന്റെ തലമുടിയിൽ പിടിച്ചു വലിക്കാനും മുഖത്തുമാന്താനും അവളെ അനുവദിച്ചു.

"ഓഹ്! എന്റെ നീഗ്രോ കുഞ്ഞേ,! നീയും ഇതേ അനുഭവത്തിലൂടെ കടന്നുപോകേണ്ടിവരുമല്ലോ. ഭർത്താവിനെ വിൽക്കുന്നത് നിനക്ക് കാണേണ്ടി വരുമല്ലോ. അല്ലെങ്കിൽ സ്വയം വിൽക്കപ്പെടും. എന്റെ ആൺകുട്ടികളും ജോലി ചെയ്യാൻ പ്രാപ്തരാകുമ്പോൾ വിൽപ്പനച്ചരക്കാകും. നീഗ്രോ ആയി ജനിച്ചുപോയില്ലേ? അതിന്റെ ശാപം നിങ്ങളെ ജീവിതകാലം മുഴുവൻ പിന്തുടരും."

ഭാര്യാഭർത്താക്കന്മാർ സംസാരിച്ചുകൊണ്ടിരിക്കുമ്പോൾ കുട്ടികളിലൊരാൾ വിളിച്ചു പറഞ്ഞു:

'അതാ, യജമാനത്തി ഇങ്ങോട്ട് വരുന്നു...."

ഇനി അവർക്കൊന്നും ചെയ്യാനാവില്ലല്ലോ." ക്ലോ ആന്റി നീരസത്തോടെ പറഞ്ഞു. "ഇനി അവർ എന്തിനാണ് ഇങ്ങോട്ടു വരുന്നത്." മിസിസ് ഷെൽബി സങ്കോചത്തോടെ അകത്തേക്കു കടന്നുവന്നു. ഉൽക്കണ്ഠാകുലമായ അവരുടെ മുഖം വിളറിവെളുത്തിരുന്നു. അവർ സംസാരിക്കുവാൻ ആരംഭിച്ചു. ക്ലോ ആന്റിയുടെ മുഖഭാവമോ പെരുമാറ്റമോ അവർ ശ്രദ്ധിച്ചതായി തോന്നിയില്ല.

"ടോം ഞാൻ വന്നത്...." അവൾക്കു തുടരാനായില്ല. തൊണ്ടയിടറിക്കൊണ്ടു തേങ്ങി. മുഖംപൊത്തി കസേരയിലേക്ക് ചാഞ്ഞു.

"ദൈവമേ, അവിടുന്ന് കരയുന്നുവോ? അരുത്! കരയരുത്" ക്ലോ ആന്റി പറഞ്ഞു.

അവരും കരയാൻ തുടങ്ങി. ഇരുവരും അൽപ്പസമയം കരഞ്ഞശേഷം കണ്ണുനീർ തുടച്ചുകൊണ്ട് സമചിത്തത കൈവരിച്ചു. മിസിസ് ഷെൽബി സംസാരം തുടർന്നു: "ഞങ്ങൾക്ക് ഏറ്റവും പ്രിയപ്പെട്ട, നല്ലവനായ ടോം, നിനക്ക് യാതൊരുവിധത്തിലുള്ള സഹായവും ചെയ്യാൻ ഞങ്ങൾക്കു സാധിക്കുകയില്ല. ഞാൻ നിനക്ക് കുറച്ചു പണം തന്നാൽ അതവർ എന്തായാലും തട്ടിപ്പറിച്ചെടുക്കും. എന്നാൽ ദൈവത്തെ സാക്ഷി നിർത്തി ഞാൻ പറയട്ടെ, ഞാൻ നിങ്ങളെ നിരന്തരം അന്വേഷിച്ചു

കൊണ്ടിരിക്കും. പണമുണ്ടാക്കാൻ കഴിയുന്ന ഏറ്റവും അടുത്ത സന്ദർഭ ത്തിൽ നിന്നെ തിരിച്ചു കൊണ്ടുവരും. അതുവരെ ദൈവത്തിന്റെ മഹത്വ ത്തിൽ വിശ്വാസമർപ്പിച്ചുകൊണ്ട് ജീവിക്കൂ!"

ഒരു നീഗ്രോ ബാലൻ ഹാലി യജമാനൻ വരുന്നുണ്ട് എന്നു വിളിച്ചു പറഞ്ഞുകൊണ്ട് അവിടേക്ക് ഓടിയെത്തി. ആ വേളയിൽ തന്നെ വാതിൽ ചവിട്ടി തുറന്നുകൊണ്ട് അയാൾ അകത്തേക്കു പ്രവേശിച്ചു. മിസിസ് ഷെൽബിയെ കണ്ടപ്പോൾ അയാളുടെ മുഖത്ത് ഒരു വിനീത വിധേയന്റെ ഭാവം തെളിഞ്ഞു വന്നു. അയാൾ ബഹുമാന പുരസരം തൊപ്പി തല യിൽനിന്നും ഊരി കൈയിൽ പിടിച്ചു. ക്ലോ ആന്റി വളരെ ഗൗരവഭാവ ത്തിൽ അയാളെ ഒന്നു നോക്കിയ ശേഷം പെട്ടി അടച്ചു. അവളുടെ കണ്ണിൽ അപ്പോൾ കണ്ണുനീരായിരുന്നില്ല, തീ ജ്വാലകളാണ് തിളങ്ങിയി രുന്നത്. ടോമാകട്ടെ, വേഗം തന്റെ ഭാരമേറിയ പെട്ടിയെടുത്ത് തോളിൽ വച്ച് പുതിയ യജമാനനെ പിന്തുടരാൻ തയാറായി നിന്നു. ഭാര്യ ഇളയ കുഞ്ഞിനെ ഒക്കത്തെടുത്ത് അയാളെ പിന്തുടർന്നുകൊണ്ട് വണ്ടിയുടെ സമീപത്തെത്തി. മക്കളും കരഞ്ഞുകൊണ്ട് പിന്നാലെ കൂടി. മിസിസ് ഷെൽബി വീണ്ടും ഹാലിയെ തടഞ്ഞു നിർത്തി, ആത്മാർഥതയോടെ എന്തെല്ലാമോ സംസാരിച്ചു. അപ്പോഴെയ്ക്കും ടോമും കുടുംബവും വണ്ടി യുടെ സമീപത്ത് എത്തിയിരുന്നു. വൃദ്ധരും കുട്ടികളും ഉൾപ്പെടുന്ന ഒരു ജനക്കൂട്ടം അവിടെ സന്നിഹിതരായിരുന്നു. തങ്ങളുടെ ചങ്ങാതിയെ യാത്ര യയ്ക്കുവാൻ എത്തിയവരാണ് അവർ.

എല്ലാ ജോലിക്കാരുടേയും തലവനായും ക്രിസ്തുമതം പഠിപ്പിക്കുന്ന ഗുരുനാഥനുമായാണ് അവർ ടോമിനെ കണക്കാക്കിപ്പോന്നിരുന്നത്. അവർക്കെല്ലാം ടോമിനോട് തികഞ്ഞ ആത്മാർഥതയും അനുകമ്പയും ഉണ്ടായിരുന്നു. അവന്റെ വേർപാടിൽ അവർ വല്ലാതെ ദുഃഖിച്ചിരുന്നു. സ്ത്രീജനങ്ങൾക്കു ദുഃഖം സഹിക്കാനായില്ല. ശാന്തമായ മുഖഭാവ ത്തോടെ നിൽക്കുന്ന ക്ലോ ആന്റിയെ നോക്കി പൊട്ടിക്കരഞ്ഞുകൊണ്ട് ഒരു സ്ത്രീ ചോദിച്ചു:

"ക്ലോ, നിനക്ക് ഇതെല്ലാം എങ്ങനെ സഹിക്കാൻ കഴിയുന്നു?"

"എന്റെ കണ്ണുനീരെല്ലാം വറ്റിപ്പോയി!" തന്റെ ഭർത്താവിന്റെ സമീ പത്തേക്ക് നടന്നുവരുന്ന വ്യാപാരിയെ നോക്കി ദേഷ്യത്തിലാണ് ക്ലോ മറുപടി പറഞ്ഞത്.

"എനിക്കെന്താണെന്ന് അറിയില്ല. ഇപ്പോൾ കരയാൻപോലും കഴി യുന്നില്ല."

"വേഗം കയറിയിരിക്ക്!" ഹാലി ടോമിനോട് നിഷ്കരുണമായ സ്വര ത്തിൽ ആജ്ഞാപിച്ചു. തന്നെ അപ്രിയത്തോടെ നോക്കി നിൽക്കുന്ന ജന ക്കൂട്ടത്തിനിടയിലൂടെ അയാൾ അവരെയെല്ലാം തുറിച്ചുനോക്കിക്കൊണ്ട് നടന്നുപോയി.

ടോം വണ്ടിയിൽ കയറിയിരുന്നപ്പോൾ ഹാലി ചങ്ങലയും വിലങ്ങു മെടുത്ത് അയാളുടെ രണ്ടുകണങ്കാലുകളും പൂട്ടി. ശ്വാസംമുട്ടുമ്പോൾ

ഉയരുന്നതുപോലെ ഒരു ഞരക്കം കണ്ടുനിൽക്കുന്നവരുടെ ഗദ്ഗദകണ്ഠത്തിൽനിന്നും ഉയർന്നു. ആ കാഴ്ച നോക്കി വരാന്തയിൽ നിന്നിരുന്ന മിസിസ് ഷെൽബി ഉറക്കെ വിളിച്ചു പറഞ്ഞു:

"മിസ്റ്റർ ഹാലീ, ഇത്തരം മുൻകരുതലുകൾ ഒന്നുംതന്നെ ടോമിന്റെ കാര്യത്തിൽ ആവശ്യമില്ലെന്ന് ഞാൻ ഉറപ്പു തരുന്നു. ടോമിനെ നിങ്ങൾക്ക് അറിയാഞ്ഞിട്ടാണ്."

"അതൊന്നും മുൻകൂട്ടി പറയാനാവില്ല മാഡം. അഞ്ഞൂറ് ഡോളർ ഇതേ സ്ഥലത്തു വച്ചാണ് എനിക്ക് നഷ്ടപ്പെട്ടത്. ഇനിയും അബദ്ധത്തിൽ ചെന്നുചാടി പണം നഷ്ടപ്പെടുത്താൻ എനിക്കാവില്ല."

"അയാളിൽനിന്നും ഇതിൽ കൂടുതൽ എന്തെങ്കിലും യജമാനത്തി പ്രതീക്ഷിക്കുന്നുണ്ടോ?" ക്ലോ ആന്റി അമർഷത്തോടെ പറഞ്ഞു. സ്വന്തം അച്ഛന്റെ അവസ്ഥ ശരിക്കും മനസിലായിട്ടെന്നപോലെ രണ്ട് മക്കളും അമ്മയുടെ ഉടുപ്പു പിടിച്ച് പൊട്ടിക്കരഞ്ഞു.

"മാസ്റ്റർ ജോർജിനെ കാണാതെ പോകേണ്ടി വന്നതിൽ എനിക്ക് അതിയായ ഖേദമുണ്ട്." ടോം വിഷാദത്തോടെ പറഞ്ഞു.

ഹാലി ചാട്ടവാർ ആഞ്ഞുവീശി. കുതിരകൾ വേഗത്തിൽ പാഞ്ഞു. തന്റെ വീടിന്റെ നേർക്ക് വിഷാദം നിറഞ്ഞ നോട്ടം പായിച്ചുകൊണ്ട് ടോം ഇരുന്നു.

ഷെൽബി ഈ രംഗത്തിന് സാക്ഷ്യംവഹിക്കുവാൻ അവിടെ ഉണ്ടായിരുന്നില്ല. അടുത്തൊരു സ്ഥലത്ത് വ്യാപാരാവശ്യങ്ങൾ നിർവഹിക്കുന്ന മട്ടിൽ അയാൾ വളരെ നേരത്തെ തന്നെ സ്ഥലംവിട്ടിരുന്നു. തിരിച്ചെത്തുമ്പോഴെയ്ക്കും എല്ലാം കഴിഞ്ഞിരിക്കും എന്ന് ആശ്വസിച്ചു.

ടോമും ഹാലിയും പരിചിതസ്ഥലങ്ങളിലൂടെ ദീർഘദൂരം യാത്ര ചെയ്തു. പിന്നീട് അവരൊരു തുറസായ സ്ഥലത്തെത്തിയപ്പോൾ ഹാലി വണ്ടി നിർത്തി. അവരുടെ ഒരു കൊല്ലന്റെ ആലയിൽ എത്തി. ഒരു ജോഡി കൈവിലങ്ങുകൾ കാണിച്ചുകൊണ്ടു ചോദിച്ചു. "ഈ വിലങ്ങുകൾ ഇവന്റെ കൈയ്ക്ക് പാകമല്ല." ടോമിനെ ചൂണ്ടിക്കാണിച്ചുകൊണ്ട് അയാൾ ആ ഇരുമ്പു പണിക്കാരനോടു പറഞ്ഞു.

"ദൈവമേ! നമ്മുടെ ഷെൽബിയുടെ ടോമല്ലേ ഇത് അദ്ദേഹം അവനെ വിറ്റോ?" കൊല്ലൻ അതിശയഭാവത്തിൽ ചോദിച്ചു.

"അതെ, വിറ്റു. അതിനു നിങ്ങൾക്കെന്താണ്?" ഹാലി മറുപടി പറഞ്ഞു.

"സത്യമായും അവനെ കൈവിലങ്ങ് അണിയിക്കേണ്ട കാര്യമില്ല." കൊല്ലൻ പറഞ്ഞു. "ഇവനോളം സത്യസന്ധനും വിശ്വസ്തനുമായി ഒരു നീഗ്രോ ഉണ്ടാവുകയില്ല..."

"അതെ, അതെ" ഹാലി പറഞ്ഞു. "നിങ്ങൾ വിശ്വസ്തരെന്നു പറയുന്ന ഈ നീഗ്രോകൾ തന്നെയാണ് ഒളിച്ചോടുന്നവർ. എന്നാൽ യാതൊരു വിവരവുമില്ലാത്ത ഒന്നിനും കൊള്ളാത്ത ഇവരുടെ യജമാനൻമാർ അതൊന്നും അറിയുന്നില്ല. എന്നാൽ ഞാൻ അങ്ങനെയല്ല. ഇവനെ വിലങ്ങുവയ്ക്കുക തന്നെ ചെയ്യും."

"ടോമിനെപ്പോലെ ഏറ്റവും നല്ലവനും ശാന്തനുമായ ഒരു പാവത്തിനെ കരിമ്പു കൃഷിക്ക് അയയ്ക്കുന്നത് മഹാ കഷ്ടമാണ്."

"ഏയ്, അതൊന്നും സംഭവിക്കുകയില്ല. ഇവന് തീർച്ചയായും നല്ല അവസരം ലഭിക്കും. ഞാനത് വാഗ്ദാനം ചെയ്തിട്ടുണ്ട്. ഏതെങ്കിലും ശ്രേഷ്ഠമായ കുടുംബത്തിൽ വേലക്കാരനായി ജോലി ലഭിക്കും."

"ദൈവമേ, അവൻ ഭാര്യയേയും കുട്ടികളേയും ഇവിടെ വിട്ടിട്ടല്ലേ പോകുന്നത്?"

"അതെ. അതുകൊണ്ടെന്താ, അവിടെ വേറെ കിട്ടില്ലേ? ഇഷ്ടം പോലെ പെണ്ണുങ്ങൾ അവിടെ ഉണ്ടല്ലോ."

കൊല്ലനും ഹാലിയും തമ്മിൽ സംഭാഷണത്തിൽ ഏർപ്പെട്ടു നിൽക്കുമ്പോൾ ടോം ദുഃഖഭാരവും പേറി ആലയ്ക്കു മുന്നിൽ നിൽക്കുകയായിരുന്നു. പെട്ടെന്നാണ് കുതിരക്കുളമ്പടി ശബ്ദം കേട്ടത്. ടോം ഞെട്ടിത്തിരിഞ്ഞു നോക്കിയപ്പോൾ മാസ്റ്റർ ജോർജ് കുതിരയെ പറപ്പിച്ചുകൊണ്ട് വരികയാണ്, ടോമിന്റെ കഴുത്തിൽ കെട്ടിപ്പിടിച്ചുകൊണ്ട് അവൻ ഉറക്കെ തേങ്ങിക്കരഞ്ഞു.

"ഇത് വളരെ മോശം പണിയായിപ്പോയി. അവർ പറയുന്നതൊന്നും ഞാൻ കാര്യമാക്കുന്നില്ല. ആര്, എന്തെല്ലാം ന്യായീകരണങ്ങൾ നിരത്തിയാലും ഇത് ഏറ്റവും വൃത്തികെട്ടതും ലജ്ജാകരവുമായ പ്രവൃത്തിയാണ്. ഞാൻ മുതിർന്ന ഒരു പുരുഷനായി കഴിഞ്ഞിരുന്നെങ്കിൽ അവർ ഒരിക്കലും ഇതുചെയ്യാൻ ധൈര്യപ്പെടില്ലായിരുന്നു. ഒരിക്കലും ചെയ്യാൻ പാടില്ലാത്ത കാര്യമാണ് അവർ ചെയ്തത്." ജോർജിന് വേദന അടക്കാൻ കഴിഞ്ഞില്ല.

"ഓഹ്, മാസ്റ്റർ ജോർജ്, എനിക്ക് വലിയ സന്തോഷമായി." ടോം പറഞ്ഞു. "എന്റെ കൊച്ചെജമാനനെ, നിന്നെ കാണാതെ പോകേണ്ടി വന്നെങ്കിൽ എനിക്കത് സഹിക്കാനാവില്ലായിരുന്നു. സത്യത്തിൽ ഇപ്പോഴെനിക്ക് വളരെ സന്തോഷമായി. ഞാൻ സംതൃപ്തനാണ്!" ടോം കാലൊന്ന് അനക്കിയപ്പോഴാണ് ജോർജിന്റെ ദൃഷ്ടികൾ കാൽച്ചങ്ങലയിൽ പതിഞ്ഞത്.

"ദൈവമേ, ഇതെത്ര നാണംകെട്ട പണിയാണ്." അവൻ കൈകൾ ഉയർത്തിക്കൊണ്ട് ഗർജിച്ചു.

"ആ വയസനെ ഞാൻ സത്യമായും ഇടിച്ചു വീഴ്ത്തും."

"അങ്ങനെ ഒന്നും ചെയ്യാൻ പാടില്ല. മാസ്റ്റർ ജോർജ്. ഒരിക്കലും ഇത്ര ഉറക്കെ സംസാരിക്കരുത്. അയാളുടെ ചെവിയിൽ ഈ വാക്കുകൾ പതിച്ചാൽ തീർച്ചയായും അയാളെ കുപിതനാക്കും. അത് എനിക്ക് ദോഷം മാത്രമേ ചെയ്യുകയുള്ളൂ."

"ശരി. നിങ്ങൾക്കു ദോഷം വരുന്ന ഒരു കാര്യവും ഞാൻ ചെയ്യുകയില്ല. എന്നാലും എനിക്കിത് സഹിക്കാനാവുന്നില്ല. അവർ എന്നെ വിളിപ്പിക്കുകയോ എന്നോട് ഇതേ കുറിച്ച് ഒരു വാക്കുപോലും മിണ്ടുകയോ ചെയ്തില്ല. ടോം ലിങ്കൻ പറഞ്ഞില്ലെങ്കിൽ ഈ കാര്യം ഞാൻ അറിയു

കപോലും ഇല്ലായിരുന്നു. ഞാനവിടെ എത്തട്ടെ. അവിടെയുള്ള സകല രേയും തകർക്കാതിരിക്കില്ല."

"ഇങ്ങനെയൊന്നും പറയല്ലേ, മാസ്റ്റർ ജോർജ്! അതൊന്നും ശരിയല്ല."

"അങ്കിൾ ടോം, എനിക്കിത് സഹിക്കാനാവുന്നില്ല. ഏറ്റവും ലജ്ജാ കരമായ പ്രവൃത്തിയാണിത്. ഇങ്ങോട്ടൊന്നു നോക്കൂ!" അവൻ ആലയി ലേക്ക് തിരിഞ്ഞു നോക്കിക്കൊണ്ട് സ്വകാര്യം പറയുന്ന മട്ടിൽ പറഞ്ഞു.

"ഞാൻ സൂക്ഷിച്ചു വച്ചിട്ടുള്ള കുറച്ചു ഡോളറുകൾ നിങ്ങൾക്കു വേണ്ടി കൊണ്ടുവന്നിട്ടുണ്ട്."

"എന്റെ കുട്ടീ, നിന്റെ സമ്മാനം സ്വീകരിക്കുവാൻ അങ്കിൾ ടോമിന് കഴിയുമെന്ന് തോന്നുന്നില്ല. ഇല്ല! ഒരിക്കലും സാധിക്കുകയില്ല." കൊച്ചെ ജമാനന്റെ ഈ പ്രവൃത്തി ടോമിന്റെ ഹൃദയത്തിൽ സ്പർശിച്ചു.

"അങ്ങനെ പറയരുത് അങ്കൾ ടോം, നിങ്ങളത് സ്വീകരിച്ചേ പറ്റൂ. ജോർജ് ഉറപ്പിച്ചു പറഞ്ഞു.

"ഞാൻ ഈ കാര്യം ക്ലോ ആന്റിയോട് പറഞ്ഞു. ആന്റി എനിക്കൊരു സൂത്രം പറഞ്ഞുതന്നു. ഇതിൽ ഒരു തുളയുണ്ടാക്കി ചരടിൽ കോർത്ത് അങ്കിൾ ടോമിന്റെ കഴുത്തിൽ കെട്ടിക്കൊടുക്കാൻ. അപ്പോൾ പുറത്തു കാണാനാവാത്ത വിധത്തിൽ ഉടുപ്പിനുള്ളിൽ ഒളിപ്പിച്ചു വയ്ക്കാനാകും. അല്ലെങ്കിൽ ആ തെണ്ടികൾ അതു തട്ടിയെടുക്കും. എനിക്ക് ഒന്നേ പറ യാനുള്ളൂ. എനിക്കവരെ തകർക്കണം. അല്ലാതെ സമാധാനത്തോടെ ജീവിക്കുവാൻ സാധിക്കുകയില്ല."

"വേണ്ട, അങ്ങനെ ഒന്നും ചെയ്യരുത് മാസ്റ്റർ ജോർജ്, അതുകൊ ണ്ടെനിക്കൊരു ഗുണവും ഉണ്ടാകില്ല."

"ശരി. അങ്കിൾ! നിങ്ങൾക്കുവേണ്ടി ഞാനത് ചെയ്യുന്നില്ല." ജോർജ് വളരെ പെട്ടെന്ന് ആ ഡോളറുകൾ ടോമിന്റെ കഴുത്തിൽ കെട്ടി.

"കോട്ടിന്റെ ബട്ടൻ എപ്പോഴും കഴുത്തുവരെ മൂടണം. അതുകാണു മ്പോഴെല്ലാം ഞാൻ നിങ്ങളെ തിരിച്ചുകൊണ്ടുവരും എന്നകാര്യം ഓർക്ക ണം. ഞാനും ക്ലോ ആന്റിയും അതേക്കുറിച്ച് സംസാരിക്കുകയായിരു ന്നു. യാതൊന്നും പേടിക്കേണ്ട എന്ന് ഞാനവരോട് പറഞ്ഞു. ആ കാര്യം ഞാൻ നോക്കിക്കൊള്ളാം. അപ്രകാരം ചെയ്തില്ലെങ്കിൽ അച്ഛനെ ഞാൻ ശരിയാക്കും. ഉറപ്പാണ്."

"മാസ്റ്റർ ജോർജ് ഒരിക്കലും അച്ഛനെ കുറിച്ച് അങ്ങനെ ഒന്നും പറ യരുത്."

"ദൈവമേ, അങ്കിൾ ടോം, ഞാൻ മോശം കാര്യങ്ങളൊന്നുമല്ല ചിന്തി ച്ചത്."

"മാസ്റ്റർ ജോർജ്, മോനൊരു നല്ല കുട്ടിയായി വേണം വളരുവാൻ. അമ്മയുടെ കാര്യങ്ങളെല്ലാം ശ്രദ്ധിച്ച് എപ്പോഴും അമ്മയോടൊപ്പം ഉണ്ടാ യിരിക്കണം. ബുദ്ധിയില്ലാത്ത കുട്ടികളാണ് അമ്മയെ ശ്രദ്ധിക്കാതിരിക്കുക. നല്ല നല്ല വസ്തുക്കൾ എത്രവേണമെങ്കിലും ദൈവം തരും. എന്നാൽ അമ്മയെ ഒരിക്കൽ മാത്രമേ തരൂ! ഈ ഭൂമിയിൽ അമ്മയെപ്പോലെ ഒരു

സ്ത്രീയെ നൂറുവർഷം ജീവിച്ചാൽപോലും കാണാൻ സാധിക്കുകയില്ല. അമ്മയോടൊപ്പം നിന്നുവേണം നീ വളർന്നു വലുതാകാൻ. അമ്മയ്ക്ക് താങ്ങും തണലുമായി വേണം വളരാൻ. നീ ഏറ്റവും നല്ലവനായ കുട്ടിയാണല്ലോ. അങ്ങനെ തന്നെ ചെയ്യില്ലേ?"

"നിങ്ങൾ എപ്പോഴും എനിക്ക് ഏറ്റവും നല്ല ഉപദേശങ്ങൾ മാത്രമേ നൽകിയിട്ടുള്ളൂ. അതെല്ലാം ഞാനനെന്റെ ജീവിതത്തിൽ പാലിക്കുകയും ചെയ്യും."

"എനിക്കു വയസായി. ഇനി എത്രകാലമെന്ന് അറിയില്ല." തന്റെ കറുത്തതും ബലിഷ്ഠവുമായതുമായ കൈകൊണ്ട് ജോർജിന്റെ ചുരുണ്ട മുടിയിൽ തലോടി മൃദുസ്വരത്തിൽ പറഞ്ഞു:

"നിന്നിൽ സകല നന്മകളും കുടികൊള്ളുന്നു. വിദ്യാഭ്യാസം സുഖ സൗകര്യങ്ങൾ ...എല്ലാം. നീ നന്നായി പഠിക്കണം. ഏറ്റവും നല്ല മനുഷ്യനായി വളരണം. മാതാപിതാക്കൾക്ക് എന്നപോലെ നാടിനും നാട്ടാർക്കും നന്മ ചെയ്യണം. അച്ഛനെപ്പോലെ ഏറ്റവും നല്ല യജമാനനാകുക! അമ്മയെപ്പോലെ ഏറ്റവും നല്ല ക്രിസ്ത്യാനിയും. യൗവനത്തിലെ ചോരത്തിളപ്പിൽ സ്രഷ്ടാവിനെ മറക്കരുത്."

"ഞാൻ ഏറ്റവും നല്ലവനായി മാത്രമേ വളരൂ! നിങ്ങൾക്ക് വാക്കു തരുന്നു." ജോർജ് പറഞ്ഞു.

"ഞാൻ നിങ്ങളെ നിരാശപ്പെടുത്തില്ല. ഞാൻ നിങ്ങളെ ഇങ്ങോട്ടു തന്നെ മടക്കിക്കൊണ്ടുവരും. ക്ലോ ആന്റിയോട് ഞാൻ ഇന്നു രാവിലെ പറഞ്ഞിരുന്നു അവരുടെ വീട് ഞാൻ പുതുക്കി പണിയുമെന്ന്. അതിൽ പരവതാനി വിരിച്ച ഒരു സ്വീകരണ മുറി ഒരുക്കിയിട്ടുണ്ടാകും. ഞാൻ ഒന്നു വളരട്ടെ അതോടെ തീർച്ചയായും നിങ്ങൾക്ക് നല്ലകാലം വരും."

പറഞ്ഞു തീരുന്നതിനുമുമ്പേ ഹാലി കൈവിലങ്ങുമായി അവിടെ എത്തി.

"നോക്കൂ, മിസ്റ്റർ ഹാലീ", ജോർജ് വണ്ടിയിൽനിന്നും പുറത്തിറങ്ങി ഒരു മുതിർന്ന പുരുഷന്റെ ഗൗരവത്തോടെ പറഞ്ഞു. "അങ്കിൾ ടോമിനോട് എങ്ങനെ പെരുമാറണമെന്ന് പപ്പായും മമ്മിയും വ്യക്തമായി പറഞ്ഞു മനസിലാക്കുകയും ചെയ്തിട്ടുണ്ടല്ലോ."

"സ്വാഗതം കുഞ്ഞേ" വ്യാപാരി ജോർജിനെ അഭിവാദ്യം ചെയ്തു. അതു ശ്രദ്ധിക്കാതെ ജോർജ് പറഞ്ഞു.

"ജീവിതകാലം മുഴുവൻ മനുഷ്യരെ വിലയ്ക്കു വാങ്ങി, കന്നുകാലികളെപ്പോലെ അവരെ ചങ്ങലയിൽ ബന്ധിച്ച് കൊണ്ടുപോകുന്നതിൽ നിങ്ങൾക്ക് ലജ്ജയില്ലേ! നിങ്ങൾ നീചനായ മനുഷ്യൻ തന്നെ."

"നിങ്ങളെപ്പോലുള്ളവർ മനുഷ്യരെ വാങ്ങാൻ ആഗ്രഹിക്കുന്നിടത്തോളം കാലം ഞാൻ നിങ്ങളെപ്പോലെ നല്ലവനാണ്. വിൽക്കുന്നത് മോശമാണെങ്കിൽ വാങ്ങുന്നതും മോശം തന്നെ."

"ഞാൻ വലുതായി കഴിഞ്ഞ് എന്റെ കൈയിൽ അധികാരം ലഭിക്കുമ്പോൾ ഞാനിതു രണ്ടും ചെയ്യുകയില്ല." ജോർജ് വെറുപ്പോടെയും

അവജ്ഞയോടെയും മറുപടി പറഞ്ഞു.

"ഒരു കെന്റക്കിക്കാരൻ എന്നു പറയേണ്ടിവന്നതിൽ എനിക്ക് വളരെ ലജ്ജയുണ്ട്. ആദ്യം അതിൽ അഭിമാനംകൊണ്ടിരുന്ന വ്യക്തിയായിരുന്നു ഞാൻ." ജോർജ് തന്റെ കുതിരപ്പുറത്തുകയറി അന്തസ്സോടെ നിവർന്നിരുന്നു. തന്റെ അഭിപ്രായത്തിൽ ആ ബാലൻ അഭിമാനിക്കുന്നതായി തോന്നി.

"എല്ലാം പറഞ്ഞതുപോലെ. വീണ്ടും കാണാം അങ്കിൾ ടോം."

"അതെ. നമുക്കുവീണ്ടും കാണാം മാസ്റ്റർ ജോർജ്." തന്റെ കൊച്ചെജമാനനെ വാത്സല്യത്തോടെയും അഭിമാനത്തോടെയും നോക്കിക്കൊണ്ട് ടോം വിളിച്ചു പറഞ്ഞു:

"സർവശക്തനായ ദൈവം നിന്നെ അനുഗ്രഹിക്കട്ടെ. കെന്റക്കിക്ക് നിന്നെപ്പോലെ സത്പുത്രന്മാരെ അധികം ലഭിച്ചിട്ടില്ല." നിഷ്കളങ്കനായ ആ ബാലൻ തന്റെ കൺവെട്ടത്തുനിന്നും അപ്രത്യക്ഷനാകുന്നതുവരെ നിറഞ്ഞ ഹൃദയത്തോടെ ടോം അനുഗ്രഹിച്ചാശീർവദിച്ചുകൊണ്ടു നിന്നു. അവന്റെ കുതിരക്കുളമ്പടി ശബ്ദം അന്തരീക്ഷത്തിൽ അലിഞ്ഞലിഞ്ഞ് ഇല്ലാതാവുന്നതുവരെ ആ ദിശയിലേക്ക് നോക്കിക്കൊണ്ടിരുന്നു. തന്റെ കുടുംബത്തിലെ അവസാനത്തെ ശബ്ദം അവസാനത്തെ രൂപം! എല്ലാം താൻ അവസാനമായി കാണുകയാണ്. അപ്പോഴും ഉപഹാരം തന്റെ ഹൃദയത്തിനുമേൽ പതിഞ്ഞിരിക്കുന്നുണ്ട് ആ കുഞ്ഞുകരങ്ങൾ ഞാത്തിയിട്ട വിലമതിക്കാനാവാത്ത ഡോളർ! ടോം ആ ഉഷ്മളമായ സമ്മാനം പുറത്തെടുത്ത് തന്റെ ഹൃദയത്തോടു ചേർത്തുവച്ചു.

ഹാലി തിടുക്കത്തിൽ വണ്ടിയിൽ കയറി കൈവിലങ്ങ് പിടിച്ചുകൊണ്ട് ടോമിനോടു പറഞ്ഞു.

"എടാ, ടോം നീ ഒരു കാര്യം മനസിലാക്കണം. ഞാൻ നീഗ്രോകളോടു ചെയ്യുന്നതുപോലെ നിന്നോടു ചെയ്യുകയാണ്. നീ എന്നോട് മര്യാദയോടെ പെരുമാറിയാൽ തിരിച്ചും നിനക്കത് പ്രതീക്ഷിക്കാം.

ഞാനൊരിക്കലും എന്റെ സ്വന്തം അടിമകളോട് ക്രൂരമായി പെരുമാറിയിട്ടില്ല. എന്നെക്കൊണ്ട് കഴിയാവുന്നത്ര നന്മ ഞാനവർക്ക് ചെയ്തുകൊടുത്തു. നീ അടങ്ങി ഒതുങ്ങി ഇരുന്നുകൊള്ളൂ. സാധാരണ നീഗ്രോകൾ കാണിക്കാറുള്ള കുതന്ത്രങ്ങളൊന്നും പുറത്തെടുക്കേണ്ട. അവരുടെ തന്ത്രങ്ങളെല്ലാം എനിക്ക് പരിചിതമാണ്. അതെല്ലാം നിന്നെ നാശത്തിലേക്കു മാത്രമേ നയിക്കുകയുള്ളൂ. ഒളിച്ചോടാൻ ശ്രമിക്കാതെ ഏൽപ്പിക്കുന്ന ജോലി ഭംഗിയായി ചെയ്ത് ശാന്തരായി കഴിഞ്ഞു കൂടുന്ന നീഗ്രോകൾക്ക് ഞാൻ നന്മ മാത്രമേ ചെയ്യുകയുള്ളൂ. മറിച്ചു പ്രവർത്തിക്കുന്നവർക്ക് അനുഭവിക്കാതെ തരമില്ല. എന്നാൽ അതൊരിക്കലും എന്റെ കുറ്റമല്ല എന്നു മനസിലാക്കണം."

തനിക്ക് ഓടിപ്പോകാനുള്ള യാതൊരു ഉദ്ദേശ്യവുമില്ലെന്ന് ടോം ഹാലിക്ക് ഉറപ്പുനൽകി. എന്നാലും അസുഖകരമായ സംഭവങ്ങൾ ഉണ്ടായി കഴിഞ്ഞിട്ട് ഖേദിച്ചിട്ട് കാര്യമില്ലല്ലോ എന്നു കരുതി അയാൾ വേണ്ട മുൻകരുതലുകൾ എടുത്തു.

6

കെന്റക്കിയിലെ 'എൻ' ഗ്രാമത്തിൽ ചെറിയൊരു ഹോട്ടലുണ്ട്. അതിനു മുന്നിൽ മഴ ചാറുന്ന ഒരു സായാഹ്നത്തിൽ ഒരു വഴിപോക്കൻ വണ്ടിയിൽ വന്നിറങ്ങി. ഹോട്ടലിലെ മദ്യശാലയിൽ പലതരക്കാരായ ആളുകൾ തിങ്ങിനിറഞ്ഞിരിക്കുന്നു. പെട്ടെന്നുണ്ടായ പ്രതികൂല കാലാവസ്ഥയോടു പൊരുത്തപ്പെടുന്നതിനുവേണ്ടി വന്നു ചേർന്നവരാണ് അധികം പേരും. എന്തെങ്കിലും ഓരോ കാരണങ്ങൾ പറഞ്ഞ് ഇത്തരത്തിലുള്ള കൂടിച്ചേരലുകൾ അവിടെ പതിവാണ്. ഭൂരിഭാഗം പേരും ആജാനുബാഹുക്കളും നായാട്ടുവേഷം ധരിച്ചവരും ആണ്. എല്ലാവരും കെന്റക്കിക്കാർ. ഒരുമൂലയിൽ തോക്കുകൾ അടുക്കിവച്ചിരിക്കുന്നു. അതോടൊപ്പം തന്നെ നായാട്ടുസഞ്ചികളും നായ്ക്കളും അടിമകളായ നീഗ്രോകളും ഉണ്ട്. അത് അവിടത്തെ ഒരു പതിവുകാഴ്ചയാണ്. ജ്വലിക്കുന്ന തീകുണ്ഡത്തിനു മുന്നിൽ സാമാന്യത്തിലധികം പൊക്കമുള്ള ഒരു മധ്യവയസ്കൻ തന്റെ ചളി പുരണ്ട ഷൂസ് അടുത്ത കസേരയിൽ കയറ്റിവച്ച് തീ കായുന്നുണ്ട്. അവിടെയുള്ള ഓരോരുത്തരും തൊപ്പി ധരിച്ചവരാണ്. അതും വിചിത്രങ്ങളായ പല വസ്തുക്കളുംകൊണ്ട് നിർമിച്ചവ. മദ്യശാലയുടെ വാതിലുകളും ജനലുകളും എല്ലാം തുറന്നുമലർത്തി വച്ചിരിക്കുന്നു. അതിലൂടെ തണുപ്പും നനവും നിറഞ്ഞ കാറ്റ് അകത്തേക്ക് കടക്കുന്നുണ്ട്.

കെന്റക്കിക്കാരുടെ കഴിഞ്ഞ തലമുറ പേരുകേട്ട നായാട്ടുകാരായിരുന്നു. കാടും നാടുമെല്ലാം അവർക്ക് ഒരുപോലെ ആയിരുന്നു.

നക്ഷത്രങ്ങൾക്കുകീഴെ വൃക്ഷങ്ങളെ മേൽക്കൂരയാക്കി അവർ ഉറങ്ങി. പുതിയ തലമുറയെ സംബന്ധിച്ചിടത്തോളം വീട് അവർക്കൊരു ക്യാമ്പാണ്. മാന്യന്മാർ എന്ന പൊതു വിശേഷണത്തിന് അർഹതയില്ലാത്തവരാണ് ഇവർ. ചളി പിടിച്ച ഷൂസ് കസേരയിൽ കയറ്റിവയ്ക്കാൻ അവർക്കൊരു മടിയും ഇല്ല. എടുത്തു പറയേണ്ട മറ്റൊരുകാര്യം അവർ ആരെ കണ്ടാലും തൊപ്പി അഴിക്കില്ല എന്നതാണ്. ഉഷ്ണകാലമായാലും തണുപ്പുകാലമായാലും അവർക്ക് ഒരുപോലെയാണ്. വാതിലും ജനലും ഒക്കെ തുറന്നു മലർത്തിയിടും. എല്ലാവരേയും 'അപരിചിതാ' എന്നുള്ള സംബോധനയും രസാവഹം തന്നെ.

നേരത്തെ സൂചിപ്പിച്ച വഴിയാത്രക്കാരൻ വന്നെത്തിയത് ഇത്തരം ഒരു മദ്യശാലയിലേക്കാണ്. പൊക്കംകുറഞ്ഞ ഒരു സാധാരണക്കാരൻ. വസ്ത്രധാരണത്തിലെല്ലാം അയാൾ നല്ല ശ്രദ്ധ ചെലുത്തിയിരിക്കുന്നു. എന്നാൽ ആ മാന്യന്റെ മുഖത്ത് അൽപ്പമൊരു പരിഭ്രമം നിഴലിച്ചിരുന്നു. അയാൾ ആ പരിസരമെല്ലാം വളരെ ആകാംക്ഷയോടെ വീക്ഷിച്ചശേഷം, ഒരു മൂലയിൽ ചെന്നിരുന്നു.

"സുഖമാണോ അപരിചിതാ" തീ കാഞ്ഞുകൊണ്ടിരുന്ന ഒരു അപരിചിതൻ ചോദിച്ചു. അപ്പോഴെയ്ക്കും അവിടെ ഉണ്ടായിരുന്ന പലരും അയാളെ വളഞ്ഞു ചോദ്യം ചെയ്യാൻ തുടങ്ങി.

"പുകയില ചവയ്ക്കാൻ താൽപ്പര്യമുണ്ടോ?" ആദ്യത്തെ ആൾ ആഗതന് ഒരു ചെറിയ കഷണം പുകയില സമ്മാനിച്ചു.

"വേണ്ട, വളരെ നന്ദി. എനിക്ക് ആ ശീലം തീരെയില്ല." വിനയപൂർവം ആ ചെറിയ മനുഷ്യൻ നിരസിച്ചു.

"ഇല്ലേ?" ആ പുകയില സ്വന്തം വായിൽ വച്ചുകൊണ്ട് അയാൾ പറഞ്ഞു. ഒരു വലിയ പരസ്യപ്പലകയുടെ മുന്നിൽ ഒരുകൂട്ടം ആളുകൾ കൂടി നിൽക്കുന്നതു കണ്ട് ഒരാൾ പറഞ്ഞു.

"ഒരു നീഗ്രോയെ കാണാനില്ലെന്ന പരസ്യം"

അപരിചിതനായ ആ വൃദ്ധൻ, വിൽസൺ എന്നാണയാളുടെ പേര്. കണ്ണടയെടുത്തു ധരിച്ച് പരസ്യപ്പലകയുടെ മുന്നിലെത്തി.

"എന്റെ നീഗ്രോ പയ്യൻ. ജോർജ് ഒളിച്ചോടിപ്പോയിരിക്കുന്നു. ആറടി പൊക്കം, മെലിഞ്ഞ ശരീരം, തവിട്ടുനിറമുള്ള ചുരുളൻ മുടി. അവന് ഭംഗിയായി സംസാരിക്കുവാനും ആരെയും ആകർഷിക്കുവാനും കഴിവുണ്ട്. എഴുതാനും വായിക്കാനും അറിയാം. ശരിക്കും ഒരു വെള്ളക്കാരനെപോലെ. തോളിലും പുറത്തും കറുത്ത പാടുകളുണ്ട്. വലതു കൈത്തണ്ടയിൽ H എന്ന് പച്ചകുത്തിയിരിക്കുന്നു. അവനെ ജീവനോടെ പിടിച്ചു തരുന്നവർക്ക് നാനൂറ് ഡോളർ സമ്മാനമായി നൽകും. അവനെ കൊന്നു എന്നതിന് വിശ്വസനീയമായ തെളിവു നൽകുന്നവർക്കും ഇതേ തുക നൽകും."

ആ മാന്യൻ എഴുന്നേറ്റുവന്ന് ആ പരസ്യബോർഡ് വ്യക്തമായി വായിച്ചു. സൂക്ഷ്മമായ വായനയിലൂടെ അയാളത് ഹൃദിസ്ഥമാക്കി. തീകുണ്ഡത്തിനരികിലിരുന്ന് തീ കാഞ്ഞിരുന്ന പൊക്കമുള്ള മനുഷ്യൻ എഴുന്നേറ്റ് പരസ്യപ്പലകയ്ക്കടുത്തുവന്ന്, പുകയില ചവച്ചിരുന്ന വായ കൊണ്ട് അതിലേക്ക് നീട്ടിത്തുപ്പി.

"ഇത്തരം പ്രവൃത്തികൾക്ക് എനിക്കു നൽകാനുള്ള മറുപടി ഇതാണ്" എന്നു പറഞ്ഞുകൊണ്ട് അയാൾ പഴയ സ്ഥലത്ത് വന്നിരുന്നു.

"എന്താണ് അവിടെ പരസ്യപ്പെടുത്തിയിരിക്കുന്നത്?" വേറൊരാൾ ചോദിച്ചു.

"ഇത്തരം പരസ്യപ്പലകകളിൽ സാധാരണ കാണാറുള്ളതുപോലെ തന്നെ. ആ പരസ്യത്തിന്റെ ഉടമസ്ഥൻ ഇവിടെ വന്നാലും ഞാനിതേ ചെയ്യൂ." പൊക്കമുള്ള മനുഷ്യൻ പറഞ്ഞു.

"ഞാൻ എപ്പോഴും എന്റെ നീഗ്രോകുട്ടികളോട് പറയാറുള്ളത് ഒരു കാര്യമാണ്, കുട്ടികളേ നിങ്ങൾ ആഗ്രഹിക്കുന്ന സമയത്ത് ഇവിടെനിന്നും ഓടിപ്പോയ്ക്കോളൂ! നിങ്ങളെ പിടികൂടാനായി സന്നാഹങ്ങളോടുകൂടെ ഞാനൊരിക്കലും നിങ്ങളുടെ പിന്നാലെ ഉണ്ടാവില്ല. ഈ ഉറപ്പിലാണ് എന്റെ കൂടെ അവർ നിൽക്കുന്നത്. അവർക്ക് ഏതു നിമിഷം വേണമെങ്കിലും എന്നെ വിട്ടുപോകാം. അവരെ സ്വതന്ത്രരാക്കുന്നതിനുവേണ്ടിയുള്ള പേപ്പറിൽ ഞാൻ ഒപ്പിട്ടുവച്ചിട്ടുണ്ട്. അവർക്ക് അതറിയുകയും ചെയ്യാം. അതുകൊണ്ടെന്താ, അവർ എനിക്ക് എന്തുമാത്രം സമ്പാദിച്ചു

തരുന്നുണ്ടെന്ന് അറിയുമോ? മറ്റാർക്കും അതൊന്നും ലഭിക്കുന്നില്ല. ഏതു കച്ചവടത്തിനു പോയാലും അവരത് വിജയപൂർവം നിർവഹിച്ച് മുഴുവൻ പണവും എനിക്ക് കൊണ്ടുവന്നു തരുന്നു. അവരോടു നാം എങ്ങനെ പെരുമാറുന്നുവോ അതുതന്നെ നമുക്കും തിരിച്ചു കിട്ടും. പട്ടിയെപ്പോലെ പെരുമാറിയാൽ അതുതന്നെയാണ് തിരിച്ചുകിട്ടുക. അവരും മനുഷ്യനാണെന്നു കരുതി അവരോട് മനുഷ്യരെപ്പോലെ പെരുമാറിയാൽ, അവർ മനുഷ്യരെപ്പോലെ പ്രവർത്തിക്കും; പെരുമാറും.

"നിങ്ങൾ പറയുന്നതെല്ലാം വളരെ വാസ്തവമാണ്." വിൽസൺ അഭിപ്രായപ്പെട്ടു.

"ഈ പരസ്യത്തിൽ കാണുന്ന യുവാവ് വളരെ നല്ലവനാണ്. എനിക്കതിൽ യാതൊരു സംശയവുമില്ല. ഏതാണ്ട് ആറുവർഷത്തോളം അവൻ എന്റെ ചെറിയ വ്യവസായശാലയിൽ ജോലി ചെയ്തിട്ടുണ്ട്. അവിടത്തെ ഏറ്റവും നല്ല ജോലിക്കാരൻ അവനാണെന്ന് എനിക്ക് നിസ്സംശയം പറയാൻ കഴിയും. അതിബുദ്ധിമാനായ അവൻ, എളുപ്പത്തിൽ ചണം വൃത്തിയാക്കാൻ സാധിക്കുന്ന ഒരു യന്ത്രം കണ്ടുപിടിച്ചിട്ടുണ്ട്. ശരിക്കും അതിന് വിലമതിക്കാനാവുകയില്ല. പല യന്ത്രശാലകളിലും ഇപ്പോൾ അതുപയോഗിച്ചാണ് പ്രവർത്തനം പുരോഗമിക്കുന്നത്. എന്നാൽ അതിന്റെ അവകാശം അവന്റെ യജമാനനിൽ നിക്ഷിപ്തമായിരിക്കുന്നു.

"ആ യന്ത്രത്തിന്റെ അവകാശങ്ങൾ വിറ്റുകൊണ്ട് അയാൾ പണമുണ്ടാക്കുന്നു. ഒപ്പം തിരിഞ്ഞുനിന്ന് അവന്റെ തോളിൽ ചൂടുവയ്ക്കുന്നു. അവന്റെ യജമാനനെ എന്നെങ്കിലും ഒരിക്കൽ എന്റെ കൈയിൽ കിട്ടി എന്നിരിക്കട്ടെ, ഒരിക്കലും മറക്കാനാവാത്തവിധത്തിൽ ഞാനവന്റെ തോളിൽ ചൂടുവയ്ക്കും."

"അൽപ്പം വിവരവും കഴിവുമുള്ള ഇത്തരം പയ്യന്മാർ തീർച്ചയായും തലവേദന സൃഷ്ടിക്കുക തന്നെ ചെയ്യും." എതിർഭാഗത്ത് ഇരുന്നിരുന്ന ഒരു പരുക്കൻ മുഖക്കാരൻ പറഞ്ഞു. "അതുകൊണ്ടാണ് ഇത്തരക്കാരെ ചൂടുവച്ച് അടയാളപ്പെടുത്തുന്നത്. അവർ മര്യാദയ്ക്ക് പെരുമാറുകയും ജീവിക്കുകയും ചെയ്താൽ അവർക്ക് ഒരു കുഴപ്പവും ഉണ്ടാവില്ല."

"ദൈവത്തിന്റെ ദൃഷ്ടിയിൽ അവരും നമ്മെപ്പോലെയാണ്. അതുകൊണ്ടുതന്നെ അവരോട് ഒരു ഭേദഭാവവും കാണിക്കരുത്. ഒരിക്കലും മൃഗങ്ങളോടെന്നപോലെ പെരുമാറരുത്." പൊക്കമുള്ള മനുഷ്യൻ പറഞ്ഞു. അയാളുടെ സ്വരത്തിൽ വെറുപ്പ് നിറഞ്ഞുനിന്നിരുന്നു.

"നീഗ്രോകൾ സമർഥരായതുകൊണ്ട് യജമാനന്മാർക്ക് എന്തുമെച്ചമാണ് ഉള്ളത്? യാതൊന്നും ഇല്ല." വേറൊരുത്തൻ പുച്ഛത്തോടെ പറഞ്ഞു.

"നിങ്ങൾക്ക് ഉപകാരമില്ല എന്നിരിക്കട്ടെ, പിന്നെ അയാൾക്ക് എന്ത് കഴിവും സാമർഥ്യവും നന്മയും ഉണ്ടായിട്ട് എന്തുകാര്യം? എനിക്കും ഉണ്ടായിരുന്നു ഇതുപോലെ ഒന്നുരണ്ടെണ്ണം. ഞാനവറ്റകളെ നദിക്കക്കരെയുള്ള ജില്ലകളിലേക്ക് വിറ്റു. അല്ലെങ്കിൽ അവർ എന്തെങ്കിലും സൂത്രം പ്രയോഗിച്ച് ഓടിപ്പോകും."

സംഭാഷണം ഇങ്ങനെ പൊടിപൊടിക്കുന്നതിനിടയിൽ ഒരൊറ്റ കുതിരയെ പൂട്ടിയ ഒരു വണ്ടി ആ സത്രത്തിനുമുന്നിൽ വന്നുനിന്നു. അതോടെ സംഭാഷണത്തിന്റെ രസച്ചരട് മുറിഞ്ഞു. ആ വണ്ടിയിൽ ഭംഗിയായി വസ്ത്രധാരണം ചെയ്ത ഒരു മാന്യൻ ഇരിക്കുന്നുണ്ട്. ഒരു നീഗ്രോ പയ്യനാണ് വണ്ടി ഓടിച്ചിരുന്നത്.

എല്ലാവരുടേയും ശ്രദ്ധ നവാഗതനിൽ പതിച്ചു. അയാൾക്ക് നല്ല ഉയരമുണ്ട്. സ്പെയിൻകാരന്റേതുപോലെ ഇരുണ്ടനിറം. ചുരുണ്ട് കറുത്ത മുടിയും നീണ്ടുവിടർന്ന മിഴികളും ആരെയും അകർഷിക്കും. നല്ല ആകൃതിയൊത്ത മൂക്ക് കട്ടി കുറഞ്ഞ അധരങ്ങൾ. നീണ്ടതും ബലിഷ്ഠമായതുമായ കൈകാലുകൾ. അയാൾ അവിടെ കൂടിയിരിക്കുന്നവരെ ശ്രദ്ധിക്കാതെ അനായാസമായി നടന്ന് ഹോട്ടൽ ജോലിക്കാരനെ അഭിവാദനം ചെയ്ത് അയാളുടെ പെട്ടിവയ്ക്കുവാൻ ഒരു സ്ഥലം കാണിച്ചു കൊടുത്തു. തൊപ്പി കൈയിലെടുത്ത് മാനേജർക്ക് വിശദമായ മേൽവിലാസം പറഞ്ഞു കൊടുത്തു.

ഹെന്റി ബട്ട്ളർ, ഓക്ലാണ്ട്സ്, ഷെൽബി കൗണ്ടി. അലസമായി ചുറ്റും നിരീക്ഷിച്ചു. പരസ്യപ്പലകയ്ക്കടുത്തുവന്ന് പരസ്യം വിശദമായി വായിച്ചു. ഒന്നുരണ്ടു പ്രാവശ്യം അങ്ങോട്ടും ഇങ്ങോട്ടും നടന്നശേഷം തന്റെ പരിചാരകനോടു ചോദിച്ചു.

"ജിം ബർണാൻസിൽ നമ്മൾ ഇതുപോലൊരു പയ്യനെ കണ്ടതായി ഓർക്കുന്നുണ്ടോ?"

"തീർച്ചയായും യജമാനനേ, എനിക്കങ്ങനെ തോന്നുന്നു" ജിം മറുപടി പറഞ്ഞു. "എന്നാൽ കൈയിൽ പച്ചകുത്തിയിട്ടുണ്ടോ എന്ന കാര്യത്തിൽ എനിക്ക് സംശയമുണ്ട്."

"അതെ. ഞാനും അത് ശ്രദ്ധിച്ചില്ല." അശ്രദ്ധമായി കോട്ടുവായിട്ടുകൊണ്ട് ആഗതൻ പറഞ്ഞു. പിന്നീട് മാനേജരുടെ അടുത്തുചെന്ന് തനിക്ക് പ്രത്യേകമായി ഒരു മുറി വേണമെന്ന് ആവശ്യപ്പെട്ടു. സ്വസ്ഥമായിരുന്ന് അൽപ്പം എഴുത്തുകുത്തുകൾ നടത്തുന്നതിനുവേണ്ടിയാണെന്നു പറഞ്ഞപ്പോൾ അഞ്ചാറു നീഗ്രോ പയ്യന്മാർ അങ്ങോട്ടും ഇങ്ങോട്ടും പരക്കം പാഞ്ഞുകൊണ്ട് പുതിയ യജമാനന് മുറിയൊരുക്കുന്നതിൽ വ്യാപൃതരായി. അയാൾ മുറിയുടെ നടുവിൽ ഒരു കസേര വലിച്ചിട്ട് ഇരുന്ന് മറ്റുള്ളവരുമായി സംഭാഷണത്തിൽ ഏർപ്പെട്ടു.

പുതിയ അതിഥിയുടെ വരവോടെ അവിടെയിരുന്ന് ശാന്തമായി സംസാരിച്ചിരുന്ന വ്യവസായി വിൽസൺ ഒരുതരം ജിജ്ഞാസയോടെയാണ് അയാളെ നോക്കിയിരുന്നത്. താൻ ഇയാളെ എവിടെയോ വച്ച് കണ്ടിട്ടുണ്ടല്ലോ എന്നയാൾക്ക് തോന്നി. എന്നാൽ എവിടെ വച്ചാണെന്ന് ഓർക്കാൻ സാധിച്ചില്ല. അയാളുടെ ഓരോ സൂക്ഷ്മമായ ചലനങ്ങളും ചിരിയും സംസാരവും എല്ലാം വിൽസൺ വളരെ കൃത്യതയോടെ നിരീക്ഷിച്ചു. പെട്ടെന്നാണ് അയാളുടെ മനസിൽ കൊള്ളിയാൻപോലെ ഒരു ചിന്ത കടന്നു കയറിയത്. പിന്നീട് ആ മനസിൽ നിറഞ്ഞു തുളുമ്പിയത്

അത്ഭുതമായിരുന്നു. ശ്രദ്ധിച്ചുനോക്കിക്കൊണ്ട് വിൽസൺ അയാളുടെ അടുത്തുചെന്നു. അയാൾ അടുത്തെത്തിയപ്പോൾ ആഗതൻ ചോദിച്ചു:

"മിസ്റ്റർ വിൽസൺ അല്ലേ?" പെട്ടെന്ന് ആളെ മനസിലായതുപോലെ ഹസ്തദാനം ചെയ്തു.

"നേരത്തെ എനിക്ക് നിങ്ങളെ തിരിച്ചറിയുവാൻ സാധിച്ചില്ല. ക്ഷമിക്കണം നിങ്ങൾ എന്നെ ഓർക്കുന്നില്ലേ?"

"അതെ. എനിക്ക് ഇപ്പോൾ ഓർമവരുന്നുണ്ട്." സ്വപ്നത്തിലെന്നപോലെ വിൽസൺ മറുപടി പറഞ്ഞു. അപ്പോഴെയ്ക്കും നീഗ്രോബാലൻ വന്ന് മുറി ഒരുങ്ങിക്കഴിഞ്ഞു എന്നറിയിച്ചു.

"ജിം. ആ പെട്ടികൾ എല്ലാം ശ്രദ്ധിച്ചോളൂ." അദ്ദേഹം അശ്രദ്ധയോടെ പറഞ്ഞു. തുടർന്ന് വിൽസണു നേരെ തിരിഞ്ഞ് സംസാരം തുടർന്നു.

"വ്യാപാരത്തെ കുറിച്ച് എനിക്ക് ചിലകാര്യങ്ങൾ നിങ്ങളോട് സംസാരിക്കാനുണ്ട്. വിരോധമില്ലെങ്കിൽ ഒന്നെന്റെ മുറയിലേക്ക് വരുമോ?"

ഒരു സ്വപ്നാടകനെപോലെ വിൽസൺ അയാളെ പിന്തുടർന്നു. അവർ പുതുതായി ഒരുക്കിയ മുറിയിൽ പ്രവേശിച്ചു. പുതുതായി ജ്വലിപ്പിച്ച അഗ്നികുണ്ഡത്തിൽ വിറകിട്ടുകൊണ്ടും മറ്റും ഭൃത്യന്മാർ ഓടി നടന്ന് മുറി സജ്ജീകരിച്ചുകൊണ്ടിരുന്നു.

എല്ലാ ഒരുക്കങ്ങളും ഭംഗിയായി നിർവഹിച്ചശേഷം ജോലിക്കാർ സ്ഥലംവിട്ടു എന്ന് ഉറപ്പായപ്പോൾ ആഗതൻ വാതലടച്ചു പൂട്ടി. ചുറ്റും നന്നായി നോക്കി ഉറപ്പുവരുത്തിയശേഷം താക്കോൽ എടുത്ത് നെഞ്ചത്തുവച്ച ശേഷം വിൽസൺന്റെ മുഖത്തേക്ക് കണ്ണിമയ്ക്കാതെ നോക്കി.

"ജോർജ്!" വിൽസൺ അതിശയഭാവത്തിൽ വിളിച്ചു.

"അതേ, ജോർജു തന്നെ!" ആഗതൻ ഗൗരവത്തിൽ മറുപടി പറഞ്ഞു.

"എനിക്ക് നിന്നെ മനസിലാക്കാൻ സാധിച്ചില്ലല്ലോ."

"അങ്ങേക്കുപോലും കണ്ടുപിടിക്കാൻ സാധിക്കാത്ത വിധത്തിൽ ഞാൻ വേഷപ്രച്ഛന്നനായി." ജോർജ് ചിരിച്ചുകൊണ്ടുപറഞ്ഞു.

"വാൾനട്ടിന്റെ തൊലി ഉപയോഗിച്ചാണ് എന്റെ മഞ്ഞനിറം ഞാൻ ഇങ്ങനെ തവിട്ടു നിറമാക്കി മാറ്റിയത്. മുടി കറുപ്പിക്കാൻ ചായം ഉപയോഗിച്ചു. അങ്ങനെയെല്ലാമാണ് പരസ്യത്തിൽ വിവരിക്കുന്ന വ്യക്തിയിൽ നിന്നും ഞാൻ വ്യത്യസ്തനായത്.

"ജോർജ്! നീ എത്രമാത്രം അപകടംപിടിച്ച കളിയാണ് കളിക്കുന്നതെന്ന് നിനക്കറിയില്ലേ?"

"എന്റെ മാത്രം ഉത്തരവാദിത്വത്തിലാണ് ഞാനിത് ചെയ്യുന്നത്." അന്തസുവിടാതെ ജോർജ് മന്ദഹസിച്ചുകൊണ്ടു പറഞ്ഞു.

വെള്ളക്കാരന്റെ സന്തതിയായതുകൊണ്ടാണ് ശരീരത്തിന്റെ നിറവ്യത്യാസം അയാൾക്കു രക്ഷയായി വന്നത്. യജമാനന്റെ കാമവികാരങ്ങൾക്ക് ഇരയായതുകൊണ്ട് മക്കളെ പ്രസവിക്കേണ്ടിവന്ന നീഗ്രോ അടിമയാണ് അവന്റെ അമ്മ. അവൾ അതിസുന്ദരിയായിരുന്നു. അമ്മയുടെ കരിനീലക്കണ്ണുകൾ അവനു ലഭിച്ചു. കെന്റക്കിയിലെ കുലീനമായ കുടും

ബത്തിലെ ആകാരവടിവും ആവേശവും ഉത്സാഹവും ധീരതയും അവന് പൈതൃകമായി ലഭിച്ചു. അതുകൊണ്ടുതന്നെ സ്പെയിൻകാരനായി മാറാൻ അവന് അധികം ബുദ്ധിമുട്ട് അനുഭവിക്കേണ്ടതായി വന്നില്ല. ആഭിജാത്യം വഴിഞ്ഞൊഴുകുന്ന പെരുമാറ്റവും മാന്യതയോടെയുള്ള നോട്ടവും അവനു ജന്മസിദ്ധമാണ്. ധീരമായ രംഗങ്ങൾ തന്മയത്വത്തോടെ നിഷ്പ്രയാസം അഭിനയിക്കുവാൻ അവന് സാധിക്കും.

നല്ലവരിൽ നല്ലവനാണ് വിൽസൺ. അദ്ദേഹം അസ്വസ്ഥതയോടെ മുറയിൽ ഉലാത്തിക്കൊണ്ടിരുന്നു. ജോർജിനെ ഏതു വിധേനയും രക്ഷിക്കണം എന്ന് അയാൾ ആത്മാർഥമായി ആഗ്രഹിച്ചു. അതോടൊപ്പം താൻ നിയമനിഷേധകനാവുമല്ലോ എന്നൊരു ചിന്തയും ഇല്ലാതിരുന്നില്ല.

"ഞാനൊന്നു ചോദിക്കട്ടെ ജോർജ്, നീ നിന്റെ നിയമാനുസൃതമായ യജമാനനെ ഉപേക്ഷിച്ച് ഓടിപ്പോവുകയാണെന്ന് ഞാൻ കരുതട്ടെ. നീ അങ്ങനെ ചെയ്യുന്നതിൽ എനിക്ക് അതിശയമില്ല. എന്നാൽ ഒരു കാര്യം പറഞ്ഞു മനസിലാക്കിത്തരേണ്ടത് എന്റെ കടമയാണെന്നു ഞാൻ വിശ്വസിക്കുന്നു."

"അങ്ങെന്തിനാണ് ഇത്രമാത്രം വിഷമിക്കുന്നത് സാർ?" ജോർജ് ശാന്തത കൈവെടിയാതെ ചോദിച്ചു.

"നീ നിന്റെ സ്വന്തം രാജ്യത്തോടുള്ള കടമകൾ നിർവഹിക്കാതെ ജീവിക്കുന്നതു കാണുമ്പോഴുള്ള വിഷമമാണ്."

"എന്റെ സ്വന്തം രാജ്യമോ?" ജോർജ് ചോദിച്ചു. "എനിക്കു സ്വന്തമായി ഏതു രാജ്യമാണുള്ളത്? എനിക്കു സ്വന്തമായിട്ടുള്ളത് എന്റെ കുഴിമാടം മാത്രമാണ്. എന്നെ ഇവിടെ തന്നെ കുഴിച്ചു മൂടിയെങ്കിൽ എന്നാണ് ഞാൻ ആഗ്രഹിക്കുന്നത്."

"നീ ഒരിക്കലും ഇങ്ങനെയൊന്നും സംസാരിക്കരുത്, ഇതു പാപമാണ്. നിന്റെ യജമാനൻ ക്രൂരനും നീചനുമാണെന്നതൊരു വാസ്തവമാണ്. ഞാൻ ഒരിക്കലും അവനോട് ഒരുതരത്തിലും യോജിക്കുന്നില്ല. എന്നാൽ ഓർക്കേണ്ട ഒരു കാര്യമുണ്ട്, മാലാഖ ഹാഗറിനോടു യജമാനത്തിയുടെ അരികിലേക്ക് തിരിച്ചുപോകാൻ ആജ്ഞാപിച്ചില്ലേ? അപ്പോസ്തലൻ 'ഒനേസിമസിനെ' അവന്റെ യജമാനന്റെ അടുക്കലേക്ക് തിരിച്ചയച്ചില്ലേ?"

"*ബൈബിൾ* ആർക്കും എങ്ങനെവേണമെങ്കിലും വായിക്കാം. വ്യാഖ്യാനിക്കാം. നിങ്ങളെപ്പോലെ ഒരാൾ ഒരിക്കലും ഇത്തരത്തിൽ *ബൈബിൾ* വ്യാഖ്യാനിക്കുവാൻ പാടില്ല, മിസ്റ്റർ വിൽസൺ." ഇതുപറയുമ്പോൾ ജോർജിന്റെ കണ്ണുകൾ ജ്വലിച്ചിരുന്നു. അയാൾ സംസാരം തുടർന്നു.

"എന്റെ ഭാര്യ ഒരു സത്യ ക്രിസ്ത്യാനിയാണ്. ഞാൻ ഉദ്ദേശിച്ച സ്ഥലത്തെത്താൻ കഴിഞ്ഞാൽ ഞാനും അവളെപ്പോലെ ഒരു വിശ്വാസിയാകാൻ തന്നെയാണ് ഉദ്ദേശ്യം. എന്നാൽ ഈ അവസരത്തിൽ *ബൈബിൾ* ഉദ്ധരിക്കരുത്. അത് എന്നെ ആ വിശ്വാസത്തിൽനിന്നും പിന്തി

രിപ്പിക്കുവാൻ മാത്രമേ ഉപകരിക്കൂ! എനിക്ക് സർവ്വശക്തനായ ദൈവ ത്തോട് ഒരു ചോദ്യം മാത്രമേയുള്ളൂ. 'ഞാൻ സ്വാതന്ത്ര്യം നേടാൻ ശ്രമിക്കുന്നത് ഒരു കുറ്റമാണോ?' ജോർജ് തലമുകളിലേക്കുയർത്തി, കൈകൾ മടക്കിവച്ച്, ചുണ്ടുകളിൽ പുഞ്ചിരിവിടർത്തികൊണ്ട് നിന്നു.

"മിസ്റ്റർ വിൽസൺ, നിങ്ങൾ ഒരു ചോദ്യത്തിനുകൂടി ഉത്തരം പറയ ണം. ഇന്ത്യാക്കാർ നിങ്ങളെ കുടുംബത്തിൽനിന്നും വേർപെടുത്തി ഭാര്യ യേയും മക്കളെയും കാണാനനുവദിക്കാതെ തടവുകാരനായി പിടിച്ചു കൊണ്ടുപോയി ജീവിതകാലം മുഴുവൻ അടിമവേല ചെയ്യിപ്പിച്ചു എന്നി രിക്കട്ടെ, അപ്പോൾ നിങ്ങളുടെ പ്രതികരണം എങ്ങനെയായിരിക്കും? നിങ്ങൾ അപ്പോൾ *ബൈബിൾ* പ്രകാരമുള്ള കടമ നിർവഹിച്ചുകൊണ്ടി രിക്കുമോ? എനിക്ക് അതാണറിയേണ്ടത്?"

ആ മാന്യന് എന്താണ് മറുപടി പറയേണ്ടതെന്ന് അറിയില്ല. അദ്ദേഹം ഒന്നും മിണ്ടിയില്ല. എന്താണ് പറയേണ്ടത് എന്ന് അറിയാത്ത സന്ദർഭ ങ്ങളിൽ നിശ്ശബ്ദത പാലിക്കലാണ് ഉചിതമെന്ന് അദ്ദേഹത്തിനറിയാം.

"ജോർജ്! ഞാനെന്നും നിന്റെ സുഹൃത്താണെന്ന കാര്യത്തിൽ നിനക്കു സംശയമൊന്നുമില്ലല്ലോ. നിന്റെ നന്മമാത്രമാണ് എന്റെ ലക്ഷ്യ മെന്നും അതിനുവേണ്ടിയാണ് ഞാൻ ഓരോന്നു പറയുന്നതെന്നും. നീ ഇപ്പോൾ അപകടംപിടിച്ചൊരു സ്ഥിതിയിലേക്കാണ് പൊയ്ക്കൊണ്ടിരി ക്കുന്നതെന്ന് എനിക്കു തോന്നുന്നു. നീ ആസൂത്രണം ചെയ്യുന്ന പദ്ധതി കൾ നടപ്പാവാൻ വളരെ പ്രയാസമാണ്. നീ, നിർഭാഗ്യവശാൽ പിടിക്ക പ്പെട്ടു എന്നിരിക്കട്ടെ, അപ്പോൾ നിന്റെ സ്ഥിതി ഇതിനേക്കാളെല്ലാം എത്രയോ മോശമാകും. നിന്നെ തല്ലിച്ചതച്ച് അർധപ്രാണനാക്കി അവർ തെക്കൻ ജില്ലകളിലേക്ക് വിൽക്കും."

"മിസ്റ്റർ വിൽസൺ, എനിക്കെല്ലാം അറിയാം." ഞാൻ അപകട ത്തിന്റെ പാതയിലേക്കാണ് എടുത്തു ചാടുന്നതെന്ന ബോധ്യമുണ്ട്." എന്നു പറഞ്ഞുകൊണ്ട് ജോർജ് ഓവർകോട്ടിന്റെ ഉള്ളിൽനിന്നും രണ്ടു പിസ്റ്റളും ഒരു പേനാക്കത്തിയും പുറത്തെടുത്തു. "ഞാൻ എന്തിനും തയാ റാണ്. ഒരു കാലത്തും തെക്കൻജില്ലയിലേക്ക് പോവുകയില്ല. അങ്ങനെ ഒരു അവസ്ഥ വരുമ്പോൾ ഞാൻ ദൈവത്തിന്റെ അടുത്തേക്കാണ് പോവുക. ആറടിമണ്ണ്! കെന്റക്കിയിൽ എനിക്ക് ആദ്യവും അവസാനവുമായി ലഭി ക്കുന്ന സ്വതന്ത്ര ഭൂമി!"

"ജോർജ് ഇപ്രകാരം ചിന്തിക്കുന്നതേ, ദൈവനിഷേധമാണ്. നീ സ്വന്തം രാജ്യത്തിലെ നിയമങ്ങൾ ലംഘിക്കുന്നതിൽ എനിക്ക് വല്ലാത്ത ദുഃഖമുണ്ട്. ഇത് തികച്ചും പരിതാപകരമായ ഒരു അവസ്ഥ തന്നെയാണ്."

"അങ്ങ് വീണ്ടും എന്റെ രാജ്യം എന്നു പറയുന്നു! മിസ്റ്റർ വിൽസൺ, ഇത് നിങ്ങളുടെ നാടാണ്. എന്നാൽ എന്നെപ്പോലെ അടിമകളായ അമ്മ മാരുടെ വയറ്റിൽ പിറന്നവർക്ക് സ്വന്തം എന്നു വിശേഷിപ്പിക്കുവാൻ ഒരു രാജ്യമില്ല. രാജ്യമില്ലാത്ത ഞങ്ങൾ ഏതുരാജ്യത്തെ നിയമമാണ് അനു സരിക്കേണ്ടത്? ഞങ്ങളുടെ സംരക്ഷണത്തിനുവേണ്ടി ഈ നാട്ടിൽ ഒരു

നിയമമുണ്ടോ? ഇവിടെയുള്ള നിയമങ്ങളെല്ലാം ഞങ്ങളെ തകർക്കുന്നതിനുവേണ്ടിയുള്ളവയാണ്."

വിൽസന്റെ ഹൃദയത്തിൽ ജോർജിനോടുള്ള അനുകമ്പയും സഹതാപവും നിറഞ്ഞുതുളുമ്പിയിരുന്നു. അദ്ദേഹം ചിന്താധീനനായിരിക്കുന്നതുകൊണ്ട് ജോർജ് സംസാരം തുടർന്നു.

"ഇങ്ങോട്ടു നോക്കൂ മിസ്റ്റർ വിൽസൺ, നിങ്ങൾ എന്റെ മുഖത്തേക്കൊന്നു നോക്കൂ. നിങ്ങളുടെ മുന്നിലിരിക്കുന്ന ഞാൻ നിങ്ങളെപ്പോലെ ഒരു മനുഷ്യൻ തന്നയല്ലേ? എന്റെ മുഖത്തേക്കും കൈകളിലേക്കും ഒന്നു ശ്രദ്ധിച്ചു നോക്കൂ. എന്റെ ശരീരത്തിലേക്കു ശ്രദ്ധിച്ചു നോക്കൂ!" അന്തസുറ്റ സംസാരമായിരുന്നു ആ യുവാവിന്റേത്.

"ഞാനെന്താ നിങ്ങളെ എല്ലാവരേയുംപോലെ ഒരു മനുഷ്യനല്ലേ? മിസ്റ്റർ വിൽസൺ എനിക്ക് നിങ്ങളോടു ചില കാര്യങ്ങൾ കൂടി പറയാനുണ്ട്. എനിക്കും ഒരു മാന്യനായ പിതാവുണ്ടായിരുന്നു. അദ്ദേഹം നിങ്ങളെപ്പോലെ മാന്യനായ ഒരു കെന്റക്കികാരനായിരുന്നു. എന്നാൽ ഒരു പിതാവിന്റെ കർത്തവ്യം അദ്ദേഹം ചെയ്തില്ല. നായ്ക്കളും കുതിരകളെയും കന്നുകാലികളെയും വിൽക്കുന്നതുപോലെ ഞാൻ വിൽക്കപ്പെടാതിരിക്കുന്നതിനുവേണ്ട നടപടികളൊന്നും അദ്ദേഹം ചെയ്തു വച്ചില്ല. അമ്മയും എന്റെ ഏഴ് സഹോദരങ്ങളും ചന്തയിൽ വിൽക്കപ്പെടുന്നത് കണ്ടുനിൽക്കേണ്ടിവന്ന നിർഭാഗ്യവാനായ മകനും സഹോദരനുമാണ് ഞാൻ. പല പല യജമാനന്മാർക്കായി സ്വന്തം മക്കളെ ഓരോരുത്തരെ വിറ്റത് ആ അമ്മയുടെ മുന്നിൽ വച്ചാണ്. ഏറ്റവും ഇളയവനായ എന്നെയും അമ്മയേയും ഒന്നിച്ചു വാങ്ങണമെന്ന് എന്റെ അമ്മ അവരോടു കേണപേക്ഷിച്ചതാണ്. അയാൾ എന്റെ അമ്മയെ തന്റെ കനത്ത ബൂട്ടുകൊണ്ട് തട്ടിയെറിഞ്ഞു. പിഞ്ചുകുഞ്ഞായിരുന്ന ഞാൻ നിസ്സഹായനായി ആ കാഴ്ച നോക്കി നിന്നു. എന്നെ അയാളുടെ കുതിരയുടെ കഴുത്തിൽ കെട്ടി ഞാത്തിയിട്ട് സ്വന്തം വീട്ടിലേക്ക് കൊണ്ടുപോകുന്ന വേളയിലാണ് എന്റെ അമ്മയുടെ ഹൃദയഭേദകമായ നിലവിളി ഞാൻ അവസാനമായി കേട്ടത്."

"എന്നിട്ടെന്തുണ്ടായി ജോർജ്?"

"യജമാനൻ കുറച്ചു കഴിഞ്ഞപ്പോൾ എന്റെ ഏറ്റവും മൂത്ത സഹോദരിയെ വാങ്ങിച്ചു കൊണ്ടുവന്നു. നല്ല ഈശ്വരവിശ്വാസവും ഭക്തിയും ഉള്ള പെൺകുട്ടിയായിരുന്നു എന്റെ ചേച്ചി. സ്നാനപ്പെട്ടവരുടെ സഭയിലെ അംഗം. എന്റെ അമ്മയെപ്പോലെ അവരും അതീവ സുന്ദരിയായിരുന്നു. അമ്മ നല്ല അച്ചടക്കത്തോടെ വളർത്തിയതുകൊണ്ട് എല്ലാവരോടും ഭംഗിയായി പെരുമാറി. ചേച്ചിയെ അടുത്ത് കിട്ടിയപ്പോൾ ഞാൻ അതിയായി സന്തോഷിച്ചു. അത് സംഭവിക്കാൻ പോകുന്ന ദുരന്തങ്ങളുടെ മുന്നറിയിപ്പായിരുന്നു. ഒരുദിവസം വാതിലുനു പുറത്തു നിന്നിരുന്ന ഞാൻ ചാട്ടവാറടിയുടെ ശബ്ദം കേട്ടു. ചേച്ചിയുടെ ശരീരത്തിൽ പതിച്ചിരുന്ന ഓരോ അടിയും മുറിവേൽപ്പിച്ചത് എന്റെ ഹൃദയത്തിലായിരുന്നു. നിസ്സഹായ

നായി തരിച്ചു നിൽക്കാൻ മാത്രമേ എനിക്കു കഴിഞ്ഞിരുന്നുള്ളൂ. ഏറ്റവും പരിശുദ്ധവും പവിത്രവുമായ രീതിയിൽ ക്രിസ്ത്യൻ ജീവിതം നയിച്ച തിനാണ് അവർക്ക് ഇത്തരത്തിലുള്ള പ്രഹരം ഏൽക്കേണ്ടിവന്നത്. നിങ്ങൾ നിർമിച്ചിരിക്കുന്ന നിയമസംഹിതയിൽ അടിമകളായ പെൺകി ടാങ്ങൾക്ക് ജീവിക്കുവാൻ അവകാശമില്ല. അവസാനം അവളുടെ കൈകാ ലുകൾ ചങ്ങലകൊണ്ടു ബന്ധിച്ച് ഓർലീൻസിലെ അടിമച്ചന്തയിലേക്ക് കൊണ്ടുപോകുന്നത് ഞാൻ കണ്ടു. അവസാനത്തെ കാഴ്ച. എന്റെ ഏക ബന്ധു എന്നിൽനിന്നും അകന്നുപോകുകയാണ്.

ഞാൻ ആ കാരാഗൃഹത്തിൽ തന്നെ വളർന്നു. അച്ഛനില്ല, അമ്മ യില്ല സഹോദരങ്ങളില്ല; എന്നെ ശ്രദ്ധിക്കുവാനോ പരിഗണിക്കുവാനോ ഒരു മനുഷ്യജീവിപോലും ഉണ്ടായിരുന്നില്ല. ആകെ ലഭിച്ചിരുന്നത് ചാട്ട വാറുകൊണ്ടുള്ള അടിയും ചെവിപൊട്ടിപ്പോകുന്ന ശകാരവാക്കുകളും പട്ടിണിയും മാത്രം. വിശപ്പു സഹിക്കാനാവാതെ ഒരുദിവസം പട്ടിക്ക് എറിഞ്ഞു കൊടുത്തിരുന്ന ഒരു എല്ലിൻ കഷണം ഞാൻ ആർത്തിയോടെ എടുത്തു ചവച്ചിട്ടുണ്ട്. ബാല്യത്തിൽ ഒരു രാത്രിപോലും ഞാൻ സമാ ധാനത്തോടെ ഉറങ്ങിയിട്ടില്ല. കരഞ്ഞുകരഞ്ഞു ക്ഷീണിക്കുമ്പോൾ മാത്രമേ ഉറക്കം വരൂ! ഭീകരമായ മർദ്ദനമുറകളോ പട്ടിണിയോ ഒന്നുമാ യിരുന്നില്ല എന്നെ കരയിപ്പിച്ചിരുന്നത്. എന്റെ അമ്മയേയും സഹോദര ങ്ങളേയും ഓർക്കുമ്പോൾ എനിക്ക് വ്യസനം നിയന്ത്രിക്കാനായില്ല. ഈ ലോകത്ത് ജീവിച്ചിട്ട് അവരുടെ സ്നേഹവാത്സല്യങ്ങൾ എനിക്ക് അനു ഭവിക്കുവാൻ കഴിയുന്നില്ലല്ലോ എന്നതായിരുന്നു എന്നെ ഏറ്റവും അധികം ദുഃഖിപ്പിച്ചത്. ശാന്തി, സമാധാനം എന്നൊക്കെ പറയുന്നത് എന്തിനെ കുറിച്ചാണെന്നുപോലും എനിക്കറിയില്ലായിരുന്നു. അങ്ങയുടെ യന്ത്രശാ ലയിൽ ജോലിക്കുവരുന്നതുവരെ ഒരു നല്ല വാക്കും ഞാനെന്റെ കാതു കൊണ്ട് കേട്ടിട്ടില്ല. മിസ്റ്റർ വിൽസൺ, അങ്ങ് എന്നോട് ഏറ്റവും ഉദാര മായി പെരുമാറി. മാന്യമായ പെരുമാറ്റം ഞാൻ അറിഞ്ഞത് അങ്ങയുടെ അടുത്തു നിന്നാണ്. എഴുതാനും വായിക്കാനും പ്രോത്സാഹിപ്പിച്ചു. നന്നായി ജോലി ചെയ്യുവാൻ പ്രേരിപ്പിച്ചു. അതിന് അങ്ങയോട് എനിക്ക് എത്രമാത്രം നന്ദിയും കടപ്പാടും ഉണ്ടെന്ന് ദൈവത്തിനറിയാം.

ആയിടയ്ക്കാണ് ഞാൻ എന്റെ ഭാര്യയെ കണ്ടെത്തുന്നത്. അവളെ നേരിട്ടുകണ്ടിട്ടുള്ള നിങ്ങൾക്ക് അവളെത്രമാത്രം സുന്ദരിയാണെന്ന് ഞാൻ പറഞ്ഞുതരേണ്ട കാര്യമില്ലല്ലോ. സൗന്ദര്യംപോലെ തന്നെ നൈർമല്യം നിറഞ്ഞതാണ് അവളുടെ ഹൃദയവും. അവളും എന്നെ സ്നേഹിക്കുന്നു എന്നു മനസിലായപ്പോൾ ഞങ്ങൾ വിവാഹിതരായി. ഞങ്ങൾ രണ്ടുപേരും വളരെ സന്തുഷ്ടരായിരുന്നു. എത്രകാലത്തേക്ക്! ഞങ്ങളുടെ ജീവി ത്തിലെ ആ സൗഭാഗ്യങ്ങളെല്ലാം എന്നെന്നേക്കുമായി നഷ്ടപ്പെട്ടു. എന്നെ അവളിൽനിന്നും ജോലിയിൽനിന്നും സുഹൃത്തുക്കളിൽനിന്നും അടർത്തി മാറ്റി എന്തെല്ലാം വൃത്തികെട്ട ജോലികൾ ചെയ്യിക്കുവാനാണ് ശ്രമിക്കു ന്നത്.

ഞാൻ സ്വയം മറക്കുന്നു എന്നതാണ് യജമാനൻ എന്റെ മേൽ ആരോപിക്കുന്ന കുറ്റം. ഞാൻ നീഗ്രോ ആണെന്ന കാര്യം എപ്പോഴും ഓർക്കുന്നതരത്തിൽ എന്നെ പാഠം പഠിപ്പിക്കും എന്നാണയാൾ പറയുന്നത്. എന്റെ തലയ്ക്കു മുകളിൽ തൂക്കിയിട്ടിരിക്കുന്ന ഏറ്റവും പുതിയ വാൾ ഞാൻ ഉടനെ എന്റെ പ്രിയപ്പെട്ട ഭാര്യയെ ഉപേക്ഷിക്കണം എന്നതാണ്. ഞങ്ങൾക്കിടയിൽ അയാൾ ഒരു പ്രതിബന്ധമായിനിന്നുകഴിഞ്ഞു. മറ്റൊരു സ്ത്രീയെ സ്വീകരിക്കുക എന്നത് എന്റെ ജീവിതത്തിൽ ഒരിക്കലും സംഭവിക്കുന്ന ഒരു കാര്യമല്ല. ഇത്തരം നീചപ്രവൃത്തികൾക്കെല്ലാം അയാൾക്ക് അധികാരം കൽപ്പിച്ചുകൊടുത്തിരിക്കുന്നത് നിങ്ങളുടെ നിയമമാണ്. ഇവിടെ ദൈവവും മനുഷ്യനും ഇല്ല. അടിമയും ഉടമയും മാത്രം. ഈ നിയമം ഒന്നുമാത്രമാണ് എന്റെ അമ്മയുടേയും സഹോദരങ്ങളുടേയും ഭാര്യയുടേയും ജീവിതം തകർത്തത്. കെന്റക്കിയിലെ ഏതൊരു വെള്ളക്കാരനും അയാളുടെ ഇഷ്ടംപോലെ പ്രവർത്തിക്കാനുള്ള അധികാരം നൽകിയതും ഇതേ നിയമം തന്നെയല്ലേ? നിങ്ങളുടെ നിയമത്തിന്റെ എല്ലാവിധ അംഗീകാരത്തോടും കൂടിയാണ് അവർ ഇത്തരം കൊടുംക്രൂരതകൾ പ്രവർത്തിക്കുന്നത്. എന്റെ യജമാനൻ എന്ന നീചൻ എന്തുക്രൂരകൃത്യം ചെയ്താലും അവനോട് ആരും ഒന്നും ചോദിക്കാനില്ല. ഇതിനെയാണോ സാർ, നിങ്ങൾ എന്റെ രാജ്യത്തിലെ നിയമം എന്നുപറയുന്നത്? എനിക്ക് രാജ്യമില്ല മാതാപിതാക്കളില്ല സുഹൃത്തുക്കളില്ല. നിങ്ങളുടെ രാജ്യത്തുനിന്നും ഞാനൊന്നും പ്രതീക്ഷിക്കുന്നുമില്ല. എന്നാൽ എനിക്കും ഒരു രാജ്യം ഉണ്ടാകും. എനിക്ക് ഇവിടെ നിന്നും ഒന്നും വേണ്ട. പുറത്തുപോകാൻ അനുവദിച്ചാൽ മതി. എങ്ങനെയും കാനഡായിൽ എത്തിപ്പെടണം. അവിടത്തെ നിയമം ഞാൻ അനുസരിക്കും. ആ നിയമം എന്നെ സംരക്ഷിക്കും എന്നെനിക്ക് ഉറപ്പുണ്ട്. എന്നെ തടയാൻ ശ്രമിക്കുന്നവൻ ഒന്നാലോചിക്കുന്നത് നല്ലതാണ്, ജീവിതത്തിലെ സകല പ്രതീക്ഷകളും അസ്തമിച്ചവനാണ് ഞാൻ. അതുകൊണ്ടു തന്നെ എനിക്ക് എന്തുചെയ്യാനും ഒരു മടിയുമില്ല. എന്റെ അവസാനത്തെ ശ്വാസം വരെ ഞാൻ സ്വാതന്ത്ര്യത്തിനുവേണ്ടി പോരാടും. എന്നെ സംബന്ധിച്ചിടത്തോളം ഏറ്റവും ന്യായമായ ഒരു പ്രവൃത്തിയാണ് ഇത്.”

ഇത്രയും നീണ്ട പ്രഭാഷണം നടത്തുന്നതിനിടയിൽ ജോർജ് പല പ്രാവശ്യം മേശയ്ക്കടുത്തുനിന്ന് നീങ്ങി നടന്നുകൊണ്ട് സംസാരിച്ചു. ഇടയ്ക്കിടയ്ക്ക് കണ്ണുകൾ നിറഞ്ഞു തുളുമ്പി. മുഖം നിരാശയിൽ മുങ്ങും. വിൽസൺ പോക്കറ്റിൽനിന്നും ടവ്വലെടുത്ത് മുഖം ഇടയിക്കിടെ തുടച്ചുകൊണ്ടിരുന്നു.

“സകലരേയും നശിപ്പിക്കുക!” അദ്ദേഹം പൊട്ടിത്തെറിച്ചു. “ഞാൻ പലയാവർത്തി പറഞ്ഞിട്ടില്ലേ? ക്രൂരരായ ശപിക്കപ്പെട്ട മനുഷ്യർ എന്ന്. ശരി നീ ഇനി തിരിഞ്ഞുനോക്കണ്ട. മുന്നോട്ടുതന്നെ പൊയ്ക്കോളൂ. ജോർജ്, എന്റെ പ്രിയപ്പെട്ട കുട്ടീ, നീ വളരെയധികം സൂക്ഷിക്കേണ്ട

തുണ്ട്. തോക്ക് കഴിയുന്നത്ര ഉപയോഗിക്കാതിരിക്കണം. എന്നെക്കുറിച്ച് നിനക്ക് അറിയാമല്ലോ! ഞാൻ ആരെയും കൊല്ലുകയില്ല എന്ന് പ്രതിജ്ഞ എടുത്തിട്ടുള്ള ആളാണ്. നീയും ആരെയും വെടി വയ്ക്കാതിരിക്കുവാൻ ശ്രമിക്കണം. നിന്റെ ഭാര്യ ഇപ്പോൾ എവിടെയാണ് ജോർജ്?" അവസാനത്തെ ചോദ്യം ചോദിക്കുമ്പോൾ അദ്ദേഹം കസേരയിൽനിന്നും എഴുന്നേറ്റ് മുറയിൽ ഉലാത്തിക്കൊണ്ടിരുന്നു.

"അവൾ പോയി സാർ, കുഞ്ഞിനെയും എടുത്തുകൊണ്ട് അവൾ പോയി എന്നു മാത്രമേ എന്നിക്കറിയുകയുള്ളൂ. എവിടെയാണെന്ന് ദൈവത്തിനുമാത്രമേ അറിയൂ! ഞങ്ങൾക്കിനി കണ്ടുമുട്ടാൻ സാധിക്കുമോ എന്ന് എനിക്കറിയുകയില്ല."

"നീ എന്താണീ പറയുന്നത്? എനിക്ക് വിശ്വസിക്കുവാൻ സാധിക്കുന്നില്ല. ഇത്രയും ദയയുള്ള ഒരു കുടുംബത്തിൽനിന്നും അവൾക്ക് ഓടിപ്പോകേണ്ട എന്താവശ്യമാണ് ഉള്ളത്?"

"അത്തരം കുടുംബങ്ങളും കടത്തിൽ മുങ്ങുക പതിവല്ലേ? യജമാനന് വിറ്റു കടം വീട്ടാനുള്ള ഒരു വിൽപ്പനച്ചരക്കല്ലേ, അടിമകൾ. അവർ അടിമക്കുഞ്ഞുങ്ങളെ അമ്മയുടെ മാറിൽനിന്നും പറിച്ചെടുത്ത് വിറ്റ് തങ്ങളുടെ ബാധ്യത തീർക്കുന്നു. അതിന് എല്ലാവിധ സഹായങ്ങളും നൽകുന്നതാണല്ലോ ഈ നാട്ടിലെ നിയമങ്ങൾ!" ജോർജ് അസഹിഷ്ണുത പ്രകടിപ്പിച്ചുകൊണ്ട് പറഞ്ഞു.

"അതേ ശരി തന്നെ! നീ പറയുന്നത് മുഴുവനും വാസ്തവമാണ്." സത്യസന്ധനും ദയവാനുമായ ആ മനുഷ്യൻ തന്റെ കോട്ടിന്റെ പോക്കറ്റിൽ കൈയിട്ട് പരതിക്കൊണ്ടു പറഞ്ഞു: "ഞാൻ നിയമത്തിന് എതിരായാണ് പ്രവർത്തിക്കുന്നതെന്ന കാര്യം നിശ്ചയമാണ്. ഈ നിയമത്തെ ഞാനും ധിക്കരിക്കുവാൻ പോവുകയാണ്. അതുപോയി തുലയട്ടെ. ഞാനതിനെ അനുസരിക്കുന്നില്ല." പെട്ടെന്നദ്ദേഹം പോക്കറ്റിൽനിന്നും ഒരു കെട്ട് ഡോളർ നോട്ടുകൾ എടുത്ത് ജോർജിനു നേരെ നീട്ടി.

"എന്റെ കാരുണ്യവാനായ നല്ലവനായ സാർ! അങ്ങ് ഓരോ പ്രാവശ്യവും എനിക്കുവേണ്ടി എത്രമാത്രം നന്മകൾ ചെയ്തിരിക്കുന്നു. അതെല്ലാം ഞാൻ നന്ദിയോടെ സ്മരിക്കുന്നു. എന്നാൽ ഇപ്പോൾ അങ്ങു ചെയ്യാൻ പോകുന്ന കാര്യം അങ്ങയെ കുഴപ്പിത്തിൽ കൊണ്ടുചെന്നു ചാടിക്കും. എന്റെ കൈയിൽ ഇപ്പോൾ ആവശ്യത്തിനു പണമുണ്ട്. ഞാൻ ചെന്നെത്താൻ ആഗ്രഹിക്കുന്ന സ്ഥലത്തെത്താൻ ഈ പണം മതിയാകും."

"നീ എന്തായാലും ഈ പണം വാങ്ങണം. ജോർജ്, പൈസ എവിടേയും സഹായിക്കാതിരിക്കില്ല. നിന്റെ കൈയിലുള്ള പണം സത്യസന്ധമായ നിലയ്ക്ക് നേടിയെടുത്തതാണെങ്കിൽ നിന്റെ കൈയിൽ പണം ഒരുപാടുണ്ടാകുമെന്ന് ഞാൻ കരുതുന്നില്ല. നീയിത് വാങ്ങൂ. എന്നിട്ട് നിന്റെ സ്വന്തം പണംപോലെ ചിലവഴിച്ചുകൊള്ളൂ."

"ഞാനിതു വാങ്ങാം. പക്ഷേ, ഒരു വ്യവസ്ഥയുണ്ട്. ഭാവിയിൽ ഞാനിത് തിരിച്ചുതരും. ദൈവം അതിന് ഇടവരുത്തും എന്നുതന്നെയാണ്

ഞാൻ വിശ്വസിക്കുന്നത്." പണം സ്വീകരിച്ചുകൊണ്ട് ജോർജ് പറഞ്ഞു.

"ഇനിയും എത്രനാൾ നിനക്ക് ഈ വിധത്തിൽ കറങ്ങേണ്ടിവരും? കൂടുതൽ നാൾ ഈ തീക്കളിക്ക് നീ മുതിരുകയില്ല എന്നു ഞാൻ വിശ്വസിക്കുന്നു. എന്തായാലും ഇപ്പോൾ കാര്യങ്ങളെല്ലാം ഭംഗിയായി തന്നെ നടക്കുന്നു. നീ തീർച്ചയായും നല്ല ധൈര്യമുള്ള യുവാവാണ്. ആട്ടെ, ആരാണ് നിന്റെ കൂടെയുള്ള ആ നീഗ്രോ പയ്യൻ?"

"അവൻ ഒരു നല്ല പയ്യനാണ്. നാലഞ്ചു വർഷം മുമ്പ് കാനഡായിലേക്ക് ഒളിച്ചോടിപ്പോയവൻ. അവൻ ഓടിപ്പോയതിന്റെ പ്രതികാരം തീർക്കുന്നതിനുവേണ്ടി അവന്റെ യജമാനൻ വൃദ്ധയായ അമ്മയെ കെട്ടിയിട്ട് തല്ലിച്ചതച്ചു. അമ്മയെ ആശ്വസിപ്പിക്കുവാനും കഴിയുമെങ്കിൽ കൂടെക്കൊണ്ടുപോകാനുമായി വന്നതാണ് അവൻ."

"അമ്മ എവിടെയാണെന്ന് മനസിലായോ? അവരെ കാണാൻ സാധിച്ചോ?"

"ഇല്ല, ഇതുവരെ കാണാനൊത്തില്ല. ആ പരിസരത്തിൽ അവൻ ചുറ്റിക്കറങ്ങിക്കൊണ്ടിരിക്കുകയാണ്. ഇതുവരെ അതിനൊരു അവസരം കൈവന്നില്ല. അതിനിടയിൽ ഓഹിയോവരെ എന്റെ കൂടെ സഞ്ചരിച്ച് അവനെ രക്ഷിച്ച കൂട്ടുകാരുടെ കൈയിൽ ഏൽപ്പിച്ചശേഷം തിരിച്ചുവന്ന് അമ്മയെ രക്ഷിക്കാനാണ് ശ്രമിക്കുന്നത്."

"അയ്യോ ഇതു തീർച്ചയായും അപകടകരമായ ഒരു കൃത്യമാണല്ലോ." വൃദ്ധനായ വിൽസൺ ആശ്ചര്യപ്പെട്ടു. ജോർജിന്റെ മുഖത്ത് വിഷാദം നിറഞ്ഞ ഒരു പുഞ്ചിരി പടർന്നു.

വിൽസൺ ജോർജിനെ നിഷ്കളങ്കമായി ഒന്നു നോക്കി. അൽപ്പസമയം ആലോചിച്ചശേഷം ജോർജ് തുടർന്നു:

"എന്റെ നല്ലവനായ സാർ, നാളെ പുലർച്ചയ്ക്ക് ഞാൻ പോകും. നാളെ രാത്രി ഓഹിയോവിൽ സുരക്ഷിതനായി എത്തിച്ചേരാൻ കഴിയുമെന്ന് പ്രത്യാശിക്കുന്നു. ഞാൻ പിടിക്കപ്പെട്ടു എന്നുകേട്ടാൽ മരിച്ചു എന്ന് തന്നെ അങ്ങ് കരുതണം."

ജോർജ് ഒരു രാജകുമാരന്റെ അന്തസ്സോടെ കൈ നീട്ടി. വിൽസൺ വാത്സല്യത്തോടെ കൈപിടിച്ചുകുലുക്കി. സാവധാനത്തിൽ വാതിൽക്കലേക്ക് നടന്നു. അദ്ദേഹം നടന്നകലുന്നത് ജോർജ് നിർന്നിമേഷനായി നോക്കി നിന്നു. തന്റെ ഏകബന്ധു അകന്നുപോകുന്ന ദുഃഖം അവനെ വികാരാധീനനാക്കി. പെട്ടെന്ന് ഓടിച്ചെന്ന് വാതിൽ തുറന്നുകൊടുത്തശേഷം പറഞ്ഞു.

"മിസ്റ്റർ വിൽസൺ, എനിക്ക് ഒരു കാര്യം കൂടി പറയാനുണ്ട്. അയാൾ അകത്തേക്കു കടന്നപ്പോൾ ജോർജ് വാതിലടച്ചു. ഏതാനും നിമിഷം സംശയിച്ചു നിന്നശേഷം മുഖമുയർത്തി പറഞ്ഞു.

"സാർ, അങ്ങ് ഉത്തമനായ ക്രിസ്ത്യാനി എന്ന നിലയിൽ എന്നോടു പെരുമാറി. അവസാനമായി അത്തരത്തിൽ ഒരു കാരുണ്യം ഞാൻ അങ്ങയിൽനിന്നും പ്രതീക്ഷിക്കുന്നു."

"ശരി ജോർജ് പറയൂ! നിനക്ക് എന്താണ് ഞാൻ ചെയ്തു തരേണ്ടത്?"

"അങ്ങു പലപ്രാവശ്യം പറയുകയുണ്ടായി, ഞാൻ അത്യാപത്തിലേക്കാണ് നീങ്ങികൊണ്ടിരിക്കുന്നതെന്ന്. അത് വാസ്തവമാണുതാനും. ഞാൻ മരിച്ചുപോയാൽ അതാരും അറിയുക കൂടി ഉണ്ടാവില്ല. എന്നെ അവർ ചത്ത പട്ടിയെ എന്നപോലെ കുഴിച്ചുമൂടും. എന്റെ പാവം ഭാര്യ ഒഴിച്ച് ആരും എന്നെ ഓർക്കുകയില്ല. അവൾ മാത്രം ദുഃഖത്തിന്റെ അഗ്നിയിൽ വെന്തുരുകും. വിലപിക്കും. നിങ്ങൾ അവളെ എന്നെങ്കിലും കാണാൻ ഇടവന്നാൽ ഈ 'പിൻ' നിങ്ങളവൾക്കു കൊടുക്കണം. എനിക്കൊരു ക്രിസ്തുമസിന് അവൾ തന്ന സമ്മാനമാണിത്. ആ പാവം പെൺകുട്ടിയോട്, ഞാനവളെ അവസാനശ്വാസംവരെ സ്നേഹിച്ചിരുന്നു എന്നും പറയണം. അങ്ങ് ദൈവത്തെ ഓർത്ത് എനിക്കു വേണ്ടി ഈ ഒരു കാര്യം കൂടി ചെയ്യുകയില്ലേ?" അവൻ ശക്തിയായി ഉച്ഛ്വസിച്ചു കൊണ്ട് തികഞ്ഞ ആത്മാർഥയോടെ ചോദിച്ചു.

"ഉവ്വ്, ഞാൻ തീർച്ചയായും ഈ കാര്യം ചെയ്യും." മാന്യൻ നിറഞ്ഞമിഴികളോടെ ആ 'പിൻ' വാങ്ങിക്കൊണ്ടു പറഞ്ഞു. വേദനനിറഞ്ഞ തേങ്ങൽ മൂലം ആ ശബ്ദം വിറച്ചു.

"അവളോട് ഒരു കാര്യം കൂടി പറയണം. ഇതെന്റെ അവസാനത്തെ ആഗ്രഹമാണ്. ഞാൻ മരിച്ചുപോയാലും ഇല്ലെങ്കിലും അവളോട് കാനഡായിലേക്ക് പോകാൻ പറയണം. യജമാനത്തി എത്ര ദയാപൂർവം പെരുമാറുന്നവളോ, അവൾ വളരെ കുടുംബ സ്നേഹമുള്ളവളോ ആയിക്കോട്ടെ. ഈ കാരണങ്ങൾ ഒന്നും തിരിച്ചുപോക്കിന് പ്രേരകമാകരുതെന്നും അവളെ പറഞ്ഞു മനസിലാക്കിക്കണം. അടിമത്തം എന്തായാലും ദുരന്തത്തിൽ മാത്രമേ അവസാനിക്കുകയുള്ളൂ. ഞങ്ങളുടെ മകൻ ഒരു സ്വതന്ത്രപൗരനായി വളരാനാണ് ഞാൻ ആഗ്രഹിക്കുന്നത്. അങ്ങനെ തന്നെ വളർത്തണമെന്ന് അവളോടു പറയുക. ഞാൻ അനുഭവിക്കുന്ന അപമാനവും കഷ്ടതകളും ഒന്നും അവൻ അനുഭവിക്കുവാൻ ഇടവരരുത്. ഈ കാര്യം അങ്ങ് അവളോട് പറയണം. പറയില്ലേ? അങ്ങനെ ചെയ്യുകയാണെങ്കിൽ എനിക്കിവിടെ നിന്നും സമാധാനത്തോടെ യാത്രയാകാം. എന്നെ സഹായിക്കുകയില്ലേ മിസ്റ്റർ വിൽസൺ?"

"ജോർജ്! ഞാൻ അവളെ കണ്ടുപിടിച്ച് നിന്റെ ആഗ്രഹം അവളെ അറിയിക്കും. എന്നാൽ നീ ഇപ്പോഴൊന്നും മരിക്കില്ല എന്നെനിക്ക് ഉത്തമ വിശ്വാസമുണ്ട്. നീയൊരു ധീര യുവാവല്ലേ? ദൈവത്തിൽ വിശ്വാസമർപ്പിച്ച് ഓരോ കാലും മുന്നോട്ടു വയ്ക്കൂ! കരുണാമയനായ ദൈവം നിന്നെ സകല ആപത്തുകളിൽനിന്നും രക്ഷിച്ച് ലക്ഷ്യസ്ഥാനത്ത് എത്തിക്കും."

"അങ്ങനെ വിശ്വസിച്ച് ആശ്വസിക്കുവാൻ എനിക്കൊരു ദൈവമുണ്ടോ?" നിരാശയുടെ ഗർത്തത്തിൽ ആണ്ടുപോകുന്നവനെ പോലെ ജോർജ് ചോദിച്ചു.

"എന്റെ അനുഭവത്തിൽ ഏതായാലും അങ്ങനെയല്ല. ഞാൻ അഭിമുഖീകരിച്ചിട്ടുള്ള സംഭവങ്ങൾ വച്ചുനോക്കുമ്പോൾ ദൈവം എന്ന ഒന്നില്ല

എന്നാണ് തോന്നിയിട്ടുള്ളത്. വെള്ളക്കാരായ നിങ്ങൾക്ക് ദൈവമുണ്ട്. എന്നാൽ ഞങ്ങൾക്ക് ദൈവമെന്നത് വെറുമൊരു സങ്കൽപ്പം മാത്രം."

"അങ്ങനെ പറയല്ലേ, കുട്ടീ, ഒരിക്കലും ഇത്തരം വിചാരങ്ങൾ മനസിൽ കടന്നുവരാൻ അനുവദിക്കരുത്. ദൈവം എന്നത് ഒരു ശാശ്വത സത്യമാണ്. ചിലപ്പോൾ അവനു ചുറ്റും കാർമേഘങ്ങളും ഇരുട്ടും ഉണ്ടാകാം. അൽപ്പം വൈകിയാലും ധർമവും നീതിയും അവൻ നടപ്പാക്കാതിരിക്കില്ല. ദൈവമുണ്ടെന്ന സത്യത്തെ നീ അംഗീകരിക്കൂ ജോർജ്! അത് വിശ്വസിക്കൂ! അവനിൽ വിശ്വാസമർപ്പിച്ച് മുന്നോട്ടു നീങ്ങൂ! അവൻ നിന്നെ സഹായിക്കും എന്ന കാര്യം എനിക്ക് ഉറപ്പാണ്. എല്ലാം നേർവഴിക്ക് നടക്കും." തേങ്ങിക്കൊണ്ട് വിൽസൺ പറഞ്ഞു.

ആ പരിശുദ്ധന്റെ ഭക്തിയും ദയാവായ്പും നിറഞ്ഞ സംസാരത്തിൽ അന്തസും ആഭിജാത്യവും അധികാരവും പ്രകടമായിരുന്നു. ജോർജ് ഒരു നിമിഷം നിന്നു. വീണ്ടും ഉലാത്താൻ ആരംഭിച്ച് ശാന്തനായി പറഞ്ഞു:

"ഇത്തരത്തിൽ സംസാരിച്ച് എന്നെ ആശ്വസിപ്പിച്ചതിന് വളരെയധികം നന്ദിയുണ്ട്. എന്റെ ഏറ്റവും നല്ലവനായ സുഹൃത്തേ, എന്റെ ഓരോ കാൽവയ്പിലും ഞാൻ നിങ്ങളെക്കുറിച്ച് ഓർക്കും."

7

ടോമിനെയുംകൊണ്ട് യാത്ര തിരിച്ച ഹാലിയുടെ വണ്ടി നിർത്താതെ പാഞ്ഞു. ഹാലിയും ടോമും തമ്മിൽ യാതൊന്നും സംസാരിച്ചിരുന്നില്ല. രണ്ടുപേരും അവരവരുടേതായ ചിന്തകളിൽ മുഴുകി യാത്ര തുടർന്നു. രണ്ടുപേരും മനുഷ്യരാണ്. കണ്ണും ചെവിയും കൈകാലുകളും എല്ലാം ഒരുപോലെ. രണ്ടുപേരും തൊട്ടടുത്തിരിക്കുന്നു; എന്നിട്ടും രണ്ടുപേരുടെയും മനസിലൂടെ കടന്നുപോകുന്ന ചിന്തകൾ വളരെ വ്യത്യസ്തവും.

ഒരു ഒത്തപുരുഷനായ ടോമിനെ വിൽപ്പനയ്ക്കു വയ്ക്കുന്നതിനു മുമ്പ് നല്ല തീറ്റകൊടുത്ത് തടിച്ചു കൊഴുപ്പിക്കണമെന്ന ചിന്തയായിരുന്നു അയാൾക്ക്. നല്ല ഉയരവും വിരിഞ്ഞ മാറിടവുമുള്ള ടോമിന് നല്ല വില കിട്ടാതിരിക്കില്ല. ആണുങ്ങളുടേയും പെണ്ണുങ്ങളുടേയും കുട്ടികളുടേയും വിലനിലവാരത്തെ കുറിച്ചായിരുന്നു അയാളുടെ ചിന്ത. അടിമവ്യാപാരികളിൽ താൻ മാത്രമാണ് മനുഷ്യത്വത്തോടെ പെരുമാറുന്നത്. മറ്റുള്ളവർ എല്ലാവരും അടിമകളുടെ കൈകാലുകൾ ചങ്ങലയിട്ട് ബന്ധിക്കുമ്പോൾ താൻ കാലിൽ മാത്രമേ ചങ്ങലയിടുന്നുള്ളൂ; ടോമിന് തന്റെ കൈകൾ യഥേഷ്ടം ഉപയോഗിക്കാം. എന്നാൽ മനുഷ്യർ എത്ര നന്ദികെട്ടവരാണ്. ടോം തന്നെ താന്റെ ഉദാരമനസ്ഥിതി വേണ്ട രീതിയിൽ മനസിലാക്കിയിട്ടുണ്ടോ എന്ന് ആർക്കറിയാം.

ടോമിന്റെ ചിന്തയിൽ കടന്നുവന്നത് വേദപുസ്തകവും അതിലെ ചില ചിന്തകളും ആണ്. "നമുക്കിവിടെ ഒരു നഗരം ഇല്ല. അത് വരാനി

രിക്കുന്നതേയുള്ളൂ. ദൈവം നമുക്കുവേണ്ടി ഒരു നഗരം സൃഷ്ടിച്ചിരിക്കും." ടോമിനെപ്പോലെ സമാധാനപ്രിയരുടെയും ലളിതജീവിതം നയിക്കുന്ന വരുടേയും മനസിൽ ഈ വാചകം മുദ്രിതമായി കിടപ്പുണ്ട്. അവരെ പ്പോലെ ഉള്ളവർക്ക് ധൈര്യവും ഉത്സാഹവും ഊർജവും പകരുന്നതോ ടൊപ്പം ഈ വചനങ്ങൾ ജീവിക്കുവാൻ പ്രേരണ നൽകുകയും ചെയ്യുന്നു.

ഹാലി വർത്തമാനപത്രം സസൂക്ഷ്മം വായിക്കുവാൻ തുടങ്ങി. അതിലെ പരസ്യങ്ങളിലായിരുന്നു അയാളുടെ ശ്രദ്ധ മുഴുവൻ. ഒഴു ക്കോടെ വായിക്കാനൊന്നും അയാൾക്കറിയുകയില്ല. തപ്പിത്തടഞ്ഞ്, വിക്കി വിക്കി ഒരുവിധം അക്ഷരങ്ങൾ പെറുക്കിക്കൂട്ടി ഉറക്കെ വായിക്കുകയാണ് അയാൾ.

"നീഗ്രോകളുടെ വിൽപ്പന— കോടതിയുടെ ഉത്തരവുപ്രകാരം ഫെബ്രുവരി 20ന് കെന്റക്കിയിലെ വാഷിംഗ്ടൺ നഗരത്തിലെ കോടതി കെട്ടിടത്തിനു മുന്നിൽ വച്ച് ലേലം വിളിച്ച് വിൽക്കുന്നു. അവരുടെ പേരു വിവരങ്ങൾ താഴെ കൊടുക്കുന്നു.

ഹാഗർ 60 വയസ്സ്, ജോൺ 30, ബെൻ 21, സോൾ 25, ആൽബർട്ട് 14.

കടക്കാർക്കും ജെസ്സി ബ്ലച്ച് ഫോർഡ് എസ്റ്റേറ്റ് അവകാശികൾക്കും വേണ്ടിയാണ് വിൽപ്പന.

വളരെ സാവധാനത്തിലാണ് ഈ ഖണ്ഡിക അയാൾ വായിച്ചത്.

"ഇത് എനിക്കൊന്ന് നോക്കണം." മറ്റാരോടും സംസാരിക്കാൻ ഇല്ലാ ത്തതുകൊണ്ട് അയാൾ ടോമിനോട് പറഞ്ഞു. "നോക്കൂ ടോം നിന്നോ ടൊപ്പം നല്ലൊരു സംഘത്തെ കൊണ്ടുപോകാനാണ് ഞാൻ ഉദ്ദേശിക്കു ന്നത്. അവർ തീർച്ചയായും നിനക്ക് നല്ലൊരു കൂട്ടായിരിക്കും. ആദ്യം നമുക്ക് വാഷിംഗ്ടണിലേക്ക് പോകാം. അവിടെ നിന്നെ അടിമകളെ കൊണ്ടിടുന്ന ഏതെങ്കിലും ജയിലിലടച്ചിട്ട് ഞാനെന്റെ തുടർവ്യാപാര ത്തിനായി പോകും."

ഈ വാർത്തയും ടോം ക്ഷമയോടെ തന്നെ കേട്ടു. എന്നാൽ തന്റെ കൂടെ വിൽക്കപ്പെടുന്നവരുടെ ഭാര്യയേയും മക്കളേയും കുറിച്ചോർത്ത പ്പോൾ അയാൾക്ക് വല്ലാത്ത ദുഃഖം തോന്നി. അവരെയെല്ലാം വിട്ടുപി രിഞ്ഞു പോരുമ്പോൾ താനനുഭവിച്ച അതേ ഹൃദയവികാരം തന്നെ ആയി രിക്കുകയില്ലേ? ഇത്രയും കാലം ഏറ്റവും സത്യസന്ധമായി ജീവിച്ച തന്നെ ജയിലിലടയ്ക്കാനാണ് കൊണ്ടുപോകുന്നതെന്ന് അറിഞ്ഞപ്പോൾ അയാൾ അപമാനഭാരത്താൽ തളർന്നുപോയി. യജമാനന്റെ ആഗ്രഹ ങ്ങളും ആജ്ഞയും അനുസരിക്കുകയല്ലാതെ മറ്റു നിവൃത്തികൾ ഒന്നു മില്ലല്ലോ. അവർ വൈകുന്നേരത്തോടെ വാഷിംഗ്ടണിൽ എത്തി. ഹാലി ടോമിനേയുംകൊണ്ട് അടിമകളെ സൂക്ഷിക്കുന്ന ജയിലിലെത്തി ടോമിനെ അവിടെ പാർപ്പിക്കുവാൻ വേണ്ട ഏർപ്പാടുകൾ എല്ലാം ചെയ്തു. അതി നുശേഷം നേരെ ഒരു ഹോട്ടലിലേക്കു പോയി അന്നവിടെ പാർത്തു!

അടുത്ത ദിവസം രാവിലെ, അന്നു നടക്കുന്ന ലേലത്തിൽ പങ്കെടു ക്കുവാൻ കോടതി വളപ്പിൽ ധാരാളം ജനങ്ങൾ എത്തിച്ചേർന്നു. എല്ലാ

വരും ഒരു പ്രത്യേകതരക്കാരാണെന്ന് ഒറ്റ നോട്ടത്തിൽ തന്നെ മനസിലാകും. പുകവലിച്ചും പുകയില ചവച്ചും പരദൂഷണം പറഞ്ഞും അവർ സമയം കഴിച്ചു. ലേലത്തിനായി കൊണ്ടുവന്നവരുടെ മുഖത്തെല്ലാം വലിയ ഉൽക്കണ്ഠ നിഴലിച്ചിരുന്നു. അവർ വളരെ പതുക്കെ സംസാരിച്ചുകൊണ്ടിരുന്നു. ഹാലി ഓരോരുത്തരുടേയും അടുത്തുചെന്ന് അവരുടെ കൈകാലുകളിൽ അമർത്തി ചവിട്ടി ആരോഗ്യമുള്ളവരാണോ എന്ന് പരിശോധിച്ചു. വായ തുറന്ന് പല്ലുകൾ എണ്ണിനോക്കി കേടുപാടുകൾ ഉണ്ടോ എന്ന് പരിശോധിച്ചു. നടത്തി നോക്കുകയും ഓടിക്കുകയും പാടിക്കുകയും എല്ലാം ചെയ്തു. പരിശോധനയെല്ലാം കഴിഞ്ഞ് തൃപ്തിയോടെ അയാൾ അകന്നു മാറി നിന്ന് ഒരു സിഗരെറ്റ് തീ കൊളുത്തി വലിച്ചുകൊണ്ട് ലേലത്തിനു തയാറായി നിന്നു.

"അവരെക്കുറിച്ച് എന്താണ് നിങ്ങളുടെ അഭിപ്രായം?" അടിമകളെ പരിശോധിക്കുന്നതു നോക്കി നിന്നിരുന്ന ഒരാൾ ഹാലിയോട് ചോദിച്ചു.

"വലിയ കുഴപ്പമൊന്നുമില്ല, എന്നാൽ എനിക്ക് ചെറുപ്പക്കാരെ മാത്രമേ നോട്ടമുള്ളൂ. ആ പയ്യനെ നോക്കാം." ഹാലി മറുപടി പറഞ്ഞു.

"എന്നാൽ അവനെ ഒറ്റയ്ക്കു വാങ്ങാൻ പറ്റുമെന്ന് തോന്നുന്നില്ല. തള്ളയേയും ഒന്നിച്ചേ അവർ വിൽക്കൂ. എന്നാൽ ആ വൃദ്ധയെക്കൊണ്ട് യാതൊരു പ്രയോജനവും ഉണ്ടാകുമെന്ന് തോന്നുന്നില്ല."

"ആ ചെറുക്കനെ വിട്ടുകളയാൻ എനിക്ക് തോന്നുന്നില്ല. അവനു വേണ്ടി ഞാൻ ലേലത്തിൽ പങ്കെടുക്കുവാൻ പോകുകയാണ്. അവനെ കൊണ്ട് കൃഷിപ്പണി ഭംഗിയായി ചെയ്യിപ്പിക്കുവാൻ സാധിക്കും. അവന്റെ അമ്മയെക്കുറിച്ച് ഓർത്ത് തലവേദനിക്കുവാൻ എനിക്കാവില്ല." ഹാലി പറഞ്ഞു.

"അയ്യോ! ഇത് ആ പാവം തള്ളയെ ആകെ തളർത്തുമല്ലോ."

"അതു സ്വാഭാവികമല്ലേ, തീർച്ചയായും അവൾ തകർന്നുപോകും." തീർത്തും നിസ്സംഗനായി ഹാലി മറുപടി പറഞ്ഞു.

അപ്പോഴാണ് വലിയൊരു ബഹളം കേട്ടത്. ഉയരം കുറഞ്ഞ ഒരാൾ ജനക്കൂട്ടത്തിലേക്ക് കടന്നു വന്നു. അയാൾ ഒരു ലേലം വിളിക്കാരനായ അടിമ വ്യാപാരിയായിരുന്നു. വൃദ്ധ ശ്വാസംപിടിച്ച് മകനെ അണച്ചു പിടിച്ചു.

"മോനെ, ആൽബർട്ട്! നീ അമ്മയെ ചേർന്നുനിന്നോളൂ! അപ്പോൾ തീർച്ചയായും അവർ നമ്മെ ഒരുമിച്ച് ലേലം വിളിച്ചോളും" വൃദ്ധമാതാവ് മകനോട് പറഞ്ഞു.

"മമ്മാ, അവർ അങ്ങനെ ചെയ്യാൻ തയാറായില്ലെങ്കിലോ, എനിക്ക് പേടി തോന്നുന്നു." അവൻ പരിഭ്രമിച്ചുകൊണ്ട് അമ്മയോടു പറഞ്ഞു.

"ഇല്ല മകനേ, അവർ അങ്ങനെ ചെയ്തില്ലെങ്കിൽ തീർച്ചയായും ഞാനെന്റെ ജീവിതം അവസാനിപ്പിക്കും."

ഉടനെ തന്നെ ലേലം ആരംഭിച്ചു. വളരെയധികം പേർ ലേലത്തിൽ പങ്കുകൊണ്ടു. ഹാലിക്ക് രണ്ടുപേരെ വാങ്ങാനേ സാധിച്ചുള്ളൂ.

"നീയിങ്ങോട്ട് മാറി നിൽക്ക്" ആ പയ്യന്റെ തലയിൽ ലേലം വിളി

ക്കുന്നവൻ ചുറ്റികകൊണ്ട് ഒരു കൊട്ടുവച്ചുകൊടുത്തു.

"യജമാനനെ ഞങ്ങളെ ഒരുമിച്ച് വാങ്ങൂ" മകനെ മുറുകെപ്പിടിച്ചു കൊണ്ട് വൃദ്ധ കെഞ്ചി അപേക്ഷിച്ചു.

"മാറി നിൽക്ക്!" ആ സാധു വൃദ്ധയുടെ കൈ തട്ടിമാറ്റിക്കൊണ്ട് അയാൾ അലറി.

"നിന്നെ ഇപ്പോൾ ലേലം വിളിക്കുകയില്ല. നിന്റെ ഊഴം അവസാനത്തേതാണ്." ഇതു പറഞ്ഞുകൊണ്ട് അയാൾ ആ പയ്യനെ തള്ളി. ദയനീയത മുറ്റി നിൽക്കുന്ന ഒരു വിലാപം പിന്നിൽനിന്നും ഉയർന്നു കേട്ടു. ആ ബാലൻ ഒരുനിമിഷം തരിച്ചുനിന്നു. പിന്നെ ഒന്നു പിന്തിരിഞ്ഞു നോക്കാൻപോലും സമയം കിട്ടിയില്ല. കണ്ണിൽ നിന്നും അണമുറിയാതെ ഒഴുകിയിരുന്ന അശ്രുബിന്ദുക്കൾ തുടയ്ക്കാൻപോലും മിനക്കെടാതെ അവൻ മുകളിൽ കയറിനിന്നു. അഞ്ചാറുപേർ അവനുവേണ്ടി ലേലം വിളിച്ചു. അവസാനം ഹാലി തന്നെ അവനെ നേടി. അടിമക്കൂട്ടത്തിൽ നിന്നും അവനെ തള്ളിപ്പുറത്താക്കി. അവൻ വീണ്ടും പിന്തിരിഞ്ഞ് അമ്മയെ നോക്കി. ആ നിസ്സഹായയായ അമ്മ വിറയ്ക്കുന്ന കൈകൾ മുകളിലേക്കുയർത്തി കേണു.

"എന്നെക്കൂടി വാങ്ങാൻ ദയവുണ്ടാകണേ, യജമാനനേ. ദൈവത്തെ ഓർത്ത് എന്നെക്കൂടി വാങ്ങിക്കൂ! അല്ലെങ്കിൽ ഞാൻ ചത്തുപോകും."

"ഇല്ല" ഹാലി അനുകമ്പ ലേശംപോലും ഇല്ലാത്ത സ്വരത്തിൽ പറഞ്ഞുകൊണ്ട് നടന്നകന്നു.

ഹാലിയോട് വൃദ്ധമാതാവിന്റെ ദയനീയ സ്ഥിതിയെ കുറിച്ച് സംസാരിച്ചിരുന്ന ആൾ, അവളോടുള്ള അനുകമ്പകൊണ്ടൊന്നുമായിരുന്നില്ല അങ്ങനെ പറഞ്ഞത്. അവസാനം വളരെ ചെറിയൊരു തുകയ്ക്ക് അവളെ ലേലം വിളിച്ചെടുത്തു. അതോടെ കാഴ്ചക്കാരെല്ലാം പിരിഞ്ഞുപോയി.

കാലങ്ങളായി ഒന്നിച്ചു ജീവിച്ചിരുന്ന ആ അടിമകൾ വൃദ്ധയുടെ ദയനീയ സ്ഥിതിയിൽ കൂട്ടംകൂടിനിന്നു പരിതപിച്ചു. അവർക്കെല്ലാം അവളുടെ വേദന കണ്ടുനിൽക്കാൻ പ്രയാസമായിരുന്നു.

"ഒരു മകനെപ്പോലും എനിക്ക് വിട്ടുതന്നില്ലല്ലോ ദൈവമേ!" അവളുടെ ഹൃദയഭേദകമായ രോദനം അവിടെയെല്ലാം മാറ്റൊലി കൊണ്ടു.

"ദൈവത്തിൽ വിശ്വാസമർപ്പിച്ച് ജീവിക്കുക, ഹാഗർ ആന്റി" അവരിൽ പ്രായമായൊരു പുരുഷൻ അവളെ സമാധാനിപ്പിക്കുവാൻ ശ്രമിച്ചു.

"അതുകൊണ്ട് എന്തുഫലമാണ് ഉണ്ടാവുക? എനിക്ക് ആരുമില്ലാതായല്ലോ." അവൾ വിതുമ്പിക്കരഞ്ഞു.

"കരയാതെ മമ്മാ, നിങ്ങൾക്കു നല്ലൊരു യജമാനനെയാണ് കിട്ടിയിരിക്കുന്നതെന്ന് സകലരും പറയുന്നു." മകൻ അമ്മയെ ആശ്വസിപ്പിക്കുവാൻ ശ്രമിച്ചു.

"ഈ തള്ളയെ ആരെങ്കിലും കൂട്ടിക്കൊണ്ടുപോകൂ!" ഹാലി അസഹിഷ്ണുതയോടെ വിളിച്ചു കൂവി.

പ്രായമായ ഒരു മനുഷ്യൻ വൃദ്ധയെ ആശ്വസിപ്പിച്ചു. പിന്നെ നിർബ

ന്ധിച്ചു നോക്കി എന്നിട്ടൊന്നും അവർ വഴങ്ങുന്നില്ല എന്ന് തോന്നിയപ്പോൾ അവരെ ബലം പ്രയോഗിച്ച് അവിടെനിന്നും കൂട്ടിക്കൊണ്ട് പുതിയ യജമാനന്റെ വണ്ടിക്കരികിൽ എത്തി.

ഹാലി ഉടനെ തന്നെ താൻ വാങ്ങിയ അടിമകളെ കൈവിലങ്ങുവച്ച് ഒന്നിച്ചൊരു ചങ്ങലയിൽ പൂട്ടി ജയലിലേക്കു യാത്രയായി.

ടോമിന് ജയലിലെ ജീവിതം ഏറ്റവും ദുസ്സഹമായിരുന്നു. അധ്വാനിക്കാൻ യാതൊരു മടിയും ഇല്ലാത്ത അയാൾക്ക് തടവുപുള്ളിയുടേതുപോലുള്ള ജീവിതം അസഹ്യമായത് അത്ഭുതമല്ലല്ലോ. ഏതാനും ദിവസം അത്തരത്തിൽ കഴിഞ്ഞശേഷം, ഹാലി തന്റെ എല്ലാ അടിമകളേയും കൂട്ടി ഒരു ഓഹിയോ കപ്പലിൽ കയറി. പല സ്ഥലത്തുനിന്നും കയറിയ പല ഉടമസ്ഥന്മാരുടേയും അടിമകൾ ആ കപ്പലിൽ ഉണ്ടായിരുന്നു.

ആ കപ്പൽ യാത്ര വളരെ ഹൃദ്യമായിരുന്നു. മനോഹരമായ കപ്പൽ പുഴയിലൂടെ മന്ദമന്ദം നീങ്ങിക്കൊണ്ടിരുന്നു. ആകാശത്തിൽ നക്ഷത്രങ്ങൾ പ്രകാശിച്ചിരുന്നു. രാത്രി നക്ഷത്രശോഭയിൽ മിന്നി തിളങ്ങി. മോടിയിൽ വസ്ത്രധാരണം ചെയ്ത സ്ത്രീകളും പുരുഷന്മാരും ആ യാത്ര ആസ്വദിച്ചു. എല്ലാവരും ആഹ്ളാദത്തിമർപ്പിലാണ്. ഹാലിയുടെ അടിമകളെയെല്ലാം താഴത്തെ ഡക്കിലാണ് കൊണ്ടുവന്നു തള്ളിയിരുന്നത്. അവർ അവിടെ കൂട്ടംകൂടിയിരുന്നു പതുക്കെ സംസാരിച്ചു. എല്ലാവരുടേയും ഹൃദയത്തിൽ ഭാവിയെ കുറിച്ചുള്ള ഉൽക്കണ്ഠയായിരുന്നു.

“എടോ, പിള്ളേരേ! നിങ്ങൾക്കെല്ലാം സുഖമാണെന്ന് വിചാരിക്കുന്നു. സന്തോഷത്തോടെ കഴിഞ്ഞോളൂ. നിങ്ങൾ എന്നോടു മാന്യമായി പെരുമാറിയാൽ ഞാനും നിങ്ങളോട് അതുപോലെ പെരുമാറും. മറിച്ചായാൽ ഫലം ഞാൻ പറയാതെ തന്നെ നിങ്ങൾക്ക് അറിയാമല്ലോ.”

അവരെല്ലാം വല്ലാതെ വിഷമിച്ചുകൊണ്ടാണ് അവിടെ ഇരുന്നിരുന്നത്. ഓരോരുത്തർക്കും സ്വകാര്യ ദുഃഖങ്ങൾ വേണ്ടുവോളമുണ്ടായിരുന്നു. അവസാനമായി കണ്ട അമ്മമാരുടേയും ഭാര്യമാരുടേയും സഹോദരിമാരുടേയും മക്കളുടേയും കണ്ണുനീരുണങ്ങാത്ത മുഖം അവരുടെ മനസിൽ മായാതെ കിടന്നിരുന്നു.

“എന്റെ ഭാര്യ” ചങ്ങലകൊണ്ടു ബന്ധിച്ച കൈകൾ ടോമിന്റെ കാൽമുട്ടിൽ വച്ച് മുപ്പതുകാരനായ ജോൺ തേങ്ങി.” അവൾക്ക് ഈ സംഭവങ്ങളെ കുറിച്ചൊന്നും നേരിയ ഒരു സംശയംപോലും ഇല്ല. പാവം പെണ്ണ്!”

“അവളെവിടെയാണ് ഇപ്പോൾ?” ടോം ചോദിച്ചു.

“ഇതിനടുത്തു തന്നെയുള്ള ഒരു ഹോട്ടലിൽ” ജോൺ മറുപടി പറഞ്ഞു.

“ഈ ജന്മത്ത് അവളെ രണ്ടാമതൊരിക്കൽ കൂടി കാണാനാവുമെന്ന് എനിക്കു പ്രതീക്ഷയില്ല. ഒരിക്കലും സംഭവിക്കുകയില്ല എന്നറിഞ്ഞിട്ടും ഞാൻ വെറുതേ ആശിക്കുകയാണ്. എനിക്കവളെ ഒന്നുകൂടി കാണാൻ കഴിഞ്ഞെങ്കിൽ!” ജോണിന്റെ പരിതാപകരമായ അവസ്ഥ ടോമിന് ഹൃദയവേദന ഉണ്ടാക്കി. ജോണിന്റെ ദുഃഖം സ്വാഭാവികമായ ഒന്നാണ്.

ഇതിൽ നിന്നെല്ലാം തികച്ചും വ്യത്യസ്തമായ ഒരു ലോകമാണ് മുകളിലെ ഡക്കിൽ ഉണ്ടായിരുന്നത്. അവിടെ അച്ഛനമ്മമാരും ഭാര്യാഭർത്താക്കന്മാരും താമസിക്കുന്നു. അവരുടെ സന്തുഷ്ടരായ കുട്ടികൾ അവിടെയെല്ലാം ഓടി നടന്ന് കളിക്കുന്നു. നൃത്തം വച്ചും പാട്ടുപാടിയും കൊച്ചു ശലഭങ്ങളെ പോലെ എല്ലായിടത്തും പാറി നടക്കുന്നു. സ്വർഗത്തിലേതു പോലെ ആനന്ദദായമായ ഒരന്തരീക്ഷം.

"നോക്കൂ! മമ്മാ, കപ്പലിൽ ഒരു അടിമക്കച്ചവടക്കാരൻ ഉണ്ട്. അയാളുടെ അഞ്ചാറ് അടിമകൾ താഴെയുണ്ട്." ഒരു കുട്ടി താഴെനിന്നും മുകളിലേക്കോടിവന്ന് പറഞ്ഞു.

"പാവങ്ങൾ" ദുഃഖവും അമർഷവും കടിച്ചമർത്തിക്കൊണ്ട് ഒരാൾ സഹതപിച്ചു.

"എന്ത്? എന്താണ് കുഞ്ഞു പറഞ്ഞത്?" വേറൊരു സ്ത്രീ ചോദിച്ചു.

"താഴെ കുറച്ച് പാവങ്ങളായ അടിമകൾ ഉണ്ടത്രേ!" കുഞ്ഞിന്റെ അമ്മ പറഞ്ഞു.

"അവരെ താഴെ ചങ്ങലയിൽ ബന്ധിച്ചിരിക്കുകയാണ്" ആൺകുട്ടി കൂട്ടിച്ചേർത്തു.

"ഇത്തരം കാഴ്ചകൾ കാണുന്നവർക്കുമാത്രമല്ല, നാടിനുതന്നെ അപമാനമാണ്." മറ്റൊരു സ്ത്രീ അഭിപ്രായപ്പെട്ടു.

"ഈ വിഷയത്തിൽ രണ്ടുഭാഗവും പരിശോധിച്ചുവേണം വിധി കൽപ്പിക്കുവാൻ. അങ്ങനെ പറയേണ്ടിവരുമ്പോൾ ഒരുപാടു പറയേണ്ടി വരും." തൊട്ടടുത്തിരുന്ന് ഉറുമാലിൽ പൂ തുന്നി പിടിപ്പിച്ചുകൊണ്ടിരുന്ന സ്ത്രീ പറഞ്ഞു. അവരുടെ ചുറ്റും ഒരാൺകുട്ടിയും പെൺകുട്ടിയും ഓടിക്കളിക്കുന്നുണ്ട്.

"ഞാൻ തെക്കൻജില്ലകളിൽ പോയിട്ടുണ്ട്. സ്വതന്ത്രരായി കഴിയുന്നതിനേക്കാൾ എത്രയോ മെച്ചമാണ് അവരുടെ സ്ഥിതി."

"ചില കാര്യങ്ങളിൽ ചിലരെല്ലാം സന്തുഷ്ടരാണെന്ന് വാദത്തിനു വേണ്ടി സമ്മതിക്കാം. എന്നാൽ അടിമത്ത്വത്തിന്റെ ഏറ്റവും ഭീകരമായ വശം സ്നേഹം, വാത്സല്യം തുടങ്ങിയ മാനുഷിക വികാരങ്ങൾക്കു നേരെയുള്ള ക്രൂരതയാണ്. അതിന്റെ ഏറ്റവും പ്രകടമായ ഉദാഹരണമാണ് കുടുംബ ബന്ധങ്ങൾ വേർപെടുത്തൽ."

"അതു തീർച്ചയായും ഒരു കഠിനമായ കാര്യം തന്നെയാണ്." തുന്നി മുഴുവനായ ഉറുമാൽ പരിശോധിച്ചുകൊണ്ട് മറ്റൊരു സ്ത്രീ അഭിപ്രായപ്പെട്ടു.

"എന്നാൽ ഇത് എല്ലായ്പ്പോഴും സംഭവിച്ചോളണം എന്നില്ല."

"എന്തില്ല എന്നാണ് നിങ്ങൾ പറയുന്നത്?" ഒന്നാമത്തെ സ്ത്രീ ആവേശത്തോടെ ചോദിച്ചു. "ഞാൻ വർഷങ്ങളോളം കെന്റക്കിയിലും വെർജീനിയായിലും താമസിച്ചിട്ടുണ്ട്. ഹൃദയഭേദകമായ പല അനുഭവങ്ങൾക്കും ആ കാലത്ത് സാക്ഷ്യംവഹിക്കേണ്ടി വന്നിട്ടുണ്ട്. നിങ്ങൾ ഒന്ന് ആലോചിച്ചു നോക്കൂ, നിങ്ങളുടെ രണ്ടു കുട്ടികളേയും പിടിച്ചുകൊണ്ടു

പോയാൽ അതു നിങ്ങൾക്കു സഹിക്കാൻ സാധിക്കുമോ?"

"നമ്മുടേതുപോലല്ല ഈ നീഗ്രോഅടിമകളുടെ വികാരം. രണ്ടും തമ്മിൽ യാതൊരു വിധത്തിലുമുള്ള താരതമ്യവും പാടില്ല. അവയ്ക്കു തമ്മിൽ യാതൊരു സാമ്യവും ഇല്ല." വേറൊരു സ്ത്രീ ന്യായീകരിച്ചു.

"നിങ്ങളുടെ അഭിപ്രായം ഇത്തരത്തിലുള്ളതാണെങ്കിൽ അവരെ കുറിച്ച് നിങ്ങൾക്കൊന്നും അറിയില്ല എന്നെനിക്കു പറയേണ്ടിവരും." ആദ്യത്തെ സ്ത്രീ പറഞ്ഞു.

"ഞാൻ പിറന്നതും വളർന്നതും അത്തരക്കാർക്കിടയിലാണ്. നമ്മെ പോലുള്ള വികാരങ്ങൾ അവർക്കുമുണ്ട്. അല്ലെങ്കിൽ നമ്മേക്കാൾ കൂടുതൽ."

"അതേ," അവർ കോട്ടുവായിട്ടുകൊണ്ട് ജനാലയിലൂടെ പുറത്തേക്ക് നോക്കി. അവർ ആദ്യം പറഞ്ഞ കാര്യം ആവർത്തിച്ചു.

"എന്തായാലും സ്വതന്ത്രരാകുന്നതിനേക്കാൾ മെച്ചമാണ് ഇപ്പോഴത്തെ നില"

"ആഫ്രിക്കക്കാർ എന്നും അടിമവേല ചെയ്യണമെന്നത് ദൈവ നിശ്ചയമാണ്. അതിൽ യാതൊരു സംശയവും ഇല്ല. അത്തരക്കാർ എന്നും താഴ്ന്ന നിലയിൽ തന്നെ കഴിയണം." തൊട്ടടുത്തിരുന്ന് വേദപുസ്തകം വായിച്ചിരുന്ന ഒരു പുരോഹിതൻ പറഞ്ഞു.

"ശപിക്കപ്പെട്ടത് കനാൻ; വേലക്കാരന്റെ വേലക്കാരനാവട്ടെ അവൻ. എന്നാണ് വേദപുസ്തകത്തിൽ പറഞ്ഞിരിക്കുന്നത്."

"എന്താണ് ഇതിന്റെയെല്ലാം അർഥം?" തൊട്ടടുത്തിരുന്നിരുന്ന ഒരാൾ ചോദിച്ചു.

"നിസ്സംശയം! ചില ദുർഗ്രഹമായ കാരണങ്ങളാൽ യുഗങ്ങൾക്കു മുമ്പ് അവരുടെ വർഗത്തെ ഒന്നടങ്കം ദൈവം അടിമകളാക്കി സൃഷ്ടിച്ചു. അതിനെ വിമർശിക്കുവാൻ നമുക്ക് ആരാണ് അധികാരം തന്നിട്ടുള്ളത്?"

"ശരി, എന്നാൽ പിന്നെ നമുക്കെല്ലാം പോയി നീഗ്രോകളെ വാങ്ങാം." ആ മനുഷ്യൻ പരമപുച്ഛത്തോടെ പുരോഹിതനെ നോക്കിക്കൊണ്ടു പറഞ്ഞു.

"ദൈവത്തിന്റെ ഹിതം അതാണെങ്കിൽ നമ്മൾക്കതിനെ ന്യായീകരിച്ചുകൂടേ?" പോക്കറ്റിൽ കയ്യിട്ടുകൊണ്ട് അതീവശ്രദ്ധയോടെ സംഭാഷണം കേട്ടു നിന്ന ഹാലിയുടെ അഭിപ്രായമായിരുന്നു ഇത്.

"തീർച്ചയായും നാം എല്ലാം ദൈവഹിതത്തിന് അനുസൃതമായി പെരുമാറേണ്ടവരാണ്. നീഗ്രോകളെ അവരുടെ ബന്ധുക്കളിൽനിന്നെല്ലാം അകറ്റി പരമാവധി വിലയ്ക്ക് വിൽക്കണം. പരമാവധി ഭാരം വലിപ്പിക്കണം, ആകാവുന്നിടത്തോളം ചൂഷണം ചെയ്യണം, ചവിട്ടി അമർത്തണം, പട്ടിണിക്കിട്ട് മൃതപ്രായരാക്കണം. അതിനുവേണ്ടിയാണവർ സൃഷ്ടിക്കപ്പെടുന്നത് അല്ലേ?" അയാൾ ഹാലിയോട് ചോദിച്ചു.

"ഞാൻ അത്തരം കാര്യങ്ങളെ കുറിച്ചൊന്നും ചിന്തിച്ചിട്ടില്ല." ഹാലി പറഞ്ഞു.

“എനിക്ക് ഈ വിഷയത്തെ കുറിച്ച് അധികമൊന്നും അറിയുകയില്ല. അതിനുതക്ക വിദ്യാഭ്യാസവും ഇല്ല. ഞാൻ ഒരു ജീവനോപാധി എന്ന നിലയിലാണ് ഈ വ്യാപാരം നടത്തുന്നത്. അതുതെറ്റാണെങ്കിൽ ഞാൻ പശ്ചാത്തപിച്ചോളാം.”

“അന്ന് നിനക്ക് രക്ഷകിട്ടും. അല്ലേ?” ഉയരമുള്ള മനുഷ്യൻ പറഞ്ഞു.

“വേദപുസ്തകം പഠിച്ചാലുള്ള ഗുണം നിങ്ങൾക്കു മനസിലായോ? *ബൈബിൾ* പഠിച്ചിരുന്നെങ്കിൽ, നിങ്ങൾക്കും നല്ല കാര്യങ്ങൾ മനസിലാക്കുവാൻ സാധിക്കുമായിരുന്നു. ഒരുപാട് മാനസിക അസ്വാസ്ഥ്യങ്ങൾ ഒഴിവാക്കാൻ കഴിയുമായിരുന്നു.”

ഈ മനുഷ്യൻ കെന്റക്കിയിലെ മദ്യശാലയിലിരുന്ന് പുകയില ചവച്ചുകൊണ്ടിരുന്ന, പരസ്യപ്പലകയിൽ നീട്ടിതുപ്പിയ സത്യക്രിസ്ത്യാനിയായ വ്യക്തിയല്ലാതെ മറ്റാരും ആയിരുന്നില്ല.

കപ്പൽ പെട്ടെന്നു നിന്നു. അപ്പോൾ ഒരു നീഗ്രോയുവതി വികാരവിക്ഷുബ്ധയായി ഓടിക്കിതച്ചുവന്ന് തിക്കിത്തിരക്കി അടിമകൾ ഇരിക്കുന്നിടത്ത് എത്തി. മുപ്പതു വയസുകാരനായ ജോണിനെ വാരിപ്പുണർന്നുകൊണ്ട് തേങ്ങിത്തേങ്ങി കരഞ്ഞു. ജോൺ അവളുടെ ഭർത്താവാണ്.

ഈ രംഗത്തിന് യാതൊരു പുതുമയും ഇല്ല. അവിടെ ഇതെല്ലാം നിത്യസംഭവങ്ങളാണെന്നു പറയാം. കരളലിയിപ്പിക്കുന്ന രംഗങ്ങൾ! ശക്തരുടെ സൗകര്യത്തിനും ലാഭത്തിനും വേണ്ടി ദുർബലർ നഷ്ടം സഹിക്കേണ്ടിവരുന്നു.

ദൈവഹിതത്തേയും മനുഷ്യത്വത്തേയും കുറിച്ച് സംസാരിച്ചുകൊണ്ടുനിന്നിരുന്ന യുവാവ് ആ രംഗം സസൂക്ഷ്മം വീക്ഷിച്ചു. അയാൾ തന്റെ തൊട്ടടുത്തുനിന്നിരുന്ന ഹാലിയുടെ നേരെ തിരിഞ്ഞ് കടുത്ത സ്വരത്തിൽ ചോദിച്ചു.

“നിങ്ങൾ എങ്ങനെയാണ് ഇത്രയും നീചമായ കച്ചവടം നടത്താൻ തയാറാവുന്നത്. നിങ്ങൾക്കെങ്ങനെ അതിനുള്ള ധൈര്യം ഉണ്ടായി? ആ പാവം മനുഷ്യജീവികളെ ഒന്നു നോക്കൂ! ഞാനിപ്പോൾ പോകുന്നത് എന്റെ ഭാര്യയുടേയും മക്കളുടേയും അടുത്തേക്കാണ്. ആ ഒരു വിചാരമാണ് എനിക്കീ യാത്രയിൽ ആനന്ദം പകരുന്നത്. കപ്പൽ പുറപ്പെടുന്നതിനുമുമ്പുള്ള മണിയൊച്ച എന്നെ ആനന്ദിപ്പിക്കുന്നത് അതുകൊണ്ടു മാത്രമാണ്. അതേ സ്ഥാനത്ത് ഈ പാവം മനുഷ്യരെ സംബന്ധിച്ചിടത്തോളം ഈ മണിയടി അവരുടെ കുടുംബവുമായുള്ള വേർപാടിന്റെ മണിയടിയാണ്. ദൈവം, നിങ്ങളുടെ ഇത്തരത്തിലുള്ള പ്രവൃത്തികളുടെ അടിസ്ഥാനത്തിലായിരിക്കും നിങ്ങളുടെ ന്യായവിധി നടത്തുക.”

ഈ വാക്കുകൾ ഹാലിയെ അസ്വസ്ഥനാക്കി. അയാൾ നിശ്ശബ്ദനായി തിരിഞ്ഞു നടന്നു.

“എനിക്ക് ഒരു കാര്യം കൂടി പറയാനുണ്ട്.” ഉയരമുള്ള മനുഷ്യൻ പറഞ്ഞു.

“മനുഷ്യർ പല സ്വഭാവമുള്ളവരാണ്. അല്ലേ? ശപിക്കപ്പെട്ടവരാകട്ടെ

കനാൻ എന്ന സിദ്ധാന്തം ഈ യുവാവിനെ ബാധിക്കുന്നില്ല, അല്ലേ?"

ഈ വാക്കുകൾ ഹാലിയെ അലോസരപ്പെടുത്തി. അയാൾ ചിന്താമഗ്നനായി കപ്പലിന്റെ അറ്റത്തേക്കു നടന്നു.

"ഒന്നു രണ്ടു മെച്ചപ്പെട്ട കച്ചവടം കൂടി നടത്തി, അൽപ്പം കൂടി ധനം സമ്പാദിക്കാനായാൽ ഞാനീ തൊഴിൽ അവസാനിപ്പിക്കും. ഇതിപ്പോൾ ശരിക്കും അപകടകരമായ നിലയിലേക്ക് മാറിക്കൊണ്ടിരിക്കുകയാണ്." ഹാലി ചിന്തിച്ചു. പോക്കറ്റ് ഡയറിയെടുത്ത് കണക്കുകൂട്ടി നോക്കിയപ്പോൾ അയാൾ സംതൃപ്തനായി.

കപ്പൽ സാവധാനത്തിൽ, ചാഞ്ചാടിക്കൊണ്ട് പുഴയിലൂടെ നീങ്ങി. അന്തരീക്ഷം പഴയതുപോലെയായി. ആളുകൾ ആഹ്ളാദത്തോടെ സംസാരിക്കുന്നു. പുരുഷന്മാരിൽ ചിലർ വായിക്കുന്നു. പുകവലിക്കുന്നു സ്ത്രീകൾ തയ്ക്കുകയും കുട്ടികൾ ഓടിക്കളിക്കുകയും ചെയ്യുന്നു. കപ്പൽ അതിന്റെ സഞ്ചാരപാതയിലുടെ മന്ദമന്ദം നീങ്ങിക്കൊണ്ടിരുന്നു.

കെന്റക്കിയിലെ ഒരു ചെറിയ പട്ടണതുറമുഖത്ത് കപ്പൽ അടുത്തപ്പോൾ ഹാലി ചില വ്യാപാരാവശ്യങ്ങൾ നടത്തുന്നതിനുവേണ്ടി അവിടെ ഇറങ്ങി.

ടോമിന്റെ കാലിൽ ചങ്ങലകൾ ഉണ്ടായിരുന്നെങ്കിലും അത്യാവശ്യം ചെറിയ ചുറ്റുപാടുകളിലെല്ലാം നടക്കുവാൻ അയാൾക്കു സാധിച്ചു. അയാൾ കപ്പലിന്റെ ഒരു ഭാഗത്തുവന്ന് കൈവരിയിൽ പിടിച്ച് പുഴയിലേക്കു നോക്കി നിന്നു. അൽപ്പം കഴിഞ്ഞപ്പോൾ ഒരു വ്യാപാരി കുഞ്ഞിനെ ഒക്കത്തുവച്ച സ്ത്രീയുമായി നടന്നു വരുന്നത് കണ്ടു. സ്ത്രീ വളരെ ഉത്സാഹത്തിലായിരുന്നു. അന്തസും ആഭിജാത്യവും തുളുമ്പുന്ന മുഖഭാവം. അവളെ പിന്തുടർന്നുകൊണ്ട് ഒരു നീഗ്രോ ഉണ്ടായിരുന്നു. തന്റെ പെട്ടി ചുമന്നിരുന്ന മനുഷ്യനോട് അവൾ പുഞ്ചിരിച്ചുകൊണ്ട് സംസാരിച്ചു. മാന്യതയോടെ നടന്ന് അകത്തേക്കു കയറി. മണിയടിച്ചപ്പോൾ കപ്പൽ ചൂളം വിളിച്ചുകൊണ്ട് മെല്ലെ പുഴയിലേക്ക് നീങ്ങി. ആ സ്ത്രീ നിരത്തി വച്ചിരിക്കുന്ന പെട്ടികൾക്കിടയിലൂടെ നടന്ന് സൗകര്യമുള്ള ഒരു സ്ഥലം കണ്ടു പിടിച്ച് ഇരുന്നു. അവൾ അപ്പോഴും കുഞ്ഞിനെ കൊഞ്ചിച്ചുകൊണ്ടിരുന്നു.

ഹാലി നാലുപാടും പല പ്രാവശ്യം നോക്കി. അതിനുശേഷം അവളുടെ സമീപത്തു വന്നിരുന്ന് എന്തോ സംസാരിച്ചു. പറയുന്നകാര്യം അവളെ സന്തോഷിപ്പിക്കുന്നതല്ലെന്ന് മുഖഭാവത്തിലൂടെ വ്യക്തമായിരുന്നു. ആ സ്ത്രീയുടെ മുഖത്ത് ക്ഷോഭവും സങ്കടവും ഇരച്ചുകയറി. അവൾ കോപത്തോടെ അയാളോട് സംസാരിക്കുവാൻ തുടങ്ങി.

"നിങ്ങൾ പറയുന്നത് ഞാനൊരിക്കലും വിശ്വസിക്കുകയില്ല. ഇല്ല. ഒരിക്കലും അങ്ങനെ സംഭവിക്കുകയില്ല." അവളുടെ ക്രോധം നിറഞ്ഞ വാക്കുകൾ അയാളുടെ കാതുകളിൽ തുളച്ചു കയറി.

"നിങ്ങളെന്നെ വിഡ്ഢിയാക്കാൻ ശ്രമിക്കുകയാണ്. അതൊരിക്കലും നടക്കുകയില്ല."

"നിനക്കു വിശ്വാസം വരുന്നില്ലെങ്കിൽ ഇതിലേക്കൊന്നു നോക്കൂ! അപ്പോൾ താനേ ബോധ്യം വരും!" അയാൾ ഒരു കടലാസെടുത്ത് അവൾക്കു നേരെ നീട്ടി. "നിന്നെ വിറ്റതിന്റെ ബില്ലാണിത്. നിന്റെ യജമാനന്റെ പേരും വിലാസവും ഇതിലുണ്ട്. അയാൾ ചോദിച്ച പണം ഞാൻ എണ്ണികൊടുക്കുകയും ചെയ്തു."

"ഇല്ല! എന്റെ യജമാനൻ ഒരിക്കലും എന്നെ ചതിക്കുകയില്ല. ഇത് ഇതൊരിക്കലും സത്യമാവുകയില്ല." അവളുടെ മുഖം കോപംകൊണ്ടു ജ്വലിച്ചു.

"എഴുത്തും വായനയും അറിയുന്ന ആർക്കുവേണമെങ്കിലും നീ ഈ വില്ല് കാണിച്ചു കൊടുക്കൂ! അവർ വായിച്ചു മനസ്സിലാക്കി തരും!"

അവരുടെ സമീപത്തു കൂടെ കടന്നു പോയ ഒരാളെ കൈകൊട്ടി വിളിച്ചു കൊണ്ട് ഹാലി ചോദിച്ചു.

"സർ, ഇതിലെഴുതിയിരിക്കുന്നത് ഒന്നു വായിച്ചു തരാമോ? ഞാൻ എത്ര പറഞ്ഞു കൊടുത്തിട്ടും ഈ പെൺകുട്ടി വിശ്വസിക്കുന്നില്ല."

"എന്തുകൊണ്ടാണ് വിശ്വസിക്കാത്തത്? ജോൺ ഫോസ്ഡിൽ ഒപ്പിട്ട വിൽപ്പത്രമാണിത്." അയാൾ വായിച്ചു നോക്കിയശേഷം പറഞ്ഞു.

"ലൂസിയെയും അവളുടെ കുഞ്ഞിനെയും വിറ്റതിന്റെ വില്ലാണിത്. അത് ഇതിൽ വളരെ വ്യക്തമായി എഴുതിയിട്ടുണ്ട്."

പിന്നീട് അവിടെ വളരെ വികാരഭരിതമായ ഒരു രംഗമാണ് അരങ്ങേറിയത്. മുഴുവൻ ജനങ്ങളുടേയും ശ്രദ്ധ അങ്ങോട്ടായി. വ്യാപാരി അതിനുള്ള കാരണം കൂടിനിന്നവർക്ക് വിവരിച്ചുകൊടുത്തു.

സ്ത്രീ പിന്നെയും ഓരോന്നു പറഞ്ഞുകൊണ്ടിരുന്നു.

"എന്റെ ഭർത്താവ് ജോലി ചെയ്യുന്ന ലൗസ് വില്ലായിലെ ഹോട്ടലിലേക്ക് പാചകക്കാരിയായി എന്നെ അയക്കുകയാണെന്നാണ് യജമാനൻ എന്നോട് പറഞ്ഞത്. സത്യമായും അദ്ദേഹം എന്നോട് പറഞ്ഞത് അതാണ്. എന്നോടദ്ദേഹം കളവു പറയുമെന്ന് എനിക്ക് വിശ്വസിക്കാനാവുന്നില്ല."

"നീ ധരിച്ചു വച്ചിരിക്കുന്നതുപോലെയല്ല കുഞ്ഞേ, കാര്യങ്ങൾ! അയാൾ നിന്നെ വിറ്റു എന്നത് സത്യമാണ്. അക്കാര്യത്തിൽ സംശയത്തിന് യാതൊരു അവകാശവും ഇല്ല. പാവം പെൺകിടാവ്!" കടലാസ് പരിശോധിച്ചുകൊണ്ട് നല്ലവനായ ഒരാൾ പറഞ്ഞു.

"അയാളതു ചെയ്തു. അതിൽ സംശയമില്ല."

"എന്നാൽ പിന്നെ ഇനി സംസാരിച്ചിട്ട് കാര്യമില്ല." അവൾ ആത്മഗതം തെല്ലുറക്കെ പറഞ്ഞു. ഒന്നും മിണ്ടാതെ കുഞ്ഞിനെ തന്റെ മാറോടടുക്കി പിടിച്ച് പുഴയിലേക്ക് ദൃഷ്ടി പായിച്ചുകൊണ്ടിരുന്നു.

"ആശ്വാസം! ആ പെണ്ണ് ഒരുവിധം സമാധാനിച്ചു എന്നു തോന്നുന്നു. പെൺകുട്ടിക്ക് ഏതായാലും ധൈര്യമുണ്ട്." വ്യാപാരി പറഞ്ഞു.

അവൾക്ക് ശാന്തത കൈവന്നതുപോലെ ടോമിനു തോന്നി. ആശ്വസിപ്പിക്കുവാനെന്ന പോലെ മന്ദമാരുതൻ അവളെ തഴുകിക്കൊണ്ടിരുന്നു. പുഴ വെള്ളത്തിൽ വെട്ടിത്തിളങ്ങുന്ന സൂര്യരശ്മികൾ കുഞ്ഞോളങ്ങളെ

സ്വർണാഭമാക്കി തീർത്തു. കപ്പലിനുള്ളിൽനിന്നും ആഹ്ളാദാരവങ്ങളും പൊട്ടിച്ചിരികളും ഉയർന്നു കേട്ടു. അവിടെ ഉത്സവ പ്രതീതി. എന്നാൽ അവൾ ഹൃദയം തകർന്നിരിക്കുകയാണ്. കുഞ്ഞ് അമ്മയുടെ മടിയിൽ എഴുന്നേറ്റിരുന്ന് കവിളിൽ തല്ലാൻ തുടങ്ങി. അവൻ ചാടിയും മറിഞ്ഞു അമ്മയുടെ ശ്രദ്ധ ആകർഷിക്കുവാൻ ശ്രമിച്ചു. പതിവില്ലാത്ത വിധം അമ്മ സങ്കടപ്പെടുന്നുണ്ട് എന്നു തോന്നി. അവളവനെ മുറുകെ കെട്ടിപ്പിടിച്ച് കണ്ണുനീർ പൊഴിക്കുന്നതു കണ്ട് അവന് അതിശയം തോന്നി. കുഞ്ഞ് അമ്പരക്കുന്നുണ്ടെന്ന് തോന്നിയപ്പോൾ അവൾ സമചിത്തത കൈവരിച്ച് കുഞ്ഞിനെ കളിപ്പിക്കുവാൻ തുടങ്ങി.

പത്തുമാസം പ്രയാസമുള്ള ആ കുഞ്ഞ്, പ്രായത്തേക്കാൾ കൂടുതൽ വളർച്ചയുള്ളവനാണ്. നല്ല ആരോഗ്യവാൻ! തടിയനും കരുത്തനും ആണ്. ഒരു മിനിറ്റുപോലും അടങ്ങിയിരിക്കാത്ത ചുറുചുറുക്കുള്ള കുട്ടി.

"മിടുക്കൻ!" അവന്റെ മുന്നിലൂടെ നടന്നുപോയ ഒരാൾ നിന്നുകൊണ്ട് ചോദിച്ചു.

"എത്രവയസായി ഇവന്?"

"പത്തരമാസം" അമ്മയുടെ സ്വരത്തിൽ അഭിമാനം തുളുമ്പിനിന്നു. അയാൾ ചൂളം വിളിച്ചുകൊണ്ട് അവന്റെ നേർക്ക് ചോക്കലെറ്റ് നീട്ടി. അവനത് ചാടിപ്പിടിച്ചു.

"പാവം. കൊച്ചു കുഞ്ഞ് അവനെന്തറിയാം." അയാൾ വീണ്ടും ചൂളമടിച്ചു. സാവധാനത്തിൽ നടന്നു പോകുമ്പോൾ ഒരു പെട്ടിപ്പുറത്തിരുന്ന് പുകവലിക്കുന്ന ഹാലിയെ കണ്ടു.

"എസ്റ്റേറ്റിലെ കൃഷിപ്പണിക്കാണോ! ഈ സ്ത്രീയെ കൊണ്ടുപോകുന്നത്?" അയാൾ ഹാലിയോട് ചോദിച്ചു. "അതേ, കൃഷിപ്പണിക്കുവേണ്ടി ഇപ്പോൾ ആളുകളെ ധാരാളം പേർ ആവശ്യപ്പെടുന്നുണ്ട്. ഞാനിപ്പോൾ അതിനുവേണ്ടി അടിമകളെ ശേഖരിച്ചുകൊണ്ടിരിക്കുകയാണ്. ഇവളെ തീർച്ചയായും അതിന് ഉപയോഗിക്കാം. വേറൊരു കാര്യം ഇവൾ നല്ല പാചകക്കാരിയും കൂടിയാണത്രേ! ഇവളെ അതിനു ഉപയോഗിക്കാം. അതല്ലെങ്കിൽ പരുത്തി ശേഖരിക്കുവാൻ ഉപയോഗിക്കാം. അതിനു പറ്റിയ വിരലുകളാണ് ഇവളുടേത്. എനിക്കിവളെ കണ്ടപ്പോൾ തന്നെ അതു മനസിലായി. ഇവൾക്കെന്തായാലും തരക്കേടില്ലാത്ത വില കിട്ടുമെന്ന് ഞാൻ കരുതുന്നു." ഹാലി ചുരുട്ടുവലി തുടർന്നു.

"അപ്പോൾ ഈ കുഞ്ഞിനെ എന്തു ചെയ്യും? തോട്ടത്തിലേക്ക് അവനെ കടത്തുകയില്ലല്ലോ." ആ മനുഷ്യൻ പറഞ്ഞു.

"കുഞ്ഞിനെ വാങ്ങാൻ തയാറായി നല്ല വിലയുംകൊണ്ട് ആരു വന്നാലും ഞാൻ അപ്പോൾ വിൽക്കും." എരിഞ്ഞു തീർന്ന ചുരുട്ടിന്റെ ഭാഗം വലിച്ചെറിഞ്ഞുകൊണ്ട് അയാൾ പറഞ്ഞു.

"നിങ്ങളവനെ ചെറിയൊരു വിലയ്ക്ക് തരുകയാണെങ്കിൽ..."അപരിചിതൻ പെട്ടിപ്പുറത്ത് സ്വസ്ഥമായിരുന്ന് വിലപേശാൻ തുടങ്ങി.

"അതിപ്പോൾ ഞാനെന്തു പറയാനാ? അവൻ മിടുക്കനായ ഒരു കുട്ടി

യല്ലേ? തടിച്ചുകൊഴുത്ത് നല്ല കരുത്തനായ കുഞ്ഞ്."

"അതെല്ലാം ശരിതന്നെ, എന്നാൽ അവനെ വളർത്താൻ സഹിക്കേണ്ടി വരുന്ന പ്രയാസങ്ങളും അതിനുവരുന്ന ഭാരിച്ച ചെലവും കണക്കിലെടുക്കേണ്ടേ?"

"വിഡ്ഢിത്തം പറയാതിരിക്കൂ!" ഹാലി അയാളുടെ വാദം എതിർത്തു.

"ഏതൊരു നീഗ്രോകുട്ടിയും വളരുന്നതുപോലെ തന്നെ ഇവനും വളർന്നുകൊള്ളും. ഒരു പട്ടിക്കുട്ടിയെ വളർത്തുന്ന ലാഘവത്തോടെ അവനെ വളർത്താം. അതിനുവേണ്ടി പ്രത്യേകമായ ബുദ്ധിമുട്ടൊന്നും ഇല്ല. തന്നെയുമല്ല, ഒരു മാസത്തിനകം ഇവൻ ഓടി നടക്കുവാൻ തുടങ്ങും."

"ഇത്തരം കുട്ടികളെ വളർത്താൻ പറ്റിയ സ്ഥലം എനിക്കറിയാം. അവിടെ വളർത്തുന്നതിനുവേണ്ടി കുട്ടികളെ സംഭരിക്കുവാൻ എനിക്കു താൽപ്പര്യമുണ്ട്." ആ മനുഷ്യൻ അറിയിച്ചു.

"ഒരു പാചകക്കാരിയുടെ കൊച്ചുകുഞ്ഞ്, അമ്മ തുണി ഉണക്കാനിടുന്ന സമയത്ത് വെള്ളം നിറഞ്ഞ തൊട്ടിയിൽ വീണ് ചത്തുപോയി. ഈ കുഞ്ഞിനെ വളർത്താൻ ആ അമ്മയെ ഏൽപ്പിക്കാം."

ഹാലിയും ആ മനുഷ്യനും കുറെ നേരം പുകവലിച്ചുകൊണ്ട് അവിടെ തന്നെ ഇരുന്നു. അവസാനം അയാൾ ചോദിച്ചു.

"ആ കുഞ്ഞിന് പത്തു ഡോളറിൽ കൂടുതൽ നിങ്ങൾ ആവശ്യപ്പെടുകയില്ല എന്ന് ഞാൻ കരുതുന്നു. ഏതായാലും അമ്മയുടെ കൈയിൽ നിന്നും ആ കുഞ്ഞിനെ വേർപടുത്തണം." ഹാലി തലകുലുക്കി.

"അതുകൊണ്ടൊന്നും ആയില്ല."

"നിങ്ങൾക്ക് എത്രവേണം?" പുകവലി തുടർന്നുകൊണ്ട് അപരിചിതൻ ചോദിച്ചു.

"ഞാനിവനെ സ്വന്തമായി വളർത്തിക്കോളാം. അല്ലെങ്കിൽ എവിടെയെങ്കിലും അയച്ച് വളർത്തും. അവൻ ഒരു സാധാരണകുഞ്ഞല്ല. അസാധാരമായ രീതിയിൽ സമർഥനും കരുത്തനുമാണ്. ഒരു ആറുമാസം കൂടി കാത്തിരുന്നാൽ മതി. ചുരുങ്ങിയത് ഒരു നൂറുഡോളറെങ്കിലും തന്ന് ആരെങ്കിലും ഇവനെ വാങ്ങിക്കൊണ്ടുപോകും. ഒന്നുരണ്ടു കൊല്ലം കഴിഞ്ഞാൽ പിന്നെ ഇരുനൂറ് ഡോളറായിരിക്കും അവന്റെ വില. അതുകൊണ്ടുതന്നെ ഇപ്പോൾ അമ്പത് ഡോളറിൽ ഒരു പെൻസ് കുറഞ്ഞാൽ ഞാനാകുഞ്ഞിനെ വിൽക്കില്ല.

"ഓ, ഇതെത്രമാത്രം പരിഹാസ്യമാണ്."

"ഞാൻ മുപ്പത് ഡോളർ തരാം. അതിൽ കൂടുതൽ ഒന്നും തരാനില്ല."

"നാൽപ്പത്തിയഞ്ച് ഡോളറിൽ കുറവിന് ഞാൻ സമ്മതിക്കുകയില്ല."

"ശരി ഞാൻ സമ്മതിച്ചിരിക്കുന്നു." ചെറിയ ഒരു ഇടവേളയ്ക്കു ശേഷം അയാൾ സമ്മതം മൂളി.

"എവിടെയാണ് നിങ്ങൾ ഇറങ്ങുന്നത്?"

"ലൂയിസ് വില്ലായിൽ"

"ലൂയിസ് വില്ലാ" ഹാലി പറഞ്ഞു, "വളരെ നല്ലത്"

"സന്ധ്യയാകുമ്പോഴെയ്ക്കും നമ്മൾ അവിടെ എത്തും. അപ്പോൾ കുട്ടി നല്ല ഉറക്കത്തിലായിരിക്കും. അവനെ പതുക്കെ എടുക്കണം. കുഞ്ഞ് കരയാതിരിക്കുവാൻ ശ്രദ്ധിക്കണം. എല്ലാം ഭംഗിയായി നടത്തണം. കാര്യങ്ങൾ ശാന്തമായി നിർവഹിക്കുന്നതാണ് എനിക്കിഷ്ടം. വഴക്കും ബഹളവും ഒന്നും എനിക്ക് ഇഷ്ടമില്ല. അതെല്ലാം വെറുപ്പാണ്."

അവർ വിൽപ്പനയുടെ കരാറുരേഖകൾ പരസ്പരം കൈമാറി. ഹാലി ചുരുട്ടുവലി തുടർന്നുകൊണ്ടിരുന്നു.

ലൂയിസ് വില്ലാ തുറമുഖത്ത് ബോട്ട് അണയുമ്പോൾ സമയം സായം സന്ധ്യയോടടുത്തിരുന്നു. ആ അടിമപ്പെണ്ണ് തന്റെ കുഞ്ഞിനെ മാറോടണച്ച്, കട്ടിയുള്ള ഒരു പുതപ്പ് കൊണ്ട് ശരീരം മുഴുവൻ പുതച്ച് ഗാഢനിദ്രയിലായിരുന്നു. ലൂയിസ് വില്ല എന്ന സ്ഥലനാമം കേട്ടതോടെ അവൾ ഞെട്ടി ഉണർന്നു. ഉറങ്ങുന്ന കുഞ്ഞിനെ പെട്ടികൾക്കിടയിൽ കിടത്തി. അവളുടെ മേൽക്കുപ്പായം എടുത്ത് അവനെ പുതപ്പിച്ചു. പിന്നെ അവൾ കപ്പലിന്റെ അരികിലേക്ക് ഓടി. വാർഫിൽ കച്ചവടത്തിനെത്തുന്ന ഹോട്ടൽ ജോലിക്കാരിൽ തന്റെ ഭർത്താവ് ഉണ്ടാകുമോ എന്നു നോക്കാനായിരുന്നു അവൾ ഓടിപ്പോയത്. കപ്പലിന്റെ കൈവരികളിൽ കമിഴ്ന്നു കിടന്നുകൊണ്ട് അവൾ വാർഫിലൂടെ നടന്നു നീങ്ങുന്നവരെ സൂക്ഷ്മമായി നിരീക്ഷിച്ചു. ആളുകൾ കയറാനും ഇറങ്ങാനും തിക്കി തിരക്കിക്കൊണ്ടിരുന്നു.

"ഇതാണ് പറ്റിയ സമയം!" ഹാലി ഉറങ്ങിക്കിടക്കുന്ന കുഞ്ഞിനെ പതുക്കെവാരിയെടുത്ത് അപരിചിതനെ ഏൽപ്പിച്ചു.

"അവനെ ഉണർത്താതെ നോക്കണം. എങ്ങാനും ഉണർന്നു പോയാൽ അതിന്റെ അമ്മ വല്ലാതെ പ്രശ്നങ്ങൾ സൃഷ്ടിക്കും. അതുണ്ടാകാതെ നോക്കണം." അയാൾ കുഞ്ഞിനെ വാങ്ങി, ആരും കാണാതിരിക്കുന്നതിനുവേണ്ടി നന്നായി പൊതിഞ്ഞശേഷം താഴത്തേക്ക് ഇറങ്ങി വാർഫിലെ ജനക്കൂട്ടത്തിനിടയിൽ അപ്രത്യക്ഷമായി.

കപ്പൽ യാത്ര ആരംഭിച്ചു. ആ സ്ത്രീ നിരാശയോടെ തന്റെ ഇരിപ്പിടത്തിലേക്ക് മടങ്ങിയെത്തി. വ്യാപാരി ഇരുന്നിടത്തു തന്നെ ഇരിക്കുന്നുണ്ട്. എന്നാൽ താൻ ഉറക്കിക്കിടത്തിയിരുന്ന കുഞ്ഞ് അവിടെ ഉണ്ടായിരുന്നില്ല.

"അയ്യോ! എന്റെ കുഞ്ഞെവിടെ?" അവൾ അമ്പരന്ന് നിലവിളിച്ചു.

"ലൂസി, നീ ഒന്നു മനസിലാക്കണം" വ്യാപാരി പറഞ്ഞു.

"നിന്റെ കുഞ്ഞിനേയുംകൊണ്ട് ഒരിക്കലും നിനക്ക് തെക്കൻജില്ലയിലേക്കു പോകാൻ സാധിക്കുകയില്ല. അവനെ ഒരു നല്ല കുടുംബത്തിലേക്കു വിൽക്കുവാൻ എനിക്ക് അവസരം ലഭിച്ചു. നീ വളർത്തുന്നതിനേക്കാൾ നന്നായി അവർ അതിനെ വളർത്തിക്കോളും."

ദേഷ്യവും നിരാശയും കഠിനമായ വേദനയും നിറഞ്ഞ ഒരു നോട്ടം അവൾ വ്യാപാരിയുടെ നേർക്കയച്ചു. ആരെയും വേദനിപ്പിക്കുന്നതായി

രുന്നു ആ നോട്ടം. അത്തരം നോട്ടമൊന്നും ഹാലിക്ക് പുത്തരിയായിരുന്നില്ല. അയാളത് എത്രയോ തവണ അഭിമുഖീകരിച്ചിട്ടുണ്ട്. ഇതെല്ലാം തന്റെ വ്യാപാരത്തിന്റെ ഒരു ഭാഗമാണെന്നാണ് അയാൾ കരുതിയിരിക്കുന്നത്. അവൾ അലറിക്കരഞ്ഞ് കപ്പലിൽ അസുഖകരമായ അന്തരീക്ഷം സൃഷ്ടിക്കുമോ എന്ന ഭയമായിരുന്നു അയാൾക്ക്. ഇത്തരം വ്യാപാരം നടത്തുന്നവരെ എന്നപോലെ ഹാലിയും ഒച്ചയും ബഹളവും എല്ലാം വെറുത്തു.

ആ സ്ത്രീ ഉറക്കെ കരഞ്ഞില്ല. കണ്ണുനീരൊഴുക്കിയില്ല. കുഞ്ഞ് എന്നെന്നേക്കുമായി നഷ്ടപ്പെട്ടു എന്ന സത്യം അവളുടെ കണ്ണുനീരും നിലവിളിയും എല്ലാം അപ്രത്യക്ഷമാക്കി. അർധബോധാവസ്ഥയിലായിരുന്നു അവളുടെ ഇരിപ്പ്. ഒരു ശവത്തിന്റേതെന്നപോലെ അവളുടെ കൈകൾ ഞാന്നു കിടന്നു. തുറിച്ച കണ്ണുകൾ തുറന്നിരുന്നെങ്കിലും അവൾ ഒന്നും കണ്ടില്ല. കപ്പലിന്റെ മുഴക്കവും എഞ്ചിന്റെ ഞരക്കവും അവളെ പേടിപ്പിച്ചു. കരയാനാവാതെ ഇരുന്നിരുന്ന അവൾ തികച്ചും ശാന്തയായി പുറമേക്ക് തോന്നിച്ചു.

ഒരു രാഷ്ട്രീയക്കാരനെപ്പോലെ ആ വ്യാപാരി അവളെ ആശ്വസിപ്പിക്കുവാൻ ശ്രമിച്ചു.

"നിനക്ക് സഹിക്കാൻ കഴിയുന്നതിലും അപ്പുറമാണ് സംഭവിച്ചിരിക്കുന്നതെന്ന് എനിക്കറിയാം ലൂസി" ഹാലി അവളുടെ ദുരന്തത്തിൽ സഹതപിച്ചു. "എന്നാൽ നീ വളരെ മിടുക്കിയും ബുദ്ധിമതിയും അല്ലേ? അങ്ങനെയുള്ള നീ ഇത്തരം ഒരു അവസ്ഥയിൽ ഒരിക്കലും തകരരുത്. ഇത് അനിവാര്യമായ ഒന്നാണ്. ഞാനതിൽ നിസ്സഹായനാണ്."

"ഓഹ്! ദയവായി എന്നോട് ഒന്നും പറയല്ലേ, യജമാനനേ, എനിക്കൊന്നും കേൾക്കാനുള്ള കരുത്തില്ല." ശ്വാസംമുട്ടിക്കൊണ്ട് അവൾ കേണപേക്ഷിച്ചു.

"നീ വളരെ മിടുക്കിയായ ഒരു പെൺകുട്ടിയാണ്." അവൾ അകറ്റിയിട്ടും അയാൾ നിർബന്ധപൂർവം ആശ്വസിപ്പിച്ചുകൊണ്ടിരുന്നു.

"നദിക്കപ്പുറത്തുള്ള തോട്ടത്തിൽ നിനക്ക് നല്ലൊരു ജോലി കിട്ടും. നല്ലൊരു ഭർത്താവിനെയും...നീ അത്രയ്ക്ക് സുന്ദരിയാണ് ലൂസി."

"അയ്യോ! ഈ യജമാനൻ എന്നെ അൽപ്പസമയമെങ്കിലും ഒറ്റയ്ക്കു വിട്ടിരുന്നെങ്കിൽ" കഠിനമായ ഹൃദയവേദനയോടെ വിറയ്ക്കുന്ന സ്വരത്തിൽ അവൾ അഭ്യർഥിച്ചു. തന്റെ സംസാരശൈലി വേണ്ടത്ര ഫലം ചെയ്യുന്നില്ല എന്നും മറിച്ച് ദോഷഫലമാണ് ഉണ്ടാവുക എന്നും മനസിലാക്കിയ അയാൾ അവിടെനിന്നും വേഗം എഴുന്നേറ്റു പോയി. അവൾ ഉടുപ്പുകൊണ്ട് തന്റെ മുഖം മറച്ച് ഇരുന്നു.

ഹാലി അങ്ങോട്ടും ഇങ്ങോട്ടും ഉലാത്തുന്ന വേളയിൽ അവളുടെ മുഖത്തേക്ക് സൂക്ഷിച്ചു നോക്കി.

"അവൾക്കു സഹിക്കാൻ ബുദ്ധിമുട്ടാണെങ്കിലും ശാന്തയായാണ് ഇപ്പോൾ കാണപ്പെടുന്നത്. കുറച്ചു കഴിയുമ്പോൾ അവൾ എല്ലാം മറ

ക്കും. അപ്പോൾ പിന്നെ കാര്യങ്ങളെല്ലാം പഴയപടിയാകും." ആത്മഗതമെന്നോണം അയാൾ ഉരുവിട്ടുകൊണ്ടിരുന്നു.

അവിടെ നടന്ന സകലകാര്യങ്ങളും ആദ്യം മുതൽ അവസാനം വരെ ടോം വീക്ഷിച്ചു കൊണ്ടിരുന്നു. ആ പെൺകുട്ടിയോടു കാണിച്ച ദ്രോഹമോർത്ത് ടോമിൽ ധാർമികരോഷം പതഞ്ഞുപൊന്തി. ഇപ്പോൾ നടന്ന കാര്യങ്ങൾ വിശ്വസിക്കാനാവാത്ത വിധം ക്രൂരവും പൈശാചികവുമായി അയാൾക്കു തോന്നി. പാവങ്ങളും നിരക്ഷരരും അജ്ഞരുമായ നീഗ്രോകളും മനുഷ്യജീവികൾ തന്നെയല്ലേ? ടോമിന് സ്വസ്ഥത നഷ്ടപ്പെട്ടു. മനസ്സമാധാനത്തോടെ ഇരിക്കുവാൻ കഴിഞ്ഞില്ല. ടോം ആ അമ്മയുടെ അടുത്തേക്കു നീങ്ങി അവളോട് എന്തോ പറയാൻ ശ്രമിച്ചു. അവൾ അത് ശ്രദ്ധിച്ചതായിപ്പോലും തോന്നിയില്ല. എന്തോ ഒരു ശബ്ദം പുറപ്പെടുവിക്കുക മാത്രമാണ് അവൾ ചെയ്തത്.

ടോം കണ്ണുനീരൊഴുക്കിക്കൊണ്ട് അവളോട്, സ്വർഗരാജ്യത്തെകുറിച്ചും ദൈവസ്നേഹത്തെ കുറിച്ചും മനുഷ്യർക്കുവേണ്ടി യാതനകളനുഭവിച്ച് കുരിശുമരണം വരിച്ച യേശുദേവനെ കുറിച്ചും നിർത്താതെ സംസാരിച്ചുകൊണ്ടിരുന്നു. എന്നാൽ അയാളുടെ സംസാരം ഒട്ടും തന്നെ അവളുടെ ഹൃദയത്തിൽ കടന്നില്ല. കഠിനമായ മനോവേദന മൂലം അവളുടെ കാതടഞ്ഞു പോയിരുന്നു. ഹൃദയ വികാരങ്ങൾ നിലച്ചുപോയി.

സമയം രാത്രിയായി. കപ്പലിലെ ആരവങ്ങൾ നിലച്ചു. എല്ലാവരും ഉറക്കത്തിലേക്ക് ആണ്ടുപോയി. നദിയിലെ ഓളങ്ങൾ നേർത്ത ശബ്ദത്തോടെ ഒഴുകിക്കൊണ്ടിരുന്നു. ഉറക്കം വന്നില്ലെങ്കിലും ടോം പെട്ടിപ്പുറത്ത് നീണ്ടുനിവർന്നു കിടന്നു. തൊട്ടടുത്ത് കുനിഞ്ഞിരിക്കുന്ന സ്ത്രീയുടെ ഉള്ളിൽനിന്നും ശ്വാസം മുട്ടിക്കുന്ന തരത്തിലുള്ള നേർത്ത തേങ്ങൽ ഉയർന്നുവന്നു.

"ദൈവമേ! ഇനി ഞാനെന്താണ് ചെയ്യുക? നല്ലവനായ ദൈവമേ എന്നിൽ കരുണ ചൊരിയേണമേ!" മന്ത്രോച്ചാരണം പോലെ ആ വാചകം സാധു സ്ത്രീയുടെ കണ്ഠത്തിൽനിന്നും പുറത്തുവന്നുകൊണ്ടിരുന്നു. പിന്നെ പിന്നെ നേർത്തു വന്ന ആ സ്വരം പുറത്തേക്കു കേൾക്കാതായി.

ആലോചിച്ച് കിടന്നിരുന്ന ടോമിന്റെ മനസിൽ ഭൂതകാല സംഭവങ്ങൾ ഒരു തിരശ്ശീലയിലെന്നപോലെ തെളിഞ്ഞുവന്നു. തന്റെ പ്രിയപ്പെട്ട യജമാനൻ ഷെൽബി, പൂക്കൾ വിരിഞ്ഞുനിൽക്കുന്ന മനോഹരമായ മുറ്റത്തോടു കൂടിയ തന്റെ കൊച്ചുവീട്. വൈകുന്നേരത്തെ ആഹാരം തിരക്കിട്ടു പാചകം ചെയ്യുന്ന പ്രിയ പത്നി, എപ്പോഴും തുള്ളിച്ചാടിക്കൊണ്ട് ഓരോ കളികളിൽ ഏർപ്പെട്ട് ചിരിച്ചുല്ലസിക്കുന്ന ആൺകുട്ടികൾ, തന്റെ മടിയിൽ കയറിയിരുന്ന് മുടിയിലും കവിളത്തും വിരലോടിക്കുന്ന കൊച്ചുമകൾ– എല്ലാം ഓർത്തുകൊണ്ട് ടോം പതുക്കെ ഉറക്കത്തിലേക്കു വഴുതിവീണു.

പാതിരാത്രിയായപ്പോൾ ടോം ഞെട്ടിയുണർന്നു. കറുത്ത ഒരു രൂപം വളരെ വേഗത്തിൽ നടന്ന് കപ്പലിന്റെ ഒരറ്റത്തേക്കു പോകുന്നത് അയാൾ

കണ്ടു. പെട്ടെന്നാണ് വെള്ളത്തിലേക്ക് എന്തോ ആഞ്ഞു പതിക്കുന്ന ശബ്ദം അയാൾ കേട്ടത്. ഒപ്പം ശക്തിയായി വെള്ളം തെറിക്കുന്ന ശബ്ദ വും. മറ്റുള്ളവരാരും ഒന്നും അറിഞ്ഞിട്ടില്ല. ടോം തലപൊന്തിച്ചു നോക്കി. താൻ സംശയിച്ചതു ശരിയാണ്, ആ സ്ത്രീ ഇരുന്നിരുന്ന സ്ഥലം ശൂന്യ മായി കിടക്കുന്നു.

വ്യാപാരി വളരെ നേരത്തെ എഴുന്നേറ്റ് തന്റെ കച്ചവടച്ചരക്കുകൾ പരിശോധിക്കുവാൻ എത്തി. സ്ത്രീയുടെ ഇരിപ്പടം ഒഴിഞ്ഞു കിടക്കു ന്നത് അയാളെ പരിഭ്രാന്തനാക്കി.

"ഇവിടെ കിടന്നിരുന്ന പെൺകുട്ടി എവിടെ?" അയാൾ ടോമിനോടു ചോദിച്ചു.

"ആവോ? ഞാൻ കണ്ടില്ല" ടോം നിസ്സംഗതയോടെ മറുപടി പറഞ്ഞു.

"കപ്പൽ നിർത്തിയ തുറമുഖത്തൊന്നും അവൾ ഇറങ്ങാൻ സാധ്യ തയില്ല. കാരണം അപ്പോഴെല്ലാം ഞാൻ ഉണർന്നിരുന്നു. ഏതാണ് സ്ഥലം എന്ന് ചോദിച്ചു മനസിലാക്കുകയും ചെയ്തതാണ്."

ടോമിനോട് അയാൾ ഇങ്ങനെ പറഞ്ഞെങ്കിലും അയാൾ കേട്ടതായി ഭാവിച്ചില്ല.

വ്യാപാരി അവിടം മുഴുവൻ അരിച്ചു പരിശോധിച്ചു. കൂട്ടിയിട്ടിരിക്കുന്ന വീപ്പകൾക്കിടയിലും എഞ്ചിനുകൾക്കിടയിലും പുകക്കുഴലിനടുത്തു മെല്ലാം. അയാളുടെ പ്രയത്നം നിഷ്ഫലമായിരുന്നു.

നിരാശനായി തിരിച്ചെത്തിയ അയാൾ വീണ്ടും ടോമിന്റെ അടുത്തെത്തി.

ടോം അവളുടെ തിരോധാനത്തെ കുറിച്ച് നിനക്ക് എല്ലാമറിയാമെന്ന് എനിക്കറിയാം. ആ പെൺകുട്ടി ഇവിടെ കിടന്നുറങ്ങുന്നത്, രാത്രി പത്തു മണിക്കും പന്ത്രണ്ടിനും ഒന്നിനും രണ്ടിനും ഞാൻ കണ്ടതാണ്. എന്നാൽ നാലുമണി ആയപ്പോൾ അവൾ അപ്രത്യക്ഷയായിരിക്കുന്നു. നീ ആണെ ങ്കിൽ ഈ സമയങ്ങളിലെല്ലാം ഇവിടെ കിടന്നുറങ്ങുന്നുണ്ടായിരുന്നുതാ നും. അതുകൊണ്ട് കാര്യങ്ങളെല്ലാം നിനക്കറിയാം. നിനക്കതിൽനിന്നും അത്ര എളുപ്പത്തിലൊന്നും രക്ഷപ്പെടുവാൻ സാധിക്കുകയില്ല."

"യജമാനനേ, അങ്ങു പറയുന്നതെല്ലാം ശരിയാണ്." ടോം മറുപടി നൽകി. "വെളുപ്പാൻ കാലത്ത് എന്തോ ഒന്ന് എന്റെ ശരീരത്തിലൂടെ ഉര സിക്കൊണ്ട് കടന്നുപോയി. അപ്പോൾ ഞാൻ പാതി ഉറക്കത്തിലായിരു ന്നു. ഉടനെതന്നെ വെള്ളം ശക്തിയായി തെറിക്കുന്ന ശബ്ദം കേട്ടു. ഞാന പ്പോൾ ഉണർന്നു. പെൺകുട്ടി കിടന്നിരുന്നിടത്ത് ഇല്ല എന്നകാര്യം എനിക്ക് ഇപ്പോഴാണ് മനസിലായത്.

ഇതുകേട്ടിട്ട് വ്യാപാരി ഞെട്ടുകയോ അത്ഭുതപ്പെടുകയോ ചെയ്തില്ല. അയാൾ ഇതിനെല്ലാം എത്രയോ തവണ സാക്ഷ്യംവഹിച്ചവനാണ്. മരണ ത്തിന്റെ ഗന്ധമോ സാന്നിധ്യമോ അയാളെ അൽപ്പംപോലും ഉലയ്ക്കാ റില്ല. ഇതുപോലെ നിരവധി ദാരുണ മരണങ്ങൾക്ക് അയാൾ സാക്ഷ്യം വഹിച്ചിട്ടുണ്ട്. ഇതേ വ്യാപാരം ആരംഭിച്ച ശേഷം തന്നെ. അതുമായി അയാൾ തദാത്മ്യം പ്രാപിച്ചു കഴിഞ്ഞു. അയാളെ സംബന്ധിച്ചിടത്തോളം

ആ പെൺകുട്ടി ഒരു കച്ചവടച്ചരക്കുമായിരുന്നു. കച്ചവടത്തിൽ അയാൾക്കു സംഭവിച്ച നഷ്ടത്തെ കുറിച്ചു മാത്രം ഓർത്താണയാൾ വേദനിച്ചത്. കാര്യങ്ങൾ തീർത്തും വഷളായ രീതിയിലേക്കാണ് നീങ്ങുന്നത്. താൻ തീർച്ചയായും ഒരു നിർഭാഗ്യവാനായ വ്യാപാരിയാണ്. ഇങ്ങനെ പോയാൽ വ്യാപാരത്തിൽ ലാഭമുണ്ടാക്കുവാൻ പറ്റുകയില്ല എന്നു മാത്രമല്ല നഷ്ടം വരുകയും ചെയ്യും. അയാൾ സ്വയം പരിതപിച്ചു. അയാൾ തന്റെ ഡയറിയെടുത്ത് കാണാതായ ശരീരവും ആത്മാവും നഷ്ടത്തിന്റെ കോളത്തിൽ രേഖപ്പെടുത്തി വച്ചു.

"ഈ കച്ചവടക്കാരൻ വല്ലാത്തൊരു ജീവിതന്നെ. അയാൾക്ക് യാതൊരു വിധത്തിലുള്ള മാനുഷികവികാരങ്ങളും ഇല്ലല്ലോ. ശരിയായ ഭീകരൻ. ഇങ്ങനെ ഒരു ജന്തുവിനെ ഞാൻ കണ്ടിട്ടില്ല."

"അല്ലെങ്കിൽ ഇത്തരം കച്ചവടക്കാരെ ആരാണ് മനുഷ്യരായി കണക്കാക്കിയിരുന്നത്. വെറുക്കപ്പെട്ടവർ! അവർക്ക് മാന്യമായ സമൂഹത്തിൽ ആരാണ് ഇടം നൽകുക?"

"എന്നാൽ ഒന്നോർക്കണം! ആരാണ് ഈ കച്ചവടക്കാരെ സൃഷ്ടിച്ചത്? അതിന് ഏറ്റവും കൂടുതൽ കുറ്റപ്പെടുത്തേണ്ടത് ആരെയാണ്? വിദ്യാസമ്പന്നരും സംസ്കാരസമ്പന്നരും ബുദ്ധിമാൻമാരുമായ ഉപരിവർഗത്തെ! അവരാണ് അടിമവ്യവസായത്തെ പ്രോത്സാഹിപ്പിക്കുന്നവർ. അവരാണ് ഇത്തരക്കാരെ സംരക്ഷിക്കുന്നത്. അവർക്ക് ഈ കച്ചവടക്കാർ ഒഴിച്ചു കൂടാൻ പറ്റാത്തവരാണ്."

ആഫ്രിക്കയിൽനിന്ന് നീഗ്രോകളെ വാങ്ങുകയും വിൽക്കുകയും ചെയ്യുന്നത് ഭീകരമാണ്! കെന്റക്കിയിൽനിന്ന് അമേരിക്കയുടെ മറ്റു ഭാഗത്തേക്ക് വ്യാപാരം നടത്തുന്നത് വേറൊരു കാര്യം!

8

മനോഹരമായി ചായം തേച്ച് വൃത്തിയായി സൂക്ഷിച്ചിരുന്ന വിശാലമായൊരു അടുക്കള. അഴുക്കും പൊടിയും ലവലേശമില്ലാത്ത തറ വെട്ടിത്തിളങ്ങുന്നു. സ്റ്റൗവും പാത്രങ്ങളും എല്ലാം കഴുകിത്തുടച്ച് മിനുക്കി അടുക്കിവച്ചിരിക്കുന്നു. പഴയതാണെങ്കിലും ആഢ്യത്വം വിളിച്ചോതുന്ന കസേരകൾ മിനുങ്ങി കുഷ്യനുകൾ നിരത്തി ഭംഗിയാക്കിയ സന്ദർശനമുറി അന്തസും സുഖസൗകര്യങ്ങളും വിളിച്ചറിയിക്കുന്നു. അവിടെ എലീസ ഒരു കസേരയിൽ ഇരുന്ന് ആടിക്കൊണ്ട് തുന്നൽപ്പണിയിൽ മുഴുകിയിരിക്കുന്നു. കെന്റക്കിയിലെ വീട്ടിൽ കഴിഞ്ഞിരുന്നപ്പോൾ ഉണ്ടായിരുന്ന പ്രസരിപ്പും യൗവ്വനവും എല്ലാം നഷ്ടപ്പെട്ട് വിളറി മെലിഞ്ഞാണ് എലീസ ഇരുന്നിരുന്നത്. അനുഭവിച്ചു തീർത്ത ദുരിതങ്ങളുടെ പരമ്പരയാണ് അവളെ ആ അവസ്ഥയിൽ കൊണ്ടെത്തിച്ചത്. ഹാരിക്ക് ഓമനത്തവും പ്രസരിപ്പും കൂടിയിരിക്കുകയാണ്. ഒരു പൂമ്പാറ്റയെപോലെ ഓടി

നടന്നു കളിക്കുന്ന അവൻ തന്റെ കരിനീല കണ്ണുകൾ ഉയർത്തി ഇട യ്ക്കിടെ നോക്കുന്നുണ്ട്.

അവളുടെ അടുത്ത് അമ്പത്തഞ്ച് അറുപതുവയസായ ഒരു സ്ത്രീ പാത്രം മടിയിൽ വച്ച് ഉണങ്ങിയ പഴം ശ്രദ്ധാപൂർവം വേർതിരിച്ചുമാറ്റിവ യ്ക്കുകയാണ്. മനോഹരമായ ആ വീട്ടിന്റെ നാഥ അവരാണ് റേച്ചൽ ഹാലിഡെ. നിരവധി പേരുടെ മനോവേദനയ്ക്ക് പരിഹാരം നിർദേശി ക്കുകയും ആത്മീയവും ഭൗതികവുമായ പ്രശ്നങ്ങൾ പരിഹരിക്കുകയും ചെയ്തിട്ടുണ്ട് ഈ മഹതി.

"അപ്പോൾ നീ ഇനിയും കാനഡയ്ക്കു പോവാൻ തന്നെയാണോ വിചാരിക്കുന്നത് എലീസാ?" പീച്ച് പഴങ്ങളിലേക്ക് നോക്കികൊണ്ട് ആ സ്നേഹം നിറഞ്ഞ സ്ത്രീ ചോദിച്ചു.

"തീർച്ചയായും മാഡം" എലീസ ഉറച്ച സ്വരത്തിൽ മറുപടി നൽകി.

"എനിക്ക് സംശയിച്ച് നിൽക്കാനാവില്ല; മുന്നോട്ടു പോയേ പറ്റൂ. ഇനിയും മടിച്ചു നിൽക്കാനാവില്ല."

"പോണം എന്നു പറഞ്ഞാൽ മാത്രം മതിയോ? അവിടെ എത്തിയാൽ നീ എന്തു ചെയ്യും? അതിനെക്കുറിച്ചും ചിന്തിക്കേണ്ടതില്ലേ എന്റെ കുട്ടീ?"

"എന്റെ കുട്ടീ" എന്ന സംബോധന മാഡം റേച്ചൽ ഹാലിഡെയുടെ ചുണ്ടിൽനിന്നും വളരെ സ്വാഭാവികമായി ഉതിർന്നു വീണതാണ്. മാതൃ സ്നേഹത്തിന്റെ മൂർത്തീകരണമാണ് റേച്ചൽ ഹാലിഡെ. എലീസയുടെ കൈകൾ വിറച്ചു. തുന്നിക്കൊണ്ടിരുന്ന തുണി കണ്ണുനീർ വീണ് നന ഞ്ഞു. എങ്കിലും ഉറച്ച സ്വരത്തിലവൾ പറഞ്ഞു.

"ഞാൻ അവിടെ ചെന്നാൽ എന്തെങ്കിലും ഒരു ജോലി കണ്ടെത്തും. എന്നിട്ട് ജോലി ചെയ്ത് ജീവിക്കും എനിക്ക് നല്ല ആത്മവിശ്വാസമുണ്ട്."

"നിനക്ക് ഇവിടെ എത്രകാലം വേണമെങ്കിലും ജീവിക്കാം. അതിനെ കുറിച്ചൊന്നും ആലോചിച്ച് വിഷമിക്കേണ്ടതില്ല."

"ഓഹ് വളരെ നന്ദി!" എലീസ സസന്തോഷം പറഞ്ഞു.

"എന്നാൽ, രാത്രിയിൽ എനിക്ക് ഉറങ്ങാൻ കഴിയുന്നില്ല. അതു കൊണ്ടു തന്നെ വിശ്രമവും ഇല്ല. ഇന്നലെ രാത്രിപോലും ആ മനുഷ്യൻ ഈ വീട്ടുമുറ്റത്തേക്കു വരുന്നതായി ഞാൻ സ്വപ്നം കണ്ടു." അവൾ ഹാലിയെ ഉദ്ദേശിച്ചുകൊണ്ട് പറഞ്ഞു. കൈകാലുകൾ വിറയ്ക്കുന്നതു പോലെ തോന്നി.

"പാവം കുട്ടി." അവളെ ആശ്വസിപ്പിച്ചുകൊണ്ട് റേച്ചൽ പറഞ്ഞു തുടങ്ങി. "നീ ഇങ്ങനെ ഭയപ്പെടുകയൊന്നും വേണ്ട. നമ്മുടെ ഗ്രാമത്തിൽ കടന്നുവന്ന് ഒറ്റ അഭയാർഥിയേയും തട്ടിക്കൊണ്ടുപോകാൻ അനുവദി ക്കരുതെന്ന് ഉത്തരവും നൽകിയിട്ടുണ്ട്. നീ ഇവിടെ വന്നുപെട്ട ആദ്യത്തെ ആളൊന്നുമല്ല."

വാതിൽ തള്ളിത്തുറന്നുകൊണ്ട്, ഉയരം കുറഞ്ഞ് തുടുത്ത കവിളു കളുള്ള ഒരു ചെറുപ്പക്കാരി കടന്നുവന്നു. അവരും റേച്ചലിനെപ്പോലെ വളരെ ലളിതമായാണ് വസ്ത്രധാരണം ചെയ്തിട്ടുള്ളത്.

"റൂത്ത് സ്റ്റെഡ്മാൻ" ആഹ്ളാദത്തോടെ വിളിച്ചു പറഞ്ഞുകൊണ്ട് റേച്ചൽ കസേരയിൽനിന്നും എഴുന്നേറ്റു. "സുഖം തന്നെയല്ലേ റൂത്ത്?" അവളുടെ കൈകൾ ചേർത്തുപിടിച്ചുകൊണ്ട് ഹൃദ്യമായി പുഞ്ചിരിച്ചു കൊണ്ട് അവർ ചോദിച്ചു.

"അതെ, സുഖം തന്നെ." തലയിൽനിന്നും തൊപ്പിയെടുത്ത് തൂവാലകൊണ്ട് പൊടി തട്ടി സന്തോഷപൂർവം റൂത്ത് മറുപടി നൽകി. അവളുടെ ഇരുണ്ട മുഖത്ത് ചുരുണ്ട അളകങ്ങൾ പാറിക്കളിച്ചു. ആരെയും ആകർഷിക്കുന്ന സൗന്ദര്യമാണവളുടേത്.

"റൂത്ത്, ഞാനന്ന് നിന്നോട് എന്റെ ഒരു സുഹൃത്തിനെക്കുറിച്ച് പറഞ്ഞിരുന്നില്ലേ? അതാണ് ഇവൾ എലീസ ഹാരീസ്."

"നിന്നെ കണ്ടതിൽ ഞാൻ വളരെയധികം സന്തോഷിക്കുന്നു." ആത്മാർഥ സുഹൃത്തുക്കൾ കുറച്ചുകാലം പിരിഞ്ഞതിനുശേഷം കണ്ടുമുട്ടുന്ന രീതിയിലായിരുന്നു അവളുടെ ഹസ്തദാനം.

"ഇതാണ് നിന്റെ പ്രിയ പുത്രൻ അല്ലേ? ഈ മിടുക്കനുവേണ്ടി ഞാനൊരു കേക്കു തയാറാക്കി കൊണ്ടുവന്നിട്ടുണ്ട്." അവൾ കേക്കെടുത്ത് കുഞ്ഞിനു നേരെ നീട്ടി. അവൻ നാണം കുണുങ്ങി നിന്നതേയുള്ളു. റേച്ചലും എലീസയും നിർബന്ധിച്ചപ്പോൾ അവനതു വാങ്ങി.

"നിന്റെ കുഞ്ഞെവിടെ റൂത്ത്? അവനെ കൊണ്ടുവന്നില്ലേ?" റേച്ചൽ ചോദിച്ചു.

"പിന്നെ. അവനും എന്റെ കൂടെ വന്നിട്ടുണ്ട്. ഇവിടെ എത്തിയപ്പോഴെയ്ക്കും നിങ്ങളുടെ മേരി അവനേയും കൊണ്ട് കുട്ടികളെ കാണിക്കുന്നതിനു വേണ്ടി ധാന്യപ്പുരയിലേക്ക് ഓടി."

പറഞ്ഞു നിൽക്കുന്നതിനിടയിൽ വാതിൽ തുറന്ന്, അമ്മയുടേതുപോലെ റോസ് നിറത്തിലുള്ള കവിളുകളും ചെമ്പിച്ച കണ്ണുകളുമുള്ള കുഞ്ഞുമായി മേരി അകത്തേക്കു കയറി.

"ആഹാ, ഇവൻ മിടുക്കനായിരിക്കുന്നുവല്ലോ. നന്നായി വളർന്നിട്ടും ഉണ്ട്." കുഞ്ഞിനെ എടുത്ത് ഉമ്മ വച്ചുകൊണ്ട് റേച്ചൽ പറഞ്ഞു.

റൂത്ത് യാത്ര പറഞ്ഞ് പോകാൻ നിൽക്കുമ്പോൾ സിവിയൻ ഹാലിഡെ എത്തി; നല്ല ഉയരമുള്ള കരുത്തനായ പുരുഷനാണ് അദ്ദേഹം.

"നിനക്ക് സുഖം തന്നെയല്ലേ റൂത്ത്?" സ്നേഹപൂർവം ഹസ്തദാനം ചെയ്തുകൊണ്ട് അദ്ദേഹം കുശലം പറഞ്ഞു. "ജോൺ എങ്ങനെയിരിക്കുന്നു. സുഖം തന്നെയല്ലേ?"

"പിന്നെ, ജോണിനു മാത്രമല്ല, എല്ലാവർക്കും സുഖമാണ്." റൂത്ത് പുഞ്ചിരി തൂകിക്കൊണ്ട് മറുപടി പറഞ്ഞു.

"എന്തെങ്കിലും വിവരം കിട്ടിയോ?" ബിസ്കറ്റ് ഓവനിൽ വച്ചുകൊണ്ട് റേച്ചൽ ഭർത്താവിനോടു പറഞ്ഞു.

"പീറ്റർ സ്റ്റെബ്ബിൻസ് എന്നോടു പറഞ്ഞത്, ഇന്നുരാത്രി കൂട്ടുകാരോടൊപ്പം എത്തിച്ചേരും എന്നാണ്." വാഷ് ബേസിന്റെ അടുത്തുചെന്ന് കൈ കഴുകിക്കൊണ്ട് സിവിയൻ പറഞ്ഞു.

അതേയോ" റേച്ചൽ ചിന്താമഗ്നനായി എലീസയുടെ നേരെ ദൃഷ്ടി പായിച്ചു.

"അവന്റെ പേര് ഹാരിസ് എന്നാണെന്നല്ലേ നീ പറഞ്ഞത്?" അദ്ദേഹം എലീസയോടു ചോദിച്ചു.

റേച്ചൽ പെട്ടെന്ന് മുഖം തിരിച്ച് ഭർത്താവിനുനേരെ നോക്കി.

"അതെ"എലീസ വിറച്ചുകൊണ്ട് മറുപടി പറഞ്ഞു. തന്നെ കാണാനില്ലെന്നു പറഞ്ഞുകൊണ്ടുള്ള പരസ്യം വന്നിട്ടുണ്ടാകും എന്നവൾ ഭയന്നു.

"ഈ കുട്ടിയുടെ ഭർത്താവ് താവളത്തിലുണ്ട്. ഇന്നു രാത്രി ഇവിടെ എത്തും" സിവിയൻ ഭാര്യയോടു പറഞ്ഞു.

"നിങ്ങൾ പറയുന്നത് സത്യമാണോ?" റേച്ചലിന്റെ മുഖം ആഹ്ളാദത്താൽ പ്രകാശിച്ചു.

"അതെ. സത്യമാണ്. പീറ്റർ ഇന്നലെ വണ്ടിയുമായി പോയപ്പോൾ ഒരു വൃദ്ധയേയും കൂടെ രണ്ട് ആണുങ്ങളേയും കണ്ടു. അതിൽ ഒരാളുടെ പേര് ജോർജ് ഹാരിസ് എന്നാണ്. അവൻ പറഞ്ഞകഥ കേട്ടപ്പോൾ അവനാരാണെന്ന് എനിക്കു മനസിലായി. അവൻ സമർഥനും സുമുഖനുമാണെന്ന് ഒറ്റനോട്ടത്തിൽ തന്നെ ബോധ്യമാകും."

"അവളെ ഈ കാര്യം ഇപ്പോൾ അറിയിക്കേണ്ടതുണ്ടോ?" സിവിയൻ ചോദിച്ചും.

"നമുക്ക് റൂത്തിനോട് വിവരം പറയാം." റേച്ചൽ പറഞ്ഞു.

"റൂത്ത്, ഒന്നിവിടം വരെ വന്നിട്ടുപോകൂ!"

വിളികേട്ട ഉടനെ റൂത്ത് തയ്യൽ ജോലി നിർത്തിവച്ച് അവരുടെ അടുത്തേക്ക് ചെന്നു.

"നോക്കൂ! റൂത്ത് എലീസയുടെ ഭർത്താവ് താവളത്തിൽ എത്തിയിട്ടുണ്ടെന്ന്. ഇന്നു രാത്രി ഇവിടെ എത്തുമെന്ന്." ഈ വാക്കുകൾ അവളെ വളരെയധികം സന്തോഷിപ്പിച്ചു. ആഹ്ളാദം അടക്കാനാവാതെ അവൾ തുള്ളിച്ചാടി.

"നീ ഒന്ന് അടങ്ങി നിൽക്ക്! റൂത്ത് അവളോട് ഇപ്പോൾ ഈ കാര്യം പറയണോ?"

"പിന്നെ...തീർച്ചയായും പറയണം. ഈ നിമിഷം തന്നെ പറയണം. എന്റെ ജോണിനാണ് ഈ അവസ്ഥ സംഭവിച്ചതെങ്കിലോ! എന്റെ അവസ്ഥ എന്തായിരിക്കും? ദൈവമേ, എനിക്കത് ഓർക്കാനേ സാധിക്കുന്നില്ല. നമുക്ക് ഈ കാര്യം ഇപ്പോൾ തന്നെ അവളോടു പറയാം. വരൂ! നിങ്ങൾ തന്നെ ഈ കാര്യം അവളോടു പറയൂ!" അവൾ റേച്ചലിന്റെ കൈപിടിച്ചു വലിച്ചു.

"അവളെ നിങ്ങളുടെ മുറിയിലേക്ക് കൊണ്ടു പോകൂ! അപ്പോഴെയ്ക്കും ഞാൻ കോഴിയിറച്ചി പൊരിച്ചു വയ്ക്കാം."

എലീസ തുന്നിക്കൊണ്ടിരുന്ന മുറിയിലേക്ക് റേച്ചൽ കടന്നു ചെന്നു. അതിനടുത്ത ചെറിയൊരു കിടപ്പുമുറിയുടെ വാതിൽ തുറന്ന് അവൾ മെല്ലെ ഏലീസയോടു പറഞ്ഞു.

"നീയൊന്ന് എന്റെ കൂടെ വരൂ! എന്റെ കുട്ടീ, നിന്നോടെനിക്കൊരു പ്രധാന കാര്യം പറയാനുണ്ട്."

എലീസയുടെ മുഖത്തേക്ക് രക്തം ഇരച്ചുകയറി. അവൾ വല്ലാതെ ഭയപ്പെട്ടു പോയിരുന്നു. വിറച്ചുകൊണ്ട് ഹാരിയുടെ മുഖത്തേക്കു നോക്കി ഉൽക്കണ്ഠയോടുകൂടി എഴുന്നേറ്റു.

"ഇല്ല. ഇല്ല." റൂത്ത് ഓടിവന്ന് അവളുടെ കരംഗ്രഹിച്ചുകൊണ്ട് സാന്ത്വനപ്പെടുത്തി.

"നീ ഒന്നുകൊണ്ടും ഭയപ്പെടേണ്ട, തീർച്ചയായും ഇത് ഒരു നല്ല വാർത്തയാണ്. എലീസാ, നീ അകത്തേക്കു പൊക്കോളൂ." ഇതും പറഞ്ഞുകൊണ്ട് അവൾ എലീസയെ മെല്ലേ അകത്തേക്ക് തള്ളി. വാതിലടച്ചശേഷം കൊച്ചു ഹാരിയെ കൈയിലെടുത്ത് ഉമ്മ വച്ചു.

"മോനെ, നിനക്ക് നിന്റെ അച്ഛനെ ഉടനെ തന്നെ കാണാനൊക്കും. നിനക്ക് ഒരുകാര്യം അറിയുമോ, നിന്റെ അച്ഛൻ ഉടനെ ഇവിടെ എത്തും. നിന്നെയും അമ്മയേയും കാണാൻ." അവൾ ഈ വാക്കുകൾ ആവർത്തിക്കുന്നതുകേട്ട് കുട്ടി അതിശയത്തോടെ നോക്കിക്കൊണ്ടിരുന്നു. അവന് കാര്യങ്ങൾ വ്യക്തമായതുമില്ല.

റേച്ചൽ എലീസയെ തന്നോടു ചേർത്തുപിടിച്ചു. നെറുകയിൽ ചുംബിച്ചശേഷം പറഞ്ഞു: "എന്റെ മകളെ ദൈവം നിന്നോടു കരുണ കാണിച്ചിരിക്കുന്നു. നിന്റെ ഭർത്താവ് രക്ഷപ്പെട്ടിട്ടുണ്ട്."

എലീസയ്ക്ക് ഇതു വിശ്വസിക്കുവാൻ സാധിച്ചില്ല. അവളുടെ കവിളുകളിലേക്ക് രക്തം ഇരച്ചു കയറി. ആശ്വാസം സന്തോഷം എന്നിവയുടെ ആധിക്യം അവളെ തളർത്തി. അവൾ നിലത്തിരുന്നു.

"നീ ധൈര്യമായിരിക്കൂ! യാതൊന്നും ഭയപ്പെടാനില്ല." റേച്ചൽ അവളുടെ ശിരസിൽ കൈവച്ചു.

"അവൻ അവന്റെ നല്ലവരായ സുഹൃത്തുക്കളോടൊപ്പം സുഖമായിരിക്കുന്നു. അവന്റെ സുഹൃത്തുക്കൾ അവനെ സുരക്ഷിതനായി ഇന്നു രാത്രി ഇവിടെ എത്തിക്കും."

"ഇന്നു രാത്രി! ഇന്നു രാത്രിയോ?" അവൾ അവിശ്വസനീമായതെന്തൊ കേട്ടതുപോലെ ചോദ്യം ആവർത്തിച്ചുകൊണ്ടിരുന്നു. അർഥം മനസിലാവാത്ത മട്ടിൽ അവളാകെ ആശയക്കുഴപ്പത്തിലായി. താൻ സ്വപ്നം കാണുകയാണോ? ഒരുനിമിഷം മൂടൽമഞ്ഞിലകപ്പെട്ടതുപോലെ കൺമുന്നിലെ കാഴ്ചകൾ എല്ലാം അപ്രത്യക്ഷമായി.

കണ്ണു തുറക്കുമ്പോൾ, താൻ കിടക്കയിൽ കിടക്കുന്നതായാണ് കണ്ടത് തന്നെ ആരോ പുതപ്പിച്ചിട്ടുണ്ട്. റൂത്ത് അടുത്തിരുന്ന് കൈകൾ തിരുമ്മി ചൂടുപിടിപ്പിച്ചു കൊണ്ടിരിക്കുന്നു.

കണ്ണുതുറന്നപ്പോൾ ശരീരത്തിന്റെ ഭാരം കുറഞ്ഞതായി അനുഭവപ്പെട്ടു. ഒരു സ്വപ്നാടകയെ പോലെ അവൾ ചുറ്റും നോക്കി. ഞരമ്പുകളിലെ സമ്മർദം കുറഞ്ഞുവന്നു. വീടുവിട്ട് ഇറങ്ങാൻ തീരുമാനിച്ച ഉടനെ അവളെ അലട്ടിക്കൊണ്ടിരുന്ന ഒരു കാര്യമായിരുന്നു അത്. എന്നാൽ

ഭർത്താവ് സുരക്ഷിതനായിരിക്കുന്നു. അദ്ദേഹം ഉടനെ തന്റെ അടുത്ത് എത്തിച്ചേരും എന്ന വാർത്ത അവളിൽ ഒരു സുരക്ഷിതത്വബോധം ജനിപ്പിച്ചു. തന്റെ മനോഹരമായ നീൾമിഴികൾ തുറന്നുകിടന്നുകൊണ്ടുതന്നെ അവൾ മനോരാജ്യത്തിൽ ആണ്ടുപോയി.

നിശ്ശബ്ദയായി കിടന്നുകൊണ്ട് ചുറ്റും നടക്കുന്ന കാര്യങ്ങൾ ശ്രദ്ധാപൂർവം വീക്ഷിച്ച എലീസാ വാതിൽ തുറന്നപ്പോൾ വൃത്തിയായി വിരിച്ചിട്ടിരിക്കുന്ന തീൻ മേശയിലെ വിരി കണ്ടു. ചായക്കോപ്പയുടെ നേർത്ത കിലുക്കം അവളുടെ കാതുകളിൽ എത്തി. കൈയിൽ കേക്ക് കഷണങ്ങൾ നിറച്ച പ്ലേറ്റും മറ്റു പലഹാരങ്ങളുമായി റൂത്ത് അങ്ങോട്ടും ഇങ്ങോട്ടും നടക്കുന്നതും ഒരു കഷണം കേക്കെടുത്ത് ഹാരിയുടെ വായിൽ വച്ചുകൊടുത്ത് അവനെ സ്നേഹപൂർവം തലോടുന്നതും കണ്ടു. മാതൃസ്നേഹം സ്ത്രീരൂപം കൈക്കൊണ്ട റേച്ചൽ തന്റെ കിടക്കയ്ക്കരികിൽ വന്ന്, കിടക്കവിരി വൃത്തിയാക്കി ഉള്ളിലേക്ക് തിരുകി വയ്ക്കുന്നതും അവൾ കണ്ടു. അവരുടെ കരുണാമയമായ നേത്രങ്ങളിൽനിന്നും പ്രകാശം വർഷിച്ചുകൊണ്ടിരുന്നു. റൂത്തിന്റെ ഭർത്താവ് ജോൺ അകത്തേക്കു കയറി വരുന്നതും അവൾ ഓടിച്ചെന്ന് അയാളോട് ഗൗരവത്തിൽ എന്തോ സ്വകാര്യം പറയുന്നതും കണ്ടു. ആവേശപൂർവം സംസാരിച്ചുകൊണ്ടിരുന്ന അവൾ എലീസ കിടക്കുന്ന മുറയിലേക്ക് ചൂണ്ടിക്കാണിക്കുന്നുണ്ടായിരുന്നു. പിന്നീടവൾ കുഞ്ഞിനെ എടുത്ത് മടിയിൽ വച്ച് എല്ലാവരുമൊത്ത് തീൻ മേശയ്ക്കരികിലിരുന്ന് ചായ കുടിക്കുന്നതും കണ്ടു. തൊട്ടടുത്ത് ഒരു കൊച്ചു കസേരയിൽ ഹാരിയേയും ഇരുത്തിയിട്ടുണ്ട്. പതുക്കെ സംസാരിക്കുന്നതിന്റെ മർമ്മരവും സ്പൂണുകളുടെ കിലുക്കവും കപ്പുകളും സോസറുകളും പുറപ്പെടുവിക്കുന്ന കിലുകിലാരവവും എല്ലാം ഒരു സുന്ദരസ്വപ്നത്തിലെന്നപോലെ അവൾ കേട്ടു. ആ കിടപ്പിൽ സാവധാനം അവൾ ഉറക്കത്തിലേക്ക് ആണ്ടുപോയി. കാരണം മൂടൽമഞ്ഞ് കട്ടപിടിച്ച ആ ഭീകര രാത്രിയിൽ കുഞ്ഞിനേയും എടുത്ത് ഇരുട്ടിലേക്ക് ഇറങ്ങിയതിനുശേഷം അവൾ ഉറങ്ങിയിട്ടില്ലായിരുന്നു.

അവളുടെ സ്വപ്നത്തിൽ സുന്ദരമായ ഒരു രാജ്യം തെളിഞ്ഞു വന്നു. പച്ചപിടിച്ച മനോഹരമായ തീരദേശം. ഹരിതാഭമായ ദ്വീപുകൾ, വെട്ടിത്തിളങ്ങുന്ന നീലജലാശയങ്ങൾ. അതിനടുത്ത് വൃത്തിയുള്ള കൊച്ചു വീട്. അവളോടു കരുണാർദ്രമായ സ്വരത്തിൽ സംസാരിക്കുന്ന ഭർത്താവ്. ആരോഗ്യവാനായ കുഞ്ഞ് സ്വാതന്ത്ര്യത്തോടെ അവിടെയെല്ലാം ഓടിക്കളിക്കുന്നു. ഭർത്താവിന്റെ കാലടി സ്വരം അവൾ കേട്ടു. അത് അടുത്തടുത്തു വരുന്നു. അവളെ മൃദുവായി ആലിംഗനം ചെയ്തു. അയാളുടെ കണ്ണുനീർ അവളുടെ മുഖത്ത് പതിച്ചു. അവൾ ഞെട്ടിയുണർന്ന് തിരിഞ്ഞുനോക്കിയപ്പോൾ കണ്ടത് തലയിണയിൽ ശിരസ്സമർത്തി കിടന്നു കരയുന്ന ഭർത്താവിനെയാണ്. കുഞ്ഞ് ശാന്തമായ ഉറക്കത്തിലാണ്. അവിടെ ഒരു മെഴുകുതിരി മങ്ങികത്തുന്നുമുണ്ട്.

അടുത്ത ദിവസം പ്രാഭാത സൂര്യൻ വളരെ സന്തോഷത്തോടെ ഉദി

ച്ചുയർന്നു. സകലരേയും ഉത്സവ പ്രതീതിയിൽ സന്തോഷപൂർവം ചിരിച്ച മുഖത്തോടെ കാണപ്പെട്ടു. അമ്മ വളരെ നേരത്തെ എഴുന്നേറ്റ് പ്രാതൽ തയാറാക്കുന്നതിനുവേണ്ട ഒരുക്കങ്ങളുടെ മേൽനോട്ടം വഹിച്ചു. അവരുടെ ചുറ്റും ഒരുപറ്റം ആൺകുട്ടികളും പെൺകുട്ടികളും കൂടി നിൽക്കുന്നു. സിവിയനും ജോണും മേരിയുമെല്ലാം അവിടെ ഉണ്ട്. വീട് വൃത്തിയാക്കലും സ്വാദിഷ്ടമായ ഭോജനം തയാറാക്കലും.. എല്ലാം വളരെ തിടുക്കത്തിൽ നടക്കുന്നു. ഇത്രമാത്രം സന്തോഷപ്രദമായ ഒരന്തരീക്ഷം ഒരിടത്തും കാണുകയില്ല. അവിടെയുള്ള സകല ചരാചരങ്ങളും ആ ആഹ്ളാത്തിൽ പങ്കുകൊള്ളുന്നുണ്ടെന്ന് തോന്നിപ്പോകും. തീൻമേശയിലെ കത്തികളും മുള്ളുകളും എല്ലാം അത് ആസ്വദിക്കുന്നുവോ എന്നു സംശയിച്ചു പോകും വെള്ളിപ്പാത്രങ്ങളുടെ തിളക്കം കണ്ടാൽ. ബർഗറും കോഴിപൊരിച്ചതും എല്ലാം പ്ലേറ്റിലിരുന്ന് ചിരിക്കുന്നു. സ്വാദിഷ്ടമായി പാകം ചെയ്തതിൽ അവയെല്ലാം സന്തോഷിക്കുന്നതുപോലെ. ജോർജും എലീസയും കൊച്ചു ഹാരിയും ഉറങ്ങിയെഴുന്നേറ്റ് പുറത്തെത്തിയപ്പോൾ ഹൃദ്യമായ സ്വീകരണം അവർക്കു ലഭിച്ചു. സ്വപ്ന തുല്യമായ ആ സ്വീകരണത്തിൽ അവർ ആഹ്ളാദിച്ചു.

ജോർജ് ഹാരിസിനും എലീസക്കും ഹാരിക്കും ഒപ്പം പ്രാതൽ കഴിക്കുവാൻ ഹാലിഡെ കുടുംബം മുഴുവനും ഉണ്ടായിരുന്നു. മേരി കേക്കുകൾ ചുട്ടുകൊണ്ടേ ഇരുന്നു. റേച്ചൽ വളരെ ഉല്ലാസവതിയായി തീൻമേശയുടെ മേൽനോട്ടം ഏറ്റെടുത്തു. ഓരോരുത്തരേയും നിർബന്ധിച്ച് ആഹാരം കഴിപ്പിക്കുമ്പോഴും കാപ്പി പകർന്നുകൊടുക്കുമ്പോഴും അവരിൽ മാതൃത്വം നിറഞ്ഞു തുളുമ്പി.

ജോർജ് വെള്ളക്കാരോടൊപ്പം ഇരുന്ന് ഭക്ഷണം കഴിക്കുന്നത് അന്നാദ്യമാണ്. തീൻമേശയിലിരിക്കുമ്പോൾ അയാൾക്ക് വല്ലാത്ത ഒരു ജാള്യതയും അമ്പരപ്പുമാണ് ആദ്യമായി തോന്നിയത്. എന്നാൽ താൻ ഇതുവരെ കണ്ടതിൽനിന്നും തികച്ചും വ്യത്യസ്തരായ അവർ മുമ്പുണ്ടായിരുന്ന ധാരണകൾ എല്ലാം തിരുത്തിക്കുറിച്ചു. അവരുടെ കാരുണ്യമാകുന്ന പ്രഭാതരശ്മികൾ മൂടൽമഞ്ഞിനെ ഉരുക്കിക്കളയുന്നതുപോലെ അയാളുടെ മനസിലെ ജാള്യത ഇല്ലാതാക്കി.

വാസ്തവത്തിൽ കുടുംബം എന്ന വാക്കിന്റെ യഥാർഥമായ അർഥം ജോർജിന് അജ്ഞാതമായിരുന്നു. ഇതാണ് യഥാർഥ കുടുംബം എന്ന തോന്നൽ ഹാലിഡെ കുടുംബവുമൊത്ത് കഴിഞ്ഞപ്പോഴാണ് അയാൾക്ക് അനുഭവപ്പെട്ടത്. 'സകലതും ദൈവത്തിൽ അർപ്പിച്ച് മുന്നോട്ടുപോകുക' എന്ന ആശയം അയാളുടെ ഹൃദയത്തിൽ പ്രവേശിച്ചു. അതുവരെ അയാളുടെ മനസിനെ മഥിച്ചിരുന്ന നിരാശയും നിരീശ്വരബോധവും നിസ്സഹായാവസ്ഥയും എല്ലാം മനസിൽനിന്നും മാഞ്ഞുപോയി. ഹാലിഡെ കുടുംബമാണ് യഥാർഥ വേദപുസ്തകമെന്ന് അയാൾക്കു തോന്നി.

റൊട്ടിയിൽ വെണ്ണ പുരട്ടിക്കൊണ്ടിരുന്ന സിവിയന്റെ മകൻ അച്ഛനോട് ഒരു സംശയം ചോദിച്ചു.

"അച്ഛാ, അവർ ഇവരെ കണ്ടുപിടിക്കുവാൻ ശ്രമിക്കുമോ?"

"കണ്ടുപിടിച്ചാൽ തന്നെ എന്താ? ഞാൻ പിഴയടയ്ക്കും." അദ്ദേഹം ശാന്തനായി മറുപടി പറഞ്ഞു.

"എന്നാൽ അവർ നിങ്ങളെ പിടിച്ചു കൊണ്ടുപോയി തടവിലിട്ടാലോ?"

"എന്താ, നിനക്കും അമ്മയ്ക്കും എസ്റ്റേറ്റും കൃഷിയും എല്ലാം നോക്കി നടത്തുവാൻ സാധിക്കുകയില്ലേ?" സിവിയൻ പുഞ്ചിരിയോടെ ചോദിച്ചു.

"എനിക്ക് പറ്റുമോ എന്നറിയില്ല; അമ്മയ്ക്കു സാധിക്കുമായിരിക്കും." കുട്ടി മറുപടി പറഞ്ഞു.

"എന്നാൽ ഇത്തരത്തിലൊരു നിയമം എല്ലാവരേയും ലജ്ജിപ്പിക്കുന്നതല്ലേ?" അവൻ സംസാരം നിർത്താൻ ഭാവമില്ലായിരുന്നു.

"നിന്റെ രാജ്യത്തെ നിയമത്തെ കുറിച്ച് ഇത്തരത്തിൽ ആക്ഷേപാർഹമായി ഒന്നും പറയരുത്." പിതാവ് ഗൗരവത്തിൽ മറുപടി പറഞ്ഞു.

"ദൈവം നമുക്കായി നൽകിയതെല്ലാം നീതി നിർവഹണത്തിനും നന്മയുടെ വിജയത്തിനും വേണ്ടി ഉപയോഗിക്കുക. കരുണ കാണിക്കുക. ഭരണാധികാരികൾ അതിനു നമ്മെ ശിക്ഷിച്ചാൽ സന്തോഷപൂർവം ആ ശിക്ഷ ഏറ്റുവാങ്ങുക. അതിനെ വിമർശിക്കുകയോ അതിനെതിരെ പ്രതികരിക്കുകയോ ചെയ്യരുത്."

"അടിമകളെ വിൽക്കുകയും വാങ്ങുകയും ചെയ്യുന്നവരെ ഞാൻ വെറുക്കുന്നു." ഏതൊരു പരിഷ്കൃതനായ യുവാവിനേയും പോലെ അത് ക്രിസ്തുവിന്റെ മാർഗത്തിന് എതിരാണെന്ന് അവൻ കരുതി.

"എനിക്ക് അത്ഭുതം തോന്നുന്നു മോനെ." സിവിയൻ മറുപടി നൽകി.

"നിന്റെ അമ്മ നിന്നെ പഠിപ്പിച്ച കാര്യങ്ങൾ എല്ലാം നീ പഠിച്ചില്ലേ?"

"അടിമകളോടു കാണിക്കുന്ന കാരുണ്യം ഞാൻ അവരെ കച്ചവടച്ചരക്കാക്കുന്നവരോടും കാണിക്കും. അവർ എന്റെ വാതിൽക്കൽ സഹായഹസ്തവുമായി എത്തുകയാണെങ്കിൽ."

മകന്റെ മുഖം ചുവന്നു തുടുക്കുന്നതുകണ്ട് അമ്മ ചിരിച്ചു.

"മോനെ, നീ ഒരു നല്ല കുട്ടിയാണ്. വലുതായിക്കഴിഞ്ഞാൽ അച്ഛനെപ്പോലെ ശ്രേഷ്ഠനായ പുരുഷനാകും."

"ഞാൻ കണ്ടിട്ടുള്ളതിൽ വച്ച് ഏറ്റവും മഹാനായ പുരുഷനാണ് അങ്ങ്. ഞങ്ങൾ കാരണം അങ്ങേക്ക് കൂടുതൽ പ്രശ്നങ്ങൾ അഭിമുഖീകരിക്കേണ്ടിവരുമോ എന്നതാണ് എന്നെ കൂടുതൽ ഭയപ്പെടുത്തുന്നത്."

ജോർജ് ആകാംക്ഷയോടെ ചോദിച്ചു.

"അതിനെ കുറിച്ചൊന്നും ഓർത്ത് നിങ്ങൾ ഭയപ്പെടേണ്ടതില്ല. നമ്മെ ഈ ലോകത്തേക്ക് അയച്ചിട്ടുള്ളത് ഇത്തരം സൽക്കർമങ്ങൾ ചെയ്യുന്നതിനുവേണ്ടിയല്ലേ? നല്ലൊരു കാര്യത്തിനുവേണ്ടി പ്രശ്നങ്ങൾ അഭിമുഖീകരിച്ചില്ലെങ്കിൽ മനുഷ്യർ എന്ന പേരിന് നാം അർഹരാണോ?"

"എന്നാലും ഞങ്ങൾക്കുവേണ്ടി" ജോർജ് വിഷമത്തോടെ പറഞ്ഞു.

"അതാലോചിക്കുമ്പോഴാണ് എനിക്കു വിഷമം. എന്നെ സംബന്ധിച്ചിടത്തോളം അത് താങ്ങാവുന്നതിലും അധികമാണ്."

"എന്റെ സുഹൃത്തേ, നിങ്ങൾ അതേ കുറിച്ചൊന്നും ആലോചിച്ച് ഭയപ്പെടേണ്ടതില്ല. ഞാനീ ചെയ്യുന്നതൊന്നും നിങ്ങൾക്കുവേണ്ടിയല്ല; ദൈവത്തിനും മനുഷ്യനും വേണ്ടിയാണ്." സിവിയൻ ആശ്വസിപ്പിച്ചു.

"ഇന്നത്തെ ദിവസം നീ സ്വസ്ഥനായി കിടന്ന് വിശ്രമിക്കൂ. രാത്രി പത്തുമണിക്ക് ഫിനീസ് ഫ്ളെച്ചർ അടുത്ത താവളത്തിലേക്ക് നിങ്ങളെ കൊണ്ടുപോകും. നിങ്ങളെയും മറ്റു ചിലരേയും. അവർ വാശിയോടെ തന്നെ നിങ്ങളെ പിന്തുടരുന്നുണ്ടെന്നാണ് അറിയാൻ കഴിഞ്ഞത്. നമ്മൾ ഒട്ടും വൈകിക്കാൻ പാടില്ല."

"അങ്ങനെയാണെങ്കിൽ എന്തിന് രാത്രിയാകുന്നതുവരെ കാക്കണം? ഇപ്പോൾ തന്നെ പോകുന്നതല്ലേ നല്ലത്?" ജോർജ് ചോദിച്ചു.

"അതിന്റെ ആവശ്യമില്ല. നിങ്ങൾ പകലിവിടെ സുരക്ഷിതരാണ്. ഈ താവളത്തിൽ എല്ലാവരും സുഹൃത്തുക്കളാണ്. എല്ലാവരും അപരിചിതരെ എല്ലാം വളരെ സൂക്ഷ്മമായി നിരീക്ഷിച്ചുകൊണ്ടിരിക്കുന്നു. തന്നെയുമല്ല രാത്രി യാത്ര ചെയ്യുന്നതാണ് ഏറ്റവും കൂടുതൽ സുരക്ഷിതം."

9

അടിച്ചമർത്തപ്പെട്ടവരുടെ കണ്ണുനീരും നിസ്സഹായരുടെ നെടുവീർപ്പുകളും അജ്ഞരായ സാധുക്കളുടെ ഹൃദയത്തിൽനിന്നുയരുന്ന വേദന നിറഞ്ഞ പ്രാർഥനകളും പേറിക്കൊണ്ട് മിസിസിപ്പിനദി ഒഴുകുകയാണ്. കടൽപോലെ പരന്നുകിടക്കുന്ന ആ നദി ഒരു രാജ്യത്തിന്റെ സമ്പത്തും വ്യവസായവും എല്ലാം സ്വന്തം മാറിലേക്കാവാഹിച്ച് സമുദ്രത്തിലേക്കൊഴുക്കുകയാണ്.

മിസിസിപ്പി നദിയുടെ സ്വപ്നസമാനമായ ഓളപ്പരപ്പിൽ അസ്തമയ സൂര്യന്റെ പൊൻകിരണങ്ങൾ വെട്ടിത്തിളങ്ങുന്നു. കുലുങ്ങുന്ന കരിമ്പിൻ തണ്ടുകളും ഉയരത്തിലുള്ള ഇരുണ്ട സൈപ്രസ് മരങ്ങളും കടന്നുകൊണ്ട് കൊച്ചുകപ്പൽ നീങ്ങുമ്പോൾ സാന്ധ്യശോഭ ജ്വലിച്ചുനിന്നു.

പലയിടങ്ങളിലെ തോട്ടങ്ങളിൽനിന്നും കൊണ്ടുവന്ന പരുത്തിച്ചാക്കുകളും ഇതര സാധനങ്ങളും ഡെക്കിൽ അട്ടിയിട്ടുവച്ചിരിക്കുന്നു. ആളുകൾ ധൃതിയിൽ അങ്ങോട്ടും ഇങ്ങോട്ടും നടക്കുന്ന ആ ഡെക്കിൽ പരുത്തിച്ചാക്കുകൾക്കിടയിലെ ഒരു ഒഴിഞ്ഞമൂലയിൽ പാവം ടോം ആലോചനാമഗ്നനായി ഇരിക്കുന്നു.

തന്റെ ഏറ്റവും നിഷ്കളങ്കവും സത്യസന്ധവുമായ പെരുമാറ്റത്താലും ഷെൽബിയും കുടുംബവും നൽകിയ ശക്തമായ ഉറപ്പിന്റെയും ശുപാർശയുടെയും പേരിലും ഹാലിയെപ്പോലെ നീചനും സംശയദൃക്കുമായ ഒരു ദുഷ്ടന്റെ വിശ്വാസം പിടിച്ചുപറ്റാൻ ടോമിന് വളരെ എളുപ്പത്തിൽ സാധിച്ചു.

യാത്രയുടെ ആരംഭത്തിൽ, പകൽ മുഴുവൻ ഹാലി ടോമിനെ നിരീക്ഷിച്ചുകൊണ്ടിരുന്നു. രാത്രി കാലുകൾ ചങ്ങലയിൽ ബന്ധിക്കാതെ ഉറങ്ങാൻ അനുവദിച്ചിരുന്നും ഇല്ല.

എന്നാൽ പരാതിയും പരിഭവവും ഇല്ലാത്ത സംതൃപ്തമായ പെരുമാറ്റവും ക്ഷമാശീലവും അയാളെ നിയന്ത്രണങ്ങളിൽനിന്നും മുക്തനാക്കാൻ ഹാലിയെ പ്രേരിപ്പിച്ചു. കപ്പലിനുള്ളിൽ എവിടേയും എപ്പോഴും കറങ്ങിനടക്കാനുള്ള സ്വാതന്ത്ര്യം ലഭിച്ചതോടെ താഴെയുള്ള കപ്പൽ ജീവനക്കാരെ ആവശ്യ സമയത്തുചെന്നു സഹായിക്കുന്നതിന് അയാൾക്കു സമയം ലഭിച്ചു. ഇത് ജോലിക്കാരുടെ മാത്രമല്ല, യാത്രക്കാരുടേയും എന്തിന് ഹാലിയുടെ തന്നെയും സ്നേഹവിശ്വാസങ്ങൾ നേടിയെടുക്കുവാൻ സഹായിച്ചു. കെന്റക്കിയിൽ താൻ ചെയ്തിരുന്നതുപോലെ സന്മനസോടുകൂടി മണിക്കൂറുകളോളം ജോലിക്കാരെ സഹായിക്കുന്നതിൽ അയാൾ വ്യാപൃതനായി.

ഒന്നും ചെയ്യാനില്ലാതെ വെറുതെ ഇരിക്കാൻ ഇടവരുന്ന സമയത്ത് അയാൾ ചിന്തകളെ മേയാൻവിട്ട് അലസനായി ഇരിക്കാൻ തയാറായിരുന്നില്ല. ആ സമയത്ത് ഡെക്കിൽ കൂട്ടിയിട്ടിരിക്കുന്ന പരുത്തിനൂൽ ചാക്കുകളുടെ കൂമ്പാരത്തിനുമുകളിൽ കയറിയിരുന്ന് *ബൈബിൾ* പാരായണത്തിൽ മുഴുകുകയാണ് പതിവ്. അല്ലാത്ത സമയത്ത് നയചാതുരിയോടെ ഓരോ യാത്രക്കാരുടെ പ്രകൃതവും സൂക്ഷ്മമായി നിരീക്ഷിച്ചുകൊണ്ടിരിക്കും.

ന്യൂ ഓർലാൻസിന്നപ്പുറം നൂറുനാഴികയിൽ കൂടുതൽ ദൂരം ചുറ്റുപാടുമുള്ള ഭൂമിയേക്കാൾ ഉയരത്തിലാണ് നദി ഒഴുകുന്നത്. കപ്പലിലിരുന്നാൽ കരയിലെ ബഹുദൂരം ദൃശ്യമാകും, നീണ്ടു പരന്ന് വിസ്തൃതമായി കിടക്കുന്ന കൃഷിയിടങ്ങളുടെ കാഴ്ച ടോമിനെ സന്തോഷിപ്പിച്ചു.

എന്നാൽ ദൂരെയുള്ള വയലുകളിൽ പണിയെടുക്കുന്ന അടിമകളെയും അവർ കൂട്ടംകൂടി താമസിക്കുന്ന കൊച്ചുകൊച്ചു കുടിലുകൾ തിങ്ങിനിറഞ്ഞ കോളനികളും ദൂരെ മാറിയുള്ള പ്രൗഢഗംഭീരമായ കൊട്ടാരങ്ങളും എല്ലാം ടോമിന്റെ മനസിൽ ഗൃഹാതുരത്വം നിറച്ചു. ആ സാധുമനുഷ്യന്റെ നിർമലമായ മനസ്സ് കെന്റക്കി ഫാമിലേക്കും അതിനുള്ളിലെ ബീച്ചുമരത്തണലിലേക്കും ചേക്കേറി. തന്റെ പ്രിയപ്പെട്ട യജമാനൻ ഷെൽബിയുടെ ബംഗ്ലാവിലെ വീതിയും വിസ്താരവുമുള്ള തണുത്ത മുറികളും അടുത്തുള്ള, ജോലിക്കാരുടെ കുടിലുകളും അവന്റെ സ്മൃതിപഥത്തിൽ എത്തി. തന്നോടൊപ്പം ബാല്യംമുതലേ കളിച്ചുവളർന്ന സുഹൃത്തുക്കളെ അയാൾ ഓർത്തു. എത്ര വലിയ തിരക്കുണ്ടെങ്കിലും തന്റെ ഭക്ഷണകാര്യത്തിൽ അതീവ ശ്രദ്ധ പുലർത്തിയിരുന്ന ഭാര്യ, തനിക്കൊഴിവുള്ള സമയങ്ങളിലെല്ലാം തന്നോടൊത്ത് തുള്ളിച്ചാടി കളിക്കുന്ന കുട്ടികൾ, മടിയിൽ കയറിയിരുന്ന് വികൃതികാണിക്കുന്ന ഏറ്റവും ചെറിയ കുഞ്ഞ്. എല്ലാം ഓർമയിൽ തെളിഞ്ഞപ്പോൾ അയാളുടെ ഹൃദയം വേദനകൊണ്ട് നുറുങ്ങി. ആ കാഴ്ച വളരെ പെട്ടെന്നുതന്നെ മനസിൽ നിന്നും

അകന്നുപോയി. ഇപ്പോൾ കരിമ്പിൻചെടികളും സൈപ്രസ്സ് മരങ്ങളും മാത്രമാണ് കണ്ണുകളിൽ നിറയുന്നത്. കാതിലാകട്ടെ, എഞ്ചിന്റെ ഞരക്കവും. ജീവിതത്തിൽ സന്തോഷപ്രദമായ ആ കാലഘട്ടം എന്നെന്നേക്കുമായിത്തന്നെ വിട്ടുപോയെന്ന് സർവരും പറയുന്നു. ഭാര്യക്ക് കത്ത് എഴുതാനും കുട്ടികളുടെ വിവരമറിയുവാനും അയാൾ ആഗ്രഹിച്ചു. എന്നാൽ ടോമിന് എഴുതാൻ കഴിഞ്ഞില്ല. നീളമേറിയ വാക്ക് എഴുതാൻ അയാൾ പഠിച്ചിരുന്നില്ല. അല്ലെങ്കിലും സ്നേഹപൂർണമായ വാക്കുകൾക്കോ അടയാളങ്ങൾക്കോ നികത്താനാവുന്നതായിരുന്നില്ല വിധി അയാളുടെ മനസിൽ ഉണ്ടാക്കിയ വിടവ്. ഇഷ്ടജനങ്ങളുടെ വിരഹം സൃഷ്ടിക്കുന്ന കഠിനമായ വേദനയിൽനിന്നും ആശ്വാസം കിട്ടാൻ കണ്ടെത്തിയ മാർഗം *ബൈബിളാ*യിരുന്നു.

ഓരോവാക്കിലും വിരൽ വച്ച് ടോം മെല്ലെ *ബൈബിൾ* വായിച്ചുകൊണ്ടിരുന്നു. ജീവിതത്തിൽ വളരെ വൈകിയ വേളയിലാണ് ടോം എഴുത്തും വായനയും പഠിച്ചത്. സാവധാനത്തിലാണെങ്കിലും ടോം വിരൽ വച്ച് ഓരോ ഖണ്ഡികയും വായിച്ചു തീർക്കും. ഏതു രീതിയിൽ വായിച്ചാലും ഒരു പ്രശ്നവും ഇല്ലാത്തതാണ് അവൻ നിരന്തരം വായിച്ചുകൊണ്ടിരുന്ന വേദപുസ്തകം. തങ്കക്കട്ടിപ്പോലെ അളന്നും തൂക്കിയും വായിക്കേണ്ട വിലപ്പെട്ട വാക്കുകൾ.

തന്റെ കൊച്ചെജമാനൻ മാസ്റ്റർ ജോർജാണ് അവന് *ബൈബിൾ* വായിച്ചുകൊടുക്കാറുണ്ടായിരുന്നത്. ആ വേളയിൽ പ്രധാനപ്പെട്ട വാക്കുകളും വചനങ്ങളും പേനകൊണ്ട് അടയാളപ്പെടുത്തി വയ്ക്കും. തന്റെ ഹൃദയത്തെ സ്പർശിച്ചിട്ടുള്ള ഭാഗങ്ങൾ അങ്ങനെ കൃത്യമായി മനസിലാക്കാൻ ആവും. ആ *ബൈബിളിൽ* മുഴുവൻ ഓരോതരം മഷികൊണ്ടുള്ള അടയാളപ്പെടുത്തലുകളാണ്. അതുകൊണ്ടുതന്നെ തനിക്കു പ്രിയപ്പെട്ട ഭാഗങ്ങൾ അക്ഷരം തിരഞ്ഞുപിടിക്കാൻ ബുദ്ധിമുട്ടില്ലാതെ വായിക്കാൻ ടോമിന് കഴിയും. അതവന്റെ മനസിനെ ഭൂതകാലത്തിലേക്ക് നയിക്കും. ആ ഓർമ അവനെ കഠിനമായ വേദനയിലേക്കു നയിക്കുമ്പോൾ തന്നെ, ഒരു കൈത്താങ്ങായി ആ *ബൈബിൾ* കൂടെ നിൽക്കും. ഭൂതകാലത്തെ സന്തോഷത്തിന്റെയും ഇപ്പോഴത്തെ ദുഃഖത്തിന്റെയും ഭാവികാലത്തെ അനിശ്ചിതത്വത്തിന്റെയും പ്രതീകമാണ് ആ *ബൈബിൾ*!

കപ്പൽ ഒരു ചെറിയ തുറമുഖത്ത് അടുത്തപ്പോൾ ന്യൂ ഓർലീൻസിലെ സമ്പന്നകുടുംബാംഗമായ ഒരു യുവാവും അയാളുടെ പുത്രിയും കയറി. സെന്റ് ക്ലെയർ എന്നാണ് ആ മാന്യന്റെ പേര്. അയാളുടെ ആറ് വയസു പ്രായം തോന്നിക്കുന്ന മകൾ ടോമിന്റെ ശ്രദ്ധ വളരെവേഗം പിടിച്ചുപറ്റി. ഉന്നതകുലജാതനും സുമുഖനും ദക്ഷിണ ദേശക്കാരനുമായ ആ യുവാവ് എല്ലാവരോടും സൗഹൃദഭാവത്തിൽ പെരുമാറിയിരുന്നു. ഉത്തര അമേരിക്കക്കാരിയായ ഒരു മാന്യവനിതയുടെ പ്രത്യേക പരിചരണത്തിലായിരുന്നു ആ കുട്ടി. അവളുടെ ബന്ധുവായ ആ സ്ത്രീക്കായിരുന്നു രക്ഷാകർത്തൃത്വം.

ആ പെൺകുട്ടി അതിലൂടെയെല്ലാം ഓടിക്കളിക്കുന്നത് ടോം കാണാറുണ്ട്. നല്ല ചുറുചുറുക്കുള്ള പെൺകുട്ടി. അവൾക്ക് ഒരിടത്തും ഇരിപ്പുറയ്ക്കുകയില്ല. ഗ്രീഷ്മകാലത്തെ മന്ദമാരുതൻപോലെയോ സായാഹ്നസൂര്യന്റെ കിരണംപോലെയോ അവൾ തോന്നിപ്പിച്ചു. സകലയിടത്തും പാറിപ്പറന്ന് എത്തുന്ന ആ പെൺകുട്ടിയെ ഒരിക്കൽ കണ്ടാൽ പിന്നീടൊരിക്കലും മറക്കാൻ ആവില്ല.

അവളിൽ ചേതോഹരമായ, അവിസ്മരണീയമായ ഒരു സാന്നിധ്യം ഉണ്ടായിരുന്നു. കുഞ്ഞുങ്ങളുടെ സൗന്ദര്യത്തിന്റെ മൂർത്തീകരണമായിരുന്നു ആ കൊച്ചുമാലാഖ. അത്ര തടിച്ചുകൊഴുത്തിട്ടൊന്നുമല്ലെങ്കിലും ദൈവികമായ ഒരാകർഷണം അവൾക്കുണ്ടായിരുന്നു. സൗന്ദര്യത്തിന്റെ പരിപൂർണത അവളുടെ മുഖത്ത് ദർശിക്കാനാവും. അംഗലാവണ്യവും വർണനീയം തന്നെ. വയലറ്റും നീലയും കലർന്ന കണ്ണുകൾ കാവ്യാത്മകവും ഗൗരവതരവുമായ ഒരു അനുപമഭാവം പ്രകാശിപ്പിച്ചു. ശിരസിന്റെയും കഴുത്തിന്റെയും ആകൃതി കുലീനമാണ്. നീണ്ട സ്വർണ തവിട്ടുനിറമുള്ള തലമുടി ആകാര സൗഷ്ഠവമാർന്ന കഴുത്തിനു ചുറ്റും ഒഴുകിക്കിടന്നു. അവളുടെ മുഖത്തും രൂപത്തിലും നിഷ്കളങ്കത മിന്നിമറഞ്ഞിരുന്നു. ഈ പ്രത്യേകത മറ്റു കുട്ടികളിൽനിന്നും അവളെ വേർതിരിച്ചു നിർത്തി. കപ്പലിനുള്ളിൽ പാറിക്കളിച്ചുകൊണ്ടിരിക്കുന്ന അവളെ ആരും കണ്ണിമപൂട്ടാതെ നോക്കിനിന്നു പോകും.

റോസ് നിറമുള്ള മുഖത്ത് വിടരാൻ വെമ്പിനിൽക്കുന്ന പുഞ്ചിരിയുമായി അവൾ അങ്ങുമിങ്ങും പാഞ്ഞു. ഒരുനിമിഷംപോലും അനങ്ങാതെ നിൽക്കുന്നത് ആർക്കും കാണാനാവില്ല. മനോഹരമായ ഒരു സ്വപ്നത്തിലെന്നപ്പോലെ ആഹ്ളാദത്തോടെ മൂളിപ്പാട്ടും പാടിക്കൊണ്ടാണ് അവളുടെ നടത്തം. അവളുടെ അച്ഛനും സംരക്ഷകയും സദാപി അവളെ പിന്തുടർന്നു. എന്നാൽ അവർ രണ്ടുപേരും അവളുടെ സ്വാതന്ത്ര്യത്തിന് യാതൊരുവിധത്തിലും ഭംഗവും വരുത്തിയില്ല. അച്ഛൻ ചേർത്തുപിടിക്കുന്ന വേളയിൽ വേനൽക്കാല മേഘംപോലെ അവൾ വഴുതിപ്പോകും. അവളുടെ ശുഭ്രവസ്ത്രത്തിൽ അഴുക്കുപുരളാതിരിക്കുവാൻ ശ്രദ്ധിച്ചുകൊണ്ടാണ് എല്ലായിടത്തും അവൾ സ്വതന്ത്രയായി തത്തിത്തത്തി നടന്നിരുന്നത്. നിഴലുപോലുള്ള അവളുടെ സാന്നിധ്യം കാണുന്നവരുടെ എല്ലാം ഉള്ളിൽ പ്രകാശംപരത്തി. അവളുടെ താമരദളംപോലുള്ള പാദത്തിന്റെ സ്പർശന സുഖം അനുഭവിക്കാത്ത ഒരു മുക്കും മൂലയും ആ ആവിക്കപ്പലിൽ ഉണ്ടായിരുന്നില്ല.

ഫർണസിന്റെ മുന്നിൽനിന്ന് കത്തുന്ന തീയിലേക്ക് കൽക്കരി ഇട്ടുകൊടുക്കുന്ന നീഗ്രോകളുടെ കഠിനാധ്വാനം കണ്ട്, അവരെ ചെറിയ ഭയത്തോടെയും അനുകമ്പയോടെയും ആ കുഞ്ഞ് നോക്കിനിൽക്കുന്നത് ടോം പലപ്പോഴും കണ്ടിട്ടുണ്ട്. അവർ എന്തോ അപകടത്തിൽ പെട്ടിരിക്കുകയാണെന്നാണ് ആ കുഞ്ഞു മനസിലെ വിചാരം. കാഴ്ചകളെല്ലാം വിസ്മയത്തോടെ നോക്കിനിൽക്കുന്ന അവളുടെ സുന്ദരവദനം നാവികന്റെ

ദൃഷ്ടിയിൽപ്പെട്ടു എന്നു മനസിലാകുമ്പോൾ അയാളുടെ പുഞ്ചിരി സ്വീകരിക്കുവാൻ അവൾ നിൽക്കാറില്ല. അപ്പോഴെയ്ക്കും അപ്രത്യക്ഷയായിരിക്കും.

ഒരു പ്രകാശകിരണംപോലെ അവൾ കടന്നുപോകുമ്പോൾ ആയിരം തവണയെങ്കിലും ആ കുഞ്ഞിനെ പരുക്കൻ ശബ്ദത്തിൽ ആളുകൾ ആശീർവദിക്കുന്നതു കേൾക്കാം. അവൾ കടന്നുവരുമ്പോൾ ഗൗരവഭാവത്തിൽ നിൽക്കുന്നവരിൽപോലും സൗമ്യഭാവം കടന്നുവരും. അവൾ അപകടകരമായ ഭാഗത്തുകൂടെ അശ്രദ്ധമായും നിർഭയമായും നടക്കുമ്പോൾ, നാലുപാടും നോക്കാതെ ഓടുമ്പോൾ എല്ലാം അവരുടെ പരുക്കൻ കരങ്ങൾ അറിയാതെ അവളുടെ രക്ഷയ്ക്കായി നീളും; അവരെല്ലാം അവളുടെ മാർഗം സുഗമമാക്കും.

ടോമിന് ആ പെൺകുട്ടി മിക്കവാറും ദിവ്യമായി കാണപ്പെട്ടു. മൃദുലസ്വഭാവക്കാരനും കുട്ടികളേക്കാൾ നിഷ്കളങ്കനും ആയ ടോം എന്നും ആ കുഞ്ഞിന്റെ കളികളും കുസൃതികളും വളരെ താൽപ്പര്യത്തോടെ നോക്കിയിരിക്കും. സ്വർണത്തലമുടിയും കടുംനീലക്കണ്ണുകളുമായി അവൾ ചാക്കുകെട്ടുകൾക്കിടയിൽ പ്രത്യക്ഷപ്പെടുമ്പോൾ പുതിയ നിയമത്തിൽനിന്നും ഇറങ്ങി വന്ന മാലാഖയാണ് അവളെന്ന് അയാൾ വിശ്വസിച്ചു!

ചങ്ങലയിൽ ബന്ധിതരായ ഹാലിയുടെ അടിമക്കൂട്ടത്തിനിടയിലൂടെ പലപ്പോഴും അവൾ ഓടിക്കളിക്കാറുണ്ട്. എന്തുകൊണ്ടാണ് മനുഷ്യരെ ഇത്തരത്തിൽ ചങ്ങലയ്ക്കിട്ടിരിക്കുന്നത് എന്ന് മനസിലാവാത്ത ആ കുരുന്നു പ്രായത്തിൽപോലും അവളെ ആ കാഴ്ച ദുഃഖിപ്പിച്ചു. അവൾ അവർക്കിടയിലൂടെ നുഴഞ്ഞുകയറി ആത്മാർഥതമായ ദുഃഖത്തോടെ അവരെ നോക്കും. പലതവണ തന്റെ മെലിഞ്ഞ കുഞ്ഞിക്കൈകൾകൊണ്ട് ആ ചങ്ങല പൊക്കിനോക്കാൻ ശ്രമിക്കും. പിന്നെ, സങ്കടത്തോടെ നെടുവീർപ്പിട്ട് നടന്നുപോകും. മിക്കവാറും സമയങ്ങളിൽ കൈ നിറയെ ചോക്ലേറ്റും അണ്ടിപ്പരിപ്പും ഓറഞ്ചുമായി പെട്ടന്നവൾ അവർക്കിടയിൽ പ്രത്യക്ഷപ്പെട്ട് അതെല്ലാം ആനന്ദത്തോടെ വിതരണം ചെയ്ത് തിരിച്ചുപോരും.

ടോം ആ പെൺകുട്ടിയുടെ സ്വഭാവം വളരെ സൂക്ഷ്മമായി നിരീക്ഷിച്ചുകൊണ്ടിരുന്നു. അവളുടെ മനസിന്റെ പവിത്രത ശരിക്കും മനസിലായ ശേഷമാണ് അയാൾ ആ കൊച്ചുമാലാഖയുമായി ചങ്ങാത്തം കൂടാൻ ധൈര്യപ്പെട്ടത്. കുഞ്ഞുങ്ങളെ പ്രീണിപ്പിക്കുവാനും അവരുടെ സ്നേഹം നേടിയെടുക്കുവാനും ഒരുപാടു കൊച്ചുകൊച്ചു കാര്യങ്ങൾ അയാൾക്കറിയാമായിരുന്നു. അതേ സൂത്രം ആ കുഞ്ഞുമാലാഖയുടെ നേരെ പ്രയോഗിക്കാൻ ടോം തീരുമാനിച്ചു. അണ്ടിത്തോടും പഞ്ഞിയും പഴങ്ങളുടെ തോലും എല്ലാം ഉപയോഗിച്ച് കൊച്ചുകൊച്ചു കളിക്കോപ്പുകളും വിസിലുകളും എല്ലാം ഉണ്ടാക്കി പോക്കറ്റ് നിറച്ചു. ഷെൽബികുടുംബത്തിലെ കുട്ടികൾക്കുവേണ്ടി അവൻ സ്ഥിരമായി ഉണ്ടാക്കി

ക്കൊണ്ടിരുന്നതാണ് അവയെല്ലാം. ആ കുട്ടികൾ ഇത്തരം കളിക്കോപ്പുകൾക്കു വേണ്ടി വാശിപിടിക്കുക പതിവാണ്.

എന്നാൽ ഈ സുന്ദരിക്കുട്ടി അത്ര എളുപ്പത്തിൽ ഇണങ്ങുന്നവളായിരുന്നില്ല. സാവധാനത്തിലാണ് അവൾ അയാളുടെ അടുത്തു വന്നിരിക്കുവാനും വിശേഷങ്ങൾ പങ്കുവയ്ക്കാനും തുടങ്ങിയത്. അവൾ ടോമിനരികെ കാനറിപക്ഷി പറന്നുവരുന്നതുപോലെ വന്ന് പെട്ടിയുടെ പുറത്തോ ചാക്കുകെട്ടിനു മുകളിലോ ഇരുന്ന് കളിപ്പാട്ടങ്ങൾ സ്വീകരിച്ചു തുടങ്ങി. ക്രമേണ അവർ തമ്മിൽ ആത്മബന്ധം ഉടലെടുത്തു.

"കൊച്ചെജമാനത്തിയുടെ പേരെന്താണ്?" ബന്ധം ദൃഢമായിക്കഴിഞ്ഞു എന്നു ബോധ്യമായപ്പോൾ ടോം ചോദിച്ചു.

"ഇവാഞ്ചെലീൻ സെന്റ് ക്ലെയർ" കുട്ടി പറഞ്ഞു.

"പപ്പയും പിന്നെ വീട്ടിലുള്ള മറ്റെല്ലാവരും എന്നെ 'ഇവാ' എന്നാണ് വിളിക്കാറുള്ളത്. നിങ്ങളുടെ പേരെന്താണ്?"

"ടോം എന്നാണ് എന്റെ പേര്. മുമ്പ് കെന്റക്കിൽ താമസിച്ചിരുന്ന കാലത്ത് അവിടെ കുട്ടികൾ എന്നെ അങ്കിൾ ടോം എന്നു വിളിക്കുമായിരുന്നു."

"ഞാനും ആ കുട്ടികൾ വിളിച്ചിരുന്നതുപോലെ വിളിക്കാനാണ് തീരുമാനിച്ചിരിക്കുന്നത്. കാരണം എന്താണെന്നോ, എനിക്ക് നിങ്ങളെ അത്ര മാത്രം ഇഷ്ടമാണ്." ഇവാ പറഞ്ഞു.

"അങ്കിൾ ടോം എവിടേക്കാണ് പോകുന്നത്?"

"അതെനിക്ക് അറിയുകയില്ലല്ലോ ഇവാ മോളേ...."

"എന്ത് അറിയുകയില്ലെന്നോ?"

"ഇല്ല. എന്നെ വിൽക്കാനായി കൊണ്ടുപോകുകയാണന്നുമാത്രമറിയാം. അത് ആർക്കാണെന്നോ എവിടേക്കാണെന്നോ എനിക്കറിയില്ല."

"നിങ്ങളെ ആർക്കെങ്കിലും വിൽക്കും എന്നു തീർച്ചയാണെങ്കിൽ എന്റെ പപ്പായ്ക്കു നിങ്ങളെ വാങ്ങാൻ കഴിയും." ഇവാ പെട്ടെന്നുതന്നെ പറഞ്ഞു.

"അദ്ദേഹം നിങ്ങളെ വാങ്ങിയാൽ പിന്നെ നമുക്ക് രസമായിട്ട് കൂടാം. നിങ്ങൾക്കും അത് നല്ലതായിരിക്കും. ഇന്നുതന്നെ നിങ്ങളെ വാങ്ങണമെന്ന് ഞാൻ പപ്പയോട് ആവശ്യപ്പെടും."

"വളരെ നന്ദിയുണ്ട് എന്റെ കൊച്ചെജമാനത്തി." ടോം പറഞ്ഞു. ഇവായും അവളുടെ പപ്പയും ആവിക്കപ്പലിന്റെ കൈവരികളിൽ പിടിച്ച്, കപ്പൽ സാവധാനത്തിൽ തുറമുഖത്തേക്കു നീങ്ങുന്നത് നോക്കിനിന്നു. പ്രൊപ്പല്ലർ രണ്ടുമൂന്നു പ്രാവശ്യം കറങ്ങിയപ്പോൾ പെട്ടെന്നുണ്ടായ കുലുക്കം കാരണം ഇവാ കൈവരിയിലെ പിടുത്തംവിട്ട് വെള്ളത്തിലേക്കു വീണു. അവളുടെ പപ്പയ്ക്ക് സമനില തെറ്റി. അദ്ദേഹം വെള്ളത്തിലേക്ക് എടുത്തു ചാടാൻ ശ്രമിച്ചു. എന്നാൽ അടുത്തുണ്ടായിരുന്ന ആളുകൾ അയാളെ തടഞ്ഞു നിർത്തി. ഏറ്റവും കരുത്തനും കഴിവുറ്റവനുമായ ഒരാളുടെ സഹായം അവളുടെ പ്രാണൻ രക്ഷിക്കുവാൻ അവിടെ ഉണ്ടായിരുന്നു.

ഇവാ കാൽ വഴുതി വീഴുമ്പോൾ ടോം തൊട്ടുതാഴെയുള്ള ഡെക്കിൽ നിൽക്കുകയായിരുന്നു. കുട്ടി വെള്ളത്തിന്റെ അഗാധതയിലേക്ക് ആണ്ടു പോകുന്നത് അവൻ അവിടെനിന്നു കണ്ടു. ടോം ഉടനെ തന്നെ വെള്ളത്തിലേക്ക് എടുത്തു ചാടി. എല്ലാംകൊണ്ടും കരുത്തനായ അയാൾക്ക് വെള്ളത്തിൽ ചാടാൻ പ്രയാസമൊന്നും ഉണ്ടായിരുന്നില്ല. ഒന്നുരണ്ടു നിമിഷങ്ങൾക്കുള്ളിൽ ഇവാ വെള്ളത്തിന്റെ ഉപരിതലത്തിലേക്ക് ഉയർന്നു വന്നു. ഉടനെതന്നെ അവൻ കുട്ടിയുടെ കൈയിൽ പിടികൂടി, കപ്പലിനരികിലേക്ക് നീന്തിവന്ന്, അവളെ ഉയർത്തിക്കാണിച്ചു. നൂറുകണക്കിനു കൈകൾ അവളെ എടുക്കാനായി നീണ്ടു; എല്ലാം ഒരാളുടെ കൈയാണെന്ന് തോന്നിപ്പിച്ചു. വെള്ളംകുടിച്ച് അബോധാവസ്ഥയിലായി മകളെ അച്ഛൻ എടുത്ത് സ്ത്രീകളുടെ കാബിനിലേക്ക് കൊണ്ടുപോയി. അവർ ഉടനെ പ്രഥമശുശ്രൂഷകൾക്കു വേണ്ട ഒരുക്കങ്ങളെല്ലാം നടത്തി. ബോധാവസ്ഥയിലേക്കു കുഞ്ഞിനെ തിരിച്ചുകൊണ്ടു വന്നു.

അടുത്ത ദിവസത്തെ പ്രഭാതം നല്ലവണ്ണം തെളിഞ്ഞതായിരുന്നു. ചെറിയ ഉഷ്ണവും ഉണ്ട്. ഇവായുടെ അച്ഛൻ അഗസ്റ്റിൻ സെന്റ് ക്ലെയർ അടക്കം എല്ലാവരും വളരെ സന്തോഷത്തിലായിരുന്നു. കാരണം കപ്പൽ അതിന്റെ ഉദ്ദിഷ്ടസ്ഥാനത്ത്, ന്യൂ ഓർലീൻസിൽ, എത്തിക്കൊണ്ടിരിക്കുകയായിരുന്നു. എല്ലാവരും ഇറങ്ങാനുള്ള തയാറെടുപ്പിലാണ്. ജോലിക്കാർ കപ്പൽ വൃത്തിയാക്കുന്നതിൽ വ്യാപൃതരായി.

ടോം താഴത്തെ ഡെക്കിൽ നിൽക്കുന്നുണ്ട്. അയാളുടെ മുഖത്ത് ജിജ്ഞാസയുണ്ട്. കൂടിനിൽക്കുന്നവരുടെ ഇടയിലേക്ക് അയാൾ നോക്കുന്നുണ്ട്. തന്റെ ഹൃദയത്തിൽ സ്നേഹത്തിന്റെ വിത്തുവിതച്ച സുന്ദരിക്കുട്ടി ഇവാഞ്ചെലീൻ അവിടെ നിൽപ്പുണ്ട്. തലേദിവസത്തെ അനുഭവം കൊണ്ടോ എന്തോ അവളുടെ മുഖത്തിന് ചെറിയൊരു വിളർച്ചയുണ്ട്. എന്നാലും അപകടത്തിന്റെ ലക്ഷണമൊന്നും ഉണ്ടായിരുന്നില്ല. തൊട്ടടുത്തുതന്നെ അവളുടെ സുമുഖനായ അച്ഛനുണ്ട്. പരുത്തിക്കെട്ടിൽ കൈ അമർത്തി, അലസനായിനിന്ന് ഹാലിയുടെ സംസാരം പാതി തമാശയോടെ കേൾക്കുകയാണ്. ഇവായുടേതുപോലെ വലിയ നീണ്ടു മനോഹരമായ കണ്ണുകളും സ്വർണത്തലമുടിയും വടിവൊത്ത ഉറച്ച ശരീരവുമാണയാൾക്ക്. സ്വപ്നംകണ്ടുകൊണ്ടുള്ള നിൽപ്പാണ് എപ്പോഴും. ഹാലി സ്വന്തം വിൽപ്പനച്ചരക്കിന്റെ ഗുണഗണങ്ങൾ വർണിച്ച് വില പേശിക്കൊണ്ടിരിക്കുകയാണ്.

"ക്രിസ്ത്യാനിക്കു വേണ്ടതായ സകല സത്ഗുണങ്ങളുടേയും സന്മാർഗത്തിന്റെയും മൂർത്തീകരണമായ നീഗ്രോ!" ഹാലി സംസാരം നിർത്തിയപ്പോൾ പാതി തമാശയായി അയാൾ പറഞ്ഞു.

"ശരി! ശരി! നിങ്ങൾ പറഞ്ഞതെല്ലാം വാസ്തവം തന്നെ. എന്നാലും നല്ലവനായ പുരുഷാ, കെന്റക്കിക്കെന്ത് അപകടമാണ് വന്നുപെട്ടത്? ചുരുക്കത്തിൽ ഈ വ്യാപാരത്തിൽ എന്ത് ഇറക്കണം? അതിൽനിന്നും എത്ര മാത്രം എന്നെ പറ്റിക്കാൻ കഴിയും? എന്നാണ് നീ വിചാരിക്കുന്നത്?"

"ആയിരത്തി മുന്നൂറ് ഡോളർ അയാൾക്കായി കിട്ടിയാൽ എനിക്ക് നഷ്ടമൊന്നും കൂടാതെ രക്ഷപ്പെടാം." ഹാലി വിനയംനടിച്ചുകൊണ്ടു മറുപടി പറഞ്ഞു.

"അയ്യോ! പാവം മനുഷ്യൻ!" ആ മാന്യനായ യുവാവ് പരിഹാസം തുളുമ്പുന്ന നീലനയനങ്ങൾ അയാൾക്കു നേരെ തിരിച്ചുകൊണ്ട് സംസാരം തുടർന്നു. "നിങ്ങൾക്ക് എന്നോട് പ്രത്യേകമായ സ്നേഹമുണ്ടെന്നും അതുകൊണ്ടുമാത്രമാണ് ഇത്രയും കുറഞ്ഞ വിലയ്ക്ക് നിങ്ങൾ എനിക്കു തരുന്നതെന്നും ഞാൻ കരുതുന്നു."

"അതെ, തീർച്ചയായും! അങ്ങയുടെ കുഞ്ഞുമകൾ ഇവനെ ആഗ്രഹിക്കുന്നു എന്ന് എനിക്ക് തോന്നുന്നു. അതുകൊണ്ട് എനിക്ക് ഈ വില മതി. നഷ്ടം സംഭവിച്ചാലും കുഴപ്പമില്ല."

"ഓ, അങ്ങൊരു മഹാമനുഷ്യൻ തന്നെ! എന്തൊരു സഹാനുഭൂതി! ക്രിസ്ത്യൻ ദാനധർമ്മമനുസരിച്ച്, ഈ കുഞ്ഞിന്റെ ഇഷ്ടം സാധിപ്പിക്കുന്നതിനുവേണ്ടി എത്ര കുറഞ്ഞ വിലയ്ക്കാണ് ഇവനെ വിൽക്കുന്നതല്ലേ?"

"അതെ! അങ്ങ് ഒന്ന് ചിന്തിച്ചുനോക്കൂ!" ആ സൂത്രക്കാരനായ വ്യാപാരി പറഞ്ഞു. "അങ്ങ് ഇവന്റെ കൈകാലുകളും വിരിഞ്ഞ മാറിടവും എല്ലാം ഒന്നു ശ്രദ്ധിച്ചുനോക്കൂ! ഒരു കുതിരയുടെ ശക്തിയും കരുത്തും ഇവനുണ്ട്. അവന്റെ തലയിലേക്കൊന്നു നോക്കിയാട്ടേ, എത്ര വലിയ ഭാരം ചുമക്കാനും അവൻ തയാറാണ്. ഞാൻ അതെല്ലാം ശ്രദ്ധിച്ചിട്ടുണ്ട്. നമുക്ക് സങ്കൽപ്പിക്കാൻ കഴിയുന്നതിനേക്കാൾ സമർഥനാണ് ഇവൻ. അസാധാരണമായ വിധത്തിൽ ശക്തൻ. വെറും പൊണ്ണത്തടിയനല്ല. നല്ല ഉറച്ച ശരീരപ്രകൃതിയും അതിനൊത്ത കരുത്തും ഇവനുണ്ട്. അതാണ് ഇവന് മുന്തിയവില ലഭ്യമാക്കുന്നത്. എന്തിനധികം പറയുന്നു? അവന്റെ പഴയ യജമാനന്റെ വലിയ കൃഷിസ്ഥലം മുഴുവൻ അവൻ ഒറ്റയ്ക്കാണ് നോക്കിനടത്തിയിരുന്നത്. വ്യാപാരകാര്യങ്ങൾ നോക്കി നടത്തുന്നതിലും ഇവൻ അതിസമർഥനാണ്."

"കഷ്ടം! കഷ്ടം! വളരെയേറെ അറിവുള്ളവൻ" ആ മാന്യയുവാവ് പരിഹാസത്തോടെ പറഞ്ഞുകൊണ്ടിരുന്നു. "ഈ ഭൂമിയിൽ ഇത്തരത്തിൽ ഒരാളെ കാണാൻ സാധിക്കുകയില്ല. നിന്റെ സമർഥരെല്ലാം ഓടിപ്പോകുന്നവരും കുതിരകളെ മോഷ്ടിക്കുന്നവരും പ്രശ്നങ്ങൾ സൃഷ്ടിക്കുന്നവരുമാണ്. അതുകൊണ്ട് അയാളുടെ സാമർഥ്യത്തിന്റെ പേരിൽ നിനക്ക് പത്തിരുനൂറ് ഡോളറെങ്കിലും കുറയ്ക്കേണ്ടിവരും!"

"കൊള്ളാം! നിങ്ങൾ പറയുന്ന കാര്യങ്ങളിൽ ചില വാസ്തവമുണ്ടെന്നു ഞാൻ കരുതുന്നു. എന്നാൽ അയാളുടെ സ്വഭാവ മഹിമ! അതിൽ തർക്കത്തിന് ഇടമില്ല. നിങ്ങൾ ഒരിക്കലും കണ്ടിട്ടില്ലാത്തത്ര ദൈവഭക്തനും സൽസ്വഭാവിയും വിനയനും എളിമയുള്ളവനുമാണ് ഇവനെന്ന് ഇവന്റെ യജമാനനും മറ്റുള്ളവരും തന്ന തെളിവുകൾ ഞാൻ ഹാജരാക്കാം. ഇവൻ താമസിച്ചിരുന്ന സ്ഥലത്തെ ജനങ്ങൾ ഇവനെ വിളിച്ചിരുന്നത് ഉപദേശി എന്നാണ്."

"അപ്പോൾ എനിക്കിവനെ കുടുംബപള്ളിയിലേക്ക് അയയ്ക്കാം അല്ലേ?" യുവാവിന് ആ നിലയിൽ സംഭാഷണം മുന്നോട്ടുകൊണ്ടു പോകാൻ താൽപ്പര്യം ഉണ്ടായില്ല. അയാൾ വിരസമായി തുടർന്നു.

"അതൊരു നല്ല ആശയമാണ്. ഞങ്ങളുടെ കുടുംബത്തിൽ മതപ്രവർത്തനങ്ങൾ ഒട്ടുംതന്നെ നടക്കുന്നില്ല."

"നിങ്ങൾ തമാശ പറയുകയാണ്."

"നീയെന്താണ് ഇങ്ങനെ പറയുന്നത്? നീ തന്നെയല്ലേ, അവനൊരു ഉപദേശിയാണെന്ന് ഇപ്പോൾ പറഞ്ഞത്? ശരി, വരൂ! പേപ്പറുകൾ എല്ലാം ഒന്നെനിക്കു കാണിച്ചു തരൂ!"

അദ്ദേഹം പറഞ്ഞിരുന്നത് തമാശയല്ലായിരുന്നെങ്കിൽ വ്യാപാരി തീർത്തും തകർന്നു പോയേനെ! അയാൾ കോട്ടിന്റെ പോക്കറ്റിൽ നിന്നും ഒരു ഡയറിയെടുത്ത് ചില കടലാസുകൾ സൂക്ഷ്മതയോടെ പുറത്തെടുത്തു. യുവാവ് വ്യാപാരിയുടെ ചലനങ്ങൾ വീക്ഷിച്ചുകൊണ്ട് അലസനായി നിന്നു.

"പപ്പാ, എന്തുവില കൊടുത്തായാലും വേണ്ടില്ല, ഇയാളെ വാങ്ങൂ", ഇവാ ചാക്കുകൾക്കു മീതെ കയറിനിന്ന് അച്ഛന്റെ കഴുത്തിൽ ചുറ്റിപ്പിടിച്ചുകൊണ്ട് കൊഞ്ചിപ്പറഞ്ഞു.

"പപ്പാ, അങ്ങയുടെ കൈയിൽ ആവശ്യത്തിലധികം പണമുണ്ടല്ലോ. എനിക്കറിയാം ആ കാര്യം. പിന്നെ എന്തിനാണ് അമാന്തിക്കുന്നത്? ഇവനെ എനിക്കു വേണം!"

"നിനക്കെന്തിനാണ് ഇവനെ? നീയെന്താ, കിലുക്കാംപെട്ടിയായി ഉപയോഗിക്കുവാൻ പോകുകയാണോ? അതോ, മരക്കുതിരയാക്കി കളിക്കാനോ?"

"എനിക്കവനെ സന്തോഷവാനാക്കണം!"

"ഓ, തികച്ചും മൗലികമായ ഒന്നാണ് നിന്റെ ആവശ്യം!"

അപ്പോഴേക്കും ഷെൽബി എഴുതി ഒപ്പിട്ട ഒരു സർട്ടിഫിക്കറ്റ് വ്യാപാരി ആ യുവാവിനു നേരെ നീട്ടി. അദ്ദേഹം അതുവാങ്ങിയശേഷം അശ്രദ്ധമായി കണ്ണോടിച്ചു.

"ഓ, ഇതു മാന്യനായ ഒരാളുടെ കൈയക്ഷരമാണല്ലോ. ഭംഗിയായി എല്ലാ കാര്യങ്ങളും വിശദമായി പ്രതിപാദിച്ചിരിക്കുന്നു. എന്നാൽ മതത്തെക്കുറിച്ചൊന്നും പറഞ്ഞിട്ടില്ലെന്നെനിക്കു തോന്നുന്നു." പഴയ കുസൃതിച്ചിരിയോടെ കണ്ണുകൾ തിരിച്ചുകൊണ്ട് അദ്ദേഹം പറഞ്ഞു.

"വെള്ളക്കാരായ ഭക്തജനങ്ങൾമൂലം നാടു കുട്ടിച്ചോറായി. തെരെഞ്ഞെടുപ്പിനു മുമ്പ് ഭക്തരായ രാഷ്ട്രീയക്കാരെ കണ്ടിട്ടുണ്ട്. സർക്കാരിലും പള്ളിയുടെ ഭരണത്തിലും എല്ലാം ഇക്കൂട്ടരെ കാണാറുണ്ട്. ആര് ആരെ ആദ്യം ചതിക്കുമെന്ന് പറയാനൊക്കുകയില്ല. എന്നാൽ അടിമക്കച്ചവടക്കാരുടെ ചന്തയിൽ മതഭക്തിയുണ്ടെന്ന് ഞാൻ ഇപ്പോഴാണ് അറിയുന്നത്. അക്കാര്യം പത്രത്തിലൊന്നും ഞാൻ വായിച്ചിട്ടില്ല. മതത്തിന്റെ പേരും പറഞ്ഞ് എത്ര ഡോളറുകളാണ് നീ കൂട്ടിവാങ്ങാൻ പോകുന്നത്?"

"അങ്ങേക്ക് തമാശപറയാൻ വലിയ ഇഷ്ടമാണെന്ന് തോന്നുന്നു". വ്യാപാരി പറഞ്ഞു. "എന്നാൽ അതിനിടയിലെല്ലാം ഒരു കാര്യമുണ്ടെന്ന് അങ്ങ് മനസിലാക്കേണ്ടിയിരിക്കുന്നു. മതത്തിലും പല വകഭേദങ്ങളുണ്ട്. ചിലത് അരോചകമാണ്. ചിലർ ഭക്തിയോടെ സഭ ചേരുന്നു. ചിലർ ഭക്തി ഗാനം പാടുന്നു. മറ്റുചിലർ ഭക്തിയോടെ അലറുന്നു. അത്തരക്കാരെ വെള്ളക്കാരിലും കാപ്പിരികളുടെ ഇടയിലും എല്ലാം കാണാം. എന്നാൽ കാപ്പിരികളിലാണ് ശരിക്കും ഭക്തരും സത്യസന്ധരും ശാന്തരും ആയ ആളുകളെ കൂടുതൽ കാണാൻ കഴിഞ്ഞിട്ടുള്ളത്. തനിക്ക്, ശരിയല്ല എന്നു തോന്നുന്ന ഒരു കാര്യം ചെയ്യാൻ ലോകം മുഴുവൻ നിർബന്ധിച്ചാലും അവർ ചെയ്യുകയില്ല. ടോമിന്റെ പഴയ യജമാനൻ അവനെക്കുറിച്ച് എഴുതിയിട്ടുള്ളത് ഒന്നു വായിച്ചുനോക്കൂ!"

"ശരി. ശരി." തന്റെ നോട്ടുകൾ അടുക്കി വച്ച പഴയ ഡയറിയിലേക്ക് നോക്കിക്കൊണ്ട് ആ മാന്യനായ യുവാവ് പറഞ്ഞു. "ഇത്തരത്തിൽ ഈശ്വരവിശ്വാസവും ഭക്തിയും ഉള്ള ഒരാളെ ഞാൻ വാങ്ങണമെന്ന് നീ നിർബന്ധിച്ചു പറയുകയാണെങ്കിൽ, അതിനുവേണ്ടി കുറച്ചു കൂടുതൽ വില നൽകുവാൻ എനിക്കു വിഷമമില്ല. നീ എന്തു പറയുന്നു?" അദ്ദേഹം സംസാരം തുടർന്നു. "മതത്തിന്റെ പേരിൽ കൂടുതൽ വില വസൂലാക്കാവുന്ന ഒരാളെ, അത് ഏറ്റവും കൂടുതൽ ആവശ്യമുള്ള ഒരു സംസ്ഥാനത്ത് വിൽക്കാൻ പറ്റില്ല; അങ്ങനെയല്ലേ?" സംസാരത്തിടെ ആ മാന്യൻ പണം എണ്ണിത്തിട്ടപ്പെടുത്തി.

"ഇതാ, പണം. എണ്ണി നോക്കൂ!" അദ്ദേഹം ഡോളറിന്റെ കെട്ട് ഹാലിയെ ഏൽപ്പിച്ചു. "ശരിയാണ്. അങ്ങു വാക്കുപാലിച്ചു. ഹാലിയുടെ മുഖം ആഹ്ളാദത്താൽ വെട്ടിത്തിളങ്ങി. അവൻ വേഗം കച്ചവട ഉടമ്പടി തയാറാക്കി യുവാവിനു നൽകി.

"മോളെ ഇവാ, ഇവിടെ വരൂ!" അദ്ദേഹം മകളുടെ കൈപിടിച്ച് നടന്നു. ടോമിന്റെ താടിയിൽ വിരലുകൊണ്ട് മെല്ലെ ഒന്നു തട്ടിയശേഷം സന്തോഷത്തോടെ ചോദിച്ചു.

"ടോം, നിന്റെ പുതിയ യജമാനൻ എങ്ങനെയുണ്ട്? കൊള്ളാമോ, നിനക്ക് ഇഷ്ടപ്പെട്ടോ?"

ടോം സാവധാനത്തിൽ തല ഉയർത്തിനോക്കി. ആ സന്തോഷം നിറഞ്ഞ സുന്ദരമായ വദനത്തിലേക്ക് ആനന്ദത്തോടെ മാത്രമേ ആർക്കും നോക്കാൻ സാധിക്കുകയുള്ളൂ.

"യജമാനനെ, അങ്ങേക്കു ദൈവാനുഗ്രഹം ഉണ്ടാകട്ടെ." ഹൃദയം നിറഞ്ഞ നന്ദിയോടെയും വികാരവായ്പോടെയും ഇതുപറയുമ്പോൾ ടോമിന്റെ കണ്ണുകൾ നിറഞ്ഞ് ഒഴുകിയിരുന്നു.

"കൊള്ളാം, അവൻ അതു ചെയ്യുമെന്ന് ഞാൻ വിശ്വസിക്കുന്നു. നിനക്ക് കുതിരസവാരി അറിയുമോ ടോം?"

"തീർച്ചയായും യജമാനനെ, ഞാൻ എല്ലായ്പ്പോഴും കുതിരപ്പുറത്താണ് സഞ്ചരിക്കാറ് പതിവ്. " ടോം പറഞ്ഞു.

"എന്റെ യജമാനൻ ഷെൽബിക്ക് ഒരുപാടു കുതിരകളുണ്ട്."

"കൊള്ളാം, നിന്നെ ഞാനെന്റെ കുതിരവണ്ടിക്കാരനാക്കാം. ഒരു വ്യവസ്ഥയിൽ, ആഴ്ചയിൽ ഒരു തവണ മാത്രമേ നീ മദ്യപിക്കുവാൻ പാടുള്ളൂ! അല്ലെങ്കിൽ പിന്നെ അതിനു തക്ക എന്തെങ്കിലും കാരണം ഉണ്ടായിരിക്കണം."

ടോം അത്ഭുതവും വേദനയും നിറഞ്ഞ മുഖഭാവത്തോടെ യജമാനനെ നോക്കിയ ശേഷം പറഞ്ഞു. അയാൾക്ക് താൻ അപമാനിതനായ പോലെ ഒരു തോന്നൽ ജനിച്ചിരുന്നു.

"ഞാനൊരിക്കലും മദ്യപിക്കുകയില്ല, യജമാനനെ!"

"ഓ, നിന്റെ ആ കഥയെല്ലാം ഞാൻ കുറെ മുമ്പേ കേട്ടുകഴിഞ്ഞതാണ്. അതെല്ലാം നമുക്ക് കാണാം. അത് എല്ലാവർക്കും ഞാൻ നൽകുന്ന ഒരു പ്രത്യേക ആനുകൂല്യമാണ്. നിനക്ക് ആവശ്യമില്ലെങ്കിൽ വേണ്ട! സാരമില്ല. പാവം ടോം." അദ്ദേഹം ചിരിച്ചുകൊണ്ട് പറഞ്ഞു. അപ്പോഴും ടോമിന്റെ മുഖത്തുനിന്നും മ്ലാനത നീങ്ങിയില്ല.

"നല്ലതു മാത്രമാണ് ഉദ്ദേശിച്ചതെന്ന കാര്യത്തിൽ എനിക്ക് യാതൊരു സംശവും ഇല്ല." അദ്ദേഹം കൂട്ടിച്ചേർത്തു.

"നിങ്ങൾ ഒന്നുകൊണ്ടും ഭയപ്പെടേണ്ട ടോം. നിനക്ക് നല്ല സുഖമായിരിക്കും." ഇവാ പറഞ്ഞു. "പപ്പാ എല്ലാ ജോലിക്കാരോടും വളരെ നന്നായിട്ടാണ് പെരുമാറുക. ആരെയും വഴക്കുപറയുകയോ വേദനിപ്പിക്കുകയോ ചെയ്യുകയില്ല. എന്നാൽ എല്ലാവരേയും എപ്പോഴും പരിഹസിക്കുകയും കളിയാക്കുകയും ചെയ്യും." എങ്കിലും നിങ്ങൾക്ക് എല്ലായ്പ്പോഴും എന്റെ പപ്പയിൽനിന്നും സ്നേഹം ലഭിക്കും.

"അവനു വേണ്ടി നീ ചെയ്ത ശുപാർശയ്ക്ക് പപ്പ നിന്നോടു കടപ്പെട്ടിരിക്കുന്നു." സെന്റ് ക്ലെയർ ചിരിച്ചുകൊണ്ട് പിന്തിരിഞ്ഞ് നടന്നു പോയി.

ടോമിന്റെ ജീവിതം ഇനി മുതൽ ഉന്നതന്മാരുമായി ബന്ധപ്പെട്ടിരിക്കുന്നതിനാൽ ഇനി അവരെ പരിചയപ്പെടാം.

ലൂസിയാനയിലെ ധനികനായൊരു തോട്ടമുടമയുടെ മകനാണ് അഗസ്റ്റിൻ സെന്റ് ക്ലെയർ. കാനഡയിലാണ് ആ കുടുംബത്തിന്റെ ഉറവിടം. അവർ രണ്ടു സഹോദരന്മാരാണ്. സ്വഭാവത്തിലും പെരുമാറ്റത്തിലും രണ്ടു പേരും ഒരേതരക്കാരാണ്. ഒരാൾ വെർമോണ്ടിയിലെ ഫലഭൂയിഷ്ഠമായ എസ്റ്റേറ്റിലും മറ്റെയാൾ ലൂസിയാനയിലെ ധനികനായ തോട്ടമുടമയായും ജീവിതം ആഘോഷിച്ചുപോന്നു. അഗസ്റ്റിന്റെ അമ്മ ഒരു ഫ്രെഞ്ചു വനിതയാണ്. കുടിയേറ്റക്കാലത്തിന്റെ തുടക്കത്തിൽ അവരുടെ കുടുംബം ലൂസിയാനയിൽ സ്ഥിരതാമസമാക്കിയതാണ്. അഗസ്റ്റിന് ജന്മനാ തന്നെ അമ്മയുടെ ലോലമായ ശരീരപ്രകൃതി ലഭിച്ചു. ഡോക്ടർമാരുടെ നിർദേശപ്രകാരം അഗസ്റ്റിൻ തന്റെ ബാല്യകാലം ചെലവഴിച്ചത് ഇളയച്ഛന്റെ സംരക്ഷണയിൽ വെർമോണ്ടിയിലായിരുന്നു. അവിടത്തെ സുഖപ്രദമായ കാലാവസ്ഥയിൽ കുട്ടിയുടെ ആരോഗ്യം മെച്ചപ്പെടും എന്നായിരുന്നു അവരുടെ ഉപദേശം.

കുട്ടിക്കാലത്ത് പെൺകുട്ടികളെപ്പോലെ വളരെ വേഗത്തിൽ വികാരതരളിതനാകുന്ന സ്വഭാവക്കാരനായിരുന്നു അവൻ. ഒരു ലോലമാനസൻ. എന്നാൽ കാലം അവന്റെ സ്വഭാവത്തിൽ വളരെ വലിയ മാറ്റമാണ് വരുത്തിയത്. എന്നാൽ ആ മനസ്സ് മുതിർന്നിട്ടും ലോലവും മൃദുലവുമാണെന്ന കാര്യം അടുപ്പമുള്ള വളരെ ചുരുക്കം പേർക്കു മാത്രമേ അറിയൂ. പ്രകൃതിദത്തമായ വളരെയധികം കഴിവുകൾ അയാളിൽ ഒളിഞ്ഞിരിപ്പുണ്ട്. കലാശാല വിദ്യാഭ്യാസം വളരെ പ്രശസ്തമായ നിലയിൽ നിർവഹിച്ച ശേഷം അദ്ദേഹം, വടക്കൻ സംസ്ഥാനത്തിലെ ഉന്നതകുലജാതയും സുന്ദരിയുമായ ഒരു പെൺകുട്ടിയുമായി പ്രണയത്തിലായി. അവർ വിവാഹം കഴിച്ച് ഒന്നിച്ച് ജീവിക്കുവാൻ തീരുമാനമെടുത്തു. വിവാഹത്തിനു വേണ്ട ഒരുക്കങ്ങൾ നടത്താനായി അയാൾ തെക്കൻ സംസ്ഥാനത്തെത്തി. അപ്പോഴാണ് തീരെ വിചാരിക്കാത്ത ഒരു സംഭവമുണ്ടായത്. അവൻ ആ പെൺകുട്ടിക്കയച്ച കത്തുകളെല്ലാം അവളുടെ രക്ഷിതാക്കൾ അവന്റെ മേൽവിലാസത്തിൽ അയച്ചുകൊടുത്തിരിക്കുന്നു. ഒപ്പം അവരുടേതായ ഒരു കുറിപ്പും "ഈ കത്ത് നിങ്ങളുടെ കൈയിൽ കിട്ടുന്നതിനു മുമ്പായി തന്നെ അവൾ മറ്റൊരാളുടെ ഭാര്യയായി കഴിഞ്ഞിരിക്കും. ഇനി അവളെ അന്വേഷിക്കരുത്."

തികച്ചും ഒരു ഭ്രാന്തമായ അവസ്ഥയിലായി അവൻ. അവന് സ്വയം നിയന്ത്രിക്കാനായില്ല. എല്ലാം മറക്കുന്നതിനായി അവൻ പരിഷ്കൃത സമൂഹത്തിലേക്ക് ഇറങ്ങിച്ചെന്നു. ആർഭാടമായ ജീവിതത്തിൽ ആകൃഷ്ടനായി. ജീവിതം ഒരു ആഘോഷമാക്കി മാറ്റാൻ ശ്രമിച്ചുകൊണ്ടിരുന്നു. ആയിടക്കുതന്നെ സുന്ദരിയും മനോഹരമായ മിഴികളുമുള്ള ഒരു ധനിക വനിതയെ ഒരുലക്ഷം ഡോളർ സ്ത്രീധനമായി വാങ്ങി വിവാഹം ചെയ്തു. എല്ലാവരും വിചാരിച്ചത് അവൻ സന്തുഷ്ടനായാണ് കഴിയുന്നതെന്നാണ്.

വധൂവരന്മാർ അവരുടെ കൊട്ടാരസദൃശമായ പുതിയ വീട്ടിൽ മധുവിധു ആഘോഷിക്കുകാണ്. ഒരു വലിയകൂട്ടം സുഹൃത്തുക്കളെ വിരുന്നിനു ക്ഷണിച്ചിരുന്നു. സുഹൃത്തുക്കളോട് തമാശപറഞ്ഞ് ചിരിച്ചുല്ലസിച്ചു നിൽക്കുന്ന വേളയിൽ ഒരാൾ ഒരു കത്ത് കൊണ്ടുവന്നേൽപ്പിച്ചു. അതു വായിച്ച ശേഷം അയാളുടെ മുഖം ഒരു മൃതശരീരത്തിന്റേതെന്ന പോലെ വിളറിവെളുത്തു. എന്നാലും അതിഥികളുടെ മുന്നിൽ സമചിത്തതയോടെ തന്നെ നിന്നു. കുറച്ചുനേരം എങ്ങനെയോ പിടിച്ചുനിന്നശേഷം ആരും അറിയാതെ ആ സുഹൃദ്‌വലയത്തിൽനിന്നും രക്ഷപ്പെട്ടു സ്വന്തം മുറിയിലെത്തി ആ കത്തു മുഴുവൻ വിശദമായി വായിച്ചു. രക്ഷിതാക്കൾ നിർമിച്ച ചതിക്കുഴിയിൽ അവൾ വീണുപോയതാണ്. അതിനെക്കുറിച്ചെല്ലാം അവൾ വിശദമായി ആ കത്തിൽ വിവരിച്ചിരുന്നു. വളരെ നാളുകളായി അവന്റെ കത്തുകൾ അവൾക്കു ലഭിക്കാറില്ലെന്നും എന്നിട്ടും അവൾ നിരന്തരമായി എഴുതിക്കൊണ്ടിരിക്കുകയാണെന്നും എഴുതിയിരിക്കുന്നു. അമിതമായ ഉൽക്കണ്ഠ അവളുടെ ആരോഗ്യം ക്ഷയിപ്പിച്ചു. ഏറ്റവും അവസാനം അവൾ എല്ലാത്തരം കള്ളത്തരങ്ങളും ചതിപ്രയോഗവും കണ്ടു

പിടിച്ചു. ഭാവിയെക്കുറിച്ചുള്ള ആശങ്കയാണ് ആ കത്തുകളിൽ നിറഞ്ഞുനിന്നിരുന്നത്. ആത്മാർഥവും ദിവ്യവുമായ അലൗകിക പ്രേമത്തെ കുറിച്ച് പേർത്തുംപേർത്തും ഓർമിപ്പിച്ചുകൊണ്ട് അവൾ സ്നേഹമസൃണമായ ആ കത്ത് അവസാനിപ്പിച്ചിരിക്കുന്നു. മരണത്തേക്കാൾ ദുഃഖകരമായ ഒരു അവസ്ഥയായി അയാൾക്ക് തോന്നി.

ഒട്ടും അമാന്തിക്കാതെ അവൻ അവൾക്കു മറുപടി എഴുതി.

"നിന്റെ കത്തുകിട്ടി —പക്ഷേ, വളരെ വൈകിപ്പോയല്ലോ കുട്ടീ, ഞാൻ കേട്ടതെല്ലാം വിശ്വസിക്കുന്നു. ഞാൻ എല്ലാ പ്രതീക്ഷകളും അവസാനിപ്പിച്ചവനാണ്, വിവാഹിതനും. എല്ലാം അവസാനിച്ചു. കഴിഞ്ഞതെല്ലാം മറക്കുക—അതുമാത്രമാണ് നമ്മുടെ മുന്നിലുള്ള ഒരേയൊരു മാർഗം."

അഗസ്റ്റിൻ ക്ലെയറിന്റെ ആദർശപരമായ പ്രണയജീവിതത്തിന് എന്നെന്നേക്കുമായി തിരശ്ശീല വീണു. അയാൾ യഥാർഥ ജീവിതം തുടർന്നു.

ഇത്തരം സംഭവവികാസങ്ങൾ ഒരു നോവലിൽ ആയിരുന്നെങ്കിൽ ആ കാമുകീകാമുകന്മാരുടെ ഹൃദയംതകരുന്നതായും അവർ മരിക്കുന്നതായും വർണിക്കാമായിരുന്നു. അങ്ങനെയാണല്ലോ അന്ത്യം വിവരിക്കുക. കഥയ്ക്ക് അതാണ് സൗകര്യം. എന്നാൽ യഥാർഥ ജീവിതത്തിൽ അങ്ങനെയല്ല. സകലതും തകർന്നുപോയാലും നാം മരിക്കുകയില്ല. ജീവിതം സാധാരണപോലെ മുന്നോട്ടുനീങ്ങും. തീറ്റയും കുടിയും വസ്ത്രധാരണവും വാങ്ങലും വിൽക്കലും വായനയും സംഭാഷണവും എല്ലാം പഴയപടി തുടർന്നു. അഗസ്റ്റിനും അതുതന്നെ സംഭവിച്ചു. ഭാര്യ സമർഥയായിരുന്നെങ്കിൽ ജീവിതത്തിന്റെ പൊട്ടിയനൂലുകൾ കൂട്ടിച്ചേർക്കാൻ സാധിക്കുമായിരുന്നു. വീണ്ടും ഒരു പുതിയ ജീവിതം കെട്ടിപ്പടുക്കുവാൻ സാധിക്കും. എന്നാൽ മേരിക്ലെയറിന് അത്തരം വിഷയങ്ങളിലൊന്നും താൽപ്പര്യമില്ലായിരുന്നു. ഒരു സ്ത്രീക്കുവേണ്ട സൗന്ദര്യവും ധനസ്ഥിതിയും എല്ലാം ഉണ്ടെങ്കിലും ഒരു ഉത്തമയായ ഭാര്യക്കുവേണ്ട സദ്ഗുണങ്ങൾ ഒന്നും അവളെ തൊട്ടു തീണ്ടിയിരുന്നില്ല. മനസു തകർന്ന് ജീവിതം മടുത്ത ഒരു പുരുഷന് സ്നേഹമയിയായ ഒരു ഭാര്യയെക്കൊണ്ടല്ലേ പ്രയോജനമുള്ളൂ.

ഒരു ജീവച്ഛവംപോലെ വിളറി വെളുത്ത് ഭയങ്കര തലവേദനയാണെന്നു പറഞ്ഞ് സോഫയിൽ കിടന്നിരുന്ന സെന്റ് ക്ലെയറിനോട് ഇൻഹേലർ മണപ്പിച്ചാൽ മതിയെന്ന് ഭാര്യ ഉപദേശിച്ചു. എന്നാൽ അയാളുടെ തലവേദന നാൾക്കുനാൾ വർദ്ധിച്ചുവന്നു. ഒപ്പം രക്തക്കുറവും ക്ഷീണവും. എന്നാൽ ഭർത്താവിന് യാതൊരു അസുഖവും ഇല്ലെന്നായിരുന്നു മേരിയുടെ അഭിപ്രായം. തന്നോടൊപ്പം സുഹൃദ്സന്ദർശനങ്ങൾക്ക് ഭർത്താവ് ചെല്ലാത്തതിലായിരുന്നു അവൾക്ക് പരിഭവം.പുതുമണവാട്ടി ഇത്തരം സന്ദർശനങ്ങൾ ഒറ്റയ്ക്കു നടത്തുന്നത് ഒരു കുറച്ചിലായി അവൾ കരുതി. യാതൊരു ഔചിത്യവും വിവേചനശക്തിയും ഇല്ലാത്ത സ്ത്രീയെ

വിവാഹം കഴിച്ചതിൽ ഉള്ളിന്റെ ഉള്ളിൽ അഗസ്റ്റിൻ സന്തോഷിക്കുകയാണ് ചെയ്തത്. എന്നാൽ മധുവിധുവിന്റെ മാധുര്യമെല്ലാം തീർന്നപ്പോൾ തന്റെ ഭാര്യ നല്ലൊരു വീട്ടമ്മയല്ലല്ലോ എന്നോർത്ത് അയാൾ പരിതപിച്ചു. മേരിക്ക് സ്നേഹംകൊണ്ട് ഭർത്താവിനെ കീഴടക്കുവാനോ, ബുദ്ധിവൈഭവം കൊണ്ട് അയാളുടെ മനസിനെ ആകർഷിക്കുവാനോ സാധിച്ചില്ല. തികച്ചും സ്വാർഥമതിയായ ഒരു സ്ത്രീയായിരുന്നു അവൾ. സ്വന്തം കാര്യത്തിൽ മാത്രമായിരുന്നു അവളുടെ ശ്രദ്ധ. കുട്ടിക്കാലം മുതൽ ഒരുപറ്റം ജോലിക്കാരുടെ പരിചരണത്തിലാണ് അവൾ വളർന്നത്. അവർ അവളുടെ ചാപല്യങ്ങൾ എല്ലാം ഒരു പരാതിയും പറയാതെ സഹിച്ചുപോന്നു. ജോലിക്കാർക്കും വികാരങ്ങളും അവകാശങ്ങളും ഉണ്ടെന്ന കാര്യം ഓർക്കാൻ അവൾ ആഗ്രഹിച്ചില്ല. ഏകമകളുടെ ഏതൊരു ആഗ്രഹവും പിതാവ് നിറവേറ്റിക്കൊടുത്തു. വളരുന്നതിനനുസരിച്ച് സൗന്ദര്യവും വർധിച്ചു. അതോടെ അവളുടെ കമിതാക്കളായി നിരവധി യുവാക്കൾ കാൽക്കീഴിൽ അണിനിരന്നു. എന്നാൽ അഗസ്റ്റിനുമായി താരതമ്യം ചെയ്തപ്പോൾ അവരെല്ലാം നിസ്സാരരായി തോന്നി. എല്ലാവിധത്തിലും അർഹൻ അഗസ്റ്റിനാണെന്ന് അവൾക്കു തോന്നി. എന്നാൽ ഹൃദയശൂന്യയായ ആ സ്ത്രീക്ക് ഹൃദയം പകുത്തു നൽകിയത് അദ്ദേഹം ചെയ്ത വലിയ അബദ്ധമായി പോയി. സ്നേഹം പങ്കുവയ്ക്കാനല്ല; മറിച്ച് മറ്റുള്ളവരിൽനിന്നും സ്നേഹം പിടിച്ചുവാങ്ങാനായിരുന്നു അവൾക്കു താൽപ്പര്യം. സ്നേഹം നിർദാക്ഷണ്യം പിടിച്ചുവാങ്ങാൻ അവൾ ശ്രമിച്ചുകൊണ്ടിരുന്നു. എന്തെങ്കിലും നിസ്സാര കാര്യം മതി അവൾക്ക് കണ്ണീരൊഴുക്കാനും കലഹവും കൊടുങ്കാറ്റും സൃഷ്ടിക്കുവാനും. സെന്റ് ക്ലെയറാകട്ടെ വളരെ സൗമ്യനും ധാരാളിയും ആയ ഒരു പുരുഷനായിരുന്നു. സമ്മാനങ്ങൾനൽകലും മുഖസ്തുതിപറയലും അയാളുടെ സ്വഭാവത്തിലെ ഒരു പ്രത്യേകതയായിരുന്നു. ആയിടയ്ക്കാണ് മേരി ഒരു കൊച്ചു മാലാഖയെ ഈ ഭൂമിയിലേക്ക് ആനയിച്ചത്. അതോടെ അയാളുടെ സ്നേഹം കരകവിഞ്ഞൊഴുകി.

സെന്റ് ക്ലെയറിന്റെ അമ്മ അസാധാരണമായ വിശുദ്ധിയും സൽസ്വഭാവവുമുള്ളൊരു സ്ത്രീയാണ്. സ്വന്തം കുഞ്ഞിന് അയാൾ അമ്മയുടെ പേരിട്ടു വിളിച്ചു. അമ്മയുടെ എല്ലാം സ്വഭാവഗുണങ്ങളും അയാൾ അവളിൽ പ്രതീക്ഷിച്ചു. എന്നാൽ കുഞ്ഞിനെ അയാൾ അമിതമായി ലാളിക്കുന്നത് അതിന്റെ അമ്മയ്ക്ക് രസിച്ചില്ല. അവൾക്ക് എല്ലാവരോടും എല്ലാറ്റിനോടും അസൂയയായിരുന്നുവല്ലോ. ആ കുഞ്ഞിനെ പ്രസവിച്ചതോടെ അമ്മയുടെ ആരോഗ്യം അൽപ്പാൽപ്പമായി ക്ഷയിച്ചുതുടങ്ങി. ശാരീരികമായും മാനസികമായും ഉള്ള നിഷ്ക്രിയത്വം ക്രമേണ അവളുടെ ആരോഗ്യം ക്ഷയിപ്പിച്ചു. വർഷങ്ങൾ കഴിയുന്തോറും അവൾ സൗന്ദര്യം മുഴുവൻ നശിച്ച് ഒരു രോഗിയായി മാറിക്കൊണ്ടിരുന്നു. വിളർത്തു മെലിഞ്ഞ തന്റെ പ്രതിബിംബം കണ്ണാടിയിൽ കാണാൻ തുടങ്ങിയതോടെ താൻ സ്വയം ഒരു മാറാരോഗിയാണെന്ന് അവൾ കരുതാനും തുടങ്ങി. അതോടെ രണ്ടുപേരുടെയും ജീവിതം നാശത്തിലേക്ക് അടുത്തു. അവരെ

ജീവിപ്പിച്ചിരുന്ന പ്രേരകശക്തി ഇവാ എന്ന കൊച്ചുമാലാഖ മാത്രമായി.

മേരിയുടെ പരാതികൾക്കും പരിഭവങ്ങൾക്കും ആവലാതികൾക്കും യാതൊരു അവസാനവും ഇല്ലായിരുന്നു. സ്ഥിരം തലവേദനയാണെന്ന പല്ലവി എല്ലാവരെയും മടുപ്പിച്ചു. തലവേദനയുടെ പേരും പറഞ്ഞ് ആഴ്ച യിൽ പകുതി ദിവസമെങ്കിലും മുറിയിൽ അടച്ചിരിക്കും. അതുകൊണ്ടു തന്നെ വീടിന്റെ നിയന്ത്രണം പൂർണമായും ജോലിക്കാർ ഏറ്റെടുത്തു. സെന്റ് ക്ലെയർ അതിൽ ആശ്വസിക്കുകയായിരുന്നു. തന്റെ മകൾ മാത്ര മായിരുന്നു അദ്ദേഹത്തിന്റെ ഏക ആശ്വാസം. എന്നാൽ അവളുടെ ലോല മായ ശരീരപ്രകൃതിയിൽ ഉൽക്കണ്ഠയും ഉണ്ടായിരുന്നു. ഭാര്യയുടെ നിസ്സഹകരണവും കഴിവുകേടും നിരുത്തരവാദപരമായ പെരുമാറ്റവും മകളുടെ ആരോഗ്യനില വഷളാക്കുമോ എന്നദ്ദേഹം ഭയപ്പെട്ടു. മകളെയും കൂട്ടി ഇടയ്ക്കെല്ലാം യാത്രചെയ്യുന്നത് ഒരു പതിവാക്കി മാറ്റി. അങ്ങനെ യാണ് അദ്ദേഹം മകളേയുംകൊണ്ട് വെർമോണ്ടിയിലേക്ക് യാത്ര നട ത്തിയത്. തന്റെ പിതൃസഹോദരീ പുത്രി മിസ് ഒഫീലിയ, സെന്റ് ക്ലെയ റിനേയും മകളേയും തന്നോടൊപ്പം തെക്കൻസംസ്ഥാനത്തേക്ക് വരു വാൻ നിർബന്ധിച്ചു. അങ്ങനെയാണ് അവരെല്ലാം ഒന്നിച്ച് ആവിക്കപ്പ ലിൽ യാത്ര ചെയ്യാൻ ഇടയായത്. അവരുടെ തിരിച്ചുവരവിന്റെ ആഘോ ഷമാണ് നാമിപ്പോൾ കാണുന്നത്.

ആവിക്കപ്പൽ കരയോട് അടുത്തു തുടങ്ങി. ദൂരെ ന്യൂ ഓർലീൻസി ലെ ഗോപുരങ്ങളിലെ കൂർത്ത ശിഖരങ്ങൾ കാണാം. ന്യൂ ഇംഗ്ലണ്ട് സ്റ്റേറ്റി ലെ ഒരു തണുപ്പൻ ഗ്രാമത്തിലെ ഫാം ഹൗസിലാണ് മിസ് ഒഫീലിയ വളർന്നത്. അതിമനോഹരമായി ചെത്തിയൊരുക്കിയ പുൽത്തകിടിയും, അതിവിശാലമായ കരിമ്പിൻതോട്ടവും അവിടത്തെ പ്രശാന്തമായ അന്ത രീക്ഷവും ആരെയും ആകർഷിക്കും. ഏറ്റവും വലിയ പ്രത്യേകത എല്ലാം നല്ല അടുക്കിലും ചിട്ടയിലും സൂക്ഷിച്ചിരിക്കുന്നു എന്നതാണ്. വേലിയിൽ ഇളകുന്ന ഒരു കുറ്റിപോലും കാണുകയില്ല. ചവറിന്റെ ചെറിയൊരു അംശം പോലും തോട്ടത്തിലോ പരിസരത്തോ കാണാൻ സാധിക്കുകയില്ല. ജന വാതിലുകൾക്കു താഴെ ലൈലാക്ക് ബുഷ് വളർന്നു വലുതായി നിൽക്കു ന്നു. ബംഗ്ലാവിലെ ഓരോ മുറിയും വളരെ വൃത്തിയിലും വെടിപ്പിലുമാണ് സൂക്ഷിച്ചിട്ടുള്ളത്. സാധനങ്ങൾ ഓരോന്നും അതാതിന്റെ സ്ഥാനത്ത് കൃത്യമായി വച്ചിരിക്കുന്നു. അവിടെയെല്ലാം ഒരു ക്ലോക്കിന്റെ കൃത്യനിഷ്ഠ യോടെ നീങ്ങുന്നു. പഠനമുറിയിൽ അന്തസ്സോടെ നിലകൊള്ളുന്ന കണ്ണാടി അലമാരയിൽ മിൽട്ടന്റെയും ബന്യാന്റെയും റോളിന്റെയും കൃതികളെ കൂടാതെ അനേകം ഗ്രന്ഥങ്ങളും സ്കോട്ടിന്റെ കുടുംബബൈബിളും ഭംഗി യായി അടുക്കിവച്ചിരിക്കുന്നു. ആ വീട്ടിൽ ജോലിക്കാർ ആരും തന്നെയി ല്ല. വീട്ടമ്മ ശിരസിൽ തൊപ്പിയും കണ്ണടയും ധരിച്ച് പെൺമക്കൾക്കൊപ്പം തുന്നൽപ്പണിയിൽ ഏർപ്പെട്ടിരിക്കുന്നതു കണ്ടാൽ അവർക്കു വീട്ടിൽ ഒരു പണിയും ഇല്ലേ എന്ന് ആരും സംശയിച്ചുപോകും. രാവിലെ തന്നെ അവരും പെൺമക്കളും കൂടി സകല ജോലികളും തീർത്ത ശേഷമാണ്

അലസമായി വന്നിരിക്കുന്നത്.

അടുക്കള പഴയതാണെങ്കിലും അവിടെ അഴുക്കിന്റെ ചെറിയൊരു അംശംപോലും കാണുകയില്ല. മേശകളും കസേരകളും പലതരം പാചക പാത്രങ്ങളും എല്ലാം അതാതിന്റെ സ്ഥാനത്തുനിന്നും അണുവിടമാറിക്കിടക്കുകയില്ല. വീട്ടിലെ മുഴുവൻ പാചകജോലിയും പാത്രം കഴുകലും തുണികഴുകലും ഇസ്തിരി ജോലിയും എല്ലാം അവർ സ്വയം ചെയ്യുന്നു.

ഈ ജീവിതരീതി നാൽപ്പത്തഞ്ചുവർഷമായി തുടരുന്ന ഒഫീലിയ വളരെ സന്തോഷവതിയായി ജീവിതം മുന്നോട്ടുകൊണ്ടുപോയി. അങ്ങനെ ഇരിക്കെയാണ് അവർ തെക്കൻ സ്റ്റേറ്റ് സന്ദർശിക്കുവാൻ പോയത്.

ആ കുടുംബത്തിലെ മൂത്ത സന്തതിയായ ഒഫീലിയയെ മാതാപിതാക്കൾ കൊച്ചുകുട്ടിയായി തന്നെയാണ് കരുതിപ്പോരുന്നത്. മകളുടെ ഓർലീൻസിലേക്കുള്ള യാത്രയെ വളരെ സംഭവബഹുലമായ ഒരു കാര്യമായാണ് അവർ കണക്കാക്കിയത്. വൃദ്ധനായ പിതാവ് പുസ്തക അലമാര തുറന്ന് അറ്റ്ലസെടുത്ത് സ്ഥലം വ്യക്തമായി നോക്കി മനസിലാക്കി. അവിടത്തെ ഭൂപ്രകൃതിയെക്കുറിച്ചും കാലാവസ്ഥയെ കുറിച്ചുമെല്ലാം ഫ്ളിന്റിന്റെ യാത്രാവിവരണം വായിച്ച് മനസിലാക്കി.

നല്ലവളായ അമ്മയുടെ സംശയം "ഓർലീൻസ് നീചന്മാരുടേയും ദുഷ്ടന്മാരുടേയും അവിശ്വാസികളുടേയും നാടല്ലേ" എന്നാണ്.

പള്ളിയിലും ക്ലിനിക്കിലും കടകളിലും എല്ലാം സെന്റ് ക്ലെയർകസിന്റെ കൂടെ ഓർലീൻസിലേക്കു പോകുന്ന കാര്യം സംസാരവിഷയമായി. ഗ്രാമത്തിലെ ചർച്ചാവിഷയം ഓരോരുത്തരുടേയും കാതിലെത്തി. ഇത്തരത്തിലുള്ള ഒരു ചുവടുവയ്പ്പ് അടിമത്ത്വത്തെ നിലനിർത്തുന്നതിന് തെക്കൻ സംസ്ഥാനത്തിലുള്ളവരെ പ്രോത്സാഹിപ്പിക്കുകയില്ലേ എന്ന് ഒരു മന്ത്രി സംശയം പ്രകടിപ്പിച്ചപ്പോൾ കടുത്ത കൊളോണിയലിസ്റ്റായ ഡോക്ടർ അഭിപ്രായപ്പെട്ടത് ഒഫീലിയ അവിടെ പോയി തങ്ങൾക്ക് അവരോട് എതിർപ്പില്ലെന്ന് ഓർലീൻസുകാരെ ബോധ്യപ്പെടുത്തണമെന്നാണ്. അയൽക്കാരിൽ ഒരുത്തി മിസ് ഒഫീലിയയ്ക്ക് അമ്പത് ഡോളർ എണ്ണിക്കൊടുത്ത്, അവൾക്ക് ഇഷ്ടമുള്ള ഏതെങ്കിലും നല്ല ഉടുപ്പുകൾ വാങ്ങിക്കൊണ്ടുവരണമെന്ന് ആവശ്യപ്പെട്ടു. അങ്ങനെ അവളുടെ യാത്രയെ കുറിച്ചുള്ള പൊതുജനാഭിപ്രായം പരസ്പരവിരുദ്ധവും പലതരത്തിലുള്ളതും ആയിരുന്നു.

ഒഫീലിയ വളരെ സുന്ദരിയായിരുന്നു. വർണപ്പകിട്ടാർന്ന യാത്രാവേഷത്തിൽ അവൾ നന്നായി തിളങ്ങി. മെലിഞ്ഞ് ഉയരത്തിൽ ആകർഷകമായ മുഖം; എല്ലാ കാര്യങ്ങളിലും സ്വന്തമായ അഭിപ്രായമുണ്ടെന്ന് വിളിച്ചോതുന്ന അമർന്ന അധരങ്ങൾ! നാലു ദിക്കിലും പാഞ്ഞെത്തുന്ന തീക്ഷ്ണവും നീണ്ടുവിടർന്നതുമായ കരിനീലമിഴികൾ. ഊർജസ്വലമായ നടത്തം. അധികം സംസാരിക്കുകയില്ലെങ്കിലും കാര്യങ്ങളും സ്വന്തം അഭിപ്രായങ്ങളും വളരെ ശക്തമായഭാഷയിൽ പ്രകടിപ്പിക്കും. കൃത്യനിഷ്ഠയുടെയും കാര്യപ്രാപ്തിയുടേയും പ്രവർത്തനക്ഷമതയുടേയും സൂക്ഷ്

മതയുടേയും മൂർത്തിമത്ഭാവമാണ് അവൾ. സമയനിഷ്ഠയിൽ മത്സരിച്ചാൽ ക്ലോക്ക് അവളോടു തോൽക്കുകയേ ഉള്ളൂ. ഇതിനെല്ലാം എതിരായി പ്രവർത്തിക്കുന്നവരെ അവൾക്ക് പുച്ഛവും അറപ്പുമാണ്. അത്തരക്കാരുമായി യാതൊരുവിധത്തിലുള്ള ഇടപാടുകൾക്കും അവൾ മുതിരാറില്ല.

വല്ലാത്ത വെറുപ്പും ദേഷ്യവും തോന്നുമ്പോൾ അവൾ ഉപയോഗിക്കാറുള്ള ഒരു വാക്കാണ് 'അലസത' എന്നത്. അവളുടെ നിഘണ്ടുവിലെ ഏറ്റവും വൃത്തികെട്ട വാക്കാണത്. ചരിത്രവും ഇംഗ്ലീഷ് ഭാഷയിൽ ഉണ്ടായിട്ടുള്ള ക്ലാസിക്ക് കൃതികളും മറ്റും വായിച്ച് സ്ഫുടം ചെയ്തെടുത്ത വ്യക്തവും ശക്തവുമായ ഒരു മനസാണ് അവൾക്കുള്ളത്.

കർത്തവ്യത്തിന്റെ ഒരു അടിമയാണ് ഒഫീലിയ എന്നുപറയാം. എന്തെങ്കിലും ഒരു കാര്യം താൻ ഏറ്റെടുത്തുകഴിഞ്ഞാൽ പിന്നെ അതു പൂർത്തിയാകാതെ അതിൽനിന്നും അവളെ പിന്തിരിപ്പിക്കുവാൻ ഒരു ശക്തിക്കും കഴിയുകയില്ല. സ്വന്തം മാർഗം ശരിയാണെന്ന് തന്റെ മനസ്സാക്ഷിക്കു ബോധ്യപ്പെട്ടുകഴിഞ്ഞാൽ അത് ചെന്നെത്തുന്നത് കിണറ്റിലേക്കോ പീരങ്കിയുടെ മുഖത്തേക്കോ ആണെങ്കിൽപ്പോലും അവൾ പിൻവാങ്ങുകയില്ല.

ഇത്തരത്തിലുള്ള സ്വഭാവവിശേഷങ്ങളുള്ള ഒഫീലിയ യാഥാർഥ്യബോധമോ കൃത്യനിഷ്ഠയോ സമയക്രമമോ ഇല്ലാത്ത അഗസ്റ്റിൻ സെന്റ് ക്ലെയറുമായി എങ്ങനെ യോജിച്ചു പോകാനാണ്.

സത്യത്തിൽ ഒഫീലിയയ്ക്ക് അയാളെ വളരെ ഇഷ്ടമാണ്. ബാല്യത്തിൽ അവരൊരുമിച്ച് വളരെ സന്തോഷത്തോടെ കഴിഞ്ഞു. അവനു മതവിദ്യാഭ്യാസം നൽകിയിരുന്നതും ഉടുപ്പുകൾ തുന്നി കേടുപാടുകൾ തീർത്തുകൊടുത്തിരുന്നതും, മുടി ചീകിക്കൊടുത്തിരുന്നതും, കഥ പറഞ്ഞുകൊടുത്തിരുന്നതും ചീത്ത കൂട്ടുകെട്ടിൽ പെടാതെ നോക്കിയിരുന്നതും എല്ലാം അവളായിരുന്നു. അതുകൊണ്ടുതന്നെ അവളെ വളരെ എളുപ്പത്തിൽ ന്യൂ ഓർലീൻസിലേക്കു കൊണ്ടു വരാൻ അഗസ്റ്റിനു കഴിഞ്ഞു. അവളുടെ കടമയാണതെന്ന് അവളെ വിശ്വസിപ്പിക്കുന്നതിൽ അയാൾ വളരെവേഗം വിജയിച്ചു. ഭാര്യയുടെ നിത്യരോഗിയാണെന്ന ഭാവംമൂലം കുഞ്ഞിന്റെ ജീവിതം തകരാതിരിക്കണമെന്ന് അയാൾ ആഗ്രഹിച്ചു. ഇവായുടെ ജീവിതം സന്തോഷകരമാക്കണമെങ്കിൽ തന്റെ പ്രിയപ്പെട്ട കസിന്റെ സാന്നിധ്യം ആവശ്യമാണ്. ആരും നോക്കാനോ ശ്രദ്ധിക്കാനോ ഇല്ലാത്ത ആ വീട് സംരക്ഷിക്കേണ്ടത് തന്റെ കടമയാണെന്ന ബോധം അവളുടെ മനസിൽ ചേക്കേറി. അവൾക്ക് ആ സുന്ദരിക്കുട്ടിയെ ജീവനായിരുന്നു. അഗസ്റ്റിൻ ഒരു അവിശ്വാസിയായി കഴിയുന്നതിൽ ദുഃഖമുണ്ടായിരുന്നെങ്കിലും അവളവനെ അളവറ്റു സ്നേഹിച്ചു. അവന്റെ തമാശകൾ കേൾക്കുമ്പോൾ പൊട്ടിച്ചിരിക്കും. അവന്റെ കുറ്റങ്ങൾക്കു മാപ്പുകൊടുത്തു.

തനിക്കു ചുറ്റും പെട്ടികളും സഞ്ചികളും പായ്ക്കറ്റുകളും മറ്റും നിരത്തി വച്ച് അവൾ ഇരിക്കുകയാണ്. തികഞ്ഞ ആത്മാർഥതയോടെ

അവ പൂട്ടുകയും കെട്ടുകയും അടുക്കി ഒതുക്കുകയും ചെയ്യുന്നുണ്ട്.

"ഇവാ, നീ നിന്റെ സാധനങ്ങൾ എല്ലാം എണ്ണിത്തിട്ടപ്പെടുത്തി എടുത്തുവച്ചുവോ? ഇല്ല! നീ അങ്ങനെ ചെയ്തിട്ടുണ്ടാവാൻ ഒരു സാധ്യതയും ഇല്ല. അതു കുട്ടികളുടെ എല്ലാം സ്വഭാവമാണ്. അവരൊരിക്കലും അതൊന്നും കൃത്യമായി ചെയ്യുകയില്ല. നിന്റെ ഏറ്റവും നല്ല ബാഗ് കിടക്കുന്നതു നോക്കൂ! പുസ്തകസഞ്ചി, ഹെയർപ്പിന്നുകൾ, വാനിറ്റി ബാഗ്, സൺഗ്ലാസ് എല്ലാം ചിതറിക്കിടക്കുന്നതു കാണുന്നില്ലേ? അതെല്ലാം ഇങ്ങെടുത്തു തരൂ! ഞാനെല്ലാം വൃത്തിയായി പൊതിഞ്ഞെടുത്ത് വയ്ക്കട്ടെ!"

"എന്തിനാ ആന്റീ ഇങ്ങനെ തിരക്കുകൂട്ടുന്നത്? നമ്മൾ വീട്ടിലേയ്ക്കല്ലേ പോകുന്നത്?"

"എവിടേക്കാണ് പോകുന്നതെങ്കിലും എല്ലാം വൃത്തിയായി വയ്ക്കാനാണ്. ഓരോരുത്തരും സ്വന്തം സാധനങ്ങൾ അടുക്കിഒതുക്കി ചിട്ടയോടെ സൂക്ഷിക്കണം. ശരി ഇവാ, നിന്റെ കൈയുറ എവിടെ? അതെടുത്തു വച്ചോ?"

"ഇല്ല! എനിക്കറിയില്ല, ആന്റീ"

"സാരമില്ല. ഞാൻ നിന്റെ പെട്ടിയിലെല്ലാം ഒന്നു നോക്കട്ടെ. ഈ നിലയ്ക്ക് നീയും നിന്റെ പപ്പായും കൂടിയാണ് യാത്രചെയ്തിരുന്നെങ്കിൽ എന്തായിരുന്നേനെ സ്ഥിതി? സകലസാധനങ്ങളും വീട്ടിലെത്തുമ്പോഴേയ്ക്കും നഷ്ടപ്പെടുമായിരുന്നു."

"ആന്റീ പറയുന്നതെല്ലാം വളരെ ശരിയാണ്. ഞാൻ ഇതിനു മുമ്പ് ഒരു പാടുസാധനങ്ങൾ നഷ്ടപ്പെടുത്തിയിട്ടുണ്ട്. പിന്നെ അടുത്ത സ്റ്റേഷനിൽ എത്തുമ്പോൾ പപ്പ അതെല്ലാം വാങ്ങിത്തരും."

"ദൈവമേ, ഞങ്ങളോട് കരുണകാണിക്കേണമേ! എന്താ കുട്ടീ നീ ഈ പറയുന്നത്? എനിക്ക് വിശ്വസിക്കാനാവുന്നില്ല."

"അതാണ് ഏറ്റവും എളുപ്പം ആന്റീ"

"ഇതിനെയാണ് ഏറ്റവും വലിയ അലസത എന്നുപറയുന്നത്."

"എന്തുചെയ്യാനാ ആന്റീ പെട്ടിയെല്ലാം നിറഞ്ഞു കവിഞ്ഞു. ഇനി ഇതെങ്ങനെയാണ് അടയ്ക്കുക?"

"അതെല്ലാം ഞാൻ അടച്ചു തരാം. അവൾ പെട്ടിയിലെ സാധനങ്ങൾ എല്ലാം ഒന്നുകൂടി ഒതുക്കിയ ശേഷം കഷ്ടപ്പെട്ട് പെട്ടി അടച്ച് വിജയാഹ്ളാദത്തോടെ താക്കോൽ പോക്കറ്റിലിട്ടു.

"ഓ, നമ്മൾ തയാറായി കഴിഞ്ഞു. നിന്റെ പപ്പാ എവിടെ? സാമാനങ്ങൾ എല്ലാം ഇറക്കേണ്ട സമയമായി. പപ്പാ എവിടെയാണെന്ന് പോയി നോക്കിയിട്ടു വരൂ!"

"ഓഹ്! ശരി. അതാ, പപ്പാ അപ്പുറത്തു ക്യാബിന്റെ അടുത്തുനിന്ന് ഓറഞ്ചു തിന്നുന്നുണ്ട്."

"നമുക്ക് ഇറങ്ങാറായ വിവരം നിന്റെ പപ്പായ്ക്ക് അറിയില്ലേ? ഓടിപ്പോയി പപ്പായോടു പറയൂ!"

"പപ്പാ ഒരു കാര്യത്തിലും തിടുക്കം കാണിക്കുകയില്ല. അതാ ആ തെരുവിനു മുകളിൽ നമ്മുടെ വീട് കാണുന്നു. നോക്കൂ!"

കൂട്ടമായി അണിനിരന്നുകിടക്കുന്ന മറ്റു കപ്പലുകളുടെ ഇടയിലേക്ക് ഘനഗംഭീരമായ മുരൾച്ചയോടെ, തളർന്ന കൂറ്റൻ ഭീകരസത്വത്തെപ്പോലെ, കരയെ ലക്ഷ്യമാക്കി ആവിക്കപ്പൽ തള്ളിക്കയറാൻ തയാറെടുത്തു തുടങ്ങി. ഇവായുടെ ജന്മനഗരമായ ന്യൂ ഓർലിയൻസിന്റെ ശിഖരങ്ങളും താഴികക്കുടങ്ങളും നോക്കി ഇവാ ആഹ്ളാദവതിയായി. പുറത്തേക്കിറങ്ങാനുള്ള വാതിൽ തുറക്കപ്പെട്ടതോടെ പെട്ടെന്ന് യാത്രക്കാരുടെ ബഹളം വർധിച്ചു. സ്ത്രീകൾ ആകാംക്ഷയോടെ മക്കളെ വിളിച്ചു. ജോലിക്കാർ അങ്ങോട്ടുമിങ്ങോട്ടും ഓടുന്നു. ഇരുമ്പു പെട്ടികളും ബാഗുകളും എല്ലാം കൈയിലേന്തി ഓരോരുത്തരും ഇറങ്ങാനായി ഒരുങ്ങി നിന്നു. ഒടുവിൽ സെന്റ് ക്ലെയർ സാവധാനത്തിൽ നടന്നുവന്ന്, താൻ തിന്നുകൊണ്ടുനിന്നിരുന്ന കുറച്ച് ഓറഞ്ചിന്റെ അല്ലികൾ ഇവായ്ക്കു നൽകി. ഈ കാഴ്ച കണ്ട് ഒഫീലിയ ആശ്ചര്യപ്പെട്ടു. അവൾ വിഷമത്തോടെ ചോദിച്ചു:

"എന്താ, നമുക്ക് ഇറങ്ങണ്ടേ?"

"കൊള്ളാം. നിങ്ങൾ ഇറങ്ങാൻ തയാറായി കഴിഞ്ഞുവോ?"

"ഞാൻ ഒരുമണിക്കൂറായി, തയാറായിട്ട്. നിന്നെ കാണാഞ്ഞ് വിഷമിച്ചിരിക്കുകയായിരുന്നു."

"എന്തിനാണ് മറ്റുള്ളവരെപ്പോലെ നാമും തിക്കിത്തിരക്കുന്നത്? വണ്ടി പുറത്ത് കാത്തുനിൽക്കുന്നുണ്ട്. തിരക്കെല്ലാം ഒഴിഞ്ഞു. ഇനി നമുക്ക് അന്തസോടെ 'ക്രിസ്ത്യൻ രീതി'യിൽ സമാധാനത്തോടെ പുറത്തിറങ്ങാം. ഉന്തുംതള്ളും ഒന്നും വേണ്ട!"

അടുത്തുവന്നുനിന്നിരുന്ന വണ്ടിക്കാരനോട് അയാൾ പറഞ്ഞു.

"ഈ സാധനങ്ങൾ എല്ലാം എടുത്തു വയ്ക്കൂ!"

"അവൻ സാധനങ്ങൾ എടുത്തുവയ്ക്കുന്നത് ഞാൻ ശ്രദ്ധിച്ചുകൊള്ളാം." ഒഫീലിയ പറഞ്ഞു.

"നിങ്ങൾ നോക്കി നിൽക്കുന്നതുകൊണ്ട് എന്തു ഗുണമാണുള്ളത്?"

മൂന്നു പെട്ടികളും ഒരു സഞ്ചിയും മാറ്റിവച്ചുകൊണ്ട് അവർ പറഞ്ഞു:

"ഇതെല്ലാം ഞാൻ തന്നെ എടുത്തോളാം."

തന്റെ കസിന്റെ പ്രവൃത്തി സെന്റ് ക്ലെയറിന് ഇഷ്ടപ്പെട്ടില്ല.

"എന്റെ പ്രിയപ്പെട്ട മിസ് വെർമോണ്ട്, തെക്കൻ ആശയത്തിന്റെ ചെറിയ അംശമെങ്കിലും നിന്റെ ജീവിതത്തിൽ പകർത്താൻ ശ്രമിക്കൂ! ഇങ്ങനെ ഭാരവും ചുമന്ന് നടക്കരുത്. മറ്റുള്ളവർ കരുതുക, നിങ്ങൾ ഒരു ചുമട്ടുകാരിയാണെന്നായിരിക്കും. അതെല്ലാം ഇയാളെ ഏൽപ്പിക്കൂ. അവനതെല്ലാം ഒരു കോഴിമുട്ട കൈകാര്യം ചെയ്യുന്ന സൂക്ഷ്മതയോടെ എടുത്തു വച്ചോളും."

തന്റെ കൈയിൽനിന്നും വിലപിടിച്ച വസ്തുക്കൾ നിറച്ച ബാഗ് കസിൻ എടുത്തുമാറ്റുന്നത് അവർ വല്ലാത്ത വിഷമത്തോടെയും നിരാശയോടെയും നോക്കിനിന്നു. വണ്ടിയിൽ കയറിയപ്പോൾ ഈ പെട്ടികളെല്ലാം

തന്റെ സമീപത്തുതന്നെ കണ്ടതിൽ അവളുടെ മനസ്സ് ആശ്വാസംകൊള്ളുകയും ആനന്ദിക്കുകയും ചെയ്തു.

സെന്റ് ക്ലെയറിന്റെ എസ്റ്റേറ്റിന്റെ ഗേറ്റിലൂടെ വണ്ടിയോടിച്ച് വലിയൊരു ചതുരൻ മുറ്റത്ത് ചെന്നുനിന്നു.

"എവിടെ ടോം?" ഇവ ചോദിച്ചു.

"അവൻ അപ്പുറത്തുണ്ട്. മോളെ, ഞാനവനെ നിന്റെ മമ്മയ്ക്കു നൽകാൻ പോകുകയാണ്. ഇടയ്ക്കിടയ്ക്ക് വണ്ടി മറിച്ചിടുന്ന ആ കള്ളുകുടിയൻ വണ്ടിക്കാരനു പകരമായി."

"ടോം ഒന്നാന്തരമായി വണ്ടിയോടിക്കുമെന്ന് എനിക്കറിയാം. ഇവ സന്തോഷത്തോടെ പറഞ്ഞു. ടോം ഒരിക്കലും കള്ളുകുടിച്ച് വണ്ടിയോടിച്ച് അതു മറിച്ചിടുമെന്ന് തോന്നുന്നില്ല."

സ്പാനിഷ്-ഫ്രഞ്ചു ശൈലിയിൽ നിർമിക്കപ്പെട്ട കൊട്ടാര സദൃശമായ ഒരു മന്ദിരമായിരുന്നു അത്. പടിവാതിലും ആർച്ചും എല്ലാം അതീവ ഗംഭീരം. വീടിനു ചുറ്റുമായി വിശാലമായ വരാന്ത. മനോഹരമായ ശിലാരൂപങ്ങൾ അവിടെയെല്ലാം കൊത്തിവച്ചിരിക്കുന്നു. മുറ്റത്തിനു നടുവിൽ വലിയൊരു മാർബിൾ തടത്തിൽ സ്ഫടികതുല്യമായ തെളിച്ചമുള്ള ഒരു ജലധാര ഒഴുകുന്നു. അതിൽ ജീവനുള്ള രത്നങ്ങൾപോലെ വെളുപ്പും സ്വർണ നിറവുമുള്ള മത്സ്യങ്ങൾ ചാടിമറിയുന്നു. ജലധാരയ്ക്കു ചുറ്റും മാർബിളിന്റെ നടപ്പാത ഒരുക്കിയിരിക്കുന്നു. പൂന്തോട്ടത്തിൽ വിരിഞ്ഞു വിലസുന്ന പൂക്കളിലെ മധു നുകരുവാനായി പൂമ്പാറ്റകൾ പാറുന്നു. കിളികളുടെ കളകളാരവം പൂന്തോട്ടത്തിന് പരഭാഗ ശോഭ നൽകുന്നു. തണലിനു വേണ്ടി വളർത്തിയിരിക്കുന്ന ഓറഞ്ചുമരങ്ങൾ പൂത്തും കായ്ച്ചും നിൽക്കുന്നു. പലതരം പൂച്ചെടികളിൽനിന്നും വള്ളികളിൽനിന്നും ഉയരുന്ന സുഗന്ധം പരിസരമാകെ വ്യാപിച്ചിരിക്കുന്നു.

വണ്ടി വീടിനുമുന്നിൽ നിന്നപ്പോഴെയ്ക്കും ഇവ വാഹനത്തിൽനിന്നും പുറത്തേക്കു കുതിച്ചു ചാടി, കൂടുതുറന്നു വിട്ട കിളിയെപോലെ അവൾ വരാന്തയ്ക്കരികിലെ ഒരു മുറിയിലേക്കു പാഞ്ഞു.

"എന്റെ വീട് എങ്ങനെയുണ്ട്? നല്ലതല്ലേ? ഇഷ്ടപ്പെട്ടുവോ?" ഇവ ആന്റിയോടു ചോദിച്ചു.

"വളരെ മനോഹരമായ വീട്. സുന്ദരമായ സ്ഥലം. എനിക്ക് നന്നേ ഇഷ്ടപ്പെട്ടു." വണ്ടിയിൽനിന്നും ഇറങ്ങിക്കൊണ്ട് ഒഫീലിയ മറുപടി പറഞ്ഞു.

"എന്നാൽ ഈ വീടിന് പഴക്കം തോന്നിക്കുന്നുണ്ട്. ഇത് അവിശ്വാസികളുടെ വീടാണെന്ന സംശയവും എന്നിൽ ഉണർത്തുന്നുണ്ട്."

ടോം വണ്ടിയിൽനിന്നും പുറത്തിറങ്ങി. ശാന്തഭാവത്തിൽ സന്തോഷപൂർവം ചുറ്റുപാടും നിരീക്ഷിച്ചു. പുതിയ ഒരു സ്ഥലത്ത് എത്തിയതിന്റെ ഉദ്വേഗം അവന്റെ മുഖത്ത് ദൃശ്യമായിരുന്നു. ധാരാളം അനുഭവസമ്പത്ത് കൈമുതലായുള്ള അവന് സൗന്ദര്യവും കൗതുകവുമുള്ള എന്തും ആസ്വദിക്കുവാനാകും.

തന്റെ വീടിനെക്കുറിച്ച് ഒഫീലിയ പറഞ്ഞ അഭിപ്രായം കേട്ട് മനസിൽ കാവ്യബോധമുള്ള സെന്റ് ക്ലെയർ ഹൃദ്യമായി പുഞ്ചിരിച്ച ശേഷം ടോമിനു നേരെ തിരിഞ്ഞുകൊണ്ടു പറഞ്ഞു.

"നല്ലവനായ ടോം, നിനക്ക് തീർച്ചയായും ഈ സ്ഥലം ഇഷ്ടപ്പെടും."

"അതെ യജമാനനെ, ഇതു തീർച്ചയായും നല്ല സ്ഥലമാണ്."

അവരവിടെ വന്നെത്തിയ നിമിഷങ്ങൾക്കുള്ളിൽ നടന്ന സംഭവമാണ് ഇതെല്ലാം. ഞൊടിയിടയിൽ ഒരുകൂട്ടം സ്ത്രീപുരുഷന്മാർ അവിടെ പാഞ്ഞെത്തി. അവരിൽ പ്രധാനി, ആധുനിക രീതിയിൽ വസ്ത്രധാരണം നിർവഹിച്ച ഒരു നീഗ്രോയുവാവായിരുന്നു. സുഗന്ധംപരത്തുന്ന ഒരു തൂവാല അവൻ വീശിക്കൊണ്ടിരുന്നു. താനാണ് അവിടുത്തെ വിശ്വസ്ത ഭൃത്യൻ എന്ന ഭാവത്തോടെ എല്ലാവരേയും വരാന്തയിലേക്ക് ഓടിപ്പിച്ചു.

"നിങ്ങളെന്താണ് എല്ലാവരും ഇങ്ങനെ കൂടിനിൽക്കുന്നത്? നിങ്ങളെക്കൊണ്ട് ഞാൻ ലജ്ജിക്കുന്നു." അവൻ അധികാരഭാവത്തിൽ ശാസിച്ചു.

"യജമാനന്റെ ബന്ധുക്കൾ എത്തിയ ഉടനെ അവരുടെ ഇടയിലേക്ക് തിക്കിത്തിരക്കി വരികയാണോ?" അവന്റെ ശകാരവർഷം കേട്ട് അവരെല്ലാം അനങ്ങാതെ നിന്നു. ശക്തന്മാരായ രണ്ടുപേർ മാത്രം മുന്നോട്ടു വന്ന് ചുമടുകൾ എടുത്ത് അകത്തേക്കു കൊണ്ടുപോയി. പിന്നീടവിടെ ആ നീഗ്രോ യുവാവ് -അഡോൾഫ് മാത്രം ബാക്കിയായി. വെള്ള പാന്റും സാറ്റിൻ ഷർട്ടും ആണ് അവന്റെ വേഷം. അവൻ അന്തസ്സോടെ യജമാനനെ കുനിഞ്ഞു വണങ്ങി. അവന്റെ മുഖം ഗൗരവംകൊണ്ടു തുടത്തു.

"ആഹ്! നീയാണോ അഡോൾഫ്? നിനക്ക് സുഖമല്ലേ?" അവന് കൈകൊടുത്തുകൊണ്ട് യജമാനൻ ചോദിച്ചു.

അതിനു മറുപടിയായി അവൻ ഒരു പ്രസംഗം തന്നെ നടത്തി. രണ്ടാഴ്ചയായി അവനാ പ്രസംഗം പഠിച്ചുവച്ചിരിക്കുകയായിരുന്നു.

"ശരി, ശരി." പതിവുശൈലിയിൽ അശ്രദ്ധയോടെ സെന്റ് ക്ലെയർ പറഞ്ഞു.

"നന്നായിട്ടുണ്ട് അഡോൾഫ്. സാധനങ്ങളെല്ലാം ശരിക്ക് വച്ചിട്ടില്ലേ എന്നു നോക്കൂ. അവരെയെല്ലാം കുറച്ചു കഴിഞ്ഞശേഷം ഞാൻ വന്നു കണ്ടുകൊള്ളാം."

അയാൾ മിസ്സ് ഒഫീലിയയെ വിളിച്ച് വരാന്ത പിന്നിട്ട് വിശാലമായ സന്ദർശനമുറിയിലേക്ക് കടന്നു. അപ്പോഴെയ്ക്കും തുള്ളിച്ചാടിക്കൊണ്ട് ഇവാ പിന്നിലുള്ള ഒരു മുറിയിലേക്കു കടന്നു. ഇവാ ആഹ്ളാദത്തോടെ വിളിച്ചു കൂവിക്കൊണ്ട് അവിടെ ഇരുന്നിരുന്ന സ്ത്രീയുടെ കഴുത്തിൽ കെട്ടിഞാന്നു വീണ്ടുംവീണ്ടും ആലിംഗനം ചെയ്തു. നല്ല ഉയരത്തിൽ, കറുത്ത നീണ്ടമിഴികളുള്ള വിളറിയ ആ മാന്യസ്ത്രീ ഒരു സോഫയിൽ ചാരിക്കിടക്കുകയായിരുന്നു. ഇവാ അവരുടെ കഴുത്തിൽ കെട്ടിപ്പിടിച്ച് വീണ്ടുംവീണ്ടും ആലിംഗനം ചെയ്തു.

"മതി, മതി, മോളെ നീ ശ്രദ്ധിക്ക്, ബഹളം വച്ച് എന്റെ തലവേദന കൂട്ടല്ലേ?"

അവർ നിരുന്മേഷയായി മകളെ ചുംബിച്ചുകൊണ്ടു പറഞ്ഞു.

സെന്റ്ക്ലെയർ അകത്തേക്കു കടന്നുവന്ന്, ആചാര പ്രകാരം ഭാര്യയെ ആലിംഗനം ചെയ്തു. തന്റെ കസിനെ ഭാര്യക്കു പരിചയപ്പെടുത്തി. മേരി തന്റെ നീണ്ടുവിടർന്ന കണ്ണുകൾ വികസിപ്പിച്ചുകൊണ്ട് അതിഥിയെ ജിജ്ഞാസയോടെ നോക്കി. അവളുടെ മുഖത്ത് യാതൊരു ഉത്സാഹവും പ്രകടമായില്ലെങ്കിലും ഒരുതരം ഭവ്യതയോടെ സ്വീകരിച്ചു. അപ്പോഴെയ്ക്കും അവിടേക്ക് ഒരുകൂട്ടം ഭൃത്യജനങ്ങൾ വാതിൽക്കൽ നിലയുറപ്പിച്ചു. അവരിൽ പ്രമുഖ മദ്ധ്യവയസ്കയായ ഒരു നീഗ്രോസ്ത്രീ ആയിരുന്നു. അവളുടെ മുഖം സന്തോഷത്താൽ തിളങ്ങിയിരുന്നു. അവളെ കണ്ട മാത്രയിൽ ഇവാ ഓടിയണഞ്ഞ് കെട്ടിപ്പിടിച്ചു ചുംബിച്ചു. "ഓഹ് മാമ്മി" അവൾ വിളിച്ചു കൂവി.

"എന്റെ തലവേദന കൂട്ടല്ലേ?" എന്ന് ആ സ്ത്രീ പറഞ്ഞില്ല. നേരെ മറിച്ച് അവളെ വാരിയെടുത്ത് ചുംബിച്ച് ഒരു ഉന്മാദിനിയെപ്പോലെ ചിരിക്കുകയും കരയുകയും ചെയ്തു. പിന്നീട് ഇവാ ഓരോ ഭൃത്യരുടേയും അടുത്തു ചെന്ന് വളരെ വാത്സല്യത്തോടെ അഭിവാദനം ചെയ്തു. ഈ കാഴ്ച ഒഫീലിയയെ അലോസരപ്പെടുത്തി എന്നവൾ പിന്നീട് പറഞ്ഞു.

തന്റെ കസിനെ ഒരു വശത്തേക്ക് മാറ്റിനിർത്തി, മിസ് ഒഫീലിയ അയാളോട് ശബ്ദം താഴ്ത്തി പറഞ്ഞു: "അഗസ്റ്റ്യൻ, തെക്കൻദേശത്തെ നിങ്ങളുടെ കുട്ടികൾക്ക് എനിക്കൊരിക്കലും ചെയ്യാൻ കഴിയാത്ത ചില കാര്യങ്ങൾ ചെയ്യാൻ കഴിയുന്നു."

"എന്താണ് നിങ്ങൾ ഉദ്ദേശിക്കുന്നത്?" സെന്റ് ക്ലെയർ കൗശലപൂർവം ചോദിച്ചു. "എല്ലാവരോടും ദയ കാണിക്കണം എന്ന് എനിക്ക് ആഗ്രഹമുണ്ട്. ഞാൻ അറിഞ്ഞുകൊണ്ട് ആരെയും വേദനിപ്പിക്കാറും ഇല്ല. എന്നാലും നീഗ്രോകളെ ചുംബിക്കുക എന്നത്...."

"അതേ അതെങ്ങനെ ഇവായ്ക്കു കഴിയുന്നു?"

ഇടനാഴിയിലേക്കു നടക്കുന്ന വേളയിൽ സെന്റ് ക്ലെയർ പുഞ്ചിരിക്കുകമാത്രം ചെയ്തു.

"ഹലോ! എന്താണ് വിശേഷം? മാമ്മി, ജിമ്മി, പോളി, സുക്കി എല്ലാവർക്കും യജമാനനെ കണ്ടതിൽ സന്തോഷമായില്ലേ?" അയാൾ ഓരോരുത്തരുടേയും കൈപിടിച്ചു കുലുക്കികൊണ്ട് സുഖവിവരങ്ങൾ അന്വേഷിച്ചു. തമാശപറഞ്ഞ് അവരെ ചിരിപ്പിച്ചു. എല്ലാവർക്കും സമ്മാനമായി പണം നൽകി.

"എല്ലാവരും നല്ല കുട്ടികളെപ്പോലെ ഇപ്പോൾ പോകൂ!" അവരെല്ലാം വരാന്തയിലേക്ക് പോയി. അവരോടൊന്നിച്ച് ഇവായും ഓടിപ്പോയി. യാത്രയിൽ അവൾ വാങ്ങികൂട്ടിയ ആപ്പിൾ, അണ്ടിപ്പരിപ്പ്, ചോക്ക്ലേറ്റ്, റിബൺ, ലേസ്, എന്നിവ കൈയിൽ ഉണ്ടായിരുന്നു.

സെന്റ് ക്ലെയർ തിരിച്ചുപോകാൻ തുനിയവേ, അസ്വസ്ഥനായി നിൽക്കുന്ന ടോമിനെ കണ്ടു. അവൻ കാലുകൾ മാറിമാറി ചവിട്ടി നിൽക്കുകയാണ്. കുറച്ചകലെ ബൈനോക്കുലറിലൂടെ ടോമിന്റെ ചേഷ്ടകൾ നിരീ

ക്ഷിച്ചുകൊണ്ട് അഡോൾഫ് നിൽക്കുന്നു.

"നീ എന്താണീ കാണിക്കുന്നത് കഴുതേ?" ബൈനോക്കുലർ തട്ടിത്തെറിപ്പിച്ചുകൊണ്ട് യജമാനൻ ചോദിച്ചു.

"ഇങ്ങനെയാണോ സുഹൃത്തിനെ സ്വീകരിക്കുക?" ഇതെന്റെ ബനിയനാണെന്ന് തോന്നുന്നുവല്ലോ." അവൻ ധരിച്ചിരിക്കുന്ന ബനിയൻ തൊട്ടുകാണിച്ചുകൊണ്ട് സെന്റ് ക്ലെയർ ചോദിച്ചു.

"യജമാനനെ. ഇതിൽ വീഞ്ഞ് വീണ് അതിന്റെ കറപറ്റി. അങ്ങയെപ്പോലുള്ള ഒരു മാന്യന് ഒരിക്കലും ഇടാൻ യോജിച്ചതല്ല ഈ ബനിയൻ. അതുകൊണ്ട് ഇത് ഞാൻ എടുക്കുന്നതാണ് നല്ലതെന്ന് തോന്നി. എന്നെപ്പോലെ ഒരു പാവം നീഗ്രോവിനാണ് ഇതു യോജിക്കുക." അന്തസ്സോടെ തലകുലുക്കിക്കൊണ്ട് അവൻ പറഞ്ഞു.

"അതു ശരി. അപ്പോൾ അതാണ് കാര്യം അല്ലേ?" സെന്റ് ക്ലെയർ പതിവുശൈലിയിൽ അശ്രദ്ധയോടെ പറഞ്ഞു.

"പിന്നെ, ഞാനീ ടോമിനെ യജമാനത്തിയെ കാണിക്കുന്നതിനുവേണ്ടി കൊണ്ടുപോകയാണ്. അതിനുശേഷം നീ അവനെ അടുക്കളയുടെ അടുത്തേക്ക് കൊണ്ടുപോകൂ. നിന്റെ ജാഡയൊന്നും അവന്റെ അടുത്ത് എടുക്കരുത്. പറഞ്ഞതു മനസിലായോ. നിന്നെപ്പോലെ രണ്ടു പട്ടികൾക്ക് തുല്യനാണ് അവൻ."

"യജമാനൻ വല്ലാത്തൊരു തമാശക്കാരൻ തന്നെ!" അഡോൾഫ് ചിരിച്ചു.

"യജമാനനെ ഇങ്ങനെ കാണാൻ എനിക്കെന്തു സന്തോഷമാണെന്നോ!"

"ടോം ഇവിടെ വരൂ!" സെന്റ് ക്ലെയർ വിളിച്ചു.

ടോം അനുസരണയോടെ അകത്തേക്ക് പ്രവേശിച്ചു. അവൻ അത്ഭുതത്തോടെ നിലത്തുവിരിച്ചിരിക്കുന്ന പരവതാനിയിലേക്ക് നോക്കി. അവിടെ കണ്ട കണ്ണാടികളും ചിത്രങ്ങളും രൂപങ്ങളും കർട്ടനുകളും എല്ലാം അവനെ അതിശയിപ്പിച്ചു. അവന് ആ പരവതാനിയിൽ സ്വന്തം പാദങ്ങളുറപ്പിക്കുവാൻ മടി തോന്നി. ഭയപ്പാടോടെയായിരുന്നു അവനവിടെ നിന്നിരുന്നത്.

"മേരീ, നീ ഒന്ന് ഇങ്ങോട്ട് നോക്കൂ!" സെന്റ് ക്ലെയർ ഭാര്യയോടു പറഞ്ഞു.

"അവസാനം നിനക്കു പറ്റിയ ഒരു വണ്ടിക്കാരനെ കണ്ടുപിടിക്കുവാൻ എനിക്കു സാധിച്ചു. ഇവൻ വളരെ സൂക്ഷിച്ചു മാത്രമേ വണ്ടി ഓടിക്കുകയുള്ളൂ. നീ ആഗ്രഹിക്കുന്നുവെങ്കിൽ ഒരു വിലാപയാത്രയിലെന്ന പോലെ അവൻ വണ്ടി ഓടിക്കും. നീ കണ്ണു തുറന്ന് അവനെ ഒന്ന് നോക്കൂ! ഞാൻ വീടുവിട്ടുനിന്നാൽ പിന്നെ നിന്നെ ഓർക്കാറേയില്ല എന്ന പരാതിക്ക് ഇനി സ്ഥാനമുണ്ടാകുകയില്ലല്ലോ."

മേരി കണ്ണു തുറന്ന് ടോമിനെ തുറിച്ചുനോക്കിയ ശേഷം പറഞ്ഞു.

"ഇവനും കുടിച്ചു ലക്കുകെട്ട് നടക്കും എന്നാണ് എനിക്ക് തോന്നുന്നത്."

"ഏയ്! ഒരിക്കലും അല്ല. ഇവൻ കടുത്ത ഈശ്വരവിശ്വാസിയാണ്."

"ശരി. ഇവനെങ്കിലും നല്ലവനാകട്ടെ എന്നു നമുക്കാശിക്കാം." മേരി പറഞ്ഞു. "അത് പ്രതീക്ഷയ്ക്ക് അപ്പുറമാണെങ്കിലും."

"അഡോൾഫ്" സെന്റ് ക്ലെയർ വിളിച്ചു.

"ടോമിന് ഈ വീടും പരിസരവും എല്ലാം പരിചയപ്പെടുത്തി കൊടുക്കൂ! പിന്നെ ഒരു കാര്യം! ഞാൻ നേരത്തെ പറഞ്ഞത്, മറന്നിട്ടില്ലല്ലോ."

തലകുലുക്കിക്കൊണ്ട് അഡോൾഫ് ഗമയിൽ നടന്നു. ടോം അയാളുടെ പിന്നാലെയും.

"വരൂ! മേരി, നീ ഇവിടെ വന്നിരിക്കൂ!" അവളുടെ സോഫയ്ക്കു സമീപത്തുള്ള ഒരു സ്റ്റൂളിൽ ഇരുന്ന് സെന്റ് ക്ലെയർ സംസാരിക്കുവാൻ ആരംഭിച്ചു. "നീ സന്തോഷവതിയായിരിക്കുവാൻ ശ്രമിക്കൂ! നല്ല കാര്യങ്ങൾ മാത്രം ഓർക്കുകയും പറയുകയും ചെയ്യുക."

"നിങ്ങൾ പറഞ്ഞതിൽനിന്നും രണ്ടാഴ്ച വൈകിയാണ് ഇവിടെ എത്തിയത്." അവൾ നീരസം മറച്ചുവയ്ക്കാതെ പറയാൻ തുടങ്ങി.

"അതു നിനക്കറിയാമല്ലോ. അതിനുള്ള കാരണമെല്ലാം ഞാൻ നിനക്ക് വിശദമായി എഴുതിയിരുന്നുവല്ലോ."

"ആ കത്ത് എത്ര കാര്യമാത്ര പ്രസക്തവും തണുപ്പനും വിരസവുമായിരുന്നു." അവൾ പ്രതികരിച്ചു.

"എന്റെ പ്രിയപ്പെട്ടവളേ, അപ്പോഴെയ്ക്കും മെയിൽ പോകാൻ തയാറായി നിൽക്കുകയായിരുന്നു." തിടുക്കത്തിൽ അത്രയും എഴുതിയില്ലായിരുന്നെങ്കിൽ, യാതൊന്നും തന്നെ എഴുതാൻ സാധിക്കുകയില്ലായിരുന്നു."

"നിങ്ങൾ എല്ലായ്പ്പോഴും ഇങ്ങനെ തന്നെയാണു ചെയ്യാറുള്ളത്. യാത്ര ദീർഘിപ്പിക്കും; കത്ത് ചുരുക്കുകയും ചെയ്യും"

"ഇങ്ങോട്ടൊന്നു നോക്കൂ!" മനോഹരമായ ഒരു ബാഗ് കൈയിലെടുത്തുകൊണ്ട് അയാൾ തുടർന്നു: "ഞാൻ നിനക്കുവേണ്ടി ന്യൂയോർക്കിൽ നിന്നും വാങ്ങിയ ഒരു സമ്മാനം." ഇവായും അയാളും ചേർന്നിരിക്കുന്ന ഒരുപടം കൊത്തിയുണ്ടാക്കിയിട്ടുള്ളതായിരുന്നു അത്.

അതു കണ്ടിട്ടും മേരിയുടെ മുഖത്ത് സംതൃപ്തി ഒന്നും ഉണ്ടായിരുന്നില്ല. അവൾ അതൃപ്തിയോടെ നോക്കി.

"നിങ്ങളെന്താ ഇങ്ങനെ ചരിഞ്ഞിരിക്കുന്നത്?"

"ഇരിക്കുന്ന രീതി ഓരോരുത്തരുടേയും ഇഷ്ടാനുസരണം അല്ലേ? ആട്ടെ, നിനക്കീ സമ്മാനം ഇഷ്ടമായോ?"

"ഒരു വിഷയത്തിൽ നിങ്ങൾക്ക് എന്റെ അഭിപ്രായം രസിച്ചില്ലെങ്കിൽ മറ്റു കാര്യങ്ങളും അതുപോലെ തന്നെ ആയിരിക്കുമല്ലോ." ചിത്രം മടക്കി വച്ചുകൊണ്ട് അവൾ അപ്രിയം പ്രകടിപ്പിച്ചു.

"ഈ പെണ്ണ് തുലഞ്ഞുപോട്ടെ." അയാൾ മനസിൽ മന്ത്രിച്ചു. എന്നാൽ പുറത്തുപറഞ്ഞത് ഇങ്ങനെയാണ്.

"പറയൂ മേരി, നിനക്കിത് ഇഷ്ടപ്പെട്ടോ. വിഡ്ഢിത്തരങ്ങൾ പുലമ്പിക്കൊണ്ടിരിക്കാതെ കാര്യം പറയൂ!"

“നിങ്ങൾക്ക് എന്നെക്കുറിച്ച് യാതൊരു വിചാരവും ഇല്ല. സെന്റ് ക്ലെയർ. അല്ലെങ്കിൽ എന്നോടു സംസാരിക്കുവാനും ഓരോ സാധനങ്ങൾ കാണാനും എന്നെ നിർബന്ധിക്കുമായിരുന്നുവോ? തലവേദന സഹിക്ക വയ്യാതെ ഞാൻ ഇന്നു മുഴുവൻ കിടക്കുകയായിരുന്നു എന്ന കാര്യം നിങ്ങൾക്കറിവുള്ളതല്ലേ? അതിനു പുറമേയാണ് നിങ്ങൾ എത്തിയതു മുതൽക്കുള്ള കോലാഹലം. ഞാൻ അർധ പ്രാണയായിരിക്കുകയാണ്. അതു വല്ലതും നിങ്ങൾക്കറിയാമോ?”

“നിങ്ങൾക്കു വല്ലാത്ത തലവേദനയുണ്ടോ?” ചാരുകസേരയിലിരുന്ന്, അവിടത്തെ ഗൃഹോപകരണങ്ങളുടെ എണ്ണവും വിലയും കണക്കുകൂട്ടിക്കൊണ്ടിരുന്ന ഒഫീലിയ ചാടിയെഴുന്നേറ്റുകൊണ്ടു ചോദിച്ചു.

“അതെ. ഈയിടെയായി സ്ഥിരമായി തലവേദനിക്കുന്നു.”

“ജൂനിപ്പർ-ബെറി ചായ തലവേദനയ്ക്കു വളരെ നല്ലതാണ്.” ഒഫീലിയ അഭിപ്രായപ്പെട്ടു.

“തടാകത്തിനടുത്തുള്ള തോട്ടത്തിലെ ജൂനിപ്പർ ബെറി പഴുത്തു പാകമാകുമ്പോൾ ആദ്യത്തെ പഴങ്ങൾ തന്നെ ഞാനീ ആവശ്യത്തിനായി ഇവിടെ എത്തിച്ചു തരാം.” സെന്റ് ക്ലെയർ വളരെ ഗൗരവത്തിൽ പറഞ്ഞു.

“നിങ്ങൾ മുറിയിൽ പോയി ഒന്ന് കുളിച്ച് ഉഷാറായി വരൂ! വലിയൊരു യാത്ര കഴിഞ്ഞ് വന്നതല്ലേ?” അയാൾ തുടർന്നു: “അഡോൾഫ്, മാമ്മിയോട് ഇങ്ങോട്ടു വരാൻ പറയൂ!”

അന്തസ്സോടെ നടന്ന് ആ നീഗ്രോസ്ത്രീ അവിടേക്കു വന്നു. അവൾ വളരെ വൃത്തിയിൽ വസ്ത്രം ധരിച്ചിരിക്കുന്നു. ചുവപ്പും മഞ്ഞയും കലർന്ന ഒരു ശിരോവസ്ത്രം തലയിലിട്ടിട്ടുണ്ട്. ഇവാ സമ്മാനിച്ചതായിരുന്നു അത്. “മാമ്മി” സെന്റ് ക്ലെയർ വിളിച്ചു.

“ഈ മാന്യവനിതയെ ഞാൻ നിങ്ങളെ ഏൽപ്പിക്കുകയാണ് ഇവരുടെ എല്ലാകാര്യത്തിലും നിങ്ങളുടെ ശ്രദ്ധയുണ്ടാകണം. യാത്രാക്ഷീണം മൂലം വല്ലാതെ തളർന്നിരിക്കുന്ന ഇവർക്ക് ഇപ്പോൾ വിശ്രമം അത്യാവശ്യമാണ്. ഒരുക്കിവച്ചിരിക്കുന്ന മുറിയിലേക്ക് കൂട്ടിക്കൊണ്ടു പോകൂ! യാതൊരു വിധത്തിലുള്ള ബുദ്ധിമുട്ടും ഇവർക്ക് ഉണ്ടാകരുത്.” മിസ് ഒഫീലിയ മാമ്മിയുടെ പിന്നാലെ നടന്നു.

“നോക്കൂ മേരീ, നിനക്ക് സന്തോഷത്തിന്റേതായ ഒരു കാലം ഉദയം ചെയ്യാൻ പോകുകയാണ്. നിന്റെ തോളിൽനിന്നും സകല ഭാരവും എടുത്തു നീക്കി അതെല്ലാം ഏറ്റെടുത്തു നടത്തുവാൻ കഴിവുള്ളവളാണ് നമ്മുടെ കസിൻ. അവർക്ക് പ്രായോഗിക പരിജ്ഞാനം വളരെ കൂടുതലാണ്. നിനക്കിനി ആരോഗ്യം വീണ്ടെടുത്ത്, സുന്ദരിയും ഉല്ലാസവതിയും ആയി കഴിയാനൊക്കും. താക്കോൽദാന കർമം വേഗത്തിൽ നിർവഹിക്കാം.”

“തീർച്ചയായും ഞാൻ നിങ്ങളെ സ്വാഗതം ചെയ്യുന്നു.” മേരി മറുപടി പറഞ്ഞു.

“നമ്മൾ യജമാനത്തികളാണ് യഥാർഥഅടിമകളെന്ന് അവർക്ക് അതിവേഗം മനസിലാക്കാനാകും.”

"തീർച്ചയായും. അവർക്കെല്ലാം വളരെ എളുപ്പത്തിൽ മനസിലാക്കാനാവും. ആരോഗ്യപരമായ പലതും."

"നമ്മുടെ സുഖസൗകര്യങ്ങൾക്കുവേണ്ടിയാണ് അടിമകളെ നിർത്തുന്നതെന്നാണു സംസാരം. എന്നാൽ ഒരു പ്രയോജനവും ഇല്ല. എല്ലാറ്റിനേയും ഉടനെ പറഞ്ഞുവിടണമെന്നാണ് എന്റെ അഭിപ്രായം."

അപ്പോൾ അവിടെ എത്തിയ ഇവാഞ്ജലിൻ നീണ്ട കണ്ണുകൾ മിഴിച്ച് ഗൗരവത്തോടെ അമ്മയെ നോക്കിക്കൊണ്ടു ചോദിച്ചു:

"എങ്കിൽപ്പിന്നെ എന്തിനാണ് അവരെ ജോലിക്ക് നിർത്തുന്നത് മമ്മാ?" അവളുടെ മുഖത്ത് പരിഭവം നിഴലിച്ചു.

"എന്തുകൊണ്ടാണെന്ന് എനിക്ക് അറിയില്ല. എന്റെ ജീവിതത്തിലെ പ്ലേഗാണവർ. എല്ലാ എല്ലാ അസുഖങ്ങൾക്കും കാരണം അവരാണ്. അവരെല്ലാം വളരെ മോശമാണെന്ന് ഞാൻ വിശ്വസിക്കുന്നു.

"ഓഹ് എന്റെ മേരീ, നിനക്ക് രാവിലെ തന്നെ എന്തുപറ്റി? അതൊക്കെ പോട്ടെ, അവരങ്ങനെ ഒന്നും അല്ലെന്ന് നിനക്കറിയാം. നമ്മുടെ ആശ്രിതരിൽ ഏറ്റവും നല്ലവളാണ് മാമ്മി. അവളില്ലാതെ നിനക്ക് എന്തെങ്കിലും ചെയ്യാൻ കഴിയുമോ?"

"അതെ. ശരിയാണ്. എനിക്കറിയാവുന്നതിൽ ഏറ്റവും നല്ലവൾ മാമ്മിയാണ്. അതേ സമയം അവൾ ഭയങ്കര സ്വാർഥിയും കൂടിയാണ്. ഭയങ്കര സ്വാർഥി. അതവളുടെ വർഗസ്വഭാവമാണ്."

"സ്വാർഥത ഒരു തെറ്റുതന്നെയാണ്." സെന്റ് ക്ലെയർ ഗൗരവത്തോടെ പറഞ്ഞു.

"രാത്രികളിൽ മാമ്മി സുഖമായി കിടന്നുറങ്ങുന്നു. ഓരോമണിക്കൂറിലും എനിക്കവളുടെ ശ്രദ്ധ ആവശ്യമാണെന്ന് അറിയുകയില്ലേ? എന്നിട്ട് അവൾ ഉണരാൻ കൂട്ടാക്കാതെ ഗാഢമായി ഉറങ്ങുന്നു. കഴിഞ്ഞ രാത്രി അവളെ ഉണർത്താൻ ഞാൻ എത്ര പാടുപെട്ടുവെന്ന് അറിയാമോ? ഓരോതവണയും അവളെ ഉണർത്തുക എന്നത് എന്നെ വല്ലാതെ ക്ഷീണിപ്പിക്കുന്നു."

"അവൾ ഒരുപാടു രാത്രികൾ നിങ്ങളോടൊപ്പം ഉറക്കമൊഴിച്ച് ഇരുന്നിട്ടില്ലേ മമ്മാ?" ഇവാ ചോദിച്ചു.

"അതു നിനക്കെങ്ങനെ അറിയാം?" മേരിക്ക് ദേഷ്യംവന്നു. "അപ്പോൾ അവൾ നിന്നോട് പരാതിപ്പെട്ടിട്ടുണ്ട് അല്ലേ?"

"ഇല്ല. എന്നോട് യാതൊരുവിധത്തിലുള്ള ആവലാതിയും അവർ പറഞ്ഞിട്ടില്ല. കഴിഞ്ഞ കുറെ രാത്രികളിൽ മമ്മാ വല്ലാതെ ബുദ്ധിമുട്ടുന്നുണ്ടായിരുന്നു എന്ന് സൂചിപ്പിക്കുക മാത്രമാണ് ചെയ്തത്."

"ഒന്നു രണ്ടു രാത്രികളിൽ അവൾക്കു പകരം ജാനിയേയോ റോസയേയോ നിർത്തി, മാമ്മിക്ക് ചെറിയൊരു വിശ്രമം നൽകിക്കൂടെ?" സെന്റ് ക്ലെയർ ചോദിച്ചു.

മേരിക്ക് ശരിക്കും ദേഷ്യം വന്നു. അവൾ ചോദിച്ചു: "ഇത്തരമൊരു നിർദേശം മുന്നോട്ടുവയ്ക്കാൻ നിങ്ങൾക്ക് എങ്ങനെ സാധിക്കുന്നു? അതി

നർഥം നിങ്ങൾ ശരിക്കും നിർദയനാണ് എന്നതല്ലേ സെന്റ് ക്ലെയർ? ഞാൻ എത്രമാത്രം തളർന്നിരിക്കുന്നു എന്ന് നിങ്ങൾ മനസിലാക്കിയിട്ടുണ്ടോ? എനിക്ക് നേരാവണ്ണം ശ്വാസംകഴിക്കാൻ പോലും സാധിക്കുന്നില്ല. അപരിചിതരുമായുള്ള ഇടപഴകൽ എന്റെ മാനസികനില കൂടുതൽ വഷളാക്കും. എന്നെക്കുറിച്ച് മാമ്മിക്ക് അൽപ്പമെങ്കിലും ഉൽക്കണ്ഠയുണ്ടെങ്കിൽ-അത് അവൾക്ക് ഉണ്ടാകേണ്ടതാണ്– അവൾ സന്തോഷപൂർവം ഉണർന്നിരിക്കുമായിരുന്നു. അതാണ് അവൾ ചെയ്യേണ്ടത്. അതവളുടെ കടമയല്ലേ? ചിലർക്ക് ആത്മാർഥസ്നേഹവും അർപ്പണബോധവും ഉള്ള ജോലിക്കാരുണ്ടെന്ന് ഞാൻ കേട്ടിട്ടുണ്ട്. എന്നാൽ ഞാൻ അത്രമാത്രം ഭാഗ്യം ചെയ്തിട്ടില്ല." മേരി ദീർഘനിശ്വാസം കഴിച്ചു.

കൂർമബുദ്ധിയായ മിസ്സ് ഒഫീലിയ ഈ സംഭാഷണം ശ്രദ്ധയോടെ ശ്രവിച്ചുകൊണ്ടിരുന്നു. ഗൗരവഭാവത്തിൽ ഇരുന്നിരുന്ന അവർ നിശ്ശബ്ദത പാലിക്കുവാൻ ശ്രമിച്ചു. മേരി പറഞ്ഞവസാനിപ്പിച്ച ശേഷമേ താൻ വായ തുറക്കൂ എന്നൊരു വാശി അവൾക്കുള്ളതുപോലെ തോന്നിപ്പിച്ചു.

"മാമ്മിക്കുള്ള ഒരു ഗുണം അവൾ ബഹുമാനവും ഭവ്യതയും പ്രകടിപ്പിക്കും എന്നതാണ്. കൂടാതെ അവൾക്ക് നല്ലകാര്യ പ്രാപ്തിയും ഉണ്ട്. എന്നാൽ മനസു നിറയെ സ്വാർഥതയാണ്. അവൾ സ്വന്തം ഭർത്താവിനെ ഓർത്ത് സദാസമയവും അസ്വസ്ഥയാകുകയും ആവലാതിപ്പെടുകയും ചെയ്തുകൊണ്ടിരിക്കുന്നു. ഞാൻ വിവാഹിതയായി ഇങ്ങോട്ടുപോന്നപ്പോൾ എനിക്കവളെ ഇങ്ങോട്ടുകൊണ്ടു പോരേണ്ടിവന്നു. അവളുടെ ഭർത്താവിനെ എന്റെ അച്ഛൻ വിട്ടുതന്നില്ല എന്നതു ശരിയാണ്. അവന് കരുവാന്റെ ജോലി നന്നായി അറിയാവുന്നതിനാൽ അച്ഛനവനെ ആവശ്യമായിരുന്നു. പരസ്പരം ഉപേക്ഷിച്ച് വേറെ വിവാഹം കഴിച്ച് സുഖമായി ജീവിക്കുവാൻ ഞാൻ മാമ്മിയോടും ഭർത്താവിനോടും പല കുറി പറഞ്ഞുനോക്കി. അവർക്ക് ഒന്നിച്ചു ജീവിക്കാൻ അസൗകര്യമാകുമെന്നും പറഞ്ഞു. ജീവിതത്തിൽ ഒന്നോ രണ്ടോ പ്രാവശ്യം മാത്രമേ അവൾക്കു ഭർത്താവിനെ കാണാൻ പറ്റൂ എന്നും. കാരണം അച്ഛന്റെ നാട്ടിലെ കാലാവസ്ഥ എന്റെ ശരീരത്തിനു പിടിക്കുകയില്ല. അതുകൊണ്ടുതന്ന എനിക്കങ്ങോട്ട് പോകാൻ സാധിക്കുകയില്ല. മറ്റാരെയെങ്കിലും ഭർത്താവായി സ്വീകരിക്കുവാൻ ഞാൻ അവളെ പലവട്ടം നിർബന്ധിച്ചു. ഇല്ല. അവളതിന് ഒരിക്കലും വഴങ്ങിയില്ല. മറ്റാരിലും കാണാത്ത വിധം നിർബന്ധബുദ്ധിയുള്ളവളാണ് മാമ്മി. എന്നെപ്പോലെ അതറിയുന്നവർ വേറെയില്ല.

"അവർക്ക് കുഞ്ഞുങ്ങളുണ്ടോ?" അവസാനം മിസ്സ് ഒഫീലിയ വായ തുറന്നു.

"ഉണ്ട്. രണ്ടെണ്ണം."

"അവരെ പിരിഞ്ഞിരിക്കുന്നതാണ് അവളെ ദു:ഖിപ്പിക്കുന്നതെന്ന് എനിക്കു തോന്നുന്നു."

"അതൊക്കെ ശരിയാണ്. എനിക്കവരെ കൂടെക്കൊണ്ടു പോരാൻ പറ്റിയില്ല എന്നത് ഒരു സത്യം തന്നെയാണ്." മേരി ശബ്ദം ഉയർത്തി പറഞ്ഞു.

"അവർ വൃത്തികെട്ട ജന്തുക്കളാണ്. എനിക്കവരെ ഈ പരിസരത്തൊന്നും കാണാൻ ആഗ്രഹമില്ല. മാത്രമല്ല, മാമ്മിയുടെ ഒരുപാടു സമയം അവർ അപഹരിക്കും. ഈ കാര്യത്തിൽ അവൾക്കെന്നോടു വൈരാഗ്യമുണ്ടെന്ന് എനിക്കറിയാം. അവൾ മറ്റാരെയും വിവാഹം കഴിക്കുകയില്ല. എന്റെ ആരോഗ്യസ്ഥിതി വളരെ മോശമാണെന്ന് അറിയാമെങ്കിലും, ഒരു ദിവസം അവൾ ഭർത്താവിന്റെ അടുത്തേക്ക് ഓടിപ്പോകും എന്നെനിക്ക് ഉറപ്പുണ്ട്. ഉവ്വ്. അതവൾ ചെയ്യും. അവൾ അത്രമാത്രം സ്വാർഥയാണ്. അവൾ മാത്രമല്ല, അവളുടെ വർഗമേ അങ്ങനെയാണ്. അവരിൽ ഏറ്റവും നല്ലവർപോലും വ്യത്യസ്തരല്ല."

"ഓ, കാര്യങ്ങളുടെ കിടപ്പ് എത്രമാത്രം പരിതാപകരമാണ്." സെന്റ് ക്ലെയർ പരിഹാസപൂർവം പറഞ്ഞു.

അയാളുടെ മുഖത്ത് പ്രതിഫലിച്ച വെറുപ്പും ദുഃഖവും പുച്ഛത്തോടെയുള്ള ചുണ്ട് ചുളിക്കലും മിസ്സ് ഒഫീലിയ ശ്രദ്ധിക്കാതിരുന്നില്ല.

"മാമ്മി എന്നും എനിക്ക് പ്രിയപ്പെട്ടവളായിരുന്നു." മേരി സംസാരം തുടർന്നു.

"അവളുടെ അലമാരയൊന്നു തുറന്നു നോക്കൂ! അതിൽ എത്രമാത്രം ഉടുപ്പുകളാണ് തൂക്കിയിട്ടിരിക്കുന്നതെന്ന് കാണാം. സിൽക്ക്, ലിനൻ, മസ്ലിൻ. ജീവിതത്തിൽ ആകെ രണ്ടോ മൂന്നോ തവണ മാത്രമേ ഞാനവളെ അടിച്ചിട്ടുള്ളൂ. ദിവസവും പഞ്ചസാര ചേർത്ത കാപ്പിയും ചായയും കുടിക്കാം. ഇവിടെ എല്ലാവരും സ്വന്തം ഇഷ്ടാനുസരണമാണ് ജീവിക്കുന്നത്. സെന്റ് ക്ലെയറിന് ഒന്നും ഒരു പ്രശ്നമല്ല. വേലക്കാർക്ക് സകലവിധ സൗകര്യങ്ങളും സുഖങ്ങളും നൽകിയിരിക്കുന്നു. വേലക്കാർ ഇത്രമാത്രം സ്വാർഥരാകുന്നത് നമ്മുടെ കുറ്റംകൊണ്ടു കൂടിയാണ്. ലാളിച്ച് വഷളാക്കപ്പെട്ട കുട്ടികളെ പോലെയാണവർ. സെന്റ് ക്ലെയറിനോട് ഇതേപ്പറ്റി പറഞ്ഞ് ഞാൻ തളർന്നുപോയി.

"ഞാനും" സെന്റ് ക്ലെയർ ദിനപത്രം കൈയിലെടുത്തു.

ഇവാ അമ്മയുടെ സംസാരം മുഴുവൻ കേട്ടുനിൽക്കുകയാണ്. അവൾ സാവധാനത്തിൽ നടന്ന് അമ്മയുടെ അടുത്തു വന്ന് കഴുത്തിൽ കെട്ടിപ്പിടിച്ചു.

"ശരി ഇവാ, ഇനി നിനക്കെന്താണ് വേണ്ടത്?" മേരി ചോദിച്ചു.

"എനിക്ക് ഒരു രാത്രി മമ്മയെ നോക്കാനാവില്ലേ? ഒറ്റ രാത്രി. ഞാൻ മമ്മയ്ക്ക് യാതൊരു ബുദ്ധിമുട്ടുമുണ്ടാക്കില്ല ഒട്ടും ഉറങ്ങില്ല. പല രാത്രികളും ഞാൻ മമ്മയെ കുറിച്ചോർത്ത് ഉറങ്ങാതെ കിടക്കാറുണ്ട്....."

"ഒന്നു പോ ഇവാ...വിഡ്ഢിത്തം പറയാതെ! നീ ഒരു വിചിത്ര സ്വഭാവക്കാരി തന്നെ."

"മമ്മാ, ഞാനങ്ങനെ ചെയ്യട്ടെ!" അവൾ ഭയത്തോടെ പറഞ്ഞു. "മാമ്മിക്ക് തീരെ സുഖമില്ല. വല്ലാത്ത തലവേദനയാണെന്ന് എന്നോടു പറഞ്ഞു."

"ഇതാണ് മാമ്മിയുടെ ഏറ്റവും വലിയ പ്രശ്നം. അവളും മറ്റുള്ളവ

രെപ്പോലെ, ചെറിയൊരു തലവേദനയോ കൈവേദനയോ വന്നാൽ എന്തോ മഹാരോഗം വന്നതുപോലെ ബഹളംവയ്ക്കും. ഒരിക്കലും അതു പ്രോത്സാഹിപ്പിക്കാൻ പാടില്ല, ഒരിക്കലും. അക്കാര്യത്തിൽ ഞാനൊരു ആദർശവാദിയാണ്." ഒഫീലിയയുടെ നേരെ തിരിഞ്ഞുകൊണ്ട് മേരി പറഞ്ഞു.

"നിങ്ങൾക്ക് ഇതെല്ലാം മനസിലാകും. ജോലിക്കാരുടെ അസുഖങ്ങളും അതൃപ്തിയും എല്ലാം കണ്ടുപിടിച്ച് പരിഹാരനിർദേശം കണ്ടുപിടിക്കാൻ തുടങ്ങിയാൽ അതിനേ സമയം കാണൂ. ഞാൻ പരാതിപറയുകയല്ല, ഞാനെത്രമാത്രം സഹിക്കുന്നുണ്ടെന്ന് മറ്റാർക്കും അറിയുകയില്ല. എല്ലാം നിശ്ശബ്ദം സഹിക്കേണ്ടത് എന്റെ കടമയാണെന്ന് വിശ്വസിക്കുന്നു."

ഇതെല്ലാം കേട്ട് മിസ്സ് ഒഫീലിയ അത്ഭുതത്തോടെ മിഴിച്ചിരുന്നു. സെന്റ് ക്ലെയറിന് ഇതെല്ലാം വളരെ പരിഹാസ്യമായി തോന്നി. അയാൾ വളരെ ഉറക്കെ പൊട്ടിച്ചിരിച്ചു.

"എന്റെ അനാരോഗ്യത്തെ കുറിച്ച് കേൾക്കുന്നതുതന്നെ സെന്റ് ക്ലെയറിന് പരിഹാസമാണ്." അവശനിലയിലായ ഒരു രോഗിയെപ്പോലെ മേരി പറഞ്ഞു. "അതെല്ലാം മനസിലാകുന്ന ഒരുദിവസം വരും." അവൾ തൂവാലയെടുത്ത് മുഖംതുടച്ചു.

കുറച്ചു സമയത്തേക്ക് അസുഖകരമായ ഒരു നിശ്ശബ്ദത അവിടെ സ്ഥാനംപിടിച്ചു. അതിനൊരു വിരാമമിട്ടുകൊണ്ട് സെന്റ് ക്ലെയർ വാച്ചിൽ നോക്കി എഴുന്നേറ്റിട്ടു തെരുവിലേക്ക് ഒരു കാര്യസാധ്യത്തിനായി പോകേണ്ടതുണ്ടെന്ന് പറഞ്ഞു. അയാൾ സ്ഥലംവിട്ട ഉടനെ മേരിയേയും ഒഫീലിയായേയും തനിച്ചാക്കി ഇവായും അവിടെനിന്നും എഴുന്നേറ്റു പോയി.

തന്റെ പ്രശ്നങ്ങളെ കുറിച്ച് പറയാൻ തുടങ്ങുമ്പോൾ തന്നെ ഭർത്താവ് ഇറങ്ങിപ്പോവുകയാണ് പതിവെന്ന് മേരി നാത്തൂനോട് പരാതി പറഞ്ഞു. അവർ പരാതികളുടെ ഭാണ്ഡക്കെട്ടഴിക്കാൻ തുടങ്ങിയപ്പോൾ എന്തുപറയണമെന്നറിയാതെ ഒഫീലിയ അമ്പരപ്പോടെ നോക്കിയിരുന്നു.

അൽപ്പ സമയത്തിനുശേഷം തൂവാലയെടുത്ത് കണ്ണുനീർ തുടച്ചുകളഞ്ഞ ശേഷം ഉത്സാഹത്തോടെ വീട്ടിന്റെ ചുമതലയെക്കുറിച്ച് ഒഫീലിയായെ പറഞ്ഞ് മനസിലാക്കി. അവളെ അടുക്കളയുടെയും വീടിന്റെയും ഉത്തരവാദിത്വം ഏൽപ്പിച്ചു.

പിന്നെ ആശ്വാസത്തോടെ പറഞ്ഞു:

"ഞാൻ എല്ലാ കാര്യങ്ങളും നിങ്ങളോടു പറഞ്ഞുകഴിഞ്ഞെന്നു വിശ്വസിക്കുന്നു. ഇനി എന്നോട് ആലോചിക്കാതെ എല്ലാ കാര്യങ്ങളും നിങ്ങൾക്കു ചെയ്യാനാകും. ഇവായുടെ കാര്യങ്ങൾ പ്രത്യേകം ശ്രദ്ധിക്കണം."

"അവൾ വളരെനല്ല കുട്ടിയാണ്. ഇത്ര മിടുക്കിയായ ഒരു കുട്ടിയെ ഞാൻ കണ്ടിട്ടില്ല."

"ഇവാ ഒരു പ്രത്യേക സ്വഭാവക്കാരിയാണ്, എന്നെപ്പോലെയല്ല. സദാസമയവും വേലക്കാരുടെ കൂടെയാണ്. ചില കുട്ടികൾക്ക് ആ

സ്വഭാവം കൊണ്ട് കുഴപ്പമൊന്നുമില്ല. ഞാൻ ബാല്യകാലത്ത് അച്ഛന്റെ നീഗ്രോ കുട്ടികളുമൊത്ത് കളിക്കുമായിരുന്നു. എനിക്കതുകൊണ്ട് യാതൊരു കുഴപ്പവും സംഭവിച്ചില്ല. എന്നാൽ ഇവായിൽനിന്നും വ്യത്യസ്തയായിരുന്നു ഞാൻ. ഒരിക്കലും അവരോട് സമഭാവനയോടെ പെരുമാറാൻ തയാറായിരുന്നില്ല. എന്നാൽ ഇവാ അടുത്തുവരുന്ന എല്ലാ ജീവികളെയും തുല്യരായാണ് കണക്കാക്കുന്നത്. എനിക്ക് ഒട്ടും പിടിക്കാത്ത അവളുടെ ഒരു സ്വഭാവമാണത്. അവരെ അടക്കി നിയന്ത്രിച്ചുനിർത്തണമെന്ന് എത്ര പറഞ്ഞുകൊടുത്താലും അവൾക്കു മനസിലാവില്ല. ഇനി ആ സ്വഭാവത്തിൽനിന്നും മോചിപ്പിക്കാമെന്ന് എനിക്ക് തോന്നുന്നില്ല. സെന്റ് ക്ലെയറാകട്ടെ അവളെ പ്രോത്സാഹിപ്പിക്കുകയാണ്. അദ്ദേഹത്തിന് സ്വന്തം ഭാര്യയെ ഒഴികെ മറ്റെല്ലാറ്റിനോടും സ്നേഹമാണ്. എല്ലാറ്റിനേയും ലാളിക്കും."

മിസ്സ് ഒഫീലിയ ഒന്നും മിണ്ടാതെ, പറയുന്നതു മുഴുവൻ ശ്രദ്ധിച്ചു കേട്ടുകൊണ്ടിരുന്നു. മേരി സംസാരം നിർത്താൻ യാതൊരു ഭാവവും ഇല്ലായിരുന്നു. ഇവായ്ക്ക് ഭൃത്യജനങ്ങളോടുള്ള മമതയെ കുറിച്ചും, അതിന്റെ ദോഷവശങ്ങളെ കുറിച്ചും, അതിൽനിന്നും പിന്തിരിപ്പിക്കേണ്ടതിന്റെ ആവശ്യകതയെ കുറിച്ചുമെല്ലാം അവൾ പറഞ്ഞുകൊണ്ടിരുന്നു.

"സെന്റ് ക്ലെയറും ഞാനും തമ്മിൽ പല കാര്യങ്ങളിലും അഭിപ്രായ വ്യത്യാസം ഉണ്ട്. അദ്ദേഹം എന്നെ മനസിലാക്കാൻ ഒരിക്കലും ശ്രമിച്ചിട്ടില്ല. എനിക്ക് യാതൊരു വിലയും കൽപ്പിക്കുന്നില്ല. എന്റെ അസുഖത്തിന്റെ മൂലകാരണം അതാണ്. പുരുഷന്മാർ ജന്മനാതന്നെ സ്വാർഥരാണ്. അവർ സ്ത്രീകൾക്ക് യാതൊരു പരിഗണനയും നൽകാൻ തയാറാവുന്നില്ല എന്നാണ് എന്റെ വിശ്വാസം. നിങ്ങൾ ഉത്തരവാദിത്വം ഏറ്റെടുക്കുവാൻപോകുന്ന ഈ വീടിന്റെ ഏകദേശരൂപം മനസിലായിക്കാണുമല്ലോ. ഇവിടെ യാതൊരുവിധത്തിലുള്ള നിയമമോ ചിട്ടകളോ ഇല്ല. ഭൃത്യർ അവർക്കു തോന്നിയതുപോലെ എല്ലാം ചെയ്യുന്നു. അവരുടെ ഇടയിൽ ഏതെങ്കിലും വിധത്തിലുള്ള അച്ചടക്കം നിലനിൽക്കുന്നുണ്ടെങ്കിൽ അത് എന്നെ ഒരാളെ മാത്രം ആശ്രയിച്ചുനിൽക്കുന്നതാണ്. ഞാൻ സദാസമയവും ഒരു ചാട്ടവാർ കൈയിൽ കരുതുന്നു. വല്ലപ്പോഴുമൊക്കെ അതവരുടെ നേരെ പ്രയോഗിക്കുകയും ചെയ്യുന്നു. എന്നാൽ ആ അധ്വാനം എന്നെ വല്ലാതെ തളർത്തുന്നു. മറ്റുള്ളവരെല്ലാം ചെയ്യുന്നത് സെന്റ് ക്ലെയറും ചെയ്തിരുന്നെങ്കിൽ...."

"അവരെല്ലാം എന്താണ് ചെയ്യുന്നത്?" മുകളിലേക്ക് നോക്കിക്കൊണ്ട് ഒഫീലിയ ചോദിച്ചു.

"പ്രഹരം ആവശ്യമായി വരുന്ന സന്ദർഭങ്ങളിൽ അവരെ ലോക്കപ്പിലേക്ക് അയയ്ക്കുക. അതു മാത്രമാണ് ഏക വഴി."

അടിമകളുടെ അച്ചടക്കരാഹിത്യത്തെ കുറിച്ചും, അവരെ നിയന്ത്രിച്ചു കൊണ്ടു നടക്കാനുള്ള ബുദ്ധിമുട്ടുകളെ കുറിച്ചും മേരി വാചാലയായി. ആ വീട്ടിലെ സകല പ്രശ്നങ്ങൾക്കും പിറകിൽ സെന്റ് ക്ലെയറിന്റെ ഉത്ത

രവാദിത്വമില്ലായ്മയാണെന്ന് അവൾ സമർഥിച്ചു.

അൽപ്പസമയത്തിനു ശേഷം സെന്റ് ക്ലെയർ തിരിച്ചുവന്ന് മിസ്സ് ഒഫീലിയയോടു പറഞ്ഞു. "അടിമകളെ വീട്ടിൽ നിർത്തുമ്പോൾ നിങ്ങൾ സ്വന്തമായി ചില ഉത്തരവാദിത്വങ്ങൾ നിറവേറ്റേണ്ടതുണ്ട്. നിങ്ങൾ അവരെ പഠിപ്പിക്കണം. സാധാരണ മനുഷ്യരോടെന്നപോലെ അവരോട് പെരുമാറണം. ദൈവത്തിന്റെ മുന്നിൽ നിങ്ങൾക്കും നിവർന്ന് നിൽക്കേണ്ട ഒരു അവസരം വരും എന്നകാര്യത്തിൽ നല്ല ഓർമ ഉണ്ടായിരിക്കണം" അപ്പോൾ ആഹ്ളാദം നിറഞ്ഞൊരു പൊട്ടിച്ചിരി പുറത്തുനിന്ന് കേൾക്കുന്നതായി സെന്റ് ക്ലെയറിനു തോന്നി. അയാൾ കർട്ടൻ ഒതുക്കി മാറ്റി ആ വശത്തേക്കു നോക്കി. അയാളും ചിരിക്കാൻ തുടങ്ങിയപ്പോൾ കൈവരികൾക്കടുത്തു വന്നുനിന്നുകൊണ്ട് ഒഫീലിയയും അങ്ങോട്ടു നോക്കി.

മുറ്റത്ത് ഉയരത്തിലുള്ള ഒരു മാർബിൾ ഫലകത്തിൽ ടോം ഇരിക്കുന്നു. അയാളുടെ ഷർട്ടിന്റെ ഓരോ ബട്ടൻ തുളയിലും മുല്ലപ്പൂ കുത്തിവച്ചിട്ടുണ്ട്. അവന്റെ കഴുത്തിൽ റോസാപ്പൂ കൊണ്ടുണ്ടാക്കിയ ഒരു റീത്ത് ഇവാ അണിയിക്കുന്നു. വളരെ ആഹ്ളാദവതിയായ അവൾ ഓരോ പ്രവൃത്തിയും ചെയ്യുന്നത് ചിരിച്ചുകൊണ്ടാണ്. എന്നിട്ടവൾ കുഞ്ഞുകുരുവി എന്നപോലെ അവന്റെ കാൽമുട്ടിൽ കയറി പതുങ്ങിയിരുന്ന് ചിരിക്കുന്നു!

"ഓഹ് ടോം, നിങ്ങളെ കാണാൻ വളരെ കൗതുകം തോന്നുന്നു."

ടോം വിനയപൂർവം മന്ദഹസിച്ചു. അവനും കൊച്ചെജമാനത്തിക്കൊപ്പം തമാശ ആസ്വദിക്കുന്നതായി തോന്നി.

കണ്ണുകൾ ഉയർത്തിയപ്പോൾ മുകളിൽ യജമാനൻ നിൽക്കുന്നത് അയാൾ കണ്ടു. അവന്റെ കണ്ണുകളിൽ കുറ്റബോധം നിഴലിച്ചു.

"അവളെ നിങ്ങൾ ഇതെല്ലാം ചെയ്യാൻ അനുവദിക്കുന്നത് എന്തിനാണ്?" മിസ് ഒഫീലിയ ചോദിച്ചു.

"അതുകൊണ്ടെന്താ?"

"എനിക്കിതെല്ലാം കാണുമ്പോൾ വല്ലാത്ത വെറുപ്പു തോന്നുന്നു, ഭയങ്കരം"

"ഒരു കൂറ്റനായ നായയോടൊപ്പം-അതു കറുത്തതായാലും വെളുത്തതായാലും-കളിക്കുന്നതിൽ നിങ്ങൾക്ക് യാതൊരു കുഴപ്പവും കാണാനാകില്ല. എന്നാൽ നമ്മെപ്പോലെ ചിന്തിക്കുവാനും അനുഭവിക്കുവാനും കഴിവുള്ള ജീവികളെ കാണുമ്പോൾ നിങ്ങൾ ഭയപ്പെട്ടു വിറയ്ക്കുന്നു. നിങ്ങൾക്ക് അറപ്പു തോന്നുന്നു. അതൊന്നും ശരിയല്ല. നിങ്ങൾ, വടക്കുദിക്കിലുള്ളവരുടെ വികാരം എനിക്ക് നന്നായി മനസിലാകും. പല നന്മകളും അതിൽ അടങ്ങിയിരിക്കുന്നുണ്ട്. എന്നാൽ ക്രിസ്തുമതം അനുശാസിക്കുന്ന പല സമ്പ്രദായങ്ങൾ വേറെയും ഉണ്ട്-- പക്ഷപാതപരമായ വ്യക്തിവിദ്വേഷം നിർമാർജനം ചെയ്യുക. വടക്കൻജില്ലകളിലൂടെ യാത്ര ചെയ്യുമ്പോൾ ഞാൻ ഈ കാര്യം പ്രത്യേകം ശ്രദ്ധിച്ചിട്ടുണ്ട്. ഈ വികാരം നിങ്ങളേക്കാൾ എത്രയോ ശക്തമാണ് ഞങ്ങൾക്ക്. നിങ്ങൾ ഈ കൂട്ടരെ ഒരു പാമ്പിനെപ്പോലെയോ തവളയെപ്പോലെയോ വെറുക്കുന്നു.

അവരുടെ തെറ്റുകളിൽ അമർഷംകൊള്ളുന്നു. നിങ്ങൾ അവരെ ദുരുപയോഗപ്പെടുത്തുന്നില്ലായിരിക്കാം. എന്നാൽ അവരുമായി സഹവർത്തിത്വത്തിൽ പെരുമാറാൻ നിങ്ങൾ ആഗ്രഹിക്കുന്നില്ല. സ്വന്തം ചുറ്റുപാടുകളിൽനിന്നും നിങ്ങൾ അവരെ ആഫ്രിക്കയിലേക്ക് ഓടിക്കുന്നു. അവരുടെ ഗന്ധവും സ്പർശവും ദൃശ്യവും പോലും നിങ്ങൾക്ക് അസഹ്യമാണ്. എന്നിട്ട് വികാരിയച്ചനെ അയച്ച് അവരെ ഉദ്ധരിക്കുവാൻ ശ്രമിക്കുന്നു അല്ലേ?"

"ശരിയാണ്. നീ പറയുന്നതെല്ലാം സത്യം തന്നെ." ചിന്താമഗ്നയായി ഒഫീലിയ പറഞ്ഞു.

"പാവങ്ങളും താഴെക്കിടയിലുള്ളവരും കുട്ടികളില്ലാതെ എന്തു ചെയ്യും?" താഴത്തേക്കു നോക്കി. ഇവാ ടോമിനൊടൊപ്പം ഓടിക്കളിക്കുന്നതു കണ്ട് പറഞ്ഞു.

"നമ്മുടെ ഈ കൊച്ചു സുന്ദരിക്കുട്ടിയാണ് യഥാർഥത്തിൽ ജനാധിപത്യവാദി. അവളുടെ കണ്ണിൽ ഇപ്പോൾ ടോമാണ് ഹീറോ. അവൻ പറയുന്ന കഥകൾ അവളുടെ കണ്ണുകളിൽ അത്ഭുതങ്ങൾ സൃഷ്ടിക്കുന്നു. അവന്റെ പാട്ടുകളും സങ്കീർത്തനങ്ങളും അവൾ ഓപ്പറപോലെ ആസ്വദിക്കുന്നു. അവന്റെ പോക്കറ്റിലെ ചപ്പുചവറുകൾ അവൾക്ക് അമൂല്യ രത്നങ്ങളാണ്. എന്നാൽ ഈ അത്ഭുത ജീവിയായ ടോം ശരിക്കും ഒരു കറുത്തവർഗക്കാരനാണ്. പാവങ്ങൾക്കും താഴ്ന്നവർക്കും വേണ്ടി ദൈവം ഭൂമിയിലേക്ക് അയച്ച ഒരു പനിനീർപ്പൂവാണ്."

"അതിശയകരമായിരിക്കുന്നു. നിന്റെ സംസാരം കേട്ടാൽ തത്വശാസ്ത്രം പഠിപ്പിക്കുന്ന ഒരു പ്രൊഫസറാണെന്നേ തോന്നൂ." മിസ്സ് ഒഫീലിയ പറഞ്ഞു.

"ഒരു പ്രൊഫസറോ?"

"അതെ, തത്വചിന്തയും മതവും പഠിപ്പിക്കുന്ന പ്രൊഫസർ."

"ഏയ്! ഒരിക്കലുമല്ല! പ്രൊഫസർ പോയിട്ട്, ഞാൻ പ്രായോഗിക ജ്ഞാനമുള്ള ഒരു വ്യക്തിപോലുമല്ല."

പുതിയ വീട്ടിലെ താമസം ടോമിന് പുറമേക്കു സന്തോഷം പ്രദാനം ചെയ്തു. ടോമിന്റെ ശ്രേഷ്ഠമായ സ്വഭാവഗുണം ഇവായെ വല്ലാതെ ആകർഷിച്ചു. അവൾ അയാളോട് ഒരു പ്രത്യേക ഇഷ്ടം സ്ഥാപിച്ചുകഴിഞ്ഞിരുന്നു. തന്റെ പ്രത്യേക പരിചരണത്തിനായി ടോമിനെ വിട്ടുതരണമെന്ന് അവൾ അച്ഛനോട് അപേക്ഷിച്ചു. അവൾക്കു നടക്കാൻ പോകുമ്പോഴും മറ്റു വല്ലയിടത്തും സന്ദർശനത്തിനു പോകുമ്പോഴും ടോം കൂടെ വേണം. എന്തു ജോലി ചെയ്തുകൊണ്ടിരിക്കുകയാണെങ്കിലും ആവശ്യപ്പെട്ടാൽ അതെല്ലാം നിർത്തി വച്ച് ടോം അവളോടൊപ്പം പോകണമെന്ന് അച്ഛൻ ഉത്തരവു പുറപ്പെടുവിച്ചു. ടോമിനും അതു വളരെ സന്തോഷകരമായി തോന്നി. ടോം എപ്പോഴും വളരെ വൃത്തിയായി വസ്ത്രധാരണം ചെയ്യണമെന്ന കാര്യത്തിൽ സെന്റ് ക്ലെയർ നിർബന്ധബുദ്ധി തന്നെ പ്രകടിപ്പിച്ചു. സ്യൂട്ട് ധരിച്ചു നിൽക്കുന്ന ടോമിനെ കണ്ടാൽ നല്ല അന്തസ്സ്

തോന്നിക്കും. ഒരു ബിഷപ്പിന്റെ യോഗ്യത അയാളിൽ പ്രകടമാകും.

മനോഹരമായ വീടും പരിസരവും ടോമിനെ വളരെയധികം ആകർഷിച്ചു. കിളികളും പൂക്കളും ജലധാരായന്ത്രങ്ങളും അവന് വളരെ ഇഷ്ടമായി. വീട്ടുമുറ്റത്തെ വെളിച്ച ക്രമീകരണവും അതിന്റെ മനോഹാരിതയും ബംഗ്ലാവിനകത്ത് തൂക്കിയിരുന്ന ചിത്രങ്ങളും കൊത്തുവേലയും എല്ലാം ആ വീടിന് അറബിക്കഥകളിലെ കൊട്ടാരങ്ങളുടെ ഛായ തോന്നിപ്പിച്ചു.

ഞായറാഴ്ച രാവിലെ മനോഹരമായി വസ്ത്രധാരണം ചെയ്ത് കൈയിൽ രത്നം പതിപ്പിച്ച ബ്രേസ്ലറ്റ് ധരിച്ച് വീടിന്റെ പുറത്തെ വരാന്തയിൽ മേരി സെന്റ് ക്ലെയർ നിൽക്കുന്നു. അവരാകെ സിൽക്കിൽ പൊതിഞ്ഞിരിക്കുകയാണ്. കുർബാന കൈക്കൊള്ളുന്നതിനുവേണ്ടി പള്ളിയിലേക്ക് പോകാനാണ് ഏറ്റവും പുതിയ രീതിയിലുള്ള വസ്ത്രങ്ങൾ ധരിച്ച് സർവാഭരണ വിഭൂഷിതയായി ഒരുങ്ങിനിൽക്കുന്നത്. ഞായറാഴ്ചകൾ ഭക്തി നിർഭരമാക്കണമെന്ന കാര്യത്തിൽ മേരിക്ക് നിർബന്ധമാണ്. സ്വതവേ മനോഹരിയായ മേരി, പട്ടിൽ പൊതിഞ്ഞ് ഒരു മൂടൽ മഞ്ഞ് പോലെ ശാലീനയായി നിലകൊണ്ടു. അവളുടെ ഓരോ ചലനവും കാവ്യാത്മകമാണ്. മിസ്സ് ഒഫീലിയ അവളുടെ സമീപത്തുതന്നെ നിൽപ്പുണ്ട്. വളരെ ലളിതമായി വസ്ത്രധാരണം ചെയ്ത് ഒരു സാധാരണക്കാരിയെ പ്പോലെ! അവർക്ക് വിലകൂടിയ പട്ടു വസ്ത്രങ്ങളും ആഭരണങ്ങളും മനോഹരമായ തൂവാലകളും ഒന്നും ഇല്ലാഞ്ഞിട്ടല്ല. ആഡംബരം തൊട്ടുതീണ്ടിയിട്ടില്ലെങ്കിലും തൊട്ടടുത്തുനിൽക്കുന്നവളെക്കാൾ ആകർഷകമായ വ്യക്തിത്വത്തിനുടമയായിരുന്നു മിസ്സ് ഒഫീലിയ.

"എവിടെ ഇവാ?" മേരി ചോദിച്ചു.

"മാമ്മിയോട് എന്തോ പറയാനുണ്ടെന്നു പറഞ്ഞ് അവൾ കോണിപ്പടിയിൽ നിന്നു."

ഈ സമയത്ത് ഇവായും മാമ്മിയും തമ്മിൽ സംസാരിക്കുകയായിരുന്നു.

"എന്റെ പ്രിയപ്പെട്ട മാമ്മീ, നിങ്ങൾക്ക് കഠിനമായ തലവേദനയുണ്ടെന്ന് എനിക്കു മനസിലാകുന്നുണ്ട്."

"എന്റെ കുഞ്ഞേ, ദൈവം നിന്നെ അനുഗ്രഹിക്കട്ടെ! തലവേദന സാരമില്ല. എന്റെ കുഞ്ഞ് അതേ കുറിച്ചോർത്ത് വിഷമിക്കരുത്."

"ഇതാ...." ഇവാ അവളെ ആലിംഗനം ചെയ്തുകൊണ്ടു പറഞ്ഞു. "മാമ്മീ, നിങ്ങൾ എന്റെ 'വിനായ്ഗ്രെറ്റ്' എടുത്തുകൊള്ളൂ."

"എന്ത്! സ്വർണം കൊണ്ടുള്ള രത്നം പതിപ്പിച്ച സാധനമോ? വേണ്ട കുഞ്ഞേ, അതൊന്നും ശരിയാവില്ല."

"എന്തുകൊണ്ട് ശരിയാവില്ല? നിങ്ങൾക്കിത് ആവശ്യമാണ്. എനിക്കാണെങ്കിൽ ഇതുകൊണ്ട് യാതൊരു ആവശ്യമില്ലതാനും. തലവേദനയ്ക്ക് മമ്മ എപ്പോഴും ഇത് ഉപയോഗിക്കാറുണ്ട്. നിങ്ങളുടെ അസുഖം ഭേദമാക്കാൻ ഇത് ഉപകരിക്കും. എന്നെ സന്തോഷിപ്പിക്കുവാൻ വേണ്ടിയെങ്കിലും ഇത് സ്വീകരിക്കണം."

ഇവാ അത് മാമ്മിയുടെ മടിയിലിട്ടുകൊണ്ട് അവരെ കെട്ടിപ്പിടിച്ച് ഉമ്മവച്ച് മമ്മയുടെ അടുക്കലേക്ക് ഓടിപ്പോയി.

"നീ അവിടെ എന്തുചെയ്യുകയായിരുന്നു"

"മാമ്മിക്ക് എന്റെ വിനായ്ഗ്രെറ്റ് കൊടുക്കയായിരുന്നു."

"ഇവാ" മേരി നിയന്ത്രണംവിട്ട് ഉറക്കെ വിളിച്ചു.

"നിന്റെ സ്വർണത്തിന്റെ വിനായ്ഗ്രെറ്റ് മാമ്മിക്ക് കൊടുത്തുവെന്നോ? നീ എന്നാണിനി ജീവിക്കുവാൻ പഠിക്കുക? ഉടനെ പോയി അതു തിരിച്ചുവാങ്ങൂ!"

ഇവാ ദുഃഖത്തോടെ താഴെയ്ക്ക് നടന്നു.

"മേരീ, നീ കുട്ടിയെ ഒറ്റയ്ക്കു വിടൂ. അവൾ ഇഷ്ടംപോലെ നടക്കട്ടെ." സെന്റ് ക്ലെയർ പറഞ്ഞു.

"സെന്റ് ക്ലെയർ അവൾ ഈ ലോകത്ത് എങ്ങനെ ജീവിക്കും?"

"ദൈവത്തിനറിയാം." സെന്റ് ക്ലെയർ മറുപടി പറഞ്ഞു.

"എന്നാൽ സ്വർഗത്തിൽ അവൾ എന്നെക്കാളും നിന്നെക്കാളും നന്നായി ജീവിക്കും."

"ഓ, പപ്പാ വേണ്ട. അങ്ങനെ ഒന്നും പറയണ്ട. അത് മമ്മയെ ദുഃഖിപ്പിക്കും."

"കസിൻ, നീ പള്ളിയിലേക്കു പോകാൻ തയാറായി നിൽക്കുകയാണോ?"

"ഏയ്! ഞാൻ വരുന്നില്ല."

"സെന്റ് ക്ലെയർ എന്നെങ്കിലും പള്ളിയിൽ പോകണമെന്നത് എന്റെ ഒരാഗ്രഹമാണ്. എന്നാൽ മതഭക്തി അദ്ദേഹത്തെ തൊട്ടുതീണ്ടിയിട്ടില്ല. അതൊരിക്കലും അന്തസ്സുള്ള കാര്യമാണെന്ന് എനിക്കു തോന്നിയിട്ടില്ല." മേരി പറഞ്ഞു.

"ഇവാ, നീ പള്ളിയിൽ പോകുന്നുണ്ടോ? ഇല്ലെങ്കിൽ നമുക്ക് ഇവിടെ ഇരുന്ന് കളിക്കാം." സെന്റ് ക്ലെയർ പറഞ്ഞു.

"പപ്പാ, ഞാൻ പള്ളിയിലേക്ക് പോകുകയാണ്."

"അതു നിന്നെ ക്ഷീണിപ്പിക്കുകയില്ലേ?"

"ക്ഷീണം തന്നെയാണ്. മിക്കവാറും ഉറക്കംതൂങ്ങുകയും ചെയ്യും. എന്നാലും ഞാൻ ഉറങ്ങാതെ പിടിച്ചുനിൽക്കും."

"എന്തിനാണെന്ന് പപ്പയ്ക്കറിയില്ലേ?"അവൾ പതുക്കെ ചോദിച്ചു.

"ദൈവത്തിനു നമ്മെ ആവശ്യമുണ്ടെന്ന് ആന്റി പറയുന്നു. ദൈവം നമുക്ക് സകലതും തരും. അതുകൊണ്ടുതന്നെ പള്ളിയിൽ പോകുന്നത് അത്ര ബുദ്ധിമുട്ടായി എനിക്കു തോന്നുന്നില്ല."

"എത്ര അനുസരണയുള്ള കുട്ടിയാണ് എന്റെ ഇവാ!" അവളെ വാരിയെടുത്ത് ചുംബിച്ചുകൊണ്ട് സെന്റ് ക്ലെയർ പറഞ്ഞു. "നല്ല കുട്ടിയായി പള്ളിയിൽ പോയി പ്രാർഥിക്കും! പപ്പായ്ക്കു വേണ്ടിയും പ്രാർഥിക്കണം കേട്ടോ."

"നിശ്ചയമായും ഞാനത് എപ്പോഴും ചെയ്യാറുണ്ട്." അമ്മയോടൊപ്പം

ഓടിച്ചെന്ന് വണ്ടിയിൽ കയറിക്കൊണ്ട് അവൾ പറഞ്ഞു.

സെന്റ് ക്ലെയർ ചവിട്ടുപടിയിൽ നിന്നുകൊണ്ട് അവൾക്കായി ഒരു ചുംബനം പറത്തിവിട്ടു. വണ്ടി കണ്ണിൽനിന്നും മറഞ്ഞപ്പോൾ അയാളുടെ കണ്ണുകൾ നിറഞ്ഞിരുന്നു.

"ഓ, ഇവാ ഒഫലീൻ! എന്റെ മകൾക്ക് ഉചിതമായ പേരു തന്നെ. ദൈവം എനിക്കായി നൽകിയ കൊച്ചുമാലാഖ."

പള്ളിയിലേക്കുള്ള യാത്രാവേളയിൽ അമ്മ മകളെ ബോധവൽക്കരിക്കുവാൻ ഒരു ചെറിയ ശ്രമം നടത്തിനോക്കി.

"നോക്കൂ! ഇവാ, ജോലിക്കാരോടു ദയ കാണിക്കുന്നതിൽ വലിയ തെറ്റൊന്നും ഇല്ല. എന്നാൽ അടുത്ത ബന്ധുക്കളോടെന്നപോലെ അവരോട് പെരുമാറുന്നത് ഒട്ടും ശരിയല്ല. നോക്കൂ മാമ്മിക്കു സുഖമില്ലാതായെന്നു കരുതുക. അപ്പോൾ നീ അവളെ കൂടെ കിടത്താൻ തയാറാകുമോ?"

"അങ്ങനെ വേണം എന്നു തന്നെയാണ് എനിക്കു തോന്നുന്നത് മമ്മാ. അങ്ങനെയാകുമ്പോൾ എനിക്കവളെ നന്നായി ശുശ്രൂഷിക്കുവാൻ സാധിക്കും. മമ്മായ്ക്കറിയില്ലേ, എന്റെ കട്ടിൽ അവളുടേതിനേക്കാൾ വളരെ വലുതാണ്."

മകളുടെ മറുപടി കേട്ട് അമ്മ അമ്പരന്നു നിന്നുപോയി.

"ഈ കുട്ടിയെ എങ്ങനെ പറഞ്ഞു മനസിലാക്കണം എന്ന് എനിക്കറിയുകയില്ല." മേരി നിരാശയോടെ പറഞ്ഞു.

"യാതൊന്നും ചെയ്യണ്ട" ഒഫീലിയ അർഥഗർഭമായി പറഞ്ഞു.

ഒരുനിമിഷം ഇവായ്ക്ക് വിഷമം തോന്നി. കുഞ്ഞുങ്ങൾക്ക് ഒരേ കാര്യം മനസിൽ അധിക സമയം വച്ചുകൊണ്ടിരിക്കുവാൻ സാധിക്കുകയില്ലല്ലോ. ഏതാനും നിമിഷങ്ങൾക്കുശേഷം, വഴി നീളെയുള്ള കാഴ്ചകൾ കണ്ട് അവൾ ചിരിക്കുവാൻ തുടങ്ങി.

എല്ലാവരും കൂടി ഭക്ഷണം കഴിക്കാനായി ഇരുന്നപ്പോൾ സെന്റ് ക്ലെയർ സംഭാഷണം തുടങ്ങി വച്ചു.

"കൊള്ളാം മാന്യവനിതകളേ, ഇന്ന് പള്ളിയിലുണ്ടായ വിശേഷങ്ങൾ എല്ലാം പറയൂ!"

"ഡോക്ടർ ജി ഒന്നാന്തരം മതപ്രഭാഷണം നടത്തി." മേരി പറഞ്ഞു.

"സത്യത്തിൽ ആ വേദോപദേശം കേൾക്കേണ്ട ആൾ നിങ്ങളാണ്. സമൂഹത്തെകുറിച്ചും മറ്റുമുള്ള എന്റെ കാഴ്ചപ്പാടുകൾ അദ്ദേഹം വളരെ ഭംഗിയായി വിവരിച്ചു. ഈ ഭൂമിയിൽ ജനിക്കുന്ന ചിലർ ഉന്നതരും ചിലർ താഴ്ന്നവരും ആണ്. ഭരിക്കുന്നവരും ഭരിക്കപ്പെടേണ്ടവരും ഇവിടെ ജനിക്കുന്നുണ്ട്. അടിമത്തത്തെ കുറിച്ച് അനാവശ്യമായി ബഹളംവയ്ക്കുന്നത് ദൈവഹിതത്തിന് എതിരാണ്. നിങ്ങൾ അതെല്ലാം കേൾക്കേണ്ടതായിരുന്നു."

"എനിക്കതിന്റെ ആവശ്യമില്ല."

"എന്തുകൊണ്ട്? നിങ്ങൾ ഇതൊന്നും വിശ്വസിക്കുന്നില്ലേ? മിസ്സ് ഒഫീലിയ ചോദിച്ചു.

"അടിമത്തത്തെ കുറിച്ചു പറയുകയാണെങ്കിൽ-നാം എല്ലാം അതിൽ പെട്ടുപോയി. നമ്മൾ അവരെ കൈവശംവയ്ക്കുന്നു. അത് നമ്മുടെ സൗകര്യത്തിനും താൽപ്പര്യത്തിനും വേണ്ടിയാണ്. ആ കാര്യം എല്ലാവർക്കും അറിയുകയും ചെയ്യാം." സെന്റ് ക്ലെയർ മറുപടി പറഞ്ഞു.

"തീർത്തും അവിശ്വസനീയമായ കാര്യങ്ങളാണ് അഗസ്റ്റിൻ പറയുന്നത്. സത്യത്തിൽ ഇത്തരത്തിലുള്ള സംഭാഷണം എന്റെ മനസിൽ ഒരു ഞെട്ടലാണ് ഉണ്ടാക്കുന്നത്."

മേരി അത്ഭുതം പ്രകടിപ്പിച്ചു.

"ഞാൻ പറഞ്ഞത് പരമാർഥമാണ്. അടിമത്തം ശരിയാണെന്നും അതു ദൈവഹിതമാണെന്നും കേൾക്കുവാൻ നിങ്ങൾ ആഗ്രഹിക്കുന്നു."

പിന്നീടവിടെ അടിമത്തത്തെ കുറിച്ച് വിശദമായ ചർച്ചതന്നെ നടന്നു.

"പള്ളിയിൽ വിശദീകരിക്കുന്നതല്ല യഥാർഥ മതം. സ്വാർഥരായ സൂത്രശാലികൾ സ്വന്തം ലാഭത്തിനുവേണ്ടി വളച്ചൊടിക്കുന്ന മതമാണ് യാഥാർഥ മതമെന്നു വിശ്വസിക്കുവാൻ ഞാൻ തയാറല്ല...." സെന്റ് ക്ലെയർ സമർഥിച്ചു.

"അപ്പോൾ അടിമത്തത്തെ *ബൈബിൾ* ന്യായീകരിക്കുന്നില്ല എന്നാണോ നീ വിശ്വസിക്കുന്നത്?" മിസ്സ് ഒഫീലിയ ചോദിച്ചു.

"എന്റെ അമ്മയുടെ വിശുദ്ധ ഗ്രന്ഥമാണ് *ബൈബിൾ* അതു കൈയിൽ പിടിച്ചുകൊണ്ടാണ് അമ്മ ജീവിച്ചതും മരിച്ചതും. അടിമത്തത്തെ ആ വിശുദ്ധഗ്രന്ഥം ന്യായീകരിക്കുന്നു എന്നു വിശ്വസിക്കുവാൻ എനിക്കും സാധിക്കുകയില്ല. അതിനെ ബഹുമാനിക്കാം. അമ്മയെ ബഹുമാനിക്കുമ്പോൾ ലഭിക്കുന്ന ആനന്ദവും ആശ്വാസവും അതിൽ നിന്നും ലഭിക്കും."

പെട്ടെന്ന് അദ്ദേഹം ഗൗരവഭാവം ഉപേക്ഷിച്ച് സരസമായ ശൈലിയിൽ സംസാരം തുടർന്നു.

ചുരുക്കിപ്പറഞ്ഞാൽ ഞാൻ ആഗ്രഹിക്കുന്നത് വ്യത്യസ്തമായ വസ്തുക്കൾ പല പെട്ടിയിലാക്കി വയ്ക്കുക എന്നതാണ്. സദാചാരത്തിന്റെ അളവുകോൽ ഇംഗ്ലണ്ടിലേയും അമേരിക്കയിലേയും ജനങ്ങളിൽ ഒരു പോലെ ഉപയോഗിക്കുവാൻ സാധ്യമല്ല...."

കൈയിൽ ഒരു പൂവുമായി ഇവാ അവിടേക്കു വന്നു.

"മോളുടെ അഭിപ്രായം എന്താണ്?" സെന്റ് ക്ലെയർ ചോദിച്ചു.

"എന്തിനെക്കുറിച്ചാണ് പപ്പാ?"

"വെർമോണ്ടിയിലെ അങ്കിളിന്റെ വീട്ടിൽ ജീവിക്കുന്നതാണോ, നമ്മളുടേതുപോലെ വേലക്കാർ നിറഞ്ഞ വീട്ടിൽ താമസിക്കുന്നതാണോ നിനക്ക് ഇഷ്ടം?"

"എനിക്കിഷ്ടം നമ്മുടെ വീടാണ്. ഇവിടെയാണ് സന്തോഷം"

"എന്തുകൊണ്ടാണ് അത്?" മകളുടെ തലയിൽ വാത്സല്യപൂർവം തലോടിക്കൊണ്ട് സെന്റ് ക്ലെയർ അടുത്ത ചോദ്യം ചോദിച്ചു.

"നമ്മുടെ ചുറ്റിലും എത്ര പേരാണ് നമ്മെ സ്നേഹിക്കാനുള്ളത്?" ആത്മാർഥതയോടെ അവൾ പറഞ്ഞു.

"അവൾ പതിവുരീതിയിൽ തന്നെയാണ് സംസാരിക്കുന്നത്." മേരി അഭിപ്രായപ്പെട്ടു.

"ഇത്രയും നേരം നീ എവിടെയായിരുന്നു? എന്താണ് ഭക്ഷണം കഴിക്കാൻ വരാൻ ഇത്രയും വൈകിയത്?"

"ഞാൻ ടോമിന്റെ മുറിയിലായിരുന്നു. ഞാൻ അവിടെ പാട്ടുകേട്ടിരിക്കുകയായിരുന്നു. ദിനാ ആന്റി എനിക്ക് ഭക്ഷണം തന്നു."

"ടോമിന്റെ പാട്ടുകേട്ടിരുന്നെന്നോ?"

"അതെ, പുതിയ ജറുസലേമിനെയും തിളങ്ങുന്ന മാലാഖമാരെയും കനാൻ ഭൂമിയെയും കുറിച്ച് എത്ര മനോഹരമായാണ് ടോം പാടുന്നത്. അവൻ എനിക്ക് അതെല്ലാം പഠിപ്പിച്ചു തരാമെന്ന് പറഞ്ഞിട്ടുണ്ട്. ഞാൻ *ബൈബിൾ* വായിച്ചു കൊടുത്തപ്പോൾ അവനതിന്റെ അർഥം എനിക്കു പറഞ്ഞു തന്നു.

"ഓ,! ഈ കാലഘട്ടത്തിലെ ഏറ്റവും വലിയ തമാശ!" മേരി പുച്ഛത്തോടെ പറഞ്ഞു.

"വേദഗ്രന്ഥം വായിച്ചുകൊടുക്കുന്നതിൽ ടോം ആരെക്കാളും മോശക്കാരനല്ല എന്ന് എനിക്ക് ശപഥം ചെയ്യാൻ സാധിക്കും." സെന്റ് ക്ലെയർ സമർഥിച്ചു.

"മത കാര്യത്തിൽ ഏറ്റവും മിടുക്കനാണ് അവൻ. അതിരാവിലെ കുതിരയെ അഴിക്കാൻ പോകുമ്പോൾ ടോമിന്റെ മുറിയിൽ ഒരു പ്രാർഥനായോഗം നടക്കുന്നത് ഞാൻ കണ്ടു. അവന്റെ പ്രാർഥന കണ്ടാൽ അപ്പോസ്തലനാണെന്നേ തോന്നൂ. അത്രയ്ക്കുണ്ടായിരുന്നു ഉത്സാഹം."

"അത് നിങ്ങൾ ശ്രദ്ധിക്കും എന്നു കണക്കാക്കി അവൻ അഭിനയിച്ചതായിരിക്കും. ഇത്തരത്തിലുള്ള സൂത്രക്കാരെ ഞാൻ മുമ്പും കണ്ടിട്ടുണ്ട്."

"അങ്ങനെ ആയിരുന്നെങ്കിൽ അവനിത്രമാത്രം വിനയവാനാകുകയില്ല. കാരണം, എന്നെക്കുറിച്ചുള്ള അഭിപ്രായം ദൈവത്തോട് അവൻ തുറന്ന് പ്രകടിപ്പിച്ചിട്ടുണ്ട്. ഞാൻ ഇനിയും വളരെ ഭേദപ്പെടേണ്ടതുണ്ടെന്ന് അവൻ കരുതുന്നു. എന്നെ ഒരു യഥാർഥ ക്രിസ്ത്യാനിയാക്കി മാറ്റിയെടുക്കാൻ അവൻ ആത്മാർഥമായി ആഗ്രഹിക്കുന്നു."

"നീ അത് ഉൾക്കൊള്ളുമെന്ന് ഞാൻ പ്രതീക്ഷിക്കട്ടെ"

മിസ്സ് ഒഫീലിയ പറഞ്ഞു.

"ശരി, നമുക്കു കാത്തിരുന്നു കാണാം അല്ലേ ഇവാ?" സെന്റ് ക്ലെയർ പറഞ്ഞു.

10

നേരം സന്ധ്യമയങ്ങാറായി. അന്ന് ഹാലിഡെ വസതിയിൽ പതിവിൽ കവിഞ്ഞ തിരക്ക് അനുഭവപ്പെട്ടു. റേച്ചൽ ഹാലിഡെ എന്തോ ആലോചിച്ചുകൊണ്ട് അങ്ങോട്ടും ഇങ്ങോട്ടും നടക്കുന്നു. അന്നു രാത്രി

യിൽ അവിടം വിട്ടുപോകുന്നവർക്കുവേണ്ടി ഒരുക്കിവച്ചിരിക്കുന്ന സാധനങ്ങളിൽ എന്തെങ്കിലും കുറവു വന്നിട്ടുണ്ടോ എന്നും പരിശോധിക്കുകയാണ് അവർ. സായാഹ്നസൂര്യന്റെ കിരണങ്ങൾ നിഴലുകളെ കിഴക്കോട്ടു കൊണ്ടുപോകുന്നു. അങ്ങകലെ ചക്രവാളത്തിൽ ചിന്താധീനനായി നിൽക്കുകയാണ് സൂര്യൻ. തന്റെ മഞ്ഞനിറമാർന്ന രശ്മികൾ പായിച്ചുകൊണ്ട് ജോർജും ഭാര്യയും ഇരിക്കുന്ന മുറിയിലേക്ക് അസ്തമനസൂര്യൻ പാളിനോക്കുന്നു. ജോർജിന്റെ മടിയിൽ കൊച്ചുമകൻ ഹാരി ഇരിപ്പുണ്ട്. ഭാര്യയുടെ കൈയിൽ പിടിച്ചുകൊണ്ട് ചിന്താധീനനായി ഇരിക്കുകയാണ് അയാൾ. കവിളിലൂടെ ഒലിച്ചിറങ്ങിയ കണ്ണീരിന്റെ പാടുകൾ അപ്പോഴും തെളിഞ്ഞു കാണാം.

"ശരി, എലീസാ, നീ പറഞ്ഞതെല്ലാം പരമാർഥമാണെന്ന് എനിക്കറിയാം. നീ വളരെ നല്ല കുട്ടിയാണ്. നമ്മൾ തമ്മിൽ ഒരു താരതമ്യം തന്നെ അനാവശ്യമാണ്. നീ പറയുന്നതുപോലെ പ്രവർത്തിക്കുവാൻ ഞാൻ ശ്രമിക്കാം. ഒരു സ്വതന്ത്ര മനുഷ്യൻ എപ്രകാരമാണോ പ്രവർത്തിക്കുക അതുപോലെ. ഒരു തികഞ്ഞ ക്രിസ്ത്യാനിയെപ്പോലെ ജീവിക്കാം. ഞാൻ നല്ലതുമാത്രമേ ചെയ്യാൻ ആഗ്രഹിക്കുന്നുള്ളൂ എന്നകാര്യം ദൈവത്തിനറിയാം. നന്നായി, മനുഷ്യനെപ്പോലെ ജീവിക്കുവാൻ ഒരുപാടു കഷ്ടപ്പെട്ടു. എന്റെ ഭൂതകാലം മുഴുവൻ മറക്കാം. മനസിലുള്ള എല്ലാവിധ ദുഃഖ ചിന്തകളേയും ആട്ടിയോടിച്ച് *ബൈബിൾ* വായിച്ച് അതിനനുസരിച്ച് നല്ലവനായി ജീവിക്കാം.

"നമ്മൾ കാനഡയിൽ എത്തിയ ശേഷം" എലീസ പറഞ്ഞു.

"എനിക്ക് നിങ്ങളെ തീർച്ചയായും സഹായിക്കുവാൻ കഴിയും. ഞാൻ നന്നായി ഉടുപ്പുകൾ തയ്ക്കും. അതുപോലെ തുണി അലക്കാനും ഇസ്തിരിയിടാനും അറിയാം. നമുക്കു രണ്ടുപേർക്കും ജോലിചെയ്ത് അവിടെ സുഖമായി ജീവിക്കാം.

"അതെ എലീസ, അതെല്ലാം നടക്കും. നമ്മൾക്കിരുവർക്കും ഒറ്റമകനല്ലേ ഉള്ളൂ! മറ്റുള്ളവരെല്ലാം ഭാര്യയോടും മക്കളോടും ഒപ്പം സുഖമായി കഴിയുന്നത് ഞാൻ അത്ഭുതത്തോടെ കണ്ടുനിന്നിട്ടുണ്ട്. ദൈവത്തിന്റെ അനുഗ്രഹം എത്രമാത്രം അവർക്കുണ്ട് എന്നു ചിന്തിച്ചുകൊണ്ട്. നമ്മുടെ കൈയിലിപ്പോൾ ആവശ്യത്തിനുപോലും പണമില്ലെങ്കിലും ധനികനാണെന്ന തോന്നലാണ് എനിക്കുള്ളത്. അധ്വാനിക്കാൻ വേണ്ട ആരോഗ്യമുണ്ടല്ലോ. ദൈവത്തോട് എനിക്ക് വേറൊന്നും യാചിക്കാനില്ല. പത്തിരുപതുവർഷക്കാലം എല്ലുമുറിയെ പണി ചെയ്തിട്ടും എന്റെ കൈയിൽ ഒരുരൂപയോ, തല ചായ്ക്കാൻ ഒരു കൂരയോ, ഒരു തുണ്ടു ഭൂമിയോ എനിക്ക് സ്വന്തമായി ഇല്ല. ഒന്നും ഞാനാഗ്രഹിക്കുന്നില്ല. എന്നെമാത്രം സ്വതന്ത്രനായി ജീവിക്കാൻ അനുവദിച്ചാൽ മതി. അതിൽ ഞാൻ കൃതാർഥനാകും. ഞാൻ ജോലിചെയ്ത് പണമുണ്ടാക്കി നിന്നെയും മകനേയും സംരക്ഷിക്കും. എനിക്കുവേണ്ടി ചിലവാക്കിയതിന്റെ എത്രയോ ഇരട്ടിത്തുക ഞാൻ പഴയ യജമാനനു നൽകിക്കഴിഞ്ഞു. എനിക്കയാ

ളോട് യാതൊരു കടപ്പാടും ഇല്ല.

"നമ്മൾ ഇനിയും അപകടഘട്ടം തരണംചെയ്തു കഴിഞ്ഞിട്ടില്ല." എലീസ പറഞ്ഞു.

"നമ്മൾ കാനഡയിൽ എത്തിയിട്ടില്ല."

"ശരിതന്നെ എന്നാൽ സ്വാതന്ത്ര്യത്തിന്റെ കാറ്റാണ് നമുക്കുചുറ്റും വീശിക്കൊണ്ടിരിക്കുന്നതെന്ന് എനിക്കു തോന്നുന്നു. എവിടെ നിന്നോ പുതിയ ശക്തി ലഭിച്ചതുപോലെ."

അപ്പോൾ മുറിയുടെ പുറത്തുനിന്നും ഒരു സംസാരം കേട്ട് എലീസ ചാടിയെഴുന്നേറ്റ് വാതിൽ തുറന്നു. സിവിയൻ ഹാലിഡെയാണ്, കൂടെ വേറൊരു ആളും ഉണ്ട്. ഫിനീസ് ഫ്ളെച്ചർ എന്നാണ് അയാളുടെ പേരെന്ന് ഹാലിഡെ പറഞ്ഞു. അയാളുടെ തിളങ്ങുന്ന കണ്ണുകളിൽ സൂക്ഷ്മമായ നിരീക്ഷണപാടവവും വിവേചനശക്തിയും തെളിഞ്ഞു കാണാം. നല്ല ഉയരത്തിൽ, ചെമ്പിച്ച തലമുടിയോടുകൂടിയ ആളാണ് ആഗതൻ. സിവിയൻ ഹാലിഡെയെപ്പോലെ ശാന്തപ്രകൃതനല്ല അയാൾ; എന്നാൽ യുവാവിന് എല്ലാ കാര്യങ്ങളും അറിയാം.

"നിങ്ങൾക്കും കൂടെ ഉള്ളവർക്കും താൽപ്പര്യമുള്ള ചില കാര്യങ്ങൾ നമ്മുടെ ഈ സുഹൃത്ത് മനസിലാക്കി വന്നിരിക്കുകയാണ് ജോർജ്."

"അതെ. എനിക്ക് കണ്ടുപിടിക്കാൻ സാധിച്ചു." ഫിനീസ് സംസാരം ആരംഭിച്ചു.

"എല്ലായ്പ്പോഴും കണ്ണും ചെവിയും തുറന്നുവച്ച് ഉറങ്ങുന്നതിന്റെ നേട്ടമാണത്. പലപ്പോഴും നമുക്ക് ആവശ്യമാണത്. കഴിഞ്ഞ രാത്രിയിൽ തെരുവിനു പിന്നിലുള്ള റോഡിൽ സ്ഥിതിചെയ്യുന്ന ഹോട്ടലിൽ കഴിയാൻ ഇടയായി. നിങ്ങൾക്ക് ആ സ്ഥലം ഓർമയുണ്ടാകും സിവിയൻ, വലിയ കമ്മലിട്ട ഒരു തടിച്ച സ്ത്രീക്ക് കഴിഞ്ഞ വർഷം ആപ്പിൾ വിറ്റില്ലേ? അവിടെ. കുറെ ദൂരം വണ്ടിയോടിച്ചതിൽ ഞാൻ വല്ലാതെ ക്ഷീണിച്ചിരുന്നു. എന്തോ വാരിത്തിന്നതിനുശേഷം, ഒരു മൂലയിൽ കൂട്ടിയിട്ടിരുന്ന ചാക്കുകൾക്കു മീതെ ഞാൻ നീണ്ടു നിവർന്നുകിടന്നു. പെട്ടെന്ന് ഉറങ്ങുകയും ചെയ്തു."

"കണ്ണും കാതും തുറന്നുവച്ചുകൊണ്ട് അല്ലേ?"

"അല്ല ഗാഢനിദ്ര! കണ്ണും ചെവിയുമെല്ലാം രണ്ടുമൂന്നു മണിക്കൂർ ഉറങ്ങിക്കാണും. കാരണം, ഞാനത്രമാത്രം തളർന്നിരുന്നു. ഉണർന്ന് കണ്ണു മിഴിച്ചു നോക്കിയപ്പോൾ അവിടെ കുറെപ്പേർ കൂടി ഇരിക്കുന്നുണ്ട്. അവർ ഒരു മേശയ്ക്കു ചുറ്റുമിരുന്ന് മദ്യപിക്കുകയും ഉറക്കെ സംസാരിക്കുകയും ചെയ്യുന്നു. അവരുടെ സംസാരം ഞാൻ ശ്രദ്ധിച്ചു. പ്രത്യേകിച്ചു 'ഖാക്കർ' എന്നു പറയുന്നതുകേട്ടപ്പോൾ. അവരിൽ ഒരുത്തൻ പറയുകയാണ് 'അവർ പോയിരിക്കുന്നത് ഖാക്കർ' താവളത്തിലേക്കാണ്, സംശയമില്ല.' അപ്പോൾ ഞൻ രണ്ടു കാതുകളും കൂർപ്പിച്ചുവച്ചു. ഇവരെക്കുറിച്ചു തന്നെയാണ് അവർ പറയുന്നതെന്ന് എനിക്കു മനസിലായി. അങ്ങനെ ഞാനവിടെ ഉറക്കംനടിച്ചു കിടന്ന് അവരുടെ പദ്ധതികൾ മുഴുവൻ കേട്ടു. ഈ

യുവാവിനെ അവർക്ക് കെന്റക്കിയിലേക്ക് തിരിച്ചയയ്ക്കണം, ഇവന്റെ യജമാനന്റെ അടുക്കലേക്ക്. അവനെ മർദിച്ച് അവശനാക്കി, ഓടിപ്പോകാൻ ശ്രമിക്കുന്ന മറ്റ് അടിമകൾക്ക് ഒരു മാതൃകയാക്കുകയാണ് അവരുടെ ലക്ഷ്യം. ഇവന്റെ ഭാര്യയേയും മറ്റു രണ്ടുപേരെയും ന്യൂ ഓർലീൻസിൽ കൊണ്ടുപോയി വിൽക്കും. ഇവൾക്ക് ആയിരത്തി എണ്ണൂറ് ഡോളർ വില ലഭിക്കും എന്നാണ് അവർ കണക്കുകൂട്ടുന്നത്. ഇവരുടെ മകനെ, അവനെ വാങ്ങിയ വ്യാപാരിക്കുതന്നെ തിരിച്ചു നൽകും. പിന്നെ ആ പയ്യൻ ജിമ്മിനേയും അമ്മയേയും കെന്റക്കിയിലെ യജമാനന്റെ അടുത്തേക്ക് തിരിച്ചയക്കും. കുറച്ചകലെയുള്ള പട്ടണത്തിൽനിന്ന് രണ്ടു പോലീസുകാരെ വരുത്തുന്നുണ്ട്. ഈ സ്ത്രീയെ അവർ മജിസ്ട്രേറ്റിന്റെ മുമ്പിൽ ഹാജരാക്കാൻ ഉദ്ദേശിക്കുന്നുണ്ട്. ഇന്നു രാത്രി നമ്മൾ പോകാൻ ഉദ്ദേശിക്കുന്ന മാർഗത്തെക്കുറിച്ച് അവർക്ക് കൃത്യമായ രൂപമുണ്ട്. അവർ നമ്മെ പിന്തുടരുകതന്നെ ചെയ്യും. അവരുടെ സംഘത്തിൽ എട്ടോ ഒമ്പതോ പേർ കാണും. ഇനി എന്താണ് നമ്മൾ ചെയ്യുക!."

കയ്യിൽ ഒരു പായ്ക്കറ്റ് ബിസ്കറ്റ് പിടിച്ചുകൊണ്ടു നിന്നിരുന്ന റേച്ചൽ ഹാലിഡെ അതേ നിൽപ്പ് തുടർന്നു. സിവിയൻ ഗാഢമായ ചിന്തയിലാണ്. എലീസ ഭയന്നു വിളറി ഭർത്താവിനെ ആലിംഗനം ചെയ്ത്, അവന്റെ മുഖത്ത് കണ്ണുംനട്ട് നിന്നു. കൈകൾ കൂട്ടിത്തിരുമ്മി ജ്വലിക്കുന്ന കണ്ണുകളോടെ നിൽക്കുകയണ് ജോർജ്. സ്വന്തം ഭാര്യയെ ലേലംവിളിച്ച് വിൽക്കുമെന്നും മകനെ അടിമവ്യാപാരിയെ തിരിച്ചേൽപ്പിക്കുമെന്നും കേൾക്കുമ്പോൾ ഉണ്ടാകുന്ന ഏതൊരു ഭർത്താവിന്റെയും ഭാവം. ഇത്തരം അക്രമങ്ങൾ സകലതും നടക്കുന്നത് ക്രിസ്ത്യൻ രാഷ്ട്രനിയമത്തിന്റെ സംരക്ഷണത്തിലാണ് എന്നതും രസാവഹമാണ്.

"നമുക്കിനി എന്തുചെയ്യാൻ പറ്റും ജോർജ്?" എലീസയ്ക്കു തല കറങ്ങുന്നതുപോലെ അനുഭവപ്പെട്ടു.

"എനിക്കു നന്നായിട്ടറിയാം എന്താണ് ചെയ്യേണ്ടതെന്ന്?" മുറിയിൽ നിന്നു പുറത്തിറങ്ങി കൈത്തോക്കുകൾ പരിശോധിച്ചുകൊണ്ട് ജോർജ് പറഞ്ഞു.

"ഹായ്, ഹായ്" സിവിയനു നേരെ തലകുലുക്കിക്കൊണ്ട് ഫിനീസ് പറഞ്ഞു. "നിങ്ങൾ കണ്ടോ സിവിയൻ എങ്ങനെയാണ് കാര്യങ്ങൾ നടക്കാൻ പോകുന്നതെന്ന്?"

"ശരി" സിവിയൻ നെടുവീർപ്പിട്ടു. "അത്രയ്ക്കൊന്നും എത്തല്ലേ എന്നാണ് ഞാൻ പ്രാർഥിക്കുന്നത്."

"എന്നോടൊപ്പം ആരുംതന്നെ വേണ്ട എന്നാണ് ഞാൻ ആഗ്രഹിക്കുന്നത്." ജോർജ് പറഞ്ഞു. "അങ്ങ് എനിക്ക് വണ്ടിയും വേണ്ട ഉപദേശങ്ങളും തന്നാൽ മതി. അടുത്ത താവളം വരെ ഞാൻ തനിയെ ഓടിച്ചു പൊയ്ക്കോളാം. ജിമ്മിന് ഒരു രാക്ഷസന്റെ ശക്തിയുണ്ട്. ഒപ്പം ധീരനുമാണ്. ഞാനും അതുപോലെ തന്നെയാണ്."

"ശരി. വളരെ നല്ലത്. അങ്ങനെ വേണം" ഫിനീസ് അഭിപ്രായപ്പെട്ടു.

"എന്നാൽ നിനക്കൊരു വണ്ടിക്കാരന്റെ ആവശ്യമുണ്ട്. നന്നായി പോരാടാൻ. എത്ര വേണമെങ്കിലും നിന്നെക്കൊണ്ട് സാധിക്കും എന്നെനിക്കറിയാം. എന്നാൽ വഴി! അതു നിനക്കു പരിചയമില്ലല്ലോ. ആ കാര്യം എനിക്കറിയാം."

"അങ്ങ് ഈ കാര്യത്തിൽ ഇടപെടുന്നത് എനിക്ക് ഇഷ്ടമല്ല." ജോർജ് ഉടനെ പറഞ്ഞു.

"ഇടപെടുക?"ഫിനീസ് ജിജ്ഞാസനിറഞ്ഞ മുഖത്തോടെ പറഞ്ഞു.

"ഫിനീസ് സമർത്ഥനും ബുദ്ധിമാനും ആണ്." സിവിയൻ പറഞ്ഞു. "ജോർജ്, അവന്റെ തീരുമാനം അനുസരിക്കുകയാണ് നല്ലത്." ജോർജിന്റെ തോളിൽ സാവധാനത്തിൽ കൈവച്ചുകൊണ്ട് കൈത്തോക്കു ചൂണ്ടിയശേഷം അദ്ദേഹം തുടർന്നു. "ഇതുപയോഗിക്കാൻ ധൃതികാണിക്കരുത്. യുവരക്തം ചൂടുള്ളതാണ്."

"ഞാൻ ആരെയും ആക്രമിക്കുകയില്ല." വളരെ ശാന്തനായി ജോർജ് മറുപടി പറഞ്ഞു.

"ഞാൻ ഈ രാജ്യത്തെ നിയമവ്യവസ്ഥയോട് ആവശ്യപ്പെടുന്ന ഒരേയൊരു കാര്യം എന്നെയും എന്റെ കുടുംബത്തെയും വെറുതെ വിടുക എന്നതാണ്. ഞങ്ങൾ ശാന്തരായി ഇവിടം വിട്ടുപോകും." ഒന്നു നിർത്തിയ ശേഷം അവൻ തുടർന്നു.

"എന്റെ ഒരു സഹോദരി ന്യൂ ഓർലീൻസ് ചന്തയിൽ വിൽക്കപ്പെട്ടിട്ടുണ്ട്. എങ്ങനെയാണ് അവളെ വിറ്റതെന്ന് എനിക്കറിയാം. ആ കാഴ്ച മരണംവരെ എന്റെ കണ്ണിൽനിന്നും മായുകയില്ല. എന്റെ ഭാര്യയേയും അതുപോലെ വിലപേശി വിൽക്കുന്നത് ഞാൻ നോക്കി നിൽക്കണോ? അവളെ സംരക്ഷിക്കുന്നതിനു വേണ്ടിയല്ലേ, ദൈവം എനിക്ക് രണ്ടു കൈകൾ തന്നിട്ടുള്ളത്. ദൈവം എന്നെ സഹായിക്കും. അന്ത്യശ്വാസം വരെ ഞാൻ പോരാടും. അതിനുശേഷം മാത്രമേ എന്റെ ഭാര്യയേയും മകനേയും അവർക്ക് കൊണ്ടുപോകാൻ സാധിക്കുകയുള്ളൂ. ഈ കാര്യത്തിൽ നിങ്ങൾ എന്നെ കുറ്റപ്പെടുത്തുകയില്ല എന്നു കരുതട്ടെ."

"ഞങ്ങൾക്കെന്നല്ല, ജീവനുള്ള ഒരു മനുഷ്യനും നിന്നെ കുറ്റപ്പെടുത്താൻ സാധിക്കുകയില്ല. രക്തവും മാംസവും ഉള്ള ഏതൊരുവനും അതേ ചെയ്യൂ. മറ്റൊരുതരത്തിൽ പ്രവർത്തിക്കുവാൻ സാധ്യമല്ല." സിവിയൻ പറഞ്ഞു. ഇദ്ദേഹം ഹൃദയാലുവും അതിശക്തനുമാണ്. ഉന്നംപിഴയ്ക്കാതെ വെടിവയ്ക്കുവാൻ കഴിവുള്ള നായാട്ടുകാരൻ. സത്യസന്ധനും സൽസ്വഭാവിയും ആണെങ്കിലും ജനങ്ങൾ ഇദ്ദേഹത്തെ വിവേചനബുദ്ധിയോടെ കാണുന്നു!

"എന്റെ സുഹൃത്ത് ഫിനീസിന് എല്ലായ്പ്പോഴും സ്വന്തമായ മാർഗങ്ങൾ ഉണ്ടാകും." റേച്ചൽ ഹാലിഡെ പുഞ്ചിരിതൂകിക്കൊണ്ടുപറഞ്ഞു.

"നമ്മൾ വേഗം പുറപ്പെടുന്നതല്ലേ നല്ലത്?" ജോർജ് ഓർമിപ്പിച്ചു.

"ഞാൻ നാലുമണിക്ക് ഉണർന്നെഴുന്നേറ്റ് അവർ പുറപ്പെടാൻ സാധ്യതയുള്ളതിന്റെ രണ്ടുമൂന്നു മണിക്കൂർ മുമ്പ് പുറപ്പെട്ട്, പരമാവധി വേഗ

ത്തിലാണ് ഇവിടെ എത്തിയത്. എന്തായാലും ഇരുട്ടുന്നതിനു മുമ്പ് പുറപ്പെടുന്നത് അപകടമാണ്. കാരണം ചില ദുഷ്ടന്മാർ അടുത്തടുത്ത ഗ്രാമങ്ങളിൽ പാർപ്പുണ്ട്. നമ്മുടെ വണ്ടിയെങ്ങാനും അവരുടെ കണ്ണിൽപ്പെട്ടാൽ ആ ദുഷ്ടന്മാർ തടയും എന്ന കാര്യം ഉറപ്പാണ്. അപ്പോൾ ഇവിടെ കാത്തിരിക്കുന്നതിനേക്കാൾ കൂടുതൽ സമയം നഷ്ടപ്പെടുത്തുവാൻ അത് ഇടവരുത്തും. രണ്ടു മണിക്കൂറിനുള്ളിൽ നമുക്ക് പുറപ്പെടാം. ഞാൻ മിഖായേൽ ക്രോസ്സിന്റെ അടുത്തുപോയി, അവർ വരുന്നത് നിരീക്ഷിച്ച് വിവരം നൽകാൻ ഏർപ്പാടുചെയ്യാം. റോഡും പരിശോധിക്കാമല്ലോ. മറ്റാരുടെ കുതിരയേക്കാളും വേഗത്തിൽ പായുന്നതാണ് മിഖായേലിന്റെ കുതിര. എന്തെങ്കിലും അപകടം എവിടെയെങ്കിലും പതിയിരിക്കുന്നതായി അറിയാൻ കഴിഞ്ഞാൽ അവൻ പറന്നെത്തി വിവരം തരും. ഞാൻ വേഗം പോയി ജിമ്മിനോടും അമ്മയോടും ഉടനെ തയാറാകാൻ പറയാം. നിങ്ങൾ ധൈര്യമായിരിക്കൂ! നമ്മെ പിന്തുടരുന്നവർ എത്തുന്നതിനേക്കാൾ വേഗത്തിൽ നമുക്ക് അടുത്ത താവളത്തിൽ എത്താൻ സാധിക്കും. നിങ്ങളെപ്പോലുള്ളവരെ സംരക്ഷിക്കുവാൻ ഞാൻ ആദ്യമായി നടത്തുന്ന ശ്രമമൊന്നുമല്ല ഇത്. "ഇത്രയും പറഞ്ഞുകൊണ്ട് ഫിനീസ് വാതിലടച്ചു.

"കൂർമബുദ്ധിയാണ് ഫിനീസ്" സിവിയൻ പറഞ്ഞു. "കഴിയാവുന്ന എല്ലാ സഹായവും അയാൾ നിങ്ങൾക്ക് ചെയ്തു തരും."

"അങ്ങ് അകപ്പെട്ടിരിക്കുന്ന അപകടത്തെ ഓർത്താണ് ഞാൻ ഏറ്റവും വിഷമിക്കുന്നത്."

"എന്റെ, പ്രിയപ്പെട്ട ജോർജ്, നിങ്ങൾ ഇനി ഈ കാര്യം പറയരുത്. എനിക്കത് ഇഷ്ടമല്ല. ഞങ്ങൾ മനസ്സാക്ഷിക്ക് അനുസരിച്ചാണ് പ്രവർത്തിക്കുന്നത്. ഇത്തരത്തിൽ മാത്രമേ ഞങ്ങൾക്കു ചിന്തിക്കുവാനും പ്രവർത്തിക്കുവാനും സാധിക്കുകയുള്ളൂ." അദ്ദേഹം റേച്ചലിനു നേരെ തിരിഞ്ഞുകൊണ്ടു പറഞ്ഞു "നമ്മുടെ സുഹൃത്തുക്കൾക്കുവേണ്ട ആഹാരം വളരെ വേഗത്തിൽ തയാറാക്കൂ! നമ്മുടെ ഈ അതിഥികൾ ഒരിക്കലും വിശന്നുകൊണ്ടു യാത്ര ചെയ്യാൻ പാടില്ല."

റേച്ചലും പെൺമക്കളും കൂടി അപ്പവും ഹാമും എല്ലാം പാകം ചെയ്യുമ്പോൾ ജോർജും ഭാര്യയും കിടപ്പുമുറിയിൽ ഇരുന്ന്, തങ്ങൾ എന്നെന്നേക്കുമായി വിട്ടുപിരിയാൻ പോവുകയാണ് എന്ന ഭാവത്തിൽ സംസാരിക്കുകയായിരുന്നു.

"എലീസ, സുഹൃത്തുക്കളും വീടും ഭൂമിയും പണവും ഉള്ളവർക്ക് നമ്മൾ സ്നേഹിക്കുന്നതുപോലെ സ്നേഹിക്കുവാൻ സാധിക്കുകയില്ല. നമുക്ക് നാമല്ലാതെ മറ്റാരുമില്ല. നമ്മൾ തമ്മിൽ കണ്ടുമുട്ടുന്നതുവരെ എന്നെ ആരുംതന്നെ സ്നേഹിച്ചിട്ടില്ല; എന്റെ ഹൃദയം തകർത്തുകൊണ്ട് എന്നെ പിരിഞ്ഞുപോയ അമ്മയും സഹോദരിമാരും ഒഴികെ. എന്റെ പാവം എമിലിയെ കച്ചവടക്കാരൻ പിടിച്ചുകൊണ്ടുപോകുന്നത് ഞാൻ കണ്ടു നിന്നു. ഞാൻ ഉറങ്ങുന്ന മൂലയിലേക്ക് കടന്നുവന്നുകൊണ്ട് അവൾ

പറഞ്ഞു: "എന്റെ പാവം ജോർജ്! നിന്റെ അവസാനത്തെ കൂട്ട് എന്നെന്നേക്കുമായി ഇല്ലാതാവുകയാണ്. നിനക്കിനി എന്താണാവോ സംഭവിക്കുവാൻ പോകുന്നത്?"

ഞാൻ പിടഞ്ഞെഴുന്നേറ്റ് അവളെ കെട്ടിപ്പിടിച്ച് തേങ്ങിക്കരഞ്ഞു. അവളും ഏറെ നേരം കരഞ്ഞു. കഴിഞ്ഞ പത്തുവർഷങ്ങളിൽ ഞാൻ കേട്ട അവസാനത്തെ ദയാപൂർവമായ വാക്കാണത്. എന്റെ ഹൃദയം പൊട്ടിത്തകർന്നു. നിന്നെ കണ്ടുമുട്ടുന്നതുവരെ ഞാനെങ്ങനെയാണ് കഴിഞ്ഞിരുന്നതെന്ന് പറയാൻ പറ്റില്ല. നിന്റെ സ്നേഹമാണ് എന്നെ ജീവിതത്തിലേക്ക് തിരിച്ചുകൊണ്ടു വന്നത്. അന്നുമുതൽ ഞാനൊരു പുതിയ മനുഷ്യനായി. എലീസാ, ഇനി നിന്നെ ഞാൻ ഒരു ശക്തിക്കും വിട്ടുകൊടുക്കുകയില്ല. എന്റെ അവസാനത്തെ തുള്ളി രക്തവും നിനക്കുവേണ്ടി ഞാൻ നൽകും. എന്റെ മൃതശരീരത്തിൽ നിന്നുമാത്രമേ അവർക്കു നിന്നെ അടർത്തിയെടുക്കുവാൻ സാധിക്കുകയുള്ളൂ."

"കരുണാമയനായ ദൈവമേ, ഞങ്ങളോടു ദയ കാണിക്കേണമേ!'" എലീസ തേങ്ങിക്കരഞ്ഞു. "എന്റെ ദൈവമേ, ഞങ്ങളെ ഒരുമിച്ച് ഈ രാജ്യം വിടാൻ നീ അനുവദിക്കേണമേ! ഇതു മാത്രമാണ് ഞങ്ങളുടെ പ്രാർഥന."

"ദൈവം അവരുടെ ഭാഗത്താണെങ്കിലോ?" ഭാര്യയോടെന്നതിനേക്കാൾ അവനവനോടു തന്നെയാണ് ജോർജ് ഈ ചോദ്യം ചോദിച്ചത്.

"അവർ ചെയ്യുന്നതെല്ലാം ദൈവം കാണുന്നില്ലേ? എന്നിട്ടും അവർക്കു വിജയം നൽകുവാൻ ദൈവം എന്തിനാണ് ഇടവരുത്തുന്നത്? *ബൈബിൾ* അവർക്കുവേണ്ടി നിലകൊള്ളുന്നു എന്നവർ പറയുന്നു! എന്തായാലും ശക്തി അവരുടെ ഭാഗത്താണ്. അവർ ധനികരും കരുത്തരും സന്തുഷ്ടരുമാണ്. സ്വർഗവാതിൽ അവർക്കായി പള്ളി അധികാരികൾ തുറന്നുകൊടുത്തിരിക്കുന്നു. ലോകത്തെ മുഴുവൻ അവരുടെ മാർഗത്തിലൂടെ നയിക്കാൻ കഴിവുള്ളവരാണ് അവർ. പാവങ്ങളും ദൈവവിശ്വാസികളുമായ ക്രിസ്ത്യാനികൾ അവരുടെ കാൽക്കീഴിൽ കിടന്ന് ചവിട്ടേറ്റ് മരിക്കുന്നു. അവർ അവരെ വെറും വിൽപ്പനചരക്കായി മാത്രം കണക്കാക്കുന്നു. ഈ പാവങ്ങളുടെ ഹൃദയരക്തവും കണ്ണീരും നിലവിളിയും എല്ലാം വിറ്റ് കാശാക്കുന്നു-ദൈവം അതിനെല്ലാം അനുവദിക്കുകയും ഒത്താശ ചെയ്യുകയും ചെയ്യുന്നു."

"സുഹൃത്തേ ജോർജ്! നിങ്ങൾ ഈ വേദസ്തോത്രം ഒന്നു ശ്രദ്ധിക്കൂ! അതു നിങ്ങൾക്കു നന്മ വരുത്തും."

അദ്ദേഹം *ബൈബി*ളെടുത്തു നിവർത്തി യേശുദേവൻ പ്രവചിച്ച ധനികരും ദുഷ്ടന്മാരുമായ ജനങ്ങളെക്കുറിച്ചുള്ള ഒരു ഖണ്ഡിക വായിച്ചു കൊടുത്തു.

"ഇതു തന്നെയല്ലേ, നിന്റെ മനസിലും ഉള്ളത്?"

"തീർച്ചയായും ഇതുതന്നെയാണ്." ജോർജ് സമ്മതിച്ചു. "ഞാൻ സ്വയം എഴുതിവച്ചതുപോലെ തോന്നുന്നു."

"ഇതാണ് ദൈവത്തിൽ വിശ്വാസമർപ്പിക്കുവാൻ പറയുന്നതിനു കാരണം."

എലീസയുടെ കൈ സ്നേഹപൂർവം പിടിച്ചുകൊണ്ട് റേച്ചൽ അവളെ ഭക്ഷണമേശയ്ക്കരികിലേക്ക് നയിച്ചു. അപ്പോഴാണ് വാതിൽക്കൽ ചെറിയൊരു മുട്ടുകേട്ടത്. റൂത്ത് അകത്തേക്ക് പ്രവേശിച്ചു.

"ഞാനിങ്ങോട്ട് തിടുക്കത്തിൽ പാഞ്ഞുവന്നത് കൊച്ചു ഹാരിക്ക് ഈ സോക്സ് തരാനാണ്. ഇതു മൂന്നു ജോഡി വുള്ളൻ സോക്സ് ഉണ്ട്. നല്ല ചൂടുകിട്ടും. കാനഡയിൽ ഇപ്പോൾ വല്ലാത്ത തണുപ്പാണ്. നീ ധൈര്യമായിരിക്കൂ എലീസാ" അവൾ എലീസയെ അണച്ചുപിടിച്ചുകൊണ്ട് പറഞ്ഞു. ഹാരിയുടെ കൈയിൽ കേക്ക് വച്ചുകൊടുത്തു.

"ഈ കൊച്ചുപൊതി ഹാരിക്കുള്ളതാണ്. കുഞ്ഞുങ്ങൾ ഏതു സമയത്തും തിന്നുകൊണ്ടിരിക്കും."

"വളരെ നന്ദി! നിങ്ങൾ എത്രമാത്രം ദയയും സ്നേഹവുമാണ് ഈയുള്ളവളോട് കാണിക്കുന്നത്?"

"വരൂ, റൂത്ത് നമുക്കൊരുമിച്ചിരുന്ന് ഭക്ഷണം കഴിക്കാം." റേച്ചൽ ക്ഷണിച്ചു.

"ഇല്ല. എനിക്കുടനെ പോണം. ഞാൻ അടുപ്പത്ത് ആഹാരം വച്ചിട്ടാണ് പോന്നിരിക്കുന്നത്. കുഞ്ഞാണെങ്കിൽ ജോണിന്റെ കൈയിലാണ്. ജോൺ അടുപ്പിന്റെ ഭാഗത്തേക്ക് തിരിഞ്ഞു നോക്കില്ല. ഉള്ള പഞ്ചസാര മുഴുവനെടുത്ത് കുഞ്ഞിനെ തീറ്റിക്കുകയും ചെയ്യും. അതാണ് മൂപ്പരുടെ ഒരു രീതി. അതുകൊണ്ട് എനിക്ക് ഒരുനിമിഷംപോലും ഇവിടെ നിൽക്കാനാവില്ല." അവൾ ചിരിച്ചുകൊണ്ടു പറഞ്ഞു. "അപ്പോൾ എല്ലാവരോടും യാത്ര ചോദിക്കുകയാണ്. ദൈവം നിങ്ങൾക്ക് ശുഭയാത്ര പ്രദാനം ചെയ്യട്ടെ." റൂത്ത് വളരെ വേഗം അവിടെനിന്നും പോയി.

അത്താഴം കഴിഞ്ഞ ഉടനെ എല്ലാവരും പുറത്തിറങ്ങി. അപ്പോൾ തന്നെ മൂടിക്കെട്ടിയ ഒരു വണ്ടി അവിടെ വന്നുനിന്നു. തെളിഞ്ഞ നീലാകാശത്ത് നക്ഷത്രങ്ങൾ വെട്ടിത്തിളങ്ങി. ഫിനീസ് വണ്ടിയിൽനിന്നും ചാടിയിറങ്ങി യാത്രക്കാരെ കയറ്റി ഇരുത്താനുള്ള ഒരുക്കങ്ങൾ ആരംഭിച്ചു. ജോർജ് മകനെ തോളിലെടുത്ത് ഭാര്യയെ ചേർത്തുപിടിച്ചുകൊണ്ടാണ് നിൽക്കുന്നത്. അവന്റെ കാൽവയ്പ്പുകൾ എന്നതുപോലെ മുഖഭാവവും ദൃഢമായിരുന്നു.

റേച്ചലും സിവിയനും അവരെ പിന്തുടർന്നു.

"നിങ്ങൾ ഒരു നിമിഷമൊന്ന് പുറത്തിറങ്ങി നിൽക്കുമോ?" ഫിനീസ് വണ്ടിയുടെ ഉള്ളിലേക്കു നോക്കി വിളിച്ചു പറഞ്ഞു. "സ്ത്രീകളെയും കുട്ടികളെയും ഇരുത്താനായി പിൻഭാഗം ഒന്നു ഒരുക്കേണ്ടതുണ്ട്."

"അവരുടെ ഇരിപ്പിടം കഴിയാവുന്നത്ര സൗകര്യപ്രദമാക്കുക! രാത്രി മുഴുവനും ഇരുന്ന് യാത്ര ചെയ്യാനുള്ളതാണ്. എത്ര കഠിനമായിരിക്കും ആ യാത്ര!"

ആദ്യം ജിം പുറത്തേക്കു വന്നു. അവന്റെ സഹായത്തോടെ അമ്മ

യും. ആ പാവം അമ്മ മകന്റെ കൈയിൽ മുറുക്കിപ്പിടിച്ചിരിക്കുന്നു. താൻ ഏതു നിമിഷവും പിടികൂടും എന്ന് അവർ ഭയപ്പെടുന്നതുപോലെ തോന്നും.

"ജിം, നീ തോക്കുകൾ എല്ലാം തയാറാക്കി വച്ചിട്ടില്ലേ?"

"പിന്നെ! എന്റെ തോക്കുകൾ ഏതു നിമിഷവും വെടിയുതിർക്കുവാൻ ഒരുക്കമാണ്."

"അവർ നമ്മെ പിന്തുടർന്നെത്തിയാൽ എന്താണ് ചെയ്യേണ്ടതെന്ന കാര്യത്തിൽ നിനക്കു സംശയമൊന്നുമില്ലല്ലോ."

"ഇല്ല" അവൻ നെഞ്ചുവിരിച്ചുകൊണ്ട് ആത്മവിശ്വാസത്തോടെ പറഞ്ഞു. "അമ്മയെ അവരെക്കൊണ്ടു പിടിപ്പിക്കുമെന്ന് തോന്നുന്നുണ്ടോ?"

എലീസ തന്റെ ദയാമയിയായ സുഹൃത്ത് റേച്ചലിനോട് വിടപറയുന്ന രംഗം വളരെ വികാരസാന്ദ്രമായിരുന്നു. അവളും കുഞ്ഞും തുകൽകൊണ്ടുള്ള ഒരു ഷീറ്റ് നിലത്തു വിരിച്ച് വണ്ടിയുടെ പിന്നിൽ ഇരുന്നു. തൊട്ടടുത്തായി ജിമ്മിന്റെ അമ്മ. അവർക്കു മുന്നിലായി ജിമ്മും ജോർജും ഇരുന്നു. ഏറ്റവും മുന്നിൽ ഫിനീസ്!"

"പോയ് വരൂ സുഹൃത്തുക്കളെ!" സിവിയൻ പുറത്തുനിന്നും യാത്രാമൊഴി ചൊല്ലി.

"ദൈവം അങ്ങയെ അനുഗ്രഹിക്കട്ടെ!" വണ്ടിക്കകത്തുനിന്നും ഓരോരുത്തരും അദ്ദേഹത്തെ ആശീർവദിച്ചു.

മഞ്ഞുമൂടി കിടക്കുന്ന വഴിയിലൂടെ വണ്ടി വലിയ ശബ്ദമുണ്ടാക്കിക്കൊണ്ട് അടുത്ത താവളം ലക്ഷ്യമാക്കി പാഞ്ഞുകൊണ്ടിരുന്നു. പരുക്കൻ വഴിയിലെത്തുമ്പോൾ വണ്ടിയുടെ ശബ്ദം ഇരട്ടിയായി. യാത്രയിലുടനീളം ഒരാളും ഒരക്ഷരം മിണ്ടിയില്ല. കാടും മേടും കുന്നും താഴ്വരയും എല്ലാം താണ്ടി വണ്ടി മണിക്കൂറുകളോളം ഓടി. പേടിച്ചരണ്ടിരുന്ന വൃദ്ധ കുറെ കഴിഞ്ഞപ്പോൾ ഭയമെല്ലാം മറന്ന് ഉറങ്ങാൻ തുടങ്ങി. വണ്ടിയിൽ കയറിയ ഉടനെ കുഞ്ഞ് അമ്മയുടെ മടിയിൽ കിടന്ന് ഉറക്കമായി. എലീസപോലും ഭയവും ഉൽക്കണ്ഠയും എല്ലാം മനസിൽനിന്നും നിഷ്കാസനം ചെയ്ത് ഉറക്കം തൂങ്ങാൻ തുടങ്ങി. ഫിനീസ് മാത്രം തികഞ്ഞ ഉത്സാഹത്തോടെ ഏതോ നാടോടി ഗാനത്തിന്റെ ഈണത്തിൽ ചൂളമടിച്ചുകൊണ്ടിരുന്നു.

എന്നാൽ പുലർച്ചെ മൂന്നുമണിയായതോടെ അകലെനിന്നും കുതിരക്കുളമ്പടിപോലെ ഏതോ ഒരു ശബ്ദം കേൾക്കുന്നതായി ജോർജിനു തോന്നി. അവൻ തന്റെ കൈമുട്ടുകൊണ്ട് ഫിനീസിനെ ഒന്നു കുത്തി. കുതിരയെ സാവധാനത്തിലാക്കി അയാൾ ശ്രദ്ധിച്ചു.

"തീർച്ചയായും അത് മിഖായേലായിരിക്കും." അയാൾ പറഞ്ഞു. "മിഖായേലിന്റെ കുതിപ്പിന്റെ ശബ്ദം എത്ര ചെറുതായിട്ടാണെങ്കിലും എനിക്കു മനസിലാകും." ഫിനീസ് എഴുന്നേറ്റുനിന്ന് പിന്നിലേക്ക് കഴുത്തു നീട്ടി റോഡിലേക്കു നോക്കി. ഒരാൾ അതിശീഘ്രം കുതിരപ്പുറത്തു പാഞ്ഞുവരുന്നത് പിന്നിലെ കുന്നിൻ മുകളിൽ കാണാൻ കഴിഞ്ഞു.

"അതെ. അത് അയാൾ തന്നെയാണ്." ഫിനീസ് പറഞ്ഞു.

ജോർജും ജിമ്മും വണ്ടിയിൽനിന്നും ചാടിയിറങ്ങി. എന്താണ് ചെയ്യേണ്ടത് എന്നതിനെകുറിച്ച് അവർക്കൊരു രൂപവും ഇല്ലായിരുന്നു. പിന്തുടർന്നു വരുന്നവനെ പ്രതീക്ഷിച്ചുകൊണ്ട് പിന്നിലേക്കു നോക്കി അവർ നിശ്ശബ്ദരായി നിന്നു. അയാൾ അടുത്തേക്ക് എത്തിത്തുടങ്ങി. താഴ് വാരത്തിൽ എത്തിയപ്പോൾ അവർക്ക് അവനെ കാണാൻ സാധിച്ചില്ല. എന്നാൽ കുതിരക്കുളമ്പടി ശബ്ദം അടുത്തടുത്തു വരുന്നതായി തോന്നി.

"അതെ. അതു മിഖായേലാണ്!" ഫിനീസ് ഉറക്കെ വിളിച്ചു പറഞ്ഞു. "ഹലോ, മിഖായേൽ!"

"ഫിനീസ്, ഇതു നിങ്ങൾ തന്നെയല്ലേ?"

"അതെ എന്താണ് വിവരം? അവർ വരുന്നുണ്ടോ?"

"തൊട്ടു പുറകിലുണ്ട്. എട്ടു പത്തു പേരുണ്ട്. മദ്യപിച്ച് ഉന്മത്തരായി ചെന്നായ്ക്കളെപ്പോലെ ചീറിക്കൊണ്ട് പാഞ്ഞുവരുന്നുണ്ട്."

അവർ സംസാരിച്ചുകൊണ്ടിരിക്കുമ്പോൾ തന്നെ ഇളങ്കാറ്റിലൂടെ നേർത്ത കുളമ്പടി ശബ്ദം കേൾക്കാൻ കഴിഞ്ഞു.

"വേഗം അകത്തേക്കു കയറൂ!" ഫിനീസ് നിർദേശിച്ചു. നിങ്ങൾക്ക് എതിർക്കണമെന്നുണ്ടെങ്കിൽ ഞാൻ വണ്ടി കുറച്ചു കൂടി മുന്നിലേക്കെടുക്കാം. എല്ലാവരും വണ്ടിയിൽ ചാടിക്കയറിയ ഉടനെ ഫിനീസ് കുതിരയെ അടിച്ചു പായിച്ചു; കുതിരക്കാരൻ തൊട്ടടുത്ത് ഇരിക്കുന്നുണ്ട്. മഞ്ഞു പുതഞ്ഞു കിടക്കുന്ന വഴിയിലൂടെ ആടിയുലഞ്ഞുകൊണ്ട് വണ്ടി പറക്കുക തന്നെയായിരുന്നു. പിന്നിൽനിന്നും പിന്തുടർന്നുവരുന്നവരുടെ വണ്ടിയുടെ ശബ്ദം വളരെ വ്യക്തമായി കേൾക്കാം. നേരം പുലരാറായി. ഒരു കുന്നു കൂടി കയറി ഇറങ്ങിക്കഴിഞ്ഞാൽ പിന്നാലെ വരുന്നവർക്ക് വണ്ടി ശരിക്കും കാണാനാകും. അപ്പോഴെയ്ക്കും നേരം നല്ലവണ്ണം പുലരുകയും ചെയ്യും. വണ്ടിയുടെ മുകളിലൂടെ പൊതിഞ്ഞിരുന്ന വെള്ളത്തുണി അവരുടെ ദൃഷ്ടിയിൽ പെട്ടു എന്നു തോന്നുന്നു. അവരുടെ വിജയാഹ്ളാദത്തിന്റെ കോലാഹലം കാറ്റിലൂടെ വന്നലച്ചു. വൃദ്ധ തേങ്ങിക്കരഞ്ഞുകൊണ്ട് പ്രാർഥിച്ചു കൊണ്ടിരുന്നു. ജോർജും ജിമ്മും നിരാശയോടെയാണെങ്കിലും പിസ്റ്റളുകൾ കൈയിലേന്തിനിന്നു. പിന്നാലെ വന്നിരുന്നവർ അതിവേഗം മുന്നേറി. വണ്ടി പെട്ടെന്ന് തിരിച്ച് കുത്തനെ ഞാന്നു കിടക്കുന്ന ഒരു പാറയുടെ മുന്നിൽ നിർത്തി. അത് ഒളിച്ചിരിക്കുവാൻ പറ്റിയ ഒരു ഇടമായി തോന്നി. സൂര്യരശ്മിയാകട്ടെ, അവിടേക്ക് നേരിട്ട് പതിക്കുന്നുമുണ്ടായിരുന്നില്ല. ഫിനീസിന് നന്നായി പരിചയമുള്ള സ്ഥലം. അയാൾ സ്ഥിരമായി നായാട്ടിനു വരാറുള്ള സ്ഥലമാണിത്. ഇവിടേക്ക് സുരക്ഷിതരായി എത്തിച്ചേരുന്നതിനുവേണ്ടിയാണ് അയാൾ കുതിരയെ അടിച്ചു പായിച്ചത്.

"ഇനി നമുക്ക് ഒരുങ്ങാം. വേഗം തയാറായിക്കോളൂ" വളരെ വേഗം കുതിരയെ നിർത്തി അയാൾ വണ്ടിയിൽനിന്നും ചാടിയിറങ്ങി.

"എല്ലാവരും വളരെ പെട്ടെന്നു തന്നെ പുറത്തിറങ്ങി എന്നോടൊപ്പം

പാറയിലേക്കു വരിക. മിഖായേൽ, നിന്റെ കുതിരയെ വണ്ടിയിൽ കെട്ടി നേരെ അമരിയാസിന്റെ അടുക്കലേക്കു പോകൂ! അവനോടും കൂട്ടുകാരോടും വേഗം ഇവരെ നേരിടാൻ പറയൂ."

കേട്ടമാത്രയിൽ എല്ലാവരും വണ്ടിയിൽനിന്നും പുറത്തിറങ്ങി. ഓടി പാറക്കൂട്ടത്തിനിടയിൽ വന്നുനിന്നു. ആ സമയത്ത് വണ്ടി ഓടിച്ചുകൊണ്ട് മിഖായേൽ പോയി.

"വേഗം വരൂ!" ഫിനീസ് വിളിച്ചു പറഞ്ഞു. ഒരു ഒറ്റയടിപ്പാത മുകളിലേക്ക് കയറി പോകുന്നത് നേർത്ത വെളിച്ചത്തിൽ അവർ കണ്ടു. "ഞങ്ങളുടെ പഴയ നായാട്ടുതാവളമാണത് മുകളിലേക്കു കയറുകയാണ്. ഭയന്നു വിറയ്ക്കുന്ന അമ്മയെ തോളിലേറ്റിക്കൊണ്ട് തൊട്ടു പിന്നിൽ ജിം. അവന്റെ പിന്നാലെ ജോർജും എലീസായും. കുതിരപ്പുറത്ത് എത്തിയ സംഘം വലിയ ബഹളത്തോടെ പാറക്കൂട്ടത്തിനടുത്ത് കുതിരകളെ നിർത്തി നിലത്തിറങ്ങിയശേഷം എതിരാളികളെ പിന്തുടരുവാനായി തയാറായി.

ജോർജും സംഘവും ചെങ്കുത്തായി നിൽക്കുന്ന പാറയുടെ മുകളിൽ എത്തി. കുഞ്ഞിനെ ഒരു ഒഴിഞ്ഞസ്ഥലത്ത് ഇരുത്തി.

"നമ്മൾ എത്തേണ്ടിടത്ത് എത്തി. അവരും തൊട്ടു പുറകേയുണ്ട്. കഴിയുമെങ്കിൽ ആ ദുഷ്ടന്മാർ നമ്മെ പിടിക്കട്ടെ. ഏതു വീരനാണെങ്കിലും ആ പാറകൾക്കിടയിലെ ഒറ്റയടിപ്പാതയിലൂടെ ഒറ്റയ്ക്കുവരണം. ആ വഴി നിങ്ങളുടെ തോക്കിന്റെ മുഖാമുഖമാണ്. കാണുന്നില്ലേ?"

"ശരിക്കും കാണുന്നുണ്ട്." ജോർജ് പറഞ്ഞു. "അപകടസാധ്യത എത്രയായാലും കാര്യമാക്കേണ്ടതില്ല. പോരാടുക തന്നെ."

"വളരെ നല്ലത്." പെക്കർബറിയുടെ ഇല ഒടിച്ചെടുത്ത് ചവച്ചുകൊണ്ട് ഫിനീസ് പറഞ്ഞു.

"ഞാൻ ആ തമാശ നോക്കി കണ്ടുകൊണ്ടിരിക്കുകയാണ്. താഴെ അവർ ഗംഭീരമായ ചർച്ചയിലാണ്. മുകളിലേക്ക് നോക്കുകയാണ്. കോഴിക്കൂട്ടിലേക്കു കടന്നുകയറാൻ ശ്രമിക്കുന്ന പിടക്കോഴിയെപ്പോലെ. മുകളിലേക്കു കയറുന്നതിനു മുമ്പ് അവർക്കൊരു ഉപദേശം കൊടുക്കേണ്ട ആവശ്യമുണ്ടെന്നു തോന്നുന്നു. മുകളിലേക്കു കയറിയാൽ വെടിവച്ചു കൊല്ലുമെന്ന്."

നേരം നന്നായി വെളുത്തപ്പോൾ താഴെ നിൽക്കുന്ന സംഘത്തെ ശരിക്കും കാണാൻ സാധിച്ചു. അടിമക്കച്ചവടക്കാരൻ ഹാലിയുടെ സുഹൃത്ത് ടോം ലോക്കർ, മാർക്സ്, രണ്ടു പോലീസുകാർ, പിന്നെ കുറച്ചു ഗുണ്ടകളും. ഹോട്ടലിലെ ബാറിൽ വച്ച് ബ്രാണ്ടികുടിക്കാൻ കൊടുത്ത് വശീകരിച്ചതാണ് ആ ഗുണ്ടകളെ. ഒരു സംഘം നീഗ്രോകളെ പിടിക്കുമ്പോഴുണ്ടാകുന്ന രസം ആസ്വദിക്കാമെന്ന് അവരും കരുതി.

"ടോം ലോക്കർ, നിങ്ങളുടെ ഇരകളാണ് അവിടെ കാണുന്നതെന്ന് തോന്നുന്നു." ഒരാൾ പറഞ്ഞു.

"അതെ, അവർ ഈ വഴിയെ പോകുന്നത് ഞാൻ കണ്ടിരുന്നു."

ടോം പറഞ്ഞു. “ഇതാ, ഇങ്ങോട്ടൊന്നു നോക്കൂ! നമുക്ക് ഇതിലെ തന്നെ പോകാം. അവർക്കെന്തായാലും താഴെയ്ക്കു ചാടാനാവില്ലല്ലോ.”

“എന്നാൽ അവർക്ക് പാറയുടെ മറവിൽ ഒളിച്ചിരുന്ന് നമുക്കുനേരെ വെടിയുതിർക്കാം. അതു വലിയ കുഴപ്പത്തിൽ കൊണ്ടുചെന്നു ചാടിക്കും.” മാർക്സ് പറഞ്ഞു.

“നിനക്ക് എപ്പോഴും സ്വന്തം കാര്യം സുരക്ഷിതമാക്കണം എന്ന വിചാരമേ ഉള്ളൂ. ഇവിടെ പേടിക്കാനൊന്നുമില്ല. നീഗ്രോകൾ പേടിച്ചരണ്ടിരിക്കുകയാണ്.”

“എന്റെ ജീവൻ ഞാൻ തന്നെ രക്ഷിക്കണം.” മാർക്സ് അതുതന്നെ പറഞ്ഞു. “എനിക്ക് ചെയ്യാനുള്ളത് അതുമാത്രമാണ്. കാരണമെന്തന്നാൽ നീഗ്രോകൾ ചില അവസരങ്ങളിൽ അതിഭീകരമായി പോരാടും.”

ഈ സമയത്ത് ജോർജ് പാറയുടെ മുകളിൽ പ്രത്യക്ഷപ്പെട്ട് വളരെ ശാന്ത സ്വരത്തിൽ വ്യക്തമായി വിളിച്ചു പറഞ്ഞു.

‘‘മാന്യരേ, താഴെ നിൽക്കുന്ന നിങ്ങൾ ആരാണ്? എന്താണ് നിങ്ങൾക്കു വേണ്ടത്?”

“ഒളിച്ചോടുന്ന നീഗ്രോ സംഘത്തെ പിടിക്കണം.” ടോം ലോക്കർ വിളിച്ചു പറഞ്ഞു.

“ഒരു ജോർജ് ഹാരീസ്, എലീസ ഹാരീസ്, അവരുടെ മകൻ ഹാരി, പിന്നെ ജിം സെൽഡനും ഒരു വൃദ്ധയും. ഞങ്ങളോടൊപ്പം പോലീസ് ഓഫീസർമാരും ഉണ്ട്. ഈ പറഞ്ഞവരെ അറസ്റ്റുചെയ്യാൻ ഉള്ള വാറണ്ടും ഉണ്ട്. ഞങ്ങൾ അവരെ പിടികൂടാനായി പോകുകയാണ്. നീ കേൾക്കുന്നുണ്ടോ? നീ ജോർജ് ഹാരീസ് അല്ലേ? കെന്റക്കിയിൽ ഷെൽബികൗണ്ടിയിലെ മിസ്റ്റർ ഹാരിയുടെ അടിമ?”

“അതെ, ഞാൻ തന്നെയാണ് ജോർജ് ഹാരിസ്. കെന്റക്കിയിൽ വച്ച് ചിലരെന്നെ അടിമയായി കണക്കാക്കിയിരുന്നു. എന്നാൽ ഇന്നു ഞാൻ സ്വതന്ത്രമനുഷ്യനാണ്. ഈശ്വരന്റെ സ്വതന്ത്രമായ മണ്ണിൽ ചവിട്ടി നിൽക്കുന്നു. എന്റെ ഭാര്യയും മകനും എന്റേതുമാത്രമാണ്. അവരിൽ, ഈ ഭൂമിയിൽ വേറെ ഒരാൾക്കും അവകാശമില്ല. ജിമ്മും അവന്റെ അമ്മയും ഞങ്ങളോടൊപ്പം ഉണ്ട്. ഞങ്ങൾ ആത്മരക്ഷയ്ക്കുവേണ്ടത്ര ആയുധങ്ങളും കൈയിൽ കരുതിയിട്ടുണ്ട്; ആവശ്യം വന്നാൽ അതു പ്രയോഗിക്കുക തന്നെ ചെയ്യും. ധൈര്യമുണ്ടെങ്കിൽ മുന്നോട്ടു വരൂ! എന്നാൽ ആദ്യം വരുന്നവന് എന്റെ തോക്കിന്റെ ലക്ഷ്യസ്ഥാനത്തെത്തിയാൽ പിന്നെ സ്വർഗമോ നരകമോ എന്നത് അവന്റെ മുൻകാല പ്രവൃത്തികളെ ആശ്രയിച്ചിരിക്കും. ഓരോരുത്തരായി ചത്തു വീഴാനാണ് യോഗമെങ്കിൽ വേഗം മുന്നോട്ടു വരുക!

“വരൂ! വരൂ!” ഉയരം കുറഞ്ഞ കരുത്തനായ ഒരു യുവാവ് മുന്നോട്ടുവച്ച് വിളിച്ചു പറഞ്ഞു. “യുവാവേ, നിനക്കു യോജിച്ച വർത്തമാനമല്ല ഇപ്പോൾ പറഞ്ഞത്. ഞങ്ങൾ നിയമപാലകരാണ്. ഞങ്ങളുടെ കൈയിൽ അധികാരവും ഒപ്പം ആയുധവും ഉണ്ട്. സമാധാനപരമായി കീഴടങ്ങുക

എന്നതല്ലാതെ നിങ്ങളുടെ മുന്നിൽ മറ്റു മാർഗങ്ങളൊന്നുമില്ല."

"നിങ്ങൾക്ക് അധികാരവും നിയമത്തിന്റെ സംരക്ഷണവും ഉണ്ടെന്നറിയാം." ജോർജ് ദേഷ്യത്തിൽ മറുപടി പറഞ്ഞു.

"എന്റെ ഭാര്യയെ ന്യൂ ഓർലീൻസിൽ കൊണ്ടുപോയി വിൽക്കുവാനോ, മോനെ പശുക്കുട്ടിയെ എന്നതുപോലെ കച്ചവടക്കാരനെ ഏൽപ്പിക്കുവാനോ, ജിമ്മിന്റെ അമ്മയെ ചാട്ടവാറിന് ഇരയ്ക്കാനോ ഒന്നും ഞങ്ങൾ ജീവിച്ചിരിക്കുമ്പോൾ സാധിക്കുകയില്ല. പഴയതുപോലെ എന്നെയും ജിമ്മിനേയും ചാട്ടവാറുകൊണ്ടടിച്ച് മണ്ണിലിട്ടുരുട്ടുന്നത് നിങ്ങൾക്ക് കാണണം അല്ലേ? അതാണല്ലോ നിങ്ങളുടെ നിയമം! നിങ്ങൾ ലജ്ജിക്കണം. അതിനിനി ഞങ്ങളെ കിട്ടുകയില്ല. നിങ്ങളുടെ നിയമം ഞങ്ങൾ അനുസരിക്കുകയില്ല. ഞങ്ങൾ നിങ്ങളുടെ നാട്ടുകാരല്ല. ദൈവത്തിന്റെ ശൂന്യാകാശത്തിനു കീഴിൽ നിങ്ങളെപ്പോലെ തന്നെ സ്വതന്ത്രരായാണ് ഞങ്ങളും നിൽക്കുന്നത്. ഞങ്ങളെ സൃഷ്ടിച്ച ദൈവത്തെ പ്രതി ഞാൻ സത്യം ചെയ്തുകൊണ്ട് പറയുകയാണ് സ്വാതന്ത്ര്യത്തിനുവേണ്ടി മരണം വരെ ഞങ്ങൾ പോരാടും."

തുറസായ വലിയ പാറപ്പുറത്തുനിന്നുകൊണ്ടാണ് ജോർജ് ഈ സ്വാതന്ത്ര്യ പ്രഖ്യാപനം നടത്തിയത്. ഉദയസൂര്യന്റെ കിരണങ്ങൾ അവന്റെ കവിളിൽ തട്ടി തിളങ്ങി. കണ്ണുകൾ കോപംകൊണ്ടു ജ്വലിച്ചു. ദൈവനീതി പ്രതീക്ഷിക്കുന്നതുപോലെ ആകാശത്തേക്കു കൈകൾ ഉയർത്തിയായിരുന്നു അവന്റെ സംസാരം. അവന്റെ മുഖഭാവവും സംസാര രീതിയും എല്ലാം താഴെ നിന്നവരെ ഒരുനിമിഷ നേരം സ്തബ്ധരാക്കി. മാർക്സിന്റെ മനസിനുമാത്രം യാതൊരു കുലുക്കവും ഉണ്ടായില്ല. അയാൾ തന്റെ തോക്കെടുത്ത് ജോർജിനുനേരെ നിറയൊഴിച്ചു." അവനെ കൊല്ലുകയാണ് വേണ്ടത്" മുഖം കോട്ടി തോക്കെടുത്ത് തുടച്ചുകൊണ്ട് അയാൾ പറഞ്ഞു.

ജോർജ് പിന്നോട്ടു നീങ്ങി. എലീസ ഉറക്കെ നിലവിളിച്ചു. വെടിയുണ്ട ജോർജിനെ തൊട്ടുതൊട്ടില്ല എന്ന മട്ടിൽ പാഞ്ഞുപോയി.

"ഏയ്! കുഴപ്പമൊന്നുമില്ല എലീസ." അയാൾ ഭാര്യയെ ആശ്വസിപ്പിച്ചു.

"നീ മറഞ്ഞുനിന്നു വേണം സംസാരിക്കുവാൻ" ഫിനീസ് ഓർമിപ്പിച്ചു. "അതി നീചന്മാരാണ് അവരോരുത്തരും."

"ജിം" ജോർജ് വിളിച്ചു. "തോക്കുകൾ തയാറാക്കി എന്റെ ഒപ്പം തന്നെ നിൽക്കണം. ആദ്യം കയറി വരുന്നവനെ ഞാൻതന്നെ വെടിവയ്ക്കും. രണ്ടാമതു വരുന്നവനെ നീ വേണം. അങ്ങനെ ഓരോരുത്തരെയായി എല്ലാവരേയും അവസാനിപ്പിക്കണം. ഒരാൾക്കുവേണ്ടി രണ്ടുണ്ട പാഴാക്കേണ്ടി വരരുത്.

"എന്നാൽ നിന്റെ വെടി ഏറ്റില്ലെങ്കിലോ?"

"അതേൽക്കാതെ വരില്ല." ജോർജ് പറഞ്ഞു.

മാർക്സ് വെടി ഉതിർത്തശേഷം താഴെയുള്ള സംഘം ഒരുനിമിഷം

എന്തു ചെയ്യണമെന്നറിയാതെ നിന്നു.

"നിന്റെ വെടി ആർക്കോ കൊണ്ടിട്ടുണ്ടെന്നു തോന്നുന്നു." ഒരാൾ പറഞ്ഞു. "ഞാൻ നിലവിളി കേട്ടു."

"ഞാൻ നേരെ മുകളിലേക്കു കയറാൻ പോകുകയാണ്. നീഗ്രോകളെ ഭയന്നു കഴിയേണ്ട കാലം എനിക്കു വന്നിട്ടില്ല. എന്നോടൊന്നിച്ചു വരാൻ ആർക്കാണ് ധൈര്യമുള്ളത്?" അയാൾ പാറയിടുക്കിലേക്ക് നടന്നു കയറാൻ തുടങ്ങി.

അവരുടെ സംസാരം ജോർജിന് വ്യക്തമായി കേൾക്കാൻ സാധിച്ചു. അയാൾ തോക്ക് ഒന്നുകൂടി പരിശോധിച്ചു. ആദ്യത്തെ ആൾ കയറിവരാൻ സാധ്യതയുള്ളിടത്തേക്ക് ഉന്നംപിടിച്ചു നിന്നു.

കൂട്ടത്തിൽ ധൈര്യശാലിയായ ഒരുത്തൻ ടോമിനോടൊപ്പം ചേർന്നു. അപ്പോഴെയ്ക്കും ഓരോരുത്തരായി പാറപ്പുറത്തേക്ക് കയറിത്തുടങ്ങി. ടോം പാറയുടെ വിടവിൽ പ്രത്യക്ഷപ്പെട്ടപ്പോൾ തന്നെ ജോർജ് വെടി ഉതിർത്തു. അയാളുടെ ശരീരത്തിൽ തന്നെ അത് കൊള്ളുകയും ചെയ്തു. മരിച്ചില്ലെങ്കിലും പിന്തിരിയാനാവാതെ ഭ്രാന്തുപിടിച്ച കാളയെപ്പോലെ അയാൾ പരാക്രമം കാണിച്ചു.

ഫിനീസ് നേരെ മുന്നിലേക്ക് ഇറങ്ങിവന്ന് അയാളെ ഒരു തള്ളുവച്ചു കൊടുത്തു. "നിന്നെ ഇവിടെ ആവശ്യമില്ല." പാറയിടുക്കിലേക്ക് അയാൾ ഉരുണ്ടു വീണു. പാറയിലും മരത്തിലും എല്ലാം ഉടക്കി ഉരുണ്ട് ശരീരം മുഴുവൻ മുറിഞ്ഞ് മുപ്പതടി താഴ്ചയിലേക്കാണ് അയാൾ വീണത്. വലിയൊരു മരത്തിന്റെ കൊമ്പിൽ അവന്റെ കോട്ട് ഉടക്കിയില്ലായിരുന്നെങ്കിൽ ആ വീഴ്ചയിൽതന്നെ അവൻ ചത്തുപോകുമായിരുന്നു. എങ്കിലും എഴുന്നേൽക്കാനാവാത്ത അവസ്ഥയിലായി.

"ദൈവമേ, ഞങ്ങളെ സഹായിക്കേണമേ, അവർ ശരിക്കും പിശാചുക്കളാണല്ലോ." കയറിയതിനേക്കാൾ വേഗത്തിൽ പാറപ്പുറത്തുനിന്നും ഇറങ്ങിക്കൊണ്ട് മാർക്സ് പറഞ്ഞു. അതോടെ എല്ലാവരും പിൻവാങ്ങി. തടിയൻ പോലീസായിരുന്നു ഏറ്റവും മുന്നിൽ!

"സുഹൃത്തുക്കളെ" മാർക്സ് വിളിച്ചു. "നിങ്ങൾ ചുറ്റിനടന്ന് ടോമിനെ കണ്ടുപിടിച്ചു കൊണ്ടുവരിക. അപ്പോഴെയ്ക്കും ഞാൻ പോയി സഹായത്തിന് ആളുകളെയും കൂട്ടി വരാം." കൂട്ടകാർ വിളിക്കുന്നത് ശ്രദ്ധിക്കാതെ അവൻ ഓടിപ്പോയി.

"ഇത്രയ്ക്കു സ്വാർഥനും വൃത്തികെട്ടവനുമായ ഒരുത്തനെ ഈ ഭൂമിയിൽ വേറെ കാണാൻ കിട്ടില്ല." അവരിലൊരുത്തൻ പറഞ്ഞു. അവന്റെ കാര്യത്തിനായി വന്ന നമ്മളെ ഇവിടെ വിട്ടിട്ട് അവൻ രക്ഷപ്പെട്ടിരിക്കുന്നു."

"വീണവന്റെ സ്ഥിതിയെന്താ, അവനെ പൊക്കി എടുക്കേണ്ടേ? അവൻ ചത്തോ, ജീവിച്ചിരുപ്പുണ്ടോ എന്നുപോലും അറിയില്ല." സ്വയം ശപിച്ചുകൊണ്ടും ഉറക്കെ കരഞ്ഞുകൊണ്ടും പാറയിടുക്കിൽ കിടക്കുന്ന ടോമിന്റെ അരികിലേക്ക് മരത്തടികളും കുറ്റിക്കാടുകളും കടന്ന് കൂട്ടുകാർ എത്തി.

"നിനക്കെന്താണ് പറ്റിയത്? എന്തിനാണ് ഉറക്കെ കരയുന്നത്?" ഒരുത്തൻ ചോദിച്ചു.

"എന്താണെന്ന് അറിയുന്നില്ലേ? എന്നെ ഒന്നു നോക്കൂ! ആ ഖാക്കറെയാണ് ആദ്യം തല്ലിക്കൊല്ലേണ്ടത്. അവനില്ലായിരുന്നെങ്കിൽ, അവരിൽ ചിലരെയെങ്കിലും ഞാനീ കുഴിയിലേക്ക് തള്ളി വിട്ടേനെ?"

തളർന്നുകിടക്കുന്ന വീരനെ വളരെ കഷ്ടപ്പെട്ട് പൊക്കി നിർത്താൻ അവർ ശ്രമിച്ചു. അവരുടെ തോളിൽ ഞാന്നുകിടന്നു കൊണ്ട് ടോം കുതിരകളെ നിർത്തിയ ഇടം വരെ എങ്ങനെയോ എത്തി.

"ഒരുനാഴിക അകലെയുള്ള ഹോട്ടൽവരെ നിങ്ങൾ എന്നെ എത്തിച്ചിരുന്നെങ്കിൽ! ഒരു തൂവാലയെടുത്ത് എന്റെ മുറിവിൽ തിരുകിവച്ച് ഈ രക്തപ്രവാഹം എങ്ങനെയെങ്കിലും തടയുക." അയാളെ, പാടുപെട്ട് കുതിരപ്പുറത്ത് കയറ്റാൻ ശ്രമിക്കുന്നത് ജോർജ് ദൂരെയിരുന്ന് കാണുന്നുണ്ടായിരുന്നു. പലവട്ടം ശ്രമിച്ചിട്ടും അവർക്കതിൽ വിജയിക്കാനായില്ല.

"അയാൾ മരിച്ചിട്ടില്ലെന്ന് തോന്നുന്നു." ജോർജിനെ തൊട്ടുകൊണ്ട് നിന്നിരുന്ന എലീസ പറഞ്ഞു. മറ്റുള്ളവരെല്ലാം ആ കാഴ്ച നോക്കി നിൽക്കുന്നുണ്ടായിരുന്നു.

"ചത്തില്ലെങ്കിൽ വേണ്ട, എന്തായാലും അയാൾ അത് അർഹിക്കുന്നുണ്ട്." ഫിനീസ് അഭിപ്രായപ്പെട്ടു.

"സകലരുടേയും മരണശേഷം ഒരു വിധി കാത്തിരിക്കുന്നുണ്ടാകും" എലീസ പറഞ്ഞു.

"അവരെന്താ, അയാളെ ഉപേക്ഷിച്ചുപോകയാണോ?" ഫിനീസ് സംശയം പ്രകടിപ്പിച്ചു.

അതു വാസ്തവമായിരുന്നു. അവർ എന്തെല്ലാമോ സംസാരിച്ച ശേഷം കുതിരപ്പുറത്തു കയറി സ്ഥലംവിട്ടു. അവർ അപ്രത്യക്ഷരായി എന്നുറപ്പായപ്പോൾ ഫിനീസ് പറഞ്ഞു.

"മിഖായേലിനോട് കുറച്ചു മുന്നോട്ടു പോയി സഹായത്തിന് ആളെ കൂട്ടി വരാൻ ഞാൻ പറഞ്ഞിരുന്നു. അവൻ വണ്ടിയുമായി തിരിച്ചു വരുന്നതുവരെ ഈ വഴിയിലൂടെ നമുക്ക് നടക്കാം. അവൻ സഹായികളുമായി എത്താതിരിക്കില്ല."

അവർ റോഡിലേക്കു തിരഞ്ഞുപ്പോഴേക്കും ദൂരെനിന്നും വണ്ടികളും കുതിരകളുമായി ഒരു സംഘം വരുന്നതു കണ്ടു.

"അങ്ങോട്ടു നോക്കൂ! മിഖായേലും സ്റ്റീഫനും അമരിയായുമെത്തി." ഫിനീസ് സന്തോഷത്തോടെ പറഞ്ഞു.

"നമുക്കിനി സുരക്ഷിതരായി താവളത്തിലെത്താം"

"ഒന്നു നിൽക്കൂ" എലീസ പറഞ്ഞു. "അയ്യോ ആ പാവം കിടന്ന് ഞെരങ്ങുന്നത് കണ്ടില്ലേ? എന്തെങ്കിലും ചെയ്തു കൊടുത്തേ പറ്റൂ."

"നമുക്കയാളെ എടുത്തുകൊണ്ടുപോകാം" ജോർജ് അഭിപ്രായപ്പെട്ടു.

"അതെ, എന്നിട്ട് ഖാക്കർമാർക്കിടയിൽ കിടത്തി ചികിത്സിക്കുക! കൊള്ളാം! നന്നായിരിക്കുന്നു!" ഫിനീസ് അത്ഭുതം കൂറി.

"അങ്ങനെ ചെയ്യുന്നതിൽ എനിക്ക് വിരോധമൊന്നുമില്ല. അയാളെ നമുക്കൊന്നു പരിശോധിക്കാം." നായാട്ടു നടത്തുന്ന വേളയിൽ ഫിനീസ് ചില ഓപ്പറേഷൻസൊക്കെ നടത്താറുണ്ട്. അയാൾ രോഗിയുടെ സമീപത്ത് കുനിഞ്ഞിരുന്ന് മുറിവ് പരിശോധിച്ചു.

"മാർക്സ്" ടോം വളരെ ദയനീയമായ സ്വരത്തിൽ വിളിച്ചു.

"ഇത് മാർക്സ് അല്ല സുഹൃത്തേ, അവൻ നിന്നെ ഉപേക്ഷിച്ച് സ്വന്തം ജീവനുംകൊണ്ട് എപ്പോഴേ ഓടിപ്പോയി കഴിഞ്ഞിരിക്കുന്നു."

"ആ നായ്ക്കൾ എന്നെ ഒറ്റയ്ക്ക് ചാവാൻ വിട്ടിട്ട് ഓടിപ്പോയി അല്ലേ? ഇങ്ങനെ തന്നെയാണ് സംഭവിക്കുക എന്ന് എന്റെ പാവം അമ്മ എപ്പോഴും പറയാറുണ്ട്."

"നീ ഇപ്പോൾ ആ നീഗ്രോ പയ്യൻ പറയുന്നതൊന്ന് ശ്രദ്ധിക്ക്. അവനുമുണ്ട് ഒരമ്മ."

ടോം തന്റെ കൈ തട്ടി മാറ്റിയപ്പോൾ ഫിനീസ് പറഞ്ഞു "രക്തപ്രവാഹം തടഞ്ഞില്ലെങ്കിൽ നീ രക്ഷപ്പെടില്ല."

തന്റെ കൈയിലുള്ള ചെറിയ കത്തി ഉപയോഗിച്ച് ഫിനീസ് ഒരു കൊച്ചുശസ്ത്രക്രിയ തന്നെ നടത്തി.

"നിങ്ങളാണ് എന്നെ താഴേക്ക് തട്ടിയുരുട്ടി ഇട്ടതെന്ന് എനിക്കറിയാം." ടോം ദയനീയമായ സ്വരത്തിൽ പറഞ്ഞു.

"അതെ ഞാൻ തന്നെയാണ്. പക്ഷേ, ഞാനങ്ങനെ ചെയ്തില്ലെങ്കിൽ നീ ഞങ്ങളെ എല്ലാവരേയും താഴെയ്ക്ക് തള്ളിയിടുകയില്ലായിരുന്നോ?" അയൾ മുറിവുകെട്ടാനായി കുനിഞ്ഞിരുന്നുകൊണ്ട് പറഞ്ഞു.

"നിന്റെ മുറിവൊന്നു വൃത്തിയായി കെട്ടട്ടെ! നിന്നോട് ഞങ്ങൾക്ക് യാതൊരു വിരോധവും ഇല്ല. നിനക്കു നല്ലതു വരണം എന്നുതന്നെയാണ് ഞങ്ങൾ ആഗ്രഹിക്കുന്നത്. നിനക്ക് നല്ല ശുശ്രൂഷ ലഭിക്കുന്ന ഇടത്തേക്ക് ഞങ്ങൾ കൊണ്ടുപോകാം. സ്വന്തം അമ്മയിൽനിന്നും ലഭിക്കുന്നതുപോലുള്ള സ്നേഹവും പരിചരണവും നിനക്ക് അവരിൽനിന്നും ലഭിക്കും."

വേദന അടക്കിക്കൊണ്ട് ടോം കണ്ണടച്ചു. സ്വന്തം ചോര ഒഴുകുന്നതു കണ്ടാൽ പിന്നെ ഇത്തരക്കാരുടെ സകല ധൈര്യവും ശക്തിയും എല്ലാം പമ്പകടക്കും. ആ വീരശൂരപരാക്രമിയുടെ അപ്പോഴത്തെ കിടപ്പുകണ്ടാൽ ആർക്കും ദയതോന്നും.

ഒരു തുകൽ വിരിപ്പ് മടക്കി വണ്ടിയിലിട്ടശേഷം നാലുപേർ ചേർന്ന് ആ ആജാനുബാഹുവിനെ പൊക്കിയെടുത്ത് അതിൽ കിടത്തി. അപ്പോഴെയ്ക്കും അവന്റെ ബോധം പോയിരുന്നു. അവന്റെ പരിതാപകരമായ അവസ്ഥയിൽ അനുകമ്പ തോന്നിയ വൃദ്ധ, തലയെടുത്ത് മടിയിൽ വച്ചു. എലീസയും ഹാരിയും ജിമ്മും ശേഷിച്ച സ്ഥലത്ത് ഒരുങ്ങിയിരുന്നു. വണ്ടി സാവധാനത്തിൽ നീങ്ങി.

"എന്താണ് അവന്റെ സ്ഥിതി?" ജോർജ് ഫിനീസിനോട് ചോദിച്ചു.

"മുറിവ് നല്ല ആഴമുണ്ട്. എങ്കിലും മാംസത്തിൽ മാത്രമേ മുറിവേറ്റിട്ടുള്ളൂ. വീഴ്ചയുടെ ആഘാതത്തിൽ നല്ല പരിക്കുണ്ട്. അങ്ങനെയാണ്

രക്തം മുഴുവൻ വാർന്നുപോയത്. എന്നാലും അവൻ രക്ഷപ്പെടും. ഇത് ജീവിതത്തിൽ അവനൊരു പാഠമാവുകയും ചെയ്യും."

"ആശ്വാസം! ഞാൻ കാരണം ഒരു മരണം സംഭവിച്ചിരുന്നുവെങ്കിൽ ജീവിതകാലം മുഴുവൻ അതെന്നെ വേട്ടയാടുമായിരുന്നു. ന്യായമായ ഒരു കാര്യത്തിനു വേണ്ടിയാണെങ്കിൽപ്പോലും."

"അതെ" ഫിനീസ് ശരിവച്ചു. "മൃഗത്തെയായാലും മനുഷ്യനെ ആയാലും കൊല്ലുന്നത് ഒരു വൃത്തികെട്ട പണിതന്നെയാണ്. മനുഷ്യന്റെ കാര്യമാകുമ്പോൾ കുറച്ചുകൂടി ഗൗരവത്തിലെടുക്കണം. നിങ്ങളുടെ ഭാര്യ പറഞ്ഞതുപോലെ, മരണശേഷം എല്ലാവരേയും കാത്ത് വിധികൽപ്പന കിടക്കുന്നുണ്ടാകും"

"ഇവനെ ഇനി എന്തുചെയ്യും?" ജോർജ് ചോദിച്ചു.

"അമരിയായുടെ കൂടെ വിടാം. അവന്റെ അമ്മൂമ്മ നല്ലൊരു നഴ്സ് ആണ്. രണ്ടാഴ്ചയ്ക്കകം അവർ ഇവനെ സുഖപ്പെടുത്തി പറഞ്ഞയക്കും."

ഒരുമണിക്കൂർ യാത്ര ചെയ്തപ്പോൾ അവർ മനോഹരമായ ഒരു ഫാം ഹൗസിൽ എത്തിച്ചേർന്നു. യാത്രചെയ്ത് ക്ഷീണിച്ച പലരും പ്രാതൽ കഴിക്കാനായി അവിടെ വന്നെത്തിയിട്ടുണ്ട്. ടോം ലോക്കർ ജീവിതത്തിൽ ഒരിക്കലും കിടന്നിട്ടില്ലാത്തത്ര ശുചിത്വവും മൃദുത്വവും ഉള്ള ഒരു കിടക്ക അയാൾക്കായി ഒരുക്കി. അയാളുടെ മുറിവ് വൃത്തിയായി കഴുകി കെട്ടി.

11

ഓരോ ദിവസം കഴിയുമ്പോഴും സെന്റ് ക്ലെയറിന് ടോമിനോടുള്ള ആദരവും സ്നേഹവും വർധിച്ചുവന്നു. സെന്റ് ക്ലെയറിന് പണത്തിന്റെ കാര്യത്തിൽ യാതൊരു ശ്രദ്ധയും ഇല്ല. സാധനങ്ങൾ വാങ്ങുന്നത് അഡോൾഫാണ്. യജമാനനേക്കാൾ ധാരാളിയും അശ്രദ്ധനും ആണ് അവൻ. അവിടെ നടക്കുന്ന നാശനഷ്ടങ്ങൾ കണ്ട് ടോം അസ്വസ്ഥനാകാറുണ്ട്. സഹികെടുമ്പോൾ സ്വന്തം നിർദേശങ്ങൾ അവതരിപ്പിക്കും.

സെന്റ് ക്ലെയർ ചില അവസരങ്ങളിൽ വ്യാപാരസംബന്ധമായ ജോലികൾ ടോമിനെ ഏൽപ്പിക്കാറുണ്ട്. അവന്റെ കഴിവുകൾ മനസിലായതോടെ അത്തരത്തിലുള്ള ചുമതലകൾ കൂടുതൽ കൂടുതലായി ഏൽപ്പിക്കുവാൻ തുടങ്ങി. ഒടുവിൽ വ്യാപാരസംബന്ധമായ സകല ജോലികളും പൂർണമായും അവനെ ഏൽപ്പിച്ചു. അഡോൾഫിനതിൽ വലിയ അതൃപ്തി ഉണ്ടായിരുന്നെങ്കിലും സെന്റ് ക്ലെയർ എല്ലാം വേണ്ടവണ്ണം പറഞ്ഞു മനസിലാക്കി കൊടുത്തു.

"ടോം എല്ലാകാര്യങ്ങളും ഒറ്റയ്ക്കു ചെയ്തുകൊള്ളും. അഡോൾഫ്, നിനക്ക് ആവശ്യമുള്ള സാധനങ്ങളെ കുറിച്ചുമാത്രമേ ചിന്തയുള്ളൂ. ടോമാകട്ടെ അതിന്റെ വിലയെ കുറിച്ചും ചിന്തിക്കുന്നുണ്ട്."

ടോമിനു വേണമെങ്കിൽ യജമാനനെ എത്രവേണമെങ്കിലും പറ്റിക്കാമായിരുന്നു. യജമാനൻ അത്രയ്ക്ക് അശ്രദ്ധനായിരുന്നു. വാങ്ങിക്കൊണ്ടുവരുന്ന സാധനങ്ങളുടെ വിലയോ ബില്ലോ ഒന്നും ആവശ്യപ്പെടാതെയാണ് യജമാനൻ തുക പോക്കറ്റിലിടാറ് പതിവ്. ഒരിക്കൽപ്പോലും യജമാനനെ പറ്റിക്കണം എന്ന് ടോമിനും തോന്നിയിട്ടില്ല. ടോമിന്റെ സ്വതസിദ്ധമായ സ്വഭാവശുദ്ധിയും ക്രിസ്തീയാദർശങ്ങളും അയാളെ അത്തരം പ്രവൃത്തികളിൽനിന്നും വിലക്കി. ആർക്കും അനുകരണീയമായ സത്യസന്ധതയ്ക്ക് ഉടമയായിരുന്നു ടോം.

അഡോൾഫ് തികച്ചും വ്യത്യസ്തനായിരുന്നു. അവന്റെ പെരുമാറ്റം കൊണ്ട് സെന്റ് ക്ലെയർ പലപ്പോഴും പൊറുതിമുട്ടിയിട്ടുണ്ട്. തന്റെ ജോലിക്കാരുടെ ഇത്തരത്തിലുള്ള പ്രവർത്തനങ്ങൾ അപകടകരമാണെന്ന് തോന്നിയിട്ടുണ്ടെങ്കിലും തിരുത്താനൊന്നും മിനക്കെട്ടില്ല.

തന്റെ യുവയജമാനനെ വളരെ ബഹുമാനത്തോടെയും സ്നേഹത്തോടെയുമാണ് ടോം നോക്കിക്കണ്ടത്. അദ്ദേഹത്തോട് പിതൃതുല്യമായ സ്നേഹം പുലർത്തിപോന്നു. തന്റെ യജമാനൻ *ബൈബിൾ* വായിക്കുകയോ പള്ളിയിൽ പോകുകയോ ചെയ്തിരുന്നില്ല. എല്ലാ കാര്യങ്ങളും നിസ്സാരമായി തമാശയോടെ എടുത്തു. ഞായറാഴ്ചകൾ ക്ലബുകളിലും തിയറ്ററുകളിലും പോയി മദ്യപിച്ചും നാടകവും ഓപ്പറയും കണ്ടും സമയം ചെലവഴിക്കും. മറ്റാരെയുംപോലെ തന്റെ യജമാനൻ ക്രിസ്ത്യാനിയല്ല എന്ന് ടോമും കരുതി. എന്നാലും തന്റെ യജമാനന് നന്മവരുന്നതിനു വേണ്ടി തന്റെ ശൈലിയിൽ സ്വന്തം മുറിയിൽ ഒറ്റയ്ക്കിരുന്ന് ടോം പ്രാർഥിച്ചു.

ഒഫീലിയയും പുതിയ സാഹചര്യവുമായി വളരെ എളുപ്പത്തിൽ പൊരുത്തപ്പെട്ടു. ആദ്യദിവസംതന്നെ അവൾ പുലർച്ചെ നാലുമണിക്ക് എഴുന്നേറ്റു. ആദ്യം സ്വന്തംമുറി അടുക്കിലും ചിട്ടയിലും വച്ചശേഷം എല്ലാ അലമാരകളും മേശകളും തുറന്നുപരിശോധിക്കാൻ തുടങ്ങി.

സ്റ്റോർ മുറി, തുണി അലമാര; അടുക്കള തുടങ്ങി വീടിന്റെ ഓരോ മുക്കും മൂലയും പരിശോധിക്കപ്പെട്ടു. ഒളിച്ചുവച്ചിരുന്ന പലതും വെളിച്ചത്തുവന്നു. ജോലിക്കാരുടെ ഇടയിൽനിന്നും ഭീതിയോടെയുള്ള പ്രതിഷേധസ്വരം ഉയർന്നുതുടങ്ങി. പ്രധാന പാചകക്കാരിയായ ദിനായ്ക്കായിരുന്നു അടുക്കളയുടെ മുഴുവൻ അധികാരവും.

ദിനാ ഒരു വിചിത്ര സ്വഭാവക്കാരിയായിരുന്നു. ക്ലോ ആന്റിയെപ്പോലെ തന്നെ നല്ലകൈപ്പുണ്യത്തിന് ഉടമയാണ് അവരും. ആഫ്രിക്കക്കാർ പൊതുവെ പാചകകലയിൽ നിപുണരാണ്. ക്ലോ ആന്റിക്ക് ചിട്ടയോടെയുള്ള പരിശീലനം ലഭിച്ചിരുന്നു. ദിനാ, സ്വന്തം കഴിവുകൊണ്ട് വികസിപ്പിച്ചെടുത്തതായിരുന്നു പാചകരീതി. ബുദ്ധിശാലികൾക്കെല്ലാം ഉണ്ടാകാറുള്ള പെരുമാറ്റത്തിലെ അസ്ഥിരത അവൾക്കും ഉണ്ട്. തന്റെ രീതിയാണ് ശരിയെന്ന് അവൾ കരുതുന്നു. എത്ര കേമന്മാരുടെ ആയാലും നിർദേശങ്ങളും ഉപദേശങ്ങളും ഒന്നും അവൾ ചെവിക്കൊള്ളാറില്ല. മേരി

യോടുള്ള സമീപനവും അങ്ങനെ തന്നെ. ദിനാ അവിടെ പരമാധികാരിയായി വാണു. ഏതുകാര്യവും സ്വന്തം നിലയിൽ ന്യായീകരിക്കുന്നതിലും അവൾ സമർഥയാണ്. ഒരു പാചകക്കാരിക്ക് ഒരിക്കലും തെറ്റുപറ്റുകയില്ല എന്നാണ് അവളുടെ ന്യായവാദം. താൻ ഉണ്ടാക്കിയ ഭക്ഷണത്തിന് എന്തെങ്കിലും കുഴപ്പമുണ്ടായാൽ അതിന് ഒരായിരം കാരണങ്ങൾ അവൾ നിരത്തും.

പുകവലി ദിനായുടെ ഒരു ദൗർബല്യമാണ്. എന്തുചെയ്യാനും വേണ്ട പ്രചോദനം കിട്ടണമെങ്കിൽ പുകവലിച്ചേ പറ്റൂ. ഭക്ഷണം പാകംചെയ്യാൻ സമയമായി. എന്നിട്ടും അവൾ പുകവലിച്ച് ചിന്താമഗ്നയായി ഇരിക്കുകയാണ്. അവൾക്കു ചുറ്റും കുറച്ചുപേരിരുന്ന് ഓരോ ജോലികൾ ചെയ്യുന്നു. ഒരാൾ കോഴിയുടെ തൂവൽ പറിക്കുന്നു. പയറ് തൊലികളയുന്നു. ഇടയ്ക്ക് അവരുടെ ആരുടെയെങ്കിലും തലയിൽ ഒരു കൊട്ടുകൊടുക്കും. അവൾ വളർന്നത് അത്തരം ഒരു അന്തരീക്ഷത്തിലാണ്. അത് അതേപടി അവളും അനുകരിക്കുന്നു എന്നുമാത്രം.

വീട്ടിലെ മറ്റിടങ്ങളെല്ലാം വിശദമായി പരിശോധിച്ച ശേഷം ഒഫീലിയ അടുക്കളിയിൽ എത്തി. ആ വീട്ടിൽ നടന്നുകൊണ്ടിരിക്കുന്ന മാറ്റങ്ങളെ കുറിച്ച് ദിനാ മറ്റുള്ളവരിൽനിന്നും അറിഞ്ഞുതുടങ്ങിയിരുന്നു. പുതിയ എന്തു പരിഷ്കാരം ഏർപ്പെടുത്തിയാലും അതിനെ എതിർക്കണമെന്ന് അവൾ മനസിൽ ഉറച്ചിരുന്നു. ഒഫീലിയ അടുക്കളയിൽ കയറി വന്നതു കണ്ടിട്ടും ദിനാ എഴുന്നേറ്റില്ല. അവൾ പുകവലിയുടെ സുഖം ആസ്വദിച്ചുകൊണ്ട് അതേ ഇരിപ്പ് തുടർന്നു. എന്നാൽ ഒഫീലിയയുടെ ഓരോ ചലനങ്ങളും ശ്രദ്ധിക്കുന്നുണ്ട്.

മിസ് ഒഫീലിയ ഓരോ വലിപ്പും തുറന്നു നോക്കി. അവിടെ എല്ലാം താറുമാറായി കിടക്കുകയാണ്. ഇറച്ചി പൊതിഞ്ഞ ചോരയുടെ മണമുള്ള ഒരു തുണി അലമാരയുടെ വലിപ്പിൽ കിടക്കുന്നു. അവൾ ചോദിച്ചു.

"എന്താണിത് ദിനാ? യജമാനത്തിയുടെ മനോഹരമായ മേശ വിരിയിലാണോ ഇറച്ചി പൊതിഞ്ഞുവയ്ക്കുന്നത്?"

"വേറെ ടവലൊന്നും കാണാതായപ്പോൾ ചെയ്തതാണ്. ഇത് അലക്കാനായി വച്ചിരുന്നതാണ്."

"അലസത" ആത്മഗതമായി ഇത്രമാത്രം പറഞ്ഞു ഒഫീലിയ.

ശ്രദ്ധയോടെ പരിശോധിക്കുവാൻ ആരംഭിച്ചപ്പോൾ പലയിടത്തുനിന്നും പല അനാവശ്യസാധനങ്ങളും കണ്ടെടുക്കുവാൻ അവൾക്കു കഴിഞ്ഞു. ഭക്ഷണംകഴിച്ച പാത്രങ്ങൾ മേശപ്പുറത്ത് ചിതറിക്കിടക്കുന്നു. ഒന്നും കഴുകിവച്ചിട്ടില്ല. മിസ്സ് ഒഫീലിയ ഓരോന്നും ചൂണ്ടിക്കാണിച്ച് തെറ്റുകളെ ചൂണ്ടിക്കാണിച്ച് വിശദീകരണം ആവശ്യപ്പെട്ടുകൊണ്ടിരുന്നു. എല്ലാറ്റിനും തർക്കുത്തരം പറഞ്ഞുകൊണ്ട് ദിനാ അടുത്തുനിൽക്കുന്നു.

"ഞാനിപ്പോൾ അടുക്കളയിലെ ഓരോ സാധനങ്ങളും അടുക്കോടെയും ചിട്ടയോടെയും വയ്ക്കാൻ പോകുകയാണ്. പിന്നെ അതുപോലെ നീ തുടർന്നും കൊണ്ടുപോകണം."

മിസ്സ് ഒഫീലിയ പറഞ്ഞതുപോലെ വളരെവേഗം ജോലിതീർത്തു. ദിനാ അതിശയത്തോടെ എല്ലാം നോക്കിനിന്നു. “നോക്കൂ! ഇതുപോലെയാണ് വടക്കൻ യജമാനത്തികൾ പ്രവർത്തിക്കുന്നതെങ്കിൽ അവർ യജമാനത്തികളല്ല.” ദിനാ തന്റെ അനുചരന്മാരോട് മന്ത്രിച്ചു.

അൽപ്പ ദിവസങ്ങൾക്കകം മിസ്സ് ഒഫീലിയ ഗൃഹഭരണമെല്ലാം പരിപൂർണമായ അടുക്കിലും ചിട്ടയിലും കൊണ്ടുനടക്കാൻ തുടങ്ങി. എന്നാൽ ജോലിക്കാരുടെ ഒരു സഹകരണവും അവൾക്കു ലഭിച്ചില്ല. ഒരു ദിവസം അവൾ സെന്റ് ക്ലെയറിനോട് പരാതി പറഞ്ഞു.

“ഈ വീട്ടിൽ അടുക്കും ചിട്ടയും കൊണ്ടുവരാൻ ശ്രമിക്കുന്നത് വെറുതെയാണെന്നാണ് എനിക്കു തോന്നുന്നത്.”

“അങ്ങനെ ഉറപ്പിച്ചുപറയാൻ സാധിക്കുമോ?” സെന്റ് ക്ലെയർ ചോദിച്ചു.

“ഇത്രമാത്രം അലസമായി കാര്യങ്ങൾ കൈകാര്യം ചെയ്യുന്ന ഇടം ഞാൻ കണ്ടിട്ടില്ല. ലോകത്തൊരിടത്തും ഇത്രമാത്രം നാശവും പ്രശ്നങ്ങളും സൃഷ്ടിക്കുന്ന ഒരു സ്ഥലം ഞാൻ കണ്ടിട്ടില്ല.”

“ശരിതന്നെ വേറെ ഉണ്ടാവില്ല” സെന്റ് ക്ലെയർ പറഞ്ഞു. സെന്റ് ക്ലെയറിന്റെ പ്രതികരണം ഒഫീലിയക്ക് ഇഷ്ടപ്പെട്ടില്ല എന്നു തോന്നിയപ്പോൾ അയാൾ പറഞ്ഞു.

“നീ ഒരു കാര്യം മനസിലാക്കേണ്ടതുണ്ട്. ഞങ്ങൾ യജമാനൻമാർ രണ്ടു വിധത്തിലാണ്. മർദനം വെറുക്കുന്ന എന്നെപ്പോലുള്ളവർക്ക് ഒരുപാട് അസൗകര്യങ്ങൾ അനുഭവിക്കേണ്ടതായി വരും. നമ്മുടെ സുഖസൗകര്യങ്ങൾക്കു വേണ്ടി വിദ്യാഭ്യാസവും സംസ്കാരവും ഇല്ലാത്തവരെ ജോലിക്കുനിർത്തുമ്പോൾ അതിന്റേതായ ബുദ്ധിമുട്ടുകളും അനുഭവിക്കേണ്ടിവരും. കാര്യങ്ങൾ നീങ്ങുന്ന രീതിയിൽ പോട്ടെ എന്നു കരുതി അവരെ ശാസിക്കാതെയും പ്രഹരിക്കാതെയും ജീവിക്കുന്ന ആളാണ് ഞാൻ. അവരെ അടിക്കാനും കൊല്ലാനുമൊന്നും എന്നെക്കൊണ്ട് കഴിയുകയില്ല. അത് അവർക്ക് അറിയുകയും ചെയ്യും. വടി അവരുടെ കൈയിൽ തന്നെയാണെന്ന്!”

“എന്നാലും ഒന്നിനും ഒരു കൃത്യനിഷ്ഠയില്ല. എല്ലാം തോന്നിയതുപോലെ!”

“നിങ്ങൾ എല്ലാം കൃത്യനിഷ്ഠയോടെ ചെയ്യുന്നു. സമയത്തിന് വിലകൽപ്പിക്കുന്നു. ഇഷ്ടംപോലെ സമയമുള്ളവർ ഇങ്ങനെ കഷ്ടപ്പെടേണ്ടതില്ലല്ലോ. വെറുതെ മുറിയിൽ വായിച്ചുകൊണ്ടിരിക്കുന്നവർക്ക് ഓരോ നേരത്തെ ഭക്ഷണവും അൽപ്പം വൈകിയിട്ടോ നേരത്തെയോ കിട്ടിയാൽ എന്തുപ്രയാസമാണ് അതുകൊണ്ട് ഉണ്ടാകുക? ദിനാ നല്ല പാചകക്കാരിയാണ്. അവൾ നന്നായി ഭക്ഷണം പാകംചെയ്യുന്നുമുണ്ട്. പിന്നെ അവൾ പുകവലിക്കുന്നുവെന്നോ, അലസമായി സമയംകളയുന്നുവെന്നോ, സാധനങ്ങൾ ശരിക്ക് ഒതുക്കിവയ്ക്കുന്നില്ല എന്നൊക്കെ പറഞ്ഞ് പ്രശ്നമുണ്ടാക്കിയാൽ പിന്നെ നേരത്തിന് ഭക്ഷണം കിട്ടൽ ഉണ്ടാവില്ല.

അതുകൊണ്ട് നീ ഇതിൽനിന്നും പിന്തിരിയുന്നതാണ് നല്ലത്. എന്തിന് കോപിച്ച് അവനവന്റെ ഊർജം വെറുതെ കളയുന്നു? അവളെ വിഷമിപ്പിച്ചിട്ടും പ്രയോജനമില്ല. അവളുടേതായ വഴിയിലൂടെ നമുക്ക് സഞ്ചരിക്കാം."

"അഗസ്റ്റിൻ! നീ എന്താണ് പറയുന്നത്? നിനക്കറിയില്ല കാര്യങ്ങളൊന്നും. ഞാൻ കണ്ടുപിടിച്ചതെന്തെല്ലാമാണെന്ന് അറിയേണ്ടേ?"

"എനിക്കറിയില്ല എന്നോ? കിടക്കയുടെ അടിയിൽ വെള്ളി സ്പൂൺ! പോക്കറ്റിൽ സൂക്ഷിച്ചിരിക്കുന്ന പുകവലിക്കൊപ്പം സ്വർണമോതിരം. പഞ്ചസാരപ്പാത്രങ്ങൾ പലതരം പലയിടത്ത് ചിതറിക്കിടക്കുന്നു. മേശവിരികൊണ്ട് പാത്രം തുടയ്ക്കുന്നു. ഇതൊക്കെയല്ലേ....എന്നാൽ ഗംഭീരമായ ഭക്ഷണം! ഒന്നാംതരം കാപ്പി. എല്ലാം അവൾ ഉണ്ടാക്കിത്തരുന്നു. പടയാളികളേയും രാജ്യതന്ത്രജ്ഞരേയും വിലയിരുത്തുന്നതുപോലെ അവളുടെ വിജയങ്ങളെ വിലയിരുത്തുക."

"എന്നാൽ ദുർവ്യയം, പാഴ്ചിലവ്!"

"അങ്ങനെയെങ്കിൽ നിങ്ങൾ സകല സാധനങ്ങളും എടുത്ത് പൂട്ടിവയ്ക്കുക. വേണ്ടത് വേണ്ടപ്പോൾ എടുത്തു കൊടുക്കുക. ചിലവാക്കിയതിനെകുറിച്ച് ചോദിക്കാതിരിക്കുക. അതാണ് നല്ലതെന്ന് തോന്നുന്നു."

"അതാണ് എന്നെ വിഷമിപ്പിക്കുന്നത്. ഇവിടുത്തെ ജോലിക്കാർ സത്യസന്ധരാണെന്ന് എനിക്ക് അഭിപ്രായമില്ല. അവർ വിശ്വസിക്കാൻ കൊള്ളുന്നവരാണെന്ന് നിനക്കു തോന്നുന്നുണ്ടോ?"

തന്റെ കസിന്റെ മുഖഭാവം കണ്ട് അഗസ്റ്റിൻ പൊട്ടിച്ചിരിച്ചു.

അതുകൊള്ളാം. സത്യസന്ധത. അത് ആരാണ് പ്രതീക്ഷിക്കുന്നത്? തീർച്ചയായും അല്ല. എന്തിനവർ സത്യസന്ധരാകണം?"

"നീ എന്തുകൊണ്ടാണ് അവരെ അത് പരിശീലിപ്പിക്കാത്തത്?

"എങ്ങനെ പരിശീലിപ്പിക്കണം എന്നാണ് നീ പറയുന്നത്? ഞാനാക്കാര്യം മേരിയെ ഏൽപ്പിച്ചാൽ അവൾ ഇവിടത്തെ സകല ജോലിക്കാരെയും കൊന്നിരിക്കും. എന്നാലും അവരിൽനിന്നും കള്ളൻമാരെ കണ്ടുപിടിക്കാൻ സാധിക്കില്ല. സത്യസന്ധർ ആരുമില്ലേ?"

"വളരെ അപൂർവം മാത്രം. ടോമിനെ പോലുള്ളവർ! തികച്ചും അത്ഭുത സൃഷ്ടികളാണ്. മറ്റാരും സത്യസന്ധരല്ല എന്നുപറയാം. കുട്ടിക്കാലം മുതലേ സൂത്രവും ചതികളും വഞ്ചനയും അവരുടെ ജീവിതത്തിൽ ഒഴിച്ചുകൂടാനാവാത്ത ഒരു ഘടകമായി മാറുന്നു."

അവർ തൽക്കാലം തർക്കം അവസാനിപ്പിച്ച് ഭക്ഷണം കഴിക്കാൻ പോയി.

ഉച്ചയ്ക്കുശേഷം മിസ്സ് ഒഫീലിയ അടുക്കളയിൽ നിൽക്കുമ്പോൾ കുട്ടികളുടെ ബഹളം കേട്ടു.

"അതാ പ്രൂ വരുന്നുണ്ട്."

അവൾ എന്നത്തേയുംപോലെ മുരണ്ടുകൊണ്ട് വരുന്നുണ്ടായിരുന്നു. മെലിഞ്ഞ് ഉയരത്തിലുള്ള നീഗ്രോപെണ്ണാണ് 'പ്രൂ'. അവൾ ഒരു കുട്ടനിറയെ റസ്കും ബിസ്കറ്റും ചുമന്നുകൊണ്ട് അടുക്കളയിൽ എത്തി.

"ഹോ! പ്രൂ, നീ വന്നോ?" ദിനാ ലോഹ്യം ചോദിച്ചു?

എപ്പോഴും നീരസംനിറഞ്ഞ ഒരു ഭാവമണ് പ്രൂവിന്റെ മുഖത്ത്. അവളുടെ സ്വരത്തിൽ മ്ലാനതയും ദേഷ്യവും തുളുമ്പിനിന്നിരുന്നു. കുട്ട താഴെ വച്ച് അവൾ നിലത്തിരുന്നു.

"ദൈവമേ, ഞാൻ മരിച്ചാൽ എത്ര നന്നായിരുന്നു."

"എന്തുകൊണ്ടാണ് നീ മരിക്കാൻ ആഗ്രഹിക്കുന്നത്?" മിസ്സ് ഒഫീലിയ ചോദിച്ചു.

"ഈ കഷ്ടപ്പാടുകളിൽനിന്നും രക്ഷനേടാമല്ലോ." പ്രൂ നിലത്തു നോക്കിക്കൊണ്ട് പറഞ്ഞു.

"നീ കുടിക്കുന്നതുകൊണ്ടല്ലേ, നിനക്കിത്ര കഷ്ടം!" ഒരു ഭൃത്യ ചോദിച്ചു.

പ്രൂ അവളെ ദേഷ്യത്തോടെ നോക്കി.

"കുറച്ചുകഴിയുമ്പോൾ നീയും എന്റെ അവസ്ഥയിൽ എത്തും. അപ്പോൾ നീയും എന്നെപ്പോലെ തന്നെ കഷ്ടതകൾ മറക്കാനായി കുടി തുടങ്ങും. ഞാനത് സന്തോഷത്തോടെ കാണും."

"പ്രൂ, നീ ഇങ്ങോട്ടു വരൂ! കുറച്ചു റസ്ക് തരൂ! യജമാനത്തീ പണം തരൂ!"

മിസ്സ് ഒഫീലിയ റസ്ക് വാങ്ങി.

"അലമാരയുടെ മുകളിലെ പാത്രത്തിൽ ടിക്കറ്റുണ്ട്" ദിനാ പറഞ്ഞു "ജാനി അതൊന്ന് എടുത്തുകൊടുക്കൂ"

"ടിക്കറ്റോ? എന്തിനാണത്?" മിസ്സ് ഒഫീലിയ ചോദിച്ചു.

"ഇവളുടെ യജമാനന്റെ ടിക്കറ്റ് ഞങ്ങൾ വാങ്ങിവയ്ക്കുന്നു. അതിനുള്ള റസ്കും റൊട്ടിയും മറ്റും ഇവൾ കൊണ്ടുവന്നു തരും."

"വീട്ടിൽ എത്തുമ്പോൾ എന്റെ പണവും ടിക്കറ്റും അവർ എണ്ണി നോക്കും. വ്യത്യാസമുണ്ടെങ്കിൽ എന്നെ തല്ലിച്ചതയ്ക്കും"

"അവർ അങ്ങനെ ചെയ്യുന്നതിൽ തെറ്റൊന്നും ഇല്ല." ജാനി പറഞ്ഞു. "സാധാരണ കള്ളുകുടിച്ചു ബോധം നശിച്ചു കഴിഞ്ഞാൽ പിന്നെ ഇവൾ അവരുടെ പണമെടുക്കും."

"പിന്നെ ഞാനെന്തു ചെയ്യും? ദുഃഖങ്ങൾ മറക്കാൻ എന്റെ മുന്നിൽ വേറെ വഴിയില്ല."

"നീ എത്രമാത്രം നീചയും വിഡ്ഢിയും ആണ്. മദ്യപിക്കുന്നതിനുവേണ്ടി യജമാനന്റെ പണം മോഷ്ടിക്കുയോ?"

"ഞാൻ ചെയ്യുന്നത് തെറ്റാണെന്ന് അറിയാം. എങ്കിലും ഞാനത് ചെയ്യും. ദൈവമേ, ഞാൻ മരിച്ചിരുന്നെങ്കിൽ, അതോടെ എന്റെ ദുരിതങ്ങളും അവസാനിച്ചേനേ!"

അവൾ കുട്ടയെടുത്ത് തലയിൽവച്ച് യാത്രയായി. അവരുടെ സംസാരം കേട്ടുനിന്നിരുന്ന ടോം അവളെ പിന്തുടർന്നു. ക്ഷീണത്തോടെ കുട്ട താഴെ വച്ച് ഇരിക്കാൻ സ്ഥലംതേടുന്ന അവളോട് ടോം പറഞ്ഞു.

"നിന്റെ കുട്ട അൽപ്പദൂരം ഞാൻ ചുമക്കാം"

"എന്തിന്? എനിക്കാരുടേയും സഹായം വേണ്ട!"

"നിനക്ക് സുഖമില്ലെന്ന് തോന്നുന്നു. എന്താണ് നിന്നെ അലട്ടുന്ന പ്രശ്നം?"

"എനിക്കൊരസുഖവുമില്ല" അവൾ അറുത്തുമുറിച്ചു പറഞ്ഞു

"നീ മദ്യപാനം ഉപേക്ഷിക്കണം. അത് നിന്റെ ശരീരത്തേയും മനസിനേയും ആത്മാവിനെ തന്നെയും നശിപ്പിക്കും" ടോം വളരെ ആത്മാർഥതയോടെ പറഞ്ഞു.

"നരകത്തിലേക്ക് പോകേണ്ടിവരുമെന്ന് എനിക്കറിയാം. അതിനെക്കുറിച്ചൊന്നും എനിക്കാരും പറഞ്ഞു തരണ്ട. ഞാൻ വൃത്തികെട്ടവളാണ്. നീചയാണ്. ഞാൻ പീഡനം അനുഭവിക്കുവാൻ പോകയാണ്. ദൈവമേ, ഞാനവിടെ എത്തിയെങ്കിൽ!"

അവളുടെ സംസാരം കേട്ടപ്പോൾ ടോമിന് ഒരു വിറയൽ അനുഭവപ്പെട്ടു.

"ദൈവമേ, ഈ പാവത്തിനോട് കരുണ കാണിക്കേണമേ, നീ ക്രിസ്തുദേവനെ കുറിച്ച് കേട്ടിട്ടില്ലേ?"

"ക്രിസ്തുദേവനോ, ആരാണവൻ."

"അവനാണ് സർവശക്തനായ ദൈവം"

"ഞാൻ ദൈവത്തെക്കുറിച്ചും വിധികൽപ്പനയെക്കുറിച്ചും നരകത്തെക്കുറിച്ചും കേട്ടിട്ടുണ്ട്."

'എന്നിട്ടും ആരും നിനക്ക് യേശുദേവനെ കുറിച്ച് പറഞ്ഞുതന്നിട്ടില്ലേ? നമ്മെപ്പോലുള്ള പാപികളെ സ്നേഹിച്ച, നമുക്കുവേണ്ടി കുരിശിലേറിയ യേശുദേവനെ കുറിച്ച്?"

"എനിക്ക് അതേക്കുറിച്ച് യാതൊന്നും അറിയില്ല. എന്റെ ഭർത്താവ് മരിച്ചശേഷം ആരും എന്നെ സ്നേഹിച്ചിട്ടില്ല."

"നീ എവിടെയാണ് ജനിച്ചതും വളർന്നതും?"

"ദൂരെ കെന്റക്കിയിൽ ചന്തയിൽ കൊണ്ടുപോയി വിൽക്കുന്നതിനു വേണ്ടി കുട്ടികളെ വളർത്തിയെടുക്കാനായി ഒരാൾ എന്നെ നിർത്തി. ഒടുവിൽ എന്നെ ഒരു വ്യാപാരിക്കു വിറ്റു. അയാളിൽനിന്നാണ് യജമാനൻ എന്നെ വാങ്ങിയത്."

"നീ എങ്ങനെയാണ് മദ്യത്തിന് അടിമയായത്?"

"എന്റെ വേദന മറക്കാൻ. ഇവിടെ എത്തിയ ശേഷം എനിക്കൊരു കുഞ്ഞു പിറന്നു. അവളൊരു കൊച്ചുമാലാഖയായിരുന്നു. അതൊരിക്കലും കരയുമായിരുന്നില്ല. നല്ല തടിച്ചുരുണ്ട കുഞ്ഞ്. യജമാനത്തിക്ക് സുഖമില്ലാതായപ്പോൾ ഞാൻ രാപ്പകൽ അടുത്തിരുന്ന് അവരെ ശുശ്രൂഷിച്ചു. അവരിൽനിന്നും അസുഖം എനിക്കും പകർന്നു. എന്റെ മുലപ്പാൽ വറ്റി. കുഞ്ഞിന് പാലു കിട്ടാതെ അത് എല്ലും തോലുമായി. എനിക്ക് മുലപ്പാലില്ല എന്നു പറഞ്ഞിട്ടും യജമാനത്തി ശ്രദ്ധിച്ചില്ല. അത് കരഞ്ഞു കരഞ്ഞു ക്ഷീണിച്ചു. എന്റെ കുഞ്ഞ് ജീവിച്ചിരിക്കരുത് എന്നായിരുന്നു യജമാനത്തിയുടെ ആഗ്രഹം. ഞാൻ കുഞ്ഞിന്റെ കാര്യം നോക്കി സമയം കള

യുമെന്ന് അവർ ഭയപ്പെട്ടു. രാത്രി മുഴുവൻ യജമാനത്തിയുടെ മുറിയിൽ എനിക്ക് കഴിയേണ്ടിവന്നു. കരഞ്ഞുകരഞ്ഞ് ഒരു രാത്രിയിൽ എന്റെ പൊന്നുമോൾ മരിച്ചുപോയി. അവളുടെ കരച്ചിൽ ഏതു സമയത്തും എന്റെ ചെവിയിൽ വന്നലച്ചുകൊണ്ടിരുന്നു. അതുമറക്കാൻ വേണ്ടിയാണ് ഞാൻ കുടി തുടങ്ങിയത്. മരിക്കുന്നതുവരെ ഞാനിതു തുടരും. എന്തു പീഡനം അനുഭവിക്കേണ്ടി വന്നാലും"

"എന്റെ പാവം പെണ്ണേ, യേശുദേവൻ നിന്നെ എത്രമാത്രം സ്നേഹിക്കുന്നുണ്ട് എന്ന് നിനക്കാരും പറഞ്ഞുതന്നില്ലേ? അവൻ കുരിശിലേറിയത് നിനക്ക് വേണ്ടിയാണെന്ന് ആരും പറഞ്ഞുതന്നില്ലേ? നിന്നെ അവൻ സഹായിക്കുമെന്നും അവസാനം സ്വർഗത്തിൽ വിശ്രമകേന്ദ്രം ഒരുക്കിത്തരുമെന്നും ആരും പറഞ്ഞുതന്നില്ലേ?"

"ഞാൻ സ്വർഗത്തിലേക്ക് പോകുന്നില്ല. അവിടെ വെള്ളക്കാർ ഉണ്ടാവുകയില്ലേ? വേണ്ട! ഞാൻ നരകത്തിലേക്ക് പൊയ്ക്കോളാം. യജമാനനിൽനിന്നും കുടുംബത്തിൽനിന്നും എനിക്ക് അകലേക്കു പോണം." അവൾ കുട്ടയെടുത്ത് തലയിൽ വച്ച് വേച്ചുവേച്ച് നടന്നുപോയി.

ടോം ദുഃഖഭാരത്തോടെ വീട്ടിലേക്ക് നടന്നു. തലയിൽ റോസാപുഷ്പം കൊണ്ട് ഉണ്ടാക്കിയ കിരീടവും ധരിച്ച് ഇവാ അവിടെ നിന്നിരുന്നു. അവളുടെ കണ്ണുകളിൽ ആഹ്ലാദം തുളുമ്പിനിന്നു.

"ടോം, നിങ്ങൾ എവിടെയായിരുന്നു. പപ്പാ പറയുന്നു നിങ്ങൾ കൊച്ചു കുതിരയെ പൂട്ടിയ വണ്ടിയിൽ എന്നെ സവാരിക്കു കൊണ്ടുപോകുമെന്ന്. നിങ്ങൾക്ക് എന്തുപറ്റി ടോം, വല്ലാതെ ദുഃഖിതനായിരിക്കുന്നുവല്ലോ."

"എനിക്കൊരു സുഖവും തോന്നുന്നില്ല. എന്നാലും ഞാൻ സവാരിക്കു കൊണ്ടുപോകാം."

'എന്താണ് ദുഃഖത്തിനു കാരണം? നിങ്ങൾ പ്രൂവിനോടു സംസാരിക്കുന്നതു കണ്ടിരുന്നു."

ടോം പ്രൂവിന്റെ കഥ ഇവായെ പറഞ്ഞു കേൾപ്പിച്ചു. അവളുടെ കവിളുകൾ ആകെ വിളർത്തു. ഒരു കറുത്തനിഴൽ കണ്ണുകളിൽ കാണപ്പെട്ടു. ദീർഘമായി നിശ്വസിച്ചു.

"വേണ്ട! ഞാനിന്ന് പുറത്തു പോകുന്നില്ല. നിങ്ങൾ എനിക്കുവേണ്ടി കുതിരകളെ കൊണ്ടുവരണ്ട." ഇവാ പറഞ്ഞു.

"എന്തുകൊണ്ടാണ് പോകുന്നില്ല എന്നുപറഞ്ഞത്?"

"പ്രൂവിന്റെ കഥ കേട്ടിട്ട് എന്റെ മനസ്സ് വേദനിക്കുന്നു. അതെന്റെ ഹൃദയത്തെ മുറിവേൽപ്പിച്ചുകൊണ്ട് ആഴ്ന്നിറങ്ങിയിരിക്കയാണ്. എനിക്കു പോകണ്ട" അവളുടെ സ്വരത്തിൽ ആത്മാർഥത നിറഞ്ഞുനിന്നിരുന്നു. കുറച്ചുദിവസം കഴിഞ്ഞപ്പോൾ പ്രൂവിനുപകരം വേറൊരുത്തിയാണ് റസ്കുമായി വന്നത്.

'പ്രൂവിനെന്തു പറ്റി?" ദിനാ ചോദിച്ചു.

"പ്രൂ ഇനി വരില്ല"

"എന്തുപറ്റി? അവൾ മരിച്ചോ?".

"കൃത്യമായി അറിയില്ല. അവൾ തടങ്കലിലാണെന്ന് തോന്നുന്നു." അവൾ ഒഫീലിയയെ നോക്കിപ്പറഞ്ഞു. ദിനാ അവളെ പിന്തുടർന്നു കൊണ്ട് വീണ്ടും ചോദിച്ചു.

"പറയൂ! പ്രൂവിന് എന്തുപറ്റി?"

"ഞാൻ പറഞ്ഞെന്ന് ആരോടും പറയരുത്. പ്രൂ വീണ്ടും കുടിച്ചു. അവർ അവളെ തുറങ്കിലടച്ചു. ഒരുദിവസം മുഴുവൻ അതിനുള്ളിൽ കിടന്ന അവൾ മരിച്ചെന്നാണ് ഞാൻ കേട്ടത്."

ദിനാ കൈകൾ മേലോട്ടുയർത്തിയശേഷം പിന്തിരിഞ്ഞപ്പോൾ ഒരു മാലാഖയെപ്പോലെ ഇവാഞ്ചെലിൻ പുറകിൽ നിൽക്കുന്നു. അവളുടെ കണ്ണുകളിൽ ഭയപ്പാട് ദർശിക്കാമായിരുന്നു. മുഖം വിളറി. രക്തം മുഴുവൻ വാർന്നുപോയതുപോലെ തോന്നിപ്പിച്ചു.

"ദൈവം ഞങ്ങളെ അനുഗ്രഹിക്കട്ടെ. മിസ്സ് ഇവാ ഇപ്പോൾ ബോധം കെട്ട് വീണേക്കുമോ? അവൾ കേൾക്കേ, ഈ കാര്യം പറഞ്ഞത് അവളുടെ അച്ഛനറിഞ്ഞാൽ ഭ്രാന്തുപിടിക്കും."

"ഞാൻ ബോധരഹിതയാകുകയൊന്നുമില്ല. പാവം പ്രൂ സഹിച്ചതുപോലെ ഇതെല്ലാം കേട്ടു സഹിക്കാൻ ഞാനും പഠിക്കണം." കുട്ടി ദൃഢസ്വരത്തിൽ പറഞ്ഞു.

"നിന്നെപ്പോലെ മനസലിവുള്ള കൊച്ചുകുട്ടികൾ ഇതൊന്നും കേൾക്കാൻ പാടില്ല. ഇത്തരം വർത്തമാനങ്ങൾ നിങ്ങളെ മരണത്തിലേക്ക് നയിക്കും."

ഇവാ ദീർഘമായി നിശ്വസിച്ചുകൊണ്ട് വിഷാദത്തോടെ സാവധാനത്തിൽ അകത്തേക്കു കയറിപ്പോയി.

മിസ് ഒഫീലിയ പ്രൂവിന്റെ കഥ ചോദിച്ചു മനസിലാക്കി. ദിനാ എല്ലാം വിസ്തരിച്ച് പറഞ്ഞുകൊടുത്തു. പ്രൂ തന്നോടു പറഞ്ഞിരുന്ന കഥ ടോമും വിവരിച്ചു കൊടുത്തു.

"ഈ വ്യവസ്ഥിതി എന്നിൽ വെറുപ്പാണ് ഉളവാക്കുന്നത്. ഭീകരം". ഇത്രയും പറഞ്ഞുകൊണ്ട് മിസ് ഒഫീലിയ സെന്റ് ക്ലെയർ പത്രം വായിച്ചു കൊണ്ടിരിക്കുന്ന മുറിയിലേക്ക് കയറിച്ചെന്നു.

"ഇവിടെ ഇപ്പോൾ എന്ത് അനീതിയാണ് സംഭവിച്ചത്?" അയാൾ തമാശ രൂപേണ ചോദിച്ചു.

"എന്തു സംഭവിക്കാൻ ? അവർ ആ പാവം പ്രൂവിനെ തല്ലിക്കൊന്നു." മിസ് ഒഫീലിയ പ്രൂവിന്റെ കഥ വിശദമായി വിവരിച്ചു.

"ഇതിന് ഇങ്ങനെ ഒരവസാനമേ ഉണ്ടാകൂ എന്ന് ഞാൻ കണക്കാക്കിയിരുന്നു." സെന്റ് ക്ലെയർ പത്രത്തിൽനിന്നും കണ്ണെടുക്കാതെ പറഞ്ഞു.

"നിനക്ക് ഇതിനെതിരെ പ്രതികരിക്കുവാൻ സാധിക്കുകയില്ലേ? നീ ആ കമ്മിറ്റിയിലെ ഒരംഗമല്ലേ? ഇത്തരം കാര്യങ്ങളിൽ ഇടപെട്ടുകൂടേ?"

"ഇക്കാര്യത്തിൽ യാതൊന്നും ചെയ്യാൻ കഴിയുകയില്ല. അവരുടെ കൈയിൽ ഉടമസ്ഥാവകാശം ഉണ്ടല്ലോ. എന്താണ് ചെയ്യേണ്ടത് എന്നെ

നിക്കറിയില്ല. ആ പാവം ഒരു കള്ളിയും മദ്യപാനിയും ആയിരുന്നു. അതുകൊണ്ടുതന്നെ ആരുടെയും സഹാനുഭൂതിയും ലഭിക്കുകയില്ല."

"ഇത് എത്രമാത്രം ക്രൂരവും അധാർമികവും ആണ്. നിങ്ങൾക്കു നേരെ തീർച്ചയായും പ്രതികാരം ഉണ്ടാകും."

"ഞാനല്ലല്ലോ ഇങ്ങനെയെല്ലാം പ്രവർത്തിക്കുന്നത്. എനിക്ക് യാതൊന്നും ചെയ്യാനാവില്ല. എന്തെങ്കിലും ചെയ്യാൻ സാധിക്കുമെങ്കിൽ ഞാൻ ചെയ്യുമായിരുന്നു. ഓരോ വൃത്തികെട്ട നീചന്മാർ ഇപ്രകാരം പ്രവർത്തിച്ചാൽ നമുക്ക് എന്തു ചെയ്യാൻ സാധിക്കും? ഇത്തരം കേസിൽ നിയമപരമായി യാതൊന്നും ചെയ്യാൻ സാധിക്കുകയില്ല. അതുകൊണ്ടുതന്നെ ഇടപെടുന്നതുകൊണ്ട് ഒരു പ്രയോജനവും ഇല്ല. കണ്ണും കാതും പൊത്തി ഇരിക്കുന്നതാണ് ഏറ്റവും നല്ലത്. നമുക്ക് അതുമാത്രമേ ചെയ്യാനാകൂ."

"ഇത്തരം സംഭവങ്ങൾ കൺമുന്നിൽ നടക്കുമ്പോൾ എങ്ങനെ കണ്ണും ചെവിയും പൊത്തി ഇരിക്കാൻ സാധിക്കും? ഇതെല്ലാം കണ്ടില്ലെന്ന് കരുതാനാകുമോ?"

"നിങ്ങൾ എന്താണ് ആഗ്രഹിക്കുന്നത് എന്ന് എനിക്കറിയില്ല." സെന്റ് ക്ലെയർ തുടർന്നു. "ഈ വർഗം ഒന്നടങ്കം ഇങ്ങനെയാണ്. ഏറ്റവും ദുഷിച്ച വർഗം. അധഃപതിച്ച, സംസ്കാരമോ വിദ്യാഭ്യാസമോ ഇല്ലാത്ത, അലസരും മടിയന്മാരുമായ, പ്രകോപിപ്പിക്കുന്ന വർഗം. ഭൂരിപക്ഷം ആളുകളും ഇത്തരക്കാരാണ്. സത്യസന്ധനായ ഒരാൾ മാത്രം സംഘടിതമായ ഈ സമൂഹത്തിലോ കമ്മറ്റിയിലോ ഉണ്ടായിട്ട് ഫലമൊന്നുമില്ല. അവന് ഒരു കഠിനഹൃദയനെപ്പോലെ കണ്ണടച്ചിരിക്കുവാനേ കഴിയൂ! കൺമുമ്പിൽ എത്തപ്പെടുന്ന ഓരോ ഗതികെട്ടവനേയും വാങ്ങി സംരക്ഷിക്കുവാൻ എന്നെക്കൊണ്ടു സാധിക്കുമോ? ഇതുപോലെ ഒരു പട്ടണത്തിൽ വ്യക്തികൾക്കുനേരെ നടക്കുന്ന തെറ്റായ പ്രവൃത്തികൾ തിരുത്താനും എന്നെക്കൊണ്ട് സാധിക്കുകയില്ല. പരമാവധി അതിൽനിന്നെല്ലാം ഒഴിഞ്ഞു നിൽക്കാമെന്നു മാത്രം. അത്രയേ എനിക്കു പറ്റൂ."

ഒരുനിമിഷം നേരം സെന്റ് ക്ലെയറിന്റെ മുഖത്ത് ക്രോധം കടന്നുകയറി. പെട്ടെന്നുതന്നെ അദ്ദേഹം സ്വയം നിയന്ത്രിച്ച് പുഞ്ചിരിയോടെ പറഞ്ഞു.

"വരൂ! ഇവിടെനിന്നും എല്ലാം നോക്കിക്കാണാൻ ശ്രമിക്കേണ്ട! കർട്ടന് ഇടയിലൂടെ നോക്കാൻ മാത്രമേ നിങ്ങൾക്കു സാധിക്കുകയുള്ളൂ. ഈ ലോകത്ത് നടക്കുന്ന കാര്യങ്ങളുടെ ഒരു ചെറിയ മാതൃക എന്നു വേണമെങ്കിൽ പറയാം. മുഴുവൻ കാണാനിടയായാൽ നമ്മുടെ ഹൃദയം തകർന്നുപോകും. ദിനായുടെ അടുക്കള വിശദമായി നിരീക്ഷിക്കുന്നതുപോലെ."

സെന്റ് ക്ലെയർ കസേരയിൽ ചരിഞ്ഞു കിടന്നുകൊണ്ട് വിശദമായ പത്രപാരായണം തുടർന്നു. മിസ്സ് ഒഫീലിയ നിരാശയോടെ തുന്നൽവേല ചെയ്തു. അൽപ്പസമയത്തിനുശേഷം അവൾ വീണ്ടും സംസാരം തുടർന്നു.

"അഗസ്റ്റിൻ, ഈ കാര്യങ്ങൾ എളുപ്പത്തിൽ കൈ ഒഴിയുവാൻ എനിക്ക് സാധിക്കുന്നില്ല; നിനക്കതിന് സാധിക്കുമായിരിക്കും. ഈ വ്യവസ്ഥിതിയെ പിന്താങ്ങുക എന്നത് തികച്ചും വെറുപ്പളവാക്കുന്നതാണ്. നീ ഈ സമ്പ്രദായത്തെ ന്യായീകരിക്കുന്നത് എനിക്ക് തീർത്തും വെറുപ്പുളവാക്കുന്നു."

"ഞാൻ ന്യായീകരിക്കുന്നുവെന്നോ? എന്റെ മാന്യവനിതേ, നീ എന്താണ് പറയുന്നത്? ആരാണ് പറഞ്ഞത് ന്യായീകരിക്കുന്നു എന്ന്."

"തീർച്ചയായും നീ ന്യായീകരിക്കുന്നുണ്ട്. നിങ്ങൾ തെക്കൻജില്ലകളിൽ ഉള്ളവർ എല്ലാവരും അങ്ങനെയാണ്. നിനക്ക് ഈ വ്യവസഥിതിയോട് എതിർപ്പാണെങ്കിൽ പിന്നെ എന്തിന് വീട്ടിൽ അടിമകളെ നിർത്തുന്നു?"

"തെറ്റായ പ്രവൃത്തികൾ, തെറ്റാണെന്ന് അറിഞ്ഞുകൊണ്ട് ചെയ്യുന്നവർ ഈ ലോകത്തിൽ ഇല്ലേ? ഇല്ലാ എന്ന് വിശ്വസിക്കുന്ന ഒരു നിഷ്കളങ്കയാണോ നിങ്ങൾ? ശരിയല്ല എന്നു കരുതുന്ന കാര്യങ്ങൾ നിങ്ങൾ ചെയ്തിട്ടില്ലേ? ചെയ്യുന്നില്ലേ?"

"ഞാൻ ചെയ്താൽ തന്നെ അതിൽ പശ്ചാത്തപിക്കുന്നുണ്ട്. ശുണ്ഠി പിടിച്ചുകൊണ്ട് അവൾ മറുപടി പറഞ്ഞു.

"അതുപോലെ തന്നെയാണ് ഞാനും." സെന്റ് ക്ലെയർ ഒരു ഓറഞ്ചെടുത്ത് തൊലികളഞ്ഞു. "ഞാൻ എന്റെ പ്രവൃത്തിയിൽ സദാ പശ്ചാത്തപിക്കുന്നുണ്ട്. കഴിഞ്ഞ പത്തുവർഷമായി അടിമകളെ നിർത്തുകയില്ല എന്ന് തീരുമാനിക്കുന്നു. എന്നാൽ എനിക്കതിനു കഴിയുന്നില്ല. ഒന്നും വ്യക്തമാകുന്നില്ല. നിങ്ങൾ ചെയ്ത പാപങ്ങൾ എന്തെന്ന് നിങ്ങൾക്ക് വ്യക്തമാണോ?"

"അഗസ്റ്റിൻ," ഒഫീലിയ തുന്നിക്കൊണ്ടിരുന്ന തുണി മടക്കിവച്ച് ഗൗരവത്തോടെ സംസാരിക്കുവാൻ തുടങ്ങി. "എന്റെ തെറ്റുകളെ നീ കുറ്റപ്പെടുത്തുന്നത് ഞാൻ ആഗ്രഹിക്കുന്നതുതന്നെയാണ്. നീ പറയുന്നതെല്ലാം വാസ്തവമാണ്. അത് ഏറ്റവും കൂടുതൽ അറിയുന്ന ആൾ ഞാൻ തന്നെയാണ്. എന്നാലും നാം രണ്ടുപേരും തമ്മിൽ ചില വ്യത്യാസങ്ങൾ ഉണ്ടെന്നാണ് എനിക്കു തോന്നുന്നത്. തെറ്റാണെന്നു ബോധ്യമുള്ള ഒരു പ്രവൃത്തി ചെയ്തുകൊണ്ടിരിക്കുന്നതിനേക്കാൾ എത്രയോ ഭേദം വലതുകൈ മുറിച്ചു കളയുകയാണെന്ന് ഞാൻ വിശ്വസിക്കുന്നു. എന്റെ സ്വഭാവം പലപ്പോഴും പരസ്പരംവിരുദ്ധമാണ്. നീ എന്നെ കുറ്റപ്പെടുത്തിയാലും അതിൽ അത്ഭുതമില്ല."

അഗസ്റ്റിൻ സോഫയിൽ തലചായ്ച്ചു. "ഇതൊന്നും അത്രഗൗരവത്തോടെ എടുക്കല്ലേ? എത്രമാത്രം തെറിച്ചവനും ഒന്നിനും കൊള്ളാത്തവനും വികൃതിയുമായിരുന്നു ഞാനെന്ന് അറിയുകയില്ലേ? നിങ്ങളെ എല്ലാം എത്രമാത്രം കളിയാക്കി ഞാൻ ദേഷ്യം പിടിപ്പിച്ചിരിക്കുന്നു? അത് നിങ്ങളുടെ ആത്മാർഥത കാണുന്നതിനു വേണ്ടി മാത്രമായിരുന്നു. നിങ്ങൾ അങ്ങേയറ്റം നല്ലവളാണെന്ന് എനിക്കറിയാം. പഴയ കാര്യങ്ങൾ

ഓർത്ത് ഞാൻ തളർന്നുപോകുന്നു."

"എന്നാൽ ഇതു തികച്ചും ഗൗരവമുള്ള കാര്യം തന്നെയാണ് അഗസ്റ്റിൻ," അയാളുടെ നെറ്റിയിൽ തലോടിക്കൊണ്ട് മിസ്സ് ഒഫീലിയ പറഞ്ഞു.

"ഏറ്റവും ദുഃഖകരമായ സത്യം." അയാൾ സമ്മതിച്ചു.

"ചൂടുള്ള വേളയിൽ ഞാൻ ഒരിക്കലും ഗൗരവമുള്ള വിഷയങ്ങൾ സംസാരിക്കുവാൻ ആഗ്രഹിക്കുന്നില്ല. കൊതുകുകൾ വല്ലാതെ ഇളകിയിട്ടുണ്ട്." അയാൾ ചാടി എഴുന്നേറ്റു.

"വടക്കൻദേശത്തുള്ളവർ തെക്കുള്ളവരേക്കാൾ നന്മയുള്ളവരാണെന്ന് ഞാനിപ്പോൾ മനസിലാക്കുന്നു. അതെ ശരിക്കും ഞാനത് അറിയുന്നു."

"നീ വല്ലാത്ത ഒരുത്തൻ തന്നെ. ഇപ്പോഴും ഒട്ടും മാറിയിട്ടില്ല."

"ഞാനോ? ശരിയാണ്. ഞാനൊട്ടും മാറിയിട്ടില്ല. നിങ്ങൾ ഓറഞ്ചിന്റെ കൂട എന്റെ കൈയിൽ തരൂ! ഇവിടെ ഇരുന്ന് നമുക്കൊരുമിച്ച് ആപ്പിളും ഓറഞ്ചും തിന്ന് സന്തോഷകരമായി സംസാരിക്കാം."

"നീ ഗൗരവത്തിലാണെന്ന് എനിക്ക് ഇപ്പോഴും തോന്നുന്നില്ല." മിസ്സ് ഒഫീലിയ പറഞ്ഞു.

"ഈ രാജ്യത്ത് നടപ്പായിക്കൊണ്ടിരിക്കുന്ന അടിമത്ത വ്യവസ്ഥിതിയെ കുറിച്ച് രണ്ട് അഭിപ്രായമുണ്ട്. ധനികരായ തോട്ടമുടമകൾ, അവരെ പ്രീതിപ്പെടുത്താനായി പ്രവർത്തിക്കുന്ന മതപൗരോഹിത്യം, അധികാരം കൊതിക്കുന്ന ഭരണവർഗം ഇവരെല്ലാം കൂടി സദാചാരത്തിന്റെയും നന്മയുടേയും ഭാഷ വളച്ചൊടിച്ച് അവതരിപ്പിക്കുന്നത് കണ്ട് ലോകം അത്ഭുതപ്പെടുകയാണ്. പ്രകൃതിയും *ബൈബിളും* മറ്റു സകലതും അവർ സ്വന്തം താൽപ്പര്യം സംരക്ഷിക്കുന്നതിനുവേണ്ടി വളച്ചൊടിക്കുന്നു. എന്നാൽ അവർക്കോ, ഈ ലോകത്തിനോ, അവർ പറയുന്ന കാര്യങ്ങളെ കുറിച്ച് അൽപ്പംപോലും വിശ്വാസമില്ല."

മിസ്സ് ഒഫീലിയ കണ്ണുംമിഴിച്ച് ഇരുന്നുപോയി. സെന്റ് ക്ലെയർ ആവേശത്തോടെ തുടർന്നു. "ദൈവവും മനുഷ്യരും ഒന്നും ആഗ്രഹിക്കാത്ത ഈ ശപിക്കപ്പെട്ട വ്യാപാരം എന്താണ്? അതിന്റെ എല്ലാ പുറന്തോടുകളും വലിച്ചുമാറ്റുക! അതിന്റെ തായ്‌വേരിൽ എത്തിനോക്കൂ! എന്റെ സഹോദരൻ ഖാഷി അജ്ഞനും ദുർബലനും ഞാൻ സമർഥനും കരുത്തനും ആയതുകൊണ്ട് അവനുള്ളതെല്ലാം കവർന്നെടുക്കുകയും എനിക്കിഷ്ടമുള്ളതു മാത്രം കൊടുക്കുകയും ചെയ്താലോ? കഠിനവും വൃത്തികെട്ടതും ചെയ്യാൻ ബുദ്ധിമുട്ടുള്ളതുമായ ജോലികൾ ഖാഷിയെക്കൊണ്ട് ചെയ്യിക്കുന്നു. കാരണം, ഞാൻ ജോലി ചെയ്യാൻ ഇഷ്ടപ്പെടുന്നില്ല. അയാളാകട്ടെ, അതു ചെയ്യുന്നുണ്ടുതാനും. എനിക്ക് സൂര്യന്റെ ചൂട് അസഹ്യമാണ്. അയാൾ വെയിലേറ്റ് ജോലി ചെയ്തോട്ടെ. അയാൾ അത്യധ്വാനം ചെയ്ത് പണം സമ്പാദിച്ചു തരും. ഞാനത് ധൂർത്തടിക്കും. ഖാഷി അഴുക്കിലും ചളിയിലും ചവിട്ടി നടക്കുമ്പോൾ ഞാൻ ഏറ്റവും ശുചിത്വമുള്ള സ്ഥലത്തുകൂടി മാത്രം നടക്കും. അവന് സ്വന്തമായി ഇഷ്ടാനിഷ്ടങ്ങളോ ആഗ്രഹങ്ങളോ ഇല്ല. എന്റെ ആഗ്രഹങ്ങൾക്കനുസരിച്ചു പ്രവർത്തിക്ക

ലാണ് അവന്റെ ധർമം. എനിക്ക് സൗകര്യമുള്ളപ്പോൾ ഞാനവനെ സ്വർഗത്തിലേക്ക് അയയ്ക്കുന്നു. എന്റെ കാഴ്ചപ്പാടിൽ ഇതാണ് അടിമത്തം എന്ന ഏറ്റവും ദുഷിച്ച വ്യവസ്ഥിതി. അടിമത്തത്തെ ദുർവിനിയോഗം ചെയ്യുന്നതിനെക്കുറിച്ചാണ് അടിമനിയമങ്ങളിൽ പ്രതിപാദിച്ചിരിക്കുന്നത്. അതുകൊണ്ട് അത് ഒരിക്കലും വായിക്കരുത്. എല്ലാം ദുർവിനിയോഗങ്ങളുടെയും സത്തെന്നു പറയുന്നതാണ് അടിമത്തം."

സെന്റ് ക്ലെയറിന് ആവേശംകൊണ്ട് വാക്കുകൾ തൊണ്ടയിൽ തടഞ്ഞു. അദ്ദേഹം അങ്ങോട്ടും ഇങ്ങോട്ടും ധൃതിയിൽ നടക്കാൻ തുടങ്ങി. ഗ്രീക്കുപ്രതിമകളിൽ ദർശിക്കാവുന്ന തരത്തിലുള്ള സൗന്ദര്യവും ധൈര്യവുമാണ് അദ്ദേഹത്തിന്റെ മുഖത്ത് കളിയാടിയിരുന്നത്. ആ മുഖത്ത് വികാരങ്ങൾ കത്തിക്കാളി. നീണ്ട് വിടർന്ന കണ്ണുകൾ വെട്ടിത്തിളങ്ങി. അയാളെ ഇത്തരമൊരു പ്രകൃതത്തിൽ മിസ്സ് ഒഫീലിയ ഒരിക്കലും കണ്ടിട്ടില്ല. അവൾ ഒന്നും മിണ്ടാതെ താഴേക്കു നോക്കി ഇരുന്നു.

"ഞാൻ ഒരു കാര്യം പറയട്ടെ, കപ്പലിൽ സഞ്ചരിച്ചുകൊണ്ടിരുന്ന വേളയിൽ അടിമകളെയും അവരുടെ യജമാനന്മാരെയും കാണുമ്പോൾ ഞാനെന്റ പിറന്നനാടിനെ ശപിക്കുമായിരുന്നു. മനുഷ്യവർഗത്തെ ഒന്നടങ്കം ശപിക്കുമായിരുന്നു."

"പ്രിയപ്പെട്ട അഗസ്റ്റിൻ, നീ ഇപ്പോൾ ഒരുപാടു സംസാരിച്ചു കഴിഞ്ഞു. വടക്കൻസംസ്ഥാനങ്ങളിൽപ്പോലും ആരും ഇത്ര ആത്മാർഥമായി സംസാരിക്കുന്നത് ഞാൻ കേട്ടിട്ടില്ല. എന്നാൽ ഒരു പ്രശ്നമുള്ളത്....."

"അതെ, പ്രശ്നം ഇതാണ്. ഞാനെങ്ങനെ ഇത്രമാത്രം പാപം ചെയ്യാവുന്ന ഒരവസ്ഥയിൽ എന്നല്ലേ? നിങ്ങൾ ഞായറാഴ്ചകളിൽ എന്നെ പഠിപ്പിച്ചിരുന്ന അതേ നല്ലവാക്കുകളിൽ ഞാൻ പറയാം. എന്റെ ജോലിക്കാർ എന്റെ മാതാപിതാക്കളുടേതാണ്. ഇപ്പോൾ എന്റേതും. നിങ്ങൾക്കറിയാമല്ലോ, എന്റെ അച്ഛൻ ന്യൂ ഇംഗ്ലണ്ടിൽനിന്നും വന്ന ഒരാളാണെന്ന്. നിങ്ങളുടെ അച്ഛനെപ്പോലെ തന്നെയുള്ള ഒരു വ്യക്തി—ശരിയായ ഒരു റോമൻ. ഉത്സാഹിയും കഠിനാധ്വാനിയും ആയ ഒരു ശ്രേഷ്ഠ വ്യക്തി. നിങ്ങളുടെ അച്ഛൻ ന്യൂ ഇംഗ്ലണ്ടിൽ സ്ഥിരതാമസമാക്കി, എന്റെ അച്ഛൻ ലൂസിയാനയിലും. എന്റെ അമ്മ യഥാർഥത്തിൽ ഒരു ദേവത തന്നെയായിരുന്നു. ഞാൻ പറയുന്ന ഓരോ വാക്കുകളുടേയും അർഥം നിങ്ങൾക്ക് മനസിലാകുന്നുണ്ടല്ലോ. അവർ ഒരു മനുഷ്യസ്ത്രീയായിട്ടാണ് ജനിച്ചതെങ്കിലും മനുഷ്യസഹജമായ യാതൊരു കുറ്റങ്ങളും കുറവുകളും അവരിൽ കാണാൻ സാധിക്കുകയില്ല. അവരുടെ കീഴിൽ ഉണ്ടായിരുന്ന അടിമകളും ജോലിക്കാരും സ്വതന്ത്രരും പരിചയക്കാരും ബന്ധുക്കളും സുഹൃത്തുക്കളും എല്ലാം അവരെ ഇപ്പോഴും ഓർത്തുകൊണ്ടിരിക്കുന്നു.

ബൈബിൾ അനുശാസിക്കുന്ന രീതിയിൽ മാത്രമാണ് അവർ ജീവിച്ചിരുന്നത്. ഓഹ്! എന്റെ അമ്മേ!" സെന്റ്ക്ലെയർ കൈകൾ കൂട്ടിപ്പിടിച്ചുകൊണ്ട് നടന്നു. വീണ്ടും തിരിച്ച് സോഫയിൽ വന്നിരുന്ന് പറയാൻ തുടങ്ങി.

"ഞാനും സഹോദരനും ഇരട്ടക്കുട്ടികളായിരുന്നു. ഇരട്ടകൾ

എപ്പോഴും ഒരുപോലെയായിരിക്കുമെന്ന് എല്ലാവരും പറയുന്നു. ഞാൻ നേരെ മറിച്ചായിരുന്നു. എല്ലാകാര്യത്തിലും പരസ്പരവിരുദ്ധം. അവൻ കറുത്തകണ്ണുകളും കൽക്കരിപോലെ കറുത്ത തലമുടിയും തവിട്ടു നിറവും ഉള്ള കരുത്തനായ പുരുഷൻ. റോമൻ ശരീരഘടനയാണ് അവ നുണ്ടായിരുന്നത്. എനിക്കാകട്ടെ, നീലക്കണ്ണുകളും സ്വർണത്തലമുടിയും വെളുത്തനിറവും ഗ്രീക്ക് ശരീരഘടനയും.

അവൻ ഊർജസ്വലനും നിരീക്ഷണപാടവം ഉള്ളവനുമാണ്. ഞാന കട്ടെ, അലസനും സ്വപ്നജീവിയും. സുഹൃത്തുക്കളോടും തുല്യതയു ള്ളവരോടും അവൻ ഉദാരമനസ്കനാണ്. എന്നാൽ നിരാലംബരോട് അഹ ങ്കാരിയും ആധിപത്യമുള്ളവനും; എതിരാളികളോട് നിർദയനുമാണ്. അവൻ അഭിമാനിയും ധീരനുമാണെങ്കിൽ ഞാൻ ആദർശവാദിയും ഉദാ രമതിയുമാണ്. സാധാരണ കുഞ്ഞുങ്ങളെപോലെ ഞങ്ങൾ പരസ്പരം സ്നേഹിച്ചു. അവൻ അച്ഛന്റെയും ഞാൻ അമ്മയുടേയും വത്സലപുത്ര ന്മാരായി വളർന്നു. അവനും അച്ഛനും ഒന്നിനെക്കുറിച്ചും യാതൊരു ധാര ണയും ഇല്ലാത്തവരാണെന്ന് ഞാൻ കരുതി. ഞാൻ ആൽഫ്രെഡുമായി വഴക്കു കൂടമ്പോൾ അച്ഛൻ എന്നെ തുറിച്ചുനോക്കുമായിരുന്നു. ഞാനു ടനെ അമ്മയുടെ അടുത്തേക്ക് ഓടിപ്പോകും. അമ്മയുടെ വിളറിയ മുഖവും പ്രകാശിക്കുന്ന കണ്ണുകളും ശുഭ്രവസ്ത്രവും എല്ലാം ഞാൻ ഓർക്കുന്നു. വേദപുസ്തകത്തിലെ പുണ്യവാളന്മാരെ കുറിച്ച് വായിക്കുമ്പോൾ എനിക്ക് എന്റെ അമ്മയുടെ രൂപം ഓർമ വരും. എത്ര മനോഹരമായാണ് അമ്മ പാടിയിരുന്നത്. പള്ളിയിൽ അവർ പാടുന്നതുകേട്ടാൽ ഒരു മാലാ ഖയാണെന്നേ തോന്നുകയുള്ളൂ. ഞാൻ അമ്മയുടെ മടിയിൽ തലവച്ചു കിടന്ന് കരയുകയും സ്വപ്നം കാണുകയും ചിന്തയിൽ ആഴ്ന്നിറങ്ങി കിടക്കുകയും പതിവായിരുന്നു. അതേക്കുറിച്ച് പറയാൻ എനിക്ക് വാക്കു കൾ കിട്ടുന്നില്ല.

അക്കാലത്ത് അടിമത്തം ഇന്നത്തെ കാലത്തെപ്പോലെ പ്രചുരപ്ര ചാരം നേടിയിരുന്നില്ല. അതിൽ ഒരു കുറ്റവും ആരും കണ്ടിരുന്നില്ല.

ഉന്നതകുലജാതനായ എന്റെ പിതാവിനെ ആത്മീയചിന്തകൾ ഒന്നുംതന്നെ അലട്ടിയിരുന്നില്ല. അച്ഛന്റെ കീഴിൽ അഞ്ഞൂറിൽപരം നീഗ്രോകൾ ഉണ്ടായിരുന്നു. ശരിയായ കച്ചവട മനഃസ്ഥിതിയും കൃത്യ നിഷ്ഠയും സൂക്ഷ്മതയും ഉള്ളവൻ. എന്നിട്ടും അദ്ദേഹത്തിന്റെ തോട്ട ത്തിൽ നടന്നിരുന്ന ക്രൂരതകൾ കണ്ട് ഞാൻ വല്ലാതെ വേദനിച്ചിരുന്നു. അച്ഛന്റെ കാര്യസ്ഥൻ തനി ക്രൂരനായിരുന്നു. അമ്മയ്ക്ക് അയാളുമായി ഒരുതരത്തിലും പൊരുത്തപ്പെടാൻ സാധിച്ചിരുന്നില്ല. എന്നാൽ അച്ഛനെ അയാൾ വളരെ എളുപ്പത്തിൽ കൈയിലെടുത്തു. എസ്റ്റേറ്റിന്റെ പരമാധി കാരം അയാളുടെ കൈയിലായി. ഞാൻ ഒരു കൊച്ചുകുട്ടിയായിരുന്ന പ്പോൾപ്പോലും ഇന്നത്തെപ്പോലെ സഹജീവികളെ സ്നേഹിച്ചു. അവ രുടെ സന്തോഷത്തിലും സന്താപത്തിലും ഒരുപോലെ പങ്കുകൊണ്ടു. അവരുടെ പരാതികൾ എന്റെ ചെവിയിൽ അവർ പറയും. ഞാനതെല്ലാം

അമ്മയുമായി പങ്കുവയ്ക്കും. അങ്ങനെ അവിടെ നടമാടിയിരുന്ന ക്രൂരവും അധാർമികവുമായ പല പ്രവൃത്തികളും ഞാൻ ഇല്ലായ്മചെയ്തു.

എനിക്ക് പതിമൂന്ന് വയസായപ്പോഴാണ് അമ്മയെ വിട്ടുപിരിയേണ്ടി വന്നത്. അമ്മയുടെ നിയന്ത്രണത്തിലാണ് ഞാൻ വളർന്നിരുന്നതെങ്കിൽ തീർച്ചയായും ഞാനൊരു പുണ്യവാളനോ രക്തസാക്ഷിയോ ആവുമായിരുന്നു. അച്ഛന്റെ മരണശേഷം അദ്ദേഹത്തിന്റെ എല്ലാ സ്വത്തുക്കളും ഞങ്ങൾ രണ്ടുസഹോദരന്മാരുടെ കൈകളിലായി. ഞങ്ങളുടെ ഇഷ്ടാനുസരണം ഭാഗിച്ചെടുക്കാം. ആൽഫ്രെഡിനെപ്പോലെ ഇത്രമാത്രം ഉദാരമതിയായ ഒരാളെ ഈ ഭൂമിയിൽ കാണാൻ കിട്ടില്ല. യാതൊരുവിധ തർക്കങ്ങളോ പ്രശ്നങ്ങളോ ഇല്ലാതെ ഞങ്ങൾ സ്വത്തു ഭാഗിച്ചു. എസ്റ്റേറ്റും കൃഷിയും ഞങ്ങൾ ഒന്നിച്ചുനടത്താൻ തീരുമാനിച്ചു. എന്നേക്കാൾ എത്രയോ ഇരട്ടി കഴിവുള്ള ആളാണ് ആൽഫ്രെഡ്. അവൻ യഥാർഥ കൃഷിക്കാരനായിരുന്നു. ഉത്സാഹിയായ ആ എസ്റ്റേറ്റുടമ അതിശയകരമായ വിജയങ്ങൾ കൊയ്തു.

രണ്ടുവർഷത്തെ അനുഭവം വേണ്ടിവന്നു ഞാൻ ആ തൊഴിലിന് കൊള്ളാത്തവനാണെന്ന് സ്വയം മനസിലാക്കാൻ. എഴുനൂറ് അംഗങ്ങളുള്ള ഒരു അടിമപ്പടയെ പട്ടാളച്ചിട്ടയോടെ പണിയെടുപ്പിക്കുക എന്നതും കന്നുകാലികളെ പോറ്റിവളർത്തുക എന്നതും തികച്ചും ദുഷ്കരമായ ഒരു പ്രവൃത്തി തന്നെയായിരുന്നു. എനിക്ക് അവരുടെയൊന്നും പേരുപോലും അറിയുകയില്ലായിരുന്നു. മേൽനോട്ടംവഹിക്കാനും തല്ലിപ്പണിയെടുപ്പിക്കാനും ഒന്നും എന്നെക്കൊണ്ടാവില്ല."

"ഞാൻ കരുതിയിരുന്നത് ഇതെല്ലാം നിങ്ങൾ അംഗീകരിച്ച കാര്യങ്ങളാണെന്നാണ്. *ബൈബിൾ* അനുസരിച്ച് അവയെല്ലാം ശരിയാണെന്ന് നിങ്ങൾ പറയുമെന്ന്." ഒഫീലിയ പറഞ്ഞു.

"അസംബന്ധം! ഞങ്ങൾ ആ നിലയിലേക്ക് തരംതാഴ്ന്നിട്ടൊന്നുമില്ല. തികഞ്ഞ സ്വേച്ഛാധിപതിയെപ്പോലെ നടക്കുന്ന ആൽഫ്രെഡും ഇതൊന്നും അംഗീകരിക്കുകയില്ല. ഞങ്ങൾ തമ്മിൽ സ്വഭാവത്തിൽ വൈരുധ്യമുണ്ടെന്നതു ശരിതന്നെ.

ഞാനും അവനും ഒരുമിച്ചു കഴിഞ്ഞിരുന്ന അവസരത്തിൽ അടിമകളെ വിദ്യാഭ്യാസം ചെയ്യിക്കുവാൻ എന്തെങ്കിലും ചെയ്യണമെന്ന് അവനെ നിർബന്ധിച്ചു. എന്നെ സന്തോഷിപ്പിക്കുന്നതിനായി ഞായറാഴ്ച തോറും ഒരു അധ്യാപകനെ നിയമിച്ചു. എന്നാൽ എനിക്കു തോന്നിയത് അവൻ നായ്ക്കളേയും കുതിരകളേയും പരിശീലിപ്പിക്കുന്ന അതേ ലാഘവത്തോടെയാണ് ഇതെല്ലാം ചെയ്തിരുന്നത് എന്നാണ്. ജനിച്ച നാൾ മുതൽ മൃഗങ്ങളെപ്പോലെ നരകയാതന അനുഭവിച്ച് രാവും പകലും കഠിനാധ്വാനം ചെയ്യുന്ന ആ അടിമകളിൽ ഞായറാഴ്ച ദിവസത്തെ പഠനം കാര്യമായ സ്വാധീനമൊന്നും വരുത്തിയില്ല."

"അതുപോട്ടെ! നിന്റെ എസ്റ്റേറ്റിലെ ജീവിതത്തിന്റെ പര്യവസാനം എങ്ങനെയായിരുന്നു?"

"ഞാൻ ആവശ്യപ്പെടുന്നതെല്ലാം അവൻ നടപ്പാക്കി തന്നിരുന്നു. എന്നിട്ടും ഞാൻ സംതൃപ്തനല്ല എന്നവൻ മനസിലാക്കി. ഈ ക്രൂരതകൾ എല്ലാം നടത്തപ്പെടുന്നത് എനിക്കു പണം സമ്പാദിക്കുവാൻ വേണ്ടിയാണല്ലോ എന്ന ചിന്ത എന്നെ വേട്ടയാടിക്കൊണ്ടിരുന്നു. ഞാനാണെങ്കിൽ സകലകാര്യങ്ങളിലും ഇടപെടും. എസ്റ്റേറ്റിലെ അച്ചടക്കമൊന്നും ഞാൻ കണക്കാക്കിയിരുന്നില്ല. ഞങ്ങൾക്ക് യോജിച്ചുപോകുക ബുദ്ധിമുട്ടാണെന്ന് മനസിലായി. ഞാൻ ഒരു മൃദുലഹൃദയനാണെന്നും ഇത്തരം പ്രവൃത്തികൾക്ക് യോജിച്ചവനല്ലെന്നും അവൻ പറഞ്ഞു. ബാങ്കിലുള്ള പണവും ന്യൂ ഓർലീൻസിലെ കുടുംബസ്വത്തും ഏറ്റെടുത്ത് അവിടെ പോയിരുന്ന് കവിത എഴുതിക്കോളാൻ എന്നെ ഉപദേശിച്ചു. വ്യാപാരമെല്ലാം അവൻ ഏറ്റെടുത്തുകൊള്ളാമെന്ന് പറഞ്ഞു. അങ്ങനെ ഞങ്ങൾ പിരിഞ്ഞു. ഞാൻ ഇങ്ങോട്ട് പോന്നു."

"എന്നിട്ടും നീ എന്തുകൊണ്ടാണ് അടിമകളെ സ്വതന്ത്രരാക്കാതിരുന്നത്?"

"അതെ, ഞാൻ ആ വിഷയത്തിലേക്കാണ് വന്നുകൊണ്ടിരിക്കുന്നത്. പണം സമ്പാദിക്കുവാനുള്ള ഉപകരണമായി ഒരിക്കലും എനിക്കവരെ കാണാനാവില്ല. അവർക്കു വേണ്ടി പണം ചെലവാക്കുന്നത് ഒരിക്കലും ഒരു മോശമായ കാര്യമായി ഞാൻ കണക്കാക്കിയിട്ടില്ല. പലരും എന്റെ പഴയ വീട്ടുവേലക്കാരാണ്. പറഞ്ഞറിയിക്കാൻ കഴിയാത്ത ആത്മ ബന്ധം എനിക്ക് അവരോടുണ്ട്. അവരുടെ മക്കളുമായും അത്തരം സ്നേഹബന്ധം തുടരാനാണ് ഞാൻ ആഗ്രഹിക്കുന്നത്." അയാൾ സംസാരം നിർത്തി മുറിയിൽ ഉലാത്താൻ തുടങ്ങി.

ചായയ്ക്കുള്ള സമയമായപ്പോൾ അവർ എഴുന്നേറ്റ് ഭക്ഷണമുറിയിലേക്ക് പോയി. തീൻമേശയിൽ വച്ച് മേരി പ്രൂവിന്റെ കാര്യം എടുത്തിട്ടു.

"ഞങ്ങൾ കിരാതന്മാരാണെന്ന് നിങ്ങൾ വിചാരിക്കുന്നുണ്ടോ?" മേരി ചോദിച്ചു.

"തീർച്ചയായും ഇത് കാടത്തം തന്നെയാണ്. എന്നാൽ നിങ്ങൾ എല്ലാവരും കിരാതന്മാരാണെന്ന് ഞാൻ കരുതുന്നില്ല."മിസ് ഒഫീലിയ പറഞ്ഞു.

"ഇത്തരത്തിലുള്ള ജീവികളുമായി ഒത്തുചേർന്നു പോകുക എന്നത് അസാധ്യമാണെന്ന് എനിക്ക് അറിയാം. ഈ വൃത്തികെട്ട ജീവികൾ ഭൂമിയിൽ ജീവിക്കുവാൻ അർഹരല്ല. സഹതാപത്തന്റെ ഒരു കണികപോലും എനിക്ക് അവരോട് തോന്നുന്നില്ല. അവരുടെ പെരുമാറ്റം മര്യാദയ്ക്കാണെങ്കിൽ ഇങ്ങനെ ഒന്നും സംഭവിക്കുകയില്ലായിരുന്നു." മേരി പറഞ്ഞ് അവസാനിപ്പിച്ചു.

"മമ്മാ, അവൾ വല്ലാത്ത മനോവേദന അനുഭവിച്ചിരുന്നു. അതുകൊണ്ടാണ് അവൾ മദ്യപിച്ചിരുന്നത്." ഇവാ പറഞ്ഞു.

"ഓ, അതെല്ലാം ഓരോ ഒഴിവുകഴിവുകൾ പറയുന്നതാണ്. ഞാൻ എല്ലായ്പ്പോഴും മനോവേദന അനുഭവിച്ചല്ലേ കഴിയുന്നത്?"മേരി ചോദിച്ചു.

"ഒരുതരത്തിൽ പറഞ്ഞാൽ അവളെക്കാൾ കൂടുതൽ. ഇക്കൂട്ടരെ എത്ര മർദിച്ചാലും നേരെയാക്കുവാൻ സാധിക്കുകയില്ല. തനി മടിയനായ ഒരടിമയുണ്ടായിരുന്നു എന്റെ അച്ഛന്. ജോലിയിൽനിന്നും രക്ഷപ്പെടുന്നതിനുവേണ്ടി അവൻ ചതപ്പുനിലത്ത് വെറുതെ കിടക്കും. മിക്കവാറും ദിവസം അവനെ പിടിച്ചുകെട്ടി ചാട്ടവാറുകൊണ്ട് പൊതിരെ തല്ലും. അത് കൊണ്ട് ഒരു പ്രയോജനവും ഉണ്ടാവാറില്ല. അവസാനം അവന്റെ അന്ത്യവും ആ ചതപ്പുനിലത്തിൽവച്ചു തന്നെയായി. എന്നാൽ എന്റെ അച്ഛൻ ഒരു ദയയുള്ള യജമാനനായിരുന്നു."

"എല്ലാ മാനേജർമാരും കാര്യസ്ഥന്മാരും കൈ ഒഴിഞ്ഞ ഒരാളെ ഞാൻ നേരെയാക്കിയിട്ടുണ്ട്." സെന്റ് ക്ലെയർ പറഞ്ഞു.

"നിങ്ങളോ?" മേരി അത്ഭുതം കൂറി. "ആ കഥ കേൾക്കാൻ എനിക്കു താൽപ്പര്യമുണ്ട്."

"ശരി, പറയാം. നല്ല കരുത്തനായ ഒരു ആജാനബാഹുവായിരുന്നു അയാൾ. ജന്മദേശം ആഫ്രിക്ക. സ്വാതന്ത്ര്യ ദാഹം അവന്റെ ഹൃദയത്തെ പിടിച്ചുകുലുക്കി. ശരിക്കും ഒരു ആഫ്രിക്കൻ സിംഹം. 'സ്കിപിയോ' എന്നാണ് അവനെ ഓരോരുത്തരും വിളിച്ചിരുന്നത്. ഓരോ യജമാനൻമാരും അവനെക്കൊണ്ട് ജോലി ചെയ്യിപ്പിക്കുവാൻ ശ്രമിച്ചു പരാജയപ്പെട്ടു. ഓരോരുത്തരും മാറിമാറി അവനെ വിറ്റു. അവനെ നിയന്ത്രിക്കുവാൻ തനിക്കു കഴിയുമെന്ന് ധരിച്ച ആൽഫ്രെഡ് അവനെ വാങ്ങി. ഒരു ദിവസം കാര്യസ്ഥനെ ഇടിച്ചു വീഴ്ത്തി അവൻ ചതപ്പുനിലത്തേക്ക് ഓടിപ്പോയി. അന്ന് ആൽഫ്രെഡിനെ കാണാനായി ചെന്ന ദിവസമായിരുന്നു. ഞങ്ങൾ പങ്കുകച്ചവടം അവസാനിപ്പിച്ച സമയമായിരുന്നു അത്. ആൽഫ്രെഡ് പരിക്ഷീണനായി നിൽക്കുന്നതു കണ്ടപ്പോൾ അവനെ സഹായിക്കണമെന്ന് എനിക്കു തോന്നി. പിടികൂടിക്കഴിഞ്ഞാൽ ഒരു പരീക്ഷണം നടത്താനെന്ന മട്ടിൽ എന്നെ ഏൽപ്പിക്കാമെന്നു പറഞ്ഞു. ആറേഴ് നായാട്ടുകാർ തോക്കും കുന്തവും നായ്ക്കളും എല്ലാമായി അവന്റെ പിന്നാലെ പാഞ്ഞു. ഒരു മാനിന്റെ പിന്നാലെ പായുന്ന ഉത്സാഹത്തോടെയാണ് അവർ പാഞ്ഞത്. ഞാൻ വികാരഭരിതനായി ഒരു മധ്യസ്ഥനെപോലെ നിന്നു. നായ്ക്കൾ കുരച്ചുകൊണ്ട് അവനെ കടിച്ചുകീറാനായി പിന്നാലെ പാഞ്ഞു. അവൻ എല്ലാവരേയും പിന്നിലാക്കി എല്ലാവരേക്കാൾ വേഗത്തിൽ മുന്നേറുകയാണ്. ഒടുവിൽ അവനൊരു കരിമ്പിൻ തോട്ടത്തിലെത്തി. അതിലൂടെ വേഗത്തിൽ പായാൻ അവനായില്ല. നായ്ക്കൾ അവന്റെ മേൽ ചാടിവീണു. നായ്ക്കളോട് അവൻ ശൂരതയോടെ പോരാടി. തന്റെ ബലിഷ്ഠമായ കരങ്ങൾകൊണ്ട് ഇടിച്ച് മൂന്നെണ്ണത്തിനെ കൊന്നു. അപ്പോഴെയ്ക്കും വെടിയേറ്റ് ചോരയൊലിച്ച് അവൻ താഴെ വീണു. എന്റെ കാൽക്കലാണ് അവൻ വന്നു വീണത്. നായ്ക്കളെയും വേട്ടക്കാരെയും എല്ലാം ഞാൻ അകറ്റി. അവനെ തടവുകാരനായി ഏറ്റെടുത്തു. ഞാൻ ആൽഫ്രെഡിന്റെ കൈയിൽനിന്നും പണം കൊടുത്ത് അവനെ വാങ്ങി. അവന്റെ കരം ഗ്രഹിച്ച് ഞാൻ പതുക്കെ നടന്നുനീങ്ങി. രണ്ടാഴ്ചയ്ക്കു

ള്ളിൽ എനിക്കവനെ മെരുക്കി എടുക്കാൻ സാധിച്ചു."

"നിങ്ങൾ എങ്ങനെയാണ് അത് സാധിച്ചെടുത്തത്?" മേരി ചോദിച്ചു.

"അത് വളരെ എളുപ്പമായിരുന്നു. ഞാനവനെ എന്റെ മുറിയിലേക്ക് കൊണ്ടുപോയി. നല്ല ഒരു കിടക്കയിൽ കിടത്തി മുറിവുകൾ വൃത്തിയാക്കി മരുന്നുപുരട്ടിക്കൊടുത്തു. അവന്റെ ശുശ്രൂഷ ഞാൻ സ്വയം ഏറ്റെടുത്തു. സ്വന്തം കാലിൽ നിൽക്കാറാകുന്നതുവരെ അവന്റെ എല്ലാകാര്യങ്ങളും ഞാൻതന്നെ നോക്കിനടത്തി. അതോടൊപ്പം അവന്റെ മോചനത്തിനു വേണ്ട പേപ്പറുകൾ എല്ലാം തയാറാക്കി.

"നിനക്ക് ഇഷ്ടമുള്ള സ്ഥലത്ത് പോകാം. ഞാൻ അവനോടു പറഞ്ഞു."

"അവൻ പോകാൻ തയാറായോ?" മിസ്സ് ഒഫീലിയ ചോദിച്ചു.

"ഏയ് അവൻ ആ പേപ്പറുകൾ എല്ലാം വലിച്ചുകീറി. പോകാൻ തയാറായില്ല. ഇത്രയും ധീരനും നല്ലവനുമായ ഒരു വ്യക്തിയെ ഞാൻ കണ്ടിട്ടില്ല. വിശ്വസ്തനും ഉരുക്കുപോലെ കരുത്തനും. ഞാൻ അവന് ക്രിസ്തുവിന്റെ ആദർശങ്ങൾ പഠിപ്പിച്ചു കൊടുത്തു. നല്ലൊരു ക്രിസ്ത്യാനിയായി ജീവിക്കാൻ തുടങ്ങിയ അവൻ ഒരു ശിശുവിനെപ്പോലെ ശാന്തനായി. അവൻ എന്റെ തടാകതീരത്തുള്ള സ്ഥലമെല്ലാം നോക്കിനടത്തി. ആദ്യത്തെ കോളറാകാലത്ത് അവൻ മരിച്ചു. എനിക്കു വേണ്ടിയാണ് അവൻ ജീവൻ ത്യജിച്ചത്. ഞാൻ കോളറാബാധിതനായി കിടപ്പിലായപ്പോൾ എല്ലാവരും എന്നെ വിട്ടുപോയി. സ്കിപിയോ എന്റെ അടുത്തു നിന്നും മാറാതെ എന്നെ ശുശ്രൂഷിച്ച് എന്റെ ജീവൻ രക്ഷിച്ചു. അതോടെ ആ പാവം കിടപ്പിലായി. അവനെ രക്ഷിക്കാൻ എനിക്ക് സാധിച്ചില്ല. ഇത്രയും ദുഃഖം മറ്റൊരാളുടെ മരണത്തിലും ഞാൻ അനുഭവിച്ചിട്ടില്ല."

ഇവാ സാവധാനത്തിൽ നടന്ന് അച്ഛന്റെ അടുക്കലെത്തി. അയാൾ അപ്പോഴും കഥ തുടരുകയായിരുന്നു. ചുണ്ടുകൾ വിടർത്തി, കണ്ണുകൾ വികസിപ്പിച്ച് അച്ഛൻ പറയുന്ന കഥയിൽ മുഴുകി അവൾ നിന്നു. അയാൾ കഥ പറഞ്ഞ് അവസാനിപ്പിച്ചതോടെ ഇവാ അച്ഛന്റെ കഴുത്തിൽ ചുറ്റിപ്പിടിച്ച് തേങ്ങിക്കരഞ്ഞു.

"ഇവാ, എന്റെ പൊന്നുമോളെ, നിനക്കെന്തു പറ്റി?" അപസ്മാര രോഗിയെപ്പോലെ അവളുടെ ശരീരം വിറയ്ക്കുന്നതുകണ്ട് പരിഭ്രമത്തോടെ സെന്റ് ക്ലെയർ ചോദിച്ചു.

"ഇത്തരം കാര്യങ്ങൾ കുഞ്ഞിന്റെ മുന്നിൽ വച്ച് പറയാൻ പാടില്ലാത്തതായിരുന്നു. അവളാണെങ്കിൽ തീരെ മനോബലമില്ലാത്തവളും." അപസ്മാരരോഗിയെപോലെ അവളുടെ ശരീരം വിറയ്ക്കുന്നതു കണ്ട് പരിഭ്രമത്തോടെ സെന്റ് ക്ലെയർ പറഞ്ഞു.

"അങ്ങനെ അല്ല പപ്പാ, എന്റെ മനസിന് നല്ല ധൈര്യമുണ്ട്. ഇത്തരം കാര്യങ്ങൾ എന്റെ മനസിനെ വേദനിപ്പിക്കുന്നു എന്നു മാത്രം." അവൾ സ്വയം നിയന്ത്രിച്ചുകൊണ്ട് പറഞ്ഞു.

"എങ്കിൽ കരയാതിരിക്കൂ! നിന്റെ കരച്ചിൽ പപ്പായെ വിഷമിപ്പിക്കും

എന്ന് അറിയുകയില്ലേ?" സെന്റ് ക്ലെയർ പറഞ്ഞു.

"നിനക്കുവേണ്ടി പപ്പ കൊണ്ടുവന്നിട്ടുള്ള പീച്ച് പഴം ഒന്നു നോക്കൂ. എത്ര മനോഹരമാണത്." ഇവാ പുഞ്ചിരിയോടെ അത് സ്വീകരിച്ചു. എന്നാലും അവളുടെ മുഖത്ത് വിഷാദം തളംകെട്ടി നിന്നിരുന്നു. മകളുടെ മനസിന്റെ വിഷമം ഇല്ലായ്മ ചെയ്യാനായി സെന്റ് ക്ലെയർ അവളേയും കൂട്ടി പുറത്തേക്കു പോയി. അച്ഛനും മകളും പൂന്തോട്ടത്തിൽ രസിച്ചു നടക്കുന്ന വേളയിൽ ടോം തന്റെ മുറയിൽ കൈയിലൊരു സ്ലേറ്റും പിടിച്ച് ചിന്താധീനനായി ഇരിക്കുകയായിരുന്നു. കുതിരലായത്തിനു മുകളിലാണ് അവന്റെ കൊച്ചു മുറി. വളരെ വൃത്തിയായാണ് ടോം അവന്റെ മുറി സൂക്ഷിക്കുന്നത്. അവിടെ ഒരു മെത്തയും കസേരയും ചെറിയ ഒരു സ്റ്റാന്റും ഉണ്ട്. സ്റ്റാന്റിലാണ് *ബൈബിൾ* സൂക്ഷിച്ചിരിക്കുന്നത്.

സ്വന്തം കുടുംബത്തെ കുറിച്ച് ഓർക്കുമ്പോൾ ടോമിന് മനോദുഃഖം സഹിക്കാനാവില്ല. ഇവായോട് ഒരു കടലാസ് ചോദിച്ചു വാങ്ങി, തന്റെ കൊച്ചെജമാനനിൽനിന്നും ലഭിച്ച അക്ഷരജ്ഞാനം ഉപയോഗിച്ച് ഒരു കത്തെഴുതുവാൻ ഇരിക്കുകയാണ് അയാൾ. ആദ്യം സ്ലേറ്റിൽ എഴുതി നോക്കിയ ശേഷം വേണം അത് കടലാസിൽ പകർത്തുവാൻ. പഠിച്ച പല അക്ഷരങ്ങളും ഇതിനിടെ മറന്നുപോയി. അതുകൊണ്ട് വല്ലാത്ത അങ്കലാപ്പിലാണ് അയാൾ. ഓർമയുള്ള അക്ഷരങ്ങൾ പ്രയോഗിക്കാനും കഴിയുന്നില്ല. എന്തു ചെയ്യണമെന്നറിയാതെ വിഷണ്ണനായിരിക്കുമ്പോൾ ഇവാ ഒരു പൂമ്പാറ്റയെപ്പോലെ പറന്നുവന്ന്, കസേരയുടെ പിന്നിൽ നിന്നും ടോമിന്റെ തോളിന് മുകളിലൂടെ അയാൾ എഴുതുന്നത് നോക്കി നിന്നു.

"അങ്കിൾ ടോം, എന്തൊക്കെയാണ് സ്ലേറ്റിൽ കുത്തിക്കുറിച്ചു വച്ചിരിക്കുന്നത്?"

"എന്റെ പാവം ഭാര്യക്കും കുട്ടികൾക്കും കത്തെഴുതുവാൻ ശ്രമിക്കുകയാണ്. എന്നാൽ എനിക്കതിന് സാധിക്കുമെന്ന് തോന്നുന്നില്ല."

"ഞാൻ നിങ്ങളെ സഹായിക്കാം ടോം. എനിക്ക് കുറച്ചൊക്കെ എഴുതാനറിയാം. കഴിഞ്ഞവർഷം എല്ലാ അക്ഷരങ്ങളും എനിക്കറിയാമായിരുന്നു. എന്നാൽ അത് മറന്നുപോയിരിക്കുമോ എന്നാണ് എനിക്ക് പേടി."

ഈ കാര്യത്തെക്കുറിച്ച് രണ്ടുപേരും ഗൗരവത്തോടെ ചർച്ച ചെയ്തു. രണ്ടുപേരും ഒരുപോലെ അജ്ഞരാണ്. എന്നാലും ആത്മാർഥതയോടെ എഴുതാൻ തുടങ്ങി. അവർക്ക് ശുഭാപ്തി വിശ്വാസം ഉണ്ട്.

"അങ്കിൾ ടോം, നിങ്ങൾ എഴുതുന്നത് ശരിയാകുന്നുണ്ട്." ടോം എഴുതുന്നത് നോക്കിക്കൊണ്ട് ഇവാ ആഹ്ളാദത്തോടെ അഭിപ്രായപ്പെട്ടു.

"നിങ്ങളുടെ പാവം ഭാര്യയും കുഞ്ഞുങ്ങളും ഈ കത്തുകിട്ടുമ്പോൾ എത്രമാത്രം ആഹ്ളാദിക്കും. അവരെ വിട്ടുപോരേണ്ടി വന്നത് മഹാകഷ്ടം തന്നെ. എന്നെങ്കിലും നിങ്ങളെ പോകാൻ അനുവദിക്കണമെന്ന് ഞാൻ പപ്പയോട് ആവശ്യപ്പെടും."

"പണം സമ്പാദിക്കുവാൻ കഴിഞ്ഞാൽ എന്നെ തിരിച്ചുവാങ്ങിക്കൊണ്ടു പോകാമെന്ന് യജമാനത്തി പറഞ്ഞിട്ടുണ്ട്. ഞാൻ അതും

കാത്താണ് ഇരിക്കുന്നത്. എന്റെ കൊച്ചെജമാനൻ ജോർജ് എന്നെത്തേടി വരാതിരിക്കില്ല. അതിന്റെ തെളിവായിട്ടാണ് എന്റെ കഴുത്തിൽ ഈ ഡോളർ തൂക്കിയിട്ടിരിക്കുന്നത്." താൻ നിധിപോലെ സൂക്ഷിച്ചിട്ടുള്ള ആ അമൂല്യ ഡോളർ വസ്ത്രത്തിനുള്ളിൽനിന്നും പുറത്തെടുത്ത് കാണിച്ചു കൊടുത്തു.

"ജോർജ് തീർച്ചയായും വരും. ആ കാര്യം ആലോചിക്കുമ്പോൾ തന്നെ എനിക്ക് സന്തോഷമുണ്ട്."

"ഞാൻ എവിടെയാണ് ഉള്ളതെന്നും സുഖമായിരിക്കുന്നുവെന്നും ക്ലോയെ അറിയിക്കുവാനായി എനിക്ക് കത്തെഴുതണം. എന്നെക്കുറിച്ചോർത്ത് അവൾ ഭയന്നിരിക്കുകയായിരിക്കും."

"ഹലോ ടോം" സെന്റ് ക്ലെയർ വാതിൽക്കൽ പ്രത്യക്ഷപ്പെട്ടു.

"ടോമും ഇവായും ഞെട്ടിപ്പോയി."

"എന്താണ് എഴുതിക്കൊണ്ടിരിക്കുന്നത്?" സെന്റ് ക്ലെയർ സ്ലേറ്റ് നോക്കി ചോദിച്ചു."

"അങ്കിൾ ടോം കത്തെഴുതുകയാണ്. ഞാൻ എഴുതുവാൻ സഹായിക്കുകയാണ്. എഴുതുന്നത് ശരിയല്ലേ എന്നു നോക്കൂ!" ഇവാ പറഞ്ഞു.

"എന്തായാലും ഞാൻ നിങ്ങളെ നിരുത്സാഹപ്പെടുത്തുന്നില്ല. എന്നാലും നിനക്കുവേണ്ടി ഞാൻ എഴുതുന്നതാണ് നല്ലതെന്ന് തോന്നുന്നു. നടക്കാൻപോയി തിരിച്ചുവന്നശേഷം എഴുതിത്തരാം."

"ഈ കത്തെഴുതേണ്ടത് വളരെ ആവശ്യമാണ്. കാരണം അങ്കിൾ ടോമിനെ മോചിപ്പിക്കുന്നതിനുവേണ്ടി യജമാനത്തി പണം അയയ്ക്കാമെന്ന് പറഞ്ഞിട്ടുണ്ട് എന്ന് ടോം എന്നോടു പറഞ്ഞു." ഇവാ അച്ഛനോട് വളരെ താൽപ്പര്യത്തോടെ പറഞ്ഞു.

നല്ലവരായ യജമാനൻമാർ തങ്ങളുടെ ജോലിക്കാരോട് സ്ഥിരമായി പറയാറുള്ള ഒരു കാര്യമാണിതെന്ന് സെന്റ് ക്ലെയർ ചിന്തിച്ചു. വിൽക്കുന്ന അവസരത്തിൽ അവരുടെ മനസിലെ ഭയം അകറ്റുന്നതിനു വേണ്ടി പറയുന്ന പൊള്ളവാക്കുകൾ. ഇത്തരം വാഗ്ദാനങ്ങൾ ഒരിക്കലും നിറവേറ്റപ്പെടുകയുണ്ടാവില്ല. എങ്കിലും അദ്ദേഹം ഈ കാര്യം ഉറക്കെ പറഞ്ഞില്ല.

അന്നു വൈകുന്നേരം ടോമിനു വേണ്ടി ഒരു കത്ത് ഭംഗിയായി സെന്റ് ക്ലെയർ എഴുതിക്കൊടുത്തു. സുരക്ഷിതമായി അത് തപാലാപ്പീസിൽ എത്തിക്കുകയും ചെയ്തു.

വീട് ഭംഗിയായി കൊണ്ടുനടക്കുന്നതിനുവേണ്ടി മിസ് ഒഫീലിയ നിരന്തരമായി പരിശ്രമിച്ചുകൊണ്ടിരുന്നു. ദിനാ മുതൽ ചെറിയ കുട്ടികൾ വരെ ആരും തന്നെ അനുസരണകാണിക്കുകയോ യോജിച്ചുപോകാൻ തയാറാവുകയോ ചെയ്തില്ല. അഡോൾഫ്, ജാനി, റോസ എന്നിവർ ഒഫീലിയയെ യജമാനത്തിയായിപോലും കണക്കാക്കിയില്ല. കാരണം, യജമാനത്തികൾ ഒരിക്കലും ഇത്തരത്തിൽ വിശ്രമമില്ലാതെ ജോലി ചെയ്തുകൊണ്ടിരിക്കുകയില്ല. സെന്റ് ക്ലെയറിന്റെ ബന്ധു തന്നെയാണോ ഇവർ എന്ന് അവർ സംശയം പ്രകടിപ്പിച്ചു. ഒഫീലിയ ഇങ്ങനെ

ജോലിചെയ്യുന്നത് കാണാൻ തന്നെ വിഷമമാണെന്ന് മേരി പറഞ്ഞു. രാവിലെ മുതൽ വൈകുന്നേരം വരെ അവൾ തുന്നൽപ്പണിയിൽ ഏർപ്പെട്ടുകൊണ്ടിരിക്കും. ജോലി ചെയ്യാതെ ഒരുനിമിഷംപോലും അവൾക്കിരിക്കാനാവില്ല.

ഒരുദിവസം മിസ് ഒഫീലിയ വീട്ടുജോലിയിൽ മുഴുകിയിരിക്കേ, സെന്റ് ക്ലെയറിന്റെ വിളികേട്ടു.

"ഒന്നു താഴെയ്ക്കു വരൂ! ഞാനൊരു കാര്യം കാണിച്ചു തരാം."

"എന്താണ്?" ഒഫീലിയ തുന്നിക്കൊണ്ടിരുന്ന തുണിയും കൈയിൽ പിടിച്ചുകൊണ്ട് താഴേയ്ക്ക് ഓടി എത്തി.

"നിങ്ങളുടെ വകുപ്പിലേക്ക് ഞാൻ ഒരാളെ കൊണ്ടുവന്നിട്ടുണ്ട്. ഇങ്ങോട്ടൊന്നു നോക്കൂ!" അയാൾ അഞ്ചെട്ടുവയസുള്ള ഒരു നീഗ്രോ പെൺകുട്ടിയെ മുന്നോട്ടു നീക്കിനിർത്തി.

അവളുടെ വർഗത്തിൽ അവളേക്കാൾ കറുപ്പുള്ള ആരെയും കാണാൻ കിട്ടില്ല എന്നു തോന്നുന്നു. മുറിയിലുള്ള സകല വസ്തുക്കളിലും അവളുടെ കണ്ണുകൾ പാറിനടന്നു. അവളുടെ ചുരുണ്ട മുടി പല ഭാഗത്തായി ചിതറിക്കിടന്നു. വൃത്തികെട്ട കീറിപ്പറിഞ്ഞ ഒരു തുണിയാണ് അവൾ ധരിച്ചിരിക്കുന്നത്. കള്ളത്തരവും സൂത്രവും കലർന്ന ഒരു ഭാവം അവളുടെ മുഖത്ത് കാണപ്പെട്ടു. ആളൊരു കുസൃതിയാണെന്ന് ഒറ്റനോട്ടത്തിൽ തന്നെ മനസിലാകും.

സെന്റ് ക്ലെയറിനോടായി മിസ് ഒഫീലിയ ചോദിച്ചു.

"അഗസ്റ്റിൻ എന്തിനാണ് ഇതിനെ ഇങ്ങോട്ടു കൊണ്ടുവന്നത്?

"നിങ്ങൾക്ക് ഒരു പരീക്ഷണവസ്തുവാക്കാൻ. ഇവളെ പരിശീലിപ്പിച്ച് നല്ല നിലയിൽ കൊണ്ടുവരാൻ പറ്റുമോ എന്നൊന്ന് പരീക്ഷിച്ചു നോക്കൂ! ഇവളൊരു വല്ലാത്ത സാധനം തന്നെയാണ് . നോക്കൂ ടോപ്സീ" അയാൾ നായ്ക്കളെ വിളിക്കുന്നതുപോലെ ഒന്നു ചൂളമടിച്ചു. "ഞങ്ങൾക്കൊരു പാട്ടു കേൾപ്പിച്ചു തരൂ! അതുപോലെ നിന്റെ ചില ഡാൻസു കാണാനും ഞങ്ങൾക്ക് ആഗ്രഹമുണ്ട്."

അവളുടെ കണ്ണുകളിൽ വിചിത്രമായ ഒരു തിളക്കം പ്രത്യക്ഷപ്പെട്ടു. ഒരു ആഫ്രിക്കൻ നാടോടിഗാനം പാടിക്കൊണ്ട് അവൾ നൃത്തച്ചുവടുകൾ വച്ചു. ഒരു തകർപ്പൻ ആഫ്രിക്കൻ ഗോത്രവർഗ നൃത്തം. കൈകൊട്ടി, കാലുകളിൽ പലതരത്തിലുള്ള വിചിത്രമായ ശബ്ദങ്ങൾ പുറപ്പെടുവിച്ച് അവൾ തന്റെ ഗാനനൃത്ത ചാതുരി പ്രകടിപ്പിച്ചു. പിന്നെ കൈ കൊട്ടി നിന്നു. അവളുടെ മുഖത്ത് പവിത്രമായ ഒരു ഭാവം പ്രകടമായിരുന്നു. എന്നാൽ കൺകോണിൽ കൗശലം ഒളിച്ചിരുന്നിരുന്നു.

മിസ് ഒഫീലിയ അത്ഭുത സ്തബ്ധയായി നിന്നുപോയി.

കുസൃതിക്കാരനായ സെന്റ് ക്ലെയർ അവളുടെ നോട്ടവും ഭാവവും ആസ്വദിക്കുന്നതുപോലെ തോന്നി. അയാൾ അവളോടു പറഞ്ഞു:

"ടോപ്സി, ഇതാണ് നിന്റെ പുതിയ യജമാനത്തി. ഞാൻ നിന്നെ അവർക്ക് സമ്മാനിക്കുവാൻ പോകയാണ്. നീ അവരോട് മര്യാദയോടെ

പെരുമാറണം.”

“ശരി യജമാനനെ” അവൾ സന്തോഷത്തോടെ സമ്മതിച്ചു. അവളുടെ കള്ളക്കണ്ണുകൾ സംസാരിക്കുമ്പോൾ വെട്ടിത്തിളങ്ങി. അപ്പോഴും ആദരവഭിനയിച്ചുകൊണ്ട് കൈകെട്ടിയാണ് അവളുടെ നിൽപ്പ്.

“അഗസ്റ്റിൻ എന്താണിതെല്ലാം” മിസ് ഒഫീലിയ പറഞ്ഞു.

“ഈ വീടു നിറയെ പകർച്ചവ്യാധിയാണ്. അവരെ കൂട്ടിമുട്ടാതെ ഈ വീട്ടിൽ നടക്കാനാവില്ല. രാവിലെ എഴുന്നേറ്റാൽ, വാതിലിനു പുറകിലും മേശയ്ക്കു കീഴെയും ചവിട്ടിയിലും കിടന്നുറങ്ങുന്ന ഇവറ്റകളെയാണ് കണികാണുക. ഇനി ഇതൊന്നും പോരാത്തതിനാണോ പുതിയ ഒന്നിനെക്കൂടി കെട്ടിയെടുത്തത്.”

“നിങ്ങൾക്ക് പഠിപ്പിക്കാൻ കൊണ്ടുവന്നതാണന്ന് പറഞ്ഞില്ലേ? ഇത്തരക്കാരെ പഠിപ്പിക്കണമെന്ന് എപ്പോഴും ധർമോപദേശം നൽകാറില്ലേ? അതിനു പറ്റിയ ഒന്നിനെ നിങ്ങൾക്ക് സമ്മാനിക്കാമെന്ന് ഞാൻ കരുതി. അവളിൽ ഒരു ശ്രമം നടത്തി നോക്കൂ! എന്നിട്ട് നിങ്ങളുടെ മാർഗത്തിലേക്ക് അവളെ കൊണ്ടുവരാൻ ശ്രമിക്കൂ!”

“എനിക്കു വേണ്ട. ഒരിക്കലും”

“അതാണ് നിങ്ങൾ ക്രിസ്ത്യാനികൾ! എവിടേയും! നിങ്ങൾ ഒരു സമൂഹം സൃഷ്ടിച്ച്, അവരെ ഉദ്ധരിക്കുവാനായി ഒരു പുരോഹിതനെ അയയ്ക്കും! എന്നാൽ ഒരാളെയെങ്കിലും വീട്ടിൽ കൊണ്ടുപോയി സംരക്ഷിച്ച് മാറ്റി എടുക്കാൻ ശ്രമിക്കുമോ? ഇല്ല! കാര്യത്തോടടുക്കുമ്പോൾ നിങ്ങൾക്ക് അവർ വൃത്തികെട്ടവരാണ്.”

“അഗസ്റ്റിൻ, ആ കാഴ്ചപ്പാടിലല്ല ഞാനീ കാര്യത്തെ വീക്ഷിക്കുന്നത്.” ഒഫീലിയ മൃദുവായി പറഞ്ഞു.

“ആ ജോലി ഒരു മതപുരോഹിതന്റേതായതുകൊണ്ടാണ് അയാളെ ഏൽപ്പിക്കുന്നത്.” അവൾ ആ പെൺകുട്ടിയുടെ നേരെ സൗഹൃദത്തോടെ നോക്കി.

“ഇപ്പോൾ ഇതിനെ വാങ്ങേണ്ട കാര്യമൊന്നും ഇല്ലായിരുന്നു. ധാരാളം പേർ ഇവിടെയില്ലേ? അതും ആവശ്യത്തിലധികം. ഇത് എന്റെ സമയം ചെലവഴിക്കുവാൻ...”

“നീ ഞാൻ പറയുന്നത് കേൾക്കൂ! നിങ്ങൾ വളരെ നല്ലവളാണ്. ഞാൻ പതിവായി നടക്കാൻ പോകുന്ന വഴിയിൽ കുടിയന്മാർ നടത്തുന്ന ഒരു ഹോട്ടൽ കാണാറുണ്ട്. അതിനകത്തുനിന്നും ഈ കുട്ടിയുടെ കരച്ചിൽ കേട്ട് ഞാൻ പലപ്പോഴും തളർന്നുനിന്നിട്ടുണ്ട്. അവർ ഇവളെ വല്ലാതെ ഭേദ്യം ചെയ്യും. ഇവളെ കണ്ടാലറിയില്ലേ? ബുദ്ധിയുള്ള കുട്ടിയാണെന്ന്. അതേപോലെ വികൃതിയും. അവളെ നന്നാക്കിയെടുക്കണമെന്നാണ് എന്റെ ആഗ്രഹം. അതുകൊണ്ടാണ് ഞാനിവളെ വാങ്ങി ഇങ്ങോട്ടു കൊണ്ടുവന്നത്. നീ ഇവളെ ന്യൂ ഇംഗ്ലണ്ട് രീതിയിൽ വളർത്തി വലുതാക്കണം. എനിക്ക് അതിനുള്ള കഴിവില്ല. എന്നാൽ നിങ്ങൾക്ക് അത് സാധ്യമാകുമെന്ന് ഞാൻ വിശ്വസിക്കുന്നു. എന്തായാലും അതിനു ശ്രമിക്കണം.”

"ശരി. നീ പറഞ്ഞതല്ലേ, എന്നെക്കൊണ്ടു കഴിയുന്നതുപോലെ ഞാൻ ശ്രമിക്കാം."

അവൾ ആ പെൺകുട്ടിയുടെ അടുത്തേക്ക് ചെന്നു.

"ഇവളെന്താ ഇങ്ങനെ? മര്യാദയ്ക്ക് വസ്ത്രം ധരിച്ചിട്ടില്ല. വൃത്തി കെട്ട ശരീരം!" ഒഫീലിയ അഭിപ്രായപ്പെട്ടു.

"ശരി. ആരോടെങ്കിലും പറഞ്ഞ് ഇവളെ കുളിപ്പിച്ച് വൃത്തിയാക്കി നല്ല ഉടുപ്പു ധരിപ്പിച്ച് ഇങ്ങോട്ടു കൊണ്ടുവരാൻ പറയൂ!"

മിസ് ഒഫീലിയ അവളെ അടുക്കള ഭാഗത്തേക്ക് കൊണ്ടുപോയി. ആ വീട്ടിൽ വീണ്ടും ഒരു നീഗ്രോ കുട്ടി വന്നത് ദിനാക്ക് ഒട്ടും രസിച്ചില്ല. അവളത് തുറന്നു പ്രകടിപ്പിക്കുക തന്നെ ചെയ്തു.

റോസിനും ജാനിക്കും ദിനായുടെ അഭിപ്രായം തന്നെയായിതുന്നു.

"നമ്മുടെ വഴിയിൽ ഇങ്ങനെ ഒരെണ്ണം കൂടി എന്തിനാ?"

യജമാനൻ എന്തിനാണ് ഈ ലോകത്തേക്ക് മറ്റൊരു താഴ്ന്ന വർഗ ത്തിലുള്ള നീഗ്രോയെ കൊണ്ടുവന്നതെന്ന് അറിയുകയില്ല."

ആ പെൺകുട്ടിയെ കുളിപ്പിക്കാനോ മര്യാദയ്ക്ക് വസ്ത്രം ധരിപ്പി ക്കുവാനോ, ആർക്കും താൽപ്പര്യമില്ലെന്ന് മിസ് ഒഫീലിക്കു മനസിലായി. അവൾ തന്നെ ആ ജോലി ഏറ്റെടുത്തു. തീരെ താൽപ്പര്യമില്ലാതെ യാണെ ങ്കിലും ജാനി അവളെ സഹായിച്ചു. വെറുപ്പ് പ്രകടമാക്കിക്കൊണ്ടു തന്നെ.

"നിനക്ക് എത്ര വയസായി ടോപ്സീ" ഒഫീലിയ ചോദിച്ചു.

"എനിക്കറിയില്ല." പല്ലുകൾ മുഴുവൻ പുറത്തുകാണിച്ച് അവൾ ഇളിച്ചു.

"സ്വന്തം വയസുപോലും നിനക്ക് അറിയില്ലേ? അതാരും പറഞ്ഞു തന്നിട്ടില്ലേ? നിന്റെ അമ്മ ആരാണ്?"

"എനിക്ക് അമ്മയില്ല. ഒരിക്കലും ഉണ്ടായിട്ടും ഇല്ല."

അവൾ വീണ്ടും പഴയ ഇളി ഇളിച്ചു.

"ഒരിക്കലും അമ്മ ഉണ്ടായിരുന്നില്ലെന്നോ? എന്തൊക്കെയാണ് നീ പറയുന്നത്? എന്താണ് ഇതിന്റെ എല്ലാം അർഥം? പിന്നെ നീ എങ്ങനെ ജനിച്ചു?"

"ഞാൻ ഒരിക്കലും ജനിച്ചിട്ടേ ഇല്ലല്ലോ." അവൾ ഉറപ്പിച്ചു പറഞ്ഞു. പല്ലു മുഴുവൻ പുറത്തുകാണിച്ചുകൊണ്ട് വീണ്ടും ഇളിച്ചു.

മിസ് ഒഫീലിയ അവളോടു പറഞ്ഞു. "നീ ഒരിക്കലും ഇത്തരത്തിൽ എന്നോടു മറുപടി പറയരുത്. ഞാൻ നിന്നോട് കളിപറയുകയല്ല. നീ എവിടെയാണ് ജനിച്ചതെന്നും നിന്റെ അച്ഛനമ്മമാർ ആരാണെന്നും എന്നോടു പറയുക. സത്യം മാത്രമേ പറയാൻ പാടുള്ളൂ."

ആ കുട്ടി പഴയ പല്ലവി തന്നെ ആവർത്തിച്ചു.

"ഞാൻ ഒരിക്കലും ജനിച്ചിട്ടില്ല. എനിക്ക് അച്ഛനും അമ്മയും ഉണ്ടാ യിട്ടില്ല. അടിമക്കച്ചവടക്കാരാണ് എന്നെ ഇതുവരെ വളർത്തിയത്."

അവൾ വളരെ ആത്മാർഥമായി തന്നെയാണ് ഇത്രയും പറഞ്ഞത്. ജാനിക്ക് ഇതുകേട്ട് ചിരി പൊട്ടി.

"യജമാനത്തീ, നിങ്ങൾക്ക് അറിയാഞ്ഞിട്ടാണ്. ഇതുപോലെ ഒരുപാടു പേരുണ്ട്. ഇവരെയെല്ലാം ജനിച്ച ഉടനെ എന്തെങ്കിലും നിസ്സാര വില കൊടുത്ത് വാങ്ങും. എന്നിട്ട് എവിടെയെങ്കിലും വളർത്താൻ ഏൽപ്പിക്കും. വലുതായി കഴിഞ്ഞാൽ നല്ലവിലയ്ക്ക് വിൽക്കും."

"നീ ഇപ്പോഴത്തെ യജമാനന്റെയും യജമാനത്തിയുടെയും അടുത്തെത്തിയിട്ട് എത്ര നാളായി?"

"അതൊന്നും എനിക്കറിയില്ല."

"ഏകദേശം ഒരു കൊല്ലം ആയിട്ടുണ്ടാകുമോ?"

"എനിക്കൊന്നും അറിയില്ല യജമാനത്തീ"

"നോക്കൂ! ഇത്തരം താഴ്ന്നവർഗത്തിൽപ്പെട്ട നീഗ്രോകൾക്ക് അതൊന്നും അറിയില്ല. ജനിച്ചകൊല്ലമോ വയസെത്രയായെന്നോ, സമയക്രമമോ യാതൊന്നും ഇവറ്റകൾക്കു ബോധമുണ്ടാകില്ല." ജാനി പരിഹാസം ഉള്ളിലൊതുക്കിക്കൊണ്ടു പറഞ്ഞു.

"ടോപ്സീ, നീ ദൈവത്തെക്കുറിച്ച് കേട്ടിട്ടുണ്ടോ എപ്പോഴെങ്കിലും? നിന്നെ സൃഷ്ടിച്ച് ഈ ഭൂമിയിലേക്ക് അയച്ചത് ആരാണെന്ന് അറിയുമോ?" കുട്ടി ഒഫീലിയായുടെ ചോദ്യം കേട്ട് വല്ലാതെ പരിഭ്രമിച്ചു. എന്നിട്ടും പതിവുപോലെ ഇളിച്ചു കാണിക്കുക മാത്രം ചെയ്തു.

'ആരുമല്ല' ടോപ്സി ചിരിച്ചു കൊണ്ടുപറഞ്ഞു.

"ഞാൻ തനിയെ ജനിച്ചു; തനിയെ വളർന്നു. എന്നെ ആരും സൃഷ്ടിച്ചതുമല്ല, വളർത്തിയതുമല്ല." ഈ സത്യത്തിൽ അവൾ അഭിരമിക്കുന്നുണ്ടെന്നു തോന്നി. കാരണം അതുപറയുമ്പോൾ അവളുടെ കണ്ണുകൾ തിളങ്ങിയിരുന്നു.

"നിനക്ക് തയ്ക്കാൻ അറിയുമോ?"

"ഇല്ല"

"പിന്നെ നിനക്ക് എന്താണ് അറിയുക? നിന്റെ യജമാനനും യജമാനത്തിക്കും വേണ്ടി എന്തുജോലിയാണ് ചെയ്തു കൊടുത്തിരുന്നത്?"

"വെള്ളം കൊണ്ടുവരിക, പാത്രം കഴുകുക, കത്തി മൂർച്ചകൂട്ടുക ആളുകളെ സ്വീകരിക്കുക തുടങ്ങിയ ജോലികൾ"

"അവർ നിന്നോട് എങ്ങനെയാണ് പെരുമാറിയിരുന്നത്? നന്നായി പെരുമാറുമായിരുന്നോ?"

മിസ്സ് ഒഫീലിയയുടെ ഈ ചോദ്യം കേട്ടപ്പോൾ സെന്റ് ക്ലെയർ അവരുടെ പിന്നിൽ വന്നുനിന്നു പറഞ്ഞു:

"കൃഷിയിറക്കാത്ത ഭൂമിയാണ് ഇത്. നിങ്ങൾ സകലകഴിവുകളും പ്രയോഗിക്കുക!"

മിസ്സ് ഒഫീലിയയുടെ ആശയങ്ങൾ വളരെ വ്യക്തവും പ്രകടവുമാണ്. എല്ലാവരോടും ആദരവോടെയും വിനയത്തോടെയും സംസാരിക്കുവാൻ പഠിപ്പിക്കുക. വേദോപദേശങ്ങൾ ശ്രദ്ധയോടെ ശ്രവിക്കുക. തുന്നാനും എഴുതാനും വായിക്കാനും പഠിക്കുക. നുണ പറയാതിരിക്കുക. ഇത്രയും പഠിപ്പിച്ചെടുത്താൽ അവൾ നന്നാകും എന്ന് ഒഫീലിയക്ക് ഉറപ്പുണ്ട്.

നുണപറഞ്ഞാൽ നല്ല ശിക്ഷ കൊടുക്കുമെന്ന് അവൾ മനസിൽ കണക്കുകൂട്ടി.

ടോപ്സിയെ ഒഫീലിയായുടെ പെൺകുട്ടിയായാണ് ഓരോരുത്തരും കണക്കാക്കിയത്. അടുക്കളക്കാരികൾക്ക് അവളോടു വെറുപ്പായിരുന്നു. അതുകൊണ്ടുതന്നെ അവിടേക്ക് അവൾക്ക് പ്രവേശനം ഉണ്ടായില്ല. ഒഫീലിയായുടെ കിടപ്പുമുറിയിലെ ജോലികളായിരുന്നു പ്രധാനമായും അവൾക്കു ചെയ്യേണ്ടിയിരുന്നത്.

കിടക്ക കുടഞ്ഞ് വിരിച്ചിടേണ്ടത് എങ്ങനെയെന്ന് മിസ്സ് ഒഫീലിയ അവളെ പഠിപ്പിച്ചു. ഒരു ശവസംസ്കാര ചടങ്ങിൽ പുരോഹിതൻ പറഞ്ഞുകൊടുക്കുന്ന കാര്യങ്ങൾ ശ്രദ്ധിച്ചുകേട്ടു മനസിലാക്കുന്നതുപോലെ അവൾ യജമാനത്തിയുടെ നിർദേശങ്ങൾ കേട്ടുനിന്നു. എന്നാൽ ഒഫീലിയയുടെ കണ്ണൊന്നു തെറ്റിയപ്പോൾ അവൾ ഒരു ജോഡി കൈഉറയും ഒരു റിബണും പെട്ടെന്ന് അടിച്ചുമാറ്റി തന്റെ ഉടുപ്പിനടിയിൽ വച്ചു. എന്നിട്ട് യാതൊന്നും അറിയാത്ത മട്ടിൽ ഭവ്യതയോടെ കൈയുംകെട്ടി നിന്നു.

“ഞാൻ ചെയ്തതുപോലെ നീ ഒന്ന് കുടഞ്ഞു വിരിക്കൂ! ഞാൻ കാണട്ടെ?”ഒഫീലിയ ആവശ്യപ്പെട്ടു.

ടോപ്സി നല്ല ഉത്സാഹത്തോടെ യജമാനത്തി ഒരിക്കൽ കാണിച്ചുകൊടുത്ത ജോലി വളരെ വേഗത്തിൽ ഭംഗിയായി നിർവഹിച്ചു. മിസ്സ് ഒഫിലിയയ്ക്ക് വളരെ തൃപ്തിയായി. വിരിച്ച ശേഷം അവൾ ചുളിവുകളെല്ലാം നന്നായി തട്ടി ശരിയാക്കി. ഭാഗ്യ ദോഷം! ജോലി ചെയ്തു തീർന്നപ്പോൾ റിബണിന്റെ ഒരറ്റം ഉടുപ്പിനുള്ളിൽനിന്നും പുറത്തേക്കു ഞാന്നു. മിസ്സ് ഒഫീലിയയുടെ കണ്ണിൽപ്പെടേണ്ട താമസം അവൾ ചാടിയെഴുന്നേറ്റ് ഗർജിച്ചു.

“എന്താണ് നീ ചെയ്തത്? നീ ഒരു കള്ളിയാണല്ലേ? ഇത് നീ മോഷ്ടിച്ചതല്ലേ? മോഷണം തെറ്റാണെന്ന് നിനക്ക് അറിയില്ലേ?”

തന്റെ ഉടുപ്പിനടിയിൽനിന്നും ആ റിബൺ വലിച്ചെടുക്കുന്നതു കണ്ടിട്ടും അവൾ അൽപ്പംപോലും ഭയന്നില്ല. ഇതെങ്ങനെ തന്റെ ഉടുപ്പിനടിയിൽ വന്നുപെട്ടു എന്ന ഭാവത്തിൽ ഒരു നിഷ്കളങ്കയെപ്പോലെ നിൽക്കയാണവൾ.

“നോക്കൂ! ഈ റിബൺ നിന്റെ കൈയിൽ എങ്ങനെ വന്നുപെട്ടു? നിന്റെ ഉടുപ്പിനടിയിൽ നിന്നല്ലേ, ഞാനിതെടുത്തത്?”

“യജമാനത്തീ, ഞാൻ മോഷ്ടിച്ചതല്ല. ഇത് എങ്ങനെ എന്റെ കൈയിൽ വന്നു എന്ന് എനിക്കറിയില്ല. സത്യമായിട്ടും! ഞാൻ ശപഥം ചെയ്യുകയാണ്. ഇതുവരെ ഞാനിത് കണ്ടിട്ടേയില്ല.”

“ടോപ്സീ, നീ ചീത്തക്കുട്ടിയാണ്. എന്നോട് നുണപറയുകയാണ്. നീ റിബ്ബൺ മോഷ്ടിച്ചിരിക്കുന്നു. എന്നിട്ട് അതു സമ്മതിക്കുന്നുമില്ല. നീ പറയുന്നത് തെറ്റാണെന്ന് നിനക്ക് അറിയുകയില്ലേ?”

“ഞാൻ ഒരിക്കലും നുണപറയുകയില്ല, യജമാനത്തീ.” ടോപ്സി ഗൗരവത്തിൽ പറഞ്ഞു. “ഞാൻ പറയുന്നത് സത്യമാണ്.”

"ഇത്തരം കല്ലുവച്ച നുണ മേലിൽ പറയരുത്. പറഞ്ഞാൽ നല്ല ചുട്ട അടി കിട്ടും. മനസിലായോ?"

"നിങ്ങൾ ഇന്നു മുഴുവൻ എന്നെ തല്ലിയാലും ശരി, എനിക്ക് മറ്റൊന്നും പറയാനില്ല. ഞാൻ അത് കണ്ടിട്ടില്ല. ചിലപ്പോൾ കിടക്കയിൽ ഇരുന്നിരുന്ന അത് എന്റെ ഉടുപ്പിന്റെ കൈയിൽ കുടുങ്ങിയതാവാം. മെത്ത കുടഞ്ഞപ്പോൾ അത് എന്റെ ഉടുപ്പിൽ കുടുങ്ങിയതായിരിക്കും. പിന്നെ ഉടുപ്പിന്റെ കൈയിലേക്ക് കയറിയതാവും."

മിസ്സ് ഒഫീലിയയ്ക്ക് ധാർമികരോഷം അടക്കാനായില്ല. അവർ ആ പെണ്ണിനെ പിടിച്ചുകുലുക്കി.

"മേലിൽ ഇത്തരം കള്ളത്തരം എന്നോട് പറയുമോ?" കുലുക്കത്തിന്റെ ശക്തിയിൽ അവൾ ഉടുപ്പിനടിയിൽ ഒളിപ്പിച്ചു വച്ചിരുന്ന ഗ്ലൗസ് നിലത്തുവീണു.

"നീ മോഷ്ടിച്ചില്ലെന്ന് ഇനിയും പറയുമോ?" ഒഫീലിയ അലറി വിളിച്ചു.

ഗ്ലൗസ് താൻ കട്ടതാണെന്ന് ടോപ്സി സമ്മതിച്ചു. എന്നാൽ റിബൺ താൻ മോഷ്ടിച്ചതല്ല എന്ന നിലപാടിൽ അവൾ ഉറച്ചുനിന്നു.

"ടോപ്സീ, നീ തെറ്റുസമ്മതിച്ചാൽ ഇത്തവണ നിന്നെ ഞാൻ ശിക്ഷിക്കാതിരിക്കാം."

ഒടുവിൽ ഗത്യന്തരമില്ലാതെ വന്നപ്പോൾ റിബണും ഗ്ലൗസും താൻ കട്ടതാണെന്ന് അവൾ സമ്മതിച്ചു.

"ശരി. ഞാൻ ഒരു കാര്യം ചോദിക്കട്ടെ, ഇന്നലെ മുഴുവൻ ഈ വീട്ടിൽ ഓടിനടക്കാൻ ഞാൻ നിന്നെ അനുവദിച്ചിരുന്നു. അപ്പോൾ നീ പലതും മോഷ്ടിച്ചിട്ടുണ്ടാകും. സത്യം പറഞ്ഞാൽ ഞാൻ നിന്നെ അടിക്കുകയില്ല."

"യജമാനത്തീ, ഇവായുടെ മാല ഞാൻ മോഷ്ടിച്ചു."

"കള്ളീ, നീ അതു ചെയ്തുവല്ലേ? പിന്നെ എന്തെല്ലാം മോഷ്ടിച്ചു?"

'പിന്നെ റോസയുടെ ചുമന്ന കമ്മലുകൾ!"

"രണ്ടു നിമിഷത്തിനകം അവയെല്ലാം എടുത്ത് എന്റെ കൈയിൽ കൊണ്ടുവന്നു തരിക."

"അയ്യോ യജമാനത്തീ, അത് എടുത്തുകൊണ്ടുവരാൻ കഴിയുകയില്ല. കത്തിപ്പോയി."

"കത്തുകയോ? നീ വീണ്ടും നുണപറയുകയാണ്. പോയി എടുത്തുകൊണ്ടുവാ, ഇല്ലെങ്കിൽ നിന്നെ ഞാൻ തല്ലി പുറംപൊളിക്കും."

എതിർപ്പും കരച്ചിലും ശകാരവും എല്ലാം ഉച്ചത്തിൽ മുഴങ്ങിക്കേട്ടു. തനിക്ക് അത് എടുത്തുകൊണ്ടുവരാൻ സാധിക്കുകയില്ല എന്ന് കണ്ണീരൊഴുക്കിക്കൊണ്ട് അവൾ പറഞ്ഞു. "അവ കത്തിപ്പോയി."

"എന്തിനാണ് നീ അതു കത്തിച്ചു കളഞ്ഞത്?"

"കാരണം ഞാൻ ചീത്തയാണ്. ഈ ഭൂമിയിലെ ഏറ്റവും ചീത്ത. എനിക്ക് ഇതല്ലാതെ വേറെ ഒന്നും ചെയ്യാനില്ല."

അപ്പോഴെയ്ക്കും ഇവാ അവിടെ എത്തി. ടോപ്സി മോഷ്ടിച്ച്

കത്തിച്ചുകളഞ്ഞു എന്നുപറഞ്ഞ അതേ നെക്ലേസ് അവൾ അണിഞ്ഞിരിക്കുന്നു."

"ഇവാ, നിന്റെ ഈ നെക്ലേസ് എവിടെനിന്നു കിട്ടി?" മിസ്സ് ഒഫീലിയ ചോദിച്ചു.

കിട്ടുകയോ? അതിനിത് പോയിട്ടില്ലല്ലോ. ഇതു ഞാൻ ഇട്ടുകൊണ്ടു നടക്കുകയല്ലായിരുന്നോ?" ഇവാ മറുപടി പറഞ്ഞു.

"ഇന്നലെയും ഇതു നിന്റെ കഴുത്തിൽ ഉണ്ടായിരുന്നുവോ?"

"ഉണ്ടായിരുന്നുവല്ലോ?" എന്താകാര്യം ആന്റീ? രാത്രി മുഴുവൻ ഇതെന്റെ കഴുത്തിൽ ഉണ്ടായിരുന്നു. ഉറങ്ങാൻ കിടന്നപ്പോൾ അഴിച്ചു വയ്ക്കാൻ മറന്നുപോയി."

മിസ്സ് ഒഫീലിയ വല്ലാതെ അന്ധാളിച്ചുപോയി. അവളെ അതിലേറെ അതിശയിപ്പിച്ചത്, ആ വഴി ഇസ്തിരിയിട്ട തുണികളുമായി റോസ അവിടേക്ക് കടന്നുവന്നപ്പോഴാണ്. അവളുടെ കാതിൽ ചുവന്ന കമ്മലുകൾ വെട്ടിത്തിളങ്ങിയിരുന്നു!

"ഇത്തരം കുട്ടികളെ എന്തുചെയ്യണമെന്ന് എനിക്കറിയില്ല. നീ എന്തിനാണ് ഇത്തരത്തിലെല്ലാം എന്നോട് പറഞ്ഞത്. തികഞ്ഞ നിരാശയോടെയാണ് ഒഫീലിയ ഇങ്ങനെ ചോദിച്ചത്.

"യജമാനത്തിയല്ലേ എന്നോട് കുറ്റസമ്മതം നടത്തണമെന്ന് പറഞ്ഞത്. എനിക്ക് വേറൊന്നു പറയണമെന്ന് തോന്നിയില്ല." ടോപ്സി കണ്ണുകൾ തിരുമ്മിക്കൊണ്ട് പറഞ്ഞു.

"എത്ര ശ്രമിച്ചിട്ടും കാര്യമില്ല. അവളെപ്പോലെ ഒരുത്തിക്ക് സത്യം പറയാൻ സാധിക്കുകയില്ല. ഞാനാണ് യജമാനൻ സെന്റ് ക്ലെയർ എങ്കിൽ, ചോരതെറിക്കുന്നതുവരെ ചാട്ടവാറുകൊണ്ട് അടിച്ചേനേ." റോസ അവളെ ദേഷ്യത്തോടെ നോക്കിക്കൊണ്ടു പറഞ്ഞു.

"അരുത് റോസാ അരുത്!" ഇവാ കൽപ്പിച്ചു. ഒരിക്കലും നീ ഇങ്ങനെ സംസാരിക്കരുത്. എനിക്ക് അതു സഹിക്കാനാവില്ല. ഇത്തരത്തിലുള്ള സംസാരം കേൾക്കുന്നതേ എനിക്ക് വെറുപ്പാണ്."

"ദൈവമേ, ഈ കുട്ടി എത്ര പാവമാണ്. എത്ര നല്ലവളും! നീഗ്രോകളോട് എങ്ങനെ പെരുമാറണമെന്ന് നിനക്കറിയില്ല. ഇവറ്റകളെ നന്നാക്കാൻ അടിയല്ലാതെ മറ്റു മാർഗമൊന്നുമില്ല."

"റോസാ, മേലിൽ ഇനി ഇത്തരത്തിൽ ഒരക്ഷരം മിണ്ടിപ്പോകരുത്." ഇവായുടെ കണ്ണുകൾ ജ്വലിച്ചു. മുഖം ചുവന്നുതുടുത്തു.

"ഇവാമോളുടെ സിരകളിലൂടെ ഒഴുകുന്നത് സെന്റ് ക്ലെയറിന്റെ രക്തമാണ്. ഈ കുഞ്ഞിന് സമസ്തലോകത്തിനു വേണ്ടിയും സംസാരിക്കുവാൻ കഴിയും. അവൾ പപ്പായെപ്പോലെ തന്നെയാണ്." മുറിവിട്ട് പുറത്തേക്കു പോകുമ്പോൾ റോസ പറഞ്ഞു.

ഇവായും ടോപ്സിയും പരസ്പരം നോക്കിനിന്നു. സമൂഹത്തിന്റെ രണ്ടു തട്ടിലുള്ള കുഞ്ഞുങ്ങൾ പരസ്പരം നോക്കുകയാണ്. ടോപ്സിയുടെ കള്ളത്തരങ്ങളെക്കുറിച്ച് മിസ്സ് ഒഫീലിയ വിവരിക്കുന്നത് ഇവാ

നിറമിഴികളോടെ കേട്ടു നിന്നു.

"എന്തിനാണ് ടോപ്സീ, നീ മോഷ്ടിക്കുന്നത്? നിനക്ക് അതിന്റെ ആവശ്യമെന്താണ്? നിന്നെ ഇവിടെയുള്ളവർ നന്നായി നോക്കിക്കോളും. എനിക്കുള്ളതെല്ലാം ഞാൻ നിനക്കു തരാൻ തയാറാണ്. ഇനി നീ മോഷ് ടിക്കരുത് കേട്ടോ."

ടോപ്സി തന്റെ ജീവിത കാലത്തിനിടയ്ക്ക് ഇത്രയും ദയവുള്ള വാക്കുകൾ കേട്ടിട്ടില്ല. മാധുര്യമൂറുന്ന ആ വാക്കുകളും ഹൃദ്യമായ പെരുമാറ്റവും ടോപ്സിയുടെ പരുക്കൻ ഹൃദയത്തെപ്പോലും സ്പർശിച്ചു. അവളുടെ കുറുത്തമിഴികളിൽ കണ്ണുനീർ വെട്ടിത്തിളങ്ങി. അതോടൊപ്പം തന്നെ അവളുടെ മുഖത്ത് ഒരുതരം ചിരി പരന്നു. ഇവായുടെ സംസാരത്തിലെ ആത്മാർഥത അവൾക്ക് വിശ്വസിക്കാനായില്ല. അവളത് വെറും തമാശയായി കണക്കാക്കി.

ടോപ്സിയെ എന്തു ചെയ്യണമെന്നറിയാതെ മിസ്സ് ഒഫീലിയ കുഴങ്ങി. കുട്ടികളെ വളർത്തേണ്ടുന്ന രീതിയെക്കുറിച്ച് അവൾ സങ്കൽപ്പിച്ചു വച്ചിരുന്നതൊന്നും ടോപ്സിക്ക് ബാധകമായിരുന്നില്ല. കുറച്ചുനേരം ആലോചിച്ചാലേ മനസിലൊരു വഴി തെളിഞ്ഞുവരൂ എന്നവൾക്കു തോന്നി. സ്വസ്ഥമായിരുന്ന് ആലോചിച്ച് ഒരു മാർഗം കണ്ടുപിടിക്കുന്നതിനായി അവൾ ടോപ്സിയെ ഒരു മുറിയിൽ പൂട്ടിയിട്ടു.

"തല്ലാതെ എങ്ങനെയാണ് ഈ പെണ്ണിനെ നേരെയാക്കി എടുക്കുക എന്നെനിക്ക് അറിയുകയില്ല. മിസ്സ് ഒഫീലിയ സെന്റ് ക്ലെയറിനോട് പറഞ്ഞു.

"നിങ്ങൾക്ക് എന്തുവേണമെങ്കിലും ചെയ്യാം. കൈതളരുന്നതുവരെ അടിച്ചോളൂ. അവളുടെ മേൽ പരിപൂർണമായ അധികാരം നിങ്ങൾക്കു പതിച്ചുതന്നിട്ടുള്ളതാണ്."

"കുട്ടികളെ തല്ലാതെ നേരെയാക്കുവാൻ പറ്റില്ല." മിസ്സ് ഒഫീലിയ പറഞ്ഞു. "അടികൊണ്ട് വളരാത്ത നീഗ്രോകൾ ഒന്നും നേരെയായതായി ഞാൻ കേട്ടിട്ടില്ല."

"ഓ, അങ്ങനെയാണോ?" സെന്റ് ക്ലെയർ ചോദിച്ചു.

"ഏറ്റവും ഉചിതമായത് എന്താണെന്നു വച്ചാൽ അതുചെയ്യുക! എന്നാൽ ഒരു കാര്യം മനസിലാക്കേണ്ടത് എന്താണെന്നു വച്ചാൽ, ഇവളെ ഇരുമ്പുകമ്പികൊണ്ടും കൈക്കോട്ടിൽകൊണ്ടും മറ്റും അടിക്കുന്നത് ഞാൻ കണ്ടിട്ടുണ്ട്. എന്നിട്ടും അവൾക്കൊരു കുലുക്കവും ഉള്ളതായി തോന്നിയിട്ടില്ല. അത്തരം പീഡനങ്ങൾ അനുഭവിച്ചിട്ടുള്ള ഇവളെ നിങ്ങൾ എത്ര അടിച്ചാലും അത് ഏശുമെന്ന് തോന്നുന്നില്ല."

"അവളെ ഞാനിനി എന്താണ് ചെയ്യേണ്ടത്?" മിസ്സ് ഒഫീലിയ ചോദിച്ചു.

"നിങ്ങൾ ഗുരുതരമായ ഒരു കാര്യമാണ് ഏറ്റെടുത്തിട്ടുള്ളത്. നിങ്ങൾ സ്വയം അതിന് ഉത്തരം കണ്ടെത്തണം എന്നാണ് എന്റെ ആഗ്രഹം."

"എന്തു ചെയ്യണമെന്ന് എനിക്കറിയില്ല. ഇത്തരത്തിലൊരു കുട്ടിയെ ഞാൻ ജീവിതത്തിൽ ഒരിക്കലും കണ്ടിട്ടില്ല."

"നമ്മുടെ ഇടയിൽ ഇത്തരം സ്വഭാവക്കാർ ധാരാളമായി ഉണ്ട്. സകലരേയും വിദ്യാഭ്യാസം ചെയ്യിക്കേണ്ടതിന്റെ പ്രാധാന്യത്തെക്കുറിച്ച് നിങ്ങൾ ഒരുപാട് പ്രസംഗിച്ചില്ലേ? നമ്മുടെ ഇടയിലുള്ള ആയിരക്കണക്കിനാളുകളുടെ ഒരു മാതൃകയായ ഈ കുട്ടിയെ നിങ്ങൾ പഠിപ്പിക്കാൻ ശ്രമിക്കണമെന്നും അതിൽ വിജയിക്കണമെന്നും ഞാൻ ആഗ്രഹിക്കുന്നു."

"നിങ്ങൾ അനുവർത്തിക്കുന്ന രീതികളാണ് ഇത്തരം കുട്ടികളെ സൃഷ്ടിക്കുവാൻ ഇടയാക്കുന്നത്!" മിസ്സ് ഒഫീലിയ അഭിപ്രായപ്പെട്ടു.

"അതെല്ലാം എനിക്കറിയാം. എന്നാൽ അതുനില നിൽക്കുന്നു എന്നതാണ് സത്യം. എന്താണ് അതിനായി ചെയ്യേണ്ടത്?"

'ഞാനിത് എന്റെ കടമയും കർത്തവ്യവുമായി ഏറ്റെടുക്കുന്നു. ഞാനതിനു വേണ്ടി പരമാവധി ശ്രമിക്കാം." പറഞ്ഞതുപോലെ തന്നെ മിസ്സ് ഒഫീലിയ വലിയ ആത്മാർഥതയോടെയും ഉത്സാഹത്തോടെയും കർത്തവ്യനിരതയായി. അവൾ ടോപ്സിയെ എഴുത്തും വായനയും തയ്യലും പഠിപ്പിക്കുവാൻ ശ്രമിച്ചുകൊണ്ടിരുന്നു.

എഴുത്തും വായനയും വളരെ വേഗത്തിൽ പഠിക്കാൻ അവൾക്കു സാധിച്ചു. മാന്ത്രികശക്തിയാലെന്നപോലെ വായിക്കാൻ പഠിച്ച അവൾക്ക് തുന്നൽ ബാലികേറാമലയായിരുന്നു. തുന്നൽപ്പണി അവൾക്ക് വെറുപ്പും അറപ്പുമാണ്. തുന്നാൻ ഏൽപ്പിച്ചാൽ ഉടനെ സൂചികൾ പൊട്ടിക്കും. ആരും കാണുന്നില്ലെങ്കിൽ സൂചികൾ ജനലിലൂടെ പുറത്തേക്ക് വലിച്ചെറിയും. നൂലുകൾ കൂട്ടിപ്പിണച്ച് കെട്ടുവരുത്തും; അതിൽ അഴുക്കാക്കും. മെഷീൻ മനപ്പൂർവം തിരിച്ച് കേടുവരുത്തി വയ്ക്കും. തകരാറുകൾ ഒന്നൊന്നായി വന്നപ്പോൾ ഒഫീലിയയ്ക്ക് സംശയം ഉണ്ടായി. എന്നാൽ കണ്ടുപിടിക്കാൻ സാധിച്ചതും ഇല്ല. അതുകൊണ്ട് ഒരു തീരുമാനത്തിലെത്താൻ കഴിഞ്ഞില്ല.

ദിവസം ചെല്ലുന്തോറും ടോപ്സിയെ ഓരോരുത്തരും ശ്രദ്ധിച്ചു തുടങ്ങി. പാട്ടിലും നൃത്തത്തിലും ശബ്ദാനുകരണത്തിലും അവൾക്ക് പ്രത്യേക കഴിവുണ്ടായിരുന്നു. ഏതു ശബ്ദം കേട്ടാലും അത് അതേപടി ഇവൾ അനുകരിക്കും. കളികളിലും അവൾ മുന്നിലായിരുന്നു. ഇവായടക്കമുള്ള എല്ലാകുട്ടികളും അവളെ പ്രശംസിക്കുമായിരുന്നു, ഇവായും ടോപ്സിയും തമ്മിലുള്ള അതിരുകടന്ന അടുപ്പത്തിൽ മിസ്സ് ഒഫീലിയ വല്ലാതെ അസ്വസ്ഥയായിരുന്നു. അത് എങ്ങനെയെങ്കിലും തടയണമെന്ന് അവൾ സെന്റ് ക്ലെയറിനോട് ആവശ്യപ്പെട്ടു.

"കുട്ടികളെ അവരുടെ പാട്ടിനു വിട്ടേക്കൂ!" സെന്റ് ക്ലെയർ പറഞ്ഞു. "ടോപ്സിയുമായി കൂട്ടുകൂടുന്നതിൽ തെറ്റൊന്നും ഇല്ല. ആ സൗഹൃദം അവൾക്കു നല്ലതേ വരുത്തൂ!"

"എന്നാലും ഇത്രയും നശിച്ച ഒരു കുട്ടി-അവൾ ഇവായെ കുറ്റകൃത്യങ്ങൾക്കു പ്രേരിപ്പിക്കുമോ എന്നാണ് എനിക്കു ഭയം."

"ഏയ്! അതേക്കുറിച്ച് ഓർത്ത് ഭയപ്പെടേണ്ട! ഇവായുടെ മനസ്സ് കാബേജ് ഇലയിലെ മഞ്ഞുതുള്ളികൾ പോലെയാണ്. ഒരു തുള്ളിപോലും

ഉള്ളിലേക്ക് പ്രവേശിക്കുകയില്ല.”

“അത്രയ്ക്കങ്ങ് ഉറപ്പിച്ചുപറയാൻ വരട്ടെ! ഒരു കുട്ടിയേയും ടോപ്സിയോടൊപ്പം കളിക്കുവാൻ ഞാൻ അനുവദിക്കുകയില്ല.”

“ശരി!നിങ്ങളുടെ കുട്ടികൾ കളിക്കേണ്ട! എന്നാൽ എന്റെ ഇവാ കളിക്കും. അവൾ നാശമായി പോകുമായിരുന്നെങ്കിൽ അതു വർഷങ്ങൾക്കു മുമ്പേ തന്നെ സംഭവിക്കുമായിരുന്നു.”

ആദ്യം മേലെക്കിടയിലുള്ള ജോലിക്കാർക്ക് ടോപ്സിയോട് വെറുപ്പായിരുന്നു. അവർ അവളെ പാടെ അവഗണിക്കുകയായിരുന്നു. എന്നാൽ തങ്ങളുടെ പെരുമാറ്റത്തിലും മനോഭാവത്തിലും അവർക്ക് വളരെ വേഗം തന്നെ മാറ്റം വരുത്തേണ്ടിവന്നു. കാരണം ടോപ്സിയെ അവഹേളിക്കുകയോ അപമാനിക്കുകയോ ചെയ്യുന്നവർക്ക് ഉടനെ തന്നെ എന്തെങ്കിലും പ്രശ്നങ്ങൾ വന്നു പോരുന്നതായി അവർക്കു തന്നെ മനസിലായി.

തങ്ങൾക്ക് ഏറ്റവും ഇഷ്ടപ്പെട്ട കമ്മലോ മറ്റ് ആഭരണങ്ങളോ വസ്ത്രങ്ങളോ കാണാതാകും. ചിലപ്പോൾ കാൽവഴുതി വീഴും. അല്ലെങ്കിൽ നല്ല വസ്ത്രം ധരിക്കുന്ന അവസരത്തിലായിരിക്കും മുകളിൽനിന്നും ചളിവെള്ളം വന്നു വീഴുക. ടോപ്സിയെ ചോദ്യം ചെയ്താൽ അവൾ യാതൊരു തെറ്റും ചെയ്തതായി കണ്ടുപിടിക്കുവാൻ സാധിക്കുകയില്ല. ടോപ്സി നിരപരാധിയാണെങ്കിൽ പിന്നെ ഇതിന്റെയെല്ലാം പിന്നിൽ ആരാണ്? ആർക്കും ഒരെത്തുംപിടിയും കിട്ടിയില്ല. തെളിവുകളില്ലാതെ ടോപ്സിയെ ആരോപണ വിധേയയാക്കുവാൻ നീതിജ്ഞയായ മിസ്സ് ഒഫീലിയ തയാറായതും ഇല്ല.

ആരെയെങ്കിലും ദ്രോഹിക്കണമെങ്കിൽ ടോപ്സി അതിനുള്ള സമയം ഏറ്റവും ബുദ്ധിപരമായി തന്നെ തിരഞ്ഞെടുക്കും. റോസയോടും ജാനിയോടും എല്ലാം യജമാനത്തിക്ക് എന്തെങ്കിലും അപ്രിയം തോന്നുന്ന സമയത്തായിരിക്കും അവർ ഏതെങ്കിലും ആപത്തിൽ ചെന്നുചാടുക! ആ സമയത്ത് അവർ പരാതിയുമായി ചെന്നാൽ യജമാനത്തി അത് ശ്രദ്ധിക്കുകയില്ല എന്നകാര്യം ഉറപ്പാണ്. അങ്ങനെ ടോപ്സിയെ അവളുടെ സ്വന്തം വഴിക്ക് വിടുന്നതാണ് നല്ലതെന്ന് അവൾ എല്ലാവരേയും മനസിലാക്കിച്ചുകൊടുത്തു. പിന്നീടാരും അവളെ നിന്ദിക്കുവാനോ അപമാനിക്കുവാനോ തുനിഞ്ഞില്ല.

ഏതൊരു ജോലിയിലും ടോപ്സി സമർഥയായിരുന്നു. പഠിപ്പിക്കുന്ന വിഷയങ്ങൾ നിമിഷനേരത്തിനകം പഠിക്കും. ഒഫീലിയ നിർദേശിക്കുന്ന ജോലികൾ ഏറ്റവും അതിശയകരമായ വേഗതയിലാണ് അവൾ ചെയ്തുതീർത്തിരുന്നത്. മറ്റൊരാൾക്കും അവളെപ്പോലെ, ഭംഗിയിലും വൃത്തിയിലും വേഗതയിലും കിടപ്പുമുറി സജ്ജീകരിക്കുവാൻ സാധിക്കുകയില്ല. ടോപ്സി നേർവഴിയിലൂടെ സഞ്ചരിക്കുവാൻ തുടങ്ങി എന്നു ബോധ്യമായതോടെ മിസ്സ് ഒഫീലിയ അവളെ അതി സൂക്ഷ്മമായി നിരീക്ഷിക്കുന്നതിൽ നിന്നും പിന്തിരിഞ്ഞു. ഒഫീലിയ മറ്റുജോലികളിൽ വ്യാപൃതയാണെന്നു മനസിലാവുന്ന സമയത്ത് ടോപ്സി ഒറ്റയ്ക്ക് മുറിയിലിരുന്ന്

കളിക്കാൻ തുടങ്ങും. കിടക്ക വിരിയും തലയിണയും മറ്റും അവൾ നിലത്തെറിഞ്ഞു. തലയിണയിൽ മിസ് ഒഫീലിയയുടെ നിശാവസ്ത്രം വിരിച്ച് അതു നോക്കിനിന്നു രസിക്കും. പിന്നെ കണ്ണാടിയുടെ മുന്നിൽനിന്ന് ആട്ടമാണ്.

ഒരുദിവസം ഇതെല്ലാം കൈയോടെ പിടിക്കപ്പെട്ടു. അവൾ യജമാനത്തിയുടെ ഏറ്റവും മുന്തിയ ഇന്ത്യൻ ഷാൾ തലയിൽ കെട്ടി കണ്ണാടിക്കു മുന്നിൽനിന്നും നാടക റിഹേഴ്സൽ നടത്തുകയായിരുന്നു. ഒഫീലിയ മറന്നു വച്ച താക്കോലെടുക്കുവാൻ കിടപ്പുമുറിയിലേക്ക് വന്നതായിരുന്നു.

"ടോപ്സീ," ക്ഷമയുടെ നെല്ലിപ്പടികണ്ട ഒഫീലിയ അലറി വിളിച്ചു. "നീ എന്തുകൊണ്ടാണ് ഇങ്ങനെ പെരുമാറുന്നത്?"

"എനിക്കറിയില്ല യജമാനത്തീ, ചിലപ്പോൾ ഞാനൊരു ദുഃസ്വഭാവിയായ ചീത്തപ്പെണ്ണായതുകൊണ്ടാവും"

"നിന്നെ എന്താണ് ചെയ്യേണ്ടതെന്ന് എനിക്ക് മനസിലാകുന്നില്ലല്ലോ ടോപ്സീ?"

"യജമാനത്തി എന്നെ അടിച്ചോളൂ! പഴയ യജമാനത്തി എന്നെ എല്ലാ സമയത്തും അടിക്കുമായിരുന്നു. എനിക്കുതോന്നുന്നത്, അടികിട്ടാതെ എനിക്ക് പണിയെടുക്കാൻ പറ്റില്ലെന്നാണ്."

"അതെന്താ കുട്ടീ അങ്ങനെ? എനിക്ക് നിന്നെ അടിക്കുവാൻ യാതൊരു ആഗ്രഹവും ഇല്ല. ജോലിചെയ്യാൻ മനസുണ്ടെങ്കിൽ നിനക്കത് ഭംഗിയായി ചെയ്യാൻ സാധിക്കും. അങ്ങനെ ചെയ്യാതിരിക്കുവാനുള്ള കാരണം എന്താണ്?"

"തല്ലുകൊണ്ടാലേ, എനിക്കു പണിയെടുക്കുവാൻ സാധിക്കുകയുള്ളൂ എന്നു തോന്നുന്നു. അടി കിട്ടി ഞാൻ ശീലിച്ചുപോയി."

ഞായറാഴ്ചകളിൽ മിസ്സ് ഒഫീലിയ ടോപ്സിക്ക് വേദോപദേശം നൽകുമായിരുന്നു. അവളുടെ ഓർമശക്തി അപാരമായിരുന്നു. അവളുടെ പഠിപ്പിൽ ഒഫീലിയയ്ക്ക് വളരെ സംതൃപ്തി ഉണ്ടായിരുന്നു.

"ഈ വേദപഠനംകൊണ്ട് അവൾക്ക് എന്തു നന്മയാണ് ഉണ്ടാകുന്നത്?" സെന്റ് ക്ലെയർ ചോദിച്ചു.

"ഒരുപാടു ഗുണങ്ങളുണ്ട്. അത് കുഞ്ഞുങ്ങളെ നന്മയുടെ പാതയിലൂടെ നടക്കാൻ സഹായിക്കുന്നു."

"അതവൾ മനസിലാക്കുന്നുണ്ടോ?"

"കുട്ടികൾ ഇപ്പോൾ അത് മനസിലാക്കിക്കൊള്ളണം എന്നില്ല. എന്നാൽ വളരുമ്പോൾ അവർ അത് ഓർക്കാതിരിക്കില്ല."

"ഞാൻ കുഞ്ഞായിരുന്ന കാലത്ത് നിങ്ങൾ ഇതും ഇതിലപ്പുറവും എന്നെ പഠിപ്പിച്ചിരുന്നതല്ലേ? എന്നിട്ട് ഇപ്പോൾ അതുകൊണ്ട് എന്തു പ്രയോജനമാണ് ഉള്ളത്?"

"നീ പഠിപ്പിൽ എത്രമാത്രം മിടുക്കനായിരുന്നു? നിന്നിൽ എനിക്ക് വലിയ പ്രതീക്ഷയുണ്ടായിരുന്നു." അവരുടെ കുട്ടിക്കാലം ഓർത്തുകൊണ്ട് മിസ്സ് ഒഫീലിയ പറഞ്ഞു.

"ഇപ്പോൾ പ്രതീക്ഷയെല്ലാം അസ്തമിച്ചുവോ?" സെന്റ് ക്ലെയർ കുസൃതിചോദ്യം തൊടുത്തുവിട്ടു.

"കുട്ടിക്കാലത്തെപ്പോലെ തന്നെ നീ എന്നും നല്ലവനായിരിക്കണം എന്നാണ് എന്റെ ആഗ്രഹം അഗസ്റ്റിൻ!"

"ഞാനും അങ്ങനെതന്നെ ആഗ്രഹിക്കുന്നു." സെന്റ് ക്ലെയർ പറഞ്ഞു. "ടോപ്സിയുടെ വേദപഠനം മുന്നോട്ടു നീങ്ങട്ടെ. മിക്കവാറും നിങ്ങൾ അതിൽ വിജയിക്കും എന്നാണ് ഞാൻ പ്രതീക്ഷിക്കുന്നത്."

ഇതെല്ലാം കേട്ടുകൊണ്ട് ടോപ്സി ഒരു അഞ്ജന ശിലപോലെ കൈയും കെട്ടി നിൽക്കുകയായിരുന്നു. ഒഫീലിയ കൈകൊണ്ട് ആംഗ്യം കാണിച്ച വേളയിൽ അവൾ പഠിച്ചകാര്യങ്ങളെല്ലാം അതുപോലെ ഉരുവിടാൻ തുടങ്ങി.

"നമ്മുടെ ആദ്യത്തെ മാതാപിതാക്കൾ അവരുടെ ഇഷ്ടാനുസരണം ജീവിച്ചതിന്റെ ഫലമായി, അവർ സൃഷ്ടിച്ച സ്ഥലത്തുനിന്നും പുറത്താക്കപ്പെട്ടു." ടോപ്സിയുടെ കണ്ണുകൾ ചോദ്യരൂപേണ മിന്നിത്തിളങ്ങി.

"എന്താണ് കാര്യം ടോപ്സീ" മിസ്സ് ഒഫീലിയ ചോദിച്ചു.

"ആ സ്ഥലം കെന്റക്കിയാണോ യജമാനത്തീ?"

"ഏതു സ്ഥലം ടോപ്സീ?"

"അവർ പുറത്താക്കപ്പെട്ട സ്ഥലം. ഞങ്ങൾ കെന്റക്കിയിൽ നിന്നാണ് വന്നതെന്ന് യജമാനൻ പറയുന്നത് ഞാൻ കേട്ടിട്ടുണ്ട്."

സെന്റ് ക്ലെയറിന് ചിരി അടക്കാനായില്ല.

"നിങ്ങൾ അതിന്റെയെല്ലാം അർഥം ശരിയായ രീതിയിൽ പറഞ്ഞു മനസിലാക്കിക്കൊടുത്തില്ലെങ്കിൽ അവൾ സ്വന്തം നിലയിൽ വ്യാഖ്യാനിച്ച് പുതിയ പുതിയ അർഥങ്ങൾ സൃഷ്ടിക്കും." അയാൾ പറഞ്ഞു. "കുടിയേറ്റത്തിന്റെ തത്വമാണ് അവൾ പറയുന്നത്."

"എന്റെ അഗസ്റ്റിൻ, നീ ഒന്ന് മിണ്ടാതിരിക്ക്. ഇങ്ങനെ ചിരിച്ചാൽ ഞാനെങ്ങനെയാണ് പഠിപ്പിക്കുക?"

"അയ്യോ, സത്യമായിട്ടും ഞാൻ ഉപദ്രവിച്ചതല്ല", അയാൾ വർത്തമാന പത്രവും കൈയിലെടുത്ത് വായനമുറിയിലേക്ക് പോയി. ടോപ്സിയുടെ വേദപഠനം കഴിയുന്നതുവരെ അവിടെത്തന്നെ ഇരുന്നു. കാര്യങ്ങൾ ഒരു വിധം ഭംഗിയായിതന്നെ നടന്നു. ഇടയ്ക്കിടയ്ക്ക് അവൾ ചില അബദ്ധങ്ങൾ എഴുന്നള്ളിച്ചിരുന്നു എന്നുമാത്രം! അപ്പോൾ സെന്റ് ക്ലെയർ സഹോദരിയോട് നടത്തിയ ശപഥം മറന്ന്, അവൾ പറഞ്ഞ തെറ്റുകളുടെ രസം ആസ്വദിക്കുന്നതിനായി, അവളെ അരികിൽ വിളിച്ച് അത് ആവർത്തിക്കുവാൻ പറയും. മിസ്സ് ഒഫീലിയ പ്രതിഷേധിച്ചാലും അയാൾ വക വയ്ക്കുക പതിവില്ല.

"നീ ഇങ്ങനെ തുടർന്നാൽ ഞാനെങ്ങനെയാണ് ഈ കുട്ടിയെ എന്തെങ്കിലും പഠിപ്പിക്കുക അഗസ്റ്റിൻ?"

"ശരിയാണ്. വളരെ മോശം. ഞാൻ ഇനി ഇങ്ങനെ ഒന്നും ചെയ്യുകയില്ല. എന്നാലും ആ കുട്ടി വലിയ വാക്കുകൾ തല്ലിത്തടഞ്ഞ് പറയുന്ന,

രസകരമായ കാഴ്ച കാണാൻ എനിക്ക് വലിയ ഇഷ്ടമാണ്."

ഏതാനും മാസങ്ങൾ ടോപ്സിയുടെ പഠനം ഇതേ രീതിയിൽ മുന്നോട്ടു പോയി. മിസ്സ് ഒഫീലിയ വളരെ കഷ്ടപ്പെട്ട് അവളെ പഠിപ്പിച്ചു.

ആ കുട്ടിയുടെ പ്രവൃത്തികൾ സെന്റ് ക്ലെയർ വളരെ തമാശയോടെ നോക്കിക്കാണുകയും ആസ്വദിക്കുകയും ചെയ്തു. തത്തയുടെ കളികൾ കണ്ട് രസിക്കുന്ന ലാഘവത്തോടെ! മറ്റുള്ളവർ ഇവളുടെ പ്രവൃത്തികളിൽ കുപിതരായി അവളെ ശിക്ഷിക്കാൻ ഒരുങ്ങുമ്പോൾ അവൾ സെന്റ് ക്ലെയറിനു പിന്നിൽ അഭയംതേടും. അയാൾ അവളെ ഏതെങ്കിലും വിധത്തിൽ രക്ഷപ്പെടുത്തുകയും ചെയ്യും.

12

കെന്റക്കിഫാമിലെ ഷെൽബി ഭവനത്തിലെ വിശാലമായ സന്ദർശനമുറി. നേരിയ കാറ്റുപോലും അതിലെ കടന്നുപോയാൽ അകത്തേക്കു കയറിക്കോട്ടെ എന്ന മട്ടിൽ വാതിലുകളും ജനലുകളും മലർക്കേ തുറന്നിട്ടിരിക്കുന്നു. ഷെൽബി ഒരു ചാരുകസേരയിൽ ഇരുന്ന്, ഉച്ചഭക്ഷണത്തിനു ശേഷം തനിക്കു പതിവുള്ള ചുരുട്ടുവലി ആസ്വദിക്കുകയാണ്. മിസിസ് ഷെൽബി വാതിലിനടുത്തിരുന്ന് തുന്നുന്നുണ്ട്. അവസരം കിട്ടയാൽ തന്റെ മനസിനെ അലോസരപ്പെടുത്തുന്ന എന്തോ ഒരു കാര്യം ഭർത്താവിനെ അറിയിക്കുവാൻ ആഗ്രഹമുണ്ടെന്നുതോന്നും അവളുടെ ഇരുപ്പുകണ്ടാൽ.

"അതേയ്, കേൾക്കുന്നുണ്ടോ? ഇന്ന് ക്ലോയ്ക്ക് ടോമിന്റെ ഒരു കത്തുണ്ടായിരുന്നു." അവൾ പറഞ്ഞു.

"അതെയോ? ടോമിനവിടെ സുഹൃത്തുക്കളുണ്ടെന്ന് തോന്നുന്നു. എങ്ങനെയിരിക്കുന്നു അവൻ? സുഖമാണോ?"

"അവന്റെ ഇപ്പോഴത്തെ ഉടമസ്ഥർ വളരെ നല്ല ആളുകളാണെന്ന് തോന്നുന്നു. അവർ അവനോട് വളരെ ദയയോടെയും കാരുണ്യത്തോടെയും പെരുമാറുന്നു. കഠിനാദ്ധ്വാനമൊന്നും ചെയ്യിക്കുന്നില്ല."

"വളരെ നല്ലത്, അങ്ങനെ കേൾക്കുന്നതേ സന്തോഷം!"

ഷെൽബി മനസിൽ തട്ടിയതുപോലെ പറഞ്ഞു.

"തെക്കൻവീടുമായി ടോം പൊരുത്തപ്പെട്ടു പോകുമെന്ന് നമുക്ക് പ്രത്യാശിക്കാം അല്ലേ? അവന് ഇങ്ങോട്ടുവരാൻ തോന്നുന്നില്ലായിരിക്കും."

"അങ്ങനെ ഒന്നുംപറയരുത്. കാര്യങ്ങൾ എല്ലാം നേരെ മറിച്ചാണ്. വളരെ ജിജ്ഞാസയോടെയാണ് അവൻ ഇവിടുത്തെ വിവരങ്ങൾ അന്വേഷിച്ചിരിക്കുന്നത്." മിസിസ് ഷെൽബി പറഞ്ഞു.

അവനെ മോചിപ്പിച്ച് തിരിച്ചുകൊണ്ടുവരാനുള്ള പണം സ്വരൂപിക്കുവാൻ നമുക്ക് എന്നേക്കു കഴിയും?"

"അതിനെ കുറിച്ചൊന്നും എനിക്ക് യാതൊരു രൂപവും ഇല്ല." ഷെൽബി മറുപടി പറഞ്ഞു.

“ഒരിക്കൽ വ്യാപാരം നഷ്ടത്തിലാവാൻ തുടങ്ങിയാൽ പിന്നെ അതിനൊരവസരം ഇല്ലെന്നു തോന്നുന്നു. ഒരാളിൽനിന്നും കടംവാങ്ങി വേറൊരുത്തന് കൊടുക്കുക! പിന്നെ മറ്റൊരുത്തനിൽനിന്നും കടംവാങ്ങി ഇയാൾക്ക് കൊടുക്കുക അങ്ങനെ കടത്തിൽനിന്നും കടത്തിലേക്കുള്ള ഒരു യാത്രയായി മാറുകയാണ് ജീവിതം....”

“കാര്യങ്ങൾ ഇങ്ങനെ പോയാൽ പറ്റില്ലല്ലോ. എന്തെങ്കിലും ചെയ്തല്ലേ പറ്റൂ! നമ്മുടെ കുതിരകളെ മുഴുവനും പിന്നെ എസ്റ്റേറ്റും വിറ്റാൽ കടംവീട്ടാൻ സാധിക്കുകയില്ലേ?”

“എന്തൊരു വിഡ്ഢിത്തമാണ് എമിലീ, നീ പുലമ്പുന്നത്? കെന്റക്കിലെ ഏറ്റവും നല്ല സ്ത്രീയാണ് നീ, എന്നാലും കച്ചവടത്തെക്കുറിച്ച് നിനക്കൊരു ചുക്കും അറിയുകയില്ല. അല്ലെങ്കിൽ സ്ത്രീകൾക്കുണ്ടോ അതെല്ലാം മനസിലാകുന്നു. അവരൊട്ടു മനസിലാക്കാൻ ശ്രമിക്കാറും ഇല്ല.”

“എന്നാലും നിങ്ങൾക്ക് എന്തെങ്കിലും സൂചന തരാൻ സാധിക്കുകയില്ലേ? കടം എത്രമാത്രം ഉണ്ടെന്നും നമ്മുടെ കൈയിൽ എന്തുണ്ടെന്നും മറ്റും. അപ്പോൾ അപ്പോഴെനിക്ക് പരമാവധി ചെലവ് ചുരുക്കാനും അങ്ങനെ നിങ്ങളെ സഹായിക്കുവാനും സാധിക്കും!”

“നോക്കൂ! എമിലീ, നീ എന്നെ ശല്യപ്പെടുത്തല്ലേ? അതിന്റെ ഒന്നും കൃത്യമായ കണക്ക് എന്റെ പക്കലില്ല. എല്ലാം ഒരേകദേശരൂപം എന്നു മാത്രം. ആ കാര്യങ്ങളൊന്നും നീ ചിക്കിച്ചികയാൻ മിനക്കെടേണ്ട! നിനക്ക് വ്യാപാരത്തിൽ സംഭവിക്കുന്ന ലാഭനഷ്ടങ്ങളെക്കുറിച്ച് യാതൊന്നും അറിയുകയില്ല.

ഭാര്യയെ ഈ വിഷയത്തിൽനിന്നും പിന്തിരിപ്പിക്കാനായി യാതൊരു മാർഗവും കാണാതെ വന്നപ്പോൾ അയാൾ ഒച്ചയുയർത്തി. വ്യാപാരത്തിൽ സംഭവിച്ചുകൊണ്ടിരിക്കുന്ന നഷ്ടത്തെക്കുറിച്ച് അവർ സൂചിപ്പിക്കുമ്പോൾ രക്ഷപ്പെടാനുള്ള തന്ത്രം! പിന്നെ മിസിസ് ഷെൽബി യാതൊന്നും തന്നെ പറഞ്ഞില്ല. അവർ സംഭാഷണം നിർത്തി ഒന്നു നെടുവീർപ്പിട്ടു.

സത്യത്തിൽ ഭർത്താവിനേക്കാൾ എത്രയോ ബുദ്ധിയും തന്റേടവും പ്രായോഗിക ജ്ഞാനവും ഉള്ള വ്യക്തിയാണ് മിസിസ് ഷെൽബി. ടോമിനോടും ക്ലോയോടും പറഞ്ഞിട്ടുള്ള കാര്യങ്ങൾ കഴിയുന്നതും വേഗം നടപ്പിൽ വരുത്താനായി അവരുടെ ഹൃദയംപിടയ്ക്കുകയാണ്. മറ്റുള്ളവർ തന്നെ നിരുത്സാഹപ്പെടുത്തുന്നത് അവളെ വേദനിപ്പിച്ചു.

“ആ പണം എങ്ങനെയെങ്കിലും ഉണ്ടാക്കി ടോമിനെ മടക്കിക്കൊണ്ടു വരേണ്ടതാണെന്ന് നിങ്ങൾക്ക് അറിയില്ലേ? പാവം ക്ലോ! അവളുടെ ഹൃദയം അതിനായി തുടിച്ചുകൊണ്ടിരിക്കുകയാണ്.”

“എനിക്ക് വിഷമമില്ല എന്നാണോ നീ കരുതുന്നത്? എന്നാൽ പെട്ടെന്ന് വാഗ്ദാനം നൽകാൻ ഇപ്പോൾ സാധിക്കുകയില്ല. ഒന്നിനും ഒരു ഉറപ്പില്ല. ക്ലോയോട് അത് സൂചിപ്പിക്കുന്നതാണ് നല്ലതെന്ന് തോന്നുന്നു. അവൾ സ്വന്തം മനസ്സ് അതിനായി പാകപ്പെടുത്തി എടുത്തോട്ടെ!

ഒന്നുരണ്ടു വർഷത്തിനകം ടോമിന് പുതിയ ഭാര്യയുണ്ടാകും; അപ്പോൾ പിന്നെ അവളും മറ്റൊരെയെങ്കിലും സ്വീകരിക്കുന്നതല്ലേ നല്ലത്?"

"മിസ്റ്റർ ഷെൽബി, നിങ്ങൾക്ക് എന്തുപറ്റി? സമനില തെറ്റിയോ? ഞാനവരെ പഠിപ്പിച്ചിരിക്കുന്നത് വെള്ളക്കാരുടേതുപോലെ പവിത്രവും പരിപാവനവുമാണ് അവരുടെ വിവാഹബന്ധവും എന്നാണ്. എന്നിട്ട് നിങ്ങൾ പറയുന്ന കാര്യങ്ങൾ ക്ലോയോട് പറയുക എന്നത് എനിക്ക് ഓർക്കാൻകൂടി കഴിയുന്നില്ല."

"വല്ലാത്ത കഷ്ടമായിപ്പോയി! അവരുടെ അവസ്ഥയ്ക്ക് ഉപരിയായ ധാർമിക മൂല്യങ്ങളാണ് നീ അവരുടെ തലയിൽ കയറ്റിവച്ചത്. എനിക്കത് പലപ്പോഴും തോന്നിയിട്ടുണ്ട്."

"അതൊന്നും ഞാനായിട്ട് കണ്ടുപിടിച്ചതല്ല. എല്ലാം *ബൈബിളി*ലെ സദാചാരമാണ്, മിസ്റ്റർ ഷെൽബി."

"ശരി. ശരി. നിന്റെ ദൈവവിശ്വാസത്തിലോ മതത്തിലോ സദാചാര ബോധത്തിലോ ഒന്നും ഞാൻ ഇടപെടുന്നില്ല. ഈ അവസ്ഥയിൽ കഴി യുന്ന മനുഷ്യർക്കത് ഒട്ടും യോജിച്ചതല്ല, എന്നേ ഞാൻ പറഞ്ഞുള്ളൂ."

"ഓ, തീർച്ചയായും ആണ്." മിസിസ് ഷെൽബി തിരിച്ചടിച്ചു.

"അതുകൊണ്ടാണ് എന്റെ ആത്മാവ് അത് അംഗീകരിക്കാത്തത്. പൂർണമായും ഞാനത് വെറുക്കുന്നു. ഒരു നിവൃത്തിയും ഇല്ലെങ്കിൽ ഗായകസംഘത്തെ വിളിച്ച് പണം ഞാൻ സ്വയം സമ്പാദിച്ചുകൊള്ളാം."

"ഇത്തരത്തിൽ നീ സ്വയം തരംതാഴരുത്. എനിക്കതിന് അനുവാദം തരാൻ സാധിക്കുകയില്ല."

"തരംതാഴുകയോ? നിങ്ങൾ എന്തർഥത്തിലാണ് തരംതാഴുന്നു എന്നു പറയുന്നത്? സത്യം നിരാലംബരോടും നിസ്സഹായരോടും ഉള്ള ബന്ധം വിച്ഛേദിക്കലാണ് യഥാർഥത്തിലുള്ള തരംതാഴൽ. അതെ! അതുമാത്രം!"

"നിനക്കല്ലെങ്കിലും മേധാവിത്വ മനോഭാവം കൂടുതലായി ഉണ്ട്. ഒപ്പം അതീന്ദ്രിയ ബോധവും ഇത്തരത്തിലുള്ള ഡോൺക്വിക്സോട്ടിസം സ്വീക രിക്കുന്നതിനു മുമ്പ് ഒന്നുകൂടി ആലോചിക്കുന്നത് വളരെ നല്ലതാണെ ന്നാണ് എന്റെ അഭിപ്രായം."

ഭാര്യാഭർത്താക്കന്മാർ ഗൗരവമായി സംസാരിച്ചുകൊണ്ടിരിക്കുന്ന അവസരത്തിൽ ക്ലോ ആന്റി വരാന്തയുടെ അറ്റത്ത് പ്രത്യക്ഷപ്പെട്ടു. അങ്ങനെ ആ സംഭാഷണം അവിടെ വച്ച് മുറിഞ്ഞുപോയി.

"യജമാനത്തീ, ദയവായി..."അവൾ പറയാൻ തുടങ്ങി.

"എന്താണു ക്ലോ? എന്താണു നിനക്ക് വേണ്ടത്?" എന്നു ചോദിച്ചു കൊണ്ട് അവർ എഴുന്നേറ്റ് ക്ലോയുടെ അടുക്കലേക്ക് പോയി.

അവൾ ഒരുകൂട്ടം കോഴികളെയും താറാവുകളെയും യജമാനത്തിക്ക് കാണിച്ചു കൊടുത്തു. മിസിസ് ഷെൽബി അവയെ നോക്കി പുഞ്ചിരിച്ചു.

"ഞാൻ യജമാനത്തിക്ക് ചിക്കൻ കട്‌ലറ്റ് ഉണ്ടാക്കിത്തന്നിട്ട് കുറച്ചു ദിവസമായി. ഇന്ന് ഉണ്ടാക്കട്ടെ?"

"ശരി ശരി. നിനക്ക് ഇഷ്ടമുള്ളത് ഉണ്ടാക്കിക്കോളൂ. എനിക്ക്

ഒന്നിനും ഒരു നിർബന്ധവും ഇല്ല."

ക്ലോ കുറച്ചുനേരം കൂടി ഗഹനമായി എന്തോ ചിന്തിച്ചുകൊണ്ട് അവിടെത്തന്നെ നിന്നു. കട്‌ലറ്റ് അല്ല അവളുടെ മനസിലെന്ന് വ്യക്തമാണ്. അനുമതി കിട്ടാൻ വിഷമമുള്ള കാര്യങ്ങൾ ആവശ്യപ്പെടുമ്പോൾ അവളുടെ വർഗക്കാർ ചെയ്യാറുള്ളതുപോലെ ചെറിയൊരു ചിരിയുമായി അവൾ അവിടെനിന്നു. എന്നിട്ട് സാവകാശം സംസാരിക്കുവാൻ തുടങ്ങി.

"നിങ്ങൾ പണത്തെക്കുറിച്ച് ആലോചിച്ച് വിഷമിക്കുകയാണോ?" ക്ലോ വീണ്ടും ചിരിച്ചു.

"നീ എന്താണ് പറയുന്നതെന്ന് എനിക്ക് മനസിലാവുന്നില്ലല്ലോ!" മിസിസ് ഷെൽബി പറഞ്ഞു. തങ്ങൾ സംസാരിച്ച ഓരോ വാക്കും ക്ലോ കേട്ടിരിക്കുന്നു എന്ന് യജമാനത്തിക്കു മനസിലായി.

"യജമാനത്തീ," ക്ലോ ചിരിച്ചുകൊണ്ട് സംസാരിക്കുവാൻ തുടങ്ങി. "മറ്റുള്ള വെള്ളക്കാർ നീഗ്രോകളെ വാടകയ്ക്കുകൊടുത്ത് പണം സമ്പാദിക്കുന്നു. ഇവിടെയാണെങ്കിൽ അത്തരത്തിലുള്ള ആളുകളെ വെറുതേ തീറ്റിപ്പോറ്റുന്നു. അതുകൊണ്ട് ആർക്കെന്തുപകാരമാണുള്ളത്?"

"ശരി! ആരെ വാടകയ്ക്കു കൊടുക്കുന്ന കാര്യമാണ് നീ പറഞ്ഞു കൊണ്ടു വരുന്നത്?"

"അങ്ങനെയല്ല ഞാൻ പറഞ്ഞത്! 'സാം' പറയുകയായിരുന്നു, ലൂയിസ്‌വില്ലായിൽ കേക്കുണ്ടാക്കാൻ അറിയുന്ന ഒരാളെ ജോലിക്ക് ആവശ്യമുണ്ടെന്ന്. അത്തരത്തിലുള്ള ഒരാൾക്ക് ആഴ്ചയിൽ നാലുഡോളർ ശമ്പളം കൊടുക്കുമത്രേ!"

"അതു ശരി. കൊള്ളാമല്ലോ"

"യജമാനത്തീ, ഞാനൊരു കാര്യം ആലോചിക്കുകയാണ്, ഇപ്പോൾ സല്ലി വളർന്നില്ലേ? അവൾക്ക് മോസിനേയും പീറ്റിനേയും കൊച്ചു പോളിയേയും സംരക്ഷിക്കുവാൻ സാധിക്കും."

"ലൂയിസ് വില്ല വളരെ ദൂരെയല്ലേ?"

"എനിക്ക് യാതൊരു പേടിയും ഇല്ല. നദിയുടെ താഴെയല്ലേ? ഒരുപക്ഷേ, എന്റെ ഭർത്താവ് അവിടെയെങ്ങാനും ആണെങ്കിലോ?" അവൾ ചോദ്യരൂപേണ മിസിസ് ഷെൽബിയുടെ മുഖത്തേക്കു നോക്കി.

"അല്ല ക്ലോ. ഒരിക്കലും അല്ല. അത് നൂറുകണക്കിന് മൈലുകൾക്ക് അകലെയാണ്." ഇതുകേട്ടപ്പോൾ ക്ലോയുടെ മുഖം വാടി.

"സാരമില്ല. അവിടെ എത്തുമ്പോൾ നിങ്ങൾ തമ്മിൽ കുറച്ചുകൂടി അടുക്കും. ക്ലോ, നിനക്ക് ജോലിക്കു പോകാം. നിന്റെ ശമ്പളത്തിലെ ഓരോ സെന്റും ഭർത്താവിന്റെ മോചനത്തിനായി മാറ്റിവയ്ക്കപ്പെടും."

പെട്ടെന്നു തെളിഞ്ഞുവന്ന സൂര്യൻ കാർമേഘങ്ങളെ വെളുപ്പിച്ചതുപോലെ അവളുടെ മുഖം ശോഭിച്ചു.

"എനിക്ക് നല്ല വസ്ത്രമോ ഷൂസോ ഒന്നും തന്നെ ആവശ്യമില്ല. എനിക്കു ലഭിക്കുന്ന ഓരോ സെന്റും ഞാൻ സൂക്ഷിച്ചുവയ്ക്കും. ഒരു വർഷത്തിൽ എത്ര ആഴ്ചയുണ്ട് യജമാനത്തീ"

"അമ്പത്തിരണ്ട്."

"ഓഹ്! ഒരാഴ്ച എനിക്ക് നാലു ഡോളർ സമ്പാദിക്കുവാനാകും. അപ്പോൾ എത്ര ഡോളറാകും?"

"ഇരുനൂറ്റിഎട്ട് ഡോളർ" ഷെൽബി പറഞ്ഞു.

"ഹോ" അവളുടെ മുഖത്ത് ആഹ്ളാദവും ആശ്വാസവും ഒരുപോലെ പ്രകടമായി.

"എത്രകാലം ഞാൻ ജോലി ചെയ്യേണ്ടിവരും, എന്റെ ഭർത്താവിനെ മോചിപ്പിക്കുവാൻ വേണ്ട പണം ലഭിക്കുവാൻ?"

"നാലഞ്ചു കൊല്ലം. എന്നാൽ ക്ലോ, നീ ഒറ്റയ്ക്ക് അതുണ്ടാക്കാൻ കഷ്ടപ്പെടേണ്ടതില്ല. ഞാൻ പണം അതിനുവേണ്ടി മാറ്റിവയ്ക്കും!"

"എന്റെ കുടുംബത്തിന്റെ കാര്യം..."

"അതൊന്നും ഓർത്ത് നീ ഭയപ്പെടേണ്ടതില്ല. കുടുംബത്തിന്റെ അന്തസ് ഞാൻ സംരക്ഷിച്ചുകൊള്ളാം" മിസിസ് ഷെൽബി ചിരിച്ചു കൊണ്ടു പറഞ്ഞു.

"ആട്ടെ, നീ എന്നു മുതൽക്കാണ് ജോലിക്കു പോകാൻ ഉദ്ദേശിക്കുന്നത്?"

"ഞാനൊന്നും തീരുമാനിച്ചിട്ടില്ല. സാം, കുതിരക്കുട്ടികളുമായി നദിയിലേക്ക് പോകുമ്പോൾ അവനോടൊപ്പം വന്നോളാൻ എന്നോട് പറഞ്ഞിട്ടുണ്ട്. അതുകൊണ്ട് ഞാൻ സാധനങ്ങൾ എല്ലാം ഒരുക്കിവച്ചു. യജമാനത്തി അനുവദിക്കുകയാണെങ്കിൽ ഞാൻ നാളെ രാവിലെ സാമിനോടൊപ്പം പോകാം. എനിക്കൊരു പാസും നല്ല സർട്ടഫിക്കറ്റും എഴുതിത്തരണം."

"ഓ, ശരി ക്ലോ, ഞാനതെല്ലാം തയാറാക്കി വയ്ക്കാം; മിസ്റ്റർ ഷെൽബി അനുവദിക്കുകയാണെങ്കിൽ. നിങ്ങൾക്കുവേണ്ടി ഞാൻ അദ്ദേഹത്തോട് സംസാരിക്കാം."

മിസിസ് ഷെൽബി മുകളിലേക്ക് പോയി. ക്ലോ ആന്റി വലിയ ആഹ്ളാദത്തോടെ സാധനങ്ങൾ അടുക്കിവയ്ക്കാനായി സ്വന്തം കുടിലിലേക്കും.

"മാസ്റ്റർ ജോർജ്! ഞാൻ നാളെ ലൂയിസ് വില്ലയിലേക്ക് പോവുകയാണ്. ആ കാര്യം കുഞ്ഞിനറിയുമോ?" തന്റെ കൊച്ചുവീട്ടിലേക്ക് കയറിവന്ന ജോർജിനോട് ക്ലോ ചോദിച്ചു. ക്ലോ ആന്റി കുഞ്ഞുങ്ങളുടെ തുണികൾ എടുത്ത് മാറ്റിവയ്ക്കുന്നത് അവൻ നോക്കിനിന്നു.

"ഞാൻ കുഞ്ഞുങ്ങളെ നന്നായി നോക്കി വളർത്തണമെന്ന് വിചാരിച്ചതായിരുന്നു. അതിനു സാധിക്കുമെന്ന് തോന്നുന്നില്ല. ഞാൻ ഇവിടെ നിന്നും പോവുകയാണ് മാസ്റ്റർ ജോർജ്! എനിക്ക് ആഴ്ചയിൽ നാലു ഡോളർ കിട്ടും. യജമാനത്തി അതെല്ലാം കരുതിവച്ച് എന്റെ ഭർത്താവിനെ തിരിച്ചു കൊണ്ടുവരാൻ വേണ്ട ഏർപ്പാടുകൾ ചെയ്യും."

"എന്തൊരു കഷ്ടമാണ്! ക്ലോ ആന്റീ. നിങ്ങൾ എപ്പോഴാണ് പോകാൻ തീരുമാനിച്ചിരിക്കുന്നത്?"

"നാളെ സാം പോകുമ്പോൾ പോണം എന്നാണ് ഞാൻ വിചാരി

ക്കുന്നത്. മാസ്റ്റർ ജോർജ്, ഇന്ന് എന്റെ ഭർത്താവിന് ഒരു കത്തെഴുതണം. എല്ലാവിവരങ്ങളും അദ്ദേഹത്തിന് തുറന്നെഴുതണം. എഴുതില്ലേ?"

"തീർച്ചയായും." ജോർജ് പറഞ്ഞു. "അങ്കിൾ ടോമിന് നമ്മുടെ കത്തു കിട്ടുന്നത് ഏറ്റവും സന്തോഷമായിരിക്കും. ഞാൻ ഉടനെ വീട്ടിൽ പോയി കടലാസും മഷിയും എടുത്തിട്ട് വരാം."

"മാസ്റ്റർ ജോർജ്! അപ്പോഴെയ്ക്കും ഞാൻ കുഞ്ഞിന് കുറച്ചു കോഴി പൊരിച്ചു വയ്ക്കാം. നമുക്ക് ഒരുമിച്ച് അത്താഴം കഴിക്കുവാൻ എന്നു സാധിക്കുമെന്ന് അറിയില്ലല്ലോ. അതുകൊണ്ട് ഇന്നത്തെ അത്താഴം ക്ലോ ആന്റിക്ക് ഒപ്പമാകാം."

കാലം കടന്നുപോയി. രണ്ടുവർഷത്തോളമായി ടോം തന്റെ പ്രിയപ്പെട്ടവരിൽനിന്നും അകന്ന് സെന്റ് ക്ലെയർ എസ്റ്റേറ്റിൽ കഴിയുന്നു. അയാൾ പൂർണസംതൃപ്തനോ ദുഃഖിതനോ എന്നു പറയാൻ സാധിക്കുകയില്ല. വിധി എന്തുതന്നെ ആയാലും അതിനോട് പൊരുത്തപ്പെട്ടു പോകണം എന്നാണ് *ബൈബിൾ* അയാളെ പഠിപ്പിച്ചിട്ടുള്ളത്.വേദപുസ്തകത്തിലെ ആ വാക്യം അയാൾ മനഃപാഠമാക്കി. ഏറ്റവും വിവേകമുള്ള ഒരു ജീവിതതത്വമായി അയാൾ അതിനെ കണക്കാക്കി ഉൾക്കൊണ്ടു.

ടോം തന്റെ പ്രിയപ്പെട്ട ഭാര്യക്കയച്ച കത്തിന് മാസ്റ്റർ ജോർജിന്റെ മനോഹരമായ കൈപ്പടയിൽ എഴുതിയ മറുപടി ലഭിച്ചു. തന്റെ കുടുംബത്തെക്കുറിച്ചുള്ള വിശദവിവരങ്ങളും ഷെൽബി എസ്റ്റേറ്റിലെ കൊച്ചു കൊച്ചു സംഭവങ്ങളും എല്ലാം ഭംഗിയായി കത്തിൽ വിവരിച്ചിരുന്നു. ക്ലോ ആന്റി മധുര പലഹാരക്കടയിൽ ജോലിക്കു പോകുന്നതിനെ കുറിച്ചും അതിലൂടെ അവൾ നേടുന്ന പണം ടോമിന്റെ മോചനത്തിനായി മാറ്റിവയ്ക്കുന്നതിനെ കുറിച്ചും ആ കത്തിൽ പ്രതിപാദിച്ചിരുന്നു. മോസും പീറ്റും വളർന്നു തുടങ്ങി. കൊച്ചു പോളിയെ സല്ലി നന്നായി നോക്കുന്നുണ്ട്. കുഞ്ഞ് വീടിനുള്ളിൽ ഓടിക്കളിക്കുവാൻ തുടങ്ങി. ടോമിന്റെ കൊച്ചു വീട് തൽക്കാലം അടച്ചിട്ടിരിക്കുകയാണ്. ടോം തിരിച്ചെത്തുമ്പോൾ അത് മോടി പിടിപ്പിക്കുന്നതിനുവേണ്ടി പല പദ്ധതികൾ അവൻ ആസൂത്രണം ചെയ്തിട്ടുണ്ടെന്നും കത്തിൽ എഴുതിയിരിക്കുന്നു. അച്ഛനുമമ്മയും സുഖമായിരിക്കുന്നു എന്നുകൂടി എഴുതി കത്ത് ചുരുക്കി. കത്തിലെ ഭാഷയും ശൈലിയും എല്ലാം വളരെ പുതുമയുള്ളതായി ടോമിനു തോന്നി. ആ കത്ത് വായിച്ച് അയാൾ അതിശയിക്കുകയും ഒപ്പം ആനന്ദിക്കുകയും ചെയ്തു. എത്ര ആവർത്തി വായിച്ചിട്ടും അവന് മതിയായില്ല. ആ കത്ത് ഫ്രെയിം ചെയ്ത് ചുമരിൽ ഞാത്തി ഇടുന്ന കാര്യത്തെക്കുറിച്ചുപോലും അവൻ ഇവായുമായി കൂടിയാലോചിച്ചു.

ടോമും ഇവായും തമ്മിലുള്ള സൗഹൃദം ക്രമാനുഗതമായി വളർന്നു. ആ വിശ്വസ്തസേവകന്റെ ഹൃദയത്തിൽ അവൾ അനശ്വരമായ ഒരു സ്ഥാനം നേടി. ഉണ്ണിയേശുവിനെ ദർശിക്കുമ്പോഴുള്ള വാത്സല്യവും ആദരവും ആണ് അവളെ കാണുമ്പോൾ അവന്റെ മനസിൽ ഉദയംചെയ്തത്. അവളുടെ കൊച്ചുകൊച്ചാവശ്യങ്ങൾ നിർവഹിച്ചുകൊടുക്കുന്നതിൽ

അവൻ ആനന്ദനിർവൃതി അടഞ്ഞു. ഓരോ ദിവസവും രാവിലെ ചന്തയിൽ പോകുമ്പോൾ ഇവായ്ക്കുവേണ്ടി ഏറ്റവും മനോഹരമായ പൂച്ചെണ്ടുകൾ തിരഞ്ഞെടുക്കുവാൻ അവന്റെ കണ്ണുകൾ പൂക്കടയിൽ പരതി നടക്കും. ഏറ്റവും നല്ല ഓറഞ്ചും പീച്ചും വാങ്ങി, തന്റെ കൊച്ചുമാലാഖയ്ക്കു സമ്മാനിക്കുവാനായി പോക്കറ്റു നിറയ്ക്കും. അവന്റെ വണ്ടിയുടെ ഒച്ച ദൂരേ നിന്നും കേൾക്കുമ്പോഴെയ്ക്കും അവൾ പടിക്കലേക്കു കണ്ണും നട്ട് നിൽക്കുന്നതു കാണുമ്പോൾ അവന്റെ ഹൃദയം ആനന്ദത്തിൽ ആറാടും. ആകാംക്ഷയോടെ കാത്തുനിൽക്കുന്ന അവൾ ദൂരേക്കു നോക്കി വിളിക്കും.

"അങ്കിൾ ടോം, ഇന്ന് എന്താണ് എനിക്കുവേണ്ടി പ്രത്യേകമായി വാങ്ങി വന്നിട്ടുള്ളത്?"

ടോം സന്തോഷപൂർവം അവൾക്കായി കൊണ്ടുവന്നിട്ടുള്ള സമ്മാനങ്ങൾ എടുത്തു നീട്ടും.

തന്റെ മനസിൽ ടോമിനോടുള്ള സ്നേഹം അവൾ ലോഭമില്ലാതെ പ്രകടിപ്പിച്ചിരുന്നു. കൊച്ചു കുട്ടിയായ അവൾ ഭംഗിയായി വായിക്കും. നന്നായി പാടും. ശ്രേഷ്ഠമായ എന്തിനോടും ആദരവ് പ്രകടിപ്പിക്കും. ഇത്രയും ഭംഗിയായി ആരും *ബൈബിൾ* വായിക്കുന്നത് ഇതിനുമുമ്പ് ടോം കേട്ടിട്ടില്ല. ആദ്യം തന്റെ വിനീതനായ സേവകനെ സന്തോഷിപ്പിക്കുന്നതിനുവേണ്ടിയായിരുന്നു അവൾ വായിച്ചിരുന്നത്. പിന്നീടവൾ അതിന്റെ നിഗൂഢമായ പൊരുൾ തിരയാൻ ആരംഭിച്ചു. പതുക്കെ പതുക്കെ ഇവാ *ബൈബിളിനെ* സ്നേഹിക്കുവാൻ തുടങ്ങി.

*ബൈബിളി*ലെ വെളിപാടുകളും പ്രവചനങ്ങളും സർവോപരി അതിന്റെ ഭാഷയും അവളെ വല്ലാതെ ആകർഷിച്ചു. ഓരോ വാക്കിന്റെയും അർഥം അവൾ സങ്കൽപ്പിച്ചു നോക്കും. അവളും അവളുടെ വിനീത വിധേയനായ സുഹൃത്തും ഈ കാര്യത്തിൽ ഒരുപോലെയാണ്.

ആയിടയ്ക്ക് സെന്റ് ക്ലെയർ കുടുംബം തടാകതീരത്തുള്ള മനോഹരമായ ഒരു വീട്ടിലേക്ക് താമസം മാറ്റി. വേനൽക്കാലത്ത് നഗരജീവിതം അതീവ ദുസ്സഹമായിരുന്നു. തടാകത്തിൽനിന്നും വീശിവന്നിരുന്ന ശീതളമായ മന്ദമാരുതൻ അവർക്കെല്ലാം പ്രത്യേകമായ ഒരു ഉണർവും ഉന്മേഷവും പ്രദാനം ചെയ്തു. ഇന്ത്യൻ രീതിയിൽ നിർമിച്ച ഒരു ബംഗ്ലാവായിരുന്നു അത്. ഈറയും മുളയും ഉപയോഗിച്ചു നിർമിച്ച കർട്ടനുകളായിരുന്നു വീടിനു പുറമേ തൂക്കിയിരുന്നത്. തടാകതീരത്തുള്ള ആ മനോഹരമായ വീട്ടിന്റെ എല്ലാ ഭാഗത്തുനിന്നും പൂന്തോട്ടത്തിലേക്കും കളിസ്ഥലത്തേക്കും വാതിലുകൾ ഉണ്ട്. പൂക്കളുടെ നറുമണം ആ വീട്ടിലേക്ക് ഒഴുകിയെത്തും. പൂന്തോട്ടത്തിൽനിന്നും വളഞ്ഞു പുളഞ്ഞുപോകുന്ന നടപ്പാത തടാകതീരത്തിൽ ചെന്ന് അവസാനിക്കുന്നു. തടാകത്തിലെ ജലം ഉദയസൂര്യന്റെ കിരണങ്ങളേറ്റ് വെട്ടിത്തിളങ്ങുന്ന കാഴ്ച ഇവായെ വളരെയധികം സന്തോഷിപ്പിച്ചു. ഓരോ നിമിഷത്തിലും ആ പ്രകൃതിയുടെ സൗന്ദര്യം വർധിച്ചുകൊണ്ടിരുന്നു. സൂര്യാസ്തമയ വേളയിൽ ആകാശം

അരുണാഭമാകും. ജലാശയം മറ്റൊരാകാശംപോലെ നീലനിറത്തിൽ തിരയടങ്ങി ശാന്തമായി കിടക്കും. തടാകത്തിലെ സുവർണജലരേഖകൾക്കു മുകളിലായി, അവിടവിടെയായി വെള്ള ചിറകുകളുള്ള കപ്പലുകൾ ഒഴുകിനടക്കുന്നുണ്ടാകും. നക്ഷത്രങ്ങൾ കണ്ണുചിമ്മിക്കൊണ്ട് താഴോട്ടു നോക്കുമ്പോൾ വെള്ളത്തിൽ അവ വിറയ്ക്കുന്ന ആത്മാക്കളെപ്പോലെ നിലകൊണ്ടു. ഒരു ഞായറാഴ്ചയിലെ മനോഹരമായ സായാഹ്നം! പൂന്തോട്ടത്തിലെ മനോഹരമായ ഇരിപ്പിടത്തിൽ ടോമും ഇവായും ഇരിക്കുകയാണ്. ഇവായുടെ മടിയിൽ *ബൈബിൾ* നിവർത്തി വച്ചിരിക്കുന്നു. അവളത് ചെറിയ ശബ്ദത്തിൽ വായിക്കുന്നു.

പെട്ടെന്ന് വായന അവസാനിപ്പിച്ച് തടാകത്തിലേക്ക് വിരൽ ചൂണ്ടി അവൾ പറഞ്ഞു: "ടോം അങ്ങോട്ടു നോക്കൂ! ഞാനവിടെ കത്തിക്കൊണ്ടിരിക്കുന്നു കടൽ കണ്ടു."

"എന്താണ് ഇവാമോൾ പറയുന്നത്?"

"അങ്കിൾ ടോം, നിങ്ങൾക്കു കാണാൻ സാധിക്കുന്നില്ലേ? അതാ അവിടെ അതാ, കത്തുന്ന കടൽ...."

അവൾ തടാകത്തിലേക്ക് വിരൽ ചൂണ്ടി. അതിലെ ജലം പൊങ്ങുകയും താഴുകയും ചെയ്യുമ്പോൾ ആകാശത്തിലെ അരുണിമ അതിൽ പ്രതിബിംബിച്ച് തീ ജ്വാലയായിമാറുന്നു.

"ശരി തന്നെ, ഇവാ," ടോം സമ്മതിച്ചു.

അയാൾ പാടാൻ തുടങ്ങി.

"ഉദയ സൂര്യന്റെ ചിറകുകൾ എനിക്കുണ്ടായിരുന്നെങ്കിൽ! ഞാൻ കനാൻ തീരത്തിലേക്ക് പറന്നണയുമായിരുന്നു. പ്രകാശം പൊഴിക്കുന്ന മാലാഖമാർ എന്നെ–ഏറ്റവും പുതിയ വസതിയായ ജെറുസലേമിലെത്തിക്കുമായിരുന്നു...

"അങ്കിൾ ടോം, എവിടെയാണ് പുതിയ ജറുസലേം?"

"മേഘങ്ങൾക്കപ്പുറത്ത് ആകാശത്തിനും മീതേ!"

"ഞാനതു കാണുന്നുണ്ടെന്ന് തോന്നുന്നു." ഇവാ പറഞ്ഞു.

"ആ മേഘപാളികളിലേക്ക് ഒന്നു നോക്കൂ! അവ മുത്തു പതിപ്പിച്ച വലിയ കവാടങ്ങൾപോലെ കാണപ്പെടുന്നു. അതിനുമപ്പുറത്ത് ദൂരെ...വളരെ ദൂരെ കാണുന്നത് സ്വർണമാണ്. അങ്കിൾ ടോം, തിളങ്ങുന്ന ആത്മാക്കളെക്കുറിച്ച് ഒന്ന് പാടൂ."

അതിനെക്കുറിച്ചുള്ള ഒരു കീർത്തനം ടോം ആലപിച്ചു കഴിഞ്ഞപ്പോൾ ഇവാ പറഞ്ഞു.

"അങ്കിൾ ടോം, ഞാൻ ആ ആത്മാക്കളെ കണ്ടു."

ഇവായുടെ സംസാരം ടോമിനെ അൽപ്പംപോലും അത്ഭുതപ്പെടുത്തിയില്ല. ടോമിന് അതിലൊന്നും യാതൊരു സംശയവും ഇല്ല. താൻ സ്വർഗത്തിൽ പോയി തിരിച്ചുവന്നതാണെന്ന് ഇവാ പറഞ്ഞാലും ടോം വിശ്വസിക്കും.

"സ്വർഗത്തിൽ വസിക്കുന്ന ഈ ആത്മാക്കൾ ഞാൻ ഉറങ്ങുമ്പോൾ

എന്റെ അടുത്ത് വരാറുണ്ട്." ഇവായുടെ കണ്ണുകൾ സ്വപ്നത്തിലെന്ന പോലെ പാതിയടഞ്ഞു. അപ്പോൾ അവൾ ടോം പാടിയ 'തിളങ്ങുന്ന ആത്മാവുകളെ'ക്കുറിച്ചുള്ള ഈരടി മൂളി.

"അങ്കിൾ ടോം, ഞാൻ അവിടേക്ക് പോറുകയാണ്."

"എവിടേക്കാണ് ഇവാ മോളെ,"

ആ മാലാഖകുരുന്ന് എഴുന്നേറ്റ് തന്റെ കുഞ്ഞിക്കൈ ആകാശത്തേക്ക് നീട്ടി. അസ്തമനസൂര്യന്റെ കിരണങ്ങൾ തട്ടി അവളുടെ സ്വർണത്തലമുടിയും കവിളുകളും വെട്ടിത്തിളങ്ങി. ദൈവീകമായ ഒരു നവചൈതന്യം അവളുടെ മുഖത്ത് വിലസി. കണ്ണുകൾ അറിയാതെ തന്നെ ആകാശത്തേക്ക് ഉയർന്നു.

"ഞാൻ അവിടേക്ക് പോവുകയാണ് അങ്കിൾ ടോം, ആ ആത്മാക്കളുടെ അടുത്തേക്ക് ഞാൻ കഴിയുന്നതും വേഗം തന്നെ പോകും."

ആ സ്നേഹസമ്പന്നനായ വിശ്വസ്ത ഭൃത്യന് തന്റെ ഹൃദയത്തിൽ ആഴത്തിൽ മുറവേറ്റതുപോലെ തോന്നി. അയാൾ ചിന്താധീനനായി ഇരുന്നു. ആറുമാസത്തിലേറെയായി ഇവാമോളുടെ കുഞ്ഞിക്കൈകൾ കൂടുതൽ കൂടുതൽ ശോഷിച്ചു വരുന്നത് അയാൾ ശ്രദ്ധിക്കുന്നുണ്ടായിരുന്നു. ചർമ്മം നേർത്ത് വളരെ സുതാര്യമായിപ്പോയി. ഇടയ്ക്കെല്ലാം ശ്വാസോച്ഛ്വാസം ദ്രുതഗതിയിലാവുന്നു. മണിക്കൂറുകളോളം പൂന്തോട്ടത്തിൽ തുള്ളിച്ചാടി നടന്നിരുന്ന അവൾ ഇപ്പോൾ കളിക്കാൻ തുടങ്ങുമ്പോഴെ ക്ഷീണിച്ച് തളരുന്നു. അവൾ വിളറി വരുന്നതായും കാണപ്പെട്ടു.

ചികിത്സിച്ചാൽ ഭേദമാകാത്ത ഒരുതരം ചുമയെ കുറിച്ച് മിസ്സ് ഒഫീലിയ പറയുന്നത് ടോം കേട്ടിട്ടുണ്ട്. ഇവാ മോളുടെ ചുമ അങ്ങനെയുള്ളതൊന്നും ആവരുതെന്ന് അയാൾ പ്രാർഥിച്ചു. മിക്കവാറും സമയങ്ങളിൽ ഇവായുടെ കൈകളും കവിളുകളും പനികൊണ്ട് ചുട്ടുപൊള്ളുന്നു. എന്നാലും ഇവാ പറഞ്ഞ വാക്കുകൾ ഇപ്പോഴാണ് അവളുടെ മനസിനെ സ്പർശിച്ചത്.

ഇവായെ പോലുള്ള പെൺകുരുന്നുകൾ ഈ ഭൂമിയൽ അധികം കാണുകയില്ല. അവരുടെ സ്ഥാനം ശവക്കല്ലറയ്ക്കുള്ളിലാണ്. അവരുടെ മനോഹരമായ ചിരി, പ്രകാശം വിതറുന്ന കണ്ണുകൾ, കിളിക്കൊഞ്ചൽ പോലുള്ള സംസാരം എല്ലാം ഹൃദയത്തിൽ പതിഞ്ഞു കിടന്നു. സ്വർഗമാണ് ഇത്തരം മാലാഖമാരുടെ സങ്കേതം എന്നതുപോലെ!

ആഴത്തിലുള്ള ആത്മീയചൈതന്യം കുഞ്ഞുങ്ങളുടെ കണ്ണുകളിൽ കാണപ്പെടുമ്പോഴും, മറ്റുകുട്ടികളെ അപേക്ഷിച്ച് അവർ ബുദ്ധിപരമായി സംസാരിക്കുമ്പോഴും ആ കുഞ്ഞുങ്ങൾക്ക് ഭൂമിയിൽ ആയുസ്സ് കുറവായിരിക്കും എന്നു വേണം ധരിക്കുവാൻ. കാരണം, അവരിൽ സ്വർഗരാജ്യത്തിന്റെ മുദ്ര പതിഞ്ഞുകിടപ്പുണ്ട്. അവരുടെ കണ്ണുകളിൽ ജ്വലിക്കുന്നത് അനശ്വരതയുടെ ജ്വാലയാണ്.

അതെ, ഇവാ എന്ന ആ പ്രകാശ ഗോപുരം ഈ ഭൂമിയിൽനിന്നും തിരികെ പോകുവാൻ തയാറെടുക്കുകയാണ്. എന്നാൽ അവളെ പ്രാണ

തുല്യം സ്നേഹിക്കുന്നവർ അതറിയുന്നില്ല എന്നു മാത്രം.

മിസ്സ് ഒഫീലിയായുടെ ധൃതിപിടിച്ച വിളികേട്ടപ്പോൾ ടോമിന്റെയും ഇവായുടേയും സംസാരം അവസാനിച്ചു.

"ഇവാ മോളെ, പുറത്തു മഞ്ഞുപെയ്യുന്നുണ്ട്. ഇനി വേഗം അകത്തേക്ക് കയറിക്കോളൂ!" ഇവായും ടോമും പെട്ടെന്ന് അകത്തേക്ക് കടന്നു.

മിസ്സ് ഒഫീലിയ രോഗികളെ ശുശ്രൂഷിക്കുന്ന കാര്യത്തിൽ ബഹുമിടുക്കിയാണ്. ന്യൂ ഇംഗ്ലണ്ടിൽ ജനിച്ചു വളർന്ന അവൾ അനേകം കുഞ്ഞുങ്ങൾ വരണ്ട ചുമ ബാധിച്ച് വിളറി, മെലിഞ്ഞ് സാവധാനത്തിൽ മരണത്തിന്റെ വക്രതത്തിലേക്ക് നീങ്ങുന്നത് കണ്ടിട്ടുണ്ട്. അതുകൊണ്ടു തന്നെ ഇവായുടെ ഇപ്പോഴത്തെ അവസ്ഥ മിസ്സ് ഒഫീലിയായെ വല്ലാതെ ഉൽക്കണ്ഠപ്പെടുത്തിക്കൊണ്ടിരുന്നു.

ദീർഘനേരം നീണ്ടുനിൽക്കുന്ന വരണ്ട ചുമ, തുടുത്തു വരുന്ന കവിളുകൾ എന്നിവ അവൾ പ്രത്യേകം ശ്രദ്ധിച്ചിരുന്നു. തന്റെ ഭയാശങ്കകൾ സെന്റ് ക്ലെയറുമായി പങ്കുവയ്ക്കാൻ പലവട്ടം അവൾ ശ്രമിച്ചിരുന്നു. അയാളത് വളരെ നിസ്സാരമായി തള്ളക്കളയുകയാണ് ചെയ്തത്.

"ഓരോ നിസ്സാരകാര്യങ്ങൾ: നീ എന്നെ ഇങ്ങനെ ശല്യപ്പെടുത്തല്ലേ? എനിക്ക് വല്ലാത്ത വെറുപ്പാണ് ഇത്തരത്തിലുള്ള സംസാരം കേൾക്കുമ്പോൾ." അയാൾ പറയുമായിരുന്നു:

"കുട്ടി വളർന്നുവരുന്നതു നീ കാണുന്നില്ലേ? അതിൽ ബേജാറാകുന്നതിൽ കാര്യമില്ല. കുട്ടികൾ വളരുന്ന അവസരത്തിൽ മെലിഞ്ഞു പോവുക പതിവാണ്."

"എന്നാൽ അവൾ നിരന്തരം ചുമയ്ക്കുന്നുണ്ടല്ലോ?"

"ഓഹ്! അസംബന്ധം! എന്തു ചുമ? ചുമയും തുമ്മലുമെല്ലാം കുട്ടികൾക്ക് ഉണ്ടാവുന്നതല്ലേ? അവൾ തണുത്തതെന്തെങ്കിലും കഴിച്ചിരിക്കും!"

"അതുതന്നെയാണ് എലീസാ ജാനിക്കും എല്ലനും മരിയാ സാണ്ടേഴ്സിനും എല്ലാം ഉണ്ടായിരുന്നത്."

"നിങ്ങൾ നഴ്സുമാർ ഇങ്ങനെയാണ്. ചെറുതായൊന്ന് അനങ്ങിയാൽ ഉടനെ മാരകരോഗമാണെന്ന് വിധിയെഴുതും. നിന്നെപ്പോലുള്ള പഴഞ്ചൻ സ്ത്രീകൾക്ക് കുഞ്ഞുങ്ങൾ ചുമയ്ക്കുന്നതും തുമ്മുന്നതും ഒന്നും കാണാൻ വയ്യ. പിന്നെ അതുതന്നെ ഒരു ശല്യം. അവൾക്ക് ഗുരുതരമായ ഒരസുഖവും ഇല്ല. നീ കുഞ്ഞിനെ ശ്രദ്ധിച്ച് നോക്കിയാൽ മതി. രാത്രി തണുപ്പത്ത് പുറത്തിറങ്ങുവാൻ അനുവദിക്കേണ്ട. കൂടുതൽ കളിക്കാനും വിടേണ്ട. അപ്പോഴവൾ തനിയെ സുഖംപ്രാപിച്ചുകൊള്ളും."

സ്വയം സമാധാനിക്കുവാനായി അങ്ങനെ പറഞ്ഞിരുന്നുവെങ്കിലും ഈ വിഷയത്തിൽ അയാൾ അസ്വസ്ഥനും ദുഃഖിതനുമായിരുന്നു. സദാസമയം ഇവായെ നിരീക്ഷിച്ചുകൊണ്ടിരുന്നു. സ്വയം സമാധാനിക്കുന്നതിനുവേണ്ടി എപ്പോഴും ഇത് ആവർത്തിക്കും.

"കുഞ്ഞിന് പ്രത്യേകിച്ചൊരസുഖവും ഉണ്ടെന്നു തോന്നുന്നില്ല. ചിലപ്പോൾ ചെറിയ ദഹനക്കേട് എന്തെങ്കിലും വന്നതാകും. ചുമയെല്ലാം

കുഞ്ഞുങ്ങൾക്ക് ഉണ്ടാവുക പതിവല്ലേ?"

ഇങ്ങനെയെല്ലാം സമാധാനിക്കുവാൻ ശ്രമിക്കുമെങ്കിലും മുമ്പത്തേക്കാൾ കൂടുതൽ സമയം അയാൾ ഇവായോടൊപ്പം ചിലവഴിച്ചു. ഇടയ്ക്കിടയ്ക്ക് അവളെയുംകൊണ്ട് സവാരിക്കുപോവും. ആരോഗ്യം വർധിപ്പിക്കുന്നതിന് ആവശ്യമായ ടോണിക്കുകളും മരുന്നുകളും എല്ലാം വാങ്ങിക്കൊടുത്തു.

"ഇവാമോൾക്ക് ഇത്തരം മരുന്നുകളുടെ ഒന്നും ആവശ്യമുണ്ടായിട്ടല്ല. എന്നാലും ഇതു കഴിക്കുന്നതുകൊണ്ട് ദോഷമൊന്നു ഉണ്ടാവുകയില്ലല്ലോ."

മറ്റുകുഞ്ഞുങ്ങളെപ്പോലെ കളികളിലായിരുന്നു അവളുടെ താൽപ്പര്യമെങ്കിലും ചിലപ്പോൾ ബുദ്ധിയും പക്വതയും ഉള്ള സ്ത്രീകളെപ്പോലെ അവൾ സംസാരിക്കും. അത്തരത്തിലുള്ള സംസാരം കേൾക്കുന്ന അവസരത്തിൽ സെന്റ് ക്ലെയർ മകളുടെ കൈയിൽ ചെറുതായി അടിക്കും. അത് അവളെ സംരക്ഷിക്കും എന്ന പ്രതീക്ഷയിൽ. അയാളുടെ ഹൃദയം ശക്തിയായിമിടിച്ചുകൊണ്ടിരിക്കും. തന്റെ മകളെ ഒരു ശക്തിക്കും വിട്ടുകൊടുക്കുകയില്ല എന്ന മട്ടിൽ അവളെ കെട്ടിപ്പിടിച്ചുകൊണ്ടിരിക്കും.

ഇവായുടെ ഹൃദയവും ആത്മാവും സ്നേഹത്തിന്റെയും ദയയുടേയും സഹാനുഭൂതിയുടേയും മാർഗത്തിലേയ്ക്ക് സഞ്ചരിക്കുവാൻ ആരംഭിച്ചു. ജന്മനാതന്നെ അവളിൽ സ്നേഹവും ദയയും ദൈവം വളരെയധികം നിറച്ചിട്ടാണ് ഈ ഭൂമിയിലേക്ക് അയച്ചത്. അവളുടെ പെരുമാറ്റത്തിലേയും സംസാരരീതിയിലേയും മാറ്റം ഏവരും ശ്രദ്ധിച്ചിരുന്നു. ടോപ്സിയോടും മറ്റു നീഗ്രോകുട്ടികളോടും ഒന്നിച്ച് കളിക്കുവാൻ അവൾക്ക് എപ്പോഴും ഇഷ്ടമാണ്. എന്നാൽ കളി കണ്ടു നിൽക്കാൻ മാത്രമേ അവളെക്കൊണ്ടു സാധിച്ചിരുന്നുള്ളു. സജീവമായി, മുമ്പത്തെപ്പോലെ കളികളിൽ പങ്കെടുക്കുവാൻ അവളുടെ ആരോഗ്യം അനുവദിച്ചില്ല. ടോപ്സിയുടെ തന്ത്രങ്ങളെല്ലാം കണ്ടുകൊണ്ട് അൽപ്പനേരം ഇരിക്കും. അപ്പോഴെയ്ക്കും അവളുടെ മുഖത്ത് കരിനിഴൽ പടരും. കണ്ണുകൾ ഈറനാകും. മനസ്സ് വിദൂരതയിൽ അലയാൻ തുടങ്ങും.

"മമ്മാ,"പെട്ടെന്നൊരു ദിവസം അവൾ അമ്മയുമായി സംസാരിക്കുവാൻ തയാറെടുത്തു.

"നമുക്ക് നമ്മുടെ ജോലിക്കാരെയെല്ലാം എഴുതാനും വായിക്കുവാനും പഠിപ്പിച്ചുകൂടേ?"

"നീ എന്തു ചോദ്യമാണ് ചോദിക്കുന്നത് മോളെ, അങ്ങനെ ഒന്നും ആരും ഒരിക്കലും ചെയ്യുക പതിവില്ല."

"അതെന്താ അങ്ങനെ? എന്താ അവരെ പഠിപ്പിച്ചാൽ?"

"കാരണം, അവർ പഠിച്ചതുകൊണ്ട് യാതൊരു ഗുണവും ഇല്ല. പഠിപ്പുള്ളതുകൊണ്ട് അവർ നന്നായി ജോലി ചെയ്യുകയൊന്നുമില്ല. ജോലി ചെയ്യാൻ വേണ്ടിയല്ലേ, അവരെ സൃഷ്ടിച്ചിട്ടുള്ളത്?"

"എന്നാൽ ദൈവനിശ്ചയം എന്താണെന്ന് അറിയണമെങ്കിൽ അവർക്ക് *ബൈബിൾ* വായിക്കേണ്ടേ? *ബൈബിൾ* വായിക്കണമെങ്കിൽ

അക്ഷരം പഠിക്കേണ്ടേ?"

"അതിന് അവർക്ക് വായിച്ചുകൊടുത്താൽ മതി."

"അതൊന്നും ശരിയാവില്ല. *ബൈബിൾ* ഓരോരുത്തരും സ്വയം വായിക്കേണ്ടതാണ് എന്നാണ് എനിക്കു തോന്നുന്നത്. അത് വായിച്ചുകൊടുക്കാൻ ആരുമില്ലാതെ വരുമ്പോൾ സ്വയം വായിക്കേണ്ടതിന്റെ ആവശ്യകത അവർക്കു മനസിലാകും."

"ഇവാ, നീ വല്ലാത്ത ഒരു കുട്ടി തന്നെ!"

"എന്താണു മമ്മാ, അങ്ങനെ പറയുന്നത്? ഒഫീലിയാ ആന്റി ടോപ്സിയെ വായിക്കുവാൻ പഠിപ്പിച്ചുവല്ലോ"

"അതെ. പഠിപ്പിച്ചു. എന്നിട്ട് എന്തു ഗുണമുണ്ടായി? ഞാൻ കണ്ടതിൽ വച്ച് ഏറ്റവും വൃത്തികെട്ട ജന്തുവാണ് ടോപ്സി."

"മമ്മാ, നിങ്ങൾ ആ പാവം മാമ്മിയെ കുറിച്ച് ഒന്നോർത്തുനോക്കൂ!" ഇവാ പറഞ്ഞു.

"മാമ്മി എത്രമാത്രം *ബൈബിളി*നെ സ്നേഹിക്കുകയും അത് സ്വയം വായിക്കാനാഗ്രഹിക്കുകയും ചെയ്യുന്നു. എനിക്ക് വായിച്ചുകൊടുക്കാൻ കഴിയാതാവുമ്പോൾ അവൾ എന്തുചെയ്യും?"

അലമാരയിൽ ഓരോ സാധനങ്ങൾ ഇളകിമറിച്ചുകൊണ്ടിരുന്ന മേരി അശ്രദ്ധയോടെയാണ് മകളുടെ വാക്കുകൾ ശ്രവിച്ചത്.

"ഇവാ, നിനക്ക് ചിന്തിക്കുവാനും ഉത്തരം കണ്ടെത്തുവാനും വേറെ കാര്യങ്ങളൊന്നുമില്ലേ? വേലക്കാർക്ക് *ബൈബിൾ* വായിച്ചുകൊടുക്കുന്ന കാര്യമല്ലാതെ? അതൊരു വലിയ തെറ്റാണെന്നൊന്നും ഞാൻ പറയുന്നില്ല. ആരോഗ്യമുള്ള കാലത്ത് ഞാനും അതെല്ലാം ചെയ്തിട്ടുണ്ട്. എന്നാൽ അണിഞ്ഞൊരുങ്ങി വിരുന്നുകൾക്ക് എല്ലാം പോകാൻ തുടങ്ങിയതോടെ ഇതിനെല്ലാം എവിടെ സമയം കിട്ടാനാണ്? നീ ഒന്ന് ഇങ്ങോട്ടു നോക്കൂ ഇവാ, ഈ ആഭരണങ്ങളൊക്കെ നിനക്കു തരാൻ വേണ്ടി ഞാൻ സൂക്ഷിച്ചുവച്ചിട്ടുള്ളതാണ്. ഇതു നീ കണ്ടോ? ഞാനാദ്യമായി ഒരു പാർട്ടിയിൽ നൃത്തം ചെയ്തപ്പോൾ അണിഞ്ഞതാണ് ഇത്. ഇവാ, അന്ന് പാർട്ടി ഹാളിൽ ഒരു കോളിളക്കം തന്നെ സംഭവിച്ചു."

ഇവാ അമ്മയുടെ ആഭരണപ്പെട്ടി തുറന്ന്, അതിൽനിന്നും വൈരം പതിച്ച ഒരു നെക്ലേസ് എടുത്തുകൈയിൽ പിടിച്ചു. അതിനു ശേഷം അൽപ്പസമയം ചിന്താധീനയായിനിന്നു. എന്നാൽ അവളുടെ മനസ്സ് മറ്റെവിടെയോ ആയിരുന്നു.

"എന്താണ് മോളെ, നിന്റെ മുഖത്ത് വലിയ വിഷാദം?"

"മമ്മാ, ഈ മാല വളരെ വിലപിടിച്ചതാണോ?"

"അതെ, തീർച്ചയായും. നിന്റെ അച്ഛൻ ഫ്രാൻസിൽനിന്നും വാങ്ങിപ്പിച്ച് മമ്മായ്ക്കു സമ്മാനിച്ചതാണ് ഇത്. അമൂല്യമായ നിധിയായി തന്നെ ഇതിനെ കണക്കാക്കണം. അത്രമാത്രം വിലപിടിച്ചതാണ്."

"എനിക്കിതു കിട്ടിയിരുന്നെങ്കിൽ എന്നു ഞാൻ ആഗ്രഹിക്കുകയാണ്! ഇതുകൊണ്ട് എനിക്കിഷ്ടമുള്ളത് ചെയ്യാൻ സാധിച്ചിരുന്നെങ്കിൽ!"

"എന്താണ് നിന്റെ ആഗ്രഹം? ഇതുകൊണ്ട് എന്തുചെയ്യാനാണ് നീ ആഗ്രഹിക്കുന്നത്?"

"എന്റെ കൈയിൽ കിട്ടിയാൽ ഞാനിതു വിൽക്കും. എന്നിട്ട് സ്വതന്ത്രമായ ഏതെങ്കിലും സംസ്ഥാനത്ത് കുറച്ചു സ്ഥലം വാങ്ങി നമ്മുടെ ജോലിക്കാരെയെല്ലാം അങ്ങോട്ട് കൊണ്ടുപോകും. അവിടെ ഒരു അധ്യാപികയെ നിയമിച്ച് അവരെ എഴുതാനും വായിക്കാനും പഠിപ്പിക്കും."

അമ്മ ഉറക്കെ പൊട്ടിച്ചിരിച്ചു. ആ ചിരി ഇവായെ നിശ്ശബ്ദയാക്കി.

"ഈ ജാതികൾക്കുവേണ്ടി സ്കൂൾ ഉണ്ടാക്കുകയോ? അതിന്റെ ഒരു കുറവേയുള്ളൂ. അവരെ നീ പിയാനോ വായിക്കാനും ചിത്രം വരയ്ക്കാനും പഠിപ്പിക്കുമോ?"

"*ബൈബിൾ* സ്വയം വായിക്കുവാനും കത്തെഴുതുവാനും അവർക്കു വരുന്ന കത്തുകൾ വായിക്കുവാനും ഞാനവരെ പഠിപ്പിക്കും." ഇവായുടെ സ്വരത്തിൽ ദൃഢത ഉണ്ടായിരുന്നു.

"മമ്മാ, ഇത്തരം കാര്യങ്ങൾ അവർക്ക് സ്വയം ചെയ്യാൻ കഴിയാത്തത് വലിയ കഷ്ടം തന്നെയാണ്. അങ്കിൾ ടോമിനും മാമ്മിക്കും എല്ലാം അത്തരം കാര്യങ്ങൾ സ്വയം ചെയ്യാൻ കഴിയാത്തതിൽ വളരെ വിഷമമുണ്ട്. അതവർ എന്തായാലും പഠിച്ചിരിക്കണമെന്നാണ് ഞാനും ആഗ്രഹിക്കുന്നത്."

"ഇവാ, നീ ഒരു കൊച്ചു കുട്ടിയാണെന്നകാര്യം മറക്കരുത്. നിനക്ക് ഇത്തരം കാര്യങ്ങളെ കുറിച്ചൊന്നും അറിയില്ല. അതേക്കുറിച്ചൊന്നും ചിന്തിക്കാനുള്ള പ്രായമായിട്ടും ഇല്ല. മേരി പറഞ്ഞു. "മാത്രമല്ല, നിന്റെ ഇത്തരം സംസാരം എന്റെ തലവേദന വർധിപ്പിക്കുകയും ചെയ്യുന്നു."

തനിക്കു താൽപ്പര്യമില്ലാത്തതോ ഇഷ്ടമില്ലാത്തതോ ആയ കാര്യങ്ങൾ ആരെങ്കിലും സംസാരിക്കുവാൻ തുടങ്ങിയാൽ മേരിക്ക് ഉടനെ തന്നെ തലവേദന വരും. ഇവാ വേഗം പുറത്തേക്കുപോയി. മാമ്മിയെ *ബൈബിൾ* വായിക്കുവാൻ പഠിപ്പിക്കുന്നതിൽ അവൾ മുഴുകി.

ഒരുദിവസം സെന്റ് ക്ലെയറിന്റെ സഹോദരൻ ആൽഫ്രെഡും മൂത്ത മകൻ ഹെൻഡ്രിക്കും തടാകവസതിയിൽ രണ്ടുദിവസം താമസിക്കുവാനായി വന്നുചേർന്നു. ഹെൻഡ്രിക്കിന് പന്ത്രണ്ടു വയസാണ് പ്രായം. സെന്റ് ക്ലെയറും തന്റെ ഇരട്ടസഹോദരനും തമ്മിൽ സ്വഭാവത്തിലും കാഴ്ചയിലും വളരെ വിഭിന്നരാണെങ്കിലും അവർ തമ്മിൽ അതിശയകരമായ ആത്മബന്ധം നിലനിന്നിരുന്നു.

സഹോദരന്മാർ കൈകോർത്തുപിടിച്ച് താഴ്വരയിലും ഉദ്യാനത്തിലും ഉലാത്തിക്കൊണ്ടിരിക്കുന്നത് ടോം നോക്കിനിൽക്കും. കറുത്ത കണ്ണുകളും മനോഹരമായ മുഖവും അന്തസുള്ള പെരുമാറ്റവും നടത്തവുമുള്ള ഹെൻഡ്രിക് നല്ല ചുറുചുറുക്കുള്ള ബാലനാണ്. പരിചയപ്പെട്ട അന്നു മുതൽ തന്റെ കൊച്ചു സഹോദരി ഇവാഞ്ചെലീനോട് ഹെൻഡ്രിക്ക് ഒരു പ്രത്യേകതരം ആരാധനയായിരുന്നു.

നല്ല വെളുത്ത നിറത്തിലുള്ള ഒരു കുതിരക്കുട്ടിയുണ്ട് ഇവാഞ്ചലീന്.

യജമാനത്തിയെപ്പോലെ ശാന്തയും സൽസ്വഭാവിയുമായ ആ കുതിര ക്കുട്ടിയെ ഇവായ്ക്ക് വലിയ ഇഷ്ടമാണ്. ഈ കുതിരക്കുട്ടിയെ ടോം വരാന്തയുടെ പിന്നിലേക്കു കൊണ്ടുവന്ന അവസരത്തിൽ, വലിയ വില കൊടുത്ത് ഇറക്കുമതി ചെയ്ത ചെറിയൊരു കുതിരയെ പതിമൂന്നു വയസ്സായ ഒരു നീഗ്രോപയ്യനും കൊണ്ടുവന്നു. അതിനെ കിട്ടിയതിൽ ഹെൻഡ്രിക്കിന് വലിയ അഭിമാനം തോന്നി. അവൻ ആ കുതിരയുടെ കടിഞ്ഞാൺ വാങ്ങി അതിന്റെ ശരീരം ആകമാനം വീക്ഷിച്ചു. പെട്ടെന്ന് അവന്റെ മുഖം ഇരുണ്ടു. അവൻ അലറി.

"എടാ മടിയൻ നായേ, നീ എന്താണീ കാണിച്ചുവച്ചിരിക്കുന്നത്? എന്റെ കുതിരയെ നന്നായി കുളിപ്പിച്ച് കഴുകിത്തുടയ്ക്കണമെന്ന് നിന്നോട് പറഞ്ഞിട്ടില്ലേ? ഡോഡോ!"

"ഉവ്വ് യജമാനനെ, ഞാനതിനെ നന്നായി കഴുകിത്തുടച്ചതായിരുന്നു" ഡോഡോ പറഞ്ഞു. "അത് ദേഹത്ത് സ്വയം ചളി തെറിപ്പിച്ചതാണ്."

"വായടയ്ക്കടാ തെണ്ടീ, " അവൻ ദേഷ്യത്തോടെ ചാട്ടവാർ ഓങ്ങി. "നിനക്ക് ഇത്രമാത്രം ധിക്കാരമോ?"

ആ സുമുഖനായ നീഗ്രോ പയ്യന് ഹെൻഡ്രിക്കിന്റെ അതേ പ്രായമായിരുന്നു. അവന്റെ നെറ്റിയിൽ ചുരുളൻ മുടി പാറിക്കിടന്നിരുന്നു. അവന്റെ തുടുത്ത കവിൾ കണ്ടാൽ ഏതോ മാന്യനായ വെള്ളക്കാരന്റെ രക്തമാണ് അവന്റെ സിരകളിലൂടെ ഒഴുകുന്നതെന്ന് വ്യക്തമാകും. സംസാരിക്കുവാൻ ആരംഭിച്ചപ്പോൾ അവന്റെ കണ്ണുകൾ തിളങ്ങി.

"മാസ്റ്റർ ഹെൻഡ്രിക്ക്..."

സംസാരിക്കാൻ തുടങ്ങിയില്ല അതിനു മുമ്പേ അവന്റെ മുഖത്ത് ചാട്ടവാർ പതിച്ചുകഴിഞ്ഞു. ഹെൻഡ്രിക് അവന്റെ വലതുകൈ പിടിച്ചു വലിച്ച് അവനെ കുനിച്ചു നിർത്തി പുറംപൊളിയുന്ന മട്ടിൽ പൊതിരെ തല്ലി.

"ധിക്കാരിയായ നായേ, നീ എന്നോട് മറുപടി പറയാൻ മാത്രമായോ? കുതിരയെ കൊണ്ടുപോയി തുടച്ചുവൃത്തിയാക്കിക്കൊണ്ടുവാ. നിന്നെ നിലയ്ക്കു നിർത്തുവാൻ പറ്റുമോ എന്നു ഞാൻ നോക്കട്ടെ. ഞാൻ നിന്നെ ശരിക്കും ഒരു പാഠം പഠിപ്പിക്കും."

"കൊച്ചെജമാനനെ, അവൻ കുതിരയെ തുടച്ചു വൃത്തിയാക്കി ലായത്തിൽനിന്നും കൊണ്ടുവരുമ്പോൾ അത് നിലത്തുകിടന്ന് ഉരുണ്ട് ദേഹം മുഴുവൻ ചളിയാക്കി എന്നാണവൻ പറയാനുദ്ദേശിച്ചത്. ഭയങ്കര ശക്തനും ആവേശമുള്ളവനുമാണ് ആ കുതിര. അവൻ നേരത്തെ അതിനെ കഴുകി തുടയ്ക്കുന്നത് ഞാൻ കണ്ടതായിരുന്നു." ടോം പറഞ്ഞു.

"നിന്നോടു ചോദിച്ചാൽ മാത്രം നീ മറുപടി പറയുക. അല്ലാത്തപ്പോൾ നാവടക്കി നിൽക്കണം മനസിലായോ?" ഇത്രയും പറഞ്ഞ ശേഷം ഹെൻഡ്രിക് ഇവായുടെ നേരെ തിരിഞ്ഞു. അവൾ യാത്രയ്ക്കുള്ള വേഷം ധരിച്ച് സവാരിക്ക് ഒരുങ്ങി നിൽക്കുകയായിരുന്നു.

"പ്രിയപ്പെട്ട ഇവാഞ്ചലീൻ, ഈ വിഡ്ഢി നിന്റെ സമയം നശിപ്പിച്ച

തിൽ ഞാൻ ഖേദം പ്രകടിപ്പിക്കുന്നു. അവൻ വരുന്നതുവരെ നമുക്കിവിടെ ഇരിക്കാം. എന്താണ് ഇവാ, നിനക്ക് എന്തുപറ്റി? എന്താണ് ഇത്ര വിഷാദം?"

"ആ പാവം ഡോഡോവിനോട് നീ എന്തിനാണ് ഇത്രമാത്രം ക്രൂരമായി പെരുമാറിയത്? നിനക്ക് അതിനെങ്ങനെ കഴിയുന്നു?"

"ക്രൂരമായോ?" അവൻ അത്ഭുതം പ്രകടിപ്പിച്ചു. "എന്റെ പ്രിയപ്പെട്ട ഇവാ, നീ എന്താണ് ഉദ്ദേശിച്ചത്?"

"നിന്റെ പ്രവൃത്തികൾ ഇത്തരത്തിലുള്ളതാണെങ്കിൽ എന്നെ ഒരിക്കലും പ്രിയപ്പെട്ട ഇവാ എന്നു വിളിക്കരുത്.

"പ്രിയപ്പെട്ട ഇവാ, നിനക്ക് ഡോഡോവിനെ ശരിക്ക് അറിയുകയില്ല. അവനെ നിയന്ത്രിക്കുവാൻ ഇതേ ഒരു മാർഗമുള്ളൂ. അവൻ വായ തുറന്നാൽ നുണ മാത്രമേ പറയൂ. അവനെ അടിച്ച് ശരിയാക്കണം. ഒരിക്കലും വായ തുറക്കാൻ അനുവദിക്കരുത്. പപ്പാ ഇങ്ങനെയാണ് ഇവരെയെല്ലാം നിയന്ത്രിച്ചു നിർത്തുന്നത്."

"അങ്കിൾ ടോം പറഞ്ഞുവല്ലോ. അത് വഴിയിൽ വച്ച് സന്ദർഭവശാൽ സംഭവിച്ചു പോയതാണെന്ന്. അദ്ദേഹം ഒരു കാരണവശാലും ഒരിക്കലും നുണ പറയുകയില്ല."

"ഓ, ആ വയസൻ നീഗ്രോ ഒരു വല്ലാത്ത സാധനം തന്നെ! ഒരാസാധാരണ വ്യക്തി!" ഹെൻഡ്രിക് പറഞ്ഞു.

"ഡോഡോ അങ്ങനെയൊന്നുമല്ല. അവൻ വായ തുറന്നാൽ നുണയെ പറയൂ!"

"അതെല്ലാം അവനെ പേടിപ്പിക്കുന്നതുകൊണ്ടാണ്! നന്നായി പെരുമാറി നോക്കൂ, പിന്നെ ഒരിക്കലും നുണ പറയുക ഉണ്ടാവില്ല."

"നിനക്ക് ഡോഡോവിനോട് ഇത്ര താൽപ്പര്യം എന്തുകൊണ്ടാണ്, ഇവാ?"

"നീ അവനെ അനാവശ്യമായി അടിച്ചതുകൊണ്ട്."

"അതൊക്കെ കുറച്ചു നേരത്തേക്കെ ഉള്ളൂ. ഈ അടിയൊന്നും അവനൊരു പ്രശ്നമല്ല. അവനതെല്ലാം മറന്ന് ഉന്മേഷം വീണ്ടെടുത്തിട്ടുണ്ടാകും. എന്നാലും നിനക്ക് വിഷമമുണ്ടെങ്കിൽ നിന്റെ മുന്നിൽ വച്ച് ഇനി ഒരിക്കലും ഞാനവനെ അടിക്കുകയില്ല."

അതുകൊണ്ടൊന്നും ഇവാ സംതൃപ്തയായില്ല. സ്വന്തം മനോവിചാരങ്ങൾ സുന്ദരനായ ഹെൻഡ്രികിനെ ബോധ്യപ്പെടുത്തുന്നതിൽ അവൾ പരാജയപ്പെട്ടു.

ഡോഡോ കുതിരയെ വൃത്തിയാക്കി തിരികെക്കൊണ്ടുവന്നു.

"കൊള്ളാമല്ലോ ഡോഡോ, ഇത്തവണ നീ വളരെ ഭംഗിയായി കുതിരയെ വൃത്തിയാക്കിയിരിക്കുന്നു."

അഭിനന്ദനഭാവത്തോടെ കൊച്ചെജമാനൻ അഭിപ്രായപ്രകടനം നടത്തി. "വരൂ! ഇനി ഇവായുടെ കുതിരയെ ഒന്നു പിടിക്കൂ! ഞാനവളെ കുതിരപ്പുറത്തു കയറാൻ സഹായിക്കട്ടെ!"

ഡോഡോ വെള്ളക്കുതിരയുടെ സമീപം വന്നുനിന്നു അവന്റെ മുഖം വാടിയ താമരത്തണ്ടുപോലെയിരുന്നു. കണ്ണുകൾ കരയാൻ തയാറെടുത്തു നിന്നു.

ഹെൻഡ്രിക് ഇവായെ കുതിരപ്പുറത്ത് കയറ്റിയിരുത്തി. കടിഞ്ഞാൺ അവളുടെ കൈകളിൽ ഏൽപ്പിച്ച്. അന്തസ്സോടെ നിന്നു. എന്നാൽ ഇവാ, ഡോഡോ നിന്നിരുന്ന ഭാഗത്തേക്കു നോക്കി. ഡോഡോ അവളെ ശരിയായ രീതിയിൽ ഇരിക്കാൻ സഹായിച്ചപ്പോൾ അവൾ പറഞ്ഞു:

"വളരെ നന്ദി ഡോഡോ നീ വളരെ നല്ലൊരു കുട്ടിയാണ്.

ഡോഡോ അത്ഭുതപ്പെട്ടുകൊണ്ട് ആ കുഞ്ഞുമാലാഖയുടെ കൊച്ചു മുഖത്തേക്ക് നോക്കി. അവന്റെ മുഖത്ത് രക്തം ഇരച്ചു കയറി. കണ്ണുകൾ നിറഞ്ഞുതുളുമ്പി. ഇത്തരത്തിലുള്ള വാക്കുകൾ അവൻ ജീവിതത്തിൽ ആദ്യമായാണ് കേട്ടത്.

അപ്പോഴെക്കും അവന്റെ യജമാനൻ ആജ്ഞാ സ്വരത്തിൽ വിളിച്ചു പറഞ്ഞു: "ഡോഡോ ഇവിടെ" അവൻ ഓടിച്ചെന്ന് കൊച്ചെജമാനനെ കുതിരപ്പുറത്തു കയറുവാൻ സഹായിച്ചു.

"ഇതാ, ഈ പണംകൊണ്ട് നീ ചോക്ലേറ്റ് വാങ്ങി തിന്നോളൂ" ഹെൻഡ്രിക് ഡോഡോവിന്റെ നേർക്ക് കുറച്ചു പണം വച്ചു നീട്ടി.

ഇവായുടെ പിന്നാലെ വളരെ സാവധാനത്തിൽ ഹെൻഡ്രിക് നീങ്ങി. അവരുടെ പോക്ക് നോക്കിക്കൊണ്ട് ഡോഡോ നിന്നു. ഒരാൾ ആവശ്യം പോലെ മർദിച്ച ശേഷം അവന് പണം നൽകി. മറ്റെയാൾ പണത്തേക്കാൾ എത്രയോ മൂല്യമുള്ള, അവൻ ഏറ്റവും ആഗ്രഹിക്കുന്ന കുറച്ചു നല്ല വാക്കുകളും. അതെ അൽപ്പം ചില വാക്കുകളും നല്ല സംസാരവും അവൻ മറ്റെന്തിനേക്കാളും വിലമതിക്കുന്നു. ഏതാണ്ട് ആറുമാസമായിട്ടേയുള്ളു അവൻ അമ്മയെ വിട്ടുപോന്നിട്ട്. ഒരു അടിമച്ചന്തയിൽനിന്നാണ് അവന്റെ യജമാനൻ അവനെ വാങ്ങിയത്. തന്റെ സുന്ദരനായ കുതിരയുടെ മുഖത്തോടു യോജിക്കുന്നതാണ് ഡോഡോയുടെ സുന്ദരവദനം എന്നയാൾ കരുതി.

അടിമയും ഉടമസ്ഥരും തമ്മിലുള്ള നാടകീയമായ രംഗങ്ങൾ ഒരു ഭാഗത്തുനിന്ന് സെന്റ് ക്ലെയറും അദ്ദേഹത്തിന്റെ സഹോദരനും കാണുന്നുണ്ടായിരുന്നു. അഗസ്റ്റിന്റെ മുഖം ചുവന്നു തുടുത്തു. എന്നാൽ തനിക്കു സ്വതസിദ്ധമായുള്ള നർമബോധത്തോടെ വെറുതെ അതു നോക്കിക്കണ്ട ശേഷം പറഞ്ഞു.

"ആൽഫ്രഡ്, നമ്മൾ 'റിപ്പബ്ലിക്കൻ എജ്യൂക്കേഷൻ' എന്നു വിളക്കുന്നത് ഇതിനെ ആയിരിക്കും അല്ലേ?"

"രക്തം ചൂടുപിടിച്ചാൽ പിന്നെ ഹെൻഡ്രിക് ഒരു ചെകുത്താനാണ്." ആൽഫ്രഡ് ലാഘവത്തോടെ പറഞ്ഞു.

"അവനു ലഭിക്കുന്ന ഒരു പരിശീലനമാണ് ഇതെന്നു നിനക്കു തോന്നുന്നുണ്ടാകും അല്ലേ?" അഗസ്റ്റിൻ വിരസതയോടെ അഭിപ്രായപ്പെട്ടു.

"ഇതല്ലാതെ ഞാനെന്തു ചെയ്യാനാണ്? ഹെൻഡ്രിക് ശരിക്കും ഒരു

കൊടുങ്കാറ്റുപോലെയാണ്. അവനെ എന്തുചെയ്യണമെന്ന് എനിക്കും അവന്റെ അമ്മയ്ക്കും അറിയുകയില്ല. എന്നാൽ ആ ഡോഡോ ഉദ്ദേശിക്കുന്നതുപോലെയല്ല, അവർ തെമ്മാടിയാണ്— എത്ര അടികൊണ്ടാലും അവനൊരു കൂസലുമില്ല."

"എല്ലാ മനുഷ്യരും ജനിച്ചത് സ്വതന്ത്രരും തുല്യരുമായാണ് എന്ന പാഠമാണ് ഹെൻഡ്രിക്കിനെ ആദ്യം പഠിപ്പിക്കേണ്ടിയിരുന്നത്. റിപ്പബ്ലിക്കൻ ആദർശം ഈ രീതിയിൽ പഠിപ്പിച്ചത് ഒട്ടും ശരിയായില്ല.

"എനിക്കു കേൾക്കണ്ട!" ആൽഫ്രഡ് മറുപടിപറഞ്ഞു.

"എല്ലാ മനുഷ്യരും സ്വതന്ത്രരായല്ല ജനിക്കുന്നതെന്ന് നമുക്കെല്ലാം അറിയാവുന്നതാണ്, തുല്യരുമല്ല. റിപ്പബ്ലിക്കൻ ആദർശം പകുതിയും മണ്ടത്തരമാണ്. വിദ്യാഭ്യാസം നേടിയിട്ടുള്ളവർക്കും ധനവാൻമാർക്കും പരിഷ്കൃതർക്കും ബുദ്ധിമാൻമാർക്കും ആണ് തുല്യാവകാശം നൽകേണ്ടത്, അല്ലാതെ ഇവരെപ്പോലെ ഉള്ളവർക്കല്ല."

"എന്നാൽ അവരുടെ ഫ്രാൻസിൽ അധികാരം പിടിച്ചെടുത്തിട്ടുണ്ട്."

"അതെ. അതുകൊണ്ടാണ് അവരെ അമർച്ച ചെയ്യണം എന്നുപറയുന്നത്." കാൽ നിലത്ത് ഉറപ്പിച്ചു ചവിട്ടിക്കൊണ്ട് ആൽഫ്രെഡ് പറഞ്ഞു. അടിമകളുടെ പുറത്താണ് താൻ ചവിട്ടുന്നത് എന്ന മട്ടിൽ. അവരുടെ സംഭാഷണം പിന്നെയും കുറെ നീണ്ടുനിന്നു. സാമൂഹികവും രാഷ്ട്രീയവുമായ പല കാര്യങ്ങളും അവർ ചർച്ച ചെയ്തു.

"അതാ, കുട്ടികൾ വരുന്നുണ്ട്" അഗസ്റ്റിൻ എഴുന്നേറ്റുനിന്നുകൊണ്ടു പറഞ്ഞു.

"നോക്കൂ ആൽഫ്രഡ് അവരുടെ വരവുകാണാൻ നല്ലരസമില്ലേ?"

വാസ്തവത്തിൽ മനോഹരമായ ഒരു കാഴ്ച തന്നെയായിരുന്നു അത്. കറുത്ത്, തിളങ്ങുന്ന ചുരുളൻ മുടിയും ചുവന്നു തുടുത്ത കവിളുകളും ചുറുചുറുക്കുമുള്ള ധീരനായ ഹെൻഡ്രിക്, സുന്ദരിയായ കൊച്ചനുജത്തിയോടൊപ്പം ചിരിച്ചുല്ലസിച്ചുകൊണ്ട് വരികയാണ്. കടുംനീല നിറത്തിലുള്ള ഫ്രോക്കും തൊപ്പിയുമാണ് ഇവാ ധരിച്ചിരിക്കുന്നത്. പതിവിൽ കൂടുതലുള്ള ദേഹാധ്വാനം അവളുടെ കവിളുകളിൽ ചുവപ്പുരാശി കലർത്തിയിട്ടുണ്ട്. അവളുടെ നനുത്ത ചർമത്തിനും സുവർണ മുടിക്കും തിളക്കം വർധിച്ചിരിക്കുന്നു.

"ദൈവം അതിശയിപ്പിക്കുന്ന സൗന്ദര്യമാണ് നമ്മുടെ കുഞ്ഞുമോൾക്ക് നൽകിയിരിക്കുന്നത്." ആൽഫ്രെഡ് അഭിപ്രായപ്പെട്ടു.

"എന്താ അഗസ്റ്റിൻ! അവൾക്ക് ഈയിടെയായി കാര്യമായ എന്തെങ്കിലും അസുഖമുണ്ടായിരുന്നുവോ?"

"ഞാനും അതോർത്ത് വല്ലാതെ ഭയപ്പെടുന്നു. എന്റെ കുഞ്ഞിന് അസുഖമൊന്നും ദൈവം വരുത്തുകയില്ലായിരിക്കും."

ഹൃദയംനുറുങ്ങുന്ന വേദനയോടെ ഇത്രയും പറഞ്ഞുകൊണ്ട് അയാൾ മകളെ കുതിരപ്പുറത്തുനിന്നും ഇറക്കുന്നതിനായി അടുത്തേക്കു ചെന്നു.

"ഇവാ, പൊന്നുമോളെ, എന്റെ കുട്ടി വല്ലാതെ തളർന്നിട്ടില്ലല്ലോ." അയാൾ അവളെ കൈകളിൽ കോരിയെടുത്തു.

"ഏയ്! ഇല്ല പപ്പാ" എന്നാൽ അവളുടെ വേഗത്തിലുള്ള ശ്വാസഗതി അയാളെ വല്ലാതെ വേദനിപ്പിച്ചു.

"എന്തിനാണ് ഇത്ര വേഗതയിൽ കുതിരയെ ഓടിച്ചത്? അത് നിനക്ക് അസ്വസ്ഥത ഉണ്ടാക്കും എന്നറിഞ്ഞുകൂടേ?"

"എനിക്ക് അസ്വസ്ഥതയൊന്നുമില്ല. നല്ല രസമായിരുന്നു. ഞാൻ ആ സമയത്ത് സകലതും മറന്നു."

സെന്റ് ക്ലെയർ തന്റെ മകളെ തോളത്തെടുത്തുകൊണ്ട് സന്ദർശനമുറിയിലെ സോഫയിൽ കിടത്തി.

"ഹെൻഡ്രിക്, ഇവായുടെ കാര്യത്തിൽ നിനക്ക് കുറച്ചുകൂടി കരുതൽ ആവശ്യമാണ്. കുതിരയെ വേഗത്തിൽ ഓടിക്കരുത് കേട്ടോ."

"ശരി അങ്കിൾ! ഞാനവളെ നന്നായി ശ്രദ്ധിച്ചുകൊള്ളാം" ഇവായുടെ അടുത്ത് സോഫയിൽ വന്നിരുന്നുകൊണ്ട് അവളുടെ കരം ഗ്രഹിച്ച് ഹെൻഡ്രിക് പറഞ്ഞു.

ഇവായുടെ ക്ഷീണം പെട്ടെന്നു മാറി. പപ്പായും സഹോദരനും കുട്ടികളെ ഒന്നിച്ചിരിക്കുവാൻ വിട്ട് പുറമേ വിനോദത്തിനായി പോയി.

"നിനക്കറിയുമോ ഇവാ, എന്റെ പപ്പാ ഇവിടെ രണ്ടുദിവസമേ നിൽക്കൂ എന്നോർക്കുമ്പോൾ എനിക്കു വിഷമമുണ്ട്. ഇവിടെനിന്നു പോയിക്കഴിഞ്ഞാൽ പിന്നെ എത്രകാലത്തിനു ശേഷമായിരിക്കും നാം തമ്മിൽ കാണുക? നിന്നോടൊപ്പമാണ് ഞാൻ സ്ഥിരമായി താമസിച്ചിരുന്നതെങ്കിൽ എനിക്ക് നല്ലവനാകാൻ ശ്രമിക്കുകയെങ്കിലും ചെയ്യാമായിരുന്നു. ഞാനിനി ഡോഡോവിനോട് വഴക്കുണ്ടാക്കുകയില്ല. അവനോട് ഒരിക്കലും മോശമായി പെരുമാറുകയും ഇല്ല. നിനക്കറിയാമോ, എന്റെ സ്വഭാവത്തിലെ ഏറ്റവും വലിയ വൈകൃതമാണ് പെട്ടെന്നു ദേഷ്യപ്പെടുക എന്നത്. സത്യത്തിൽ എനിക്ക് ഡോഡോവിനോട് യാതൊരു വൈരാഗ്യവും ഇല്ല. ഞാൻ അവന് ഇടയ്ക്കിടയ്ക്ക് ചോക്ലേറ്റ് കൊടുക്കാറുണ്ട്. നല്ല വസ്ത്രങ്ങളും വല്ലപ്പോഴും പണവും നൽകാറുണ്ട്. അവൻ എത്ര നന്നായാണ് വസ്ത്രം ധരിക്കുന്നതെന്ന് നീ കാണുന്നില്ലേ? എന്നോടൊന്നിച്ച് അവൻ വളരെ സുഖമായാണ് കഴിയുന്നത്."

"ഈ ലോകത്ത് നിന്നെ സ്നേഹിക്കാൻ ആരുമില്ലെങ്കിൽ നിന്റെ ജീവിതം സുഖകരമാകുമെന്ന് നീ കരുതുന്നുണ്ടോ?"

"ഞാനോ? ഒരിക്കലും ഇല്ല."

"നിങ്ങൾ ഡോഡോയെ അവന്റെ എല്ലാ സുഹൃത്തുക്കളിൽ നിന്നും ബന്ധുക്കളിൽനിന്നും അകറ്റി ഇങ്ങോട്ടുകൊണ്ടുപോന്നു. ഒരാൾക്കും അത്തരം പരിതസ്ഥിതിയിൽ സുഖമായിരിക്കാൻ സാധിക്കുകയില്ല."

"എനിക്കതിൽ എന്തുചെയ്യാൻ സാധിക്കും? അവന്റെ അമ്മയെ തിരിച്ചു നൽകുവാൻ എനിക്കു സാധിക്കുമോ? എനിക്കെന്നല്ല, മറ്റാർക്കെങ്കിലും അതിനു കഴിയുമോ? ഇല്ലല്ലോ."

"നിനക്കു കഴിയും. എന്തായാലും കഴിയും" ഇവാ പറഞ്ഞു.

"ഡോഡോയെ ഞാൻ സ്നേഹിക്കുകയോ? നീ എന്താണ് ഇവാ പറയുന്നത്? നമുക്കവരെ ഇഷ്ടപ്പെടാം എന്നല്ലാതെ ആർക്കെങ്കിലും അവരെ സ്നേഹിക്കുവാൻ സാധിക്കുമോ?"

"എനിക്കു സാധിക്കും. ഞാനവരെ സ്നേഹിക്കുന്നു. തീർച്ചയായും സ്നേഹിക്കുന്നു!"

"ഇത് അത്ഭുതകരമായ ഒരു കാര്യമാണ്. എനിക്ക് വിശ്വസിക്കുവാൻ സാധിക്കുന്നില്ല."

"വിശ്വസിക്കണം. എല്ലാവരേയും സ്നേഹിക്കണം എന്നല്ലേ *ബൈബിൾ* നമ്മെ ഉദ്ബോധിപ്പിക്കുന്നത്?"

"*ബൈബിൾ*! അതിൽ എന്തെല്ലാം കാര്യങ്ങൾ പറയുന്നുണ്ട് എന്നാൽ ആരെങ്കിലും അതുപോലെ പ്രവർത്തിക്കുന്നുണ്ടോ? നിനക്കറിയാഞ്ഞിട്ടാണ് ഇവാ, ആരും അങ്ങനെയൊന്നും ചെയ്യുന്നില്ല."

ഇവാ പിന്നീടൊന്നും പറഞ്ഞില്ല. അവളുടെ നീണ്ടുവിടർന്ന കണ്ണുകൾ വിദൂരതയിൽ എവിടെയോ ഉടക്കിനിന്നു. ഏതാനും നിമിഷങ്ങൾക്കു ശേഷം അവൾ തുടർന്നു.

"എന്തൊക്കെയായാലും, നീ എനിക്കു വേണ്ടിയെങ്കിലും ഡോഡോയെ സ്നേഹിക്കൂ! അവനോട് ദയയോടെ പെരുമാറൂ!"

"എന്റെ പ്രിയപ്പെട്ട ഇവാ, നിനക്കുവേണ്ടി ഡോഡോയെ എന്നല്ല ഞാൻ ആരെ വേണമെങ്കിലും സ്നേഹിക്കാം. കാരണം, ഞാൻ ഈ ലോകത്ത് കണ്ടിട്ടുള്ളതിൽ വച്ച് ഏറ്റവും സത്സ്വഭാവിയും സുന്ദരിയുമായ പെൺകുട്ടിയാണ് നീ." തികഞ്ഞ ആത്മാർഥതയോടെ ഈ വാക്കുകൾ പറഞ്ഞപ്പോൾ ഹെൻഡ്രിക്കിന്റെ മനോഹരമായ കവിളുകൾ ചുവന്നു തുടുത്തു.

"നീ അങ്ങനെ ചെയ്യാമെന്നു പറഞ്ഞതിൽ എനിക്കു വളരെയേറെ സന്തോഷമുണ്ട്. എന്നാൽ പ്രിയപ്പെട്ട ഹെൻഡ്രിക്, ഈ വാഗ്ദാനം നീ ഒരിക്കലും ലംഘിക്കുകയില്ല എന്ന് ഞാൻ പ്രതീക്ഷിച്ചോട്ടെ?"

"ഇല്ല ഇവാ, നിനക്കെന്നെ പൂർണമായും വിശ്വസിക്കാം. ഞാനൊരിക്കലും നിനക്കു തന്ന ഈ വാഗ്ദാനം ലംഘിക്കുകയില്ല."

ഭക്ഷണത്തിനുള്ള മണി മുഴുങ്ങുന്നതുവരെ ആ സഹോദരങ്ങൾ ഇത്തരത്തിൽ ഓരോന്ന് പറഞ്ഞുകൊണ്ടിരുന്നു.

രണ്ടു ദിവസത്തെ സന്തോഷകരമായ താമസത്തിനു ശേഷം ആൽഫ്രെഡും മകനും തിരിച്ചുപോയി. രണ്ടു മൂന്നുദിവസം ഒട്ടും വിശ്രമമില്ലാതെ ഓടിക്കളിച്ചതിനാൽ ഇവാ വല്ലാതെ തളർന്ന് അവശനിയിലായി. മകളുടെ അവശതയും ക്ഷീണവും കണ്ട് സങ്കടം സഹിക്കാതായ സെന്റ് ക്ലെയർ മകളെ ഡോക്ടറെ കാണിക്കുവാൻ തയാറായി. അസുഖകരമായ ആ സത്യം കേൾക്കാനുള്ള ധൈര്യമില്ലാത്തതുകൊണ്ടായിരുന്നു അതുവരെ അദ്ദേഹം കുഞ്ഞിനെ ഡോക്ടറെ കാണിക്കുവാൻ മുതിരാതിരുന്നത്. രണ്ടുദിവസം കഴിഞ്ഞതോടെ ഇവാ കട്ടിലിൽനിന്നും എഴുന്നേൽക്കാ

തായി. അപ്പോഴെയ്ക്കും ഡോക്ടറെ വീട്ടിലേക്ക് വിളിച്ചു വരുത്തി.

കുഞ്ഞിന്റെ മോശമായിക്കൊണ്ടിരിക്കുന്ന ആരോഗ്യനിലയെ കുറിച്ച് അവളുടെ അമ്മ മേരിക്ക് യാതൊരു ഉൽക്കണ്ഠയും ഇല്ലായിരുന്നു. അവളപ്പോൾ തനിക്കുണ്ടെന്നു സംശയിക്കുന്ന രണ്ടുമൂന്ന് അസുഖങ്ങളെ കുറിച്ചുള്ള പഠനത്തിൽ മുഴുകി ഇരിക്കുകയായിരുന്നു. തന്നെപ്പോലെ ദുരിതവും വേദനയും അനുഭവിക്കുന്ന ഒരു വ്യക്തി ഈ ഭൂമിയിൽ വേറെയില്ല എന്നായിരുന്നു അവളുടെ വിചാരം. അതുകൊണ്ടുതന്നെ തനിക്കു ചുറ്റുമുള്ള ആർക്കും ഒരു രോഗവും ഇല്ല; താൻ മാത്രമാണ് ഒരേയൊരു രോഗി. ജോലിക്കാർ അസുഖമാണെന്നും വേദനയാണെന്നും എല്ലാം പറയുന്നത് അവർക്ക് ജോലി ചെയ്യാനുള്ള മടികൊണ്ടു മാത്രമാണ്. തന്റെ അസുഖങ്ങളും വേദനകളും അവർക്കു പിടിപെട്ടാൽ മാത്രമേ ശരിക്കു മനസിലാവുകയുള്ളൂ. അവരു പറയുന്ന രോഗങ്ങളും യഥാർഥരോഗങ്ങളും തമ്മിലുള്ള വ്യത്യാസം.

ഇവായുടെ രോഗവിവരവും അതിന്റെ ഗൗരവവും മേരിയെ പറഞ്ഞു മനസിലാക്കിക്കുവാൻ മിസ്സ് ഒഫീലിയ പലവട്ടം ശ്രമിച്ചു നോക്കിയിരുന്നു എങ്കിലും അതിൽ പരാജയപ്പെടുകയാണ് ഉണ്ടായത്.

"കുട്ടിക്ക് യാതൊരു അസുഖവും ഉള്ളതായി എനിക്ക് തോന്നുന്നില്ല. അവൾ ഓടിക്കളിക്കുന്നെല്ലാം ഉണ്ടല്ലോ." മേരി പറഞ്ഞു.

"അവളെ ഒന്നു ശ്രദ്ധിച്ചു നോക്കൂ! അവർ നിർത്താതെ ചുമയ്ക്കുന്നുണ്ട്."

"ഓ, ചുമയോ? ചുമയെ കുറിച്ചൊന്നും നിങ്ങൾ എന്നോട് പറയേണ്ട കാര്യമില്ല. ജീവിതകാലം മുഴുവൻ ഇത്തരത്തിലുള്ള ചുമയുംകൊണ്ടാണ് ഞാൻ കഴിഞ്ഞിരുന്നത്. ഇവായുടെ പ്രായത്തിൽ എനിക്കുണ്ടായ ചുമ കണ്ട് പലരും ഞാൻ ക്ഷയരോഗി ആണോ എന്നുവരെ സംശയിച്ചിരുന്നു. രാത്രികളിൽ മാമ്മി ഉറങ്ങാതെ എന്റെ അടുത്തിരുന്ന് ശുശ്രൂഷിക്കും. അതാലോചിക്കുമ്പോൾ ഇവായുടെ ചുമ ഒന്നുമല്ല!"

"അതിനെ നിസ്സാരമാക്കി തള്ളിക്കളയരുത് മേരീ, അവൾ ക്ഷീണിച്ചു വരുന്നത് കാണുന്നില്ലേ? അവൾക്കു സുഗമമായി ശ്വസിക്കുവാനും കഴിയുന്നില്ല."

"അതൊന്നും സാരമില്ല. എനിക്ക് വർഷങ്ങളോളം ഈ പ്രശ്നമുണ്ടായിരുന്നു. അത് ഞരമ്പിന്റെ ചെറിയ ഒരു അസുഖമായിരുന്നു."

"അവൾ രാത്രിയിൽ ഇടയ്ക്കിടയ്ക്ക് വല്ലാതെ വിയർക്കുന്നുണ്ട്."

"കൊള്ളാം, കഴിഞ്ഞ പത്തുവർഷമായി ഞാനി അസുഖവും കൊണ്ടു നടക്കുന്നു. ചില രാത്രികളിൽ വിയർത്തു കുളിച്ച് എന്റെ ഉടുപ്പു മുഴുവൻ നനഞ്ഞു കുതിരും. കിടക്കവിരിയും നനയും. മാമ്മിയാണ് ഇതെല്ലാം കൊണ്ടുപോയി ഉണക്കിക്കൊണ്ടുവരുക! ഇവാ അങ്ങനെയൊന്നും വിയർക്കുന്നില്ലല്ലോ."

ഇതെല്ലാം കേൾക്കുമ്പോൾ മിസ്സ് ഒഫീലിയ തന്റെ സംസാരം നിർത്തും. എന്നാൽ പെട്ടെന്ന് ഒരു ദിവസം ക്ഷീണം വർധിച്ച് ഇവാ കട്ടി

ലിൽനിന്ന് എഴുന്നേൽക്കാതാവുകയും ഡോക്ടറെ വിളിപ്പിക്കുകയും ചെയ്തപ്പോൾ മേരി പൊടുന്നനവേ ബോധവതിയായി.

കാര്യത്തിന്റെ ഗൗരവം മനസിലായപ്പോൾ, മേരി ഏറ്റവും കഷ്ടത അനുഭവിക്കുന്ന അമ്മയായി മാറി. രോഗിയായ തന്റെ മുന്നിലൂടെ ഒരേയൊരു ഓമനപ്പുത്രി ശ്മശാനത്തിലെ കുഴിമാടത്തിലേക്ക് നടന്നുപോവുകയാണെന്ന് ആ അമ്മയ്ക്കു തോന്നിത്തുടങ്ങി. മേരിക്ക് ദുഃഖം സഹിക്ക വയ്യാതായി. അവൾ പൂർവാധികം ശക്തിയോടെ മാമ്മിയെ ശകാരിക്കുവാനും രാത്രികാലങ്ങളിൽ ഓരോ കാര്യങ്ങൾക്കായി ഓടിക്കാനും തുടങ്ങി.

“പ്രിയപ്പെട്ട മേരീ, നീ എന്തിനാണ് ഇങ്ങനെയെല്ലാം സംസാരിക്കുന്നത്? നിരാശപ്പെടുകയൊന്നും വേണ്ട!” സെന്റ് ക്ലെയർ ഭാര്യയെ ആശ്വസിപ്പിക്കുവാൻ ശ്രമിച്ചുനോക്കി.

“നിങ്ങൾക്ക് അങ്ങനെയെല്ലാം പറയാം. ഒരിക്കലും ഒരമ്മയുടെ വേദന നിങ്ങൾക്ക് മനസിലാവുകയില്ല. അല്ലെങ്കിലും നിങ്ങൾക്കൊരിക്കലും എന്നെ മനസിലാക്കുവാൻ സാധിച്ചിട്ടില്ലല്ലോ.”

“എന്നാലും നമ്മുടെ കുഞ്ഞ് ഒരിക്കലും രക്ഷപ്പെടുകയില്ല എന്ന രീതിയിൽ നീ ഒരിക്കലും സംസാരിക്കരുത്.'

“അവളുടെ കാര്യത്തിൽ നിങ്ങളെപ്പോലെ ഉദാസീനനായിരിക്കുവാൻ എനിക്കു കഴിയുകയില്ല സെന്റ് ക്ലെയർ! നിങ്ങളുടെ ഒരേയൊരു കുട്ടി ഇത്ര വലിയ അപകടസന്ധിയിൽ അകപ്പെട്ടിരിക്കുമ്പോൾ നിങ്ങൾക്കെങ്ങനെ ഇത്തരത്തിൽ നിസ്സംഗതപാലിച്ചിരിക്കുവാൻ കഴിയുന്നു എന്ന് എനിക്കറിയുകയില്ല. എന്നെക്കൊണ്ട് അതിനൊരിക്കലും കഴിയുകയില്ല. എനിക്ക് താങ്ങാൻ കഴിയാത്ത ഒരു ആഘാതമാണിത്.”

“നീ പറയുന്നത് സത്യമാണ്.” സെന്റ് ക്ലെയർ പറഞ്ഞു.

“ഇവാ വളരെ ദുർബലയായിരിക്കുന്നു. എനിക്കത് അറിയാം. വളരെ പെട്ടെന്നാണ് അവൾ തളർന്നുപോയത്. അവളുടെ നില അതീവ ഗുരുതരം തന്നെയാണ്. കാലാവസ്ഥയിൽ വന്നമാറ്റവും ഹെൻഡ്രിക്കിന്റെ ഒപ്പമുള്ള കളിയും സവാരിയും എല്ലാം ആണ് അവളെ പെട്ടെന്ന് ഈ അവസ്ഥയിൽ കൊണ്ടെത്തിച്ചത്. എന്നിട്ടും ഇനിയും പ്രതീക്ഷ കൈവെടിയേണ്ട, ആശയ്ക്കുവകയുണ്ട് എന്നാണ് ഡോക്ടർ പറഞ്ഞത്.

“അതെ. നമുക്ക് നല്ലതുതന്നെ പ്രതീക്ഷിക്കാം. എന്നാൽ എനിക്ക് യാതൊരു ആശ്വാസവും തോന്നുന്നില്ല. നിങ്ങളെപ്പോലെ ഇതെല്ലാം കണ്ടിട്ട്, കാണാത്ത മട്ടിൽ സ്വസ്ഥമായിരിക്കുവാൻ എന്നെക്കൊണ്ടു സാധിക്കുകയില്ല.”

മകളുടെ അസുഖത്തിന്റെ പേരുപറഞ്ഞ് മേരി ജോലിക്കാരോടെല്ലാം കൂടുതൽ ക്രൂരതയോടെ പെരുമാറാൻ തുടങ്ങി. തന്റെ ദുഃഖം ആരും മനസിലാക്കുന്നില്ല എന്ന് ആവലാതിപ്പെട്ട് അവൾ തൊട്ടതിനും പിടിച്ചതിനുമെല്ലാം എല്ലാവരേയും ശകാരിക്കുവാൻ തുടങ്ങി. പാവം ഇവാ ഇതെല്ലാം കാണുകയും കേൾക്കുകയും ചെയ്യുന്നുണ്ട്. മമ്മായുടെ

ഏറ്റവും വലിയ ദുഃഖത്തിന് താൻ കാരണക്കാരിയായല്ലോ എന്നു വിചാരിച്ച് അവൾ കണ്ണുനീർ പൊഴിക്കും. ഒന്നുരണ്ടാഴ്ച കഴിഞ്ഞപ്പോൾ അവളുടെ ആരോഗ്യ സ്ഥിതിയിൽ ചെറുതായി മാറ്റങ്ങൾ കണ്ടു തുടങ്ങി. ഇവാ സാവധാനത്തിൽ പൂന്തോട്ടത്തിലൂടെ നടക്കും. ബാൽക്കണിയിൽ പോയി ഇരിക്കും. അവൾ ചിരിക്കുകയും കളിക്കുകയും എല്ലാം ചെയ്യും. പഴയതുപോലെ ആരോഗ്യം വീണ്ടെടുക്കുമെന്ന് സെന്റ് ക്ലെയർ എല്ലാവരോടും പ്രഖ്യാപിച്ചു. എന്നാൽ മിസ്സ് ഒഫീലിയക്കും ഡോക്ടർക്കും മാത്രം ആ മിഥ്യാലോകത്തിൽ ജീവിക്കുവാൻ കഴിഞ്ഞില്ല. മറ്റൊരാളും കൂടി ഇതേ ധാരണ വച്ചു പുലർത്തിയിരുന്നു. അത് ഇവാ മോളായിരുന്നു. പ്രതീക്ഷകൾ നശിച്ചുകൊണ്ടിരിക്കുന്ന ഒരു ആത്മാവിന്റെ ആന്തരികപ്രേരണയായിരിക്കാം അത്. എന്തായാലും തന്റെ സ്വർഗത്തിലേക്കുള്ള യാത്ര അടുത്തുവരികയാണെന്നുള്ള ശാന്തവും മധുരവുമായ ചിന്ത അവളുടെ ഹൃദയത്തിൽ നിറഞ്ഞുനിന്നു. അസ്തമന സൂര്യന്റെ ശാന്തത. ശരത്കാലത്തിന്റെ മാധുര്യം. തന്റെ ആത്മാവും ഹൃദയവും ദൈവത്തിൽ അർപ്പിക്കുവാൻ അവൾ തയാറായി. അപ്പോഴും തന്നെ സ്നേഹിക്കുന്നവരെ കുറിച്ചോർത്ത് അവൾ വല്ലാതെ ഉൽക്കണ്ഠപ്പെടുകയും വേദനിക്കുകയും ചെയ്തുകൊണ്ടിരുന്നു.

മരണത്തെക്കുറിച്ച് ഓർക്കുമ്പോൾ അവൾക്ക് യാതൊരു വേദനയും വ്യാകുലതയും ഒന്നും ഉണ്ടായിരുന്നില്ല. താൻ ദൈവസന്നിധിയിലേക്കാണല്ലോ പോകുന്നത് എന്ന ചിന്ത അവൾക്ക് വളരെയേറെ ആശ്വാസം നൽകി. അവളുടെ മുതിർന്ന സുഹൃത്തും ഈ വിഷയം എത്രയോ പ്രാവശ്യം വായിച്ചിട്ടുള്ളതാണ്.

അപ്പോഴും തനിക്കു പ്രിയപ്പെട്ടവരെയെല്ലാം വിട്ടുപോകേണ്ടിവരും എന്ന ചിന്ത അവളെ വല്ലാതെ വേദനിപ്പിച്ചുകൊണ്ടിരുന്നു. അച്ഛനെക്കുറിച്ചോർക്കുമ്പോൾ ഹൃദയംനുറുങ്ങുന്ന വേദനയാണ് അനുഭവപ്പെടാറുള്ളത്. അമ്മയുടെ സ്വാർഥത അവളെ വേദനിപ്പിച്ചിരുന്നു എങ്കിലും അവരെ അവൾ അഗാധമായി സ്നേഹിച്ചിരുന്നു. തന്റെ അമ്മ ഒരിക്കലും തെറ്റുചെയ്യുകയില്ല എന്ന കുഞ്ഞുങ്ങളുടെ ചിന്തതന്നെയായിരുന്നു അവളുടേതും. അമ്മ തന്നെ വല്ലാതെ സ്നേഹിക്കുന്നുണ്ട് എന്ന വിവരവും അവൾക്കറിയാം.

തന്റെ വിശ്വസ്തരായ ഭൃത്യജനങ്ങൾക്കുവേണ്ടി അവൾ ഒരുപാടു ദുഃഖിച്ചു. അവരുടെ ജീവിതത്തിലെ സൂര്യപ്രകാശമായിരുന്നു ഇവാ. കഠിനമായ വേലചെയ്ത് ജീവിതം ഒടുക്കേണ്ടിവരുന്ന ആ അടിമകൾക്കു വേണ്ടി എന്തെങ്കിലും ചെയ്യണമെന്ന് അവൾ ആഗ്രഹിച്ചു.

"അങ്കിൾ ടോം," ഒരുദിവസം ടോമിന് *ബൈബിൾ* വായിച്ചുകൊടുത്തുകൊണ്ടിരിക്കുന്ന വേളയിൽ അവൾ പറഞ്ഞു.

"യേശു എന്തിനാണ് നമുക്ക് വേണ്ടി മരിക്കാൻ തയാറായതെന്ന് എനിക്കറിയാം."

"എന്തിനാണ്, ഇവാ മോളെ?"

"എനിക്കും അങ്ങനെ വേണമെന്ന് തോന്നുന്നു."

"എന്താണ് ഇവാ മോളെ, മോള് പറയുന്നതൊന്നും എനിക്ക് മനസിലാകുന്നില്ലല്ലോ!"

"എനിക്ക് പറയാൻ അറിയുകയില്ല. നിങ്ങൾക്ക് ഓർയില്ലേ, അന്ന് നമ്മൾ കപ്പിലിൽ യാത്രചെയ്യുമ്പോൾ എത്ര പാവങ്ങളായിരുന്നു ഒപ്പം ഉണ്ടായിരുന്നത്? ആ പാവം ജീവികളിൽ ചിലർക്ക് അമ്മമാരെ നഷ്ടപ്പെട്ടിരിക്കുന്നു. ചിലർക്ക് മക്കളെ! ചിലർക്ക് ഭർത്താക്കന്മാരെ! അവരെല്ലാം നഷ്ടപ്പെട്ട ബന്ധുക്കളെക്കുറിച്ചോർത്ത് വിലപിക്കുകയായിരുന്നു...

പാവം പ്രൂവിന്റെ കഥ— എനിക്ക് അത് ആലോചിക്കുവാൻ കൂടി വയ്യ. എത്ര ഭീകരമാണ് അത് അല്ലേ? എന്റെ മരണംകൊണ്ട് അത്തരം ദുരന്തങ്ങൾ ഇല്ലാതാക്കാൻ കഴിഞ്ഞാൽ എനിക്കു മരിക്കുവാൻ സന്തോഷമേ ഉള്ളൂ! ഈ കാര്യം ഞാൻ പലവട്ടം ചിന്തിച്ചിട്ടുള്ളതാണ്. എന്നെക്കൊണ്ടു സാധിക്കുമെങ്കിൽ ഇങ്ങനെ വേദന അനുഭവിക്കുന്നവർക്കു വേണ്ടി ഞാൻ മരിക്കും." തന്റെ നേർത്ത കൊച്ചുകരങ്ങൾ ടോമിന്റെ ബലിഷ്ഠമായ കൈകളിൽ വച്ചുകൊണ്ട് അവൾ ആത്മാർഥതയോടെ പറഞ്ഞു. ടോമിന് വല്ലാത്ത ഭയം തോന്നി. അയാൾ പേടിയോടെ ആ മാലാഖക്കുരുന്നിന്റെ മുഖത്തേക്ക് നോക്കി. അപ്പോഴെയ്ക്കും അകത്തു നിന്ന് അച്ഛന്റെ ശബ്ദം കേട്ടപ്പോൾ അവൾ അങ്ങോട്ടുപോയി. അവളുടെ പോക്കുകണ്ട് ടോം പലവട്ടം തന്റെ കണ്ണു തുടച്ചു.

ഇവാ ചവിട്ടുപടികൾ സാവധാനത്തിൽ കയറി അച്ഛന്റെ അടുക്കലെത്തി. സമയം ഉച്ചതിരിഞ്ഞ് മൂന്നു മണിയോടടുത്തിരുന്നു. അവളുടെ ശുഭ്രവസ്ത്രത്തിൽ പതിപ്പിച്ച വെളുത്ത മുത്തുകളിലും കല്ലുകളിലും സൂര്യരശ്മികൾ വെട്ടിത്തിളങ്ങി. അവളുടെ സ്വർണത്തലമുടിയും കവിളുകളും കൂടുതൽ ചുവന്നുതുടുത്തു. കണ്ണുകൾ വെട്ടിത്തിളങ്ങി. അപ്പോഴും ചെറിയൊരു പനി അവളെ ബുദ്ധിമുട്ടിച്ചിരുന്നു. അച്ഛൻ മകൾക്കുവേണ്ടി വാങ്ങിച്ചുകൊണ്ടുവന്ന ഒരു പാവക്കുട്ടിയെ കാണിച്ചു കൊടുക്കാൻ വേണ്ടിയാണവളെ വിളിച്ചത്. കൊച്ചുമകളുടെ അനിതരസാധാരണമായ സൗന്ദര്യം സെന്റ് ക്ലെയറിനെ അതിശയിപ്പിച്ചു. അതോടൊപ്പം കൊടിയ വിഷാദം അയാളെ പിടികൂടി. അച്ഛൻ അവളെ വാരിയെടുത്ത് മാറോടണച്ചു. എന്താണ് അവളോട് പറയേണ്ടതെന്ന് അയാൾ മറന്നു പോയി.

"എന്റെ പൊന്നുമോളെ, നിനക്കിപ്പോൾ വളരെ ഭേദമുണ്ടെന്നു കരുതി അച്ഛൻ ആശ്വസിക്കട്ടെ?"

"പപ്പാ" ഇവാ ദൃഢമായ സ്വരത്തിൽ വിളിച്ചു.

"പല തവണയായി ഞാൻ പപ്പയോടു സംസാരിക്കണമെന്ന് ആഗ്രഹിക്കുന്നു. ഞാൻ കൂടുതൽ ക്ഷീണിക്കുന്നതിനുമുമ്പ് പറഞ്ഞു തീർക്കാമെന്ന് വിചാരിക്കുന്നു."

ഇവാ അച്ഛന്റെ മടിത്തട്ടിൽ കയറിയിരുന്നപ്പോൾ സെന്റ് ക്ലെയർ വല്ലാതെ പേടിച്ചു വിറച്ചു. അച്ഛന്റെ നെഞ്ചിൽ തലചായ്ച്ചുകൊണ്ട് അവൾ പറഞ്ഞു.

"മേലിൽ ഞാനിങ്ങനെ ജീവിക്കുന്നതുകൊണ്ട് ഒരു പ്രയോജനവും ഇല്ലാ. പപ്പാ, ഞാൻ നിങ്ങളെ വിട്ടുപിരിയുവാൻ പോവുകയാണ്. എന്നെന്നേക്കുമായി നിങ്ങളെ വിട്ടുപിരിഞ്ഞ് തിരിച്ചുവരാത്ത ദിക്കിലേക്ക് പോവുകയാണ്." ഇവാ പൊട്ടിക്കരഞ്ഞുകൊണ്ട് പറഞ്ഞു.

"അയ്യോ എന്താണ് എന്റെ പൊന്നുമോളെ," ഉള്ളിലെ ഉൽക്കണ്ഠ മുഴുവൻ മറച്ചുപിടിച്ചുകൊണ്ട് ഉല്ലാസം അഭിനയിച്ച് അദ്ദേഹം സംസാരിക്കുവാൻ തുടങ്ങി.

"നീയാകെ വിഷമിച്ചിരിക്കുകയാണ്. ഇത്തരത്തിലുള്ള ദുഃഖചിന്തകൾ മനസിൽ കൊണ്ടുനടക്കാൻ പാടില്ല. ഇങ്ങോട്ടു നോക്കൂ! ഞാൻ നിനക്ക് ഒരു പാവയെ കൊണ്ടുവന്നിരിക്കുന്നു. നീ അമംഗളകരമായ ചിന്തകൾ വെടിഞ്ഞ് ഈ പാവയെടുത്ത് കളിക്കൂ!"

"അല്ലാ പപ്പാ" സംസാരം തുടരാൻ തന്നെ തീരുമാനിച്ചുകൊണ്ട് അവൾ പറഞ്ഞു.

"പപ്പാ, വെറുതെ ആത്മവഞ്ചന നടത്തണ്ട! ഞാൻ സുഖംപ്രാപിക്കുവാൻ പോകുന്നില്ലെന്നും അധികം താമസിയാതെ പപ്പായെ വിട്ടുപോകുമെന്നും അങ്ങേക്കറിയാം. ആ സത്യം എനിക്കും അറിയാം. പപ്പായെ കുറിച്ചും എന്റെ കൂട്ടുകാരെ കുറിച്ചും ആലോചിക്കുമ്പോഴാണ് എനിക്കു ദുഃഖം. അതില്ലായിരുന്നുവെങ്കിൽ പൂർണ സന്തുഷ്ടയായി തന്നെ ഞാൻ പോകാൻ തയാറാകുമായിരുന്നു. ഞാൻ പോകാനായി വെമ്പൽ കൊള്ളുകയാണ്."

'എന്റെ പ്രിയപ്പെട്ട പൊന്നുമോളെ!" സെന്റ് ക്ലെയർ സൗമ്യമായി പറഞ്ഞു. "നിന്റെ കൊച്ചുഹൃദയം ഇങ്ങനെ ദുഃഖിക്കാനെന്താണ് കാരണം? നിന്നെ സന്തോഷവതിയാക്കാനുതകുന്ന എല്ലാ സംഗതികളും നിന്റെ ജീവിതത്തിൽ ഉണ്ടായിരുന്നിട്ടുണ്ടല്ലോ. ഇല്ലേ അതിനു വേണ്ടതെല്ലാം ഇവിടെയില്ലേ?"

"ഞാൻ ഇതിനകം സ്വർഗത്തിലേക്ക് പോയേനെ. എനിക്ക് അവിടെ ഉണ്ടായിരിക്കുവാനാണ് ഇഷ്ടം. എന്നാൽ എന്റെ സുഹൃത്തുക്കൾക്കു വേണ്ടിയാണ് ഈ ഭൂമിയിൽ ജീവിച്ചിരിക്കുന്നത്. എന്നെ സങ്കടപ്പെടുത്തുന്ന നിരവധി ഭീകരസംഗതികൾ ഇവിടെയുണ്ട്. നമ്മുടെ ഇടയിലുള്ള പാവം ആളുകളെ കുറിച്ചോർത്ത് ഞാൻ വല്ലാതെ ദുഃഖിക്കുന്നു. അവരെന്നെ അത്രമാത്രം സ്നേഹിക്കുന്നുണ്ട്. അവരെല്ലാം എന്നോട് വളരെ സ്നേഹത്തോടെയും കാരുണ്യത്തോടെയും ആണ് പെരുമാറുന്നത്. പപ്പാ, അവരെയെല്ലാം സ്വതന്ത്രരാക്കണം എന്നാണ് എന്റെ ആഗ്രഹം."

"പക്ഷേ ഇവാ," സെന്റ് ക്ലെയർ പറഞ്ഞുതുടങ്ങി. "അവർക്ക് എല്ലാം ഇവിടെ സുഖമല്ലേ? ഇവിടെ എല്ലാവരും അവരോട് നല്ല നിലയിലല്ലേ പെരുമാറുന്നത്?"

"അതെ പപ്പാ, എന്നാൽ എന്റെ പപ്പായ്ക്ക് എന്തെങ്കിലും സംഭവിച്ചാൽ അവരുടെയെല്ലാം സ്ഥിതി എന്താകും? അങ്ങയെപ്പോലെ നല്ലവരായ ആളുകൾ ദുർലഭമായല്ലേ ഈ ലോകത്തിൽ ഉള്ളൂ! ആൽഫ്രെഡ്

അങ്കിൾ അങ്ങയെപ്പോലെയല്ല! മമ്മായുടെ കാര്യം പറയണ്ട! ആ പാവം പ്രൂവിന്റെ യജമാനനെ കുറിച്ചൊന്ന് ഓർത്തുനോക്കൂ! അങ്ങനെ ഓരോരുത്തരെ കുറിച്ചും ആലോചിച്ചു നോക്കൂ. എന്തെല്ലാം ക്രൂരതകളാണ് ഈ ഭൂമിയിൽ നടക്കുന്നത്."

ഇവാ അതെല്ലാം ഓർത്ത് ഭയന്ന് നടുങ്ങി. സെന്റ് ക്ലെയർ അവളെ സാന്ത്വനിപ്പിക്കുവാൻ ശ്രമിച്ചു. അദ്ദേഹം പറഞ്ഞു.

"എന്റെ പൊന്നു കുഞ്ഞേ, നീ വളരെ ലോലഹൃദയയാണ്. ഇത്തരത്തിലുള്ള കഥകളെല്ലാം നീ കേൾക്കാനിടയായതിൽ ഞാൻ വളരെ ഖേദിക്കുന്നു."

"അതാണ് എന്നെ വിഷമിപ്പിക്കുന്നത് പപ്പാ" ഇവാ പറഞ്ഞു. "ഞാൻ സന്തോഷത്തോടെ ഇരിക്കണമെന്നാണ് പപ്പാ ആഗ്രഹിക്കുന്നത് അല്ലേ? ഞാനൊരിക്കലും വേദനിക്കരുത്, കഷ്ടപ്പെടരുത്, ദുഃഖഭരിതമായ ഒരു കഥയും കേൾക്കരുത്. എന്നാൽ ആ പാവങ്ങളുടെ സ്ഥിതിയോ? അവർക്ക് വേദനയും ദുഃഖവും മാത്രമല്ലേ ഉള്ളൂ. ആയുഷ്കാലം മുഴുവൻ അവർ പീഡനം അനുഭവിച്ചുകൊണ്ടിരിക്കുന്നു. ഇത് ഒരുതരം സ്വാർഥതയായി എനിക്കു തോന്നുന്നു. എനിക്ക് അവരെക്കുറിച്ചും അത്തരം കാര്യങ്ങളെ കുറിച്ചും അറിയാൻ ആഗ്രഹമുണ്ട്. അവരുടെ വേദന എന്റെ ഹൃദയത്തിന്റെ അടിത്തട്ടിൽ ആഴത്തിൽ ആണ്ടിറങ്ങിയിരിക്കുകയാണ്. ഞാൻ അതിനെക്കുറിച്ചുമാത്രമാണ് എല്ലായ്പ്പോഴും ചിന്തിച്ചുകൊണ്ടിരിക്കുന്നത്. എന്റെ പ്രിയപ്പെട്ട പപ്പാ, അവരെയെല്ലാം സ്വതന്ത്രരാക്കുവാൻ യാതൊരു മാർഗവും നമ്മുടെ മുന്നിലില്ലേ?"

"ഇതൊരു വല്ലാത്ത ബുദ്ധിമുട്ടുണ്ടാക്കുന്ന ചോദ്യമാണ്." സെന്റ് ക്ലെയർ ഉത്തരം പറഞ്ഞു. "അടിമത്തം ഒരു ചീത്തകാര്യമാണെന്നതിൽ യാതൊരു സംശയവും ഇല്ല. ധാരാളംപേർ ഇങ്ങനെ കരുതുന്നുണ്ട്. ഞാനും അങ്ങനെ തന്നെയാണ് ചിന്തിക്കുന്നത്. ഈ രാജ്യത്ത് ഒരു അടിമപോലും ഉണ്ടാകരുതെന്നാണ് എന്റെ ആഗ്രഹം. എന്നാൽ അതിനുവേണ്ടി എന്തെല്ലാം ചെയ്യാൻ കഴിയും എന്ന ചോദ്യത്തിന് എന്റെ പക്കൽ ഉത്തരമില്ല."

"പപ്പാ, അങ്ങ് നല്ലവനും ദയാലുവും ശ്രേഷ്ഠനുമാണ്. എന്തു കാര്യവും വളരെ ഹൃദ്യമായി അവതരിപ്പിക്കുന്ന ഒരു രീതിയാണ് അങ്ങയുടേത്. അങ്ങേക്ക് പുറത്തിറങ്ങി ചുറ്റിനടന്ന് ശരിയായ കാര്യങ്ങൾ ചെയ്യാനായി ജനങ്ങളെ പ്രേരിപ്പിച്ചു കൂടെ? എനിക്കുവേണ്ടി പപ്പായ്ക്ക് അതു ചെയ്തുകൂടേ? ഞാൻ മരിച്ച ശേഷം പപ്പാ അത് ഓർക്കണം എന്നിട്ട് എനിക്കുവേണ്ടി അതു ചെയ്യണം. പപ്പായ്ക്ക് അതിനു കഴിയുകയില്ലേ? എനിക്കു കഴിയുമായിരുന്നെങ്കിൽ ഞാൻ തന്നെ അതു ചെയ്യുമായിരുന്നു."

"നീ മരിക്കുമ്പോഴോ? എന്റെ പൊന്നുമോളെ, ഇവാ" സെന്റ് ക്ലെയർ വികാരഭരിതനായി. അദ്ദേഹം ഇടറിയ ശബ്ദത്തിൽ പറഞ്ഞു: "എന്നോട് ഇങ്ങനെയൊന്നും പറയല്ലേ? എനിക്ക് ഈ ഭൂമിയിൽ എന്റേതെന്നു പറയാൻ ആകെയുള്ളത് നീ മാത്രമാണ്."

ഇവായുടെ കൈയിൽ അതിനുള്ള ഉത്തരവും തയാറായിട്ട് ഉണ്ടായിരുന്നു. അവൾ പറഞ്ഞു.

"ആ പാവം പ്രൂവിനും സ്വന്തമായി ഉണ്ടായിരുന്നത് അവളുടെ മകൾ മാത്രമായിരുന്നു. എന്നിട്ടും ആ പാവം കുഞ്ഞ് വിശന്ന് കരയുന്നത് നിസ്സഹായതയോടെ പ്രൂ കേട്ടിരുന്നില്ലേ? പപ്പാ, പപ്പ എന്നെ എത്രത്തോളം സ്നേഹിക്കുന്നുവോ അത്രത്തോളം തന്നെ ആ പാവങ്ങൾക്കും അവരുടെ മക്കളോട് സ്നേഹമുണ്ട്. അല്ലെങ്കിൽ നിങ്ങൾ സ്നേഹിക്കുന്നതിനേക്കാൾ ഉപരി ആ പാവങ്ങൾ അവരുടെ കുഞ്ഞുങ്ങളെ സ്നേഹിക്കുന്നു. അവർക്കു വേണ്ടി എന്തെങ്കിലും ചെയ്യൂ പപ്പാ, പാവം മാമ്മി അവളുടെ കുട്ടികളെ വളരെയധികം സ്നേഹിക്കുന്നുണ്ട്. ആ കുഞ്ഞുങ്ങളെ കുറിച്ച് സംസാരിക്കുമ്പോൾ അവൾ കരയുന്നത് ഞാൻ സ്ഥിരമായി കാണാറുള്ള കഴ്ചയാണ്. അങ്കിൾ ടോം സ്വന്തം മക്കളെ എത്രമാത്രം സ്നേഹിക്കുന്നുണ്ടെന്ന് പപ്പായ്ക്ക് അറിയുമോ? ഇത്തരം സംഗതികൾ സദാസമയവും ഉണ്ടായിക്കൊണ്ടിരിക്കുന്നത് ഭീകരം തന്നെയല്ലേ പപ്പാ?"

"അതെല്ലാം പോട്ടെ, എന്റെ പൊന്നുമോളെ, നീ ഇങ്ങനെ സ്വയം വേദന തിന്നരുത്. മരിക്കുന്നതിനെക്കുറിച്ച് മേലിൽ ഒരിക്കലും നീ സംസാരിക്കരുത്. നീ ആഗ്രഹിക്കുന്ന എന്തുകാര്യം വേണമെങ്കിലും ചെയ്യാൻ ഞാൻ തയാറാണ്.

"എങ്കിൽ എനിക്കു വാക്കു തരൂ പ്രിയപ്പെട്ട പപ്പാ," ഉടനെ ഇവാ പറഞ്ഞു. "ടോമിന് സ്വാതന്ത്ര്യം കൊടുക്കണം." അവൾ പെട്ടെന്നു നിർത്തിയ ശേഷം അൽപ്പം വിമുഖതയോടെ പറഞ്ഞു: "ഞാൻ പോയ ഉടനെ!"

"എന്റെ പ്രിയപ്പെട്ട കുഞ്ഞേ, ഞാൻ നിനക്ക് വാക്കു തരുന്നു."

സെന്റ് ക്ലെയർ പറഞ്ഞു.

"ഈ ലോകത്ത് എനിക്കെന്തെല്ലാം ചെയ്യാൻ കഴിയുമോ, അതെല്ലാം ഞാൻ നിനക്കുവേണ്ടി ചെയ്തു തരും."

"എന്റെ പൊന്നു പപ്പാ" തന്റെ പൊള്ളുന്ന കവിൾ അദ്ദേഹത്തിന്റെ കവിളുനുനേരെ വച്ചുകൊണ്ട് അവൾ പറഞ്ഞു. "നമുക്ക് ഈ ലോകത്തുനിന്നും ഒരുമിച്ചുപോകാൻ കഴിഞ്ഞിരുന്നെങ്കിൽ!"

"എവിടേക്കാണ് എന്റെ പൊന്നുമോളെ" സെന്റ് ക്ലെയർ ചോദിച്ചു.

"നമ്മുടെ രക്ഷിതാവിന്റെ വസതിയിലേക്ക്. അവിടെ എന്തൊരു ശാന്തിയും സമാധാനവും ആണെന്നോ? എല്ലാം അതിമനോഹരമായിരിക്കും." താൻ പലപ്പോഴും പോയി പരിചയമുള്ള ഒരു സ്ഥലത്തെകുറിച്ചെന്നപ്പോലെ ശാന്തമായ ദൃഢതയോടാണവൾ പറഞ്ഞത്. "സമാധാനവും ശാന്തിയും പ്രദാനം ചെയ്യുന്ന അവിടേക്ക് പോകാൻ അങ്ങേക്ക് ആഗ്രഹമില്ലേ പപ്പാ?"

സെന്റ് ക്ലെയർ ഇവായെ മുറുകെപ്പിടിച്ച് തന്നോടു ചേർത്തിരുത്തി. എന്നാൽ മറുപടി ഒന്നും പറയാതെ നിശ്ശബ്ദനായി ഇരുന്നു.

"പപ്പാ എന്റെ അടുത്തേക്കു വരൂ! വരില്ലേ പപ്പാ?"

"തീർച്ചയായും നിന്റെ പിന്നാലെ ഞാനും വരും. നീയില്ലാതെ ഞാനെന്തിനാണ് ഇവിടെ ജീവിക്കുന്നത്? നിന്നെ മറന്ന് എനിക്ക് ജീവിക്കുവാനാവുമോ?"

സന്ധ്യമയങ്ങി. പെട്ടെന്ന് അവിടമെല്ലാം ഇരുട്ട് പറന്നു. സെന്റ് ക്ലെയർ തന്റെ കുരുന്നിനെ മാറോടണച്ച് നിശ്ശബ്ദനായി ഇരുന്നു. അവളുടെ കണ്ണുകൾ കാണാൻ അയാൾക്ക് കഴിഞ്ഞില്ല. ശബ്ദം ഒരാത്മാവിന്റേതുപോലെ അയാളുടെ കാതിൽ വന്നലച്ചു. ഭൂതകാലം ഒരു തിരശ്ശീലയിലെന്ന പോലെ സെന്റ് ക്ലെയറിന്റെ കണ്ണുകൾക്കു മുന്നിൽ തെളിഞ്ഞു വന്നു. സ്വന്തം അമ്മയുടെ പ്രാർഥനകളും കീർത്തനങ്ങളും. ഓർമവച്ച കാലം മുതൽ ഇന്നലെ വരെയുള്ള കാര്യങ്ങൾ അയാളുടെ മനസിലൂടെ കടന്നുപോയി. ഓരോ സംഭവങ്ങളും ഓർത്തുകൊണ്ട് അയാൾ മൂകനായി ഇരിക്കുകയാണ്. രാത്രിയായപ്പോൾ മകളെയും എടുത്തുകൊണ്ട് അയാൾ കിടപ്പുമുറിയിലേക്ക് നടന്നു. അകത്തുണ്ടായിരുന്ന ഭൃത്യജനങ്ങളെ എല്ലാം ഉറങ്ങാനായി പറഞ്ഞയച്ച്, മകളെ കെട്ടിപ്പിടിച്ചുകിടന്നു. കുറച്ചു സമയത്തിനുശേഷം അവളെ താരാട്ടു പാടി ഉറക്കി.

ഞായറാഴ്ചയിലെ തെളിഞ്ഞ സായാഹ്നം. വരാന്തയിൽ ഒരു ചാരുകസേരയിൽ കിടന്ന്, അലസമായി ഒരു സിഗരറ്റു പുകച്ചുകൊണ്ടിരിക്കുകയാണ് സെന്റ് ക്ലെയർ. വരാന്തയിലേക്കു തുറന്നുകിടന്നിരുന്ന ജനാലയ്ക്കരികിൽ ഒരു സോഫയിൽ പുറത്തേക്കു ദൃഷ്ടിപായിച്ചുകൊണ്ട് മേരി കിടക്കുന്നു. കൈയിൽ മനോഹരമായ ഒരു പ്രാർഥനാ പുസ്തകം ഉണ്ട്. അതു വായിക്കുകയാണ് എന്ന ഭാവത്തിലാണ് അവളുടെ കിടപ്പ്. വാസ്തവത്തിൽ പുസ്തകം തുറന്നുപിടിച്ച് എന്തോ മനോരാജ്യത്തിൽ മുഴുകിക്കിടക്കുകയാണ് അവൾ.

മിസ്സ് ഒഫീലിയ അടുത്തൊരു സ്ഥലത്ത് പ്രാർഥനായോഗത്തിനായി പോയിരിക്കുകയായിരുന്നു. കൂടെ ടോമും ഇവായും ഉണ്ടായിരുന്നു.

"അഗസ്റ്റിൻ" കുറച്ചുനേരം ഉറക്കംതൂങ്ങിയ ശേഷം മേരി പറയാൻ തുടങ്ങി.

"എന്റെ പഴയ ഡോക്ടർ പോസിയെ വിളിപ്പിക്കണം. അതിനായി ആരെയെങ്കിലും പട്ടണത്തിലേക്ക് പറഞ്ഞയയ്ക്കണം. എന്റെ ഹൃദയത്തിന് കാര്യമായ എന്തോ പ്രശ്നമുണ്ടെന്ന കാര്യം ഉറപ്പാണ്."

"ശരി. എന്നാൽ എന്തിനാണ് പട്ടണത്തിൽനിന്നുള്ള ഡോക്ടറെ വിളിപ്പിക്കുന്നത്? ഇവിടെയുള്ള ഡോക്ടർ വിദഗ്ധനല്ലേ! അയാളല്ലേ ഇവായെ ചികിത്സിക്കുന്നത്?"

"ഏറ്റവും ഗുരുതരമായിരിക്കുന്ന അവസ്ഥയിൽ അയാളെ എങ്ങനെ വിശ്വസിച്ചേൽപ്പിക്കും? എന്റെ അസുഖം വളരെ ഗുരുതരമാണെന്ന കാര്യത്തിൽ സംശയമില്ല. കഴിഞ്ഞ മൂന്നാലു ദിവസമായി ഇതേ വിചാരം തന്നെയാണ് എനിക്ക്. തീരെ ഉറങ്ങാതെ രണ്ടുമൂന്നു രാത്രികളായി ഞാൻ വിഷമിക്കുന്നു. ഞാൻ എത്രമാത്രം വേദന തിന്നുന്നുണ്ടെന്ന് നിങ്ങൾക്കറിയാമോ? വല്ലാത്ത അനുഭവം തന്നെയാണ് എന്റേത്."

"മേരീ, നിനക്കൊരിക്കലും ഹൃദ്രോഗം ഉണ്ടെന്ന് എനിക്കു തോന്നുന്നില്ല."

"അതെ, നിങ്ങൾക്കു തോന്നില്ല. ഞാനിതു പ്രതീക്ഷിച്ചതുതന്നെയാണ്. എന്നാൽ ഇവാ ഒന്നു ചുമയ്ക്കുമ്പോൾ നിങ്ങൾ വല്ലാതെ വിഷമിക്കുന്നു. അവൾക്കെന്തെങ്കിലും നിസ്സാരമായ അസുഖം ഉണ്ടോ എന്നു സംശയം തോന്നുമ്പോഴെയ്ക്കും നിങ്ങൾ വിഷമിക്കുന്നു. എന്നാൽ എന്നെ കുറിച്ചോ, ഞാൻ അനുഭവിക്കുന്ന വിഷമങ്ങളെ കുറിച്ചോ നിങ്ങൾ ഓർക്കുന്നേയില്ല."

"നീയൊരു ഹൃദ്രോഗിയാണെന്നു കേൾക്കുന്നതാണ് നിനക്കു സന്തോഷമെങ്കിൽ ഞാനതു പറഞ്ഞേക്കാം."

"എന്നാലും ഇങ്ങനെ പോയാൽ നിങ്ങൾ ദുഃഖിക്കേണ്ടി വരുമെന്ന് ഞാൻ പറഞ്ഞേക്കാം. നിങ്ങൾ വിശ്വസിച്ചാലും ഇല്ലെങ്കിലും ഞാൻ ഒരു കാര്യം പറയാം. ഇവായ്ക്കു വേണ്ടി ഞാൻ അനുഭവിച്ച വിഷമവും അധ്വാനവും കഷ്ടപ്പാടുകളും എല്ലാമാണ് എന്റെ ഹൃദ്രോഗം വർധിപ്പിച്ചത്. ആദ്യമേ തന്നെ എനിക്ക് ഈ കാര്യത്തിൽ വലിയ സംശയം ഉണ്ടായിരുന്നു."

"എന്ത് അധ്വാനവും കഷ്ടപ്പാടുമാണ് മേരി ഉദ്ദേശിച്ചതെന്ന് പറയാൻ പ്രയാസമാണ്." സെന്റ് ക്ലെയർ ആത്മഗതമെന്നോണം ഒരഭിപ്രായം പാസാക്കി സിഗരറ്റുവലിച്ചുകൊണ്ടിരുന്നു. അപ്പോഴെയ്ക്കും വീട്ടുമുറ്റത്ത് വണ്ടി വന്നുനിൽക്കുന്ന ശബ്ദം കേട്ടു. പുറത്തേക്കു നോക്കിയപ്പോൾ മിസ്സ് ഒഫീലിയയും ഇവായും അതിൽനിന്നും ഇറങ്ങുന്നു.

എന്നത്തേയുംപോലെ മിസ്സ് ഒഫീലിയ നേരെ പോയത് സ്വന്തം മുറിയിലേക്കാണ്. അവൾ അവിടെച്ചെന്ന് തൊപ്പിയും ഷാളും അഴിച്ചു വച്ചു. പിന്നീടു മാത്രമേ അവൾക്കെന്തെങ്കിലും സംസാരിക്കുവാൻ സാധിക്കുകയുള്ളൂ. ഇവാ ഓടിച്ചെന്ന് അച്ഛന്റെ മടിയിൽ കയറിയിരുന്നു. അന്നത്തെ കുർബാനയിൽ ഉണ്ടായ വിശേഷങ്ങളെക്കുറിച്ച് വർണിക്കുവാൻ തുടങ്ങി.

പെട്ടെന്ന് മിസ്സ് ഒഫീലിയായുടെ മുറിയിൽ നിന്നും ഒരട്ടഹാസം കേട്ടു. അവർ ആരെയോ ഉറക്കെ ശകാരിക്കുകയാണ്.

"ഇന്ന് എന്ത് ആഭിചാരപ്രയോഗമാണ് ടോപ്സി നടത്തിയിട്ടുള്ളത്?" സെന്റ് ക്ലെയർ ചോദിച്ചു.

ആ സെക്കന്റിൽ തന്നെ, സഹിക്കാനാവാത്ത അമർഷത്തോടെ കുറ്റവാളിയേയും പിടിച്ചുവലിച്ചുകൊണ്ട് മിസ്സ് ഒഫീലിയ പുറത്തേക്കു വന്നു.

"ഇവിടെ വാ" യജമാനത്തി അലറി.

"നിന്നെ ഇനി പൊറുപ്പിക്കുവാൻ പറ്റുകയില്ല എന്നകാര്യം ഞാൻ യജമാനനോട് തുറന്നുപറയാൻ പോവുകയാണ്".

"എന്താണ് കാര്യം?" സെന്റ് ക്ലെയർ ചോദിച്ചു.

"ഇവളെ എനിക്കിനി വച്ചുകൊണ്ടിരിക്കുവാൻ സാധിക്കുകയില്ല. ഇനി ക്ഷമിക്കുവാൻ എന്നെക്കൊണ്ട് സാധിക്കുകയില്ല. അവളെ അറക്കാനാണ് എനിക്കു തോന്നുന്നത്. എന്റെ രക്തം തിളയ്ക്കുന്നു. ഞാനവളെ മുറിയിൽ അടച്ചിട്ട് ഒരു കീർത്തനം വായിക്കുവാൻ ഏൽപ്പിച്ച് പോയതായി

രുന്നു. അവൾ ചെയ്തതെന്താണെന്ന് നിങ്ങൾക്കു കേൾക്കണോ? എന്റെ അലമാരയുടെ താക്കോൽ തപ്പിയെടുത്ത് അതു തുറന്ന്; ഞാനതിനുള്ളിൽ സൂക്ഷിച്ചിരുന്ന ഏറ്റവും പുതിയ ഷാൾ എടുത്ത് അത് കൊച്ചുകൊച്ചു കഷ്ണങ്ങളായി മുറിച്ചിട്ടിരിക്കുന്നു. പാവക്കുട്ടിക്ക് ഉടുപ്പുതുന്നാനാണത്രേ! ഇതുപോലൊരു ജന്തുവിനെ ഞാനെന്റെ ജീവിതത്തിൽ കണ്ടിട്ടില്ല. വല്ലാത്ത അസത്തു തന്നെ."

"ഞാൻ നിങ്ങളോട് എത്ര തവണ പറഞ്ഞിരിക്കുന്നു." മേരി സംസാരം ആരംഭിച്ചു. "കർശനമായി ശിക്ഷിക്കാതെ ഇവരെയൊന്നും നേരെയാക്കാൻ സാധിക്കുകയില്ല. ആ മാർഗമാണ് ഞാൻ സ്വീകരിച്ചിരിക്കുന്നത്. അല്ലാതെ ഇവറ്റകളുടെ ചെവിയിൽ വേദോപദേശം നടത്തിയിട്ട് ഒരു കാര്യവും ഇല്ല." സെന്റ് ക്ലെയറിനുനേരെ കുറ്റപ്പെടുത്തുന്ന രീതിയിൽ തുറിച്ചുനോക്കിക്കൊണ്ട് സംസാരം തുടർന്നു.

"ഇതിനെ പുറത്തു പറഞ്ഞയച്ച്, ചാട്ടവാറുകൊണ്ട് പൊതിരെ തല്ലിപ്പിക്കണം; വേദനകൊണ്ട് പുളയണം. നിലത്തു വീഴുന്നതുവരെ അടിച്ചാൽ ചിലപ്പോൾ നന്നായിക്കൂടെന്നില്ല."

"എനിക്ക് സംശയമില്ല" സെന്റ് ക്ലെയർ മറുപടി പറഞ്ഞു.

"സ്ത്രീ സൃഷ്ടിക്കുന്ന സുന്ദരമായ നിയമങ്ങൾ! സ്ത്രീകൾക്ക് പരിപൂർണമായ അധികാരം കൈമാറിയാൽ, ഒരു ഭൃത്യനേയോ കുതിരയേയോ പാതി ജീവനാക്കി വിടാത്ത എത്ര പേർ ഉണ്ടാകും?"

"നിങ്ങളുടെ ഇത്തരം രീതികൊണ്ട് ആർക്കും ഒരു ഗുണവും ഉണ്ടാവുകയില്ല, സെന്റ് ക്ലെയർ" മേരി ഇടയിൽ കയറി സംസാരിക്കുവാൻ തുടങ്ങി. "നമ്മുടെ കസിൻ വളരെ ബുദ്ധിമതിയായ സ്ത്രീയാണ്. ഞാൻ കാണുന്ന അതേ രീതിയിൽ തന്നെ അവർ കാര്യങ്ങൾ വ്യക്തമായി കാണുന്നു, മനസിലാക്കുന്നു."

ഏതൊരു വീട്ടമ്മയേയും പോലെ വിലപിടിച്ച സാധനങ്ങൾ നശിപ്പിക്കുന്നത് മിസ്സ് ഒഫീലിയായേയും കുപിതയാക്കി. എന്നാൽ മേരിയുടെ അഭിപ്രായപ്രകടനം അവർക്കു സഹിക്കാവുന്നതിലും അപ്പുറമായിരുന്നു.

"ഞാനൊരിക്കലും ഒരു കുട്ടിയോടും അങ്ങനെ ഒന്നും പെരുമാറുകയില്ല." അവൾ പറഞ്ഞു.

"എന്നാലും ഇതിനെ നന്നാക്കിയെടുക്കാൻ എന്താണ് ചെയ്യേണ്ടത് എന്ന് എനിക്ക് അറിയുകയില്ല അഗസ്റ്റിൻ! പഠിപ്പിച്ച് പഠിപ്പിച്ച് മതിയായി. ഇവളോടു സംസാരിച്ച് എനിക്ക് തൊണ്ട അനക്കാൻ പറ്റുന്നില്ല. ഞാനവളെ അടിച്ചിട്ടുണ്ട്. എന്നെക്കൊണ്ട് ആവും വിധമെല്ലാം ശിക്ഷിച്ചിട്ടുണ്ട്. എന്നിട്ടും യാതൊരു മാറ്റവും ഇല്ല. കൂടുതൽ കൂടുതൽ വഷളാവുകയാണെന്ന് എനിക്കു തോന്നുന്നു."

"ഏയ് കുരങ്ങേ ടോപ്സീ, നീ ഇവിടെ വരൂ!" സെന്റ് ക്ലെയർ വിളിച്ചു. ഒട്ടും മടിക്കാതെ അവൾ അടുത്തേക്ക് ചെന്നു. അവളുടെ കറുത്ത, കുസൃതിനിറഞ്ഞ കണ്ണുകൾ അപ്പോഴും തിളങ്ങിയിരുന്നു.

"എന്തുകൊണ്ടാണ് നീ ഇപ്പോഴും ഇത്തരത്തിൽ തന്നെ പെരു

മാറിക്കൊണ്ടിരിക്കുന്നത്? നിനക്ക് നന്നാവണമെന്ന് ആഗ്രഹമില്ലേ?" കുട്ടിയുടെ നിൽപ്പും മനോഭാവവും കണ്ടപ്പോൾ സെന്റ് ക്ലെയറിന് മന്ദഹസിക്കുവാതിരിക്കാൻ കഴിഞ്ഞില്ല.

"എന്റെ മനസ്സ് ചീത്തയായതുകൊണ്ടായിരിക്കാം. അങ്ങനെയാണ് മിസ്സ് ഒഫീലിയ പറയുന്നത്."

"മിസ്സ് ഒഫീലിയ നിനക്കു വേണ്ടി എന്തെല്ലാം ചെയ്തുതരുന്നുണ്ട്? അതൊന്നും നീ മനസിലാക്കാത്തത് എന്താണ്? നിനക്കുവേണ്ടി ചെയ്യാവുന്നതു മുഴുവൻ ചെയ്തുകഴിഞ്ഞു എന്നാണ് അവർ പറയുന്നത്."

"അതു ശരിയാണ്. യജമാനനെ, അവർ എനിക്കുവേണ്ടി ഒരുപാടെല്ലാം ചെയ്തു. എന്റെ പഴയ യജമാനത്തിയും ഇങ്ങനെ തന്നെയാണ് പറയാറ്. അവരെന്നെ അതിഭീകരമായി അടിക്കുമായിരുന്നു. മുടിപിടിച്ചു വലിച്ച് തല വാതിലിലിട്ട് അടിക്കും. എന്നിട്ടൊന്നും ഞാൻ നന്നായില്ല. എന്റെ തലയിലെ ഓരോ മുടിനാരും പിഴുതെടുത്താൽപ്പോലും നന്നാവുകയില്ല. ഞാൻ അത്രമാത്രം ചീത്തക്കുട്ടിയാണ്. ഞാനൊരു വൃത്തികെട്ട നീഗ്രോ അല്ലേ? എന്നെ നന്നാക്കാൻ ഒരു വഴിയും ഇല്ലെന്നാണ് തോന്നുന്നത്."

"ഇവളെ ഉപേക്ഷിക്കുവാൻ ഞാൻ തീരമാനിച്ചു." മിസ്സ് ഒഫീലിയ പറഞ്ഞു." എനിക്കിനി ഇതിനുവേണ്ടി ബുദ്ധിമുട്ടി എന്റെ ആയുസു പാഴാക്കാൻ താൽപ്പര്യമില്ല."

"ഒരേയൊരു ചോദ്യം നിങ്ങളോടു ചോദിക്കുവാൻ ഞാൻ ആഗ്രഹിക്കുന്നു?" സെന്റ് ക്ലെയർ പറഞ്ഞു.

"എന്താണത്?"

"എല്ലാം തികഞ്ഞ ഒരു വീട്ടിൽ കഴിഞ്ഞിട്ടുപോലും, അതും പലരുടേയും സഹകരണത്തോടെ, മതത്തിന് പുറമേയുള്ള ഒരു കുട്ടിയെ രക്ഷപ്പെടുത്താൻ നിങ്ങളെക്കൊണ്ട് സാധ്യമാവുന്നില്ലെങ്കിൽ, നിങ്ങളുടെ വേദഗ്രന്ഥത്തിന് അതിനുള്ള കരുത്തില്ലെങ്കിൽ, ഇതുപോലുള്ള ആയിരക്കണക്കിന് അപരിഷ്കൃതരായ നീഗ്രോകളുടെ അടുത്തേക്ക് ഒന്നോ രണ്ടോ പാവം മതപുരോഹിതന്മാരെ അയച്ചിട്ട് എന്തു പ്രയോജനമാണു ലഭിക്കുക? അത്തരത്തിലുള്ള ആയിരക്കണക്കിന് അപരിഷ്കൃതരുടെ ഒരു പ്രതീകം മാത്രമാണ് നമ്മുടെ മുന്നിലുള്ള ഈ കുഞ്ഞ്."

സഹോദരൻ പറഞ്ഞതു മുഴുവൻ സത്യമാണെങ്കിലും പെട്ടെന്നൊരു മറുപടി നൽകാൻ ഒഫീലിയയ്ക്ക് കഴിഞ്ഞില്ല. ഈ സംഭവവികാസങ്ങൾക്കെല്ലാം മൂകസാക്ഷിയായി അടുത്തു നിന്നിരുന്ന ഇവാ സാവധാനത്തിൽ നടന്നുകൊണ്ട് തന്റെ പിന്നാലെ വരുവാൻ ടോപ്സിയോട് ആംഗ്യം കാണിച്ചു. വരാന്തയുടെ തെക്കേ മൂലയിൽ കണ്ണാടിച്ചുമരുകൾ ഉള്ള ഒരു കൊച്ചു മുറിയുണ്ട്. സെന്റ് ക്ലെയറിന്റെ വായനാമുറിയാണ് അത്. ആ മുറിയിലേക്കാണ് ഇവാ ടോപ്സിയേയും കൂട്ടിക്കൊണ്ടുപോയത്.

ഇവാ എന്താണ് ചെയ്യുന്നതെന്നറിയുവാൻ സെന്റ് ക്ലെയറിന് വലിയ താൽപ്പര്യം തോന്നി. അതറിയാൻ വേണ്ടി അദ്ദേഹം പതുക്കെ നടന്ന്

ആ മുറിയുടെ വാതിൽ കർട്ടൻ പൊക്കി നോക്കി. ഒഫീലിയയോട് മിണ്ടി പ്പോകരുതെന്ന് ചുണ്ടത്ത് വിരൽവച്ച് സൂചിപ്പിച്ചു. ആ കാഴ്ച കാണാൻ അവളെ ക്ഷണിക്കുകയും ചെയ്തു. കുട്ടികൾ രണ്ടുപേരും നിലത്തിരി ക്കുകയാണ്. രണ്ടുപേരുടെയും മുഖത്തിന്റെ ഒരു വശം മാത്രമേ കാണാൻ സാധിക്കുകയുള്ളൂ. ടോപ്സി, എന്നത്തേയുംപോലെ തികഞ്ഞ അശ്രദ്ധ യോടെയാണ് ഇരിക്കുന്നത്. എതിർഭാഗത്ത് ഇവാ. അവളുടെ വലിയ കണ്ണുകളിൽ അശ്രുകണങ്ങൾ നിറഞ്ഞ് തുളുമ്പുന്നു. മുഖം വികാര വിക്ഷുബ്ധമാണ്.

" നീ ഇത്രമാത്രം മോശമായി പെരുമാറുന്നത് എന്തുകൊണ്ടാണ്? ടോപ്സീ, നിനക്കു നന്നാവാൻ ശ്രമിച്ചു കൂടെ? നീ ആരെയും സ്നേഹി ക്കുന്നില്ലേ?"

"സ്നേഹത്തെക്കുറിച്ചൊന്നും എനിക്കറിയില്ല. ചോക്ലേറ്റും പഴവും ഞാൻ ഇഷ്ടപ്പെടുന്നു. അതുമാത്രമേ എനിക്കറിയൂ."

"എന്നാലും അച്ഛനേയും അമ്മയേയും സ്നേഹിക്കുന്നുണ്ടാവില്ലേ? അതില്ലാതിരിക്കില്ലല്ലോ!"

"എനിക്ക് അങ്ങനെ ആരും ഉണ്ടായിട്ടില്ല. ഞാനത് പല പ്രാവശ്യം പറഞ്ഞിട്ടില്ലേ?"

"ഓഹ്! ആ കാര്യം എനിക്കറിയാം." ഇവാ ദുഃഖത്തോടെ പറഞ്ഞു. "എന്നാലും ഏതെങ്കിലും ഒരു സഹോദരനോ സഹോദരിയോ ആന്റിയോ...അങ്ങനെ ആരും?"

"ഇല്ല, ആരുമില്ല. എനിക്ക് ആരും ഉണ്ടായിരുന്നില്ല."

"എന്നാൽ ടോപ്സീ, നീ നല്ലവളാകാൻ ഒന്നു ശ്രമിച്ചുനോക്കൂ! നിന ക്കതിന് സാധിക്കും. അപ്പോൾ സ്നേഹിക്കുവാൻ എല്ലാവരും ഉണ്ടാകു കയും ചെയ്യും."

"അതെങ്ങനെയാണ്? ഞാനെങ്ങനെയാണ് നന്നാവുക? എത്ര ശ്രമി ച്ചാലും ഞാൻ നീഗ്രോ അല്ലാതാവുകയില്ലല്ലോ. എന്റെ തൊലി പൊളിച്ചു മാറ്റി കറുപ്പിനു പകരം വെള്ളയാക്കാൻ സാധിക്കുമോ?"

"സ്നേഹത്തിന് കറുപ്പ് വെളുപ്പ് എന്ന വ്യത്യാസമൊന്നുമില്ല. കറു ത്തവളാണെങ്കിലും ആളുകൾക്ക് നിന്നെ സ്നേഹിക്കാമല്ലോ. ടോപ്സീ, നീ നല്ലവളായാൽ ഒഫീലിയാ ആന്റി നിന്നെ തീർച്ചയായും സ്നേഹിക്കും."

ടോപ്സി പതിവായി ചെയ്യാറുള്ളതുപോലെ അവിശ്വസനീയത പ്രക ടമാക്കുന്ന ഒരു ചിരി ചിരിച്ചു.

"എന്താ നിനക്ക് വിശ്വസിക്കുവാൻ കഴിയുന്നില്ലേ?" ഇവാ ചോദിച്ചു.

"ഇല്ല. അവർക്കൊരിക്കലും എന്നെ സ്നേഹിക്കുവാൻ സാധിക്കു കയില്ല. കാരണം, ഞാനൊരു നീഗ്രോ ആണ്. നീഗ്രോകളെ സ്നേഹി ക്കുവാൻ ആരെക്കൊണ്ടും സാധിക്കുകയില്ല. ഞങ്ങൾ നീഗ്രോകൾക്ക് അതിൽ ഒന്നും ചെയ്യാനും സാധിക്കുകയില്ല. ഞാനതൊട്ടും കാര്യമാ ക്കുന്നുമില്ല." ടോപ്സി ചൂളമടിക്കാൻ ആരംഭിച്ചു.

"ഓ, ടോപ്സീ, നീയെത്ര പാവമാണ്. ഞാൻ നിന്നെ സ്നേഹിക്കു

ന്നുണ്ട് എന്നത് നീ അറിയുന്നില്ലേ?" വികാരാവേശത്തോടെ ഇവാ പറഞ്ഞു. തന്റെ വെളുത്തുമെലിഞ്ഞ കൈകൾ ടോപ്സിയുടെ തോളിൽ വച്ചു.

"ടോപ്സീ, ഞാൻ നിന്നെ വളരെയധികം സ്നേഹിക്കുന്നു! കാരണം നിനക്ക് അച്ഛനോ അമ്മയോ ബന്ധുക്കളോ സുഹൃത്തുക്കളോ ഒന്നും ഇല്ലല്ലോ. നീ എത്ര പാവമാണ്. നിന്ദിക്കപ്പെടുകയും പീഢിപ്പിക്കപ്പെടുകയും ചെയ്യുന്ന കുട്ടി. ഞാൻ നിന്നെ സ്നേഹിക്കുന്നു. നീ നല്ലവളാകണമെന്ന് മറ്റാരെയുംകാൾ ആഗ്രഹിക്കുന്നു. എനിക്കു തീരെ സുഖമില്ല ടോപ്സീ, ഞാനിനി അധികനാൾ ജീവിച്ചിരിക്കുമെന്ന് തോന്നുന്നില്ല. നീ ഇങ്ങനെ ചീത്തകുട്ടിയായി എല്ലാവരുടേയും ശകാരം കേൾക്കുന്നതിൽ എനിക്ക് വല്ലാത്ത ദുഃഖമുണ്ട്. എനിക്കുവേണ്ടി നീ നല്ലവളാകാൻ ശ്രമിക്കണം. ഇനി വളരെക്കുറച്ചു കാലം മാത്രമേ നമുക്കൊരുമിച്ച് കഴിയാൻ സാധിക്കുകയുള്ളൂ."

അതുവരെ മാനുഷികവികാരങ്ങൾ യാതൊന്നും പ്രകടിപ്പിക്കാതിരുന്ന ആ കറുത്തകുട്ടിയുടെ ഇരുണ്ടകണ്ണിൽനിന്നും അശ്രുകണങ്ങൾ ധാരധാരയായി ഒഴുകി. ഇവായുടെ ദുർബലമായ കുഞ്ഞിക്കൈകളിൽ അവ വന്നു പതിച്ചുകൊണ്ടിരുന്നു. ആ സമയത്ത് ആ നീഗ്രോ പെൺകുട്ടിയുടെ മനസിലൂടെ യഥാർഥ വിശ്വാസത്തിന്റെയും സ്വർഗീയ സ്നേഹത്തിന്റെയും വെള്ളിരേഖ കടന്നുപോയി. ടോപ്സി കാൽമുട്ടുകൾക്കിടയിൽ തല ചായ്ച്ചുകൊണ്ട് തേങ്ങിക്കരയാൻ തുടങ്ങി. അപ്പോൾ മാടപ്രാവിനെപ്പോലെ പരിശുദ്ധയായ ഇവാ അവളുടെ മുതുകിൽ തലചായ്ച്ചു. ഒരു മോചിപ്പിക്കുന്ന മാലാഖയെപ്പോലെ തോന്നിപ്പിച്ചു ഇവായെ കണ്ടപ്പോൾ.

"പാവം ടോപ്സി" ഇവാ പറഞ്ഞു.

"യേശു എല്ലാവരെയുംഒരുപോലെയാണ് സ്നേഹിക്കുന്നതെന്ന് നിനക്കറിയില്ലേ? അവന്റെ മുന്നിൽ എനിക്കും നിനക്കും വ്യത്യാസമൊന്നുമില്ല. അവൻ നമ്മെ രണ്ടുപേരെയും ഒരുപോലെ സ്നേഹിക്കുന്നു. ഞാൻ നിന്നെ സ്നേഹിക്കുന്നതുപോലെ, ഒരുപക്ഷേ അതിനെക്കാൾ കൂടുതൽ. കാരണം അവൻ ഏറ്റവും നല്ലവനാണ്. നിന്നെ നല്ല സ്വഭാവത്തിലേക്കു നയിക്കുവാൻ അവനു സാധിക്കും. അവൻ നിനക്കു സ്വർഗലോകത്തിലേക്കുള്ള പാത കാണിച്ചു തരും. എന്നെന്നും ഒരു മാലാഖയായി നിനക്ക് സ്വർഗത്തിൽ കഴിയാം. നീ ഇനി മുതൽ അതിനെ കുറിച്ചു മാത്രം ചിന്തിച്ചാൽ മതി. ടോപ്സീ, അങ്കിൾ ടോം പാടിത്തരാറുള്ളതുപോലെ ഒരു മാലാഖയായി മാറാൻ നിനക്കു സാധിക്കും."

"ഓ, എന്റെ പ്രിയപ്പെട്ട ഇവാ, എന്റെ കൊച്ചെജമാനത്തീ, ഞാൻ ശ്രമിക്കാം. ആവുമ്പോലെയെല്ലാം ഞാൻ ശ്രമിക്കാം. അതിനെ കുറിച്ച് മുമ്പൊരിക്കലും ഞാൻ ശ്രദ്ധിച്ചിരുന്നതേയില്ല." ടോപ്സി പറഞ്ഞു.

സെന്റ് ക്ലെയറിന് ആ കാഴ്ച കണ്ടു നിൽക്കാനായില്ല. വേഗം കർട്ടൻ താഴ്ത്തിയിട്ട് ഒഫീലിയായോടു പറഞ്ഞു: "ഇവാ, എന്റെ അമ്മയെ ഓർമിപ്പിക്കുന്നു. അമ്മ എന്നോടു പലവട്ടം പറഞ്ഞിട്ടുള്ള ഒരു കാര്യമു

ണ്ട്. ഒരു കുരുടന് കാഴ്ച നൽകുവാൻ നമ്മൾ ആഗ്രഹിക്കുന്നുവെങ്കിൽ യേശു ദേവൻ ചെയ്തതുപോലെ പ്രവർത്തിക്കുവാൻ നമ്മൾ സന്നദ്ധ രാകണം. അവരെ നമ്മുടെ സമീപത്തേക്ക് വിളിക്കുക. എന്നിട്ട് അവ രുടെ ശരീരത്തിൽ നമ്മുടെ കൈകൾ വയ്ക്കുക."

"എന്നാൽ ഞാൻ നീഗ്രോകളോട് എപ്പോഴും പക്ഷപാതപരമായാണ് പെരുമാറിയിട്ടുള്ളത്." മിസ്സ് ഒഫീലിയ കുമ്പസരിക്കുന്നതുപോലെ പറഞ്ഞു.

"ആ നീഗ്രോ പെൺകുട്ടി എന്നെ തൊടുന്നത് എനിക്ക് സഹിക്കാ നാവുമായിരുന്നില്ല എന്നത് ഒരു സത്യം തന്നെയാണ്. എന്നാൽ അത വൾക്കു മനസിലാക്കാൻ സാധിക്കുമായിരുന്നു എന്ന് എനിക്ക് അറിയു വാനും കഴിഞ്ഞില്ല.

"ഹൃദയത്തിൽ വെറുപ്പ് ഒളിപ്പിച്ചു വച്ചശേഷം നിങ്ങൾ എത്രമാത്രം അവരെ സഹായിക്കുവാൻ ശ്രമിച്ചാലും അതുകൊണ്ട് അവർക്ക് യാതൊരു പ്രയോജനവും ഉണ്ടാവുകയില്ല."

"എന്താണ് ഞാൻ ചെയ്യേണ്ടത് എന്നതിനെക്കുറിച്ച് എനിക്ക് യാതൊരു രൂപവുമില്ല." മിസ്സ് ഒഫീലിയ പറഞ്ഞു.

"എനിക്ക് ഈ വർഗത്തോടു മുഴുവൻ വെറുപ്പാണ്. പ്രത്യേകിച്ച് ഈ പെൺകുട്ടിയോട്. ഇവളെ ഇഷ്ടപ്പെടാൻ ഞാൻ എന്താണ് ചെയ്യേ ണ്ടത്?"

"ഇവാ, അവളെ ഇഷ്ടപ്പെടുന്നുണ്ടല്ലോ."

"ഇവാ എത്ര സ്നേഹമുള്ളവളാണ്.അവൾ യേശുവിനെപ്പോലെ ഓരോരുത്തരേയും സ്നേഹിക്കുന്നു." മിസ്സ് ഒഫീലിയ പറഞ്ഞു.

"അവളെപ്പോലെ എല്ലാവരേയും സ്നേഹിക്കാൻ കഴിയണം എന്നാണ് എന്റെ ഏറ്റവും വലിയ ആഗ്രഹം. അവൾ വേണം എന്നെ ജീവിതത്തിന്റെ പാഠങ്ങൾ പഠിപ്പിക്കുവാൻ."

ആ വീട്ടിലെ മറ്റേതു മുറിയുംപോലെ ഇവായുടെ മുറിയും വളരെ വിശാലവും മനോഹരവുമായിരുന്നു. വീതിയുള്ള വരാന്തയിലേക്കാണ് ആ മുറിയുടെ വാതിലും തുറക്കുന്നത്. അച്ഛന്റെയും അമ്മയുടേയും മുറി യിൽനിന്ന് അതിലേക്കു തുറക്കുന്ന വാതിലുണ്ട്. തൊട്ടടുത്തു തന്നെ യാണ് മിസ്സ് ഒഫീലിയായുടെ മുറിയും. ഇവായുടെ ഇഷ്ടത്തിനനുസരി ച്ചാണ് അവളുടെ മുറി സെന്റ് ക്ലെയർ ക്രമീകരിച്ചിരിക്കുന്നത്. ജനൽ കർട്ടനായി ഇളം റോസും വെളുപ്പും നിറമുള്ള മസ്ലിൻ തുണികൾ ഉപ യോഗിച്ചിരിക്കുന്നു. പാരീസിൽനിന്നും പ്രത്യേകം വരുത്തിയ പരവതാ നിയാണ് നിലത്തുവിരിച്ചിരിക്കുന്നത്. നടുവിൽ വലിയ ഒരു റോസാപൂ വിടർന്നു നിൽക്കുന്ന ആ പരവതാനിയിൽ വശങ്ങളിലായി പൂമൊട്ടുകളും ഇലകളും ഭംഗിയായി തുന്നിപ്പിടിപ്പിച്ചിരിക്കുന്നു. കട്ടിലും മേശയും കസേ രയുമെല്ലാം മുളകൊണ്ട് നിർമ്മിച്ചവയാണ്. ആധുനിക രീതിയിൽ ഏറ്റവും മനോഹരമായി നിർമിച്ചവ. കട്ടിലിനു നേരെ മുകളിലായി ഒരു സ്റ്റാന്റിൽ അതിമനോഹാരമായ ഒരു മാലാഖയുടെ പ്രതിമ സ്ഥാപിച്ചിട്ടുണ്ട്. ഇല

കളും പൂക്കളും കൊണ്ടുള്ള കിരീടം ധരിച്ച് ചിറകുവിടർത്തി നിൽക്കുന്ന മാലാഖ. കട്ടിലിൽ റോസ്നിറത്തിൽ വെള്ളവരയുള്ള കൊതുകവല ഞാത്തിയിട്ടിട്ടുണ്ട്. ആ കാലാവസ്ഥയിൽ ആ മുറിയിൽ കൊതുകുവല യില്ലാത്ത കിടപ്പ് അസാധ്യമാണ്. മുളകൊണ്ടു നിർമിച്ച മനോഹരമായ പൂപ്പാത്രത്തിൽ സൗരഭ്യം പരത്തിക്കൊണ്ട് പൂക്കൾ ഭംഗിയായി അടു ക്കിവച്ചിരിക്കുന്നു. മുളകൊണ്ട് നിർമിച്ച മേശയും കുഷ്യനിട്ട നിരവധി കസേരകളും ആ മുറിയിലുണ്ട്. കട്ടിലിനടുത്തായി സുന്ദരമായ കൊച്ചു ഷെൽഫിൽ ഇവായുടെ പുസ്തകങ്ങളും ആഭരണങ്ങളും അടുക്കിവച്ചി രിക്കുന്നു. കുഞ്ഞുങ്ങളെ സ്വീകരിക്കുന്ന യേശുദേവന്റെ ഒരു പ്രതിമയുണ്ട് ആ മുറിയിൽ. ഇവായ്ക്ക് ഏറ്റവും പ്രിയപ്പെട്ടത്. ആ പ്രതിമയിൽ ദിവ സവും രാവിലെ പൂക്കൾ അർപ്പിക്കുന്നത് ടോമിന് വളരെ പ്രിയങ്കരമായ ഒരു ജോലിയാണ്. ചുമരിൽ ആകർഷകമായ പെയിന്റിങ്ങുകൾ തൂങ്ങി ക്കിടക്കുന്നു. ആ മുറിയിൽ എങ്ങോട്ടു നോക്കിയാലും സൗന്ദര്യത്തി ന്റെയും സമാധാനത്തിന്റെയും അടയാളങ്ങൾ തൂങ്ങിക്കിടക്കുന്നു. മന സിന് സന്തോഷവും സമാധാനവും പ്രദാനം ചെയ്യുന്ന ഹൃദയഹാരിക ളായ കാഴ്ചകളും കണികണ്ടാണ് ഇവാ നിത്യവും രാവിലെ ഉണരുക!

കുറച്ചുദിവസം ഇവായിൽ കണ്ടിരുന്ന ഉന്മേഷം ക്ഷണികമായിരു ന്നു. അത്യപൂർവമായി മാത്രമേ അവളുടെ പദനിസ്വനം വരാന്തയിൽ കേൾക്കാറുള്ളൂ. അധികസമയവും ജനവാതിലിനരികിലെ ചാരുകസേ രയിൽ കിടന്ന് തടാകത്തിലെ കൊച്ചോളങ്ങളെ നോക്കിക്കൊണ്ടിരിക്കും.

നേരം വൈകുന്നേരമായി തുടങ്ങി. ഇവാ ചാരുകസേരയിൽ കിടന്ന്, *ബൈബിൾ* തുറന്ന്, ഓരോ പേജുകളായി മറിച്ചുനോക്കിക്കൊണ്ടിരിക്കു കയാണ്. പെട്ടെന്ന് വരാന്തയിൽനിന്ന് മേരിയുടെ ഉച്ചത്തിലുള്ള ശകാരം കേട്ടു.

"വൃത്തികെട്ടവളെ, നീ എന്ത് തെമ്മാടിത്തമാണ് ഇവിടെ കാണിച്ചു കൂട്ടാൻ പോകുന്നത്. പൂവ് പൊട്ടിക്കുകയോ? ആരാണ് നിനക്കിതിന് അനുവാദം തന്നത്?" ചെകിട്ടത്ത് ആഞ്ഞടിക്കുന്ന ശബ്ദം ഇവാ കേട്ടു.

അയ്യോ യജമാനത്തീ, ഇത് കൊച്ചെജമാനത്തിക്കുവേണ്ടിയാണ്." ശബ്ദം കേട്ടപ്പോൾ അതു ടോപ്സിയാണെന്നു മനസിലായി.

"അതെ, കൊച്ചെജമാനത്തിക്ക്. നല്ല ന്യായീകരണം. നിന്റെ പൂക്കൾ അവൾ സ്വീകരിക്കുമെന്ന് കരുതുന്നുണ്ടോ? നീയാരാണ്? യാതൊരു ഗുണവുമില്ലാത്ത നീഗ്രോപെണ്ണ്. കടന്നു പോ! എന്റെ മുന്നിൽ നിന്നും!"

ആ നിമിഷത്തിൽ ഇവായ്ക്ക് എവിടെ നിന്നാണ് ശക്തി ലഭിച്ചതെന്ന് അറിയില്ല. അവൾ ചാടിയെഴുന്നേറ്റു. ഓടി വരാന്തയിൽ എത്തി.

"എന്താണിത് മമ്മാ, എനിക്ക് പൂക്കൾ വലിയ ഇഷ്ടമാണ്. അവ എനിക്കു വേണം! എനിക്കു തരൂ!"

"എന്തിനാണ് ഈ വൃത്തികെട്ടവളുടെ പൂക്കൾ നിനക്ക്? നിന്റെ മുറി നിറയെ മനോഹരമായ പൂക്കളുണ്ടല്ലോ."

"എനിക്ക് ഒരുപാടു പൂക്കളൊന്നും വേണ്ട. എന്നാൽ ടോപ്സി ഇറു

ത്തെടുത്ത പൂക്കളെല്ലാം എനിക്കു വേണം. ടോപ്സീ, നീ അതെല്ലാം ഇങ്ങോട്ടു കൊണ്ടുവാ,"

വിഷാദംനിറഞ്ഞ മുഖത്തോടെ തലകുനിച്ചുകൊണ്ട് സാവധാനത്തിൽ നടന്നുവന്ന് ഇവായുടെ കൈകളിൽ പൂക്കൾ വച്ചുകൊടുത്തു. പഴയതുപോലെ ധൈര്യവും ചുണയും ഒന്നും ടോപ്സിക്കില്ലായിരുന്നു. മ്ലാനവദനയായി അവൾ തലകുനിച്ചു നിന്നു.

"എത്ര മനോഹരമായാണ് നീ ബൊക്കെ ഒരുക്കിയിരിക്കുന്നത്?" അതു നോക്കിയ ശേഷം ഇവാ അഭിപ്രായപ്പെട്ടു. അതു സത്യംതന്നെയായിരുന്നു. നിറത്തിനനുസരിച്ച് പൂക്കളും ഇലകളും ഇടകലർത്തി കലാബോധത്തോടെ കെട്ടിയുണ്ടാക്കിയ സുന്ദരമായ ഒരു ബൊക്കെ തന്നെയായിരുന്നു അത്.

ഇവായുടെ അഭിനന്ദനം കേട്ട് ടോപ്സി വളരെ സന്തോഷിച്ചു.

"ടോപ്സീ, നീ എത്ര മനോഹരമായാണ് ബൊക്കെ ഉണ്ടാക്കുന്നത്. ഇതാ കാലിയായ ഒരു പൂ പാത്രം! നീ ഇതിൽ ഭംഗിയായി പൂക്കൾ ഒരുക്കി വയ്ക്ക്!"

"എന്തായിത് ഇവാ, വളരെ മോശം! അതിന്റെയെല്ലാം ആവശ്യമെന്താണ്?"

"സാരമില്ല മമ്മാ ടോപ്സീ അതു ചെയ്തോട്ടെ! മമ്മായ്ക്ക് വിരോധമില്ലല്ലോ."

"എല്ലാം നിന്റെ ഇഷ്ടംപോലെ ആയിക്കോട്ടെ! ടോപ്സീ, നീ നിന്റെ കൊച്ചെജമാനത്തിയെ അനുസരിക്കൂ!"

ടോപ്സി മേരിയെ ആദരവോടെ വണങ്ങിയ ശേഷം താഴോട്ടു നോക്കി നിന്നു. അവൾ മുഖം തിരിച്ചപ്പോൾ ഒരു തുള്ളി കണ്ണുനീർ അവളുടെ ഇരുണ്ടകവിളുകളിലൂടെ ഒഴുകി വീണത് ഇവാ കണ്ടു.

"എനിക്കു വേണ്ടി എന്തെങ്കിലും ചെയ്യാൻ ടോപ്സി ആഗ്രഹിക്കുന്നുണ്ട്. ആ കാര്യം എനിക്കറിയാം." ഇവാ അമ്മയോടു പറഞ്ഞു.

"നീ അസംബന്ധം പറയുകയാണ്. അവൾക്ക് തെമ്മാടിത്തം ചെയ്യാൻ വേണ്ടി ഒരോന്നു കാണിക്കുകയാണ്. പൂ പറിക്കാൻ പാടില്ലാത്തതാണെന്ന് അവൾക്ക് അറിയാവുന്നതല്ലേ? അതുകൊണ്ടാണ് അതു തന്നെ ചെയ്യാൻ അവൾ ശ്രമിക്കുന്നത്. അത്രതന്നെ. എന്നാൽ നിനക്ക് അവളെക്കൊണ്ട് പൂപറിപ്പിക്കണമെന്നുണ്ടെങ്കിൽ ചെയ്യിച്ചോളൂ."

"മമ്മാ, അവളിപ്പോൾ പഴയ ടോപ്സി അല്ല. അവൾ നല്ല കുട്ടിയാവാൻ ഒരുങ്ങിയിരിക്കുകയാണ്."

"അവൾ നന്നാവണമെങ്കിൽ അതിനിനിയും ഒരുപാടു കാലം കാത്തിരിക്കേണ്ടിവരും." അശ്രദ്ധമായ ഒരു ചിരിയോടെ മേരി പറഞ്ഞു.

"മമ്മായ്ക്ക് ഒരു കാര്യം അറിയുമോ? ഇതുവരെ സംഭവിച്ചതെല്ലാം അവൾക്കെതിരായിരുന്നു."

"അതെ. എന്നാൽ അതൊന്നും അവൾ ഇവിടെ വന്നതിനു ശേഷമല്ല. അവൾ വളരെ വൃത്തികെട്ടവളാണ്. അത് അങ്ങനെതന്നെ തുടരു

കയും ചെയ്യും. നമ്മൾ ഇത്രമാത്രം ഉപദേശിച്ചിട്ടും അവൾ നന്നായില്ലല്ലോ. ഇനി അവൾ എന്നു നന്നാവാനാണ്. ഈ ജന്തുവിനെ നന്നാക്കിയെടുക്കാൻ നിന്നെക്കൊണ്ടെന്നല്ല, ആരെക്കൊണ്ടും സാധിക്കുകയില്ല."

"മമ്മാ, ഒരുകാര്യം മനസിലാക്കേണ്ടതുണ്ട്. ഞാൻ വളർന്ന സാഹചര്യത്തിലല്ല അവൾ വളർന്നത്. എനിക്കു നന്നാവാനുള്ള എല്ലാ സാഹചര്യങ്ങളും ഉണ്ടായിരുന്നു. ധാരാളം സംസ്കാരമുള്ള ബന്ധുക്കളും സുഹൃത്തുക്കളും ഉണ്ടായിരുന്നു. എന്നാൽ അവളോ അവൾ വളർന്നത് എത്രമാത്രം ദുരിതപൂർണമായ സാഹചര്യത്തിലാണ്."

"ശരിയായിരിക്കാം!" മേരി വിഷയം മാറ്റാനായി കോട്ടുവായിട്ടു.

"എന്തൊരു ചൂടാണ്. സഹിക്കാൻ വയ്യ!"

"മമ്മാ ടോപ്സി ഒരു മാലാഖയായി മാറുമെന്നാണ് എന്റെ വിശ്വാസം! മമ്മാ, അങ്ങനെ വിശ്വസിക്കുന്നുണ്ടോ? ഒരു തികഞ്ഞ ക്രിസ്ത്യാനി ആയിക്കഴിഞ്ഞാൽ അവളും നമ്മെപ്പോലെ നല്ലവളാകില്ലേ?"

"ടോപ്സി നല്ലവളാവുകയോ? എന്തൊരു പരിഹാസ്യമായ ആശയം. എന്റെ ഇവാ, നീ അല്ലാതെ ആരും ഇങ്ങനെയൊന്നും ചിന്തിക്കുകയില്ല. അവൾക്കു നല്ലവളാകാൻ കഴിയുമെന്ന് ഞാനും ചിന്തിക്കണോ?"

"എന്താണ് മമ്മാ ഇങ്ങനെ? നമ്മെ പോലെ അവളുടെ സ്രഷ്ടാവും ഈശ്വരൻ തന്നെയല്ലേ? യേശു അവളുടേയും രക്ഷകനല്ലേ?"

"അതു ശരിതന്നെ! ഈശ്വരൻ തന്നെയാണ് എല്ലാവരുടേയും സ്രഷ്ടാവെന്ന് ഞാൻ കരുതുന്നു." മേരി പറഞ്ഞു.

"എന്റെ മണപ്പിക്കാനുള്ള മരുന്നെവിടെ?"

"എന്തൊരു കഷ്ടമാണ് ഇതെല്ലാം? എനിക്ക് ആലോചിക്കാനേ വയ്യ!" തടാകത്തിന്റെ വിദൂരതയിലേക്ക് കണ്ണുംനട്ട് അവനവനോടു തന്നെ എന്ന മട്ടിൽ ഇവാ പറഞ്ഞു.

"എന്തു കഷ്ടം?" മേരി ചോദിച്ചു.

"കഷ്ടം തന്നെയല്ലേ? ബുദ്ധിമതിയായ, മാലാഖയെപ്പോലെ ജീവിക്കേണ്ടവർ താഴേക്ക് ചവിട്ടിത്താഴ്ത്തപ്പെടുന്നു. ആരും അവരെ സഹായിക്കുന്നില്ല. എന്റെ ദൈവമേ, ഇതു കഷ്ടം തന്നെയല്ലേ?"

"നമുക്ക് അതിൽ യാതൊന്നും തന്നെ ചെയ്യാനില്ല. അതോർത്തു വിഷമിച്ചിട്ട് ഒരു പ്രയോജനവും ഇല്ല. ഇതിനെല്ലാം എന്താണ് ചെയ്യേണ്ടത് എന്നതിനെക്കുറിച്ച് എനിക്ക് യാതൊരു രൂപവും ഇല്ല. നമുക്കു തന്നിട്ടുള്ള സുഖസൗകര്യങ്ങൾക്ക് ദൈവത്തിനോടു നന്ദിപറയുക!"

"എനിക്ക് അങ്ങനെ സാധിക്കുകയില്ല. സാധുക്കളായ ഈ കൂട്ടരെ കുറിച്ചോർത്ത് ഞാൻ വല്ലാതെ ദുഃഖിക്കുന്നു."

"അത് തീർത്തും അസാധാരണം തന്നെ." മേരി പറഞ്ഞു.

"എനിക്ക് സുഖമായി ജീവിക്കുവാൻ അവസരം തന്നതിൽ എന്റെ മതത്തോട് വളരെ നന്ദിയുണ്ട്."

"മമ്മാ, ഞാനെന്റെ മുടി മുറിച്ചുകളയുവാൻ പോകയാണ്."

"എന്താണ് നീ പറയുന്നത്?"

"മമ്മാ, ഞാൻ ജീവിച്ചിരിക്കുമ്പോൾ തന്നെ എന്റെ കൂട്ടുകാർക്ക് അത് നൽകണമെന്ന് എനിക്ക് ആഗ്രഹമുണ്ട്. നിങ്ങൾ ആന്റിയോടു പറഞ്ഞത് മുറിപ്പിച്ചു തരുമോ?" മേരി ഉറക്കെ വിളിച്ചപ്പോൾ അടുത്തമുറിയിൽ നിന്നും മിസ്സ് ഒഫീലിയ വന്നു.

ആന്റിയെ കണ്ടപ്പോൾ, ഇവ എഴുന്നേറ്റ് തലയിണയിൽ ചാരി ഇരുന്നു. തന്റെ ചുരുണ്ട സ്വർണത്തലമുടി ആട്ടിക്കൊണ്ട് തമാശയിൽ അവൾ വിളിച്ചു പറഞ്ഞു.

"ആന്റീ, ഈ ചെമ്മരിയാടിന്റെ രോമം കത്രിക്കൂ!"

ഇവായ്ക്കുവേണ്ടി പഴങ്ങൾ ശേഖരിക്കുവാൻ പോയ സെന്റ് ക്ലെയർ ആ സമയത്ത് അവിടേക്കു വന്നു.

"എന്തു ചെയ്യുകയാണിവിടെ?"

"പപ്പാ, എന്റെ തലമുടി കുറച്ച് മുറിച്ചു തരാൻ ഞാൻ ആന്റിയോട് പറയുകയായിരുന്നു. എനിക്ക് ഒരുപാടു മുടിയുണ്ട്. അതെന്റെ തല ചൂടു പിടിപ്പിക്കുന്നു. തന്നെയുമല്ല അതെല്ലാം ചിലർക്ക് കൊടുക്കുകയും വേണം."

മിസ്സ് ഒഫീലിയ കത്രികയും കൊണ്ടു വന്നു.

"ശ്രദ്ധിക്കണം. അവളുടെ മുഖത്തിന്റെ ഭംഗി നഷ്ടപ്പെടുത്തരുത്." സെന്റ് ക്ലെയർ പറഞ്ഞു.

"അടിയിൽനിന്നും മുറിച്ചാൽ മതി. അപ്പോൾ മുറിച്ചതായി തോന്നുകയില്ല. ഇവായുടെ ഈ ചുരുണ്ട സ്വർണ്ണത്തലമുടിയാണ് എന്റെ അഭിമാനം."

"ഓഹ്! എന്റെ പപ്പാ" അവൾ വേദനയോടെ വിളിച്ചു.

"നമുക്ക് ഹെൻഡ്രിക്കിനെ കാണാൻ അങ്കിളിന്റെ ഫാം ഹൗസിലേക്ക് പോകുമ്പോൾ എന്റെ മകൾ സുന്ദരിയായി ഇരിക്കേണ്ടേ?" ആഹ്ളാദം പ്രകടിപ്പിച്ചുകൊണ്ട് സെന്റ് ക്ലെയർ പറഞ്ഞു.

"ഞാനിനി അവിടേക്കൊന്നും പോവുക ഉണ്ടാവില്ല. അതിനേക്കാൾ നല്ല ഒരു സ്ഥലത്തേക്കായിരിക്കും ഞാൻ പോകുന്നത്. ഞാൻ പറയുന്നത് സത്യമാണു പപ്പാ. എന്നെ വിശ്വസിക്കൂ! ദിവസം ചെല്ലുന്തോറും ഞാൻ കൂടുതൽ കൂടുതൽ തളർന്നു വരുന്നത് പപ്പാ കാണുന്നില്ലേ?"

"ഇത്രയും ക്രൂരമായ കാര്യം ഞാൻ വിശ്വസിക്കണം എന്ന് എന്നെ നിർബന്ധിക്കുന്നത് എന്തിനാണ് ഇവാ?"

"അത് ക്രൂരമാണെങ്കിലും സത്യമല്ലേ പപ്പാ? നിങ്ങൾക്കത് വിശ്വസിക്കുവാൻ കഴിഞ്ഞാൽ എന്നെപ്പോലെ ശാന്തമായി ചിന്തിക്കുവാനും അതുമായി പൊരുത്തപ്പെടാനും സാധിക്കും!"

ഇതെല്ലാം കേട്ട് സെന്റ് ക്ലെയർ ഒന്നും മിണ്ടാതെ നിന്നു. നീണ്ട് സുന്ദരമായ മുടികൾ ഒന്നൊന്നായി മകളുടെ മടിയിലേക്ക് വീഴുന്നത് അദ്ദേഹം വിഷണ്ണനായി നോക്കിനിന്നു. മിസ്സ് ഒഫീലിയ അവളുടെ സൗന്ദര്യത്തിന് ഒരു കുറവും സംഭവിക്കാത്ത മട്ടിലായിരുന്നു മുടി മുറിച്ചത്. ഇവാ മുടിയിഴകൾ ഓരോന്നായി എടുത്ത് ആത്മാർഥതയോടെ നിരീ

ക്ഷിച്ച്, വിരലിലിട്ട് ചുരുട്ടി കൊണ്ടിരുന്നു. അച്ഛനെ അവൾ ഇടയ്ക്കിടെ ആകാംക്ഷയോടെ നിരീക്ഷിക്കുന്നും ഉണ്ടായിരുന്നു.

"എന്തോ കുഴപ്പം സംഭവിക്കാൻ പോകുന്നതുപോലെ എനിക്കു തോന്നിയിരുന്നു." മേരി പറഞ്ഞു.

"എന്റെ ആരോഗ്യം ഓരോ ദിവസം ചെല്ലുന്തോറും ക്ഷയിച്ചു കൊണ്ടിരിക്കുകയാണ്. ഈ അസുഖങ്ങൾ താമസിയാതെ തന്നെ എന്നെ ശവക്കല്ലറയിൽ കൊണ്ടെത്തിക്കും. എന്നിട്ടും ആർക്കും അതിനെ കുറിച്ച് യാതൊരു ചിന്തയും ഇല്ല. ആരും അത് ഗൗനിക്കുന്നില്ല. സെന്റ് ക്ലെയർ കുറച്ചുകഴിഞ്ഞാൽ ഞാൻ പറയുന്നത് സത്യമാണെന്ന് നിങ്ങൾക്കു ബോധ്യമാകും. അപ്പോൾ തീർച്ചയായും നിങ്ങൾ ഖേദിക്കുകയും ചെയ്യും."

"അത് നിനക്ക് വലിയ ആശ്വാസം നൽകും! സംശയമില്ല." വിദ്വേഷവും വെറുപ്പും ധ്വനിക്കുന്ന സ്വരത്തിൽ അയാൾ മറുപടി പറഞ്ഞു.

താൻ പറയുന്നത് ആരും കാര്യമാക്കുന്നില്ല എന്നു ബോധ്യമായപ്പോൾ മേരി ചാരുകസേരയിൽ മലർന്നുകിടന്ന് തൂവാലയെടുത്ത് മുഖം മറച്ചു.

ഇവാ തന്റെ നീണ്ടിടംപെട്ട കണ്ണുകൾക്കൊണ്ട് മാതാപിതാക്കളെ മാറിമാറി നോക്കിക്കൊണ്ടിരുന്നു. രണ്ടുപേരും തമ്മിലുള്ള അന്തരം അവൾക്ക് ശരിക്കും പ്രകടമായി. അവൾ അച്ഛനെ തന്റെ അരികിലിരിക്കുവാൻ ആംഗ്യം കാണിച്ചു വിളിച്ചു. അദ്ദേഹം വേഗം അവളുടെ അടുത്തു വന്നിരുന്നു.

"പപ്പാ, എന്റെ ശക്തിയും കരുത്തും ദിവസം ചെല്ലുന്തോറും കുറഞ്ഞുകുറഞ്ഞു വരികയാണ്. എനിക്കു പോകാനുള്ള സമയം അടുത്തടുത്തു വരുന്നതിന്റെ ലക്ഷണമാണ് ഇത്. എനിക്ക് അതിനുമുമ്പ് കുറച്ചധികം കാര്യങ്ങൾ ചെയ്തു തീർക്കാനുണ്ട്. കുറെ കാര്യങ്ങൾ പറയാനും ഉണ്ട്. ഇക്കാര്യങ്ങൾ പറയാനും പ്രവർത്തിക്കുവാനും ഒന്നും നിങ്ങൾ എന്നെ അനുവദിക്കുന്നില്ല. എന്നാൽ അതു പറയാതെ എനിക്ക് പറ്റില്ല. ഇനിയും നീട്ടിക്കൊണ്ടുപോവാൻ പറ്റില്ല. ഞാനിപ്പോൾ തന്നെ പറഞ്ഞോട്ടെ?"

"എന്റെ മോളെ, നീ എന്തു പറഞ്ഞാലും കേൾക്കാൻ ഞാൻ തയാറാണ്."

ഒരു കൈകൊണ്ട് സ്വന്തം കണ്ണുകൾ പൊത്തി, മറ്റേ കൈ ഇവായുടെ ഇടതുകൈയിൽ വച്ചുകൊണ്ട് സെന്റ് ക്ലെയർ പറഞ്ഞു.

"എനിക്ക് നമ്മുടെ എല്ലാ ജോലിക്കാരെയും ഒരുമിച്ചു കാണണം. അവരോട് എനിക്കു ചില കാര്യങ്ങൾ പറയാനുണ്ട്." ഇവാ പറഞ്ഞു.

"ശരി" തന്റെ മനസിലെ എല്ലാ ദുഃഖങ്ങളും കടിച്ചമർത്തിക്കൊണ്ട് സമ്മതം മൂളി.

മിസ്സ് ഒഫീലിയ ഒരു ജോലിക്കാരിയെ പറഞ്ഞയച്ച് മറ്റുള്ളവരെ മുഴുവൻ ആ മുറിയിലേക്ക് വരുത്തി.

ഇവാ തലയിണയിൽ ചാരിക്കിടക്കുകയാണ്; തലമുടി മുഖത്തേക്ക്

പാറിക്കിടക്കുന്നു. അവൾ തികഞ്ഞ ആത്മാർഥതയോടെ ഓരോരുത്തരേയും നോക്കി.

ജോലിക്കാർ എല്ലാവരും വികാരാധീനരായി. കുട്ടിയുടെ പരിശുദ്ധമായ മുഖത്ത് ആത്മീയത കളിയാടിയിരുന്നു. നീണ്ടു ചുരുണ്ട മുടിയിഴകൾ അവളുടെ മടിയിൽ കിടന്നിരുന്നു. ദുഃഖവും നിരാശയുംകൊണ്ട് ആകെ തകർന്ന അച്ഛന്റെ മുഖം. അമ്മയുടെ തേങ്ങലുകൾ എല്ലാം ആ വികാരജീവികളുടെ മനസ്സ് കലക്കി. ഹൃദയംനുറുങ്ങുന്ന വേദനയോടെ അവർ പരസ്പരം നോക്കി. നെടുവീർപ്പിട്ടും തല കുലുക്കിയും സങ്കടം അടക്കുവാൻ പാടുപെട്ടു. ശ്മശാനഭൂമിപോലെ നിശ്ശബ്ദമായിരുന്നു ആ അന്തരീക്ഷം. ഇവാ സാവധാനത്തിൽ എഴുന്നേറ്റിരുന്നു. തനിക്കു ചുറ്റും നിന്നിരുന്നവരെ ഓരോരുത്തരെയായി നോക്കി. എല്ലാവരും ഒരുപോലെ ദുഃഖിതരും ആകാംക്ഷാഭരിതരുമാണ്. പല സ്ത്രീകളും അവരുടെ ഉടുപ്പുകൊണ്ട് മുഖം മറയ്ക്കാൻ ശ്രമിച്ചുകൊണ്ടിരുന്നു.

''എന്റെ പ്രിയപ്പെട്ട സുഹൃത്തുക്കളെ, ഞാൻ നിങ്ങളെയെല്ലാം വിളിച്ചു വരുത്തിയത്,'' ഇവാ പറഞ്ഞുതുടങ്ങി.

"ഞാൻ നിങ്ങളെയെല്ലാം സ്നേഹിക്കുന്നു. എനിക്ക് നിങ്ങളോട് ചിലതെല്ലാം പറയാനുണ്ട്. അത് നിങ്ങൾ എപ്പോഴും ഓർക്കണം...ഞാൻ നിങ്ങളെയെല്ലാം വിട്ടുപോകുകയാണ്. ഏതാനും ആഴ്ചകൾ കഴിഞ്ഞാൽ പിന്നെ നിങ്ങൾക്ക് എന്നെ കാണാൻ സാധിക്കുകയില്ല....."

ജോലിക്കാർ എല്ലാവരും പൊട്ടിക്കരയാൻ തുടങ്ങി. അവരുടെ ഉറക്കെയുള്ള കരച്ചിലും തേങ്ങലും വിലാപവും കാരണം ആ കുട്ടിക്ക് പറയാൻ പറ്റിയില്ല. അവളുടെ നേർത്ത ശബ്ദം അവരുടെ കരച്ചിലിന്റെ ശബ്ദത്തിൽ മുങ്ങിപ്പോയി. കുറച്ചു സമയം കാത്തിരുന്ന ശേഷം അവൾ സംസാരം ആരംഭിച്ചു.

"നിങ്ങൾ ഓരോരുത്തരും എന്നെ സ്നേഹിക്കുന്നു എങ്കിൽ എന്റെ സംസാരം തടസപ്പെടുത്താതിരിക്കുക! ഞാൻ പറയുന്നത് ശ്രദ്ധയോടെ കേൾക്കുക! നിങ്ങളുടെ ആത്മാവിനെ കുറിച്ചാണ് ഞാൻ സംസാരിക്കുന്നത്. നിങ്ങളിൽ പലരും അതിനെ കുറിച്ച് ശ്രദ്ധിക്കുന്നില്ല എന്നു ഞാൻ ഭയപ്പെടുന്നു. നിങ്ങൾ ഇപ്പോൾ ജീവിക്കുന്ന ലോകത്തെ കുറിച്ചു മാത്രമേ ചിന്തിക്കുന്നുള്ളൂ. ഇതിനപ്പുറത്ത് മറ്റൊരു ലോകമുണ്ട്. യേശു വസിക്കുന്ന മനോഹരമായ ഒരു ലോകം. ഞാൻ അങ്ങോട്ട് പോകുകയാണ്. നിങ്ങൾക്കും ആ ലോകത്തേക്കു പോകാൻ സാധിക്കും. ആ ലോകം എനിക്കെന്നതുപോലെ നിങ്ങൾക്കും അവകാശപ്പെട്ടതാണ്. എന്നാൽ അലസരും അശ്രദ്ധരും ചിന്തിക്കാത്തവരുമായി കഴിയുന്നവർക്ക് ആ ലോകത്തേക്ക് പ്രവേശനം ലഭിക്കുവാൻ ബുദ്ധിമുട്ടാണ്. അലസത കൈവെടിഞ്ഞ് നിങ്ങൾ ക്രിസ്തുവിന്റെ മാർഗം പിന്തുടരണം. നിങ്ങൾക്ക് ഓരോരുത്തർക്കും ദൈവദൂതർ ആകാൻ സാധിക്കും. നിങ്ങൾക്കതിനു കഴിയും. ക്രിസ്തു നിങ്ങളെ അതിനു സഹായിക്കും. നിങ്ങൾ അവനെ പ്രാർഥിക്കുക. നിങ്ങൾ *ബൈബിൾ* വായിക്കണം...."

ആ മാലാഖക്കുഞ്ഞ് തന്റെ സംസാരം പെട്ടെന്നു നിർത്തി അവരെ ദൈന്യതയോടെ നോക്കി. അവൾ ആത്മനൊമ്പരത്തോടെ തുടർന്നു:

"അയ്യോ! എന്റെ ചങ്ങാതിമാരെ, നിങ്ങൾക്ക് വായിക്കുവാൻ അറിയുകയില്ല അല്ലേ? പാവം ആത്മാക്കൾ."

അവൾ മുഖം തലയിണയിൽ അമർത്തി വിങ്ങിവിങ്ങിക്കരഞ്ഞു. ചുറ്റും നിന്നിരുന്നവർക്ക് കരച്ചിൽ നിയന്ത്രിക്കുവാൻ കഴിഞ്ഞില്ല. മുട്ടുകുത്തിനിന്ന് തേങ്ങുന്ന ആ ദുഃഖിതരെ കണ്ട്, മുഖമുയർത്തി നിറകണ്ണുകളോടെ മനോഹരമായി മന്ദഹസിച്ചുകൊണ്ട് ഇവാ സംസാരം തുടർന്നു.

വായിക്കാനറിയില്ല എന്നു കരുതി നിങ്ങൾ ഒട്ടും വിഷമിക്കരുത്. നിങ്ങൾക്കോരോരുത്തർക്കും വേണ്ടി ഞാൻ പ്രാർഥിക്കുന്നുണ്ട്. എനിക്കുറപ്പുണ്ട്. യേശുദേവൻ നിങ്ങളെ സഹായിക്കാതിരിക്കില്ല. നിങ്ങൾ ഓരോരുത്തരും കഴിയാവുന്നത്ര നന്മ ചെയ്യുക. പ്രാർഥിക്കുക! നിങ്ങളെ സഹായിക്കുവാൻ അവനോട് ഹൃദയം തുറന്ന് ആവശ്യപ്പെടുക. അവസരം കിട്ടുമ്പോഴെല്ലാം *ബൈബിൾ* വായിക്കുന്നത് കേൾക്കുക. നിങ്ങളെ ഓരോരുത്തരെയും സ്വർഗത്തിൽവച്ച് കാണാൻ കഴിയുമെന്ന് ഞാൻ പ്രതീക്ഷിക്കുന്നു. അതു സംഭവിക്കുകതന്നെ ചെയ്യും. എനിക്ക് ഉറപ്പുണ്ട്."

"ആമേൻ" ടോമിന്റെയും വേറെ ചില മുതിർന്നവരുടേയും ചുണ്ടുകൾ മന്ത്രിച്ചു. അതിനെ ശരിയായ രീതിയിൽ ഉൾക്കൊള്ളാൻ കഴിയാത്ത ചെറുപ്പക്കാർ തല കുനിച്ചുനിന്ന് തേങ്ങിക്കരഞ്ഞു.

"നിങ്ങൾ എല്ലാവരും എന്നെ സ്നേഹിക്കുന്നുണ്ട് എന്ന കാര്യം എനിക്കറിയാം." ഇവാ പറഞ്ഞു.

"ഉവ്വ്. തീർച്ചയായും ഞങ്ങൾ ഞങ്ങളുടെ കൊച്ചെജമാനത്തിയെ സ്നേഹിക്കുന്നു. ദൈവം കുഞ്ഞിനെ അനുഗ്രഹിക്കട്ടെ!" എല്ലാവരുടേയും ചുണ്ടുകളിൽനിന്നും ഈ വാക്കുകൾ ഉയർന്നു.

"എനിക്കറിയാം. നിങ്ങളിൽ ഒരാളുപോലും എന്നോട് നിർദയമായി പെരുമാറിയിട്ടില്ല. എന്നെ മറക്കാതിരിക്കുവാനായി ഞാൻ നിങ്ങൾക്ക് ഒരു സമ്മാനം തരാൻ ആഗ്രഹിക്കുന്നു. എന്റെ ഓരോ തലമുടി ഞാൻ ഓരോരുത്തർക്കും തരാൻ പോകുകയാണ്. അതിലേക്കു നോക്കുമ്പോൾ ഞാൻ നിങ്ങളെ എത്രമാത്രം സ്നേഹിച്ചിരുന്നു എന്നും, ഞാൻ നിങ്ങളെയെല്ലാം വിട്ടുപിരിഞ്ഞ് സ്വർഗത്തിലേക്കു പോയി എന്നും അവിടെ നിങ്ങളെ കാത്തിരിക്കുന്നുണ്ടെന്നും നിങ്ങൾക്ക് ഓർമ വരും."

ശിലയെപോലും അലിയിക്കുന്ന തരത്തിലുള്ള വികാരനിർഭരമായ രംഗമാണ് അവിടെ അരങ്ങേറിയത്. കണ്ണുനീരൊഴുക്കിക്കൊണ്ടും തേങ്ങിക്കരഞ്ഞുകൊണ്ടും അവരെല്ലാം ഇവായുടെ ചുറ്റും കൂടിനിന്നു. അവളുടെ സ്നേഹത്തിന്റെ നിത്യസ്മാരകമായ മുടിയിഴ അവളുടെ കൈയിൽനിന്നും ഏറ്റുവാങ്ങി. ലോകത്തിൽ ലഭിക്കാവുന്ന ഏറ്റവും പവിത്രമായ വസ്തുപോലെ അവരത് മാറോട് ചേർത്തു. അവൾക്കു മുന്നിൽ മുട്ടുകുത്തിനിന്ന് തേങ്ങിക്കരഞ്ഞു പ്രാർഥിച്ചു. ഉടുപ്പിന്റെ അറ്റം തൊട്ടു ചുംബിച്ചു. പ്രായമായവർ പ്രാർഥിച്ചു. ആശീർവദിച്ചു.

സമ്മാനം ലഭിച്ച ഓരോരുത്തരോടും മുറിവിട്ട് പുറത്തുപോകാൻ മിസ്സ് ഒഫീലിയ ആംഗ്യം കാണിച്ചു. വികാരത്തള്ളിച്ച മൂലം തന്റെ രോഗിയുടെ ആരോഗ്യനില കൂടുതൽ വഷളാകുമോ എന്നതായിരുന്നു അവരുടെ ഭയം!.

അവസാനം ആ മുറിയിൽ ടോമും മാമ്മിയും മാത്രം ബാക്കിയായി.

"അങ്കിൾ ടോം" ഇവാ ക്ഷീണിച്ച സ്വരത്തിൽ വിളിച്ചു.

"നിങ്ങൾക്കിതാ എന്റെ തലയിലെ ഏറ്റവും മനോഹരമായ മുടിനാര്. അങ്കിൾ, നിങ്ങളുമായി സ്വർഗത്തിൽവച്ചു സന്ധിക്കാമല്ലോ എന്ന ചിന്ത എന്നെ വല്ലാതെ ആഹ്ളാദവതിയാക്കുന്നു. നമ്മൾ എന്തായാലും സ്വർഗത്തിൽവച്ചു കാണും എന്ന കാര്യം ഉറപ്പാണ്. എനിക്ക് ഏറ്റവും പ്രിയപ്പെട്ട മാമ്മീ, നമ്മളും സ്വർഗത്തിൽവച്ച് കാണും നിങ്ങളും അവിടെ ഉണ്ടാകുമെന്ന് എനിക്കറിയാം." ഇവാ തന്റെ വൃദ്ധയായ പരിചാരികയുടെ തോളിലൂടെ കൈയിട്ട് അവളെ ചുംബിച്ചു.

"എന്റെ ഇവാ മോളെ, നീ ഇല്ലാതെ ഞാനെങ്ങനെ ജീവിക്കും?" ഏറ്റവും വിശ്വസ്തയും കരുണാമയിയുമായ ആ വികാരജീവി ഉറക്കെ കരഞ്ഞു.

മിസ്സ് ഒഫീലിയ ടോമിനേയും മാമ്മിയേയും സാവധാനത്തിൽ അവിടെനിന്നും പറഞ്ഞയച്ചു. എല്ലാവരും മുറിയിൽനിന്നും പുറത്തുപോയി എന്നു കരുതി അവർ ഇവായുടെ കട്ടിലിനരികിൽ ഇരിക്കാൻ തുടങ്ങിയപ്പോഴുണ്ട് ടോപ്സി ഒരു മൂലയിൽ കണ്ണീരൊഴുക്കിക്കൊണ്ടു നിൽക്കുന്നു.

"നീ എങ്ങനെ ഇവിടെ എത്തി?" മിസ്സ് ഒഫീലിയ അത്ഭുതത്തോടെ ചോദിച്ചു.

"ഞാൻ ഇവിടെ തന്നെ ഉണ്ടായിരുന്നു." കണ്ണുനീർ തുടച്ചുകൊണ്ട് അവൾ പറഞ്ഞു. "നോക്കൂ! മിസ്സ് ഇവാ, ഞാനൊരു ചീത്തക്കുട്ടിയായിരുന്നു. എന്നാലും ഒരു മുടിനാര് എനിക്കും തരില്ലേ?"

"തീർച്ചയായും. പാവം ടോപ്സീ, നീ എന്താണ് അങ്ങനെ ചോദിച്ചത്. എന്റെ തലമുടിയിലേക്ക് ഓരോ പ്രാവശ്യം നോക്കുമ്പോഴും ഞാൻ നിന്നെ എത്രമാത്രം സ്നേഹിച്ചിരുന്നു എന്നും നീ ഒരു നല്ല കുട്ടിയായി കാണാൻ എത്രമാത്രം ആഗ്രഹിച്ചിരുന്നു എന്നും ഓർക്കണം."

"മിസ്സ് ഇവാ, ഞാനതിനാണ് എല്ലായ്പ്പോഴും ശ്രമിച്ചുകൊണ്ടിരിക്കുന്നത്." ടോപ്സി തികഞ്ഞ ആത്മാർഥതയോടെ പറഞ്ഞു.

"എനിക്ക് എത്ര ആഗ്രഹമുണ്ടെങ്കിലും നല്ലവളാകുക എന്നത് ഏറ്റവും വിഷമംപിടിച്ച കാര്യമാണ്. ഞാൻ അങ്ങനെ ശീലിച്ചിട്ടില്ലല്ലോ. ലോകത്തിലെ ഏറ്റവും ചീത്തക്കുട്ടിയായിട്ടല്ലേ ഞാൻ ഇതുവരെ വളർന്നത്."

"യേശുദേവന് അതെല്ലാം വ്യക്തമായി മനസിലാകും ടോപ്സീ, അവൻ നിനക്കുവേണ്ടി ദുഃഖിക്കുന്നുണ്ട്. തീർച്ചയായും നിന്നെ സഹായിക്കും."

ടോപ്സി തന്റെ ഉടുപ്പുകൊണ്ട് മുഖംമറച്ച് നിശ്ശബ്ദയായി മുറിയിൽനിന്നും പുറത്തേക്കു പോയി. ഇവാ സമ്മാനിച്ച മുടിനാര് അവൾ തന്റെ നെഞ്ചോടു ചേർത്തുവച്ചു.

മുറിയിൽനിന്നും എല്ലാവരും പോയി കഴിഞ്ഞു എന്ന് ഉറപ്പായപ്പോൾ മിസ്സ് ഒഫീലിയ വാതിലടച്ചു. അവളും ഈ സമയമത്രയും കണ്ണീരൊഴുക്കിക്കൊണ്ടു നിൽക്കുകയായിരുന്നു. എന്നാൽ വികാരവിക്ഷോഭം ഇവായെ കൂടുതൽ അപകടത്തിലാക്കുമോ എന്ന ചിന്ത അവളെ വല്ലാതെ അലട്ടിയിരുന്നു.

ഇത്രയും സമയം കൈകൊണ്ടു മുഖം മറച്ച് സെന്റ് ക്ലെയർ ഒരേ ഇരുപ്പ് ഇരിക്കുകയായിരുന്നു. എല്ലാവരും മുറിവിട്ടു പോയി എന്നറിഞ്ഞിട്ടും അയാൾ അതേ ഇരുപ്പ് തുടർന്നു. പ്രതിമപോലെ അനങ്ങാതിരിക്കുന്ന തന്റെ പപ്പായെ നോക്കി ഇവാ വിളിച്ചു.

"പപ്പാ" അവൾ സാവധാനത്തിൽ അദ്ദേഹത്തെ സ്പർശിച്ചു. അയാൾ ഞെട്ടി വിറച്ചു. എന്നാൽ ഒന്നും മിണ്ടിയില്ല.

"എന്റെ പ്രിയപ്പെട്ട പപ്പാ" ഇവാ വീണ്ടും വിളിച്ചു.

"എനിക്കു വയ്യ!" സെന്റ് ക്ലെയർ എഴുന്നേറ്റുകൊണ്ടു പറഞ്ഞു.

"എനിക്ക് സഹിക്കാൻ കഴിയുന്നില്ല. ദൈവം എന്നോട് എത്രമാത്രം ക്രൂരമായാണ് പെരുമാറിയത്." വളരെ വിഷാദത്തോടെയാണെങ്കിലും ഉറച്ച സ്വരത്തിൽ അദ്ദേഹം പറഞ്ഞു.

"അഗസ്റ്റിൻ നീ എന്തിനാണ് ഇത്രമാത്രം നിരാശനാവുന്നത്? ദൈവത്തിന് സ്വന്തം ഇഷ്ടപ്രകാരം പ്രവർത്തിക്കുവാനുള്ള അവകാശമില്ലേ?" മിസ്സ് ഒഫീലിയ ചോദിച്ചു.

"ഉണ്ടായിരിക്കാം! എന്നാൽ അത് എന്റെ വിഷമം വർധിപ്പിക്കുകയല്ലേ ചെയ്യുന്നത്? എന്റെ ദുഃഖം കുറയ്ക്കാൻ അതു സഹായിക്കുന്നില്ലല്ലോ." ദുഃഖത്തോടെ അയാൾ മറുപടി പറഞ്ഞു.

"പപ്പാ, നിങ്ങളുടെ സംസാരം എന്റെ ഹൃദയം തകർക്കുന്നു." അച്ഛനെ കെട്ടിപ്പിടിച്ചുകൊണ്ട് ഇവാ പറഞ്ഞു.

"പപ്പാ, അങ്ങനെ ഒന്നും ചിന്തിക്കരുത്." കുട്ടി ഉറക്കെക്കരഞ്ഞുകൊണ്ട് പറഞ്ഞു. കുട്ടിയുടെ കരച്ചിൽ കണ്ട് എല്ലാവരും ഭയന്നു വിറച്ചു. അച്ഛൻ അവളുടെ ചിന്ത മറ്റൊരു വഴിക്ക് തിരിച്ചുവിടാൻ ശ്രമിച്ചു.

"നോക്കൂ! ഇവാ, എന്റെ പ്രിയപ്പെട്ടവളെ, കരയല്ലേ, കരയല്ലേ! ഞാനാണ് തെറ്റുകാരൻ. തീർച്ചയായും ഞാൻ മോശക്കാരനാണ്. എനിക്കു തോന്നുന്നതും ഞാൻ പ്രവർത്തിക്കുന്നതും എല്ലാം വേണ്ടാത്ത കാര്യങ്ങളാണ്-നീ ഒരിക്കലും വേദനിക്കരുത്, കരയാതിരിക്കൂ! ഞാൻ കാരണം നീ വേദനിച്ചുവെങ്കിൽ ഞാൻ മാപ്പു ചോദിക്കുന്നു. എന്റെ സംസാരം നിന്നെ വിഷമിപ്പിച്ചു അല്ലേ? ഞാൻ അങ്ങനെ സംസാരിച്ചത് തീർച്ചയായും തെറ്റുതന്നെയാണ്."

ഇവാ ക്ഷീണിച്ച വെള്ളരി പ്രാവിനെപ്പോലെ അച്ഛന്റെ കൈക്കുള്ളിൽ തളർന്നുകിടന്നു. അയാൾ മകളെ തലോടിയും തഴുകിയും ആശ്വ

സിപ്പിച്ചു കൊണ്ടിരുന്നു. മേരിക്ക് ആ രംഗം അധികനേരം കണ്ടിരിക്കുവാൻ കഴിഞ്ഞില്ല. അവൾ പൊടുന്നനവേ എഴുന്നേറ്റ് സ്വന്തം മുറയിലേക്ക് പോയി. ഒരപസ്മാര രോഗിയെപ്പോലെ മെത്തയിൽ കിടന്നു.

"മോളെ ഇവാ, നീ പപ്പായ്ക്കു മാത്രം മുടി തന്നില്ലല്ലോ." വിഷാദം നിറഞ്ഞ പുഞ്ചിരിതൂകിക്കൊണ്ട് അദ്ദേഹം പറഞ്ഞു.

"ഈ മുടി മുഴുവൻ അങ്ങയുടേതല്ലേ പപ്പാ" അവൾ ചിരിച്ചുകൊണ്ടു തുടർന്നു. പപ്പായുടേയും മമ്മായുടേയും. എന്റെ പ്രിയപ്പെട്ട ആന്റിക്ക് ആവശ്യമുള്ളതും കൊടുക്കണം. ആ പാവങ്ങൾക്ക് ഞാൻ തന്നെ കൊടുക്കാൻ കാരണം ഞാൻ പോയാൽ അവർ എന്നെ മറന്നെങ്കിലോ എന്നു വിചാരിച്ചാണ്. ഇനി ഏതായാലും അതുണ്ടാവില്ല. അവരെന്നെ ഓർക്കും.... അങ്ങ് ക്രിസ്തുവിൽ വിശ്വസിക്കുന്നില്ലേ പപ്പാ?"

"എന്താ മോളെ നീ അങ്ങനെ ചോദിച്ചത്?"

"എനിക്കറിയില്ല പപ്പാ, എന്റെ പപ്പ അത്രയ്ക്കു നല്ലവനല്ലേ? അങ്ങേക്ക് ആവാതിരിക്കുവാൻ പറ്റില്ല."

"ക്രിസ്തുവിൽ വിശ്വസിക്കുന്നു എന്നു പറഞ്ഞാൽ എന്താണ് ഇവാ മോളെ."

"ക്രിസ്തുവിനെ സ്നേഹിക്കുന്നവൻ."

"നീ അങ്ങനെയാണോ! ഇവാ?"

"അതെ. തീർച്ചയായും."

"എന്നാൽ നീ ഒരിക്കലും അവനെ കണ്ടിട്ടില്ലല്ലോ."

"കണ്ടിട്ടില്ല എന്നുള്ളത് വിശ്വാസത്തിന് ഒരിക്കലും തടസമാവുന്നില്ല പപ്പാ. ഞാൻ അവനെ വിശ്വസിക്കുന്നു. ഏതാനും ദിവസങ്ങൾക്കുള്ളിൽ ഞാനവനെ കാണുകയും ചെയ്യും."

കുഞ്ഞിന്റെ മുഖത്ത് ആനന്ദം പരന്നു. അത് വികാരംതരളിതമായി.

സെന്റ് ക്ലെയറിന് പിന്നെ യാതൊന്നും പറയാൻ കഴിഞ്ഞില്ല. അദ്ദേഹം അത്ഭുത്തോടെ മകളുടെ മുഖത്ത് സൂക്ഷിച്ചുനോക്കി. മുമ്പ് തന്റെ അമ്മയുടെ മുഖത്ത് അയാൾ ദർശിച്ച അതേ വികാരം തന്നെയായിരുന്നു മകളുടെ മുഖത്തും കാണാൻ കഴിഞ്ഞത്.

ഇതിനെ തുടർന്ന് ഇവായുടെ ആരോഗ്യനില അതിവേഗം വഷളായി. ഇനി യാതൊരു ആശയ്ക്കും വകയില്ലെന്ന് എല്ലാവർക്കും ബോധ്യമായി. അവളുടെ മനോഹരമായി അലങ്കരിച്ച മുറിക്ക് ഒരു ആശുപത്രിയുടെ പ്രതീതിയായിരുന്നു. അർപ്പണബോധമുള്ളവളും തികഞ്ഞ പ്രായോഗിക മതിയുമായ മിസ്സ് ഒഫീലിയ രാവും പകലും അവളെ ശുശ്രൂഷിച്ചു. അവളുടെ കൈയും മെയ്യും അത്രമാത്രം പരിശീലനം നേടിയതായിരുന്നു. അവളുടെ ഓരോ പ്രവൃത്തിയിലും തികഞ്ഞ വേഗതയും പൂർണതയും ദൃശ്യമാകും. അതുപോലെ എടുത്തുപറയേണ്ട ഒരു പ്രധാന കാര്യമായിരുന്നു മിസ്സ് ഒഫീലിയായുടെ വൃത്തി. അതൊരു രോഗിയുടെ മുറിയാണെന്നു പറഞ്ഞാൽ ആരും വിശ്വസിക്കുകയില്ല. ഡോക്ടർ നിർദേശിക്കുന്ന മരുന്നുകൾ കൃത്യമായി എടുത്ത് സമയക്രമം തെറ്റിക്കാതെ

കൊടുത്തുകൊണ്ടിരുന്നു. മുമ്പ് മിസ്സ് ഒഫീലിയ ആ വീട്ടിൽകൊണ്ടു വന്ന പരിഷ്കാരങ്ങളിൽ അപ്രിയം കാണിച്ച് തോളും കുലുക്കി മുഖം തിരിച്ചു നടന്നിരുന്നവർക്കെല്ലാം ഇപ്പോഴവൾ ആരാധ്യയായി തീർന്നിരിക്കുന്നു. ഇവളാണ് തങ്ങൾക്കും ആ വീടിനും ആവശ്യമായ വ്യക്തിയെന്ന് അവരെല്ലാം അംഗീകരിക്കുന്നു.

കുഞ്ഞിന് അസുഖം കുറവില്ലാതെ തുടരാൻ തുടങ്ങിയതു മുതൽ അങ്കിൾ ടോം എല്ലാ സമയത്തും ഇവായുടെ മുറിയിൽ തന്നെയാണ്. കുഞ്ഞിന് കുറച്ചുനേരം കിടക്കുമ്പോൾ വല്ലാത്ത അസ്വസ്ഥത തോന്നും അപ്പോഴെല്ലാം അവളെ എടുത്തുകൊണ്ടു നടക്കണം. ടോം എടുത്തുകൊണ്ടു നടക്കുമ്പോൾ അവൾക്ക് വലിയ ആശ്വാസമാണ്. തീർത്തും ദുർബലയായ അവളെ തലയിണയിൽ കിടത്തിയശേഷം തലയിണയോടെ അവളെ എടുത്ത് തന്റെ കൈകളിൽ ഏന്തി മുറിയിൽ നടക്കും. ചിലപ്പോൾ വരാന്തയിലേക്കും അത്യപൂർവമായി പൂന്തോട്ടത്തിലേക്കും കൊണ്ടുപോകും. ഇവായെ എടുത്ത് നടക്കുന്നത് ടോമിന് വലിയ ആശ്വാസവും ആഹ്ളാദവും പ്രദാനം ചെയ്തു. തടാകത്തിൽനിന്നും വീശുന്ന ഇളംകാറ്റ് കൊച്ച് ഇവായ്ക്ക് നല്ല ഉണർവേകും. ശുദ്ധവായു ശ്വസിച്ചുകൊണ്ട് ടോമിന്റെ തോളിൽകിടന്ന് ഓറഞ്ചുമരങ്ങൾക്ക് ഇടയിലൂടെ നടക്കുന്നത് ഇവായ്ക്കു സന്തോഷമായിരുന്നു. ദുർലഭമായി അവർ മുമ്പിരിക്കാറുണ്ടായിരുന്ന കൽപ്പടവുകളിൽ ഇരുന്ന് അവർക്കിരുവർക്കും ഇഷ്ടപ്പെട്ട കീർത്തനങ്ങൾ പാടി കേൾപ്പിക്കും.

ഇവായുടെ അച്ഛനും അതുതന്നെ ചെയ്യാറുണ്ട്. എന്നാൽ മകളുടെ അസുഖം ശാരീരികമായും മാനസികമായും തളർത്തിയ അദ്ദേഹം വേഗത്തിൽ ക്ഷീണിക്കും. അപ്പോൾ ഇവാ പറയും.

"പപ്പാ, അങ്കിൾ ടോം എന്നെ എടുത്തുകൊണ്ടു നടന്നോട്ടെ, പാവം അങ്ങനെ ചെയ്യുന്നത് അങ്കിളിന് വലിയ സന്തോഷമാണ്. എനിക്കുവേണ്ടി അതുമാത്രമേ അദ്ദേഹത്തിന് ഇനി ചെയ്യാൻ സാധിക്കുകയുള്ളു. അതെങ്കിലും ചെയ്യണമെന്ന് അങ്കിൾ ടോം ആത്മാർഥമായി ആഗ്രഹിക്കുന്നുണ്ട്."

"എന്റെ ആഗ്രഹവും അതുതന്നെയാണ് ഇവാ മോളെ!"

"എന്നാൽ എന്റെ പപ്പാ, അങ്ങേക്ക് എന്തുവേണമെങ്കിലും ചെയ്യാൻ കഴിയും. അങ്ങാണ് എന്റെ സർവസ്വവും. പപ്പാ, നിങ്ങൾ എനിക്കു വായിച്ചു തരുന്നു– രാത്രി ഉറക്കമൊഴിച്ച് എന്നോടൊപ്പം ഇരിക്കുന്നു. എന്നാൽ പാവം അങ്കിൾ ടോമിന് ഈ ഒരു കാര്യമേ ചെയ്യാൻ കഴിയുകയുള്ളൂ. പിന്നെ കീർത്തനങ്ങൾ പാടിത്തരാനും. പപ്പയെക്കാൾ അനായാസമായി, എന്നെ എടുത്തുകൊണ്ടു നടക്കുവാൻ അങ്കിൾ ടോമിനു കഴിയും. അത്രയ്ക്ക് ശക്തിയുണ്ട് അറിയാമോ?"

ടോമിനു മാത്രമല്ല, ആ വീട്ടിലുള്ള എല്ലാ ജോലിക്കാർക്കും ഇതേ വിചാരമായിരുന്നു. അവരോരുത്തരും ഇവായ്ക്കുവേണ്ടി എന്തെങ്കിലും ചെയ്യാനായി കൊതിച്ചു.

തന്റെ പിഞ്ചോമനയ്ക്കു വേണ്ടി, പാവം മാമ്മിയുടെ ഹൃദയം വിങ്ങി

പ്പൊട്ടിക്കൊണ്ടിരുന്നു സദാമസയവും. എന്നാൽ അവൾക്കുവേണ്ടി എന്തെങ്കിലും ചെയ്തുകൊടുക്കുവാൻ അവൾക്കു സമയംകിട്ടിയിരുന്നുവോ, അതൊട്ടില്ലാ താനും. രോഗിയായി അഭിനയിച്ചുകൊണ്ടിരിക്കുന്ന മേരിയുടെ അടുത്തുനിന്നും ഒരുനിമിഷംപോലും വിട്ടുനിൽക്കുവാൻ അവൾക്ക് അവസരം ലഭിച്ചില്ല. ആരെങ്കിലും ജോലി ചെയ്യുകയോ അൽപ്പമെങ്കിലും സന്തോഷിക്കുകയോ ചെയ്യുന്നത് അനുവദിച്ചുകൊടുക്കുവാൻ അവൾക്കു സാധിക്കുമായിരുന്നില്ല. അത് അവളുടെ ആദർശങ്ങൾക്കു തന്നെ എതിരായിരുന്നു. രാത്രിയായാൽ ചുരുങ്ങിയത് ഒരു ഇരുപതുപ്രാവശ്യമെങ്കിലും അവൾ മാമ്മിയെക്കൊണ്ട് തന്റെ കാൽ തിരുമ്മിക്കും. കിടക്കാനൊരുങ്ങിയാൽ അപ്പോൾ വിളിച്ച് തന്റെ തല കഴുകിത്തരാൻ പറയും. പോയി തൂവാല എടുത്തുവരാൻ പറയും. ചിലപ്പോഴത്തെ ആവലാതി ജനലിലൂടെ കൂടുതൽ വെളിച്ചം അകത്തേക്കു കടക്കുന്നു എന്നതായിരിക്കും. അപ്പോൾ പറയും കർട്ടനിടാൻ. അല്ലെങ്കിൽ പറയും വെളിച്ചം കുറവാണ് അതുകൊണ്ട് കർട്ടൻ മാറ്റാൻ. പകൽ സമയത്ത് അൽപ്പസമയമെങ്കിലും ഇവായെ ശുശ്രൂഷിക്കുവാൻ ഒരുങ്ങുമ്പോഴായിരിക്കും മേരി, അവിടെനിന്നും നീങ്ങാനാവാത്ത വിധത്തിൽ മറ്റെന്തെങ്കിലും ജോലി നൽകുന്നത്. അതുകൊണ്ട് വല്ലപ്പോഴും മേരി അറിയാതെ ഒളിച്ചു ചെന്നു വേണമായിരുന്നു കുഞ്ഞിന്റെ അരികിൽ നിൽക്കാൻ. മിക്കവാറും ദിവസങ്ങളിൽ ഒന്നെത്തി നോക്കാൻ മാത്രമേ അവൾക്ക് അവസരം ലഭിച്ചിരുന്നുള്ളൂ.

"എന്റെ ആരോഗ്യം ശ്രദ്ധിക്കുവാൻ ഇപ്പോൾ ഞാൻതന്നെ വേണം." മേരി സ്വയം പറഞ്ഞു. "എന്റെ പൊന്നുമോളെ ശുശ്രൂഷിക്കുവാനുള്ള ആരോഗ്യം ഇപ്പോൾ ഇല്ലാതെ പോയല്ലോ."

"തീർച്ചയായും, എന്റെ പ്രിയപ്പെട്ടവളെ" സെന്റ് ക്ലെയർ മറുപടി പറഞ്ഞു. "എന്നാൽ ഒഫീലിയ നിന്നെ ആദരിച്ച് ഉത്തരവാദിത്വത്തിൽ നിന്നും ഒഴിവാക്കിത്തന്നുവല്ലോ."

"നിങ്ങൾ പുരുഷന്മാരുടെ ചിന്തകളാണ് ഇപ്പോൾ പറഞ്ഞത്. ഇത്രയും അത്യാസന്നനിലയിൽ കിടക്കുന്ന ഒരു കുഞ്ഞിന്റെ ശുശ്രൂഷയിൽനിന്നും അതിന്റെ പെറ്റതള്ളയെ ഒഴിവാക്കുന്നതു നീതിയാണോ? എല്ലാവരും ഒരുപോലെ തന്നെ. എന്റെ വേദനകളും വികാരങ്ങളും ഒരാളും മനസിലാക്കുന്നില്ല. നിങ്ങളെപ്പോലെ കാര്യങ്ങളെല്ലാം ലഘുവായി കാണാനോ എല്ലാം നിസ്സാരമാക്കി തള്ളിക്കളയാനോ എനിക്കു സാധിക്കുകയില്ല."

സെന്റ് ക്ലെയർ പുഞ്ചിരിച്ചു. ഇത്തരം സംസാരം കേട്ടാൽ അയാൾ പുഞ്ചിരിക്കുകയല്ലാതെ എന്തു ചെയ്യും? അയാൾക്ക് ചിരിക്കാതിരിക്കുവാൻ കഴിഞ്ഞില്ല– ഇനിയും അയാൾ ചിരിക്കും.

സദാസമയവും പ്രസന്നചിത്തയായി എല്ലാവരോടും ആശ്വാസവാക്കുകൾ പറയുന്ന ആ മാലാഖക്കുരുന്ന് മരണത്തെ സമീപിച്ചുകൊണ്ടിരിക്കുകയാണ് എന്ന കാര്യം ആർക്കും ചിന്തിക്കുവാൻതന്നെ പറ്റുന്നില്ല. അവൾക്ക് യാതൊരു വേദനയും അനുഭവപ്പെട്ടിരുന്നില്ല. ആലസ്യംപൂണ്ട

ഒരു ചെറിയ ക്ഷീണം മാത്രം. എന്നാൽ ആ ക്ഷീണം നാൾക്കുനാൾ കൂടിക്കൂടി വന്നു. അവൾ എപ്പോഴും അതിസുന്ദരിയും പ്രസന്നവദനയും സന്തുഷ്ടയും സ്നേഹമയിയും ആയി കാണപ്പെട്ടു. അവളുടെ ശിരസിനു ചുറ്റുമായി ശാന്തിയുടെയും സമാധാനത്തിന്റെയും നിഷ്കളങ്കതയുടെയും ഒരു പ്രഭാവലയം വിളങ്ങിനിന്നു. അതിശയകരമായ ഒരു ശാന്തത സെന്റ് ക്ലെയറിനും കൈവന്നിരുന്നു. ഇനി നല്ലതൊന്നും പ്രതീക്ഷിക്കുവാനില്ല. അത് അസാധ്യമാണ്. എന്നാൽ അതൊരു വഴങ്ങിക്കൊടുക്കലായിരുന്നില്ല. ശാന്തമായ ഒരു താങ്ങ്—അതിലപ്പുറം ഒന്നുമല്ല. ഭാവിയെക്കുറിച്ച് യാതൊന്നും തന്നെ ചിന്തിക്കാതിരിക്കാൻ അയാൾ ആത്മാർഥമായി ആഗ്രഹിച്ചു. ശിശിരകാലത്ത് വൃക്ഷങ്ങളിൽ നിറഞ്ഞുനിൽക്കുന്ന പൂങ്കുല കാണുമ്പോൾ ഉള്ള ആവേശം. അവ ഉടനെ കൊഴിഞ്ഞു വീഴുമെന്ന് അറിയാമെങ്കിലും!

ഇവായുടെ മനോവ്യാപാരങ്ങൾ ഏറ്റവും കൂടുതലായി മനസിലാക്കിയിരുന്നത് അവളുടെ സന്തതസഹചാരിയായ വിശ്വസ്ത സേവകൻ ടോം ആയിരുന്നു. അച്ഛനോടു പറഞ്ഞാൽ അദ്ദേഹത്തിന്റെ മനസിനു വിഷമമുണ്ടാക്കുന്ന കാര്യങ്ങളെല്ലാം അവൾ ടോമിനോടു പറഞ്ഞു. ആത്മാവിന് അനുഭവപ്പെടുന്ന ദുരൂഹമായ രഹസ്യങ്ങൾ അവൾ അവനുമായി മാത്രം പങ്കുവച്ചു. ഇവായുടെ അന്ത്യം അടുത്തുവരുന്നു എന്നു മനസിലാക്കിയപ്പോൾ അയാൾ പിന്നെ സ്വന്തം മുറിയിൽ ഉറങ്ങാൻ തയാറായില്ല. ഇവായുടെ മുറിക്കു പുറത്തുള്ള വരാന്തയിൽ രാത്രി മുഴുവൻ അയാൾ ഉറങ്ങാതെ കാവൽകിടന്നു. ഒരനക്കം കേട്ടാൽ ഓടിച്ചെല്ലുവാൻ എന്ന മട്ടിൽ.

“അങ്കിൾ ടോം, നിങ്ങളെന്തിനാണ് ഈ വരാന്തയുടെ മൂലയിൽ ഒരു നായയെ പോലെ ചുരുണ്ടുകൂടി കിടക്കുന്നത്? മാന്യമായ രീതിയിൽ കിടന്നുറങ്ങാൻ ആഗ്രഹിക്കുന്ന ഒരു വ്യക്തിയാണല്ലോ നിങ്ങൾ.” മിസ്സ് ഒഫീലിയ പറഞ്ഞു.

“അതെ. യജമാനത്തീ, അങ്ങനെ തന്നെയാണ് എന്നാൽ ഇപ്പോൾ...” ടോം അസ്വസ്ഥതയോടെ മറുപടിപറഞ്ഞു.

“ശരി. എന്താണ് ഇപ്പോൾ?”

“നമ്മൾ ശബ്ദംതാഴ്ത്തി വേണം ഇപ്പോൾ സംസാരിക്കുവാൻ. നാം പറയുന്നതൊന്നും യജമാനൻ കേൾക്കരുത്. മിസ്സ് ഒഫീലി, മണവാളനു വേണ്ടി ആരോ കാത്തിരിക്കുന്നുണ്ട്.”

“നിങ്ങൾ ഉദ്ദേശിക്കുന്നതെന്താണെന്ന് എനിക്കു മനസിലാകുന്നില്ലല്ലോ അങ്കിൾ ടോം?”

“വേദപുസ്തകത്തിൽ വിവരിച്ചിരിക്കുന്ന കാര്യം നിങ്ങൾക്ക് അറിയുകയില്ലേ? ‘അർധരാത്രയിൽ ഉച്ചത്തിലുള്ള നിലവിളികേട്ടു. നോക്കൂ! മണവാളൻ വരുന്നു’ ഇപ്പോൾ ഞാനത് പ്രതീക്ഷിച്ചുകൊണ്ടിരിക്കുന്നു. ഓരോ രാത്രിയിലും, അതുകൊണ്ട് മിസ്സ് ഒഫീലി, എനിക്ക് ഉറങ്ങാൻ സാധിക്കുന്നില്ല. ഒരു രക്ഷയും ഇല്ല.”

"ഇപ്പോൾ ഇങ്ങനെ ചിന്തിക്കുവാൻ എന്താണ് കാരണം? അങ്കിൾ ടോം?"

"മിസ്സ് ഇവാ എന്നോടു പറഞ്ഞു. ദൈവം ഭൂമിയിലേക്ക് തന്റെ ദൂതനെ അയയ്ക്കുന്നു. ആ അനുഗൃഹീതയായ പെൺകുട്ടി സ്വർഗരാജ്യത്തേയ്ക്കു പോകുമ്പോൾ ആ ദൂതന്മാർ സ്വർഗത്തിന്റെ വാതായനങ്ങൾ മലർക്കെ തുറന്നുവയ്ക്കും. നമ്മൾക്കെല്ലാം മഹത്തായസ്വർഗ രാജ്യം ഒരുനോക്കു കാണാൻ സാധിക്കും മിസ്സ് ഒഫീലി."

"സാധാരണത്തേതിനേക്കാൾ കൂടുതലായി എന്തെങ്കിലും അസുഖം അനുഭവപ്പെടുന്നുണ്ടെന്ന് ഇവാ മോൾ പറയുകയുണ്ടായോ?"

"ഇല്ല. അങ്ങനെ ഒന്നും പറഞ്ഞിട്ടില്ല. എന്നാൽ അത് കൂടുതൽ അടുത്തുവരുന്നു എന്ന് ഇന്നു രാവിലെ പറയുകയുണ്ടായി. മാലാഖമാർ കുഞ്ഞിനെ അറിയിച്ചുവത്രേ. മിസ്സ് ഒഫീലി." അവൻ ഒരു കീർത്തനത്തിലെ വാചകം ഉദ്ധരിച്ചു.

ഏകദേശം രാത്രി പത്തിനും പതിനൊന്നിനും ഇടയിലായിരുന്നു മിസ്സ് ഒഫീലിയയും ടോമും തമ്മിൽ ഈ സംഭാഷണം നടന്നത്. രാത്രിയിൽ ചെയ്യേണ്ട എല്ലാവിധ ജോലികളും ചെയ്തുതീർത്ത് പുറത്തേക്കുള്ള വാതിലടയ്ക്കാൻ അവൾ ചെന്നപ്പോഴായിരുന്നു ടോം വരാന്തയിൽ ചുരുണ്ടുകൂടുന്നത് കണ്ടത്. ടോമിന്റെ വാക്കുകൾ കേട്ട് അവൾ പരിഭ്രമിച്ചില്ല. എന്നാൽ ഹൃദയത്തെ സ്പർശിക്കുന്ന തരത്തിലുള്ള ഭക്തവചനങ്ങൾ അവളുടെ മനസിൽ തറച്ചു. അടുത്ത ദിവസം ഉച്ചയ്ക്കുശേഷം ഇവാ പതിവിൽ കവിഞ്ഞ ആഹ്ളാദവതിയായിരുന്നു. തലയിണ പൊക്കിവച്ച് കിടക്കയിലിരുന്ന് തന്റെ കളിക്കോപ്പുകളിലേക്ക് ദൃഷ്ടിപായിച്ചു. അതെല്ലാം ആർക്കൊക്കെ പങ്കുവച്ചു കൊടുക്കണം എന്നതിനെക്കുറിച്ചു ചിന്തിച്ചുകിടക്കുകയായിരുന്നു. ഓരോന്നും മനസിൽ കണക്കുകൂട്ടിക്കൊണ്ടു കിടന്നിരുന്ന അവൾ അന്ന് വലിയ ഉത്സാഹത്തോടെ പെരുമാറി. സാധാരണ ശബ്ദത്തിലാണ് അവൾ അന്ന് സംസാരിച്ചത്. അവളുടെ തൊണ്ടയിൽനിന്നും ആഴ്ചകളായി പുറത്തുവന്നിരുന്ന തരത്തിലുള്ള ദുർബല സ്വരത്തിലായിരുന്നില്ല.

സെന്റ് ക്ലെയർ അന്നു വൈകുന്നേരം എത്തിയപ്പോൾ വളരെ സന്തുഷ്ടനായി. രോഗിയാകുന്നതിനു മുമ്പത്തെപ്പോലെ അവൾ ഊർജസ്വലയായിരിക്കുന്നു എന്നയാൾക്കു തോന്നി. അതു പറയുകയും ചെയ്തു. ഉറങ്ങാൻ പോകുന്നതിനുമുമ്പ് ശുഭരാത്രി ആശംസിച്ച്, ചുംബിച്ച് പിരിയുമ്പോൾ അയാൾ മിസ്സ് ഒഫീലിയയോട് പറഞ്ഞു.

"നോക്കൂ! നമ്മൾക്കവളെ തിരിച്ചുകിട്ടിയെന്ന് തോന്നുന്നു. അവളുടെ ആരോഗ്യം വളരെയധികം മെച്ചപ്പെട്ടിരിക്കുന്നതായി എനിക്കു തോന്നുന്നു."

കഴിഞ്ഞ മൂന്നാഴ്ചകൾ വളരെ അസ്വസ്ഥനായാണ് അയാൾ ഉറങ്ങാൻ കിടന്നിരുന്നത്. അന്നയാൾ സന്തോഷവാനായി. മനസ്സമാധാനത്തോടെ ഉറങ്ങി.

എന്നാൽ അർധരാത്രി—അസാധാരണമായ ദുരൂഹത നിറഞ്ഞുനിന്ന

അന്തരീക്ഷം. വർത്തമാനകാലത്തിന്റെയും ഭാവികാലത്തിന്റെയും ഇട യിലുള്ള അതിലോലവും നേർത്തതുമായ മൂടുപടം കൂടുതൽ കൂടുതൽ ലോലമായിക്കൊണ്ടിരിക്കുമ്പോൾ—ആ മാലാഖ വന്നു.

ആ മുറിയിൽ ഒരു ശബ്ദം കേട്ടു. ആരോ കടന്നുവരുന്ന നേർത്ത പദനിസ്വനം! മിസ്സ് ഒഫീലിയ അന്നു രാത്രി മുഴുവൻ കുഞ്ഞിന്റെ കട്ടിലി നരികിൽ തന്നെയിരുന്ന് ശുശ്രൂഷിക്കുവാൻ തീരുമാനിച്ചു. അനുഭവസമ്പ ന്നരായ നഴ്സുമാർ പെട്ടെന്നുണ്ടാകുന്ന മാറ്റത്തെക്കുറിച്ച് പറയാറുണ്ട്. അതാണോ തന്റെ രോഗിക്കു സംഭവിച്ചുകൊണ്ടിരിക്കുന്നതെന്ന് അവൾ വിവേചനശക്തിയോടെ നിരീക്ഷിച്ചു. പുറത്തെ വാതിൽ പെട്ടെന്ന് തുറന്നു, ടോം ജാഗ്രതയോടെ അപ്പോഴും പുറത്തു കാത്തുനിൽപ്പുണ്ടായിരുന്നു.

"ടോം! ഡോക്ടറെ വിളിക്കൂ വേഗം വേണം. ഒരുനിമിഷംപോലും കളയരുത്" മിസ്സ് ഒഫീലിയ പറഞ്ഞു. അവൾ വേഗത്തിൽ, തൊട്ടടു ത്തുള്ള കസിന്റെ വാതിലിൽ മുട്ടിവിളിച്ചു.

"അഗസ്റ്റിൻ! വേഗം എഴുന്നേറ്റു വരൂ!"

ശവപ്പെട്ടിക്കു മീതെ കളിമൺകട്ടകൾ വീഴുന്നതുപോലെയാണ് ആ വാക്കുകൾ അയാളുടെ ചെവിയിൽ പതിച്ചത്. ഈ പാതിരാത്രിയിൽ മുട്ടി വിളിക്കുന്നത് എന്തിനാവാം? അയാൾ എഴുന്നേറ്റ് ഇവായുടെ കട്ടിലിനു സമീപത്തെത്തി. മകളുടെ എല്ലും തോലുമായ ശരീരത്തിനരികിലേക്കു കുനിഞ്ഞു നോക്കി. അവൾ ശാന്തമായി ഉറങ്ങുകയാണ്.

മരണത്തിന്റെ വിളർച്ചയൊന്നും ആ സുന്ദരമായ മുഖത്ത് ദൃശ്യമാ യില്ല. ഉദാത്തവും ദൈവീകവുമായ പ്രകാശം മാത്രമാണ് അവിടെ കാണാൻ കഴിഞ്ഞത്. അനശ്വരജീവിതത്തിന്റെ സൂര്യോദയംപോലെ!

അയാളുടെ ഹൃദയസ്പന്ദനം നിശ്ചലമാകുന്ന കാഴ്ചയായിരുന്നു അത്. തന്റെ ഏറ്റവും പ്രിയപ്പെട്ടവൾ തന്റേതല്ലാതാകുന്നു എന്ന നിരാ ശാബോധം അസഹ്യമായിരുന്നു.

കുഞ്ഞിനെ ഇമവെട്ടാതെ നോക്കിക്കൊണ്ട് അവർ നിന്നു. വാച്ചിന്റെ ടക് ടക് ശബ്ദംപോലും അവിടെ വ്യക്തമായി കേട്ടു. നിമിഷങ്ങൾക്കകം ടോം ഡോക്ടറെയയുംകൊണ്ടു തിരിച്ചുവന്നു. അദ്ദേഹം മുറിയിൽ പ്രവേ ശിച്ച ശേഷം, കുഞ്ഞിനെ ഒന്നു നോക്കി. അതിനുശേഷം ചുറ്റും നിൽക്കു ന്നവരേയും.

"ഈ മാറ്റം എപ്പോഴാണ് നിങ്ങളുടെ ശ്രദ്ധയിൽപ്പെട്ടത്?" ഡോക്ടർ ഒഫീലിയായോടു ചോദിച്ചു.

"സന്ധ്യയായപ്പോൾ"

ഡോക്ടറുടെ സംസാരം കേട്ടപ്പോൾ മേരിയും ഉണർന്നു. അവൾ വേഗം തന്നെ മകളുടെ മരണ ശയ്യയ്ക്കരികിലേക്ക് ഓടിവന്നു.

"അഗസ്റ്റിൻ! എന്താണിത്? അയ്യോ" അവൾ പെട്ടെന്ന് ശബ്ദമുയർത്തി.

"ഒച്ചവയ്ക്കാതെ!" സെന്റ് ക്ലെയർ വളരെ പരുഷമായ സ്വരത്തിൽ പറഞ്ഞു.

"അവൾ മരിച്ചുകൊണ്ടിരിക്കുകയാണ്."

മാമ്മി ഇതുകേട്ട് ഉടനെ മറ്റുള്ള ജോലിക്കാരെയെല്ലാം വിളിക്കാനായി ഓടി. ആ വീട്ടിലുള്ള എല്ലാവരും ഉണർന്നു. എല്ലായിടത്തും വെളിച്ചം പരന്നു. ഓരോരുത്തരുടേയും കാലടി ശബ്ദം അവിടെയെല്ലാം കേൾക്കാനായി. ആകാംക്ഷാഭരിതമായ മുഖത്തോടെ ജോലിക്കാർ ഓരോരുത്തരായി വരാന്തയിൽ പ്രത്യക്ഷപ്പെട്ടു.

നിറമിഴികളോടെ അവർ വാതിൽക്കൽ നോക്കിനിന്നു. സെന്റ് ക്ലെയർ ഇതൊന്നും കാണുകയോ കേൾക്കുകയോ ചെയ്തില്ല. ഉറങ്ങുന്ന കുഞ്ഞിന്റെ മുഖം മാത്രമേ അദ്ദേഹം കണ്ടുള്ളൂ.

"ഓ, എന്റെ പൊന്നുമോൾ ഒന്നെഴുന്നേറ്റ് ഒരിക്കൽക്കൂടി സംസാരിച്ചിരുന്നെങ്കിൽ!" അയാൾ പറഞ്ഞു. അവളുടെ മുഖത്തേക്ക് കുനിഞ്ഞു നോക്കി ചെവിയിൽ മന്ത്രിക്കുന്നതുപോലെ വിളിച്ചു. "ഇവാ മോളെ!"

ആ നീണ്ടകണ്ണുകൾ വിടർന്നു. അവളുടെ മുഖത്ത് ഒരു നേർത്ത ചിരി പരന്നു. പതുക്കെ തലയുയർത്തി സംസാരിക്കുവാൻ തുടങ്ങി.

"പൊന്നുമോളെ, നീ എന്നെ തിരിച്ചറിയുന്നുണ്ടോ? നിനക്കെന്നെ മനസിലായോ ഇവാ."

"എന്റെ പ്രിയപ്പെട്ട പപ്പാ," അവൾ അയാളുടെ കഴുത്തിൽ കെട്ടിപ്പിടിച്ചു. ഒരേയൊരു നിമിഷം മാത്രം! അടുത്ത ക്ഷണത്തിൽ ആ കുഞ്ഞിക്കൈകൾ തളർന്നുവീണു. സെന്റ് ക്ലെയർ മുഖമുയർത്തി നോക്കി. മരണവേദന ആ കുഞ്ഞുമുഖത്ത് ദൃശ്യമായി.

ശ്വാസംകഴിക്കാൻ പറ്റുന്നില്ല. കുട്ടി തളർന്ന് കിടക്കയിലേക്കു തന്നെ വീണു. നീണ്ട മനോഹരമായ കണ്ണുകൾ ഒരേ ദിശയിൽ തറച്ചു നിന്നു. ഭൂമിക്കും അപ്പുറത്തേക്ക് ആ നോട്ടം കടന്നുപോയി. അപ്പോഴും ആ കുഞ്ഞുമുഖം അത്യന്തം പ്രകാശമാനമായിരുന്നു. ദുഃഖത്തിന്റെ ഗദ്ഗദങ്ങളെ അതു തടഞ്ഞുനിർത്തി.

"ഇവാ," സെന്റ് ക്ലെയർ വിളിച്ചു. "നീ എന്താണു കാണുന്നതെന്ന് ഞങ്ങളോടു പറയൂ!"

ദീപ്തവും ദിവ്യവുമായ ഒരു പുഞ്ചിരിയോടെ അവൾ പറഞ്ഞു.

"ഓ, സ്നേഹം-ആനന്ദം-സമാധാനം!" അവസാന ഉദ്യമത്തിൽ അവൾ പറഞ്ഞു.

"ദൈവമേ, ഇതു ഭയങ്കരം തന്നെ!" അസഹ്യമായ വേദനയോടെ മുഖം തിരിച്ച് അയാൾ ടോമിന്റെ കൈപിടിച്ച് അമർത്തി. താൻ എന്താണ് ചെയ്യുന്നത് എന്നതിനെക്കുറിച്ച് അയാൾക്കുതന്നെ ഒരു രൂപവും ഇല്ലായിരുന്നു. ഇവാ ഒരു നെടുവീർപ്പയച്ച് മരണത്തിന്റെ അനശ്വര ലോകത്തേക്ക് യാത്രയാവുകയാണ്.

"സ്നേഹിതാ ടോം, ഈ കാഴ്ച എന്നെ കൊല്ലുന്നു."

ടോം യജമാനന്റെ കൈകൾ ചേർത്തുപിടിച്ചു. അയാളുടെ കറുത്ത കവിളിലൂടെ കണ്ണുനീർ ധാരധാരയായി ഒഴുകിക്കൊണ്ടിരുന്നു. താൻ എല്ലാ പ്രതിസന്ധി ഘട്ടത്തിലും ആശ്രയം അർപ്പിക്കാറുള്ള ദൈവത്തോട് പ്രാർഥിച്ചു.

"ഇതൊന്ന് എത്രയും വേഗം അവസാനിപ്പിച്ചു തരാൻ ദൈവത്തോട് പ്രാർഥിക്കൂ!" സെന്റ് ക്ലെയർ ടോമിനോട് അഭ്യർഥിച്ചു. "ഈ കാഴ്ച എന്റെ ഹൃദയം തകർക്കുന്നു."

"ദൈവത്തിന്റെ മഹത്വം വാഴ്ത്തപ്പെടട്ടെ! അതു കഴിഞ്ഞു. പ്രിയപ്പെട്ട യജമാനനെ!" ടോം പറഞ്ഞു.

"കൊച്ചെജമാനത്തിയെ നോക്കൂ!"

തലയിണയിൽ തളർന്നുകിടന്നിരുന്ന കുഞ്ഞിന്റെ കണ്ണുകൾ മുകളിലേക്കുയർന്ന് നിശ്ചലമായി. സ്വർഗരാജ്യത്തെക്കുറിച്ച് സദാപി വാചാലമായിരുന്ന ആ കണ്ണുകൾ എന്താണ് പറഞ്ഞത്? ഈ ഭൂമിയുമായി അതിന് ബന്ധമൊന്നുമില്ല. ഭൗതികമായ വേദനയോ ക്ഷീണമോ അവളെ അലട്ടുകയില്ല. ആ മുഖത്തെ ചൈതന്യത്തെ ഉപമിക്കുവാൻ വാക്കുകളില്ല. അത്രമാത്രം ദുരൂഹവും വിശുദ്ധവുമായിരുന്നു അത്. ദുഃഖപൂരിതമായ തേങ്ങലുകളെ ആ ചൈതന്യം തടഞ്ഞുനിർത്തി. ശ്വാസംപോലും വിടാതെ ഓരോരുത്തരും കുഞ്ഞിനു സമീപത്തു നിന്നു.

"ഇവാ"സെന്റ് ക്ലെയർ വിളിച്ചു.

ആ വിളിക്ക് പ്രതികരണം ഉണ്ടായില്ല. മരണാനന്തര ജീവിതത്തിലേക്ക് അവൾ സാവകാശം കടന്നുപോയി.

"എന്റെ ഏറ്റവും പ്രിയപ്പെട്ട മകളേ, നിനക്ക് ഞാൻ യാത്രാമംഗളം നേരുന്നു." ഗദ്ഗദകണ്ഠനായി സെന്റ് ക്ലെയർ പറഞ്ഞു. "പ്രകാശമാനമായ അനശ്വര കവാടങ്ങൾ നിനക്കു പിന്നാലെ അടയ്ക്കപ്പെട്ടുകഴിഞ്ഞു. നിന്റെ മനോഹരമായ മുഖം ഞങ്ങളാരും ഇനി മേലിൽ കാണുകയില്ല. ഞങ്ങളെ തീരാദുഃഖത്തിൽ ആഴ്ത്തിക്കൊണ്ട് നീ എന്നേക്കുമായി ഞങ്ങളോടു വിടപറഞ്ഞു കഴിഞ്ഞു. ദൈനംദിന ജീവിതത്തിന്റെ തണുത്തു മരവിച്ച ശൂന്യാകാശം ഞങ്ങൾക്കായി വിട്ടുതന്നുകൊണ്ടു നീ പോയി." ഇവായുടെ മുറിയിലെ സകലവസ്തുക്കളും വെള്ളത്തുണികൊണ്ട് പൊതിഞ്ഞു. പ്രതിമകളും ചിത്രങ്ങളും എല്ലാം. അടക്കിപ്പിടിച്ച നിശ്വാസങ്ങളും നേർത്ത പദചലനങ്ങളും അവിടെ തങ്ങിനിന്നു. ജാലകപ്പഴുതിലൂടെ ശാന്തഗംഭീരമായി കടന്നുവന്നിരുന്ന സൂര്യകിരണങ്ങളെ കർട്ടൻ തടഞ്ഞുനിർത്തി. അങ്ങനെ മുറിമുഴുവൻ അതർഹിക്കുന്നവണ്ണം അന്ധകാരമയമായി.

കിടക്ക വെളുത്ത തുണികൊണ്ട് അലങ്കരിച്ചു. കുനിഞ്ഞു നിൽക്കുന്ന മാലാഖയുടെ പ്രതിമയ്ക്കു കീഴിൽ ഒരിക്കലും ഉണരാത്ത സ്വർണവിഗ്രഹംപോലെ കൊച്ച് ഇവാ കിടന്നു. ശുഭ്രവസ്ത്രത്തിൽ പൊതിഞ്ഞ ആ രൂപം സ്വർഗത്തിലെ മാലാഖമാരെ അനുസ്മരിപ്പിച്ചു. ജീവിച്ചിരുന്നപ്പോൾ വെളുത്ത ഫ്രോക്കുകൾ ധരിക്കാനായിരുന്നു അവൾക്ക് ഏറെ ഇഷ്ടം! തണുത്തു മരവിച്ച ആ മനോഹരശരീരത്തിന് കർട്ടനിടയിലൂടെ ഊളിയിട്ടിറങ്ങുന്ന പ്രകാശകിരണങ്ങൾ ചൂടുനൽകി. ഇടതൂർന്ന കൺപീലികൾ വിശുദ്ധമായ കവിളിൽ ചാഞ്ഞു. തല ഒരു വശത്തേക്കു ചെരിച്ചുകൊണ്ടുള്ള കിടപ്പുകണ്ടാൽ ശാന്തമായി ഉറങ്ങു

കയാണെന്നേ തോന്നൂ. എന്നാൽ സ്വർഗീയ ചൈതന്യം വഴിഞ്ഞൊഴുകുന്ന അവളുടെ മുഖം കണ്ടാൽ അതൊരു സാധാരണ നിദ്രയല്ല, അന്ത്യനിദ്ര തന്നെ എന്ന് തോന്നിപ്പിക്കും.

നിന്നെപ്പോലെ പരിശുദ്ധരായവർക്ക് മരണമെന്ന ഒന്നില്ല. ഇവാ, മരണത്തിന്റെ ഇരുളും വെളിച്ചവും ഒന്നും എന്റെ പ്രിയപ്പെട്ടവളെ, നിന്റെമേൽ പതിക്കുകയില്ല. പൊൻപുലരിയിൽ നക്ഷത്രശോഭയ്ക്ക് മങ്ങലേൽക്കുമ്പോൾ ഉണ്ടാകുന്നതുപോലെ പ്രകാശമാനമായ നിന്റെ ജീവിതത്തിന് നേരിയ ഒരു മങ്ങൽ മാത്രം. പോരാട്ടം നടത്താതെതന്നെ നീ നേടിയെടുത്ത വിജയമാണ് ഇത്. സംഘട്ടനം കൂടാതെ നേടിയെടുത്ത വിജയകിരീടം."

തന്റെ ഓമനമകളുടെ നിർജീവമായ ശരീരം നിർന്നിമേഷനായി നോക്കിക്കൊണ്ട് ഒരേ ചിന്തയിൽ സ്തംഭിച്ചുനിൽക്കുകയാണ് സെന്റ് ക്ലെയർ. മകളോടൊന്നിച്ചുകഴിഞ്ഞ സുന്ദരനിമിഷങ്ങൾ ഒന്നൊന്നായി അയാളുടെ സ്മൃതിപഥത്തിലൂടെ കടന്നുപോയി.

'അവൾ പോയി' എന്ന വാക്കുകൾ കുഞ്ഞിന്റെ മരണശയ്യയ്ക്കരികിൽനിന്ന് കേട്ടശേഷം ഒരു മൂടൽമഞ്ഞിൽ അകപ്പെട്ട അവസ്ഥയായിരുന്നു സെന്റ് ക്ലെയറിന്. കഠിനമായ മനോവേദനയാൽ അയാളുടെ മനസ്സ് മരവിച്ചുപോയി. ചുറ്റുംനിന്ന് പലരും പറയുന്നുണ്ട്. ഓരോരുത്തരും ഓരോ കാര്യങ്ങൾ അയാളോട് ചോദിക്കുന്നുണ്ട്. എന്തെല്ലാമോ മറുപടിയായി അയാൾ പറയുകയും ചെയ്തു. എപ്പോഴാണ് ശവസംസ്കാരം? ഏതു പള്ളിയിലാണ് അടക്കുന്നത് തുടങ്ങി നിരവധി ചോദ്യങ്ങൾ ഓരോരുത്തരായി ചോദിച്ചുകൊണ്ടിരുന്നു. ആവക കാര്യങ്ങളിലൊന്നും ഒരു താൽപ്പര്യവും ഇല്ലാത്തവനെപ്പോലെ അക്ഷമയോടെ അയാൾ മറുപടി പറഞ്ഞു.

അഡോൾഫും റോസയും കൂടിയാണ് ശവമഞ്ചം തയാറാക്കിയത്. വിങ്ങുന്ന ഹൃദയത്തോടെയാണ് അവർ അതുചെയ്തത്. കുട്ടികളെപ്പോലെ നിഷ്കളങ്കരായ അവരുടെ മനസു നിറയെ സ്നേഹവും വാത്സല്യവും ആയിരുന്നു. മിസ്സ് ഒഫീലിയയുടെ ശ്രദ്ധ മുഴുവൻ പരിസരം വൃത്തിയാക്കി വയ്ക്കുന്നതിലായിരുന്നു. അവിടം പവിത്രമായി തന്നെ അവൾ സൂക്ഷിച്ചു. അവളുടെ കരസ്പർശം തട്ടിയ എല്ലാ വസ്തുക്കൾക്കും ഒരു വിശുദ്ധ പരിവേഷം ലഭിച്ചു. ന്യൂ ഇംഗ്ലണ്ടിലെ ചരമമുറി പോലെയാക്കി അവിടം.

ഷെൽഫുകളിൽ വച്ചിരിക്കുന്ന വെളുത്ത പൂക്കളിൽനിന്നും സുഗന്ധം പരക്കുന്നു. മൃദുലവും മനോഹരവും ആയ അവയ്ക്കു ചുറ്റും ഇലകൾ ഞാന്നുകിടക്കുന്നു. ഇവായുടെ വെള്ളത്തുണി വിരിച്ച കൊച്ചു മേശപ്പുറത്തെ മനോഹരമായ ഫ്ളവർവേസിൽ ഒരു കുല വെളുത്ത പനിനീർപ്പൂക്കൾ വച്ചിരിക്കുന്നു. അത് ഇവായുടെ മുഖത്തെ നിഷ്കളങ്കമായ ചിരിയെ ഓർമിപ്പിച്ചു. തുണികളും കർട്ടനുകളും എല്ലാം അഡോൾഫും റോസയും ചേർന്ന് ഭംഗിയായി സജ്ജീകരിച്ചു. സെന്റ് ക്ലെയർ ചിന്താ

ധീനനായി നിൽക്കുന്നിടത്തേക്ക് റോസ ഒരു കുട്ട വെളുത്ത പൂക്കളുമായി സാവധാനത്തിൽ മുറിയിലേക്ക് കടന്നുവന്നു. സെന്റ് ക്ലെയറിനെ കണ്ട ഉടനെ ആദരപൂർവം അവൾ ഒരടി പിന്നോക്കം വച്ചുനിന്നു. അയാൾ തന്നെ ശ്രദ്ധിക്കുന്നേയില്ല എന്നു മനസിലാക്കിയപ്പോൾ മുന്നോട്ടു നീങ്ങി, ആ പൂക്കൾ മൃതശരീരത്തിനു ചുറ്റും വിതറി. ഇതെല്ലാം സ്വപ്നത്തിലെന്നവണ്ണം സെന്റ് ക്ലെയർ കണ്ടുനിന്നു. ആ മാലാഖക്കുഞ്ഞിന്റെ മനോഹരമായ കൈകളിൽ അവൾ ഓരോ മുല്ലപ്പൂക്കൾ വച്ചു. മറ്റു പൂക്കൾ കിടക്കയ്ക്കു ചുറ്റും മനോഹരമായി വിതറി. പുഷ്പ ശയ്യയിൽ നിദ്രകൊള്ളുന്ന ആ കുരുന്നിനെ കാണുന്നവരുടെ എല്ലാം ഹൃദയം തകർന്നു.

വാതിൽ വീണ്ടും തുറക്കപ്പെട്ടു. അപ്പോഴാണ് ടോപ്സി അങ്ങോട്ടു കടന്നു വന്നത്. കരഞ്ഞുവീർത്ത കണ്ണുകളുമായി വന്ന അവൾ ഉടുപ്പിനുള്ളിൽ എന്തോ മറച്ചുപിടിച്ചിരുന്നു. അവളെ കണ്ടമാത്രയിൽ വിലക്കിക്കൊണ്ടുള്ള ഒരു നോട്ടം നോക്കി റോസ. അതു കണ്ണിൽപ്പെടാത്തതുകൊണ്ട് ടോപ്സി അകത്തേക്കു കടന്നു.

"കടന്നു പോകൂ പുറത്ത്! നിന്നെ ആരാണ് ഇങ്ങോട്ടു ക്ഷണിച്ചത്? നിനക്കിവിടെ യാതൊരു കാര്യവും ഇല്ല." കർശനമായ രീതിയിൽ അവളോട് മന്ത്രിച്ചു.

"എന്നെ അൽപ്പസമയം ഇവിടെ നിൽക്കാൻ അനുവദിക്കൂ! ഞാനൊരു പൂ കൊണ്ടുവന്നിട്ടുണ്ട്-മനോഹരമായ ഒരു പൂ!" പാതിവിരിഞ്ഞ ഒരു റോസാപ്പൂ ഉടുപ്പിനിടയിൽനിന്നും പുറത്തെടുത്തുകൊണ്ട് അപേക്ഷിച്ചു.

"ഈ ഒരു പൂ അവിടെവയ്ക്കാൻ എന്നെ അനുവദിക്കൂ"

"കടന്നുപോ" റോസ ഉറച്ചസ്വരത്തിൽ ആജ്ഞാപിച്ചു.

"അവളവിടെ നിന്നോട്ടെ!" നിലത്ത് ഉറപ്പിച്ചു ചവിട്ടിക്കൊണ്ട് സെന്റ് ക്ലെയർ പറഞ്ഞു.

"നീ അവിടെ നിന്നോളൂ."

റോസ പെട്ടെന്നുതന്നെ പിൻവാങ്ങി. ടോപ്സി മുന്നോട്ടുവന്ന്, ആ പൂ മൃതദേഹത്തിന്റെ കാൽക്കൽ അർപ്പിച്ചു. പെട്ടെന്നവൾ നിലത്തുവീണുരുണ്ടു വാവിട്ട് അലറിക്കരഞ്ഞു.

മിസ്സ് ഒഫീലിയ മുറിയിൽ കയറിവന്ന് അവളെ ആശ്വസിപ്പിക്കുവാൻ ശ്രമിച്ചെങ്കിലും ഫലമൊന്നും ഉണ്ടായില്ല.

"മിസ്സ് ഇവാ, മിസ്സ് ഇവാ, ഞാനും മരിക്കുകയാണ്. ഞാനും നിന്റെ കൂടെ പോരാൻ ആഗ്രഹിക്കുന്നു."

കരളലിയിപ്പിക്കുന്ന ആർത്തനാദമാണ് അവളുടെ കണ്ഠത്തിൽ നിന്നും പുറത്തു വന്നു കൊണ്ടിരുന്നത്. വെണ്ണക്കൽ പ്രതിമപോലെ നിന്നിരുന്ന സെന്റ് ക്ലെയറിന്റെ മുഖത്ത് രക്തം ഇരച്ചു കയറി. ഇവാ മരിച്ചു എന്നു കേട്ടതിനു ശേഷം അപ്പോൾ ആദ്യമായി അയാളുടെ കണ്ണുകളിൽ നിന്നും അശ്രുകണങ്ങൾ നിലത്തുവീണു.

"എഴുന്നേൽക്കൂ! ടോപ്സീ!" മിസ്സ് ഒഫീലിയ മൃദുസ്വരത്തിൽ പറ

ഞ്ഞു. ഇങ്ങനെ കരയാതെ! മിസ്സ് ഇവാ പോയിരിക്കുന്നത് സ്വർഗത്തിലേക്കാണ്. അവളൊരു മാലാഖയാണെന്ന് നിനക്കറിയില്ലേ?"

"എന്നാൽ എനിക്കവളെ കാണാൻ കഴിയുന്നില്ലല്ലോ." ടോപ്സി തേങ്ങിക്കൊണ്ടു പറഞ്ഞു.

"ഞാനിനി ഒരിക്കലും അവളെ കാണുകയില്ലല്ലോ." അവൾക്കു കരച്ചിൽ നിർത്താൻ കഴിഞ്ഞില്ല.

ഒരുനിമിഷം എല്ലാവരും നിശ്ശബ്ദരായിരുന്നു.

"അവളെന്നെ സ്നേഹിക്കുന്നു എന്ന് എന്നോടു പറഞ്ഞിരുന്നു." ടോപ്സി കരഞ്ഞുകൊണ്ട് തുടർന്നു. "അതെ അവളെന്നെ സ്നേഹച്ചിരുന്നു. അവൾ മാത്രമാണ് എന്നെ സ്നേഹിക്കാൻ ഈ ലോകത്തിൽ ഉണ്ടായിരുന്നത്. എന്റെ പ്രിയപ്പെട്ട ഇവാ എനിക്കിനി ആരുമില്ല. ആരും!"

"ടോപ്സി പറയുന്നത് തീർത്തും സത്യമായ കാര്യങ്ങളാണ്." സെന്റ് ക്ലെയർ പറഞ്ഞു.

"ഈ പാവം കുഞ്ഞിനെ എങ്ങനെയെങ്കിലും ഒന്നാശ്വസിപ്പിക്കുവാൻ ശ്രമിക്കൂ!"

"ഞാൻ ഒരിക്കലും ജനിച്ചില്ലായിരുന്നുന്നെങ്കിൽ എന്നാശിച്ചുപോകുകയാണ്." ടോപ്സി വിതുമ്പിക്കൊണ്ടു തുടർന്നു "യാതൊരു ഉപകാരവും ഇല്ലാത്ത എന്റെ ജീവിതംകൊണ്ട് എന്തു കാര്യം? ഞാൻ ജനിക്കരുതായിരുന്നു."

മിസ്സ് ഒഫീലിയ അവളെ വാരിയെടുത്തുകൊണ്ട് മുറിയിൽനിന്നും പുറത്തുകടന്നു. അവളുടെ കണ്ണിൽനിന്നും അശ്രുകണങ്ങൾ ഒഴുകുന്നുണ്ടായിരുന്നു. ടോപ്സിയുടെ വിലാപം അവൾക്ക് സഹിക്കാവുന്നതിനും അപ്പുറമായിരുന്നു.

"ടോപ്സീ, എന്റെ പാവം കുട്ടീ," അവളെ മുറിയിൽനിന്നും എടുത്തുകൊണ്ടുപോകുമ്പോൾ മിസ്സ് ഒഫീലിയ ആശ്വസിപ്പിക്കുവാൻ ശ്രമിച്ചുകൊണ്ടിരുന്നു.

"നീ ഇങ്ങനെ നിരാശപ്പെടരുത് കുട്ടീ, ആ ഓമനയായ കുഞ്ഞിനെപ്പോലെയല്ലെങ്കിലും എനിക്കും നിന്നെ സ്നേഹിക്കുവാൻ കഴിയും. യേശുവിന്റെ പരിശുദ്ധമായ സ്നേഹത്തെക്കുറിച്ച് അവളിൽനിന്നും എനിക്ക് കുറെയൊക്കെ പഠിക്കാൻ കഴിഞ്ഞിട്ടുണ്ട്. എനിക്കുറപ്പാണ് എനിക്കുനിന്നെ സ്നേഹിക്കുവാൻ കഴിയും നിന്നെ ഞാൻ സ്നേഹിക്കുന്നു. നിന്നെ ഏറ്റവും നല്ല ക്രിസ്തുമതവിശ്വാസിയാക്കി വളർത്തിയെടുക്കുവാൻ സാധിക്കും എന്നെനിക്ക് ഉറച്ചവിശ്വാസം തോന്നുന്നു. അതിനുവേണ്ടി ഞാൻ പരിശ്രമിച്ചുകൊണ്ടിരിക്കും."

ആ സ്വരത്തിലെ ആത്മാർഥത, അവൾ പറഞ്ഞ വാക്കുകളേക്കാൾ അവളുടെ കണ്ണിലൂടെ ഒഴുകിയ കണ്ണുനീർതുള്ളികളേക്കാൾ എത്രയോ വലുതായിരുന്നു. ആ സ്വരമാണ് അനാഥബാലികയുടെ ഹൃദയത്തിൽ മിസ്സ് ഒഫീലിയയ്ക്ക് ഏറ്റവും ഉന്നതമായ സ്ഥാനം നേടിക്കൊടുത്തത്. പിന്നീടൊരിക്കലും ആ സ്ഥാനത്ത് യാതൊരു ഇളക്കവും സംഭവിച്ചില്ല.

"ഇവാ, എന്റെ പൊന്നുമോളെ, ഭൂമിയിലെ ഹ്രസ്വകാലത്തെ നിന്റെ ജീവിതം എത്രമാത്രം വിലമതിക്കാനാവാത്ത നന്മകൾചെയ്യാൻ നിന്നെ സഹായിച്ചു." സെന്റ് ക്ലെയർ ചിന്തിച്ചു. "എന്നാൽ ദീർഘകാലം ഭൂമിയിൽ വസിച്ചിട്ടും ഞാൻ എന്താണ് ചെയ്തത്? ഞാൻ എന്തിനാണ് ഇങ്ങനെ ജീവിക്കുന്നത്?"

അൽപ്പസമയം കൂടി അടക്കിപ്പിടിച്ച സംസാരവും മൃദുവായ കാൽപ്പെരുമാറ്റവും ആ മുറയിൽനിന്നും കേട്ടു. മൃതദേഹം അവസാനമായി ഒരു നോക്കു കാണാൻ ഓരോരുത്തരായി വന്നുകൊണ്ടിരിക്കുകയാണ്. ചെറിയ ഒരു ശവപ്പെട്ടി അവിടെ കൊണ്ടുവന്നു. പിന്നെ വിലാപയാത്രയ്ക്ക് അകമ്പടി സേവിക്കാൻ വണ്ടികൾ, അപരിചിതരായ സന്ദർശകർ... അങ്ങനെ ഓരോരുത്തരായി എത്തിക്കഴിഞ്ഞു. വിലാപ യാത്രയിൽ പങ്കുകൊള്ളാനായി കറുത്തവസ്ത്രം ധരിച്ച ബാന്റ്മേളക്കാരും എത്തി. *ബൈബിൾ* വായനയും കീർത്തനാലാപവും നടന്നു. സെന്റ് ക്ലെയർ നടക്കുന്നുണ്ട്, ചോദ്യങ്ങൾ ചോദിച്ച് പിന്നാലെ വരുന്നവരോട് സംസാരിക്കുന്നു. എല്ലാം കണ്ണീരുവറ്റിയ ഒരുവനെപ്പോലെയായിരുന്നു അയാൾ ചെയ്തത്. അയാളുടെ കണ്ണിൽ ഒരേയൊരു വസ്തുമാത്രമേ കാണുന്നുള്ളൂ. ശവമഞ്ചത്തിൽ പള്ളികൊള്ളുന്ന ഒരു സുവർണ ശിരസ്സ്. തന്റെ പൊന്നുമോളുടെ ശരീരം വെള്ളത്തുണികൊണ്ട് മൂടുന്നത് അയാൾ നോക്കിനിന്നു. ശവപ്പെട്ടി അടച്ചു. മറ്റുള്ളവർ നടക്കുന്നതുപോലെ തന്നെ അയാളും ശവക്കുഴിയിലേക്ക് പോയി. സെന്റ് ക്ലെയർ അതിനടുത്ത് മരവിച്ച മുഖത്തോടെ നിന്നു. ശൂന്യമായ നോട്ടം. കൊച്ചു ശവപ്പെട്ടി കുഴിയിലേക്കിറക്കുന്നതയാൾ കണ്ടു. വിശുദ്ധവചനങ്ങൾ ഉരുവിടുന്നതു കേട്ടു.

"ഞാനാണ് ഉയിർത്തെഴുന്നേൽപ്പും ജീവിതവും; എന്നിൽ വിശ്വസിക്കുവന്നവൻ, അവൻ മരിച്ചാലും ജീവിക്കുന്നു."

ആ കൊച്ചുശവക്കുഴി മണ്ണിട്ട് മൂടിയപ്പോഴും തന്റെ ജീവനായ ഇവായെ ആണ് തന്റെ കൺമുമ്പിൽ നിന്നും എന്നെന്നേക്കുമായി മറച്ചുകളഞ്ഞതെന്ന് അയാൾക്ക് മനസിലാക്കാൻ കഴിഞ്ഞില്ല.

എല്ലാവരും തിരിച്ചുപോയി. ഇവായില്ലാത്ത ആ വസതിയിലേക്ക് കയറിച്ചെല്ലേണ്ടി വന്നവരുടെ അവസ്ഥ അതിദയനീയമായിരുന്നു. അടക്കാനാവാത്ത ദുഃഖത്തോടെ ഇരുളടഞ്ഞ ഒരു മുറിയിൽ മേരി കിടക്കുകയാണ്. അപ്പോഴും അവൾ വേലക്കാരെ ശല്യപ്പെടുത്തിക്കൊണ്ടിരുന്നു. ഓരോ നിമിഷവും അവളെ ശ്രദ്ധിക്കാനായി ജോലിക്കാരെ മാറിമാറി വിളിക്കുന്നുണ്ട്. അവർക്ക് സ്വസ്ഥമായിരുന്നൊന്ന് കരയാൻപോലും അവസരം കൊടുത്തില്ല. അവർ എന്തിന് കരയണം? ദുഃഖം അവളുടേതു മാത്രമാണ്. ലോകത്ത് തന്നെപ്പോലെ ദുഃഖം അനുഭവിക്കുന്ന വേറൊരാളും ഉണ്ടാകില്ല എന്ന് അവൾക്ക് ബോധ്യപ്പെട്ടിരിക്കുന്നു.

"സെന്റ് ക്ലെയർ ഒരു തുള്ളി കണ്ണുനീർപോലും പൊഴിച്ചില്ല." മേരി ആവലാതിപ്പെട്ടു.

"അദ്ദേഹത്തിന് എന്റെ ഇവാമോളോട് യാതൊരു അനുകമ്പയും

ഇല്ല. യാതൊരു വികാരവുമില്ലാത്ത കഠിനഹൃദയനാണ് അദ്ദേഹം എന്നത് അതിശയം തന്നെ. അവൾ എത്രമാത്രം ദുരിതവും വേദനയും അനുഭവിച്ചു എന്നത് അദ്ദേഹം മനസിലാക്കേണ്ടതല്ലേ?

ചിത്തഭ്രമം ബാധിച്ചതുപോലെ അവൾ പെരുമാറുന്നതും ഡോക്ടറെ വിളിച്ചു വരുന്നതും എല്ലാം കണ്ടപ്പോൾ മേരി മരിക്കാറായി എന്നുപോലും ഭൃത്യജനങ്ങൾ വിശ്വസിച്ചു. മാമ്മി ചൂടുവെള്ളം നിറച്ച കുപ്പികളുമായി ഓടിവരുന്നു. റോസ കാലുതിരുമ്മുന്നു. ഭൃത്യന്മാരുടെ ഓട്ടവും ചാട്ടവും എല്ലാമായി ആ മുറി ബഹളമയം.

ടോം സഹിക്കാനാവാത്ത ഹൃദയവേദനയോടെ യജമാനനെ സദാസമയവും പിന്തുടർന്നു. അയാൾ പോകുന്നിടത്തെല്ലാം ടോമും ചെല്ലും. മിക്കവാറും സമയങ്ങളിൽ സെന്റ് ക്ലെയർ വിളർത്ത മുഖവും വിഷാദം നിറഞ്ഞ കണ്ണുകളുമായി നിശ്ശബ്ദനായി ഇവായുടെ മുറിയിൽ ചെന്നിരിക്കും. അവളുടെ കൊച്ചു*ബൈബിൾ* അയാൾ തുറന്നുനോക്കുന്നതു കാണുമ്പോൾ ടോമിന്റെ ഹൃദയം കഠിനമായ വേദനയാൽ നുറുങ്ങിപ്പോകും. അതു വായിക്കാൻ വേണ്ടിയൊന്നുമല്ല അയാൾ തുറന്നുനോക്കുന്നതെന്ന് ടോമിനറിയാം. യജമാനന്റെ നിശ്ചലമായ വരണ്ട കണ്ണുകൾ യജമാനത്തിയുടെ ഉറക്കെയുള്ള പൊട്ടിക്കരച്ചിലിനേക്കാൾ എത്രയോ മടങ്ങ് വേദനിപ്പിക്കുന്നതാണെന്ന് അവൻ ഓർക്കും.

ഇവായുടെ മരണത്തിന് ഏതാനും ആഴ്ചകൾക്കുശേഷം സെന്റ് ക്ലെയറും കുടുംബവും ന്യൂ ഓർലീയൻസിലെ നഗരവസതിയിൽ മടങ്ങിയെത്തി. ദുഃഖംനിറഞ്ഞ ഗ്രാമാന്തരീക്ഷത്തിൽനിന്നും മാറിനിൽക്കുവാൻ സെന്റ് ക്ലെയർ ആഗ്രഹിച്ചു. തന്റെ ചിന്തകളും വിചാരങ്ങളും മറ്റൊരു മാർഗത്തിലേക്ക് തിരിച്ചു വിടാനും. അങ്ങനെയാണ് ഗ്രാമീണവസതിയും കൃഷിസ്ഥലങ്ങളും ആ കൊച്ചുകല്ലറപോലും ഉപേക്ഷിച്ച് നഗരത്തിലേക്ക് തിരിച്ചുപോന്നത്. സെന്റ് ക്ലെയറിന്റെ ജീവിതത്തിലെ എല്ലാ താൽപ്പര്യങ്ങളും പ്രത്യാശകളും ഇവാഞ്ചലീൻ എന്ന തന്റെ പ്രിയ പുത്രിക്കു ചുറ്റും അബോധാത്മകമായി വിരിയപ്പെട്ടതായിരുന്നു. അവൾ എന്നെന്നേക്കുമായി യാത്രപറഞ്ഞ് പിരിഞ്ഞതോടെ അദ്ദേഹം ഏകാകിയായി മാറി.

തെരുവുകളിലൂടെ ദ്രുതഗതിയിൽ സെന്റ് ക്ലെയർ നടന്നുപോകുന്നതുകാണാം. തിരക്കുപിടിച്ച ജീവിതശൈലികൊണ്ട് തന്റെ ജീവിതത്തിലും ഹൃദയത്തിലും ഉണ്ടായ വിടവ് നികത്താനെന്നതുപോലെ! സെന്റ് ക്ലെയറിനെ തെരുവിലും കഫേകളിലും വച്ച് കണ്ടവർക്ക് മകളുടെ മരണത്തെക്കുറിച്ച് യാതൊന്നും ഊഹിക്കുവാൻപോലും സാധിച്ചില്ല. കാരണം അയാൾ മുമ്പത്തെപോലെ ചിരിച്ചും സംസാരിച്ചും രാഷ്ട്രീയ ചർച്ചകൾ നടത്തിയും വ്യാപാരസംബന്ധമായ കാര്യങ്ങളിൽ മുഴുകിയും കഴിയുകയായിരുന്നു. ഇരുളടഞ്ഞ മനസ്സ് മറ്റുള്ളവർക്കു മുമ്പിൽ അനാച്ഛാദനം ചെയ്യാതിരിക്കാനുള്ള വെറും കപടനാട്യമാണ് ഈ പുഞ്ചിരിയെല്ലാം എന്നു മനസിലാക്കിയത് ഒരാൾ മാത്രമാണ്. അദ്ദേഹത്തിന്റെയും മകളുടെയും വിശ്വസ്തഭൃത്യനായ ടോം മാത്രം!

"സെന്റ് ക്ലെയർ ഒരു വിചിത്ര മനുഷ്യനാണ്." മേരി മിസ്സ് ഒഫീലിയായോടു പറഞ്ഞു. തന്റെ ജീവിതത്തിലെ ഏറ്റവും വലിയ ദുരന്തത്തെ അഭിമുഖീകരിച്ചശേഷവും അവളുടെ സ്വഭാവത്തിന് യാതൊരു മാറ്റവും ഉണ്ടായില്ല. കുറ്റപ്പെടുത്തലുകളും ആവലാതികളും പണ്ടത്തേക്കാൾ അധികമായി എന്നുവേണമെങ്കിൽ പറയാം.

"ഈ ലോകത്ത് അദ്ദേഹം, ആരെയെങ്കിലും സ്നേഹിച്ചിട്ടുണ്ടെങ്കിൽ അതു നമ്മുടെ പ്രിയപ്പെട്ട ഇവാ മോളെ ആയിരിക്കുമെന്നാണ് ഞാൻ കരുതിയത്. എന്നാൽ എത്ര വേഗത്തിലും എളുപ്പത്തിലുമാണ് അദ്ദേഹം എന്റെ പൊന്നുമോളെ മറന്നുകളഞ്ഞത്! ഒരിക്കൽപ്പോലും അവളെക്കുറിച്ച് ഒന്നു സംസാരിക്കുന്നതുപോലും ഞാൻ കേട്ടിട്ടില്ല. അദ്ദേഹം കുറച്ചുകൂടിയെല്ലാം ദുഃഖം പ്രകടിപ്പിക്കും എന്നാണ് ഞാൻ കരുതിയത്."

"നിശ്ചലമായ ജലമാണ് ഏറ്റവും ആഴത്തിൽ ഒഴുകുന്നതെന്ന് അവർ പറയാറില്ലേ?" മിസ്സ് ഒഫീലിയ ഒരു വേദവചനം ഉദ്ധരിച്ചു.

"ഞാൻ അതൊന്നും വിശ്വസിക്കുന്നില്ല. അതെല്ലാം വെറും പറച്ചിൽ മാത്രമാണ്. വികാരമുള്ള മനുഷ്യൻ അതു പ്രകടിപ്പിക്കുകയും ചെയ്യും- അല്ലാതെ പറ്റില്ല. എന്നാൽ വികാരമുണ്ടാക്കുന്നത് വലിയ നിർഭാഗ്യം തന്നെയാണ്. എനിക്കും സെന്റ് ക്ലെയറിനെപ്പോലെ ആവാൻ കഴിഞ്ഞെങ്കിൽ ഞാനങ്ങനെ പ്രാർഥിച്ചുപോകുകയാണ്.

"അങ്ങനെയല്ല യജമാനത്തീ, അദ്ദേഹം ദിവസം ചെല്ലുന്തോറും മെലിഞ്ഞു വരികയാണ്. ഭക്ഷണമൊന്നും തന്നെ കഴിക്കുന്നില്ല എന്നാണ് പറയുന്നത്." മാമ്മി പറഞ്ഞു.

"അദ്ദേഹത്തിനൊരിക്കലും ഇവാ മോളെ മറക്കാൻ സാധിക്കുകയില്ല എന്നെനിക്കറിയാം. ആർക്കും അതിനു കഴിയുകയില്ല— പാവം! അനുഗ്രഹീതയായ കുഞ്ഞ്!" അവൾ കണ്ണുനീർ തുടച്ചുകൊണ്ടു പറഞ്ഞു.

"അതു ശരിയായിരിക്കാം. എന്നാൽ എന്നോട് അദ്ദേഹം യാതൊരു പരിഗണനയും കാണിച്ചിട്ടില്ല." മേരി ആവലാതി തുടർന്നു. "സ്നേഹത്തോടെയും സഹാനുഭൂതിയോടെയും ഒരു വാക്കുപോലും പറഞ്ഞിട്ടില്ല. മകൾ മരിച്ചു പോയാൽ അതിൽ ഏറ്റവും കൂടുതൽ ദുഃഖിക്കുക അമ്മയാണെന്ന് അദ്ദേഹം അറിയണം."

"സ്വന്തം വേദനകൾ മനസിലാക്കേണ്ടത് ഹൃദയമാണ്" മിസ്സ് ഒഫീലിയ മറുപടി പറഞ്ഞു.

"അതെ, അതുതന്നെയാണ് ഞാനും വിചാരിക്കുന്നത്. ഞാൻ എത്ര മാത്രം ദുഃഖിക്കുന്നുണ്ടെന്ന് എനിക്കറിയാം— എനിക്കു മാത്രമേ അറിയൂ! മറ്റാർക്കും അറിയുമെന്ന് തോന്നുന്നില്ല. എന്റെ ഇവായ്ക്ക് അതറിയാമായിരുന്നു എന്നാലവൾ പോയി!" മേരി സോഫയിൽ ചാരിക്കിടന്ന് കരച്ചിൽ ആരംഭിച്ചു. അവൾ സാധാരണ സ്ത്രീകളെപ്പോലെ ആയിരുന്നില്ല. ഒരു വിചിത്ര സൃഷ്ടി എന്നുവേണമെങ്കിൽ വിശേഷിപ്പിക്കാം. നഷ്ടപ്പെട്ടതിന് വലിയ വില കൽപ്പിക്കുന്നു. കൈയിലുള്ളതിന് പുല്ലുവിലയും. ഓരോന്നും നഷ്ടപ്പെടുമ്പോൾ മാത്രമേ അതിന്റെ മഹത്വം മനസിലാക്കൂ!

കൈയിലുള്ളതിന്റെ കുറ്റങ്ങളും കുറവുകളും മനസിലാക്കാനാണ് താൽപ്പര്യം. എന്നാൽ നഷ്ടപ്പെട്ടു കഴിഞ്ഞാൽ പിന്നെ അതിന്റെ മൂല്യത്തിനൊരന്ത്യവുമില്ലാതാനും.

യജമാനന്റെ മനസറിയാവുന്ന ടോം എല്ലായ്പ്പോഴും അദ്ദേഹത്തോടൊപ്പം തന്നെ സമയം ചെലവഴിച്ചു. സെന്റ് ക്ലെയർ വായനമുറിയിലേക്ക് കയറിയാൽ ടോം ഒരു കാവൽ നായയെപ്പോലെ പുറത്ത് കാത്തിരിക്കും. മണിക്കൂറുകളായിട്ടും അദ്ദേഹം പുറത്തുവരാത്തതിനാൽ അക്ഷമനായ ടോം മുറിക്കകത്തേക്കു കടന്നുചെന്നു. സെന്റ് ക്ലെയർ, മുറിയുടെ ഏറ്റവും അറ്റത്തുള്ള ഒരു സോഫയിൽ ചാരിക്കിടന്ന് ഇവായുടെ *ബൈബിൾ* മറിച്ചുനോക്കുന്ന കാഴ്ചയാണ് ടോം കണ്ടത്. ടോം സോഫയ്ക്കരികിൽ ചെന്ന് മടിച്ചു നിന്നു. സെന്റ് ക്ലെയർ മുഖമുയർത്തി നോക്കി ഭൃത്യന്റെ മുഖത്ത് തെളിഞ്ഞുകണ്ട ആത്മാർഥതയും ദുഃഖവും സ്നേഹവും സഹാനുഭൂതിയും യജമാനന്റെ ഹൃദയത്തെ വല്ലാതെ കണ്ട് സ്പർശിച്ചു. അവന്റെ തോളിൽ അയാൾ തല ചായ്ച്ചു.

"ടോം, എന്റെ പ്രിയപ്പെട്ട സുഹൃത്തേ, മുട്ടത്തോടുപോലെ ഹ്രസ്വമായ ഈ ലോകം എന്നെ സംബന്ധിച്ചിടത്തോളം ശൂന്യവും അന്ധകാരവൃതവുമാണ്."

"എനിക്കതു മനസിലാവുന്നുണ്ട് യജമാനനേ, എനിക്ക് ശരിക്കും മനസിലാകുന്നുണ്ട്." ടോം പറഞ്ഞു.

"എന്നാൽ അങ്ങേക്ക് ഒന്നു മുകളിലേക്ക് നോക്കാൻ കഴിഞ്ഞിരുന്നെങ്കിൽ എന്നു ഞാൻ ആഗ്രഹിക്കുകയാണ്— എവിടെയാണ് നമുക്കെല്ലാം പ്രിയങ്കരിയായ ഇവാ മോൾ എന്നറിയുമോ. ആ സുന്ദരി യേശുദേവന്റെ അടുക്കലാണ്.!"

"ടോം ഞാൻ മുകളിലേക്ക് നോക്കുന്നുണ്ട്." സെന്റ് ക്ലെയർ പറഞ്ഞു. "പക്ഷേ, ഞാൻ നോക്കുമ്പോൾ ഒന്നും കാണാൻ കഴിയുന്നില്ല എന്നതാണ് കുഴപ്പം. എപ്പോഴാണ് എനിക്കു കാണാൻ കഴിയുക? എനിക്കതിന് കഴിഞ്ഞിരുന്നെങ്കിൽ എന്ന് ഞാൻ ആശിച്ചു പോകുകയാണ്." ടോം ദീർഘമായി നിശ്വസിച്ചു.

കൊച്ചുകുഞ്ഞുങ്ങൾക്കും പിന്നെ നിന്നെപ്പോലെ നിഷ്കളങ്കതയും ആത്മാർഥതയും കൈമുതലായുള്ള സാധുക്കൾക്കും മാത്രമേ കാണാൻ കഴിയുന്നുള്ളൂ. ഞങ്ങളെപ്പോലുള്ളവർക്ക് അത് കാണാൻ കഴിയുന്നില്ല. എന്തുകൊണ്ടാണ് അങ്ങനെ?"

"അങ്ങേക്കും അതെല്ലാം കാണാൻ സാധിക്കും!"

"ടോം, ഞാൻ വിശ്വസിക്കുന്നില്ല—എനിക്ക് വിശ്വസിക്കുവാൻ സാധിക്കുന്നില്ല. സകലതിനേയും സംശയിക്കുന്ന ഒരു സ്വഭാവമാണ് എന്റേത്." സെന്റ് ക്ലെയർ തുടർന്നു. "ഈ *ബൈബിളിൽ* വിശ്വസിക്കുവാൻ ഞാൻ ആഗ്രഹിക്കുന്നു എങ്കിലും എനിക്കതിന് കഴിയുന്നില്ല."

"പ്രിയപ്പെട്ട യജമാനൻ, " ടോം വിനയപൂർവം വിളിച്ചു.

"അങ്ങ് കരുണാമയനായ ദൈവത്തോട് ഇപ്രകാരം പ്രാർഥിക്കൂ!

'ദൈവമേ, ഞാൻ വിശ്വസിക്കുന്നു; എന്റെ അവിശ്വാസത്തെ മാറ്റിത്തരാൻ നീ സഹായിക്കേണമേ!"

"ഏതാണ് ശരിയെന്ന് ആർക്കറിയാം?" തന്നോടുതന്നെയാണ് അദ്ദേഹം അതു പറഞ്ഞത്. സ്വപ്നാടകനെപ്പോലെ കണ്ണുകൾ ചലിപ്പിച്ച് സെന്റ് ക്ലെയർ പറഞ്ഞുകൊണ്ടിരുന്നു.

"മനോഹരമായ ആ സ്നേഹവും വിശ്വാസവും ഒന്നും സ്ഥിരമായിട്ടുള്ളതല്ലേ? ഹ്രസ്വമായ ഒരു ഉച്ഛ്വാസംകൊണ്ട് ഇല്ലാതാവുന്നവയാണോ?-ഇവായില്ല-സ്വർഗരാജ്യമില്ല-യേശുദേവനില്ല-യാതൊന്നും തന്നെയില്ല?"

"എന്റെ പ്രിയപ്പെട്ട യജമാനനെ, യേശുവുണ്ട്. എനിക്കത് ഉറപ്പിച്ചു പറയാൻ കഴിയും. "അയാൾ യജമാനന്റെ കാൽക്കൽ വീണുകൊണ്ട് പറഞ്ഞു. "പ്രിയപ്പെട്ട യജമാനനെ, അങ്ങു വിശ്വസിച്ചാലും! വിശ്വാസത്തിലൂടെ മാത്രമേ അങ്ങേക്ക് ആശ്വാസം ലഭിക്കുകയുള്ളൂ."

"നീ എങ്ങനെയാണ് വിശ്വസിക്കുന്നത്? ക്രിസ്തുവുണ്ടെന്ന് നിനക്കെങ്ങനെ അറിയാം? നീ ഒരിക്കലും ദൈവത്തെ കണ്ടിട്ടില്ലല്ലോ?"

"നേരിട്ട് കണ്ടിട്ടില്ലെങ്കിലും അദ്ദേഹത്തിന്റെ സാന്നിധ്യം എന്റെ ആത്മാവിന് അനുഭവപ്പെട്ടിട്ടുണ്ട്. ഇപ്പോഴും അനുഭവപ്പെടുന്നുണ്ട് യജമാനനെ, ഭാര്യയിൽനിന്നും മക്കളിൽനിന്നും അകറ്റി എന്നെ വിറ്റൊഴിച്ചപ്പോൾ, അതെന്നെ വല്ലാതെ തളർത്തിക്കളഞ്ഞു. സകലതും നഷ്ടപ്പെട്ട ഒരുവന്റെ അവസ്ഥയിലായി ഞാൻ. എന്നാൽ നല്ലവനായ ദൈവം എന്നോടൊപ്പം നിന്നു. അവൻ പറഞ്ഞു: "നീ ഒന്നു കൊണ്ടും ഭയപ്പെടേണ്ട ടോം." അവൻ ഈ സാധുവിന്റെ ആത്മാവിലേക്ക് വെളിച്ചവും ആനന്ദവും കൊണ്ടുവന്നുതന്നു. സമാധാനവും ശാന്തിയും നൽകി. ഞാനിപ്പോൾ വളരെ സന്തുഷ്ടനാണ്. എനിക്ക് എല്ലാവരേയും സ്നേഹിക്കുവാൻ കഴിയുന്നു. ദൈവത്തിന്റെ ഏതാഗ്രഹവും നിറവേറ്റാൻ ഞാൻ സന്നദ്ധനാണ്. ദൈവം എന്നെ എവിടെയാണോ നിയോഗിക്കുവാൻ ആഗ്രഹിക്കുന്നത്, അവിടെയായിരിക്കുന്നതിൽ ഞാൻ സന്തുഷ്ടനാണ്. അല്ലാതെ എനിക്കൊന്നും ചെയ്യാനില്ല. എന്നെപ്പോലെയുള്ള പരാതിപ്പെടുന്ന ഒരു നീഗ്രോവിൽ നിന്നല്ല, ഇതെല്ലാം നിർഗളിക്കുന്നത്. ദൈവത്തിൽനിന്നാണ് ഇതുവരുന്നതെന്ന് എനിക്കറിയാം. വിവരമില്ലാത്ത ഒരു പാവം നീഗ്രോയല്ലേ ഞാൻ. അതുപോലെ ഇതേ സംഗതികൾ യജമാനനുവേണ്ടി ചെയ്തു തരാനും അവൻ തയാറാണെന്ന് എനിക്കറിയാം."

കണ്ണുനീരൊഴുക്കിക്കൊണ്ട് ഗദ്ഗദകണ്ഠനായാണ് ടോം ഈ മഹത്വചനങ്ങൾ പറഞ്ഞുകൊണ്ടിരുന്നത്. സെന്റ് ക്ലെയർ അവന്റെ വിരിഞ്ഞ തോളിൽ തല ചായ്ച്ചു. ബലിഷ്ഠവും വിശ്വസ്തവുമായ കറുത്ത കൈ മുറുകെപ്പിടിച്ചു.

"ടോം, അപ്പോൾ നീ എന്നെ സ്നേഹിക്കുന്നുണ്ട് അല്ലേ? എന്നെക്കുറിച്ച് വ്യാകുലപ്പെടുന്നുമുണ്ട്!"

"യജമാനൻ, അങ്ങ് ഒരു ക്രിസ്തുമതവിശ്വാസിയാകുന്ന അനുഗ്ര

ഹീത നിമിഷത്തിൽ ജീവത്യാഗം ചെയ്യാൻവരെ ഞാൻ തയാറാണ്. അങ്ങ് ഒരു സത്യക്രിസ്ത്യാനിയായി തീർന്നാൽ ഞാനെന്റെ ജീവിതം അടിയറവയ്ക്കും."

"സാധുവും നിഷ്കളങ്കനുമായ സുഹൃത്തേ!" തല പകുതി ഉയർത്തിക്കൊണ്ട് സെന്റ് ക്ലെയർ പറഞ്ഞു.

"നിന്നെപ്പോലെ സത്യസന്ധനായ ഒരു ലോലഹൃദയന്റെ സ്നേഹത്തിന് പാത്രീഭൂതനാവാൻ ഒന്നു കൊണ്ടും അർഹനല്ല ഞാൻ."

"യജമാനനേ, അനുഗൃഹീതനായ യേശുദേവൻ എന്നെക്കാൾ എത്രയോ മടങ്ങ് അങ്ങയെ സ്നേഹിക്കുന്നുണ്ട്."

"നിനക്ക് അതെങ്ങനെ മനസിലാകുന്നു?"

"എന്റെ ആത്മാവ് പറയുന്നു."

"അസാധാരണവും അതിശയകരവുമാണ് യേശുദേവന്റെ ജീവിതകഥ." സെന്റ് ക്ലെയർ തന്നോടുതന്നെ എന്നമട്ടിൽ പറഞ്ഞു.

"ആയിരത്തിഎണ്ണൂറു വർഷങ്ങൾക്കു മുമ്പ് ജീവിച്ചു മരിച്ച ഒരു മനുഷ്യന്റെ ചരിത്രം ഇനിയും ജനങ്ങളിൽ സ്വാധീനം ചെലുത്തുന്നു. അവരുടെ ജീവിതത്തെ സ്പർശിക്കുന്നു. എന്നാൽ അവൻ ഒരു മനുഷ്യനല്ലായിരുന്നു."

അൽപ്പനിമിഷം നിശ്ശബ്ദനായിരുന്ന ശേഷം അയാൾ തുടർന്നു: "ഇത്രകാലം നീണ്ടുനിൽക്കുന്ന സ്വാധീനശക്തി ഒരു മനുഷ്യനിലും ഉണ്ടാവുകയില്ല. കുട്ടിക്കാലത്ത് എന്റെ അമ്മ പഠിപ്പിച്ച കാര്യങ്ങൾ വിശ്വസിക്കുവാൻ എനിക്കു കഴിഞ്ഞിരുന്നെങ്കിൽ! ബാല്യകാലത്ത് പ്രാർഥിച്ചിരുന്നതുപോലെ ആത്മാർഥമായും നിഷ്കളങ്കമായും എനിക്ക് പ്രാർഥിക്കുവാൻ കഴിഞ്ഞിരുന്നെങ്കിൽ!"

"യജമാനൻ ആഗ്രഹിക്കുന്നെങ്കിൽ" ടോം പറഞ്ഞു.

"നമ്മുടെ ഇവാ മോൾ മനോഹരമായി വായിക്കുമായിരുന്നു. അതുപോലെ വായിക്കുവാൻ യജമാനനും സാധിക്കുമെന്ന് ഞാൻ കരുതുന്നു. ഇവാമോൾ സ്വർഗത്തിലേക്കു പോയ ശേഷം വായനയുമില്ല, പ്രാർഥനയുമില്ല.

സെന്റ് ക്ലെയർ സ്വയം ആശ്വാസം കിട്ടാനോ, ഭൃത്യനെ സഹായിക്കുവാനോ എന്നറിയില്ല, *ബൈബിൾ* തുറന്ന് വായിക്കുവാൻ ആരംഭിച്ചു. യോഹന്നാന്റെ സുവിശേഷത്തിലെ പതിനൊന്നാമത്തെ അധ്യായം. ലാസറിനെ ഉയിർത്തെഴുന്നേൽപ്പിക്കുന്ന വികാരഭരിതമായ രംഗം സെന്റ് ക്ലെയർ ഉറക്കെ വായിച്ചു. ദുഃഖഭരിതമായ ഭാഗങ്ങൾ വായിക്കുമ്പോൾ ശബ്ദം പുറത്തുവരാതാകും. അപ്പോൾ അൽപ്പസമയം നിർത്തും. ടോം യജമാനന്റെ മുന്നിൽ മുട്ടുകുത്തി കൈകെട്ടി നിന്നു. സ്നേഹം, വിശ്വാസം, ആരാധന തുടങ്ങിയ നിഷ്കളങ്ക ഭാവങ്ങൾ ആ ശാന്തമായ മുഖത്ത്വിളങ്ങി നിന്നു.

"ടോം" യജമാനൻ വിളിച്ചു.

"ഇത്തരം കാര്യങ്ങളെല്ലാം യഥാർഥമായി നിനക്ക് അനുഭവപ്പെടുന്നുണ്ടോ?"

"അതെ! എനിക്ക് അനുഭവപ്പെടുന്നു!"

"അത്തരം ഇന്ദ്രിയം എനിക്കുണ്ടായിരുന്നെങ്കിൽ!"

"അതിനുവേണ്ടി ഞാൻ ദൈവത്തോടു പ്രാർഥിക്കുന്നു."

"ടോം, നിന്നെക്കാൾ എത്രയോ പാണ്ഡിത്യവും വിദ്യാഭ്യാസവും ഉള്ള ആളാണ് ഞാൻ എന്നകാര്യം നിനക്കറിയാമല്ലോ. ഞാൻ *ബൈബിൾ* വിശ്വസിക്കുന്നില്ല എന്നു പറഞ്ഞാൽ നീ എന്തു പറയും?"

"ഓഹ്! എന്റെ യജമാനനെ!" വലിയ വേദനയോടെ അയാളുടെ കരം ഗ്രഹിച്ചുകൊണ്ട് ടോം പറഞ്ഞു.

"ഞാൻ ഈ പറഞ്ഞതു കേട്ടിട്ടും നിന്റെ വിശ്വാസത്തിന് ഇളക്കം തട്ടിയില്ലേ ടോം?"

"അൽപ്പംപോലും ഇല്ല." ടോം പറഞ്ഞു.

"അതെന്തുകൊണ്ടാണ്? എനിക്കു നിന്നെക്കാൾ കൂടുതൽ പഠിപ്പും ലോകവിവരവും ഉണ്ട്."

"അവൻ വിവേകശാലികളിൽനിന്നും മാറി നിൽക്കുന്നു എന്ന് അങ്ങ് വായിച്ചിട്ടില്ലേ? കുട്ടികൾക്കു മുന്നിൽ പ്രത്യക്ഷനാകുന്നു എന്നും. യജമാനൻ ആത്മാർഥതയോടെയാണോ ഇപ്പോൾ പറയുന്നത്?" ടോം ഉൽക്കണ്ഠയോടെ ചോദിച്ചു.

"അല്ല ടോം, ഒരിക്കലുമല്ല. ഞാൻ അവിശ്വസിക്കുന്നില്ല. വിശ്വസിക്കുവാൻ കാരണമുണ്ടെന്നും ഞാൻ കരുതുന്നു. എന്നിട്ടും എനിക്കതിന് കഴിയുന്നില്ല. വല്ലാത്ത പ്രശ്നം പിടിച്ച സ്വഭാവരീതിയാണെന്റേത്, ടോം."

"യജമാനൻ പ്രാർഥിച്ചിരുന്നെങ്കിൽ'

"ഞാൻ പ്രാർഥിക്കുന്നില്ല എന്ന് നിനക്കെങ്ങനെ അറിയാം."

"അങ്ങ് പ്രാർഥിക്കുന്നുണ്ടോ?"

"ഞാൻ പ്രാർഥിക്കാം ടോം! അവിടെ ആരെങ്കിലും ഉണ്ട് എന്നാണെങ്കിൽ ഞാൻ പ്രാർഥിക്കാം." സെന്റ് ക്ലെയർ വളരെ സത്യസന്ധമായി തന്നെ പ്രഖ്യാപിച്ചു. "ടോം നിങ്ങൾ എങ്ങനെയാണ് പ്രാർഥിക്കുന്നത് എന്ന് എനിക്കൊന്നു കാണിച്ചു തരൂ!"

ടോമിന്റെ മനസുനിറഞ്ഞു. തന്റെ ഹൃദയവും ആത്മാവും പൂർണമായി അർപ്പിച്ച് ടോം പ്രാർഥിച്ചു. അണകെട്ടിനിർത്തിയ വെള്ളം തുറന്നുവിട്ടതുപോലെ തന്റെ പ്രാർഥന ദൈവം കേൾക്കുന്നുണ്ട് എന്നയാൾ വിശ്വസിച്ചിരുന്നു എന്നകാര്യം വ്യക്തമാണ്. ടോമിന്റെ ആത്മാർഥമായ പ്രാർഥന കേട്ടപ്പോൾ സെന്റ് ക്ലെയറിന് ഒരു കാര്യം വ്യക്തമായി, വിശ്വാസം ഉണ്ടെങ്കിൽ തനിക്ക് സ്വർഗവാതിൽക്കലോളം എത്താം. ഇവായുടെ സമീപത്തെത്താം."

"വളരെ നന്ദിയുണ്ട് സ്നേഹിതാ, "ടോം എഴുന്നേറ്റപ്പോൾ സെന്റ് ക്ലെയർ പറഞ്ഞു. "നിന്റെ സംസാരം കേട്ടിരിക്കുവാൻ എനിക്ക് ഇഷ്ടമാണ്, എന്നാൽ ഇപ്പോൾ നീ പൊയ്ക്കോളൂ എന്നെ കുറച്ചുസമയം ഒറ്റയ്ക്കു വിടൂ. അൽപ്പനേരം ഞാൻ തനിച്ചിരിക്കട്ടെ. നമുക്ക് പിന്നീട് അധികനേരമിരുന്ന് സംസാരിക്കാം.

ടോം ഒന്നും മിണ്ടാതെ മുറിയിൽനിന്നും ഇറങ്ങിപ്പോയി.

13

ദിവസങ്ങളും ആഴ്ചകളും കടന്നുപൊയ്ക്കൊണ്ടിരുന്നു. സെന്റ് ക്ലെയർ ഭവനത്തിലെ ജീവിതം പുറമേക്ക് സാധാരണപോലെ നീങ്ങി. ഓരോരുത്തരുടേയും മനസിൽ എത്രമാത്രം സങ്കടങ്ങൾ നിറഞ്ഞിരിപ്പുണ്ടെങ്കിലും ജീവിതത്തെ മുന്നോട്ട് ഉന്തിക്കൊണ്ടുപോയല്ലേ പറ്റൂ. അവിടെ വേദനിക്കുന്ന കടുത്ത യാഥാർഥ്യങ്ങളിലൂടെ വിരസമായ ദിനചര്യകൾ നടന്നുകൊണ്ടിരിക്കുന്നു. ഉണ്ണുക, ഉറങ്ങുക, കുടിക്കുക, വീണ്ടും സംസാരിക്കുക—ഒന്നിലും യാതൊരു താൽപ്പര്യവും ഇല്ലെങ്കിലും യാന്ത്രികമായി ജീവിതഗതി തുടർന്നുകൊണ്ടിരുന്നു. അവിടെയുള്ള ഓരോരുത്തരേയും ജീവിക്കാൻ പ്രേരിപ്പിച്ചിരുന്നു—അവരുടെ ജീവിതത്തിന്റെ മുഖ്യമായ-ആകർഷണം പറന്നുപോയിക്കഴിഞ്ഞു.

സെന്റ് ക്ലെയറിന്റെ സകല അഭിലാഷങ്ങളും താൽപ്പര്യങ്ങളും മനഃപൂർവമല്ലെങ്കിലും, അയാളുടെ പ്രിയ പുത്രിയുമായി കെട്ടുപിണഞ്ഞുകിടക്കുകയായിരുന്നു. സ്വത്തുക്കൾ സമ്പാദിച്ചതും അവ കാത്തുസൂക്ഷിച്ചിരുന്നതും എല്ലാം ഇവായ്ക്കു വേണ്ടി മാത്രമായിരുന്നു. തന്റെ സമയം ക്രമീകരിച്ച് ചെലവഴിച്ചതും എല്ലാം ഇവായ്ക്കു വേണ്ടിയായിരുന്നു. അയാൾ എന്തു പദ്ധതികൾ ആസൂത്രണം ചെയ്താലും അതിന്റെ പിന്നിലുള്ള വികാരം ഇവായുടെ സന്തോഷം ഒന്നു മാത്രമായിരുന്നു. പുതുതായി എന്തു വാങ്ങിയാലും പരിഷ്കരിച്ചാലും മോടിപിടിപ്പിച്ചാലും വിറ്റാലും...എല്ലാം അവൾക്കു വേണ്ടി-അതായിരുന്നു ജീവിതരീതി. അവൾ എന്നെന്നേക്കുമായി ഇല്ലാതായി. ഇനി അയാൾക്ക് ഒന്നും ചിന്തിക്കാനില്ല. ഒന്നും പ്രവൃത്തിക്കാനില്ല!.

ഭൗതിക ജീവിതത്തിന് അപ്പുറം, ദുരൂഹവും അമൂല്യവുമായ മറ്റൊരു ജീവിതവും ഉണ്ടെന്നുള്ളത് വാസ്തവമാണ്. സെന്റ് ക്ലെയറിന് അത് കൃത്യമായി മനസിലാവുകയും ചെയ്തിരുന്നു. തളർന്നിരിക്കുന്ന സമയങ്ങളിൽ, ആകാശത്തിരുന്ന് തന്നെ സ്വർഗത്തിലേക്ക് ക്ഷണിക്കുന്ന കുഞ്ഞിന്റെ മൃദുസ്വരം അയാൾ കേൾക്കാറുണ്ട്. ആ മാലാഖക്കുരുന്നിന്റെ കുഞ്ഞിക്കൈ അച്ഛനും ജീവിതം മുന്നോട്ടുകൊണ്ടുപോകാൻ വേണ്ട നേരായ പാത ചൂണ്ടിക്കാണിക്കും. എന്നാൽ കൊടിയ ദുഃഖത്തിന്റെ ആലസ്യം അനുഭവിച്ചുകൊണ്ടിരിക്കുന്ന അയാളെ ആലസ്യം പിടികൂടും. പിന്നെ, കിടന്നിടത്തുനിന്ന് എഴുന്നേൽക്കാൻ സാധിക്കുകയില്ല.

മതത്തിന്റെ ചട്ടക്കൂടുകളിൽ ഒതുങ്ങി നിൽക്കുന്ന കടമകളോ ബാധ്യതകളോ ഒന്നും സെന്റ് ക്ലെയറിന്റെ ജീവിതത്തെ സ്വാധീനിച്ചിരുന്നില്ല. എങ്കിലും പലരീതിയിലും അദ്ദേഹം തീർത്തും പുതിയൊരു മനുഷ്യനായിത്തീർന്നു. ഇവാ മോൾ ഈ ഭൂമിയിൽ ഉപേക്ഷിച്ചുപോയ *ബൈബിൾ* അയാൾ ശ്രദ്ധയോടെയും ഗൗരവത്തോടെയും ആത്മാർഥതയോടെയും വായിച്ചു. താനും ജോലിക്കാരും തമ്മിലുള്ള ബന്ധത്തെക്കുറിച്ച് തികഞ്ഞ ശാന്തതയോടെയും പ്രായോഗിക ബുദ്ധിയോടെയും ചിന്തിച്ചുനോക്കി.

അയാൾ അസംതൃപ്തനായി. ന്യൂ ഓർലീൻസിൽ തിരിച്ചെത്തിയ ഉടനെ തന്നെ അയാൾ ഒരു കാര്യം ചെയ്തു. ടോമിനെ അടിമത്തത്തിൽനിന്നും മോചിപ്പിക്കാൻ വേണ്ട നിയമനടപടികൾ ആരംഭിച്ചു. ഔദ്യോഗികമായ നൂലാമാലകളുടെ കുരുക്കഴിഞ്ഞാൽ അവൻ മോചിതനാകും. ഓരോ ദിവസം കഴിയുന്തോറും അയാളും ടോമും തമ്മിലുള്ള ഹൃദയബന്ധം ദൃഢമായിക്കൊണ്ടിരുന്നു. അയാൾക്ക് ടോമിനോട് കൂടുതൽ ആത്മബന്ധവും ആശ്രിതത്വവും തോന്നി. ടോം യജമാനനെ രാവും പകലും അർപ്പണഭാവത്തോടെ പരിചരിച്ചു. ഈ വിശാലമായ ഭൂമിയിൽ ടോമിനെപ്പോലെ ഇവായെ ഓർമിപ്പിക്കുവാൻ മറ്റാരും തന്നെ ഇല്ല. ടോം തന്റെ അടുത്തു തന്നെ ഉണ്ടാവണമെന്ന് എപ്പോഴും അയാൾ ആഗ്രഹിച്ചു. എളുപ്പത്തിൽ തൃപ്തിപ്പെടുത്താനാവാത്തതും അപ്രാപ്യവുമായിരുന്നു അയാളുടെ വികാരവിചാരങ്ങൾ. എങ്കിലും ടോമുമായി തന്റെ ചിന്തകൾ പങ്കുവയ്ക്കുമായിരുന്നു-സ്നേഹാദരങ്ങളോടെ യജമാനനെ എല്ലായ്പ്പോഴും പിന്തുടരുന്ന ആ സേവകനോടുള്ള അദ്ദേഹത്തിന്റെ പെരുമാറ്റവും ആരെയും അതിശയിപ്പിച്ചില്ല.

ടോമിനു സ്വാതന്ത്ര്യംനൽകാനുള്ള നടപടിക്രമങ്ങൾ ആരംഭിച്ചതിന്റെ തൊട്ടടുത്ത ദിവസം സെന്റ് ക്ലെയർ പറഞ്ഞു.

"ടോം, നിന്നോട് എനിക്കൊരു സന്തോഷവാർത്ത പറയാനുണ്ട്. ഞാൻ നിന്നെ ഒരു സ്വതന്ത്രമനുഷ്യനാക്കാൻ തീരുമാനിച്ചു. അതുകൊണ്ട് നീ പെട്ടിയെല്ലാം ഒരുക്കി വച്ചോളൂ. കെന്റക്കിലേക്ക് പോകാനായി ഒരുങ്ങിക്കോളൂ" ടോമിന്റെ മുഖത്ത് ആഹ്ളാദം അലതല്ലി. ആകാശത്തേക്ക് കൈകൾ ഉയർത്തി അവൻ പറഞ്ഞു. "കരുണാമയനായ ദൈവമേ! ഞങ്ങളെ അനുഗ്രഹിക്കേണമേ!"

ടോമിന്റെ മുഖത്തെ സന്തോഷം കണ്ടപ്പോൾ സെന്റ് ക്ലെയറിനു വിഷമം തോന്നി. ടോം ഉടനെതന്നെ വിട്ടുപോകും എന്ന് ഓർത്തപ്പോൾ ആ ചിന്ത അയാളെ മ്ലാനവദനനാക്കി.

"പോകുന്നു എന്നറിഞ്ഞപ്പോൾ ഇത്രമാത്രം സന്തോഷിക്കുവാൻ നീ ഇവിടെ കഷ്ടപ്പാടും ദുരിതവും അനുഭവിച്ചുകൊണ്ടാണോ കഴിഞ്ഞിരുന്നത്?" വേദനയോടെയാണ് സെന്റ് ക്ലെയർ ഈ ചോദ്യം ചോദിച്ചത്.

"അയ്യോ അല്ല യജമാനനെ, ഒരിക്കലുമല്ല! എന്നാലും ഒരു സ്വതന്ത്രമനുഷ്യനായി ജീവിക്കുക എന്നത് എല്ലാവരുടേയും ജീവിതാഭിലാഷമല്ലേ, അതുകൊണ്ടാണ് എന്നെ സന്തുഷ്ടനായി കാണപ്പെടുന്നത്."

"ഒരു സ്വതന്ത്രമനുഷ്യനേക്കാൾ സുഖമായല്ലേ, നീ ഇവിടെ കഴിയുന്നത്? നിനക്ക് അങ്ങനെ തോന്നുന്നില്ലേ ടോം?"

"തീർച്ചയായും ഇല്ല. യജമാനനെ!"

"അതെന്തുകൊണ്ടാണ് ടോം? നീ സ്വന്തമായി ജോലി ചെയ്ത് സമ്പാദിക്കുന്നതിനേക്കാൾ നല്ല ഭക്ഷണവും വസ്ത്രവും താമസസൗകര്യവും എല്ലാം നിനക്ക് എന്റെ അടുത്തുനിന്നും ലഭിക്കുന്നില്ലേ?"

"അതെല്ലാം ശരിയാണ് യജമാനനെ. യജമാനൻ അത്രയ്ക്കു നന്നാ

യിട്ടാണ് എന്നോടു പെരുമാറിയിട്ടുള്ളത്. എന്നാൽ മറ്റൊരാളുടെ ഏറ്റവും വിലകൂടിയ വീടിനേക്കാളും, ഏറ്റവും വിലകൂടിയ വസ്ത്രങ്ങളെക്കാളും എനിക്കു സ്വീകാര്യം വിലകുറഞ്ഞ വീടും വസ്ത്രങ്ങളും മറ്റു സാധനങ്ങളും സ്വന്തമായി നേടുന്നതാണ്. അതാണ് മനുഷ്യരുടെ പ്രകൃതം യജമാനനെ!"

"ഞാനും അങ്ങനെതന്നെയാണ് കരുതുന്നത്. നീ പറയുന്നത് പൂർണമായ അർഥത്തിൽ എനിക്കു മനസിലാകുന്നുണ്ട്. ഒരു മാസത്തിനുള്ളിൽ നിനക്ക് എന്നെ വിട്ടുപോകാൻ സാധിക്കും." താൻ നേരത്തെ നടത്തിയ അഭിപ്രായപ്രകടനത്തിൽ അദ്ദേഹത്തിനു ഖേദം തോന്നി.

"എനിക്ക് നിന്നെ പറഞ്ഞയയ്ക്കുവാൻ സാധിച്ചില്ലെങ്കിൽ അത് മനുഷ്യന് അജ്ഞാതമായ എന്തെങ്കിലും കാരണങ്ങളാലാകും." കുറച്ചുകൂടി ഉല്ലാസം തുളുമ്പുന്ന സ്വരത്തിൽ പറഞ്ഞ് സെന്റ് ക്ലെയർ എഴുന്നേറ്റു നടന്നു.

"യജമാനൻ എന്തെങ്കിലും ബുദ്ധിമുട്ട് അനുഭവിക്കുന്നിടത്തോളം കാലം ഞാൻ വിട്ടുപോകുകയില്ല." ടോം പ്രഖ്യാപിച്ചു. "അങ്ങേക്ക് ആവശ്യമുള്ളിടത്തോളം കാലം ഞാൻ അങ്ങയോടൊപ്പം തന്നെ ഉണ്ടാകും- അങ്ങേക്ക് എന്നെക്കൊണ്ട് എന്തെങ്കിലും ഒരു പ്രയോജനം ഉണ്ടാകട്ടെ."

"ഞാൻ ബുദ്ധിമുട്ട് അനുഭവിക്കുന്നിടത്തോളം കാലമോ? ടോം?" ആശ്ചര്യഭരിതനായ സെന്റ് ക്ലെയർ വിഷാദത്തോടെ ജനാലയിലൂടെ പുറത്തേക്കു നോക്കിക്കൊണ്ട് ചോദിച്ചു.

"എന്റെ ബുദ്ധിമുട്ടുള്ളകാലം എന്നാണ് അവസാനിക്കുക?"

"സെന്റ് ക്ലെയർ യജമാനൻ ഒരു ക്രിസ്തുമതവിശ്വാസിയാകുന്ന കാലം എന്നാണ് ഞാൻ ഉദ്ദേശിച്ചത്." ടോം വിനയപൂർവം ഉറച്ച സ്വരത്തിൽ പറഞ്ഞു.

"ആ ദിവസം ആഗതമാകുന്നതുവരെ നീ എന്നോടൊപ്പം കഴിയും എന്നാണോ പറയുന്നത്? അത് വാസ്തവമാണോ? പുഞ്ചിരിച്ചുകൊണ്ട് സെന്റ് ക്ലെയർ ജനാലയിൽനിന്നും മുഖം തിരിച്ച് കൈയെടുത്തു ടോമിന്റെ തോളിൽ വച്ചു.

"പ്രിയപ്പെട്ട ടോം, എന്റെ ഏറ്റവും നല്ല സുഹൃത്തേ, ആ ദിവസം വന്നണയും വരെ ഒരിക്കലും ഞാൻ നിന്നെ ഇവിടെ പിടിച്ചുനിർത്തുകയില്ല. നീ കഴിയുന്നതും വേഗംതന്നെ നിന്റെ ഭാര്യയുടേയും മക്കളുടേയും അടുത്തേക്കുപോവുക. അവിടെ എത്തിയാൽ എന്റെ സ്നേഹാന്വേഷണം അവരെ അറിയിക്കുക."

"ആ ദിവസം വളരെ വേഗംതന്നെ വന്നണയുമെന്ന് ഞാൻ സത്യസന്ധമായി വിശ്വസിക്കുന്നു." ടോം വളരെ ആത്മാർഥമായി പറഞ്ഞു. അവന്റെ കണ്ണുകൾ ഈറനണിഞ്ഞു.

"യജമാനനുവേണ്ടി ദൈവം ഒരു ദൗത്യം കരുതിവച്ചിട്ടുണ്ട്."

"ദൗത്യമോ? എന്തു ദൗത്യം? എനിക്കായി ദൈവം എന്തു ദൗത്യമാണ് കരുതിവച്ചിട്ടുള്ളതെന്ന് നിന്റെ കാഴ്ചപ്പാടിലൂടെ എന്നോടു

പറഞ്ഞു തരൂ! കേൾക്കട്ടെ!"

"തീർച്ചയായും അങ്ങനെ ഒന്നുണ്ട്. എന്നെപ്പോലെയുള്ള ഒരു പാവം മനുഷ്യനെപ്പോലും ദൈവം ഒരു ദൗത്യം ഏൽപ്പിച്ചിരിക്കുന്നു. അപ്പോൾ പിന്നെ പാണ്ഡിത്യവും സമ്പത്തും സുഹൃത്തുക്കളുമുള്ള യജമാനൻ സെന്റ് ക്ലെയറിന് ദൈവത്തിനു വേണ്ടി എത്രമാത്രം കാര്യങ്ങൾ ചെയ്യാനുണ്ടാകും എന്നൊന്ന് ആലോചിച്ചു നോക്കൂ!"

"ടോം" സ്വതസിദ്ധമായ തമാശമട്ടിൽ സെന്റ് ക്ലെയർ പറഞ്ഞു. "നീ വിചാരിക്കുന്നത് ദൈവം, അദ്ദേഹത്തിനു വേണ്ടി ഒരുപാടു പണികൾ എന്നെ ഏൽപ്പിക്കും എന്നാണ് അല്ലേ?"

"ദൈവത്തിന്റെ സൃഷ്ടികൾക്കു വേണ്ടി നാം സേവനം ചെയ്യുമ്പോൾ അത് ദൈവത്തിനു വേണ്ടിയുള്ള സേവനമാകുന്നു." ടോം അർഥശങ്കയ്ക്കിടയില്ലാതെ പറഞ്ഞു.

"ടോം, നിന്റെ സിദ്ധാന്തം ഗംഭീരമായിരിക്കുന്നു. നമ്മുടെ പുരോഹിതൻ ഡോക്ടർ ബിയുടെ ധർമോപദേശത്തേക്കാൾ ഗംഭീരം. ഞാൻ സത്യമാണ് പറയുന്നത്."

ചില സന്ദർശകർ സെന്റ് ക്ലെയറിനെ കാണാനായി എത്തിയിട്ടുണ്ട് എന്ന സന്ദേശം ലഭിച്ചപ്പോൾ ആ സംഭാഷണം നിലച്ചു.

ഇവായുടെ നിര്യാണം മേരിയെ അഗാധമായ ദുഃഖത്തിൽ ആഴ്ത്തി. അവൾ തന്റെ ദുഃഖം നിയന്ത്രിക്കുവാൻ യാതൊരു ശ്രമവും നടത്തിയില്ല എന്നു തന്നെയല്ല, അവിടെ ഉണ്ടായിരുന്നവരുടെ എല്ലാം ജീവിതം ദുസ്സഹമാക്കി തീർക്കുകയും ചെയ്തു. തന്റെ ഭർത്താവ് അഗസ്റ്റിൻ സെന്റ് ക്ലെയറോ, അദ്ദേഹത്തിന്റെ കസിൻ മിസ് ഒഫീലിയയോ തന്നെ സാന്ത്വനിപ്പിക്കുവാൻ യാതൊന്നും ചെയ്യുന്നില്ല എന്ന് മേരി സദാ പരാതിപ്പെട്ടുകൊണ്ടിരുന്നു. കൊച്ചുയജമാനത്തിയുടെ ദേഹവിയോഗത്തിൽ ജോലിക്കാർ മറ്റാരെക്കാളും ദുഃഖിതരായിരുന്നു. മേരിയുടെ ക്രൂരവും സ്വാർഥവും ആയ പെരുമാറ്റത്തിൽനിന്നും അവർക്ക് മോചനം ലഭിച്ചിരുന്നത് ഇവായുടെ സ്നേഹമസൃണമായ പെരുമാറ്റത്തിലൂടെയായിരുന്നു. ഇവാ ഒരു രക്ഷാകവചമായാണ് വർത്തിച്ചിരുന്നത്. കൊച്ചെജമാനത്തിയുടെ വേർപാട് വൃദ്ധയായ മാമ്മിയുടെ ഹൃദയം തകർത്തു. സ്വന്തം ഭർത്താവിനേയും മക്കളേയും വേർപിരിഞ്ഞ് മേരിയുടെ ക്രൂരമായ പെരുമാറ്റം സഹിച്ച് രാപകൽ വിശ്രമമില്ലാതെ ജോലി ചെയ്തിരുന്ന അവളുടെ ഏകാവലംബം സൗന്ദര്യംകൊണ്ടും സൗശീല്യംകൊണ്ടും അനുഗൃഹീതയായിരുന്ന ഇവാ മോൾ മാത്രമായിരുന്നു. മാമ്മി സഹിക്കാനാവാത്ത ദുഃഖം മൂലം രാവും പകലും കരഞ്ഞുകൊണ്ടിരുന്നു. മേരിയാണെങ്കിൽ തന്റെ ശുശ്രൂഷയിൽ വീഴ്ചവരുത്തുന്നു എന്നാരോപിച്ച് പല രീതിയിലും അവളെ പീഡിപ്പിച്ചു. മാമ്മിയുടെ രക്ഷയ്ക്കായി ആരും എത്താനുണ്ടായിരുന്നില്ല.

ഇവായുടെ അകാലത്തിലുള്ള മരണത്തിൽ മിസ്സ് ഒഫീലിയയും അഗാധമായി ദുഃഖിച്ചു. അവളുടെ നിർമലവും പരിശുദ്ധവുമായ ഹൃദയ

ത്തിൽ ആ കൊച്ചു മാലാഖയുടെ ഓർമകൾ നന്മയുടെ കൊച്ചു കൊച്ച് ഓളങ്ങൾ സൃഷ്ടിച്ചു. അവൾ മുമ്പത്തേക്കാൾ കൂടുതൽ മൃദുല മനസ്കയും മാന്യയും ആയിത്തീർന്നു. താൻ ഏറ്റെടുക്കുന്ന ഓരോ ജോലിയിലും വഴയ അധ്വാനശീലം നിലനിന്നിരുന്നു എങ്കിലും അത് ഏറ്റവും പരിശുദ്ധവും ശാന്തവും ആക്കിത്തീർക്കാൻ പരിശ്രമിച്ചു.

ടോപ്സിയെ *ബൈബിൾ* പഠിപ്പിച്ച് അവളെ നല്ല കുട്ടിയാക്കി മാറ്റുക എന്നതായിരുന്നു മിസ്സ് ഒഫീലിയ ഇവായുടെ മരണശേഷം ഏറ്റെടുത്ത ഏറ്റവും പ്രധാനപ്പെട്ട ദൗത്യം. അതിലവൾ ഒരുപരിധിവരെ വിജയിക്കുകയും ചെയ്തു. ടോപ്സിയുടെ സ്പർശനം മിസ്സ് ഒഫീലിയായെ അലോസരപ്പെടുത്തുകയൊന്നും ഉണ്ടായില്ല. അവൾ സ്പർശിക്കുമ്പോൾ പണ്ടുണ്ടായിരുന്ന വെറുപ്പെല്ലാം എങ്ങോ പോയിമറഞ്ഞു. ഇവായുടെ കണ്ണിലൂടെ ടോപ്സിയെ കാണുമ്പോൾ എല്ലാ അലോസരവും അപ്രത്യക്ഷമാകും. തന്റെ കൺമുമ്പിൽ ഇവാ മോൾ ടോപ്സിയുടെ തോളിൽ കയ്യിട്ട് സംസാരിച്ചുകൊണ്ടു നടന്നിരുന്ന രംഗം ഹൃദയത്തിൽ പതിഞ്ഞുകിടന്നിരുന്നു. ദൈവം ഭൂമിയിലേക്കയച്ച അനശ്വരയായ ഒരു മാലാഖയായിരുന്നു ഇവാ. സകലരേയും നന്മയിലേക്കും സ്നേഹത്തിലേക്കും നയിക്കുന്നതിനുവേണ്ടി ഭൂമിയിലേക്കിറങ്ങിവന്ന ദേവദൂതി.

എന്നാൽ ടോപ്സി ഒറ്റദിവസം കൊണ്ട് പുണ്യവാളത്തിയായി മാറിയതൊന്നുമില്ല. എങ്കിലും ഇവായുടെ സഹവാസവും നിനച്ചിരിക്കാത്ത നേരത്തുണ്ടായ അവളുടെ മരണവുമെല്ലാം ടോപ്സിയുടെ സ്വഭാവത്തിൽ വലിയ മാറ്റം തന്നെ വരുത്തി. സകലരോടും മോശമായി പെരുമാറുക എന്ന സ്വഭാവവൈകല്യം അവളിൽനിന്നും തീർത്തും അപ്രത്യക്ഷമായി. സ്വയം നന്നാവണം എന്ന ഒരു മോഹം മനസിൽ അങ്കുരിച്ചിരുന്നു. അതിനുവേണ്ടി വിവേകത്തോടെ അശ്രാന്ത പരിശ്രമം നടത്തിക്കൊണ്ടിരിക്കുകയാണ്. ഇടയ്ക്കിടയ്ക്ക് അതിനു തടസം സംഭവിക്കാറുണ്ട് എന്നാലും അവൾ അത്യധ്വാനം തുടർന്നു.

ബൈബിൾ എടുത്ത് നിവർത്തിവച്ചശേഷം മിസ്സ് ഒഫീലിയ ടോപ്സിയെ വിളിപ്പിച്ചു. നെഞ്ചിൽ എന്തോ ഒന്ന് അടക്കിപിടിച്ചുകൊണ്ട് അവൾ ഓടിയെത്തി.

"നീ എന്താണ് അവിടെ ചെയ്തുകൊണ്ടിരിക്കുന്നത്? എന്തെങ്കിലും കട്ടെടുക്കുവാനായി ശ്രമിക്കുകയാണോ? അങ്ങനെ എന്തെങ്കിലും ആവും. എനിക്കറിയാം!" ടോപ്സിയെ വിളിക്കാനായി പോയ റോസ ഉച്ചത്തിൽ ബഹളംവച്ചു കൊണ്ടു പറഞ്ഞു. അവളെ വലിച്ചിഴച്ചുകൊണ്ടുവന്ന് മിസ്സ് ഒഫീലിയായുടെ മുന്നിലിട്ടു.

"എന്നെ വിട്, എന്നിട്ട് നീ പൊയ്ക്കോളൂ." അവളിൽനിന്നും രക്ഷപ്പെടാൻ ശ്രമിച്ചുകൊണ്ട് ടോപ്സി വിളിച്ചു പറഞ്ഞു.

"നീ എന്തിനാണ് വെറുതേ എന്റെ കാര്യത്തിൽ ഇടപെടുന്നത്?"

"നീ എന്തോ ഒളിപ്പിക്കുവാൻ ശ്രമിക്കുന്നത് ഞാൻ കണ്ടു. നിന്റെ സൂത്രമൊന്നും എന്റെയടുത്തു വേണ്ട! എല്ലാം എനിക്കറിയാം."

റോസ അവളുടെ കൈകൾ ബലമായി പിടിച്ചമർത്തി. നെഞ്ചിൽ ഒളിപ്പിച്ചുവച്ചിരിക്കുന്നത് എന്താണെന്ന് കണ്ടുപിടിക്കുവാൻ ശ്രമം നടത്തി. ടോപ്സി ക്രുദ്ധയായി അവളെ തട്ടി മാറ്റി, തന്റെ അവകാശം നേടാനായി പൊരുതി. ബഹളം കേട്ട് സെന്റ് ക്ലെയറും അവിടെ എത്തി.

"ഇവൾ എന്തൊ മോഷ്ടിച്ചിട്ടുണ്ട്" റോസ പഞ്ഞു.

"ഞാനൊന്നും മോഷ്ടിച്ചിട്ടില്ല." വികാരാവേശത്തോടെ തേങ്ങിക്കരഞ്ഞുകൊണ്ട് ടോപ്സി മറുപടി പറഞ്ഞു.

"നിന്റെ കൈയിലുള്ളത് എന്തായാലും എനിക്കു തരൂ!" മിസ്സ് ഒഫീലിയ ആജ്ഞാസ്വരത്തിൽ പറഞ്ഞു.

ടോപ്സി ആദ്യം ഒന്നു മടിച്ചുനിന്നെങ്കിലും മിസ്സ് ഒഫീലിയ രണ്ടാമതും നിർബന്ധിച്ചപ്പോൾ തന്റെ മാറിൽ ഒളിപ്പിച്ചുവച്ചിരുന്ന കൊച്ചു പൊതി പുറത്തെടുത്തു. ഒരു പഴയ സോക്സിൽ കെട്ടിവച്ചിരിക്കുന്ന എന്തോ ഒരു വസ്തു!

മിസ്സ് ഒഫീലിയ അതു വാങ്ങി തുറന്നു നോക്കി. ഇവാ അവൾക്കായി നൽകിയിരുന്ന ഒരു കൊച്ചു പുസ്തകമായിരുന്നു അത്. ഓരോ ദിവസവും വായിക്കാനായി ഓരോ കീർത്തനങ്ങൾ അടങ്ങിയിട്ടുള്ള ഒരു പുസ്തകം. ഒരു വർഷത്തേക്കുള്ളതാണ് അത്. അതിലെ പേജുകൾക്കിടയിൽ ഇവാ, മരണശയ്യയിൽ കിടക്കുമ്പോൾ നൽകിയ അപൂർവ സമ്മാനമുണ്ട്. അവളുടെ ചുരുണ്ട സ്വർണത്തലമുടിയിഴ.

ആ കാഴ്ച സെന്റ് ക്ലെയറിന്റെ മനസിനെ വല്ലാതെ നോവിച്ചു. ശവസംസ്കാര വസ്ത്രത്തിൽനിന്നും ചീന്തിയെടുത്ത കറുത്ത തുണികൊണ്ട് പൊതിഞ്ഞിരിക്കുകയാണ് ആ പുസ്തകം.

"നീ എന്തിനാണ് ഇതുകൊണ്ടു പൊതിഞ്ഞിരിക്കുന്നത്?" ആ പൊതി പിടിച്ചുകൊണ്ട് സെന്റ് ക്ലെയർ ചോദിച്ചു.

"അതെന്താണെന്നു വച്ചാൽ, അത് എന്റെ കൊച്ചെജമാനത്തി ഇവായാണ്. ദയവുചെയ്ത് അതെടുക്കരുത്. അതെനിക്കു വേണം. അവൾ നിലത്തിരുന്നുകൊണ്ട് കേണപേക്ഷിച്ചു. തേങ്ങൽ മറയ്ക്കാനായി ഉടുപ്പിന്റെ അറ്റംകൊണ്ട് മുഖം തുടച്ചു.

ടോപ്സിയുടെ തേങ്ങിക്കരച്ചിൽ ദയനീയമായ ഒരു കാഴ്ചയായിരുന്നു. കണ്ടുനിന്നവരുടെ എല്ലാം മനസ്സ് ശോകാദ്രമായി. പഴയ സോക്സ്, കറുത്തതുണി, കീർത്തനപുസ്തകം, മുടിയിഴ എല്ലാറ്റിലും ഉപരി ടോപ്സിയുടെ അസഹ്യമായ ഹൃദയവേദന.....

സെന്റ് ക്ലെയർ വിഷാദം തുളുമ്പുന്ന മന്ദഹാസം പുറപ്പെടുവിച്ചു. എന്നാൽ സംസാരിക്കുവാൻ തുടങ്ങിയപ്പോൾ അയാളുടെ തൊണ്ടയടഞ്ഞു. കണ്ണുനീർ ഒഴുകി.

"ടോപ്സീ, കരയണ്ട! നീ തന്നെ ഇതെല്ലാം സൂക്ഷിച്ചോളൂ" അയാൾ ആ പൊതി അവളുടെ കൈകളിൽ വച്ചുകൊടുത്തു. ഉടനെ തന്നെ മിസ്സ് ഒഫീലിയായോടൊന്നിച്ച് സന്ദർശനമുറിയിലേക്ക് പോയി.

"അവളുടെ മനസ്സ് നന്നാക്കിയെടുക്കുവാൻ തീർച്ചയായും നിങ്ങളെ

ക്കൊണ്ടു സാധിക്കും". ടോപ്സിയെ ഉദ്ദേശിച്ച് പിന്നിലേക്ക് വിരൽ ചൂണ്ടി ക്കൊണ്ടു സെന്റ് ക്ലെയർ അഭിപ്രായപ്രകടനം നടത്തി.

"യഥാർഥമായ ദുഃഖം അനുഭവിക്കുന്നവരുടെ മനസ്സ് തീർച്ചയായും നന്മ നിറഞ്ഞതായിരിക്കും. അവരെ സത്സ്വഭാവത്തിന്റെ പാതയിലേക്കു കൊണ്ടുവരാൻ ബുദ്ധിമുട്ട് ഉണ്ടാവുകയില്ല. നിങ്ങൾ ആത്മാർഥമായി ശ്രമിച്ച് ടോപ്സിക്കുവേണ്ടി എന്തെങ്കിലും ചെയ്യണം."

"കുട്ടിയുടെ സ്വഭാവത്തിൽ വളരെയധികം മെച്ചം ഉണ്ടായിട്ടുണ്ട്." ഒഫീലിയ പറഞ്ഞു.

"എനിക്ക് അവളിൽ വലിയ പ്രതീക്ഷയുണ്ട്. എന്നാൽ അഗസ്റ്റിൻ, ഒരു കാര്യം അറിയാൻ എനിക്ക് അതിയായ ആഗ്രഹമുണ്ട്. അയാളുടെ ചുമലിൽ കൈവച്ചുകൊണ്ട് അവൾ തുടർന്നു: "ഈ കുട്ടിയുടെ ഉടമ സ്ഥാവകാശം ആർക്കായിരിക്കും. നിനക്കോ? അതോ എനിക്കോ?"

"നീ എന്താണ് അങ്ങനെ ചോദിക്കുന്നത്? ഞാനവളെ നിങ്ങൾക്ക് തന്നതല്ലേ?"

"അതു നിയമപരമായി സ്ഥിരീകരിച്ചിട്ടില്ലല്ലോ. എനിക്കു തന്നു എന്ന് പറയുന്നത് വാസ്തവമാണെങ്കിൽ അവളെ നിയമപരമായി തന്നെ എന്റേ താക്കി തരണം."

"എന്താണ് നിങ്ങളീ പറയുന്നത്? നിങ്ങൾക്ക് ഒരു അടിമയുടെ ഉടമ സ്ഥാവകാശം ഉണ്ടെന്ന് നിങ്ങൾ വസിക്കുന്ന സമൂഹം അറിഞ്ഞാൽ അത് കൂടുതൽ കുഴപ്പമാകില്ലേ?"

"അസംബന്ധം പറയാതിരിക്കൂ! അവളെ എന്റേതാക്കി സ്വതന്ത്ര മായ സംസ്ഥാനത്തേക്ക് കൊണ്ടുപോകാനുള്ള അവകാശം എനിക്കു കിട്ടണം. എന്നിട്ട് ഞാനവൾക്ക് സ്വാതന്ത്ര്യം നൽകും. എന്റെ ഒരു പ്രവൃ ത്തിയും വൃഥാവിലായിപ്പോകരുതെന്ന് എനിക്ക് നിർബന്ധമുണ്ട്."

"ഓ, എന്തൊരു ഉദാത്തമായ ആശയം! തിന്മയിലൂടെ നന്മയിലേക്ക് സഞ്ചരിക്കുകയോ? എന്തായാലും എനിക്ക് ഇത് പ്രോത്സാഹിപ്പിക്കുവാൻ സാധിക്കുകയില്ല."

"നിന്റെ തമാശയൊന്നും കേട്ടുനിൽക്കാൻ എനിക്കു സമയമില്ല." മിസ്സ് ഒഫീലിയ ഗൗരവത്തിൽ മറുപടി നൽകി.

"അടിമത്തത്തിൽനിന്നും പൂർണമായ മോചനം നേടുന്നതുവരെ ഈ പെൺകുട്ടിയെ ക്രിസ്തുമത വിശ്വാസിയാക്കി മാറ്റുന്നതുകൊണ്ട് യാതൊരു പ്രയോജനവും ഉണ്ടാവുകയില്ല. അവളെ ക്രിസ്തുവിന്റെ പാത യിലേക്ക് നയിക്കുന്നതിലും മുമ്പായി അടിമത്തത്തിന്റെ ദൂഷ്യവശങ്ങ ളിൽനിന്നും അവളെ എനിക്ക് ആദ്യം രക്ഷിക്കാൻ കഴിയണം. സത്യ ത്തിൽ അവളെ നീ എന്നെ ഏൽപ്പിക്കുവാൻ ആഗ്രഹിക്കുന്നുണ്ടെങ്കിൽ, അതിനുള്ള നിയമപരമായ സകല രേഖകളും എന്റെ പേരിലേക്ക് മാറ്റി ത്തരണം."

"ശരി! അങ്ങനെയെങ്കിൽ അങ്ങനെ തന്നെയാകട്ടെ!" സെന്റ് ക്ലെയർ പറഞ്ഞു. "എല്ലാ രേഖകളും ഞാൻ നിങ്ങളുടെ പേരിലാക്കിത്തരാം."

അയാൾ സോഫയിലിരുന്ന് അന്നത്തെ പത്രം വായിക്കുവാൻ ആരംഭിച്ചു.

“തരുന്നുണ്ടെങ്കിൽ ഉടനെ വേണം. കഴിയുമെങ്കിൽ ഇന്നുതന്നെ.”

“എന്തിനാണ് ഇങ്ങനെ ധൃതിപിടിക്കുന്നത്?”

“എന്തെങ്കിലും ചെയ്യുന്നുണ്ടെങ്കിൽ അതിനു പറ്റിയ സന്ദർഭം ഇതാണ്.” മിസ്സ് ഒഫീലിയ തിരക്കുപിടിച്ചു.

“നീ ഇങ്ങോട്ടൊന്നു വരൂ! ഇതാ കടലാസും പേനയും മഷിയും. ഇനി ഒന്ന് എഴുതിത്തരുകയേ വേണ്ടൂ.”

സെന്റ് ക്ലെയർ സത്യത്തിൽ ഒരലസനാണ്. എന്തു തീരുമാനിച്ചുറച്ചാലും അത് പ്രാവർത്തികമാക്കാൻ അമാന്തിക്കും. അലസതയും മടിയും ഇത്തരക്കാരുടെ കൂടെപ്പിറപ്പാണ് എന്നതൊരു പൊതുതത്വമാണല്ലോ. അതുകൊണ്ട് മിസ്സ് ഒഫീലിയയുടെ തിരക്കുകണ്ടപ്പോൾ അയാൾക്ക് ദേഷ്യം തോന്നി.

“എന്താണിത്? എന്തിനാണിങ്ങനെ തിരക്കുകൂട്ടുന്നത്?” അയാൾ ചോദിച്ചു. “നിങ്ങൾക്ക് എന്റെ വാക്കിൽ വിശ്വാസമില്ലേ?”

“എനിക്കത് ഉറപ്പിക്കണം. എന്നാലേ സമാധാനമാകൂ” മിസ്സ് ഒഫീലിയ പറഞ്ഞു.

“നിങ്ങൾ മരിച്ചുപോയി എന്നിരിക്കട്ടെ, അല്ലെങ്കിൽ നിങ്ങളുടെ വ്യാപാരം നഷ്ടത്തിലായി പാപ്പരായേക്കാം. അപ്പോൾ ടോപ്സിയെ അടിമ ച്ചന്തയിൽ പിടിച്ചുവലിച്ചുകൊണ്ടുപോയി ലേലംവിളിക്കുകയില്ലേ? അപ്പോൾ അതുകണ്ടു നിൽക്കാനല്ലേ, എനിക്കു കഴിയൂ!”

“നിങ്ങൾ ഭാവിയിലേക്കു കരുതിവയ്ക്കുന്നവൾ തന്നെ. പറയുന്ന തനുസരിക്കാതെ എനിക്കു കഴിയുകയില്ലല്ലോ.”

സെന്റ് ക്ലെയർ വളരെ പെട്ടെന്നുതന്നെ ഒരു പ്രമാണം എഴുതിയുണ്ടാക്കി. ഒരു ഇഷ്ടദാന പ്രമാണമായിരുന്നു അത്. നിയമബിരുദം നേടിയിട്ടുള്ള സെന്റ് ക്ലെയറിന് അതു വളരെ നിഷ്പ്രയാസം തന്നെ എഴുതി തയാറാക്കുവാൻ സാധിച്ചു. അതിനു ശേഷം അതിൽ ഒപ്പിട്ടു.

“എല്ലാം രേഖാമൂലമായില്ലേ എന്നു നോക്കൂ! മിസ്സ് വെർമൗണ്ട്?” പ്രമാണം കൈമാറിക്കൊണ്ട് അയാൾ പറഞ്ഞു.

“നല്ല കുട്ടി” മിസ്സ് ഒഫീലിയ സന്തോഷത്തോടെ അത് രണ്ടു കൈയും നീട്ടി സ്വീകരിച്ചു.

“എന്നാൽ ഇതിന് സാക്ഷികൾ വേണ്ടേ?”

“അതിന് ഒട്ടും വിഷമിക്കേണ്ട-ഇങ്ങോട്ടു വരൂ!”

അയാൾ മേരിയുടെ മുറിയിലേക്ക് കടന്നുകൊണ്ട് പറഞ്ഞു “മേരീ, നമ്മുടെ കസിന് നിന്റെ ഓട്ടോഗ്രാഫ് വേണമെന്ന് പറയുന്നു. ഇതിൽ നിന്റെ പേരെഴുതുക.”

“എന്താണിത്?” അവൾ പ്രമാണം ഓടിച്ചുവായിച്ചു നോക്കിയ ശേഷം ചോദിച്ചു. “പരിഹാസ്യമായിരിക്കുന്നു. ഇത്തരം കാര്യങ്ങളോട് കസിന് വെറുപ്പാണെന്നാണ് ഞാൻ കരുതിയിരുന്നത്.” അശ്രദ്ധമായി

അതിൽ പേരെഴുതി ഒപ്പിടുന്നതിനിടെ അവൾ പറഞ്ഞു. “നിങ്ങൾക്ക് ആ സാധനത്തോട് താൽപ്പര്യമുണ്ടെങ്കിൽ ആയിക്കോളൂ. എനിക്ക് വിരോധമില്ല. ഞാനതിനെ സ്വാഗതം ചെയ്യുന്നു.”

“ഇതാ, ഇപ്പോൾ ടോപ്സിയുടെ ശരീരവും ആത്മാവും നിങ്ങൾക്കു സ്വന്തമായിരിക്കുന്നു.”

മേരി ഒപ്പിട്ട കടലാസ് മിസ്സ് ഒഫീലിയായ്ക്കു നീട്ടിക്കൊണ്ട് പറഞ്ഞു.

“ഇങ്ങനെ ചെയ്തു എന്നു കരുതി അവൾ എന്റേതു മാത്രമാകുന്നില്ല. മുമ്പ് എങ്ങനെ ആയിരുന്നുവോ അതുപോലെ തന്നെ തുടരും.” മിസ്സ് ഒഫീലിയ പറഞ്ഞു.

“അവളെ എനിക്കു തരാനുള്ള അർഹത ദൈവത്തിന്റേതു മാത്രമാണ്. എന്നാൽ ഇപ്പോൾ എനിക്കവളെ സംരക്ഷിക്കാമെന്നു മാത്രം!”

“അതെ! ഇപ്പോൾ നിയമാനുസൃതമായി അവൾ നിങ്ങൾക്ക് മാത്രം അവകാശപ്പെട്ടതാണ്.” സെന്റ് ക്ലെയർ അതിഥി മുറിയിലേക്ക് പോകുന്ന പോക്കിൽ പറഞ്ഞു. വീണ്ടും പത്രപാരായണത്തിൽ മുഴുകി.

മേരിയുടെ മുറിയിൽ അധികനേരം നിൽക്കാനും അവളോട് സംസാരിക്കാനും താൽപ്പര്യമില്ലാത്തതിനാൽ മിസ്സ് ഒഫീലിയയും സെന്റ് ക്ലെയറിനെ പിന്തുടർന്ന് സന്ദർശനമുറിയിൽ എത്തി. അതിനുമുമ്പ് പ്രമാണം ഭദ്രമായി സൂക്ഷിച്ചുവച്ചു.

“അഗസ്റ്റിൻ.” പെട്ടെന്നുതന്നെ തന്റെ തുന്നൽവേല ആരംഭിച്ചു. അതിനിടെ അവൾ ചോദിച്ചു. “നീ ഇവിടെയുള്ള ജോലിക്കാർക്കുവേണ്ടി എന്തെങ്കിലും ചെയ്തുവച്ചിട്ടുണ്ടോ? നിനക്കെന്തെങ്കിലും സംഭവിച്ചാൽ അവരുടെ ഗതിയെന്താകും?”

“ഇല്ല, ഞാനൊന്നും ചെയ്തു വച്ചിട്ടില്ല.” സെന്റ് ക്ലെയർ മറുപടി പറഞ്ഞു.

“എന്നാൽ നീ ഒരു കാര്യം മനസിലാക്കേണ്ടതുണ്ട്. നീ അവരോടു കാണിക്കുന്ന സ്നേഹവും ലാളനയും കടുത്ത ക്രൂരതയായി മാറും.”

ഈ കാര്യം പലപ്പോഴും സെന്റ് ക്ലെയറും ചിന്തിച്ചിട്ടുള്ളതാണ്. എന്നാൽ തികഞ്ഞ അശ്രദ്ധയോടെയാണ് അയാൾ മറുപടി പറഞ്ഞത്.

“സാവധാനത്തിൽ അവർക്കുവേണ്ടിയും എന്തെങ്കിലും ചെയ്യാൻ ഞാൻ ഉദ്ദേശിക്കുന്നുണ്ട്.”

“എപ്പോഴാണ് നീ അതു ചെയ്യാൻ പോകുന്നത്?” മിസ്സ് ഒഫീലിയ ചോദിച്ചു.

“ഉടനെ തന്നെ”

“എന്നാൽ അതിനുമുമ്പ് നീ മരിച്ചാലോ?”

“കസിൻ, എന്താണ് കാര്യം?” വായിച്ചുകൊണ്ടിരുന്ന പത്രം അയാൾ താഴെയിട്ടു. എന്നിട്ട് മിസ്സ് ഒഫീലിയയുടെ മുഖത്തേക്കു നോക്കി ചോദിച്ചു.

“എനിക്കെന്താ വല്ല മഞ്ഞപ്പനിയോ കോളറയോ ബാധിച്ചതായി നിങ്ങൾക്ക് തോന്നുന്നുണ്ടോ? നിങ്ങൾ ഇത്രയും ആവേശത്തോടെ എന്റെ

പോസ്റ്റുമാർട്ടം നടത്താൻ തയാറെടുക്കുന്നത് എന്തിനാണ്?"

"മരണത്തിന്റെ നിഴലിലൂടെയാണ് നമ്മൾ ഓരോരുത്തരും ജീവിച്ചു കൊണ്ടിരിക്കുന്നത്." മിസ്സ് ഒഫീലിയ ഒരു തത്വജ്ഞാനിയുടെ സ്വരത്തിലാണ് സംസാരിച്ചത്.

ഈ സംഭാഷണം സെന്റ് ക്ലെയറിനെ അലോസരപ്പെടുത്തി. തനിക്കു രസിക്കാത്ത സംസാരം തുടരാൻ ആഗ്രഹമില്ലാത്തതിനാൽ അയാൾ എഴുന്നേറ്റ് വരാന്തയുടെ വാതിലിൽ വരെ അശ്രദ്ധനായി നടന്നു. യാന്ത്രികമായി ആ ഹൃദയസ്പർശിയായ വാക്കുകൾ ഉച്ചരിച്ചു. "മരണം!" പുറത്തേക്കു നോക്കിനിന്ന് ഇവായെ ഏറ്റവും അധികം ആകർഷിച്ചിരുന്ന ജലധാരായന്ത്രത്തിലൂടെ പൊങ്ങിത്താഴുന്ന തിളങ്ങുന്ന ജലകണങ്ങൾ നോക്കിനിന്നു. നേർത്ത മൂടൽ മഞ്ഞിന്റെ ആവരണത്തോടെ നിൽക്കുന്ന തോട്ടത്തിലെ, പൂക്കളും ചെടികളും മരങ്ങളും നോക്കി. അപ്പോഴും ഒരു പാടു നിഗൂഢമായ അർഥങ്ങൾ ഉള്ളിലൊതുക്കുന്ന അലോസരപ്പെടുത്തുന്ന ആ വാക്ക്, അൽപ്പം ഭയത്തോടെ വീണ്ടും ഉച്ചരിച്ചു. "മരണം!"

"ഇതൊരു അതിശയിപ്പിക്കുന്ന വാക്കാണ്!" അയാൾ പറഞ്ഞു. "അങ്ങനെ ഒരു കാര്യം ഓരോരുത്തരുടെ ജീവിതത്തിൽ ഏതു സമയത്തും കടന്നുവരാമെന്ന കാര്യം സൗകര്യപൂർവം മറന്നാണ് മനുഷ്യർ ജീവിക്കുന്നത്.

ഇന്ന് സകലതും സുന്ദരം! ഊഷ്മളം, മനസുനിറയെ മോഹന സ്വപ്നങ്ങൾ! എന്നാൽ നാളെയോ ഒരു മുന്നറിയിപ്പും ഇല്ലാതെ അവൻ പോകുന്നു. ഈ ഭൂമിയിലെ സ്വപ്നങ്ങളുടെ സത്യങ്ങളും എല്ലാം എന്നെന്നേയ്ക്കുമായി ഉപേക്ഷിച്ച് അവൻ പോകുന്നു!"

അത് മനോഹരമായ ഒരു ഊഷ്മള സായാഹ്നമായിരുന്നു. വരാന്തയിലൂടെ ഉലാത്തിക്കൊണ്ടിരുന്നപ്പോൾ ടോം, *ബൈബിളി*ലേക്ക് നോക്കി, തലകുനിച്ചിരുന്ന്, അതിനെ ഓരോ അക്ഷരത്തിലൂടെയും വിരലോടിച്ച് ആത്മാർഥയോടെ മന്ത്രിക്കുന്നതുപോലെ വാക്കുകൾ തപ്പിത്തപ്പി വായിക്കുന്നത് സെന്റ് ക്ലെയർ കണ്ടു.

"എന്താ സുഹൃത്തേ നിനക്ക് ഞാൻ വായിച്ചുതരണോ?" പതിവുള്ള അശ്രദ്ധയോടെ ടോമിനരികിൽ ഇരുന്നുകൊണ്ട് സെന്റ് ക്ലെയർ ചോദിച്ചു.

"യജമാനന് അതുകൊണ്ട് ബുദ്ധിമുട്ടില്ലെങ്കിൽ!" ടോം നന്ദിയോടെ അറിയിച്ചു." ഇതിലെ കാര്യങ്ങൾ യജമാനനാകുമ്പോൾ വളരെ ലളിതമായി അവതരിപ്പിക്കുവാൻ കഴിയും."

സെന്റ് ക്ലെയർ ടോമിന്റെ കൈയിൽനിന്നും പുസ്തകം വാങ്ങി, അയാൾ അടയാളപ്പെടുത്തി വച്ചിട്ടുള്ള ഒരു ഖണ്ഡിക വായിച്ചു. അത് ഇപ്രകാരമായിരുന്നു.

"മനുഷ്യൻ ഏറ്റവും പ്രതാപത്തിൽ എത്തുന്ന വേളയിൽ, വിശുദ്ധരായ മാലാഖമാരോടൊപ്പം എഴുന്നള്ളി കീർത്തിമത്തായ സിംഹാസനത്തിൽ ഉപവിഷ്ടനാകും. സകലമനുഷ്യരും അവനു പിന്നിൽ ഹാജരാക്കപ്പെടും. അവൻ അവരെ ഓരോരുത്തരേയും തരംതിരിച്ച് നിർത്തും.

ആട്ടിടയൻ ചെമ്മരിയാടുകളെയും കോലാടുകളെയും വേർതിരിച്ചു നിർത്തുന്നതുപോലെ." സെന്റ് ക്ലെയർ ആവേശത്തോടെ വായന തുടർന്നു.

"അപ്പോൾ രാജാവ് ഇടതുഭാഗത്തു നിൽക്കുന്നവരോട് കൽപ്പിക്കും, ശപിക്കപ്പെട്ട ജനങ്ങളെ, നിങ്ങൾ എന്റെ മുന്നിൽനിന്നും പോകൂ! നിങ്ങളുടെ സ്ഥാനം നിത്യമായ അഗ്നിയാണ്. ഞാൻ വിശന്നിരിക്കുമ്പോൾ നിങ്ങൾ എനിക്ക് ഭക്ഷണം തന്നില്ല! ദാഹിച്ച് ഇരുന്നവേളയിൽ ഒരൽപ്പം ദാഹജലം തന്നില്ല. അപരിചിതനായ എനിക്ക് അഭയംതന്നില്ല. നഗ്നനായ എനിക്ക് വസ്ത്രമോ തണുത്തുവിറച്ചപ്പോൾ പുതപ്പോ തന്നില്ല. ഞാൻ രോഗിയായപ്പോൾ എന്നെ തുറങ്കിലടച്ചപ്പോൾ ഒരിക്കലും സന്ദർശിക്കുവാൻ എത്തിയില്ല."

അപ്പോൾ അവരെല്ലാംകൂടി അവനോടു ചോദിച്ചു 'പ്രഭോ, അങ്ങ് വിശക്കുന്നവനും ദാഹിക്കുന്നവനും അപരിചിതനും നഗ്നനും രോഗിയും ബന്ധനസ്ഥനും ആയിരുന്നപ്പോൾ ഞങ്ങൾ അങ്ങയെ പരിചരിച്ചില്ലേ?' അവൻ അതിനു മറുപടി നൽകി. 'എന്റെ ഈ സഹോദരന്മാരിൽ ഒരാൾക്കു വേണ്ടി നിങ്ങൾ ചെയ്യാതിരുന്നത് എനിക്കുവേണ്ടി ചെയ്യാതിരുന്നതിനു തുല്യമാണ്.'

ഇത്രയും വായിച്ചു കഴിഞ്ഞപ്പോഴെയ്ക്കും തുടർന്നു വായിക്കുവാൻ വയ്യാത്തവിധം സെന്റ് ക്ലെയർ അസ്വസ്ഥനായി. അദ്ദേഹത്തിന്റെ ഹൃദയത്തെ വല്ലാതെ സ്പർശിച്ച ഒരു ഖണ്ഡികയായിരുന്നു അത്. അയാൾ രണ്ടുമൂന്നുവട്ടം അതുവായിച്ചു-വളരെ സാവധാനത്തിൽ! അതിലെ അർഥം മുഴുവൻ ഉൾക്കൊണ്ടുകൊണ്ട്. അതിലെ ഓരോ വാക്കും മനസിനു ചുറ്റും കറങ്ങിക്കൊണ്ടിരിക്കുന്നതുപോലെ അയാൾക്ക് അനുഭവപ്പെട്ടു.

"ടോം," വളരെ ഹൃദയസ്പർശിയായ ഒരു വിളിയായിരുന്നു അത്. "ഏറ്റവും കടുത്ത ശിക്ഷയ്ക്ക് അർഹരായ ഈ മനുഷ്യർ ഞാൻ ചെയ്യുന്നതുപോലെയാണ് ചെയ്തിരുന്നത്. സുഖമായ, അന്തസ്സായ അലസ ജീവിതം നയിച്ചവർ. അവരുടെ സഹോദരങ്ങൾ വിശപ്പും ദാഹവും അനുഭവിക്കുന്നുണ്ടെന്നോ, രോഗിയും ബന്ധനസ്ഥരുമാണെന്നോ അന്വേഷിക്കുവാൻ തുനിയാത്തവർ!"

ടോം നിശ്ശബ്ദനായി യജമാനന്റെ കുമ്പസാരം കേട്ടുകൊണ്ടിരുന്നു.

ചിന്താധീനനായ സെന്റ് ക്ലെയർ *ബൈബിൾ* മടക്കിവച്ച് വരാന്തയിൽ അങ്ങോട്ടും ഇങ്ങോട്ടും നടക്കാൻ തുടങ്ങി. മനസിലുള്ളതെല്ലാം മറക്കാൻ ശ്രമിക്കുന്തോറും അത് കൂടുതൽ കൂടുതൽ ശക്തമായിക്കൊണ്ടിരുന്നു. അഗാധമായ ചിന്തയിൽ മുഴുകിയിരിക്കുന്ന സെന്റ് ക്ലെയറിനെ ചായയ്ക്കുള്ള ബെല്ലടിച്ചു എന്ന വിവരം അറിയിക്കാൻ ടോമിന് യജമാനനെ രണ്ടു മൂന്നു പ്രാവശ്യം വിളിക്കേണ്ടി വന്നു. അതിനുശേഷമാണ് അയാൾ ചിന്തയിൽനിന്നും ഉണർന്നത്.

ചായ കുടിക്കാനായി ഇരിക്കുമ്പോഴും സെന്റ് ക്ലെയർ അഗാധമായ ചിന്തയിൽ ആണ്ടിരിക്കുകയായിരുന്നു. ചായയ്ക്കു ശേഷം അയാളും മിസ്സ്

ഒഫീലിയയും മേരിയുടെ കിടപ്പുമുറിയിലേക്കു പോയി ഓരോ ഇരുപ്പിടങ്ങളിൽ സ്ഥാനംപിടിച്ചു.

മേരി ഒരു ചാരുകസേരയിൽ കൊതുകുവലയ്ക്കുള്ളിൽ കിടന്ന് അതിവേഗം ഉറങ്ങിപ്പോയിരുന്നു. മിസ്സ് ഒഫീലിയ നിശബ്ദയായിരുന്ന് തുന്നൽ ജോലിയിൽ മുഴുകി. സെന്റ് ക്ലെയർ പിയാനോയുടെ മുന്നിലിരുന്ന് നേർത്ത സ്വരത്തിൽ ശോകംനിറഞ്ഞ ഒരു രാഗം ആലപിച്ചു. ഗാഢമായ ചിന്തയിൽ സംഗീതവുമായി സംവാദത്തിലേർപ്പെട്ടിരിക്കുന്നതുപോലെ തോന്നിച്ചു അയാളുടെ ഇരിപ്പ്.

അൽപ്പസമയത്തിനുശേഷം അയാൾ ഒരു വലിപ്പുതുറന്ന് പഴയ ഒരു ഗ്രന്ഥമെടുത്ത് നിവർത്തി. ഒരു ജീർണിച്ച സംഗീതഗ്രന്ഥമായിരുന്നു അത്.

"നോക്കൂ!" അയാൾ മിസ്സ് ഒഫീലിയയോടു പറഞ്ഞു:

"ഈ പുസ്തകം എന്റെ അമ്മയുടേതാണ്. അവരുടെ കൈപ്പടയിലാണ് ഇതിൽ എഴുതിയിരിക്കുന്നത് ഒന്നിങ്ങോട്ടു വന്നു നോക്കൂ!"

മിസ്സ് ഒഫീലിയ എഴുന്നേറ്റ് അയാളുടെ സമീപത്തേക്കു ചെന്ന് പുസ്തകത്തിൽ കുനിഞ്ഞുനോക്കി—

"അമ്മ പതിവായി ആലപിക്കാറുള്ള ഒരു ഗീതമാണ് ഇത്." സെന്റ് ക്ലെയർ വികാരാധീനനായി പറഞ്ഞു.

"അതെ, ഇപ്പോഴും ആ സ്വരം എനിക്ക് കേൾക്കാൻ കഴിയുന്നുണ്ട്."

അയാൾ പിയാനോ മീട്ടി, അമ്മ പാടാറുണ്ടായിരുന്ന ലാറ്റിൻ സംഗീതം ആലപിച്ചു.

യജമാനന്റെ ചലനങ്ങൾ ശ്രദ്ധിച്ചുകൊണ്ട് പുറത്തെ വരാന്തയിൽ നിന്നിരുന്ന ടോം, സംഗീതധ്വനി കേട്ടപ്പോൾ വാതിൽക്കലേക്ക് നീങ്ങിനിന്നു. അവൻ ആദരവോടുകൂടി സംഗീതം ശ്രവിച്ചു. യജമാനന്റെ പാട്ടിലെ വാക്കുകളുടെ അർഥം അവനു മനസിലായില്ലെങ്കിലും സംഗീതത്തിന്റെ മാധുര്യം അവനെ ആഹ്ളാദിപ്പിച്ചു. ഒപ്പം പാടുന്ന രീതിയും. ശോകം നിറഞ്ഞ ഈരടികൾ അവന്റെ മനസിനെ തരളിതമാക്കി. ആ മനോഹരമായ പദങ്ങളുടെ അർഥം മനസിലാക്കാൻ കഴിഞ്ഞിരുന്നെങ്കിൽ ടോമിന്റെ ഹൃദയം തരളിതമാകുമായിരുന്നു.

ഹൃദയം നുറുങ്ങിവേദനയോടെയാണ് സെന്റ് ക്ലെയർ ഓരോ ഈരടിയും ആലപിച്ചിരുന്നത്. വർഷങ്ങളുടെ മൂടുപടം എടുത്തുമാറ്റി. അമ്മയുടെ ശബ്ദമാണ് തന്നെ നയിക്കുന്നതെന്ന് അയാൾക്കു തോന്നി. ആ ശബ്ദത്തിനും സംഗീതോപകരണത്തിനും പുതുജീവൻ കൈവന്നതുപോലെ. പാട്ടു നിർത്തിയ ശേഷം അയാൾ ഏതാനും നിമിഷം കൈയിൽ തല ചായ്ച്ച് ഇരുന്നു. പിന്നെ മുറിയിൽ അങ്ങോട്ടും ഇങ്ങോട്ടും നടന്നു.

"അന്തിമ വിധി കൽപ്പന എന്നത് എത്ര ഉദാത്തമായ സങ്കൽപ്പമാണ്" ഉലാത്തുന്നതിനിടെ അയാൾ പറഞ്ഞു.

"യുഗങ്ങളോളം ചെയ്തുകൂട്ടിയ തെറ്റുകൾ തിരുത്താൻ അവസരം. എല്ലാ ധാർമിക പ്രശ്നങ്ങൾക്കും പരിഹാരം. തീർച്ചയായും ഏറ്റവും അത്ഭുതകരമായ സംഭവംതന്നെ."

"ഞങ്ങൾക്കത് വളരെ ഭീതിജനകമായി തോന്നുന്നു." മിസ്സ് ഒഫീലിയ പറഞ്ഞു.

"എനിക്കും അതു വേണ്ടതാണെന്ന് തോന്നുന്നു."

സെന്റ് ക്ലെയർ ചിന്താധീനനായി പറഞ്ഞു നിർത്തി. ഇന്ന് ഉച്ചയ്ക്കു ശേഷം 'മത്തായി എഴുതിയ സുവിശേഷ'ത്തിലെ ഒരധ്യായം ടോമിനു വായിച്ചു കൊടുത്തപ്പോൾ അതെന്റെ ഹൃദയത്തെ സ്പർശിച്ചു. സ്വർഗത്തിൽനിന്നും നിഷ്കാസിതരാകുന്നവരുടെ കാര്യം..." ഹൃദയത്തിൽ നിറഞ്ഞുനിന്നിരുന്ന വികാരം അടക്കാനാവാതെ സെന്റ് ക്ലെയർ തുടർന്നു. "എന്റെ പ്രിയപ്പെട്ട ഇവാ മോൾ, പാവം കുട്ടി എന്റെ പൊന്നു മോളുടെ നിഷ്കളങ്കമായ ആത്മാവ് എന്റെ നന്മയ്ക്കു വേണ്ടി പ്രവർത്തിക്കുവാൻ ആരംഭിക്കുകയാണ്! അതെ! അതാണു സത്യം!"

ഇവായുടെ മരണത്തിനുശേഷം ആദ്യമായാണ് അയാൾ മകളെ കുറിച്ച് ഇത്തരത്തിലുള്ള വാക്കുകൾ ഉച്ചരിക്കുന്നത്. അതുവരെ മനസിൽ അടക്കിവച്ചിരുന്ന ദുഃഖം ശരിയായ അവസരം വന്നപ്പോൾ പുറത്തേക്ക് നിർഗളിച്ചതായിരുന്നു അത്."

"നമ്മുടെ സമൂഹത്തിന്റെ അടിത്തട്ടിനെവരെ ഗ്രസിച്ചിരിക്കുന്ന, അവിടെയെല്ലാം കിടന്ന് ചീഞ്ഞുനാറിക്കൊണ്ടിരിക്കുന്ന ഭീകരമായ അനീതിക്കെതിരെ പൊരുതാത്തവന് താൻ ഒരു ക്രിസ്ത്യാനിയാണ് എന്നു പറയാനുള്ള അവകാശമില്ല എന്നുതന്നെയാണ് എന്റെ ഉറച്ച അഭിപ്രായം. തന്റെ സഹജീവികളുടെമേൽ നടക്കുന്ന അനീതിക്കും അക്രമത്തിനും എതിരെയുള്ള പോരാട്ടത്തിൽ സ്വയം രക്തസാക്ഷിയാവാൻ പോലും അവൻ തയാറാകണം. അല്ലാത്തവൻ ഒരിക്കലും ക്രിസ്ത്യാനി എന്ന പേരിന് അർഹനല്ല. പല ക്രിസ്ത്യൻ പുരോഹിതന്മാരുമായി അടുത്തിടപഴകുവാൻ എനിക്ക് അവസരം ലഭിച്ചിട്ടുണ്ട്. എന്നാൽ അവരാരും ഇതേ രീതിയിൽ പ്രവർത്തിക്കുന്നവരല്ല. അതുകൊണ്ടാണ് എനിക്ക് പൗരോഹിത്യ മതത്തോട് ഇത്രമാത്രം വിരോധം! അവർ പ്രചരിപ്പിക്കുന്ന തെറ്റായ ആശയം ഭയങ്കരമാണ്! ക്രിസ്തുമതത്തിന് നിരക്കാത്തതാണ്."

"ഇത്തരം കാര്യങ്ങളെക്കുറിച്ച് നീ തികച്ചും ബോധവാനാണെങ്കിൽ..." മിസ്സ് ഒഫീലിയ പറഞ്ഞു "എന്തുകൊണ്ടാണ് അതിന്റെ രീതിയിൽ പ്രവർത്തിക്കാത്തത്?"

"ഞാനും അതിൽനിന്ന് വ്യത്യസ്തനല്ല. എന്റെ പരോപകാരപ്രിയത്തെക്കുറിച്ച് ഒന്നാലോചിച്ചു നോക്കൂ! എന്തൊരു വിരോധഭാസമാണ് അതിൽ അടങ്ങിയിരിക്കുന്നത്. മൃഷ്ടാന്ന ഭോജനം കഴിച്ച് ചാരുകസേരയിൽ നീണ്ടുനിവർന്നു കിടന്ന് പള്ളിയെയും പട്ടക്കാരെയും വിമർശിക്കുന്നതിലും അവർ രക്തസാക്ഷികളാവാത്തതിൽ ശപിക്കുന്നതിലും ശാസിക്കുന്നതിലും മാത്രം ഒതുങ്ങിനിൽക്കുകയാണ് എന്റെ സേവനം. മറ്റുള്ളവർ ഏതെല്ലാം രീതിയിൽ പ്രവർത്തിക്കണം എന്ന് ഉപദേശിക്കുവാൻ എളുപ്പമാണ്. അങ്ങനെ പ്രവർത്തിച്ചുകാണിക്കുവാൻ സാധാരണക്കാരെക്കൊണ്ട് കഴിയുകയില്ല."

"നീയെന്താ വ്യത്യസ്തരീതിയിൽ പ്രവർത്തിച്ചുകാണിച്ചുകൊടുക്കുവാൻ പോകുകയാണോ?" മിസ്സ് ഒഫീലിയ ചോദിച്ചു.

"അതിനെക്കുറിച്ചെല്ലാം ആർക്ക് പറയാനാവും? ഭാവി എന്തായിരിക്കും എന്നത് ദൈവത്തിനു മാത്രം അറിയുന്ന കാര്യമല്ലേ?" സെന്റ് ക്ലെയർ പറഞ്ഞു. "എന്നാലും ഒരു കാര്യം എനിക്ക് ഉറപ്പിച്ചുപറയാൻ സാധിക്കും. ഞാനിപ്പോൾ മുമ്പത്തെക്കാൾ ധീരനാണ്. എനിക്ക് സർവസ്വവും നഷ്ടപ്പെട്ടുകഴിഞ്ഞല്ലോ. ഒന്നും നഷ്ടപ്പെടാൻ ഇല്ലാത്തവന് ഒന്നിനെയും ഭയമുണ്ടാവുകയില്ല. ഏത് അപകടത്തെ അഭിമുഖീകരിക്കാനും അവന് ധൈര്യമുണ്ടാകും."

"ശരി! ശരി! അപ്പോൾ നീ എന്താണ് ചെയ്യാൻ പോകുന്നത്?"

"ദരിദ്രരോടും താഴ്ന്നവർഗക്കാരോടും ചെയ്തുതീർക്കേണ്ടതായ എന്റെ കർത്തവ്യം വേഗംതന്നെ ഞാനത് കണ്ടെത്തുകയും അതിനുവേണ്ടി പ്രവർത്തിക്കുകയും ചെയ്യും."

സെന്റ് ക്ലെയർ തുടർന്നു "ആദ്യം അത് സ്വന്തം ജോലിക്കാരിൽ നിന്നു വേണം ആരംഭിക്കുവാൻ! അവർക്കുവേണ്ടി ഞാൻ യാതൊന്നും ഇതുവരെ ചെയ്തിട്ടില്ല. എന്നാൽ അവർക്കുവേണ്ടി മാത്രമല്ല, അവരുടെ മുഴുവൻ വർഗത്തിനുവേണ്ടിയും ഭാവിയിൽ എനിക്കെന്തെങ്കിലും ചെയ്യണം. ലോകത്തിലെ പരിഷ്കൃത രാഷ്ട്രങ്ങൾക്കുമുന്നിൽ അപമാനിതമായി നിലകൊള്ളുന്ന എന്റെ മാതൃരാഷ്ട്രത്തെ രക്ഷിക്കാനായി എന്തെങ്കിലും ചെയ്യാൻ കഴിഞ്ഞേക്കും."

"നിന്റെ മാതൃരാഷ്ട്രം സ്വമനസാലെ മോചിതമാകുമെന്ന് നീ വിശ്വസിക്കുന്നുണ്ടോ?" മിസ്സ് ഒഫീലിയ ചോദിച്ചു.

"അതൊന്നും എനിക്കറിയില്ല" സെന്റ് ക്ലെയർ മറുപടി പറഞ്ഞു.

"മഹത്തായ പ്രവർത്തനങ്ങളുടെ കാലമാണിത്. സാഹസികതയും താൽപ്പര്യമില്ലായ്മയും വർധിച്ചുകൊണ്ടിരിക്കുന്നു. ഹംഗറി പ്രഭുക്കന്മാർ ലക്ഷക്കണക്കിന് അടിമകളെയാണ് മോചിപ്പിച്ചത്. അതിനവർ അനുഭവിച്ച സാമ്പത്തികനഷ്ടത്തിന് കണക്കില്ല. നമ്മുടെ ഇടയിലും ഉദാരമതികൾ ഉണ്ടായേക്കാം. അന്തസ്സും നീതിയും സമ്പത്തിലൂടെ നോക്കി കാണാത്തവർ!"

"എന്തോ, എനിക്ക് വിശ്വാസമാകുന്നില്ല." മിസ്സ് ഒഫീലിയ അഭിപ്രായപ്പെട്ടു.

"നാം നാളെ ഇവർക്കെല്ലാം അടിമത്തത്തിൽനിന്നും മോചനം നൽകുമെന്ന് കരുതുക. ലക്ഷക്കണക്കിനുവരുന്ന ഈ നിരക്ഷരകുക്ഷികൾക്ക് ആരാണ് വിദ്യാഭ്യാസം നേടിക്കൊടുക്കുക." അവർക്ക് ലഭിക്കേണ്ടുന്ന സ്വാതന്ത്ര്യത്തെക്കുറിച്ച് ആരാണ് അവരെ ബോധവാന്മാരാക്കുക? സത്യംപറയുകയാണെങ്കിൽ നമ്മൾ അലസരും പ്രായോഗിക ജ്ഞാനം ഇല്ലാത്തവരുമാണ്. അവരെ സ്വതന്ത്രപൗരന്മാരായി പ്രാപ്തരാക്കി എടുക്കാൻ നമുക്ക് കഴിവില്ല. അതിനുള്ള ആശയം പ്രദാനം ചെയ്യാനും സാധിക്കുകയില്ല. ജോലിയിൽ പുതുമവരുത്തിക്കൊണ്ടിരിക്കുന്ന വടക്കൻ

സംസ്ഥാനങ്ങളിലേക്ക് അവർക്ക് പോകേണ്ടിവരും. ഇതൊരു അംഗീകൃത രീതിയാണ്. അവരെ പഠിപ്പിച്ച് സംസ്കാര സമ്പന്നരാക്കി വളർത്തിയെടുക്കാനുള്ള സേവനസന്നദ്ധത പ്രകടിപ്പിക്കുന്ന ക്രിസ്ത്യൻ പാതിരിമാർക്കുവേണ്ടി ആയിരക്കണക്കിനു ഡോളറുകളല്ലേ നിങ്ങൾ അയയ്ക്കുന്നത്? അതേസമയം മതമില്ലാത്ത ഈ മനുഷ്യരെ, നിങ്ങളുടെ ഗ്രാമങ്ങളിലും പട്ടണങ്ങളിലും അയച്ച്, നിങ്ങളുടെ ധനവും സമയവും ബുദ്ധിയും ഉപയോഗിച്ച് ക്രിസ്ത്യൻ നിലവാരത്തിലേക്ക് ഉയർത്തിക്കൂടേ? അതിനാണ് എനിക്ക് ഉത്തരംകിട്ടേണ്ടത്.

ഞങ്ങൾ ഇവിടെയുള്ള അടിമകൾക്കെല്ലാം സ്വാതന്ത്ര്യം നൽകിയാൽ വിദ്യാഭ്യാസംനൽകി അവരുടെ ജീവിത നിലവാരം ഉയർത്താൻ നിങ്ങൾ തയാറാണോ? നിങ്ങളുടെ നാട്ടിലെ എത്ര കുടുംബങ്ങൾ നീഗ്രോകളെ പഠിപ്പിച്ച്, അവരുടെ ജീവിതനിലവാരം ഉയർത്തി ക്രിസ്തുവിന്റെ പാതയിലുടെ നടത്തുവാൻ മുന്നോട്ടു വരും? അഡോൾഫിന് ഒരു ഗുമസ്ഥന്റെ ജോലി നൽകണമെന്ന് ഞാൻ ആവശ്യപ്പെട്ടാൽ എത്രവ്യാപാരികൾ അവന് ആ ജോലി നൽകുവാൻ തയാറാകും? ജാനിയേയും റോസയേയും പഠിപ്പിക്കണമെന്ന് ഞാൻ ആവശ്യപ്പെട്ടാൽ വടക്കൻ സംസ്ഥാനങ്ങളിലെ ഏതെങ്കിലും സ്കൂൾ അധികൃതർ അവരെ അവിടെ ചേർത്ത് വിദ്യയഭ്യസിപ്പിക്കുവാൻ തയാറാവുമോ? ഏതെങ്കിലും വീട്ടുകാർ അവരെ സ്വന്തം വീട്ടിൽ നിർത്താൻ സമ്മതിക്കുമോ? കാഴ്ചയ്ക്ക് മറ്റ് വെള്ളക്കാരെപോലെയാണെങ്കിലും എന്റെ കസിന്റെ സ്വഭാവം വളരെ വ്യത്യസ്തമാണെന്ന് എനിക്കറിയാം. അതുകൊണ്ട് ഞാൻ പറയുകയാണ്, നിങ്ങൾ ആ പാവങ്ങളോട് നീതിപുലർത്തണം. അതാണ് എന്റെ ആഗ്രഹം. ഏറ്റവും മോശമായ രീതിയിൽ അവരോട് പെരുമാറുന്നവരാണ് ഞങ്ങൾ. നീഗ്രോകൾക്കു മേലെ മർദനഭരണമാണ് അഴിച്ചുവിട്ടിരിക്കുന്നത്. ക്രൈസ്തവവിഭാഗത്തിനു മുഴുവൻ വിപരീതമായ രീതിയിൽ നീഗ്രോകളോടു പെരുമാറി, അവരോട് വിദ്വേഷം വച്ചുപുലർത്തി അവരെ ഏറ്റവും നിന്ദ്യരും നീചരുമായി കണക്കാക്കുന്ന വടക്കൻ സംസ്ഥാനക്കാരുടെ പെരുമാറ്റവും അത്രതന്നെ അസ്വസ്ഥജനകമാണ്.

"ശരിയാണ് അഗസ്റ്റിൻ, നീ പറയുന്നതെല്ലാം ഞാൻ സമ്മതിക്കുന്നു." സെന്റ് ക്ലെയറിന്റെ അഭിപ്രായത്തോട് മിസ്സ് ഒഫീലിയ യോജിച്ചു.

"എന്റെ അവസ്ഥയും അങ്ങനെ തന്നെ ആയിരുന്നു. എന്നാൽ ആ അവസ്ഥയെ അതിജീവിക്കുവാൻ ഞാൻ ശ്രമിക്കുകയാണ്. എന്റെ കർത്തവ്യവും ചുമതലയും ആണത്. അല്ലെങ്കിൽ, അതിജീവിച്ചു എന്നു തന്നെ ഞാൻ വിശ്വസിക്കുന്നു. വടക്കൻ സംസ്ഥാനങ്ങളിൽ ഇതുപോലെ ധാരാളം ജനങ്ങൾ ഉണ്ട്. ഈ ഒരു കാര്യത്തിൽ അവരുടെ കടമ എന്താണെന്ന് ബോധ്യപ്പെടുത്തി കൊടുത്താൽ മാത്രം മതി. അവർ അതുപോലെ ചെയ്തുകൊള്ളും."

"കസിൻ എന്തുവേണമെങ്കിലും ചെയ്യും എന്ന കാര്യത്തിൽ എനിക്ക് നല്ല വിശ്വാസമുണ്ട്." സെന്റ് ക്ലെയർ പറഞ്ഞു.

"സ്വന്തം കടമയാണെന്നു കരുതി ഏറ്റെടുത്താൽ എന്തുകാര്യവും കസിൻ ഭംഗിയായി നിർവഹിച്ചുകൊള്ളും. ആ കാര്യം ഞാൻ അനുഭവത്തിലൂടെ മനസിലാക്കിയിട്ടുള്ളതാണ്."

"കൊള്ളാം! ഗംഭീരമായിരിക്കുന്നു! നിന്റെ സംസാരം കേട്ടാൽ ഞാൻ അസാധാരണമായ രീതിയിൽ വാഴ്ത്തപ്പെടേണ്ടവളാണെന്ന് തോന്നുമല്ലോ." മിസ്സ് ഒഫീലിയ പറഞ്ഞു.

"കാര്യങ്ങളെല്ലാം ഞാൻ കാണുന്നതുപോലെ കണ്ടാൽ, മറ്റുള്ളവരും അതുപോലെ തന്നെ ചെയ്യും. ഞാൻ തിരിച്ചുപോകുമ്പോൾ ടോപ്സിയേയും കൂടെ കൊണ്ടുപോകാൻ ഉദ്ദേശിക്കുന്നു. എന്റെ ആൾക്കാർ പെട്ടെന്നൊന്ന് അമ്പരക്കും എന്ന കാര്യം തീർച്ചയാണ്. പോരാത്തതിന് നീ പറഞ്ഞതുപോലെ തന്നെ ചെയ്യുന്ന അനേകം പേർ വടക്കൻ സംസ്ഥാനങ്ങളിലുണ്ടെന്ന് എനിക്കറിയാം."

"അതെ എന്നാൽ അവർ ന്യൂനപക്ഷം മാത്രമാണ്. ഞങ്ങൾ ഇവിടെ അടിമകളെ മോചിപ്പിക്കുവാൻ തയാറാകുമ്പോൾ നിങ്ങളിൽനിന്നും അതിന്റെ പ്രതികരണം വളരെ വേഗത്തിൽതന്നെ അറിയാൻ കഴിയുമല്ലോ."

അതിന് മറുപടിയൊന്നും മിസ്സ് ഒഫീലിയ പറയുകയുണ്ടായില്ല. ഏതാനും നിമിഷം അവിടെ നിശ്ശബ്ദത നിലനിന്നു. സെന്റ് ക്ലെയറിന്റെ മുഖത്ത് വിഷാദംനിറഞ്ഞ ഒരു ഭാവമായിരുന്നു. ചലനങ്ങളാകട്ടെ, സ്വപ്നാടകന്റേതും.

"എന്നത്തെയും പോലെയല്ല! ഇന്ന് ഞാൻ സാധാരണത്തേതിലും അധികമായി അമ്മയെ ഓർത്തുപോകുന്നു." അയാൾ പറഞ്ഞു. "എന്റെ മനസിൽ നടക്കുന്ന സംഘർഷം എനിക്കു പുറത്തു പറയാൻ സാധിക്കുന്നില്ല. അമ്മ എന്റെ തൊട്ടടുത്തുതന്നെ നിൽക്കുന്നതുപോലെ. അവർ പറയാറുള്ള ഓരോ വാക്കും ഞാൻ ഓർത്തുപോകുന്നു. അത് തികച്ചും അതിശയകരം തന്നെയല്ലേ? പഴയ കാര്യങ്ങൾ ചിലപ്പോൾ എത്ര വ്യക്തമായാണ് നമ്മുടെ മനസിൽ കയറിവരുന്നത്?"

സെന്റ് ക്ലെയർ ഉലാത്തിക്കൊണ്ടു പറഞ്ഞു.

"ഞാൻ പട്ടണത്തിലേക്ക് പോകുകയാണ്. ഇന്നത്തെ വാർത്തകളും വിശേഷങ്ങളും എല്ലാം ഒന്നറിഞ്ഞു വരട്ടെ!" തൊപ്പിയെടുത്ത് തലയിൽവച്ച് അയാൾ പുറത്തേക്കിറങ്ങി. ടോം പിന്നാലെ ചെന്ന് താനും കൂടെ ചെല്ലണോ എന്ന് ആരാഞ്ഞു.

"വേണ്ട! സുഹൃത്തേ, വേണ്ട!" സെന്റ് ക്ലെയർ മറുപടി നൽകി. "ഒരുമണിക്കൂറിനകം ഞാൻ തിരിച്ചുവരും."

യജമാനന്റെ മടങ്ങിവരവും കാത്ത് ടോം വരാന്തയിൽ ഇരുന്നു. മനോഹരമായ ഒരു സന്ധ്യയായിരുന്നു അത്. ജലധാരായന്ത്രത്തിലൂടെ വെള്ളം പൊങ്ങുന്നതും താഴുന്നതും നോക്കിക്കൊണ്ട് അവൻ ഇരുന്നു. അതിന്റെ മർമരം അവനെ ഉന്മേഷവാനാക്കി. ടോം സ്വന്തം വീടിനെ കുറിച്ചും ഭാര്യയെയും മക്കളെയും കുറിച്ചും ആലോചിച്ചു. തനിക്കുടനെ സ്വാതന്ത്ര്യം ലഭിക്കുമെന്നും വേഗം സ്വന്തം വീട്ടിൽ തിരിച്ചെത്താമെന്നും ഉള്ള ചിന്ത

കൾ അവനെ സന്തോഷിപ്പിച്ചു. ഭാര്യയേയും മക്കളേയും വിലയ്ക്കു വാങ്ങാനായി താൻ എത്രമാത്രം കഠിനാധ്വാനം ചെയ്യണം? അതിനെ കുറിച്ചൊന്നും അയാൾക്ക് ഭയമുണ്ടായിരുന്നില്ല. മറിച്ച്, തന്റെ കൈക്കരുത്തിൽ അയാൾക്ക് അഭിമാനവും ആഹ്ളാദവും അനുഭവപ്പെട്ടു. തന്റെ ശരീരം തന്റേതാകാൻ ഇനി താമസം ഇല്ല. അതു കഴിഞ്ഞാൽ പിന്നെ സ്വന്തമായി അധ്വാനിച്ച് അവരെ മോചിപ്പിക്കുവാൻ വേണ്ട പണം സമ്പാദിക്കാം.

വീടിനെ കുറിച്ചോർത്തപ്പോൾ തന്റെ മാന്യനായ കൊച്ചെജമാനനെ കുറിച്ചുള്ള ചിന്തകൾ അയാളുടെ മനസിൽ ഓടിയെത്തി. ഒരുദിവസും പോലും മടങ്ങാതെ ടോം തന്റെ കൊച്ചെജമാനനു വേണ്ടി പ്രാർഥിക്കാറുണ്ട്. പിന്നെ കുറെ നേരം സുന്ദരിക്കുട്ടിയായ ഇവായെ കുറിച്ച് ഓർത്തു. അവനെ സംബന്ധിച്ചിടത്തോളം അവൾ ഒരിക്കലും ഒരു മനുഷ്യക്കുട്ടി ആയിരുന്നില്ല. ശരിക്കും ഒരു കൊച്ചു മാലാഖയായിട്ടാണ് അവൻ അവളെ കണക്കാക്കിയിരുന്നത്. അവളുടെ പ്രകാശിക്കുന്ന മുഖവും സ്വർണത്തലമുടിയും അവൻ കണ്ടു. അങ്ങനെ മനോരാജ്യത്തിലാണ്ടുപോയ ടോം സാവധാനത്തിൽ മയക്കംപിടിച്ചു.

തലമുടിയിൽ പൂ ചൂടി തിളങ്ങുന്ന കവിളുകളും പ്രകാശിക്കുന്ന കണ്ണുകളുമായി ആഹ്ളാദത്തോടെ ഈവാ മോൾ തന്റെ നേരെ ഓടിയടുക്കുന്നത് അയാൾ സ്വപ്നത്തിൽ ദർശിച്ചു. അവൻ നോക്കി നിൽക്കുമ്പോൾ തന്നെ അവൾ ഭൂമിയിൽനിന്നും ഉയർന്നു. ആ മനോഹരമായ കവിളുകളിൽ വിളർച്ച ബാധിച്ചു. കണ്ണുകളിൽ ദിവ്യമായ ശോഭകലർന്നു. ശിരസിനു ചുറ്റും പരിപാവനമായ പ്രകാശവലയം പ്രത്യക്ഷപ്പെട്ടു— എന്നാൽ പെട്ടെന്നുതന്നെ അവൾ അപ്രത്യക്ഷയാവുകയും ചെയ്തു. ആ ദീപ്തമുഖം അപ്രത്യക്ഷമായപ്പോൾ അയാൾക്ക് വല്ലായ്മ തോന്നി.

ഉച്ചത്തിലുള്ള മുട്ടലുകളും പടിവാതിൽക്കൽനിന്നും പലതരത്തിലുള്ള ശബ്ദങ്ങളും ടോമിനെ സ്വപ്നത്തിൽനിന്നും ഉണർത്തി. അയാൾ എഴുന്നേറ്റ് പടിവാതിലിനു സമീപം എത്തി. വാതിൽ തുറന്നുകൊടുത്തപ്പോൾ ധൃതിപിടിച്ച് കുറെ ആളുകൾ ഉള്ളിലേക്കു കയറി. തുണിയിൽ മൂടിപ്പുതപ്പിച്ച ഒരു ശരീരവും ചുമന്നുകൊണ്ടായിരുന്നു അവരുടെ ബഹളത്തോടെയുള്ള നടപ്പും വരവും. വിളക്കിലെ വെളിച്ചം തുണിക്കെട്ടിലെ ശരീരത്തിൽ പതിച്ചപ്പോൾ ടോം ഞെട്ടിത്തെറിച്ച് ഉറക്കെ നിലവിളിച്ചു. തിരിച്ചറിവിന്റെ ഞെട്ടലിൽനിന്നും ടോമിന്റെ ഉള്ളിൽനിന്ന് പുറത്തുവന്നത് തീർത്തും വന്യമായ ഒരു നിലവിളിയായിരുന്നു. ആ നിലവിളി വീട്ടിലുള്ളവരെ മുഴുവൻ പരിഭ്രാന്തരാക്കി. എല്ലാവരും കൂടി ഓടി പുറത്തെത്തി. ഒഫീലിയ വായനമുറിയിൽ ഇരുന്ന് തുന്നിക്കൊണ്ടിരിക്കുകയായിരുന്നു.

ശരീരംകൊണ്ടുവന്നവരിൽ പ്രധാനി എന്നു തോന്നിപ്പിക്കുന്ന ആൾ സംഭവം വിശദീകരിച്ചു. സായാഹ്ന പത്രം ഒന്നോടിച്ചുനോക്കാനായി അടുത്തുള്ളൊരു കഫേയിലേക്ക് കയറിച്ചെന്നതായിരുന്നു സെന്റ് ക്ലെയർ. അദ്ദേഹം വായിച്ചുകൊണ്ടിരിക്കുമ്പോൾ രണ്ടു മദ്യപാനികൾ വഴക്കടിച്ചുകൊണ്ടു കയറി വന്നു. സെന്റ് ക്ലെയറും വേറെ ഒന്നു രണ്ടുപേരും

കൂടി അവരെ വേർപെടുത്താൻ ശ്രമിക്കവേ സെന്റ് ക്ലെയറിന്റെ വയറിന്റെ ഒരു ഭാഗത്ത് കഠാരകൊണ്ട് മാരകമായ കുത്തേറ്റു.

കരച്ചിലും അലർച്ചയുംകൊണ്ട് വീട് മുഖരിതമായി. വേലക്കാർ ഓരോരുത്തരും മുടിപിടിച്ചു വലിച്ച് നെഞ്ചത്തടിച്ചു നിലവിളിച്ച് നിലത്തു വീണുകിടന്നുരുണ്ടു. പലരും എന്താണു ചെയ്യേണ്ടത് എന്നറിയാതെ അങ്ങോട്ടും ഇങ്ങോട്ടും ഓടുന്നുണ്ടായിരുന്നു. അവരുടെ വിലാപം അകത്തും പുറത്തും മുഴങ്ങിക്കൊണ്ടിരുന്നു. മേരിയുടെ അവസ്ഥ അതിദയനീയമായിരുന്നു. അപസ്മാരബാധിതയായവളെപ്പോലെയായിരുന്നു മേരിയുടെ പെരുമാറ്റം. ഇടയ്ക്കിടയ്ക്ക് അബോധാവസ്ഥയിലാകും. ബോധം വീണ്ടുകിട്ടിയാൽ വാവിട്ടു നിലവിളിക്കും. ടോമും മിസ്സ് ഒഫീലിയയും മാത്രമാണ് ആ വീട്ടിൽ അൽപ്പമെങ്കിലും മനസ്സാന്നിധ്യം കാണിച്ചത്. മിസ്സ് ഒഫീലിയയുടെ നിർദേശപ്രകാരം സ്വീകരണമുറിയിലെ സോഫ രോഗിയെ കിടത്താവുന്ന വിധത്തിൽ തയാറാക്കി. ഉടനെ രക്തമൊഴുകിക്കൊണ്ടിരിക്കുന്ന സെന്റ് ക്ലെയറിനെ അതിലേക്ക് കിടത്തി. അസഹ്യമായ വേദനയും അനിയന്ത്രിതമായ രക്തസ്രാവവും മൂലം സെന്റ് ക്ലെയർ അബോധാവസ്ഥയിലായി. എന്നാലും മിസ്സ് ഒഫീലിയയുടെ ശുശ്രൂഷയിൽ അയാൾക്കു ബോധം തിരിച്ചുകിട്ടി. സാവധാനത്തിൽ കണ്ണു തുറന്ന് ചുറ്റും നിന്നിരുന്ന ഓരോരുത്തരെയായി വീക്ഷിക്കുവാൻ തുടങ്ങി. മുറിയിലുള്ള എല്ലാ വസ്തുക്കളിലും അയാളുടെ ദൃഷ്ടിപതിഞ്ഞു നിന്നു.

പ്രഥമശുശ്രൂഷ നടത്തിക്കൊണ്ടിരിക്കുന്നതിനിടയിൽ തന്നെ മിസ്സ് ഒഫീലിയ ഡോക്ടറെ വിളിപ്പിക്കുവാൻ ആളെ അയച്ചിരുന്നു. ഡോക്ടർ ഉടനെ എത്തി പരിശോധന നടത്തി. പ്രതീക്ഷയ്ക്ക് വകയില്ലെന്ന് ഡോക്ടറുടെ മുഖഭാവത്തിൽനിന്നും വ്യക്തമായിരുന്നു. എന്നിട്ടും അദ്ദേഹം മുറിവ് കഴുകി കെട്ടി. മരുന്നു വയ്ക്കാനും കെട്ടാനുമെല്ലാം മിസ്സ് ഒഫീലിയയും ടോമും ഡോക്ടറെ സഹായിച്ചു. വാതിൽക്കലും ജനൽക്കലും എല്ലാം തടിച്ചുകൂടിയിരുന്ന വേലക്കാരുടെ തേങ്ങലും രോദനവും എല്ലാം ആ ഗൃഹാന്തരീക്ഷത്തിൽ നിറഞ്ഞുനിന്നു.

ബഹളം ഡോക്ടറെ അലോസരപ്പെടുത്തി. അദ്ദേഹം പറഞ്ഞു: ഇനി, ഇവിടെ കൂടിനിൽക്കുന്നവരെല്ലാം പുറത്തുപോകുക. അദ്ദേഹം അൽപ്പം കാറ്റും വെളിച്ചവും അനുഭവിച്ച് ശാന്തനായി കിടക്കട്ടെ!"

മിസ്സ് ഒഫീലിയയും ഡോക്ടറും കൂടി മുറിയിൽനിന്നും മുറിക്കു പുറത്തുനിന്നും ഓടിക്കാൻ ശ്രമിക്കുന്ന ആ സാധുക്കളെ നോക്കി സെന്റ് ക്ലെയർ പറഞ്ഞു "പാവങ്ങൾ!"

ആത്മനിന്ദയുടെ ഒരു കരിനിഴൽ സെന്റ് ക്ലെയറിന്റെ മുഖത്ത് നിലകൊണ്ടു. എത്ര നിർബന്ധിച്ചിട്ടും പുറത്തു പോകാൻ അഡോൾഫ് തയാറായില്ല. അഗാധമായ ഭീതി അവന്റെ സമനില തെറ്റിച്ചിരുന്നു. നിലത്തു വീണു കിടന്നുരുണ്ട് ആർത്തനാദം മുഴക്കുന്ന അവനെ ആശ്വസിപ്പിക്കുവാനും എഴുന്നേൽപ്പിക്കുവാനും അവിടെ കൂടിനിന്നിരുന്ന ആരെ

ക്കൊണ്ടും സാധിച്ചില്ല. മറ്റുള്ളവരെല്ലാം മിസ്സ് ഒഫീലിയയുടെ നിർബ ന്ധത്തിനു വഴങ്ങി പുറത്തുപോകാൻ തയാറായി– യജമാനൻ രക്ഷ പ്പെടണമെങ്കിൽ ശാന്തമായ അന്തരീക്ഷം വേണമെന്ന് അവൾ പറഞ്ഞ പ്പോൾ അവർ മടികൂടാതെ പുറത്തുപോകാൻ തയാറായി.

സെന്റ് ക്ലെയറിന് യാതൊന്നും സംസാരിക്കുവാൻ സാധിച്ചില്ല. അയാൾ കണ്ണടച്ച്, ധ്യാനനിരതനായി അനങ്ങാതെ കിടക്കുകയാണ്. കടുത്ത മാനസിക വ്യഥ അയാളെ അലട്ടുന്നുണ്ടെന്ന കാര്യം വ്യക്തമാ ണ്. അൽപ്പസമയത്തിനു ശേഷം അയാൾ ടോമിന്റെ തോളിൽ കൈവച്ചു. അവൻ യജമാനന്റെ തൊട്ടടുത്തുതന്നെ കുനിഞ്ഞിരിപ്പുണ്ടായിരുന്നു.

"ടോം, എന്റെ പ്രിയ സുഹൃത്തേ!"

"എന്താണു യജമാനനെ?" അവൻ വേദനയോടെയും ആത്മാർഥ തയോടെയും ചോദിച്ചു.

"ടോം, ഞാൻ മരിക്കുകയാണ്!" സെന്റ് ക്ലെയർ അവന്റെ കൈ പിടിച്ചമർത്തിക്കൊണ്ടു പറഞ്ഞു.

"നീ, എനിക്കുവേണ്ടി പ്രാർഥിക്കണം!"

"നിങ്ങൾക്ക് ഒരു പുരോഹിതനെ ആവശ്യമുണ്ടെന്നു തോന്നുന്നു ണ്ടെങ്കിൽ!" ഡോക്ടർ പറഞ്ഞു.

സെന്റ് ക്ലെയർ നിഷേധാർഥത്തിൽ തലകുലുക്കിക്കൊണ്ട് ടോമി നോടു പറഞ്ഞു.

"ടോം, ഞാൻ ദൈവത്തിന്റെ ഗൃഹത്തിലേക്കു പോകുകയാണ്- ഏറ്റവും ഒടുവിൽ."

മരിച്ചുകൊണ്ടിരിക്കുന്ന ആത്മാവിനുവേണ്ടി സർവശക്തിയോടെയും മനസോടെയും ടോം പ്രാർഥിച്ചു. വിഷാദംതുളുമ്പിനിന്നിരുന്നു സെന്റ് ക്ലെയറിന്റെ നീലക്കണ്ണുകളിൽ. ആ കണ്ണുകൾ പെട്ടെന്നു നിശ്ചലമായി. ആത്മാവ് കടന്നുപൊയ്ക്കൊണ്ടിരിക്കുകയാണ്. ടോം കണ്ണീരോടെ വില പിച്ചുകൊണ്ട് ഹൃദയസ്പർശിയായ പ്രാർഥന നടത്തി.

ടോമിന്റെ പ്രാർഥന അവസാനിച്ചപ്പോൾ, സെന്റ് ക്ലെയർ സാവധാ നത്തിൽ കൈ നീട്ടാൻ ശ്രമിച്ചു. ഇതുകണ്ട ടോം അവന്റെ കൈ യജമാ നന്റെ കൈയിനരികിലേക്ക് നീക്കി. അയാൾ വിശ്വസ്ത ഭൃത്യന്റെ കൈയിൽ പിടിച്ചു. ആത്മാർഥത തുളുമ്പുന്ന നോട്ടം ഉതിർക്കാനല്ലാതെ ഒന്നും പറയാൻ അയാൾക്കു കഴിഞ്ഞില്ല. സംസാരിക്കാനുള്ള ശ്രമം അയാളെ കൂടുതൽ തളർത്തി. കൈപിടിച്ചുകൊണ്ട് സാവധാനത്തിൽ കണ്ണുകൾ അടച്ചു. നിത്യമായ അനന്തതയുടെ പടിവാതിൽക്കൽ, വെളുത്തകരവും കറുത്തകരവും തുല്യതയോടെ കൈകോർത്തുകൊണ്ട് നിന്നു! ചില മുറിവാക്കുകൾ ഒരു മന്ത്രോച്ചാരണംപോലെ സെന്റ് ക്ലെയ റിന്റെ അധരങ്ങളിൽനിന്നും പൊഴിഞ്ഞു വീണു. അന്നു വൈകുന്നേരം ആലപിച്ച സ്തോത്ര കൃതികളിലെ വാക്കുകൾ അദ്ദേഹത്തിന്റെ മനസി ലൂടെ കടന്നുപോകുകയായിരുന്നു. കരുണാമയനായ ദൈവത്തോട് കേണപേക്ഷിക്കൽ! സ്തോത്രശകലങ്ങൾ അധരങ്ങളിൽ നിന്നും

പൊട്ടിവീഴുന്നതുപോലെ സെന്റ് ക്ലെയറിന്റെ ചുണ്ടുകൾ ഇടയ്ക്കിടെ ചലിച്ചുകൊണ്ടിരുന്നു.

"അദ്ദേഹത്തിന്റെ മനസ്സ് എന്തിനോ വേണ്ടി അലഞ്ഞുനടക്കുകയാണ്." ഡോക്ടർ പറഞ്ഞു."

"അല്ല! അതിന്റെ അന്തിമമായ യാത്രയിലാണ്. സെന്റ് ക്ലെയർ ഊർജസ്വലത കൈവരിക്കുവാൻ ശ്രമിച്ചുകൊണ്ടു പറഞ്ഞു." അന്തിമമായി! അന്തിമമായി.

മരണത്തിന്റെ മരവിപ്പ് അദ്ദേഹത്തിന്റെ മുഖത്ത് വ്യാപിച്ചു. പിന്നീടാമുഖത്ത് ദൃശ്യമായത്, തളർന്നുറങ്ങുന്ന ഒരു കുഞ്ഞിന്റെ ഭാവമായിരുന്നു. ശാന്തവും മനോഹരവും ആയ ഭാവം.

അതേ രീതിയിൽ ഏതാനും മണിക്കൂറുകൾ അദ്ദേഹം കിടന്നു. കൈകൾ അപ്പോഴും ടോമിന്റെ കരുത്താർന്ന കരങ്ങൾക്കു മീതെ വിശ്രമിച്ചു. ആത്മാവ് ദേഹം വെടിഞ്ഞുപോകുന്നതിനു മുമ്പ് കണ്ണുകൾ തുറന്നു. ആഹ്ളാദത്താൽ ആ മുഖം പെട്ടെന്ന് പ്രശോഭിച്ചു. അദ്ദേഹത്തിന്റെ ചുണ്ടുകൾ മന്ത്രിച്ചു "അമ്മ" പിന്നീട് ആ ചുണ്ടുകൾ ചലിച്ചില്ല. ആ ദേഹത്തെ വെടിഞ്ഞ് ദേഹി അപ്രത്യക്ഷമായി.

ദയാലുവും സ്നേഹസമ്പന്നനുമായ യജമാനന്റെ മരണശേഷം നീഗ്രോ അടിമകൾ അനുഭവിച്ചിട്ടുള്ള യാതനകൾ അവർണനീയമാണ്. ലോകത്തിൽ, സെന്റ് ക്ലെയറിന്റെ ജോലിക്കാരെപ്പോലെ അശരണരും അഗതികളുമായി ഈ പരിതഃസ്ഥിതിയിൽ മറ്റാരും ഉണ്ടാവുകയില്ല. അത്തരത്തിലുള്ള അരക്ഷിതാവസ്ഥയാണ് അവിടെ രൂപംകൊണ്ടിരുന്നത്.

അച്ഛൻ അകാലത്തിൽ നഷ്ടപ്പെടുന്ന ഒരു കുഞ്ഞിന്റെ സംരക്ഷണത്തിനായി ബന്ധുക്കളും സുഹൃത്തുക്കളും സർവോപരി നിയമവും ഉണ്ടാകും. അവൻ ഈ ലോകത്തിന്റെ ഭാഗമാണ്. അവന് ഈ ലോകത്തിനുവേണ്ടി എന്തെങ്കിലും ചെയ്യാൻ കഴിയും. അവന് ഇവിടെ അംഗീകൃതമായ അവകാശങ്ങളും പദവികളും ഉണ്ട്. അടിമയെ സംബന്ധിച്ചിടത്തോളം അവന് യാതൊന്നും തന്നെയില്ല. നിയമത്തിന്റെ കണ്ണിൽ അവൻ വെറും കച്ചവടച്ചരക്കുമാത്രമാണ്. യജമാനൻ നല്ലവനായിരുന്നെങ്കിൽ അവർക്ക് എന്തെങ്കിലും പ്രതീക്ഷിക്കാം. അയാളുടെ ഇഷ്ടാനുസരണം അവന് എന്തെങ്കിലും ലഭിച്ചാൽ അതായി. എന്നാൽ യജമാനന്റെ കാലശേഷം അത്തരം യാതൊരു ആനുകൂല്യങ്ങളും അവന് പ്രതീക്ഷിക്കുവാൻ സാധിക്കുകയില്ല.

മനുഷ്യത്വത്തോടുകൂടി അല്ലെങ്കിൽ ഉദാരമായി പെരുമാറുന്ന യജമാനന്മാർ ഈ ഭൂമിയിൽ വിരലിൽ എണ്ണാവുന്ന അത്രയേ കാണൂ! അത് എല്ലാവർക്കും അറിയുന്ന ഒരു സത്യമാണ്. എല്ലാവരേക്കാളും നന്നായി അടിമകൾക്ക് അതറിയാം.

സെന്റ് ക്ലെയർ അന്ത്യശ്വാസം വലിച്ചപ്പോൾ ആ വീട്ടിൽ ഭയവും പരിഭ്രമവും അരക്ഷിതാവസ്ഥയും പടർന്നുപിടിച്ചു. സെന്റ് ക്ലെയർ ഈ ലോകം വിട്ടുപോകുന്നത് യുവത്വത്തിന്റെ മൂർധന്യാവസ്ഥയിലായിരുന്നു.

ആ വീട്ടിലെ ഓരോ മുക്കിലും മൂലയിലുംനിന്ന് തേങ്ങലും കരച്ചിലുകളും ഉയർന്നുകൊണ്ടിരുന്നു. ഭയവും നിരാശയും അവരെ എല്ലാവരേയും കീഴ്പ്പെടുത്തി.

മേരി തുടർച്ചയായി അബോധാവസ്ഥയിലായി. ഭർത്താവിന്റെ മരണവേളയിലും അവളുടെ അവസ്ഥ അതുതന്നെയായിരുന്നു. അതുകൊണ്ട് ഭർത്താവിനോട് അവസാന യാത്രപറയാൻപോലും അവൾക്ക് സാധിച്ചില്ല.

ആത്മസംയമനവും മനക്കരുത്തും വേണ്ടുവോളമുണ്ടായിരുന്ന മിസ്സ് ഒഫീലിയ അന്ത്യനിമിഷത്തിൽ പ്രിയപ്പെട്ട അഗസ്റ്റിന്റെ ഒപ്പം ഉണ്ടായിരുന്നു. കണ്ണും കാതും ശ്രദ്ധയും മുഴുവനും നൽകി തന്നെക്കൊണ്ടു കഴിയുന്ന രീതിയിൽ അവൾ വേണ്ടതെല്ലാം ചെയ്തു. എന്നെന്നേക്കുമായി യാത്രപറഞ്ഞ് പിരിഞ്ഞുപോകുന്ന ആ ആത്മാവിനുവേണ്ടി സാധുവായ അടിമ ചൊരിഞ്ഞുകൊടുത്ത ആത്മാർഥമായ പ്രാർഥനയിൽ അവൾ മനമുരുകി പങ്കുകൊണ്ടു.

സെന്റ് ക്ലെയറിന് അന്ത്യവിശ്രമം ഒരുക്കുമ്പോൾ, ഒരു ചെറിയ ചെപ്പ് അദ്ദേഹത്തിന്റെ നെഞ്ചിൽനിന്നും അവർ പുറത്തെടുത്തു. അതിൽ കുലീനയായ ഒരു സ്ത്രീരത്നത്തിന്റെ ഫോട്ടോ വച്ചിരുന്നു. തന്റെ പ്രിയപ്പെട്ട അമ്മയുടെ കൊച്ചു ഛായാചിത്രമായിരുന്നു അത്. അതിന്റെ മറുഭാഗത്ത് ഒരു മുടിയിഴ സുരക്ഷിതമായി വച്ചിരിക്കുന്നു. അതവർ മൃതശരീരത്തിൽ തന്നെ വച്ചു— മണ്ണിൽനിന്നും മണ്ണിലേക്ക് തന്റെ ജീവിതത്തിലെ ആദ്യകാല സ്വപ്നങ്ങളുടെ ദുഃഖ സൂചകമായ ഭൗതികാവശിഷ്ടം! ഇപ്പോൾ തണുത്തു മരവിച്ചിരിക്കുന്ന ഹൃദയത്തെ ഒരു കാലത്തെ ചൂടോടെ സ്പന്ദിച്ചിരുന്ന ഉപഹാരം!

യജമാനന്റെ മരണശേഷം അടിമകൾക്ക് അനുഭവിക്കേണ്ടി വരുന്ന അരക്ഷിതാവസ്ഥയെ കുറിച്ചൊന്നുമായിരുന്നില്ല ടോമിന്റെ മനസിൽ ആ സമയത്ത്. അവന്റെ മനസു നിറയെ ജീവിതത്തിന്റെ അസ്ഥിരതയെ കുറിച്ചുള്ള ചിന്തകളായിരുന്നു. യജമാനന്റെ ആത്മശാന്തി ഒന്നുമാത്രമായിരുന്നു അയാളുടെ മനസുനിറയെ. കരുണാമയനായ ഈശ്വരനോട് മനമുരുകി പ്രാർഥിച്ചപ്പോൾ അവർണനീയമായ ശാന്തിയും സമാധാനവും അനുഭവപ്പെട്ടു. ടോം ദൈവത്തിൽതന്നെ തന്നെ സമർപ്പിച്ചു. അതവന് പ്രത്യാശയും ആശ്വാസവും നൽകി. തന്റെ അന്ത്യനിമിഷങ്ങളിൽ സെന്റ് ക്ലെയർ ദിവ്യസ്നേഹത്തിന്റേതായ സ്പർശം അനുഭവിച്ചിരുന്നു. എല്ലാ വിധ ചടങ്ങുകളോടെയും കൂടി ശവസംസ്കാര കർമം നിർവഹിക്കപ്പെട്ടു. അതോടൊപ്പം സകലരുടെ മനസിലും ഒരേയൊരു ചോദ്യം ഉയർന്നു വന്നു "ഇനി എന്തു ചെയ്യണം?"

ഈ കാര്യത്തെ കുറിച്ച് ഏറ്റവും ഗാഢമായി ആദ്യം തന്നെ ചിന്തിച്ചത് മേരി ആയിരുന്നു. അടുത്ത ദിവസം രാവിലെ ആകാംക്ഷാഭരിതരായ ജോലിക്കാരാൽ ചുറ്റപ്പെട്ട് വലിയൊരു ചാരുകസേരയിൽ ഇരിക്കുകയായിരുന്നു മേരി. മിസ്സ് ഒഫീലിയ, താൻ തിരിച്ച് വടക്കൻ സംസ്ഥാന

ത്തേക്ക് പോകുന്നതിനെക്കുറിച്ചു സംസാരിച്ചു. ദുഷ്ടയും ക്രൂരയുമായ യജമാനത്തിയുടെ കൈകളിൽ മാത്രമായി തങ്ങൾ ഏൽപ്പിക്കപ്പെടുമ്പോൾ അനുഭവിക്കേണ്ടിവരുന്ന നരകയാതനകളെ കുറിച്ചോർത്തപ്പോൾ ഭയംകൊണ്ട് ആ ജോലിക്കാരുടെയെല്ലാം മനസ്സ് കിടുങ്ങി. തങ്ങൾ ഇതുവരെ എല്ലാവിധ സ്വാതന്ത്ര്യവും സുഖസൗകര്യവും അനുഭവിച്ച് കഴിയാൻ ഇടയാക്കിയത് യജമാനത്തിയല്ല, യജമാനനാണ് എന്ന് അവർക്കെല്ലാം നന്നായി അറിയാമായിരുന്നു, അദ്ദേഹം ഇനി വരാത്ത വണ്ണം പോയിക്കഴിഞ്ഞു. ഇനി യജമാനത്തിക്കു തോന്നിയപോലെ ആകാം, അവരുടെ ക്രൂരമർദ്ദനങ്ങൾക്കു തടയിടാൻ ആരും തന്നെ ഇല്ല.

സെന്റ് ക്ലെയറിന്റെ ശവസംസ്കാരം കഴിഞ്ഞ് ഏതാണ്ട് രണ്ടാഴ്ച കഴിഞ്ഞിരിക്കണം. മിസ്സ് ഒഫീലിയ സ്വന്തം മുറിയിലിരുന്ന് എന്തോ ജോലി ചെയ്തുകൊണ്ടിരിക്കുകയാണ്. അപ്പോഴാണ് വാതിൽക്കൽ ഒരു മുട്ടു കേട്ടത്. വാതിൽ തുറന്നുനോക്കിയപ്പോൾ റോസ അവിടെ നില്പുണ്ട്. സുന്ദരമായ അവളുടെ മുഖത്ത് ചുരുണ്ട അളകങ്ങൾ പാറിക്കിടക്കുന്നുണ്ട്. എന്നാൽ കണ്ണുകൾ കരഞ്ഞു വീർത്തിരിക്കുകയാണ്.

“ഓ, യജമാനത്തി ഒഫീലി,” അവൾ മിസ്സ് ഒഫീലിയുടെ മുന്നിൽ മുട്ടുകുത്തി നിന്ന് ഉടുപ്പിന്റെ അറ്റത്തു പിടിച്ചുകൊണ്ട് വേദനയോടെ പറഞ്ഞു: “ദയവായി യജമാനത്തി മേരിയോട് എനിക്കു വേണ്ടി ഒന്നു സംസാരിക്കൂ! നിങ്ങൾ അവരുടെ അടുത്തുപോയി അഭ്യർഥിച്ചാൽ അവരത് നിഷേധിക്കുകയില്ല. എന്നെ ചാട്ടവാറുകൊണ്ട് തല്ലുകൊള്ളിക്കുവാനായി അവർ ശിക്ഷാലയത്തിലേക്ക് അയയ്ക്കുകയാണ്. ഇതാ നോക്കൂ-” അവൾ കടലാസെടുത്ത് നീട്ടി.

മേരിയുടെ സുന്ദരമായ ഇറ്റാലിയൻ കൈപ്പടയിൽ എഴുതിയ ഒരു ഉത്തരവായിരുന്നു അത്. തൊട്ടടുത്തുള്ള ശിക്ഷാസ്ഥാപനത്തിലേക്ക് “ഈ കത്തുമായി വരുന്നവൾക്ക് പതിനഞ്ചടി കൊടുക്കുക” എന്ന്!

“ഇതിനുമാത്രം എന്തുകുറ്റമാണ് ചെയ്തത്?” മിസ്സ് ഒഫീലിയ ചോദിച്ചു.

“യജമാനത്തീ, നിങ്ങൾക്ക് ഒരു കാര്യം അറിയുകയില്ലേ, എനിക്ക് പെട്ടെന്ന് ദേഷ്യം വരും. ചില സമയങ്ങളിൽ എനിക്ക് ദേഷ്യം നിയന്ത്രിക്കുവാൻ സാധിക്കുകയില്ല. എന്റെ ഏറ്റവും മോശമായ ഒരു സ്വഭാവമാണത്. ഞാൻ യജമാനത്തി മേരിയുടെ ഉടുപ്പുകൾ ഭംഗിയായി മടക്കി വയ്ക്കുകയായിരുന്നു. ആ സമയത്ത് അകാരണമായി അവരെന്റെ ചെകിട്ടത്ത് ആഞ്ഞടിച്ചു. ഞാൻ അതിനെ ചോദ്യം ചെയ്തപ്പോൾ നിന്നെ ശരിപ്പെടുത്തുമെന്നും നിലയ്ക്കു നിർത്തുമെന്നും പറഞ്ഞ് കുറെയധികം ശകാരിച്ചു. അതിനു ശേഷമാണ് ഈ കത്തെഴുതി എന്റെ കൈയിൽ തന്നത്. ഇതിലും ഭേദം എന്നെ അടിച്ച് കൊല്ലുകയായിരുന്നു. കടലാസ് കൈയിലെടുത്ത് എന്തു ചെയ്യണമെന്നറിയാതെ മിസ്സ് ഒഫീലിയ അൽപ്പനേരം നിന്നു.

‘‘യജമാനത്തീ,’’ റോസ ദയനീയമായ സ്വരത്തിൽ വിളിച്ചു “ഇത്രയോ ഇതിനെക്കാൾ കൂടുതലോ എന്നെ അടിച്ചോട്ടെ, ഞാനത് യ

തൊരു പരാതിയും ഇല്ലാതെ സഹിച്ചോളാം. നിങ്ങളോ, യജമാനത്തി മേരിയോ ആണെങ്കിൽ! എന്നാൽ എന്നെ അടിക്കാനായി ഒരു പുരുഷന്റെ അടുക്കലേക്ക് പറഞ്ഞയയ്ക്കുക! അതും ഏറ്റവും ക്രൂരനായ ഒരുവന്റെ അരികിലേക്ക്! അത് എത്രമാത്രം ലജ്ജാകരമാണെന്ന് നിങ്ങൾ ഒന്ന് ആലോചിച്ചു നോക്കൂ!"

ഏറ്റവും ക്രൂരന്മാരും നീചന്മാരുമായ പുരുഷന്മാർ നടത്തുന്ന ശിക്ഷാലയങ്ങളിലേക്ക് സ്ത്രീകളേയും പെൺകുട്ടികളേയും അടി ഏറ്റുവാങ്ങാനായി അയയ്ക്കുന്ന നിന്ദ്യമായ സമ്പ്രദായത്തെ കുറിച്ച് മിസ്സ് ഒഫീലിയയ്ക്ക് അറിയാം. ശിക്ഷ ഏറ്റുവാങ്ങുന്ന വേളയിൽ സ്ത്രീകളെ നഗ്നരാക്കുന്ന പതിവും ഉണ്ട്. അത് ആ ക്രൂരന്മാർക്ക് ഒരു വിനോദമാണ്. ആ കാര്യത്തെ കുറിച്ച് മിസ്സ് ഒഫീലിയ ബോധവതിയായിരുന്നില്ലെങ്കിലും റോസയുടെ പേലവമായ ശരീരത്തെക്കുറിച്ച് ആലോചിച്ചപ്പോൾ അവർ വല്ലാതെ അസ്വസ്ഥയായി. ന്യൂ ഇംഗ്ലണ്ടിലെ ആദർശവാദിയായ ഒരു സ്ത്രീരത്നത്തിന് അത് സഹിക്കാവുന്നതിന്റെ പരിധിക്കും അപ്പുറത്തായിരുന്നു. അവളുടെ കവിളിലേക്ക് ചുടുരക്തം ഇരമ്പിക്കയറി. ഹൃദയം വേഗത്തിൽ മിടിച്ചു. എങ്കിലും വിവേകശാലിയും ബുദ്ധിമതിയും ആയ അവൾ സ്വയം നിയന്ത്രിച്ചു. കടലാസ് കൈയിൽ പിടിച്ച് ഞെരിച്ചുകൊണ്ട് അവൾ ശാന്തമായ സ്വരത്തിൽ റോസയോടു പറഞ്ഞു:

"നീ ഇവിടെ നിൽക്ക്. ഞാൻ നിനക്കു വേണ്ടി നിന്റെ യജമാനത്തിയുടെ അടുത്തുപോയി സംസാരിക്കാം."

"അധാർമികം, നിന്ദ്യം, ലജ്ജാകരം" എന്നെല്ലാം ആത്മഗതം പറഞ്ഞുകൊണ്ട് മിസ്സ് ഒഫീലിയ സന്ദർശനമുറി കടന്ന് മേരിയുടെ മുറിയിലെത്തി.

മേരി ചാരുകസേരയിൽ ഇരിക്കുകയാണ്. മാമ്മി അവളുടെ മുടി ചീകികെട്ടിക്കൊടുക്കുന്നു. ജാനി നിലത്തിരുന്ന് അവളുടെ കാലുകൾ തിരുമ്മുകയാണ്.

"ഇന്ന്, എങ്ങനെയുണ്ട്?" മിസ്സ് ഒഫീലിയ ചോദിച്ചു. ഒരു ദീർഘനിശ്വാസവും കണ്ണടച്ചു തുറക്കലുമായിരുന്നു അതിനുള്ള മറുപടി.

പിന്നീട് മേരി പറയാൻ തുടങ്ങി.

"ഞാനെന്തു പറയാനാണ്. എനിക്കൊന്നും അറിയുകയില്ല. എന്നത്തേയുംപോലെ തന്നെ"

മനോഹരമായ കറുത്ത കരയുള്ള ഉറുമാൽ കൊണ്ട് കണ്ണുകൾ തുടച്ചു.

"ഞാനിപ്പോൾ വന്നത്" പറയാൻ ബുദ്ധിമുട്ടുള്ള വിഷയം അവതരിപ്പിക്കുമ്പോഴുള്ള ഒരുതരം വരണ്ട ചുമ ചുമച്ച് മിസ്സ് ഒഫീലിയ പറഞ്ഞു.

"ആ പാവം റോസയെ കുറിച്ച് സംസാരിക്കാനാണ്'

മേരിയുടെ കണ്ണുകൾ വിടർന്ന് വികസിച്ചു. കുഴിഞ്ഞ കണ്ണുകളിലേക്ക് രക്തം ഇരച്ചുകയറി. ദേഷ്യത്തോടെ അവൾ ചോദിച്ചു.

"കൊള്ളാം! റോസയെ കുറിച്ച് എന്തു സംസാരിക്കുവാനാണ്?"

"അവൾ ചെയ്തുപോയ തെറ്റിനെ കുറിച്ചോർത്ത് പശ്ചാത്തപിക്കുന്നുണ്ട്."

"അതെയോ? അവൾ പശ്ചാത്തപിക്കുകയോ? എന്നാൽ അവൾ ഇനിയാണ് പശ്ചാത്തപിക്കുവാൻ കിടക്കുന്നത്. കുറച്ചധികം കാലമായി ഞാനാപെണ്ണിന്റെ ധിക്കാരം സഹിക്കുന്നു. ഇനി ഞാനവളെ നിലയ്ക്കു നിർത്തും. താഴെയ്ക്കു കൊണ്ടുവരുമെന്ന് മാത്രമല്ല, ചളിയിൽ കിടത്തും."

"അവളെ ശിക്ഷിക്കണമെന്ന കാര്യത്തിൽ നിനക്ക് നിർബന്ധമാണെങ്കിൽ മറ്റെന്തെങ്കിലും തരത്തിൽ ശിക്ഷിച്ചു കൂടേ? ഇത്രയും ലജ്ജാകരമല്ലാത്ത വിധത്തിൽ."

"ലജ്ജാകരമായ പ്രവൃത്തിതന്നെ ഞാൻ ചെയ്യും. അവളെ നാണിപ്പിക്കണം എന്നു തന്നെയാണ് എന്റെ ആഗ്രഹം. അവളുടെ നടത്തം ശ്രദ്ധിച്ചിട്ടില്ലേ? യജമാനത്തിയെപ്പോലെ സുന്ദരി ചമഞ്ഞുള്ള ഒരു നടത്തം. അവളുടെ അംഗലാവണ്യം പ്രദർശിപ്പിക്കുന്നത് നിർത്താൻ ഇതാണ് ഒരേയൊരു മാർഗം. അവൾ ആരാണെന്ന് സ്വയം മറന്നുപോകുന്നു. അവളെ ഞാൻ ഒരു പാഠംപഠിപ്പിക്കും. അതോടെ താനെ താഴെയ്ക്കു വരും. എനിക്കത് കണ്ട് രസിക്കണം. അത് ആസ്വദിക്കണം."

"എന്നാൽ മേരീ, ഒരു കാര്യം ശ്രദ്ധിക്കേണ്ടതുണ്ട്. യുവതികളുടെ അംഗലാവണ്യം ഇപ്രകാരം പ്രദർശിപ്പിക്കുന്നത് അവരെ നശിപ്പിക്കാൻ ഇടവരുത്തും. അവർ ശരിക്കും ദുഷിക്കും."

"അംഗലാവണ്യം!" ആ പദം മേരി അവജ്ഞയോടെ ആവർത്തിച്ചു. അതിനുശേഷം നിഷേധാത്മകമായ ഭാവത്തിൽ ചിരിച്ചുകൊണ്ട് പറയാൻ തുടങ്ങി.

"ഇതുപോലുള്ള വൃത്തികെട്ട നീഗ്രോ പെണ്ണിന്റെ ശരീരത്തെ വർണിക്കുവാൻ പറ്റിയ വാക്കു തന്നെ. തെരുവുതെണ്ടികളായ നീഗ്രോ അടിമകളുടെ അതേ അവസ്ഥ തന്നെയാണ് ഇവളുടേതും. അതു മനസിലാക്കി ക്കൊടുക്കാൻ ഇതിനേക്കാൾ പറ്റിയ മാർഗമില്ല. എന്നോട് ഇനിയും ഇവൾ കളിക്കാൻ മുതിരില്ല. മുതിർന്നാൽ...

"ഇത്തരത്തിൽ ക്രൂരമായി സഹജീവികളോടു പെരുമാറിയാൽ ദൈവത്തോട് മറുപടി പറയേണ്ടിവരും." മിസ്സ് ഒഫീലിയ ഒട്ടും വകവയ്ക്കാതെ തന്നെ പറഞ്ഞു.

"ക്രൂരമായ പെരുമാറ്റമോ? എന്തുക്രൂരതയാണ് ഞാൻ ചെയ്യുന്നത്? കേൾക്കട്ടെ! പതിനഞ്ചടി കൊടുക്കാൻ മാത്രമല്ലേ ഞാൻ എഴുതിയിട്ടുള്ളു. അതും അത്രയ്ക്ക് ശക്തിയായി വേണ്ടന്ന് ഞാനയാളോട് പറഞ്ഞിട്ടുണ്ട്. അതിൽ ക്രൂരതയുടെ ഒരംശംപോലും ഇല്ലെന്ന് എനിക്ക് നല്ല ഉറപ്പുണ്ട്."

"ഇത് ക്രൂരതയല്ല!" മിസ്സ് ഒഫീലിയ അത്ഭുതം പ്രകടിപ്പിച്ചു.

"ഏതൊരു പെൺകുട്ടിയും ഇതിനേക്കാൾ ഭേദം മരണമാണെന്ന് കരുതും."

"കസിൻ, നിങ്ങളെപ്പോലുള്ള വികാരജീവികളെ സംബന്ധിച്ചിട

ത്തോളം അതു ശരിയായിരിക്കും. എന്നാൽ ഇത്തരത്തിലുള്ള ജന്തുക്കൾക്ക് അതൊന്നും പുത്തരിയല്ല. എല്ലാറ്റിനും എല്ലാം നല്ല പരിചയമാണ്. അവരെ നിലയ്ക്കു നിർത്താൻ ഇതേ ഒരു മാർഗമുള്ളു. അംഗലാവണ്യം പ്രദർശിപ്പിക്കപ്പെടും എന്നെല്ലാം പറഞ്ഞ് അവരെ പ്രോത്സാഹിപ്പിച്ചാൽ, അവർ നമ്മുടെ തലയിൽ കയറിയിരുന്ന് നിരങ്ങും. എന്റെ ജോലിക്കാർ എപ്പോഴും ഇതാണ് ചെയ്യാറുള്ളത്. ഇനി അവരെ താഴെയ്ക്കു കൊണ്ടുവരണം. എന്റെ ഇഷ്ടത്തിനു വിപരീതമായി ചിന്തിച്ചാൽ ഞാൻ പാഠം പഠിപ്പിക്കും എന്ന് ഉറച്ചുകഴിഞ്ഞു. ഓരോരുത്തരെയായി ശിക്ഷാലയത്തിലേക്ക് അയച്ച് തല്ലുകൊള്ളിക്കും. തിരിച്ചുവരുമ്പോൾ മര്യാദ പഠിച്ചിരിക്കും. കണ്ടറിഞ്ഞ് നിന്നുകൊള്ളട്ടെ ഓരോരുത്തരും!" ദൃഢനിശ്ചയത്തോടെ ചുറ്റും നോക്കിക്കൊണ്ട് മേരി പറഞ്ഞു.

ജാനി യജമാനത്തിയുടെ ഭീഷണി കേട്ട് തലതാഴ്ത്തി ഇരുന്നു. തന്നെയാണ് അവർ ഉദ്ദേശിക്കുന്നതെന്ന് അവൾക്കു മനസിലായി. എന്തോ സ്ഫോടകവസ്തു വിഴുങ്ങിയപോലെ മിസ്സ് ഒഫീലിയ ഒരുനിമിഷം അന്തംവിട്ടിരുന്നു. എന്നാൽ പെട്ടെന്നു തന്നെ പൊട്ടിത്തെറിക്കുവാൻ തയാറായെങ്കിലും പിന്നീടു മനസിലായി അതു വ്യർഥമായ ഒരു പ്രവൃത്തിയാണെന്ന്. ഒരക്ഷരം മിണ്ടാൻ നിൽക്കാതെ അവർ പുറത്തേക്കു പോയി.

റോസായ്ക്കുവേണ്ടി ഒന്നും ചെയ്യാനാവില്ല എന്ന് അവളുടെ മുഖത്തു നോക്കി എങ്ങനെ പറയും എന്നോർത്ത് മിസ്സ് ഒഫീലിയ സങ്കടപ്പെട്ടു. അപ്പോഴെയ്ക്കും ഒരു ജോലിക്കാരൻ റോസയെ ശിക്ഷാലയത്തിലേക്കു കൊണ്ടുപോകാനുള്ള യജമാനത്തിയുടെ ഉത്തരവുമായി എത്തിച്ചേർന്നു. അവളുടെ യാചനയും കണ്ണീരും വിലാപവും ഒന്നും കണക്കിലെടുക്കാതെ അയാളവളെ തിടുക്കത്തിൽ പിടിച്ച് വണ്ടിയിൽ കയറ്റിക്കൊണ്ടുപോയി.

ഭീതിയുടേയും ഉൽക്കണ്ഠയുടെയും നിഴലിലൂടെ ദിവസങ്ങൾ സാവകാശത്തിൽ കടന്നുപോയി. ടോം ബാൽക്കണിയിൽ ചിന്താധീനനായി നിൽക്കുമ്പോൾ അഡോൾഫ് അവിടെ എത്തി. യജമാനന്റെ മരണം അവനെ വല്ലാതെ ഉലച്ചുകളഞ്ഞിരുന്നു. മേരിക്ക് എല്ലാകാലത്തും തന്നോടു വെറുപ്പായിരുന്നു എന്ന വസ്തുത അവന് നല്ലതുപോലെ അറിയാം. എന്നാൽ യജമാനൻ ജീവിച്ചിരുന്ന കാലത്ത് അവൻ അതൊന്നും ഒട്ടും കാര്യമാക്കിയിരുന്നില്ല. അദ്ദേഹം മരിച്ചുകഴിഞ്ഞതോടെ ഭാവിയെ കുറിച്ചുള്ള ഭയം അവനെ തളർത്തിക്കഴിഞ്ഞു. തന്റെമേൽ വന്നുപതിക്കാൻ പോകുന്ന വിപത്ത് എന്താണെന്നറിയാതെ ഭയം, നിരാശ ഉൽക്കണ്ഠ എന്നീ വികാരങ്ങൾ അവനെ മഥിച്ചു.

മേരി സെന്റ് ക്ലെയറിന്റെ വക്കീലുമായി പലദിവസങ്ങളിലും ചർച്ചകൾ നടത്തി. അയാളുടെ സഹോദരനുമായി ബന്ധപ്പെട്ട ശേഷം വീടും സ്ഥലവും പിന്നെ അടിമകളേയും വിൽക്കാൻ തീരമാനിച്ചു. സ്വന്തം അടിമകളെ മാത്രം തന്നോടൊപ്പം പിതൃഗൃഹത്തിലേക്ക് കൊണ്ടുപോകാനും.

“ടോം, ഒരു കാര്യം അറിയാമോ? നമ്മെയല്ലാം വിൽക്കാൻ പോകുകയാണ്.” അഡോൾഫ് പറഞ്ഞു.

“ഈ വിവരമെല്ലാം നീ എങ്ങനെ അറിഞ്ഞു?” ടോം ചോദിച്ചു.

“യജമാനത്തി വക്കീലുമായി സംസാരിക്കുന്നത് ഞാൻ കർട്ടനു പിന്നിൽനിന്നുകൊണ്ട് കേട്ടു. ഏതാനും ദിവസങ്ങൾക്കുള്ളിൽ നമ്മെ എല്ലാവരേയും ലേലം വിളിച്ച് വിൽക്കാൻ തീരമാനിച്ചു കഴിഞ്ഞു.”

“ഈശ്വരേച്ഛ നടക്കട്ടെ!” ചിന്താധീനനായി നിന്നുകൊണ്ട് ടോം കൈകൾ ആകാശത്തേക്കുയർത്തി പറഞ്ഞു.

“എവിടെപ്പോയാലും ഇതുപോലൊരു യജമാനനെ നമുക്ക് ഒരിക്കലും കിട്ടുകയില്ല.” അഡോൾഫ് ആശങ്കയോടെ തുടർന്നു. “മേരി യജമാനത്തിയുടെ കീഴിൽ ജീവിക്കുന്നതിനേക്കാൾ ഭേദം വിൽക്കപ്പെടുന്നതുതന്നെയാണ്.”

ടോം മറുപടി ഒന്നും പറയാതെ തിരിഞ്ഞുനടന്നു. അവന്റെ ഹൃദയം വിങ്ങി. സ്വാതന്ത്ര്യത്തെക്കുറിച്ചുള്ള ചിന്ത അവന്റെ മനസിനെ ഇളക്കി മറിച്ചുകൊണ്ടിരുന്നു. തകർന്ന കപ്പലിലെ നാവികന്റെ അവസ്ഥയായിരുന്നു അവന്. കൈകെട്ടി നിന്ന് കണ്ണുനീർ തടഞ്ഞു നിർത്തി പ്രാർഥിക്കുവാൻ ശ്രമിച്ചു. ടോമിന്റെ ജീവിതത്തിലെ ഏറ്റവും വലിയ സ്വപ്നമായിരുന്നു സ്വാതന്ത്ര്യം!

അവൻ മിസ്സ് ഒഫീലിയയെ സമീപിച്ചു. ഇവാമോളുടെ മരണശേഷം, അവൾക്ക് ടോമിനോട് ആദരവുകലർന്ന ഒരുതരം ദയാവായ്പായിരുന്നു.

“യജമാനത്തീ ഒഫീലി,” അവൻ വിളിച്ചു. “സെന്റ് ക്ലെയർ യജമാനൻ എനിക്ക് സ്വാതന്ത്ര്യം വാഗ്ദാനം ചെയ്തിരുന്നു. അതിനുവേണ്ട നടപടികൾ എല്ലാം ആരംഭിച്ചുകഴിഞ്ഞു. ഒരു മാസത്തിനകം ഞാനൊരു സ്വതന്ത്രമനുഷ്യനാകും എന്നാണ് അദ്ദേഹം പറഞ്ഞിരുന്നത്. ഈ കാര്യമൊന്ന് മേരി യജമാനത്തിയോട് സംസാരിക്കാൻ ദയവുണ്ടായാൽ അവർ അതുപോലെ ചെയ്യാതിരിക്കില്ല. കാരണം അത് യജമാന്റെ ആഗ്രഹമായിരുന്നുവല്ലോ.”

“നിനക്കുവേണ്ടി ഞാൻ എന്നാൽ കഴിയാവുന്നതെല്ലാം ചെയ്യുമെന്ന് അറിയാമല്ലോ. ഞാൻ മേരിയോട് സംസാരിക്കാം” മിസ്സ് ഒഫീലിയ പറഞ്ഞു. “കാര്യങ്ങളെല്ലാം മേരിക്ലെയറിനെ ആശ്രയിച്ചാണ് നിലകൊള്ളുന്നത്. അതുകൊണ്ടുതന്നെ വലിയ പ്രതീക്ഷയ്ക്കൊന്നും വകയില്ല. എന്തായാലും ഞാൻ പരമാവധി ശ്രമിക്കാം”.

റോസായുടെ ശിക്ഷാനടപടികൾ കഴിഞ്ഞ് അൽപ്പനാളുകൾക്ക് ശേഷമാണ് ടോം ഈ അഭ്യർഥനയുമായി ഒഫീലിയയെ സമീപിച്ചത്. മിസ്സ് ഒഫീലിയ സ്വന്തം നാട്ടിലേക്കു തിരിച്ചുപോകുന്നതിനുവേണ്ടി ഒരുക്കങ്ങൾ നടത്തിക്കൊണ്ടിരിക്കുകയാണ്.

റോസയുടെ കാര്യത്തിൽ മേരിയുമായി സംസാരിച്ചപ്പോൾ താൻ ഉപയോഗിച്ച ഭാഷ കടുത്തതായിരുന്നു എന്നവൾ ചിന്തിച്ചു. ഇത്തവണ എന്തായാലും സൗമ്യമായ ഭാഷയിലേ സംസാരിക്കൂ എന്നു തീരുമാനി

ച്ചുകൊണ്ടാണ് അവൾ മേരിയുടെ അടുത്തേക്ക് പോയത്. എന്തായാലും ഒരു ഒത്തുതീർപ്പ് ഉണ്ടാക്കണം. പ്രസന്നമായ മനസോടെ തുന്നൽ സാമഗ്രികളുമായി അവൾ മേരിയുടെ മുറയിൽ എത്തി. എന്തെല്ലാം വിധത്തിലുള്ള നയതന്ത്ര പ്രയോഗങ്ങൾ നടത്തിയിട്ടായാലും സാരമില്ല ഇത്തവണ കാര്യം നടത്തണം. ടോമിന്റെ കാര്യത്തിൽ ഒരു അനുകൂല തീരുമാനം നേടിയെടുക്കേണ്ടത് തന്റെ കടമയാണ്.

പിന്നിൽ ഒരു തലയിണ ചാരിവച്ച് മേരി ഒരു ചാരുകസേരയിൽ കിടക്കുകയാണ്. കടയിൽനിന്നും അപ്പോൾ പോയി വാങ്ങിക്കൊണ്ടുവന്ന ചില സാധനങ്ങൾ ജാനി കൈയിലെടുത്ത് മേരിക്കു കാണിച്ചു കൊടുക്കുകയായിരുന്നു. ചില കറുത്ത തുണികളുടെ മാതൃകകൾ!

അതിൽനിന്നും ഒന്ന് തിരഞ്ഞെടുത്തശേഷം മേരി പറഞ്ഞു "ഇതു മതി. ദുഃഖാചരണത്തിനു ശരിക്കും യോജിച്ചതാണോ എന്ന് എനിക്ക് ഉറപ്പുപറയാനാവില്ല. എങ്കിലും കുഴപ്പമില്ല."

"യജമാനത്തീ, ഒന്ന് ഇങ്ങോട്ടു നോക്കൂ!" ജാനി ഉറക്കെപ്പറഞ്ഞു. "മിസിസ് ജനറൽ ഡെർബിനൻ, കഴിഞ്ഞ വേനൽക്കാലത്ത് ജനറൽ മരിച്ചശേഷം, ഇതൊക്കെ തന്നെയാണ് ധരിച്ചിരുന്നത്. ഇത് വളരെ മനോഹരമായിരിക്കുന്നു."

"നിങ്ങൾക്ക് എന്തു തോന്നുന്നു? ഇഷ്ടപ്പെട്ടോ? മേരി മിസ്സ് ഒഫീലിയയോട് ചോദിച്ചു.

"അത് ഒരാചാരമല്ലേ? നിങ്ങൾക്ക് അതിനെ കുറിച്ച് എന്നേക്കാൾ നന്നായി അറിയാം."

"നിങ്ങൾക്ക് ഒരു കാര്യം അറിയുമോ, വാസ്തവം പറഞ്ഞാൽ എനിക്ക് ധരിക്കാൻ പറ്റിയ വസ്ത്രങ്ങളൊന്നുമില്ല. ഞാൻ ഇവിടെയുള്ള വസ്തുക്കളും വീടും അടിമകളേയും എല്ലാം വിറ്റ് ഒന്നു രണ്ടാഴ്ചയ്ക്കകം നാട്ടിലേക്ക് പോകണമെന്ന് വിചാരിക്കുന്നു. അപ്പോഴെയ്ക്കും പലകാര്യങ്ങളിലും തീരുമാനമെടുക്കേണ്ടതുണ്ട്."

"നിങ്ങൾ ഇത്രപെട്ടെന്ന് പോകുകയാണോ?" മിസ്സ് ഒഫീലിയ ആകാംക്ഷയോടെ ചോദിച്ചു.

"അതെ. എനിക്ക് സെന്റ് ക്ലെയറിന്റെ സഹോദരന്റെ കത്തുണ്ടായിരുന്നു. ഗൃഹോപകരണങ്ങളും അടിമകളെയും ലേലം വിളിച്ച് വിൽക്കുന്നതാണ് നല്ലതെന്ന് അദ്ദേഹം എഴുതിയിരുന്നു. കുടുംബവക്കീലിന്റെ അഭിപ്രായവും അതുതന്നെ ആണ്. ഈ വീട് തൽക്കാലം വക്കീലിനെ ഏൽപ്പിക്കാമെന്നു കരുതുകയാണ്."

"നിങ്ങളൊടെനിക്ക് ഒരു പ്രധാനകാര്യം സംസാരിക്കാനുണ്ട്." മിസ്സ് ഒഫീലിയ പറഞ്ഞു.

"മരിക്കുന്നതിനു കുറച്ചു ദിവസം മുമ്പ് അഗസ്റ്റിൻ ടോമിനെ സ്വതന്ത്രനാക്കാമെന്ന് വാക്കുകൊടുത്തിരുന്നു. അതിനു വേണ്ട നിയമനടപടികളും തുടങ്ങിയിരുന്നു. നിങ്ങൾ സ്വന്തം സ്വാധീനമുപയോഗിച്ച് അത് കഴിയുന്നതും വേഗം ശരിയാക്കുമെന്ന് വിശ്വസിക്കട്ടെ."

"നിങ്ങളെന്താണ് ഇങ്ങനെയെല്ലാം സംസാരിക്കുന്നത്. ഞാൻ ഒരിക്കലും ഇത്തരം കാര്യങ്ങളൊന്നും ചെയ്യുകയില്ല" മേരി എടുത്തടിച്ചപോലെ പറഞ്ഞു.

"ഇവിടെയുള്ള ജോലിക്കാരിൽ ഏറ്റവും വിലപിടിച്ചവനാണ് ടോം. എന്തുവന്നാലും ഞാൻ അവനെ വെറുതെ വിടാനൊന്നും തീരുമാനിച്ചിട്ടില്ല. അവനെ നഷ്ടപ്പെടാനും ഞാനൊരുക്കമല്ല. അതല്ല, ഞാൻ വേറൊന്നു ചോദിക്കട്ടെ, അവനെന്തിനാണ് സ്വാതന്ത്ര്യം? ഇവിടെ ഏറ്റവും സുഖമായിട്ടല്ലേ അവൻ കഴിയുന്നത്."

"എന്നാൽ ഇത് അവന്റെ ആഗ്രഹമാണ്. വളരെ ആത്മാർഥമായ അഭിലാഷം. അവന്റെ യജമാനൻ അവനത് നൽകാമെന്ന് പറഞ്ഞിരുന്നതാണ്." മിസ്സ് ഒഫീലിയ പറഞ്ഞു.

"അവൻ സ്വാതന്ത്ര്യം ആവശ്യപ്പെടുന്നു എന്ന കാര്യം എനിക്ക് മനസിലായി." മേരി തുടർന്നു. "അവൻ മാത്രമല്ല, നമ്മുടെ ജോലിക്കാർ എല്ലാവരും അത് ആവശ്യപ്പെടും. അസംതൃപ്തരായ ഒരുകൂട്ടം ആൾക്കാരാണല്ലോ അവർ. തങ്ങൾക്ക് ഇല്ലാത്തത് എന്താണോ അതുകിട്ടണമെന്ന് മോഹിച്ചുനടക്കുവന്നവർ. നീഗ്രോകൾ തങ്ങളുടെ സ്വാതന്ത്ര്യം ദുരുപയോഗം ചെയ്യും എന്നാണ് ഞാൻ വിശ്വസിക്കുന്നത്. എന്തുവന്നാലും അവർക്ക് സ്വതന്ത്ര്യം നൽകുകയില്ല എന്നത് എന്റെ ഒരു ആദർശമാണ്. ഏത് നീഗ്രോയെയും ഒരു യജമാനന്റെ കീഴിലാക്കുക, അവനപ്പോൾ നന്നായി അധ്വാനിച്ച് നല്ലവനാകാൻ ശ്രമിക്കും. എന്നാൽ ഈ വർഗത്തിനു സ്വാതന്ത്ര്യം നൽകിയാലോ, അവർ അലസരും മടിയന്മാരും ആയിത്തീരും. ഒന്നും ഒരു പണിയും എടുക്കുകയില്ല. മദ്യപാനികളും വൃത്തികെട്ടവരും ഉപയോഗശൂന്യരും ആയിത്തീരും. നൂറുകണക്കിനു തവണ അത്തരത്തിൽ സംഭവിക്കുന്നത് ഞാൻ കണ്ടിട്ടുണ്ട്. അവരെ സ്വതന്ത്രരാക്കി വിടുന്നത് ഒരുതരത്തിലും ഗുണപ്രദമല്ല."

"എന്നാൽ ടോം, വിശ്വസിക്കാവുന്നവനും കഠിനാധ്വാനിയും ഇരുത്തം വന്നവനും മതഭക്തനുമാണ്." മിസ്സ് ഒഫീലിയ പറഞ്ഞു.

"ഓ, അത്തരം കാര്യങ്ങളൊന്നും നിങ്ങൾ എന്നെ ഓർമിപ്പിക്കേണ്ടതില്ല! അവനെപ്പോലെയുള്ള ഒരു നൂറുപേരെയെങ്കിലും ഞാൻ കണ്ടിട്ടുണ്ട്. നമ്മൾ ശ്രദ്ധിക്കുവാൻ ഉള്ളിടത്തോളം കാലം അവർ നല്ലവരായി പെരുമാറും. ബാക്കിയെല്ലാം കണ്ടറിയാം. അത്രതന്നെ!"

എന്നാൽ ഒരു കാര്യം ഓർക്കുക, നിങ്ങൾ അവനെ വിൽക്കുമ്പോൾ അവൻ ചീത്ത യജമാനന്റെ കൈയിൽ ചെന്നു പെടാൻ ഇടയുണ്ട്."

"അങ്ങനെയൊന്നും കരുതേണ്ടതില്ല, അതെല്ലാം വിഡ്ഢിത്തരമാണ്. നൂറിൽ ഒരാൾക്കേ അങ്ങനെ ഉണ്ടാവാൻ സാധ്യതയുള്ളൂ. മിക്കവാറും എല്ലാ യജമാനൻമാരും നല്ലവരാണ്. മറ്റുള്ളതെല്ലാം അതിശയോക്തി കലർന്ന വെറും പറച്ചിലുകളാണ്. ഞാൻ തെക്കൻസംസ്ഥാനത്ത് ജനിച്ചുവളർന്ന ഒരു സ്ത്രീയല്ലേ, അവിടെ ജോലിക്കാരോട് മോശമായ രീതിയിൽ പെരുമാറുന്ന ഒരു യജമാനനേയും കണ്ടിട്ടില്ല. അത്തരം

ആശങ്കകളൊന്നും എനിക്കില്ല."

"കൊള്ളാം" മിസ്സ് ഒഫീലിയയ്ക്ക് ആവേശം വന്നു.

"ടോമിന് സ്വാതന്ത്ര്യം നൽകണം എന്നത് നിങ്ങളുടെ ഭർത്താവിന്റെ അവസാനത്തെ ആഗ്രഹങ്ങളിൽ ഒന്നായിരുന്നു എന്ന് എനിക്കറിയാം. പ്രിയപ്പെട്ട ഇവാമോൾക്ക്, അവളുടെ മരണശയ്യയിൽ വച്ച് അവൻ നൽകിയ വാഗ്ദാനങ്ങളിൽ ഒന്നായിരുന്നു അത്. അതിനെ അവഗണിക്കുവാൻ നിങ്ങൾക്ക് കഴിയുമെന്ന് ഞാൻ കരുതുന്നില്ല. മാത്രമല്ല, അതു ചെയ്യാതിരുന്നാൽ മരിച്ചുപോയ രണ്ടാത്മാക്കളോടു കാണിക്കുന്ന ഏറ്റവും വലിയ അനാദരവായിരിക്കും."

ഈ വാക്കുകൾ മേരിയുടെ സമനില തെറ്റിച്ചു. അവൾ ഉടനെ ഒരു തൂവ്വാലയെടുത്ത് മുഖം മറച്ച് തേങ്ങിക്കരയാൻ തുടങ്ങി. ഇൻഹേലർ എടുത്ത് ആഞ്ഞുവലിക്കാൻ തുടങ്ങി.

"സകലരും എനിക്ക് എതിരാണ്." അവൾ ഉറക്കെപ്പറഞ്ഞുകൊണ്ട് വിലപിക്കുവാൻ തുടങ്ങി.

"എന്നോട് എന്തെങ്കിലും ഒരു പരിഗണന കാണിക്കണം എന്ന വിചാരം ആർക്കും ഇല്ല. എന്റെ ഏക മകളുടേയും ഭർത്താവിന്റേയും മരണം കഴിഞ്ഞിട്ട് അധികമായിട്ടില്ല എന്നിട്ടും അവരെക്കുറിച്ച് ഓർമിപ്പിച്ച് എന്നെ ഇങ്ങനെ വേദനിപ്പിക്കുമെന്ന് ഞാൻ കരുതിയതല്ല. എന്റെ വിഷമത്തിന് അത്രമാത്രം പരിഗണനയേ ലഭിക്കുന്നുള്ളൂ. എന്റെ ദുഃഖം ആരറിയാൻ. എന്തു ക്രൂരമായ വിധിയാണ് എന്റേത്. എനിക്ക് ഒരേയൊരു മകൾ മാത്രമേ ഉണ്ടായിരുന്നുള്ളു. അവളെ ദൈവം തിരികെ വിളിച്ചില്ലേ? എനിക്ക് അനുയോജ്യനായ എന്റെ ഭർത്താവിനേയും അകാലത്തിൽ തന്നെ തട്ടിയെടുത്തു! എന്നിട്ടും നിങ്ങൾക്കാർക്കും എന്നോട് സഹാനുഭൂതിയില്ല. എത്ര അലക്ഷ്യമായിട്ടാണ് ഈവക കാര്യങ്ങൾ എന്നോടു പറഞ്ഞത്."

മേരി തൂവാലകൊണ്ട് മുഖം തുടച്ചു. വീണ്ടും അവൾ ഉച്ചത്തിൽ പരാതി പറയൽ തുടർന്നു.

"നിങ്ങൾ പറഞ്ഞ കാര്യങ്ങൾ എന്നെ എത്രമാത്രം തളർത്തുമെന്ന് ഒരുനിമിഷംപോലും ചിന്തിച്ചില്ലല്ലോ. നിങ്ങൾ ചിലപ്പോൾ നല്ല ഉദ്ദേശ്യത്തോടുകൂടിയായിരിക്കും പറഞ്ഞിരിക്കുക! എന്നാൽ അതുപറയുമ്പോൾ അൽപ്പംപോലും പരിഗണന എനിക്കു നൽകിയില്ല."

മേരി നിർത്താതെ തേങ്ങിക്കരയാൻ തുടങ്ങി. ശ്വാസം കിട്ടാനായി പാടുപെട്ടു. മാമ്മിയോട് ജനവാതിൽ തുറക്കാനും കർട്ടൻ നീക്കിയിടാനും പറഞ്ഞു, ജാനിയോട് കർപ്പൂരക്കുപ്പി എടുത്തുകൊണ്ടുവരാനും. ഉടുപ്പിന്റെ കുടുക്കുകൾ ഊരാനും തല കഴുകാനും ആവശ്യപ്പെട്ടു. ആ ബഹളം മിസ്സ് ഒഫീലിയയെ വല്ലാതെ അസ്വസ്ഥയാക്കി. അവൾ അവിടെനിന്നും വളരെ വേഗം രക്ഷപ്പെട്ട് സ്വന്തം മുറിയിൽ എത്തി കസേരയിൽ ഇരുന്നു.

മേരിയോട് അധിക സമയം സംസാരിച്ചിട്ട് യാതൊരു കാര്യവുമില്ലെന്ന് ഒഫീലിയ മനസിലാക്കി. കാരണം എത്രനേരം വേണമെങ്കിലും

അപസ്മാരബാധയിൽ കിടക്കാനുള്ള കഴിവ് മേരിക്കുണ്ട്. അതിൽ നിന്നും ഉണർന്നുകഴിഞ്ഞാൽ പിന്നെ ഭർത്താവിന്റെയും മകളുടേയും ആഗ്രഹങ്ങൾ സൗകര്യപൂർവം മറന്ന് സ്വന്തം ഇഷ്ടപ്രകാരം പ്രവർത്തിക്കും. മേരിയുടെ മനസുമാറ്റാൻ തനിക്ക് യാതൊന്നും പ്രവർത്തിക്കുവാൻ സാധ്യമല്ല എന്നു ബോധ്യമായപ്പോൾ ടോമിനുവേണ്ടി തനിക്കു ചെയ്യാൻ കഴിയുന്ന ഏറ്റവും നല്ല ഒരു സത്പ്രവൃത്തി ചെയ്യാൻ മിസ്സ് ഒഫീലിയ തീരുമാനിച്ചു. ടോം അഭിമുഖീകരിക്കുന്ന പ്രശ്നങ്ങളും ദുരിതങ്ങളും വിവരിച്ചുകൊണ്ട് കെന്റക്കിലെ മിസിസ് ഷെൽബിക്ക് ഒരു കത്തെഴുതി. ഉടനെ തന്നെ അവനെ രക്ഷിക്കാൻ വേണ്ടതു ചെയ്യണമെന്ന് അവൾ നിർബന്ധിച്ചു.

തൊട്ടടുത്ത ദിവസം ടോമും അഡോൾഫും സെന്റ് ക്ലെയറിന്റെ മറ്റു ചില ഭൃത്യന്മാരും ഒരു അടിമക്കച്ചവടശാലയിലേക്ക് പോകേണ്ടി വന്നു. വിൽക്കാനായി ഒരു അടിമവ്യാപാരിയാണ് അവരെ ഏറ്റെടുത്തിരുന്നത്. ആരെങ്കിലും അവരെ ലേലത്തിൽപിടിച്ച് അവിടെനിന്നും കൊണ്ടുപോകുന്നതുവരെ ആ ക്യാമ്പിൽ തന്നെ താമസിക്കേണ്ടിവരും. കച്ചവടക്കാരുടെ സൗകര്യംപോലെയാണ് ലേലംവിളി നടക്കുക.

ഇത്തരത്തിലുള്ള അടിമത്താവളങ്ങളിൽ ഏറ്റവും ഭീകരമായ കാഴ്ചകളാണ് കാണാൻ സാധിക്കുക! ഭൂമിയിലെ ഏറ്റവും ക്രൂരന്മാരായ മനുഷ്യരെ തിരഞ്ഞെടുത്ത് അങ്ങോട്ടയച്ചതാണെന്നു തോന്നും. നിഷ്കളങ്കരായ ഒരൊറ്റ മനുഷ്യനും അവിടെ ഉണ്ടാവില്ല. അതിസമർഥവും മാന്യവുമായ രീതിയിൽ പാപകർമങ്ങളും കൊടുംക്രൂരതകളും ചെയ്യാൻ പഠിച്ചവർ! അതൊന്നും കണ്ടാൽ മാന്യന്മാർക്ക് ഞെട്ടലോ വെറുപ്പോ തോന്നിപ്പിക്കുകയില്ല. മനുഷ്യന് ചന്തയിൽ നല്ല വിലകിട്ടും. അതുകൊണ്ട് അത്തരം അടിമത്താവളത്തിൽ എത്തുന്ന സാധുക്കളെ നന്നായി തീറ്റിപ്പോറ്റുന്നു. കുളിപ്പിച്ച് വൃത്തിയാക്കി നല്ല വസ്ത്രങ്ങൾ ധരിപ്പിച്ച് പ്രദർശിപ്പിക്കുന്നു. വിലപേശുന്ന സമയത്ത് ഒട്ടും കുറഞ്ഞുപോകരുത്. ന്യൂ ഓർലീൻസിലെ അടിമത്താവളവും മറ്റുള്ളിടത്തേതിനേക്കാൾ വ്യത്യസ്തമല്ല. സ്ത്രീകളും പുരുഷന്മാരും ഒക്കെ താൽക്കാലികമായി കെട്ടിയുണ്ടാക്കിയ ഷെഡ്ഡുകളിൽ നിരന്നുനിൽക്കും.

അവരിൽ ഭർത്താക്കന്മാരും ഭാര്യമാരും സഹോദരന്മാരും സഹോദരിമാരും മാതാപിതാക്കളും കൊച്ചുമക്കളും എല്ലാം ഉണ്ടാകും. വാങ്ങുന്നവന്റെ ആവശ്യവും സൗകര്യവും അനുസരിച്ച് അവരെ ഒറ്റയ്ക്കൊറ്റയ്ക്കോ, കൂട്ടമായോ വിൽക്കും. അവരെ പണമെണ്ണിവാങ്ങി വിൽക്കുകയോ പണയംവയ്ക്കുകയോ സാമാനങ്ങളുടെ വിലയായി കൈമാറുകയോ എന്തുവേണമെങ്കിലും വ്യാപാരിയുടെ ഇഷ്ടാനുസരണം പ്രവർത്തിക്കാം.

ടോമും അഡോൾഫും കൂടാതെ സെന്റ് ക്ലെയർ എസ്റ്റേറ്റിലെ മറ്റ് ആറ് ജോലിക്കാരാണ് അടിമത്താവളത്തിന്റെ മേൽനോട്ടക്കാരനായ സ്കെഗസിന്റെ സ്നേഹവാത്സല്യങ്ങൾ അനുഭവിക്കുവാൻ പാത്രമായത്-പിറ്റേന്നു രാവിലെ അവരുടെയെല്ലാം ലേലം നടക്കും.

വലിയ വീട്ടിൽ എത്തിയ ചിലരെപ്പോലെ ടോമിന്റെ പക്കലും ഒരു

പെട്ടി നിറയെ വൃത്തിയുള്ള വസ്ത്രങ്ങളുണ്ട്. ഒരു നീളൻ മുറിയിലാണ് രാത്രിയിൽ അവരെ എല്ലാവരേയും ഇട്ടിരിക്കുന്നത്. പല പ്രായത്തിലുള്ളവർ...പല നിറത്തിലുള്ളവർ...പല രൂപത്തിലും ഭാവത്തിലും ഉള്ളവർ...എല്ലാവരേയും ഒന്നിച്ചു കൂട്ടിയിട്ടിരിക്കുന്നു. ചിന്താശക്തിയും വിവേകവും ഇല്ലാത്ത ആ ജീവികളിൽനിന്നും പൊട്ടിച്ചിരികളും ആഹ്ളാദപ്രകടനങ്ങളും എല്ലാം ഉയരുന്നുണ്ട്.

"ആഹ്! കൊള്ളാം പിള്ളേരേ, ഗംഭീരമായിരിക്കുന്നു! നടക്കട്ടെ! നടക്കട്ടെ!" ക്യാമ്പിന്റെ നടത്തിപ്പുകാരൻ സ്കെഗ്സ് പറഞ്ഞു.

"എന്റെ പിള്ളാരെല്ലാം എപ്പോഴും ആഹ്ളാദവാൻമാരാണ്. സാമ്പോ, നീ കണ്ടില്ലേ?" തടിയനും ക്രൂരനുമായ ഒരു അടിമയെ വിളിച്ച് പറഞ്ഞു. ആ നീഗ്രോ നിലവാരംകുറഞ്ഞ ഒരു കോമാളിത്തരം കാണിച്ച് നിൽക്കുകയായിരുന്നു. അവൻ ഇടയ്ക്കിടെ ഉണ്ടാക്കിക്കൊണ്ടിരുന്ന ശബ്ദം ടോം ശ്രദ്ധിച്ചു.

അവിടെ നടക്കുന്ന നിലവാരം കുറഞ്ഞ തമാശകൾ ആസ്വദിക്കുവാനോ, അതിൽ പങ്കുചേരാനോ ഒന്നും താൽപ്പര്യമുള്ള ആളായിരുന്നില്ല ടോം. അതുകൊണ്ടുതന്നെ ഈ ബഹളംവയ്ക്കുന്ന സംഘത്തിൽ നിന്നെല്ലാം ഒഴിഞ്ഞുമാറി ദൂരെ ഒരിടത്ത് ചുമരിൽ തലചായ്ച്ച് ഇരിക്കുകയാണയാൾ, തന്റെ ചിന്തകളെ അങ്ങകലെ ഷെൽബി കുടുംബത്തിൽ മേയാൻ വിട്ടിട്ട്!

മനുഷ്യച്ചരക്കുകളെ വിൽപ്പനയ്ക്കു വച്ചിരിക്കുന്നവർ, ഇത്തരത്തിലുള്ള ആഹ്ളാദ പ്രകടനങ്ങൾ പ്രോത്സാഹിപ്പിച്ചുകൊണ്ടിരിക്കുന്നു. അതിലൂടെ തങ്ങളുടെ ദാരുണമായ അവസ്ഥ താൽക്കാലികമായെങ്കിലും മറക്കാമല്ലോ. തെക്കൻ സംസ്ഥാനങ്ങളിൽ എത്തി കച്ചവടം നടത്തുന്നവർ ചിന്തിക്കാതിരിക്കാനുള്ള എല്ലാവിധ പരിശീലനങ്ങളും ഈ കൂട്ടർക്കു നൽകും. അവരെ കഴിയാവുന്നത്ര വിവേകശൂന്യരും ക്രൂരന്മാരും ആക്കി മാറ്റും. അടിമവ്യാപാരികൾ ഇവരെ വെർജീനിയായിൽനിന്നും കെന്റക്കിയിൽ നിന്നുമാണ് സാധാരണയായി ശേഖരിക്കാറുള്ളത്. പിന്നെ ഏറ്റവും ആരോഗ്യകരമായ ഏതെങ്കിലും സ്ഥലത്തേക്ക് കൊണ്ടുപോകും. അവിടെ വച്ച് നല്ല ഭക്ഷണം കൊടുത്ത് തടിച്ചു കൊഴുപ്പിക്കും. അവിടെ അവർക്ക് ശാരീരികമായ പ്രയാസങ്ങൾ ഒന്നും ഉണ്ടാവില്ല. ചിന്താശക്തി നഷ്ടപ്പെട്ടവർക്ക് മാനസികമായും വലിയ പ്രയാസം കാണില്ല. പൂർണ ഉല്ലാസമായിരിക്കും അവിടെ. തീറ്റയും കുടിയും പാട്ടും കൂത്തും തന്നെ! അതിനിടെ ഭാര്യയേയോ മക്കളേയോ വിട്ടുപോന്ന വീടിനെയോ കുറിച്ച് ചിന്തിച്ച് ഉല്ലാസങ്ങളിൽനിന്നും വിട്ടുനിൽക്കുന്നവരെ പൂർണ അപകടകാരികളായി കണക്കാക്കുന്നു. ഉല്ലാസവാന്മാരായി ഇരിക്കുന്നവരെ വാങ്ങാൻ നല്ല യജമാനന്മാർ വരുന്നതുകൊണ്ട് ക്യാമ്പുകളിൽ ആരും ഉദാസീനരായി ഇരിക്കുക പതിവില്ല. വിറ്റുപോയില്ലെങ്കിലത്തെ അനുഭവം ഏറ്റവും ദയനീയമായിരിക്കും എന്ന് ഈ അടിമകൾക്ക് അറിയാം.

"ഈ നീഗ്രോ ഇവിടെയിരുന്ന് എന്തുചെയ്യുകയാണ്?" സ്കെഗ്സ്

മുറിവിട്ടുപോയ ശേഷം സാമ്പോ ടോമിന്റെ അരികിലേക്ക് വന്ന് ചോദിച്ചു. ഊർജസ്വലനും തന്ത്രശാലിയുമായ ഒരു കറുത്തവർഗക്കാരനാണ് സാമ്പോ. ആജാനുബാഹുവും.

"നീ ഇവിടെ എന്തുചെയ്യുകയാണ്?" ടോമിന്റെ അടുത്തുവന്ന് തോണ്ടിക്കൊണ്ട് സാമ്പോ ചോദിച്ചു.

"എന്താ തപസുചെയ്യുകയാണോ?"

"നാളെ എന്നെ ലേലത്തിൽ വിൽക്കാൻ പോകുകയാണ്" ടോം ശാന്തനായി മറുപടി നൽകി.

"ലേലത്തിൽ വിൽക്കുക! ഹാ ഹാ! നിന്റെ തമാശ കൊള്ളാം. അതു വിട്. ഞാനവരെ തമാശ പറഞ്ഞ് ചിരിപ്പിക്കുന്നത് കണ്ടില്ലേ? അവരെല്ലാം നാളെ പോകേണ്ടവർ തന്നെയാണ്." ചിരകാല സുഹൃത്തിന്റെ എന്ന പോലെ അഡോൾഫിന്റെ തോളിൽ കൈയിട്ടുകൊണ്ട് പറഞ്ഞു.

"എന്നെ ഒറ്റയ്ക്കു വിടൂ!" അയാളെ വെറുപ്പോടെ നോക്കിക്കൊണ്ട് അഡോൾഫ് പറഞ്ഞു.

"ഇങ്ങോട്ടു നോക്കൂ, കുട്ടികളെ, ഇവനെ നോക്കൂ! വെളുത്ത നീഗ്രോ, ഇളംമഞ്ഞ കളർ, നീ എന്താണ് ശരീരത്തിൽ പുരട്ടിയിരിക്കുന്നത്?" അഡോൾഫിന്റെ അടുത്തുവന്ന് മണപ്പിച്ചുകൊണ്ട് അയാൾ ചോദിച്ചു.

"എടാ, നീ ഒരു ബേക്കറിയിലേക്ക് യോജിച്ചവനാണ്. നല്ല സുഗന്ധം! കട നന്നായി നടക്കും."

"നിന്നോടാണ് മാറിനിൽക്കാൻ പറഞ്ഞത്!" അഡോൾഫിന് ദേഷ്യം നിയന്ത്രിക്കുവാൻ സാധിച്ചില്ല.

"ഹോ! നമ്മൾ വെളുത്ത നീഗ്രോകൾ എത്രമാത്രം വികാരജീവികളാണ് സാമ്പോ അനുകരിച്ചു.

"നല്ല രസമില്ലേ? ഒരു നല്ല കുടുംബത്തിൽനിന്നും വരുന്നവനാണെന്ന് തോന്നുന്നു!"

"തീർച്ചയായും! എനിക്കൊരു യജമാനനുണ്ടായിരുന്നു നിങ്ങളെ എല്ലാവരേയും മൊത്തമായി വാങ്ങാൻ കഴിവുള്ളവൻ!" അഡോൾഫ് പറഞ്ഞു.

"ഓ, അപ്പോൾ നാം മാന്യനാണ്" സാമ്പോ അഭിപ്രായപ്പെട്ടു.

"ഞാൻ സെന്റ് ക്ലെയർ കുടുംബത്തിൽ നിന്നാണ്" അഡോൾഫ് അന്തസ്സും അഭിമാനവും തുളുമ്പുന്ന സ്വരത്തിൽ പറഞ്ഞു.

"മിടുക്കൻ! ഈ നിലയ്ക്ക് നിന്റെ മലം വാങ്ങാൻപോലും ഭാഗ്യമുള്ളവരല്ല വ്യാപാരികൾ! ഈ വൃത്തികെട്ടവന്മാരോടൊപ്പമാണോ നിന്നെ അവർ വിൽക്കാൻ പോകുന്നത്!" സാമ്പോ പ്രകോപനപരമായി ഒരു ഇളി ഇളിച്ചു.

അഡോൾഫിന് കോപംസഹിക്കാൻ കഴിഞ്ഞില്ല. പരിഹാസത്തിൽ കുപിതനായ അഡോൾഫ് എതിരാളിയുടെമേൽ ചാടിവീണ് പൊതിരെ തല്ലി. കണ്ടുനിന്നവർ ആർത്ത് ചിരിച്ചു. ബഹളം കേട്ട് ക്യാമ്പിന്റെ സൂക്ഷിപ്പുകാരൻ വാതിൽക്കലെത്തി.

"എന്തുപറ്റി, കുട്ടികളെ?" അയാളുടെ കൈയിൽ വലിയൊരു ചാട്ട യുണ്ടായിരുന്നു.

ഓരോരുത്തരും ഓരോ ദിക്കുകളിലേക്ക് പാഞ്ഞു. ക്യാമ്പു സൂക്ഷിപ്പുകാരന്റെ സേവകനായ സാമ്പോ മാത്രം ഇളിഞ്ഞ ചിരിയുമായി അവിടെ നിന്നു. അതാണ് അവന്റെ എപ്പോഴത്തെയും പതിവ്.

"യജമാനനെ, ഞങ്ങൾ ഒരു കുഴപ്പത്തിനും പോകുന്നവരല്ല എന്ന് അറിയില്ലേ? എല്ലാറ്റിനും കാരണം പുതുതായി വന്നവരാണ്. ശരിക്കും വഴക്കുണ്ടാക്കാനായി വന്നിരിക്കുകയാണ് അവരെന്നു തോന്നും പ്രവൃത്തി കണ്ടാൽ."

സൂക്ഷിപ്പുകാരൻ നേരെ ടോമിന്റെയും അഡോൾഫിന്റെയും നേരെ ചെന്ന് യാതൊരു അന്വേഷണവും കൂടാതെ, നല്ല അടിവച്ചുകൊടുത്ത ശേഷം "എല്ലാവരും നല്ല കുട്ടികളെപ്പോലെ പോയി കിടന്നുറങ്ങൂ" എന്ന ഉത്തരവ് പുറപ്പെടുവിച്ചു. എന്നിട്ട് വേഗം ആ മുറി വിട്ടുപോയി.

പുരുഷന്മാരുടെ ഷെഡ്ഡിൽ ഈ കോലാഹലങ്ങളെല്ലാം അരങ്ങേറുമ്പോൾ സ്ത്രീകൾ അനിശ്ചിതത്വം നിറഞ്ഞ ഭാവിയിലേക്കു നോക്കി ഓരോയിടത്തും ചടഞ്ഞുകൂടി ഇരിക്കുകയായിരുന്നു. പലനിറക്കാരും പല വർഗക്കാരും അവിടെയെല്ലാം കിടപ്പുണ്ട്. തനി കറുപ്പുനിറമുള്ളവർ മുതൽ ശുദ്ധമായ വെള്ളനിറമുള്ളവർ വരെ. അവരുടെ കൂട്ടത്തിൽ കൈക്കുഞ്ഞുങ്ങൾ മുതൽ വൃദ്ധകൾ വരെയുണ്ട്. തലേന്ന് ഒരു വ്യാപാരി വാങ്ങിക്കൊണ്ടുപോയ അമ്മയുടെ പത്തുവയസുകാരിയായ മകൾ കരഞ്ഞുകരഞ്ഞ് ഉറങ്ങി. ആരും അവളെ ശ്രദ്ധിക്കുകയോ ഒന്നു തിരിഞ്ഞു നോക്കുക പോലുമോ ചെയ്യുന്നില്ല. ഒരു നീഗ്രോ മുത്തശ്ശി അവളുടെ തൊട്ടരികിൽ ഇരിപ്പുണ്ട്. ആ വൃദ്ധയുടെ കൈവിരലുകൾ കണ്ടാൽ തന്നെ മനസിലാകും അവൾ കഠിനാധ്വാനം ചെയ്യുന്നവളാണ് എന്ന്. നാളെ അവളേയും ആരെങ്കിലും വാങ്ങിക്കൊണ്ടുപോകും. വേറെയും അമ്പതമ്പത്തഞ്ചു പെണ്ണുങ്ങൾ ഓരോ ദിക്കിലായി തുണികൊണ്ട് തലമൂടി കിടപ്പുണ്ട്.

ഒരു മൂലയിൽ ഇരിക്കുന്ന രണ്ടു സ്ത്രീകൾ മറ്റുള്ളവരിൽനിന്നും പൂർണമായും വ്യത്യസ്തത പുലർത്തുന്നവരാണ്. നാൽപ്പതിനും അമ്പതിനും ഇടയ്ക്ക് പ്രായമുള്ള ഭംഗിയായി വസ്ത്രം ധരിച്ച ഒരു നീഗ്രോ വനിതയാണ് അതിൽ ഒരുവൾ. നീണ്ടമിഴികളും പ്രസന്നമായ മുഖഭാവവും ഉള്ളവൾ. മനോഹരമായ ഒരു സ്കാർഫ് അവൾ തലയിൽ കെട്ടിയിട്ടുണ്ട്. വളരെ വിലപിടിപ്പുള്ളതും ഭംഗിയുള്ളതുമായ വസ്ത്രമാണ് അവൾ ധരിച്ചിരുന്നത്. പത്തുപതിനഞ്ചു വയസുള്ള ഒരു പെൺകുട്ടി അവളെ തൊട്ടുരുമ്മി ഇരിക്കുന്നുണ്ട്. നല്ല നിറമുള്ള ആ പെൺകുട്ടി അവളുടെ മകളാണെന്ന് രണ്ടുപേരുടേയും മുഖച്ഛായകൊണ്ട് വ്യക്തമാകും. അമ്മയുടേതുപോലുള്ള നീണ്ടനയനങ്ങൾ. ഇടതൂർന്ന കൺപീലികൾ. ചുരുണ്ടമുടി തവിട്ടു നിറത്തിലുള്ളതാണ്. അവളും വളരെ വൃത്തിയായ സ്ത്രം ധരച്ചിരിക്കുന്നു. അവളുടെ വെളുത്തതും മൃദുവായതുമായ

കൈകൾ കണ്ടാൽ ഒരു വേലക്കാരിയാണെന്ന് തോന്നുകയേ ഇല്ല. സെന്റ് ക്ലെയറിന്റെ ജോലിക്കാരെ ലേലം വിളിക്കുന്നതോടൊപ്പം അവരെയും നാളെ ലേലത്തിൽ വിൽക്കും. ന്യൂയോർക്കിലെ ക്രിസ്ത്യൻ പള്ളിയിലെ അംഗമാണ് അവരെ വിൽക്കുന്ന യജമാനൻ. അവരെ വിറ്റുകിട്ടുന്ന പണം അങ്ങോട്ട് അയച്ചുകൊടുക്കും. അയാൾ ആ പണം വാങ്ങി പള്ളിയിൽ വിശുദ്ധകർമ്മം നടത്താനായി പോകും. അങ്ങനെ ദൈവാനുഗ്രഹം നേടും. അതോടെ സകലതും മറക്കപ്പെടും.

ഈ രണ്ടു സ്ത്രീകൾ, അമ്മയും മകളും, സൂസനും എമിലീനും ന്യൂ ഓർലീൻസിലെ സ്നേഹമയിയും ഭക്തയുമായ ഒരു ഉത്തമസ്ത്രീ രത്നത്തിന്റെ പരിചാരികമാരായിരുന്നു. മതത്തിന്റെ ചട്ടക്കൂടുകളിൽ നിന്നുകൊണ്ട് അവരെ പഠിപ്പിച്ച് പരിശീലിപ്പിച്ച് വളർത്തി. മതത്തിന്റെയും ദൈവത്തിന്റെയും മഹത്വത്തെ കുറിച്ച് നല്ല പരിജ്ഞാനം നൽകി അവരെ ബോധവതികളാക്കി മാറ്റിയെടുത്തു. എഴുത്തും വായനയും വളരെ ചെറുപ്പത്തിൽ തന്നെ അഭ്യസിപ്പിച്ചു. അവർ വളരെ സന്തുഷ്ടമായ ഒരു ജീവിതം നയിച്ചു പോരുകയായിരുന്നു. ആ സ്ത്രീയുടെ സ്വത്തുവകകളും വ്യാപാരസ്ഥാപനങ്ങളും എല്ലാം നോക്കിനടത്തിയിരുന്നത് അവരുടെ ഒരേയൊരു മകനായിരുന്നു. ധാരാളിയും ധൂർത്തനുമായ അവന്റെ അശ്രദ്ധമായ കാര്യസ്ഥത ചെന്നവസാനിച്ചത് ഏറ്റവും വലിയ നഷ്ടത്തിലായിരുന്നു. അവസാനം കച്ചവടം മുഴുവൻ പൊളിഞ്ഞ് പാളീസായി. അവരുടെ എസ്റ്റേറ്റും മറ്റു സകല സ്വത്തുക്കളും പണം കൊടുക്കാനുള്ളവർക്ക് നിയമത്തിന്റെ പിൻബലത്തോടെ പിടിച്ചെടുക്കാമെന്ന അവസ്ഥയിൽ എത്തിച്ചേർന്നു കാര്യങ്ങൾ. എന്നാൽ ന്യൂയോർക്കുകാരനായ ധനികനായ ആ മനുഷ്യന് തന്റെ വീട്ടിൽ കുടുംബാംഗങ്ങളെപ്പോലെ കഴിഞ്ഞിരുന്ന സ്ത്രീകളെ കച്ചവടച്ചരക്കുകളായി കാണുന്നതിൽ വിഷമംതോന്നി. അടിമവ്യാപാരം പതിവില്ലാത്ത സ്വതന്ത്രസംസ്ഥാനത്തിലെ സത്യക്രിസ്ത്യാനിയായിരുന്നു അയാൾ. എന്നാൽ തനിക്കു ലഭിക്കേണ്ടിയിരിക്കുന്ന മുപ്പതിനായിരം ഡോളർ നഷ്ടപ്പെടുത്താൻ ആഗ്രഹവുമില്ല. ആദർശത്തിന്റെ പേരിൽ അത്രയും പണം ഉപേക്ഷിക്കുവാനും മനസു വന്നില്ല. ഒടുവിൽ പലരോടും കൂടിയാലോചിച്ച ശേഷം, യോജിച്ചരീതിയിൽ കാര്യങ്ങൾ നടത്തി, പണം ന്യൂയോർക്കിലേക്കയച്ചാൽ മതിയെന്ന് അയാൾ വക്കീലിനെഴുതി.

വക്കീലിന് കത്ത് ലഭിച്ചതിന്റെ തൊട്ടടുത്ത ദിവസം, സൂസനെയും എമിലീനെയും അടുത്ത ദിവസം നടക്കുന്ന ലേലത്തിനായി അടിമത്താവളത്തിലേക്ക് അയച്ചു.

ജനൽപാളികൾക്കിടിയിലൂടെ ഒളിച്ചു ചെല്ലുന്ന നേരിയ നിലാവിലൂടെ, ഇരുവരും ഇരുന്ന് കരയുന്നത് കാണാം. ഒരാളുടെ സങ്കടം മറ്റേയാൾ മനസിലാക്കാതിരിക്കാനായി നിശ്ശബ്ദമായാണ് രണ്ടുപേരും തേങ്ങിയിരുന്നത്. കരച്ചിലിനിടയിൽ അവർ സംസാരിക്കാൻ തുടങ്ങി.

“മമ്മാ, കുറച്ചുനേരം എന്റെ മടിയിൽ തലചായ്ച്ച് ഒന്നുറങ്ങാൻ ശ്രമിച്ചു നോക്കൂ!” സമാധാനം നേടിയെടുക്കാൻ ശ്രമിച്ചുകൊണ്ട് ആ

പെൺകുട്ടി പറഞ്ഞു.

"ഞാനെങ്ങനെയാണ് എമിലീൻ ഉറങ്ങുക? എനിക്ക് ഉറങ്ങാൻ പറ്റില്ല! എനിക്കതിന് കഴിയുകയില്ല. മിക്കവാറും നമ്മൾ ഒരുമിച്ചു കഴിയുന്ന അവസാനത്തെ രാത്രി ആയിരിക്കാം ഇത്!"

"മമ്മാ, അങ്ങനെ ഒന്നും പറയരുത്! ഒരുപക്ഷേ നമ്മളെ ഒരുമിച്ച് ആരെങ്കിലും വാങ്ങിയേക്കാം. ആർക്കറിയാം എന്താണ് സംഭവിക്കാൻ പോകുന്നത്?"

"ആരുടെ കാര്യത്തിലും അങ്ങനെ സംഭവിച്ചേക്കാമെന്നേ എനിക്ക് കരുതാനാകൂ എമിലീൻ." അമ്മ മറുപടി പറഞ്ഞു.

"നിന്നെ നഷ്ടപ്പെടുമോ എന്നത് എന്നിൽ ഭയം ജനിപ്പിക്കുന്നു. അപകടം മാത്രമേ എന്റെ കൺമുന്നിൽ തെളിയുന്നുള്ളൂ."

"എന്തുകൊണ്ടാണു മമ്മാ! അയാൾ പറഞ്ഞത് നമ്മൾ ഒരുമിച്ച് വിൽക്കപ്പെടും എന്നല്ലേ?"

ആ മനുഷ്യന്റെ നോട്ടവും വാക്കുകളും എല്ലാം സൂസന്റെ മുന്നിൽ തെളിഞ്ഞു വന്നു. എമിലീന്റെ ശരീരത്തിലേക്കുള്ള അയാളുടെ നോട്ടവും 'ഒന്നാംതരം ചരക്ക്' എന്ന അഭിപ്രായപ്രകടനവും ആ അമ്മയുടെ മനസിനെ തകർത്തുകളഞ്ഞിരുന്നു. ഒരു നല്ല ക്രിസ്ത്യാനിസ്ത്രീ എങ്ങനെയായിരിക്കണമെന്ന് ചെറുപ്പത്തിൽ തന്നെ പരിശീലനം ലഭിച്ച സ്ത്രീയാണ് സൂസൻ. അവൾ എന്നും *ബൈബിൾ* വായിക്കുമായിരുന്നു. അപമാനകരമായ ഒരു ജീവിത്തിലേക്ക് തന്റെ മകൾ വലിച്ചിഴയ്ക്കപ്പെടുമോ, എന്ന ഭീതിജനകമായ ചിന്ത ഏതൊരു ക്രൈസ്തവ മാതാവിനെയും പോലെ അവളെയും ഭയപ്പെടുത്തി. എന്നാൽ നിസ്സഹായയായ ആ മാതാവിന് യാതൊന്നും ചെയ്യാൻ കഴിയുമായിരുന്നില്ല. അവൾക്ക് എവിടെ നിന്നും സുരക്ഷിതത്വമോ സംരക്ഷണമോ പ്രതീക്ഷിക്കാൻ ഇല്ല. എല്ലാ ആശയും അസ്തമിച്ച ഒരു പാവം മാതാവ്!

"മമ്മാ, നമുക്കെന്തായാലും ഒരു സ്ഥലത്ത് സുഖമായി ജീവിക്കുവാൻ സാധിക്കുമെന്ന് എന്റെ മനസ്സ് പറയുന്നു. അമ്മയ്ക്ക് ഏതെങ്കിലും ഒരു വീട്ടിലെ പാചകക്കാരിയായും എനിക്കവിടത്തെ പരിചാരികയായും ജീവിക്കുവാൻ കഴിയും. നമുക്ക് സന്തോഷമായി കഴിയാം." എമിലീൻ പറഞ്ഞു.

"നാളെ നീ തലമുടി നേരെ പിന്നിലേക്കാക്കി ചീകിയിടണം" സൂസൻ മകളെ ഓർമിപ്പിച്ചു.

"എന്തിനാണു മമ്മാ അങ്ങനെ ചെയ്യുന്നത് അതെനിക്കൊരു ചേർച്ചയും ഇല്ല."

"ശരി തന്നെ. എന്നാൽ നീ നല്ല നിലയിൽ വിൽക്കപ്പെടും"

"അമ്മയുടെ ഉദ്ദേശ്യം എനിക്ക് മനസിലാകുന്നില്ല." കുട്ടി ആവർത്തിച്ചു.

"സാധാരണ മട്ടിൽ ഇരുന്നാലേ മാന്യരായ കുടുംബക്കാർ നിന്നെ വാങ്ങൂ. സുന്ദരിയാകാൻ നീ ശ്രമിക്കുകയാണ് എന്ന് അവർക്കു തോന്നരുത്.

വാങ്ങാൻ വരുന്നവരുടെ രീതി നിന്നേക്കാൾ നന്നായി എനിക്കറിയാം."

"ശരി മമ്മാ, ഞാൻ നിങ്ങൾ പറയുന്നതുപോലെ ചെയ്യാം."

"എമിലീൻ, നമ്മൾ ഇനി ഒരിക്കലും പരസ്പരം കാണാതിരിക്കുകയാണെങ്കിൽ-എന്നെ ഏതെങ്കിലും തോട്ടപ്പണിക്കായും നിന്നെ മറ്റെവിടേക്കെങ്കിലും വിൽക്കുകയാണെങ്കിൽ-നമ്മൾ എങ്ങനെയാണ് വളർത്തപ്പെട്ടതെന്നും യജമാനത്തി നിന്നോട് പറഞ്ഞിരുന്നത് എന്തെല്ലാമാണെന്നും എപ്പോഴും ഓർമിക്കുക. നീ, നിന്റെ *ബൈബിളും* സ്തോത്ര പുസ്തകവും കൈയിൽ സൂക്ഷിക്കുക. നീ ദൈവത്തിൽ വിശ്വസിക്കുന്നുണ്ടെങ്കിൽ ആ ദൈവം നിന്നെ തീർച്ചയായും കാത്തുരക്ഷിക്കും."

നിസ്സഹായയായ ആ അമ്മയുടെ മനോവേദന വളരെ കടുത്തതായിരുന്നു. നാളത്തെ ചന്തയിൽ വിലപേശാൻ എത്തുന്നവൻ എത്ര വൃത്തികെട്ടവനും ക്രൂരനുമായാലും, എത്ര കരുണയില്ലാത്തവനും ദൈവവിചാരം ഇല്ലാത്തവനുമായാലും ധനികനാണെങ്കിൽ അവന് തന്റെ മകളെ സ്വന്തമാക്കാൻ കഴിയും എന്നവൾക്ക് നന്നായി അറിയാം. ശരീരവും മനസും ഒരു ആഭാസൻ വിലയ്ക്കു വാങ്ങിയാൽ പിന്നെ അവൾക്ക് വിശ്വസ്തയായിരിക്കുവാൻ കഴിയുമോ? മകളെ തഴുകി ആശ്വസിപ്പിച്ചുകൊണ്ടിരിക്കുമ്പോൾ ഇത്തരം ചിന്തകളാണ് ആ അമ്മയുടെ മനസിലൂടെ കടന്നുപോയത്. ദുഃഖചിന്തകൾ അവളെ തളർത്തി. തന്റെ മകൾ ഇത്രയും സുന്ദരിയായിരുന്നില്ലെങ്കിൽ എത്ര നന്നായിരുന്നു എന്നവൾ ആലോചിച്ചുപോയി. എത്ര പരിശുദ്ധയും ഭക്തയും ആക്കിയാണ് അവളെ താൻ ഇത്രയും കാലം വളർത്തിക്കൊണ്ടു വന്നത്. സാധാരണക്കാരിൽനിന്നും വ്യത്യസ്തയായി.

ഇനി ആശ്രയം ദൈവം മാത്രമാണ്. അവനോടു പ്രാർഥിക്കുക! വളരെനേരം മാന്യരും നിഷ്കളങ്കരുമായ ഈ അടിമത്തടവുകാർ ദൈവത്തോട് പ്രാർഥിച്ചു-ഏറ്റവും നല്ലവരായ ഇവരുടെ പ്രാർഥനകൾ ദൈവം ഉപേക്ഷിക്കില്ലായിരിക്കും. കാരണം ഇപ്രകാരമാണല്ലോ എഴുതപ്പെട്ടിരിക്കുന്നത്. "ഈ കുഞ്ഞുങ്ങളെ ദ്രോഹിക്കുന്നവർ, ഒരു കല്ല് കഴുത്തിൽ കെട്ടിയിട്ട് ആഴക്കടലിൽ ചാടി ചാകുന്നതാണ് നല്ലത്."

ചന്ദ്രന്റെ കുളിർമയുള്ള കിരണങ്ങൾ ജനലിലൂടെ മുറിയിലേക്ക് കടന്നുവരുന്നുണ്ട്. ആ നേർത്ത വെളിച്ചത്തിൽ ഉറങ്ങുന്ന രൂപങ്ങൾ അവ്യക്തമായി കാണാൻ സാധിക്കും. അമ്മയും മകളും ശോകാത്മകമായ ഒരു കീർത്തനം ആലപിക്കുകയാണ്. പതിവായി ശവസംസ്കാര വേളയിലാണ് അടിമകൾ ഇത്തരം കീർത്തനങ്ങൾ ആലപിക്കാറുള്ളത്.

"വിലപിക്കുന്ന മേരി എവിടെയാണ്!
വിലപിക്കുന്ന മേരി എവിടെയാണ്?
സ്വർഗരാജ്യത്തേക്ക്പോയി
അവൾ ഈ ലോകം വെടിഞ്ഞു
സ്വർഗലോകത്തേക്ക് പോയി!"

പ്രത്യേകമായ, ശോകരസവും മാധുര്യവും ഊറുന്ന സ്വരത്തിലാ

യിരുന്നു അവരുടെ കീർത്തനാലാപനം. ആ മുറയിൽ വിഷാദം തളം കെട്ടി നിന്നു.

"എവിടെയാണ് പോളും സിലാസും
എവിടെയാണ് പോളും സിലാസും
അവർ ഈ ലോകം വെടിഞ്ഞ്
സ്വർഗരാജ്യത്തിലേക്ക് പോയി."

പ്രഭാതം തങ്ങളെ എന്നെന്നേക്കുമായി വേർപ്പെടുത്തും എന്ന ചിന്തയിൽ അവർ പാടിക്കൊണ്ടിരുന്നു. രാത്രി ഹ്രസ്വമാണെന്ന ചിന്ത ഹൃദയങ്ങളെ മഥിച്ചു.

സൂര്യൻ ഉദിച്ചു. കരഞ്ഞുറങ്ങിയിരുന്ന സ്ത്രീകളെല്ലാം എഴുന്നേറ്റു. സ്കെഗ്സ് പ്രസന്നവദനനായി തിരക്കുപിടിച്ച് ഓടിനടക്കുകയാണ്. അയാൾക്ക് അന്ന് ഒരുപാട് മുന്തിയതരം ചരക്കുകളെ ലേലം വിളിക്കാനുണ്ട്. ടോയ്‌ലറ്റുകളിലെല്ലാം ഒരു മിന്നൽ പരിശോധന നടത്തി ഏറ്റവും നല്ല ഉടുപ്പുകൾ വൃത്തിയായി ധരിച്ച് നിൽക്കുവാൻ അടിമകൾക്ക് നിർദേശം നൽകി. അവസാനത്തെ പരിശോധനകൾക്കായി സിഗരറ്റുമായി സ്കെഗ്സ് എല്ലാവരുടേയും അടുത്തെത്തി അവസാനത്തെ തയാറെടുപ്പുകൾക്ക് നേതൃത്വം നൽകുന്നു.

"എന്തുപറ്റി?" സൂസന്റെയും എമിലീന്റെയും മുന്നിലെത്തി അയാൾ ചോദിച്ചു.

"നിന്റെ മനോഹരമായ ചുരുളൻ മുടി എവിടെ മറച്ചുവച്ചു പെൺകുട്ടീ?"

പെൺകുട്ടി ഭയന്നമിഴികളോടെ അമ്മയെ നോക്കി അമ്മ ഉടനെ തന്നെ മറുപടി കണ്ടുപിടിച്ചു.

"മുടി വൃത്തിയാക്കി പിന്നാക്കം ചീകിയിടാൻ ഞാനാണ് അവളോട് ഇന്നലെ രാത്രി പറഞ്ഞത്, മുടി മുഖത്തു വീണ് പാറിക്കളിക്കാതിരിക്കാൻ- അപ്പോൾ കൂടുതൽ ആദരണീയയായി തോന്നും."

അയാൾ പെൺകുട്ടിയോട് ആജ്ഞാപിച്ചു.

"നീ ഉടനെ പോയി, ചുരുളൻ മുടി ഭംഗിയായി ചീകിയിട്ടിട്ട് വരൂ! പെട്ടെന്നു വേണം. നീ കൂടി പോയി അവളെ സഹായിക്കൂ!" അയാൾ അമ്മയോട് നിർദേശിച്ചു.

"ആ ചുരുളൻ മുടി, വ്യാപാരത്തിൽ നൂറുഡോളറിന്റെ വ്യത്യാസമാണ് വരുത്തുക."

ഗോപുരത്തിനു കീഴിലുള്ള മാർബിൾത്തറയിൽ ആ നാട്ടിലെ സകല ആളുകളും നിലയുറപ്പിച്ചിരുന്നു. ഓരോ ഭാഗത്തും ലേലം വിളിക്കാർക്ക് നിലയുറപ്പിക്കാനായി ചെറിയ മണ്ഡപമുണ്ട്. ഇംഗ്ലീഷിലും ഫ്രഞ്ചിലും ഭംഗിയായി സംസാരിക്കുവാൻ കഴിവുള്ള രണ്ടു മാന്യന്മാർ അടുത്തടുത്ത മണ്ഡപങ്ങളിൽ കയറിനിൽക്കുന്നു. അവർ ലേലംവിളിക്കാരെ പ്രോത്സാഹിപ്പിക്കുകയാണ്. മൂന്നാമത്തെ മണ്ഡപം ഒഴിഞ്ഞു കിടക്കുന്നു. അതിനു ചുറ്റും ആളുകൾ കൂടിയിട്ടുണ്ട് ലേലം ആരംഭിക്കാനായി കാത്തുനിൽക്കു

ന്നവർ. സെന്റ് ക്ലെയറിന്റെ വിശ്വസ്തഭൃത്യരായ ടോം, അഡോൾഫ് എന്നിവർ ആ കൂട്ടത്തിൽ ഉണ്ട്. അതിനടുത്തായി സൂസനും എമിലീനും ആകാംക്ഷാഭരിതമായ മുഖത്തോടെ തങ്ങളുടെ ഊഴവും കാത്ത് ദുഃഖിതരായി നിൽക്കുന്നുണ്ട്. അടിമകളെ വാങ്ങാനായി വരുന്നവർ മാത്രമല്ല, അല്ലാത്തവരും അവിടെ കൂടിയിട്ടുണ്ട്. സകലരും വിൽപ്പനച്ചരക്കുകളെ പരിശോധിച്ച് അഭിപ്രായപ്രകടനം നടത്തുന്നു. കുതിരകളുടെ ഗുണഗണങ്ങൾ വിവരിച്ച് വ്യാപാരം നടത്തുന്ന കുതിരക്കച്ചവടക്കാരനെപ്പോലെ!

"ഓ, ആൽഫ് നീ ഇവിടെ എങ്ങനെ വന്നുപെട്ടു?"

കാഴ്ചയിൽ മാന്യനെന്നു തോന്നിക്കുന്ന ഒരു യുവാവ് അതുപോലുള്ള മറ്റൊരുത്തന്റെ തോളിൽ തട്ടിക്കൊണ്ട് ചോദിച്ചു. അയാൾ അഡോൾഫിനെ സസൂക്ഷ്മം പരിശോധിച്ചുകൊണ്ടിരിക്കുകയായിരുന്നു.

"അതെയ്, എനിക്ക് നല്ലൊരു ജോലിക്കാരനെ വേണം. സെന്റ് ക്ലെയറിന്റെ ആളുകൾ ഈ ചന്തയിൽ ഉണ്ടാകുമെന്ന് കേട്ടു. അവരെയൊന്നു നോക്കാമെന്ന് വിചാരിച്ച് ഇറങ്ങിയതാണ്...."

"സെന്റ് ക്ലെയറിന്റെ ജോലിക്കാരെ ഒരിക്കലും വാങ്ങരുത്. ഏറ്റവും വഷളാക്കപ്പെട്ട നീഗ്രോകളാണ് അവർ. എല്ലാമതേ, ഒരു പിശാചിനെപ്പോലെ ധിക്കാരികൾ ആണ്." വേറൊരുത്തൻ അഭിപ്രായപ്രകടനം നടത്തി.

"അത്തരത്തിലുള്ള പേടിയൊന്നും എനിക്കില്ല." ആദ്യത്തെ ആൾ പറഞ്ഞു.

"അവരെ എന്റെ കൈയിൽ കിട്ടിയാൽ പിന്നെ അവരുടെ ധിക്കാരമെല്ലാം ഞാൻ പറപ്പിച്ചു കളയും. സെന്റ് ക്ലെയറല്ല, അയാളിൽനിന്നും തികച്ചും വ്യത്യസ്തനാണ് പുതിയ യജമാനൻ എന്ന് അവർക്ക് അതിവേഗം ബോധ്യം വരും.

ഞാൻ വാക്കുപറയുകയാണ്. ഞാൻ അവനെ വാങ്ങിക്കും. അവനെ മര്യാദ പഠിപ്പിക്കുകയും ചെയ്യും. അവന്റെ രൂപവും ഭാവവും എല്ലാം എനിക്ക് നന്നായി പിടിച്ചു.

"അവനെ തീറ്റിപ്പോറ്റണമെങ്കിൽ, നിന്റെ സകല സമ്പാദ്യവും ചെലവാക്കേണ്ടി വരുമെന്ന് ഉടനെ മനസിലാകും. അത്രയ്ക്കു ധാരാളിയും ധൂർത്തനുമാണ് അവനെന്ന് കണ്ടാൽ തന്നെ മനസിലാകും."

"എന്റെ അടുത്ത് അവന്റെ ധാരാളിത്തവും ധൂർത്തും ഒന്നും ചെലവാകില്ല എന്ന് ഞാൻ വളരെവേഗം തന്നെ മനസിലാക്കിക്കൊടുക്കും. അവനെ ഞാൻ അടിമുടി മാറ്റിയെടുക്കുന്നത് വൈകാതെ തന്നെ നിങ്ങൾക്ക് കാണാനാകും. ഞാനവനെ വാങ്ങിക്കും അതുറപ്പാണ്."

തന്റെ ചുറ്റുപാടും നടക്കുന്നവരുടേയും വന്നുപോകുന്നവരുടേയും മുഖഭാവം ആകാംക്ഷയോടെ വീക്ഷിച്ചുകൊണ്ട് നിൽക്കുകയാണ് ടോം. ഇവരിൽ ആരെയാകും താൻ യജമാനനായി സ്വീകരിക്കേണ്ടിവരുക? ധാരാളം ആളുകളെ ടോം അവിടെ കണ്ടു. പല രൂപത്തിലും പല ഭാവത്തിലും ഉള്ളവർ. ഓരോരുത്തരും അവരവർക്ക് മനസിനു പിടിച്ചവരെ തിരഞ്ഞെടുക്കുന്നു. ഓരോ മനുഷ്യരെ വിലപേശി വാങ്ങിയിരുന്നത്, ചന്ത

യിൽനിന്നും എന്തെങ്കിലും വസ്തുക്കൾ വിലപേശി വാങ്ങുന്ന അതേ ലാഘവത്തോടെയായിരുന്നു. എന്നാൽ അവരാരും തന്നെ സെന്റ് ക്ലെയർ ആയിരുന്നില്ല.

ലേലം ആരംഭിക്കുന്നതിനു തൊട്ടു മുമ്പായി, ഉയരം കുറഞ്ഞ്, വിരിഞ്ഞ നെഞ്ചുള്ള കരുത്തനായ ഒരാൾ ലേലത്തിൽ പങ്കെടുക്കുവാനായി അതീവ താൽപ്പര്യത്തോടെ തിടുക്കത്തിൽ അവിടേക്ക് കടന്നുവന്നു. വൃത്തികെട്ടൊരു ട്രൗസറും നെഞ്ചിനു താഴെവരെ തുറന്നുകിടക്കുന്ന കള്ളിഷർട്ടുമാണ് അയാളുടെ വേഷം. അടിമകളെ നിരത്തിയിരിക്കുന്ന സ്ഥലത്തേക്കുചെന്ന് ആയാൾ ഓരോരുത്തരേയും സൂക്ഷ്മമായി പരിശോധിക്കുവാൻ തുടങ്ങി. അയാൾ തന്റെ അടുത്തേക്കാണ് വരുന്നതെന്നു മനസിലായപ്പോൾ ടോമിന്റെ ഉള്ളിൽ അജ്ഞാതമായ ഒരു ഭീതി ഉണർന്നു. അയാൾ അടുത്തേക്ക് ഓരോ അടിവയ്ക്കുമ്പോഴും അത് ഇരട്ടിയായിക്കൊണ്ടിരുന്നു. കുള്ളനാണെങ്കിലും രാക്ഷസനേക്കാൾ ശക്തനാണ് അയാൾ. ഭാവവും രാക്ഷസന്റേതു തന്നെ. അവന്റെ ഉരുണ്ട തലയും ചാരനിറത്തിലുള്ള ഉണ്ടക്കണ്ണുകളും പരുക്കൻ രോമങ്ങൾ ഇടതൂർന്ന് നിൽക്കുന്ന കൺപോളകളും പ്രാകൃതമായ രീതിയിൽ കിടക്കുന്ന വെട്ടിയൊതുക്കാത്ത കോലൻ മുടിയും ആരിലും ഭീതി ഉളവാക്കും. അയാളുടെ വലിയ പരുക്കൻ വായയിൽ പുകയില കുത്തി നിറച്ചിട്ടുണ്ട്. ചില സമയത്ത് അതിന്റെ ചാറ് വായിലൂടെ പുറത്തേക്ക് ഒഴുക്കുന്നു. ഇടയ്ക്കെല്ലാം ചണ്ടി തുപ്പുന്നുണ്ട്. അപ്പോൾ കാർക്കിക്കുന്ന ശബ്ദം അടുത്തുനിൽക്കുന്നവരെ വല്ലാതെ അലോസരപ്പെടുത്തുകയും ചെയ്യുന്നു. കൈകൾ വലുതും രോമം നിറഞ്ഞതുമാണ്. കൈവിരലിലെ നഖങ്ങൾ നീണ്ടിരിക്കുന്നു. ഒപ്പം അഴുക്കുനിറഞ്ഞും. കൈകൾ സൂര്യതാപമേറ്റ് കരുവാളിച്ചിരിക്കുന്നു. ഓരോരുത്തരുടേയും അടുത്തുനിന്ന് വിശദമായി പരിശോധിച്ചു. ടോമിന്റെ താടി പിടിച്ചുതാഴ്ത്തി വായ തുറപ്പിച്ച് പല്ലുകൾ ഒന്നൊന്നായി പരിശോധിച്ചു. ഷർട്ടിന്റെ കൈകൾ പൊക്കി പേശികൾ കണ്ട് തൃപ്തിപ്പെട്ടു. ശാരീരിക യോഗ്യത അറിയാൻ വേണ്ടി ടോമിനെ തുള്ളിച്ചാടിച്ചു. അയാളെ വട്ടം കറക്കി. ചാടാനും ആടാനും പറഞ്ഞു.

"നീ എവിടെയാണ് വളർന്നത്?" അയാൾ ചോദ്യങ്ങൾ ചോദിക്കുവാൻ ആരംഭിച്ചു.

"കെന്റക്കിൽ, യജമാനനെ!" ആ മറുപടി കേട്ടാൽ താൻ രക്ഷപ്പെട്ടേക്കും എന്ന പ്രതീക്ഷ അവന്റെ ഉള്ളിൽ ഉണ്ടായിരുന്നു.

"നീ അവിടെ എന്തു ചെയ്യുകയായിരുന്നു?"

"യജമാനന്റെ കൃഷിസ്ഥലങ്ങൾ നോക്കിനടത്തുക."

"ശരി. നല്ലകാര്യം"

അയാൾ നടന്നുപോയി. അഡോൾഫിനെ കണ്ടപ്പോൾ അവന്റെ മുന്നിൽ അൽപ്പസമയം നിന്നു. അവന്റെ കറുത്ത് തിളങ്ങുന്ന ബൂട്സിൽ നീട്ടിതുപ്പിയ ശേഷം പുച്ഛത്തോടെ നോക്കിക്കൊണ്ട് നടന്നുനീങ്ങി. സൂസന്റേയും എമിലീന്റെയും മുന്നിൽ എത്തിയപ്പോൾ പെട്ടെന്നു നിന്നു.

തന്റെ അറപ്പുളവാക്കുന്ന കൈകൾ നീട്ടി ആ പെൺകുട്ടിയെ പിടിച്ച് തന്നോട് അടുപ്പിച്ചു. അവളുടെ കഴുത്തിലൂടെയും മാറിടത്തിലൂടേയും അവന്റെ വൃത്തികെട്ട കൈകൾ പാഞ്ഞു നടന്നു. വായ തുറപ്പിച്ച് പല്ലുകൾ പരിശോധിച്ചു. അതിനുശേഷം അമ്മയുടെ നേർക്ക് ഒരു തള്ളു വച്ചു കൊടുത്തു. അപരിചിതനായ ആ വൃത്തികെട്ട കുള്ളന്റെ നോട്ടവും പ്രവൃത്തിയും എല്ലാം ആ പാവം അമ്മയുടെ ഹൃദയം കീറിമുറിച്ചുകൊണ്ടിരുന്നു. എങ്കിലും ക്ഷമ കൈവരിക്കുവാൻ ശ്രമിച്ചുകൊണ്ട് അവൾ ആ വേദന കടിച്ചിറക്കിക്കൊണ്ടുനിന്നു.

പെൺകുട്ടി ഭയന്നു വിറച്ച് ഉറക്കെ കരഞ്ഞു.

"കരച്ചിൽ നിർത്ത്! ധിക്കാരിയായ പെൺകുട്ടി," ലേലക്കാരൻ ദേഷ്യത്തോടെ അലറി.

"ഇവിടെ നിന്ന് വെറുതെ ചിണുങ്ങണ്ട! ലേലം തുടങ്ങാൻ പോകുകയാണ്."

ഉടനെ തന്നെ ലേലം ആരംഭിച്ചു. അഡോൾഫ് ഏറ്റവും നല്ല വിലയ്ക്ക് വിറ്റുപോയി. അവനെ കണ്ടമാത്രയിൽ വാങ്ങാൻ ആഗ്രഹിച്ച യുവാവുതന്നെയാണ് വാങ്ങിയത്. അവന്റെ ലേലം വിളി സാധാരണത്തേതിൽ കൂടുതൽ സമയം നീണ്ടു. സെന്റ് ക്ലെയറിന്റെ മറ്റു ജോലിക്കാരേയും ഓരോ യജമാനൻമാർ വാങ്ങിക്കൊണ്ടുപോയി.

"അടുത്തത് നിന്റെ ഊഴമാണ്, നീ കേൾക്കുന്നുണ്ടോ?" ലേലക്കാരൻ ടോമിനോടു വിളിച്ചു പറഞ്ഞു. ടോം മണ്ഡപത്തിലേക്ക് കയറി നിന്നു. അയാൾ ആകാംക്ഷയോടെയാണ് ചുറ്റുപാടും നോക്കിക്കൊണ്ടിരുന്നത്. ലേലസ്ഥലം ശബ്ദമുഖരിതമാണ്. അവ്യക്തമായ ഒരു മുഴക്കം അവിടെയെല്ലാം ഉണ്ടായിരുന്നു. ലേലം വിളിക്കാരൻ ടോമിന്റെ വിവരണം ഇംഗ്ലീഷിലും ഫ്രഞ്ചിലും വിളിച്ചുപറഞ്ഞുകൊണ്ടിരുന്നു. ലേലം മുറുകി. അവസാനം ലേലത്തുക ഉറപ്പിച്ചതിന്റെ ചുറ്റികയടി ശബ്ദം മുഴങ്ങി. ഡോളറുകൾ കൈമാറുന്നതോടെ അവനേയും കൈമാറ്റം ചെയ്തു. അങ്ങനെ ടോമിനും ഒരു യജമാനനെ കിട്ടിയിരിക്കുന്നു.

ടോമിനെ മണ്ഡപത്തിൽ നിന്നും പുറത്തേക്ക് തള്ളി-ആ വൃത്തികെട്ട കുള്ളൻ ടോമിന്റെ തോളിൽ ബലമായി പിടിച്ച് മറ്റൊരു ഭാഗത്തേക്ക് തള്ളിക്കൊണ്ട് കനത്ത ശബ്ദത്തിൽ അലറി.

"അങ്ങോട്ട് മാറി നിൽക്ക്!"

ടോമിന് യാതൊന്നും പിടികിട്ടിയില്ല. അവിടെ ലേലം വിളി തുടർന്നുകൊണ്ടിരുന്നു. ശബ്ദകോലാഹലങ്ങൾ നിറഞ്ഞുനിന്നു. ഫ്രഞ്ചിലും ഇംഗ്ലീഷിലും വിൽപ്പനച്ചരക്കകളുടെ വിവരണങ്ങൾ വിളിച്ചു പറഞ്ഞുകൊണ്ടിരുന്നു. വീണ്ടും ചുറ്റികയടി.

സൂസന്റെ കച്ചവടം ഉറച്ചു. അവൾ ആ കൂട്ടം വിട്ട് പോകുകയാണ്. അവളുടെ കാലുകൾക്ക് മുന്നോട്ടു ചലിക്കുവാനുള്ള ശക്തി നഷ്ടപ്പെട്ടു. അവൾ ഇടയ്ക്കിടയ്ക്ക് നിൽക്കുകയാണ്. വേദനയോടെ പിന്തിരിഞ്ഞു നോക്കുന്നു. മകൾ അമ്മയുടെ നേർക്ക് തന്റെ കരങ്ങൾ നീട്ടി. തന്റെ

പുതിയ യജമാനനെ വേദന തുളുമ്പുന്ന കണ്ണുകളോടെ അവൾ നോക്കി. അയാൾ മാന്യനായ ഒരു മധ്യവയസ്ക്കനാണ്. കാരുണ്യം തുടിക്കുന്ന മുഖഭാവം.

"യജമാനനെ, എന്റെ മകളെ കൂടി വാങ്ങാൻ അങ്ങേക്ക് കരുണയുണ്ടാവണം."

"എനിക്ക് ആഗ്രഹമുണ്ട് എന്നാൽ എന്റെ കൈകയിൽ അതിനുതക്ക പണമില്ല."

ആ മാന്യൻ വിഷമത്തോടുകൂടി പറഞ്ഞു. അപ്പോഴെയ്ക്കും ആ പെൺകുട്ടിയെ മണ്ഡപത്തിൽ കയറ്റിനിർത്തി കഴിഞ്ഞിരുന്നു. അവൾ ഭയന്ന മിഴികൾകൊണ്ട് നാലുപാടും നോക്കി. കവിളുകളിലേക്ക് രക്തം ഇരച്ചു കയറി. കണ്ണുകളിൽ അഗ്നി ജ്വലിക്കുന്നതുപോലെ. മകൾ എന്നെത്തെക്കാൾ ഏറെ സുന്ദരിയാണെന്നു കണ്ട് അമ്മയുടെ ഹൃദയം നുറുങ്ങി. ലേലക്കാരന് ഇതെല്ലാം മുതലെടുപ്പിനുള്ള അവസരം കൂട്ടിക്കൊണ്ടിരുന്നു. അവളുടെ ഗുണഗണങ്ങൾ ഫ്രഞ്ചിലും ഇംഗ്ലീഷിലും ആവേശത്തോടെ വിവരിക്കുന്നുണ്ട്.

"നിന്റെ മകളെ കൂടി വാങ്ങുന്നതിന് എന്നെക്കൊണ്ട് കഴിയുന്നതെല്ലാം ഞാൻ ചെയ്യും."

നല്ലവനായ ആ മധ്യവയസ്കൻ സൂസനെ ആശ്വസിപ്പിക്കുവാൻ ശ്രമിച്ചു. അയാൾ ലേലത്തിൽ പങ്കുകൊണ്ടു. ഏതാനും നിമിഷങ്ങൾക്കകം തന്നെ അയാളുടെ കൈയിലുള്ള പണത്തേക്കാൾ കൂടുതലായി ലേലത്തുക ഉയർന്നു കഴിഞ്ഞു. അയാൾ നിശ്ശബ്ദനായി മാറിനിന്നു. ലേലവിളിക്കാരന്റെ ആവേശം ഉണർന്നു. അയാൾ കത്തിക്കയറുകയാണ്. അവസാനമവസാനമായപ്പോൾ പങ്കെടുക്കുന്നവരുടെ എണ്ണം കുറഞ്ഞുവന്നു. അവസാനം രണ്ടുപേർ മാത്രം അവശേഷിച്ചു. മാന്യനായ ഒരു വൃദ്ധനും പിന്നെ ടോമിനെ വാങ്ങിയ വൃത്തികെട്ട കുള്ളനും. ആ വൃത്തികെട്ടവനെ പുച്ഛംകലർന്ന ചിരിയോടെ നോക്കിക്കൊണ്ട് ആ മാന്യൻ കുറച്ചുനേരം കൂടി പിടിച്ചുനിന്നു. എന്നാൽ കുള്ളനെ പിന്നിലാക്കാൻ മാന്യനു കഴിഞ്ഞില്ല. അവൻ മുന്നേറിക്കൊണ്ടിരുന്നു. നിർബന്ധബുദ്ധിയും പണസഞ്ചിയുടെ ഭാരവും കുള്ളനായിരുന്നു. മത്സരം ഒരു നിമിഷത്തോടെ അവസാനിച്ചു. വീണ്ടും ചുറ്റികയുടെ നാദം ഉയർന്നു കേട്ടു. ആ പെൺകുട്ടിയെ അവനു തന്നെ ലഭിച്ചു. ദൈവം അവളെ സഹായിക്കാൻ തയാറായില്ലെങ്കിൽ ആ പെൺകുട്ടിയുടെ മനസും ശരീരവും അവനു തന്നെ ലഭിച്ചു എന്നുപറയാം.

'റെഡ്റിവർ' തീരത്ത് ധാരാളം പരുത്തിത്തോട്ടങ്ങളുള്ള ലെഗ്രിയാണ് അവരെയെല്ലാം വാങ്ങിയിരിക്കുന്നത്. ടോമും മറ്റു രണ്ടുപേരും നിൽക്കുന്നിടത്തേക്ക് എമിലീനെയും അയാൾ തള്ളിവിട്ടു. കണ്ണീരൊഴുക്കിക്കൊണ്ട് അവൾ അവരുടെ അടുത്തേക്ക് നടന്നു.

അവളുടെ കരച്ചിൽ നല്ലവനായ മധ്യവയസ്കന്റെ മനസിനെ പിടിച്ചു കുലുക്കി. അയാൾ വല്ലാതെ ഖേദിച്ചു. ഇത്തരം കാഴ്ചകൾ ആ ലേല

ച്ചന്തകളിലെ പതിവാണ്. എന്നും ഇങ്ങനെയെല്ലാം നടക്കുന്നതുകൊണ്ട് ആരെയും അത്ഭുതപ്പെടുത്തുന്നില്ല. ലേലച്ചന്തകളിൽനിന്നും അമ്മമാരുടേയും പെൺമക്കളുടെയും കരച്ചിലുകൾ ഉയർന്നുകേൾക്കുമ്പോൾ ആരും അതിൽ അതിശയിക്കാറില്ല. രണ്ടു ദിവസത്തിനുശേഷം വക്കീൽ, ന്യൂയോർക്കിലെ അവരുടെ മുതലാളിക്ക്, അവരെ വിറ്റവകയിൽ ലഭിച്ച പണം അയച്ചുകൊടുത്തു.

14

'**റെ**ഡ് റിവറി' ലൂടെ ആവിക്കപ്പൽ യാത്ര തുടരുകയാണ്. അതിന്റെ താഴത്തെ ഡക്കിൽ ടോം ഇരിക്കുന്നുണ്ട്. കൈകളിൽ വിലങ്ങ്,കാലുകൾ ചങ്ങലകൊണ്ട് ബന്ധിച്ചിരിക്കുന്നു. വിലങ്ങിനേക്കാളും ചങ്ങലയേക്കാളും ഭാരം മനസിനാണ്. അവന്റെ ആകാശത്തിൽനിന്നും ചന്ദ്രനും നക്ഷത്രങ്ങളും എല്ലാംമാഞ്ഞുപോയിരിക്കുന്നു. കപ്പലിൽ ഇരിക്കുമ്പോൾ തീരത്തുള്ളമരങ്ങളും വള്ളികളും എല്ലാം കടന്നുപോകുന്നതുപോലെ മനസിലുള്ള സകലചിന്തകളും കടന്നുപോയി. അവയൊന്നും അവന്റെ മനസിലേക്ക് ഇനി ഒരിക്കലും തിരിച്ചുവരുമെന്ന് തോന്നുന്നില്ല. പ്രിയപ്പെട്ട ഭാര്യയും മക്കളും സ്നേഹസമ്പന്നരായ യജമാനന്മാരും ഉള്ള കെന്റക്കിലെ വീട്. എല്ലാവിധ ആഡംബരങ്ങളോടും ആർഭാടങ്ങളോടും കൂടിയ സെന്റ് ക്ലെയർ ഭവനം. മാലാഖയുടെതുപോലെ നിഷ്കളങ്കമായ ഇവാമോളുടെ തെളിഞ്ഞ മുഖം. അതിലെ നീണ്ടുവിടർന്ന നയനങ്ങൾ. സുവർണ തലമുടി പാറിക്കളിക്കുന്ന ശിരസ്സ്. സുമുഖനും രസികനും പുണ്യാത്മാവും ആയ സെന്റ് ക്ലെയർ യജമാനൻ. ആ അഭിമാനിയായ പുരുഷനെ എപ്പോഴും അശ്രദ്ധനെന്ന് തോന്നിപ്പിക്കുമായിരുന്നു. അവിടെ താൻ നയിച്ചിരുന്നത് യഥാർഥത്തിൽ സുഖകരമായ വിശ്രമജീവിതം തന്നെയായിരുന്നു. എല്ലാം എന്നെന്നേക്കുമായി പോയ്മറഞ്ഞു. ഇനി ഈ ജീവിത്തിൽ എന്താണ് അവശേഷിക്കുന്നത്? ഒന്നുമില്ല! വെറും ദുരിതജീവിതം മാത്രം!

അടിമത്ത്വത്തിന്റെ ഏറ്റവും ദയനീയമായ വശമാണ് ഇത്. ശ്രേഷ്ഠമായ കുടുംബത്തിൽ മാന്യന്മാരായ യജമാനൻമാരോടൊപ്പം സുഖജീവിതം നയിച്ചുവന്ന അടിമകൾക്ക് പെട്ടെന്ന് അനുവഭിക്കേണ്ടി വരുന്ന ഈ പതനം അസഹനീയം തന്നെയാണ്. മനോഹരമായി അലങ്കരിച്ച സന്ദർശനമുറയിലെ വിലപിടിപ്പുള്ള മേശയും കസേരയും പോലെയാണ് അവരുടെ ഗതി. പിന്നീടവയുടെ സ്ഥാനം ചിലപ്പോൾ മദ്യശാലയിലേയോ വേശ്യാലത്തിലേയോ സന്ദർശനമുറിയിൽ ആയേക്കാം. കസേരയ്ക്കും മേശയ്ക്കും ഹൃദയവികാരങ്ങൾ ഇല്ല എന്നു കരുതാം. എന്നാൽ ഈ പാവം മനുഷ്യജീവികൾക്ക് അതുണ്ട്. അവന്റെ ഓർമകളുടെ വിശാലലോകത്ത് പ്രത്യാശയും സ്നേഹവും ഭീതിയും ആഗ്രഹങ്ങളും എല്ലാം തങ്ങിനിൽക്കുന്നുണ്ട്.

ടോമിന്റെ യജമാനൻ സൈമൻ ലെഗ്രി ന്യൂഓർലീൻസിലെ പലഭാഗത്തുനിന്നുമായി എട്ട് അടിമകളെ വാങ്ങിയിരിക്കുന്നു. രണ്ടുപേരായി കൈവിലങ്ങ് അണിയിച്ച് കപ്പലിലേക്ക് നടത്തിക്കൊണ്ടുവരുന്നു. ആ കപ്പൽ 'റെഡ് റിവറിൽ' നീണ്ടയാത്രയ്ക്ക് ഒരുങ്ങിനിൽക്കുകയാണ്.

"എഴുന്നേറ്റ് നിൽക്കൂ". ലെഗ്രി അവനോട് ആജ്ഞാപിച്ചു.

ടോം എഴുന്നേറ്റുനിന്നു.

"ആ ടൈ അഴിച്ചു മാറ്റൂ"

കൈവിലങ്ങിന്റെ ഭാരംകൊണ്ട് അവന് കൈ ഉയർത്താൻപോലും ബുദ്ധിമുട്ടായിരുന്നു. എന്നിട്ടും അനുസരണയോടെ കഷ്ടപ്പെട്ട് ടോം ടൈ അഴിക്കാൻ ശ്രമിച്ചു. അപ്പോഴെയ്ക്കും ലെഗ്രി അത് പിടിച്ചുപറിച്ച് ടോമിന്റെ പോക്കറ്റിൽ നിക്ഷേപിച്ചു.

പിന്നീട് അയാളുടെ നോട്ടം ടോമിന്റെ പെട്ടിയിലേക്കായി. ഏതാനും കോട്ടും പാന്റും ആണ് അതിൽ ഉണ്ടായിരുന്നത്. ജോലിചെയ്യുമ്പോൾ ധരിക്കാനായി അയാൾ കൈയിൽ കരുതിയിരുന്നതാണ്. നേരത്തെ തന്നെ ലെഗ്രി അതെല്ലാം പരിശോധിച്ചതായിരുന്നു. പിന്നെയും നോക്കി എന്നു മാത്രം.

ലെഗ്രി ടോമിന്റെ കൈവിലങ്ങുകൾ ഊരിമാറ്റി.

"അവിടെ ചെന്നു നിൽക്ക്!"

അടുക്കിവച്ചിരിക്കുന്ന പെട്ടികൾക്കിടയിലെ വിടവ് ചൂണ്ടികാണിച്ച് ആജ്ഞാപിച്ചു.

"ആദ്യം പോയി ഈ വസ്ത്രമെല്ലാം മാറ്റിയിട്ട് വാ."

ടോം വേഗം തന്നെ യജമാനന്റെ വാക്കുകൾ അനുസരിച്ചു. ഏതാനും നിമിഷങ്ങൾക്കകം അവൻ പോയി വസ്ത്രംമാറ്റി വന്നു.

"നിന്റെ ബൂട്സ് അഴിക്ക്!

ലെഗ്രിയുടെ അടുത്ത ഉത്തരവ്. ടോം അതും അനുസരിച്ചു.

"ഇതാ" അയാൾ ഒരു ജോഡി പരുക്കൻ ഷൂസ് ടോമിനുനേരെ വലിച്ചെറിഞ്ഞു.

"ഇനി മുതൽ ഇതു ധരിച്ചാൽ മതി."

സാധാരണ അടിമകൾ ധരിക്കാറുള്ള ഷൂസായിരുന്നു അത്. ധൃതിപിടിച്ച് വേഷം മാറുന്നതിനിടയിലും തനിക്ക് ഏറ്റവും പ്രിയപ്പെട്ട *ബൈബിൾ* കുപ്പായത്തിന്റെ പോക്കറ്റിൽ സൂക്ഷിച്ചുവയ്ക്കാൻ ടോം മറന്നില്ല. അവൻ അങ്ങനെ ആദ്യമേ തന്നെ ചെയ്തത് നന്നായി. കാരണം, ടോമിനെ വീണ്ടും കൈവിലങ്ങ് അണിയിച്ചശേഷം അവന്റെ കോട്ടിന്റെ പോക്കറ്റ് പരിശോധിക്കുവാൻ ലെഗ്രി തയാറായി. നല്ലൊരു സിൽക്ക് തൂവാല കൈയിൽ തടഞ്ഞപ്പോൾ അയാളത് വേഗമെടുത്ത് തന്റെ കോട്ടിന്റെ പോക്കറ്റിലിട്ടു.

ഇവാമോളെ സന്തോഷിപ്പിക്കുവാനായി വാങ്ങി ശേഖരിച്ച ഏതാനും വില കുറഞ്ഞ കളിക്കോപ്പുകൾ കോട്ടിന്റെ പോക്കറ്റിൽ ഉണ്ടായിരുന്നു. അവനതെടുത്തുനോക്കിയപ്പോൾ പുച്ഛത്തോടെ ഒന്നു മുരണ്ടു. എല്ലാം

പുഴയിലേക്ക്, നിർദയം വലിച്ചെറിഞ്ഞു.

തിരക്കുപിടിച്ച് വസ്ത്രം മാറുന്നതിനിടയിൽ *ബൈബിൾ* എടുത്ത് കുപ്പായത്തിന്റെ പോക്കറ്റിൽ നിക്ഷേപിച്ചതുപോലെ സ്ത്രോത്ര പുസ്തകം എടുത്തുവയ്ക്കാൻ മറന്നുപോയി. അത് കോട്ടിന്റെ പോക്കറ്റിൽ തന്നെ കിടന്നു. കോട്ടിന്റെ പോക്കറ്റിൽനിന്നും ലെഗ്രി അത് തപ്പിയെടുത്തു. അതുമറിച്ചു നോക്കിയ ശേഷം പുച്ഛത്തോടെ പറഞ്ഞു.

"ഓ, നീയപ്പോൾ ഒരു മതഭക്തനാണ് അല്ലേ? നിന്റെ പേരെന്താണ്? നീ പള്ളിക്കാരനാണെന്ന കാര്യം ഞാൻ അറിഞ്ഞില്ല."

"അതെ യജമാനനെ!" ടോം ദൃഢസ്വരത്തിൽ മറുപടി പറഞ്ഞു.

"നിന്റെ സഭയെക്കുറിച്ച് മേലിൽ നീ ഓർക്കുകപോലും ഇല്ല. അതിവേഗം നിന്നെ ഞാൻ അതിൽനിന്നും പുറത്തു ചാടിക്കും. കീർത്തനാലാപം നടത്തുകയും പ്രാർഥിക്കുകയും ചെയ്യുന്ന നീഗ്രോകൾ എന്റെ ജോലിസ്ഥലത്ത് ആവശ്യമില്ല. കരുതി പെരുമാറിക്കോളൂ. നീ ഇവിടെ മര്യാദയ്ക്ക് നിൽക്കാൻ ഉദ്ദേശ്യമില്ലെങ്കിൽ ഞാൻ നിന്നെ തീർച്ചയായും മര്യാദ പഠിപ്പിക്കും."

ടോമിനു നേരെ തുറിച്ചുനോക്കി നിലത്ത് ആഞ്ഞുചവിട്ടിക്കൊണ്ട് അയാൾ പറഞ്ഞു.

"ഇനി മുതൽ ഞാനാണ് നിന്റെ സഭയും പള്ളിയും എല്ലാം എല്ലാം മനസിലായോ?-ഞാൻ പറയുന്നത് കേട്ട് അതിനനുസരിച്ച് പെരുമാറിക്കോളണം."

ലെഗ്രിയുടെ ധിക്കാരം നിറഞ്ഞവാക്കുകൾ ടോമിന്റെയുള്ളിൽ പ്രക്ഷുബ്ധമായ വികാരങ്ങൾ ഉളവാക്കി. ലെഗ്രിയുടെ ക്രൂരമായ ശാസനകൾക്ക് താൻ ഒരിക്കലും വഴങ്ങുകയില്ല എന്നവൻ നിശ്ശബ്ദമായി പ്രതിജ്ഞയെടുത്തു. ഇവാ മോൾ പലപ്പോഴും അവന് വായിച്ചു കേൾപ്പിക്കാറുള്ള ഒരു വേദവാക്യം അവന്റെ മനസിൽ പ്രതിധ്വനിച്ചു.

"ഒന്നിനേയും ഭയപ്പെടരുത്! കാരണം, ഞാൻ നിന്നെ മോചിപ്പിച്ചിരിക്കുന്നു. എന്റെ നാമത്തിൽ ഞാൻ നിന്നെ വിളിക്കുന്നു. നീ എന്റേതാണ്!"

എന്നാൽ സൈമൺ ലെഗ്രി യാതൊന്നും കേട്ടില്ല. അവനെപ്പോലെ ഒരുത്തന് ഒരിക്കലും കേൾക്കാൻ കഴിയാത്ത ഒരു ശബ്ദമാണ് അത്. താഴെയ്ക്ക് കണ്ണുംനട്ട് ഇരിക്കുന്ന ടോമിനെ അയാൾ ഒരുനിമിഷനേരം തുറിച്ചുനോക്കി നിന്നു. പിന്നെ കാലമർത്തിച്ചവിട്ടിക്കൊണ്ട് അവിടെ നിന്നും നടന്നകന്നു. നല്ല വസ്ത്രങ്ങൾ അടുക്കിവച്ചിരുന്ന ടോമിന്റെ വലിയ പെട്ടി അയാൾ കപ്പലിന്റെ മുകളിലെ ഡെക്കിലേക്ക് എടുത്തുകൊണ്ടുപോയി. അവിടെ കൂടിയിരുന്നവരുടെ ഇടയിൽവച്ച് ലേലംവിളിച്ച് അവൻ അവയെല്ലാം വിറ്റുപണമാക്കി. അവിടെ കൂടിനിന്നിരുന്നവർ കൂക്കിവിളികളോടെയാണ് ലേലത്തിൽ പങ്കുകൊണ്ടത്. പെട്ടിയിലുള്ള സാധനങ്ങളെല്ലാം വിറ്റുകഴിഞ്ഞപ്പോൾ പെട്ടി ലേലത്തിനു വച്ചു. അങ്ങനെയും കിട്ടി അയാൾക്ക് കുറച്ചു ഡോളർ.

ടോം എത്ര കാര്യമായി സൂക്ഷിച്ചുവച്ചിരുന്നതാണ് ആ പെട്ടിയും

സാധനങ്ങളും എന്ന് ഓർക്കുന്തോറും അവർക്കു കൂടുതൽ കൂടുതൽ രസം തോന്നി. ഓർത്തോർത്ത് ചിരിക്കാവുന്ന തമാശനിറഞ്ഞ രംഗങ്ങൾ! അവസാനം പെട്ടി തന്നെ ലേലംവിളിച്ചു വിറ്റത് ഏറ്റവും വലിയ തമാശ! ഒരു സാധു നീഗ്രോയുടെ പേരിൽ സകലർക്കും കുറെ നേരത്തേക്ക് ആർത്തു ചിരിക്കുവാൻ വകയായി.

കച്ചവടം കഴിഞ്ഞപ്പോൾ ലെഗ്രീ വീണ്ടും ഇറങ്ങിവന്നു. അയാൾ "ചരക്കു' കളെ പരിശോധിച്ചുകൊണ്ട് അങ്ങോട്ടും ഇങ്ങോട്ടും നടക്കുകയാണ്.

"നോക്കൂ ടോം, നീ ചുമക്കേണ്ടിയിരുന്ന അധികമായ ഭാരം ഞാൻ ലഘൂകരിച്ചു തന്നത് നീ കണ്ടില്ലേ? നീ എന്തിനാണ് ഇത്രയധികം വസ്ത്രങ്ങൾ ചുമന്നുനടക്കുന്നത്? നിനക്ക് വേണ്ടത് ഞാൻ തരും. എന്റെ നീഗ്രോകളെ ഞാൻ അത്രമാത്രം ശ്രദ്ധിക്കുന്നുണ്ട്. എന്റെ കൃഷിയിടത്തിൽ ഒരാൾക്ക് ഒരു വർഷത്തേക്ക് ഒരു ജോഡി വസ്ത്രങ്ങൾ തന്നെ ധാരാളമാണ്."

അതു കഴിഞ്ഞ് അയാൾ സ്ത്രീകൾ ഇരിക്കുന്നിടത്തേക്ക് ചെന്നു. എമിലീനെ മറ്റൊരു സ്ത്രീയോടൊപ്പം ചങ്ങലയിൽ ബന്ധിച്ചിരിക്കുകയാണ്.

"കൊള്ളം! എന്റെ പ്രിയപ്പെട്ട പെണ്ണേ!" എമിലീന്റെ താടിയിൽ തലോടിക്കൊണ്ട് അയാൾ പറഞ്ഞു.

"നീ വിഷമിക്കരുത്! ഉല്ലാസവതിയായിരിക്കൂ!"

അവളുടെ നോട്ടത്തിൽ വെറുപ്പും ഭയവും പ്രതിഫലിച്ചിരുന്നു. അതയാളുടെ ശ്രദ്ധയിൽപ്പെട്ടപ്പോൾ കോപംകൊണ്ട് ജ്വലിച്ചു ക്രുദ്ധനായ അയാൾ മുരണ്ടു.

"നിന്റെ സാമർഥ്യമൊന്നും എന്റെ അടുത്ത് എടുക്കേണ്ട. നിന്നെ നിലയ്ക്കു നിർത്താൻ ഞാൻ ധാരാളം മതി. ഒരു കാര്യം മനസിലാക്കിക്കോളൂ. ഞാൻ സംസാരിക്കുവാൻ വരുമ്പോൾ എപ്പോഴും ചിരിച്ച മുഖത്തോടെ വേണം അതിനു മറുപടി പറയാൻ. മനസിലാകുന്നുണ്ടോ?"അവളോടൊപ്പം ചങ്ങലയ്ക്കിട്ടിരിക്കുന്ന നീഗ്രോ സ്ത്രീയോടും അയാൾ അട്ടഹസിച്ചു.

"നിങ്ങൾ എല്ലാവരും ഞാൻ പറയുന്നത് ശ്രദ്ധയോടെ കേൾക്കണം. നിങ്ങളോട് ഓരോരുത്തരോടുമാണ് ഞാനിത് പറയുന്നത്."

ഒന്നുരണ്ടടി പിന്നാക്കം വച്ചശേഷം അയാൾ വീണ്ടും ആക്രോശിക്കുവാൻ തുടങ്ങി.

"എല്ലാവരും എന്റെ നേരെ നോക്കുക- എന്റെ കണ്ണിലേക്ക് നോക്കുക! മനസിലാകുന്നുണ്ടോ?"

ആ സാധുക്കളുടെയെല്ലാം ഭയന്ന മിഴികൾ എന്തോ ഒരു ആകർഷണ വലയത്തിൽ പെട്ടതുപോലെ, അയാളുടെ ചാരനിറത്തിലുള്ള ഉണ്ടക്കണ്ണുകളിലേക്ക് തിരിഞ്ഞു!

"ഇതാ" കൊല്ലന്റെ ഇരുമ്പിൻകൂടം പോലുള്ള കരുത്തുറ്റ മുഷ്ടി

ഉയർത്തിക്കാണിച്ചുകൊണ്ട് അയാൾ പറഞ്ഞു.

"ഈ മുഷ്ടിയിലേക്ക് നോക്കൂ! അത്രയ്ക്കു കരുത്തുണ്ടിതിന്!" സ്വന്തം മുഷ്ടി ടോമിന്റെ കൈയിൽ വച്ചുകൊണ്ടയാൾ തുടർന്നു:

"ഈ എല്ലുകൾ നോക്കൂ! നീഗ്രോകളെ ഇടിച്ചുവീഴ്ത്തിയിട്ടാണ് ഇത് ഇരുമ്പുപോലെ കഠിനമായത്. എന്റെ ഒരു ഇടി കൊണ്ടാൽ വീഴാത്ത ഒരൊറ്റ അടിമയും ഈ ഭൂലോകത്ത് ഇല്ല."

മുഷ്ടി ചുരുട്ടി അയാൾ ടോമിന്റെ മുഖത്തിനു നേരെ നീട്ടി. അവൻ അറിയാതെ പെട്ടെന്ന് കണ്ണടച്ച് പിൻവാങ്ങിപ്പോയി.

"എന്റെ കൃഷിയിടത്തിൽ മേൽനോട്ടക്കാരെ വയ്ക്കുന്ന പതിവില്ല. എല്ലാം ഞാൻ തന്നെ സ്വന്തമായി ചെയ്യുകയാണ് പതിവ്. നിങ്ങളതെല്ലാം കണ്ടുമനസിലാക്കാൻ പോകുന്നതേയുള്ളൂ. ദയ എന്ന വികാരം എന്നിൽ അൽപ്പംപോലും അവശേഷിച്ചിട്ടില്ല എന്ന് നിങ്ങൾ മനസിലാക്കിക്കോളൂ."

സ്ത്രീകൾ എല്ലാവരും ഒരു ദീർഘശ്വാസം കഴിച്ചു. എല്ലാവരുടേയും മുഖത്ത് നിരാശയും വിഷാദവും നിറഞ്ഞുനിന്നു.

"എനിക്ക് ഒന്നുമാത്രമേ പറയാനുള്ളൂ! എന്റെ കാര്യങ്ങളെല്ലാം ഭംഗിയായി നടക്കണം. ഞാൻ സംസാരിക്കാൻ തുടങ്ങുന്ന അതേ നിമിഷത്തിൽ നിങ്ങൾ ഓരോരുത്തരും എന്നെ അനുസരിക്കണം. എന്നെ തൃപ്തിപ്പെടുത്താനും സന്തോഷിപ്പിക്കുവാനും ഉള്ള ഏക മാർഗം അതാണ്. ഒരു കാര്യത്തിലും എന്നിൽ ഒരു ദൗർബല്യം കാണാൻ നിങ്ങൾക്ക് സാധിക്കുകയില്ല. മാത്രമല്ല, ഞാനൊരിക്കലും കാരുണ്യം കാണിക്കാറും ഇല്ല."

ഇത്രയും ഉറക്കെപ്പറഞ്ഞുകൊണ്ട് അയാൾ കപ്പലിലെ മദ്യശാലയിലേക്ക് കയറിപ്പോയി.

"ഇങ്ങനെയാണ് ഞാൻ ഓരോ നീഗ്രോകളോടുമുള്ള ഇടപാടുകൾ ആരംഭിക്കുന്നത്."

തന്റെ ഗിരിപ്രഭാഷണം കേട്ടുകൊണ്ട് അടുത്തു നിന്നിരുന്ന ഒരു മാന്യനോട് അയാൾ പറഞ്ഞു.

"എന്റെ രീതിയിൽ പ്രവർത്തനം തുടങ്ങുന്നത് ഇങ്ങനെയാണ് എന്താണ് ഇനി പ്രതീക്ഷിക്കുവാൻ ബാക്കിയുള്ളതെന്ന് അവർ അറിയട്ടെ!"

"അതെ! അതു ശരിയാണ്!" അസാധാരണമായൊരു ജീവിയെ നിരീക്ഷിച്ചു പഠിക്കുന്ന ശാസ്ത്രജ്ഞനെപ്പോലെ ആ അപരിചിതനായ മനുഷ്യൻ പറഞ്ഞു.

അതെ! തീർച്ചയായും ഞാൻ നിങ്ങളെപ്പോലെ മൃദുവായ കൈവിരലോടുകൂടിയ ഒരു തോട്ടമുടമയല്ല. നിങ്ങൾ മേൽനോട്ടക്കാരന്റെ വഞ്ചനയിൽ പെടുന്നവനാണെന്ന് നിങ്ങളുടെ കൈവിരലുകളും പ്രകൃതവും കണ്ടാൽ മനസിലാകും. എന്റെ പേശീബലം ഒന്ന് പരീക്ഷിച്ചു നോക്കൂ! മുഷ്ടിയിലേക്ക് ഒന്നു നോക്കൂ! മാംസപേശികൾ എല്ലാം കരിങ്കല്ലുപോലെ ഉറപ്പില്ലേ? നീഗ്രോകളെ ഇടിച്ചു പതംവരുത്തിയാണ് എന്റെ കൈകൾക്ക് ഇത്രമാത്രം ബലവും ശക്തിയും ഉണ്ടായത്. നിങ്ങൾ ഒന്നു തൊട്ടു

നോക്കൂ! അപ്പോഴെ മനസിലാകൂ, ഞാൻ പറയുന്നതെന്താണെന്ന്.

അയാൾ നിർബന്ധിച്ചപ്പോൾ അപരിചിതൻ ഒന്ന് തൊട്ടുനോക്കി. അതിനുശേഷം വെറുതെ പറഞ്ഞു.

"എനിക്കു തോന്നുന്നത് നിങ്ങളുടെ മാംസപേശികൾക്ക് നല്ല ഉറപ്പുണ്ടെന്നാണ്."

അയാൾ പിന്നെയും പറഞ്ഞു: "നിരന്തരമായ പരിശീലനം നിങ്ങളുടെ ഹൃദയത്തേയും അതുപോലെ ബലവത്താക്കിയിരിക്കുന്നു എന്നാണ് ഞാൻ കരുതുന്നത്."

"അതെ. അതു വളരെ ശരിയാണ്." സൈമൺ മനസുതുറന്ന് പൊട്ടിച്ചിരിച്ചു.

"മൃദുലമായതു യാതൊന്നും എന്റെ ശരീരത്തിലില്ല. നീഗ്രോകൾക്ക് എന്റെ സമീപത്തുപോലും വരാനുള്ള ധൈര്യം ഉണ്ടാവില്ല എന്നത് ഒരു സത്യം മാത്രമാണ്."

"വലിയ ഒരു സംഘം ആളുകൾ തന്നെയുണ്ടല്ലോ നിങ്ങൾക്ക്!

"അതെ തീർച്ചയായും. ആ ടോം എന്നുപറയുന്നവനെ നോക്കൂ. അവനൊരു അസാധാരണ വ്യക്തിയാണെന്ന് പറയുന്നു. അതുകൊണ്ടു തന്നെ അവനുവേണ്ടി കുറച്ചു കൂടുതൽ തുകതന്നെ മുടക്കേണ്ടി വന്നു. അവനെ ഞാനെന്റെ കൃഷിയിടത്തിന്റെ മേൽനോട്ടക്കാരനാക്കാനാണ് വിചാരിക്കുന്നത്. തൊട്ടടുത്തിരിക്കുന്ന വിളർത്ത സ്ത്രീയെ കണ്ടോ? അവൾക്കു തീരെ ആരോഗ്യമില്ലെന്ന് ഒറ്റ നോട്ടത്തിൽത്തന്നെ മനസിലാകും. എങ്കിലും അവൾക്കു പറ്റിയ തൊഴിൽ എന്റെ പക്കലുണ്ട്. ഒന്നോ രണ്ടോ കൊല്ലത്തിൽ കൂടുതൽ അവൾ ജീവിക്കുമെന്നു തോന്നുന്നില്ല. ഞാൻ നീഗ്രോകളെ സംരക്ഷിക്കുന്നതിനുവേണ്ടിയല്ല ഇവറ്റകളെയെല്ലാം വാങ്ങിക്കൊണ്ടു പോകുന്നത്. ഒന്നു ചത്താൽ പകരം രണ്ടെണ്ണത്തിനെ വാങ്ങും. അതാണ് എന്റെ രീതി. പ്രശ്നങ്ങൾ ഇല്ലാതാക്കുക. അതാണ് ഞാൻ പിന്തുടർന്നുകൊണ്ടിരിക്കുന്ന സമ്പ്രദായം." സൈമൺ ഗ്ലാസ് കാലിയാക്കി മേശപ്പുറത്തു വച്ചു.

"സാധാരണ ഓരോരുത്തരും എത്രകാലം നിലനിൽക്കും?" അപരിചിതൻ ചോദിച്ചു.

"അതൊന്നും പറയാൻ പറ്റില്ല. ഓരോന്നിന്റെയും ശരീരഘടനയെ ആശ്രയിച്ചിരിക്കും അത്തരം കാര്യങ്ങൾ! ആരോഗ്യംകുറഞ്ഞവൻ രണ്ടു മൂന്നു കൊല്ലത്തിനപ്പുറം പോവില്ല. ആദ്യകാലത്ത് ഞാൻ ഇവറ്റകൾക്കു വേണ്ടി പലതും ചെയ്തുകൊടുത്തിരുന്നു. അവരെ ദീർഘകാലം പണി ചെയ്യിപ്പിക്കാമെന്നായിരുന്നു എന്റെ ഉദ്ദേശ്യം. തുടക്കത്തിൽ ഞാൻ രോഗം ബാധിച്ചവരെ ചികിത്സിപ്പിക്കുകയും അവർക്ക് ഉടുപ്പും പുതപ്പു എല്ലാം നൽകുകയും ചെയ്തിരുന്നു. അന്തസ്സായി ജീവിക്കുവാൻ അനുവദിച്ചു. അങ്ങനെ ഒരുപാട് അനാവശ്യമായ ബുദ്ധിമുട്ടുകൾ ഏറ്റെടുത്തു. അതെല്ലാം വ്യർഥമാണെന്ന് വളരെ വേഗം മനസിലായി. ഒരുപാട് പണം ചിലവാക്കേണ്ടിവരും. ഒപ്പം അനേകം പ്രശ്നങ്ങൾ വിലയ്ക്കു വാങ്ങുന്നു.

എന്നാൽ ഇപ്പോൾ ഞാൻ അതിൽനിന്നെല്ലാം പാടെ വ്യത്യസ്തനായി. സകല എണ്ണത്തിനെക്കൊണ്ടും എല്ലുമുറിയെ പണിയെടുപ്പിക്കുന്നു. രോഗിയാണോ അല്ലാത്തവനാണോ എന്നൊന്നും നോക്കാറില്ല. ഒരുത്തൻ ചത്താൽ വേറൊന്നിനെ വാങ്ങും. എല്ലാവിധത്തിലും അതാണ് എളുപ്പം. ഏറ്റവും ആദായകരവും!"

ഈ സംഭാഷണമെല്ലാം കേട്ട് ഒരു മാന്യൻ അസ്വസ്ഥനായി അവരുടെ കുറച്ചകലെയായി ഇരുന്നിരുന്നു. അപരിചിതൻ ആ മാന്യന്റെ അടുത്തുചെന്നിരുന്നു.

"തെക്കൻസംസ്ഥാനങ്ങളിലെ തോട്ടമുടമകളുടെ മാതൃകയായി നിങ്ങൾ ഒരിക്കലും ആ മനുഷ്യനെ കാണരുത്." ആ മാന്യൻ പറഞ്ഞു.

"ഏയ്! ഒരിക്കലുമില്ല. ഞാൻ അങ്ങനെയൊന്നും കരുതുകയില്ല." അപരിചിതൻ ഉറപ്പിച്ചുപറഞ്ഞു.

"അയാളുടെ വാക്കുകൾ അയാളൊരു നികൃഷ്ടനും ക്രൂരനും വൃത്തികെട്ടവനുമാണെന്നു വ്യക്തമാക്കുന്നു."

"എന്നിട്ടും സ്വന്തം ഇഷ്ടപ്രകാരം യാതൊരു സംരക്ഷണവും നൽകാതെ എത്ര അടിമകളെ വേണമെങ്കിലും നിർത്താൻ നിങ്ങളുടെ നിയമം അനുവദിക്കുന്നുണ്ടല്ലോ. ഈ വൃത്തികെട്ടവനെപ്പോലുള്ള നീചന്മാർ വേറെയും ധാരാളമുണ്ട്."

"എന്നാൽ മനുഷ്യത്വമുള്ളവരും നല്ലവരുമായ തോട്ടമുടമകളാണ് ഭൂരിഭാഗവും."

"അതെല്ലാം ഞാൻ സമ്മതിക്കുന്നു. എന്നാൽ എന്റെ അഭിപ്രായത്തിൽ, നിങ്ങളെപ്പോലെ മനുഷ്യത്വമുള്ള നല്ല വ്യക്തികളാണ് ഇത്തരം വൃത്തികെട്ടവന്മാരുടെ ക്രൂരകൃത്യങ്ങൾക്ക് ഉത്തരവാദികൾ. കാരണം നിങ്ങളുടെയെല്ലാം അനുവാദവും സ്വാധീനവും ഇല്ലായിരുന്നെങ്കിൽ ഈ അടിമസമ്പ്രദായം ഒരുമണിക്കൂർ പോലും നിലനിൽക്കുകയില്ല." പുറം തിരിഞ്ഞു നിൽക്കുന്ന ലെഗ്രിക്കു നേരെ വിരൽ ചൂണ്ടിക്കൊണ്ട് അയാൾ തുടർന്നു.

"നിങ്ങൾ പ്രദർശിപ്പിക്കുന്ന അന്തസ്സും മനുഷ്യത്വവും എല്ലാം അയാളെപ്പോലുള്ളവരുടെ നീചപ്രവൃത്തികളെ സംരക്ഷിക്കുന്നു. അതാണ് അവരുടെ ക്രൂരകൃത്യങ്ങൾക്കു ലഭിക്കുന്ന ഏറ്റവും വലിയ സംരക്ഷണം."

"അപ്പോൾ എന്റെ സ്വഭാവം നല്ലതാണെന്നു തന്നെ നിങ്ങൾ വിശ്വസിക്കുന്നു."

തോട്ടമുടമയായ അപരിചിതൻ പുഞ്ചിരിച്ചുകൊണ്ടു പറഞ്ഞു.

"എന്നാൽ ഇത്രയും ഉച്ചത്തിൽ സംസാരിക്കരുതെന്ന് ഞാൻ നിങ്ങളെ ഉപദേശിക്കുന്നു. ഈ കപ്പലിൽ യാത്രചെയ്യുന്ന മറ്റുള്ളവർ എന്നെപ്പോലെ സഹിഷ്ണുത ഉള്ളവരായിരിക്കണം എന്നില്ല. എന്റെ തോട്ടത്തിൽ എത്തുന്നതുവരെ നിങ്ങൾ ക്ഷമിച്ചിരിക്കുക! അതിനുശേഷം വേണ്ടുവോളം ശകാരിച്ചോളൂ."

അവർ സംഭാഷണം അവസാനിപ്പിച്ച്, മറ്റു വിനോദങ്ങളിൽ ഏർപ്പെടാനായി അവിടെനിന്നും എഴുന്നേറ്റുപോയി. ആ സമയത്ത് കപ്പലിന്റെ താഴത്തെ ഡെക്കിൽ എമിലീനും അവളോടൊപ്പം ചങ്ങലയിൽ ബന്ധിച്ചിരുന്ന നീഗ്രോ വൃദ്ധയും തമ്മിൽ സംഭാഷണത്തിൽ ഏർപ്പെട്ടിരിക്കുകയായിരുന്നു. സ്വാഭാവികമായും തങ്ങളുടെ ഭൂതകാലത്തെ കുറിച്ചായിരുന്നു അവർ സംസാരിച്ചിരുന്നത്.

"നിങ്ങൾ ഇത്രയും കാലം ആരുടെ കൂടെയായിരുന്നു?" എമിലീൻ ചോദിച്ചു.

'എന്റെ യജമാനന്റെ പേര് മിസ്റ്റർ എല്ലീസ് എന്നായിരുന്നു.-ലെവി സ്ട്രീറ്റിലാണ് താമസിച്ചു വന്നിരുന്നത്. നീയും ഒരുപക്ഷേ ആ വീട് കണ്ടുകാണും.

"അവിടെയുള്ളവർ നിങ്ങളോട് നല്ല രീതിയിലാണോ പെരുമാറിയിരുന്നത്?

"മിക്കവാറും അങ്ങനെ ആയിരുന്നുവെന്ന് പറയാം. എന്നാൽ അയാൾ രോഗശയ്യയിലായതോടെ കാര്യങ്ങളെല്ലാം തകിടംമറിഞ്ഞു. വർഷത്തിൽ ആറുമാസം അയാൾ രോഗബാധിതനാകും. ഇടയ്ക്കിടയ്ക്ക് സുഖം പ്രാപിക്കും. അത് അവിടത്തെ മുഴുവൻ ജോലിക്കാരുടേയും കഷ്ടകാലമായിരിക്കും. പിന്നെ അയാൾ ആർക്കും ഒരു സ്വൈര്യവും കൊടുക്കില്ല. വിശ്രമമില്ലാതെ ജോലി ചെയ്യിപ്പിച്ചുകൊണ്ടിരിക്കും. രാവും പകലും ഒരുപോലെ. അവസാനകാലത്ത് യാതൊരു രക്ഷയും ഉണ്ടായിരുന്നില്ല. ഭയങ്കര വഴക്കായിരുന്നു. രാത്രിപോലും കിടക്കുന്നതു കണ്ടാൽ വലിയ വടിയുമായി അടിക്കാൻ വരും! ഏറ്റവും ക്രൂരനായ ഒരു യജമാനന് എന്നെ വിൽക്കുമെന്ന് സദാസമയവും ഭീഷണിമുഴക്കിക്കൊണ്ടിരുന്നു. എന്നാൽ മരണവേളയിൽ എന്നെ സ്വതന്ത്രയാക്കാമെന്ന് വാക്കുതന്നതായിരുന്നു. പക്ഷേ, യാതൊന്നും നടന്നില്ല."

"നിങ്ങൾക്ക് സ്വന്തക്കാരായി ആരുമില്ലേ?" എമിലീൻ ചോദിച്ചു.

"എനിക്ക് ഭർത്താവും നാലുമക്കളും ഉണ്ട്. എന്റെ ഭർത്താവ് ഒരു കരുവാനാണ്. യജമാനൻ അദ്ദേഹത്തെ വാടകയ്ക്ക് കൊടുക്കുകയാണ് പതിവ്. എന്റെ വിൽപ്പനയും സ്ഥലംവിട്ടുപോക്കും എല്ലാം പെട്ടെന്നായതുകൊണ്ട് എനിക്ക് അദ്ദേഹത്തോട് ഒന്നു യാത്രപറയാൻപോലും സാധിച്ചില്ല. എന്റെ ദൈവമേ...." അവൾ കണ്ണുപൊത്തി ഏങ്ങിയേങ്ങി കരഞ്ഞു.

ദുഃഖകരമായ ഇത്തരം കഥകൾ കേട്ടാൽ അവരെ സമാധാനിപ്പിക്കുക എന്നത് മനുഷ്യസഹജമാണ്. എമിലീനും ആ വൃദ്ധമാതാവിനെ ആശ്വസിപ്പിക്കുവാനായി എന്തെങ്കിലും പറയണമെന്നുണ്ട്. എന്നാൽ എന്താണ് പറയേണ്ടത് എന്ന് അവൾക്ക് ചിന്തിക്കുവാൻപോലും കഴിയുന്നില്ല. ഇപ്പോഴത്തെ യജമാനൻ ആദ്യം വിവരിച്ചുകേട്ടവനെക്കാൾ ക്രൂരജന്തുവാണെന്ന് എല്ലാവരും പറയുന്നുണ്ട്. കൂടാതെ അവന്റെ സംസാരവും പ്രവൃത്തിയും എല്ലാം അത് ഉറപ്പിക്കുന്നതാണ്. ആ നികൃഷ്ടനായ യജമാനനെ ഭയന്ന് രണ്ടുപേരും സംസാരം അവസാനിപ്പിച്ചു.

ഏറ്റവും കടുത്ത അന്ധകാരത്തിലും ദൈവത്തിലുള്ള വിശ്വാസം വെടിയരുത് എന്നത് ഒരു വാസ്തവമാണ്. ആ നീഗ്രോവൃദ്ധ വിദ്യാഭ്യാസം നേടിയിട്ടുള്ളവളല്ലെങ്കിലും ആത്മാർഥതയുള്ള ഈശ്വര വിശ്വാസിയാണ്. എന്നാൽ എമിലീൻ നല്ല വിദ്യാഭ്യാസം നേടിയിട്ടുണ്ട്. കൂടാതെ വിവേക ശാലിയും. അവൾക്ക് വളരെ ഭംഗിയായി എഴുതാനും വായിക്കാനും അറിയാം. നന്നായി കഷ്ടപ്പെട്ട് *ബൈബിളിൽ* പരിജ്ഞാനം നേടി. ദൈവവിശ്വാസിയും വിശ്വസ്തയുമായ ഒരു യജമാനത്തിയാണ് അവൾക്കു വിദ്യാഭ്യാസം നൽകിയത്. എന്നാൽ ഇത്രയും വലിയ ഒരു ക്രൂരന്റെ കൈകളിൽ അകപ്പെട്ടുകഴിഞ്ഞാൽ പിന്നെ ദൈവം തങ്ങളെ കൈവിട്ടുകളഞ്ഞു എന്നു തന്നെ വിചാരിക്കുകയില്ലേ? ഇത്തരം അനുഭവങ്ങളിലൂടെ കടന്നുപോകുമ്പോൾ അവരുടെ മനസിൽനിന്നും ക്രിസ്തുമത വിശ്വാസം ഇറങ്ങിപോകുകയില്ലേ? വലിയ വിദ്യാഭ്യസം ലഭിക്കാത്തവരുടേയും പക്വത വന്നിട്ടില്ലാത്തവരുടേയും മനസിൽ അതിനു വളരെ വേഗം ഇളക്കം തട്ടും.

ആവിക്കപ്പൽ സഞ്ചരിക്കുകയാണ്-ദുഃഖഭാരത്തിന്റെ കൂലി വാങ്ങിക്കൊണ്ട് 'റെഡ് റിവറിലെ' ചുവന്നു കലങ്ങിയ വെള്ളത്തിലൂടെ ശക്തമായ ഒഴുക്കിനേയും ചുഴികളേയും എല്ലാം മറികടന്നുകൊണ്ട് കപ്പൽ മുന്നോട്ടു കുതിക്കുന്നു. അതിൽ യാത്രചെയ്യുന്നവരുടെ വിഷാദംനിറഞ്ഞ ക്ഷീണിച്ച കണ്ണുകൾ ചെങ്കുത്തായ ചെമ്മൺ തീരങ്ങളിലേക്ക് ഉറ്റുനോക്കിക്കൊണ്ടിരുന്നു. ഒടുവിൽ ഒരു കൊച്ചുപട്ടണത്തിലെ തുറമുഖത്ത് കപ്പൽ നങ്കൂരമിട്ടു. തന്റെ സംഘത്തേയും ആട്ടിത്തെളിച്ചുകൊണ്ട് ലെഗ്രി കരയ്ക്കിറങ്ങി.

അവരെ കാത്ത് ഒരു പരുക്കൻ വണ്ടി കിടന്നിരുന്നു. അതിൽ ക്ഷീണിച്ചിരുന്ന് വൃത്തികെട്ട ഒരു റോഡിലൂടെ ടോമും സംഘവും തികഞ്ഞ അനിശ്ചിതത്വത്തിലേക്ക് യാത്രതുടർന്നു.

ആ വണ്ടിയിൽ തന്നെയാണ് ലെഗ്രിയും യാത്രചെയ്തിരുന്നത്. വണ്ടിയുടെ പിൻഭാഗത്ത് സാധനങ്ങൾ കൂട്ടിയിട്ടിട്ടുണ്ട്. അതിന്റെ മീതെ കൈകളിൽ ചങ്ങലകൊണ്ടു ബന്ധിച്ചിരിക്കുന്ന രണ്ടു സ്ത്രീകൾ ക്ഷീണിച്ചവശരായി ചാഞ്ഞുകിടക്കുന്നു. ലെഗ്രിയുടെ കൃഷിസ്ഥലം അവിടെനിന്നും വളരെയകലെയാണ്.

റോഡ് കാട്ടിലൂടെ വളഞ്ഞു പുളഞ്ഞുപോകുന്നു. ഇളംകാറ്റ് നേർത്ത സ്വരം പുറപ്പെടുവിച്ചുകൊണ്ട് യാത്രക്കാരെ തഴുകുന്നു. വണ്ടിയിലിരിക്കുന്നവരുടെ വിലാപമാണോ ആ സ്വരം? പുറത്തേക്കു നോക്കിയാൽ നീണ്ടുകിടക്കുന്ന സൈപ്രസ് ചതുപ്പുനിലവും മരത്തടികൊണ്ടുള്ള വേലികളും കാണാം. ചളിയിൽ അവിടവിടെയായി ഉയർന്നുനിൽക്കുന്ന വൃക്ഷങ്ങളിൽ ശവസംസ്കാരത്തിനുള്ള വിഷാദാത്മകമായ റീത്തുകൾപോലെ കറുത്ത പായലുകൾ ഞാന്നു കിടക്കുന്നു. അവിടവിടെയായി ഒടിഞ്ഞു തൂങ്ങിക്കിടക്കുന്ന മരച്ചില്ലകളിൽ അറപ്പുളവാക്കുന്ന പാമ്പുകൾ ഇഴഞ്ഞു നീങ്ങുന്നതുകാണാം. അപരിചിതർക്ക് ആ കാഴ്ച ശരിക്കും അസ്വസ്ഥത ഉളവാക്കും. യാത്രാവേളയിൽ കറുത്തമുഖങ്ങളിൽ പ്രത്യക്ഷപ്പെടുന്ന

നൈരാശ്യഭാവം ആർക്കും ഊഹിക്കാവുന്നതേ ഉള്ളൂ. വരാൻപോകുന്ന ജീവിതത്തിൽ അവരെ കാത്തിരിക്കുന്ന ദുഃഖവും നിരാശയും അവരുടെ ക്ഷീണം ഇരട്ടിയാക്കി. യാത്രയിൽ ഒന്നിനുപുറകേ ഒന്നായി വന്നുകൊണ്ടിരിക്കുന്ന കാഴ്ചകൾ അവർ വേദനയോടെ നോക്കിയിരുന്നു.

വണ്ടിയോടിച്ചുകൊണ്ടിരിക്കുന്ന അവസരത്തിലും സൈമൺ ഇടയിക്കിടെ തന്റെ പോക്കറ്റിൽനിന്നും മദ്യക്കുപ്പിയെടുത്ത് മോന്തിക്കൊണ്ടിരുന്നു. അയാൾ തികഞ്ഞ ആഹ്ളാദവാനായിരുന്നു. തന്റെ ഇരകളുടെ എണ്ണം നാൾക്കുനാൾ വർധിച്ചുവരുന്നു.

അയാൾ പിന്നിലേക്കു തിരിഞ്ഞുനോക്കി. സാധുജീവികളുടെ മുഖങ്ങളിൽ വ്യാകുലത പടർന്നിരിക്കുന്നു. അവരെ നോക്കി അയാൾ വിളിച്ചു പറഞ്ഞു.

"ഒരു പാട്ടുപാടൂ പിള്ളാരേ-നല്ലൊരു പാട്ട്!"

അവർ പരസ്പരം നോക്കി. ലെഗ്രി ചാട്ടവാർ വീശിയടിച്ച് 'പാട്ടു പാടൂ' എന്ന് ആവർത്തിച്ചു.

ടോം ഒരു സ്തോത്രം ആലപിക്കുവാൻ ആരംഭിച്ചു.

"ജെറുസലേം! എന്റെ പുണ്യഗേഹം!
എന്റെ പ്രിയപ്പെട്ട നാമം!
എന്റെ ദുഃഖം എന്നു നീ തീർക്കും?
എന്ന് നിന്റെ സന്തോഷം! നിന്റെ സ്നേഹം...."

"നിർത്തെടാ കറുമ്പൻ പിശാചേ!" ലെഗ്രി അട്ടഹസിച്ചു.

"ഞാനെന്താ നിന്റെ സ്തോത്രം കേൾക്കാനായി ഇരിക്കുന്നവനാണോ? സമയംകളയാതെ വേഗം ഒരു ഉശിരൻ പാട്ടു പാട്! നല്ലൊരു പാട്ട്! പെട്ടന്നാവട്ടെ!"

അവരിൽ ഒരുത്തൻ അടിമകൾക്കിടയിൽ പ്രചാരത്തിലുള്ള അർഥശൂന്യമായ ഒരു നാടോടിപ്പാട്ട് പാടാൻ ആരംഭിച്ചു. ആ ഗായകൻ അയാളുടെ ശൈലിയിൽ ഉറക്കെ പാടി. അൽപ്പം കഴിഞ്ഞപ്പോൾ കൂടെയുള്ളവരും ഏറ്റുപാടാൻ തുടങ്ങി.

"ഹോ! ഹോ! ഹോ! പിള്ളാരേ!
ഹോ ഹൈയെ ഓഫ്! ഹൈയെ ഓഫ്!"

ഭയങ്കര ശബ്ദവും ബഹളവും ഉണ്ടാക്കിക്കൊണ്ടാണ് അവർ അത് ആലപിച്ചിരുന്നത്. ആഹ്ളാദിക്കണം എന്ന് അവർ ഉറച്ചു തീരുമാനിച്ചതുപോലെ ആയിരുന്നു. എന്നാൽ നിരാശയുടെ വിലാപത്തിനോ പ്രാർഥനയുടെ നിസ്സംഗതയ്ക്കോ ഈ സംഘഗാനത്തെപ്പോലെ ദുഃഖത്തിന്റെ അഗാധതയിലേക്ക് ആഴ്ന്നിറങ്ങുക സാധ്യമല്ല. ഭീഷണിപ്പെടുത്തി കൽത്തുറങ്കിൽ അടയ്ക്കപ്പെട്ട ആ നിശ്ശബ്ദ ഹൃദയം സംഗീതത്തിൽ അഭയംതേടി. അതിലൂടെ ദൈവത്തോട് പ്രാർഥിക്കുവാൻ മാർഗം കണ്ടെത്തി. എന്നാൽ അതിൽ ഉൾച്ചേർന്നിരിക്കുന്ന പ്രാർഥന സൈമൺ ലെഗ്രിക്ക് കേൾക്കാൻ സാധിച്ചില്ല. പാട്ടുകാരുടെ ബഹളം മാത്രമേ അയാളുടെ ചെവിയിൽ പതിഞ്ഞുള്ളൂ. അതുകൊണ്ടുതന്നെ അയാൾ സന്തോ

ഷിച്ചു. ആ സാധുക്കളുടെ മനസിൽ ആഹ്ളാദം പകരുവാൻ അയാൾ ശ്രമിക്കുകയായിരുന്നു. താനതിൽ വിജയിച്ചു എന്ന് ആ വിഡ്ഢി വിശ്വസിക്കുകയും ചെയ്തു."

"എന്റെ പ്രിയപ്പെട്ടവളേ, " അയാൾ പിന്തിരിഞ്ഞ് എമിലീന്റെ തോളിൽ കൈയിട്ടുകൊണ്ട് പറഞ്ഞു.

"നമ്മൾ ഉടനെ വീട്ടിൽ എത്തും."

ലെഗ്രി ശകാരിച്ചപ്പോഴും അലറിയപ്പോഴും എമിലീൻ ഭയന്നുവിറച്ചിരുന്നു. എന്നാൽ അവളുടെ തോളിൽ കൈയിട്ട് ഇപ്രകാരം സംസാരിച്ചപ്പോൾ മുഖത്ത് അടികിട്ടിയതുപോലെയാണ് അവൾക്കു തോന്നിയത്. അയാളുടെ കണ്ണുകളിൽ ഒളിച്ചുകളിച്ചിരുന്ന കാമവികാരം അവളുടെ മനസിനെ കീറിമുറിച്ചു. മാംസം കോച്ചിപ്പിടിച്ചു. സ്വന്തം അമ്മയുടെ മാറിലെന്നപോലെ അവൾ ആ നീഗ്രോവൃദ്ധയോട് ഒട്ടിച്ചേർന്നിരുന്നു.

തന്റെ ബലിഷ്ഠമായ പരുക്കൻ കൈവിരൽകൊണ്ട് ലെഗ്രി അവളുടെ ചെറുതും മനോഹരവുമായ കാതിൽ പിടിച്ചു എന്നിട്ടു ചോദിച്ചു:

"നിനക്ക് കമ്മൽ ഇല്ലേ?"

"ഇല്ല യജമാനനെ," താഴെനോക്കി ഭയന്നു വിറച്ചുകൊണ്ട് എമിലീൻ പറഞ്ഞു.

"ശരി. നമ്മൾ വീട്ടിലെത്തട്ടെ. അപ്പോൾ ഞാൻ നിനക്ക് നല്ല ഒരു ജോഡി കമ്മൽ തരുന്നുണ്ട്. നീ നല്ലകുട്ടി ആയിരിക്കുന്നിടത്തോളം കാലം യാതൊന്നും പേടിക്കേണ്ട ആവശ്യം ഇല്ല. നിന്നെ ഞാൻ കഠിനമായ ജോലികൾ ഒന്നും എൽപ്പിക്കുകയില്ല. നമുക്കു രണ്ടുപേർക്കും നല്ല സുഖമായി ജീവിക്കാം. നിനക്ക് മാന്യയായ ഒരു വനിതയെപ്പോലെ കഴിയാം -നീ ചെയ്യേണ്ടത് നല്ല കുട്ടിയായിരിക്കുക എന്നതു മാത്രമാണ്."

കുടിച്ച് യാതൊരു ബോധവും ഇല്ലാത്തതിനാലാണ് അയാൾ അത്രയും ഭംഗിയായി പെരുമാറിയത്. അപ്പോഴെയ്ക്കും അയാളുടെ തോട്ടത്തിന്റെ മതിൽ ദൂരെനിന്നും കാണാൻ കഴിഞ്ഞിരുന്നു.

നല്ലവനും സൗന്ദര്യബോധമുള്ളവനും ആയിരുന്നു ആ തോട്ടത്തിന്റെ ആദ്യത്തെ ഉടമസ്ഥൻ. തോട്ടവും അതിനകത്തെ വീടും പരിസരവും എല്ലാം അയാൾ വളരെ വൃത്തിയോടെയും ഭംഗിയോടെയും കാത്തുസൂക്ഷിച്ചു. അയാൾ മരിച്ചുകഴിഞ്ഞപ്പോൾ നിസ്സാരവിലയ്ക്ക് ലെഗ്രി ആ തോട്ടം സ്വന്തമാക്കി. അയാളുടെ എല്ലാ ജോലിയുംപോലെ ധനസമ്പാദനം മാത്രമായിരുന്നു ഈ കച്ചവടത്തിന്റെയും ലക്ഷ്യം. ആ സ്ഥലം ആകെ വൃത്തികേടായി, താറുമാറായി കിടക്കുന്നു. ആദ്യത്തെ ഉടമസ്ഥന്റെ സൃഷ്ടികൾ എല്ലാം അവിടെ ജീർണിച്ചുകിടക്കുകയാണ്. അവിടെയുള്ള നല്ല വസ്തുക്കൾ എല്ലാം അവഗണിക്കപ്പെട്ടുകിടക്കുകയാണ്.

അൽപ്പകാലം മുമ്പുവരെ ഭംഗിയായി കത്രിച്ച് പച്ചപ്പരവതാനി വിരിച്ചതുപോലുള്ള പുൽമേട് നിറയെ കാട്ടുചെടികൾ പടർന്നുകയറി വൃത്തികേടായിരിക്കുന്നു. അതിന്റെ ഉള്ളിലാണ് കുതിരകളെ കെട്ടാനുള്ള കുറ്റികൾ തറച്ചിരിക്കുന്നത്. ചില അലങ്കാര സ്തൂപങ്ങളിൽ മുല്ലവള്ളികൾ

തൂങ്ങിക്കിടക്കുന്നു. അവയിലെല്ലാം കുതിരകളെ കെട്ടാൻ ഉപയോഗിച്ചിരുന്നതുകൊണ്ട് അവയെല്ലാം ഒരു വശത്തേയ്ക്ക് ചെരിഞ്ഞാണ് നിൽക്കുന്നത്. ഒരുകാലത്ത്, നിറയെ മനോഹരമായ പൂക്കൾവിടർന്ന് സുഗന്ധം പൊഴിച്ചുനിന്നിരുന്ന വിശാലമായ ഉദ്യാനം ഇപ്പോൾ ഒരു ചുടുകാടുപോലെ കാടുപിടിച്ച് കിടക്കുന്നു.

പൊട്ടിപ്പൊളിഞ്ഞ പാത്രങ്ങളുടെ അവശിഷ്ടങ്ങൾ, ധാന്യക്കതിരുകൾ, മറ്റുചപ്പുചവറുകൾ എന്നിവയെല്ലാം അവിടെ ചിതറിക്കിടന്നിരുന്നു. തോട്ടത്തിനകത്തുള്ള ചരൽപ്പാതയിലൂടെ വണ്ടി അൽപ്പ സമയം കൂടി ഓടിയശേഷം ഒരു പൊട്ടിപ്പൊളിഞ്ഞ ബംഗ്ലാവിനുമുന്നിൽ വന്നുനിന്നു. ഒരു കാലത്ത് ഗംഭീരമായ തലയെടുപ്പോടെ ഉയർന്നുനിന്നിരുന്ന മനോഹരമായ ഒരു ഉഗ്രൻ ബംഗ്ലാവായിരുന്നു അത്. തെക്കൻശൈലിയിലാണ് അത് നിർമിച്ചിരുന്നത്. രണ്ടു നിലയിലും വീതിയുള്ള വരാന്തയുണ്ട്. നാലുഭാഗത്തും പുറത്തെ വാതിലുകളെല്ലാം ഈ വരാന്തയിലേക്കാണ് തുറക്കുന്നത്.

ഒരു പ്രേതബാധയുള്ള ഭവനംപോലെയായിരുന്നു ആ ബംഗ്ലാവ് കാഴ്ചയ്ക്ക്. അത്രയ്ക്ക് അസുഖകരമായ ഒരന്തരീക്ഷമായിരുന്നു ആ കെട്ടിടത്തിൽ. ചില ജനലുകൾ അടയ്ക്കാൻ സാധിക്കുകയില്ല. ചിലതിന്റെ ചിലമ്പൽ കാതടപ്പിക്കും. മിക്കവാറും ജനവാതിലുകൾക്ക് ഒറ്റ വിജാഗിരി മാത്രമേയുള്ളൂ. ചില ജനാലച്ചില്ലുകൾ പൊട്ടിത്തകർന്നിരിക്കുകയാണ്.കെട്ടിടത്തിന്റെ ചുമരുകളിൽ കുമ്മായം അടർന്നുനിന്നിരുന്നു. നിലം നിറയെ മരക്കഷണങ്ങളും വൈക്കോലും പഴയ വീപ്പകളും പെട്ടികളും ചിതറിക്കിടന്നിരുന്നു.

മൂന്നുനാലു ഭീമാകാരന്മാരായ നായ്ക്കൾ വണ്ടിച്ചക്രങ്ങൾ ഉരയുന്ന ശബ്ദംകേട്ട് കുരച്ചുകൊണ്ട് പാഞ്ഞുവന്നു. അവ ടോമിന്റെയും കൂട്ടുകാരുടേയും മേൽ ചാടിവീഴാതിരിക്കുവാൻ അതിന്റെ പിന്നാലെ ഓടിയെത്തിയ കീറിപ്പറിഞ്ഞ വസ്ത്രം ധരിച്ച വേലക്കാർക്ക് പാടുപെടേണ്ടി വന്നു.

"ഇവിടെനിന്നും നിങ്ങൾക്ക് എന്താണ് ലഭിക്കുവാൻ പോകുന്നതെന്ന് മനസിലായല്ലോ!" ടോമിനോടും കൂട്ടുകാരോടും ഇപ്രകാരം പറഞ്ഞുകൊണ്ട് ലെഗ്രി നായ്ക്കളെ തലോടി.

"ഓടി രക്ഷപ്പെടാൻ ശ്രമിച്ചാൽ നിങ്ങളെ കാത്തിരിക്കുന്നത് ഇതാണ്. നീഗ്രോകളെ ഓടിച്ചിട്ട് പിടികൂടുന്നതിനായി ഈ നായ്ക്കൾക്ക് പ്രത്യേക പരിശീലനം നൽകിയിരിക്കുന്നു. ഓടിപ്പോകാൻ ശ്രമിക്കുന്നവർ തീർച്ചയായും ഈ നായ്ക്കൾക്ക് അത്താഴമായി മാറും. അതുകൊണ്ട് സൂക്ഷിച്ചിരുന്നോളൂ."

"സാംബോ, ഇവിടുത്തെ കാര്യങ്ങൾ എല്ലാം എങ്ങനെ നടക്കുന്നു?"

"ഒന്നാന്തരമായി യജമാനനെ!"

"കിംബോ..." യജമാനന്റെ ശ്രദ്ധ പിടിച്ചുപറ്റാനായി അടുത്തുതന്നെ നിന്നിരുന്ന മറ്റൊരുത്തനോട് ലെഗ്രി ചോദിച്ചു.

"ഞാൻ പറഞ്ഞേൽപ്പിച്ച ജോലികളെല്ലാം ചെയ്തിട്ടില്ലേ?"

"ഉവ്വ്"

ആ തോട്ടത്തിലെ പ്രധാനപ്പെട്ട രണ്ട് ജോലിക്കാരാണ് ആ രണ്ടു നീഗ്രോകൾ. തന്റെ വേട്ടനായ്ക്കളെ പോലെതന്നെയാണ് ഇവരെയും അയാൾ അതിക്രൂരന്മാരായി വളർത്തിയെടുത്തിരിക്കുന്നത്. ഈ രണ്ടു പേരും പട്ടികളും തമ്മിൽ സ്വഭാവത്തിൽ യാതൊരു വ്യത്യാസവുമില്ല. മേൽനോട്ടക്കാരായ ഈ രണ്ടു നീഗ്രോകൾ, വെള്ളക്കാരെക്കാൾ ക്രൂരന്മാരും മർദ്ദകരും ആയിരുന്നു എന്ന ചൊല്ല് തികച്ചും വാസ്തവമാണ്. തനിക്കൊരു അവസരം കിട്ടുന്നപക്ഷം ഒരു അടിമയായിരിക്കും ഏറ്റവും വലിയ മർദകൻ.

ചരിത്രത്തിൽ രേഖപ്പെടുത്തിയിട്ടുള്ള ഭരണാധിപന്മാരെപ്പോലെ ലെഗ്രിയും തന്റെ തോട്ടത്തിൽ ഭരണം നടത്തിയിരുന്നത് അവിടെയുള്ള വരെ തമ്മിലടിപ്പിച്ചായിരുന്നു. സാംബൊവും കിംബൊവും ഒരവസരം കിട്ടിയാൽ തമ്മിൽ കടിച്ചു കീറാൻ നിൽക്കുന്ന നായ്ക്കളെപ്പോലെ തന്നെയാണ്. തോട്ടത്തിലെ സകല ജോലിക്കാരും അവരെ രണ്ടുപേരെയും ഒരുപോലെ വെറുക്കുന്നു. ഒരാളെ മറ്റൊരാൾക്കെതിരായി കരുനീക്കി കളിച്ചാൽ, അവിടെ ഓരോ ദിവസവും എന്താണ് നടക്കുന്നതെന്ന് ഓരോരുത്തരിൽനിന്നും കൃത്യമായി മനസിലാക്കാൻ സാധിക്കും.

സാമൂഹികമായ ബന്ധങ്ങളില്ലാതെ ഒരാൾക്കും ജീവിക്കാൻ സാധിക്കുകയില്ല. ലെഗ്രി തന്റെ അടിമകളായ ഈ രണ്ടുക്രൂരന്മാരെ സ്നേഹിതന്മാരെപ്പോലെ കണക്കാക്കിപ്പോന്നു-അതു തന്റെ ഉല്ലാസത്തിനുവേണ്ടി മാത്രം. വെറും പരിചയക്കാർ എന്നു പറയുന്നതായിരിക്കും ഉചിതം. ഏതു നിമിഷവും അവർ പരസ്പരം ചാടി വീണേക്കാം.

"നോക്കൂ സാംബൊ," ലെഗ്രി ഉത്തരവുകൾ പുറപ്പെടുവിക്കുവാൻ തുടങ്ങി.

"ഇവരെയെല്ലാം അവരവരുടെ താമസസ്ഥലത്തേക്ക് കൂട്ടിക്കൊണ്ടു പോകൂ! നിനക്കുവേണ്ടി ഇത്തവണ ഞാനൊരു പെൺകുട്ടിയെ കൂട്ടിക്കൊണ്ടു വന്നിട്ടുണ്ട്." എമിലീന്റെ കൂടെ ഉണ്ടായിരുന്ന നീഗ്രോപ്പെണ്ണിനെ, അവളിൽനിന്നും പിടിച്ചുമാറ്റി സാംബൊവിന്റെ നേർക്ക് തള്ളി.

"ഒരെണ്ണത്തിനെ നിനക്കുവേണ്ടി കൊണ്ടുവന്നു തരാമെന്ന് ഞാൻ നിനക്കു വാക്കു തന്നിരുന്നതല്ലേ?"

ആ സ്ത്രീ അതുകേട്ട് ഞെട്ടി പിന്നോട്ടു വലിഞ്ഞു.

"എന്തായിത് യജമാനനെ. എന്റെ ഭർത്താവ് ന്യൂ ഓർലീൻസിൽ ഉണ്ട്."

"അതുകൊണ്ടെന്താ? നിനക്ക് ഇവിടെ ഒരാൾ വേണ്ടേ? ലെഗ്രി അവൾക്കു നേരെ ചാട്ടവാർ ഉയർത്തി.

"വരൂ! മിസ്ട്രസ്!" അയാൾ എമിലീനോടു പറഞ്ഞു.

"നീ എന്റെ കൂടെ വീടിന്റെ ഉള്ളിലേക്ക് പോന്നോളൂ."

അപ്പോൾ ആ വീടിന്റെ ജനലയ്ക്കൽ ക്രോധംപൂണ്ട ഒരു മുഖം പ്രത്യക്ഷപ്പെട്ടു.

ലെഗ്രി വാതിൽ തുറന്ന് അകത്തുകടന്നപ്പോൾ ദേഷ്യത്തിലുള്ള ഒരു സ്ത്രീശബ്ദം പുറത്തേക്കു കേട്ടു. എമിലീനെ ആകാംക്ഷയോടെ ശ്രദ്ധിച്ചിരുന്ന ടോം ഇത് കേട്ടു. ലെഗ്രിയുടെ ആജ്ഞാസ്വരത്തിലുള്ള മറുപടി അവിടം മുഴങ്ങി.

"നീ സംസാരിക്കണ്ട! നാവടക്കി ഒരു ഭാഗത്ത് ഇരിക്കൂ! ഞാൻ എനിക്കിഷ്ടമുള്ളത് ചെയ്യും."

ടോം വേറെ ഒന്നും കേട്ടില്ല. അവനും കൂടെ ഉണ്ടായിരുന്ന മറ്റ് അടിമകളും സാംബൊയുടെ പിന്നാലെ പ്രാകൃതമായ താമസസ്ഥലത്തേക്ക് പോയി.

ബംഗ്ലാവിൽനിന്നും കുറച്ചു ദൂരെയായി തോട്ടത്തിനുള്ളിൽ നിരനിരയായി നിർമിച്ചിരിക്കുന്ന ഒരുകൂട്ടം വൃത്തികെട്ട ഷെഡ്ഡുകളാണ് അവരുടെയെല്ലാം താമസസ്ഥലം. ജീർണിച്ച ആ കുടിലുകളെ കാലിത്തൊഴുത്തിനോട് ഉപമിക്കാം. അസ്വസ്ഥത ജനിപ്പിക്കുന്ന ആ അന്തരീക്ഷത്തിൽ ടോമിനെപ്പോലെ ഉള്ളവർക്ക് അധികനേരം നിൽക്കാൻ കഴിയുകയില്ല.

താമസസ്ഥലം കൂടി കണ്ടതോടെ ടോമിന്റെ മനസ്സ് പാതി ചത്തു. താമസിക്കാൻ വെറുതെയെങ്കിലും വൃത്തിയുള്ള ഒരു കുടിൽ ലഭിച്ചേക്കും എന്നയാൾ പ്രതീക്ഷിച്ചിരുന്നു. ജോലി ചെയ്ത് തളർന്നുവരുമ്പോൾ ഇരുന്ന് *ബൈബിൾ* വായിക്കുവാനും ശാന്തമായിരുന്ന് പ്രാർഥിക്കുവാനും വിശ്രമിക്കുവാനും പറ്റിയ ഒരു കുടിലായിരുന്നു അവന്റെ മനസിൽ. തന്റെ *ബൈബിൾ* സുരക്ഷിതമായിവയ്ക്കാൻ ഒരു ചെറിയ ഷെൽഫും അവൻ ആഗ്രഹിച്ചു. അവൻ പല കുടിലുകളിലും കയറിയിറങ്ങി നോക്കി. വൃത്തികെട്ട ഗന്ധം ഉയർത്തുന്ന വൈക്കോലിന്റെ കൂനയല്ലാതെ ഉപകരണങ്ങളുടെ ഒരു തരിപോലും അവിടെയെങ്ങും കണ്ടില്ല. മണ്ണിട്ട് ചവിട്ടി ഉറപ്പിച്ച തറയിൽ വൈക്കോൽ ധാരാളമായി വിതറിയിട്ടുണ്ട്.

"ഇതിൽ ഏതാണ് എന്റെ മുറി?" സാംബൊയോട് ടോം വിനയപൂർവം ചോദിച്ചു.

"ഇതെല്ലാം നീഗ്രോ അടിമകൾക്ക് താമസിക്കുവാൻ വേണ്ടി നിർമിച്ചിട്ടുള്ളതാണ്. ഏതാണ് നിന്റേത് എന്ന് കൃത്യമായി പറയാൻ സാധിക്കുകയില്ല. എന്താണ് ചെയ്യാൻ പറ്റുക എന്ന് ഞാൻ നോക്കട്ടെ."

രാത്രിയായതോടെ ആ കുടിലുകളിൽ താമസിക്കുന്ന സാധു ജന്മങ്ങൾ ജോലി ചെയ്ത് തളർന്നവശരായി തിരിച്ചെത്തി-അവരിൽ സ്ത്രീകളും പുരുഷന്മാരും ഉണ്ട്. കീറിപ്പറിഞ്ഞ വസ്ത്രത്തിൽ നിറയെ ചളി പുരണ്ടിരിക്കുന്നു. പുതുതായി വന്ന ആൾക്കാരെ കാണാനോ പരിചയപ്പെടാനോ ഒന്നും അവർക്ക് താൽപ്പര്യം ഉണ്ടായിരുന്നില്ല.

അതുവരെ നിശ്ശബ്ദമായിരുന്നു കുടിലുകൾ പെട്ടെന്ന് ശബ്ദായമാനമായി. ഭക്ഷണം പാകംചെയ്യുന്നതിനുള്ള തിരക്കിലായിരുന്നു ഓരോരുത്തരും. ധാന്യം പൊടിച്ച് റൊട്ടി ചുട്ടെടുക്കണം അതുമാത്രമാണ് ഭക്ഷണം. അതിരാവിലെ എഴുന്നേറ്റ് ജോലി സ്ഥലത്ത് എത്തിയാൽ രാത്രിയാകുന്നതുവരെ കാര്യസ്ഥന്മാരുടെ ചാട്ടവാറടി കൊള്ളണം. അതുസ

ഹിച്ചുവേണം കഠിനാധ്വാനം ചെയ്യാൻ. വേനൽക്കാലത്ത് അധ്വാനഭാരം കൂടും. പരമാവധി ഉൽപ്പാദനക്ഷമത നേടിയെടുക്കേണ്ട സമയമാണ് അത്.

ജോലിക്കാർ കൂട്ടംകൂട്ടമായി തിരിച്ചെത്തുന്നത് ടോം നോക്കിനിന്നു. സൗഹൃദം സ്ഥാപിക്കുവാൻ പറ്റിയ ഏതെങ്കിലും ഒരു മുഖം ആ കൂട്ടത്തിൽ അയാൾ തിരഞ്ഞു. എന്നാൽ മ്ലാനവദനരും നീരസഭാവത്തിൽ നോക്കുന്ന പുരുഷന്മാരെയും തളർന്ന് നിരാശരായ സ്ത്രീകളെയും മാത്രമാണ് അവൻ അവിടെ കണ്ടത്. സ്ത്രീകളെ കണ്ടാൽ സ്ത്രീകളാണെന്ന് തോന്നുകയില്ല. ചലിക്കുന്ന ഓരോ രൂപങ്ങൾ! അവിടെയും ശക്തർ ആധിപത്യം നേടുന്നു. ദുർബലരെ തള്ളിനീക്കി മൃഗങ്ങളെപ്പോലെയാണ് അവർ നീങ്ങുന്നത്. ഇവരിൽനിന്നും മര്യാദയും സൗഹൃദവും ഒന്നും പ്രതീക്ഷിക്കുവാൻ സാധിക്കുകയില്ല. രാത്രി വളരെ വൈകുന്നതുവരെ ധാന്യം പൊടിക്കുന്ന ശബ്ദം ഉയർന്നുകേട്ടിരുന്നു. അവിടെ ആവശ്യത്തിനുള്ള പൊടിയന്ത്രം ഉണ്ടായിരുന്നില്ല. ശക്തന്മാർ ദുർബലരെ തള്ളിനീക്കി മുന്നേറുന്നതിനാൽ സാധുക്കളുടെ ഊഴം ഏറ്റവും അവസാനമാകും.

“ഹോ, നീയോ?” നീഗ്രോസ്ത്രീയുടെ അരികിൽ സാംബൊ വന്ന് ഒരു സഞ്ചി ധാന്യം എറിഞ്ഞുകൊടുത്തുകൊണ്ട് ചോദിച്ചു.

“നിന്റെ പേരെന്താണ്?”

“ലൂസി” അവൾ മറുപടി പറഞ്ഞു.

“കൊള്ളാം ലൂസി, നീ ഇനി മുതൽ എന്റെ പെണ്ണാണ്. വേഗം ഈ ധാന്യം പൊടിച്ചെടുത്ത് എനിക്ക് അത്താഴം തയാറാക്കി തരൂ!”

“ഞാൻ നിന്റെ പെണ്ണല്ല. ഒരിക്കലും ആവുകയും ഇല്ല.” പെട്ടെന്ന് നിരാശയിൽനിന്നും ധൈര്യം സംഭരിച്ചുകൊണ്ട് അവൾ പറഞ്ഞു.

“കടന്നുപോ എന്റെ കൺമുന്നിൽനിന്നും.”

“നിന്നെ ഞാൻ ചവിട്ടി അരയ്ക്കും!” അവളെ ഭീഷണിപ്പെടുത്തിക്കൊണ്ട് അവൻ കാൽപൊക്കി.

“നിനക്ക് വേണമെങ്കിൽ എന്നെ കൊല്ലാം. അത് എത്രയും വേഗമാകുന്നുവോ അത്രയും നല്ലത്. ഞാൻ മരിച്ചുപോയിരുന്നെങ്കിൽ എത്ര നന്നായിരുന്നു.”

“സാംബൊ, നീ പോയി നിന്റെ ജോലി ചെയ്തോളൂ. ഞാൻ യജമാനനോട് പറഞ്ഞുകൊടുക്കും.” കിംബോ അവനു താക്കീതു നൽകി. ധാന്യം പൊടിക്കുന്നതിനായി വന്നിരുന്ന രണ്ടു മൂന്നു സാധു സ്ത്രീകളെ തള്ളിമാറ്റി സ്വന്തം ധാന്യം പൊടിച്ചെടുക്കുകയായിരുന്നു കിംബോ.

“നീ പെണ്ണുങ്ങളെ ധാന്യം പൊടിച്ചെടുക്കുവാൻ അനുവദിക്കുന്നില്ലെന്ന് ഞാൻ യജമാനനോട് പറഞ്ഞു കൊടുക്കും, കിഴവൻ നീഗ്രോ” സാംബോ അതിനു മറുപടി പറഞ്ഞു.

ക്ഷീണവും വിശപ്പും മൂലം ടോം ക്ഷീണിച്ച് തല ചുറ്റലിന്റെ വക്കത്ത് എത്തിയിരുന്നു.

ഇതാ ഇതു നിനക്കുള്ളതാണ്” കിംബോ ഒരു ധാന്യ സഞ്ചി ടോമിനു നേർക്ക് എറിഞ്ഞുകൊടുത്തു.

"സൂക്ഷിച്ചു വച്ചുകൊള്ളൂ. നിനക്ക് ഒരാഴ്ചത്തേക്കുള്ള റേഷനാണ് ഇത്."

അതുപൊടിച്ചെടുക്കാനായി ടോമിനവിടെ വളരെ നേരം കാത്തു നിൽക്കേണ്ടിവന്നു. അവിടെ അവശരായ രണ്ടു വൃദ്ധകൾ തങ്ങളുടെ ഊഴംകാത്ത് നിന്നിരുന്നു. ആ കാഴ്ച അവന്റെ ഹൃദയത്തെ വല്ലാതെ സ്പർശിച്ചു. തന്റെ ധാന്യം പൊടിച്ചെടുക്കുന്നതിനു മുമ്പ് ടോം അവർക്കു വേണ്ടി അത് പൊടിച്ചുകൊടുത്തു. അവരുടെ കെടാറായ അടുപ്പ് കത്തിച്ചുകൊടുക്കുകയും ചെയ്തു. അത്തരം നിസ്സാരമായ ഔദാര്യങ്ങൾ പോലും അവിടെ പതിവില്ലാത്തതാണ്. അത് അവരുടെ ഹൃദയത്തെ സ്പർശിച്ചു. അവരുടെ ദയനീയത സ്ഫുരിക്കുന്ന മുഖത്ത് സ്ത്രീ സഹജമായ കാരുണ്യം ദൃശ്യമായി. അവർ ടോമിനു വേണ്ടി മാവ് കുഴച്ച് അപ്പം ചുട്ടുകൊടുത്തു. ഏറ്റവും നിസ്സാരമായ ഉപകാരവും പ്രത്യുപകാരവും എല്ലാം അവിടെ പുത്തരിയായിരുന്നു. അവരൊരുമിച്ച് ആഹാരം കഴിച്ചശേഷം ടോം *ബൈബിൾ* വായിക്കുവാനായി ഇരുന്നു-കാരണം അയാൾക്ക് അൽപ്പമെങ്കിലും മനസ്സമാധാനം വേണമായിരുന്നു. വൃദ്ധകൾ, *ബൈബിൾ* വായിക്കുന്നതുകണ്ട് അതിലേക്ക് കൗതുകപൂർവം നോക്കി. അവരിൽ ഒരുത്തി ചോദിച്ചു:

"എന്താണിത്?"

"*ബൈബിൾ*" ടോം മറുപടി പറഞ്ഞു.

"നല്ലവനായ കർത്താവേ, ഞാൻ കെന്റക്കിൽനിന്നും പോന്ന ശേഷം *ബൈബിൾ* വായന കേട്ടിട്ടേയില്ല."

"നിങ്ങൾ കെന്റക്കിയിലാണോ വളർന്നത്?" ടോം താൽപ്പര്യപൂർവം തിരക്കി.

"ഞാനവിടെ നല്ല നിലയിൽ തന്നെയാണ് വളർന്നത്. അവസാന കാലത്ത് ഈ ഗതി വരുമെന്ന് അന്നൊന്നും സ്വപ്നത്തിൽപ്പോലും വിചാരിച്ചതല്ല." ആ സ്ത്രീ ദീർഘമായി നിശ്വസിച്ചു.

"എന്തു പുസ്തകമാണിത്?" മറ്റേ സ്ത്രീ ചോദിച്ചു.

"ഇതാണ് *ബൈബിൾ*" ടോം അതിശയത്തോടെ ആവർത്തിച്ചു.

"*ബൈബിളോ*? അതെന്താണ്? എനിക്ക് മനസിലാകുന്നില്ലല്ലോ!" ആ സ്ത്രീ പിന്നെയും പറഞ്ഞു.

"*ബൈബിളി*നെ കുറിച്ച് കേട്ടിട്ടില്ലേ?" മറ്റേ സ്ത്രീ അത്ഭുതം പ്രകടിപ്പിച്ചു.

"കെന്റക്കിലെ എന്റെ യജമാനത്തി ഇത് പതിവായി വായിക്കുമായിരുന്നു. ഞാൻ അതു കേട്ടിരിക്കും. എന്നാൽ ഇവിടെ അതൊന്നും ഇല്ല. ഇടിയും തൊഴിയും ശകാരവും മാത്രം!"

"കുറച്ചുഭാഗം ഉറക്കെ വായിക്കൂ!" ടോം പുസ്തകത്തിലേക്ക് കുനിഞ്ഞിരിക്കുന്നതു കണ്ട് ആദ്യത്തെ സ്ത്രീ ജിജ്ഞാസയോടെ ആവശ്യപ്പെട്ടു.

ടോം വായന ആരംഭിച്ചു.

"അധ്വാനിക്കുന്നവരും ഭാരം ചുമക്കുന്നവരുമായ നിങ്ങളെല്ലാവരും എന്റെ അരികിലേക്കു വരൂ! നിങ്ങളുടെ അധ്വാനഭാരം ഇറക്കിവച്ച് ഞാൻ നിങ്ങൾക്ക് വിശ്രാന്തി നൽകാം."

"ഇത്രയും നല്ല, ആശ്വാസവാക്കുകൾ അരുളിചെയ്യുന്നവൻ ആരാണ്?" രണ്ടാമത്തെ സ്ത്രീ ചോദിച്ചു.

"ദൈവം" ടോം മറുപടി നൽകി.

"അവനെ എവിടെയാണ് കണ്ടെത്താൻ കഴിയുക എന്നറിഞ്ഞിരുന്നെങ്കിൽ എന്നു ഞാൻ ആഗ്രഹിക്കുന്നു." ആ സ്ത്രീ നെടുവീർപ്പിട്ടു കൊണ്ടു പറഞ്ഞു.

"ഞാൻ അവന്റെ അരികിലേക്ക് പോകുമായിരുന്നു. എനിക്ക് വയ്യാതായി. എന്റെ ശരീരം വിറയ്ക്കുകയാണ്. സാംബൊയുടെ മർദനം സഹിക്കാനാവുന്നില്ല. ഓരോ ദിവസം പരുത്തി അളക്കുമ്പോൾ അതു കുറഞ്ഞുപോയി എന്ന പേരു പറഞ്ഞ് എന്നും ക്രൂരമായ മർദനമാണ്. ജോലിയും മറ്റു കഷ്ടപ്പാടുകളും എല്ലാം കഴിഞ്ഞ് അത്താഴം കഴിച്ച് ഒന്നു നടുനിവർക്കണമെങ്കിൽ പാതിരാത്രി കഴിയും. പിന്നെ ഒന്നു മയങ്ങുമ്പോഴെയ്ക്കും ജോലിക്കുപോകാനുള്ള സൈറൺ മുഴങ്ങും. വീണ്ടും കഠിനമായ ജോലികൾ! ദൈവം എവിടെയാണ് ഉള്ളതെന്നറിഞ്ഞാൽ ഞാൻ അവനോട് എന്റെ ദുരിതങ്ങൾ പറഞ്ഞ് അതൊന്നവസാനിപ്പിച്ചു തരാൻ ആവശ്യപ്പെടുമായിരുന്നു."

"അവൻ ഇവിടെയുണ്ട്; അവൻ എല്ലായിടത്തുമുണ്ട്." ടോം പറഞ്ഞു.

"ദൈവം! അങ്ങനെ ഒരു പേരു പറഞ്ഞ് നിങ്ങൾ എന്നെ വിശ്വസിപ്പിക്കുവാൻ നോക്കണ്ട! എനിക്കറിയാം ദൈവം ഇവിടെ ഇല്ലെന്ന്. വെറുതെ സംസാരിച്ചിരുന്ന് നേരം കളയണ്ട. നമുക്കുറങ്ങാം."

സ്ത്രീകൾ അവരവരുടെ കുടിലുകളിലേക്ക് പോയി. ടോം ഏകനായി അടുപ്പിന്റെ വെളിച്ചത്തിൽ ഇരുന്ന് *ബൈബിൾ* പാരായണം തുടർന്നു. എരിഞ്ഞുകൊണ്ടിരിക്കുന്ന അടുപ്പിനരികെ ടോം തനിയെ ഇരുന്നു. *ബൈബിൾ* മടിയിൽ വച്ച്, മനസ് ബന്ധനത്തിലായ ആ കറുത്ത മനുഷ്യനെ ചന്ദ്രൻ ശാന്തനായി നിശ്ശബ്ദനായി നോക്കിനിന്നു.

"യഥാർഥത്തിൽ ദൈവം ഇവിടെയുണ്ടോ?" അങ്ങകലെ കഴിയുന്ന തന്റെ ഭാര്യയേയും കുട്ടികളേയും എന്നെങ്കിലും വീണ്ടും കണ്ടുമുട്ടുമെന്ന തകർന്നടിഞ്ഞ തന്റെ സ്വപ്നങ്ങളെക്കുറിച്ച് ചിന്തിക്കവേ, ഈ വാക്കുകൾ അയാളിൽനിന്നും അറിയാതെ പുറത്തു ചാടി.

"തന്നെ ശുഷ്കാന്തിയോടെ അന്വേഷിക്കുന്നവർക്ക് പ്രതിഫലം നൽകുന്നവനാണ് ദൈവം" അങ്ങനെ വിശ്വസിക്കുക എളുപ്പമാണോ?

അവസാനം അവൻ എഴുന്നേറ്റ് തന്റെ മുറിയിലേക്കു പോയി. മുറിക്കുള്ളിൽനിന്നും ഉയർന്നുവന്നിരുന്ന ദുർഗന്ധം അവനെ അസ്വസ്ഥനാക്കി. തന്റെ കൈയിൽ മിച്ചമുണ്ടായിരുന്ന ഏക തുണിയായ നരച്ചകമ്പിളികൊണ്ട് മൂടിപുതച്ച് ടോം ആ വൈക്കോലിൽ കിടന്ന് ഉറങ്ങി.

കിടക്കുന്നതിനു മുമ്പുതന്നെ ക്ഷീണിച്ചവശനായിരുന്ന ആ പാവം

ഉറങ്ങിപ്പോയി. സ്വപ്നത്തിൽ ഒരു മൃദുസ്വരം അവൻ കേട്ടു. തടാകതീരത്തുള്ള പൂന്തോട്ടത്തിലെ ഒരു കല്ലിൽ ടോം ഇരിക്കുകയാണ്. ഇവ തല കുനിച്ചിരിക്കുന്നു. അവളുടെ മടിയിൽ *ബൈബിൾ* ഉണ്ട്. അവൾ അത് ശ്രദ്ധിച്ചു വായിക്കുകയാണ്.

"നീ വെള്ളത്തിലൂടെ കടന്നുപോകുമ്പോൾ ഞാൻ നിന്റെ കൂടെ ഉണ്ടാവും. പിന്നെ നദികൾ! അവ ഒരിക്കലും നിനക്കു മുകളിലൂടെ ഒഴുകുകയില്ല. നീ തീയിലൂടെ നടക്കുമ്പോൾ നിനക്കു പൊള്ളുകയില്ല. തീനാളങ്ങൾ നിന്റെ ശരീരത്തിൽ കത്തിപ്പിടിക്കുകയില്ല. കാരണം ഞാൻ നിന്റെ നാഥനാണ്! നിന്റെ ദൈവം! ഇസ്രായേലിന്റെ പരിശുദ്ധാത്മാവ് നിന്റെ രക്ഷകൻ!"

സാവധാനം ആ വാക്കുകൾ നേർത്ത് ഇല്ലാതായി. ഒരു ദേവസംഗീതം പോലെ! ആ കുട്ടി അവളുടെ നീണ്ടകണ്ണുകൾ ഉയർത്തി, സ്നേഹത്തോടെ അവനെ നോക്കി. ശാന്തിയുടേയും ഊഷ്മളതയുടേയും കിരണങ്ങൾ അവന്റെ ഹൃദയത്തിൽ കടന്നുചെന്നു. അവൾ മിന്നിത്തിളങ്ങുന്ന ചിറകുകൾ വീശി ആകാശത്തേക്ക് പറന്നുയർന്നു. ആ ചിറകുകളിൽ നിന്നും സ്വർണത്തിന്റെ ശകലങ്ങളും പാളികളും നക്ഷത്രങ്ങളെ പോലെ ഉതിർന്നു വീണു. ഒടുവിൽ അവൾ പോയ്മറഞ്ഞു.

സ്വപ്നത്തിലായാലും ഇവായുടെ സാന്നിധ്യം ടോമിന്റെ തളർന്ന മനസിന് ഒരു ശമനഔഷധമായിരുന്നു. അയാൾ പെട്ടെന്ന് ഉണർന്നു. അതൊരു സ്വപ്നമായിരുന്നവോ? ചെറിയ ഒരു കാലപരിധിക്കുള്ളിൽ ടോം പുതിയ ജീവിതവുമായി പൊരുത്തപ്പെട്ടു. ഈ ജീവിതത്തിൽ ഇനി ആശിക്കാനുള്ളതും ഭയക്കാൻ ഉള്ളതും എന്താണെന്ന് അവൻ മനസിലാക്കി. ഏറ്റെടുക്കുന്ന ഏതൊരു ജോലിയും അവൻ സാമർഥ്യത്തോടെയും സത്യസന്ധതയോടെയും ചെയ്തുതീർത്തു. കൃത്യനിഷ്ഠ, ആദർശനിഷ്ഠ, ശാന്തത, സമാധാനപ്രേമം എന്നിവയെല്ലാം അവന്റെ രക്തത്തിൽ അലിഞ്ഞുചേർന്നിട്ടുള്ളതാണ്. എന്നാൽ പുതിയ ജോലിസ്ഥലത്തെ കഷ്ടപ്പാടുകളും ശകാരവർഷവും അവനെ തളർത്തിക്കളഞ്ഞു. എന്നാലും അവൻ അസാധാരണമായ ക്ഷമ പ്രകടിപ്പിച്ചുകൊണ്ട് ദൈവത്തിന്റെ മഹത്വത്തിൽ ഉറച്ചുവിശ്വസിച്ച് കഠിനാധ്വാനം തുടർന്നു. എന്നെങ്കിലും ഏതെങ്കിലും രീതിയിൽ തനിക്കു മോചനം ലഭിക്കും എന്നവൻ പ്രതീക്ഷിച്ചിരുന്നു. അതവൻ ആശിക്കുകയും ചെയ്തു.

സൈമൺ ലെഗ്രി ഏതാനും മാസങ്ങൾ ടോമിനെ നിരീക്ഷിച്ചു. അവന്റെ ശുഷ്കാന്തിയും കാര്യപ്രാപ്തിയും ശാന്തവും കർത്തവ്യനിരതവുമായ പ്രവർത്തനവും ലെഗ്രിയിൽ മതിപ്പുളവാക്കി. ഒന്നാംതരം ജോലിക്കാരനാണ് ടോം എന്നു മനസിലാക്കിക്കഴിഞ്ഞിട്ടും അവന്റെ ഉള്ളിന്റെ ഉള്ളിൽ ടോമിനോടെന്തോ വിദ്വേഷം അയാൾ വച്ചുപുലർത്തി. നല്ലവരോട് ചീത്തമനുഷ്യർക്ക് സ്വാഭാവികമായും തോന്നുന്ന, അസൂയയിൽ നിന്നും ജനിക്കുന്ന അകാരണമായ വിരോധം! നിസ്സഹായരുടെ മേൽ ലെഗ്രി ഏൽപ്പിക്കുന്ന മർദനം ടോമിനെ അസ്വസ്ഥനാക്കിയിരുന്നു. സഹ

പ്രവർത്തകരോട് ആവശ്യത്തിലേറെ ടോം ദയകാണിച്ചിരുന്നത് ലെഗ്രിക്ക് പിടിച്ചിരുന്നില്ല. അതയാളെ അത്ഭുതപ്പെടുത്തുകയും അസൂയപ്പെടുത്തുകയും ചെയ്തു. കാരണം ഇത് ആ താവളത്തിൽ നടാടെയുള്ള സംഭവമായിരുന്നു.

ടോമിനെ തന്റെ തോട്ടത്തിൽ കാര്യസ്ഥനാക്കണമെന്ന് അയാൾ ആഗ്രഹിച്ചു. ആ ഉദ്ദേശ്യം മനസിൽ കണ്ടുകൊണ്ടാണ് അയാൾ ടോമിനെ വാങ്ങിയത്. തന്റെ അസാന്നിധ്യത്തിൽ കൃഷിസ്ഥലത്തിന്റെ മുഴുവൻ ചുമതലയും സാവകാശത്തിൽ ടോമിനെ ഏൽപ്പിക്കണമെന്ന് കരുതി. അതിന് ദയയല്ല, ക്രൂരതയാണ് ആവശ്യം. കഠിനഹൃദയനായ ഒരാളെയാണ് ലെഗ്രി ആഗ്രഹിച്ചത്. തന്റെ ക്രൂരമായ രീതികളിലേക്ക് മൃദുല മനസ്കനായ ടോമിനെ നയിക്കുവാൻ അയാൾ പരിശ്രമിച്ചു. അത്തരം ഒരു പരിവർത്തനത്തിന് ഏറ്റവും ആദ്യം വേണ്ടത് ടോമിന്റെ ഉള്ളിൽ രൂഢമൂലമായിക്കിടക്കുന്ന ക്രൈസ്തവമൂല്യങ്ങളെ തകർക്കുക എന്നതായിരുന്നു. അതിനു ലഭിക്കുന്ന ഒരവസരവും ലെഗ്രി പാഴാക്കി കളഞ്ഞില്ല.

ഒരു സുപ്രഭാതത്തിൽ, കൃഷിയിടത്തിലേക്ക് അയയ്ക്കാനായി ജോലിക്കാരെ നിരത്തിനിർത്തിയപ്പോൾ, ഉന്നതകുലജാതയെന്ന് ആദ്യത്തെ നോട്ടത്തിൽ തന്നെ തോന്നിപ്പിക്കുന്ന മെലിഞ്ഞു നീണ്ട സ്ത്രീയെ കണ്ട് ടോം അന്തംവിട്ടു നിന്നു. ആദ്യ ദിവസം താൻ ബംഗ്ലാവിന്റെ കിളിവാതിലിലൂടെ ഒറ്റനോട്ടം കണ്ട മുഖത്തിന്റെ ഉടമസ്ഥയാണ് ആ സ്ത്രീയെന്ന് പെട്ടെന്നുതന്നെ തിരിച്ചറിയാനായി. മൃദുവായ കൈകാലുകളുള്ള ആ സ്ത്രീ വളരെ മാന്യമായ രീതിയിലാണ് വസ്ത്രധാരണം ചെയ്തിരിക്കുന്നത്. കാഴ്ചയ്ക്ക് ഏതാണ്ട് മുപ്പത്തഞ്ചിനും നാൽപ്പതിനും ഇടയ്ക്ക് പ്രായം കാണും. ഒരിക്കൽ കണ്ടാൽ ആ മുഖം എന്നും ഓർമയിൽ തങ്ങിനിൽക്കും. ആദ്യത്തെ കാഴ്ചയിൽ തന്നെ അവളുടെ എല്ലാംകൊണ്ടും സമ്പന്നമായിരുന്ന ഭൂതകാലത്തെ കുറിച്ച് വ്യക്തമായ രൂപം കിട്ടും. ഉയർന്ന നെറ്റിയും മനോഹരങ്ങളായ നേർത്തപുരികങ്ങളും എള്ളിൻ പൂപോലെ നീണ്ട മൂക്കും തുടുത്ത അധരങ്ങളും എല്ലാം കണ്ടാലറിയാം അവൾ ഒരു അതിസുന്ദരിയായിരുന്നുവെന്ന്. ഇപ്പോൾ കവിളല്ലാം ഒട്ടിയിട്ടുണ്ടെങ്കിലും രൂപലാവണ്യം നിലനിൽക്കുന്നുണ്ട്. ദുഃഖത്തിന്റെ നേർത്ത ഛായ മുഖത്തുപരന്നിരിക്കുന്നു. തീക്ഷ്ണമായ കണ്ണുകളാണ് ആ മുഖത്തിന്റെ ഏറ്റവും വലിയ പ്രത്യേകത.

അവൾ ആരാണെന്നോ, എവിടെനിന്നും വന്നതാണെന്നോ ഒന്നും ടോമിന് അറിയുകയില്ല. രാവിലെ ടോമിനു സമീപത്ത് നീണ്ടുനിവർന്ന് അവൾ നടന്നു. തൊഴിലാളികളെ എല്ലാവരെയും അവൾക്ക് നന്നായി അറിയാം. അവരെല്ലാം അവളുടെ നേർക്ക് സന്തോഷത്തോടെ തല ചരിച്ച് നോക്കുന്നുണ്ട്.

“ഒടുവിൽ നിനക്കും ഈ ഗതി വന്നോ?—സന്തോഷം.” ഒരാൾ പറഞ്ഞു.

“ഈ ജോലി എത്ര സുഖകരമാണെന്ന് നിങ്ങൾക്ക് വേഗം മനസിലാകും മിസി! ഹി!ഹി!ഹി!” വേറൊരുത്തൻ കമന്റടിച്ചു.

"അവൾ ജോലി ചെയ്യുന്നത് നമുക്കൊന്നു കാണണം."

"നമ്മെപ്പോലെ അവളെയും അടിക്കുമോ?"

"അവൾക്ക് അടികിട്ടുന്ന കാഴ്ച കണ്ട് എനിക്കൊന്നു സന്തോഷിക്കണമെന്നുണ്ട്."

ഇത്തരം അഭിപ്രായപ്രകടനങ്ങൾക്കൊന്നിനും ചെവികൊടുക്കാതെ ആ വനിത അന്തസ്സോടെ നടന്നുനീങ്ങി. എന്നും മാന്യരുടെ ഇടയിൽ ജീവിച്ചിരുന്ന ടോമിന്, അവൾ ഉന്നതകുലത്തിൽ ജനിച്ചവളാണെന്ന് വേഗം തന്നെ പിടികിട്ടി. എന്നാൽ ഇത്തരത്തിൽ താഴ്ന്ന നിലയിലേക്ക് എങ്ങനെ അധഃപതിച്ചു എന്നുമാത്രം പിടികിട്ടിയില്ല. ആ സ്ത്രീ ടോമിന്റെ മുഖത്തേക്ക് നോക്കുകയോ സംസാരിക്കുകയോ ചെയ്തില്ല. എങ്കിലും വയലിൽ എത്തുന്നതുവരെ അവർ ഒരുമിച്ചു നടന്നു.

ടോം ഉടനെ തന്റെ ജോലിയിൽ വ്യാപൃതനായി. ആ സ്ത്രീ അവന്റെ അടുത്തുനിന്നുകൊണ്ടുതന്നെയാണ് ജോലി ചെയ്തിരുന്നത്. അറിയാതെ തന്നെ ഇടയ്ക്കിടയ്ക്ക് അവൾ നിൽക്കുന്നിടത്തേക്ക് അവന്റെ ദൃഷ്ടി പാഞ്ഞു. എല്ലാവരെക്കാളും വേഗതയിലാണ് അവരിരുവരും ജോലി ചെയ്തിരുന്നത്. ദേഷ്യത്തോടെയാണെങ്കിലും അതിവേഗത്തിൽ പരുത്തി പറിച്ച് കൊട്ടയിൽ നിക്ഷേപിച്ചുകൊണ്ടിരുന്നു.

ടോമിന്റെ തൊട്ടടുത്തുതന്നെ ഒരു നീഗ്രോ വൃദ്ധയും ജോലി ചെയ്യുന്നുണ്ട്. അവളുടെ അവസ്ഥ വളരെ ദയനീയമാണ്. രണ്ടു മൂന്നു പ്രാവശ്യം തളർച്ചമൂലം അവൾക്ക് തല ചുറ്റിയിരുന്നത് ടോം കണ്ടു. അവൾ വിറയ്ക്കുന്നുണ്ട്. ഉടനെ മറിഞ്ഞുവീഴുമെന്ന് അവൻ ഭയപ്പെട്ടു. എന്നിട്ടും പ്രാർഥന ചൊല്ലിക്കൊണ്ട് അവൾ ജോലി തുടർന്നു. ടോം സാവധാനത്തിൽ അവളുടെ അടുത്തെത്തി. സ്വന്തം കൂടയിൽനിന്നും കുറെ പരുത്തിയെടുത്ത് ആ പാവത്തിന്റെ കൂടയിൽ ഇട്ടുകൊടുത്തു.

"അയ്യോ വേണ്ട വേണ്ട" ആ നീഗ്രോവൃദ്ധ അത്ഭുതത്തോടെ നോക്കിക്കൊണ്ട് പറഞ്ഞു.

"എന്റെ കുഞ്ഞേ, നിനക്കിത് പ്രശ്നമുണ്ടാക്കും!"

ആ സമയത്ത് സാംബൊ അവിടെ എത്തി. അവന് ആ വൃദ്ധയോട് അകാരണമായ വിദ്വേഷമാണ്. ചാട്ട വീശിക്കൊണ്ട് അവൻ ഗർജ്ജിച്ചു. അവന്റെ ക്രൂരമായ കണ്ണുകൾ ആ ദയാപരമായ വഞ്ചന കണ്ടുപിടിച്ചു കഴിഞ്ഞിരുന്നു.

"എന്താണിത്, ലൂസി – നീ എന്താ എന്നെ വിഡ്ഢിയാക്കാൻ ശ്രമിക്കുകയാണോ?" അവൻ ഷൂസിട്ട കാലുകൊണ്ട് അവളെ ഒരു ചവിട്ടു വച്ചു കൊടുത്തു. ചാട്ടകൊണ്ട് ടോമിന്റെ മുഖത്തും അടിച്ചു.

ടോം ഒന്നും മിണ്ടാതെ തന്റെ ജോലി തുടർന്നു. എന്നാൽ നേരത്തെ തന്നെ ക്ഷീണിച്ചു തളർന്നിരുന്ന വൃദ്ധ ചവിട്ടുകിട്ടിയതോടെ ബോധം കെട്ടു വീണു.

"നിന്നെ ഞാൻ ശരിപ്പെടുത്തും!" ക്രൂരമായി ചിരിച്ചുകൊണ്ട് അവൻ പറഞ്ഞു.

"ഇവൾക്കു പറ്റിയ ചികിത്സ എന്റെ കൈയിലുണ്ട്." തന്റെ കോട്ടിന്റെ കൈയിൽനിന്നും അവൻ ഒരു സൂചി ഊരിയെടുത്ത് അവളുടെ ശരീരത്തിൽ കുത്തിയിറക്കി. അവൾ നിലവിളിച്ചുകൊണ്ട് പാതി എഴുന്നേറ്റു.

"എഴുന്നേൽക്ക് മൃഗമേ, എന്നിട്ട് പോയി പണിയെടുക്ക്! അല്ലെങ്കിൽ വേറൊരു ചികിത്സ കൂടി ഞാൻ നിന്റെമേൽ പ്രയോഗിക്കും."

എവിടെ നിന്നോ കരുത്താർജിച്ചതുപോലെ അവൾ ചാടിയെഴുന്നേറ്റു. അതിവേഗത്തിൽ പണിയെടുക്കുവാൻ തുടങ്ങി.

"ഇതുപോലെ ജോലി ചെയ്തോളൂ. അല്ലെങ്കിൽ ഇന്നു രാത്രി നിന്റെ അവസാനമായിരിക്കും. ഞാനാണ് പറയുന്നത്!"

"ഞാൻ ജോലിചെയ്യുന്നുണ്ടല്ലോ" അവൾ പറഞ്ഞത് ടോം കേട്ടു.

"എന്റെ ദൈവമേ, ഇനിയും എത്രകാലം! നീ എന്തുകൊണ്ടാണ് ഞങ്ങളെ സഹായിക്കാത്തത്?"

തനിക്ക് എന്ത് ആപത്തു വന്നാലും സഹിക്കാൻ ഒരുക്കമാണെന്നു കരുതിക്കൊണ്ട് ടോം വീണ്ടും അവളുടെ അരികിലേക്ക് ചെന്നു. തന്റെ കൂടയിലുണ്ടായിരുന്ന പരുത്തി മുഴുവൻ അവളുടെ കൂടയിൽ ചൊരിഞ്ഞിട്ടുകൊടുത്തു.

"അയ്യോ വേണ്ട! അവർ നിങ്ങളെ ഇതിന്റെ പേരിൽ എത്രമാത്രം ദ്രോഹിക്കുമെന്ന് നിങ്ങൾക്കറിയില്ല."

"അതെല്ലാം സഹിക്കാനുള്ള കരുത്തെനിക്കുണ്ട്." ടോം പറഞ്ഞു.

"നിങ്ങളെക്കാൾ നന്നായിട്ട്!" അവൻ വീണ്ടും സ്വന്തം സ്ഥാനത്തു തന്നെ വന്ന് നിലയുറപ്പിച്ചു. എല്ലാം നിമിഷവേഗത്തിൽ നടന്നു.

നേരത്തെ വിവരിച്ച പ്രൗഢയായ സ്ത്രീ ടോം പറഞ്ഞതെല്ലാം കേട്ടു. അവൾ തന്റെ കണ്ണുകളുയർത്തി ഒരുനിമിഷം ടോമിനെ നോക്കിനിന്നു. അതിനുശേഷം അവൾ സ്വന്തം കൂടയിൽനിന്നും കുറെ പരുത്തിയെടുത്ത് ടോമിന്റെ ചാക്കിലിട്ടുകൊടുത്തു.

"നിങ്ങൾക്ക് ഈ സ്ഥലത്തെകുറിച്ച് യാതൊന്നും അറിയുകയില്ല." അവൾ പറഞ്ഞു.

"എങ്കിൽ നിങ്ങൾ ഇതു ചെയ്യുകയില്ലായിരുന്നു. ഇവിടെ ഒരു മാസം താമസിച്ചു കഴിയുമ്പോൾ പിന്നെ നിങ്ങൾക്ക് ആരെയും സഹായിക്കണമെന്ന തോന്നൽ ഉണ്ടാവുകയില്ല. അങ്ങനെ ചെയ്താൽ സ്വന്തം തടികാക്കാൻപോലും സാധിക്കുകയില്ല."

"ദൈവം കാത്തുരക്ഷിക്കട്ടെ!" ഉന്നതരോടെന്നപോലെയാണ് ടോം അതുപറഞ്ഞത്.

"ദൈവം എന്തായാലും ഈ ഭാഗം സന്ദർശിക്കുവാൻ പോകുന്നില്ല." അവൾ സ്വന്തം ജോലി ചുറുചുറുക്കോടെ ചെയ്യുന്നതിനിടയിൽ വെറുപ്പു സ്ഫുരിക്കുന്ന സ്വരത്തിൽ പറഞ്ഞു. വീണ്ടും അവജ്ഞയും നിന്ദയും സ്ഫുരിക്കുന്ന ഒരു മന്ദഹാസം അവളുടെ അധരങ്ങളിൽ പൊട്ടി വിരിഞ്ഞു.

തോട്ടത്തിന്റെ വേറൊരു ഭാഗത്തുനിന്നുകൊണ്ട് കാര്യസ്ഥന്മാരിൽ ഒരുവൻ ആ സ്ത്രീ ടോമിന്റെ കൂടയിൽ പരുത്തി നിക്ഷേപിക്കുന്നത്

കണ്ടു. ചാട്ട വീശിക്കൊണ്ടവൻ അവളുടെ അടുക്കൽ പാഞ്ഞെത്തി.

"എന്താണിത്? എന്താണ് നിങ്ങൾ ചെയ്തത്?" വിജയാഹ്ളാദത്തോടെ ആ സ്ത്രീയോട് ആക്രോശിച്ചു.

"വിഡ്ഢിയാക്കാൻ ശ്രമിക്കുകയാണോ? മര്യാദയ്ക്ക് നിന്നോളൂ നീ ഇപ്പോൾ എന്റെ കീഴിലാണെന്ന് ഓർത്തോളൂ. സകലരേയും ഞാൻ ശരിപ്പെടുത്തും!"

അവളുടെ മനോഹരമായ കരിനീല നയനങ്ങൾ കോപംകൊണ്ടു ജ്വലിച്ചു. ആ കണ്ണുകളിൽനിന്നും തീപ്പൊരി പാറി. വിറയ്ക്കുന്ന ചുണ്ടുകളോടെ, കോപാക്രാന്തയായി അവളവനെ ഒന്നു നോക്കി.

"എന്തു പറഞ്ഞെടാ, നായേ? ധൈര്യമുണ്ടെങ്കിൽ എന്നെ ഒന്ന് തൊട്ടു നോക്കൂ! നിന്നെ നായ്ക്കളെകൊണ്ട് കടിച്ചു കീറാനും തീയിലിട്ട് കത്തിച്ച് ചാമ്പലാക്കാനും ഇഞ്ചിഞ്ചായി വെട്ടിമുറിക്കാനും ഉള്ള അധികാരം ഇപ്പോഴും എനിക്കുണ്ട്. എന്റെ ഒരു വാക്കു മാത്രം മതി അതിന്."

"പിന്നെ എന്തു നാശത്തിനാണ് നിങ്ങൾ ഇവിടെ വന്നത്?" ഭയന്ന് ഒന്നുരണ്ടടി പിന്നോട്ടു മാറിക്കൊണ്ട് അയാൾ പറഞ്ഞു.

"ഞാൻ നിങ്ങളെ ഉപദ്രവിക്കുവാൻ ഉദ്ദേശിച്ചു പറഞ്ഞതല്ല മിസ്സ് കാസി!"

"എന്നാൽ എന്റെ മുന്നിൽനിന്നും മാറി നിൽക്ക്!"

വയലിന്റെ മറുവശത്ത് എന്തോ പ്രധാനപ്പെട്ട ജോലി ചെയ്യാനെന്ന ഭാവത്തിൽ, ജാള്യത പുറത്തുകാണിക്കാതെ, അവനുടനെ സ്ഥലം കാലിയാക്കി.

അവൾ വളരെ വേഗത്തിൽ തന്റെ ജോലി തുടർന്നു. മായാജാലം പോലുള്ള അവളുടെ ജോലിയിലെ വേഗതകണ്ട് ടോം അന്തംവിട്ടു നിന്നുപോയി. ദിവസം അവസാനിക്കുന്നതിനു മുമ്പ് അവളുടെ കൂട നിറഞ്ഞു. പല പ്രാവശ്യം അവൾ ടോമിന്റെ കൂടയിലേക്ക് പരുത്തി നിറച്ചു കൊടുത്തു.

സന്ധ്യയായപ്പോൾ പണിക്കാരെല്ലാവരും തങ്ങളുടെ പരുത്തിക്കൂടകളും ചുമന്നുകൊണ്ട് ബംഗ്ലാവിന്റെ പിൻഭാഗത്ത് നിരന്നുനിന്നു. തന്റെ കാര്യസ്ഥന്മാരുമായി എന്തോ ഗൗരവമായി സംസാരിച്ചുകൊണ്ട് ലെഗ്രി അവിടെ നിലയുറപ്പിച്ചിട്ടുണ്ട്.

"ടോം, ലൂസിയുടെ കൂടയിലേക്ക് പരുത്തി ഇട്ടുകൊടുക്കുന്നത് ഞാൻ കണ്ടു. യജമാനൻ അവനെ സൂക്ഷിച്ചില്ലെങ്കിൽ അതു പിന്നീടു വലിയ പ്രശ്നമാകും."

ഓരോരുത്തരായി പരുത്തിക്കൂടകൾ തലയിൽ ചുമന്നുകൊണ്ട് അവ തൂക്കി നോക്കാനായി എത്തി. ലെഗ്രിയുടെ കൈയിൽ ഒരു സ്ലേറ്റ് ഉണ്ട്. അതിൽ ഓരോരുത്തരുടേയും പേര് എഴുതി വച്ചിരിക്കുന്നു. ഓരോ പേരിനും എതിരെ അവർ പൊട്ടിച്ചുകൊണ്ടുവന്ന പരുത്തിയുടെ തൂക്കം അയാൾ എഴുതി. ടോമിന്റെ കൂട തൂക്കിനോക്കി അംഗീകരിച്ചു. താൻ സഹായിച്ച സ്ത്രീക്ക് എന്തെങ്കിലും പ്രശ്നമുണ്ടാകുമോ എന്ന് അയാൾ ആകാംക്ഷയോടെ നോക്കിനിന്നു. ക്ഷീണിതയായ അവൾ സാവധാന

ത്തിൽ നടന്നു വന്ന് കുട്ട തൂക്കാനായി കൊടുത്തു. അതിനു വേണ്ടത്ര തൂക്കമുണ്ടായിരുന്നെങ്കിലും ലെഗ്രി കുപിതനായി.

"മടിച്ചി മൃഗമേ! പിന്നെയും നീ കുറവാണല്ലോ കൊണ്ടുവന്നിട്ടുള്ളത്. മാറി നിൽക്ക്! നിനക്ക് വേണ്ടത് ഉടനെ കിട്ടും!"

ആ സാധുസ്ത്രീ നിരാശയോടെ തേങ്ങിക്കരഞ്ഞുകൊണ്ട് നിലത്തിരുന്നു. മിസ്സ് കാസി എന്നുവിളിച്ചപ്പോൾ ആ വനിത കൂസലില്ലാതെ ഗൗരവത്തോടെ മുന്നോട്ട് ചെന്ന് കൂട തൂക്കാനായി നൽകി. ലെഗ്രി അവജ്ഞയോടെ പുഞ്ചിരിച്ചുകൊണ്ട് അവളുടെ കണ്ണുകളിലേക്ക് ചോദ്യ രൂപേണ നോക്കി എന്തോ പറഞ്ഞു. അവൾ ഇമയനക്കാതെ അവനെ നോക്കി നിന്നു. അവളുടെ അധരങ്ങൾ മെല്ലെ ചലിച്ചു. ഫ്രഞ്ചിൽ എന്തോ പറഞ്ഞതാണ്. അതെന്താണെന്ന് ആർക്കും മനസിലായില്ല. എന്നാൽ അവൾ സംസാരിക്കുമ്പോൾ ലെഗ്രിയുടെ മുഖം പൈശാചികഭാവം പൂണ്ടു. അവളെ അടിക്കാനായി അവന്റെ കൈ പകുതി ഉയർന്നു. അവൾ യാതൊരു കൂസലും കൂടാതെ പുച്ഛത്തോടെ ഒന്നു നോക്കിയ ശേഷം തിരിഞ്ഞു നടന്നു.

ലെഗ്രി പറഞ്ഞു തുടങ്ങി.

"ടോം ഞാൻ നിന്നെ വാങ്ങിക്കൊണ്ടുവന്നത് ഇവിടെയുള്ള സാധാരണ ജോലികൾ ചെയ്യിപ്പിക്കാനല്ല. നിനക്ക് സ്ഥാനക്കയറ്റം നൽകാനും നിന്നെ കാര്യസ്ഥനാക്കാനും ഞാൻ ആഗ്രഹിക്കുന്നു. ഇന്നു രാത്രി തന്നെ നീ നിന്റെ പുതിയ ജോലി ആരംഭിക്കണം. ഇപ്പോൾ തന്നെ അതിനു വേണ്ടി പരിശീലനം ആയിക്കോട്ടെ, നീ ഈ പെണ്ണിനെ കൊണ്ടുപോയി കെട്ടിയിട്ട് ചാട്ടവാറുകൊണ്ട് അടിക്കൂ! എങ്ങനെ അടിക്കണം എന്ന് നിനക്ക് നന്നായി അറിയാമല്ലോ? ആ കാഴ്ച നീ ധാരാളം കണ്ടിട്ടുള്ളതല്ലേ?"

"എന്നാടു ക്ഷമിക്കണം യജമാനനെ" ടോം പറഞ്ഞു.

"എന്നെ ആ ജോലി ഏൽപ്പിക്കരുത്. എനിക്ക് അത്തരം പ്രവൃത്തികൾ ചെയ്ത് യാതൊരു പരിചയവും ഇല്ല. ഞാൻ ഒരിക്കലും അതു ചെയ്തിട്ടും ഇല്ല— അതുകൊണ്ടു തന്നെ എനിക്കതിനു സാധ്യമല്ല. ഒരിക്കലും എനിക്ക് കഴിയുകയും ഇല്ല."

"നിനക്ക് ചെയ്തു ശീലമില്ലാത്ത പല നല്ല ജോലികളും ചെയ്യാനുള്ള അവസരം ലഭിക്കും." ടോമിന്റെ ചെകിട്ടത്ത് ആഞ്ഞടിച്ചുകൊണ്ട് ലെഗ്രി പറഞ്ഞു.

"ശരി!"കുറച്ചു നേരത്തെ വിശ്രമത്തിനുശേഷം അയാൾ വീണ്ടും ചോദിച്ചു.

"ഇനി പറയൂ! നിനക്കത് ചെയ്യാൻ പറ്റില്ലേ?"

"ഇല്ല യജമാനനെ, ഒരിക്കലും ഇല്ല!"

മുഖത്തുനിന്നും ഒഴുകുന്ന ചോര തുടച്ചുകൊണ്ട് ദൃഢസ്വരത്തിൽ ടോം പറഞ്ഞു.

"രാവും പകലും വിശ്രമമില്ലാതെ ജോലിചെയ്യാൻ ഞാൻ തയാറാണ്. എനിക്കു ജീവനുള്ളിടത്തോളം കാലം അതിനു യാതൊരു മടിയും

ഇല്ല. എന്നാൽ അങ്ങ് ഇപ്പോൾ എന്നോട് ആവശ്യപ്പെടുന്നത് ഒട്ടും ഉചിതമല്ലാത്ത ഒരു കാര്യം ചെയ്യാനാണ്. അത് ശരിയല്ല എന്നു തന്നെയാണ് എനിക്കു തോന്നുന്നത്. യജമാനനെ, ഞാനൊരിക്കലും ഇത്തരം ജോലി ചെയ്യില്ല."

അസാധാരണമായ മൃദുത്വവും ഭവ്യതയും ആണ് ടോമിന്റെ സംസാര രീതിക്ക്. അതുകേട്ട് അവൻ ഒരു ഭീരുവാണെന്ന് ലെഗ്രി ധരിച്ചു. അതുകൊണ്ടുതന്നെ അവനെ നിഷ്പ്രയാസം അടിച്ചിരുത്താമെന്നും. ടോമിന്റെ സംസാരം കേട്ടു നിന്ന എല്ലാവരെയും അത് ആഹ്ളാദിപ്പിച്ചു. പാവം ലൂസി അറിയാതെ കൈയടിച്ചു പോയി.

"ഓ, ദൈവമേ!" എല്ലാവരും പരസ്പരം നോക്കി. അവിടെ വീശാൻ ആരംഭിക്കുന്ന കൊടുങ്കാറ്റിനെ അഭിമുഖീകരിക്കുവാൻ തയാറെടുത്ത് ശ്വാസംപിടിച്ചു കൊണ്ട് അവർ നിന്നു.

ലെഗ്രി അമ്പരന്നു നിന്നുപോയി. പിന്നീട് കോപം നിയന്ത്രിക്കുവാൻ കഴിയാതെ അലറി.

"എന്ത്! കറുത്ത മൃഗമേ, ഞാൻ പറയുന്നത് ശരിയല്ലെന്ന് നീ വിചാരിക്കുന്നുവോ? തെറ്റും ശരിയും എല്ലാം കണ്ടുപിടിക്കുവാൻ നിന്നെപ്പോലുള്ള കന്നുകാലികൾക്ക് എന്ത് അവകാശം? ഇത്തരത്തിലുള്ള ധിക്കാരം അവസാനിപ്പിക്കാതെ നിവൃത്തിയില്ല. നീ ആരാണെന്നാണ് നിന്റെ വിചാരം? നിനക്കു തോന്നുണ്ടായിരിക്കും നീ ഒരു മാന്യനാണെന്ന്, യജമാനൻ ടോം! എന്റെ അടുക്കൽ ഏതു തെറ്റ് ഏതു ശരി എന്നുപറയാൻ മാത്രം നീ വളർന്നിട്ടില്ല. നീ എന്താണ് കരുതിയത്? ആ പെണ്ണിനെ അടിക്കുന്നത് തെറ്റാണെന്നോ ?"

"അതെ യജമാനനെ! തീർച്ചയായും. അതു തെറ്റാണെന്നു തന്നെ ഞാൻ വിചാരിക്കുന്നു." ടോം മറുപടി പറഞ്ഞു.

"ആ സാധുപ്പെണ്ണ് രോഗിയാണ്. കൂടാതെ തളർന്നിരിക്കുകയും ആണ്. അവളെ അടിക്കുന്നത് ക്രൂരതയാണ്. അതുകൊണ്ടാണ് ആ ജോലി മാത്രം ഞാൻ ഒരിക്കലും ചെയ്യുകയില്ല എന്നുപറയുന്നത്. ഒരിക്കലും ഞാൻ അത്തരം നീചപ്രവൃത്തി ചെയ്യുകയില്ല. അതിന്റെ പേരിൽ എന്നെ കൊല്ലണമെന്നുണ്ടെങ്കിൽ നിങ്ങൾക്ക് കൊല്ലാം. എന്നാലും ഇവിടെയുള്ള ആരുടെ നേർക്കും ഞാൻ കയ്യുയർത്തുകയില്ല. എനിക്ക് അതൊരിക്കലും ചെയ്യാൻ കഴിയില്ല-അങ്ങനെ ചെയ്യേണ്ടി വന്നാൽ അതിനു മുമ്പേ ഞാൻ മരിക്കും."

വളരെ ശാന്തമായ സ്വരത്തിലാണ് ടോം സംസാരിച്ചിരുന്നതെങ്കിലും അവന്റെ നിശ്ചയദാർഢ്യം ആ വാക്കുകളിൽ വ്യക്തമായിരുന്നു. ലെഗ്രിക്ക് കോപം സഹിക്കാനായില്ല. അവൻ കലിതുള്ളി. അയാളുടെ കണ്ണുകൾ ജ്വലിച്ചു. വികാരാവേശത്താൽ അയാളുടെ കൃതാവ് ചുരുണ്ടു കൂടി. എന്നാൽ ഹിംസ്ര ജന്തുക്കൾ തങ്ങളുടെ ഇരകളെ കൊല്ലുന്നതിനു മുമ്പ് ഒന്നു കളിപ്പിക്കാറുള്ളതുപോലെ ടോമിനെ ഒന്നു കളിപ്പിക്കുവാൻ ലെഗ്രി തീരമാനിച്ചു.

"ഗംഭീരമായിരിക്കുന്നു! ഇവിടെ ഇതാ ഒരു ഭക്തൻ നായ! അവസാനം പാപികളായ ഞങ്ങളുടെ ഇടയിൽ പ്രത്യക്ഷപ്പെട്ടിരിക്കുന്നു– ഒരു പുണ്യവാളൻ! യഥാർഥ മാന്യൻ! പാപികളായ ഞങ്ങളോട് പാപത്തിന്റെ ദുരന്തഫലങ്ങളെ കുറിച്ച് സംസാരിക്കുന്നു. ശക്തനും വിശുദ്ധനുമായ ഒരു നീഗ്രോ. എടാ, കള്ള തെമ്മാടീ, നീ ഭക്തനാണെന്ന് സ്വയം വിശ്വസിക്കുന്നുണ്ടോ? എന്നാൽ നിന്റെ *ബൈബിളി*ൽ എന്താണ് പറഞ്ഞിരിക്കുന്നതതെന്ന് നീ കേട്ടില്ലല്ലേ?"

"അനുചരന്മാരെ; സ്വന്തം യജമാനനെ അനുസരിക്ക്" എന്ന്? ഞാൻ നിന്റെ യജമാനനല്ലേ? ഞാൻ നിനക്കു വേണ്ടി ആയിരത്തി ഇരുനൂറ് ഡോളർ എണ്ണിക്കൊടുത്തില്ലേ? നിന്റെ കറുത്തശരീരത്തിനും ആത്മാവിനും വേണ്ടി? അപ്പോൾ നീ പൂർണമായും എന്റെതല്ലേ? പറയൂ! ഞാനല്ലേ നിന്റെ യജമാനൻ?" ബൂട്സ് ഇട്ട കാലുകൊണ്ട് അയാൾ ടോമിന് ശക്തമായൊരു ചവിട്ടുവച്ചു കൊടുത്തു.

ആ കഠിനമായ പ്രഹരം ടോമിനെ ഒരുതരത്തിലും തളർത്തിയില്ല. നേരെ മറിച്ച് അവന്റെ മുഖത്ത് തെളിഞ്ഞത് വിജയാഹ്ളാദമായിരുന്നു. കണ്ണുനീരും രക്തവും ഒഴുകുന്ന മുഖം ആകാശത്തേക്ക് ഉയർത്തിക്കൊണ്ട് ടോം മറുപടി പറഞ്ഞു.

"ഇല്ല! ഇല്ലാ! ഒരിക്കലും ഇല്ല! എന്റെ ആത്മാവ് നിങ്ങളുടേതാവുകയില്ല. അതിനെ വിലയ്ക്കു വാങ്ങാൻ നിങ്ങൾക്ക് ഒരുതരത്തിലും സാധിക്കുകയില്ല. അത് സൂക്ഷിക്കുവാൻ കരുത്തുള്ള ഒരാൾ എന്നേ അതു വാങ്ങിക്കഴിഞ്ഞു. സാരമില്ല! അങ്ങേക്ക് എന്റെ ആത്മാവിനെ മുറിവേൽപ്പിക്കുവാൻ ഒരിക്കലും സാധിക്കുകയില്ല."

"എന്ത്? എനിക്കു കഴിയില്ലെന്നോ?" ലെഗ്രി അവജ്ഞയോടെ മന്ദഹസിച്ചു.

"നമുക്ക് കാണാം! ഇതാ, സാംബോ, കിംബോ! ഒരു മാസത്തേക്ക് എഴുന്നേറ്റു നിൽക്കാൻ പറ്റാത്ത വിധത്തിൽ ഈ നായയെ തല്ലിച്ചതയ്ക്ക്!

ആ ഭീകരന്മാരായ രണ്ടു നീഗ്രോകൾ ടോമിനെ പിടികൂടി. അവനെ കൈയിൽ കിട്ടിയപ്പോൾ പൈശാചികമായ ഒരുതരം ആഹ്ളാദമായിരുന്നു അവരുടെ മുഖത്ത്. ആ പാവം വൃദ്ധ ഭയന്നു നിലവിളിച്ചു. അവനെ ആ ചെകുത്താൻമാർ വലിച്ചിഴച്ചുകൊണ്ടുപോയപ്പോൾ അവിടെ കൂടി നിന്നിരുന്നവരെല്ലാം ഓരോരുത്തരായി സ്ഥലംവിട്ടു.

രാത്രി ഏറെ കഴിഞ്ഞു. ഒരു ജീർണിച്ച ഇടുങ്ങിയ മുറിയിൽ കേടുവന്ന ചെറിയ ചെറിയ യന്ത്രങ്ങളും ചപ്പുചവറുകളും നിറഞ്ഞ ഒരു മുറിയിൽ ടോമിനെ കൊണ്ടുവന്നു തള്ളിയിരിക്കുന്നു. ചപ്പുചവറുകളുടേയും പരുത്തികളുടെയും ഇടയിൽ ദേഹമാസകലം ചോരയൊലിപ്പിച്ച് ഞെരങ്ങിക്കൊണ്ട് ടോം കിടക്കുന്നു.

രാത്രി അവിടെ കൊടും തണുപ്പാണ്. മുറി നിറയെ കൊതുകുകൾ സംഘം ചേർന്ന് പറക്കുന്നു. ചതഞ്ഞ ശരീരത്തിലെ മുറിവുകളിൽ അവ വന്നിരിക്കുമ്പോൾ വേദന ഇരട്ടിയാകുന്നു. അസഹ്യമായ ദാഹം എല്ലാ

ദുരിതങ്ങളെക്കാളും വലുതാണെന്ന് അവനു തോന്നി. ദാഹം സഹിക്കാനാകാതെ വിവശനായി തീർന്നു.

“ഓ, നല്ലവനായ എന്റെ ദൈവംതമ്പുരാനേ, അങ്ങൊന്ന് ഈ ഭൂമിയിലേക്ക് നോക്കിയാലും! എന്നെ വിജയിപ്പിക്കേണമേ! എല്ലാം അതിജീവിക്കാനുള്ള കരുത്ത് എനിക്കു നൽകേണമേ!” കഠിനമായ മാനസികപ്രയാസത്തോടെ ടോം പ്രാർഥിച്ചു. അവന്റെ പുറകിൽ ഒരു കാലടി ശബ്ദം കേട്ടു. കണ്ണുകളിൽ റാന്തൽ വിളക്കിന്റെ വെളിച്ചം വന്നുപതിച്ചു.

“ആരാണ് അവിടെ? ദൈവത്തെ വിചാരിച്ച് എനിക്കൽപ്പം വെള്ളം തരൂ!”

വിളക്കിന്റെ നാളത്തിൽ അവൻ കാസിയെ തിരിച്ചറിഞ്ഞു. അവൾ റാന്തൽ നിലത്തുവച്ച് കൈയിൽ കൊണ്ടുവന്നിരുന്ന കുപ്പിയിൽനിന്നും വെള്ളം പകർന്ന്, ടോമിന്റെ തലപിടിച്ചുയർത്തി അവനെ കുടിക്കാൻ സഹായിച്ചു. നിമിഷങ്ങൾക്കകം ആർത്തിയോടെ ഏതാനും കപ്പ് വെള്ളം അവൻ കുടിച്ചു തീർത്തു.

“വേണ്ടത്ര കുടിച്ചോളൂ” അവൾ പറഞ്ഞു.

“നിങ്ങൾ അനുഭവിക്കുന്ന വിഷമം എനിക്കു മനസിലാകും. ഞാനിത് ആദ്യത്തെ പ്രാവശ്യമൊന്നുമല്ല നിന്നെപ്പോലുള്ളവർക്ക് വെള്ളം തരാനായി രാത്രികാലങ്ങളിൽ പാത്തും പതുങ്ങിയും വരുന്നത്.”

“വളരെ നന്ദിയുണ്ട് മാഡം!” വെള്ളം കുടിച്ചു കഴിഞ്ഞപ്പോൾ ടോം മനസിൽനിറഞ്ഞ കൃതജ്ഞത വാക്കിലൂടെ പ്രകടിപ്പിച്ചു.

“എന്നെ മാഡം എന്നു വിളിക്കരുത്. നിന്നെപ്പോലെ ദുരിതമനുഭവിക്കുന്ന ഒരു അടിമമാത്രമാണ് ഞാനും. ഒരുപക്ഷേ, നിങ്ങളെക്കാൾ വളരെ താഴ്ന്നനിലയിലുള്ളവൾ.” അവൾ വേദനയോടെ പറഞ്ഞു. അവൾ വാതിൽക്കലേക്ക് ചെന്ന് ചെറിയ ഒരു മെത്ത എടുത്തുകൊണ്ടു വന്നു. അതിൽ തണുത്ത വെള്ളം കുടഞ്ഞ നേർത്ത ഒരു ലിനൻ തുണി വിരിച്ചിട്ടുണ്ടായിരുന്നു.

“എന്റെ സാധുവായ സുഹൃത്തേ, ഇങ്ങോട്ടുകയറിക്കിടക്കൂ!”

ചതവും മുറിവും ഏറ്റ് വേദനകൊണ്ടു പുളയുന്ന ടോം, കാസിയുടെ സഹായത്തോടെ കുറെ സമയമെടുത്ത് ആ കിടക്കയിലേക്ക് നിരങ്ങികിടന്നു. കിടന്നു കഴിഞ്ഞപ്പോൾ കിടക്കയുടെ കുളിർമ അവന് വലിയ ആശ്വാസംനൽകി. മുറിവുകളിലെ നീറ്റിപ്പിടിച്ചുള്ള വേദനയ്ക്ക് അൽപ്പം ആശ്വാസം വന്നതുപോലെ.

ലെഗ്രിയുടെ ക്രൂരതകൾക്ക് ഇരയായ പലരേയും ശുശ്രൂഷിച്ച് അവൾക്ക് നല്ല പരിചയമുണ്ടായിരുന്നു. അതുകൊണ്ടുതന്നെ പല വൈദ്യമുറകളും അറിയാം. ആ പരിജ്ഞാനമുപയോഗിച്ച് അവൾ ടോമിനെ ശുശ്രൂഷിച്ചു. ടോമിന് വേഗത്തിൽ ആശ്വാസം അനുഭവപ്പെടുകയും ചെയ്തു.

കുറച്ചു പരുത്തിയെടുത്ത് ചുരുട്ടി തലയിണയാക്കി വച്ചുകൊണ്ട് അവൾ പറഞ്ഞു.

"എന്നെക്കൊണ്ട് കഴിയാവുന്നതെല്ലാം ഞാൻ ചെയ്തിട്ടുണ്ട്."

ടോം പിന്നെയും അവളോട് നന്ദിപറഞ്ഞു. അവൾ അവന്റെ അടുത്ത് കാലുകൾ മടക്കിയിരുന്നു. അവളുടെ കണ്ണുകളിൽ വിഷാദഭാവം നിഴലിച്ചിരുന്നു. തൊപ്പി തലയിൽനിന്നും ഊർന്നു വീണു. നീണ്ട് തഴച്ച ചുരുളൻ മുടി അവളുടെ ദുഃഖം ഘനീഭവിച്ചു നിന്നിരുന്ന മുഖത്ത് ചിതറിക്കിടന്നു.

"നിങ്ങളുടെ ഇത്തരത്തിലുള്ള പ്രവൃത്തികൊണ്ടൊന്നും യാതൊരു പ്രയോജനവും ഇല്ല എന്റെ പാവം മനുഷ്യാ."

അവസാനം അവൾ സംസാരിക്കുവാനായി ആരംഭിച്ചു.

"നീ ഈ ചെയ്യുന്നതുകൊണ്ടൊന്നും ഒരു പ്രയോജനവുമില്ല. വാസ്തവത്തിൽ നീ ഒരു ധീരനാണ്. നിന്റെ ഭാഗത്താണ് മുഴുവൻ ന്യായവും. എന്നാൽ എല്ലാം വ്യർഥമാണ്. നിന്റെ പോരാട്ടമെല്ലാം പാഴിലാവും. നീ അകപ്പെട്ടിരിക്കുന്നത് പിശാചിന്റെ കൈകളിലാണ്. ആ പിശാച് അതിശക്തനാണ്. നീ അതെല്ലാം വിട്ടുകളഞ്ഞേക്കൂ!."

"എന്റെ ദൈവമേ, ദൈവമേ!" അവൻ ദയനീയമായി വിളിച്ചു.

"ഞാനെങ്ങനെ ഇതെല്ലാം വിട്ടുകളയും?"

"ദൈവത്തെ വിളിച്ചതുകൊണ്ടൊന്നും യാതൊരു പ്രയാജനവും ഇല്ല. ദൈവം വിളികേൾക്കുകയില്ല." അവൾ ദൃഢസ്വരത്തിൽ പറഞ്ഞു.

"ദൈവം എന്നൊന്ന് ഇല്ല എന്നാണ് എനിക്കു തോന്നുന്നത്. അഥവാ ഉണ്ടെങ്കിൽ തന്നെ അവൻ ഈ പാവങ്ങളായ നമ്മൾക്ക് എതിരാണ്. ഭൂമിയും സ്വർഗരാജ്യവും നമുക്കായി കാത്തുവച്ചിരിക്കുന്നത് ദുരിതം മാത്രമാണ്. അവ നമ്മെ നിത്യ നരകത്തിലേക്ക് തള്ളി വിടുന്നു."

ടോം കണ്ണുകൾ മുറകെ അടച്ചു. ദൈവത്തിന് എതിരായിട്ടുള്ള വാക്കുകൾ അവനെ കൂടുതൽ അസ്വസ്ഥനാക്കി. അവന്റെ ശരീരം മുഴുവൻ വിറകൊണ്ടു.

"ശ്രദ്ധിക്കൂ" അവൾ സംസാരം തുടർന്നു.

"നിനക്ക് ഇവിടെ നടക്കുന്ന കാര്യങ്ങളെ കുറിച്ചൊന്നും അറിയുകയില്ല. എന്നാൽ എനിക്ക് നന്നായി അറിയാം. ഞാൻ ഈ സ്ഥലത്തെത്തിയിട്ട് അഞ്ചു വർഷം കഴിഞ്ഞു. എന്റെ ശരീരവും മനസും ഈ നീചനായ മനുഷ്യന്റെ കാൽകീഴിൽ അടിയറ വച്ചിരിക്കുകയാണ്. ഒരു പിശാചിനെ എന്നപോലെ ഞാനയാളെ ഭയക്കുകയും വെറുക്കുകയും ചെയ്യുന്നു. ഇവിടെ നമ്മൾ മറ്റുള്ള ജനങ്ങളിൽ നിന്നെല്ലാം അകന്ന് പത്തു മൈൽ ദൂരെ ചതപ്പുനിലത്താൽ ചുറ്റപ്പെട്ട് ഒറ്റപ്പെട്ട പരുത്തിത്തോട്ടത്തിലാണ് എത്തപ്പെട്ടിരിക്കുന്നത്. നിങ്ങളെ അയാൾ ജീവനോടെ ദഹിപ്പിച്ചാൽപ്പോലും സാക്ഷി പറയാൻ ആരും തന്നെയില്ല. നിങ്ങളെ വെള്ളത്തിലിട്ട് തിളപ്പിച്ചാലോ, ചാട്ടവാറുകൊണ്ട് പ്രഹരിച്ച് ഇഞ്ചിഞ്ചായി കൊന്നുകളഞ്ഞാലോ നായ്ക്കളെക്കൊണ്ട് കടിച്ചുകീറിച്ചാലോ വെട്ടിനുറുക്കി കഷണങ്ങളാക്കി വേട്ടനായ്ക്കൾക്ക് എറിഞ്ഞുകൊടുത്താലോ ഒന്നും ആരും അറിയുകയില്ല. ആരും സമാധാനം ചോദിക്കുകയും ഇല്ല.

ഇവിടെ മനുഷ്യന്റെയോ ദൈവത്തിന്റെയോ നീതിയും നിയമവുമല്ല നടപ്പാകുന്നത്. വെറും കാട്ടു നീതി. നമ്മുടെ നന്മയ്ക്കുവേണ്ടി യാതൊരു നിയമവും ഇല്ല. പിന്നെ ഈ നീചൻ, അയാൾക്കു ചെയ്തുകൂടാത്തയാതൊരു ദുഷ്പ്രവൃത്തികളും ഇല്ല. ഇവിടെ വന്നതിനുശേഷം ഞാൻ കണ്ടിട്ടുള്ളതും എനിക്ക് നേരിട്ടറിയാവുന്നതുമായ കാര്യങ്ങൾ പറഞ്ഞാൽ ആരും ഭയന്നുവിറച്ചു പോകും. അയാളെ എതിർക്കാൻ ശ്രമിക്കുന്നതുകൊണ്ട് യാതൊരു പ്രയോജനവും ഇല്ല. ഇഷ്ടപ്പെട്ടിട്ടാണോ ഞാൻ ആ നീചനോടൊപ്പം ജീവിക്കുന്നത്? ഒരിക്കലുമല്ല. ഞാൻ എത്ര സമ്പൽ സമൃദ്ധമായ ജീവിതം നയിച്ചിരുന്നവളാണ്. അതാലോചിക്കുമ്പോൾ ഇവൻ ആരാണ്? എന്നിട്ടും കഴിഞ്ഞ അഞ്ചുവർഷമായി ഞാൻ ഇവനോടൊന്നിച്ച് ജീവിക്കുന്നു. ജീവിതത്തിൽ കഴിഞ്ഞുപോകുന്ന ഓരോ നിമിഷത്തെയും ശപിച്ചുകൊണ്ട് ജീവിതം തള്ളിനീക്കുന്നു. രാവും പകലും! ഇപ്പോൾ അവന് ഒരു പുതിയ ഇരയെ കിട്ടി. കേവലം പതിനഞ്ചു വയസുമാത്രം പ്രായമുള്ള കൊച്ചുപെണ്ണിനെ. അവൾ ദൈവഹിതമനുസരിച്ച് വളർന്നവളാണ്. തികഞ്ഞ ഭക്ത! അവളുടെ നല്ലവളായ യജമാനത്തി എഴുതാനും വായിക്കുവാനും പഠിപ്പിച്ചു. നന്നായി *ബൈബിൾ* വായിയ്ക്കും. അവളുടെ കൈയിൽ ഒരു *ബൈബിൾ* ഉണ്ട്. എല്ലാം തുലഞ്ഞുപോട്ടെ!" വിഷാദം നിറഞ്ഞ ഒരു പൊട്ടിച്ചിരി അവളിൽനിന്നും ഉയർന്നു. അത് അതിശയകരമായ ഒരു ശബ്ദത്തിൽ ആ മുറയിൽ മാറ്റൊലിക്കൊണ്ടു.

ടോം കൈകൾ പിണച്ചുവച്ച് കിടന്നു. മുന്നോട്ടുള്ള ജീവിതം അന്ധകാരാവൃതവും ഭീകരവും തന്നെ.

"ഓ, കർത്താവായ ദൈവമേ, യേശുദേവാ, നീ ഈ പാവപ്പെട്ട നീഗ്രോകളെ മറന്നുപോയോ? ഞങ്ങളുടെ ദൈന്യതയെ കുറിച്ച് ഓർക്കാത്തതെന്തേ?"

ആ സ്ത്രീ വെറുപ്പുനിറഞ്ഞ സ്വരത്തിൽ തുടർന്നു.

"നിങ്ങളോടൊപ്പം ജോലിചെയ്യുന്ന നീ സഹായിക്കുവാൻ ശ്രമിക്കുന്ന ഈ അധഃപതിച്ച നായ്ക്കൾ ഉണ്ടല്ലോ, അവർ ആരാണെന്ന് അറിയുമോ? അവർക്കു ലഭിക്കുന്ന ആദ്യത്തെ അവസരത്തിൽ തന്നെ അവരിൽ ഓരോരുത്തരും നിനക്കെതിരായി തിരിയും. അവരെല്ലാവരും തന്നെ അവസരം കിട്ടിയാൽ തങ്ങൾക്കു കഴിയും വിധം അന്യോന്യം ദ്രോഹിക്കുന്ന ക്രൂരന്മാരാണ്. അത്തരക്കാരെ രക്ഷിക്കുന്നതിനുവേണ്ടി നീ പീഡനമനുഭവിക്കുന്നതുകൊണ്ട് യാതൊരു പ്രയോജനവും ഇല്ല എന്ന് മനസിലാക്കിക്കോളൂ!"

"പാവം മനുഷ്യർ!" ടോം പറഞ്ഞു.

"എന്താണ് അവരെ ഇങ്ങനെ ക്രൂരന്മാരാക്കിയത്? അവരെപ്പോലെ ഞാനും കുറെശ്ശേ കുറെശ്ശേയായി വിശ്വാസം ഉപേക്ഷിക്കുകയാണെങ്കിൽ അവരെക്കാൾ ക്രൂരനാകും. ഇല്ല! ഇല്ല! മാഡം ഞാൻ ഒരിക്കലും യജമാനനു വഴങ്ങുന്ന ആ രീതിയുമായി പരിചയപ്പെടുകയില്ല. എനിക്ക് സകലതും നഷ്ടപ്പെട്ടു. ഭാര്യ, മക്കൾ, കുടുംബം— ഏറ്റവും നല്ല യജമാനൻ!

പാവം അദ്ദേഹം ഒരാഴ്ച കൂടി ജീവിച്ചിരുന്നു എങ്കിൽ ഞാനും ഒരു സ്വതന്ത്ര മനുഷ്യനായേനെ! അത്രയ്ക്കു ദയാലുവായിരുന്നു എന്റെ യജമാനൻ. എനിക്ക് ഈ ലോകത്തിൽ ഉണ്ടായിരുന്ന നല്ലതെന്തും നഷ്ടപ്പെട്ടു കഴിഞ്ഞു. എല്ലാം എന്നെന്നേക്കുമായി കൈവിട്ടുപോയി. എന്നാൽ ഇനി എനിക്ക് സ്വർഗരാജ്യം കൂടി നഷ്ടപ്പെടാനാവില്ല. ഇല്ലാ എല്ലാറ്റിനും പുറമേ, എനിക്ക് ദുഷ്ടനാവാനാവില്ല!"

"നമ്മൾ പാപങ്ങൾ ചെയ്യുന്നതിലേക്കു നയിക്കപ്പെടുകയല്ലേ?" അവൾ പറഞ്ഞു. "അതിനാൽ ദൈവം ആ പാപം നമ്മുടെമേൽ ചുമത്തുകയില്ല! നിർബന്ധിക്കുന്നവരുടെ മേലായിരിക്കും ആ പാപം മുഴുവൻ ചുമത്തപ്പെടുക!"

"അതു ശരിയാണ്" ടോം പറഞ്ഞു. "നമ്മൾ എന്നാൽ ക്രൂരന്മാരായി തീരുന്നതിൽനിന്ന് അതു നമ്മെ തടയുകയില്ല. നമ്മൾ ദുഷ്ടന്മാരായി വളരുന്നതിന് അത് ഇടവരുത്തും. ആ സാംബൊയെപ്പോലെ ഞാൻ കഠിനഹൃദയനും ക്രൂരനും ആയി തീരുകയാണെങ്കിൽ, എങ്ങനെയാണ് ഞാൻ അപ്രകാരം ആയിത്തീർന്നത് എന്നറിയുക ആശ്വാസപ്രദമായിരിക്കില്ല. ക്രൂരമായിത്തീരുക എന്ന വസ്തുതയാണ് എന്നെ ഭയപ്പെടുത്തുന്നത്."

ടോമിന്റെ അഭിപ്രായപ്രകടനം കാസിയെ അമ്പരപ്പിച്ചു. അവൾ അതിശയത്തോടെ അവനെ നോക്കി. അൽപ്പനിമിഷത്തെ വിരാമത്തിനു ശേഷം, പുതിയ ഒരു ബോധം തന്നിൽ ഉദിച്ചിട്ടെന്ന പോലെ, അവൾ തലയിൽ അടിച്ചുകൊണ്ട് വല്ലാത്ത ഒരു ഞെരക്കത്തോടെ പറഞ്ഞു.

"അല്ലയോ കരുണാമയനായ കർത്താവേ, നീ പരമാർഥമാണ് പറഞ്ഞത്! ഓ, ദൈവമേ," ഞെരങ്ങികൊണ്ട് അവൾ നിലത്തു വീണു. കടുത്ത മാനസികാഘാതമേറ്റ് തകർന്നവളെപ്പോലെ അനങ്ങാതെ കിടന്നു.

കുറച്ചുനേരം ഭീകരമായ ഒരു നിശ്ശബ്ദത അവിടെ തങ്ങിനിന്നു. രണ്ടുപേരുടേയും ശ്വാസോച്ഛ്വാസംപോലും അവിടെ കേൾക്കാമായിരുന്നു. ടോം നേർത്ത സ്വരത്തിൽ അവളെ ആശ്വസിപ്പിക്കുവാൻ ശ്രമിച്ചു.

"മാഡം, ദയവായി....."

അവൾ ധൈര്യം സംഭരിച്ചിട്ടെന്നപോലെ വളരെ വേഗം എഴുന്നേറ്റു. മുഖത്ത് ദയനീയതയ്ക്കുപകരം പതിവുള്ള വിഷാദംപുരണ്ട ദൃഢഭാവം പ്രത്യക്ഷമായി.

"മാഡം എന്നോട് ദയവുണ്ടാവണം. അവർ എന്റെ കോട്ട് ഈ മുറിയിൽ എവിടേയോ വലിച്ചെറിഞ്ഞിരിക്കുന്നു. അതിന്റെ പോക്കറ്റിൽ *ബൈബിൾ* ഉണ്ട്. ദയവായി അതെനിക്ക് എടുത്തു തരുമോ?"

കാസി ഉടനെ എഴുന്നേറ്റ് പോയി അതെടുത്തു കൊടുത്തു. ടോം ഉടനെ കനത്ത വരകൊണ്ട് അടയാളപ്പെടുത്തിയിട്ടുള്ള ഒരു ഖണ്ഡിക മുറിച്ചെടുത്തു. യേശുദേവന്റെ ജീവിതത്തിലെ അവസാനരംഗമാണത്.

"മാഡം എനിക്ക് ഈ കുരിശാരോഹണ രംഗം ഒന്ന് ഉറക്കെ വായിച്ചു

തരണം--അത് ദാഹജലത്തേക്കാൾ കൂടുതലായി എനിക്ക് ഗുണം ചെയ്യും."

കാസി പരിശുദ്ധമായ ആ പുസ്തകം കൈയിലെടുത്ത് ഗൗരവത്തോടെ ആ ഖണ്ഡികയിലൂടെ കണ്ണോടിച്ചു. പിന്നെ തന്റെ മൃദുവായ സ്വരത്തിൽ അവൾ വ്യക്തമായി വായിക്കുവാൻ തുടങ്ങി. ഓരോ വാക്യവും നല്ല വ്യക്തതയോടെ സ്ഫുടമായി വികാരം ഉൾക്കൊണ്ടുകൊണ്ട് ഹൃദയസ്പൃക്കായ രീതിൽ വായിക്കാൻ തുടങ്ങി—വായനയുടെ ഇടയിൽ അവളുടെ തൊണ്ടയിടറി. പലപ്പോഴും കണ്ണീർ തൊണ്ടയിൽ തടഞ്ഞ് സ്വരം പുറത്തു വന്നില്ല. മനസിൽ അത് ഓർത്തശേഷം വീണ്ടും വായിക്കും. വികാരസാന്ദ്രമായ രംഗത്തെത്തിയപ്പോൾ "പിതാവേ, അവർക്കു മാപ്പു നൽകേണമേ, കാരണം അവർ ചെയ്യുന്നതെന്തെന്ന് അവർക്കു തന്നെ അറിയില്ല." അവർ പുസ്തകം താഴെവച്ച്, തലമുടികൊണ്ട് മുഖം മറച്ച്, അപസ്മാരരോഗിയെപ്പോലെ തേങ്ങിത്തേങ്ങി കരഞ്ഞു!

ടോമും നിശ്ശബ്ദമായി കരയുകയായിരുന്നു.

"യേശുദേവന്റെ ധൈര്യം നമുക്ക് കാത്തുസൂക്ഷിക്കാൻ കഴിഞ്ഞെങ്കിൽ..." ടോം പറഞ്ഞു. "അദ്ദേഹത്തിന് ധൈര്യം വളരെ സ്വഭാവികമായിട്ടാണ് വന്നുചേർന്നത്. എന്നാൽ ആ ധൈര്യം സംഭരിക്കുവാൻ നമുക്ക് വളരെ കഠിനമായി പ്രയത്നിക്കേണ്ടി ഇരിക്കുന്നു. ശരിയായ രീതിയിലുള്ള പോരാട്ടം തന്നെ. കർത്താവേ, ഞങ്ങളെ സഹായിക്കേണമേ! അനുഗൃഹീതനായ യേശുദേവാ, ഞങ്ങളെ സഹായിക്കേണമേ!"

"മാഡം!" അൽപ്പസമയത്തിനുശേഷം ടോം പറഞ്ഞു.

"എനിക്ക് അത് കാണാൻ കഴിയുന്നു. എന്തായാലും എല്ലാകാര്യത്തിലും നിങ്ങൾ എന്നേക്കാളും ഉയർന്നുനിൽക്കുന്നു. എന്നാൽ മാഡം ഈ പാവം ടോമിൽനിന്നും മനസിലാക്കേണ്ട ഒരു കാര്യമുണ്ട്. നിങ്ങൾ പറഞ്ഞില്ലേ, ദൈവം നമ്മുടെ എതിർ ചേരിയിലാണെന്ന്; നമ്മെ ശകാരിക്കുവാനും പീഡിപ്പിക്കുവാനും അനുവദിക്കുന്നു എന്ന്. എന്നാൽ ദൈവം അവന്റെ സ്വന്തം പുത്രന് നൽകിയത് എന്താണ്? ദൈവം ഒരിക്കലും നമ്മെ മറന്നിട്ടില്ല. നാം അവനോടൊപ്പം ദുരിതം അനുഭവിച്ചാൽ നമ്മളും ഭരിക്കുന്നവരാകുമെന്ന് വേദഗ്രന്ഥം പറയുന്നു. എന്നാൽ നമ്മൾ അവനെ നിരാകരിച്ചാൽ അവൻ തീർച്ചയായും നമ്മെ നിരസിക്കും. ദൈവപുത്രനും അനുയായികളും എല്ലാം ദുരിതം അനുഭവിച്ചില്ലേ? അവർ കല്ലേറിന് ഇരയായി. ആട്ടിൻതോലിന്റെ ഉടുപ്പു ധരിച്ച് ലോകം മുഴുവൻ അഗതികളായി അലഞ്ഞു നടന്നു. സകലപീഡനങ്ങളും അനുഭവിച്ചു. അപ്പോൾ കർത്താവ് നമുക്ക് എതിരാണെന്ന് വിശ്വസിക്കുവാൻ ഒരു കാരണവും കാണുന്നില്ല. എന്നാൽ അവനെ പിന്തുടർന്നാൽ നാമൊരിക്കലും പാപകർമങ്ങൾ ചെയ്യുകയില്ല."

"എങ്കിൽ ആ ദൈവം, പാപം മാത്രം ചെയ്യുന്ന സ്ഥലത്ത് നമ്മെ കൊണ്ടുവന്നിട്ടിരിക്കുന്നത് എന്തിനാണ്?" അവർ ചോദിച്ചു.

"നമുക്ക് സഹായിക്കുവാനാകുമെന്നാണ് എനിക്ക് തോന്നുന്നത്."

ടോം മറുപടി പറഞ്ഞു.

"നാളെ നേരം വെളുക്കട്ടെ! അപ്പോൾ നിങ്ങൾക്ക് മനസിലാകും. അവൻ നാളെ നിങ്ങളെ വീണ്ടും പ്രഹരിക്കും. അപ്പോൾ നിങ്ങൾക്ക് എന്തുചെയ്യാൻ കഴിയും. എനിക്കവരെ നന്നായി അറിയാം. അവരുടെ ഓരോ നീചപ്രവൃത്തികൾക്കും ഞാൻ സാക്ഷിയാണ്. എനിക്ക് അതൊന്നും ഓർക്കാൻപോലും കഴിയുന്നില്ല. ഒടുവിൽ നിങ്ങൾക്ക് അവന്റെ ഇഷ്ടങ്ങൾക്ക് വഴങ്ങേണ്ടി വരും!"

"യേശുദേവാ," ടോം പറഞ്ഞു.

"നീ എന്റെ ആത്മാവിനെ കാത്തുരക്ഷിക്കില്ലേ? ഓ, കർത്താവേ, അവർക്കു കീഴടങ്ങുവാൻ എന്നെ അനുവദിക്കരുതേ!"

"ഓഹ്, എന്റെ പ്രിയ സുഹൃത്തേ," കാസി വിളിച്ചു

"ഇതിനുമുമ്പും ഇത്തരത്തിലുള്ള പ്രാർഥനയും കരച്ചിലും ഞാൻ കേട്ടിട്ടുണ്ട്. എന്നിട്ടും അവർ തകർക്കപ്പെട്ടു. കീഴടക്കപ്പെട്ടു. എമിലീനും പിടിച്ചുനിൽക്കാൻ ശ്രമിക്കുന്നു. നിന്നെപ്പോലെ. എന്നാൽ അതുകൊണ്ട് എന്തു പ്രയോജനമാണ് ഉള്ളത്? നീ കീഴടങ്ങിയില്ലെങ്കിൽ അവർ നിന്നെ ഇഞ്ചിഞ്ചായി കൊന്നുകളയും."

"കൊള്ളാം, അപ്പോൾ ഞാൻ ചാകും. അവർക്ക് കഴിയാവുന്ന തൊക്കെ ചെയ്യട്ടെ! ഞാൻ ചാകുന്നതുവരെ മാത്രമല്ലേ അവർക്ക് ചെയ്യാൻ പറ്റുകയുള്ളൂ. അതിനുശേഷം അവർക്കൊന്നും ചെയ്യാൻ സാധിക്കുക യില്ലല്ലോ. ദൈവം എന്നെ സഹായിക്കാതിരിക്കില്ല എന്ന കാര്യം എനിക്ക് ഉറപ്പാണ്."

അവൾ അതിന് മറുപടിയൊന്നും പറയാതെ താഴെയ്ക്ക് കണ്ണുനട്ടു കൊണ്ട് ഇരുന്നു.

"അതായിരിക്കാം ശരിയായ മാർഗം" അവൾ നേർത്ത സ്വരത്തിൽ പറഞ്ഞു.

"നമ്മെപ്പോലുള്ളവർ വൃത്തികേടിൽ ജീവിച്ച്, ജീവിതകാലം മുഴു വൻ അസന്തുഷ്ടരായി കഴിഞ്ഞുകൂടുന്നു. നമുക്ക് ഈ ജീവിതം ആവ ശ്യമില്ല. മരണം ആഗ്രഹിക്കുന്നു. എന്നാൽ ആത്മഹത്യചെയ്യാനുള്ള ധൈര്യമില്ല. ഈ നരകജീവിതത്തിൽ യതൊന്നും പ്രതീക്ഷിക്കുവാനില്ല. ഒന്നും പ്രതീക്ഷിക്കുവാനില്ല."

അൽപ്പനേരത്തെ നിശ്ശബ്ദതയ്ക്കുശേഷം അവൾ വീണ്ടും പറഞ്ഞു തുടങ്ങി. "എന്റെ കാര്യം തന്നെ നോക്കൂ! നല്ലൊരു വീട്ടിൽ സുഖസമൃ ദ്ധമായ ഒരു ജീവിതമാണ് ഞാൻ നയിച്ചുപോന്നിരുന്നത്. കുട്ടിക്കാലത്ത്, വിശാലവും മനോഹരവുമായ സന്ദർശനമുറയിൽ കളിച്ചു നടക്കുമ്പോൾ അവിടെ വരുന്ന ഓരോരുത്തരും അഭിനന്ദനവാക്കുകൾ പറഞ്ഞ് എന്നെ പ്രോത്സാഹിപ്പിക്കുമായിരുന്നു. വീടിനുമുന്നിലുള്ള മനോഹരമായ ഉദ്യാ നത്തിൽ ഓറഞ്ചുവൃക്ഷങ്ങൾക്കിടയിൽ ഞാനും സഹോദരങ്ങളും ഒളിച്ചു കളിക്കും. ഞാൻ കോൺവെന്റിൽ വച്ച് സംഗീതം, തയ്യൽ, തുന്നൽ എന്നി വയെല്ലാം അഭ്യസിച്ചു. എന്റെ പതിനാലാമത്തെ വയസിലാണ് അച്ഛൻ

മരിക്കുന്നത്. അപ്പോഴെയ്ക്കും സ്വത്തുക്കൾ മുഴുവൻ കടപ്പെട്ടുകഴിഞ്ഞിരുന്നു. കടക്കാർ സ്വത്തിന്റെ കണക്കെടുക്കുവാൻ വന്നപ്പോൾ എന്നെയും അതിന്റെ ഒരുഭാഗമായി കണക്കാക്കി. എന്റെ അമ്മ ഒരു അടിമയായിരുന്നു. എന്നെ സ്വതന്ത്രയാക്കാൻ അച്ഛൻ തീരുമാനിച്ചതായിരുന്നു.നല്ല ആരോഗ്യവാനായിരുന്ന അദ്ദേഹം അത്രപെട്ടെന്ന് മരിക്കുമെന്ന് ആരും കരുതിയിരുന്നില്ല. മരണത്തിന് നാലുമണിക്കൂർ മുമ്പുവരെ. ശവസംസ്കാരത്തിന്റെ തൊട്ടടുത്ത ദിവസം തന്നെ അദ്ദേഹത്തിന്റെ ഭാര്യ സ്വന്തം മക്കളേയുംകൊണ്ട് അവരുടെ പിതൃഗൃഹത്തിലേക്ക് പോയി. അച്ഛന്റെ കൃഷിയും മറ്റു വ്യാപാരങ്ങളും നോക്കി നടത്താൻ ഏൽപ്പിച്ച ഒരു യുവാവായ വക്കീൽ വീട്ടിലെ നിത്യ സന്ദർശകനായിരുന്നു. അയാൾ എന്നോട് വളരെ വിനയത്തോടെയും സ്നേഹത്തോടെയും പെരുമാറി. ഒരു ദിവസം അയാളുടെ കൂടെ മറ്റൊരാൾ കൂടി വന്നു. അയാളെപ്പോലെ സുന്ദരനായ ഒരു പുരുഷനെ ഞാൻ അതിനുമുമ്പ് കണ്ടിട്ടില്ല. അന്നത്തെ സായംസന്ധ്യ എന്റെ ജീവിതത്തിലെ മറക്കാനാവാത്ത അനുഭവങ്ങൾ സമ്മാനിച്ചു.അയാളോടൊപ്പം ഞാൻ ഉദ്യാനത്തിൽ ഉലാത്തി. ദുഃഖിതയായിരുന്ന എന്നെ അയാൾ ആശ്വസിപ്പിച്ചു. അത്രയ്ക്കു ദയാലുവും മാന്യനുമായിരുന്നു. ഞാൻ കോൺവെന്റിൽ പോകുന്നതിനുമുമ്പുതന്നെ അയാൾ എന്നെ കണ്ടിരുന്നുവെന്നും പറഞ്ഞു. എല്ലാകാലത്തും എന്റെ സുഹൃത്തും സംരക്ഷകനും ആയിരിക്കും അയാൾ എന്ന് എനിക്ക് ഉറപ്പു നൽകി. എന്നാൽ, അയാൾ രണ്ടായിരം ഡോളറിന് എന്നെ വാങ്ങി എന്നും ഞാനയാളുടെ സ്വകാര്യ സ്വത്താണെന്നും ഉള്ളകാര്യം മറച്ചുവച്ചു. ഞാൻ എന്റെ സ്വന്തം മനസാലെ തന്നെ അയാൾക്ക് വഴങ്ങിക്കൊടുത്തു. കാരണം, ഞാനയാളെ അത്രമാത്രം സ്നേഹിച്ചിരുന്നു.'' അവൾ അൽപ്പ സമയം നിർത്തിയ ശേഷം പിന്നെയും തുടർന്നു.

“ഓഹ്! ഞാനയാളെ എത്രകണ്ട് സ്നേഹിച്ചിരുന്നു എന്ന് അറിയുമോ? ഇപ്പോഴും സ്നേഹിക്കുന്നു എന്നതാണ് വാസ്തവം. എന്റെ അവസാനത്തെ ശ്വാസംവരെ ഞാനയാളെ സ്നേഹിച്ചുകൊണ്ടിരിക്കും. അയാൾ അത്രയ്ക്ക് സുന്ദരനും ഉത്തമനും ശ്രേഷ്ഠനുമായിരുന്നു. ധാരാളം ജോലിക്കാരും കുതിരകളും വണ്ടികളും വിലകൂടിയ ഗൃഹോപകരണങ്ങളും വസ്ത്രങ്ങളും എല്ലാം സുലഭമായ ഒരു അത്യാഡംബര പൂർണമായ ഗൃഹത്തിലേക്ക് എന്നെ നയിച്ചു. പണംകൊണ്ട് നേടാവുന്നതെല്ലാം അദ്ദേഹം എനിക്കു വാങ്ങിത്തന്നു. അതിലൊന്നും എനിക്ക് യാതൊരു താൽപ്പര്യവും ഇല്ലായിരുന്നു. എനിക്ക് ആവശ്യം അയാളുടെ സ്നേഹം മാത്രമായിരുന്നു. എന്റെ ആത്മാവിനേക്കാളും ദൈവത്തെക്കാളും ഏറെ ഞാൻ അയാളെ സ്നേഹിച്ചു.

എന്റെ ജീവിതത്തിൽ ഒരേയൊരാഗ്രഹം മാത്രമേ ഉണ്ടായിരുന്നുള്ളൂ.അയാൾ എന്നെ വിവാഹം കഴിക്കണം. അയാൾ പറയുന്നതുപോലെ എന്നെ സ്നേഹിക്കുന്നുണ്ടെങ്കിൽ എന്നെ വിവാഹം കഴിക്കുവാനും സ്വതന്ത്രയാക്കുവാനും അയാൾ തയാറാകും. എന്നാൽ അത് അസാധ്യമാ

ണെന്ന് അയാൾ എന്നെ ബോധ്യപ്പെടുത്തി. നമ്മൾ പരസ്പരം വിശ്വാ സമർപ്പിക്കുന്നുണ്ടെങ്കിൽ, ദൈവത്തിനു മുന്നിൽ അതു വിവാഹത്തിനും തുല്യമാണെന്ന്! അത് സത്യമാണെങ്കിൽ ഞാൻ അയാളുടെ ഭാര്യയല്ലേ? ഞാൻ വിശ്വസ്തയായിരുന്നില്ലേ? നീണ്ട ഏഴുവർഷക്കാലം അയാളുടെ ഓരോ നോട്ടവും ചലനവും മനസിലാക്കി ഇഷ്ടാനുസരണം ജീവിച്ചില്ലേ? അയാൾക്ക് മഞ്ഞപ്പനി ബാധിച്ചപ്പോൾ ഇരുപതുദിനരാത്രങ്ങൾ ഞാൻ കൂടെയിരുന്ന് ശുശ്രൂഷിച്ചു– ഞാൻ മാത്രം. കൃത്യമായി മരുന്നും ഭക്ഷ ണവും നൽകി പരിപാലിച്ചു. അയാൾ ഏറ്റവും സന്തോഷത്തോടെ എന്റെ 'നല്ലവളായ മാലാഖേ' എന്നു വിളിച്ചു. അയാളുടെ ജീവൻ രക്ഷിച്ചത് എന്റെ ഊണും ഉറക്കവും ഉപേക്ഷിച്ചുകൊണ്ടുള്ള ശുശ്രൂഷയാണെന്ന് പറഞ്ഞു.

ഞങ്ങൾക്ക് ഓമനത്ത്വം തുളുമ്പുന്ന രണ്ടു കുട്ടികൾ ജനിച്ചു. മൂത്ത വൻ ഹെൻട്രി! അച്ഛന്റെ മുറിച്ച മുറി– അതേ മനോഹരമായ കണ്ണുകളും നെറ്റിയും അവന്റെ വിശാലമായ നെറ്റിത്തടത്തിൽ ചുരുണ്ട മുടി പാറി ക്കളിക്കും. അച്ഛന്റെ പ്രസരിപ്പും ബുദ്ധി ശക്തിയും എല്ലാം അവന് അപ്പാടെ കിട്ടിയിരുന്നു. എന്നാൽ എന്റെ കൊച്ചുമകൾ എലീസാ കാണാൻ എന്നെപ്പോലെയാണെന്നാണ് അയാൾ പറഞ്ഞിരുന്നത്. ലൂസി യാന പട്ടണത്തിലെ ഏറ്റവും സുന്ദരിയായ സ്ത്രീ ഞാനാണെന്ന് അയാൾ വാഴ്ത്തുമൊഴികൾ പിശുക്കില്ലാതെ പ്രയോഗിക്കുമായിരുന്നു. എന്നെയും മക്കളെയും കുറിച്ച് അയാൾക്ക് അഭിമാനമാണെന്നും. ഞങ്ങളെ മനോ ഹരമായ വസ്ത്രങ്ങൾ ധരിപ്പിച്ച് വണ്ടിയിൽ കയറ്റി നഗരം മുഴുവൻ ചുറ്റും. ആളുകൾ ഞങ്ങളെക്കുറിച്ചു പറയുന്ന അഭിനന്ദനവാക്കുകൾ അയാൾ അന്തസ്സോടെ ആസ്വദിക്കും. എന്നെയും കുട്ടികളെയും കുറിച്ച് പ്രശംസാവചനമല്ലാതെ യാതൊന്നും എന്നോടു പറയാറ് പതിവില്ല. എന്റെ ജീവിതത്തിലെ ഏറ്റവും മധുരമായ സുവർണകാലം അതായിരു ന്നു. എന്നെക്കാൾ സന്തുഷ്ടയായി ഈ ലോകത്തിൽ മറ്റൊരു സ്ത്രീയും ഉണ്ടാവില്ല എന്നു ഞാൻ കരുതി.

എന്നാൽ ഈ സുവർണകാലത്തിനു തൊട്ടുപിന്നാലെ ദുരിതത്തിന്റെ നാളുകൾ ആരംഭിച്ചു. ആ സമയത്ത് അയാളുടെ ഒരു ബന്ധു അവിടെ എത്തി. അവർ ബന്ധുക്കളെക്കാൾ ഉപരി സുഹൃത്തുക്കളായിരുന്നു. എന്തുകൊണ്ടാണെന്ന് എനിക്കറിഞ്ഞുകൂടാ, ആദ്യത്തെ നോട്ടത്തിൽ തന്നെ എന്റെ മനസിൽ ഭയം ജനിച്ചു. എനിക്കും കുടുംബത്തിനും ദോഷം വരുത്താനാണ് അയാളുടെ വരവെന്ന് എന്റെ മനസ്സ് പറഞ്ഞുകൊണ്ടിരു ന്നു. അവൻ അയാളെ എന്നും പുറത്തേക്ക് കൂട്ടിക്കൊണ്ടുപോകും. മിക്ക വാറും ദിവസങ്ങളിൽ രാത്രി മൂന്നു മണിക്കുശേഷമാകും തിരിച്ചെത്തു ക. ഞാൻ ഒന്നും മിണ്ടിയില്ല, എനിക്കതിന് ധൈര്യമുണ്ടായില്ല എന്നു പറയുന്നതായിരിക്കും ശരി. അയാളുടെ ആവേശം അത്രയ്ക്കു ഭയങ്കര മായിരുന്നു. എനിക്കു വല്ലാത്ത പേടിയും. അവൻ അയാളെ ഒരു ദിവസം ചൂതാട്ടകേന്ദ്രത്തിലേക്ക് കൂട്ടിക്കൊണ്ടുപോയി.പിന്നെ അതൊരു സ്ഥിര

മായ പരിപാടിയായി മാറി. അവിടെ വച്ച് അയാൾക്ക് മറ്റൊരു സ്ത്രീയെ പരിചയപ്പെടുത്തിക്കൊടുത്തു. അതോടെ അയാൾ എന്നിൽനിന്നും പതുക്കെ അകലാൻ തുടങ്ങി. എന്നോട് അതിനെകുറിച്ച് യാതൊന്നും പറഞ്ഞില്ലെങ്കിലും എനിക്കത് അനുഭവപ്പെട്ടു. ഓരോ ദിവസം കഴിയുന്തോറും എനിക്കത് വ്യക്തമായി മനസിലായി തുടങ്ങി. എന്റെ ഹൃദയം തകർന്നു. എന്നാലും എനിക്ക് ഒരക്ഷരംപോലും മിണ്ടാനുള്ള അധികാരം ഉണ്ടായിരുന്നില്ല. ക്രമേണ അയാൾ കടത്തിൽ മുങ്ങാൻ തുടങ്ങി. കടംവീട്ടാനായി എന്നെയും മക്കളെയും വാങ്ങാൻ അയാളുടെബന്ധു തയാറായി. അയാളുടെ വിവാഹത്തിന് ഞാനും മക്കളും വിലങ്ങു തടിയായിരുന്നതിനാൽ വേഗം തന്നെ ഞങ്ങളെ വിൽക്കാൻ തയാറായി. അങ്ങനെ അയാൾ ഞങ്ങളെ വിറ്റു. രണ്ടു മൂന്നാഴ്ചത്തെ വ്യാപാരകാര്യങ്ങൾക്കായി അയാൾ മറ്റൊരു നാട്ടിലേക്ക് പോകുകയാണെന്ന് അയാൾ ഒരു ദിവസം എന്നോട് പറഞ്ഞു. പതിവിലേറെ സ്നേഹത്തോടെയാണെന്നോടു സംസാരിച്ചത്. ഉടനെ തിരിച്ചു വരുമെന്നും പറഞ്ഞു. എന്നാൽ ഞാനതൊന്നും വിശ്വസിച്ചില്ല. എന്റെ ജീവിതത്തിലെ സകല സൗഭാഗ്യങ്ങളും അവസാനിക്കുകയാണെന്ന് എനിക്കറിയാമായിരുന്നു. സമയം വന്നണഞ്ഞു. ഞാനൊരു ശിലപോലെ അനങ്ങാതെ നിന്നു. എനിക്ക് ഒരു വാക്കു മിണ്ടാനോ ഒന്നു പൊട്ടിക്കരയാനോ കഴിഞ്ഞില്ല. എന്നെയും മക്കളേയും പലവുരു ചുംബിച്ചശേഷം പുറത്തിറങ്ങിപ്പോയി. അയാൾ കുതിരപ്പുറത്ത് കയറുന്നത് ഞാൻ കണ്ടു. എന്റെ കൺമുന്നിൽനിന്നും മറയുന്നതുവരെ ഞാൻ നോക്കിനിന്നു. അൽപ്പസമയത്തിനുശേഷം ബോധരഹിതയായി നിലംപതിച്ചു.

അതിനുശേഷം ആ വൃത്തികെട്ടവൻ എന്നെ സമീപിച്ചു. എന്നെയും മക്കളെയും വിലയ്ക്കു വാങ്ങിച്ചതിന്റെ രേഖകൾ അയാൾ എന്നെ കാണിച്ചു തന്നു. ദൈവത്തിന്റെ പേരിൽ ഞാനവനെ ശപിച്ചുകൊണ്ടിരുന്നു. അവനോടൊപ്പം ജീവിക്കുന്നതിനേക്കാൾ ഭേദം മരണമാണെന്ന് ഞാൻ പറഞ്ഞു. 'നിന്റെ ഇഷ്ടം പോലെ' അവന്റെ മറുപടി അതായിരുന്നു. 'നീ മര്യാദയോടെ പെരുമാറിയില്ലെങ്കിൽ നിന്റെ രണ്ടു മക്കളേയും ഞാൻ ഏതെങ്കിലും ക്രൂരന്മാരായ അടിമക്കച്ചവടക്കാർക്ക് വിൽക്കും. പിന്നെ മരണം വരെ നീ അവരെ കാണാൻ ഉണ്ടാവില്ല. ആദ്യത്തെ കാഴ്ചയിൽ തന്നെ നിന്നെ സ്വന്തമാക്കണമെന്ന് ഞാൻ ആഗ്രഹിച്ചിരുന്നു. അതുകൊണ്ടാണ് എന്റെ ബന്ധുവാണെങ്കിലും അവനെ കടക്കെണിയിൽ പെടുത്തിയതും മറ്റൊരു പെണ്ണിനെ പ്രേമിപ്പിച്ചതും നിന്നെയും മക്കളെയും വിൽപ്പിച്ചതും.

അയാൾക്കു വഴങ്ങുകയല്ലാതെ എന്റെ മുന്നിൽ മറ്റുമാർഗങ്ങളില്ലായിരുന്നു. എന്റെ കുട്ടികൾ അവന്റെ അധീനതയിലാണ്. അവന്റെ ഇഷ്ടങ്ങൾക്ക് ഞാൻ എതിരുനിൽക്കുമ്പോൾ കുഞ്ഞുങ്ങളെ വിൽക്കുമെന്ന് അവൻ ഭീഷണിപ്പെടുത്തും. അങ്ങനെ അവന്റെ നെറികെട്ട എല്ലാ ആഗ്രഹങ്ങൾക്കും ഞാൻ വഴങ്ങിക്കൊടുത്തു. നരകതുല്യമായ ജീവിതം.

അവന്റെ കാമക്രീഡകൾ എനിക്ക് അസഹനീയമായിരുന്നു. ഓരോ ദിവസവും എന്റെ ഹൃദയംതകരുകയായിരുന്നു. ശത്രുവിനെപ്പോലെ ഭയക്കുകയും വെറുക്കുകയും ചെയ്യുന്ന ഒരുവന് ശരീരവും മനസും നൽകുക!

എന്റെ കുഞ്ഞുങ്ങളോട് ആ ദുഷ്ടൻ ഏറ്റവും ക്രൂരമായി പെരുമാറി. എന്റെ കൊച്ചുമകൾ എലീസ ഭയന്നു വിറച്ച് കഴിഞ്ഞു കൂടി. എന്നാൽ ഹെൻട്രി അവന്റെ അച്ഛനെപോലെ ധീരനാണെന്ന് പറഞ്ഞിരുന്നുവല്ലോ. അവൻ ആരെയും വിലവച്ചിരുന്നില്ല. അവൻ അയാളോടും വഴക്കിടും. പേടിച്ചു പേടിച്ചു ഞാൻ ഓരോ ദിവസവും കഴിഞ്ഞുകൂടി. കഴിയുന്നതും അയാളുടെ മുന്നിൽനിന്നും അവനെ മാറ്റി നിർത്താൻ ശ്രമിക്കും. അയാളോട് ബഹുമാനം കാണിക്കണമെന്ന് ഹെൻട്രിയെ സദാ ഉപദേശിക്കും. അതുകൊണ്ടൊന്നും യാതൊരു പ്രയോജനവും ഉണ്ടായില്ല. ആ ദുഷ്ടൻ എന്റെ രണ്ടുമക്കളേയും വിറ്റു. ഒരു ദിവസം അയാൾ എന്നെ പുറത്തേക്കു കൂട്ടിക്കൊണ്ടുപോയി. തിരിച്ചെത്തിയപ്പോൾ എന്റെ രണ്ടുമക്കളും വീട്ടിലില്ല. അവരെ നല്ല വിലയ്ക്ക് വിറ്റുവെന്ന് അയാൾ എന്നോടുപറഞ്ഞു. പണവും കാണിച്ചു തന്നു. എന്റെ കുട്ടികളുടെ ജീവിതത്തിന്റെ വില. ഞാൻ അയാളെയും ദൈവത്തേയും ഒരുപോലെ ശപിച്ചു. ഞാൻ ശരിക്കും ഭ്രാന്തിയായി. എന്റെ അവസ്ഥ അയാളെയും ഭയപ്പെടുത്തി. കുഞ്ഞുങ്ങളെ വിറ്റു കഴിഞ്ഞെങ്കിലും അവരെ ഇനിയും കാണണമെന്നുണ്ടെങ്കിൽ അയാൾ പറയുന്നതെല്ലാം അനുസരിക്കണമെന്ന് എന്നെ ഓർമിപ്പിച്ചു.

കുട്ടികളുള്ള സ്ത്രീകളോട് അവരുടെ യജമാനൻമാർക്ക് എന്തു വേണമെങ്കിലും പ്രവർത്തിക്കുവാൻ സാധിക്കും. അയാൾ എന്നെ ശരിക്കും കീഴ്പ്പെടുത്തി. പ്രതികരിക്കുവാൻ സാധ്യമല്ലാത്തതുകൊണ്ട് ഞാൻ ശാന്തയായി കഴിഞ്ഞുകൂടി. കുട്ടികളെ തിരിച്ചുവാങ്ങിത്തരാമെന്നു പറഞ്ഞ് അയാൾ എന്നെ പ്രലോഭിപ്പിച്ചു. അങ്ങനെ ഒന്നു രണ്ടാഴ്ച കഴിഞ്ഞുപോയി. ഒരു ദിവസം ഞാൻ മട്ടുപ്പാവിൽ നിൽക്കുമ്പോൾ ഗേറ്റിൽ ഒരു ജനക്കൂട്ടം കണ്ടു. അവിടെനിന്നും ഒരു കൊച്ചുകുഞ്ഞിന്റെ ശബ്ദം ഉയർന്നു കേട്ടു. പരിചയമുള്ള ആ ശബ്ദത്തിന്റെ ഉടമ എന്റെ മകൻ ഹെൻട്രിയാണെന്ന് തിരിച്ചറിഞ്ഞപ്പോൾ ഞാൻ ഗേറ്റിലേക്ക് ഓടി. എന്റെ മകൻ എന്റെ അടുത്തേക്ക് ഓടിവന്ന് എന്റെ ഉടുപ്പിൽ പിടിച്ച് കരയാൻ തുടങ്ങി. അവരെല്ലാം ഭീകരമായ മുഖഭാവത്തോടെ എന്റെ മകന്റെ അടുത്ത് പാഞ്ഞെത്തി. അവനെ നോക്കി ഒരുത്തൻ ഗർജ്ജിച്ചു. നല്ല ശിക്ഷ നൽകുമെന്ന് പറഞ്ഞ് അവനെ ഭീഷണിപ്പെടുത്തി. അയാളുടെ ക്രൂരമായ മുഖം എനിക്ക് മറക്കാനാവില്ല. ഞാനവരോട് ആവുംവിധമെല്ലാം കെഞ്ചി യാചിച്ച് നോക്കി. അതുകേട്ട് അവർ പൊട്ടിച്ചിരിച്ചു. കുഞ്ഞ് എന്റെ മുഖത്തേക്കു നോക്കി കരഞ്ഞുകൊണ്ടിരുന്നു. അവൻ എന്റെ ഉടുപ്പിൽ മുറുകെപ്പിടിച്ചു. അവനതിൽ പിടിച്ചുവലിച്ച് കരഞ്ഞപ്പോൾ അതിന്റെ ഒരു കഷണം അവന്റെ കൈയിൽ ഇരുന്നു.

'മമ്മാ, ഓ മമ്മാ' എന്റെ മകന്റെ നിലവിളി അവിടെയെല്ലാം മാറ്റൊലിക്കൊണ്ടു. ആ കാഴ്ചയെല്ലാം കണ്ട് ഒരാൾ മാത്രം ഒതുങ്ങി മാറി നിന്നു.

അയാളുടെ മുഖത്തുമാത്രമാണ് അൽപ്പം അനുകമ്പ എനിക്ക് ദർശിക്കുവാൻ കഴിഞ്ഞത്. ഈ കാര്യത്തിൽ ഇടപെട്ടാൽ എന്റെ കൈയിലുള്ള പണമെല്ലാം നൽകാമെന്ന് ഞാൻ അയാളോട് പറഞ്ഞു. എന്നാൽ അയാൾ നിഷേധാർഥത്തിൽ തല കുലുക്കി. ആ കുട്ടി വാങ്ങിയ അന്നുമുതൽ അനുസരണക്കേടാണ് കാണിച്ചതെന്നും, അവനെ തല്ലി ശരിപ്പെടുത്താൻ പോകയാണെന്നും അയാൾ പറഞ്ഞു. ഞാൻ വീട്ടിനകത്തേക്ക് കയറി യജമാനനോട് ഇടപെടാൻ അഭ്യർഥിച്ചു. അയാൾ ചിരിച്ചു. ആ കുട്ടിയെ തല്ലിച്ചതച്ച് മര്യാദ പഠിപ്പിക്കണം എന്നായിരുന്നു അയാളുടെ അഭിപ്രായം. എന്റെ ഭ്രാന്തുപിടിക്കുകയാണെന്നു തോന്നിയ മറ്റൊരവസരമായിരുന്നു അത്. മേശപ്പുറത്ത് കിടന്നിരുന്ന ഒരു കത്തിയുമെടുത്ത് അയാൾക്കു നേരെ പാഞ്ഞതു മാത്രമേ എന്റെ ഓർമയിൽ ഉള്ളൂ. പിന്നെ സർവത്ര അന്ധകാരം. പിന്നെ ഞാൻ അബോധാവസ്ഥയിലായിരുന്നു അത് എത്ര കാലം എന്ന് എനിക്കറിയില്ല.

സ്വബോധം തിരിച്ചു കിട്ടിയപ്പോൾ ഞാൻ വൃത്തിയുള്ള ഒരു മുറിയിൽ കിടക്കുകയാണ്. എന്നാൽ അത് എന്റെ മുറിയല്ല. ഒരു നീഗ്രോ വൃദ്ധ എന്നെ പരിചരിച്ചുകൊണ്ട് അടുത്തിരിക്കുന്നുണ്ട്. ഡോക്ടർ ഇടയ്ക്കിടയ്ക്കു വന്ന് എന്നെ പരിശോധിക്കുന്നു. എനിക്ക് നല്ല ഭക്ഷണവും ശുശ്രൂഷയും ലഭിക്കുന്നുണ്ട്. അയാൾ, എന്റെ ആരോഗ്യം വീണ്ടെടുത്ത് നല്ല വിലയ്ക്കു വിൽക്കുന്നതിനു വേണ്ടിയാണ് ഈ വീട്ടിൽ കൊണ്ടാക്കി സ്ഥലം വിട്ടത്. ആരോഗ്യവും സൗന്ദര്യവും ഉണ്ടെങ്കിലല്ലേ, വിൽപ്പനചരക്കിന് നല്ല വില കിട്ടുകയുള്ളൂ.

ഒരിക്കലും അസുഖം ഭേദമാകരുതെന്നും ആ കിടപ്പിൽ ചത്തുപോകണമെന്നും ഞാൻ പ്രാർഥിച്ചു. എന്റെ മറ്റെല്ലാപ്രാർഥനകളും പോലെ ഇതും ദൈവം ചെവിക്കൊണ്ടില്ല. എന്റെ ആരോഗ്യം പൂർണമായും തിരിച്ചുകിട്ടി. അവർ എന്നും എന്നെ ഭംഗിയായി അണിയിച്ചൊരുക്കും. എന്നിട്ട് വരുന്നവരുടെ എല്ലാം മുന്നിൽ പ്രദർശിപ്പിക്കും. അവരുമായി വിലപേശും. വിഷാദം നിറഞ്ഞ കണ്ണുകളുമായി മ്ലാനവദനയായി നിൽക്കുന്ന എന്നെ ആർക്കും വേണ്ട. ആഹ്ളാദം പ്രകടിപ്പിച്ച് ചുറുചുറുക്കോടെ നിന്നില്ലെങ്കിൽ ചാട്ടവാറുകൊണ്ടുള്ള അടി ഏൽക്കേണ്ടിവരുമെന്ന് അവർ എന്നെ ഭീഷണിപ്പെടുത്തി.

അവസാനമാണ് സ്റ്റ്യുവാർട്ട് എന്നൊരു മാന്യൻ എന്നെ കാണാൻ എത്തുന്നത്. അദ്ദേഹത്തിന് എന്നോടു താൽപ്പര്യം ഉണ്ടായിരുന്നു. എന്റെ മനോവേദനയുടെ കാരണം ആരാഞ്ഞ് മനസിലാക്കി. പലപ്രാവശ്യം എന്നോട് ഒറ്റയ്ക്കു സംസാരിച്ചു. എന്റെ മക്കളെ കണ്ടുപിടിച്ച് തിരിച്ചു വാങ്ങിത്തരാമെന്ന് വാഗ്ദാനം ചെയ്തു. എന്നിട്ട് വലിയ വിലകൊടുത്ത് എന്നെ വാങ്ങി. എന്റെ മകൻ ഉണ്ടായിരുന്ന ഹോട്ടലിൽ പോയി അന്വേഷിച്ചപ്പോഴാണ് അറിയുന്നത് പേൾ നദിക്ക് അപ്പുറത്തുള്ള ഒരു തോട്ടത്തിലേക്ക് അവനെ വിറ്റു എന്ന്. പിന്നീട് ഞാനെന്റെ മകനെ കണ്ടിട്ടില്ല. അവനെ കുറിച്ച് യാതൊന്നും കേട്ടിട്ടില്ല.

പിന്നീട് അയാൾ എന്റെ മകളെ കണ്ടുപിടിച്ചു. അവൾ ഒരു വൃദ്ധയുടെ കൂടെയാണ് താമസിച്ചിരുന്നത്. വലിയ ഒരു തുക അയാൾ വാഗ്ദാനം ചെയ്തെങ്കിലും അവളെ വിൽക്കാൻ വൃദ്ധ തയാറായില്ല. എനിക്കു വേണ്ടിയാണ് അയാൾ ആ കുഞ്ഞിനെ വാങ്ങാൻ ശ്രമിക്കുന്നതെന്ന് എന്റെ പഴയ യജമാനൻ മനസിലാക്കിയിരുന്നു. അത് സംഭവിക്കുവാൻ അയാൾ ജീവിച്ചിരിക്കുമ്പോൾ ഇടവരുത്തുകയില്ല എന്ന് അയാൾ എനിക്കു സന്ദേശം അയച്ചു. ക്യാപ്റ്റൻ സ്റ്റ്യുവാർട്ട് എന്നോട് വളരെ കാരുണ്യത്തോടെ പെരുമാറി. ഒരു വലിയ സമ്പൽസമൃദ്ധമായ കൃഷിയിടത്തിന്റെ ഉടമയാണയാൾ. എന്നെ അയാൾ അവിടേക്ക് കൂട്ടിക്കൊണ്ടുപോയി. ഒരു വർഷത്തിനകം ഞാൻ അതിസുന്ദരനായ ഒരാൺ കുഞ്ഞിനെ പ്രസവിച്ചു. ഞാനാ കുഞ്ഞിനെ ഈ ലോകത്തിൽ എന്തിനെക്കാളും അധികം സ്നേഹിച്ചു. അവൻ കാണാൻ എന്റെ ഹെൻട്രിമോനെപ്പോലെ തന്നെയായിരുന്നു!

"അപ്പോഴെയ്ക്കും എന്റെ മനസ്സ് ഉറച്ച് ഒരു തീരുമാനത്തിൽ എത്തിയിരുന്നു. അതെ! ഈ നശിച്ച ഭൂമിയിൽ ദുരിതജീവിതം നയിക്കുവാൻ ഞാനവനെ വിട്ടുകൊടുക്കില്ല. രണ്ടാഴ്ച മാത്രം പ്രായമുള്ള എന്റെ പൊന്നുമോനെ വാരിയെടുത്ത് ഒരുപാടു പ്രാവശ്യം ചുംബിച്ചു. ഞാൻ അന്നു മുഴുവൻ കരഞ്ഞുകൊണ്ടിരുന്നു. അവസാനം അവന് വിഷം കൊടുത്ത് എന്റെ മാറോടു ചേർത്തുപിടിച്ച് കിടന്നു. ഉറക്കത്തിൽ എന്റെ മാറത്ത് പറ്റിക്കിടന്ന് ആ കുഞ്ഞ് ഈ നശിച്ച ലോകവും പാപിയായ അമ്മയേയും വിട്ടുപോയി. അന്നു ഞാൻ അതോർത്ത് എത്രയോ കരഞ്ഞു. അങ്ങനെ ചെയ്തതിൽ ഇന്നു ഞാൻ സന്തോഷിക്കുന്നു. എനിക്ക് അതോർക്കുമ്പോൾ യാതൊരു ദുഃഖവും ഇല്ല. എന്റെ പാവം കുഞ്ഞിന് മരണത്തേക്കാൾ അഭികാമ്യമായ മറ്റെന്താണ് എനിക്കു നൽകുവാൻ കഴിയുക? കുറച്ചു കാലത്തിനു ശേഷം കോളറ പിടിപ്പെട്ട് ക്യാപ്റ്റൻ സ്റ്റ്യുവാർട്ട് മരിച്ചു. ഈ ഭൂമിയിൽ സന്തോഷത്തോടെ ജീവിക്കേണ്ടവരെല്ലാം മരണമടഞ്ഞു കഴിഞ്ഞു. ഞാൻ മരണത്തിന്റെ പടിവാതിൽക്കൽനിന്നും തിരിച്ചു പോന്നു– ഞാൻ പിന്നെയും ജീവിച്ചിരിക്കുന്നു. പിന്നെയും പിന്നെയും ഞാൻ വിൽക്കപ്പെട്ടു. പലപല കൈകളിലൂടെ കടന്നുപോയി. എന്റെ മുഖത്ത് ചുളിവുകൾ വീണ് വാർധക്യം എന്നെ പിടികൂടുന്നതുവരെ ഈ പ്രക്രിയ തുടർന്നു. അവസാനം ഈ വൃത്തികെട്ടവന്റെ കൈകളിൽ എത്തി. അവൻ എന്നെ വാങ്ങി ഇങ്ങോട്ടു കൊണ്ടുപോന്നു. ഇതാ– ഞാൻ ഈ നരകത്തിൽ."

അവൾ പറഞ്ഞവസാനിപ്പിച്ചു. വികാരഭരിതയായാണ് ആത്മകഥാകഥനം നടത്തിയത്. ചിലപ്പോൾ ടോമിനോടായിക്കൊണ്ട്. അധികവും തന്നോടുതന്നെ. വളരെ ശക്തവും ദൃഢവുമായ ഭാഷയിലാണ് അവൾ സംസാരിച്ചത്. പലപ്പോഴും ടോം താനനുഭവിക്കുന്ന വേദന മറന്ന് അന്തം വിട്ടിരുന്നു പോയി. അവൾ തലമുടി അഴിച്ചിട്ട് അങ്ങോട്ടും ഇങ്ങോട്ടും നടക്കുമ്പോൾ അവൻ കിടക്കയിൽ കൈമുട്ടുകൾ ഊന്നി അവളെ തന്നെ ശ്രദ്ധിച്ചുകൊണ്ടിരുന്നു.

"എന്റെ കഥ മുഴുവൻ കേട്ടിട്ട് എന്തു തോന്നുന്നു? ഇനി നിങ്ങൾ പറയൂ! ദൈവം ഉണ്ടോ ഇല്ലയോ എന്ന്. ദൈവമെന്താ ഇതെല്ലാം നോക്കിക്കണ്ടുകൊണ്ട് ഇരിക്കുകയാണോ? അങ്ങനെ തന്നെ ആയിരിക്കും അല്ലേ? കോൺവെന്റിലെ സിസ്റ്റർമാർ ഒരു 'വിധിദിന'ത്തെ കുറിച്ച് പറയാറുണ്ടായിരുന്നു. എല്ലാം വെളിച്ചത്തിലേക്കു നയിക്കപ്പെടുന്ന ദിനം! അതെ ആ വിധിദിനത്തിൽ ഞാൻ എഴുന്നേറ്റു നിന്ന്, എന്റെയും കുഞ്ഞുങ്ങളുടേയും ശരീരവും ആത്മാവും നശിപ്പിച്ചവരെ കുറിച്ച് സാക്ഷി പറയും!

കുട്ടിക്കാലത്ത് ഞാനൊരു തികഞ്ഞ മതഭക്തയായിരുന്നു. ദൈവസ്നേഹത്തിന്റെ മഹത്വത്തെ കുറിച്ച് ഞാൻ മനസിലാക്കി. കീർത്തനാലാപനം നടത്തി. ഇപ്പോൾ എന്റെ ആത്മാവ് തകർന്നുപോയി. രാവും പകലും ഞാൻ പിശാചുക്കളുടെ പിടിയിലാണ്. അവ എന്നെ കടിച്ചുകീറുന്നു. തിന്മയിലേക്ക് നയിക്കുന്നു— ഇനി വരാനുള്ള ദിവസങ്ങളിൽ ഞാനും അതുതന്നെ ചെയ്യും.

കൈകൾ കൂട്ടത്തിരുമ്മികൊണ്ട് അവൾ പറഞ്ഞു. അവളുടെ കരിനീലമിഴികളിലൂടെ ഉന്മാദത്തിന്റേതെന്ന് തോന്നിപ്പിക്കുന്ന ഒരു ജ്വാല കടന്നു പോയി.

"അവനെ പറഞ്ഞയക്കേണ്ടിടത്തേക്ക് ഞാൻ അയക്കും— അതിനിനി അധികസമയമൊന്നും വേണ്ട- കുറച്ചു രാത്രികളെ അവനിനി സമാധാനത്തോടെ ഉറങ്ങൂ. എന്നെ ചുട്ടുകൊന്നാലും വേണ്ടില്ല."

അവൾ പൈശാചികമായി പൊട്ടിച്ചിരിച്ചു. അത് നീണ്ടുനിന്ന ഒരു കരച്ചിലിലാണ് അവസാനിച്ചത്. അവൾ നിലത്തുകിടന്ന് ഒരു അപസ്മാര രോഗിയെപ്പോലെ തേങ്ങിക്കരഞ്ഞു.

ഏതാനും നിമിഷങ്ങൾക്കകം അവൾ മനസിന്റെ സ്വാസ്ഥ്യം വീണ്ടെടുത്തു. സാവധാനത്തിൽ എഴുന്നേറ്റു.

"ഇനി ഞാൻ നിങ്ങൾക്കുവേണ്ടി എന്തെങ്കിലും ചെയ്യേണ്ടതുണ്ടോ, എന്റെ നല്ലവനായ ചങ്ങാതി?"

അവൾ ടോമിന്റെ സമീപത്ത് കുനിഞ്ഞിരുന്നുകൊണ്ട് ചോദിച്ചു.

"അൽപ്പം കൂടി വെള്ളം കുടിക്കണോ?"

അൽപ്പം മുമ്പ് അവളുടെ മുഖത്ത് പ്രകടമായിരുന്ന പൈശാചിക ഭാവം അപ്രത്യക്ഷമായി. സ്നേഹവും കരുണയും നിറഞ്ഞ പെരുമാറ്റമായിരുന്നു അവളുടേത്.

അവൾ നീട്ടിയ വെള്ളം ടോം വാങ്ങിക്കുടിച്ചു. അവളുടെ മുഖത്തേക്ക് നന്ദിയും സ്നേഹവും തുളുമ്പുന്ന നോട്ടം നോക്കി.

"ഓ, മാഡം! ജീവജലം നൽകുവാൻ കഴിയുന്നവന്റെ അടുത്തേക്ക് നിങ്ങൾ കഴിയുന്നതും വേഗം എത്തിച്ചേരണം എന്നാണ് എന്റെ ആഗ്രഹം."

"അവൻ എവിടെയാണ് ഇരിക്കുന്നത്? അവൻ ആരാണ്?" കാസി ചോദിച്ചു.

"എനിക്കു നിങ്ങൾ വായിച്ചു കേൾപ്പിച്ചില്ലേ അവൻ തന്നെ! കർത്താവ്"

"ഞാൻ കുഞ്ഞായിരിക്കുമ്പോൾ അൾത്താരയിൽ അവന്റെ രൂപം കണ്ടിട്ടുണ്ട്." അവളുടെ, വിഷാദവും നിരാശയും തുളുമ്പുന്ന കറുത്ത കണ്ണുകൾ ജ്വലിച്ചു. മനോരാജ്യത്തിലെന്നപോലെ പിന്നെയും സംസാരിക്കുവാൻ തുടങ്ങി.

"എന്നാൽ അവൻ ഇവിടെയില്ല. ഇവിടെ എവിടേയും ഇല്ല. ഇവിടെ പാപകർമങ്ങൾ നീണ്ടുനിൽക്കുന്ന നൈരാശ്യമല്ലാതെ മറ്റൊന്നും തന്നെയില്ല."

അവൾ മാറത്ത് കൈകൾ ചേർത്തുപിടിച്ച് ദീർഘമായി നിശ്വസിച്ചു.

ടോം അവളോട് എന്തോ പറയാനായി തുനിഞ്ഞെങ്കിലും അവളതിന് അനുവദിച്ചില്ല.

"എന്റെ നല്ലവനായ സുഹൃത്തേ, നിങ്ങൾക്ക് സംസാരിക്കുവാനുള്ള ആരോഗ്യമില്ല. സാധിക്കുമെങ്കിൽ ഒന്നുറങ്ങാൻ ശ്രമിക്കൂ!"

വെള്ളംനിറച്ച പാത്രം അവനു കൈ എത്താവുന്ന ദൂരത്തിൽ വച്ച്, സുഖമായി കിടക്കാനുള്ള സൗകര്യങ്ങൾ ചെയ്തു കൊടുത്ത്, കാസി അവിടെനിന്നും ഇറങ്ങി പോയി.

നീണ്ടു വിശാലമായ സ്വീകരണമുറിയാണ് ലെഗ്രിയുടേത്. വലിയ ഒരു അഗ്നികുണ്ഡം അതിന്റെ ഒരു വശത്തുണ്ട്. പഴയ ഉടമസ്ഥന്റെ കീഴിൽ ആയിരുന്നപ്പോൾ മനോഹരമായ പേപ്പറുകൾ ആ ചുവരുകളിൽ പതിച്ചിരുന്നു. ഇപ്പോൾ ആ പേപ്പറുകൾ എല്ലാം കീറി ദ്രവിച്ചിരിക്കുന്നു. അവിടവിടെ തൂങ്ങിക്കിടക്കുന്ന പേപ്പറുകൾ പ്രേതഭവനങ്ങളിൽ ഞാന്നു കിടക്കുന്ന കടവാതിലുകളെ ഓർമിപ്പിച്ചു. നാളുകളായി പൂട്ടിക്കിടക്കുന്ന മുറികളിൽ സാധാരണയായി ഉണ്ടാകുന്ന ഒരുതരം ഓക്കാനം വരുത്തുന്ന ഗന്ധം അവിടെ തങ്ങിനിന്നു. അഗ്നി കുണ്ഡത്തിൽ എല്ലാ സമയത്തും കൽക്കരി എരിഞ്ഞുകൊണ്ടിരിക്കും. കുതിരയുടെ ജീനികളും ചാട്ടവാറുകളും ഓവർക്കോട്ടുകളും പലതരത്തിലുള്ള വസ്ത്രങ്ങളുമെല്ലാം ആ മുറിയിൽ ചിതറിക്കിടക്കുന്നുണ്ട്. ടോമിനെയും കൂട്ടരെയും കടിച്ചുകീറാൻ ഓടിയണഞ്ഞ നായാട്ടു നായ്ക്കളും അവിടെ കിടപ്പുണ്ട്. ലെഗ്രി കൈയിൽ മദ്യം നിറച്ച ഗ്ലാസുമായി നിൽപ്പുണ്ട്.

"നശിച്ച സാംബൊ, അവനെ ഇടിച്ച് ചതച്ചു. അതുകൊണ്ടിനി ഒരാഴ്ച അവന് ജോലി ചെയ്യാൻ സാധിക്കുകയില്ല. അതും ഏറ്റവും തിരക്കുപിടിച്ച ഈ സമയത്ത്."

"അതെ. നിങ്ങൾക്ക് യോജിച്ച പ്രവൃത്തി തന്നെ."

അയാളുടെ കസേരയുടെ പിന്നിൽ നിന്നാണ് ഈ സ്വരം ഉയർന്നു കേട്ടത്. അയാളുടെ ഉറക്കെയുള്ള ആത്മഗതത്തിന് കാസിയുടെ മറുപടി.

"ഓ, നീയായിരുന്നോ പിശാചേ! നീ തിരിച്ചു വന്നുവോ?"

"അതെ ഞാൻ തിരിച്ചു വന്നു." കാസി തികഞ്ഞ ഉദാസീനതയോടെ മറുപടി പറഞ്ഞു.

"എന്റെ ഇഷ്ടത്തിനനുസരിച്ച് കഴിയാനായി."

"അതൊന്നും നടക്കാൻ പോകുന്നില്ല. ഞാൻ എന്റെ വാക്കുകൾ

ആവർത്തിക്കുകയാണ്. ഒന്നുകിൽ നീ ഇവിടെ മര്യാദയ്ക്ക് കഴിയണം. അല്ലെങ്കിൽ മറ്റുപണിക്കാരോടൊപ്പം ആ കുടിലുകളിൽ പോയി താമസിച്ച് അവരെപ്പോലെ ജോലി ചെയ്ത് ജീവിക്കുക."

"ആയിരം പ്രാവശ്യം!" അവൾ അതേ രീതിയിൽ തിരിച്ചുപറഞ്ഞു. "ഇവിടെ നിങ്ങളുടെ കാൽക്കീഴിൽ കഴിയുന്നതിനേക്കാൾ എത്രയോ ഭേദം ആ വൃത്തികെട്ട കുടിലുകളിൽ കഴിയുന്നതാണ്. ജോലി ചെയ്ത് ജീവിക്കുന്നതിന്റെ അന്തസ്സ് വേറെയും."

"എന്നാലും നീ എന്റെ അടിമ തന്നെയല്ലേ? എന്നും എന്റെ കാൽ കീഴിൽ കഴിയേണ്ടവൾ." ക്രൂരമായ ചിരിയോടെ അവളെ നോക്കിക്കൊണ്ട് അയാൾ പറഞ്ഞു.

"അതെന്തായാലും സമാധാനം തന്നെ. ഇങ്ങോട്ട് വന്ന് എന്റെ മടിയിലിരിക്കൂ! എന്റെ പ്രിയപ്പെട്ടവളെ!" അയാൾ അവളുടെ കൈയിൽ കയറിപിടിച്ചു.

"വിട്; മാറി നിൽക്ക്!" കാസി കുതറി മാറി.

"എനിക്കും അതുതന്നെയാണ് തോന്നുന്നത്." അവളെ പിടിച്ചു തള്ളിക്കൊണ്ട് അസ്വസ്ഥനായി അയാൾ പറഞ്ഞു.

"നിനക്ക് എന്നോട് പഴയതുപോലെ സ്നേഹത്തോടെ പെരുമാറിക്കൂടെ? എന്താണ് എന്നോടിത്ര ദേഷ്യം?"

"പഴയതുപോലെ" കയ്പു കടിച്ചിറക്കുന്നതുപോലെ അവൾ പറഞ്ഞു നിർത്തി– മനസിൽ ഉയർന്നുവന്ന വികാരം അവളുടെ തൊണ്ട അടച്ചു. ഒന്നും മിണ്ടാതെ അവൾ നിന്നു.

ക്രൂരനായ ഈ മനുഷ്യൻ കാസിക്ക് വലിയ സ്വാധീനമായിരുന്നു. എന്നാൽ ഈയിടെയായി അയാളുമായി രമ്യതയിൽ കഴിയാൻ അവൾക്കു സാധിക്കുന്നില്ല. വേഗം ദേഷ്യം വരുന്നു. പലപ്പോഴും ഉന്മാദിനിയെ പോലെ പുലമ്പിക്കൊണ്ടിരിക്കും. ചിലപ്പോൾ അട്ടഹസിക്കും. വിദ്യാഭ്യാസമില്ലാത്തവരെപോലെ ഭ്രാന്ത് പുലമ്പുന്നവരെ ലെഗ്രിക്ക് ഭയമാണ്. ഭയങ്കര അന്ധവിശ്വാസിയാണ് അയാൾ. എമിലീനെയുംകൊണ്ട് ലെഗ്രി വീട്ടിൽ എത്തിയപ്പോൾ കാസിയുടെ ഹൃദയത്തിൽ സ്ത്രീസഹജമായ വിദ്വേഷം ആളിക്കത്തി. അവളും ലെഗ്രിയുമായി നിസ്സാര കാര്യങ്ങൾക്കുപോലും വഴക്കു തുടങ്ങി. മര്യാദയ്ക്ക്, അടങ്ങി ഒതുങ്ങി വീട്ടിൽ കഴിയാൻ സാധിക്കുകയില്ലെങ്കിൽ പരുത്തിത്തോട്ടത്തിൽ പോയി ജോലി ചെയ്തുകൊള്ളാൻ അയാൾ ആജ്ഞാപിച്ചു. അഭിമാനിയായ കാസി തോട്ടത്തിൽ ജോലിക്കു പോകാൻ തയാറായി. ആദ്യ ദിവസം തന്നെ ആരെയും അതിശയപ്പിക്കുന്ന വിധത്തിൽ ജോലി ചെയ്തത് സ്വന്തം കഴിവ് തെളിയിക്കുക എന്നതായിരുന്നു അവളുടെ ലക്ഷ്യം.

അന്നത്തെ ദിവസം മുഴുവൻ ലെഗ്രിയുടെ മനസിൽ എന്തോ അസ്വസ്ഥത നിറഞ്ഞുനിന്നു. കാസിയുടെ സ്വാധീനവലയത്തിൽനിന്നും രക്ഷപ്പെടാൻ അയാൾക്കു സാധിക്കുന്നില്ല. അവൾ പറിച്ചെടുത്ത പരുത്തി തൂക്കി നോക്കുമ്പോൾ, അവൾക്ക് ഇളവുകൾ അനുവദിക്കണമെന്ന്

അയാൾ ആഗ്രഹിച്ചു. ഒത്തുതീർപ്പിന്റെയും ശാസനയുടേയും രീതിയിൽ അവളോടു സംസാരിച്ചു നോക്കി. എന്നാൽ തികഞ്ഞ പുച്ഛത്തോടെയാണ് അവൾ അതിനോടു പ്രതികരിച്ചത്.

സാധുവായ ടോമിനോടുള്ള ക്രൂരമായ പെരുമാറ്റം അവളെ കൂടുതൽ കുപിതയാക്കി. ആ സമയത്ത് അവൾ അയാളുടെ വസതിയിലേക്ക് കയറിച്ചെന്ന് അവന്റെ ക്രൂരതയെ ശക്തമായ ഭാഷയിൽ പഴിക്കാൻ വേണ്ടിമാത്രമായിരുന്നു.

"കാസി, നീ എന്താണ് ഇങ്ങനെ? അൽപ്പം കൂടി അന്തസ്സോടെ പെരുമാറുമെന്ന് ഞാൻ പ്രതീക്ഷിക്കുന്നു."

"നിങ്ങൾ അന്തസുള്ള പെരുമാറ്റത്തെക്കുറിച്ച് എന്നോടു സംസാരിക്കുന്നുവോ? നിങ്ങൾ എന്താണ് ഓരോ ദിവസവും ചെയ്തുകൊണ്ടിരിക്കുന്നത്? നിങ്ങളുടെ സ്വതസിദ്ധമായ പൈശാചിക സ്വഭാവംകൊണ്ട് ഏറ്റവും നല്ല ഒരു പണിക്കാരനെ നശിപ്പിക്കുന്നു. അതും ഈ വിളവെടുപ്പിന്റെ കാലത്ത് അത് ആലോചിക്കുവാനുള്ള ബുദ്ധിപോലും നിങ്ങൾക്ക് ഇല്ലാതായല്ലോ."

"എന്റെ അത്തരത്തിലുള്ള പ്രവൃത്തി വിഡ്ഢിത്തരമായെന്ന് തോന്നുണ്ട്." ലെഗ്രി പറഞ്ഞു.

"എന്നാൽ അവന്റെ താന്തോന്നിത്തരവും തന്നിഷ്ടവും എതിർക്കേണ്ടതല്ലേ? ഞാനെന്റെ ജീവിത്തിൽ ആദ്യമായാണ് ഇത്തരത്തിലുള്ള ഒരു നീഗ്രോയെ കാണുന്നത്. അവൻ എന്റെ വഴിക്കു വന്നില്ലെങ്കിൽ ശരീരത്തിലെ ഓരോ എല്ലും ഞാൻ കൊത്തിനുറുക്കും."

ആ സമയത്താണ് വാതിൽ തള്ളിത്തുറന്നുകൊണ്ട് സാംബൊ അകത്തു പ്രവേശിക്കുന്നത്. അവൻ കുനിഞ്ഞു വണങ്ങിയ ശേഷം ഒരു കടലാസുപൊതി ലെഗ്രിയെ ഏൽപ്പിച്ചു.

"എന്താണിത് കിഴട്ടുനായേ?" ലെഗ്രി ചോദിച്ചു.

"എന്തോ ആഭിചാരപ്രയോഗമാണ്, യജമാനനെ!"

"എന്ത്?"

"പിശാചുക്കളിൽനിന്നും നീഗ്രോകൾക്കു ലഭിക്കുന്ന ഒരുതരം ദുർമന്ത്രവാദപ്രയോഗം; ഇതു കൈയിലുള്ളപ്പോൾ എത്ര അടികിട്ടിയാലും ഇവറ്റുകൾക്കു വേദനിക്കുകയില്ല. ഇത് അവനൊരു കറുത്ത ചരടിൽ കോർത്ത് കഴുത്തിൽ കെട്ടിയിരിക്കുന്നു."

ലെഗ്രി സാധാരണ ഈശ്വരവിശ്വാസം ഇല്ലാത്ത എല്ലാക്രൂരന്മാരെയുംപോലെ ഭയങ്കര അന്ധവിശ്വാസി ആയിരുന്നു. അവൻ സാംബൊയുടെ കൈയിൽനിന്നും കടലാസുപൊതി വാങ്ങി തുറന്നുനോക്കി.

അതിൽനിന്നും ഒരു വെള്ളി ഡോളറും നീണ്ടു ചുരുണ്ട് തിളങ്ങുന്ന സ്വർണതലമുടിയും താഴെ വീണു– തലമുടിക്ക് ജീവൻ വച്ചതുപോലെ അതു ലെഗ്രി വിരലിൽ ചുറ്റി.

"നാശം" അവൻ ഭയന്നുവിറച്ചുകൊണ്ട് കാൽ നിലത്തിട്ടുചവിട്ടി. മുടിയുടെ ചുറ്റ് അഴിക്കാൻ വേണ്ടി അവൻ കിണഞ്ഞു ശ്രമിച്ചു. അലറി

വിളിച്ചു. അയാളുടെ അപ്പോഴത്തെ വെപ്രാളം കണ്ടാൽ മുടിനാര് അയാളെ പൊള്ളിച്ചു എന്നു തോന്നും.

"നിനക്ക് ഇതെവിടെനിന്നാണ് കിട്ടിയത്? എടുത്തു കൊണ്ടുപോയി കത്തിച്ചു കളയ്! ഉടനെ" അയാൾ അലറിവിളിച്ചു.

"ഇതെന്തിനാണ് എന്റെ കൈയിൽ കൊണ്ടുവന്ന് തന്നിരിക്കുന്നത്?"

സാംബൊ അയാളുടെ ഭാവമാറ്റം കണ്ട് അതിശയത്തോടെ വായ പൊളിച്ചു നിന്നു. പുറത്തേക്കു പോകാനായി നിന്നിരുന്ന കാസിയും അമ്പരന്ന് നോക്കിനിന്നു.

"ഇനി ഇത്തരത്തിലുള്ള ദുർമന്ത്രവാദ സാമഗ്രികളുമായി എന്റെ അടുത്തേക്ക് വന്നാലുണ്ടല്ലോ." അയാൾ മുഷ്ടിചുരുട്ടി സാംബൊവിനെ ഇടിക്കാൻ ഓങ്ങി. അവൻ പെട്ടെന്ന് ഭയന്നു വാതിൽക്കലേക്കു പിന്മാറി. ഡോളർ എടുത്ത് ചതച്ച് ജനലിലൂടെ ഇരുട്ടിലേക്ക് എറിഞ്ഞു കളഞ്ഞു.

ആ സമയത്ത് അവിടെനിന്നും രക്ഷപ്പെടാൻ കഴിഞ്ഞതിൽ സാംബൊ സന്തോഷിച്ചു. അവൻ പോയപ്പോൾ താൻ കാണിച്ച വിഭ്രാന്തിയിൽ അയാൾക്കു ലജ്ജ തോന്നി. ചിന്താധീനനായ അയാൾ കസേരയിലിരുന്ന് മദ്യം ആസ്വദിച്ചു കുടിച്ചു.

എന്താണ് ലെഗ്രിക്കു സംഭവിച്ചത്? സകലവിധ ക്രൂരതകളും ചെയ്യുന്ന ആ ദുഷ്ടനെ ഒരു തലനാര് ഇത്രമാത്രം വിറളി പിടിപ്പിക്കുവാൻ കാരണമെന്താണ്? അത് മനസിലാക്കണമെങ്കിൽ അയാളുടെ ഭൂതകാലത്തെക്കുറിച്ച് അറിയണം. ഇപ്പോൾ ദൈവനിന്ദ നടത്തുന്ന ഈ ക്രൂരൻ അമ്മയുടെ മാറിൽ ചാഞ്ഞുകിടന്ന് പ്രാർഥനകളും കീർത്തനങ്ങളും കേട്ടിരുന്ന ഒരു കാലമുണ്ടായിരുന്നു.

ജ്ഞാനസ്നാനം ചെയ്യപ്പെട്ട ഒരു സത്യക്രിസ്ത്യാനിയായിരുന്നു അവനും. കുട്ടിക്കാലത്ത് നല്ലവളായ അവന്റെ അമ്മ പ്രാർഥിക്കുവാനും ഈശ്വരവിശ്വാസത്തോടെ വളരുവാനും അവനെ പരിശീലിപ്പിച്ചു. നിത്യമായ സ്നേഹത്തെക്കുറിച്ച് ആ അമ്മ അവനെ പഠിപ്പിച്ചിരുന്നത് അങ്ങകലെ ന്യൂ ഇംഗ്ലണ്ടിൽ വച്ചായിരുന്നു. എന്നാൽ വളരുന്തോറും അവൻ അച്ഛന്റെ കാൽപ്പാടുകൾ പിന്തുടരുവാൻ തയാറായി. അമ്മയുടെ ഉപദേശങ്ങളും സ്നേഹവും എല്ലാം നിരാകരിച്ച്, അവരെ ഉപേക്ഷിച്ച് കൊച്ചു പ്രായത്തിൽ തന്നെ ഭാഗ്യാന്വേഷിയായി നാവികനാകുന്നതിനു വേണ്ടി പോയി. നിരന്തരമായ കടൽയാത്രയ്ക്കിടയിൽ ഒരിക്കൽ അവൻ സ്വന്തം വീട്ടിൽ വന്നു. ആ അമ്മ അപ്പോഴും മകന്റെ പാപജീവിതത്തിൽനിന്നും അവനെ മോചിപ്പിക്കുവാനായി സദാ പ്രാർഥിച്ചുകൊണ്ടിരുന്നു. ആ സാധ്വി മകനോടൊപ്പം തന്നെ നിലകൊണ്ടു.

ലെഗ്രിയുടെ ജീവിതത്തിലെ ഏറ്റവും നല്ല നാളുകളായിരുന്നു അത്. നേരായ മാർഗത്തിലേക്ക് അവൻ തിരിച്ചുവരാൻ തുടങ്ങി. നന്മയും തിന്മയും തമ്മിലുള്ള ഒരു സംഘട്ടനം അവന്റെ ഹൃദയത്തിൽ അരങ്ങേറി. ആത്യന്തികമായി തിന്മതന്നെ വിജയിച്ചു. അവൻ വീണ്ടും മദ്യപാനിയും ദുർമാർഗിയും ആയി മാറി. മുമ്പത്തേക്കാൾ അധികം ദുഷ്പ്രവൃത്തികൾ

അയാൾ ചെയ്യാൻ തുടങ്ങി. അവന്റെ അമ്മയ്ക്ക് സങ്കടം സഹിയ്ക്കവയ്യാതായി. ഒരു രാത്രിയിൽ അവർ കേണുകൊണ്ട് അവനു മുന്നിൽ മുട്ടുകുത്തി നിന്നു പ്രാർഥിക്കുമ്പോൾ അവൻ അവരെ ചവിട്ടി വീഴ്ത്തി. അബോധാവസ്ഥയിൽ കിടക്കുന്ന അമ്മയെ നോക്കി ശാപവചനങ്ങൾ ചൊരിഞ്ഞുകൊണ്ട് അവൻ സ്ഥലംവിട്ടു. വീണ്ടും നാവികനായി ജോലി തുടർന്നു. ഒരു രാത്രിയിൽ സുഹൃത്തുക്കളോടൊത്ത് മദ്യപിച്ച് ഉല്ലസിച്ചുകൊണ്ടിരിക്കുമ്പോൾ, അവന് ഒരു കത്തു ലഭിച്ചു. അവനത് തുറന്നപ്പോൾ നീളമുള്ള ഒരു തലനാര് അതിൽനിന്നും താഴെ വീണു. അത് കൈയിലെടുത്തപ്പോൾ അവന്റെ വിരലിൽ ചുറ്റിപ്പിണഞ്ഞു. ആ കത്തിൽ അമ്മ മരിച്ചുപോയ വിവരം എഴുതിയിരുന്നു. മരണസമയത്ത്, അവന്റെ തെറ്റുകൾ പൊറുത്ത് അവനു മാപ്പുനൽകി അനുഗ്രഹിച്ചിരുന്നു എന്നും!

ആ കത്തും മുടിനാരും അവനെ ഞെട്ടിച്ചെങ്കിലും ഉടനെതന്നെ അതെല്ലാം എടുത്ത് കത്തിച്ചു ചാമ്പലാക്കി. ആ ക്രൂരനും നികൃഷ്ടനുമായ പുത്രന്റെ ഉള്ളിൽ മാതൃസ്നേഹത്തേക്കാൾ ഉപരിയായി അന്തിമവിധിയെ കുറിച്ചുള്ള ഭീകര ചിന്തകളാണ് ഉയർന്നുവന്നത്. കത്തും മുടിനാരും കത്തിക്കുമ്പോൾ ഉയർന്നുകണ്ട തീജ്വാല അവനെ നരകത്തീയെ ഓർമിപ്പിച്ചു. ആ നിത്യമായ അഗ്നിയെക്കുറിച്ചുള്ള ഓർമയിൽ അവൻ ഭയന്നു വിറച്ചു. അമ്മയെ കുറിച്ചുള്ള വേദനിപ്പിക്കുന്ന ഓർമകൾ, മദ്യത്തിൽ മുക്കികളയാൻ ശ്രമിച്ചു. എന്നാൽ പലപ്പോഴും ഏകാന്തമായ രാത്രികളിൽ അമ്മയുടെ നിരാശാഭരിതമായ വിളർത്ത ആത്മാവ് തന്റെ കട്ടിലിന്റെ അരികിൽ വന്നു നിൽക്കുന്നത് അവൻ കണ്ടിട്ടുണ്ട്. അവരുടെ നനുത്ത സ്വർണത്തലമുടി വിരലുകൾക്കിടയിൽ ചുറ്റിപ്പിണയുന്നതും അത്തരം രാത്രികളിൽ വിയർത്തുകുളിച്ച് പേടിച്ചുവിറച്ചുകൊണ്ട് അവൻ ചാടി എഴുന്നേൽക്കും. അന്നു രാത്രി പിന്നെ ഉറങ്ങാൻ സാധിക്കുകയില്ല.

സാംബൊ മുടിയിഴ കൊണ്ടുവന്നു കാണിച്ച ശേഷം ലെഗ്രി വല്ലാതെ അസ്വസ്ഥനായിരുന്നു. പ്രേതബാധ ഏറ്റാലെന്നപോലെ അവൻ വിവശനായി. ധൈര്യം സംഭരിക്കുന്നതിനുവേണ്ടി അവൻ അന്ന് പതിവിൽ അധികം മദ്യപിച്ചു.

'അവന് അതെവിടെനിന്നാണ് കിട്ടിയത്? എല്ലാം മറന്നു എന്നാണ് ഞാൻ കരുതിയിരുന്നത്. നാശം! ആ നായ സകലതും ഓർമിപ്പിച്ചു. എനിക്കിപ്പോൾ ഒറ്റയ്ക്കിരിക്കുവാൻ ഭയം തോന്നുന്നു! ഒരു കൂട്ടിന് എമിലീനെ വിളിച്ചാലോ? ആ ആൾക്കുരങ്ങിന് എന്നെ ഭയമാണ്. ഞാൻ അതൊന്നും കാര്യമാക്കുന്നില്ല— അവളെ നിർബന്ധിച്ചുതന്നെ കൂട്ടികൊണ്ടു വരണം.'

ലെഗ്രി എഴുന്നേറ്റ് കോണിപ്പടിക്കു താഴെ എത്തി. ഒരു കാലത്ത് മനോഹരമായ ചുവന്ന പരവതാനി വിരിച്ച് അലങ്കരിച്ചിരുന്ന ആ കോണിപ്പടിയിലേക്കുള്ള ഇടനാഴി ഇപ്പോൾ പൊളിഞ്ഞ പെട്ടികളും ചപ്പും ചവറും നിറഞ്ഞ് കിടപ്പാണ്. വളഞ്ഞുപുളഞ്ഞ് പോകുന്ന കോണി എവിടേക്കാണെന്ന് ആർക്കും അറിയില്ല. വിളർത്ത ചന്ദ്രകിരണങ്ങൾ അവിടേയ്ക്കു കടന്നുവരുന്നുണ്ട്. അസഹ്യമായ തണുപ്പ് അനുഭവപ്പെടുന്നുണ്ട്.

ലെഗ്രി കോണിയുടെ അടിയിൽ സംശയിച്ച് നിന്നു. മുകളിൽനിന്നും ഒരു ഗാനശകലം ഒഴുകിവരുന്നുണ്ട്. അതെന്താണ്? ഭീതിജനകമായ ഒരു പുരാതന ഗൃഹത്തിൽനിന്നും ഒഴുകിവരുന്ന പ്രേതങ്ങളുടെ പാട്ടാണോ? അതോ അയാളടെ അപ്പോഴത്തെ മാനസികാവസ്ഥയിൽ പാട്ടുകേൾക്കുന്നതായി തോന്നുന്നതാണോ? എന്താണിത്?

ദയനീയ സ്വരത്തിലുള്ള വിലാപകീർത്തനമാണ് അവിടെനിന്നും ഉയർന്നിരുന്നത്. നീഗ്രോകൾ പാടാറുള്ള രീതിയിൽ ഉള്ളത്.

"ഞാനാപ്പെണ്ണിനെ കൊന്നുകുഴിച്ചു മൂടും! എമിലീൻ! എമിലീൻ!" അയാൾ അവളെ ഉറക്കെ വിളിച്ചു. എന്നാൽ അയാളുടെ വരണ്ട ശബ്ദത്തിന്റെ മാറ്റൊലിയല്ലാതെ ഒന്നും കേൾക്കാൻ ഉണ്ടായില്ല. ആ ശോകഗീതം തുടർന്നുകൊണ്ടിരുന്നു. ലെഗ്രി വിയർത്തുകുളിച്ചു. നെല്ലിക്കാ വലുപ്പത്തിലുള്ള വിയർപ്പുതുള്ളികൾ അവന്റെ നെറ്റിയിൽനിന്നും ഉതിർന്നു വീണു. ഹൃദയം 'പടാപടാ' എന്നു മിടിച്ചു. മങ്ങിയ പ്രകാശത്തിൽ ഒരു വെളുത്തരൂപം ഉയർന്നു വരുന്നതുപോലെ അയാൾക്കു തോന്നി. അമ്മയുടെ പ്രേതമായിരിക്കുമോ എന്നോർത്ത് കിടുകിടാ വിറച്ചു കൊണ്ടിരുന്നു. ഉടനെതന്നെ അവിടെനിന്നും പിന്തിരിഞ്ഞോടി സന്ദർശനമുറയിൽ ത്തന്നെ ഇരുപ്പുറപ്പിച്ചു.

"എന്തായാലും ഒരു കാര്യം ഉറപ്പായി." അവൻ സ്വയം പറഞ്ഞു.

"ടോം എന്നെ ഭീകരമായ മന്ത്രവാദത്തിന് ഇരയാക്കിയിട്ടുണ്ട്. അതെനിക്കു വിശ്വാസമായി. അതിനുശേഷമാണ് ഞാനിങ്ങനെ വിയർക്കുന്നതും വിറയ്ക്കുന്നതും. ആ ദുഷ്ടന് എവിടെനിന്നായിരിക്കും മുടി കിട്ടിയിരിക്കുക? അത് എന്റെ കൈയിലുണ്ടായിരുന്നതാകാൻ ഒരുവിധത്തിലും ഇടയില്ല. അതു ഞാൻ അന്നു തന്നെ കത്തിച്ചു ചാമ്പലാക്കി എന്ന കാര്യം എനിക്ക് ഉറപ്പാണ്. ചാരത്തിൽനിന്നും മുടി ഉയിർത്തെഴുന്നേൽക്കുക എന്നുപറഞ്ഞാൽ അത് ഏറ്റവും വലിയ ഒരു തമാശ തന്നെയാണ്."

പേടിച്ചരണ്ടുപോയ ലെഗ്രി വിസിലടിച്ച് സാംബൊായേയും കിംബൊായേയും വിളിച്ചുവരുത്തി. ധൈര്യം സംഭരിക്കുന്നതിനുവേണ്ടി അവർക്ക് മദ്യം ഒഴിച്ചുകൊടുത്ത് പാട്ടു പാടാനും നൃത്തം വയ്ക്കാനും ആവശ്യപ്പെട്ടു. രാത്രി ഒരുമണിക്കും രണ്ടുമണിക്കും ഇടയിലായി ടോമിനെ ശുശ്രൂഷിച്ച ശേഷം കാസി മടങ്ങിവരുമ്പോൾ ലെഗ്രിയുടെ സന്ദർശനമുറിയിൽ നിന്നും ഉയരുന്ന ഈ പാട്ടും കോലാഹലവും കേൾക്കാൻ ഇടയായി.

അവൾ അകത്തേക്കുകയറാതെ, വരാന്തവരെ വന്ന് അകത്തേക്ക് എത്തിനോക്കി. മദ്യപിച്ച് മദോന്മത്തരായ ലെഗ്രിയും സേവകന്മാരും പാട്ടു പാടിയും നൃത്തമാടിയും തകർക്കുകയാണ്. ജനലഴികളിൽ പിടിച്ചുനിന്നുകൊണ്ട് അവൾ അവരെ നന്നായി ഒന്ന് വീക്ഷിച്ചു. അവളുടെ കടക്കണ്ണുകളിൽ ഒരു പൈശാചികഭാവം തത്തിക്കളിച്ചു.

"ഇത്തരത്തിൽ വൃത്തികെട്ട ഒരുവനിൽനിന്നും ഈ ലോകത്തെ രക്ഷിക്കുന്നതിൽ യാതൊരു പാപവും ഇല്ല." അവൾ സ്വയം ആശ്വസിച്ചു.

കാസി അകത്തു പ്രവേശിച്ചപ്പോൾ എമിലീൻ പേടിച്ചുവിളർത്ത് മുറി

യുടെ അറ്റത്തെ മൂലയിൽ ഇരിക്കുന്നതു കണ്ടു. ആദ്യം അവൾ ഞെട്ടിവിറച്ചു. ആളെ മനസിലായപ്പോൾ ഓടിവന്നു കെട്ടിപ്പിടിച്ചു.

"അയ്യോ, നിങ്ങളായിരുന്നുവോ? നിങ്ങൾ ഇങ്ങോട്ടു തിരിച്ചുവന്നതിൽ എനിക്ക് വളരെയധികം സന്തോഷമായി. എത്ര ആശ്വാസമായെന്നോ, നിങ്ങളെ കണ്ടതിൽ! ഞാനാകെ ഭയന്നുവിറച്ചിരിക്കുകയായിരുന്നു. താഴെ എന്താ ഒരു ബഹളം?

"ഞാനിത് മുമ്പും ധാരാളം കണ്ടിട്ടുള്ളതാണ്." കാസി ഉദാസീന ഭാവത്തിൽ മറുപടി പറഞ്ഞു.

"നമുക്ക് ഇവിടെനിന്നും എവിടേക്കെങ്കിലും ഓടി രക്ഷപ്പെടുവാൻ സാധിക്കുമോ? എവിടേക്കായാലും സാരമില്ല. പാമ്പുകൾ കൂട്ടമായി വസിക്കുന്ന ചതുപ്പുനിലത്തായാലും!"

"നമ്മുടെ കുഴിമാടത്തിലേക്കു മാത്രമേ ഇവിടെനിന്നും രക്ഷപ്പെടാൻ സാധിക്കുകയുള്ളൂ." കാസി പറഞ്ഞു.

"ഞാൻ ചതപ്പുനിലത്തു കഴിയാൻ തയാറാണ്. മരത്തോല് മാത്രം തിന്ന് ജീവിക്കാം. പാമ്പുകളെ ഞാൻ ഭയപ്പെടുന്നേയില്ല. ഇയാളുടെ അടുത്ത് കഴിയുന്നതിനേക്കാൾ എത്രയോ ഭേദം അതാണ്"

"നീ രക്ഷപ്പെട്ട് ചതപ്പുനിലത്ത് എത്തിയാലും ഈ നായ്ക്കൾ നിന്നെ പിന്തുടർന്ന് പിടിച്ചുകൊണ്ടു വരും. നിന്റെ ഇതേ അഭിപ്രായമുള്ളവർ പലരും മുമ്പ് ഇവിടെ ഉണ്ടായിരുന്നു."

കാസി ലെഗ്രിയുടെ ക്രൂര ചരിത്രമെല്ലാം വിവരിച്ചതു കേട്ട് എമിലീൻ തരിച്ചിരുന്നുപോയി!

അവർ രണ്ടുപേരും ഇവിടെ സംസാരിച്ചുകൊണ്ടിരിക്കുമ്പോൾ പാട്ടും കൂത്തും എല്ലാം കഴിഞ്ഞ് ലെഗ്രി ഉറങ്ങാൻ തുടങ്ങുകയായിരുന്നു. കണ്ണടച്ചപ്പോഴെയ്ക്കും അയാൾ സ്വപ്നം കണ്ടു. തന്റെ അടുത്ത് മൂടുപടം ധരിച്ച ഒരു വെളുത്ത രൂപം വന്നുനിന്നു. അതിന്റെ തണുത്ത മൃദുവായ കരങ്ങൾ അയാളുടെമേൽ പതിച്ചു. അത് തനിക്ക് പരിചയമുള്ള കരങ്ങളാണെന്ന് അയാൾക്കു തോന്നി. ആകെ പുതച്ചു മൂടിയിട്ടാണ് കിടന്നിരുന്നതെങ്കിലും അയാൾ പേടിച്ച് കിടുകിടാ വിറച്ചു. ആ മുടി അയാളുടെ വിരലുകളിൽ ചുറ്റിപ്പിണഞ്ഞു. പിന്നെ ആ വിരലുകൾ സാവധാനത്തിൽ ഇഴഞ്ഞുചെന്ന് അയാളുടെ കഴുത്തിൽ മുറുക്കി. ശ്വാസംമുട്ടുന്നതായി തോന്നി. അപ്പോഴുണ്ട് കാസി പിന്നിലൂടെ നടന്നുവരുന്നു. അവൾ അയാളെ ഒരു തള്ളുവച്ചു കൊടുത്തു. എന്നിട്ട് ആ രൂപത്തിന്റെ മുഖത്തു നിന്നും മൂടുപടം എടുത്തുമാറ്റി. അതയാളുടെ അമ്മയുടെ രൂപമാണ്. അവരെല്ലാം മുഖം തിരിച്ചുനടന്നതോടെ അയാൾ അഗാധതയിലേക്ക് കൂടുതൽ അഗാധതയിലേക്ക് പതിച്ചു. ഒപ്പം പൈശാചികമായ പൊട്ടിച്ചിരിയും— ലെഗ്രി ഉണർന്നു.

പ്രഭാത സൂര്യന്റെ കിരണങ്ങൾ ശാന്തമായി അയാളുടെ മുറിയിലേക്ക് കടന്നുവന്നു. അയാൾ ഉണർന്നെഴുൽക്കുന്നതുതന്നെ ശാപവചനങ്ങൾ ഉതിർത്തുകൊണ്ടായിരുന്നു. ഒരു ഗ്ലാസിൽ ബ്രാണ്ടി ഒഴിച്ച് അതിൽ

പകുതി ഒറ്റവലിക്ക് അകത്താക്കി.

"ഇന്നലത്തേത് വല്ലാത്ത ഒരു കാളരാത്രിയായിരുന്നു." എതിരെയുള്ള വാതിലിലൂടെ അകത്തേക്കു കടന്നുവന്ന കാസിയോട് അയാൾ പറഞ്ഞു.

"ഇനി ഇത്തരത്തിലുള്ള രാത്രി തുടരെത്തുടരെ ധാരാളമായി ഉണ്ടായിക്കൊണ്ടിരിക്കും."

"നീ എന്താണ് ഉദ്ദേശിക്കുന്നത് അസത്തേ?"

"കുറച്ചു ദിവസങ്ങൾക്കുള്ളിൽ തന്നെ നിങ്ങൾക്കത് കണ്ടു മനസിലാക്കാൻ സാധിക്കും സൈമൺ. എനിക്ക് നിങ്ങൾക്ക് ഒരു ചെറിയ ഉപദേശം നൽകാനുണ്ട്."

"എന്താണത്? ധിക്കാരി പറഞ്ഞുതുലയ്ക്ക്."

കാസി മുറിയിലെ ചില സാധനങ്ങൾ അടുക്കിവച്ചുകൊണ്ട് പറഞ്ഞു.

"ടോമിനെ ശിക്ഷിക്കരുത്. അവനെ വെറുതെ വിടണം എന്നാണ് എനിക്കു പറയാനുള്ളത്."

"നിനക്ക് ഇതിൽ എന്താണ് കാര്യം?"

എല്ലാ തോട്ടമുടമകളെയുംപോലെ ലെഗ്രിയും ഏറ്റവും നല്ല വിളവെടുക്കണമെന്ന അഭിപ്രായം വച്ചുപുലർത്തുന്ന ആളാണ്. പട്ടണത്തിൽ ഉള്ളവരോട് അയാൾ ഈ കാര്യത്തിൽ പന്തയം വച്ചിട്ടുണ്ട്. കാസി അതിൽ കയറിപിടിച്ചു. അവസാനം ലെഗ്രിക്ക് സമ്മതിക്കേണ്ടി വന്നു.

"ശരി. ഞാനവനെ വെറുതെ വിടാം. എന്നാൽ അവനെന്നോട് മാപ്പു ചോദിച്ച് നേരായ മാർഗത്തിലേക്ക് വരണം."

"അതവൻ ചെയ്യില്ല."

"ഇല്ലേ?"

"ഇല്ല!ഒരിക്കലും ചെയ്യില്ല!"

"അതെന്തുകൊണ്ടാണെന്ന് പറയാമോ, യജമാനത്തി." പരിഹാസത്തോടെ ലെഗ്രി ചോദിച്ചു.

"കാരണം, അവൻ ചെയ്തത് ശരിയാണെന്ന് അവന് ഉത്തമ ബോധ്യമുണ്ട്. അതുകൊണ്ടുതന്നെ താൻ തെറ്റുചെയ്തു എന്നവൻ പറയില്ല. നിങ്ങളവനെ എത്രമാത്രം പീഡിപ്പിച്ചാലും ഇഞ്ചിഞ്ചായി കൊല്ലാൻ ശ്രമിച്ചാലും പറയില്ല."

"അതു നമുക്കു കാണാം. അവനെവിടെ?"

"ജീൻ– ഹൗസിലെ ചവറിടുന്ന മുറയിൽ" കാസി പറഞ്ഞു.

കാസിയോട് അയാൾ കർശനമായ സ്വരത്തിലാണ് സംസാരിച്ചതെങ്കിലും മനസിൽ കടുത്ത ഭയാശങ്കകൾ നിറഞ്ഞിരുന്നു. തലേദിവസം രാത്രിയിലെ സ്വപ്ന ദർശനവും കാസിയുടെ ഉപദേശവും അയാളുടെ മനസിന് ചാഞ്ചല്യം വരുത്തി. ടോമുമായി സംസാരിക്കുന്ന വേളയിൽ മറ്റാരും തന്റെ കൂടെ ഉണ്ടാവാതിരിക്കാൻ ലെഗ്രി ശ്രദ്ധിച്ചു. പീഡനം കൊണ്ട് അവനെ കീഴ്പ്പെടുത്താനായില്ലെങ്കിൽ, ആ കാര്യം വേറൊരു സമയത്തേക്ക് മാറ്റിവയ്ക്കാം എന്നയാൾ തീരുമാനിച്ചു.

കാസിയുടെ ശുശ്രൂഷയിലും ആശ്വാസവചനങ്ങളിലും സന്തോഷം തോന്നിയ ടോം ദൈവചിന്തയിൽ മുഴുകി ആഹ്ളാദവാനായി കിടന്നു. അന്നത്തെ സംഭവം അയാളെ നിരുത്സാഹപ്പെടുത്തുന്നതിനു പകരം അയാളുടെ വിശ്വാസം വർധിപ്പിക്കുകയാണ് ഉണ്ടായത്. ഹൃദയം സന്തോഷംകൊണ്ടു ത്രസിച്ചു. എങ്കിലും തന്റെ മരണദിനം ഉടനെ കുറിക്കപ്പെടുമെന്നും അത് ആകാശത്തിൽ ഉദയംചെയ്തു കഴിഞ്ഞിരിക്കുന്നു എന്നും അപ്പോൾ അയാൾ അറിഞ്ഞിരുന്നില്ല. അതുകൊണ്ട് തന്നെ മർദകനായ ലെഗ്രിയുടെ കാലൊച്ച അടുത്തടുത്തു വരുന്നതായി അറിഞ്ഞിട്ടും അയാൾക്ക് അൽപ്പംപോലും ഭയം തോന്നിയില്ല.

"എങ്ങനെയിരിക്കുന്നു ടോം?" പരിഹാസസ്വരത്തിൽ ലെഗ്രി ചോദിച്ചു.

"നിനക്കിവിടെ സുഖമാണോ, എന്താ എന്റെ അഭിപ്രായത്തോട് യോജിക്കുന്നുവോ?"

ടോം ഒന്നും മിണ്ടിയില്ല.

"എഴുന്നേൽക്കടാ, മൃഗമേ" ടോമിനെ തട്ടിക്കൊണ്ട് ലെഗ്രി അലറി.

രണ്ട് കൂറ്റൻ നീഗ്രോകൾ ഇഞ്ചച്ചത ചതച്ചുവിട്ട ആ ശരീരത്തിന് എഴുന്നേറ്റു നിൽക്കാൻ കഴിഞ്ഞില്ല. ടോം എഴുന്നേൽക്കാനായി കഷ്ടപ്പെടുന്നതുകണ്ട് ആ നീചൻ പൊട്ടിച്ചിരിച്ചു.

"പിശാച്! നിനക്ക് കിട്ടിയതൊന്നും പോര അല്ലേ? ഇനി മുട്ടുകുത്തി നിന്ന് കഴിഞ്ഞ രാത്രിയിലെ ധിക്കാരപരമായ പെരുമാറ്റത്തിന് എന്നോടു മാപ്പു ചോദിക്കൂ!"

ടോം മൗനം അവലംബിച്ചു. അവനൊന്ന് അനങ്ങിയതുപോലുമില്ല.

"എഴുന്നേറ്റ് മുട്ടുകുത്തെടാ നായേ," ലെഗ്രി ചാട്ടവാറുകൊണ്ട് പ്രഹരിച്ചശേഷം അട്ടഹസിച്ചു.

"യജമാനൻ ലെഗ്രീ," ടോം നിശ്ശബ്ദത ഭഞ്ജിച്ചു.

"എനിക്കത് ചെയ്യാൻ കഴിയില്ല. എന്റെ മനസിന് ശരിയാണെന്നു തോന്നുന്നതു മാത്രമേ ഞാൻ ചെയ്തിട്ടുള്ളൂ. നീതിക്കു നിരക്കാത്തയാതൊരു പ്രവൃത്തിയും ഞാൻ ഇനിയും ചെയ്യുകയില്ല. എന്തു തന്നെ സംഭവിച്ചാലും ക്രൂരമായ ഒരു പ്രവൃത്തിയും എന്നെക്കൊണ്ടു ചെയ്യിപ്പിക്കുവാൻ അങ്ങേക്കു സാധിക്കുകയില്ല."

"അതു ശരി തന്നെ. പക്ഷേ, നിന്നെ കാത്തിരിക്കുന്നത് എന്താണെന്ന് നിനക്ക് അറിയുകയില്ല. യജമാനൻ ടോം." കണ്ണുകൾ ഉരുട്ടിക്കൊണ്ട് ലെഗ്രി ഭീഷണിപ്പെടുത്തി.

"നിന്നെ ഒരു മരത്തിൽ കെട്ടിയിട്ട് നിനക്കു ചുറ്റും സാവധാനത്തിൽ എരിയുന്ന തീ കൊളുത്തിവിട്ടാൽ നീ എന്തു ചെയ്യും?"

"യജമാനനെ, നിങ്ങൾക്ക് ഏറ്റവും ക്രൂരമായ പ്രവൃത്തികൾ ചെയ്യാനുള്ള കഴിവുണ്ടെന്ന് എനിക്കറിയാം. എന്നാൽ...."ടോം കൈകൾ രണ്ടും ആകാശത്തേക്കുയർത്തി.

"എന്റെ ശരീരത്തിൽനിന്നും ജീവനെടുത്തു കഴിഞ്ഞാൽ പിന്നെ നിങ്ങൾക്ക് ഒന്നും ചെയ്യാൻ കഴിയില്ലല്ലോ. അതുകഴിഞ്ഞാൽ പിന്നെ വരാ

നുള്ളത് അനശ്വരതയാണ്!"

അതുപറയുമ്പോൾ ടോമിന്റെ ആത്മാവ് ജ്വലിക്കുന്നതുപോലെ തോന്നി. ദൃഢസ്വരത്തിലുള്ള ടോമിന്റെ സംസാരം കേട്ടപ്പോൾ ആ മഹാ പാപിയും ഒന്നുഞെട്ടി. അയാൾക്കു സർപ്പദംശനം ഏറ്റതുപോലെ തോന്നി. ക്രോധം അടക്കാൻ കഴിയാതെ പല്ലുകൾ ഞെരിച്ചെങ്കിലും ആത്മനിയന്ത്രണം പാലിച്ച് മിണ്ടാതെ നിന്നു.

ടോം ശാന്തവും ഉറച്ചതുമായ സ്വരത്തിൽ തുടർന്നു.

"യജമാനൻ ലെഗ്രി, നിങ്ങൾ എന്നെ വിലകൊടുത്ത് വാങ്ങിയിരിക്കുകയാണ് എന്ന ബോധ്യം എനിക്കുണ്ട്. അതിനാൽ ഞാൻ നിങ്ങളോട് സത്യസന്ധതയും വിശ്വസ്തതയും പുലർത്തുന്ന ഭൃത്യനായിരിക്കും. എന്റെ സർവശേഷിയും ഉപയോഗിച്ച് സദാ സമയവും നിങ്ങൾക്ക് വേണ്ടി കഠിനാധ്വാനം ചെയ്യും. എന്നാൽ എന്റെ ആത്മാവ് ജീവനുള്ള ഒരാൾക്കും അടിയറവയ്ക്കുകയില്ല. ദൈവത്തിനല്ലാതെ അതാർക്കും ഞാൻ അടിയറവയ്ക്കുകയില്ല. ജീവിച്ചാലും മരിച്ചാലും ഞാൻ ദൈവത്തിന്റെ കൽപ്പനകൾ അനുസരിച്ചുകൊണ്ടിരിക്കും. അത് നിങ്ങൾക്ക് ഉറച്ചുവിശ്വസിക്കാം. യജമാനൻ ലെഗ്രീ, ഞാൻ മരണത്തെ അൽപ്പം പോലും ഭയപ്പെടുന്നില്ല. ഉടനെ മരിച്ചാലും എനിക്ക് യാതൊരു വിഷമവും ഇല്ല. നിങ്ങൾ എന്നെ മാരകമായി പ്രഹരിച്ചേക്കാം, പട്ടിണിക്കിട്ട് കൊന്നേക്കാം. ചുട്ടുകരിച്ചേക്കാം— അതെല്ലാം ഞാൻ പോകാൻ ആഗ്രഹിക്കുന്നിടത്തേക്ക് എന്നെ വേഗത്തിൽ അയക്കുകമാത്രമാണ് ചെയ്യുന്നത്."

"അതിനു ഞാൻ നിന്നെ സഹായിക്കാം." ലെഗ്രി കോപംകൊണ്ടു വിറച്ചു. അവൻ കലിതുള്ളിക്കൊണ്ട് പറയാൻ തുടങ്ങി. "അതിനുമുമ്പേ ഞാൻ നിന്നെ തകർത്തു കളയും." അയാൾ മുഷ്ടി ചുരുട്ടി ഒറ്റയിടിക്ക് ടോമിനെ നിലംപതിപ്പിച്ചു.

ഒരു മൃദുലമായ കരസ്പർശം അപ്പോൾ ലെഗ്രിക്ക് അനുഭവപ്പെട്ടു. അയാൾ ഭയന്ന് തിരിഞ്ഞു നോക്കി— അത് കാസിയുടേതായിരുന്നു. എന്നാൽ ആ കുളിർമയുള്ള കരസ്പർശം തലേരാത്രിയിലെ പ്രേതാത്മാവിന്റെ കരസ്പർശത്തെ ഓർമിപ്പിച്ചു. ആ ദുഃസ്വപ്നം അവന്റെ മസ്തിഷ്കത്തിലേക്ക് കടന്നുവന്നപ്പോൾ കൂടുതൽ വിഹ്വലനായി.

"നിങ്ങൾക്ക് ഞാൻ പറഞ്ഞതൊന്നും മനസിലായില്ലേ? വീണ്ടും വിഡ്ഢിത്തം കാണിക്കുന്നോ?" കാസി ഫ്രഞ്ചിൽ പറഞ്ഞു.

"ഇനി അവനെ അനാവശ്യമായി മർദിക്കേണ്ട! അവനെ വിട്ടയക്കൂ! ജോലിക്കു പോകാൻ ഞാൻ പ്രേരിപ്പിക്കാം.

ആ കാര്യമെല്ലാം ഞാൻ നിങ്ങളോട് മുമ്പേ പറഞ്ഞിരുന്നതല്ലേ?"

ലെഗ്രി പിന്നെ അവിടെ നിന്നില്ല.

"നിനക്ക് തോന്നുന്ന രീതിയിൽ ചെയ്തുകൊള്ളൂ." പിന്നീടയാൾ ടോമിനു നേരെ തിരിഞ്ഞിട്ട് പറഞ്ഞു.

"ഇപ്പോൾ നിന്നെ ഞാനൊന്നും ചെയ്യുന്നില്ല. തോട്ടത്തിലെ വിളവെടുപ്പാണ് എനിക്കു പ്രധാനം. എല്ലാ ജോലിക്കാരെയും ആവശ്യമുള്ള

സമയമാണ്. എന്നാൽ നീ എന്നെ ധിക്കരിച്ച കാര്യം ഞാൻ ഒരിക്കലും മറക്കില്ല. നിന്റെ കറുത്തതൊലിയിൽ ഞാൻ പ്രതികാരം ചെയ്യുക എന്നത് ഉറപ്പാണ്. അത് നീ ഓർത്തിരുന്നോളൂ നീഗ്രോ!" അയാൾ തിരിഞ്ഞു നടന്നു.

"നിന്റെ അവസാനം അടുത്തു." അയാൾ നടന്നുപോകുന്നത് നോക്കി കാസി പറഞ്ഞു. പിന്നീട് ടോമിനോട് ചോദിച്ചു.

"എന്റെ സാധുവായ സുഹൃത്തേ, നിങ്ങൾക്ക് ഇപ്പോൾ എങ്ങനെയുണ്ട്?"

"ദൈവം മാലാഖയെ അയച്ച് സിംഹത്തിന്റെ വായ ഇപ്രാവശ്യത്തേക്ക് അടപ്പിച്ചു."

"ഇപ്രാവശ്യം ശരിതന്നെ." കാസി പറഞ്ഞു. "എന്നാൽ ആ ദുഷ്ടന്റെ പകയും വൈരാഗ്യവും നിറഞ്ഞ നോട്ടം നിന്നെ സദാ പിന്തുടരുന്നുണ്ട്. രാവും പകലും അതു നിന്റെ നേരെ ഉണ്ടാകും. ഒരു ഭ്രാന്തൻ നായയെ പോലെ നിന്റെ കഴുത്തിൽ കടിച്ചുപിടിച്ച് ഞാന്നുകിടക്കുന്നുണ്ടാകും. നിന്റെ ജീവരക്തം തുള്ളിയായി ഊറ്റിക്കുടിച്ചുകൊണ്ടിരിക്കും. ആ നീചനെ എനിക്കറിയുന്നതുപോലെ മറ്റാർക്കും അറിയുകയില്ല."

15

ഭാഗ്യനിർഭാഗ്യങ്ങൾ മാറിമറിഞ്ഞിട്ടും ടോമിന്റെ അചഞ്ചലമായ ഭക്തിക്കും ധൈര്യത്തിനും അൽപ്പംപോലും വ്യത്യാസം വന്നില്ല. ടോമിനെ അയാളുടെ വിധിക്കു വിട്ടുകൊടുത്തിട്ട് നമുക്ക് ജോർജിന്റെയും അയാളുടെ ഭാര്യ എലീസയുടേയും അടുത്തേക്ക് പോകാം. അവർ വഴിയോരത്തുള്ള ഒരു ഫാം ഹൗസിൽ ആയിരുന്നവല്ലോ.

പരിക്കേറ്റ ടോം ലോക്കറെ ഉപേക്ഷിച്ച് അയാളുടെ സംഘത്തിലുള്ളവർ ഓടിപ്പോയപ്പോൾ ഫിനിയാസും ജോർജ് ഹാരീസും അയാളെ രക്ഷിച്ച് മിത്രസഭക്കാരുടെ ഒരു വീട്ടിൽ കൊണ്ടുപോയി ശുശ്രൂഷിക്കുകയാണ് ചെയ്തത്. ദൊർക്കാസ് ആന്റിയുടെ മാതൃ നിർവിശേഷമായ ശുശ്രൂഷ അനുഭവിച്ചുകൊണ്ട് ടോം ലോക്കർ വൃത്തിയും വെടിപ്പുമുള്ള ഒരു കിടക്കയിൽ കിടക്കുകയാണ്. ഇടയ്ക്കിടയ്ക്ക് അയാൾ വേദന സഹിക്കവയ്യാതെ ഞരങ്ങുന്നുണ്ട്. നല്ല ഉയരവും അന്തസും ഉള്ള ഒരു സ്ത്രീരത്നമാണ് ദൊർക്കാസ്. വെളുത്ത ചുരുണ്ടമുടി. സ്വപ്നംകണ്ടു മയങ്ങുന്നതുപോലുള്ള നീണ്ട ചാരക്കണ്ണുകൾ. തൂവെള്ള തൂവാല വൃത്തിയായി മടക്കി മാറിൽ ഇട്ടിരിക്കുന്നു. അവളുടെ തിളങ്ങുന്ന തവിട്ടുനിറത്തിലുള്ള ഉടുപ്പ് ഉലയുന്ന ശബ്ദം നേരിയ കാറ്റിൽ ആടുന്ന ഇലകളുടെ മർമരത്തെ ഓർമിപ്പിക്കുന്നു.

"പിശാച്" ടോം ലോക്കർ കിടക്കവിരി തട്ടിത്തെറിപ്പിച്ചുകൊണ്ട് ശാപവാക്കുകൾ ഉതിർത്തു.

"ഇത്തരത്തിലുള്ള ദുഷിച്ച പദങ്ങൾ സംഭാഷണത്തിൽ ഉപയോഗിക്കരുതെന്ന് ഞാൻ നിങ്ങളോട് അപേക്ഷിക്കുകയാണ്, തോമസ്"

കിടക്കവരി നേരെയാക്കി അതിലുണ്ടായിരുന്ന പൊടി തട്ടിക്കളഞ്ഞുകൊണ്ട് ദൊർക്കാസ് ആന്റി പറഞ്ഞു.

"ശരി. ഞാനിനി അത്തരം വാക്കുകൾ ഉപയോഗിക്കുകയില്ല. ആന്റീ, എന്നെക്കൊണ്ട് കഴിയുമെങ്കിൽ! പക്ഷേ, എനിക്ക് ശാപവാക്കുകൾ ഉതിർക്കാതെ പറ്റുന്നില്ല. അത്രയ്ക്ക് ചൂടാണ് ഇവിടെ."

ദൊർക്കാസ് കിടക്കവിരി വീണ്ടും അരികിലേക്ക് തിരുകി കയറ്റിയ ശേഷം ഉപദേശിച്ചു.

"എന്റെ പ്രിയസുഹൃത്തേ, നീ മനസിൽനിന്നും ശാപവും ചീത്ത വാക്കുകളും എല്ലാം എന്നെന്നേക്കുമായി നീക്കിക്കളഞ്ഞിട്ട് സ്വന്തം മാർഗത്തെക്കുറിച്ച് ചിന്തിക്കുക."

"നാശം! ഞാനെന്തിനാണ് അതിനെക്കുറിച്ചെല്ലാം ചിന്തിക്കുന്നത്? സകലതും പോയി തുലയട്ടെ!" അക്ഷമനും അസ്വസ്ഥനുമായ അയാൾ വെറുതെകിടന്ന് പിടഞ്ഞു. വിരിപ്പും പുതപ്പുമെല്ലാം വീണ്ടും അലങ്കോലമായി തീർന്നു.

"അവനും ആ പെൺകുട്ടിയും അവിടെ ഉണ്ടെന്നു തോന്നുന്നു അല്ലേ?" കുറച്ചു നേരം മിണ്ടാതിരുന്ന ശേഷം വിഷാദത്തോടെ അയാൾ പറഞ്ഞു.

"അതെ. അവർ അവിടെത്തന്നെ ഉണ്ട്."

"അവർ വേഗം തടാകത്തിലേക്ക് പോകുന്നതായിരിക്കും ഉചിതം" ടോം ലോക്കർ അഭിപ്രായപ്പെട്ടു.

"അത് എത്രയും പെട്ടെന്നായാൽ അത്രയും നല്ലത്."

"എനിക്കു തോന്നുന്നത് അവർ അങ്ങനെ തന്നെയായിരിക്കും ചെയ്യുന്നത് എന്നാണ്." നിസ്സംഗഭാവത്തിൽ ഇരുന്ന് തുന്നിക്കൊണ്ടിരുന്ന ദൊർക്കാസ് ആന്റി പറഞ്ഞു.

"ബോട്ടുകൾ നിരീക്ഷിക്കുന്നതിനായി ഞങ്ങൾക്ക് സാണ്ടസ്കിയിൽ നിന്ന് സന്ദേശം വന്നിട്ടുണ്ടായിരുന്നു, ആ വിവരം ഇപ്പോൾ നിങ്ങളോടു പറയുന്നതിൽ എനിക്ക് യാതൊരു വിഷമമോ മടിയോ ഇല്ല. അവർ എന്തു തന്നെയായാലും രക്ഷപ്പെടണം എന്നാണ് എന്റെ ആഗ്രഹം. അവരോടുള്ള സ്നേഹത്തെക്കാൾ ഉപരിയായി മാർക്സിനോടുള്ള പ്രതികാര ചിന്തയാണ് എന്റെ മനസുനിറയെ—നശിച്ചവൻ! അവൻ തുലഞ്ഞുപോട്ടെ!"

"തോമസ്" ശാപവചനങ്ങൾ ഉതിർക്കുന്നത് നിർത്താൻ ടോം ലോക്കർ തയാറല്ലെന്നു കണ്ടപ്പോൾ അവർ ശാസനാരൂപത്തിൽ വിളിച്ചു.

"പോകുമ്പോൾ ആ പെൺകുട്ടിയെ വേഷം മാറ്റി ആളറിയാത്തവിധം വേണം കൊണ്ടുപോകാൻ. സാണ്ടസ്കിൽ അവരെ കുറിച്ചുള്ള വിവരണം ലഭിച്ചിട്ടുണ്ട്." ടോം ലോക്കർ നിർദേശിച്ചു.

"അത്തരത്തിലുള്ള സകലകാര്യങ്ങളും ഞങ്ങൾ ശ്രദ്ധിച്ചുകൊള്ളാം." ദൊർക്കാസ് മറുപടി പറഞ്ഞു.

മൂന്നാഴ്ചക്കാലമാണ് ഖാക്കർ വസതിയിൽ അയാൾ രോഗിയായി കിടന്നത്. താൻ, ശത്രുക്കളാണെന്നു വിചാരിച്ചവരുടെ ഇടയിൽനിന്നും ലഭിച്ച സ്നേഹവാത്സല്യങ്ങൾ അയാളെ മൃദുലഹൃദയനും ബുദ്ധിമാനും പ്രയോഗികമതിയും ആക്കി മാറ്റിയിരിക്കുന്നു.

ഖാക്കർമാരെ കുറിച്ച് അവൻ ബഹുമാനത്തോടെ സംസാരിക്കുവാൻ ശീലിച്ചു.

"വളരെ നല്ല മനുഷ്യർ" അവൻ ആത്മഗതം ചെയ്തു.

"എന്നെ മാറ്റിയെടുക്കുവാൻ അവർ വളരെയധികം ആഗ്രഹിച്ചു."

ടോം ലോക്കറിന്റെ നിർദേശാനുസരണം ജോർജ് ഹാരിസും സംഘവും വേഷപ്രച്ഛന്നരായി ബോട്ടുയാത്ര ചെയ്യാൻ തീരുമാനിച്ചു. ജിമ്മും അവന്റെ വൃദ്ധയായ അമ്മയും ഒന്നിച്ചുതന്നെ നിന്നു. രണ്ടുദിവസം കഴിഞ്ഞപ്പോൾ ജോർജും എലീസായും മോനും സാണ്ടസ്കിയിൽ എത്തി. അവിടെ നല്ല ഒരു ഹോട്ടലിൽ താമസിച്ച് തടാകയാത്രയ്ക്കു വേണ്ട ഒരുക്കങ്ങൾ എല്ലാം നടത്തി.

എലീസ ഒരു വലിയ നിലക്കണ്ണാടിക്കു മുന്നിൽ നിന്നുകൊണ്ട് പുരുഷവേഷം ധരിക്കുകയാണ്. തന്റെ നീണ്ട് ഇടതൂർന്ന കറുത്ത ചുരുളൻ മുടി ആട്ടിക്കൊണ്ട് അവൾ പറഞ്ഞു:

"ഇതുവല്ലാത്ത കഷ്ടമാണല്ലോ ജോർജ്?" അവൾ മുടിയിൽ വിരലോടിച്ചുകൊണ്ട് പറഞ്ഞു.

"ഇതു മുഴുവൻ മുറിച്ചുകളയുക എന്നത് കഷ്ടമല്ലേ?"

ജോർജ് ആ മനോഹരമായ തലമുടിയിലേക്ക് ഒന്നു കണ്ണയച്ചു. അതിനുശേഷം വിഷാദം തുളുമ്പുന്ന ഒരു പുഞ്ചിരി ഭാര്യക്ക് സമ്മാനിച്ച് നിശ്ശബ്ദനായി ഇരുന്നു. എലീസാ കണ്ണാടിക്കു മുന്നിൽ നിന്നുകൊണ്ട് തലമുടി മുഴുവൻ കുറേശ്ശേയായി അരിഞ്ഞു വീഴ്ത്തി.

"ഇപ്പോൾ എന്നെക്കാണാൻ എങ്ങനെയിരിക്കുന്നു?" മുഖം തുടുത്ത് പുഞ്ചിരിച്ചുകൊണ്ട് അവൾ ഭർത്താവിനോട് ചോദിച്ചു.

"തലമുടി ഉണ്ടെങ്കിലും ഇല്ലെങ്കിലും നീ സുന്ദരി തന്നെയാണ്. ഇഷ്ടമുള്ളതു ചെയ്തോളൂ." ജോർജ് അവളെ സമാധാനിപ്പിച്ചു.

"നിങ്ങൾ എന്താണ് ഇത്രമാത്രം വിഷമിച്ചിരിക്കുന്നത്?" എലീസ ഭർത്താവിനരികിൽ മുട്ടുകുത്തിയിരുന്നു. അവൾ അവന്റെമേൽ തന്റെ ഒരു കൈ എടുത്തുവച്ചു എന്നിട്ട് സംസാരം തുടർന്നു.

"ഇരുപത്തിനാല് മണിക്കൂറുകൾക്കകം നമ്മൾ കനഡയിൽ എത്തുമെന്ന് പറയുന്നു. പിന്നെ എന്താണ് വിഷമം? പറയൂ!"

"എന്റെ പ്രിയപ്പെട്ട എലീസാ," അവൻ അവളെ നെഞ്ചോടു ചേർത്തു പിടിച്ചുകൊണ്ട് പറയാൻ തുടങ്ങി.

"അതെ നമ്മുടെ വിധി ഒരു ബിന്ദുവിലേക്ക് അടുക്കുകയാണ്. എല്ലാം ഏറ്റവും അടുത്തെത്തിയ ശേഷം നഷ്ടപ്പെട്ടാലോ എന്ന ഭയമാണ് എനിക്ക്. എനിക്ക് ഇനിയും പഴയതുപോലെ ഒരു അടിമയായി ജീവിക്കുവാൻ സാധ്യമല്ല. അതാണ് എന്നെ ഭയപ്പെടുത്തുന്നത് എലീസാ."

"ഏയ്! അതെക്കുറിച്ചൊന്നും ഓർത്ത് ഇനി ഭയപ്പെടേണ്ട!" എലീസ ഭർത്താവിനെ ആശ്വസിപ്പിച്ചു.

"നല്ലവനായ ദൈവം നമ്മെ ഇവിടെവരെ കൊണ്ടെത്തിച്ചില്ലേ? അവൻ തന്നെ നമ്മെ ലക്ഷ്യസ്ഥാനത്ത് എത്തിക്കാതിരിക്കില്ല. ദൈവം എപ്പോഴും നമ്മോടുകൂടെ ഉണ്ടെന്നു തന്നെയാണ് ഞാൻ വിചാരിക്കുന്നത്. ആ തോന്നലാണ് എന്നെ ജീവിപ്പിക്കുവാൻ പ്രേരിപ്പിക്കുന്നത്."

"നീ ഒരു അനുഗൃഹീതയായ സ്ത്രീയാണ് എലീസാ" അവൻ ഭാര്യയെ ആവേശത്തോടെ ആലിംഗനം ചെയ്തു.

"പറയൂ! ദൈവം നമ്മളോട് കരുണകാണിക്കുമെന്ന് നീ വിശ്വസിക്കുന്നുണ്ടോ? നാം വർഷങ്ങളായി അനുഭവിച്ചുപോരുന്ന ദുരിതങ്ങൾക്ക് അവൻ ഒരറുതി വരുത്തുമോ?"

"അതെ ജോർജ്! എനിക്കുറപ്പുണ്ട്!" എലീസ ദൃഷ്ടി മുകളിലേക്ക് ഉയർത്തി. അവളുടെ കറുത്തുനീണ്ട കണ്ണുകളിൽ കണ്ണുനീർ തുള്ളികൾ നിറഞ്ഞുനിന്നു.

"എനിക്ക് അങ്ങനെതന്നെ തോന്നുന്നു. ഇതേ ദിവസം ദൈവം നമ്മളെ അടിമത്ത്വത്തിൽനിന്നും സ്വതന്ത്രരാക്കും!"

"ഞാൻ നിന്നെ വിശ്വസിക്കുന്നു എലീസാ," അയാൾ അഭിമാനത്തോടെ ഭാര്യയെ നോക്കിക്കൊണ്ട് എഴുന്നേറ്റു.

"തൊപ്പി അൽപ്പം ചെരിച്ചു വയ്ക്കൂ! നിന്നെ ഇത്രയും സുന്ദരിയായി ഞാൻ ഇതിനു മുമ്പൊരിക്കലും കണ്ടിട്ടില്ല. നമുക്ക് ബോട്ടു ജട്ടിയിലേക്ക് പോകേണ്ടുന്ന സമയമായി. മിസിസ് സ്മിത്ത് ഹാരിയെ ഒരുക്കിനിർത്തിയുണ്ടാവുമോ എന്തോ?"

അപ്പോഴെയ്ക്കും വാതിൽ തുറന്നുകൊണ്ട് ബഹുമാന്യയായ ഒരു മധ്യവയസ്ക ഹാരിയെ പെൺകുട്ടിയുടെ വേഷഭൂഷാദികൾ അണിയിച്ച് ആ മുറിയിലേക്ക് കൊണ്ടുവന്നു.

മോനെ കണ്ട സന്തോഷത്തിൽ എലീസ അവനെ പിടിച്ചു കറക്കി. അവൾ അതിശയത്തോടെ പറഞ്ഞു.

"എത്ര സുന്ദരിയായ പെൺകുട്ടി. നമുക്ക് ഇവനെ ഹാരിയറ്റ് എന്നു വിളിക്കാം എന്താ നല്ല പേരല്ലേ?"

കുട്ടിയും അമ്മയുടെ പുതിയ രൂപം കണ്ട് അതിശയിച്ചു.

അവന് ലജ്ജയും വിഷാദവും തോന്നി. നെടുവീർപ്പിട്ടുകൊണ്ട് അവൻ അമ്മയെ നോക്കിനിന്നു.

"ഹാരീ, നിനക്ക് മമ്മായെ മനസിലായില്ലേ?' അവൾ മകനുനേരെ കൈ നീട്ടി. അവൻ അൽപ്പനേരം നാണിച്ചുനിന്നെങ്കിലും പിന്നെ ഓടിച്ചെന്ന് അമ്മയെ കെട്ടിപ്പിടിച്ചു.

"എലീസാ, നീ ഒരു കാര്യം നന്നായി മനസിലാക്കണം. ബോട്ടിൽ അവനെ നിന്റെ കൂടെ നിർത്താൻ സാധിക്കുകയില്ല. പിന്നെ നീ ഇങ്ങനെ കൊഞ്ചിച്ച് അവനെ കൂടെ നിർത്തുന്നത് ഒട്ടും ശരിയല്ല."

"ശരിയാണ്. ഞാൻ പ്രവർത്തിക്കുന്നത് വിഡ്ഢിത്തമാണെന്ന് എനി

ക്കറിയാം. എന്നാലും അൽപ്പനേരത്തേക്കുപോലും എന്റെ മകനെ എന്നിൽനിന്നും അകറ്റി നിർത്താൻ എനിക്ക് കഴിയുന്നില്ല."

"മിസിസ് സ്മിത്ത്! നിങ്ങൾ ഓർക്കേണ്ട ഒരു കാര്യമുണ്ട്. നിങ്ങൾ ഞങ്ങളുടെ ആന്റിയാണ്."

"താഴെ കുറെ ആളുകൾ വന്ന്, ഭാര്യയോടും മകനോടും ഒപ്പം ഒരാൾ ബോട്ടുകയറാൻ വരുന്നത് ശ്രദ്ധിക്കണമെന്ന് താക്കീതു ചെയ്തതായി കേട്ടു." മിസിസ് സ്മിത്ത് പറഞ്ഞു. ആളുകൾ ചെറുസംഘങ്ങളായി വന്ന് ബോട്ടിൽ കയറാൻ തുടങ്ങി. അവിടമാകെ യാത്രയയപ്പിന്റെ ബഹളമായിരുന്നു.

ജോർജ് ക്യാപ്റ്റന്റെ കാബിനിൽ കയറി യാത്രാടിക്കറ്റിനെ കുറിച്ച് ക്യാപ്റ്റനുമായി സംസാരിച്ചുകൊണ്ടു നിൽക്കവേ, അടുത്തു നിന്നിരുന്ന രണ്ടുപേരുടെ സംഭാഷണം അവനെ ആകർഷിച്ചു.

"ഈ ബോട്ടിൽ കയറിയ എല്ലാവരെയും ഞാൻ നിരീക്ഷിച്ചു." ഒരാൾ പറഞ്ഞു.

"ഏയ്! അവർ ഈ ബോട്ടിൽ കയറിയിട്ടില്ല എന്നകാര്യം എനിക്ക് ഉറപ്പാണ്."

ബോട്ടിലെ ഗുമസ്ഥന്റെ ശബ്ദമായിരുന്നു അത്. സംസാരിച്ചിരുന്നത് ടോം ലോക്കറുടെ സുഹൃത്ത് മാർക്സിനോടും! ജോർജിനേയും കുടുംബത്തെയും പിടികൂടി കൊന്നുകളഞ്ഞേ അടങ്ങൂ എന്നതായിരുന്നു അവന്റെ ഭാവം! അങ്ങനെയാണ് അയാൾ സാണ്ടസ്കിയിലെത്തിയിരിക്കുന്നത്.

"ആ പെണ്ണിനെ കണ്ടാൽ ശരിക്കും ഒരു വെള്ളക്കാരിയാണെന്നേ തോന്നൂ. യാതൊരു വ്യത്യാസവും ഇല്ല. ഭർത്താവും അത്രയ്ക്കു കറമ്പനൊന്നുമല്ല. അവന്റെ കൈയിൽ പച്ചകുത്തിയിട്ടുണ്ട്. ടിക്കറ്റ് എടുക്കാൻ നീട്ടിയ ജോർജിന്റെ കൈ അൽപ്പമൊന്നു വിറച്ചു. എന്നാൽ സമചിത്തത കൈവരിച്ചുകൊണ്ട് അവൻ തിരിഞ്ഞു നടന്നു. തങ്ങളെ കുറിച്ചുള്ള സൂക്ഷ്മമായ വിവരണം നൽകിയവന്റെ മുഖത്തേക്ക് അശ്രദ്ധയോടെ ഒന്നു നോക്കി. പിന്നെ എലീസ നിന്നിരുന്ന ബോട്ടിന്റെ മറ്റൊരു ഭാഗത്തേക്ക് സാവധാനത്തിൽ നടന്നു.

കൊച്ചു ഹാരിയേയും ചേർത്തുപിടിച്ചുകൊണ്ട് മിസിസ് സ്മിത്ത് സ്ത്രീകളുടെ കാബിനിൽ തന്നെ ഇരുന്നു. ആ പെൺകുട്ടി 'സുന്ദരിയായ ഹാരിയറ്റ്' ബോട്ടിലുണ്ടായ സകലരുടേയും പ്രശംസ നേടി.

ബോട്ട്, പുറപ്പെടാനുള്ള ചൂളംവിളി ഉയർന്നതോടെ ഒരു കൊച്ചരയന്നത്തെപ്പോലെ തടാകത്തിന്റെ മറുകര ലക്ഷ്യമാക്കി നീങ്ങി. മാർക്സ് ബോട്ടിൽനിന്നും ചാടിയിറങ്ങി വാർഫിലേക്ക് നടന്നു. ബോട്ട് തീരത്തു നിന്നും നല്ലവണ്ണം അകന്നുകഴിഞ്ഞപ്പോൾ ജോർജ് ആശ്വാസത്തോടെ ദീർഘശ്വാസം വിട്ടു.

ഏറ്റവും മനോഹരമായ ഒരു ദിവസമായിരുന്നു അത്. 'എറി' ജലാശയത്തിലെ നീലിമയാർന്ന കൊച്ചോളങ്ങൾ സൂര്യപ്രകാശം തട്ടി മിന്നി

ത്തിളങ്ങി. സുഖശീതളമാർന്ന ഒരു മന്ദമാരുതൻ അവരെ പതുക്കെ തലോടിക്കൊണ്ട് കടന്നുപോയി.

മനുഷ്യഹൃദയം പുകയുന്ന ഒരു അഗ്നിപർവ്വതം തന്നെയാണ്. അതിനുള്ളിൽ നിമിഷവേഗത്തിൽ കടന്നുപോകുന്ന ചിന്തകളെ കുറിച്ച് ആർക്ക് പ്രവചിക്കുവാൻ സാധിക്കും! തന്റെ പ്രിയപത്നിയുമൊത്ത് ബോട്ടിലെ ഡെക്കിൽ ജോർജ് ചിന്താധീനനായി അങ്ങോട്ടും ഇങ്ങോട്ടും നടക്കുമ്പോൾ അവന്റെ മനസിൽ ഒരഗ്നികുണ്ഡം തന്നെ ജ്വലിച്ചുകൊണ്ടിരുന്നു. ബോട്ട് ഓളങ്ങളെ വകഞ്ഞുമാറ്റിക്കൊണ്ട് സഞ്ചരിക്കുകയാണ്. മണിക്കൂർ കടന്നുപോയത് ഒച്ചിനെപ്പോലെ സാവകാശത്തിലായിരുന്നു. അനുഗൃഹീതമായ കനഡാതീരം വിദൂരതയിൽ ദർശിച്ചപ്പോൾതന്നെ ജോർജിന്റെയും എലീസായുടേയും മനസിൽ ആഹ്ളാദത്തിന്റെ പൂത്തിരി കത്തി! അവിടുത്തെ പാദസ്പർശത്തിന് അടിമത്തം എന്നെന്നേക്കുമായി മായ്ച്ചുകളയാനുള്ള മാന്ത്രികശക്തിയുണ്ട്.

കാനഡായിലെ ആമെഴ്സ്റ്റബർഗ് എന്ന കൊച്ചുപട്ടണത്തിലേക്ക് ബോട്ട് അടുത്തപ്പോൾ ജോർജ് ഹാരിസും ഭാര്യയും കൈകോർത്തുപിടിച്ചുനിന്നു. അവരുടെ ശ്വാസോച്ഛ്വാസം ദ്രുതഗതിയിലായി. ജോർജിന്റെ കണ്ണുകൾക്കു മുന്നിൽ ഇരുട്ടു പരക്കുന്നുവോ? അവൻ സംശയിച്ചു. തന്റെ കൈയ്ക്കുള്ളിൽ ഇരുന്ന് വിറയ്ക്കുന്ന ഭാര്യയുടെ മൃദുവായ കരങ്ങൾ അവൻ അമർത്തി. വീണ്ടും ചൂളം ഉയർന്നുകേട്ടു. ബോട്ട് കരയ്ക്കണഞ്ഞു. ജോർജ് പെട്ടികളെല്ലാം എടുത്ത് കുടുംബത്തോടൊപ്പം താഴെയിറങ്ങി. ബോട്ട് നീങ്ങുന്നതുവരെ ആ കുടുംബം അവിടെത്തന്നെ നിലയുറപ്പിച്ചു. പിന്നെ കണ്ണീരൊലിപ്പിച്ചുകൊണ്ട് പരസ്പരം ആലിംഗനം ചെയ്തു. ഇതെല്ലാം കണ്ട് അതിശയിച്ചു നിൽക്കുകയാണ് കൊച്ചു ഹാരി. അവർ മുട്ടുകുത്തി നിന്ന് സർവശക്തനായ ദൈവത്തോട് നന്ദിപറഞ്ഞു.

മരണത്തിൽനിന്നും ജീവിതത്തിലേക്കുള്ള ഒരു കുതിപ്പായിരുന്നു അത്. പാപികളുടെ ലോകത്തുനിന്നും നന്മനിറഞ്ഞവരുടെ ലോകത്തേക്ക് എന്നതുപോലെ. അത് ആഹ്ളാദിക്കേണ്ട സമയമാണ്. അവരുടെ ആത്മാവിനും ശരീരത്തിനും സ്വാതന്ത്ര്യംലഭിച്ചിരിക്കുന്നു.

ജോർജിനേയും കുടുംബത്തേയും മിസിസ് സ്മിത്ത് ഒരു മിഷനറി സ്ഥാപത്തിലേക്ക് കൊണ്ടുപോയി. ആശ്രയംതേടി അലയുന്ന അഗതികൾക്കായി ക്രിസ്ത്യൻ ധർമസംഘടന നടത്തുന്ന ഒരു ആലയമാണത്. അവരുടെ സ്വാതന്ത്ര്യത്തിന്റെ അനുഗൃഹീതമായ ആദ്യദിനത്തെ കുറിച്ച് വർണിക്കുവാൻ വാക്കുകൾക്കാവുകയില്ല. യാതൊരുവിധത്തിലുള്ള ആപത്ശങ്കയും ഇല്ലാതെ എവിടെ വേണമെങ്കിലും നടക്കാം. ആരോടും എങ്ങനെയും സംസാരിക്കാം. ശ്വസിക്കാം. എവിടേക്കു വേണമെങ്കിലും പോകാം. മനുഷ്യന് ഈശ്വരൻ നൽകിയ സ്വാതന്ത്ര്യത്തിന് അക്ഷരാർഥത്തിൽ പൂർണത കൈവരുന്നത് ഈ പുണ്യഭൂമിയിലാണ്. എന്നാൽ ആ ദമ്പതികൾക്ക് ഈ വാഗ്ദത്ത ഭൂമിയിൽ സ്വന്തമായി ഒരു തുണ്ടുഭൂമിയോ ഒരു കൊച്ചു കൂരയോ ഇല്ല. കൈയിലുണ്ടായിരുന്ന അവസാനത്തെ

ഡോളറും ഓരോ ആവശ്യങ്ങൾക്കായി ചെലവാക്കി കഴിഞ്ഞു. എന്നിട്ടും അവരിരുവരും ആശ്വാസത്തിന്റെ നെടുവീർപ്പിട്ടു.

16

ടോമിന്റെ മുമ്പിൽനിന്ന് ലെഗ്രി ഭീഷണിമുഴക്കിയപ്പോൾ തന്റെ സമയം അടുത്തുകഴിഞ്ഞു എന്നയാൾക്കു തോന്നി. അവന്റെ ഹൃദയം അപ്പോഴും ധീരതയോടെ വിജൃംഭിച്ചു. യേശു തൊട്ടുമുന്നിൽ നിൽക്കുന്നു എന്നു വിശ്വസിക്കുന്നവന് ഏതു ക്രൂരപീഡനവും അഗ്നിബാധയും എല്ലാം നിസ്സംശയം സഹിക്കുവാൻ സാധിക്കും എന്ന് ടോം ഉറച്ചു വിശ്വസിച്ചു. എന്നാൽ ആ രാക്ഷസൻ തന്റെ മുന്നിൽനിന്നും പോയിക്കഴിഞ്ഞ് ആവേശമെല്ലാം തണുത്തുറഞ്ഞപ്പോൾ, മുറിവുകളും ചതവുകളും ടോമിനെ വല്ലാതെ വേദനിപ്പിക്കുവാൻ തുടങ്ങി. കഠിനമായ വേദനയും അനുഭവിച്ച് അവൻ ആ ദിവസം മുഴുവൻ തളർന്നുകിടന്നു.

മുറിവുകൾ ഉണങ്ങുന്നതിനു മുമ്പുതന്നെ, ടോമിനെക്കൊണ്ട് ലെഗ്രി വയലിലെ ജോലികൾ എടുപ്പിച്ചു. വിളവെടുപ്പിന്റെ കാലമായതിനാൽ ഞായറാഴ്ചകളിൽപോലും വിശ്രമം ഉണ്ടായിരുന്നില്ല. ആദ്യമാദ്യം തീജ്വാലയുടെ വെളിച്ചത്തിൽ *ബൈബിളി*ലെ ഏതാനും വരികൾ വായിക്കുവാൻ ടോമിനു സാധിച്ചിരുന്നു. എന്നാൽ ക്രൂരമായ പീഡനങ്ങൾ ഏറ്റുവാങ്ങിയതിനുശേഷം അയാളുടെ ആരോഗ്യം മുഴുവൻ ക്ഷയിച്ചുപോയിരുന്നു. ജോലി തീർത്ത് തിരിച്ചെത്തുമ്പോഴെയ്ക്കും അവൻ ക്ഷീണിച്ച് തളർന്നു വീഴും. വായിക്കുവാൻ ശ്രമിക്കുമ്പോൾ കൺമുന്നിൽ അക്ഷരങ്ങൾ ഒന്നും തെളിയുകയില്ല. ക്ഷീണിച്ച് എത്തിക്കഴിഞ്ഞാൽ പിന്നെ വൈക്കോൽ വിരിച്ച് അതിൽ നീണ്ടുനിവർന്ന് കിടക്കും. പിന്നെ തനിക്ക് മനസിലാക്കാൻ കഴിയാത്ത മനുഷ്യജീവിതത്തിന്റെ ദുരൂഹതകളെ കുറിച്ചോർത്ത് കിടക്കും. ദുഃഖത്തിലും അന്ധകാരത്തിലുമായി ആഴ്ചകളും മാസങ്ങളും എണ്ണിത്തീർത്തു. കെന്റക്കിലേക്ക് മിസ്സ് ഒഫീലിയ അയച്ച കത്തിനെ കുറിച്ച് ഓരോ ദിവസവും ഓർക്കും. ദൈവംതന്നെ മോചിപ്പിക്കുവാനായി രക്ഷകനെ അയക്കുമെന്ന പ്രതീക്ഷയിൽ അയാൾ കഴിഞ്ഞുകൂടി. അതിനുവേണ്ടി സർവശക്തനായ ഈശ്വരനോട് സദാസമയത്തും പ്രാർഥിച്ചുകൊണ്ടിരുന്നു. ആരെങ്കിലും തന്നെ രക്ഷിക്കുവാൻ എത്താതിരിക്കില്ല എന്നു പ്രതീക്ഷിച്ച് അവൻ ഇരുന്നു. ആരും എത്തുന്നില്ല എന്നു കാണുമ്പോൾ വീണ്ടും വിഷാദചിന്തകളിലേക്ക് ഉൾവലിയും– ദൈവം തന്നെ വിസ്മരിച്ചിരിക്കുന്നു എന്ന് വിശ്വസിക്കും.

ഇടയ്ക്കെല്ലാം അവൻ കാസിയെ കാണാറുണ്ട്. ലെഗ്രി ബംഗ്ലാവിലേക്ക് വിളിക്കപ്പെടുമ്പോൾ ചില സമയത്ത് നിരാശഭരിതമായ എമീലീന്റെ മുഖം വിളർത്ത ചന്ദ്രക്കലപോലെ ജനൽക്കൽ തെളിയുന്നതു കാണാം. രണ്ടുപേരുമായി ഒന്നും സംസാരിക്കുവാൻ സമയവും അവസരവും ഒത്തുവരാറില്ല.

ഒരുദിവസം ടോം തന്റെ അത്താഴം പാചകംചെയ്യുന്നതോടൊപ്പം ആ വെളിച്ചത്തിൽ *ബൈബിൾ* വായിച്ചുകൊണ്ടിരിക്കുകയായിരുന്നു. അവന്റെ ഹൃദയം നിരാശയിൽ ആണ്ടുപോയിരിക്കുന്നു. ആദ്യകാലങ്ങളിൽ ടോമിന്റെ മനസിൽ ആവേശവും ആനന്ദവും ഉണർത്തിയിരുന്നു, മഷികൊണ്ട് കട്ടിയായി അടയാളപ്പെടുത്തിയിരുന്ന വാചകങ്ങൾ വായിക്കുമ്പോൾ യാതൊന്നും മനസിലാവാത്ത അവസ്ഥയാണ് ഇപ്പോൾ. മനസിൽ അവയൊന്നും പതിയാത്തതുപോലെ. ആ വാചകങ്ങളുടെ ശക്തി നഷ്ടപ്പെട്ടുവോ എന്നവൻ സന്ദേഹിച്ചു.

കണ്ണുകളിൽ ഒന്നും വ്യക്തമായി പതിയുന്നില്ല. ക്ഷീണിച്ച് തളർന്ന് വന്നിരുന്ന് വായിക്കുമ്പോൾ എന്തായാലും മുമ്പനുഭവപ്പെട്ടിരുന്ന ആവേശം ഉണ്ടാവുന്നില്ല. ദീർഘമായി നിശ്വസിച്ചുകൊണ്ട് അവൻ *ബൈബിൾ* അടച്ച് കോട്ടിന്റെ പോക്കറ്റിൽ നിക്ഷേപിച്ചു. മുന്നിൽ മുഴങ്ങിയ ഒരു പരിഹാസ ചിരികേട്ട് അവൻ തലയുയർത്തിനോക്കി. തന്റെ മുന്നിൽ നീചനായ ലെഗ്രി നിൽക്കുന്നു.

"കൊള്ളാം! ഗംഭീരമായിരിക്കുന്നു ടോം" അയാൾ പരിഹാസം തുളുമ്പുന്ന നോട്ടം നോക്കി.

"മതവിശ്വാസംകൊണ്ടും ദൈവഭക്തികൊണ്ടും കാര്യമില്ലെന്ന് അവസാനം നിന്നെ ബോധ്യപ്പെടുത്തുവാൻ എനിക്കു സാധിച്ചിരിക്കുന്നു എന്നു തോന്നുന്നു. എന്തായാലും എനിക്കതിന് സാധിച്ചുവല്ലോ."

അവന്റെ ധാർഷ്ട്യം കലർന്ന പരിഹാസം ടോമിന് അസഹ്യമായി തോന്നിയെങ്കിലും ആ നീചന്റെ മുന്നിൽ അവൻ നിശ്ശബ്ദതപാലിച്ചുകൊണ്ടു നിന്നു.

"നീയൊരു വിഡ്ഢിയാണ് ടോം, പമ്പരവിഡ്ഢി!" ലെഗ്രി തുടർന്നു.

"നിന്നെ ഒരു നല്ല നിലയിൽ എത്തിക്കണം എന്നു കരുതിയാണ് ഞാൻ വാങ്ങിയത്. സാംബൊ—കിംബൊമാർ കഴിയുന്നതിനേക്കാൾ ഉയർന്നനിലയിൽ നിനക്ക് കഴിയാൻ അവസരമുണ്ടാക്കാം എന്നു കരുതി. നിനക്ക് എത്ര സുഖമായി ഇവിടെ കഴിയാമായിരുന്നു. സ്വയം അടികൊണ്ട് ജോലി ചെയ്യുന്നതിനേക്കാൾ നന്നായി മറ്റുള്ളവരെ അടിച്ച് പണിയെടുപ്പിക്കാമായിരുന്നു. സുഖമായി വിസ്കിയും മോന്തി നല്ല ഭക്ഷണവും കഴിച്ച് ഇവിടെ കഴിഞ്ഞുകൂടാമായിരുന്നില്ലേ? ടോം, ഇപ്പോഴും ഒട്ടും വൈകിയിട്ടില്ല. നീ കുറച്ചുകൂടി യുക്തിസഹമായി ചിന്തിക്കാൻ ശ്രമിക്കൂ! നിന്റെ കൈയിലുള്ള ആ നശിച്ച *ബൈബിൾ* തീയിലേക്ക് വലിച്ചെറിഞ്ഞിട്ട് എന്റെ മതത്തിൽ ചേരാൻ തയാറാവൂ!"

"കർത്താവേ, നീ തന്നെ വേണം കാത്തുരക്ഷിക്കുവാൻ!" ആവേശത്തോടെ ടോം പറഞ്ഞു.

"കർത്താവേ ക്ഷമിക്കേണമേ!" ടോം വികാരതീവ്രതയോടെ പറഞ്ഞു.

"കർത്താവ് നിന്നെ സഹായിക്കുവാനൊന്നും വരില്ല. അവൻ ഉണ്ടായിരുന്നെങ്കിൽ, നിന്നെ എനിക്ക് കിട്ടുകയില്ലായിരുന്നു. നിന്റെ മതമെല്ലാം

ശുദ്ധ ഭോഷ്കാണ്. അസംബന്ധം! ടോം, എനിക്ക് അതിനെ കുറിച്ചെല്ലാം വളരെ നന്നായി അറിയാം. നീ നിന്റെ കർത്താവിനെ ഉപേക്ഷിച്ച് എന്നിൽ വിശ്വാസം അർപ്പിക്കൂ! നിനക്കുവേണ്ടി ഒരുപാടു കാര്യങ്ങൾ എനിക്കു ചെയ്തുതരാൻ സാധിക്കും."

"ഇല്ല യജമാനനെ. ദൈവം എന്നെ സഹായിക്കുകയോ സഹായിക്കാതിരിക്കുകയോ ചെയ്തോട്ടെ. അതെല്ലാം അവന്റെ ഇഷ്ടം. ഏതു പ്രതിസന്ധിയിലും ഞാൻ എന്റെ അവസാനത്തെ ശ്വാസംവരെ ഞാനെന്റെ വിശ്വാസം മുറുകെപ്പിടിക്കും."

ലെഗ്രി അവന്റെ നേർക്ക് പുച്ഛത്തോടെ ആഞ്ഞ് തുപ്പി.

"നിന്നെ ഞാൻ വെറുതെവിടുമെന്ന് കരുതേണ്ട. നിന്നെ ശരിപ്പെടുത്തുവാൻ പറ്റുമോ എന്ന് ഞാൻ നോക്കട്ടെ. നീ മുമ്പത്തെക്കാൾ വിഡ്ഢിയാണെന്ന് എനിക്കു തോന്നുന്നു."

അയാൾ ആഞ്ഞുചവിട്ടിക്കൊണ്ട് തിരിച്ചു നടന്നുപോയി.

ജീവിതത്തിലെ സകല പ്രതീക്ഷകളും തകർന്നുകഴിഞ്ഞപ്പോൾ പിന്നെ ടോമിന് യാതൊന്നിനെക്കുറിച്ചും ചിന്തിക്കുവാൻ ഉണ്ടായില്ല. അവൻ അനിർവചനീയമായ ആനന്ദം അനുഭവിക്കുന്നതുപോലെ തോന്നി. പെട്ടെന്ന് പ്രത്യേകതരം ധീരതയും അവനു കൈവന്നു. തന്റെ ചുറ്റുപാടും നടക്കുന്ന സകലകാര്യങ്ങളും അവൻ വിസ്മരിച്ചുകൊണ്ട് മനോരാജ്യത്തിൽ മുഴുകി. മുൾക്കിരീടം ചൂടിയ, പ്രഹരമേറ്റ് ചോരയൊലിപ്പിച്ചു നിൽക്കുന്ന യേശുദേവന്റെ ദിവ്യസ്വരൂപം അവന്റെ മനസിൽ പ്രത്യക്ഷപ്പെട്ടു. ആ ദിവ്യതേജസുകണ്ട് ടോം അതിശയിച്ചുപോയി. ആ കരുണാർദ്രമായ മുഖത്തെ ക്ഷമയും സഹനശക്തിയും അവന്റെ ഹൃദയത്തെ ത്രസിപ്പിച്ചു. ഭക്തിയിൽ മുങ്ങിപ്പോയ അവൻ മുട്ടുകുത്തിനിന്ന് കൈകൾ മോലോട്ടുയർത്തി.

ക്രമേണ ആ ദർശനം മാറി വന്നു. മൂർച്ചയേറിയ മുള്ളുകൾ കീർത്തിയുടെയും പ്രതാപത്തിന്റെയും കിരണങ്ങളായി ശോഭിച്ചു. ആ മുഖം ദയാപൂർവം അവനുനേരെ കുനിഞ്ഞ് ആശ്വസിപ്പിച്ചു.

"കഷ്ടതകൾ അതിജീവിക്കുവന്നവൻ എന്റെ സിംഹാസനത്തിൽ എന്നോടൊപ്പം ഉപവിഷ്ടനാകും. എന്റെ പിതാവിനോടൊപ്പം അവന്റെ സിംഹാസനത്തിൽ ഞാൻ ഉപവിഷ്ടനാകും."

എത്രനേരം അവിടെ കിടന്നുവെന്ന് ടോമിന് അറിയാൻ കഴിഞ്ഞില്ല. ദീപ്തിമത്തായ ആ സ്വപ്നത്തിൽനിന്ന് അയാൾ ഉണർന്നപ്പോൾ, നനഞ്ഞു തണുത്തിരുന്നു. എന്നാൽ മനസിലുണ്ടായിരുന്ന ഭീതി നിശ്ശേഷം അകന്നുപോയി. ആനന്ദകരമായ ആ അവസ്ഥയിൽ വിശപ്പ്, ദാഹം, തണുപ്പ്, നൈരാശ്യം എന്നി അവസ്ഥകളൊന്നും അനുഭവപ്പെട്ടില്ല. അനന്തമായ യാത്രയിലേക്ക് അവൻ തയാറെടുത്തു. മാലാഖമാരെപ്പോലെ താഴേക്ക് കണ്ണുംനട്ട് നിൽക്കുന്ന നക്ഷത്രങ്ങളെ അവൻ നോക്കി. മുമ്പൊരിക്കലും മനസിൽ ഉദയംചെയ്യാതിരുന്ന മട്ടിലുള്ള വികാരത്തോടെ അവൻ കീർത്തനാലാപനം നടത്തി. തുടർന്നുള്ള എല്ലാ പ്രഭാതങ്ങളിലും

ഉത്സാഹം തുളുമ്പുന്ന കാൽവയ്പ്പുകളോടെയാണ് ടോം ജോലിക്കു പോയത്. അവന്റെ ആന്തരീകമായ ശാന്തിയിൽ ചാട്ടവാറുകൊണ്ടുള്ള അടിക്ക് യാതൊരു വിധത്തിലുള്ള പ്രത്യാഘാതവും വരുത്താൻ സാധിച്ചില്ല. ടോമിനു സംഭവിച്ച മാറ്റം എല്ലാവരും ശ്രദ്ധിച്ചു. അതവരെ അതിശയിപ്പിച്ചു. ആഹ്ളാദവും പ്രസരിപ്പും അവനു തിരിച്ചു കിട്ടി. അപമാനവും പീഡനവും ഒന്നും അവനെ ഒരുതരത്തിലും ബാധിച്ചില്ല. മറ്റുള്ള അടിമകളും അവനിലേക്ക് ആകർഷിക്കപ്പെട്ടു. എപ്പോഴും പ്രശാന്തമായ മുഖഭാവത്തോടെ ഇരിക്കുവാൻ ടോമിനു സാധിച്ചു.

"ഏതു പിശാചാണ് ടോമിനെ ബാധിച്ചിരിക്കുന്നത്?" ലെഗ്രി സാംബായോട് അന്വേഷിച്ചു.

"അറിയില്ല യജമാനനെ, അവനെന്താ ഒളിച്ചോടാനുള്ള ഒരുക്കങ്ങൾ നടത്തിക്കൊണ്ടിരിക്കുകയാണോ?"

"അതിനവൻ ഒന്നു ശ്രമിച്ചുനോക്കട്ടെ, അല്ലേ, സാംബൊ."

"ആ കാര്യം ഓർക്കാൻ തന്നെ നല്ല രസം" സാംബൊ ആ രംഗം ആസ്വദിച്ച് ചിരിച്ചു.

ലെഗ്രി രാവിലെ തന്നെ കുതിരപ്പുറത്തു കയറി, എന്തോ കാര്യത്തിനായി പട്ടണത്തിലേക്കു പോയി. രാത്രി ജോലിക്കാർ താമസിക്കുന്ന കുടിലുകൾക്കടുത്തെത്തിയപ്പോൾ കീർത്തനാലാപനം കേട്ടു. ലെഗ്രിക്കത് ചെകുത്താൻ കുരിശുകാണുന്നതുപോലെ വെറുപ്പാണ്. അയാൾ കുടിലന്റെ അകത്തേക്ക് കയറി. ഉറങ്ങേണ്ട സമയത്ത് ഉണർന്നിരുന്ന് ബഹളംവയ്ക്കുന്നുവോ? നിനക്ക് ഇത്രയ്ക്കു ധൈര്യമോ! വായടയ്ക്കടാ, വിഡ്ഢി നീഗ്രോ!"

"ശരി യജമാനനെ" സന്തോഷത്തോടുകൂടി തന്നെ ടോം എഴുന്നേറ്റ് അകത്തേക്കു പോകാൻ തുനിഞ്ഞു. ടോമിന്റെ മുഖത്തെ ആഹ്ളാദം ആ നീചനെ വിറളിപിടിപ്പിച്ചു. അവന്റെ അടുത്തേക്ക് പാഞ്ഞുചെന്ന് ആ പാവത്തിനെ പൊതിരെ തല്ലി.

"നീ ആഹ്ളാദിക്ക് ഞാനൊന്നു കാണട്ടെ!"

എന്നാൽ അവന്റെ മനസിനെ മുറിവേൽപ്പിക്കുവാൻ ആ പ്രഹരത്തിന് കഴിഞ്ഞില്ല. ബാഹ്യമായുള്ള വേദന അവനൊട്ടു കാര്യമാക്കിയതും ഇല്ല. ടോം പരിപൂർണമായും ലെഗ്രിക്ക് വഴങ്ങിനിന്നു. തന്റെ അടിമയുടെ മേൽ തനിക്കുള്ള ആധിപത്യം നഷ്ടപ്പെട്ടതായിട്ടാണ് ലെഗ്രിക്ക് തോന്നിയത്. ടോം അകത്തേക്കു കയറിപ്പോയിട്ടും ലെഗ്രി അവിടെത്തന്നെ ചുറ്റിപ്പറ്റി നിന്നു.

അയാൾ ആലോചിച്ചു. അവസാനം ഒരു തീരുമാനത്തിൽ എത്തി. ദൈവം തന്നെയായിരിക്കും തനിക്കും ടോമിനും ഇടയിൽനിന്ന് പ്രവർത്തിക്കുന്നത്. ആ ദൈവത്തോട് അയാൾക്ക് മുമ്പത്തെക്കാൾ കൂടുതൽ വെറുപ്പ് തോന്നി. ദൈവത്തിനു നേരെ ശകാരവാക്കുകൾ ഉതിർത്തു. താൻ എത്ര മർദിച്ചിട്ടും എത്രമാത്രം ക്രൂരതയോടെ പെരുമാറിയിട്ടും അവന്റെ സ്വഭാവത്തിന് കടുകിട മാറ്റം വരുത്താൻ സാധിക്കുന്നില്ലല്ലോ.

ഒഴിവു സമയങ്ങളിലെല്ലാം ലെഗ്രിയുടെ പാവപ്പെട്ട പണിക്കാർ ടോമിന്റെ കുടിലിൽ വരും. അങ്ങനെ തന്റെ ചുറ്റുമായി വന്നിരിക്കുന്ന സാധുക്കളെ ടോം സഹാനുഭൂതിയോടെ വീക്ഷിക്കും. അവരുടെ ദയനീയാവസ്ഥ കാണുമ്പോൾ അവന്റെ മനസ്സ് കരുണാദ്രമാകും. അവൻ സ്വന്തം ദുഃഖമെല്ലാം മറക്കും. അതിൽ നിന്നെല്ലാം മോചിതനായതു പോലെ തോന്നും. ജോലി സ്ഥലത്ത് ക്ഷീണിതരെയും ദുഃഖിതരെയും എല്ലാം അവൻ തന്നാലാവുംവിധം സഹായിച്ചുപോന്നു. സുഖമില്ലാതെ, തണുത്ത് വിറച്ച് വൈക്കോലിൽ കിടന്ന് കഷ്ടപ്പെടുന്നവർക്ക് അവൻ സ്വന്തം പുതപ്പുനൽകി. ക്ഷീണിച്ച് തളർന്ന് വേഗം ജോലി ചെയ്യാൻ കഴിവില്ലാത്തവരുടെ കൂടയിൽ അവൻ സ്വന്തമായി പറിച്ച പരുത്തി നിറച്ചുകൊടുത്തു. അവർക്കുവേണ്ട ക്രൂരമായ പീഡനങ്ങൾ ഏറ്റുവാങ്ങി. അവസാനമായപ്പോഴെയ്ക്കും ആ മനുഷ്യന് അവരുടെയെല്ലാം ഹൃദയങ്ങളിൽ വലിയ സ്ഥാനം നേടിയെടുക്കാൻ സാധിച്ചു. ഞായറാഴ്ചകളിൽ അവരെല്ലാം ടോമിനു ചുറ്റും കൂടിയിരുന്ന് യേശുദേവനെക്കുറിച്ചുള്ള ടോമിന്റെ പ്രഭാഷണം കേൾക്കും. അവനോടൊപ്പം ഇരുന്ന് സന്തോഷത്തോടെ പ്രാർഥിക്കും. കീർത്തനങ്ങൾ ആലപിക്കും. ലെഗ്രി ഇത്തരം പ്രാർഥനായോഗങ്ങൾ നടത്താൻ അനുവാദം നൽകിയിരുന്നില്ല. അവനറിഞ്ഞാൽ അവിടെനിന്നും സകലരേയും അടിച്ചോടിക്കും.

പാവം നീഗ്രോ വൃദ്ധയ്ക്ക് ടോമിന്റെ വേദോപദേശങ്ങൾ വലിയ ആശ്വാസം നൽകി. എവിടെയും ഉറച്ചുനിൽക്കാതെ സദാ അസ്വസ്ഥമായിക്കൊണ്ടിരിക്കുന്ന കാസിയുടെ മനസിനെപോലും സ്വാധീനിക്കാൻ ടോമിന്റെ പ്രവൃത്തികൾക്കും വാക്കുകൾക്കും സാധിച്ചു.

ഒരു രാത്രിയിൽ ജോലിക്കാർ മുഴുവൻ ഉറങ്ങിക്കഴിഞ്ഞതിനു ശേഷം ടോം അടുപ്പിനരികിൽ *ബൈബിളും* തുറന്നുവച്ച് മനോരാജ്യത്തിലെന്നപോലെ ഇരിക്കുകയായിരുന്നു. അപ്പോഴാണ് ജനവാതിലിൽ കാസിയുടെ മുഖം പ്രത്യക്ഷപ്പെട്ടത്. അയാളോടു പുറത്തേക്കു വരാനായി അവൾ നിശ്ശബ്ദയായി ആംഗ്യം കാണിച്ചു. ടോം പുറത്തുവന്നു. വളരെ ശാന്തമായ അന്തരീക്ഷം. ചന്ദ്രിക നിറഞ്ഞ ആ രാത്രിയിൽ കാസിയുടെ നീണ്ടുവിടർന്ന കറുത്ത കണ്ണുകളിൽ അസാധാരണമായ ഒരു തിളക്കം ടോം കണ്ടു. സാധാരണ അവളുടെ മുഖത്തെ സ്ഥായീഭാവം നൈരാശ്യമാണ്.

തന്റെ നേർത്ത ഭംഗിയുള്ള കൈകൊണ്ട് ടോമിന്റെ ബലിഷ്ഠമായ കൈപ്പത്തിയിൽ ശക്തിയായി പിടിച്ചുവലിച്ചുകൊണ്ട് അവൾ പറഞ്ഞു.

"പുറത്തേക്ക് ഇറങ്ങി വരൂ ടോം! എനിക്ക് നിങ്ങളോട് പ്രധാനപ്പെട്ട ഒരു കാര്യം പറയാനുണ്ട്."

"എന്താണ് മാഡം കാസീ" ടോം ആകാംക്ഷയോടെ ചോദിച്ചു.

"ടോം, നിങ്ങൾക്ക് സ്വതന്ത്രനാകാൻ ആഗ്രഹമില്ലേ?"

"ദൈവസന്നിധിയിൽ വച്ച് എനിക്കാ സ്വാതന്ത്ര്യം കിട്ടും."

"ശ്രമിച്ചാൽ ഇന്നു രാത്രി തന്നെ നിങ്ങൾക്ക് ആ സ്വാതന്ത്ര്യം കൈവന്നേക്കാം" വളരെ പെട്ടെന്ന് ആവേശത്തോടെയാണ് കാസി ഇതു പറഞ്ഞത്.

"വരൂ"

ടോം അപ്പോഴും മടിച്ചുനിന്നു.

"വരൂ" അവനെ സൂക്ഷിച്ചുനോക്കിക്കൊണ്ട് അവൾ മന്ത്രിച്ചു.

"അയാൾ ഗാഢ നിദ്രയിലാണ്. അയാളുടെ മദ്യത്തിൽ ഞാൻ മയക്കുമരുന്ന് ചേർത്ത് കൊടുത്തിട്ടുണ്ട്. ഇപ്പോഴൊന്നും ഉണരില്ല. വരൂ! പിൻവാതിൽ തുറന്നുവച്ചിരിക്കയാണ്. അവിടെ ഒരു കോടാലിയും വച്ചിട്ടുണ്ട്. ഞാൻ വഴി കാണിച്ചു തരാം. വേഗം വരൂ! നിങ്ങൾക്ക് ഇവിടെ നിന്നും സുഖമായി രക്ഷപ്പെടാം."

"ഒരിക്കലും ഞാനത് ആഗ്രഹിക്കുന്നില്ല മാഡം."

അവളുടെ വാക്കുകൾ ടോമിന്റെ മേൽ ഒരു ആഘാതം ഏൽപ്പിക്കുകയാണ് ഉണ്ടായത്. അവളുടെ കൈ പിടിച്ചുമാറ്റിക്കൊണ്ട് ടോം തുടർന്നു.

"പതിനായിരം ലോകം പകരം തന്നാലും ഞാനിതിന് മുതിരില്ല."

"നിങ്ങൾ ഇതിനുള്ളിൽക്കിടന്നുനരകിക്കുന്ന പാവങ്ങളെ കുറിച്ച് ചിന്തിക്കാത്തത് എന്താണ്?" കാസി ചോദിച്ചു.

"നമുക്ക് അവരെയെല്ലാം തുറന്നുവിടാം. എവിടെയെങ്കിലുംപോയി ഏതെങ്കിലും ദ്വീപിൽ ചെന്ന് എങ്ങനെയെങ്കിലും നമുക്ക് ജീവിക്കാം. മറ്റേതൊരു ജീവിതവും ഇതിനേക്കാൾ ഭേദമായിരിക്കും."

"ഒരിക്കലും അല്ല!" ടോം ശക്തമായി എതിർത്തു.

"ഇല്ല. ഒരിക്കലും അധമമാർഗത്തിലൂടെ നന്മയിലേക്ക് എത്തിച്ചേരാൻ സാധിക്കുകയില്ല."

"എന്നാൽ ഞാനത് ചെയ്യാൻ പോകുകയാണ്."

"നോക്കൂ മാഡം! നിനക്കുവേണ്ടി മരിച്ച കർത്താവിനെ ഓർത്ത്, നിങ്ങളുടെ വിലപ്പെട്ട ആത്മാവിനെ ഈ വിധത്തിൽ പിശാചിന് അടിയറ വയ്ക്കാതിരിക്കുക. അതിൽനിന്നും നാശവും തിന്മയും അല്ലാതെ മറ്റൊന്നും നേടാനാകില്ല. ദൈവം ക്രോധം ഉപദേശിച്ചിട്ടില്ല. കഷ്ടപ്പെടാനും നമ്മുടെ സമയത്തിനുവേണ്ടി കാത്തിരിക്കാനുമാണ് ഉപദേശിച്ചിട്ടുള്ളത്."

"കാത്തിരിക്കുക!" കാസിക്ക് ദേഷ്യവും സങ്കടവും വന്നു– എത്ര കാലം ഇനിയും ഞാൻ കാത്തിരിക്കണം?" രൂക്ഷമായ സ്വരത്തിൽ അവൾ ചോദിച്ചു.

"എന്റെ തല നരയ്ക്കുന്നതുവരെയും ഹൃദയരക്തം തളരുന്നതുവരെയും ഞാൻ കാത്തിരുന്നില്ലേ? നിങ്ങൾ ഇത്രയും കഷ്ടതകൾ അനുഭവിച്ചത് എന്തിനുവേണ്ടിയായിരുന്നു? നൂറുകണക്കിനു മനുഷ്യജന്മങ്ങളെ എന്തിന് വേണ്ടിയാണ് ഇത്രയും കഷ്ടതകൾ അനുഭവിപ്പിച്ചത്? നിങ്ങളിൽനിന്നും എന്നിൽനിന്നും മറ്റുള്ള ഈ സാധുക്കളിൽ നിന്നും ജീവരക്തം വരെ ഈ ദുഷ്ടൻ ഞെക്കിപ്പിഴിഞ്ഞെടുത്തില്ലേ? ഇപ്പോൾ അയാളുടെ സമയം സമാഗതമായിരിക്കുകയാണ്. ഞാനയാളുടെ രക്തത്തിനുവേണ്ടി ദാഹിക്കുന്നു.

"അരുത്! ഒരിക്കലും അതുപാടില്ല. അത്തരം ചിന്തകളെപ്പോലും

മനസിൽ വളരാൻ അനുവദിക്കരുത്." ടോം ശബ്ദം ഉയർത്തിപ്പറഞ്ഞു. അവളുടെ വിറയ്ക്കുന്ന കരങ്ങൾ അവൻ ഗ്രഹിച്ചു.

"വാഴ്ത്തപ്പെട്ടവനായ കർത്താവ് ജീവരക്തം ചൊരിഞ്ഞത് സ്വന്തം രക്ഷയ്ക്കുവേണ്ടി ആയിരുന്നില്ല. അതവൻ ചെയ്തത് നമുക്കുവേണ്ടി യാണ്. അതും നമ്മൾ അവന്റെ ശത്രുവായിരുന്നപ്പോൾ. കർത്താവായ ദൈവം, അവന്റെ കാൽപ്പാടുകൾ പിന്തുടരാനും ശത്രുക്കളെ സ്നേഹി ക്കുവാനും നമ്മെ സഹായിക്കും. ദൈവമേ, ഞങ്ങളുടെ ശത്രുവിനെ സ്നേഹിക്കുവാൻ ഞങ്ങളെ പഠിപ്പിക്കേണമേ!"

"സ്നേഹം!" ക്രോധം അടക്കാനാവാതെ മുഖം കോട്ടിക്കൊണ്ട് കാസി പറഞ്ഞു.

"ഇത്തരം ശത്രുക്കളെ സ്നേഹിക്കുകയോ? മജ്ജയും മാംസവും ഉള്ള മനുഷ്യരെക്കൊണ്ട് സാധ്യമാണോ അത്?"

ദൈവത്തോട് മനംനൊന്തു പ്രാർഥിക്കാനായി ടോം അവളെ നിറഞ്ഞ കണ്ണുകളോടെ ഉപദേശിച്ചു. വികാരഭരിതമായ ടോമിന്റെ മുഖഭാവവും മൃദുവായ സ്വരവും ശ്രേഷ്ഠമായ വാക്കുകളും കാസിയുടെ ക്രോധം ശമി പ്പിച്ചു. വിഷാദത്തോടെ അവൾ പറഞ്ഞു.

"ഞാൻ നിങ്ങളോട് മുമ്പു പറഞ്ഞിട്ടില്ലേ? എന്നെ പിശാച് ബാധി ച്ചിരിക്കുകയാണ്. എനിക്ക് പ്രാർഥിക്കുവാൻ സാധിക്കുന്നില്ല. മനമുരുകി പ്രാർഥിക്കുവാൻ കഴിഞ്ഞെങ്കിൽ എന്നു ഞാൻ ആത്മാർഥമായി ആഗ്ര ഹിച്ചു പോകുകയാണ്. എന്റെ മക്കൾ വിൽക്കപ്പെട്ട ശേഷം ഞാൻ പ്രാർഥിച്ചിട്ടില്ല. നിങ്ങൾ പറയുന്നത് ശരിയായിരിക്കാം. ശരിയാണെന്ന് എനിക്കറിയാം. എന്നാൽ ഞാൻ പ്രാർഥിക്കുവാൻ ശ്രമിക്കുമ്പോൾ എനി ക്കതിന് സാധിക്കുന്നില്ല. എനിക്ക് ശപിക്കാനും വെറുക്കാനും മാത്രമേ കഴിയുന്നുള്ളൂ."

"പാവം ശുദ്ധാത്മാവ്" ടോം സഹതാപപൂർവം പറഞ്ഞു.

"ചെകുത്താൻ നിങ്ങളെ അവന്റെ കീഴിൽ കൊണ്ടുവരാൻ ആഗ്ര ഹിക്കുന്നു. നിങ്ങൾക്കുവേണ്ടി ഞാൻ പ്രാർഥിക്കാം. മാഡം കാസീ, നിങ്ങൾ പരിശുദ്ധനായ യേശുദേവനിലേക്ക് തിരിയുക. അവൻ തകർന്ന ഹൃദയങ്ങളെ കൂട്ടിവിളക്കും. ദുഃഖിതരെ ആശ്വസിപ്പിക്കും."

കാസി ഒന്നും മിണ്ടിയില്ല. അവളുടെ വിടർന്ന കണ്ണുകളിൽനിന്നും വലിയ ബാഷ്പകണങ്ങൾ പൊഴിഞ്ഞുകൊണ്ടിരുന്നു.

"മാഡം കാസീ" അൽപ്പനേരത്തെ നിശ്ശബ്ദതയ്ക്കുശേഷം വിഷമ ത്തോടുകൂടി തന്നെ ടോം സംസാരിക്കുവാൻ തുടങ്ങി.

"നിങ്ങൾക്ക് ഇവിടെനിന്നും രക്ഷപ്പെടാൻ സാധിക്കുമെങ്കിൽ നിങ്ങളും എമിലീനും കൂടി രക്ഷപ്പെട്ടുകൊള്ളൂ. രക്തച്ചൊരിച്ചിൽ ഇല്ലാതെ പോകാൻ കഴിയുമെങ്കിൽ മാത്രം — അതു ചെയ്യുക. അല്ലെ ങ്കിൽ ഒരിക്കലും അതു ചെയരുത്.

"നിങ്ങൾക്കും ഞങ്ങളോടൊപ്പം വന്നുകൂടെ ടോം?"

"അതുവേണ്ട." ടോം പറഞ്ഞു. "ഞാൻ പോകേണ്ടതായ ഒരു കാലം

ഉണ്ടായിരുന്നു. എന്തായാലും ഇപ്പോൾ അതിനുള്ള സമയമല്ല. ഞാൻ അവസാനംവരെ ഈ പാവങ്ങളോടൊപ്പം ജീവിച്ച്, എന്റെ ജീവിതാവസാനംവരെ എന്റെ കുരിശ് ചുമക്കും. എന്നാൽ നിങ്ങളുടെ കാര്യം തികച്ചും വ്യത്യസ്തമാണ്. അവിടെ നടക്കുന്ന കാര്യങ്ങൾ നിങ്ങൾ സഹിക്കാവുന്നതിനും അപ്പുറമാണ്. നിങ്ങളെകൊണ്ട് അതു താങ്ങാൻ കഴിയുകയില്ല. രക്ഷപ്പെടാൻ സാധിക്കുകയാണെങ്കിൽ അങ്ങനെ ചെയ്തുകൊള്ളൂ. അതാണ് നിങ്ങൾക്ക് നല്ലത്."

"ശവക്കല്ലറയിലൂടെ അല്ലാതെ രക്ഷപ്പെടാനുള്ള മാർഗമൊന്നും എന്റെ മുന്നിലില്ല." കാസി പറഞ്ഞു.

"പക്ഷികൾക്കും മൃഗങ്ങൾക്കും മറ്റൊരു വസതി കണ്ടെത്തുവാൻ സാധിക്കും. പാമ്പുകൾക്കും മുതലകൾക്കും കൂടി സ്വസ്ഥമായി കിടന്നുറങ്ങുവാൻ ഈ ഭൂമിയിൽ സ്ഥലമുണ്ട്. എന്നാൽ അടിമകളായ നമുക്ക് തല ചായ്ക്കാൻ ഈ ഭൂമിയിൽ ഇടമില്ല. ഇരുളടഞ്ഞ ചതപ്പുനിലത്തിന്റെ അഗാധതയിൽപോലും അവരുടെ നായ്ക്കൾ നമ്മെ വേട്ടയാടും. അവ കണ്ടുപിടിച്ച് കടിച്ചു കീറും. എല്ലാവരും നമുക്ക് എതിരാണ്. മൃഗങ്ങൾപോലും ശത്രുക്കളാണ്. പിന്നെ നാം എങ്ങോട്ടു പോകും?"

ടോം മൗനമവലംബിച്ച് ചിന്താധീനനായി നിലകൊണ്ടു. ഒടുവിൽ പറഞ്ഞു.

"സിംഹങ്ങളുടെ കോട്ടയിൽനിന്നും ഡാനിയേലിനെ രക്ഷിച്ചവൻ. കത്തുന്ന തീച്ചൂളയിൽനിന്നും കുഞ്ഞുങ്ങളെ രക്ഷിച്ചവൻ, കടലിനു മീതെ നടന്ന് കൊടുങ്കാറ്റിനെ നിശ്ചലനാക്കിയവൻ— അവൻ ഇപ്പോഴും ജീവിച്ചിരിപ്പുണ്ട്— അവൻ നിങ്ങളെ മോചിപ്പിക്കും എന്ന കാര്യം ഞാൻ ദൃഢമായി വിശ്വസിക്കുന്നു. ശ്രമിച്ച് നോക്കൂ! എല്ലാ കഴിവുകളും ഉപയോഗിച്ച് പരിശ്രമിക്കൂ! ഞാൻ നിങ്ങൾക്കുവേണ്ടി പ്രാർഥിച്ചു കൊണ്ടിരിക്കും."

പെട്ടെന്ന് ടോമിന്റെ ശക്തിയും ചൈതന്യവും തന്നിലേക്ക് പ്രവഹിക്കുന്നതായി കാസിക്കു തോന്നി. അവൾ രക്ഷപ്പെടാനുള്ള ഓരോ പദ്ധതികൾ ആസൂത്രണം ചെയ്ത് മണിക്കൂറുകൾ ഇരുന്നു. ഓരോന്നും അപ്രായോഗികമാണെന്നു പറഞ്ഞുകൊണ്ട് തള്ളിക്കളഞ്ഞു. അവളുടെ മനസിൽ ഒരു പദ്ധതി മിന്നിമറഞ്ഞു. ലളിതമായ ഒരു പദ്ധതി. എന്നാൽ എളുപ്പത്തിൽ പ്രായോഗികമെന്നു തോന്നുന്നതും നടപ്പാക്കാവുന്നതുമായ ഒരു പദ്ധതി. അവളുടെ മനസിൽ ആശകൾ നാമ്പിട്ടു.

"ഫാദർ ടോം, ഞാനതിന് ശ്രമിക്കും!" അവൾ ഉടനെ പറഞ്ഞു

"ആമേൻ!" ടോം ആശീർവദിച്ചു.

"നിങ്ങൾക്ക് ദൈവാനുഗ്രമുണ്ടാകട്ടെ."

ലെഗ്രിയുടെ ബംഗ്ലാവിന്റെ തട്ടിൻപുറം, എല്ലാ വലിയ കെട്ടിടങ്ങളുടേയും തട്ടിൻപുറംപോലെ, ഉപയോഗശൂന്യമായ വസ്തുക്കൾ കൂട്ടിയിട്ട, മാറാലയും പൊടിയും ചപ്പു ചവറുകളും നിറഞ്ഞ വിശാലമായ ഒരു മുറിയാണ്. ആ ബംഗ്ലാവിന്റെ ആദ്യത്തെ ഉടമസ്ഥരായ ധനിക കുടുംബം ഒരു പാട് ഗൃഹോപകരണങ്ങൾ വാങ്ങിയിരുന്നു. അതെല്ലാം പൊട്ടിപ്പൊ

ളിഞ്ഞപ്പോൾ തട്ടിൻപുറത്ത് കൂട്ടിയിട്ടിരിക്കുകയാണ്. വെളിച്ചം കടക്കാനായി ഒരു കൊച്ചു ജനൽ മാത്രമേ ഉള്ളൂ. പ്രേതങ്ങളുടെ ആവാസഭൂമിയാണ് ആ ഇരുട്ടറ എന്നു തോന്നും. ആരെയും ഭയപ്പെടുത്തുന്ന ഒരു അന്തരീക്ഷമാണ് അവിടെയുള്ളത്. നിരീശ്വരവാദികളായ അന്ധവിശ്വാസികളുടെ കാര്യം പറയുകയേ വേണ്ട.

ഏതാനും വർഷങ്ങൾക്കുമുമ്പ് ലെഗ്രിയുടെ അപ്രീതിക്ക് പാത്രമായ ഒരു നീഗ്രോ സ്ത്രീ അവിടെ ഏതാനും ആഴ്ചകൾ ബന്ധനസ്ഥയായി കിടന്നിട്ടുണ്ട്. അവിടെ എന്താണ് നടക്കുന്നതെന്ന് ആർക്കും അറിയില്ല. നീഗ്രോകൾ അതിനെക്കുറിച്ചു പറയുമ്പോൾ പല്ലിറുമ്മും. ആ നിർഭാഗ്യവതിയായ പാവം പെണ്ണിന്റെ മൃതദേഹം ഒരുദിവസം താഴെ കൊണ്ടുവന്ന് മറവു ചെയ്യപ്പെട്ടു. പിന്നീട് പലപ്പോഴും ശാപവചനങ്ങളും അടിയുടെ ഒച്ചയും ദയനീയമായ നിലവിളികളും മച്ചിനകത്തുനിന്നും കേൾക്കുമായിരുന്നു. ഒരിക്കൽ ആരോ ഒരാൾ ഈ കഥ ലെഗ്രിയുടെ കാതിൽ എത്തിച്ചു. അതോടെ അയാൾ പൊട്ടിത്തെറിച്ചു.

“ഇനി ആരെങ്കിലും ഇത്തരം കഥകളുമായി വന്നാൽ അവനെ ഒരാഴ്ച മച്ചിൽ ചങ്ങലയിട്ട് പൂട്ടിയിടും. അവിടെ നടക്കുന്നത് എന്തെല്ലാമാണെന്ന് അവൻ സ്വയം കണ്ടുപിടിക്കട്ടെ.”

ഈ ഒരു താക്കീതുമാത്രം മതിയായിരുന്നു അത്തരം കിംവദന്തികൾ എല്ലാം പെട്ടെന്നവസാനിക്കുവാൻ. എന്നാലും എല്ലാവരുടെ മനസിലും ഈ കഥ പച്ചപിടിച്ചു നിന്നിരുന്നു. അതിനെ അവഗണിക്കുവാൻ ആർക്കുംസാധിക്കുന്നില്ല.

പതുക്കെ പതുക്കെ തട്ടിൻപുറത്തേക്കു പോകുന്ന ഇടനാഴിയും തട്ടിൻപുറവും എല്ലാം സകലരും ഒഴിവാക്കാൻ ശ്രമിച്ചു. അതിനെ കുറിച്ചു സംസാരിക്കുവാൻപോലും ആരും ധൈര്യപ്പെട്ടില്ല. ലെഗ്രിയുടെ അന്ധവിശ്വാസത്തെ മുതലെടുത്തുകൊണ്ടു വേണം തന്റെയും എമിലീന്റെയും മോചനത്തിനു പദ്ധതികൾ തയാറാക്കാൻ എന്ന് കാസി തീരുമാനിച്ചു.

തട്ടിൻപുറത്തെ അടഞ്ഞുകിടന്നിരുന്ന നീണ്ടമുറിയുടെ തൊട്ടു താഴെയായിരുന്നു കാസിയുടെ കിടപ്പുമുറി. പെട്ടെന്നൊരു ദിവസം അവൾ തന്നെ കിടപ്പറയിലെ സാധനങ്ങൾ മുറിയിൽ കൊണ്ടുപോയി ഇട്ടു. ലെഗ്രിയോടു പോലും ആലോചിക്കാതെയാണ് അവൾ പണിക്കാരെകൊണ്ട് സാധനങ്ങൾ മാറ്റിച്ചത്. സവാരി കഴിഞ്ഞെത്തിയ ലെഗ്രി കാണുന്നത്, കാസിയുടെ നിർദേശങ്ങൾ അനുസരിച്ചുകൊണ്ട് പണിക്കാരെല്ലാം തകൃതിയായി ജോലി ചെയ്യുന്നതാണ്.

അയാൾ അതിശയത്തോടുകൂടി അവളോടു ചോദിച്ചു.

“എന്താ കാസി? എന്താണ് ഇവിടെ ചെയ്യുന്നത്?”

“എനിക്ക് ഇടയ്ക്കെങ്കിലും ഒന്നു സമാധാനമായി ഉറങ്ങണം.”

“ഇപ്പോഴെന്താ നിന്റെ ഉറക്കത്തിന് പ്രശ്നം?”

“നിങ്ങൾ ശ്രദ്ധയോടെ കേൾക്കാൻ തയാറാണെങ്കിൽ ഞാൻ പറയാം” നിർവികാരസ്വരത്തിൽ കാസി പറഞ്ഞു.

"പറഞ്ഞു തുലയ്ക്ക്!"

"വേണ്ട, പറയുന്നില്ല. അതു നിങ്ങളെ വെറുതെ വിഷമിപ്പിക്കും. രാത്രി പന്ത്രണ്ടുമണി കഴിഞ്ഞാൽ പിന്നെ ഞരക്കങ്ങളും ആളുകളുടെ ഉന്തും തള്ളും. തട്ടിൻപുറത്തുനിന്നുള്ള വല്ലാത്ത ബഹളവുമാണ് നേരം വെളുക്കുന്നതുവരെയും."

"മുകളിൽ മനുഷ്യരുണ്ടെന്നോ?"

കയ്പു നിറഞ്ഞ ഒരു ചിരി ചിരിച്ചുകൊണ്ട് അയാൾ ചോദിച്ചു.

"ആരാണ് അവർ?"

അവളുടെ നീണ്ടു വിടർന്ന കണ്ണുകളിൽനിന്നും ഒരു കൂർത്ത നോട്ടം അയാളുടെ മഖത്തിനു നേരെ വന്നു. അപ്പോഴത്തെ അവളുടെ മുഖഭാവം.

അയാളുടെ അസ്ഥികളെപോലും വിറകൊള്ളിക്കുന്ന തരത്തിലായിരുന്നു.

"അവരാരാണെന്ന് നിങ്ങൾക്ക് അറിയില്ലേ സൈമൺ? നിങ്ങൾക്ക് അറിയുകയില്ല എന്ന് ഞാൻ ഒരിക്കലും വിശ്വസിക്കുകയില്ല." ശാപവചനങ്ങൾ ഉതിർത്തുകൊണ്ട് അയാൾ അവൾക്കു നേരെ ചാട്ടവാറുകൾ വീശി. അവൾ സൂത്രത്തിൽ ഒഴിഞ്ഞുമാറി, മറ്റൊരു വാതിലൂടെ പുറത്തുകടന്നു. പോകുന്ന പോക്കിൽ ഇങ്ങനെ വിളിച്ചു പറഞ്ഞു.

"നിങ്ങൾ ഏതെങ്കിലും രാത്രിയിൽ ആ മുറിയിൽ കിടന്നുറങ്ങിയിരുന്നുവെങ്കിൽ, എല്ലാം മനസിലാകുമായിരുന്നു. ഒന്നു ശ്രമിച്ചുനോക്കിക്കൂടെ?"

പൊടുന്നനവേ അവൾ വാതിൽ കൊട്ടിയടച്ചു.

ലെഗ്രി കുറെ നേരം ആ വാതിലിൽ ഇടിച്ചു. അവൾ പക്ഷേ, വാതിൽ തുറന്നില്ല. വീണ്ടും കുറെ ശാപവാക്കുകളും അസഭ്യവും വിളിച്ചു പറഞ്ഞ് അസ്വസ്ഥതയോടെ അയാൾ സന്ദർശനമുറിയിലേക്ക് പോയി. കാസി വെടി മരുന്നിന് തീ കൊടുക്കുവാൻ ഒരുങ്ങിയിട്ടേ ഉള്ളൂ. ഓരോ ദിവസവും സംഭ്രമജനകമായ കഥകൾ ലെഗ്രിയെ പറഞ്ഞു കേൾപ്പിക്കുക എന്നതായിരുന്നു അവളുടെ ഉദ്ദേശ്യം.

തട്ടിൻപുറത്തുള്ള ഒരു ദ്വാരത്തിൽ പൊട്ടിയ കുപ്പിയുടെ കഴുത്ത് കാസി തിരുകിക്കയറ്റി വച്ചു. കാറ്റ് വീശുമ്പോൾ ആ ദ്വാരത്തിനകത്തുനിന്നും ഹുംകാര ശബ്ദം മുഴങ്ങും. കാറ്റ് ശക്തമാകുമ്പോൾ ശബ്ദം കൂടുതൽ ഭയാനകമാകും. അന്ധവിശ്വാസികളെ പേടിപ്പിച്ചുവിറപ്പിക്കുവാൻ അതു ധാരാളം മതിയായിരുന്നു. വേലക്കാർ ഈ ശബ്ദം കേൾക്കുമ്പോൾ പഴയ കഥകൾ ഓർത്ത് ഭയന്നു വിറയ്ക്കും. വീടുമുഴുവൻ ഭയപ്പെട്ടു കഴിഞ്ഞു കൂടാൻ തുടങ്ങി. ആർക്കും ഈ കാര്യം ലെഗ്രിയോടു പറയാനുള്ള ധൈര്യമുണ്ടായിരുന്നില്ല. എങ്കിലും അയാൾ അത് മണത്തറിഞ്ഞിരുന്നു. നിരീശ്വരവാദികളാണ് ഏറ്റവും വലിയ അന്ധവിശ്വാസികൾ.

രണ്ടു മൂന്നു ദിവസം ഇത്തരം കോലാഹലങ്ങളോടെ തന്നെ കടന്നുപോയി. ലെഗ്രി സന്ദർശനമുറിയിലിരുന്ന് കണക്കുകൾ പരിശോധിച്ച ശേഷം പത്രം വായിക്കുവാൻ തുടങ്ങി. ഭയങ്കരമായ കാറ്റുള്ള ഒരു രാത്രി

യായിരുന്നു അത്. ജനൽപ്പാളികളും വാതിൽപ്പലകകളും എല്ലാം കാറ്റിൽ ബഹളംവയ്ക്കുന്നു. ചിമ്മിനിയിലെ പശയും പുകയും പറക്കുന്നതു കണ്ടാൽ പ്രേതങ്ങളുടെ ആഗമനത്തിന്റെ മുന്നോടിയാണെന്ന് തോന്നും.

കാസി ഒരു മൂലയിലിരുന്ന് തീ കായുന്നു. അവൾ വായിച്ചശേഷം അശ്രദ്ധമായി മേശപ്പുറത്തിട്ടിരുന്ന പുസ്തകം അയാൾ മറിച്ചുനോക്കി. പ്രേതകഥകളായിരുന്നു അത്. രക്തദാഹികളായ രക്ഷസുകൾ രക്തം ഊറ്റിക്കുടിച്ച് ചണ്ടിതുപ്പികളയുന്ന ഭീകരകഥകൾ. ആരെയും വായിപ്പിക്കുവാൻ പ്രേരിപ്പിക്കുന്ന ചിത്രങ്ങളും അതിലുണ്ട്. ലെഗ്രി ആ പുസ്തകം നിവർത്തി വായിച്ചു.

"നിനക്ക് പ്രേതങ്ങളിൽ വിശ്വാസമുണ്ടോ, കാസി?"

"എന്റെ കാര്യം വിട്ടേക്ക്!"

"കടലിൽ യാത്രചെയ്യുമ്പോൾ സ്നേഹിതന്മാർ എന്നെ പ്രേതകഥ പറഞ്ഞ് പേടിപ്പിക്കുമായിരുന്നു. എന്നാൽ എനിക്ക് അതു കേൾക്കുമ്പോഴൊന്നും ഭയം തോന്നാറില്ല. എന്റെ ധൈര്യം അപാരമാണ്."

കാസി അയാളെ സൂക്ഷിച്ച് നോക്കിക്കൊണ്ട് ഇരുന്നേടത്തു തന്നെ ഇരുന്നു. അവളുടെ കറുത്ത കണ്ണിലെ തിളക്കം അയാളെ അസ്വസ്ഥനാക്കി.

"ആ ശബ്ദം കാറ്റും എലികളും കൂടി ഉണ്ടാക്കുന്നതാണ്. എലികൾ രാത്രി കാലങ്ങളിൽ പിശാചുക്കളെപ്പോലെയാണ് ബഹളമുണ്ടാക്കുക. കപ്പലിൽ യാത്ര ചെയ്യുമ്പോൾ ഞാനത് ധാരാളം കേട്ടിട്ടുണ്ട്. പിന്നെ കാറ്റ്! അതു പറയാതിരിക്കുകയാണ് നല്ലത്." ലെഗ്രിയെ തുറിച്ചു നോക്കിക്കൊണ്ട് കാസി മിണ്ടാതിരുന്നു.

"പറയൂ! കാസി! നിനക്ക് അങ്ങനെ തോന്നുന്നില്ലേ?"

"എലികൾ കോണിപ്പടികൾ കയറി ഇറങ്ങുമോ? അടച്ചിട്ട വാതിലുകൾ തുറക്കാൻ കഴിയുമോ? എന്നിട്ട് അതിനുമുന്നിൽ കസേരകൊണ്ടു വയ്ക്കാൻ സാധിക്കുമോ?"

കാസി നിർത്താൻ ഭാവമില്ലായിരുന്നു.

"സാവധാനം നടന്നുവന്ന് നിങ്ങളുടെ അടുത്തുനിന്ന് ശരീരത്തിൽ കൈ വയ്ക്കുമോ?"

കണ്ണുകൾ ഉരുട്ടി മിഴിച്ചുകൊണ്ട് അവളുടെ വിവരണംകേട്ട് ഒരു ദുഃസ്വപ്നത്തിൽ എന്നപോലെ ലെഗ്രി അന്തംവിട്ടിരുന്നു. അവളുടെ തണുത്ത കരങ്ങൾ തന്റെ ശരീരത്തിൽ സ്പർശിച്ചപ്പോൾ ലെഗ്രി ഞെട്ടി പിൻവാങ്ങി.

"നീ ശരിക്കും കണ്ടിട്ടുണ്ടോ കാസി?"

"എന്ത്?"

"എന്തോ, ഞാനൊന്നും പറഞ്ഞില്ല."

അയാൾ മുറയിൽ അസ്വസ്ഥനായി ഉലാത്താൻ തുടങ്ങി.

"ഇന്നു രാത്രി തന്നെ എനിക്കൊന്നു പരീക്ഷിച്ചു നോക്കണം. എന്റെ തോക്ക് ഇപ്പോഴെ കൈയിലെടുത്തു പിടിക്കണം."

"ശരി. നിങ്ങൾ ഇന്നുരാത്രി ആ മുറിയിൽ കിടന്നുറങ്ങൂ. നിങ്ങൾ

പ്രേതങ്ങളെ വെടിവച്ചു വീഴ്ത്തുന്നത് എനിക്കൊന്നു കാണണം. തോക്കെടുത്ത് വെടിവയ്ക്കാമല്ലോ അല്ലേ?" ലെഗ്രി നിലത്ത് ആഞ്ഞു ചവിട്ടി.

"നാശം. തുലഞ്ഞു പോട്ടെ!"

"നിങ്ങൾ വെറുതെ ശപിക്കേണ്ട! ആരെല്ലാമാണ് കേൾക്കുന്നതെന്ന് നമുക്ക് അറിയാൻ കഴിയുകയില്ലല്ലോ."

മുറിയുടെ ഒരു മൂലയിൽ സ്ഥാപിച്ചിരുന്ന ഡച്ചു ഘടികാരം സാവധാനത്തിൽ പന്ത്രണ്ടടിച്ചു. അപ്പോഴെയ്ക്കും അതികഠിനമായ ഭീതി ലെഗ്രിയെ പിടികൂടിക്കഴിഞ്ഞിരുന്നു. അയാൾക്ക് മിണ്ടാനോ ഒന്നനങ്ങാനോപോലും കഴിഞ്ഞില്ല. കാസി അയാളെ ശ്രദ്ധിച്ചുകൊണ്ടുതന്നെ നിന്നു.

"നോക്കൂ! എന്താണത്?" വിരൽ ചൂണ്ടിക്കൊണ്ട് അവൾ ചോദിച്ചു.

"അതു കാറ്റാണ്. കാറ്റിന്റെ ശക്തി നിനക്കു മനസിലാകുന്നില്ലേ?"

"സൈമൺ, ഇങ്ങോട്ടൊന്നു വരൂ!" അയാളുടെ കൈപിടിച്ച് കോണിയുടെ അടിയിലേക്ക് കൊണ്ടുപോയ ശേഷം അവൾ ചോദിച്ചു.

"നോക്കൂ! അതെന്താണെന്ന്?"

കോണിയിൽനിന്നും ഭീകരമായ ഒരു ചീറൽ കേൾക്കാനായി. തട്ടിൻപുറത്തുനിന്നുമാണത് ഉയർന്നുവരുന്നത്. ലെഗ്രിയുടെ കാൽമുട്ടുകൾ കൂട്ടിയിടിക്കാൻ തുടങ്ങി. അവന്റെ മുഖം ഭയംകൊണ്ടു കടലാസുപോലെ വിളറി.

"നിങ്ങൾ തോക്കെടുത്തേക്കൂ! അതാണ് നല്ലത്." കാസി അവജ്ഞയോടെയാണ് ഇങ്ങനെ പറഞ്ഞത്. ലെഗ്രിയുടെ രക്തം ഉറഞ്ഞു കട്ടപിടിച്ചു പോയി.

"വേഗം തന്നെ മുകളിലേക്കു പോകൂ! അവിടെച്ചെന്ന് ഇപ്പോൾ തന്നെ പരിശോധന നടത്തണം. അവർ അവിടെയുണ്ട്."

"ഇല്ല. ഞാൻ പോകില്ല."

"എന്തുകൊണ്ട്? പ്രേതങ്ങളൊന്നും ഇല്ലല്ലോ. അതെല്ലാം കെട്ടുകഥകളല്ലേ വരൂ!"

കാസി ചിരിച്ചുകൊണ്ട് കേണിപ്പടി കയറാൻ തുടങ്ങി. പിന്തിരിഞ്ഞു നോക്കി അവൾ വിളിച്ചു.

"വരൂ! കയറി വരൂ!"

"നീ ഒരു പിശാചു തന്നെയാണ്. കാസി! അങ്ങോട്ടു പോകരുത് തിരിച്ചു വരൂ!"

കാസി പൈശാചികമായ ഒരു ചിരിയോടെ മുകളിലേക്കു കയറിപ്പോയി. തട്ടിൻപുറത്തേക്കുള്ള വാതിൽ തുറക്കുന്ന ശബ്ദം അയാൾ കേട്ടു. അതിൽനിന്നും വീശിയടിച്ച കാറ്റ് അയാൾ കൈയിൽ പിടിച്ചിരുന്ന മെഴുകുതിരി അണച്ചു. അതോടൊപ്പം ഭയപ്പെടുത്തുന്ന ചില സീൽക്കാരങ്ങളും. ലെഗ്രി വെപ്രാളംപിടിച്ച് സന്ദർശനമുറിയിലേക്ക് പാഞ്ഞു. ഏതാനും നിമിഷങ്ങൾക്കകം വിളറി വെളുത്ത് ശാന്തമായ മുഖത്തോടെ ഒരു പ്രതികാരദാഹിയായ പിശാചിനെപ്പോലെ കാസി തിരിച്ചു

വന്നു. അവളുടെ കണ്ണുകളിൽ ഭയം ജനിപ്പിക്കുന്ന ജ്വാല അപ്പോഴും തിളങ്ങിക്കൊണ്ടിരുന്നു.

"ഞാൻ തട്ടിൻപുറത്തെ വാതിലടയ്ക്കുന്നതിനു വേണ്ടി കയറിപ്പോയതാണ്. അവിടെ എന്താണ് സൈമൺ?"

"അതൊന്നും നീ അറിയേണ്ട കാര്യമല്ല."

"ശരി. എന്നാലും ഞാനിനി ഇതിന്റെ അടിയിൽ കിടന്നുറങ്ങില്ല." ഇത്തരത്തിൽ മച്ചിനെക്കുറിച്ച് ഭയനാകമായ ഒരു സങ്കൽപ്പം ലെഗ്രിയുടെ മനസിൽ അവൾ വളർത്തിയെടുത്തു.

അതിനിടെ കേടുവരാത്ത ഭക്ഷണസാധനങ്ങൾ കാസി മച്ചിനുള്ളിൽ ശേഖരിക്കുവാൻ തുടങ്ങി. രാത്രി സകലരും ഗാഢനിദ്രയിലാകുമ്പോഴാണ് കാസിയുടെ ഇത്തരം പ്രവൃത്തികൾ. അവളുടെയും എമിലീന്റെയും വസ്ത്രങ്ങളും മറ്റ് അവശ്യവസ്തുക്കളും അതിൽ സംഭരിച്ചു. എല്ലാ തയാറെടുപ്പുകളും ചെയ്തുകഴിഞ്ഞശേഷം പദ്ധതി നടപ്പിലാക്കാൻ വേണ്ട ഏറ്റവും യോജിച്ച അവസരവും കാത്തിരുന്നു.

ലെഗ്രിയെ പറഞ്ഞു മയക്കി, ഒരുദിവസം കാസി അയാളോടൊപ്പം അടുത്തുള്ള പട്ടണത്തിൽ കറങ്ങാൻ പോയി-'റെഡ് റിവറി' ന്റെ തീരത്തായിരുന്നു ആ പട്ടണം. അവിടേക്കുള്ള റോഡിന്റെ ഓരോ വളവും തിരിവും ദൂരവും എല്ലാം കൃത്യമായി മനസിൽ കുറിച്ചിട്ടു. അത്രയും ദൂരം യാത്രചെയ്യാൻ വേണ്ടുന്ന സമയവും കൃത്യമായി മനസിലാക്കി.

നേരം സന്ധ്യമയങ്ങാറായി. ലെഗ്രി അടുത്തുള്ള ഒരു തോട്ടം സന്ദർശിക്കുവാനായി പോയിരിക്കുകയാണ്. കുറച്ചു ദിവസങ്ങളായി കാസി വളരെ ഉല്ലാസവതിയും സന്തുഷ്ടയും ആയാണ് കഴിഞ്ഞിരുന്നത്. ലെഗ്രിയും അവളും തമ്മിൽ നല്ല ബന്ധം തന്നെ പുലർത്തിപ്പോന്നു. നിസ്സാര കാര്യങ്ങൾക്കൊന്നും അവൾ വഴക്കിനുപോകാറില്ല. കാസി എമിലീന്റെ മുന്നിലിരുന്നുകൊണ്ട് ധൃതിപിടിച്ച് രണ്ടു തുണിക്കെട്ടുകൾ ഒരുക്കുകയാണ്.

"ഇതിനിപ്പോൾ ആവശ്യത്തിനുള്ള വലിപ്പമുണ്ട്." കാസി പറഞ്ഞു.

"നീ തൊപ്പി ധരിക്കൂ! നമുക്ക് പുറപ്പെടാനുള്ള സമയമായി."

"ഇപ്പോഴും അവർക്ക് നമ്മെ കാണാൻ സാധിക്കുമോ?" എമിലീൻ പറഞ്ഞു.

"കാണുന്നെങ്കിൽ കണ്ടോട്ടെ" കാസി.

"അവർ എന്തായാലും നമ്മുടെ പിന്നാലെ ഓടിയെത്തുമെന്ന് നിനക്കറിയില്ലേ? ഇതാണ് പദ്ധതി. നമ്മൾ പിൻവാതിലിലൂടെ പുറത്തേക്കു കടന്ന് പണിക്കാരുടെ കുടിലിലേക്ക് ഓടും. സാംബൊയും കിംബൊയും നമ്മെ കാണാതിരിക്കില്ല. അവരും നമ്മുടെ പിന്നാലെ ഓടും. നമ്മളപ്പോൾ ചതുപ്പിലേക്ക് എടുത്തു ചാടും. അവർക്കെന്തായാലും നമ്മെ അതിലൂടെ പിന്തുടരാൻ സാധിക്കുകയില്ല. അവർ പോയി അലറാം മുഴക്കും. ഒപ്പം നായ്ക്കളെ അഴിച്ചുവിടുകയും ചെയ്യും. അവർ അങ്ങനെ നമ്മെ അന്വേഷിച്ച് വിറളിപിടിച്ച് പരക്കംപായുന്നതിനിടയിൽ നമ്മൾ രണ്ടുപേരും തോട്ടിലൂടെ ഒളിച്ചുകടന്ന് ബംഗ്ലാവിന്റെ പിൻവശത്ത് എത്തും. എല്ലാ

വരും നമ്മെ അന്വേഷിച്ച് ഓടുകയായിരിക്കും. അപ്പോൾ ബംഗ്ലാവിൽ ആരും തന്നെ ഉണ്ടാവില്ല. അവിടെ വലിയൊരു പെട്ടിയിൽ നമുക്കു കിട ക്കാനുള്ള കിടക്ക ഞാൻ ഒരുക്കി വച്ചിട്ടുണ്ട്. കുറച്ചു ദിവസം നമുക്ക് ആ തട്ടിൽപുറത്തുതന്നെ കഴിഞ്ഞുകൂടാം. നമ്മെ കണ്ടെത്താനായി അയാൾ നാടുമുഴുവൻ ഭ്രാന്തൻ നായയെപ്പോലെ പാഞ്ഞുനടക്കും. അടുത്തുള്ള തോട്ടമുടമസ്ഥരേയും ജോലിക്കാരെയും കൂടി നമ്മെ തിരയാനായി അയ യ്ക്കും. ചതപ്പുനിലത്തെ ഓരോ ഇഞ്ചു സ്ഥലവും അവൻ പരിശോധി ക്കും. ഇതുവരെ ആരും ഇവിടെനിന്നും രക്ഷപ്പെട്ടിട്ടില്ല എന്ന് വീരവാദം മുഴക്കുന്നവനല്ലേ, അവൻ നമ്മെ തിരഞ്ഞുപിടിക്കുന്നതൊന്ന് കാണണ മല്ലോ."

"കാസീ, എത്ര മനോഹരമായാണ് നിങ്ങൾ രക്ഷപ്പെടാനുള്ള പദ്ധ തികൾ ആസൂത്രണം ചെയ്തിട്ടുള്ളത്!"

എമിലീൻ അഭിനന്ദനഭാവത്തിൽ അവളുടെ കൈപിടിച്ചമർത്തി.

"നിങ്ങൾക്കല്ലാതെ വേറൊരാൾക്കും ഇത്തരത്തിൽ ചിന്തിക്കാനാ വില്ല."

"വരൂ! അവൾ വിളിച്ചു.

രണ്ടുപേരും വളരെ ശ്രദ്ധിച്ചുകൊണ്ട് ബംഗ്ലാവിൽനിന്നും പുറത്തി റങ്ങി അസ്തമനസൂര്യന്റെ വെളിച്ചത്തിലൂടെ അവർ ജോലിക്കാരുടെ കുടി ലുകളുടെ ഭാഗത്തേക്കു നടന്നു. കാസി പ്രതീക്ഷിച്ചതുപോലെ തന്നെ, തോട്ടത്തിന്റെ ചുറ്റമുള്ള ചതുപ്പുനിലത്തിന്റെ തീരത്തെത്തിയപ്പോൾ, ആരോ വിളിച്ചു പറയുന്നതു കേട്ടു. "നിൽക്കവിടെ!" എന്നാൽ അത് സാംബൊയോ കിംബൊയോ ആയിരുന്നില്ല. അടക്കാനാവാത്ത ക്രോധ ത്തോടെ പാഞ്ഞുവന്നിരുന്ന ലെഗ്രിതന്നെ ആയിരുന്നു. ആ ശബ്ദം കേട്ടതും എമിലീൻ തളർന്നതും ഒന്നിച്ചായിരുന്നു. കാസിയുടെ കൈപി ടിച്ചു കൊണ്ടവൾ വിലപിച്ചു.

"ഓഹ്! കാസി, ഞാനിപ്പോൾ ബോധം കെട്ടുവീഴും. എന്റെ കൈയും കാലും തളരുന്നു."

"എങ്കിൽ ഞാനിപ്പോൾ നിന്നെ കൊല്ലും." തിളങ്ങുന്ന ഒരു കഠാരി വലിച്ചൂരികൊണ്ട് അവൾ ഭീഷണി മുഴക്കി.

അത് ഉദ്ദേശിച്ച ഫലം തന്നെ ചെയ്തു. എമീലീൻ ബോധം കെട്ടു വീണില്ല. ചതുപ്പുനിലത്തിലെ വെള്ളത്തിലേക്ക് കാസിയോടൊപ്പം അവളും എടുത്തു ചാടി. അത്രയും ആഴമുള്ള ചളിവെള്ളത്തിലേക്ക് ചെല്ലാൻ, മറ്റുള്ളവരുടെ സഹായമില്ലാതെ ലെഗ്രിക്കു പറ്റില്ലായിരുന്നു.

"കൊള്ളാം" ക്രൂരമായ ചിരിയോടെ അയാൾ ആത്മഗതമായി പറ ഞ്ഞു.

"എന്തായാലും നല്ലൊരു കെണിയിൽ തന്നെയാണ് അവറ്റകൾ സ്വയം ചെന്നു ചാടിയത്– വൃത്തികെട്ട ജന്തുക്കൾ അനുഭവിക്കട്ടെ"

"സാംബൊ! കിംബോ! നിങ്ങളെല്ലാവരും ഇങ്ങോട്ടുവാ." ജോലി കഴിഞ്ഞ് കുടിലുകളിലേക്ക് മടങ്ങുന്ന സ്ത്രീകളേയും പുരുഷന്മാരെയും

എല്ലാം ലെഗ്രി വിളിച്ചുവരുത്തി.

ഒളിച്ചോടിപ്പോയ രണ്ടുപേർ ആ ചതുപ്പുനിലത്തിൽ ഉണ്ട്. അവരെ കണ്ടുപിടിച്ചുകൊണ്ടു വരുന്ന ഏതു നീഗ്രോക്കും ഞാൻ അഞ്ചു ഡോളർ സമ്മാനമായി നൽകും. വേഗം നായ്ക്കളെ എല്ലാം അഴിച്ചു വിട്. എല്ലാറ്റിനേയും"

ആവേശം ജനിപ്പിക്കുന്ന ഈ വാർത്ത നിമിഷവേഗത്തിനുള്ളിൽ അവിടം മുഴുവൻ പടർന്നു. പല ആളുകളും ലെഗ്രിക്ക് തങ്ങളുടെ സേവനം വാഗ്ദാനം ചെയ്തു. ചിലർ സമ്മാനത്തുക പ്രതീക്ഷിച്ചുകൊണ്ട്. അല്ലാത്തവർക്ക് അടിമത്തത്തിന്റെ സവിശേഷതയായ വിധേയത്വം ആത്മാഭിമാനമില്ലാത്തവന്റെ ആശ്രിതത്വം. ഓരോരുത്തരായി ഓരോവഴിക്ക് പാഞ്ഞു.

"യജമാനനെ, അവരെ പിടികൂടാൻ കഴിഞ്ഞില്ലെങ്കിൽ ഞങ്ങൾ വെടിയുതിർത്തോട്ടെ?" സാംബൊ ചോദിച്ചു. ലെഗ്രി അവന്റെ കൈകയിൽ ഒരു ചെറിയ തോക്കെടുത്തുകൊടുത്തു.

"കാസിയെ മാത്രമേ വെടിവയ്ക്കാൻ പാടുള്ളൂ! അവളെ നരകത്തിലേക്ക് പറഞ്ഞയക്കേണ്ട കാലം എന്നേ, അവസാനിച്ചിരിക്കുന്നു. അവിടെ തന്നെയാണ് അവൾ എത്തിച്ചേരേണ്ടത്. എന്നാൽ ആ പെൺകുട്ടിയെ വെടിവയ്ക്കരുത്." ലെഗ്രി പറഞ്ഞു.

"കുട്ടികളെ, നിങ്ങൾ കഴിവുകൾ പ്രകടിപ്പിക്കേണ്ട സമയമാണിത്. നല്ല ചുറുചുറുക്കോടെ കാര്യങ്ങൾ ചെയ്യുക. അവരെ പിടികൂടി ഏൽപ്പിക്കുന്നവർക്ക് അഞ്ച് ഡോളർ സമ്മാനം. എല്ലാവർക്കും ഓരോ ഗ്ലാസ് മദ്യം!"

കൈയിൽ പന്തവും വടിയും എല്ലാമായി ആർപ്പുവിളികളോടെ ഈ മനുഷ്യർ ഓരോരുത്തരും ചതുപ്പിലേക്കിറങ്ങി എല്ലാവരും ബംഗ്ലാവിൽ നിന്നും അകന്നുകഴിഞ്ഞു എന്നു മനസിലായപ്പോൾ, ആരുടെയും ശ്രദ്ധയിൽപ്പെടാതെ കാസിയും എമിലീനും സുഖമായി പിൻവാതിലിലൂടെ ബംഗ്ലാവിന്റെ അകത്തേക്ക് കടന്നു. അവരെ തേടി അലയുന്നവരുടെ ബഹളം അന്തരീക്ഷത്തിൽ തങ്ങിനിന്നു. സ്വീകരണമുറിയിലെ കൊച്ചു ജനലിലൂടെ കാസിയും എമിലീനും ഈ കാഴ്ചനോക്കിക്കണ്ട് ആസ്വദിച്ചു.

"അങ്ങോട്ടു നോക്കൂ!" എമിലീൻ കാസിയുടെ ശ്രദ്ധതിരിച്ചു.

"നായാട്ടു തുടങ്ങി. തീപ്പന്തങ്ങൾ നൃത്തംവയ്ക്കുന്ന കാഴ്ച മനോഹരം തന്നെ. മൃഗങ്ങൾ! നിങ്ങൾ കേൾക്കുന്നില്ലേ? നമുക്ക് വേഗം എവിടെയെങ്കിലും പോയി ഒളിക്കാം."

"തിടുക്കം കൂട്ടണ്ട!" കാസി ഉദാസീനഭാവത്തിൽ പറഞ്ഞു.

"അവരെല്ലാം നായാട്ടിന് പോയിരിക്കുകയല്ലേ?-ഇന്നു രാത്രി മുഴുവൻ അവർക്ക് വിനോദിക്കാം. നമുക്ക് ഇപ്പോൾ തൽക്കാലം മുകളിൽ പോയിരുന്ന് എല്ലാം കാണാം."

കാസി ലെഗ്രിയുടെ കോട്ടിന്റെ പോക്കറ്റിൽനിന്നും താക്കോൽ തപ്പിയെടുത്തു.

"നമ്മുടെ യാത്രയ്ക്കുവേണ്ട പണം കൈക്കലാക്കട്ടെ."

അവൾ അലമാര തുറന്ന് ഒരു കെട്ടു നോട്ടെടുത്ത്, പെട്ടെന്നുതന്നെ എണ്ണിത്തിട്ടപ്പെടുത്തി.

"അയ്യോ! ഇത് ഒരിക്കലും ചെയ്യരുത്!" എമിലീൻ അഭ്യർഥിച്ചു.

"എന്തുകൊണ്ടു ചെയ്തുകൂടാ? നമ്മളെന്താ ഇവിടെ കിടന്ന് അവസാനിക്കണോ? സ്വതന്ത്രരാജ്യത്തേക്കു പോകാൻ നമ്മുടെ കൈയിൽ പണം വേണ്ടേ? പണമില്ലാതെ ഒന്നും ചെയ്യാൻ സാധിക്കുകയില്ല എന്ന് നിനക്കറിയില്ലേ കുട്ടീ?"

കാസി നോട്ടുകെട്ടുകൾ മാറിൽ ഭദ്രമായി വച്ചു.

"ഇത് മോഷണമാണ്. മോഷണം തെറ്റായ പ്രവൃത്തിയല്ലേ?" എമീലിൻ പതുക്കെ പറഞ്ഞു. കാസിയുടെ ആ പ്രവൃത്തിയിൽ അവൾക്ക് വലിയ വിഷമുണ്ടായിരുന്നു എന്ന് മുഖഭാവത്തിൽനിന്നും വ്യക്തമാകും.

"മോഷണം!" കാസി കയ്പുനിറഞ്ഞ ഒരു ചിരിചിരിച്ചു.

"ശരീരവും ആത്മാവും മോഷ്ടിക്കുന്നവർക്ക് അതിനെക്കുറിച്ച് മിണ്ടാൻപോലും അവകാശമില്ല. ഈ ഓരോ നോട്ടും മോഷണവസ്തുവാണ്– രോഗവും പട്ടിണിയുംകൊണ്ട് കഷ്ടപ്പെടുന്നവരിൽനിന്നും ചൂഷണംചെയ്ത് എടുത്തത്. അയാൾ മോഷണത്തെക്കുറിച്ച് മിണ്ടാൻ അർഹതയില്ലാത്തവനാണ്. നമുക്ക് മുകളിലേക്കു പോകാം. ഞാനവിടെ കുറെ മെഴുകുതിരിയും പുസ്തകങ്ങളും കരുതിയിട്ടുണ്ട്. സമയം കളയാൻ വേറെ മാർഗങ്ങൾ ഒന്നുമില്ലല്ലോ. അവർ ഒരിക്കലും നമ്മെ അന്വേഷിച്ച് മുകളിലേക്ക് വരുകയില്ല എന്നകാര്യം ഉറപ്പാണ്. അവർ വന്നാൽ തന്നെ ഞാനുടനെ പ്രേതമായി മാറും!" അവർ മുകളിലെത്തി. ചെറിയ ഒരു മെഴുകുതിരിയുടെ വെളിച്ചത്തിൽ കിടക്കയും അത്യാവശ്യം വേണ്ട മറ്റു സാധനങ്ങളും സജ്ജീകരിച്ചു. യാത്രയ്ക്കു വേണ്ട വസ്ത്രങ്ങളുമറ്റും കാസി കെട്ടിവച്ചിരിക്കുന്നത് എമിലീൻ അത്ഭുതത്തോടെ നോക്കിനിന്നു! കുറച്ചുനേരത്തിനുശേഷം അൽപ്പം ധൈര്യമെല്ലാം സംഭരിച്ച ശേഷം തലയിണയിൽ ചാരിയിരുന്നുകൊണ്ട് എമിലീൻ ചോദിച്ചു.

"നിങ്ങൾ എന്നെ കൊല്ലുമെന്നു പറഞ്ഞത്, സത്യമായിട്ടും കൊല്ലാൻ വേണ്ടിയിട്ടായിരുന്നുവോ?"

"നിന്റെ ബോധക്കേട് അവസാനിപ്പിക്കുവാൻ വേണ്ടിമാത്രം! അത് അതോടുകൂടി തന്നെ അവസാനിച്ചില്ലേ? ഞാൻ ഒരു കാര്യം പറയട്ടെ, നിന്റെയീ മിണ്ടിയാൽ ബോധംകെടുന്ന പരിപാടിയുണ്ടല്ലോ. അതു നിർത്തണം. അതിന്റെ ആവശ്യമില്ല. നീ ഒന്ന് ആലോചിച്ചു നോക്കൂ! ഞാനപ്പോൾ നിന്നെ പിന്തിരിപ്പിച്ചില്ലായിരുന്നെങ്കിൽ ആ വൃത്തികെട്ടവൻ നിന്നെ പിടികൂടുകയില്ലായിരുന്നോ!"

അതേക്കുറിച്ച് ആലോചിച്ചപ്പോൾ എമിലീൻ പേടിച്ചുവിറച്ചു. രണ്ടുപേരും കുറച്ചുനേരം മുഖത്തോടുമുഖം നോക്കി നിശ്ശബ്ദരായി ഇരുന്നു. കാസി ഒരു ഫ്രഞ്ച് പുസ്തകമെടുത്ത് വായനയിൽ മുഴുകിയപ്പോൾ, ക്ഷീണിച്ചും ഭയന്നും അവശയായ എമിലീൻ കുറച്ചുനേരം കിടന്നുറങ്ങി. പെട്ടെന്നാണ് താഴെനിന്നും കുതിരക്കുളമ്പടികളും നായ്ക്കളുടെ കുരയും

കേട്ടത്. അവൾ ചെറിയ ഒരു നിലവിളിയോടെ പിടഞ്ഞെഴുന്നേറ്റു.

"നായാട്ടുസംഘം തിരിച്ചെത്തിയിരിക്കുകയാണ്." കാസി ശാന്തമായി പറഞ്ഞു.

"ഭയപ്പെടേണ്ട! ദ്വാരത്തിലൂടെ നോക്കൂ! സൈമൺ അന്വേഷണം നേരത്തെ അവസാനിപ്പിച്ച് വന്നിരിക്കുകയാണ്. താഴെ സകലരും നിരന്നിട്ടുണ്ട്. സൈമൺന്റെ കുതിര ചതുപ്പിലൂടെ നടന്നതിനാൽ ആകെ ചളിയിൽ കുഴഞ്ഞിരിക്കുകയാണ്. നായ്ക്കളും അതുപോലെ തന്നെ!"

"വേണ്ട! കാസീ, സംസാരിക്കണ്ട!" എമിലീൻ അപേക്ഷാസ്വരത്തിൽ പറഞ്ഞു.

"നമ്മുടെ ശബ്ദമെങ്ങാനും അവർ കേട്ടാലോ!"

ശബ്ദം കേട്ടാൽ അവർ ഭയന്ന് ദൂരേക്കു മാറും." കാസി ആശ്വസിപ്പിച്ചു. "അതിൽ സംശയമൊന്നും വേണ്ട! ഇവിടെ നമുക്ക് ഒരപകടവും ഉണ്ടാകാൻ പോകുന്നില്ല. എത്ര ഉച്ചത്തിൽ വേണമെങ്കിലും ശബ്ദംമുണ്ടാക്കാം. അത് എന്തായാലും കൂടുതൽ ഗുണംചെയ്യുകയേ ഉള്ളൂ."

നേരം അർധരാത്രിയോടടുത്തു. എല്ലാവരും മയക്കത്തിലേക്ക് വഴുതിവീണു. തന്റെ നിർഭാഗ്യത്തെ വീണ്ടുംവീണ്ടും ശപിച്ച്, പറ്റിപ്പോയ അബദ്ധത്തിന് തീർച്ചയായും നേരം വെളുത്താൽ പ്രതികാരം ചെയ്യുമെന്ന് ശപഥം ചെയ്ത് ലെഗ്രി ഉറങ്ങാനായി കിടന്നു.

കാസിയും എമിലീനും രക്ഷപ്പെട്ടു എന്ന സത്യത്തോടു പൊരുത്തപ്പെടാൻ അയാൾക്കു സാധിച്ചില്ല. അതിനെക്കുറിച്ച് ഓർക്കുന്തോറും അയാൾക്കു ക്രോധം വർധിച്ചുവന്നു. പ്രതീക്ഷിച്ചതുപോലെ തന്നെ അയാളുടെ കോപം മുഴുവൻ വന്നു പതിച്ചത് ടോമിന്റെ നേർക്കായിരുന്നു. ഓടിപ്പോയവരെ തിരഞ്ഞുപിടിക്കുവാൻ മറ്റുള്ളവരോടൊപ്പം ടോം ഉണ്ടായിരുന്നില്ല എന്ന കാര്യം ലെഗ്രി ഓർത്തു. ടോമിന്റെ കണ്ണുകളിൽ ഗൂഢമായ ഒരു വിജയഭാവം ഒളിച്ചിരുന്നിരുന്നു എന്നയാൾ സംശയിച്ചു. അവസാനം രക്ഷപ്പെടലിന്റെ മുഴുവൻ പദ്ധതികളുടേയും പിന്നിൽ ടോമാണെന്ന നിഗമനത്തിൽ ലെഗ്രി എത്തിച്ചേർന്നു. അവസരം ലഭിച്ചാൽ ഏറ്റവും ക്രൂരമായി പെരുമാറുന്നതിൽ സന്തോഷിക്കുന്നവനാണ് ലെഗ്രി.

മറ്റുള്ള അടിമകൾ ഓടിപ്പോയവരെ തിരഞ്ഞുകൊണ്ടിരിക്കുമ്പോൾ, അവർ ഈ ദുഷ്ടന്മാരുടെ കൈയിലകപ്പെടാതെ സുരക്ഷിതരായി രക്ഷപ്പെടാൻ സാധിക്കണമെന്ന് പ്രാർഥിക്കുകയായിരുന്നു ടോം.

ലെഗ്രിയുടെ മനസിൽ ടോമിനോടുള്ള വൈരാഗ്യം വളരെ വർധിച്ചു. അയാൾ അവനെക്കുറിച്ച് വെറുപ്പോടെ ചിന്തിച്ച് മുഷ്ടിചുരുട്ടി.

"ഞാനവനെ ഈ ലോകത്തിൽ മറ്റെന്തിനെക്കാളും വെറുക്കുന്നു. അവൻ എന്റെ അടിമയായിട്ടും എനിക്കവനെ യാതൊന്നും ചെയ്യാൻ കഴിയുന്നില്ലല്ലോ. ഇനി എന്തായാലും ഞാൻ വിട്ടുകളയാൻ ഉദ്ദേശിച്ചിട്ടില്ല. ആരാണ് തടയാൻ വരുന്നതെന്ന് ഞാനൊന്നു കാണട്ടെ!"

എന്നാൽ ടോം വിശ്വസ്തനും കഠിനാധ്വാനിയും വിലപ്പെട്ടവനുമായ ഒരു വേലക്കാരനാണെന്ന കാര്യം ലെഗ്രിക്ക് നന്നായി അറിയാം.

അടുത്ത ദിവസം രാവിലെ അയാൾ അടുത്തുള്ള ചില തോട്ടങ്ങളിൽനിന്നുള്ള ആളുകളെ വിളിച്ചുകൂട്ടി. നായ്ക്കളും തോക്കുകളും എല്ലാം തയാറാക്കിയിരുന്നു. ചതുപ്പുനിലം മുഴുവൻ ചിട്ടയോടെ അന്വേഷണം നടത്താൻ തീരുമാനിച്ചു. പദ്ധതി വിജയിച്ചാൽ നല്ലത്. അല്ലെങ്കിൽ ടോമിനെ തന്റെ മുന്നിൽ വിളിച്ചു വരുത്തി തല്ലിച്ചതയ്ക്കുവാനും അയാൾ തീരുമാനിച്ചു.

"നായാട്ട് ആരംഭിക്കുവാൻ പോകയാണ്." തട്ടിൻപുറത്തെ കിളിവാതിലിലൂടെ പുറത്തേക്കു നോക്കി കാസി പറഞ്ഞു. രണ്ടുമൂന്നു പേർ കുതിരപ്പുറത്ത് കയറി ഇരിപ്പുപിടിച്ചു കഴിഞ്ഞു. രണ്ടു ഭീകരൻ നായ്ക്കളെ നീഗ്രോകൾ പിടിച്ചിട്ടുണ്ട്. അവ പരസ്പരംനോക്കി കുരച്ച് ബഹളം ഉണ്ടാക്കുന്നു.

തൊട്ടടുത്ത തോട്ടത്തിലെ രണ്ടു കാര്യസ്ഥന്മാർ അവരുടെ കൂട്ടത്തിലുണ്ട്. മറ്റുള്ളവർ ലെഗ്രിയുടെ മദ്യപാനസദസിലെ സുഹൃത്തുക്കൾ. അവരെല്ലാം തമാശയ്ക്കുവേണ്ടി വന്നവരാണ്. ലെഗ്രി അവർക്കെല്ലാം നിർലോഭം മദ്യംപകർന്നു കൊടുത്തു. തനിക്കുവേണ്ടി സേവനം ചെയ്യുന്നതിനായി മറ്റു ദിക്കുകളിൽനിന്നും വരുത്തിയ നീഗ്രോകൾക്കും അയാൾ നിർലോഭം മദ്യംപകർന്നു നൽകുന്നുണ്ട്.

കാസി, ചുമരിൽ ചെവി ചേർത്തുപിടിച്ച് താഴെ നിൽക്കുന്നവരുടെ സംഭാഷണം ശ്രദ്ധിച്ചു. അതിനുശേഷം രണ്ടുകൈകളും മേലോട്ടുയർത്തിക്കൊണ്ടു പറഞ്ഞു.

"കരുണാമയനായ ദൈവമേ, നീ ഞങ്ങളോട് ഇത്തരത്തിൽ പെരുമാറാൻ എന്തു പാപമാണ് ഞാൻ ചെയ്തത്?"

തികഞ്ഞ ആത്മാർഥതയോടെയാണ് അവൾ ഇങ്ങനെ പറഞ്ഞത്.

"എന്റെ, പ്രിയപ്പെട്ട എമിലീൻ, ഇതു നിനക്കു വേണ്ടിയല്ലായിരുന്നു എങ്കിൽ...." എമിലീനു നേരെ നോക്കിക്കൊണ്ട് കാസി തുടർന്നു.

"ഞാൻ അവർക്കു കീഴടങ്ങുമായിരുന്നു. എന്നെ വെടിവച്ചു വീഴ്ത്തുന്നവരോട് നന്ദിപറയുമായിരുന്നു. സ്വാതന്ത്ര്യംകൊണ്ട് എനിക്കിനി എന്തു ഗുണം കിട്ടാനാണ്? എനിക്ക് എന്റെ നഷ്ടപ്പെട്ട മക്കളെ തിരിച്ചുകിട്ടുമോ? നഷ്ടപ്പെട്ട ജീവിതം തിരിച്ചു കിട്ടുമോ ഇല്ലല്ലോ!"

കാസിയുടെ മുഖം മ്ലാനമാവുന്നതുകണ്ട് എമിലീൻ ഭയന്നു വിറച്ചു. വല്ലാത്ത ആശയക്കുഴപ്പത്തിലായിരുന്നെങ്കിലും മിണ്ടാതെ നിന്നു. കാസിയുടെ കൈയിൽ മൃദുവായി തലോടി.

"വേണ്ട!" കാസി കൈവലിച്ചെടുക്കാൻ ശ്രമിച്ചുകൊണ്ടു പറഞ്ഞു.

"നിന്റെ ഇത്തരത്തിലുള്ള പെരുമാറ്റം നമ്മെ കൂടുതൽ അടുപ്പിക്കും. ഞാൻ ഒന്നിനേയും ഇനി സ്നേഹിക്കുവാൻ ആഗ്രഹിക്കുന്നില്ല."

"പ്രിയപ്പെട്ട കാസീ, അങ്ങനെ ഒന്നും വിചാരിക്കരുത്. ദൈവം നമുക്ക് സ്വാതന്ത്ര്യം തരുകയാണെങ്കിൽ, ഒരുപക്ഷേ, അവൻ നിങ്ങൾക്ക് നിങ്ങളുടെ മക്കളേയും തിരിച്ചുതരുമായിരിക്കും. എന്തായാലും ഞാൻ നിങ്ങൾക്കു മകളെപ്പോലെയല്ലേ? എന്റെ പാവം അമ്മയെ എനിക്കിനി കാണാൻ

സാധിക്കുമെന്ന് തോന്നുന്നില്ല. ഞാൻ നിങ്ങളെ എന്റെ അമ്മയെപ്പോലെ സ്നേഹിക്കും കാസീ, നിങ്ങൾ എന്നെ സ്നേഹിച്ചാലും ഇല്ലെങ്കിലും."

എമിലീൻ ഒരു കൊച്ചുകുഞ്ഞിനെപ്പോലെ കാസിയെ കെട്ടിപ്പിടിച്ചു. കാസി അവളുടെ ശിരസിൽ തലോടി. അവളുടെ ഇടതൂർന്ന കൺപീലികളിൽ തങ്ങിനിൽക്കുന്ന ബാഷ്പകണങ്ങളിലേക്ക് എമിലീൻ അത്ഭുതത്തോടെ നോക്കിനിന്നു.

"നോക്കൂ എമിലീൻ! ഞാനെന്റെ പൊന്നുമക്കളെ ഒന്നു കാണാനായി ദാഹിക്കുകയാണ്. അവരെ കാത്തിരുന്ന് എന്റെ കണ്ണുകളുടെ കാഴ്ച മങ്ങി. എന്റെ ഹൃദയംശൂന്യമാണ്. ദൈവം എന്റെ മക്കളെ എനിക്കു തിരിച്ചു തരികയാണെങ്കിൽ എനിക്കു പ്രാർഥിക്കുവാൻ കഴിയും."

"നിങ്ങൾ കരുണാമയനായ ദൈവത്തിൽ വിശ്വസിക്കൂ കാസീ! അവൻ നമ്മുടെയെല്ലാം പരമപിതാവാണ്."

"എന്നാൽ അവന് നമ്മളോട് കോപമാണ്. അവൻ നമ്മെ കോപത്തോടെ അകറ്റിനിർത്തുന്നു."

"ഇല്ല കാസീ, അവനെന്നും നമ്മളോടു കരുണാമയനായിരിക്കും. നമുക്ക് അവനിൽ വിശ്വാസംഅർപ്പിക്കാം. ഞാനെന്നും പ്രതീക്ഷ കൈവെടിയാതെ ജീവിക്കാൻ ആഗ്രഹിക്കുന്നവളാണ്."

ഒളിച്ചോടിപ്പോയവർക്കു വേണ്ടിയുള്ള തിരിച്ചിൽ അതിഗംഭീരമായി തന്നെ നടന്നു. ഉത്സാഹത്തോടെയും ആവേശത്തോടെയും നടത്തിയ ആ തിരച്ചിൽ പരാജയത്തിലാണ് അവസാനിച്ചത്. നിരാശാഭരിതനും ദുഃഖിതനും ക്ഷീണിതനുമായ ലെഗ്രി കുതിരപ്പുറത്തുനിന്നും ഇറങ്ങുന്നത് കാസി തട്ടിൻപുറത്തെ കിളിവാതിലിലൂടെ നോക്കിക്കണ്ടു.

"കിംബോ...നീ ഉടനെ പോയി ടോമിനെ ഇങ്ങോട്ട് വിളിച്ചുകൊണ്ടുവാ" ലെഗ്രി ആജ്ഞാപിച്ചു.

"ഇവിടെ നടന്ന സകലസംഭവങ്ങൾക്കു പിന്നിലും അവൻ ഉണ്ട്. ഞാനത് പുറത്തുകൊണ്ടു വരും."

സാംബൊയും കിംബോയും അന്യോന്യം വെറുക്കുന്നവരാണ്. എന്നാലും ടോമിനോടുള്ള ശത്രുതയിൽ രണ്ടുപേരും ഒറ്റക്കെട്ടാണ്. ടോമിനെ വാങ്ങിക്കൊണ്ടു വന്നപ്പോൾ ലെഗ്രി പറഞ്ഞിരുന്നത്, അവനെ എല്ലാവരുടെയും മുകളിലുള്ള കാര്യസ്ഥനാക്കും എന്നാണ്. അവർക്ക് ടോമിനോട് ശത്രുതപുലർത്താൻ വേറെ കാരണമൊന്നും വേണ്ടായിരുന്നു. യജമാനന് ടോമിനോടുള്ള വൈരാഗ്യം വർധിച്ചപ്പോൾ ശിങ്കിടികൾക്കും അതു കൂടിവന്നു.

ലെഗ്രി വിളിക്കുന്നു എന്ന സന്ദേശം ലഭിച്ചപ്പോൾ ടോമിന്റെ ഹൃദയത്തിൽ കൊള്ളിയാൻ മിന്നി. കാരണം ഒളിച്ചോടിയവരുടെ എല്ലാ പദ്ധതികളും അവന് അറിയാമായിരുന്നു. അവർ ഒളിച്ചിരിക്കുന്ന സ്ഥലവും. താൻ അഭിമുഖീകരിക്കാൻ പോകുന്ന ദുഷ്ടന്റെ മൃഗീയ ഭാവവും നന്നായി അറിയാം. ആ നിസ്സഹായരായ രണ്ടു സാധുജന്മങ്ങളെ ചതിക്കുന്നതിനേക്കാൾ ഉചിതം മരണമാണെന്ന് അവൻ ഉറച്ചു.

ആകാശത്തേക്ക് കൈകൾ ഉയർത്തിക്കൊണ്ട് അവൻ പ്രാർഥിച്ചു.

"നല്ലവനായ എന്റെ ദൈവമേ, എന്റെ ആത്മാവിനെ നിന്റെ കരങ്ങളിൽ ഏൽപ്പിക്കുന്നു. നീ എന്നെ ഏറ്റെടുക്കുക."

അപ്പോഴെയ്ക്കും കിംബോ അവനെ വലിച്ചിഴച്ച് കൊണ്ടുപോയി.

"നിനക്കിന്ന് യജമാനന്റെ കൈയിൽനിന്നും കണക്കിനു കിട്ടും. യജമാനന്റെ അടിമകളെ നീ ഒളിച്ചോടാൻ സഹായിച്ചില്ലേ? നിനക്കിപ്പോൾ തന്നെ പാഠം പഠിക്കാനാകും." ടോമിനെ വലിച്ചിഴച്ചുകൊണ്ട് പോകുന്നതിനിടയിൽ ആ രാക്ഷസൻ അട്ടഹസിച്ചു. അവന്റെ പേ പിടിച്ച വാക്കുകളൊന്നും തന്നെ ടോമിന്റെ കാതുകളിൽ പതിച്ചില്ല. ദൈവപുത്രന്റെ മഹത്തായ ചില വചനങ്ങളാണ് അവന്റെ കാതുകളിൽ അലയടിച്ചിരുന്നത്.

"ശരീരത്തെ കൊല്ലുന്നവരെ ഭയപ്പെടേണ്ട! അതിനു ശേഷം അവർക്ക് യാതൊന്നും ചെയ്യാൻ സാധിക്കുകയില്ല." ഈ വചനങ്ങൾ ആ സാധുവിന്റെ അസ്ഥിയും ഞരമ്പും വലിഞ്ഞു മുറുക്കി. ദൈവത്തിന്റെ കരസ്പർശം അവന് അനുഭവപ്പെട്ടതുപോലെ. ആയിരം ആത്മാവിന്റെ ശക്തി അനുഭവപ്പെട്ടു. അവന്റെ ഹൃദയംതുടിച്ചു. സ്വർഗകവാടം മുന്നിൽ മലർക്കെ തുറന്നിട്ടു. മോചനസമയം ആഗതമായിരിക്കുന്നു.

"ടോം, നിന്നെ ഞാൻ കൊല്ലാൻ തീരുമാനിച്ചിരിക്കുന്നു എന്നകാര്യം നിനക്ക് അറിയുമോ?'

ടോമിന്റെ കോളറിൽ മുറുകെപ്പിടിച്ചുകൊണ്ട് ലെഗ്രി അലറി.

"അതിനു വളരെയധികം സാധ്യതയുണ്ട്." ടോം ശാന്തനായി പറഞ്ഞു.

"ആ പെണ്ണുങ്ങളെക്കുറിച്ച് നിനക്ക് അറിയാവുന്നതെല്ലാം പറയൂ! ഇല്ലെങ്കിൽ ഞാൻ കൊന്നുകളയും."

ടോം ഒന്നും മിണ്ടാതെ നിന്നു.

"നീ കേൾക്കുന്നുണ്ടോ?" ലെഗ്രി നിലത്ത് ആഞ്ഞുചവിട്ടി. അതിനു ശേഷം അലറി "പറയൂ"

"എനിക്ക് നിങ്ങളോട് ഒന്നു പറയാനില്ല യജമാനനെ."

ടോം ശാന്തത കൈവരിച്ചുകൊണ്ട് സാവധാനത്തിൽ പറഞ്ഞു.

"നിനക്ക് അറിയുകയില്ല എന്നു പറയാൻ ധൈര്യമുണ്ടോ കറുമ്പൻ ക്രിസ്ത്യാനീ?"

ടോം ഒന്നും മിണ്ടില്ല.

"പറയൂ!" ഇടിമുഴക്കംപോലെ ഗർജിച്ചുകൊണ്ട് അയാൾ ടോമിനെ ശക്തിയായി പ്രഹരിച്ചു.

"പറ! നിനക്ക് എന്തെങ്കിലും അറിയുമോ?"

"എനിക്കറിയാം യജമാനനെ, എന്നാൽ നിങ്ങളോട് യാതൊന്നും പറയാൻ നിവൃത്തിയില്ല. പക്ഷേ, എനിക്കു മരിക്കുവാൻ സാധിക്കും!"

ദേഷ്യം കടിച്ചമർത്തിക്കൊണ്ട് ലെഗ്രി പറഞ്ഞു.

"ടോം, നിന്നെ ഞാൻ ഇതിനുമുമ്പ് വിട്ടയച്ചതുപോലെ ഇപ്പോൾ വിടും എന്നും കരുതേണ്ട! ഇത്തവണ ഞാൻ തീരുമാനിച്ചുകഴിഞ്ഞതാണ്.

ഒന്നുകിൽ നിന്നെ കീഴടക്കും; അല്ലെങ്കിൽ നിന്നെ കൊല്ലും. നിന്റെ ഓരോ തുള്ളി രക്തവും ഞാൻ ഊറ്റിയെടുക്കും."

"യജമാനനെ, അങ്ങേക്ക് എന്തെങ്കിലും അപകടം സംഭവിച്ചാൽ, അസുഖം ബാധിച്ചാൽ അങ്ങയുടെ വിലപ്പെട്ട ജീവൻ രക്ഷിക്കുവാനായി ഈ പാവത്തിന്റെ മുഴുവൻ രക്തവും സന്തോഷത്തോടെ നൽകും. ഇപ്പോൾ അങ്ങയുടെ ആത്മാവിന്റെമേൽ മഹാപാപം കെട്ടിവയ്ക്കരുത്. അത് എന്നെക്കാൾ കൂടുതൽ അങ്ങയെ പീഡിപ്പിക്കും. എന്നെ എത്ര വേഗം കൊല്ലുന്നുവോ, അത്രയും വേഗം പ്രശ്നങ്ങൾ അവസാനിക്കുമല്ലോ. എന്നാൽ അങ്ങ് പശ്ചാത്തപിച്ചില്ലെങ്കിൽ, അങ്ങയുടെ കഷ്ടപ്പാടുകൾ ഒരിക്കലും അവസാനിക്കുകയില്ല."

ടോമിന്റെ ആവേശംനിറഞ്ഞ വാക്കുകൾ കേട്ട് ലെഗ്രി ഒരുനിമിഷം അന്തംവിട്ടു നിന്നുപോയി. അതെല്ലാം അരനിമിഷം മാത്രം! അയാൾ ഉടനെ മനസ്സാന്നിധ്യം വീണ്ടെടുത്തു. വീണ്ടും പത്തിരട്ടി കരുത്തോടെ പൈശാചികചിന്തകൾ അയാളുടെ മനസിൽ ഉടലെടുത്തു. കോപാക്രാന്തനായ അയാൾ ടോമിനെ ഇടിച്ചുവീഴ്ത്തി. തല്ലിച്ചതച്ചു. തന്റെ ഇര നിലത്തുകിടന്നു പിടയുന്നതുകണ്ട് സന്തോഷിച്ചു.

"യജമാനനെ, അവൻ ചാവാറായി." ടോമിന്റെ അസാമാന്യമായ ക്ഷമാശീലത്തിൽ മനസ്സലിഞ്ഞ സാംബൊ പറഞ്ഞു.

"അവൻ വഴങ്ങുന്നതുവരെ അവനെ പ്രഹരിക്കുക." ലെഗ്രി അലറി. "അവൻ കുറ്റം സമ്മതിക്കുന്നതുവരെ അവന്റെ ഓരോ തുള്ളി ചോരയും ഊറ്റിയെടുക്കുക" ടോം കണ്ണുമിഴിച്ച് യജമാനനെ നോക്കി.

"ദയനീയനായ പാവം മനുഷ്യാ, ഇതിൽ കൂടുതലൊന്നും നിനക്ക് ചെയ്യാൻ സാധിക്കുകയില്ല. ഞാൻ ആത്മാർഥമായി നിങ്ങളോട് ക്ഷമിച്ചിരിക്കുന്നു."

ടോം ബോധരഹിതനായി നിലംപതിച്ചു.

"അവന്റെ കഥ കഴിഞ്ഞു എന്നു തോന്നുന്നു." ലെഗ്രി ടോമിന്റെ മുഖത്ത് സൂക്ഷിച്ചുനോക്കിക്കൊണ്ട് പറഞ്ഞു.

"അതെ, അവൻ അവസാനിച്ചു. അവന്റെ വായ മൂടപ്പെട്ടു. എനിക്ക് ആശ്വാസമായി."

അപ്പോഴും ടോം മരിച്ചിരുന്നില്ല. അവന്റെ അതിശയം ജനിപ്പിക്കുന്ന വാക്കുകളും ഭക്തിനിർഭരമായ പ്രാർഥനകളും അവനെ നിഷ്ഠൂരമായി മർധിച്ച നീഗ്രോകളുടെ ഹൃദയത്തെപ്പോലും വേദനിപ്പിച്ചു.

ലെഗ്രി പോയ ഉടനെ അവർ ടോമിനെ അവരുടെ താമസസ്ഥലത്തേക്ക് എടുത്തുകൊണ്ടുപോയി. മുറിവുകൾ കഴുകി മരുന്നുവച്ചുകൊടുത്തു. എന്തോ സേവനം ചെയ്യുന്ന വിചാരമായിരുന്നു അവർക്ക്.

"നമ്മൾ കൊടുംപാതകം തന്നെയാണ് ചെയ്തത്!" സാംബൊ ഖേദം പ്രകടിപ്പിച്ചു.

"യജമാനൻ എന്തായാലും ഇതിന് കണക്കുപറയേണ്ടി വരും. നമ്മളല്ല കുറ്റക്കാർ."

അവർ അവനുവേണ്ടി കിടക്ക ഒരുക്കിക്കൊടുത്തു– യജമാനനോട് ഇരന്നുവാങ്ങി അൽപ്പം മദ്യം കൊണ്ടുവന്ന് ടോമിന്റെ വായിൽ ഒഴിച്ചു കൊടുത്തു.

"ടോം" കിംബോ ക്ഷമാപണസ്വരത്തിൽ പറഞ്ഞു.

"ഞങ്ങൾ നിന്നോട് വല്ലാത്ത ക്രൂരത കാണിച്ചു.

"ഞാൻ നിങ്ങൾക്ക് തുറന്ന മനസോടെ മാപ്പു നൽകുന്നു." ക്ഷീണിച്ചവശനായ ടോം പറഞ്ഞു.

"ടോം, ആരാണ് യേശുദേവൻ എന്നു ഞങ്ങൾക്കു പറഞ്ഞുതരൂ!" സാംബൊ പറഞ്ഞു.

"രാത്രി മുഴുവൻ നിങ്ങൾക്കു കാവൽനിന്ന യേശു ആരാണവൻ?"

മരണത്തിലേക്ക് അടുത്തുകൊണ്ടിരിക്കുന്ന അവനെ ആത്മാവിൽ നിന്നും ഉയർന്നുവന്ന വാക്കുകൾ ഉത്തേജിപ്പിച്ചു. വിസ്മയകരമായ 'ഒരുവനെ'ക്കുറിച്ച്, അവന്റെ ജീവിതത്തെ, മരണത്തെ, അനശ്വരമായ സാന്നിധ്യത്തെ, രക്ഷിക്കാനുള്ള ശക്തിയെക്കുറിച്ച്, കഴിയുന്നത്ര ശക്തി സംഭരിച്ച് ടോം ഏതാനും വാക്യങ്ങൾ സംസാരിച്ചു. അതുകേട്ടപ്പോൾ അവരും പ്രാർഥിച്ചു: കർത്താവായ യേശുദേവാ, ഞങ്ങളിൽ കരുണയുണ്ടാകണമേ."

ആ രണ്ടു കാട്ടാളന്മാരും കരഞ്ഞു.

"ഞാനെന്തുകൊണ്ട് ഇത് ഇതിനുമുമ്പ് കേട്ടില്ല?" സാംബോ പറഞ്ഞു.

"എന്നാൽ ഞാൻ വിശ്വസിക്കുന്നു. എനിക്കു വിശ്വസിക്കാതെ വയ്യ. യേശുദേവാ, ഞങ്ങളോടു കരുണ കാണിക്കേണമേ!"

"പാവം മനുഷ്യർ!" ടോം പറഞ്ഞു.

"നിങ്ങളെ ക്രിസ്തുവിലേക്കു നയിക്കാൻ കഴിഞ്ഞാൽ ഈ സഹിച്ചതെല്ലാം വീണ്ടും സഹിക്കുവാൻ ഞാൻ തയാറാണ്. കർത്താവേ, ഈ രണ്ട് ആത്മാക്കളേയും സ്വീകരിക്കേണമേ! എന്റെ പ്രാർഥന ചെവിക്കൊള്ളേണമേ!"

ആ പ്രാർഥന സ്വീകരിക്കപ്പെട്ടു.

17

ടോമിനെ മൃതപ്രായനാക്കി ഇട്ടിട്ട് രണ്ടു ദിവസം കഴിഞ്ഞു. അന്നു രാവിലെ മനോഹരമായ ഒരു കൊച്ചു കുതിരവണ്ടിയോടിച്ചുകൊണ്ട് തോട്ടത്തിലെ നീണ്ട ചെമ്മൺപാതയിലൂടെ ഒരു യുവാവ് വളരെ വേഗത്തിൽ വരുന്നതു കണ്ടു. അയാൾ അവിടെ ഉണ്ടായിരുന്നവരോട് തോട്ടമുടമയെക്കുറിച്ച് അന്വേഷിച്ചു.

ടോമിന്റെ കൊച്ചുകൂട്ടുകാരനും പഴയ യജമാനനുമായ ജോർജ് ഷെൽബിയായിരുന്നു അത്. സെന്റ് ക്ലെയറിന്റെ മരണത്തിനുശേഷം മിസ്സ് ഒഫീലിയ മിസിസ് ഷെൽബിക്ക് എഴുതിയ കത്ത് ഏതോ ഗ്രാമത്തിലെ

തപാലാപ്പീസിൽ രണ്ടുമാസത്തോളം കെട്ടിക്കിടന്നു. അതിനുശേഷമാണ് അത് മേൽവിലാസക്കാരിയുടെ കൈകളിൽ എത്തിച്ചേരുന്നത്. കത്ത് കിട്ടുന്നതിന് എത്രയോ മുമ്പുതന്നെ 'റെഡ് റിവറി' ന് മറുകരയിലുള്ള വിദൂരസ്ഥലത്തേക്ക് ടോം വിൽക്കപ്പെട്ടുകഴിഞ്ഞിരുന്നു.

അഗാധമായ ദുഃഖത്തോടെയാണ് മിസിസ് ഷെൽബി ആ കത്ത് വായിച്ചത്. അപ്പോഴത്തെ അവരുടെ പരിതഃസ്ഥിതി ഉടനെ വേണ്ട നടപടി എടുക്കുന്നതിന് യോജിച്ച വിധത്തിലല്ലായിരുന്നു. മഞ്ഞപ്പനി ബാധിച്ച് ഗുരുതരാവസ്ഥയിൽ കിടന്നിരുന്ന ഭർത്താവിനെ ശുശ്രൂഷിക്കുകയായിരുന്നു അവർ. അപ്പോഴെയ്ക്കും വളർന്ന് വിദ്യാഭ്യാസം പൂർത്തിയാക്കിയ മാസ്റ്റർ ജോർജ് അമ്മയോടൊപ്പംനിന്ന് ഗൃഹഭരണം നോക്കിനടത്തി. അച്ഛന്റെ കൃഷിയും വ്യാപാരവും എല്ലാം അവന്റെ ചുമലിലായി കഴിഞ്ഞിരുന്നു.

സെന്റ് ക്ലെയറിന്റെ വ്യാപാരസ്ഥാപനങ്ങൾ നോക്കിനടത്തിയിരുന്ന വക്കീലിന്റെ പേരും മേൽവിലാസവും കത്തിൽ എഴുതാൻ മിസ്സ് ഒഫീലിയ ശ്രദ്ധിച്ചിരുന്നു. അപ്പോഴാണ് ഷെൽബിയുടെ മരണം സംഭവിച്ചത് കുറച്ചു ദിവസം ദുഃഖാചരണവും മറ്റ് അടിയന്തരപ്രശ്നങ്ങളുമായി അവർക്ക് നഷ്ടപ്പെട്ടു. കൃഷി സ്ഥലങ്ങൾ നോക്കിനടത്തേണ്ട മുഴുവൻ ഭാരവും മിസിസ് ഷെൽബിയുടെ തലയിലായി. തന്റെ ഭാര്യക്ക് അതിനുള്ള കഴിവുണ്ടെന്ന് ഷെൽബി മനസിലാക്കിയിരുന്നു.

അമ്മയും മകനും എല്ലാ കാര്യങ്ങളും വളരെ കരുതലോടെ ക്രമീകരിച്ച് പ്രവർത്തിച്ചിരുന്നതുകൊണ്ട് കാര്യങ്ങളെല്ലാം വളരെ വേഗം തന്നെ മെച്ചപ്പെട്ട നിലയിലായി. കടങ്ങളുടെ കണക്കുകൾ ഉണ്ടാക്കി, കടംവീട്ടുന്നതിനുവേണ്ടി എസ്റ്റേറ്റിന്റെ ചെറിയൊരു ഭാഗം വിറ്റു. എല്ലാം നേരെയാക്കിയെടുക്കാൻ മിസിസ് ഷെൽബിക്കും ജോർജിനും അൽപ്പകാലം ചില വഴിക്കേണ്ടി വന്നു. അതിനിടെ മിസ്സ് ഒഫീലിയ നൽകിയ വക്കീലിന്റെ മേൽവിലാസത്തിൽ അവരയച്ച കത്തിന് മറുപടി ലഭിച്ചു. ടോമിനെ പരസ്യമായി ലേലംവിളിച്ച് വിറ്റ്, പണം സമ്പാദിച്ചു. അതിൽ കൂടുതലൊന്നും വക്കീലിന് അറിയുകയില്ല.

കത്തു വായിച്ചപ്പോൾ ജോർജിന്റെയും അമ്മയുടേയും മനസ്സമാധാനം നഷ്ടപ്പെട്ടു. നദിക്കപ്പുറത്തുള്ള അമ്മയുടെ എസ്റ്റേറ്റിൽ വ്യാപാരാവശ്യത്തിനായി പോകേണ്ടിവന്നപ്പോൾ ന്യൂഓർനീൻസിൽ ചെന്ന് ടോമിനെ കുറിച്ച് നേരിട്ട് അന്വേഷിക്കുവാൻ ജോർജ് തീരുമാനിച്ചു. കണ്ടുകിട്ടുകയാണെങ്കിൽ എന്തു വില കൊടുത്തായാലും വാങ്ങി തിരിച്ചുകൊണ്ടുവരണം.

മാസങ്ങൾ അന്വേഷണം തുടർന്നെങ്കിലും ഫലമൊന്നും ഉണ്ടായില്ല. സന്ദർഭവശാൽ ടോമിന്റെ വിവരങ്ങളെല്ലാം അറിയുന്ന ഒരാളെ ന്യൂഓർലീൻസിൽ കണ്ടുമുട്ടി. കൈനിറയെ പണവുമായി മാസ്റ്റർ ജോർജ് 'റെഡ് റിവറി' ലൂടെ ബോട്ടുയാത്ര ആരംഭിച്ചു. തന്റെ പഴയ സുഹൃത്തിനെ, എത്ര ത്യാഗം സഹിച്ചിട്ടായാലും കണ്ടുപിടിക്കണം!

അവസാനം ജോർജ് ലെഗ്രിയുടെ പ്രേതഭവനത്തിന്റെ വാതിൽക്കൽ എത്തപ്പെട്ടു. ലെഗ്രി സന്ദർശനമുറിയിൽ തന്നെ ഇരിക്കുന്നുണ്ട്. ഒട്ടും മര്യാദയില്ലാതെയാണ് അയാൾ അപരിചിതനെ സ്വാഗതം ചെയ്തത്.

"നിങ്ങൾ ന്യുഓർലീൻസിൽനിന്നും ടോം എന്നൊരാളെ വാങ്ങിയിരുന്നുവല്ലോ. എന്റെ അച്ഛന്റെ സുഹൃത്താണ് അയാൾ. അയാളെ തിരികെ വാങ്ങിക്കൊണ്ടുപോകാനായി വന്നതാണ് ഞാൻ."

ലെഗ്രിയുടെ മുഖം ദേഷ്യംകൊണ്ട് ഇരുണ്ടു. വർധിച്ച വികാരാവേശത്തോടെ അയാൾ പൊട്ടിത്തെറിച്ചു.

"അതെ. അങ്ങനെ ഒരു അബദ്ധം ഞാൻ ചെയ്തു പോയി. വലിയ വില ഞാനവനുവേണ്ടി കൊടുക്കുകയും ചെയ്തു. അവന്റെ ധാർഷ്ട്യവും അഹങ്കാരവും വച്ചുപൊറുപ്പിക്കുവാൻ വയ്യാത്തതാണ്. വിപ്ലവകാരിയായ അവൻ എന്റെ ജോലിക്കാരെ ഒളിച്ചോടാൻ പ്രേരിപ്പിച്ചു. ആയിരം ഡോളർ മുടക്കി ഞാൻ വാങ്ങിയ രണ്ടുപെണ്ണുങ്ങളെ അവൻ ഒളിപ്പിച്ചു. അവന് കൃത്യമായിട്ടറിയാം അവർ എവിടെയാണെന്ന്. ഞാൻ ചോദിച്ചപ്പോൾ ആ ധിക്കാരി എന്നോടു പറഞ്ഞു. 'എനിക്കറിയാം പക്ഷേ ഞാൻ പറയില്ല' എന്ന്. അതിനുവേണ്ടത് ഞാനവന് അപ്പോൾ തന്നെ ശരിക്ക് കൊടുത്തിട്ടുണ്ട്. ഇതുവരെ ഒരു അടിമയേയും ഞാനിത്ര ഭീകരമായ മർദിച്ചിട്ടില്ല. എന്തായാലും അവൻ ചാകാറായി. ചത്തോ എന്ന് നിശ്ചയമില്ല.

"എവിടെയാണ് അങ്കിൾ ടോം?" ജോർജ് ധൃതിപിടിച്ചുകൊണ്ട് ചോദിച്ചു. "എനിക്ക് ഉടനെ കാണണം."

ആ യുവാവിന്റെ കവിളുകൾ ചുവന്നുതുടുത്തു. കണ്ണുകളിൽനിന്നും തീപ്പൊരി പാറി.

"ആ കുടിലിലുണ്ട്." ജോർജിന്റെ കുതിരയെ പിടിച്ചുനിന്നിരുന്ന ഒരു പയ്യൻ പറഞ്ഞു.

ലെഗ്രി ആ പയ്യനെ ചീത്തവിളിച്ചുകൊണ്ട്, ഒരു ചവിട്ടുകൊടുത്തു.

ജോർജ് ടോമിന്റെ അരികിലെത്തി.

തന്റെ കുടിലിൽ ടോം, രണ്ടു ദിവസമായി അബോധാവസ്ഥയിൽ കിടക്കുകയാണ്. സഹജീവികൾ അവനുവേണ്ടി കണ്ണുനീർ പൊഴിച്ചു. അന്ത്യസമയം അടുത്തപ്പോൾ ടോമിന്റെ സ്നേഹവും ഭക്തിയും എല്ലാം അവരിൽ പശ്ചാത്താപ ചിന്തകൾ ഉണർത്തി. വൈകി മാത്രം മനസിലാക്കിയ കർത്താവിന്റെ നാമത്തിൽ അവർ മനമുരുകി പ്രാർഥിച്ചു.

തങ്ങൾക്കുവേണ്ടി ടോം അനുഭവിച്ച ത്യാഗത്തെക്കുറിച്ച് മനസിലാക്കിയ കാസി കണ്ണുനീരൊഴുക്കി. അവനുവേണ്ടി മനംനൊന്ത് പ്രാർഥിച്ചു.

ടോമിന്റെ കുടിലിനകത്തേക്ക് പ്രവേശിച്ചപ്പോൾ ജോർജിന് തലകറങ്ങുന്നതായും ഹൃദയംപിളർന്നു പോകുന്നതായും അനുഭവപ്പെട്ടു.

"ഇതു സത്യമാണോ? ഇങ്ങനെ സാധ്യമാകുമോ?" ജോർജ് സ്നേഹിതന്റെ സമീപത്ത് മുട്ടുകുത്തിനിന്നു.

"അങ്കിൾ ടോം! എന്റെ പ്രിയ സുഹൃത്തേ!"

ടോം സാവധാനത്തിൽ തല ചലിപ്പിച്ചു, പുഞ്ചിരിച്ചു. പിന്നെ പതുക്കെ പറഞ്ഞു.

"മരണശയ്യ തൂവൽ കിടക്കപോലെ മൃദുലമാക്കി മാറ്റാൻ യേശുദേവനു കഴിയും."

ആ യുവാവ് തന്റെ സുഹൃത്തിനു നേരെ തിരിഞ്ഞപ്പോൾ ചുടുകണ്ണുനീർ ഇറ്റുവീണു.

"പ്രിയപ്പെട്ട അങ്കിൾ ടോം, എഴുന്നേൽക്കൂ! ഒന്നെന്നെ നോക്കൂ! എന്നോടു സംസാരിക്കൂ! ഞാൻ മാസ്റ്റർ ജോർജാണ്. നിങ്ങളുടെ കൊച്ചു മാസ്റ്റർ. എന്നെ തിരിച്ചറിയുന്നില്ലേ?"

"മാസ്റ്റർ ജോർജ്!" കണ്ണുകൾ പാതി തുറന്ന് ടോം നേർത്ത സ്വരത്തിൽ മന്ത്രിച്ചു. വല്ലാത്ത ഒരു അമ്പരപ്പ് അവന്റെ മുഖത്ത് ദൃശ്യമായി.

വളരെ പതുക്കെ ടോമിന് യാഥാർത്ഥ്യബോധം ഉണ്ടായി. അവന്റെ കണ്ണുകൾ ജ്വലിച്ചു. മുഖം പ്രസന്നമായി. കണ്ണുനീർ ധാരധാരയായി ഒഴുകി.

"ദൈവത്തിനു സ്തുതി! ഇതൊന്നുമാത്രമാണ് ഞാൻ ആഗ്രഹിച്ചിരുന്നത്. അവരെന്നെ മറന്നിട്ടില്ല. അതെന്റെ ആത്മാവിനു ചൂടുപകരുന്നു. ആ സത്യം എന്റെ മനസിനെ കുളിർമയുള്ളതാക്കി. ഇനി എനിക്ക് സംതൃപ്തിയോടെ മരിക്കാം. ദൈവത്തിനു സ്തുതി!"

"നിങ്ങൾ മരിക്കില്ല. മരണത്തെക്കുറിച്ച് ചിന്തിക്കരുത്. ഞാൻ നിങ്ങളെ വിലയ്ക്കു വാങ്ങാനായി വന്നതാണ്. നമുക്ക് നമ്മുടെ വീട്ടിലേക്കു പോകാം." ജോർജ് തിടുക്കത്തിൽ പറഞ്ഞു.

"മാസ്റ്റർ ജോർജ്, നിങ്ങൾ വളരെ വൈകിപ്പോയി. കർത്താവ് എന്നെ വിലയ്ക്കുവാങ്ങി കഴിഞ്ഞു. അദ്ദേഹത്തിന്റെ സ്വന്തം വീട്ടിലേക്ക് കൊണ്ടുപോകുകയാണ്. സ്വർഗരാജ്യം കെന്റക്കിനേക്കാൾ എത്ര മനോഹരമാണെന്ന് അറിയില്ലേ?"

"അങ്കിൾ ടോം, നിങ്ങൾ മരിക്കരുത്. അതെന്നെ കൊല്ലും. ഈ കുടിലിൽ കിടന്ന് നിങ്ങളനുഭവിച്ച യാതനകൾ ഓർക്കുമ്പോൾ എന്റെ ഹൃദയംപിളരുന്നു. പാവം! പാവം എന്റെ അങ്കിൾ ടോം!"

"എന്നെ പാവം എന്നുവിളിക്കരുത്" ടോം ഗാംഭീര്യസ്വരത്തിൽ പറഞ്ഞു. "ഞാൻ പാവമായിരുന്നു എന്നത് തീർച്ചയായും ഭൂതകാലത്തിലായിരുന്നു. ആ കാലമെല്ലാം കടന്നുപോയി. ഞാനിപ്പോൾ യശസ്സിലേക്ക് ഉയർന്നുകൊണ്ടിരിക്കുകയാണ്. സ്വർഗരാജ്യം വന്നെത്തിക്കഴിഞ്ഞു. യേശുദേവൻ അതെനിക്കു സമ്മാനിച്ചുകഴിഞ്ഞു. അവന്റെ നാമം വാഴ്ത്തപ്പെടട്ടെ!"

അങ്കിൾ ടോമിന്റെ വാക്കുകളിലെ കരുത്തും ചൈതന്യവും ജോർജിനെ അത്ഭുതപ്പെടുത്തി. അവൻ ഒന്നും മിണ്ടാതെ വെറുതെ ടോമിനെ തന്നെ നോക്കിയിരുന്നു. ടോം കൊച്ചെജമാനന്റെ കരംഗ്രഹിച്ചുകൊണ്ടു പറഞ്ഞു.

"എന്നെ ഇപ്രകാരം ഒരവസ്ഥയിലാണ് കണ്ടെത്തിയതെന്ന കാര്യം മാസ്റ്റർ ക്ലോയോട് പറയരുത്. പാവം എന്റെ ക്ലോ! എന്റെ ദയനീയാവസ്ഥയെക്കുറിച്ച് കേട്ടാൽ അവൾക്ക് സഹിക്കാൻ കഴിഞ്ഞെന്നു വരില്ല.

സ്വർഗരാജ്യത്തേക്കുപോകുന്ന നിലയിലാണ് കണ്ടതെന്നു മാത്രം പറയുക! ദൈവം എപ്പോഴും എന്നോടൊപ്പം ഉണ്ടായിരുന്നു എന്നും പറയുക. അതുകൊണ്ട് എല്ലാം സുഗമമായിരുന്നു. എന്റെ കുട്ടികൾ! പാവം! അവരെക്കുറിച്ച് ഓർക്കുമ്പോൾ എന്റെ ഹൃദയംനുറുങ്ങുന്നു. അവരോടെല്ലാം എന്നെ പിന്തുടരാൻ പറയണം. യജമാനൻ ഷെൽബിയോടും നല്ലവളായ എന്റെ യജമാനത്തിയോടും എന്റെ സ്നേഹാദരങ്ങൾ അറിയിക്കുക. പിന്നെ അവിടെയുള്ള എല്ലാവരേയും ഞാൻ അന്വേഷിച്ചതായി പറയുക! ഞാൻ അവരെയെല്ലാം സ്നേഹിക്കുന്നത് എത്രമാത്രമാണെന്ന് നിങ്ങൾക്ക് അറിയില്ല. എന്റെ മനസിൽ ഇപ്പോൾ സ്നേഹം മാത്രമേ ഉള്ളൂ. മാസ്റ്റർ ജോർജ്! ഒരു ക്രൈസ്തവനായിരിക്കുക എന്നത് എത്ര സൗഭാഗ്യകരമാണ്."

ആ സമയത്ത് ലെഗ്രി വാതിൽക്കൽ പ്രത്യക്ഷപ്പെട്ടു. ജോർജിന്റെ മുഖത്തു സ്ഫുരിച്ചിരുന്ന കോപം അവനെ അവിടെനിന്നും അകറ്റി.

"ചെകുത്താൻ" ധർമരോഷത്തോടെ ജോർജ് പറഞ്ഞു.

"ഇതിനുള്ള കൂലി ചെകുത്താൻതന്നെ അവനു കൊടുക്കട്ടെ!"

"അരുത്! അങ്ങനെ ഒന്നും പറയരുത്!"

ജോർജിന്റെ കരങ്ങൾ ചേർത്തുപിടിച്ച് ടോം പറഞ്ഞു.

മോശക്കാരനാണെങ്കിലും അവനൊരു പാവം ജീവിയാണ്. അവനു പശ്ചാത്തപിക്കുവാൻ കഴിഞ്ഞെങ്കിൽ ദൈവം അവനു മാപ്പുനൽകിയേനെ! എന്നാൽ അവനൊരിക്കലും പശ്ചാത്തപിക്കുകയില്ല എന്നു ഞാൻ ഭയപ്പെടുന്നു."

"അയാൾ പശ്ചാത്തപിക്കരുത് എന്നാണ് ഞാൻ ആഗ്രഹിക്കുന്നത്" ജോർജ് ഉറച്ചസ്വരത്തിൽ പറഞ്ഞു.

"അവനെ ഒരിക്കലും സ്വർഗരാജ്യത്ത് കാണാൻ ഞാൻ ആഗ്രഹിക്കുന്നില്ല."

"അങ്ങയുടെ സംസാരം എന്നെ വേദനിപ്പിക്കുന്നു. സത്യത്തിൽ അയാൾ എനിക്കൊരു ദ്രോഹവും ചെയ്തിട്ടില്ല. ദൈവരാജ്യത്തിന്റെ കവാടം തുറന്നുതന്നു എന്നു മാത്രം!"

ആസന്നമരണനായ ആ മനുഷ്യനിൽ കൊച്ചെജമാനനെ കണ്ടപ്പോൾ പെട്ടെന്ന് ആളിക്കത്തിയ ഓജസ്സ് കെട്ടടങ്ങി. എല്ലാം അവസാനിപ്പിക്കുന്നതുപോലെ! അയാൾ കണ്ണടച്ച് ശക്തമായി ശ്വസിക്കുവാൻ തുടങ്ങി. ഉദാത്തമായ ഒരു ഭാവം അയാളുടെ മുഖത്ത് ദൃശ്യമായി. വിശാലമായ മാറിടം ശക്തിയായി പൊങ്ങുകയും താഴുകയും ചെയ്തു. എന്നാൽ മുഖഭാവം ശരിക്കും ഒരു ജേതാവിന്റെതായിരുന്നു.

"ക്രിസ്തുവിനോടുള്ള സ്നേഹത്തിൽനിന്നും നമ്മെ ആർക്ക് വേർപെടുത്താൻ സാധിക്കും?" തികഞ്ഞ സംതൃപ്തിയോടെ ടോം പറഞ്ഞു. ഒരു നേർത്ത മന്ദഹാസത്തോടെ നിത്യതയിലേക്ക് അയാൾ യാത്രയായി.

ഭക്ത്യാദരങ്ങളോടെ ജോർജ് അവിടെ തരിച്ചിരുന്നു. പരിശുദ്ധമായ

ഏതോ ഒരിടത്താണ് താൻ ഇരിക്കുന്നതെന്ന് അയാൾക്കു തോന്നി. ടോമിന്റെ കണ്ണുകൾ അടച്ച് ജോർജ് പുറത്തേക്ക് ഇറങ്ങി.

തിരിഞ്ഞുനോക്കിയപ്പോൾ ലെഗ്രി നിൽപ്പുണ്ട്. ടോമിന്റെ മരണം അവന്റെ വിദ്വേഷത്തെ അൽപ്പമൊന്നു ശാന്തമാക്കിയിട്ടുണ്ട്. ആ ദുഷ്ടന്റെ സാന്നിധ്യം പോലും ജോർജിൽ വെറുപ്പുളവാക്കി.

ലെഗ്രിയെ തുറിച്ചുനോക്കി, മൃതശരീരം ചൂണ്ടിക്കാണിച്ചുകൊണ്ട് ജോർജ് ചോദിച്ചു.

"അവരിൽനിന്നും നേടാവുന്നതെല്ലാം നിങ്ങൾ നേടിക്കഴിഞ്ഞു. ഈ ശരീരത്തിന് ഞാനെന്തു വിലതരണം? എനിക്കിതു കൊണ്ടുപോയി മാന്യമായി സംസ്കരിക്കേണ്ടതുണ്ട്."

"മരിച്ച അടിമകളെ ഞാൻ വിൽക്കാറില്ല." ലെഗ്രി കർശനസ്വരത്തിൽ പറഞ്ഞു.

"എവിടെ എപ്പോൾ വേണമെങ്കിലും നിങ്ങൾക്ക് കൊണ്ടുപോയി സംസ്കരിക്കാം."

അടുത്തുനിന്നിരുന്ന നീഗ്രോ പയ്യന്മാരോട്, ടോമിന്റെ ശരീരം എടുത്ത് വണ്ടിയിൽ കിടത്താൻ ജോർജ് വളരെ അധികാരസ്വരത്തിൽ പറഞ്ഞു.

ജോർജ് ലെഗ്രിയുടെ നേരെ ഒന്നു നോക്കുകപോലും ചെയ്തില്ല. എന്നാൽ ജോർജിന്റെ ഉത്തരവിനെ ലംഘിക്കുവാനുള്ള ധൈര്യം ലെഗ്രിക്ക് ഉണ്ടായില്ല. താനിതൊന്നും ശ്രദ്ധിക്കുന്നില്ല എന്നമട്ടിൽ വെറുതെ ചൂളമടിച്ചുകൊണ്ടു നിന്നു. അവരെ വണ്ടിവരെ പിന്തുടരുകയും ചെയ്തു.

ജോർജ് തന്റെ മേൽക്കുപ്പായം വണ്ടിയിൽ വിരിച്ചു. ടോമിന്റെ ചേതനയറ്റ ശരീരം അതിൽ കിടത്തി. പിന്നെ ജോർജ് ലെഗ്രിയെ തുറിച്ചുനോക്കിക്കൊണ്ട് ബുദ്ധിമുട്ടി സമചിത്തത പാലിച്ച് പറഞ്ഞു.

"നിന്റെ ഈ ക്രൂരപ്രവൃത്തികളെക്കുറിച്ച് ഞാനിതുവരെ ഒന്നും മിണ്ടാതിരുന്നത് അതിനുപറ്റിയ സമയമോ സ്ഥലമോ അല്ലാത്തതുകൊണ്ടാണ്. എന്നാൽ ഈ പരിശുദ്ധമായ രക്തത്തിന് നീതിലഭിച്ചേ പറ്റൂ. നിങ്ങൾ അങ്കിൾ ടോമിനെ നിർദയമായി കൊന്നു എന്നു ഞാൻ മജിസ്ട്രേട്ടിന്റെ മുമ്പിൽ തുറന്നുകാട്ടും."

"എന്നാൽ അതൊന്ന് എനിക്ക് കാണണമല്ലോ. നിനക്ക് സാക്ഷികളെ എവിടെനിന്നു കിട്ടാനാണ്? നീ എങ്ങനെയാണ് തെളിയിക്കാൻ പോകുന്നത്? കേൾക്കട്ടെ!"

ജോർജിന് ധിക്കാരിയുടെ സ്വരത്തിന്റെ കാതൽ പെട്ടെന്നു പിടികിട്ടി. ആ പരിസരത്ത് വെള്ളക്കാർ ആരുമില്ല. തെക്കൻ സംസ്ഥാനത്തെ കോടതികളിൽ കറുത്തവർഗക്കാരുടെ സാക്ഷ്യപത്രത്തിന് യാതൊരു നിയമസാധുതയും ഇല്ല. അവന്റെ ഹൃദയത്തിൽ മുഴങ്ങിയ നീതിക്കുവേണ്ടിയുള്ള മുറവിളി വൃഥാവിലായി.

"ഹും. ഒരു ചത്തനീഗ്രോയെ ചൊല്ലി എന്തൊരു ഒച്ചപ്പാടാണ്."

വെടിമരുന്ന് ശാലയിലേക്ക് വീണ തീപ്പൊരിപോലെയായി ആ വാക്കു

കൾ. കെന്റക്കിക്കാരന്റെ ധാർമീകരോഷം തിളച്ചുപൊന്തി. അവന്റെ കൈ ലെഗ്രിയുടെ ചെകിടത്ത് ആഞ്ഞുപതിച്ചു. ശക്തമായ ആ പ്രഹരത്തിൽ അയാൾ മൂക്കുകുത്തി വീണു.

അടിച്ചു വീഴ്ത്തപ്പെടുമ്പോൾ ചിലർ ആദരവുള്ളവരായി മാറുന്നു. ഉടുപ്പിൽനിന്നും പൊടി തട്ടിക്കുടഞ്ഞ് ലെഗ്രി എഴുന്നേറ്റ് വണ്ടിയെ അനുഭാവപൂർവം നിരീക്ഷിച്ചു.

വണ്ടി ലെഗ്രിയുടെ തോട്ടത്തിന്റെ അതിർത്തി കടന്നപ്പോൾ മുന്നിൽ കണ്ട മണൽക്കുന്നിൽ ടോമിനെ സംസ്കരിക്കുവാൻ തീരുമാനിച്ചു.

"മേലങ്കി എടുത്തു മാറ്റട്ടെ യജമാനനെ?" ശവക്കുഴി തയാറായപ്പോൾ നീഗ്രോകൾ ചോദിച്ചു.

"വേണ്ട! അത് മൃതദേഹത്തിൽത്തന്നെ കിടക്കട്ടെ. അതുമാത്രമേ, പാവം അങ്കിൾ ടോം! നിങ്ങൾക്കായി തരാൻ എന്റെ കൈയിലുള്ളൂ. നിങ്ങളതു സ്വീകരിക്കണം."

അവർ അവനെ കുഴിയിൽ കിടത്തി. മണ്ണുകോരിയിട്ട് കുഴി മൂടിയ ശേഷം അതിനുമീതെ പച്ചപ്പുല്ലുകൾ വിരിച്ചു.

"നിങ്ങൾ ഇനി പൊയ്ക്കോളൂ" ഓരോരുത്തരുടെയും കൈയിൽ ഡോളർ വച്ചുകൊടുത്തശേഷം ജോർജ് പറഞ്ഞു.

അവർ അവിടെ തന്നെ ചുറ്റിപ്പറ്റി നിന്നു.

"കൊച്ചെജമാനന് ഞങ്ങളെക്കൂടി വാങ്ങിക്കൂടെ?...." ഒരാൾ ചോദിച്ചു.

"ഇവിടെ വല്ലാത്ത ദുരിതമാണ് യജമാനനെ!"

"ഞങ്ങൾ ടോമിനെ ആത്മാർഥതയോടെ ശുശ്രൂഷിച്ചിരുന്നു."

ഓരോരുത്തരും പറഞ്ഞുകൊണ്ടിരുന്നു.

"എനിക്ക് നിങ്ങളെ വാങ്ങാൻ കഴിയില്ല-എനിക്കതിനു കഴിയില്ല." ജോർജ് വിഷമത്തോടെ ആംഗ്യം കാണിച്ചു. "അത് അസാധ്യമാണ്." ആ പാവങ്ങൾ നിരാശരായി മടങ്ങി.

"സർവശക്തനായ കർത്താവേ!" തന്റെ പ്രിയപ്പെട്ട സുഹൃത്തിന്റെ കുഴിമാടത്തിൽ മുട്ടുകുത്തിനിന്നുകൊണ്ട് ജോർജ് ശപഥം ചെയ്തു.

"നിന്നെ സാക്ഷിനിർത്തി ഞാൻ പറയുന്നു., ഈ നിമിഷം മുതൽ എന്റെ നാട്ടിൽനിന്നും അടിമത്തം തുടച്ചുനീക്കാൻ ഒരു മനുഷ്യന് ചെയ്യാനാവുന്നതെല്ലാം ഞാൻ ചെയ്യും"

ടോമിന്റെ അന്ത്യവിശ്രമസ്ഥാനം അടയാളപ്പെടുത്തിയിട്ടുള്ള സ്മാരകം ഒന്നുമില്ല. എന്തായാലും ആ ആത്മാവിനെ കർത്താവ് സ്വർഗ രാജ്യത്തേക്ക് ഉയർത്തിക്കൊണ്ടുപോയി തന്റെ അരികിൽത്തന്നെ ഉപവിഷ്ടനാക്കും.

അവനോട് ആരും തന്നെ ദയകാണിക്കേണ്ട! അത്തരത്തിലുള്ള ജീവിതവും മരണവും ഒന്നും ദയയ്ക്കു വേണ്ടി ഉള്ളതല്ല. ആത്മപീഡനത്തിലും സ്നേഹത്തിനും വേണ്ടിയുള്ള ത്യാഗത്തിലുമാണ് കർത്താവിന്റെ കീർത്തി നിലനിൽക്കുന്നത്. അവന്റെ പിന്നാലെ അവനുവേണ്ടി കുരിശുചുമന്നവർ എന്നും അനുഗൃഹീതരായിരിക്കും.

"ദുഃഖിക്കുന്നവർ അനുഗ്രഹീതരാണ്, കാരണം അവർ ആശ്വസിപ്പിക്കപ്പെടും എന്നാണല്ലോ" വേദഗ്രന്ഥത്തിൽ എഴുതിയിട്ടുള്ളത്.

ലെഗ്രിയുടെ വേലക്കാർക്കിടയിൽ പ്രേതകഥകൾ പെട്ടെന്നു പ്രചരിക്കപ്പെട്ടു. തട്ടിൻപുറത്തുനിന്നും കോണിയിറങ്ങി വരുന്ന കാലടിസ്വരം അർധരാത്രിക്കു ശേഷം കേൾക്കാറുണ്ടെന്ന് എല്ലാവരും അടക്കം പറഞ്ഞു. വീടിനു ചുറ്റും പ്രേതങ്ങൾ കറങ്ങിനടക്കാറുണ്ടത്രേ! വീടു പൂട്ടിയതുകൊണ്ടൊന്നും യാതൊരു പ്രയോജനവുമില്ല. ഒന്നുകിൽ പ്രേതത്തിന്റെ കൈയിൽ കൃത്രിമത്താക്കോൽ ഉണ്ട്. അല്ലെങ്കിൽ അമാനുഷിക കഴിവുപയോഗിച്ച് അകത്തും പുറത്തും സഞ്ചരിക്കുന്നു.

ലെഗ്രിയുടെ ബംഗ്ലാവിന്റെ പരിസരത്തിൽ, അർധരാത്രിക്കു ശേഷം വെള്ളഷീറ്റു പുതച്ച ഉയരമുള്ള പ്രേതം ചുറ്റിക്കറങ്ങുന്നത് പലരും കണ്ടിട്ടുണ്ട്— വാതിൽ തുറന്ന് പുറത്തുവരുന്നു. വീടിനു ചുറ്റും കറങ്ങുന്നു. ഇടയ്ക്കിടയ്ക്ക് അപ്രത്യക്ഷമാകുന്നു. വീണ്ടും പ്രത്യക്ഷപ്പെട്ട് കോണിപ്പടിയിലൂടെ നിശ്ശബ്ദം നടന്ന് തട്ടിൻപുറത്തേക്കു പോകുന്നു. രാവിലെ എല്ലാ വാതിലുകളും കൊട്ടിയടച്ചിരിക്കുന്നതായി കാണുന്നു.

ആളുകൾ അടക്കം പറയുന്നത് ലെഗ്രി കേൾക്കാതിരുന്നില്ല. അയാൾ ഓർക്കാൻ ആഗ്രഹിക്കാത്ത പലകാര്യങ്ങളും മനസിലേക്ക് തള്ളിക്കയറിവന്നു. മദ്യപാനം ഇരട്ടിയാക്കി രാവും പകലും ശാപവാക്കുകൾ മാത്രം പറഞ്ഞുകൊണ്ടിരുന്നു. രാത്രി എന്നും ദുഃസ്വപ്നങ്ങൾ കണ്ടു.

ടോമിനെ സംസ്കരിച്ചതിന്റെ അടുത്ത രാത്രി പതിവിലേറെ മദ്യപിച്ച് ഉറങ്ങുന്ന വേളയിൽ ഒരു ഭീകരരൂപം തന്റെ ശരീരത്തിനുമുകളിൽ ഞൊന്നുകിടക്കുന്നതായി തോന്നി. അത് അമ്മയുടെ മൃതദേഹം മൂടിയ തുണിയാണെന്ന് അയാൾക്കു തോന്നി. അയാൾക്ക് കൈയും കാലും ഒന്നും അനക്കാൻ കഴിഞ്ഞില്ല. ഒരു രൂപം വാതിൽ തുറന്ന് അകത്തു കടന്ന് സമീപത്തിരുന്നു. കൈകൾ നീണ്ടു വന്ന് വിളക്കു കെടുത്തി. നിലാവിൽ അയാളത് കണ്ടു. വെളുത്ത ഒരു രൂപം അകത്തേക്ക് ഒഴുകിവരുകയാണ്. അതിന്റെ തണുത്തമരവിച്ച കൈ അയാളെ സ്പർശിച്ചു. ഭയന്നു വിറച്ച് വിയർത്തൊഴുകി മെത്തയിൽ കിടക്കുമ്പോൾ എപ്പോഴാണത് അപ്രത്യക്ഷമായതെന്ന് അയാൾക്ക് അറിഞ്ഞുകൂടാ. അയാൾ കിടക്കയിൽ നിന്നും ചാടിയെഴുന്നേറ്റ് ഓടിച്ചെന്ന് വാതിൽ പിടിച്ചുവലിച്ചു അതു പൂട്ടിയിരിക്കുകയാണ്. അയാൾ മോഹാലസ്യപ്പെട്ടു വീണു.

ആ മനുഷ്യൻ അന്നുമുതൽ ഒരു മുഴുക്കുടിയനായി മാറി. അയാൾക്കു ഭ്രാന്താണെന്നും രോഗിയാണെന്നും ചാകാറായി എന്നുമുള്ള കഥകൾ നാട്ടിൽ പരന്നു. രോഗം പല ക്രൂരപീഡനങ്ങളും അയാൾക്കു സമ്മാനിച്ചു. രോഗിയുടെ മുറിയിലെ ഭീകരത ആർക്കും സഹിക്കാനാവാത്ത വിധത്തിലായിരുന്നു. അയാൾ ഉച്ചത്തിൽ അലറിവിളിച്ചുകൊണ്ടിരുന്നു. അയാളുടെ മരണശയ്യയ്ക്കു സമീപം വെളുത്ത് നിർദയഭാവമുള്ള ഒരു ഉറച്ച രൂപം വരൂ! വരൂ! വരൂ! എന്നു പറഞ്ഞുകൊണ്ട് നിന്നിരുന്നു.

ഏറ്റവും വിചിത്രമായ ഒരു കാര്യം, ലെഗ്രിക്ക് ദർശനമുണ്ടായതിന്റെ

പിറ്റേന്നു രാവിലെ വീടിന്റെ വാതിൽ തുറന്നുകിടക്കുന്നതു കണ്ടു. രണ്ട് വെളുത്ത രൂപങ്ങൾ തോട്ടത്തിലൂടെ നടന്നുപോകുന്നത് ചില നീഗ്രോകൾ കണ്ടിരുന്നു.

സൂര്യോദയം ആയപ്പോഴേയ്ക്കും കാസിയും എമിലീനും പട്ടണത്തിനരികിൽ എത്തിക്കഴിഞ്ഞിരുന്നു. ഒരു സ്പാനിഷ് വനിതയെപ്പോലെയാണ് കാസി വസ്ത്രധാരണം ചെയ്തിരുന്നത്. കറുത്ത ഉടുപ്പ്— കറുത്ത തൊപ്പി തലയിൽ വച്ചിരിക്കുന്നു. മുഖം പകുതി മറച്ചിട്ടുണ്ട്. അവളുടെ വേലക്കാരിയുടെ വേഷത്തിൽ എമിലീനും.

ചെറുപ്പം മുതൽ ഉയർന്ന വൃത്തങ്ങളിൽ ജീവിച്ചിരുന്നതിനാൽ കാസിക്ക് അതിനനുസരിച്ച് സംസാരിക്കുവാനും പെരുമാറാനും സാധിച്ചു. കൈയിൽ വിലപ്പെട്ട ആഭരണങ്ങളും വസ്ത്രങ്ങളും ഉണ്ടായിരുന്നതുകൊണ്ട് ആഭിജാത്യത്തിലും ആർക്കും സംശയമില്ലായിരുന്നു.

അവർ ഒരു ഹോട്ടലിൽ കയറി. അവിടെ വച്ച് ആദ്യം കണ്ടുമുട്ടിയത് ജോർജ് ഷെൽബിയെ ആയിരുന്നു. അയാൾ അടുത്ത ബോട്ട് പ്രതീക്ഷിച്ച് അവിടെ താമസിക്കുകയാണ്. തട്ടിൻപുറത്തെ കിളിവാതിലിലൂടെ കാസി അയാളെ കണ്ടിട്ടുണ്ടായിരുന്നു. ലെഗ്രിക്ക് ഒന്നുകൊടുത്തു എന്നു കേട്ടതിൽ ആഹ്ളാദിക്കുകയും ചെയ്തതാണ്.

പ്രേതവേഷത്തിൽ ചുറ്റിക്കറങ്ങുമ്പോൾ, ജോർജിന്റെ ചരിത്രവും ടോമുമായുള്ള ആത്മബന്ധവും നീഗ്രോകളുടെ സംഭാഷണത്തിൽ നിന്നും കേട്ടു മനസിലാക്കിയിരുന്നു. ജോർജിനോടൊപ്പം യാത്രചെയ്യുന്നതിൽ സന്തോഷവും ആശ്വാസവും തോന്നി.

വൈകുന്നേരമായപ്പോൾ ബോട്ടുവന്നു. കെന്റക്കിക്കാരുടെ സ്വാഭാവികമായ ഭവ്യതയോടെ ജോർജ്, കാസിയുടെ കൈപിടിച്ച് ബോട്ടിലേക്ക് ആനയിച്ചു.

റെഡ് റിവറിലൂടെയുള്ള യാത്രാവേളയിൽ കാസി കിടക്കയിൽ നിന്നും എഴുന്നേറ്റതേയില്ല. അസുഖം ഭാവിച്ച് കാബിനിൽ തന്നെ കഴിഞ്ഞുകൂടി. പരിചാരിക സദാസമയവും അരികിലിരുന്ന് ശുശ്രൂഷിച്ചു.

ജോർജ് കാസി മാഡത്തെ സഹായിക്കാനുള്ള മനഃസ്ഥിതി കാണിച്ചു. ആദ്യദർശനത്തിൽ തന്നെ ജോർജിന് വല്ലാത്ത ഒരു അടുപ്പവും ആകർഷണീയതയും അനുഭവപ്പെട്ടിരുന്നു. എവിടെയോ കണ്ടുമറന്ന മുഖം! അവൻ വല്ലാത്ത ആശയക്കുഴപ്പത്തിലായി. ഇടയ്ക്കിടെ അവരെ നോക്കാതിരിക്കുവാൻ അവന് സാധിച്ചില്ല.

എവിടെയിരുന്നാലും ആ യുവാവിന്റെ ദൃഷ്ടി അവളെ പിന്തുടർന്നു. പരസ്പരം കണ്ണുകൾ ഇടയുമ്പോൾ മാന്യതയോടെ അവൻ ദൃഷ്ടി പിൻവലിക്കും. അവളുടെ മുഖഭാവത്തിൽനിന്നും അവൾ അതു ശ്രദ്ധിച്ചിരുന്നു എന്നു വ്യക്തമാണ്.

കാസി അസ്വസ്ഥയായി. ജോർജ് ശ്രദ്ധിക്കുന്നുണ്ട് എന്നകാര്യം ഉറപ്പാണ്. ഒടുവിൽ വരുന്നതുവരട്ടെ എന്നു കരുതി, അവനിൽ വിശ്വാസമർപ്പിച്ച് സ്വന്തം കഥ മുഴുവൻ ജോർജിനോട് വിശദമായി പറഞ്ഞു. ലെഗ്രി

യുടെ എസ്റ്റേറ്റിൽനിന്നും രക്ഷപ്പെട്ടുവരുന്നവരോടെല്ലാം ജോർജിന് സഹാനുഭൂതിയാണ്. അവൻ ഒരിക്കലും ഓർക്കാൻ ഇഷ്ടപ്പെടാത്ത സ്ഥലം. എന്തു പ്രതിബന്ധങ്ങളെ അഭിമുഖീകരിക്കേണ്ടി വന്നാലും തന്റെ സകലശക്തിയും ഉപയോഗിച്ച് അവരെ സംരക്ഷിക്കുമെന്നും പുറത്തു പോകാൻ സഹായിക്കുമെന്നും വാക്കുകൊടുത്തു.

കാസിയുടെ തൊട്ടടുത്ത കാബിനിൽ 'ഡിതോക്സ്' എന്നൊരു ജർമൻ ലേഡിയാണ്. അവരോടൊപ്പം സുന്ദരിയായ ഒരു പന്ത്രണ്ടു വയസുകാരിയുണ്ട്. മകളാണ്. ജോർജ് കെന്റക്കികാരനാണെന്ന് മനസിലായപ്പോൾ മാഡം ഡിതോക്സ് കെന്റക്കിലെ വിശദവിവരങ്ങൾ ആരാഞ്ഞു. അവർ കുട്ടിക്കാലത്ത് അവിടെ താമസിച്ചിട്ടുണ്ടത്രേ! അവർ താമസിച്ചിരുന്ന വീട് തന്റെ വീടിന് വളരെ അടുത്താണെന്ന് ജോർജ് മനസിലാക്കി. അവന്റെ അയൽവാസികളെ എല്ലാം അവന് നന്നായി അറിയാം.

''ഹാരിസ് എന്നൊരാളെ നിങ്ങൾക്ക് അറിയുമോ?'' മാഡം ഡിതോക്സ് ചോദിച്ചു.

"അറിയാം. പക്ഷേ ഞങ്ങൾക്ക് അയാളുമായി വലിയ അടുപ്പമില്ല."

"അയാൾക്ക് ജോർജ് എന്ന പേരിൽ ഒരു അടിമ ഉണ്ടായിരുന്നതായി അറിയുമോ?"

"ഓഹ്! ജോർജ് ഹാരിസ്! എനിക്കവനെ നന്നായി അറിയാം. എന്റെ അമ്മയുടെ ഒരു ഭൃത്യയെ ആണ് അവൻ വിവാഹം കഴിച്ചിരിക്കുന്നത്. അവരിപ്പോൾ കാനഡായിലേക്ക് രക്ഷപ്പെട്ടു.

"അതെയോ? ദൈവത്തിനു സ്തുതി!"

ജോർജ് അവരെ അത്ഭുതത്തോടെ നോക്കിയിരുന്നു. ഒന്നും മിണ്ടിയില്ല.

മാഡം ഡിതോക്സ് പൊട്ടിക്കരഞ്ഞു.

"അവൻ എന്റെ സഹോദരനാണ്."

ജോർജ് അത്ഭുതസ്തബ്ധനായി.

"അതെ. മിസ്റ്റർ ഷെൽബി, ജോർജ് ഹാരിസ് എന്റെ സഹോദരനാണ്!''

"തികച്ചും അത്ഭുതം തന്നെ!" ജോർജ് പറഞ്ഞു.

''അവൻ കുഞ്ഞായിരിക്കുമ്പോൾ ഞാൻ തെക്കൻ സംസ്ഥാനത്തേക്ക് വിൽക്കപ്പെട്ടു.'' അവൾ തുടർന്നു.

"എന്നെ നല്ലവനായ ഒരു മനുഷ്യൻ വളർത്തി വലുതാക്കി. അയാൾ എന്നെ വെസ്റ്റിണ്ടീസിലേക്ക് കൊണ്ടുപോയി. സ്വതന്ത്രയാക്കി വിവാഹം കഴിച്ചു. ഈയിടെയാണ് അദ്ദേഹം മരിച്ചത്. എന്റെ സഹോദരനെ കണ്ടെത്തി സ്വതന്ത്രനാക്കാൻ സാധിക്കുമോ എന്നറിയാനാണ് ഞാൻ കെന്റക്കിയിലേക്കു പോകുന്നത്."

"തെക്കൻസംസ്ഥാനത്തേക്ക് വിറ്റ എമിലി എന്ന സഹോദരിയെക്കുറിച്ച് അവൻ പറയുന്നത് ഞാൻ കേട്ടിട്ടുണ്ട്.'' ജോർജ് പറഞ്ഞു.

"അതു ഞാൻ തന്നെയാണ്! പറയൂ ഏതു തരക്കാരനാണ് അവൻ?"

"വളരെ നല്ലവനായ യുവാവ്!" ജോർജ് പറഞ്ഞു.

"അടിമത്തത്തിന്റെ യാതനകൾ മുഴുവൻ അനുഭവിച്ചിട്ടും അവൻ സ്വഭാവശുദ്ധി നിലനിർത്തി അവനെ എനിക്ക് നന്നായി അറിയാം. എന്റെ കുടുംബത്തിൽനിന്നാണ് അവൻ വിവാഹം കഴിച്ചിരിക്കുന്നത്."

"അവൾ ഏതുതരം പെൺകുട്ടിയാണ്?"

"ഒരു സ്വർണനിധിയാണവൾ എന്നുപറയാം." ജോർജ് മറുപടി പറഞ്ഞു.

"സുന്ദരിയും സുശീലയും ബുദ്ധിമതിയും. എന്റെ അമ്മയാണ് അവളെ ശ്രദ്ധിച്ച്, ലാളിച്ച് സ്വന്തം മകളെപ്പോലെ വളർത്തിയത്. അവൾക്കു വായിക്കാനും എഴുതാനും അറിയാം. നന്നായി തുന്നുകയും ചിത്രം വരയ്ക്കുകയും ചെയ്യും. മനോഹരമായി പാടും."

"അവൾ നിങ്ങളുടെ വീട്ടിലാണോ പിറന്നത്?"

"അല്ല. അച്ഛൻ ഒരിക്കൽ ന്യു ഓർലീൻസിൽ പോയപ്പോൾ വാങ്ങിച്ചതാണ്. എന്നിട്ട് അമ്മയ്ക്ക് അവളെ സമ്മാനിച്ചു. അവൾക്ക് എന്തു വില കൊടുത്തു എന്ന് അച്ഛൻ ഒരിക്കലും അമ്മയോട് പറഞ്ഞിട്ടില്ല. കഴിഞ്ഞ ദിവസം അദ്ദേഹത്തിന്റെ പഴയ കടലാസുകൾ പരിശോധിച്ചപ്പോൾ ആ ബിൽ ഞാൻ കണ്ടു– വൻ തുകയാണ് അച്ഛൻ നൽകിയത് – അവളുടെ അസാമാന്യ സൗന്ദര്യംകൊണ്ടായിരിക്കണം അത് എന്നു ഞാൻ കരുതുന്നു."

കാസിക്ക് പിന്നിൽ, തിരിഞ്ഞിരുന്നുകൊണ്ടാണ് ജോർജ് സംസാരിച്ചിരുന്നത്. ഈ വിവരം കേട്ടപ്പോൾ കാസിയുടെ മുഖത്തുണ്ടായ ഭവമാറ്റം അവൻ കണ്ടില്ല. കഥ അവിടെ എത്തിയപ്പോൾ അവൾ ജോർജിന്റെ കൈയിൽ സ്പർശിച്ചു.

"അവളെ വിറ്റവന്റെ പേര് അറിയുമോ?"

"ഒരു സൈമൺ ആണ് മുഖ്യ ഇടപാടുകാരൻ എന്നു തോന്നുന്നു – ബില്ലിലെ പേര് അതാണ്."

"എന്റെ ദൈവമേ" കാസി നിലത്ത് ബോധംകെട്ടു വീണു.

ജോർജും മാഡം ഡിതോക്സും ചാടി എഴുന്നേറ്റു. കാസി ബോധരഹിതയായതിന്റെ കാരണം പിടികിട്ടിയില്ലെങ്കിലും അത്തരം അവസ്ഥയിൽ ചെയ്യേണ്ടതെല്ലാം അവർ ചെയ്തു.

പാവം കാസി! ബോധം തെളിഞ്ഞപ്പോൾ മുഖം ചുമരിലേക്കു തിരിച്ചുകിടന്ന് ഒരു കൊച്ചുകുഞ്ഞിനെപ്പോലെ തേങ്ങിക്കരഞ്ഞു–ദൈവം തന്നോടു കരുണ കാണിച്ചു എന്നും മകളെ വേഗം കാണാനാകുമെന്നും അവൾ അപ്പോഴും ചിന്തിച്ചിരിക്കണം.

18

ജോർജ് ഷെൽബി, എലീസായുടെ വിൽപ്പനപ്പത്രം കാസിക്ക് എത്തിച്ചുകൊടുത്തു. അതിലെ തിയതിയും പേരും അവൾ പരിശോധിച്ചു. എലീസ സ്വന്തം പുത്രിയാണെന്ന് സ്ഥിരീകരിക്കപ്പെട്ടു.

വിധി ഒന്നിച്ച കാസിയും മാഡം ഡിതോക്സും വേഗം കാനഡയിലേക്ക് പുറപ്പെട്ടു. അവിടെ എത്തിയ ശേഷം അവർ, രക്ഷപ്പെട്ട് എത്തുന്ന പല അടിമസങ്കേതങ്ങളിലും സന്ദർശിച്ചു. കാനഡയിൽ എത്തിയ ഉടനെ ജോർജിനും എലീസായ്ക്കും അഭയംനൽകിയ ആമെഴ്സ്ബെർഗിലെ മതപുരോഹിതനെ അവർ കണ്ടുപിടിച്ചു. അദ്ദേഹത്തിലൂടെ ജോർജും കുടുംബവും മോൺട്രീലിലുള്ള വിവരം അറിയാൻ കഴിഞ്ഞു.

ജോർജും എലീസയും സ്വതന്ത്രരായിട്ട് ഇപ്പോൾ അഞ്ചുവർഷം കഴിഞ്ഞു. ജോർജിന് ജോലിയും നല്ല വരുമാനവും ഉണ്ട്. കുടുംബത്തെ നല്ല നിലയിൽ സംരക്ഷിക്കുന്നു. അതിനിടെ അവർക്ക് മറ്റൊരു മകൾ കൂടി ജനിച്ചു.

കൊച്ചുഹാരി നല്ല ഒരു സ്കൂളിൽ മിടുക്കനായി പഠിക്കുന്നു.

ആമെഴ്സ്ബെർഗ് പുരോഹിതൻ, മാഡം ഡിതോക്സിന്റെയും കാസിയുടേയും ചരിത്രം കേട്ട് വല്ലാതെ ആകൃഷ്ടനായി. അവരുടെ താൽപ്പര്യം മാനിച്ച് അദ്ദേഹം അവരോടൊപ്പം മോൺട്രീലിലേക്ക് ചെല്ലാമെന്ന് സമ്മതിച്ചു.

മോൺട്രീൽ നഗരപ്രദേശത്തെ വൃത്തിയുള്ള ഒരു കൊച്ചു വീട്. നേരം സന്ധ്യമയങ്ങിത്തുടങ്ങി. സ്വീകരണമുറിയിലെ അഗ്നികുണ്ഡത്തിൽ നിന്നും തീജ്വാല ഉയരുന്നുണ്ട്. രാത്രി ഭക്ഷണം കഴിക്കുന്നതിനായി മേശ വെള്ളവിരി വിരിച്ച് ഒരുക്കിവച്ചിരിക്കുന്നു. പച്ചത്തുണി വിരിച്ച ഒരു മേശ ഒരുവശത്തുണ്ട്. അതിൽ പേനയും പേപ്പറും എല്ലാം വൃത്തിയായി അടുക്കി വച്ചിരിക്കുന്നു. ചെറിയൊരു ഷെൽഫിൽ പുസ്തകങ്ങൾ അടുക്കി വച്ചിട്ടുണ്ട്.

സ്ഥിരോത്സാഹം ജോർജിനെ കൂടുതൽ പഠിക്കാനും എഴുതാനും പ്രേരിപ്പിച്ചു. ചെറുപ്പത്തിൽ തന്നെ എഴുത്തും വായനയും അവനൊരു ഹരമായി കൊണ്ടുനടന്നു. ഇപ്പോഴും ഒഴിവു സമയം മുഴുവൻ അവൻ അതിനായി ചിലവഴിക്കുന്നു.

ജോർജ് ഒരു വലിയ പുസ്തകം വായിച്ച് കുറിപ്പുകൾ തയാറാക്കുകയാണ്.

"ജോർജ്!" എലീസ വിളിച്ചു.

"നിങ്ങൾ ഇന്നു മുഴുവനും പുറത്തായിരുന്നില്ലേ? ഇനിയെങ്കിലും ആ പുസ്തകമൊന്ന് താഴെവയ്ക്കൂ!

നമുക്ക് കുറച്ചുനേരം സംസാരിക്കാം. ഞാൻ ചായ എടുക്കട്ടെ– വരൂ!"

കുഞ്ഞ് എലീസ പിച്ചവച്ച് നടന്നുവന്ന് അച്ഛന്റെ കൈയിലെ പുസ്തകം തട്ടിമാറ്റി മടിയിൽ കയറി ഇരുന്നു.

എലീസയ്ക്ക് അൽപ്പം പ്രായക്കൂടുതൽ തോന്നുന്നുണ്ട്. ആ പ്രൗഢ വനിത തീർച്ചയായും സന്തുഷ്ടയും ആഹ്ളാദവതിയുമാണ്.

"ഹാരി, എന്റെ മകനെ, ഇന്നത്തെ കണക്കു ക്ലാസ് എങ്ങനെ ഉണ്ടായിരുന്നു?" ജോർജ് മകന്റെ ശിരസിൽ തലോടിക്കൊണ്ട് ചോദിച്ചു.

"ഞാൻ ആരുടെയും സഹായമില്ലാതെ കണക്കുകളെല്ലാം ഒറ്റയ്ക്കു ചെയ്തു."

"മിടുക്കൻ" അച്ഛൻ അവനെ അഭിനന്ദിച്ചു. "അവനവനെ അല്ലാതെ മറ്റൊന്നിനേയും ആശ്രയിക്കരുത്. നിന്റെ പാവം പിതാവിനേക്കാൾ നല്ല അവസരങ്ങൾ നിന്നെ കാത്തിരിപ്പുണ്ട്."

ഈ സമയത്ത് വാതിൽക്കൽ ഒരു മുട്ടുകേട്ടു. എലീസ പോയി വാതിൽ തുറന്നു. ആഹ്ളാദത്തോടെ അവൾ ചോദിച്ചു.

"ഫാദർ! നിങ്ങളോ?"

അവൾ ഭർത്താവിനെ വിളിച്ച് പുരോഹിതനെ അകത്തേക്കു വിളിച്ചു. അദ്ദേഹത്തോടൊപ്പം രണ്ടു സ്ത്രീകൾ കൂടിയുണ്ട്. എലീസ അവരോട് ഇരിക്കാൻ പറഞ്ഞു.

സ്ത്രീകളോട് ഇരിക്കാൻ പറഞ്ഞപ്പോൾ ആ ശുദ്ധനായ പുരോഹിതന്റെ മനസിൽ ആകെ ഒരു വെപ്രാളമായിരുന്നു. അയാൾ തൂവാലയെടുത്ത് മുഖംതുടച്ചു. ആരും ഉടനെ സത്യാവസ്ഥ പറയരുത് എല്ലാം സ്വാഭാവികമായി ഉരുത്തിരിഞ്ഞു വരണം എന്നതായിരുന്നു അദ്ദേഹത്തിന്റെ പദ്ധതി. അദ്ദേഹം മനസിൽ കരുതിവച്ചിരുന്ന പ്രസംഗം അടുക്കും ചിട്ടയോടെയും തുടങ്ങാൻ തയാറാകുമ്പോഴെയ്ക്കും മാഡം ഡിതോക്സ് എല്ലാ പദ്ധതികളും തുലച്ചു! അവൾ ജോർജിന്റെ തോളിൽ കൈയിട്ട് പെട്ടെന്നു ചോദിച്ചു.

ജോർജ്! നിനക്കെന്നെ മനസിലായില്ലേ? ഞാൻ നിന്റെ ചേച്ചി എമിലിയാണ്."

കാസി അപ്പോഴും ശാന്തത കൈവരിക്കാൻ ശ്രമിച്ചുകൊണ്ട് ഇരിക്കുകയായിരുന്നു. തന്റെ ഭാഗം ഭംഗിയായി അവതരിപ്പിക്കുവാൻ അവർക്കു കഴിയുമായിരുന്നു. അപ്പോഴാണ് കൊച്ച് എലീസ പെട്ടെന്ന് അവിടെ പ്രത്യക്ഷപ്പെട്ടത്. തന്റെ സ്വന്തം കുഞ്ഞിനെ അവസാനമായി കണ്ടപ്പോഴുള്ള അതേ രൂപമായിരുന്നു കൊച്ച് എലീസയുടേത്— അതേ രൂപലാവണ്യം, അതേ ചുരുളൻ മുടി, അതേ ചലനങ്ങൾ! കാസി അവളെ വാരിയെടുത്ത് മാറോടണച്ചു. അതു സ്വന്തം മകളാണെന്ന് അവൾക്കു തോന്നി. "ഓമനേ, ഞാൻ നിന്റെ അമ്മയാണ്" കാസി വിതുമ്പി. ആസൂത്രണം ചെയ്ത രീതിയിൽ കാര്യങ്ങൾ നീക്കാൻ പുരോഹിതൻ പാടുപെട്ടു. എല്ലാവർക്കും എല്ലാം മനസിലായതോടെ അവിടെ കരച്ചിലും ചിരിയും എല്ലാം നിറഞ്ഞുനിന്നു. ഇനിയൊരിക്കലും കണ്ടുമുട്ടില്ലെന്ന് വർഷങ്ങളോളം വിലപിച്ചുകൊണ്ടിരുന്ന ആത്മാക്കളുടെ പുനഃസമാഗമം. അമ്മ, സഹോദരി, കുഞ്ഞ് എന്നിവരെല്ലാം കണ്ടുമുട്ടി തിരിച്ചറിഞ്ഞു.

സമനില വീണ്ടെടുക്കുവാൻ കഴിഞ്ഞ അവരെല്ലാം ഒരുമിച്ചിരുന്ന് സൗഹൃദ സംഭാഷണത്തിൽ ഏർപ്പെട്ടു. കാസി കൊച്ച് എലീസായെ മടിയിലിരുത്തി താലോലിക്കുന്നു. വായിൽ ഭക്ഷണം എടുത്തുവച്ചു കൊടുക്കുന്നു. അവരുടെ മുഖത്തെ സ്ഥായിയായ വിഷാദഭാവം മാറി. അവിടെ ആനന്ദം സ്ഥാനംപിടിച്ചു. സ്വന്തം മകൾ എലീസയോടുള്ളതിനേക്കാൾ പേരക്കുട്ടിയോടാണ് കാസിയുടെ സ്നേഹം ഒഴുകിയെത്തിയത്. എലീസയുടെ അചഞ്ചലവും ദൃഢവുമായ ഭക്തിയും വേദപാരായണവും അമ്മ

യുടെ തകർന്ന മനസിനെ നേർവഴിക്കു നയിക്കുവാൻ സഹായിച്ചു. കാസി മകൾക്ക് പെട്ടെന്നു വഴങ്ങിക്കൊടുത്തു. ആത്മാർഥതയുള്ള നല്ലൊരു ക്രിസ്തുമതവിശ്വാസിയായി അവൾ മാറി.

ഭർത്താവിന്റെ മരണശേഷം തനിക്കു കൈവന്ന ഭാരിച്ച സമ്പത്ത് സഹോദരനുമായി പങ്കുവയ്ക്കാൻ മാഡം ഡിതോക്സ് ആഗ്രഹിച്ചു. ജോർജിന് എന്താണ് വേണ്ടതെന്ന് ആ സഹോദരി ആരാഞ്ഞു.

"എനിക്കു നല്ല വിദ്യാഭ്യാസം നൽകുക എന്റെ ജീവിതാഭിലാഷമാണത്. ബാക്കി എല്ലാം എനിക്ക് സ്വയം നേടാനാകും."

ജോർജ് ഫ്രഞ്ച് സർവകലാശാലയിൽ പഠിക്കാൻ തീരുമാനിച്ചതോടെ അയാൾ കുടുംബസമേതം ഫ്രാൻസിൽ താമസിക്കുവാൻ തീരുമാനിച്ചു.

അവരുടെ യാത്രയിൽ കപ്പലിലെ ഒരു ഉദ്യോഗസ്ഥൻ എമിലീനെ കണ്ട് മോഹിച്ച് വിവാഹാഭ്യർഥന നടത്തി. കപ്പൽ തീരത്തണഞ്ഞതോടെ വിവാഹം സമംഗളം നടക്കുകയും ചെയ്തു.

ഫ്രഞ്ച് യൂണിവേഴ്സിറ്റിയിൽ നാലുവർഷം പഠിച്ച ജോർജ് പ്രശസ്തമായ നിലയിൽ വിജയം കൈവരിച്ചു.

ഫ്രാൻസിലെ രാഷ്ട്രീയ പ്രശ്നങ്ങൾ മൂലം അവർ വീണ്ടും കാനഡയിലേക്കു തന്നെ മടങ്ങി. ജോർജിന്റെ ആഗ്രഹം ആഫ്രിക്കൻ പൗരത്വം സ്വീകരിച്ച് അവിടെ സ്ഥിരതാമസമാക്കണമെന്നായിരുന്നു. അയാളുടെ ആ കാഴ്ചപ്പാട് സ്നേഹിതനെഴുതിയ ഒരു കത്തിൽനിന്നും വ്യക്തമാകും.

"എന്റെ സഹതാപം അച്ഛന്റെ വർഗത്തോടല്ല, അമ്മയുടെ വർഗത്തോടാണ്. നല്ലനായ അല്ലെങ്കിൽ കുതിര ഇതിലും വലിയ സ്ഥാനം അദ്ദേഹം ഞങ്ങൾക്ക് തന്നിരുന്നില്ല. അമ്മയ്ക്കു ഞങ്ങൾ അവരുടെ പ്രാണനായിരുന്നു. ഞങ്ങൾ പരസ്പരം വേർപിരിഞ്ഞശേഷം അമ്മയെ കണ്ടിട്ടേയില്ല. അവർ എത്രമാത്രം ഞങ്ങളെ സ്നേഹിച്ചിരുന്നു എന്ന് അറിയാം. എന്റെ അമ്മ അനുഭവിച്ച നരകയാതനകളും എന്റെ ബാല്യത്തിലെ കഷ്ടപ്പാടുകളും എന്റെ ധീരയായ ഭാര്യ അഭിമുഖീകരിച്ച പ്രശ്നങ്ങളും എല്ലാം—ഒരു അമേരിക്കക്കാരൻ എന്നറിയപ്പെടുന്നതിൽ നിന്നും എന്നെ വിലക്കുന്നു.

അടിച്ചമർത്തപ്പെട്ട അടിമകളാക്കപ്പെട്ട ആഫ്രിക്കക്കാരിൽ ഒരാളാകാനാണ് എനിക്ക് ഇഷ്ടം. ആഫ്രിക്കൻ പൗരത്വം സ്വീകരിക്കണം. ലൈബീരിയയിലേക്ക് പോയി കഠിനാധ്വാനം ചെയ്ത് ജീവിക്കണം. ഞാൻ മരണം വരെ ജോലി ചെയ്യും. എനിക്ക് മടുപ്പു തോന്നില്ല എന്ന് ഉറപ്പാണ്...."

ജോർജ് ഹാരിസ്.

ഭാര്യ, മക്കൾ, അമ്മ, സഹോദരി എന്നിവരോടൊപ്പം ജോർജ് ആഫ്രിക്കയിലേക്ക് കപ്പൽ കയറി.

മിസ്സ് ഒഫീലിയ ടോപ്സിയോടൊപ്പം വെർമോണ്ട് വസതിയിൽ എത്തി. നീഗ്രോപ്പെണ്ണിനെ ഉൾക്കൊള്ളാൻ ആദ്യമൊന്നും വീട്ടിലുള്ളവർക്ക് സാധിച്ചില്ല. മിസ്സ് ഒഫീലിയയുടെ കടുത്ത ശിക്ഷണത്തിൽ ആ

കറുത്തപെണ്ണ് വീട്ടുകാരുടേയും അയൽവാസികളുടേയും പ്രിയങ്കരിയായി മാറി. വലുതായപ്പോൾ ജ്ഞാനസ്നാനം ചെയ്ത് ക്രിസ്തുമതം സ്വീകരിച്ച് അവിടത്തെ പള്ളിയിലെ അംഗമായി ചേർന്നു. ചെറുപ്പത്തിൽ ഉണ്ടായിരുന്ന ഊർജസ്വലത ഇപ്പോഴും അവളിലുണ്ട്. അത് സ്വന്തം നാട്ടിലെ കുട്ടികളെ പഠിപ്പിക്കുവാനായി തിരിച്ചുവിട്ടിരിക്കുകയാണ്.

മാഡം ഡിതോക്സ് നടത്തിയ നിരന്തരമായ അന്വേഷണത്തിന്റെ ഫലമായി കാസിയുടെ മകനെക്കുറിച്ച് അൽപ്പം ചില വിവരങ്ങൾ ലഭ്യമായി. കറുത്തനായി വളർന്ന അവൻ അമ്മ രക്ഷപ്പെടുന്നതിന് ഏതാനും വർഷങ്ങൾക്കു മുമ്പുതന്നെ രക്ഷപ്പെട്ട് വടക്കൻ സംസ്ഥാനത്തെത്തി. സുഹൃത്തുക്കൾ അവനെ നല്ല വിദ്യാഭ്യാസം ലഭിക്കുന്നതിൽ സഹായിച്ചു. അവനും അതിവേഗം കുടുംബത്തെ പിൻതുടർന്ന് ആഫ്രിക്കയിൽ എത്തും.

അങ്കിൾ ടോമിന്റെ മരണവാർത്ത വീട്ടിലേക്ക് എഴുതി അറിയിക്കാൻ ജോർജ് ഷെൽബിക്ക് മനസുവന്നില്ല. അവൻ വീട്ടിലെത്തുന്ന തീയതി മാത്രം അമ്മയെ എഴുതി അറിയിച്ചു. പ്രിയസുഹൃത്തിന്റെ അന്ത്യരംഗം വിവരിച്ചെഴുതുവാൻ ആ യുവാവിന് സാധിച്ചില്ല. പല പ്രാവശ്യം എഴുതാൻ ശ്രമിച്ചുനോക്കി. ധാരധാരയായി ഒഴുകുന്ന കണ്ണുനീർ ആ ഉദ്യമത്തിൽനിന്നും പിന്തിരിപ്പിച്ചു. എഴുതിത്തുടങ്ങിയ കത്ത് വലിച്ചുകീറി കണ്ണു തുടച്ച് എവിടെയെങ്കിലും ചെന്നിരിക്കും. മനസിന് സ്വസ്ഥത കൈവരിക്കുന്നതിനായിട്ട് കൊച്ചെജമാനനെ സ്വീകരിക്കുന്നതിനായി ഷെൽബി ഭവനം ഒരുങ്ങിക്കഴിഞ്ഞു. അവിടം ബഹളമയമാണ്. ആഹ്ളാദത്തിന്റെ ആരവം.

ക്ലോ ആന്റി ഏറ്റവും ആഹ്ളാദവതിയാണ്. അവൾ പുത്തൻ ഉടുപ്പ് ധരിച്ചിരിക്കുന്നു. സന്തോഷംകൊണ്ട് മുഖം വെട്ടിത്തിളങ്ങുകയാണ്.

മിസിസ് ഷെൽബി സ്വീകരണമുറിയിൽ ചാരിക്കിടക്കുന്നു. സായംകാലത്തെ തണുപ്പുകുറയ്ക്കാനായി തീകുണ്ഡത്തിൽ പുതിയ വിറക് നിക്ഷേപിച്ചിരിക്കുന്നു. തീൻ മേശമേൽ തിളങ്ങുന്ന പ്ലെയിറ്റുകളും ഗ്ലാസുകളും നിരത്തി കഴിഞ്ഞു. അതിന്റെ എല്ലാം മേൽനോട്ടം ക്ലോ ആന്റിക്കാണ്.

"യജമാനത്തീ, മാസ്റ്റർ ജോർജിന്റെ കത്തിൽ എന്താണ് എഴുതിയിരിക്കുന്നത്?" ക്ലോ ആന്റി തിരക്കി.

"ഒരു വാചകം മാത്രമേ അവൻ എഴുതിയിട്ടുള്ളൂ ക്ലോ. കഴിയുമെങ്കിൽ ഇന്നു രാത്രി വീട്ടിലെത്തും."

"എന്റെ ഭർത്താവിനെക്കുറിച്ച് ഒന്നും എഴുതിയിട്ടില്ലേ?" ചായക്കപ്പുകൾ നിരത്തുന്നതിനിടെ ക്ലോ ചോദിച്ചു.

"ഇല്ല. അവനൊന്നും എഴുതിയിട്ടില്ല ക്ലോ. വീട്ടിൽ എത്തിയിട്ട് വിശദമായി പറയാം എന്നു മാത്രം."

"മാസ്റ്റർ ജോർജിന്റെ ഒരു കാര്യം. എല്ലാം താനായിട്ട് പറയണമെന്ന വാശിയാണ്...."

മിസിസ് ഷെൽബി പുഞ്ചിരിച്ചു.

"എന്റെ ഭർത്താവ് മക്കളെ തിരിച്ചറിയുമോ ആവോ? അവരിപ്പോൾ

എത്ര വളർന്നിരിക്കുന്നു! അദ്ദേഹത്തിന് ഏറ്റവും ഇഷ്ടമുള്ള അപ്പമാണ് ഞാനിന്ന് ഉണ്ടാക്കിയിട്ടുള്ളത്. അന്ന് ഞങ്ങളെ പിരിഞ്ഞുപോകുന്ന ദിവസം ഉണ്ടാക്കിയത്. കർത്താവ് ഞങ്ങളെ അനുഗ്രഹിക്കട്ടെ. അന്നത്തെ പ്രഭാതം എനിക്ക് ഓർക്കാൻ കഴിയുന്നില്ല."

മിസിസ് ഷെൽബി നെടുവീർപ്പയച്ചു. മകന്റെ കത്തുകിട്ടിയതുമുതൽ അവർ അസ്വസ്ഥയാണ്. മകന്റെ നിശ്ശബ്ദതയ്ക്കു പിന്നിൽ എന്തോ ദുരൂഹതയുണ്ടെന്ന് അവർ സംശയിച്ചു.

"യജമാനത്തീ, പണമൊക്കെ ഒരുക്കിവച്ചിട്ടില്ലേ?" ക്ലോ ചോദിച്ചു.

"ഉവ്വ് ക്ലോ!"

"ബേക്കറിയിൽനിന്നും ലഭിച്ച പണം മുഴുവൻ എനിക്ക് അദ്ദേഹത്തെ കാണിക്കണം. ബേക്കറി ഉടമ, കുറെക്കാലം കൂടി അവിടെ നിൽക്കാൻ എന്നെ നിർബന്ധിച്ചതായിരുന്നു. ഞാൻ പറഞ്ഞു എന്റെ ഭർത്താവ് വരുന്നതുകൊണ്ടാണ് ഞാൻ പോകുന്നത്. പിന്നെ എന്നെക്കൂടാതെ യജമാനത്തിക്കും കഴിയാനാവില്ല."

താൻ സമ്പാദിച്ച പണം പ്രത്യേകം മാറ്റിവയ്ക്കണമെന്ന് ക്ലോയ്ക്കു നിർബന്ധമായിരുന്നു. തന്റെ കഴിവിനെ ഭർത്താവിനു ബോധ്യപ്പെടുത്താൻ. അത് മിസിസ് ഷെൽബിക്കും സമ്മതമായിരുന്നു.

വണ്ടിച്ചക്രങ്ങളുടെ ശബ്ദം കേട്ടു.

"മാസ്റ്റർ ജോർജ്!" ജനാലയിലേക്ക് ഓടിച്ചെന്ന് ക്ലോ ആന്റി വിളിച്ചു പറഞ്ഞു.

മിസിസ് ഷെൽബി വാതിൽക്കലേക്ക് ഓടിച്ചെന്ന് മകനെ ആലിംഗനം ചെയ്തു. ക്ലോ ആന്റി ആകാംക്ഷയോടെ തിരിഞ്ഞുനോക്കുകയാണ്.

"പാവം ക്ലോ ആന്റി" അവൻ അവളുടെ കൈകൾ ചേർത്തുപിടിച്ചു.

"അങ്കിൾ ടോമിനെ കൂട്ടിക്കൊണ്ടുവരാനായി എന്റെ മുഴുവൻ സമ്പത്തും നൽകാൻ ഞാൻ തയാറായിരുന്നു. എന്നാൽ അദ്ദേഹം ശ്രേഷ്ടമായ ഒരു ലോകത്തേക്ക് യാത്രയായിക്കഴിഞ്ഞു."

മിസിസ് ഷെൽബി അലമുറയിട്ടുകരഞ്ഞു. ക്ലോ ആന്റി നിശബ്ദയായി തരിച്ചുനിന്നു.

അവർ അകത്തേക്കു കയറി. അഭിമാനപൂർവം ക്ലോ ആന്റി ശേഖരിച്ച പണം മേശപ്പുറത്തുതന്നെ കിടപ്പുണ്ട്.

അവൾ വിറയ്ക്കുന്ന കൈകളോടെ പണമെടുത്ത് മിസിസ് ഷെൽബിക്കു നീട്ടി.

'എനിക്കിനി യാതൊന്നും വേണ്ട! ഒന്നിനെക്കുറിച്ചും കേൾക്കുകയും അറിയുകയും വേണ്ട. കാര്യങ്ങൾ ഞാൻ വിചാരിച്ചതുപോലെ തന്നെ സംഭവിച്ചു—തോട്ടമുടമകൾക്കു വിൽക്കപ്പെട്ടാൽ കൊന്നതുതന്നെ."

പിന്നാലെ ചെന്ന് അവളെ പിടിച്ച് കസേരയിൽ ഇരുത്തി.

"നല്ലവളായ പാവം ക്ലോ!"

ക്ലോ യജമാനത്തിയുടെ തോളിൽ തലചായ്ച്ച് ഏങ്ങിക്കരഞ്ഞു.

"എന്നോടു ക്ഷമിക്കൂ! എന്റെ ഹൃദയം തകർന്നുപോകുന്നു!"

"എനിക്കത് മനസിലാകുന്നുണ്ട്." മിസിസ് ഷെൽബിയുടെ കണ്ണുകൾ നിറഞ്ഞൊഴുകി.

"നിന്റെ മനസിലെ മുറിവ് ഉണക്കാൻ എന്നെക്കൊണ്ടാവില്ല. എന്നാൽ യേശുവിനു കഴിയും. തകർന്ന മനസുകളെ അവൻ സുഖപ്പെടുത്തുകയും അവരുടെ വ്രണങ്ങളെ കഴുകി കെട്ടുകയും ചെയ്യുന്നു."

കുറെ നേരം എല്ലാവരും കൂടി ഒന്നിച്ചിരുന്ന് കരഞ്ഞു. മാസ്റ്റർ ജോർജ്, ക്ലോ ആന്റിയുടെ കരം ഗ്രഹിച്ചുകൊണ്ട് വേദനയോടെ ഭർത്താവിന്റെ മരണരംഗം വിവരിച്ചു. അദ്ദേഹത്തിന്റെ അവസാന സ്നേഹസന്ദേശം അറിയിച്ചു.

ഒരുമാസത്തിനു ശേഷം ഒരുദിവസം രാവിലെ ഷെൽബി എസ്റ്റേറ്റിലെ മുഴുവൻ ജോലിക്കാരെയും ജോർജ് വിളിച്ചുകൂട്ടി.

സകലരേയും അത്ഭുതപ്പെടുത്തുന്ന രീതിയിൽ ഒരുകെട്ടു കടലാസുമായാണ് ജോർജ് വന്നത്. എല്ലാ അടിമകളേയും സ്വതന്ത്രരാക്കിക്കൊണ്ടുള്ള രേഖകളാണ് അതിൽ ഉണ്ടായിരുന്നത്. ഓരോ സർട്ടിഫിക്കറ്റും വായിച്ച് അതാതു പേർക്ക് അതു സമ്മാനിച്ചു. തേങ്ങിക്കരച്ചിലും കണ്ണീരും ആഹ്ളാദപ്രകടനവും കൊണ്ട് വലിയ ഹാൾ മുഖരിതമായി.

അവർ ഒന്നടങ്കം പറഞ്ഞു: "ഇവിടെ ലഭിക്കുന്നതിനേക്കാൾ സ്വാതന്ത്ര്യം ഞങ്ങൾക്കുവേണ്ട! ഞങ്ങൾക്ക് ആവശ്യമുള്ളതിൽ കൂടുതൽ ഇവിടെ നിന്നും ലഭിക്കുന്നുണ്ട്. ഈ സ്ഥലംവിട്ടുപോകാൻ ഞങ്ങൾ ആഗ്രഹിക്കുന്നില്ല."

അവരെ ശാന്തരാക്കിക്കൊണ്ട് ജോർജ് പറഞ്ഞു.

"നിങ്ങളാരും എന്നെ ഉപേക്ഷിച്ചുപോകേണ്ട കാര്യമില്ല. ഇവിടെ ജോലി ചെയ്യാൻ നിങ്ങളെ എല്ലാം ആവശ്യമുണ്ട്. എന്നാൽ നിങ്ങളിപ്പോൾ സ്വതന്ത്രപൗരന്മാരാണ്. നിങ്ങൾ ചെയ്യുന്ന ജോലിക്ക് ഞാൻ കൂലി നൽകും. കൂലി നമ്മൾ തീരുമാനിക്കും. അതിന്റെ ഗുണമെന്താണെന്നോ, ഞാൻ കടത്തിൽ മുങ്ങുകയോ മരിക്കുകയോ ചെയ്താൽ നിങ്ങളെ ആരും പിടിച്ചുകൊണ്ടു പോകുകയില്ല. കൃഷികാര്യങ്ങൾ ഭംഗിയായി നടത്തണം —ഒപ്പം നിങ്ങൾക്ക് വിദ്യാഭ്യാസംനൽകണം അതിനെത്ര സമയമെടുത്താലും! സ്വാതന്ത്ര്യം എങ്ങനെ ശരിയായ മാർഗത്തിൽ ഉപയോഗപ്പെടുത്തണം എന്ന് നിങ്ങൾ അറിയേണ്ടതുണ്ട്. ഞാൻ നിങ്ങളെ സത്യസന്ധതയോടെ വിദ്യാഭ്യാസം ചെയ്യിക്കുവാൻ തയാറാണ്. എന്റെ പ്രിയ സുഹൃത്തുക്കളെ നിങ്ങൾ മുകളിലേക്കു നോക്കുക! സ്വാതന്ത്ര്യം നേടിത്തന്നതിനു ദൈവത്തോടു നന്ദിപറയുക."

ഒരു വൃദ്ധൻ പറഞ്ഞു "നമുക്ക് കർത്താവിനോട് നന്ദിപറയാം."

എല്ലാവരും മുട്ടുകുത്തി പ്രാർഥിച്ചു.

"ഒരു കാര്യം കൂടി എനിക്കു പറയാനുണ്ട്." ജോർജ്.

"നിങ്ങൾ എല്ലാവരും നമ്മുടെ പ്രിയപ്പെട്ട ടോം അങ്കിളിനെ ഓർക്കുന്നുണ്ടാകുമല്ലോ?"

ടോം അവർക്കായി കൊടുത്തയച്ച സ്നേഹസന്ദേശം ജോർജ്

ആവർത്തിച്ചു. അയാൾ തുടർന്നു.

"ഒരു മനുഷ്യനേയും ഞാൻ അടിമയാക്കി നിർത്തുകയില്ല എന്ന് ദൈവനാമത്തിൽ പ്രതിജ്ഞ ചെയ്തത് അദ്ദേഹത്തിന്റെ കുഴിമാടത്തിൽ വച്ചാണ്. ഞാൻ കാരണം ആരുമിനി വീടും ബന്ധുക്കളെയും വിട്ടകന്ന് അങ്കിൾ ടോമിനെപോലെ ഒറ്റപ്പെട്ട വിദൂരമായ സ്ഥലത്തുചെന്ന് യാതന അനുഭവിച്ച് മരിക്കാൻ ഇടവരരുത്. അതുകൊണ്ട് ഈ സ്വാതന്ത്ര്യം ലഭിച്ചതിൽ ആ ആത്മാവിനോട് നിങ്ങൾ കടപ്പെട്ടിരിക്കുന്നു എന്ന് മനസിലാക്കുക. അങ്കിൾ ടോമിന്റെ കൊച്ചു വീടുകാണുന്ന ഓരോ തവണയും സ്വന്തം സ്വാതന്ത്ര്യത്തെക്കുറിച്ച് ഓർക്കുക. അദ്ദേഹത്തിന്റെ കാൽപ്പാടുകൾ പിന്തുടരാൻ, അതിനെ ഒരു സ്മാരകമാക്കി മനസിൽ സൂക്ഷിക്കുക. അങ്കിൾ ടോം എപ്രകാരം ഒരു നല്ല ക്രിസ്ത്യാനി ആയിരുന്നുവോ, അതേ പ്രകാരം സത്യസന്ധനും വിശ്വസ്തനും ആയി ജീവിക്കുക.

9788126205578
FCW - #0244 - 061026 - C0 - 216/140/23 - PB - 9788126205578 - Gloss Lamination